ትውልድ አይደነገር፤
እኛም እንናገር

ቅጽ ፩

አዲስ አበባ፣ አንድ ቤተሰብ፣ አብዮቱ እና ኢህአፓ

(1877-1970)

አንዳርጋቸው ፅጌ

2011 ዓ.ም

Copyright© 2018 አንዳርጋቸው ፅጌ/Andargachew Tsege

ሙሉ የባለቤትነት መብቱ የተጠበቀ ሆኖ በጽሁፍ በተሰጠ ፍቃድ ካልሆነ በስተቀር፤ ይህንን መጽሐፍ በሙሉም ሆነ በከፊል እንደገና ማሳተም፤ መቅዳት፤ ማባዛት ወይም መተርጎም አይቻልም።

All rights reserved under International and Pan-American Copy right Convention. No part of this book may be reproduced in any form or by any electronics or mechanical means, including information storage and retrieval systems, without permission in writing from the publisher.

ነፃነት አሳታሚ ድርጅት
NETSANET PUBLISHING AGENCY
www.npabooks.com

ትውልድ አይደናገር፤ እኛም እንናገር ቅጽ ፩

አዲስ አበባ፣ አንድ ቤተሰብ፣ አብዮቱ እና ኢህአፓ (1877-1970)

"Tiwlid AyeDenager Egnam EniNager Volume I"
Addis Ababa; And Beteseb; Abiyotuna Ehapa (1877 – 1970)

Issue in print and electronic formats.

ISBN 978-1-7336071-0-0

2

ገፀ-በረከት

ለእናቴ ለአልታዬ ተሰማ

ለአባቴ ለፅጌ ኃብተማሪያም

ለልጆቼ ለህሉ፣ ለይሊ እና ለምንቢን

ለባለቤቴ ለየምስራች ኃይለማሪያም

እንዲሁም ለእንኮዬ ወለተማሪያም ልጅ፣ ለወለተአማኑኤልና ለሌሎችም፣ ስቃያችሁና መስዋእትነታችሁ ላልተተረከው፣ ሃውልት ላልቆመላችሁ፣ የኩራታችንና የነጻነታችን ቤዛ ለሆናችሁት የአድዋ ድል እመቤቶች፣ የሃገራችን የሴት ባሪያዎች በሙሉ!

"ወለተ አማኑኤል፤ የእንኮዬ ወለተማሪያም ልጅ.... ከእኛው ጋር ያደገች ነች። በዘመቻው (የአድዋ ጦርነት ዘመቻ) ላይ በጣም አገለገለች። "ከቶ እሷ ባትኖር እንዴት እሆን ኖሯል?" እያልኩ ሳስበው ይደንቀኛል ዕቃ ተሸክማ ስትሄድ ትውላለች። ከሰፈር በኋላ ውሃ ቀድታ፣ እንጨት ለቅማ፣ ቂጣ ጋግራ፣ ወጥ ሰርታ ታበላናለች። ወዲያው እንደዚሁ ለማታ ታሰናዳለች። እንደዚህ የወለተ አማኑኤልን አገልግሎት እያሰብኩ ስደነቅ ደግሞ፣ በየሰፈሩ እንደዚህ እንደርሷ ስንት ሴቶች እንደሚያገለግሉ ይታሰበኛል።

የሴቶቹን (የባሪያዎቹን) አገልግሎት ስገምት ደግሞ ***የበቅሎዎች*** አገልግሎት ይታወሰኛል። በመጨረሻም ድምሩን ስገምተው የአድዋ ድል የተገኘው በሴቶች አገልጋዮችና (ባሪያዎችና) ***በበቅሎዎች*** ብርታት መሆኑ ይታወቀኛል። ሁሉንም አያይዤ በደምሳሳነት ስመለከተው የኢትዮጵያን መንግስት ነጻነቱን አስጠብቀው፣ እዚህ አሁን አለንበት ኑሮ ላይ ያደረሱት፣ እነዚህ የዘመቻ ኃይሎች መሆናቸውን አልስተውም" (ፊታውራሪ ተክለ ሐዋርያት ተክለማሪያም፣ "የህይወቴ ታሪክ" 2004፣ አዲስ አበባ ዩኒቨርስቲ ፕሬስ፣ አዲስ አበባ ገጽ 57፤)

ምስጋና

ይህን መፅሃፍ፣ በ2007 ዓ.ም ከሰው ሁሉ ተነጥዬ በታሰርኩበት ወቅት ፃፍኩት። ለመፃፍ ፈቃድ የተሰጠኝ "ስለሃገሪቱ የፖለቲካ ሁኔታ መፃፍ እፈልጋለሁ" የሚል ጥያቄ ለአሳሪዎቼ አቅርቤ ነው። የጠየቅሁት ግለሰብ፣ በምርጫ 97 ሰበብ ከፉኛ ተደብድቤ፣ ዝዋይ እስር ቤት በቆየሁበት ወቅት፣ ከነመለስ ዜናዊ ጥያቄ ይዞ ሊያናገረኝ ለመጣውና አሁንም መርማሪዬ ሆኖ ለተመደበው ከፍተኛ የደህንነት ባለስልጣን ነው። ይህ ሰው ዝዋይ ይዞ የመጣው መልእክት " ኢህአዴግ ምን ሆኖ ነው እንደዚህ የሆነው ብለህ ጠይቀው" የሚል ነበር። ጥያቄው በድፍኑ ቢቀርብም "ኢህአዴግ ምን ሆኖ ነው አሳፋሪ የምርጫ ሽንፈት የገጠመው?" የሚል እንደሆነ በወቅቱ ገብቶኝ ነበር። ለጥያቄው የመሰለኝን መልስ መልሼአለሁ። በእዚህኛው የእስር ዘመኔ፣ የመፃፍ ጥያቄዬ አዎንታዊ ምላሽ ያገኘው፣ በ1997 ምርጫ ወቅት መለስ ዜናዊና ጓደኞቹ ለኔ አስተያየት ቦታ ሰጥተው፣ እኔን እንዲያናግር ዝዋይ ድረስ የላኩት ግለሰብ መርማሪዬ ሆኖ በመገኘቱ ይመስለኛል። ይህ ሰው ጌታቸው አሰፋን "እስረኛው የሚፅፈውን ብናይ ሳይጠቅመን አይቀርም" ብሎ ያሳመነው ይመስለኛል። በፖለቲካ ጉዳይ ላይ "እፅፋለሁ" ያልኩትን ፅሁፍ ፅፌ ስጨርስ፣ መርማሪዬን "ላፕ ቶፑን ሌላ ነገር ልፃፍበት" አልኩት። "ችግር የለውም" የሚል መልስ ሰጠኝ። ከዛም አለፎ የጠየቅሁትን መፅሃፍት አመጣልኝ። ወደ ቃሊቲ እስር ቤት ስዞር ላፕ ቶፑና ፅሁፎቹ ተወሰዱ። እነዛን በመከራ ቀን የፃፍኳቸውን ጽሁፎች ዳግም አያቸዋለሁ የሚል ተስፋዬ ተቀበረ። ሆኖም ያልተጠበቀ ሆነ። ተፈታሁ። ፅሁፎቼ በእጄ እንዲገቡ ዶ/ር አብይ ወሳኝ ሚና ተጫውቷል። ያም ሆኖ መርማሪዬ ላደረገልኝ ማበረታትና ፅሁፎቼን በጥንቃቄ አስቀምጦ በእጄ እንዲገቡ በማድረጉ ባመሰግነው ያንሰዋል እንጂ አይበዛበትም።

እውቅና

ከአርትኦት ስራ አንስተው፣ የቃላት አጠቃቀምን፣ አንዳንድ የተሳሳቱ አገላለጾችንና አመለካከቶችን በማረቅ፣ በርካታ ወዳጆቼ ቀላል የማይባል ድጋፍ አድርገውልኛል። ስም ጥራ ከተባልኩ ግን፣ መስከረም አበራን፣ የአለም ዘውድ በቀለን፣ ዜና ጉታን (ግርማቸውን)፣ እዝራ ዘለቀንና ነአምን ዘለቀን ሳልጠቅስ ማለፍ አልችልም። በተጨማሪ የመጽሃፉን ሽፋን ዲዛይን የሰራውን ተስፋዬ ጌታሁንን፣ ለህትመት ያዘጋጀውን ዶ/ር አዲሱ መንገሻንና ሁሉንም ክትትል በማድረግ የህትመት ስራውን ያስፈጸመውን ተሰፋዬ ለታን መጥቀስ እሻለሁ። እነዚህ ወዳጆቼ ለመፅሃፉ ጥራትና ህትመት ላደረጉት አስተዋጸኦ በራሴና በመፅሃፌ አንባቢዎች ስም ከልብ የመነጨ ከፍ ያለ ምስጋናዬን አቀርባለሁ።

ማውጫ

ክፍል 1. ማሚሻ!......13

ምእራፍ 1. እንኳን ለ250ኛው የልደት ቀንህ አደረሰህ!......13

ምእራፍ 2. ታሪክ እና ልብ-ወለድ......25

ምእራፍ 3. ሰንካላ አተራረክ! የቆረቆዘ ማህበረሰብ!......30

ምእራፍ 4. የኔስ ብዕር ምን ሊፈይድ?......49

ክፍል 2. ዘ ፍጥረት......56

ምእራፍ 1. አዲስ አበባ - የአያቶቼ ጥጃ ማሰሪያ......56

ምእራፍ 2. አዲስ አበባ - የወታደሮች፣ የባሪያዎች......71

ምእራፍ 3. አዲስ አበባ - ከጦር ሰፈርነት ወደ ከተማነት......83

ምእራፍ 4. አዲስ አበባ-የዘመናዊ ከተማነት የኤሊ ጉዞ......99

ምእራፍ 5. አዲስ አበባ - የጥቂቶች ከተማ......106

ምእራፍ 6. አዲስ አበባ- ባህል በዘመናዊት ከተማ......117

ምእራፍ 7. አዲስ አበባ-ቁንጣን እና ቁርጠት፣ሃር እና መርዶፋ......130

ክፍል 3. ወላጆች......141

ምእራፍ 1. አባታችን-መቼ? የት? እና የማን?......141

ምእራፍ 2. ደህና ሁኝ አረንፋማ......144

ምእራፍ 3. ፅጌ በጉራጌ ሃገር......150

ምእራፍ 4. ፅጌ እና አዲስ አበባ......158

ምእራፍ 5. እናታችን-መቼ? የት? እና የማን?......163

5

ምእራፍ 6.	እናቴ የአዳማዋ ወጣት	171
ምእራፍ 7.	ፍቅር እና ትዳር በካራቆሬ	174
ምእራፍ 8.	ከደብረሲና ወደ አረንፋማ	178
ምእራፍ 9.	ከደብረሲና ወደ አሰላ	181
ምእራፍ 10.	ከካራቆሬ ወደ አዲስ አበባ	190
ምእራፍ 11.	የአዲስ አበባ ሰዎች	194
ምእራፍ 12.	የሸዋ ስልጡኖች	202

ትምህርት፣ ሸዋ ቢሮክራሲው ከወላጆቹ ታሪክ 202
ከጓደኞቻቸው ለየት ያሉት ወላጆቹ 208
አግባብ ያልሆነ ጥቅም ጥላቻ 212
ታማኝነት ለህዝብና ለሀገር 215

ክፍል 4. ልጅነት 221

ምእራፍ 1. ተፀዕኖዎች በልጅነት - የሳማ ስንበት ገዳም 221

ምእራፍ 2. የሁለት አስተማሪዎች ልጆች ጣጣ 230

እንደ አዳሪ ትምህርት ቤት 230
ካሮትና ዱላ 231
ተማር ልጄ 235
እንዴት እንደ እንሰሳ? 236
ስንት ትከፍሉኛላችሁ? 237

ምእራፍ 3. የእናቶች ሁሉ እናት 239

ምእራፍ 4. አውሮፕላን ጠላፊዎች፣ ቢንያም እና አማኑኤል 252

ምእራፍ 5. አፀደ እና የግብረገብ አስተማሪያችን 260

ክፍል 5. ጎልማሳነት- ከተመልካችነት ወደ አድራጊነት 267

ምዕራፍ 1.	ተፈሪ መኮንን ት/ቤት	267
ምዕራፍ 2.	የተማሪ አመጽ - የአዲስ ተመክሮ ጅማሮ	273
ምዕራፍ 3.	ጠንክሮ በል ገብሬ	280
ምዕራፍ 4.	በማን ልጅ ደም ለውጥ!	291
ምዕራፍ 5.	ጉራ እና ቤተ መንግስት	299
ምዕራፍ 6.	የመሬት ከበርቴ	306

ክፍል 6. ቀዳማዊ ሃይለስላሴ ዩኒቨርስቲ 316

ምዕራፍ 1.	ምዝገባና እና ኮልታፋዋ ልጅ	316
ምዕራፍ 2.	ምርጫ ያልነበረው አብደት!	318
ምዕራፍ 3.	የገና ማዕበል እና የፍቅር ደብዳቤው "ቴምፕሌት"	326
ምዕራፍ 4.	ስክነት እና የሪቦዎች መመለስ	330
ምዕራፍ 5.	ቻይናዎች እና ጆሊው "ማልክሲስት"	336
ምዕራፍ 6.	የ1965 መጨረሻ	341

ክፍል 7. የ1966ቱ-"አብዮት".............................344

ምዕራፍ 1.	ፍንጭ አልባው"አብዮት"	344
ምዕራፍ 2.	የተማሪ መሪዎች ምርጫ እና የጎደሉ ሰዎች አመጽ	349
ምዕራፍ 3.	"አብዮቱ" ከዕቀድ ወደ ግርግር	356
ምዕራፍ 4.	የታቀደ አብዮት-እድል ያላገኘው የታሪክ አማራጭ	369
ምዕራፍ 5.	ዘውድም እንደዋዛ	392
ምዕራፍ 6.	መውደድ እና መጥላት ማደፋፈር እና መፍራት	398

ምእራፍ 7. የተዘጋው የማሪያም መንገድና አብዮቱ 410

ምእራፍ 8. ደርግ በንቱሱ ዙፋን ላይ 420

ከፍል 8. ኢህአፓ 428

ምእራፍ 1. ዴሞክራሲያ 428

ምእራፍ 2. ነጭ ኑግ፣ ጥቁር ወተት 435

ምእራፍ 3. ምድርን በችፍርግ፣ሰማይን በጭራሮ 444

ምእራፍ 4. ጉለሴን አቀላናት 449

ምእራፍ 5. የመጀመሪያው የፖለቲካ ሀጢያቴ 460

ምእራፍ 6. ትልቁ ሰው ኃይሌ ፊዳ እና አባቡ ቁንጫ 469

ምእራፍ 7. ኤርትራና ዱላ 476

ምእራፍ 8. የኢህአፓ ጭፍሮች 497

ምእራፍ 9. የተግባር ፈተና እና ፈሪው ላብአደር 508

ምእራፍ 10. አብዱል እና አድማሱ የልደታ አዳራሽ ሁካታ 512

ምእራፍ 11. "ቁጭራን ዘረፋት !" 523

ምእራፍ 12. ፍልሚያ በዳሽን ምግብ ቤት ቅጥር ግቢ 534

ምእራፍ 13. ለካ! መሲሁ ሰው ነበረ 555

ምእራፍ 14. የላብአደር ቀን እልቂት እና የድመቷ ልጆች 570

ምእራፍ 15. አምሃ የጆግና ሞት 579

ምእራፍ 16. ፍትህ እና አብዮት፣ግርማቸው ለማ 592

ምእራፍ 17. ድጋሚ ወደቤተመንግስት - ሰው ያልበዛበት ክፍል 600

ምእራፍ 18.   ንጉስ አባቴነህ እና አንደኛ ፖሊስ ጣቢያ 606

    አቀባበል - በአንደኛ ፖሊስ ጣቢያ... 606

    አሳሪና ታሳሪ... 612

    አቴና በአንደኛ ፖሊስ ጣቢያ 617

    የመጸዳዳት ሥርዓት 617

    የምግብ ሥርዓትና የቀን ውሎ 618

    የሽንጎ ስብሰባ 621

    የፍትህ ሥርዓት፣ ጥፋትና ቅጣት 623

    ማህበራዊ ህይወት.. 628

    ስቃይ በእስር ቤት 633

    የረሃብ አድማ 637

    ዕድሜ ለአጥናፉ አባተ 642

ምእራፍ 19.   ደህና ሁኝ! አዲስ አበባ 644

    አጭር ጊዜ፣ ብዙ ለውጥ፡ 644

    የጭንቀት ወራት 648

    ደህና ሁኝ ሰንጋተራ 652

    ሃብተጊዮርጊስ ድልድይ 656

    ቀሽ ካባን ፍለጋ 660

መግባቢያ

በልጅነቴ ከወላጆቼ እና ጓደኞቻቸው ጭውውት እየመነጨ ወደ ጨቅላ ልቤ ያዘግም ነበር -ኢትዮጵያዊነት። ስለኢትዮጵያ ህዝብ በደል የመብሰልሰል አባዜ በጉርምስናዬ ተቆራኘኝ። ይህ አባዜ እየባሰብኝ ሄዶ በተማሪዎች እንቅስቃሴ ቀዳዳ አስገባኝ። በኢህአፓ (ኢትዮጵያ ህዝብ አብዮታዊ ፓርቲ) በኩል የሃገሬን ገመና አስቃኘኝ። ከሞት አፋጠጠኝ፣ ከእስር አላመደኝ። በስተመጨረሻው ከሃዘን አቆራኘኝ፡፡

ጓደኞቼ እንደበጋ ዛፍ ቅጠል አንድ አንድ እያሉ ሲረግፉ በአይኔ አየሁ። የጭካኔ አጀብ የነዳው የሞት ጀፌ ጓደኞቼን በየጎዳናው ዘርሮ ተመለከትኩ። የጓዶቼ ደም ከክረምት ካፊያ ጋር ተዋህዶ የመንገድ ዳር ጎርፍ እያቀላ ሲወርድ ለጉድ ተርፌ አየሁ! የህይወት ጉዟቸው ፈጠነ፡ አጠረ። ከወጣትነት/ከታዳጊነት በችኮላ ወደ ሬሳነት ተሻገሩ። ሞተው በመኖሬ በደለኝነት መስሎ ተቆጠረብኝ ።

ሃዘንና ጸጸት አሳርፎ አያስቀምጠኝም፡፡ የመቀመጫ እሾህ፣ የጎን ውጋት ሆኖ ይወጋኛል፡፡ "ሞታቸው ምን አመጣ?"፣"ግርፋት ሰቆቃቸው ምን ፈየደ?"፣"ምን አርግዘው፣ አምጠው፣ ምን ተወለደ?" ለሚሉ ወሳኝ ጥያቄዎች ትርጉም ያለው መልስ አለመኖሩ የውጋቴን ስቃይ ያብሰዋል፡፡ ብቸኛዋ ነፍሴ ውሱን መሆኗ አይጠፋኝም። ከዚች መከረኛ ነፍስ አቅም በላይ እንደሆነ ባውቅም ለሞታቸው ትርጉም የመስጠቱን፣ ከጉተና የከበደ ሸክም ተቀብላ የበኩሏን ማድረግ እንዳለባት ልቦናዬ ይነግረኛል፡፡ ይህ ለራሴ የሰጠሁት የቤት ስራ ልቤን ካጠቀረው ሃዘን ተንፈስ የምልበት ነውና ችላ ልለው አልችልም። ምንስ አባብሎኝ፣ ምንስ አፅናንቶኝ?

ለዚህ ነው ከኢህአዴግ (ኢትዮጵያ ህዝብ አብዮታዊ ዴሞክራሲያዊ ግንባር) ጋር እንኳን ለመስራት የተነሳሁት፡፡ እሱም አልሆን ሲል ወደ ሃሬና በረሃ ወደ ኤርትራ ምድር ያቀናሁት፡፡ ይሄው የማያስቀምጠኝ፣ ወድጄ የገባሁበት ለራስ ከራስ የተሰጠ ሃላፊነት አዞሮ አዞሮ የኢህአዴግ እስር ቤት ዶሎኛል፡፡ ለሙት ጓደኞቼ ሞት ትርጉም የመስጠት፣ ለራሴ የገባሁት ቃል ግን የትም ጉድጓድ ብጣል ከአፈር በታች ሆኜ ጓዶቼን ሳልቀላቀል የሚቆም ነገር አይደለም፡፡ ስለዚህ በእስር ቤት አራት ግርግዳዎች ውስጥ ተወስኜም ለዚሁ ህይወቴን ለሰጠሁት ሥራ ሁኔታው የሚፈቅድልኝን ሁሉ መስራት እንዳለብኝ ወሰንኩ። ይህ ስራ ደግሞ ወረቀት ከብዕር አዋድጄ ፣ ነገ እንደሚሞት ሰው እያሰብኩ፣ ከጥንስሱ የተሳተፍኩበትን ከተማሪዎች እንቅስቃሴ ጀምሮ የሚሳበውን የግራውን ፖለቲካ ታሪክ በተለይ ደግሞ የኢህአፓን ታሪክ በማውቀው እና እርግጠኛ በሆንኩበት ነገር ላይ ብቻ ትኩረት አድርጌ መተረክ እና መተንተን ነው፡፡

ይህን የማደርገው ግን "እስር ቤት ዝም ብዬ ቁጭ ከምል፣ ስራ ከምፈታ፣ ለቀን ማማሻ" ብዬ አይደለም፡፡ ለቀን ማማሻ መፅሃፍት ማንበብ ይቻል ነበር፡፡ ይልቅስ እስር ቤቱ ቀድሞ ሳስበው ኖሬ፣ ጊዜ በማጣቴ ሳልሰራው የቀረሁትን ግን አጥብቄ የምሻውን ስራ የመስራት እድል ሰጠኝ። ምንም ሳይጎትተኝ እውነትን ብቻ ሙጥኝ ብዬ የአንድን ትውልድ ከፊል ታሪክ እንደምፈልገው ሳይሆን፣ እንደ ሆነው ብቻ አድርጌ የመፃፍ ምኞቴን የማሳኪያ በመጥፎ ነገር ውስጥ የመጣ ጥሩ አጋጣሚ ሆነ -እሰየ!

የምፅፈው ከፊል ታሪክ ነው ያልኩት ያለምክንያት አይደለም። እኔ በዛ ትውልድ የታሪክ ትዕይንት ውስጥ የነበረኝ ሚና ውሱን ነበር። ሁሉንም ነገር የማወቅ ዕድሉ አልነበረኝም። በመሆኑም በሃገር ደረጃ የነበረውን ታሪክ መተረክ አልችልም፡፡ ስለዚህ ትንተናዬም ሆነ ትረካዬ እኔ በነበርኩበት በአዲስ አበባ ላይ ብቻ የተወሰነ ይሆናል። በመሰረቱ ማንም ሰው ሁሉን ማወቅ አይችልም። ኢህአፓንም ሆነ ሌላውን የግራ ፖለቲካ ድርጅት ቁንጮው ላይ ሆነው ይመሩ የነበሩት ሰዎችም ቢሆኑ እንኳን ምንም ያልጎደለው ምሉዕ የሆነውን የዘመኑን ታሪክ ሊፅፉ አይችሉም፡፡ በዚህ ላይ ኢህአፓ በከፍተኛ ምስጢራዊነት፣ በህቡዕ የሚንቀሳቀስ ድርጅት ነበር። በተዋረዱ የተሰለፉ ሰዎች ከአንድ ደረጃ በላይ አይተዋወቁም። ይህ የፓርቲው ተፈጥሮ ነው። በዚህ የተነሳ ምሉዕ ወደ ሆነው ታሪክ ለመጠጋት፣ የሆነውን ሁሉ ለታሪክ ለመተው ሁሉም ተቀምጦበት በነበረበት ቦታ ላይ የሚያውቀውን እውነት ብቻ ተመርኩዞ መፃፍ አለበት፡፡እኔም በዚህ መፅሃፍ እያደረኩ ያለሁት ይህንኑ ነው፡፡

ይህን ለማድረግ እመር ብሎ ከእኔ እና የዘመን ተጋሪዎቹ ታሪክ ጀምሮ ማቅረቡን አልወደድኩትም። እንዲህ ባደርግ ለትውልድ ማሳለፍ የፈለግኩትን ሃቅ በሙሉ ገፁ የሚያቀርብልኝ አልመሰለኝም። ታሪክን ከወገቡ ጎምዶ ማቅረብ የታሪኩን ሙሉ ምስል አንባቢ እንዳያይ ያደርገዋል ብዬ ሰጋሁ። ከታሪክ ረዥም ገመድ ትንሽ ወደ ኋላ ፈቀቅ ብዬ መጀመርን የመረጥኩት ለዚህ ነው፡፡

እኔ ከግራ ፖለቲካ የኢህአፓ ሰልፈኛ ሆኜ ያየሁ የሰማሁትን፣ የተረዳሁ ያወቅኩትን ለትውልድ ለማካፈል ስነሳ እኔን ራሴን እንዲህ እንዳስብ ያደረገኝን የማንነት ቅመም ከየት እንደቀዳሁት ማሳወቅ ስላለብኝ የቤተሰቤን ታሪክ መተረክ አስፈልጎኛል። ወዲያውም ታሪክ እስከ ዛሬ ከሚተረክበት ብዙውን ገፅ ከላይ ለተቀመጡ አለቆች እና ስልጣናት ከሚሰጥበት የአፃፃፍ ባህል ተቆጥቤአለሁ። በግልባጩ የታሪክ ሸማ ከታች ወደ ላይ እንዴት ሲደወር እንደኖረ ማሳየትን መርጫለሁ። ከታች ያሉ ቤተሰቦቼ፣ ከኢህአፓ ታችኛው መሰላል ላይ ለነበርኩ እኔ ማንነት ያበረከቱትን የእሳቤ አስተዋፅኦ ማሳየት ግድ ነው፡፡ ከላይ ያልነበርኩት እኔ ከላይ ያልነበሩ ቢጤዎቼ የታሪክን ትልቅ ሸማ በመደወሩ

ረገድ ያበረከቱትን፣ እኔም የተሳተፍኩበትን ግን ደግሞ በወጉ ያልተተረከውን ትልቅ አበርክቶ ከነድክመት ብርታቱ ለመጭው ትውልድ ሳይዛባ የማቅረቡን ሃላፊነት መውጣት መሻቴ ነው ይህን መፅሃፍ የወለደው፡፡

መፅሃፉ ወደ መቶ ዓመት የሚጠጋ ጊዜን በሚሸፍኑ የታሪክን ዘመናት መካከል ተመላልሶ 1970 ላይ ያቆማል፡፡ የኔ ብዕር ግን መፃፋን ይቀጥላል፡፡ ከ1970 በላይ ልቀጥል ብል የመፅሃፉ ገጾች በዝተው አንባቢን ከማንበቡ ሌላ የመሸከም የቤት ስራም እንዳይሰጡብኝ ሰጋሁ። ቀሪውን የታሪክ ገፅ እና የትንታኔ ድርሻ በሌላ መፅሃፍ ለመሰነድ ወሰንኩ፡፡ በተረፈ አንባቢ እንደሚጠብቀው የምገምተውን ከሰነዓ አየር ማረፊያ ታፍኜ በኢህአዴግ እስር ቤት ያሳለፍኳቸውን ቀናት የሚተርከው ጽሁፌ የሚቀጥለው መጽሃፌ ድርሻ እንዲሆን ግድ ሆኗል።

ክፍል 1. ማሟሻ!

ምእራፍ 1. እንኳን ለ250ኛው የልደት ቀንህ አደረሰህ!

የምኖረው በታላቋ ብሪታንያ ዋና ከተማ ለንደን ውስጥ ነበር። በዛን ወቅት ከተወለድኩ እሩብ ምእተ አመት አልፎኛል። ዕድሜዬ ከሃያ አምስት አመት በላይ ሆኗል። ለኔ ግን አንድ ሙሉ ምዕተ አመት እንደኖረ ሰው ጊዜው ረዝሞብኝ ነበር። ገና ሰላሳ አመት ሳይሞላኝ አርጅቻለሁ።

ዘመኑ እንደ ነጮቹ አቆጣጠር የ1970ዎቹ መጨረሻና የ1980ዎቹ መጀመሪያ ላይ ነው። ከመሃል ለንደን ወጣ ብላ በምትገኝ፣ "ውሊች" (Woolwich) በምትባል መንደር የኮሌጅ ተማሪ ነበርኩ።[1] ትምህርቴን በሥነ-ሥርዓት ከመከታተል በስተቀር ከሌሎች የኮሌጁ ወጣት ተማሪዎች ጋር ብዙ የሚያመሳስለኝ ነገር አልነበረም። እነሱ በቀጥታ ከሁለተኛ ደረጃ ትምህርት ቤት ኮሌጅ

---

[1] "ውሊች"(Woolwich) ከመሃል ለንደን በስተደቡብ 15 ኪሎ ሜትር ርቃ የምትገኝ የለንደን መንደር ነች። ብዙ ወታደራዊ ተቋማት ያሉባት መንደር ናት። ውሊች አርሰናል የሚባል ባቡር ጣቢያ አላት። አርሰናል የሚባለው የሰሜን ለንደን ታዋቂ የእግር ኳስ ቡድን የተመሰረተው ውሊች ውስጥ ነው። እኔ ተማሪ የነበርኩት አሁን "ቴምስ ቫሊ" ዩኒቨርስቲ እየተባለ የሚጠራው ያኔ ግን "ቴምስ ፖሊ ቴክኒክ" ይባል የነበረው የትምህርት ተቋም ውስጥ ነው። የማጠናውም ሂዩማኒቲስ (Humanities) የሚባል ትምህርት ነበር። ዋንኛው ትኩረቴ ፍልስፍና እና ፖለቲካ ላይ ነው። ትምህርቱ ግን የሥነ-ጽሁፍንና የሥነ-አእምሮ ትምህርቶችንም ያካትታል። "ከሳይንስ ትምህርቶች ተላቅቄ ወደ አርት ትምህርቶች መግባት አለብኝ" የሚለውን ለረጅም ጊዜ ይዤው የኖርኩትን ምኞቴን በተግባር ያዋልኩበት ዘመን ነበር። ቀድሞ በነበረኝ የራሴ ለየት ያለ ተፈጥሮ ላይ የ1966ቱ አብዮት የቀሰቀሰው ቀውስ በአንድ ላይ ተደምሮ፣ "እኔ ማነኝ? ህይወትስ ምንድነው? ወዘተ" የሚሉ ጥያቄዎችን በጥልቅ እንዳነሳ አድርገውኛል። ሂዩማኒቲስ (Humanities) ለማጥናት የመረጥኩት በውስጡ ያየኋቸው የትምህርት አይነቶች ለነዚህ ጥያቄዎች መልስ ለመስጠት ያስችሉኛል የሚል ዕምነት በመያዜ ነው። አንዱ ፕሮፌሰሬ ግን "ፍልስፍና ለመማር ኮሌጅ ገብተህ ትምህርትን ስትጨርስ የበለጠ ውዥንብር ውስጥ ካልወደቅህ ትምህርት አልተማርክም ማለት ነው" ብሎኛል። ፕሮፌሰሩ እንዳለውም ሆነ። ለጥቂት ጥያቄዎች "ፍልስፍና መልስ ይሰጠኛል" ብዬ ትምህርቱን የወሰድኩት ሰውዬ፣ ኮሌጅ ስገባ ይዣቸው ከገባኋቸው ጥያቄዎች በላይ ሌሎች በርካታ ጥያቄዎች ይዤ እንድወጣ አድርጎኛል። ፍልስፍና ለበለጠ ቀውስና ውዥንብር ዳረገኝ እንጂ፣ ህይወትን በተመለከተ ጥርት ያለ አመለካከት እንዲኖረኝ አላደረገም። "ፍልስፍና ህይወትን በተመለከተ የሰው ልጆች ለሚያነሷቸው ጥያቄዎች በሙሉ የማያወላዳ መልስ መስጠት ቢችል ኖሮ ድሮ ገና እንደ አንድ የትምህርት አይነት ይሞት ነበር" ብላኛለች ሌላዋ አስተማሪዬ ደግሞ። "እንደ አንድ የትምህርት አይነት የፍልስፍና ትምህርት እድሜው የተራዘመው፤ ህይወት ምንድነው? ትርጉሙስ? ለሚሉ ጥያቄዎች ሁሉንም የሰው ፍጥረት የሚያረካ መልስ መስጠት ባለማስቻሉና ይህን መልስ ለማግኘት የሰው ልጆች መድከም ባለማቆማቸው እንደሆነ ነው የተረዳሁት። "ስለ ህይወት ቁልጭ ያለ መልስ ማግኘት ከፈለግህ ፍልስፍና ትምህርት ወደሚሰጥበት ኮሌጅ ሳይሆን ወደ ቤተስኪያን ሂድ" ብላኝ ነበር ያችው ፕሮፌሰሬ።

የገቡ ናቸው። ሁሉም ነጮች፣ ሁሉም እንግሊዞች ነበሩ። በዕድሜ፣ ሁሉንም በትንሹ በስድስት አመት እበልጣቸዋለሁ።

በኮሌጁ ውስጥ ብቸኛው ኢትዮጵያዊ ተማሪ ነኝ። የፍልስፍና እና የፖለቲካ ሳይንስ ትምህርት ከሚከታተሉት ተማሪዎች መሃል ደግሞ ብቸኛው ጥቁር ነበርኩ። ሁለተኛ ደረጃ ትምህርቴን ያጠናቀቅኩት ኢትዮጵያ ውስጥ ነው። ያም ከሆነ አምስት አመታት አልፈዋል። ከተማሪዎቹ ልዩ ያደረገኝ ጉዳይ ግን በዕድሜ ወይም በዘር ልዩ ከመሆን የመጣ አልነበረም። በህይወት ተመክሮ የመጣ ልዩነት እንጂ።

በተለይ የኮሌጁ ተማሪ ከመሆኔ በፊት በሃገሬና አካባቢዋ ያሳለፍኳቸው አምስት የህይወቴ አመታት ብዙ ነገር አይቼባቸዋለሁ።[2] የሃገራችን ሰዎች "ጉድና ጅራት ከወደ ኋላ ነው" ይላሉ። "በሃያ አምስት አመቴ የመከራ ድርሻዬን ተቀብዬ ጨርሻለሁ" የሚል ዕምነት ነበረኝ። ለኔ "ብዙ ነገር የታየበት" ያልኩት የወጣትነት ህይወት ያለፈ መስሎኝ ነበር። ለካስ ያለፈው ወጣትነቴ ብቻ ነው። ጉዱ ገና መጀመሩ እንጂ ማለቁ እንዳልነበር ምንም ፍንጭ አልነበረኝም። እንዴትስ ብዬ ስለመጪዎቹ ዘመናት ማወቅ እችል ነበር? ነብይ አይደለሁ ወይም ጠንቋይ !

በወቅቱ ከእንግሊዞቹ ተማሪዎች የለየኝ "ይህ ጉደኛ አድርጌ" ያየሁት የግል ህይወቴ ነበር። በጥቂት ዓመታት ውስጥ ያካበትኳቸው ተመክሮዎችና የተደራረቡብኝ ገጠመኞቼ ብዙ ናቸው። እንኳን ከነዚያ ጮርቃ ተማሪዎች ጋር ቀርቶ፣ በዕድሜ ከእኔ ከሚልቁትና ከበሰሉት ወላጆቻቸውም ጋር መግባባት መቻሌ ያጠራጥራል። በዚህ የተነሳ የራሴ ጓደኛ እራሴ ብቻ ነበርኩ። የምጫወተውም፣ የማወራውም ከራሴና ከመጽሃፎቼ ጋር ብቻ ነው። በኮሌጁ ውስጥ ጓደኛ አልነበረኝም።

ከትምህርቱና ከጥናቱ ዕረፍት መውሰድና መዝናናት ከፈለኩ የምዝናናው ለብቻዬ ነው። ለመዝናናት ወደ ኮሌጁ ተማሪዎች ክበብ የሚወስደኝ ምክንያት አልነበረም።በዘመኑ፣ ወጣቱ ተማሪ ሲያብድለት በነበረው የሃርድ ሮክና የሄቪ ሜታል ሙዚቃ (hard rock and heavy metal) መዝናናት የምችል ሰው አልነበርኩም። በዘፋኞቹና ሙዚቃ ተጫዋቾቹ ላይ

---

[2]ከ1966ቱ የኢትዮጵያ "አብዮት" ጋር ተያይዞ አዲስ አበባ ውስጥ፣ እንዲሁም ከአንድ አመት በላይ ትግራይ ውስጥ ያሳለፍኩትንና ከዛም ለአጭር ጊዜም ቢሆን፣ በጣም ችግር የምላውን የሱዳን የስደት መከረኛ ህይወትን ደምሬ ነበር፣"ብዙ ነገር ያየሁበት" ያልኩት። ይህ መፅሃፍ የሚተርከው እስከ ጥር 1970 ድረስ ብቻ ያለውን የኔንና የኔን ዘመን ትውልድ ታሪክ ነው። ሌላውን ሳልጨምር፣ ማንም ሰው ይህን መፅሃፍ ብቻ አንብቦ ፣ "እውነትም ብዙ ነገር የታየበት ነው" እንደሚል እርግጠኛ ነኝ።

ምራቅ እንደ ዝናብ እያዘነቡ እንዲዘሉና እንዲጨፍሩ የሚያደርጋቸው የዘመኑ ወጣቶች ዛር አልሰፈረብኝም።

የምራቁ ነገር ሁሌም ይገርመኛል። በታዳሚው ምራቅ መታጠብን ራሳቸው የሙዚቃ ተጫዋቾቹና ዘፋኞቹ አይጠየፉትም። ምራቅ መትፋት ለእንግሊዞች ነውር ነው። ወጣቶቹ በሙዚቀኞቹ ላይ ይተፉ የነበረውና ሙዚቀኞቹም በጸጋ ይቀበሉት የነበረው በታላላቆቻቸው ባህል ላይ ማመጻቸውን ለማሳየት በሚል ነው። ይህን ጉዳይ ሳስበው፣ "ምን አይነት ዘመን ነበር?" እላለሁ።

የኔ የሙዚቃ ውቃቢ ምሱ የነቤሲ ስሚዝ (Bessie Smith)[3] የብሉስ እንጉርጉሮ ነበር።

"አይበጀኝም ወይ ሞቴ፣

እዛ አስከፊ ጨቅ፣ መቃብሬ ውስጥ መግባቴ፤

ምናለ ብሞት

እዛ ለማንም አይራራ ጉድጓድ ውስጥ ብከተት ?"

የሚሉ ስንኞች የሞሉት የቤሲ ድምጽ ብቻ ነበር የሚያረካኝ። ለእንግሊዝ ቆፈናምና ጭጋጋም አየር እና ለኔ ጨለማ ለወረረው ህሊና የሚስማማው የቤሲ ስሚዝ ለቅሶ ነው።

የኔ መዝናኛ እንዲህ አይነቱ አጥንት አድቃቂ፣ ልብ ሰንጣቂ፣ አንጀት ጨማቂ ስንኞች የሞሉበት የጥቁር አሜሪካውያን እህቶቼ ዜማ ነው። የነቤሲ ስሚዝ፣ (Bessie Smith) የነቢሊ ሃሊዴይ (Billie Holliday)፣ የነኤላ ፊትዝጀራልድ (Ella Fitzgerald)[4] ዜማዎች ቀልቤን ገዝተው ለረጅም ጊዜ ያቆዩኛል። ባርነት፣ የዘር መድልኦ፣ የነጭና የጥቁር ወንድ ዱላ፣ ተገዶ መደፈር፣ ወልዶ መምከን፣ አፍቅሮ መጠላት፣ መበዝበዝና መዋረድ ሞልቶ የተትረፈረፈበት የጥቁር አሜሪካውያን እህቶቻችን ሕይወት የወለደው የሰመመን፣ የሰቀቀን፣ የስቃይና የምሬት መግለጫ ሙዚቃ ነው-ብሉስ።

---

[3]አሜሪካኖች የብሉስ ንግስት (The Empress of blues) የሚሏት በ1920 ና 30ዎቹ ዝነኛ የነበረች ዘፋኝ ነች። የመኪና አደጋ ደርሶባት በአሜሪካን ሃገር በነበረው ዘረኛነት፣ በአቅራቢያው በነበረ የነጮች ሆስፒታል እርዳታ እንዳታገኝ ተደርጋ ደሟ ፈሶ ህይወቷ አልፏል።

4የአሜሪካ ዝነኛ የብሉስና የጃዝ ሙዚቃ ድምጻውያን ናቸው።

የአብዛኛው ኢትዮጵያዊ የዝንተ-ዓለም ሕይወት ከእነዚህ ጥቁር አሜሪካዊ እህቶቻችን ህይወት ልዩነት የለውም። "ይህን እጅግ አስከፊ ሕይወት ለመቀየር" በሚል ስም የኔ ትውልድ የቀሰቀሰው አብዮት ሌላ የመከራ፣ የስቃይና የታሪክ ምእራፍ ከፈተ። እኔም ብዙ የሚያቃጥሉና የሚያስተክዙ የትውስታ ኮተቶቼን ተሸክሜ ሃገሬን ለቅቄ ተሰደድኩ። ለእንደኔ አይነቱ ሆድ ለሚብሰው ስደተኛ እንደ ብሉስ እና ጃዝ ሙዚቃዎች የሚስብ ነገር አልነበረም።[5] አልፎ አልፎ ለመዝናናት የምሄደውም የጃዝና የብሉስ ባንዶች ወደ ሚጫወቱባቸው ቢራ ቤቶችና ክለቦች ነው።

ውሊች መንደር ውስጥ ጃዝና ብሉስ ሙዚቃ የሚደመጥባቸው በርካታ ቢራ ቤቶችና[6]ጥቂት ክለቦች ነበሩ። የእነዚህ ቤቶች ታዳሚዎች በአብዛኛው ጠና ያሉ ሰዎችና አረጋውያን ናቸው። ተማሪዎች አይገቡባቸውም። ወደነዚህ ክለቦች ስሄድም ከሌሎች ታዳሚዎች መለየቴ አልቀረም። በዕድሜ በጣም ወጣቱና ብቸኛው ጥቁር በመሆን ተለየሁ። ቢራዬን በቁጠባ እያጣጣምኩ አንድ ጥግ እቀመጥና የጃዝና የብሉስ ሙዚቃየን እኮመኩማለሁ። የቢራ ቁጠባው የመጣው ከገንዘብ ችግር ብቻ አልነበረም። መጠጥ ብዙ ስለማይስማማኝም ጭምር ነው።

በእነዚህ ክለቦች ለሚያዘወትሩት አረጋውያን ድርጊቴ እንግዳ ነበር።

"ይህ ጥቁር ወጣት ምን ሆኖ ነው፣ የነጭ አረጋውያን ክለብ እየመጣ ብቻውን እየተቀመጠ ቢራ የሚጠጣው?" የሚል ጥያቄ እያነሱ የቢራ ማጣጫ ወግ አድርገውኛል።

ከጥቂት ጊዜ በኋላ በተለይ "ትራም ሼድ" በሚባለው የጃዝ ክለብ ቋሚ ደንበኛ ሆንኩ። ሁሌም ከገጽታዋ በማይጠፋው የፈገግታዋ ፀዳል ክለቡን የምታደምቀው ቆንጆዋ አየርላንዳዊ ቢራ ቀጂ፣ መሊሳና የክለቡ ታዳሚ አረጋውያን እንግሊዞች ለመዱኝ። የምኖርባትን ክፍል ያከራየኝ፣ ፀጉሩን አሳድጎ ጭንቅላቱ ላይ የጠመጠመው ሲክ ህንዳዊ ባወጣልኝ ስም ተዋወቅኳቸው።[7] ህንዱ የመጀመሪያ ቀን ስሜን ስነግረው፤

5 በዚህ ሙዚቃ አይነት በመመሰጥ ግጥም ጽፌ፣ አስቴር አወቀ እንድትዘፍነው አሉላ አንደታ በሚባል ጓደኛዬ በኩል ልኬ ነበር። ምን እንዳደረገው አላውቅም። የግጥሙ ቅጂ የለኝም። ድንገት አሉላ የግጥሙ ቅጅ ካለው "ለሌላ ዘፋኝ ቢያስተላልፈው ጥሩ ነው" ብዬ አምናለሁ። "ጂጂ ለዚህ አይነቱ አዘፋፈን ከማንም የተሻለች ናት" የሚል ዕምነት አለኝ።
6 በኛ ሃገር ዓይን ከታዩ የእንግሊዝ ጠላ ወይም ጠጅ ቤቶች ማለት ነው።ተራው እንግሊዛዊ መጠጥ የሚጠጣባቸው ቤቶች ናቸው።
7 ይህ ህንዳዊ በጣም ብልጥ፣ አደገኛና ለገንዘብ ሲል ምንም ነገር የሚሰራ፣ በሌላ በኩል ደግሞ በገንዘቡ ስስት የማያውቅ ደግ ሰው ነበር። እዛው የርሱን ቤት ተከራይቼ እየኖርኩ፣ አይኔ እያየ በከፍተኛ ፍጥነት

"ማን?" በማለት እንድደግምለት በመገረም የጠየቀኝን አልረሳውም።

በድጋሚ "አንዳርጋቸው" አልኩት።

ስሜን መልሶ ማለት አልቻለም። ተስፋ በቆረጠ ስሜት፣

"እኔ ከዚህ ስም ጋር ስታገል አልኖርም። "አንዲ" እያልኩ ብጠራህ ይከፋሃል?" አለኝ።

"የሚቀልህን ተጠቀም። ለምንስ አንድ ፊደል አትጠቀምም። ከፈለግህ "ኤክስ" ወይም "ዋይ" (x or y) ብለህ ልትጠራኝ ትችላለህ ጉዳዩ አይደለም" በማለት መለስኩለት።

ከዛ በኋላ በአንዳርጋቸው ምትክ "አንዲ" (Andy)" ሆኛለሁ።

ሽማግሌዎቹም፣ ቢራ ቀጅዋ መሊሳም፣ ብቅ ስል ከፈገግታ ጋር "ሃይ አንዲ (Hi Andy)" ይሉኝ ጀምረዋል።

ብቻዬን ተቀምጬ መታየቴ የሚያሳዝናቸው ሰዎች ነበሩ። አንዳንድ ቀን ከጓደኞቻቸው ተለይተው በነጠላቸው የመጡ ሽማግሌዎች፤

"ብቀላቀልህ አስቸግርህ ይሆን? " በማለት እጅግ በሚገርመው የእንግሊዞች ጨዋነት ይጠይቁኛል።

" የሚያጫውት ተገኝቶ ነው እንጂ! ደስታዬ ወደር የለውም" እላቸዋለሁ።

እየዋለ እያደር ብቻዬን መቀመጤ ቀረ። አረጋውያኑ ገና ብቅ ስል በእጃቸው አጠገባቸው ያለውን ባዶ መቀመጫ እያመላከቱ ቢራዬን ይዤ ወደ እነሱ እንድሄድ ይጋብዙኛል።

በጣም ሃብታም ሆኗል። የወረዳዋን የካውንስል ተመራጮችና ፖሊሶች በተለያዩ መደለያዎች ኪሱ ጨምሯቸዋል። አንድ ቀን ኪራይ ሊቀበል መጥቶ ትንሽ አዋርቶኝ ኪራዩን ተቀብሎ ተያይዘን ወጣን። ትምህርት ቤቴ አደረሰኝ። ማታ ስመጣ እሱ ቁጭ ብሎ የነበረበት ቦታ በኤንቨሎፕ ውስጥ የተቀመጠ ብዙ ብር አገኘሁ። በማግስቱ ቢሮው ወስጄ ሰጠሁት። በዚህ የተነሳ ከአንድ አመት በላይ ምንም አይነት ኪራይ ሳልከፍል በነፃ እንድኖር ፈቀደልኝ። ስለሚሰራቸው ሥራዎችም ማወቅ የቻልኩት ከዛ በኋላ በኔ ላይ ዕምነት ስላደረበት ሁሉን ነገር ስለሚነግረኝ ነው። አንዳንዴ ለባለስልጣናቶቹ እየዞረ ስጦታ ሲያድል በመኪናው ይዞኝ ይዞራል። በተለይ የገናን በዓል ሰበብ እያደረገ የሚሰጣቸው ስጦታዎች ብዙ ናቸው። የህንጻ ተቋራጭ በመሆን ጨረታ እያሸነፈ የሚሰራቸው የግንባታ ስራዎች ነበሩት። በመቶዎች የሚቆጠሩ ነጮችን ቀጥሮ የቁፋሮና የግንበኛነት ስራ ያሰራል። አንዳንድ ቀን "ና እንሂድና የነጭ ባሪያዎቼን አይተን እንመለስ" ብሎ ይዞኝ ይሄዳል። የሰውየው ታሪክ እራሱን የቻለ መፅሃፍ ይወጣዋል።

አረጋውያኑ፣ በራሳቸው ተነሳሽነት የቢራ ጓደኛቸው አደረጉኝ። በበርካታ ጉዳዮች ላይ እናወጋለን። ብዙ ነገር ማወቅ ስለሚፈልጉ ይጠይቁኛል። እኔም እመልሳለሁ። ሁሉንም የሚያስገርማቸው የነበረው ዕድሜዬን በሚመለከት ለሚጠይቁኝ ጥያቄ እሰጥ የነበረው ምላሽ ነበር።

“ዕድሜህ ስንት ነው?” ሲሉኝ፣

“እርግጠኛ አይደለሁም ወደ ዘጠና ሳይጠጋኝ አይቀርም” እላቸዋለሁ።

“ለምን ትቀልዳለህ፣ እውነተኛ ዕድሜህ ስንት ነው?” ይሉኛል።

እኔ ግን እውነተኛ ዕድሜዬን ነግሬያቸው አላውቅም።

“የሰውን ልጅ ዕድሜ መሬት በፀሃይ ዙሪያ በዞረቻቸው ዙሮች መቁጠር ትክክል ነው ብዬ አላምንም። ስንት ዓመት በዚህ ምድር ላይ ኖረሃል ሳይሆን፣ በነዚህ በኖርክባቸው አመታት ምን ያህል ተሞክሮዎችና ገጠመኞች ታምቀውበታል የሚለው ጉዳይ ነው ቁም ነገሩ። ከዚህ አንጻር ሳየው በእንግሊዞች የዕድሜ አቆጣጠር ዘጠና አመት ሲያንሰኝ እንጂ አይበዛብኝም” እላቸዋለሁ።

“ምን ሆነሃል? ምን ቢያጋጥምህ ነው እንዲህ የምትለው?” ይሉኛል ።

“ምን ያልሆንኩት አለ? የቀረ አንድ ነገር ብቻ ነው። ሰው የሚባሉ አሳነባሪዎች በሚርመሰመሱበት ባህር መሃል የጀልባ ሞተር አልተሰበረብኝም። ጀልባ ቢኖረኝና ባህር ላይ ብወጣ ያንን አይነቱ እጣ እንደሚያጋጥመኝ እርግጠኛ ነበርኩ። ከዚህ ውጭ በሰው ልጅ ላይ ሊደርስ የሚችለው ክፉ ነገር ሁሉ ደርሶብኛል” እላቸዋለሁ።

“እንዲያው በጥቅሉ ኢትዮጵያ ጥንታዊና ታሪካዊ ሃገር መሆኗን እናውቃለን። ስለ ንጉሰ-ነገስት ኃይለስላሴና ስለታላቁ ሯጭ ቢቂላ እናውቃለን። ሌላ ብዙ አናውቅም። እስቲ ትንሽ ስለሃገርህ አጫውተን።” ይሉኛል።

የሃገሬን ታሪክ ሰፋ አድርጌ እተርካለሁ። ለመጀመሪያ ጊዜ የሃገሬ ታሪክ ባደግኩበት ቤትና አካባቢ፣ እንዲሁም በትምህርት ቤት ውስጥ ሲነገረኝና ሲሰበከኝ ከነበረው ታሪክ በጣም ሰፊ፣ ጥልቅና ውስብስብ ታሪክ እንደሆነ በራሴ የንባብ ጥረትና የማሰላሰል አቅም መረዳት የጀመርኩበት ወቅት ነበር።

ለነዚህ እንግሊዞች የዚችን ኢትዮጵያ የምትባል ጉደኛ ሃገር፣ ጉደኛ ታሪክ ከየት ጀምሬ እንዴት አድርጌ መተረክ እንደሚገባኝ ይጨንቀኛል። ጥቁርነቴንም ለመጀመሪያ ጊዜ በሚገባ ማወቅ የጀመርኩበት ወቅት ስለነበር እነሱ በኔ ላይ ይኖራቸዋል ብዬ የማስበውን የበላይነት ስሜት የሚቀንሰውን ታሪካችንን እየመረጥኩ ነበር የምተርክላቸው።

"የነሱ ቀደምቶች ሃገር ሳይኖራቸው እኛ የሺዎች ዓመታት ታሪክ ያላት ሃገር ህዝቦች መሆናችን፤ እነሱ ዛፍና ድንጋይ ሲያመልኩ እኛ ረቂቅ የሆነ የአንድ ፈጣሪ የዋቄ ፈቻ፣ የአይሁድ፣ የክርስትና እና የእስልምና ዕምነት ተከታዮች እንደነበርን፤ እነሱ እንደ ዝንጀሮ በዛፍ ተንጠልጥለው እንደ ጅብ ዋሻ ፈልገው ሲኖሩ፣ እኛ ድንቅ ቤተ-መንግስቶች፣ ቤተ-መቅደሶችና ሃውልቶችን ስንገነባ፣ ቤት ሰርተን ስንኖር እንደነበር፤ እነሱ እራቁታቸውን ጫካ ለጫካ ሲሮጡ እኛ ልብስ ሸምነን እንደምንለብስ፤ እነሱ እንደ ዱር እንስሳ ፍሬ እየለቀሙ አውሬ እያደኑና በአውሬ እየታደኑ ሲኖሩ፣ እኛ እንስሳ አላምደን ማራባት፣ እህል መዝራት አትክልት መትከል፣ ከዘራነውና ከተከልነው ሰብልና ፍራፍሬ ምርት መሰብሰብ የምናውቅ መሆናችንን" እነግራቸዋለሁ።

"የንጉሶቻችን መጓጓዣ በዝሆን የሚጎተቱ በወርቅ የተለበጡ ሰረገላዎች እንደነበሩ፤ ሮም የፋርሶችን ጥቃት ለመከላከል ወደ ሃገራችን አምባሳደሯን ልካ የባህር ሃይላችን እርዳታ እስከ መጠየቅ የሚያደርሳት ሃይለኛ የባህር ኃይል እንደ ነበረን፤ ታሪክን በገዛ ፊደላችን የሚመዘግቡ ጸሃፍት እንደነበሩን፤ እነሱ በቅድመ ማህበረሰብ እንሰሳዊ ሕይወት ውስጥ እርስ በርስ ሲበላሉ እኛ መንግስት፣ አስተዳደርና ህግ የሚባል ነገር እንደነበረን " አጫውታቸዋለሁ።

"የእነሱ መንግስት በ20ኛ ክፍለ ዘመን እኔን የመሰለ ስደተኛ በሃገሩ መቀበሉን እንደ ትልቅ ሰብዐዊ ድርጊት ሲቆጥረው፤ የኔ ሃገር ንጉሶች የጄኔቫ ኮንቬንሽን፣ ሰብዐዊ መብትና ዴሞክራሲ የሚባል ነገር በሰው ልጅ አእምሮ ባልታሰበበት ከአንድ ሺህ አምስት መቶ ዓመታት በፊት፣ በዕምነታቸው ከዘመኑ የሃገራችን ሰዎች ዕምነት የተለዩ የነበሩትን፣ በአረብያ ምድር በገዥዎቻቸው በደል ሲፈጸምባቸው የነበሩትን የነብዩ መሃመድ ተከታዮች ጥገኝነት መስጠታቸውን፤ እነዚህን ስደተኞች መልሱልን በማለት ዓረቦች ለላኩት መልዕክተኛ፣ ንጉሳችን "በየአንዳንዱ ስደተኛ ክብደት የሚመዝን ወርቅ ብትሰጡኝ እንኳን አሳልፌ አልሰጣችሁም" የሚል ታሪካዊ መልስ እንደመለሰላቸው አስረዳቸዋለሁ።

"ከውጭ ወራሪዎች ጋር በሙሉ ያደረግናቸውን ውጊያዎችና ጦርነቶች እንዴት ሁሉንም እያሸነፍን ነፃነታችንን ተከላክለን የቀየን ብቸኛ የአፍሪቃ አገር እንደሆንን፤ በዓለም ላይም እንዲህ እንደ እኛ ሃገር ነፃነታቸውን ተከላክለው ከቆዩትና በጣት ከሚቆጠሩ ጥቂት

የአለም ሃገራት መሃል እንደምንመደብ፤ የነሱን ለመቶ አመታት በሮም በቅኝ መገዛት ታሪክ ጋር እያጣቀስኩ፣ ሌሎችንም ነጮች ቁልቁል እንዳያዩኝ የሚያደርገውን ታሪካችንን እየመረጥኩ እተርካለሁ። ትረካዬ በሙሉ “የዛሬ ድህነታችንንና ተመጽዋችነታችንን አትዩ” የሚል ነበር። “ከእናንተ በላይ ነበርን። ወደ ላይ ወጥተን ነው የወረድነው። የወጣ ሁሉ ይወርዳል። እናንተም እንደወጣችሁ አትቀሩም።” ለማለት የታለመ ነው።

አስከፊውን “መያዣና መጨበጫ የሌለውን፣ እንደጨርቅ ስንቀደድ ስንሰፋ፣ ስንፈርስ ስንገነባ፣ ስንበተን ስንጋጠም፣ በሰባራ መርፌ እንደተደረተ የድሃ ቡቱቶ፣ በመከራ የተሳሰርን፣ ገና መጨረሻው በውል ያልለየለት፣ ስርዓትና ወግ በሌለው የታሪክ ጉዞ የምንዳክር ህዝቦች መሆናችንን” አልነግራቸውም።

“በአሰቃቂ የእርስ በርስ ጦርነቶችና ወረራዎች፣ ሰብዐዊ ግፍና በደል እየፈፀምንና እየተፈፀሙብን፣ በባርነት እርስ በርሳችን እየተፈነጋገልን፣ እየሸጥንና እየተሸጥን፣ ለእግራችን ሰንሰለት ለጀርባችን ጅራፍ ሳይለየው፣ ለስልጣኔ እንደቀረብነው ለስልጣኔ ርቀን፣ ለአንድ ፈጣሪ እንደቀረብነው ለሰይጣንና ለአጋንንት፣ ለመተተኛ፣ ለባለውቃቢ፣ ለቃልቻና ለጠንቋይ የቀረብን ለመሆናችን ፍንጭ አልሰጣቸውም።

“ለቅድመ-ማህበረሰብ በተጠጋ ህልውና፣ በዘር፣ በዕምነት፣ በጥቅም ግጭቶች ለሺህ አመታት ደም እንደጎርፍ ከፈሰሰበትና መፍሰስ ካላቆመበት፣ የሰው ልጅ በጠኔና በደዌ እንደ ቅጠል ከሚረግፍበት፣ ሰዎች በእብሪተኛ ገዥዎቻቸው በጅምላ ከሚገደሉበትና ከሚጋዙበት፣ የፍትህ ጠረንና ቆሌ ከየመንደሩ ከጠፉበት፣ የግፍና የበደል ጽዋው ሞልቶ መፍሰስ ከጀመረ ሺህ አመታት ካስቆጠሩበት፣ የሰው ልጅ ሕይወት እነሱ ቢራ ከሚጠጡበት ብርጭቆ ከረከሰበት ምድር የበቀልኩ ጉድ እንደሆንኩ” አላሳውቃቸውም።

“በግብዝነት፣ በአስመሳይነት በታጀለ ባህል ተሸፍኖ፣ የዘር ጥራትና የዕምነት ጥራት የሌለው፣ ጥቂት ትውልዶች ወደኋላ ሲሄድ፣ ሴሙ ከኩሹ፣ ከአረቡ፣ ከኩናማው፣ ከባሪያው፣ ከቤንአሚሩ፣ ከአገው፤ ኩሹ ከሴሙ፣ ከሌላው ኩሽና ከኖሌው፣ ከኦሮሞው፣ ከባንቱው፣ ከሱማሌው፣ ከአማራው፣ ከሲዳማው፣ ከከንባታው፣ ኒሎቲኩ ከኩሹ፣ አማራው ከኦሮሞው፣ ከትግራዋዩ፣ ከአገው፣ ከወላይታው፣ ከከፊቾው፣ ከጋሞው፣ ሌላውም ከኦሮሞው፣ ሴሙ፣ ኩሹ፣ ኒሎቲኩ እርስ በርሱ የተቧካ፣ ክርስቲያኑ ከአይሁዱ፣ እስላሙ ከክርስቲያን፣ ክርስቲያኑ ከእስላሙ፣ ሁሉም የተቀላቀሉ ዘሮች ደሙን፣ ዕምነቶቹንና የአረመኔነት ቅድመ-ዕምነት መነሻዎቹን ተሸክሞ እንደሚኖር፣ ስለእውነተኛ ማንነቱና ታሪኩ ሳያውቅ፣ እርስ በርሱ የሚናናቅና የሚተናነቅ፣ በድቅድቅ የድንቁርና ጨለማ ውስጥ የሚኖር ህዝብ ካለበት ሃገር

እንደመጣሁ” ቃል አይወጣኝም። እነሱም ተገርመው ያዳምጡኛል። ስለጥንት ታሪካችን የማቀርበው ዘገባ እጅግ ብዙ ነገር እያጠለለ የሚያቀርብ እንደነበር ልቤ ስለሚያውቀው ደስተኛ አልነበርኩም ።

ከዚህ በተጨማሪ ስለቅርቡ ዘመን ታሪካችን እገልጽላቸዋለው። “ያደግኩበት ዓለም ምን ይመስል እንደነበር፣ እንዴት ያ ያደግኩበት ዓለም በአብዮቱ የተነሳ በአንድ ጀንበር ብን” ብሎ እንደጠፋ አጫውታቸዋለሁ። “በጅምላ ስለተጨፈጨፉት ወንድምና እህቶቼ፣ በጅምላ መቃብርና እስር ቤቶች ውስጥ ጥያቸው ስለመጣሁት ጓዶቼ፣ ስለእስራትና ስለሰቆቃ” አወጋቸዋለሁ።

“በእስር ቤት ውስጥ እራሳቸውን ከአንሶላ በሰሩት ገመድ ስለሰቀሉት፣ እጃቸውን ለጠላት ላለመስጠት ከሰባተኛ ፎቅ ላይ ቁልቁል በጭንቅላታቸው ስለወረዱት፣ "የሳይናይድ" ኪኒን ውጠው በሰከንዶች ውስጥ አረፋ በአፋቸው ደፍቀው ራሳቸውን በራሳቸው ስላጠፉት ጓዶቼ ታሪክ” አካፍላቸዋለሁ።

“በትግራይ ገጠር ሕይወት ምን እንደሚመስል፣ የገበሬውን ድህነትና ደግነት፣ ከወባና ከተስቦ ጋር ያደረግሁትን ፍልሚያ፣ የጎዳና ተዳዳሪ የሆንኩበትን፣ ለዳቦ መግዣ መንገደኛ የለመንኩበትን፣ የለማኝነት የህሊና ሰቆቃ ምን እንደሚመስል ግንዛቤ ያገኘሁበትን፣ በረሃብና በጥም ስለተሞላው አጭር የካርቱም ህይወቴ” እተርክላቸዋለሁ።

“በአዲስ አበባ ከተማ መሃል ባንክ እንዴት እንደ ዘረፍን፣ ከመንግስት ልዩ ኮማንዶዎች ጋር እንዴት እንደተዋጋንና እንዳመለጥን፣ እንዴት እንደ ድመት ዘጠኝ ነፍስ ያለኝ እስኪመስለኝ ከጓደኞቼ በሙሉ ተለይቼ መትረፌን” እገልጽላቸዋለሁ።

“እንግሊዝ ሃገር ስገባ ያለ ውስጥ ሱሪ እንደገባሁ፣ የውስጥ ሱሪዬ ቅማል ስለበዛው አይሮፕላኑን ቅማል በቅማል ላለማድረግ ስል ካርቱም አየር ማረፊያ ሽንት ቤት አውልቄ እንደጣልኩት፣ ክብደቴ ከ50 ኪሎ በታች፣ ንብረቴ በአንዲት ፌስታል የያዝኩት ዘጠኝ ፓኮ ሮዝማን ሲጋራና አንድ አሜሪካዊ ከሰጠኝ 10 ዶላር ላይ ሲጋራውን ከገዛሁበት የተረፈው ሶስት ዶላር ብቻ እንደነበር” እዘረዝርላቸዋለሁ።

“ለንደን አየር ማረፊያ ዱብ ያልኩት አጥንቴን በአንድ ሱሪና በአንድ ጃኬት ውስጥ ይዤ ነበር። ጃኬቱንም ወደ ኤርፖርት በሽሚዝ እየሄድኩ የተመለከተ ወርቁ የተባለ ኢትዮጵያዊ ጓዴ ነው የለበሰውን አውልቆ የሰጠኝ። “የእንግሊዝ ብርድ ይገድልሃል” ብሎ። የአየር ማረፊያው

ባለስልጣናት ሰው ልሁን ጣረ ሞት እርግጠኛ አልነበሩም። ይህን ለማጣራት ከሁለት ሰአት በላይ የፈጀ የኤክስሬይና ሌላም ምርመራ ካደረጉ በኋላ ለቀቁኝ" እላቸዋለሁ።

የኔን የተተራመሰ ሕይወት በዝርዝር አጫውታቸዋለሁ። እርጋታ ከሞላው ከልጅነት እስከ እርጅና ከደረሰ የእነሱ ሕይወት ጋር በማነጻጸር ዕድሜዬ ዘጠና እንደሆነ ላሳምናቸው እጥራለሁ።

"የሰውን ልጅ ዕድሜ በዚህ አይነት መንገድ ከሆነ የምትመለከተው፣ ታዲያ የእኛንስ ዕድሜ ስንት ሊሆን ነው" ብለው ይጠይቁኛል።

"ቅድመ አያቶቻችሁ፣ አያቶቻችሁና አባቶቻችሁ በተራመዱባቸው መንገዶችና ድንጋዮች ላይ አሁንም እየተራመዳችሁ ነው። በኖሩበት ቤት ውስጥ ትኖራላችሁ። የጠዋት ሻያችሁን እነሱ ሲያፈሉበት በነበረ ጀበና ታፈላላችሁ። ዕድሜ ከሰጣችሁ የነገውን ብቻ ሳይሆን የዛሬ ሃያ ዓመት ምን እንደምትሰሩ የታወቀ ነው። ጠዋት በቢጃማ ተነስታችሁ የሻይ ጀበናችሁን ምድጃ ላይ ትጥዳላችሁ። ውሃው እስኪፈላ ጥርሳችሁን ትቦርሻላችሁ። ሻይ አቅርባችሁ ጋዜጣችሁን ታነባላችሁ። ቁርሳችሁን የምትበሉት የተለመደውን ቶስት[8]፣ እንቁላልና የአሳማ ስጋ ነው። ከተጨማሪ ኩባያ ሻይ ጋር እሱን ታወራርዳላችሁ። ከቀን ቀን፣ ከዓመት ዓመት ሁሌም የጠዋት ስራችሁ ይህ ነው።"

" አይደለም እንዴ?" እላቸዋለሁ። እያዳመጡኝ እንደሆን ለማረጋገጥ፤

"ከሞላ ጎደል እውነት ነው። በል ቀጥል" ይሉኛል።

"ጡረታ ሳትወጡ፣ ከቁርስ በኋላ በስንት ሰዓት ከቤት መውጣት እንዳለባችሁ፣ በስንት ሰዓት አውቶቡስና ባቡር እንደምትይዙ፣ በስንት ሰዓት ስራ ቦታ እንደምትደርሱ፣ ምን እንደምትሰሩ እያወቃችሁ ለአርባ ዓመታት በአንድ መስሪያ ቤት በሥራ አሳልፋችኋል።"

በመሃሉ አንዱ ያቋርጠኝና

" እዚህ ላይ ተሳስተሃል" ይለኛል።

"እንዴት?" በማለት በጋራ የሚጠይቁት የገዛ ጓደኞቹ እንጂ እኔ አልነበርኩም።

---

[8] ቶስት ማለት የተጠበሰ ማለት ሲሆን ፈረንጆች ጠብሰው የሚበሉትን ዳቦ ባጭሩ ቶስት ይሉታል።

“አንዳንድ ጊዜ የባቡር ሾፌሮች አድማ እየመቱ በእግራችን ሥራ የተጓዝንባቸውና አርፍደን ሥራ የገባንባቸው ወቅቶች ነበሩ። አታስታዉሱም እንዴ? ”ይላቸዋል-ጓደኞቹን።

“እነዛ ቀናት ከቁም ነገር የሚቆጠሩ አይደሉም። አንዱ የሚለውን በመሰረቱ አይቀይሩትም” ይሉታል። ተናጋሪውም ለፈገግታ ያለው በመሆኑ አይከራከርም። እኔ እቀጥላለሁ።

“በዕረፍት ጊዜ የምትሰሩትም ያው የተለመደው ድግምግሞሽ ያለውን ነገር ነው። እሁድ እሁድ ከቤተስኪያን እንደማይቀር አማኝ እናንተም ቅዳሜ ማታ ካልታመማችሁ በስተቀር ከዚህ ክለብ አትቀሩም። የምትጠጡት የቢራ አይነትም አያቶቻችሁ ሲጠጡት የነበረውን ነው። ለየት ያሉ ቀናት የሚመስሉትም የበዓል ቀናት፣ ዓመት ጠብቀው ሲመጡ ካለፈው ዓመት ልዩነት የላቸውም። ስርዓቱ፣ ደንቡ፣ ምግቡ፣ መጠጡ፣ ስጦታውና ሌላውም ያው በልጅነታችሁ፣ በአያቶቻችሁ ቤት በየዓመቱ ሲፈጸም የነበረው ነው። በእናንተ ቤት ቀርቶ በልጆቻችሁም ቤቶች ለውጥ የለም። አሁን ደግሞ ጡረታ ከወጣችሁ በኋላ ከሳምንት ሳምንት ራሱን የሚደግም ፕሮግራም አላችሁ። የአንዱን ቀን ውሏችሁን በዝርዝር ከነገራችሁኝ፣ ያን በዚህ ዓለም ላይ በኖራችሁባቸው ቀናት ማባዛት ብቻ ነው።”

ሁሉም ዕድሜያቸው ስንት እንደሆነ እንድነግራቸው በጉጉት እየጠበቁ እንደሆነ ግልጽ ነው። የልብ ሰቀላውን ጊዜ ለማራመድ ወሬዬን ቆም አድርጌ የቢራ ብርጭቆዬን ከፍ አድርጌ፣

“ለጤናችን !” በማለት ቢራውን ተጎንጭቼ ብርጭቆውን አስቀምጣለሁ።

አረጋውያኑም “ለጤናችን !” በማለት ብርጭቋቸውን አንስተው ያጅቡኛል።

ካቆምኩበት እቀጥላለሁ።

“የአንዱ ቀን ውሏችሁ ሁሉንም የሕይወታችሁን ቀኖች ይመስላል። ለኔ፣ እናንተን የስልሳ አምስትና የሰባ ዓመት አረጋውያን አድርጎ ማየት ይቸግረኛል። ዕድሜያችሁ ምድር ፀሃይን በዞረችባቸው ዙሮች ቁጥር ሊለካ አይገባውም። የእናንተ አጠቃላይ የሕይወት ተሞክሮ የአንዷ ቀን የሕይወታችሁ ተመክሮ ድግምግሞሽ ስለሆነች ዕድሜያችሁ ያችው አንድ ቀን ብቻ ናት” እላቸዋለሁ።

"ከዚህ ሁሉ ገና አልተወለዳችሁም። በአባታችሁ የወንዴ ዘር ፍሬ ውስጥ የምትዋኙ ናችሁ ለምን አትለንም?" ይላሉ።[9]

በእኛ ጠረጴዛ ዙሪያ ያሉት ሽማግሌዎች ብቻ ሳይሆኑ፣ አንዳንዴ በስርቆት ወሬያችንን ሲከታተሉ የነበሩ ሌሎች አገራባች ጠረጴዛ ላይ የተቀመጡት ሳይቀሩ ከልባቸው ይስቃሉ።

እንደ ፈረንጆቹ አቆጣጠር በ1983 ዓ.ም ትምህርቴን ጨረስኩ። ከእዛ በኋላ ወደ ውልች አልተመለስኩም። ረጅም ዘመን አልፏል። ከእነዛ ደግና ጨዋ እንግሊዝ አረጋውያን መሃል ዛሬ አንዳቸውም በሕይወት አይገኙም። የውልች "የትራም ሽድ" የጃዝ ክለብ ግን አሁንም አለ። ባይኔ ባላየውም እነዛ ሽማግሌዎች ይቀመጡባቸው በነበሩ መቀመጫዎች ላይ ሌሎች ሽማግሌዎች ተቀምጠውበታል። ግማሾቹም ሽማግሌዎች የእነዛ አረጋውያን ልጆች እንደሚሆኑ አልጠራጠርም።

ህይወት በእንግሊዝ ሃገር በርጋታና ሁሌም በሚፈስበት ቦይ ውስጥ እየፈሰሰ ነው። እኔ ዛሬ እነዚያ ሽማግሌዎች ወደነበሩበት ዕድሜ እየተጠጋሁ ነው። የኔ ህይወት ግን በሽምግልናም አዳዲስ ጉድ መጎተቱ አልቀረም። "ጉድና ጅራት ከወደኋላ ነው" የሚለውን አባባል ከብዙ ዘመን በኋላ እንዳስታውስ ያደረገኝ ያለሁበት እውነታ ነው። ዛሬ የካቲት 1 2007 ዓ.ም ነው። የተወለድኩበት እለት ነው። መሬት በፀሃይ ዙሪያ በዞረችው ቁጥር ከተለካ ዛሬ 61ኛው ዓመቴ ነው። እነዚህን ቃላት እየጻፍኩ ያለሁት በተወለድኩበት ዕለት እንደገና ኢትዮጵያ እስር ቤት ውስጥ ሆኜ ነው። እነዛ ለአጭር ጊዜ ተዋውቂያቸው የነበሩ እንግሊዛዊ አረጋውያን ይህንና ከነሱ ከተለየሁ ጀምሮ የገጠመኝን ነገር በሙሉ ቢሰሙ ምን ይሉ ይሆን? በእኔው የዕድሜ መለኪያ መስፈርት ሕይወቴን ሰፍረው፤

"አንዲ፣ እንኳን ለሁለት መቶ ሃምሳኛው የልደት በአልህ አደረሰህ" ይሉኝ ይሆን?

ወይንስ የእነሱን አይነት፣ እኔ የአንድ ቀን ዕድሜ የሰጠሁትን በእርጋታ የተሞላ የእንግሊዞች ሕይወት ይመኙልኝ ነበር? የኔ ምኞት ግልጽ ነው።

---

[9] *በእንግሊዝኛ "why don't you tell us that we are still swimming in our fathers' nuts" ነበር የሚሉት።*

ምእራፍ 2.ታሪክ እና ልብ-ወለድ

በዛን ዘመን፣ እንደፈረንጆቹ አቆጣጠር፣ በ1980ዎቹ መጀመሪያ፣ በእንግሊዝ ሃገር ሶስት የቴሌቪዥን ጣቢያዎች ብቻ ነበሩ። ሁለቱ ጣቢያዎች ከህዝብ በሚሰበሰብ ገንዘብ የሚንቀሳቀሱት የቢቢሲ (BBC) ጣቢያዎች ናቸው። አንዱ የግል ጣቢያ ነው። ሶስቱም የሚሰሩት እስከ እኩለ ሌሊት ብቻ ነው። አንዳንዴ እስከ እኩለ ሌሊት ድረስም አይቆዩም።

አንድ ቀን ከስራ እንደወጣሁ፣ እንደተለመደው ከኢትዮጵያውያን ጓደኞቼ ጋር ምሽቱን ለማሳለፍ ወደ ለንደን ዩኒቨርሲቲ የተማሪዎች ክበብ አልሄድኩም። በቀጥታ ከስራ ቤቴ ገብቼአለሁ። ከቤቴ አጠገብ ካለው የቻይና ሬስቶራንት የገዛሁትን እራት እየበላሁ፣ ቴሌቪዥኑን አያለሁ።

ቢቢሲ 2 የሚባለው ጣቢያ ጀምሮት የነበረውን፣ በእንግሊዝና በፈረንሳይ መሃከል ከሃያ አመታት በላይ (1793-1815 እአአ) የፈጀውን የናፖሊዮን ጦርነቶች(Napoleonic Wars) በመባል የሚታወቀውን የታሪክ ሰነዳዊ (Documentary ዶክዩመንታሪ))ፕሮግራም አጠናቆ አዲስ ፕሮግራም ይጀምራል። የፕሮግራሙ አቅራቢ አምስት እንግዶችን አስተዋወቀ። ሁሉም የታሪክ ተመራማሪዎችና ጸሃፊዎች ናቸው። የተሰባሰቡት፣ ከመሃከላቸው አንዱ በጻፈው መፅሃፍ ላይ ለመወያየት ነው። ለምን ውይይቱ እንዳስፈለገ ጋዜጠኛው ገለጸ። በእጁ የያዘውን መፅሃፍ እያመላከተ፣

"ይህ መፅሃፍ በታሪክ ምሁራን መሃከል ብዙ ክርክር አስነስቷል። "ጸሃፊው የጻፍኩት የታሪክ መፅሃፍ ነው" ይላል። ምሁራኑ ግን፣ እዚህ የምታዩዋቸውን ጨምሮ ለሁለት ተከፍለዋል። ሁለቱ በቀኜ ያሉት፣ ከጸሃፊው ጋር ይስማማሉ። "መጽሃፉ የታሪክ መፅሃፍ ነው" ይላሉ። ሁለቱ በግራዬ ያሉት አይስማሙም። "የታሪክ መፅሃፍ ሳይሆን የልብ-ወለድ ድርሰት ነው" ይላሉ። ጸሃፊው ከፊት ለፊቴ የምታዩት ነው። እስቲ ሁሉንም የሚሉትን እናዳምጣቸው" በማለት፣ ቅድሚያ ስለጻፈው መፅሃፍ እንዲያብራራ ለደራሲው እድሉን ሰጠው።

የፀሃፊውን ስምና የመጽሃፉን ርዕስ በማስታወሻዬ ላይ ጽፌው ነበር። ማስታወሻው እንግሊዝ ሃገር ቀርቷል። ከብዙ አመታት በፊት የሆነ ጉዳይ ስለሆነ ላስታውሰው አልቻልኩም።

ከውይይቱ እንደተረዳሁት ደራሲው የጻፈው በ 1861 -1865ቱ እኤአ የአሜሪካን የርስበርስ ጦርነት ላይ ነው። ይህ መፅሃፍ በዚህ ጉዳይ ላይ ከተጻፉ መጽሃፎች ለየት ያለ ሆኗል።

ለየት ያደረገው እንደሌሎች መጽሃፎች በቀጥታ ከጦርነቱ ጋር በተያያዙ ተጨባጭ መረጃዎች ላይ ብቻ ተመስርቶ የተጻፈ አለመሆኑ ነው።

ደራሲው በጦርነቱ ውስጥ ተሳትፈው የነበሩ የጦር መኮንኖችንና የወታደሮችን ደብዳቤዎችና የግል ማስታወሻዎች በሚገባ አንብቧል። መርምሯል። ከዚህ ጥናት በኋላ በዘመኑ ስለነበሩ ማህበራዊ፣ሞራላዊና ስነልቦናዊ ጉዳዮች ላይ የራሱን አስተያየቶች አስፍሯል። ክርክር ያስነሳው ይህ ነጥብ አይደለም።

አወዛጋቢ የሆነው ጉዳይ፣ ደራሲው ከመረጃዎቹ አልፎ በግምት የጻፋቸው ነገሮች መኖራቸው ነው። የታወቁ የጦር መኮንኖችንና የተዋጊ ወታደሮችን ምስል የተሟላ ለማድረግ ግምታዊ የሆኑ ነገሮች አክሎበታል። በተለይ አጨቃጫቂ የሆነው ነጥብ ስለግለሰቦች ውስጣዊ ስሜቶች፣ ስለ ድፍረትና ፍራቻቸው፣ ስለሞራል አቋማቸው፣ ስለወሲብ ዝንባሌያቸው፣ በቤተሰብ እና በገንዘብ ጉዳዮች ስለነበራቸው አመለካከት፣ ስለእምነታቸውና በአጠቃላይ ስለ ግል ሕይወታቸውና ስለማንነታቸው የፃፈው ነው።

ፀሃፊው ከደብዳቤዎቹና ከግል ማስታወሻዎቹ በላይ ተሻግሮ የራሱን ምናብ በመጠቀም ስለዘመኑና ስለጦር መሪዎቹ የጨመረው ነገር እንዳለ አልካደም። ነገር ግን፣

"የጨመርኩት ልቅ የሆነ የፈጠራ ድርሰት አይደለም" ይላል።

"ከደብዳቤዎቹና ከግል ማስታወሻዎቹ ጋር የተሳሰረ ነው" በማለት አጥብቆ ይከራከራል።

"አዲሱ ትውልድ የርስ በርስ ጦርነቱን ዘመንም ይሁን የዘመኑን የታሪክ ተዋንያኖች በተሟላ መንገድ እንዲረዳ ማድረግ አስፈላጊ ሆኖ አግኝቸዋለሁ። ከደብዳቤዎቹ በመነሳት በደብዳቤዎቹ ውስጥ የማይታዩ ነገሮችን አስፋፍቼ ጽፌያለሁ። ታሪክ እንደ ደረቅ እንጨት ያቀረባቸውን ሰዎች እኔ ስጋና ደም ያላቸው አድርጌ አቅርቤያለሁ። በኔ አፃፃፍ ውስጥ ወታደሮች ቁጥር ብቻ አይደሉም። "በዚህ ግንባር ይህን ያህል ሺህ ወታደር ሞተና ቆሰለ" የሚል ደረቅ የቁጥር ዘገባ የያዘ ታሪክ አልጻፍኩም።" በማለት ሽንጡን ገትሮ ይሟገታል።

"በኔ መፅሃፍ ውስጥ ወታደሮች ሲቆስሉ፣ ሲደሙ፣ ሲሰቃዩና ሲሞቱ አንባቢ ማየት ይችላል። የሚታመኑና የሚከዱ ወታደሮች አሉ። የሚጀግኑ፣ የሚፈሩ፣ ፍራቻቸውን ደብቀው ጀግና የመሰሉ፣ "ጀግና ሆነው ፈሪ" የተባሉ አሉበት። በፍቅርና በጥላቻ የተሞሉ ሰዎች አሉበት። የጦርነት ማገዶ የሚሆኑ ዜጎችና ጦርነት ቀስቃሽና የሰው ማገዶ አቅራቢ የሆኑ ዜጎች

የተሳተፉበት ጦርነት እንደሆነ አሳይቻለሁ። በኔ አፃፃፍ ታሪክ እንደ ስዕል ወይም ፎቶግራፍ የደረቀ ነገር ሆኖ አልቀረበም። ህያው ትዕይንት ሆኖ እንዲታይ ማድረግ ችያለሁ። ይህን አይነት የታሪክ አፃፃፍ ሊበረታታ እንጂ ሊነቀፍ አይገባውም።" አለ፤ደራሲው።

ደራሲውን የሚቃወሙት የታሪክ ምሁራን አይስማሙም። መጽሃፉ እንደ መጽሃፍ ድንቅ መፅሃፍ እንደሆነ አልካዱም። ግን "የታሪክ መፅሃፍ አይደለም ነው" የሚሉት።

"ታሪክ፣ በተጨባጭ መረጃ ላይ ተመስርቶ የሚጻፍ ነገር ነው። ታሪክ ምናባዊ ለሆኑ ማሳመሪያዎችና ማብራሪያዎች ቦታ የለውም ጽሁፉ ምናባዊ የሆነ ነገር እስከታከለበት ድረስ። ደራሲውም ይህን አልካደም። የታሪክ ድርሰት ሳይሆን በታሪክ ላይ የተመሰረተ የልብ-ወለድ ድርሰት ብቻ ነው መሆን የሚችለው" ብለው ይከራከራሉ።

የምሁራኑ ክርክር በጣም የደመቀና የሚስብ ነበር። ከመጽሃፉም ያለፈ ውይይት አድርገዋል። ታሪክ ራሱ ምንድነው? ወደሚል የፍልስፍና ጥያቄ ሳይቀር ወስዷቸዋል።[10] የደራሲው ደጋፊዎች "መጽሃፉን የታሪክ መፅሃፍ ነው" ብለው ለመከራከር ያቀረቡት ክርክር ስለ ታሪክ ብዙ ቁም ነገሮችን የሚያስተምር ነበር። በተለይ ከደጋፊዎቹ አንዱ የሆነው አሜሪካዊ የታሪክ ምሁር የተናገረውን አልረሳውም።

"ታሪክና የታሪክ መረጃና ጭብጥ የምንለው ምንድነው? እውነት እንነጋገር ከተባለ በታሪክ ስም እስከዛሬ በአካዳሚያው የተጻፈው ሁሉ ከልብ-ወለድነት ምን ልዩነት አለው? በታሪክ ስም ተጽፈው መፅሃፍት ቤቶቻችንን የሞሉቱን አብዛኛዎቹን መጽሃፎች እስቲ በጥሞና እናስባቸው። በሚሊዮን የሚቆጠሩ ዜጎች የኖሩበትን አንድን ዘመን የጥቂት ንጉሶች፣ ፕሬዚዳንቶችና የጦር መሪዎች ብቻ የኖሩበት ዘመን አድርገው የሚያቀርቡ አይደሉም ወይ? ሁሉም የታተሙት "የአሜሪካ ታሪክ" የሚል ርዕስ ይዘው ነው። እውን የአሜሪካ ታሪክ በነዚህ መፅሃፍት ውስጥ ታሪካቸው የሚወሳው የጥቂት ነጭ አውሮፓውያን ግለሰቦች ታሪክ ብቻ ነው? የታሉ ህንዶቹ?፣ የታሉ ጥቁሮቹ፣ ሂስፓኒኮቹና እስያውያኑ? ነጮቹስ ቢሆኑ? የት ነው ተራው፣

[10]እኔም ተማሪ ሆኜ "የታሪክ ፍልስፍና (the philosophy of history)" የሚል አንድ ድንቅ የትምህርት አይነት (ኮርስ) ወስጄ ስለነበር በውይይቱ በጣም ተመስጬ ነበር የማዳምጠው። "የታሪክ ጸሃፊና ተመራማሪ የታሪክ ፍልስፍና ሳያውቅ ታሪክ መጻፍ የለበትም" የሚል ዕምነት አለኝ። "የታሪክ ትምህርትም ተማሪዎችም በታሪክ ፍልስፍና ላይ ግንዛቤ ሳይኖራቸው ታሪክ እየተማርን ነው" የሚሉ ከሆነ ጊዜያቸውን በከንቱ እያባከኑ ነው። በዚህ ጉዳይ ላይ ትንሽ ማወቅ የሚፈልጉ ሰዎች E.H Carr የተባለው እውቅ የታሪክ ተመራማሪ "what is history" በሚል ርዕስ የፃፉትን ትንሽና ድንቅ መፅሃፍ ማንበብ ይችላሉ። ጽሁፉን ኢንተርኔት ላይ በነፃ ማግኘት ይቻላል።

ባተሌው ነጩ ዜጋ? ከዚህ የበለጠ የውሸትና የልብ-ወለድ ድርሰት አለ ወይ?" የሚሉ ጥያቄዎችን ደረደረ። አያይዞም፣

"በሚሊዮን ከሚቆጠሩ የአንድን ዘመን ምንነት ከሚገልጹ ጭብጦችና መረጃዎች መሃል እኛ ታሪክ ፀሃፊዎች የፈለግነውን መርጠን እርባና የሰጠነው ታሪክ ይሆናል። ሌሎችን ጭብጦችና መረጃዎች "ታሪካዊ ዋጋ የላቸውም" በማለት የታሪክ ቆሻሻ መጣያ ውስጥ እንጥላቸዋለን። አስተዳደጋችን፣ የፖለቲካ አመለካከታችን፣ ሃይማኖታዊ እምነታችን፣ የቆዳ ቀለማችን፣ ዘራችን፣ ማህበራዊ መደባችንና ሌሎች ዝንባሌዎቻችን ታሪክን የምናይበትን እይታ ይወስኑታል። ከታሪክ መረጃዎችና ጭብጦች መሃል ምርጫ ስናደርግ በግል የማንነታችን መነጽር እየተመለከትን ነው።" በማለት ማብራሪያውን ሰጠ። በመቀጠልም፣

"ለአንባቢና ለትውልድ እውነተኛ ያልሆነ፣ አንድን ዘመን በአግባቡ የማይገልጽ ምስል እየተውንለት አይደለም ወይ? በዚህ መንገድ የሚቀርብ የታሪክ ትረካ ከልብ-ወለድ ድርሰት ምን ያህል ልዩነት አለው? ከምሉዕ እውነታ ጋር እስካልተቀራረበና በቁንጽል ማስረጃና በጥቂት ሰዎች ላይ እስካተኮረ ድረስ፣ ትረካው እውነት ቢሆንም ከልብ-ወለድነት ጋር ልዩነቱ ምን ላይ ነው? እስካሁን ሲጻፍ የነበረው የጥቂት ፕሬዚዳንቶች፣ ንጉሶችና የጦር ጀነራሎችስ ታሪክ ቢሆን እውነተኛ ታሪክ ነው ወይ? እነሱ በፈለጉት መንገድ ታጥቦና ተወልውሎ በራሳቸውና በደጋፊዎቻቸው በቀረቡልን ጭብጦች ላይ ተመስርተን የጻፍነው ታሪክ አይደለም ወይ? ስንቱን ሌባና ቀጣፊ ሃቀኛ፣ ስንቱን ወንጀለኛ ንጹህ፣ ስንቱን ቦቅቧቃ ጀግና፣ ስንቱን ከሃዲ አርበኛ እያደረገን እንድናይ ምን ያህል መረጃዎች እየታጠቡና እየተጣሩ ሲተላለፉልን እንደነበር የሚያውቅ ፈጣሪ ብቻ ነው።" በማለት የከረረ አስተያየቱን ውበትና ለዛ በሞላው አንደበቱ ገለጸ።

በመጨረሻም፣ ክርክር ያስነሳውን መፅሃፍ በእጁ ለቴሌቪዝን ተመልካቹ እየጠቆመ፤

"ይህ መፅሃፍ ስፋት ባላቸው የጦርነቱ ዘመን ጉዳዮች ላይ ያሁኑ ትውልድ የተሻለ ግንዛቤ እንዲኖረው ለማድረግ የሚያስችል ነው። ደራሲው በታሪክ ስም የቀረቡለትን መረጃዎች ብቻ ወስዶ ታሪክ ይህ ነው አላለም። ከመረጃዎቹ ጀርባ የተደበቁትን ሌሎች ተዛማጅነት ያላቸውን ጉዳዮች ፈልፍሎ አውጥቷል። በታሪክ ቀመር አንድና አንድ ሲደመር እንደ ሂሳብ ሁለት ሳይሆን ሶስትም ከዛም በላይ ሊሆን እንደሚችል አሳይቷል። የጦርነቱም ታሪክ የጥቂት የጦር መኮንኖች ታሪክ ብቻ አለመሆኑን ግልጽ አድርጓል። የጦር መኮንኖችም እንደ ሰው ምን ይመስሉ እንደነበር እንድናይ አድርጓል። መጽሃፉ የታሪክ መፅሃፍ ብቻ አይደለም። እስካሁን በታሪክ ስም ስንደርሳቸው ከነበሩት መጽሃፎች የተሻለ የታሪክ መፅሃፍ ነው። ውግዘት ሳይሆን አድናቆት ልንቸረው ይገባል" በማለት ለደራሲው ጥብቅና ቆሞለታል።

ያ የቴሌቪዝን ፕሮግራም የመሰጠኝ ያለምክንያት አልነበረም። ስለ እኛ ሃገር ታሪክ የተጻፉትንና እኔ ያነበብኳቸውን መፅሃፍት እያሰላሰልኩ ስለተመለከትኩት ነበር።

ምእራፍ 3.ሰንካላ አተራረክ! የቆረቆዘ ማህበረሰብ!

እንግሊዝ ሃገር ያንን የቴሌቪዥን ፕሮግራም ከተመለከትኩ ከብዙ አመታት በኋላ፣ እኔም ታሪክ የመፃፍ ዕድል አገኘሁ። ዕድሉ የመጣው ባልጠበቅኩት መንገድ ቢሆንም ለመፃፍ ወሰንኩ። ባገኘሁት ዕድልና በተወሰነ ነፃነት ለመፃፍ የምችለው የኔን ትውልድ የወጣትነት ዘመን ታሪክ ብቻ ነው።

ባለሁበት የእስረኛነት ሁኔታ ከሚያዚያ ወር 1970ዓ.ም ያለፈ ታሪክ ለመጻፍ አልችልም። "ልጻፍ" ብል ሁለት መዘዞች ይኖሩታል። አንዱ መዘዝ መጽሃፉ አንድ ቀን ወደ አንባቢ እንዲደርስ እራሴን በራሴ ሳንሱር ማድረግ ሊኖርብኝ ነው። ምክንያቱም እኔ ባለሁበት ሁኔታ ራሴ መጽሃፉን ወደ አንባቢ ማድረስ አልችልምና። ሁለተኛው መዘዝ፣ የምጽፈው ነገር ወደ አንባቢ እስከመጨረሻው "ላይደርስ ይችላል" ማለት ነው። እኔ ደግሞ ወደ አንባቢ ደረሰም አልደረሰም "ለራሴ ነው የምጽፈው" እንደሚሉ ጸሃፊዎች፣ ለራሴ እየዋሸሁ መጻፍ አልችልም።

እኔም "አንድ ሰው ለራሱ አይጽፍም። ለራሴ ነው የምጽፈው የሚሉ ሁሉ ትልቁን የበሬ እበት እየጣሉ ናቸው"[11] ብዬ ነው የማምነው። በነዚህ ምክንያቶች የተነሳ ትኩረቴ "በነጻነት

---

[11]Jean Paul Sartre, What is literature? Phiosphical Libray 1949, New York. ገጽ 49። ሳርትር በዚህ መጽሃፉ ለምን እንጽፋለን በሚለው የመጽሃፉ ምእራፍ ደራሲ ለማንና ለምን እንደሚጽፍ ብዙ የሚለው ነገር አለው። በግርድፉ ተጨምቆ ሲቀርብ ይህን ይመስላል። "የመጻፉን ስራ ጸሃፊው ለብቻው ይስራው እንጂ፣ ፀሃፊው የሚጽፈው በተጨባጭ የሚያውቀውን አድማጭ/አንባቢ ወይም በምናቡ የሚያሰላስለውን አድማጭ እያሰበ ነው። የፅሁፍ ስራ በፀሃፊና በአንባቢ መካከል የሚካሄድ የማያቋርጥ ጭውውት ነው። ቋንቋ ራሱ ማህበራዊ መግባቢያ ስለሆነ አንድ ፀሃፊ ራሱን ከማህበረሰቡ ውጭ አድርጎ መፃፍ አይችልም። አንድ ፀሃፊ ብዕሩን አንስቶ አንድ መስመር ሲጥፍ ማህበራዊ ዓለም ውስጥ ራሱን መድፈቅ ይጀምራል። የፅሁፍ ስራ የማህበራዊ ተገዥነት/ጽናት(commitment) ድርጊት ነው። ከዚህ ውጭ መፃፍ አይቻልም። ፀሃፊው እንደ ፀሃፊ ለመኖርም ለመቀጠልም አንባቢዎቹ ወሳኝ ናቸው። አንድ ፀሃፊ ምሉዕ ፀሃፊ የሚሆነው ፅሁፉን በሚያነቡለት ሰዎች አማካይነት ብቻ ነው። ያለ አንባቢዎቹ አንድ ፀሃፊ ትርጉም የሌለው ባዶ ነገር ነው።" ብሎ ያምናል። ከዚህም አልፎ "ደራሲና አንባቢ መገናኘት የሚችሉት በነጻነት መድረክ ላይ ብቻ ነው። ደራሲው እየተገረፈ የልቡን መፃፍ እንደማይችል ሁሉ አንባቢም እየተገረፈ የልቡን ማንበብ አይችልም። ከሁሉም ሙያዎች የደራሲ ምንነትና ማንነት ከሰው ልጆች ነጻነት ጋር በጥብቅ የተቆራኘ ስለሆነ አንድ ፀሃፊ ለራሱና ለማህበረሰቡ ነፃነት ከማንም ቀድሞ ሟች ነው። ነፃነትን ተቃውሞ የአፋኞችና የፋሽስቶች አገልጋይ ለመሆን የወሰነ ፀሃፊ እንደ አንድ ተራ ብዕር ተሸካሚ ኩሊ እንጂ እንደ ፀሃፊ ሊያገለግላቸው አይችልም። ፀሃፊው ነፃነትን ተፃርሮ የቆመ ዕለት እሱ እንደ ፀሃፊ ሞቷልና።" የሚል ዕይታ የነበረው ታላቅ የፍልስፍናና የስነ-ፅሁፍ ሰው ነው። የሰውን ልጅ ነፃነት የሚገፉት እግር፣ ብረትና ጅራፍ ብቻ አይደሉም። አንድ ሰው እየተገረፈ መፅሃፍ እንደማያነብ ሁሉ እየተራበና እየታመመም ማንበብ አይችልም። መሃይምም ከሆነ ማንበብ አይችልም። አንድን ጸሃፊ የፖለቲካን ጭቆና ብቻ ሳይሆን ድህነትን፣ እርዛትን፣ በሽታንና መሃይምነትን እንዲዋጋ የሚያደርገው እነዚህ እንከኖች የአንባቢውን ነጻነት ስለሚገፉት መሆኑን ልብ ይሏል። በሃገራችን ፀሃፍት ዘንድ ግን ይህ እይታ ያለ አይመስልም። እንዲህ አይነቱም የስነ-ፅሁፍ ትርጉም፣ የስነ-ፅሁፍ ትምህርት በሚሰጥባቸው ዩኒቨርስቲዎቻችን ለተማሪዎች አይሰጥም። ከጥንት ጀምሮ ፀሃፊዎችና የኪነት ሰዎች በየጊዜው ስልጣን የያዘን አፋኝ አወዳሾችና የእነዚህ አፋኞች ተላላኪዎች ሆነው የቀሩት እንዲህ አይነቱ ዕውቀት የሌላቸውና እንዲኖራቸውም ስላልተደረጉ ነው። በ1983 ዓ.ም ህዝብን ማገልገል የሚቻል መስሎኝ ከእንግሊዝ ሃገር

ልጽፈውና ወደ ህዝብ ሊደርስ ይችላል" ብዬ ባመንኩት ዘመን ላይ ብቻ ሆኗል። ከዚህ ውሳኔ በኋላ፣ "ታሪክ ምንድን ነው?" በሚሉ ጉዳዮች ላይ ያነበብኳቸው የታሪክ ፍልስፍና መፅሃፍትና በምሁራን መካካል ስለ ታሪክ ምንነት የተደረጉና ያዳመጥኳቸውን ክርክሮች ማስታወስ ጀመርኩ።

እነዚህ ትውስታዎች የሚያስጨንቅ ጥያቄ ራሴን እንድጠይቅ አደረጉኝ። "እንዴት አድርጌ ነው የምፅፈው?" የሚል ጥያቄ ለራሴ አቀረብኩ።

"የኢትዮጵያ ታሪክ" የሚሉ ርዕስ ያላቸው በርካታ የአማርኛና የእንግሊዝኛ መጽሃፎች አንብቤያለሁ። በተለይ በኢትዮጵያውያን ጸሃፍትና የአካዳሚ ሰዎች እስካሁን ዘመን የሚጻፉት የታሪክ መጻህፍት አንድ አይነት ናቸው። የትልልቅ ሰዎችን፣ ንጉሶችን፣ የጦር መኮንኖችን የመንግስት ባለስልጣናትን፣ የተቋማት መሪዎችን ወዘተ ገድልና ስራ የሚተርኩ ናቸው። እውን እነዚያ መጽሃፎች የኢትዮጵያ ታሪክ መባል ይገባቸዋል? "የኢትዮጵያ ንጉሶች ወይም የጦር መሪዎች" የሚል ርዕስ የተሻለ የሚገልጻቸው ይመስላል።[12]"እሱም ቢሆን ትክክለኛ መግለጫ ይሆናል" የሚል ዕምነት የለኝም። በጣም ጠባብ በሆኑ የመሪዎች ውዳሴ ከበዛባቸው ሰነዶች ላይ ተመስርተው የተጻፉ ናቸው። የተሟላ የንጉሶችና የመሪዎች ታሪክም መሆን አይችሉም። ከዚህ በተጨማሪ የሃገሪቱን ታሪክ በንጉሶች ስም ለመጻፍም ራሱ ታሪካችን ውስብስብ ነው።

ለተወሰንነው ኢትዮጵያውያን የአክሱም፣ የዛጉዬና የሸዋ ነገስታት፣ ከታሪካችን ጋር በቋሚነት የተሳሰሩ ሊሆኑ ይችላሉ። ከዛሬ አንድ መቶ ሃምሳ አመት በፊት እነዚህን ንጉሶች በአብዛኛዎቹ የዛሬው የሃገሪቱ ዜጎች ቀደምቶች አይታወቁም ነበር። ይህ አባባል ራሱ ችግር ያለበት አባባል ነው። ከመቶ ሃምሳ አመት በፊት የሚመለከተው ኢትዮጵያ የግዛት ስፋቷ ተጨራምቶ የነበረበትን ወቅት ብቻ የሚመለከት በመሆኑ ነው። ከዛ ቀደም ወዳሉት መቶ ዓመታት ማለፍ ስንጀምር እነዚሁ የአክሱምን፣ የዛጉየንና የሸዋ ነገስታትን የማያውቁ ያልናቸው አንዳንዶቹ ህዝቦች በነዚህ ነገስታት ስር ሲገዙ እናገኛቸዋለን። የአካባቢው ህዝቦች ቅድመ-

ወደ ሃገሬ ስመለስ ከላይ ርዕሱን የጠቀስኩትን የሳርትርን መፅሃፍ ጥቂት ቅጾች ይዤ ነበር። ሌሎችንም ሊነበቡ ይገባል ብዬ ያሰብኳቸውን መፅሃፎች ጨምሬ። በረሃ ውስጥ እንዲህ አይነቶቹን መፅሃፍት ለማንበብ ዕድል ለማይኖራቸው ጓዶቼ በማሰብ። ሁሉንም መፅሃፍቶች ያነባሉ ብዬ ላሰብኳቸው ሰዎች አከፋፍያለሁ። አንዱን "ስነ-ፅሁፍ ምንድነው?" የሚለውንና ነፃነትና የሰው ልጅነት ያላቸው መሰረታዊ ትስስር በሚገርም ቋንቋ ሳርትር ያብራራበትን ይህን መፅሃፍ የሰጠሁት ሰው ለእንግሊዝ ሃገሩ የቀድሞ ወዳጄ በኋላ ሜዳ ገብቶ የህወሃት አባል ለሆነው ለዶ/ር ገብረአብ ባርናባስ እንደነበር አስታውሳለሁ። ብዙ ሰው የዶ/ር ገብረአብ ባርናባስን ስም ለመጀመሪያና ለመጨረሻ ጊዜ የሰማው በጋምቤላ ውስጥ ከተካሄደ የአኝዋኮች እልቂት ጋር እንጂ ከስነጽሁፍና ከነጻነት ጉዳይ ጋር ተያያዞ እንዳልሆነም አውቃለሁ።

[12] የኢትዮጵያ ታሪክ የሚሉ ርእስ ያላቸውን የአማርኛና የእንግሊዝኛ መጽሃፎችን፣ የነተክለጻዲቅ መኩሪያና የነባህሩ ዘውዴን መፅሃፍ የመሳሰሉትን ማለቴ ነው።

አክሱም የነበሩና የራሳቸው ስልጣኔ የነበራቸው እንደነበሩ በዚህ ላይ ስንጨምርበት ከአክሱም የሚጀምረው ትረካ ራሱ ችግር ያለበት ሆኖ እናገኘዋለን።

መነሻቸው ሰሜን የሆኑ ነገስታት ጉልበትና አቅም ሲዳከም በዙሪያቸው ያስገበሯቸው ህዝቦች በራሳቸው ንጉሶች፣ ባላባቶች፣ ሱልጣኖችና ሌላ ስም የነበራቸው ገዥዎች ሲገዙ እናገኛቸዋለን። ወይም ጠቅልሎ በሌላ ጉልበተኛ ገዥ ሲገዙ ይታያሉ። ማለቂያ ባልነበረው የመውረርና የመወረር እንዲሁም መልሶ የመውረር ሂደት ድብልቅልቁ የወጣ የህዝብ እንቅስቃሴ አሰፋፈር፣ የገዥነትና የተገዥነት፣ የዕምነት መገለባበጥ የታየበት፣ በባህል በቋንቋ ስብጥሩ ወደር የሌለው፣ በመልከዓ ምድራዊ አቀማመጡ እጅግ አስቸጋሪ በሆነ አካባቢ የተሰራ ታሪክ ስለሆነ ትረካው ብዙና አድካሚ ነው። ይህን ግምት ውስጥ ያስገባ የሃገራችን ታሪክ ትረካ ግን እስካሁን አላየንም።

"ኢትዮጵያ" የሚለው ቃል ሁላችንንም የሚገልጽ እስከሆነ ድረስ የሁሉንም ህዝቦች ንጉሶች/ገዥዎች ያላካተተ ታሪክ የኢትዮጵያ ንጉሶች ታሪክ ቢባልም የሚያስቸግር ይሆናል። የጥንታዊት ኢትዮጵያ ንጉሶችና የዘመናዊት ኢትዮጵያ ንጉሶች ታሪክ እያሉ ማቅረብ ይሻል ይሆናል። የሁለቱም ዘመንና የሁሉም ህዝብ ታሪኮች የሁላችንም ያሁኑ ዘመን ኢትዮጵያውያን ታሪክ እንደሆነ ግን መካድ የለበትም።[13]

ትልቁ ቁም ነገር የኢትዮጵያ ታሪክ ከተወሰኑ አካባቢዎች፣ በተለይ ከሰሜን ኢትዮጵያ ከመጡ ከጥቂት ንጉሶችና የጦር መሪዎች፣ የቤተክህነት አባቶች፣ የጠቅላይ ሚኒስትሮች፣ የፖለቲካ ድርጅት መሪዎች ታሪክ በላይ ሰፊ፣ ጥልቅና ውስብስብ ታሪክ ነው። የኢትዮጵያ ታሪክ የሚል ስያሜ የሚያምርበት መፅሃፍ ለሁሉም የኢትዮጵያ ህዝብ ታሪክ የቀረበ ሆኖ ሲገኝ ብቻ ነው። ወይም "የኢትዮጵያ ታሪክ" የሚል ርዕስ የተሰጣቸውና የንጉሶችና የጦር መኮንኖች ታሪኮች ያልሆኑ በርካታና የተለያዩ መጽሃፎች መጻፍ ይኖርባቸዋል። የነዚህ መጽሃፎች አጠቃላይ ድምር የኢትዮጵያ ህዝብ ታሪክ መሆን ይችላል።

በኔ ዕምነት"አንድ ግለሰብ የራሱን ታሪክ የኢትዮጵያ ታሪክ" የሚል ርእስ ሰጥቶ ቢጽፍ "ስህተት ነው" ብዬ አላስብም። ይህ ከሆነ የንጉሶችም ታሪክ ዋንኛው የኢትዮጵያ የታሪክ አካል ስለሆነ በኢትዮጵያ ታሪክ ስም መጻፉ ችግር አይኖረውም። እስካሁን አላየሁም እንጂ ንጉሶቹንም

[13] አንዳርጋቸው ጽጌ" ነጻነትን የማያውቅ ነፃአውጭ" 1997 አዲስ አበባ (የአሳታሚው ስም ሆን ተብሎ እንዳይገለጽ የተደረገ መፅሃፍ) ከምእራፍ 1፣ "ዜግነት እና ታሪክ" የሚለውን ንኡስ ክፍልን በማንበብ ለምን "ለአንድ ሃገር ዜጋ፣ አንድ የታሪክ ክንውን በየትኛውም ዘመን፣ በየትኛውም ቡድን ወይም ግለሰብ ይሰራ፣ ግለሰቡ በዜግነቱ ከሁሉም የሃገሪቱ ዜጎች ጋር በአንድነት የሚጋራው የሁሉም ዜጎች የጋራ ታሪክ ነው" እንደሚል የበለጠ መረዳት ይቻላል።

ሆነ ሌሎችን መሪዎች በህዝባቸው የታሪክ ማዕቀፍ ውስጥ የሚያሳይ መፅሃፍ መፃፍ ከተቻለ "የኢትዮጵያ ታሪክ" በሚል ስም መቅረቡ ነውር አይኖረውም።

ሌላው ትልቁ የአጻጻፍ ችግር የታሪክ ጸሃፊዎች ትኩረት የትውልድና የሞት፣ የኩነቶችን ቀንና አመተ ምህረት፣ የቦታና የሰው ስም፣ የሰዎች፣ የመሳሪያና የአጋሰስ ብዛት በቁጥር ማቅረብን እንደታላቅ የታሪክ ፀሃፊ ስራ አድርገው መውሰዳቸው ነው። ይህ የታሪክ መረጃ ሰብሳቢና መዝጋቢ ተራ ስራ እንጂ የታሪክ ፀሃፊ ስራ አይደለም። በሌላው አገር የመዝገብ ቤት ሰራተኛ ስራ እንጂ የዩኒቨርስቲ የታሪክ ፕሮፌሰሮች ስራ አይደለም። እነዚህ ጭብጦች በታሪክ መረጃነታቸው አስፈላጊ ቢሆኑም በራሳቸው ስለታሪካችን የሚነግሩን ነገር የለም። ታሪክ ከግለሰቦችና ከቦታዎች ስም በላይ ያለፈ ነው። ከቀንና ዓመተ-ምህረት ምዝገባ በላይ የጠለቀ ነው። ከተራ ስታቲስቲክ ምዘገባ የሰፋ ነው። የግለሰቦችንና የኩነቶችን ታሪካዊ ፋይዳ የማያሳዩ መጽሃፎች በታሪክ መፅሃፍ ስም ስናነብ ኖረናል።

ይህ በሃገራችን የቆየው የታሪክ አፃፃፍ ቀደም ብዬ እንደገለጽኩት ለትልልቅ ሰዎች ካልሆነ ለተራ ሰዎች ቦታ የለውም። የአሸናፊዎች ታሪክ እንጂ የተሸናፊዎች ታሪክ አይገኝም። ትልልቅ ኩነቶች እንጂ ከነዚህ ኩነቶች ጀርባ ስለነበሩና የትልልቆቹ ኩነቶች መሰረት ስለነበሩ ጉዳዮች አይወሳም። ከጀግናው የጦር መሪ ስር ጀግና ተዋጊ ወታደሮች አሉ። የሞተ የሚቀብሩ፣ ቁስለኛ የሚያነሱና የሚያክሙ ይገኛሉ። በደጀን ስንቅና ትጥቅ የሚያደራጁ ሰዎች ሁሌም አብረው ይጓዛሉ ። ከነዚህ መሃል የአንዳቸው ህይወት ምን እንደሚመስል ታሪክ ሲዘክረው አናይም። ስም የላቸውም። ታሪክ የላቸውም።

አንድ ግንባታ ውብና ድንቅ ተብሎ ይወደሳል። ከዝነኛው ግንባታ ጋር ስማቸው የሚነሳው የጥቂቶች ብቻ ነው። ህንጻው በተሰራበት ዘመን የነበረው መሪ፣ የመሃንዲሱ ወይም የባለሃብቱ ስም ከህንጻው ጋር ይቀራል።[14] በድንጋይ ላይ ድንጋይ ደርበው ስለገነቡት ባሪያዎች፣

[14]ለምንድነው ኢትዮጵያዊያን የታሪክ ፀሃፊዎች እንደ አብዛኛዎቹ፣ ታሪካችንንና ማህበረሰባችንን እንድንረዳ በሚያደርግ መልኩ እንደ ሚጽፉት የውጭ ሃገር ፀሃፍት መፃፍ የተሳናቸው? ፕሮፌሰር መሳይ ከበደ የታሪክ ጸሃፊ ስላልሆነ እዚህ ውስጥ ማስገባት አንችልም። የፕሮፌሰር መሳይ ጽሁፎች ፍልስፍና ላይ የተመሰረቱ ቢሆኑም የመሳይ አጻጻፍ በሞዴልነት ሊያገለግለን ይገባል። የታሪክ ጸሃፊዎቻችን ሁሉ ለምንድነው ከሰውና ከቦታ ስም፣ ከውጊያ ዘመን ያለፈ የታሪክ ትረካ የሌላቸው። ከንጉስ፣ ከራስና ከደጃዝማች ወይም ከፕሬዚደንት፣ ከጠቅላይ ሚኒስትር፣ ከጀነራሎች ወይም ከጳጳስና ከእጨጌ ታሪክ በታች የማይወርዱት? የታሪክ "ጸሃፊዎች ታሪክን ይቀይሩ፣ የፖለቲካ አክቲቪስቶች ይሁኑ እያልኩ" አይደለም። ይህን የምለው እንዲህ አይነት ክርክር የሚያቀርቡ የዩኒቨርስቲው የታሪክ አስተማሪዎች እንዳሉ ስለማውቅ ነው። "ታሪክ መቀየሩ የፈላስፋዎች ስራ ነው" ቢሉም እንኳን ታሪክን ለመተርጎም የኛ ሃገር ጸሃፊዎች ምሁራዊ ወኔው የከዳቸው ለምን እንደሆነ አላውቅም። መተርጎሙም ስራችን አይደለም ቢሉ እንኳን እንደ ጥሩ ፎቶግራፍ አንሺ ዝርዝርና ውብ የሆነ ስእል አይሰጡንም። የሚያሳዝን ነው!

የቀን ሰራተኞችና ኩሊዎች ታሪክ የምናውቀው ነገር የለም። ስለ ድንጋይ ፈላጮች፣ በመዶሻና በመሮዋቸው ድንጋዩን ቅርጽ ስለሰጡት፣ ውሃ ልኩን ጠብቆ ቀጥ ብሎ እንዲቆም ስለ አደረጉት፣ ላባቸው በቋንጃቸው እስኪንቆረቆር ጉልበታቸውንና ሙያቸውን ስላበረከቱት ሰራተኞች የሚታወቅ ነገር የለም።

የሰው ጉንዳኖች፣ የአክሱምን ሃውልት አቁመው፣ ላሊበላን ሰርስረው የሃረርንና የፋሲልን ግንብ አኑረው፣ እንደ ጉንዳን ጉድጓድ ገብተዋል። በምድሪቷ እንዳልኖሩና እንዳልነበሩ ጠፍተዋል። ነገስታቱ ግን እንደገነኑ ነው። የጉንደት፣ የጉራዕ፣ የዶጋሊ፣ የአድዋ፣ የማይጨውና ሌሎችም በርካታ ጦርነቶች በብዙ ሺዎች የሚቆጠሩ ጀግኖች ኢትዮጵያውያን የተሳተፉባቸውና የተሰውባቸው ጦርነቶች ነበሩ። የእነዚህ ጦርነቶች ታሪክ በዘመኑ የነበሩ ነገስታትና የጦር መሪዎቻቸው ስም ጋር ተሳስሮ ቀርቷል። በነዚህ ጦርነቶች የተሳተፈ የአንድ ተራ ወታደር ታሪክ ግን አልተተረከም። ይህ ባለመሆኑ ሃገርና ነጻነትን ለመከላከል ስለወደቁ እልፍ አእላፍ ጀግኖቻችን ህይወት ምንም ማወቅ እንዳንችል ሆነናል።

"የሃበሻ ጀብዱ" የሚል በአንድ ቼኮዝላቫኪያዊ የተጻፈ መፅሃፍ በቅርቡ ተተርጉሞ እስክናነብ ድረስ፣ አቢቹ ስለሚባል የአስራ ስድስት አመት ከሰላሌ ማይጨው ስለዘመተ ጀግና ወጣት ታሪክ የምናውቀው ነገር አልነበረም። "የሃበሻ ጀብዱ" ስለ አቢቹ ብቻ ሳይሆን ስለሌሎችም በርካታ ጉዳዮች ብዙ መረጃዎችን ሰጥቶናል።[15] የኛ የታሪክ ጸሃፊዎች እያጠለሉ

---

[15] አዶልፍ ፓርለሳክ፣ (ትርጉም ተጫኔ ጆብሬ መኮንን"የሃበሻ ጀብዱ"፣አዲስ አበባ፣ አዲስ አበባ ዩኒቨርስቲ ፕሬስ 2007) ይህ መፅሃፍ በ1928ቱ የጣሊያን ወረራና በኢትዮጵያ የመከላከል ጦርነት ላይ የተጻፈ መፅሃፍ ነው። ጸሃፊው አዶልፍ ፓርለሳክ ከኢትዮጵያ መንግስት ጎን በመቆም በሰሜን ኢትዮጵያ ጦርነቱ ተጀምሮ፣ የኢትዮጵያ መንግስት እንደ መንግስት የተሳተፈበት የመጨረሻው ጦርነት ማይጨው ላይ በጣሊያኖች አሸናፊነት እስኪደመደም ድረስ በጦርነቱ ውስጥ በአማካሪነትና በተዋጊነት የተሳተፉ እጅግ የሚደንቁ ለኢትዮጵያና ለህዝቧ ከፍተኛ ፍቅር የነበራቸው ሰው ነበሩ። ፀሃፊው የጻፉት በቀጥታ በአይናቸው ያዩትንና በጆሯቸው የሰሙትን በመሆኑ፣ ትረካውን ሃያል ድንቅና ውብ አድርጎታል። ዝርዝር ታሪካዊ ሃቆችን ብቻ ሳይሆን ጦርነቱ ውስጥ እራሳችንን ከተን በተዋጊዎቹ አይን ዘመኑንና ውጊያውን እንድናይ ማድረግ ችለዋል። የሰዎችን አኗኗርና ህይወት፣ ስሜቶችን፣ የሰዎችን ግንኙነቶች፣ ስቃይና መከራ፣ ድንጋጤን፣ ስጋትን፣ ታማኝነትን፣ ከህደትን፣ የቀኖችን የአየር ጠባይ፣ በዝርዝር በመግለጽ ታሪክን ስናነብ እኛም እዛው የነበርን እስከሚመስለን ድረስ በትረካው እንድንሰምጥ በሚያደርግ መልኩ ጽፈውታል። ተነቦ የማይሰለች፣ ማለቂያ የሌለው የመረጃ ጎተራ የሆነ፣ ለታሪክና ለማህበራዊ ሳይንስ ተመራማሪዎች፣ ለስነ-ፅሁፍ ሰዎች ስራ የሚሆኑ ብዙ ነጥቦችና ጉዳዮችን ያካተተ ነው። ለተራው ዜጋ የመንፈስ ብርታት የማንነትና የዜግነት ክብርና ኩራት ምንጭ ነው። ከዚህ መፅሃፍ የምናገኘው አንዱ መረጃ የአፄ ኃይለስላሴ የአመራር ድክመት በሁለተኛው የጣሊያን ወረራ ለመሸነፋችን ትልቅ ምክንያት እንደሆነ ነው። ብዙ የሃገር ውስጥ ጸሃፊዎች ሲደብቁት የኖሩትን የአፄ ኃይለስላሴ ትልቅ ገመና ገሃድ አውጥቶታል። በአይኑ ካየውና በጆሮው ከሰማው ተነስቶ በገጽ 171 ላይ እንዲህ ይለናል። ትግራይ ውስጥ ወራዩ በሚባለው ስፍራ ስለሆነው ነው የሚያወራው "ራስ ካሳ በጦር መነጽራቸው ሲቃኙ ቆይተው ... " አየህ ጌታው ልብ አድርግማ" በጣታቸው ወደ ወራዩ እያሳዩን " አሁን ወታደሮቼን ትእዛዝ ብሰጣቸው ጆንበር ሳትጠልቅ በፊት ለወሬ ነጋሪ ሳያስተርፉ ይጨፈጭፏቸው (ጣሊያኖችን) ነበር። አሉኝ።" ... ትእዛዝ ግን አልሰጡም። ይህን ያደረጉበት ምክንያት የንጉሰ-ነገስቱን ጥብቅ ትእዛዝ ላለመጣስ ነበር። ...

ያስቀሯቸውን መረጃዎች እንድናውቅ አድርጎናል። በልጅነቴ ስለ አቢቹ ሲዘፈን እሰማ ነበር። ሲዘፈንም ሰምተን እኛም፣ ወንድምና እህቶቼ የሰፈሩ ልጆች፣ ዘፈኑን እንዘፍነው ነበር። አቢቹ ግን ማንና ምን እንደሆነ አናውቅም ነበር። ህዝብ፣ ስለ አቢቹ እየዘፈነ የታሪክ ጸሃፊዎቻችን ስለ አቢቹ አንድ መስመር ጽፈው አለመገኘታቸው የሚያስገርም ነው።[16]

ንጉሰ ነገስቱ .. በሰጡት ጥብቅ ትእዛዝ "ሰራዊቱ ከመከላከል አልፎ ጥቃት እንዳይሰነዝር" ደጋግመው አስጠንቅቀዋል። ***ንጉሰ ነገስት ሃይለ ስላሴ አሁንም የመንግስታት ህብረቱ " የጣሊያን ወራሪ ሰራዊት ያቆምልናል" ብለው ያምናሉ። ንጉሰ ነገስቱ ... በዚህ ስህተት በተሞላበት እምነታቸው ከባድ ጥፋት ሰርተዋል። የኢትዮጵያ ሰራዊት ልክ እንደገናናው ምኒሊክ ጊዜ የጣልያንን ሰራዊት ልክ ሊያስገባው የሚችልበትን ብዙ እድል አሳጥተውታል።" ይለናል።*** *ንጉሱ ከዋናው የጦር ሜዳ በመቶዎች የሚቆጠር ኪሎ ሜትር ርቀው አመራር ለመስጠት የሞከሩበት ሁኔታ ጦርነቱ እንደተጀመረ በተለይ በተምቤን አካባቢ ኢትዮጵያውያን አግኝተውት የነበረውን ድል እንዴት እንዳስነጠቁ ይተርክልናል። በተደጋጋሚ ከሚገባው በላይ በመንግስታቱ ድርጅት በመተማመን ንጉሱ የሰሩትን ስህተት ያሳየናል። ጣሊያን በዘመናዊ መሳሪያ አይሮፕላን ጭምር እየተጠቀመ የሚያካሂደውን ወረራ ፊት ለፊት መግጠም እንደማያዋጣ ንጉሱ እየተመከሩ፣ ምክር ባለመቀበል በሃገሪቱና በህዝቧ ላይ እልቂትና ውርደት እንዴት እንዳስከተሉ ማየት ችለናል።*

"ፊት ለፊት ጣሊያንን መግጠም ስህተት ይሆናል" የሚለውን ጉዳይ ካነሳሁ፣ በዚሁ አጋጣሚ ስለ ፊታውራሪ ተክለ ሃዋርያት ምክር ጥቂት ነገር ማለቱ ተገቢ ይመስለኛል። "የህይወቴ ታሪክ" ከሚለው መጽሃፋቸው (ፊታውራሪ ተክለሃዋርያት ተክለማሪያም፣ "የህይወቴ ታሪክ" 2004፣ አዲስ አበባ ዩኒቨርስቲ ፕሬስ፣ አዲስ አበባ) በገጽ xxv ላይ ልጃቸው ደጃዝማች ግርማቸው በመግቢያው ላይ እንደጻፈው "ስለተጀመረው ጦርነት በመናገር እንደ አድዋ ጊዜ ፊት ለፊት ግጥሚያ እንዳይደረግ በጥብቅ አስጠንቅቀው (ፊታውራሪ ተክለሃዋርያት) ነበር። የሸምቅ፣ የጋዱ፣ የፋኖ (የጌሪያ) ጦርነት እንጂ በዘመናዊ መሳሪያ ታጥቆ፣ ታንክ አይሮፕላን በብዛት ይዞ ከመጣ ጦር ጋር ግምባር ለግምባር መግጠም፣ ከእልቂትና ከመሸነፍ ያደርሰናል በማለት አስገንዝበውና አስጠንቅቀው ነበር" ይለናል። ይህን ማስጠንቀቂያ የሰጡ ፊታውራሪው ብቻ አልነበሩም። የፊታውራሪውን ለየት የሚያደርገው፣ ተክለ ሃውርያት በዛን ዘመን 10 አመታት በሩሲያ ዘመናዊ ወታደራዊ ትምህርት ያጠኑ ኢትዮጵያዊ መሆናቸው ነበር። ምክራቸው እንደሌሎች በርካታ ጉዳዮች በንጉሱ ተደማጭነት አላገኘም።

[16] አዶልፍ ፓርለሳክ፣ "የሃበሻ ጀብዱ" ትርጉም ተጫነ ጆብሬ መኮንን፣ አዲስ አበባ፣ አዲስ አበባ ዩኒቨርስቲ ፕሬስ 2007፣ ጸሃፊው ከገጽ 183-190፣ 231- 234፣ 274- 275፣ 288- 290፣ 315- 319 "ልጁ" በማለት የሚጠሩትን የ16 አመቱን ወጣት የአቢቹን አስደናቂ የጀግንነት ታሪክ እየደጋገሙ ይተርኩታል። አቢቹ ከሰላሌ ከሁለት የጦር አዛዥ ፊታውራሪዎች ወንድሞቹ ጋር በተንቤን ውጊያ በትግራይ ምድር ተሳትፏል። ሁለት ወንድሞቹን በጦር ሜዳ አጥቷል። በዛ ለጋ እድሜው የወንድሞቹን ጭፍራ ወታደሮች የመምራት ከባድ ሃላፊነት ወደቀበት። በዘመኑ ባህል መሰረት በሽዎች የሚቆጠሩት የወንድሞቹ የሰላሌ ወታደሮች መታዘዝ የሚፈልጉት በሟች የቅርብ ዘመድ ስለሆነ ምንም በእድሜው ወጣት ቢሆን አቢቹ እንዲመራቸው ይጠብቁ ነበር። አብቹ ግን ለወታደሮቹ ሌላ መሪ እንዲመደብ አስማምቶ እሱ ግን ከመሃከላቸው ምርጥ 200 የሰላሌ ወጣቶችን ይዞ ጣሊያንን በሽምቅ ውጊያ ለመግጠም ወሰነ። በትግራይ ምድር ባሳየው ጀግንነትና ቆራጥ አመራር የራሱን ከሁሉም የሃገሪቱ ክፍሎች የተውጣጡ በሺዎች የሚቆጠሩ የተዋጊ ተከታዮች አሰባሰበ። አቢቹ፣ በዛ እድሜው፣ በትግራይ ምድር እንዴት ከፍተኛ ቁጥር የነበራቸውን የትግራይ፣ የኤርትራና የሌሎችን አካባቢ ተዋጊዎችን ማሰባሰብና ጣሊያንን ከማንም በላይ በጀግንነት ማጥቃት የቻለ አርበኛ እንደሆነ የሚተርከው ክፍል የመጽሃፉ አልማዝ ነው። ሌላም ሌላም ስለመጽሃፉ ማለት ይቻላል። "አቢቹ ደራ ደራ፤ አቢቹ ደራ ደራ" የሚለው በህጻንነታችን የምንዘፍነው ዘፈን ለእንደዛ አይነት የሰላሌ ወጣት ጀግና የተዘፈነ መሆኑን ሳናውቅ ስንት ዘመን ኖርን። ተርጓሚው ተጫነ ጆብሬ መኮንን ለዛ በህጻንነታችን ትርጉም የለሽ አድርገን ስንዘፍነው ለነበረ ዘፈን ትርጉም በመስጠትና ከዛም በላይ የማናውቃቸውን ነገሮች እንድናውቅ በማድረጉ የሁላችንም ባለውለታ ነው። የተርጓሚው ድርጊት የዋዛ አይደለም። ለዚህ በግሌና እኔን በመሰሉ ሰዎች ስም ግዙፍ ውለታውን አክብደን እንደምናየው ልገልጽለት እወዳለሁ።

በቅርቡ አንድ የዩኒቨርስቲ የታሪክ መምህር ስለአድዋ ጦርነት በሁሉም ፈርጁ ድንቅ የሆነ መፅሃፍ ጽፎ ለንባብ አብቅቷል።[17] የመጽሃፉ አጻጻፍ፣ የሰበሰባቸው ዝርዝር መረጃዎችና እነዚህን መረጃዎች ያቀነባበረበት መንገድ የኛን ፀሃፊዎች ሊያሳፍር ይገባል። ከዚህ በተጨማሪ ግን በዚህ መፅሃፍ ውስጥ ከዚህ ቀደም በሌሎች መፅሃፎች ውስጥ አንብቤ የማላውቃቸው በርካታ የታሪክ ጭብጦች አግኝቻለሁ። አንዱ መረጃ ግን አስገርሞኛል። ስለ አድዋ ሲነሳ ብዙዎቻችን የምንስማማበት ጉዳይ ይኖራል። አድዋ ትልቅ ድል ነው። ቀደምቶቻችን ባገኙት ድል እኛ ብቻ ሳንሆን የጥቁር ዘር በሙሉ ኮርቶበታል።[18] የአድዋ ታሪክ ግን ሲተረክ ምን ያህል መረጃ እየጠለለ እንደ ተተረከልን ከዚህ የሃርቫርድ መምህር መፅሃፍ ማየት ችያለሁ።

---

[17] Raymond Jonas,The battle of Adwa, Haravard University Ptess Masachussetes, 2011

[18] The battle of Adwa ጸሃፊ በገጽ 284 "ኢትዮጵያ በምናብ የምትሳል የኩራት ምንጭና መገኛ፣ አፍሪካ ማለት ኢትዮጵያ የሆኑበት ሁኔታ ተፈጠረ" ይለናል። ለኛ ለኢትዮጵያውያን የአድዋ ድል ትርጉሙ በነጭ የባርነት ቀንበር ውስጥ አለመውደቃችን ነው። የThe battle of Adwa ፀሃፊ ግን እኛ ተሸንፈን ቢሆን የአለም ታሪክም ይቀየር ነበር ይለናል። አዎን አፍሪካ እንደ አውስትራሊያ፣ ኒዊዚላንድና ሰሜን አሜሪካ የነጮች መኖሪያ ክፍለ አለም ትሆን ነበር። አብዛኛው አፍሪካዊ በበሽታ፣ በጦርነት፣ በባርነትና በማግለል ቁጥሩ ተመናምኖ እንደ አሜሪካን ህንዶችና የአውስትራሊያ አቦርጂኒዎች አይነት ይዞታ ውስጥ ይወድቅ ነበር። ይህ የነጮች መስፋፋት ከአፍሪካም አልፎ ወደ እስያ ለመሄድ የልብ ልብ ይሰማው ነበር። እንዲህ አይነቱ አፍሪካን የነጮች አገር የማድረግ የነጮችን በዓለም ላይ የመስፋፋት ህልም፣ ህልም ሆኖ እንዲቀር ያደረጉት ኢትዮጵያውያን ጣሊያንን አድዋ ላይ በማሸነፋቸው ነው። "የአድዋ ውጊያ" መፅሃፍ ፀሃፊ የአድዋ ድል የዓለምን የታሪክ አቅጣጫ የወሰነ ድል መሆኑን በመጽሃፉ መጨረሻ በገጽ 335 "ታሪክ ጸሃፊዎች 20ኛውን ክፍለ ዘመን የአሜሪካ ክፍለ ዘመን ይሉታል። ምክንያቱም የአውሮፓውያን አንጻራዊ መዳከም የአሜሪካ ዓለም አቀፍ ኃይል ሆና መነሳት የጀመረችበት ስለሆነ፣ ያ ወቅት ትርጉም የተሰጠው ለመጀመሪያ ጊዜ አውሮፓዊ ኃይል የሆነ ሃገር በጦር በሌላ ኃይል፣ በአሜሪካ የተሸነፈበት፣ ስፔን በአሜሪካ የተሸነፈችበት ስለሆነ፣ ቀጥሎም ራሽያ በጃፓን የተሸነፈችበት የ1905 ጦርነት መጣ፣ የዘርን፣ የነገስታት ግዛትንና አሰላለፍን ያንገጫገጨ። ከነዚህ ሁሉ ቀደም ግን አዲሱ ክፍለ ዘመን ምን እንደሚመስል ያመላከተው ታሪካዊ ኩነት የተከናወነው በ1896 አድዋ በሚባል ቦታ ላይ የሆነው ነገር ነው" ይለናል። ኢትዮጵያ በውስጧ ለሰበሰበችው ዜጎቿና ህዝቦቿ ያልተመቸች እሾክ የምላባት ሃገር እንደሆነች እናውቃለን። ይህን በመሰለች ሃገር ውስጥም ተሆኖም የአለምን የጥቁርና የነጭ እጣን በወሰነ ጦርነት ሁሉም የሃገሪቱ ህዝቦች በሙሉ መሳተፋቸውና ጣሊያንን ማሸነፋችን ለሁላችንም ያለውን ትልቅ ትርጉም ወደጎን ልንገፋው አይገባም። "የአድዋ መልእክት ግልጽ ነው። ብሄራዊ ገድል ነው። የዘመናዊ ሃገር መሰረት፣ ገዥው ሚኒሊክ ለኢትዮጵያውያን ጥሪ አቀረበ። ትግሬው፣ ሸዌው፣ ኦሮሞው፣ ወላይታው እና ሌሎቹም ልዩነታቸውን ወደ ጎን አድርገው የጋራ ጠላታቸውን ለይተው የጋራ ሃገር እንዳላቸው ተረዱ። ሃገራት እንደ ሃገር እንዲቀጥሉ ትርጉም የሚሰጣቸው ሃይማኖት ዘር ጎሳ ሳይሆን በምን መጠን ነጻነታቸውን መከላከል መቻላቸው ነው። ወረራውን መመከት የሚቻለው በኢትዮጵያ ደረጃ ብቻ ነበር"። በማለት እንደ ኢትዮጵያ በጋራ ባንቆም ኖሮ የኛ ታሪክ ብቻ ሳይሆን የአለም ታሪክ ይቀየር እንደነበር የአድዋ ውጊያ ጸሃፊ በመጻሃፉ ገጽ 333 ላይ ይነግረናል። ይህንን ሃቅ ስንቶቻችን እንገነዘባለን? በአሜሪካን ሃገር የሚኖር አንድ ኦሮሞ ብሄርተኛ ጓደኛዬ "የአድዋ ድል እኛ ኦሮሞቹን አይመለከተንም። የአቢሲኒያዊያን ፕሮፓጋንዳ ነው" በማለት ልጆቹን ሲሰብክ ከርሞ ከልጆቹ አንዱ ልጁ ትምህርት ቤት ገብቶ የአፍሪካ ታሪክ መማር በጀመረበት ወቅት የገጠመውን ችግር አጫውቶኛል። ስለአድዋ ጦርነትና ድል ትምህርት በሚሰጥበት ወቅት በክፍሉ ውስጥ የነበሩ ሌሎች ጥቁሮችና ሂስፓኒክ ተማሪዎች.የጓደኛዬ ልጅ ከኢትዮጵያ መሆኑን ስለሚያውቁ በአድናቆት ይመለከቱታል። ይህን ሃቅ ልጁ ለአባቱ ነግሮ የሚቀጥለውን ጥያቄ ጠየቀው። "የአድዋ ጦርነት እኛ ኦሮሞዎችን አይመለከትም ካልክ በጥቁሮችና በነጮች መሃከል እንደ እዛ አይነት ወሳኝ ጦርነት በሚካሄድበት ወቅት አያቶቼ ምን ይሰሩ ነበር? የሚል ነበር የልጁ ጥያቄ። ይህ የኦሮሞ ብሄርተኛ ወዳጄ፣ "በአብሲንያውያን ተማርሬ ከልጄ፣ የአያቶቼን ታሪክ

በአድዋ ጦርነት ስለተሳተፉ የኦሮሞ ፈረሰኞች ብዙ ሰምተናል። ምን ያህል ወሳኝ ሚና እንደነበራቸውም ተተርኳል።[19] ስለእምነታቸው ግን የተጻፈ ነገር አላየሁም። ጊዮርጊስ ከነታቦቱ አድዋ መሄዱን ሰምተናል። የጣልያንን ወታደር አሳደው መውጫ መግቢያ ስላሳጡት፣ የፍራቻና የድንጋጤው መንስኤ ስለነበሩት የእስልምና ዕምነት ተከታይ ኦሮሞዎች ታሪክ አለመስማታችን የሚገርም ነው። ይህ አነስተኛ አግራሞት ሊጭርብን ይችላል። ሌላው ከዚህ ጉዳይ ጋር የተያያዘው የታሪክ ጭብጥ የአግራሞት ብቻ ሳይሆን የሃዘንም ምንጭ ሆኖብኛል።

ጦርነቱ በድል ከተጠናቀቀ በኋላ ትልቁ ስራ በጦር ሜዳ የተሰውትን እየሰበሰቡ በስነሥርዓት መቅበር ነበር። አገር ሊወሩ የመጡ የጣሊያን ወታደሮችም አስከሬን ከጣሊያን ወታደራዊ መሪዎች ጋር በተደረገ ስምምነት[20] ጣሊያኖቹ እንዲቀብሯቸው ተደርጓል።[21]ሌሎችም ኢትዮጵያውያን በሚያረካ መንገድ ባይሆንም እንደነገሩ በዘመኑ ሥርዓት ተቀብረዋል። በእምነታቸው የተነሳ አጥንታቸው ሰብሳቢ ያጣው በየወደቁበት ያለቀባሪ የቀሩት የእስልምና ዕምነት ተከታዮች ብቻ እንደነበሩ ይህ ጸሃፊ በመጽሃፉ ገልጾታል።

እስከ ዛሬ ስለ አድዋ ድል ሲነገረን፣ ደማቸውን አፍሰው፣ አጥንታቸውን ከስክሰው፣ ነጻነታችንን ለማስጠበቅ የወደቁ የሙስሊም ቀደምቶቻችን አስከሬን፣ በእምነታቸው የተነሳ ቀባሪ እንዳጣ አናውቅም ነበር። በተለይ በአድዋ ተራሮች ላይ ሌላው ሁሉ ቀባሪ ሲመደብለት፣ ከጅብና ከጥንብ አንሳ የተረፈው የሙስሊም ጀግኖቻችን አጥንት በአድዋ ተራራ ላይ ተበትኖ ቀርቷል።

ደብቄ ልጄን የታሪክ ደሃ እያደረግሁት እንደሆነ የተረዳሁት ለልጄ መልስ መስጠት በመቸገሬ ነበር። ፈረንጆቹ እንደሚሉት "ህጻኑን አጥቤ ከቆሻሻው ውሃ ጋር ህጻኑንም ጨምሬ መድፋቴ የገባኝ፣ የዛን ዕለት ነው" ብሎኛል። አድዋ ድረስ ከተጓዙት ኢትዮጵያውያን መሃል የራሶችና የደጃዝማቾች በርካታ ባሮች ጭምር ነበሩበት። ቀደምቶቻችን በባርነት ቀንበር ስር ሆነውም የጥቁር ዘር የነጭን ዘር እብሪት እልባት በሰጡበት ጦርነት በመሳተፍ የድርሻቸውን ማበርከታቸው እንደ ባርነት ታሪካችን፣ ከታሪካችን ልንፍቀው የማይገባ ሃቅ ነው።

[19] *Raymond Jonas,The battle of Adwa, Haravard University Ptess, Masachussetes 2011 ገጽ 213-214 የኦሮሞ ፈረሰኞችን ማየት የጣሊያኖችን ቅስም ይሰብረው ነበር። .... በሚገርም ቅልጥፍና የኦሮሞ ፈረሰኞች የጣሊያንን ሰራዊት ሞራል አደቀቁት"*

[20] *Raymond Jonas,The battle of Adwa , ገጽ 286 "ከምኒሊኩ የትግራይ ገዥ ከራስ መንገሻ ጋር በተገኘ ፈቃድ የጣሊያን የጦር መኮንኖች 240 ወታደሮች የነበሩት ማህንዲስ ቡድናቸው ሟቾቿቸውን ለመቅበር" ወደ አድዋ መመለሳቸውን ይነግረናል፣*

[21]*ፊታውራሪ ተክለ ሃዋርያት ተክለ ማሪያም፣ "የህይወቴ ታሪክ"፣ አዲስ አበባ ዩኒቨርስቲ ፕሬስ፣ 2004 አዲስ አበባ በገጽ 59 ላይ መቀሌን ከጣሊያኖች ለማስለቀቅ በራስ መኮንን በሚመሩት ወታደሮች በተደረገው ጦርነት ላይ ስለሞቱት ኢትዮጵያውያን የቀብር ሁኔታ እንዲህ ይሉናል። "በማግስቱ ራስ ውሎ አደረጉና የነጮቹን ሬሳ ወደ ቤተክርስቲያን እያስመጡ ሲያስቀብሩ ዋሉ። የኛን ሰዎች አላስቀበሩም። በዚህ ሰው ሁሉ ተጉማማ (ተጉተመተመ)" ከነዚህ ቀባሪ አጥተው ከቀሩ የራስ መኮንን ወታደሮች መሃል አንዱ ከሃረር የዘመቱት ቅድመ አያቴ አቶ ዱባለ እንደሆኑ ሳስበው ሃዘኔንና ቁጭቴም ይበረታል። የገዛ ሃገሩን ሰው ሳይቀብሩ ወራሪን መቅበር ምን አመጣው?*

[22] ይህ የሃርቫርድ የታሪክ ጸሃፊ እስከሚመጣ ድረስ ይህን ሃቅ ማንም የነገረን የለም።[23] እሱ መረጃውን አልፈጠረውም። መረጃዎችን መርምሮ የደረሰበት ሃቅ ነው። የኛ የታሪክ መርማሪዎች ያልደረሱበት ሃቅ ነው? ወይንስ በማጥለያቸው አጥልለው የተውት የታሪክ ሃቅ?

ከክርስትና ዕምነት ተከታዮች ቤተሰብ የተገኘሁ ብሆንም በአድዋ ተራሮች ላይ ያለ ቀባሪ ተበትኖ የቀረው የሙስሊሞችም አጥንት የአያቶቼና የቅድመ- አያቶቼ አጥንት እንደሆነ አድርጌ እንዳላይ አልከለከለኝም። የሃገሬን የእስልምና ዕምነት ተከታዮች አሳዛኝ ታሪክ ስለማውቅ፣ ይህን አዲስ የታሪክ ጭብጥ ሳነብ ሃዘኔን የበረታ አድርጎታል።[24] ስለ አድዋ ሲነሳ በዚህ መፅሃፍ መጀመሪያ ገጽ ላይ ከፊታውራሪ ተክለሃዋርያት መፅሃፍ የሴቶች ባሪያዎችን ሚና አስመልክቼ የጠቀስኩትን ጥቅስ ልብ ይሏል። ስለባርነት ታሪክስ በወጉ የተተረከ ታሪክ የት አለንና? ታሪካችን ብዙ ያልተነገሩ ጥሩና መጥፎ ገጽታዎች ባሉት ጭብጦች የተሞላ ነው።

“አንድ ህዝብ ከታሪክ ማወቅ ያለበት ዜጋዊ ኩራትን፣ ደስታን የሚያላብሰውን ነገር ብቻ ነው” የሚል ዕምነትየለኝም። ስለ የተጋድሎና የድል ታሪክ ማወቅ እንዳለብን ሁሉ ስለ ሽንፈትና ውርደት ማወቅ ይኖርብናል። አንገታችንን ቀና አድርገን እንድንሄድ ካስቻሉን የታሪክ ክንዋኔዎች ጎን የሚያሳዝኑ የሚያሳፍሩ፣ ልብና ቅስም የሚሰብሩ በቀደምቶቻችን ላይ የተፈጸሙና ቀደምቶቻችን የፈጸሟቸውን ድርጊቶችና የተከወኑ ኩነቶችም ጭምር ማወቅ የዜግነት መብታችን

---

[22] *The battle of Adawa ገጽ 291 የኢትዮያውያን ሟች ወታደሮችን በጅምላ መቃብር ለመቅበር የግብር ይውጣ አይነት ስራ እንደተሰራ ይነግረንና፣ “ኢትዮጵያውያን ሙስሊም ሙታኖችን ግን ለመቅበር አልተጨነቁም .... የአንድም እንኳን የሙስሊም ኦሮሞ (በጸሃፊው አገላለጽ Mahommedan Galla) አስከሬን ከወደቀበት አልተነሳም”።*

[23] *አንዳርጋቸው አሰግድ፣ “በአጭር የተቀጨ ረጅም ጉዞ” ሴንትራል ማተሚያ ቤት፣አዲስ አበባ፣ 1992 ገጽ 114- 115 አንዳርጋቸው ስለተማሪው እንቅስቃሴ ሲተርክ፣ በ1964 ዓ.ም “በጥቅምት መጀመሪያ ላይ የመውሊድ በአል ዋለ። የአዲስ አበባ ተማሪዎች በሙሉ፣<<በእስላም ወንድሞቻችን ላይ የሚደረገውን ጭቆና እንቃወማለን>> በማለት ከት/ቤቶች ቀርተው፣ የመውሊድ በአል ብሄራዊ ክብረ በአልነቱ ታውቆ በብሄራዊ ደረጃ እንዲከበር ጠየቁ።” ይለናል። በዛው ገጽ ላይ፣ ትንሽ ወረድ ብሎ በዚሁ አመት “በጥር ወር፣ በተለይ በትግራይ ከባድ የተማሪዎች እንቅስቃሴ ይነሳል። ይህኛውም የተነሳው፣ መንግስት በትግራይ የተቀበሩትን የጣሊያን ወታደሮች አጽም አስለቅሞ ለጣሊያን መንግስት ለማስረከብ ባዘዘበት ጊዜ፣ የትግራይ ተማሪዎችና ህዝብ <<ፋሽስት የጨረሰው ኢትዮጵያዊ መች በደንቡ ተቀበረና ነው የጣሊያን አጽም ቆጥረን የምናስረክበው>> በማለት የተነሱ ጊዜ ነበር።” ብሎናል። የእስልምና በዓል የማክበር ጥያቄና የአጽሙ ጉዳይ በአንድ ወቅትና ገጽ ተገናኝተው መቅረባቸው “የትግራይ ተማሪዎች አድዋ ላይ ቀባሪ አጥቶ የትም ወድቆ ስለቀረው የሙስሊም አርበኞቻችን አጽም የሚያውቁት ነገር ነበር ወይ?” የሚል ጥያቄ በውስጤ ጭሯል።*

[24] *ከ1966ቱ ህዝባዊ መነሳሳት በፊት የነበረው የኢትዮጵያ መንግስት የእስልምና ዕምነት ተከታይ ዜጎችን አይን ባወጣ መንገድ የሲቪልና የፖለቲካ መብታቸውን የሚገፍ ነበር። በዕምነት እኩልነት በኩል ከተራ በአል አከባበር ጀምሮ የነበረው መድሎ የታወቀ ነው። እምነትን ለማስፋፋትና ቤተ እምነቶችን በመገንባት በእስልምና ዕምነት ተከታዮች ላይ ተጭኖ የነበረው ቁጥጥር ጥብቅ ነበር። በከፍተኛ የመንግስት የስልጣን ሃላፊነቶች ላይ የእስልምና ዕምነት ተከታዮች ምንም ያህል ችሎታና ብቃት ቢኖራቸው ድርሽ የማይሉባቸው የስራ መስኮች ነበሩ።*

ነው። ግዴታም መሆን ይገባዋል። ታሪክ ይህን የማያሟላ ከሆነ ከልብ-ወለድነት ብዙም ልዩነት አይኖረውም። የቆየው የሃገራችን የታሪክ አጻጻፍ በዘመናችንም እንደቀጠለ ነው። ታሪክ፣ የትውልድን ዕውቀትና ግንዛቤ ማዳበሪያ ተደርጎ እየታየ አይደለም። አሁንም እየተተረከ ያለው ህጻን ልጅ ለማስተኛት እንደሚተረክ ተረት ነው።

አንዱም በሁሉም መንገድ ለረጅም ዘመን እንደ ማህበረሰብ ቆርቁዘን የቀረነው "ከታሪክ አጻጻፋችን ስንኩልነት ጋር በተገናኘ ነው" የሚል ዕምነት አለኝ። የማህበረሰባችንን ጉድፎችና ድክመቶች ከነጥንካሬያቸው ማየት የሚያስችል የታሪክ ድርሳን አለመኖሩ መገመት የማንችለውን ጉዳት አድርሶብናል። ቀደም ባሉት ዘመናት ታሪክን በዚህ መንገድ ማቅረብ አይቻል ይሆናል። እይታውም ላይኖር፣ የገዥዎችም ፈቃድ ላይገኝ ይችላል። አሁን ባለንበት ዘመን ያንን የቆየ የታሪክ አፃፃፍ ይዘን ለመቀጠል ምንም ሰበብ የለንም። ታሪካችንን በተሟላ መንገድ የማቅረብ የታሪክ፣ የሞራልና ምሁራዊ ግዴታ አለብን።

በሕይወት ያሉና ወደፊት የሚመጡ የታሪክ ፀሃፊዎች ወደኋላ ተመልሰው፣ የቀድሞዎቹ ፀሃፊዎች በትረካቸው ያጎደሉትን የታሪክ ክፍተት መሙላት መቻል አለባቸው። የተሟላ ታሪኩን የማያውቅ ህዝብ የተሟላ ጤንነት ያለው ማህበረሰብ መፍጠር አይችልም። ታሪካችን እንደፈርጥ የሚያበሩ ታላልቅ ኩነቶች የያዘ እንደሆነ ሁሉ እንደ ጥንብ የሚሸቱ ቁስሎችና አሳፋሪ ድርጊቶችንም ያካተተ መሆኑን ማወቅ ምንም ነውር የለውም። በተለይ ለእንደኛ አይነቱ ትንግርታዊ ሃገር የዚህ አይነቱ የታሪክ አጻጻፍ ምርጫ የሌለው ነገር ነው።

ኢትዮጵያ ራሳቸውን በራሳቸው ከፈጠሩ በጣም ጥቂት ሃገሮች አንዷ ናት። ኢትዮጵያ ለሺህ አመታት የዘለቀ የቋንቋ፣ የባህል፣ የእምነት፣ ከእሳትና ከብረት ጋር የተያያዘ፣ ከዋይታና እሪታ ጋር የተቀላቀለ መስተጋብር ውጤት ናት። ይህ የራስ ፈጠራ ሂደት የጥንካሬያችንም የድክመታችንም ምንጭ ሆኗል።በታሪክ ጥሩ የሆነው ነገራችን ችግር የለበትም። ለሆነው መጥፎ ነገር ሁሉ ግን እንደ ሌሎች ብዙ ሃገሮች ቅኝ ገዥዎችን ማመላከትና ምክንያት ማድረግ አንችልም። ኢትዮጵያ እስከ አለንበት ዘመን በረጅም የጦርነት፣ የወረራ፣ የመገበርና የማስገበር መራራ የታሪክ ሂደት አልፋ የመጣች ሃገር ናት። በታሪክ የተበደለውም የበደለውም፣ የወረረውም የተወረረውም ሁሉም በአንድ ላይ የሚኖሩባት ሃገር ናት። ይህ ደግሞ የሩቅ ዘመን ታሪክ ሳይሆን የቅርብ ጊዜ ታሪካችን ነው። ይህን ታሪክ የሚያውቁና በአካልና በመንፈስ በዚህ ታሪክ ውስጥ ያለፉ ሁሉም አይነት ዜጎች በህይወት አሉ።

የታሪካችንን መጥፎ ገጽታዎች የምናነሳው ለመቋሰልና ለመወነጃጀል አይደለም።[25] የተሻለ ማህበረሰብ ለመፍጠር ነው። ከታሪክ እየተመዘዙ አልድን ያሉ አካላዊና ስነ አእምሯዊ ቁስሎችን ለመፈወስ ነው።ፍትሃዊ የሆነ የታሪክ ትረካ የአንድነታችን መሰረት ነው። በታሪክ ህዝብ ለከፈለው መስዋእትነት የሚመጥን ለሰው ልጆች ህይወትና መብት ትልቅ ክብር የሚሰጥ ፍትሃዊ ሥርዓት ለመመስረት ነው።

ይህ መስዋእትነት ሁሌ እንደሚነገረን ከውጭ ወራሪዎች ጋር በተደረገ ትንቅንቅ ብቻ የተከፈለ መስዋእትነት አይደለም። በሃገር ውስጥ በርስ በርስ ጦርነት የተከፈለ መስዋእትነትም ጭምር ነው። በአሰቃቂ የፖለቲካ አፈና፣ በአስከፊ የኢኮኖሚ ብዝበዛ፣ በሰብአዊና ማህበራዊ ውርደት የተከፈለ መስዋእትነት ነው። ይህን ሁሉ መስዋእትነት የሚመጥን ለሰው ልጆች ህይወት ክብር የሚሰጥ ታሪክ ማለቴ ነው። ፍትሃዊ በሆነ የሃብት ክፍፍል መርህ ላይ ባልቆመ ፈጣን የኢኮኖሚ ግንባታ ሁላችንንም እያዋረደ ካለው ድህነት ለመገላገል የምንችለው ከራሱ ጋር የታረቀ ማህበረሰብ ሲኖረን ነው። ፍትሃዊ የሆነ የሃገርና የህዝብ ታሪክ ትረካ ፍትሃዊ ያልሆነን ማናቸውንም ነገር በሙሉ የሚጠላ ትውልድ መፍጠሪያ ነው። ከትክክለኛ የሞራል አቋም ጋር የሚያያዝም ጉዳይ ነው።

የታሪክ ሙያተኞቻችን፣ በየተቋማቱ ተዘጋጅተው ከሚያገኟቸውና ራሳቸው ታሪክ ሰሪዎቹ ግለሰቦች ከሚሰጧቸው መረጃዎች ውጭ በራሳቸው ምርመራና ቡርቦራ የሚያሰባስቧቸው መረጃዎች የሉም። በዚህ መንገድ በተሰባሰቡ መረጃዎች ላይ ተመስርቶ ታሪክን የመጻፍ ምሁራዊ ድፍረት በሃገራችን አልተለመደም። ትልልቅ ናቸው የምንላቸው ምሁራዊ አቅሙና ብቃቱ ያላቸው ጸሃፊዎች ሳይቀሩ ለስልጣንና ለጉልበት ሲያጎበድዱ ማየቱ ያሳዝናል።[26] ማጎብደዱ እጅግ አድርባይ የሆነ ታሪክ በመጻፍ ብቻ የሚገለጽ አይደለም። በዝምታም የሚገለጽ ነው።

---

[25] የስነ ልቦና ጠበብት እንደሚሉት የማህበረሰባችንን መንፈሳዊ ጤንነት እየተፈታተኑት ያሉትን ችግሮች በአደባባይ በመናገር፣ በመጻፍና በመወያየት በማስ ሳይኮቴራፒ (Mass psychotherapy) ለማስወገድ እንድንችል ነው።

[26] Gebru Tareke, The Ethiopian Revolution, war in the horn of Africa yale university press 2009 ገጽ 332 "አዜብ መስፍንን የመለስ ዜናዊ ብልህ/ብልጥ ሚስት ከጣይቱ ብጡል በኋላ የመጣች ..... ታጋይና የነጻዎቹ የኢትዮጵያ ሴቶች ተምሳሌት" (Azeb Mesfin , Meles Zenawi equally savvy wife ..No politically prominent woman since queen Taitu Bitul Emperor Menilik;s wife has been so actively and visibly engaged in public arena a former liberation fighter she is emblematic of the liberated Ethiopian wouman.) ብሎ ማጋነን ምን አመጣው? ገብሩ ታላቅ ምሁርና ጸሃፊ ነው። ከዚህ ቀደም በጻፋቸው መፅሃፍትም እጅግ የማከብረው ሰው ነው። በመጀመሪያው "ነጻነትን የማያውቅ ነፃ አውጭ" በሚለው መጽሃፌ፣ በአመለካከቴ ላይ ተፅዕኖ ካሳደሩ ጥቂት የኢትዮጵያ ፀሃፊዎች መሃል እንዱ ገብሩ እንደሆነ በግልጽ ፅፌአለሁ። The Ethiopian

በአካዳሚያ ጥናት ስም ከየመንግስታቱና ድርጅቶች ከፍተኛ የውጭ ምንዛሪ እየሰበሰቡ ከውዝግብ ነፃ የሆኑ ዘመኖች ታሪክ ላይ በምርምር ስም ጊዜንና ጉልበትን ሆን ብሎ ማጥፋት አንዱ የአድርባይነት መግለጫ ነው። አሁንም ታሪካችን በጣም ጠባብና እየተመረጡና እየጠለሉ በሚፃፉ ትረካዎች ዙሪያ ላይ እንዳጠነጠነ ነው። ማህበረሰባችን ታሪክን በአስተማሪነት፣ አዲስ ነገር ለመፍጠር በጥቆማ ሰጭነቱ፣ በማህበራዊ መግባቢያ መሰረትነቱ ሊገለገልበት ከሚችልበት የታሪክ አተራረክ ደረጃ ላይ አልደረሰም።

ከቅርብ ጊዜ ወዲህ ከባለሙያ ታሪክ ፀሃፊዎች ውጭ ታሪክን በመሰላቸው መንገድ የሚጽፉ ሰዎች ብቅ ብለዋል። የእነዚህ ግለሰቦች ጥረት የተወሰነ ድክመት ቢኖርበትም የታሪክ

Revolution በጣም ጥሩ መፅሃፍ ነው። ገብሩ ከመጽሃፉ አጠቃላይ ጥሩነት ጋር የማይሄዱ ነገሮችን በማካተት የመጽሃፉን ጥሩነት ቀንሶታል ብዬ ግን አምናለሁ። እንደ ታምራት ላይኔን አይነት የፈለገው የትግል ታሪክ ይኑረው መሰረታዊ ማንነቱ በሌብነት የተገለጸን ሰው የክብር ቦታ መስጠትና ስለሌብነቱ ምንም አለማንሳት፣ በአጠቃላይ በእሳቤና በግርግርና (በዲዛይንና በዲፎልት) ታሪክ ውስጥ የገቡ ሰዎችን ያልለየ አፃፃፍ ከገብሩ የሚጠበቅ አልነበረም። አብዮተኛ አድርጎ ያቀረባቸው ሃይሎች እውነት አብዮተኞች ነበሩ ወይ? በአብዮቱ ውርጃ ላይ የበቀሉ ጭንጋፍ አብዮተኞች አይደሉም ወይ? ይህን በደንብ መመርመር ይጠይቃል። በምንድነው ወደፊት የተራመድነው? በሳይንስ፣ በኢንዱስትሪ፣ በፍልስፍና፣ በስነጽሁፍ፣ የሰው ልጅ ህይወት ከቡርነትን በመገንዘብ፣ ለሰብዐዊ መብትና ለህግ መከበር በምንሰጠው ከፍተኛ ቦታ፣ የመንግስትን ሃብትና ንብረት ባለመዝረፍ፣ በዘመድ በዘር ባለመጠቃቀም፣ ለገዥዎቻችን ባለመሽቆጥቆጥ ነው? የትኞቹ የኢኮኖሚ፣ የማህበራዊ፣ የፖለቲካ፣ የፍልስፍናና የባህል እድገት ለውጦች ናቸው ከ40 ዓመት የአብዮት ዲስኩር በኋላ እመርታ የታየባቸው ለውጦች? ይህን የአብዮቱን የተጋነነ ቀረርቶና የተጨባጭ ድርጊቶች ጉድለት (ዴፊሲት) መግለጽ የሚቻለው በተኮላሸ አብዮት አይን እንጂ በተሳካ አብዮት አይን ሊሆን አይችልም። ገብሩ በ17 አመት ጦርነት የተፋለሙት ሃይሎች በሙሉ "አብዮታዊ ወንድማማቾች ነበሩ" ይለናል። ደርግን ጨምሮ። ነበሩ ወይ? መልሱን በድርጊት እንጂ የግራ የፖለቲካ ርእዮተ አለም እናራምዳለን ስላሉ ብቻ ማግኘት አይቻልም። ገብሩ "መፅሃፉን በሽፋኑ እንጂ በይዘቱ" የፈረጀው አልመሰለኝም። የሁሉም ሽፋን ጥሩ ነበር። ውስጡ ግን አብዮት ከሚባል ነገር ጋር ብዙ የሚያገናኘው ነገር አልነበረም። እንዲህ ተብሎ ሁሉንም በአንድ ከረጢት ውስጥ እናስቀምጥ አልልም። ደርግ ለአብዮቱ መጨንገፍ ዋናው ምክንያት ነው። ደርግን ተቃውመው 17 አመት የታገሉት ሃይሎች የጨነገፈ አብዮት ውጤቶች ቢሆኑም ከቆየው የተማሪና የአብዮታዊ ምሁር የትግል ታሪክ ጋር ትስስር ያላቸው ስለ አብዮት ቢያወሩም የሚያምርባቸው ናቸው። ደርግን በፀረ-አብዮት ፈርጀው ቢወጉትም የሞራል የበላይነቱ በእነሱ እጅ ነበር። ደርግ በሃገሪቱ ከፍተኛ አብዮታዊ ምሁራን ላይ ያካሄደውን ፍጅት አካክሰው አብዮት ማካሄድ ግን አልቻሉም። ለዚህ አባባሌ የ40 አመት የአብዮት ውጤት ዜሮ መሆኑ በቂ ማስረጃ ነው። በግራ ርዕዮተ-ዓለም ስም፣ በመቶ ሺዎች የሚቆጠሩ ውድ የሃገሪቱ ልጆች በረገፉበት ሃገር ሶሺያሊዝም የሚል በምዕራብ ሃገሮች ሳይቀር ማንም እንደልቡ የሚያነሳውን ቃል ማንም በሃገራችን የማያነሳበት ዘመን ላይ ደርሰናል። እነዚህ ገብሩ አብዮተኛ የሚላቸው ሃይሎች ይጠቅማል ብለው ካሰቡ "ሰዎችን ሶሺያሊስቶች ናቸው" እያሉ ለመክሰስ ወደኋላ እንደማይሉ በኢህአዴግ ውስጥ በሰራሁበት ወቅት በራሴ ላይ ከደረሰ ተሞክሮ በማስረጃ ማቅረብ የምችለው ሃቅ ነው። የሶሻሊዝም ቃሉ ብቻ አይደለም የሚያሳስበኝ። ማህበራዊ ፍትህ የሌለበት ከመሳፍንቱና ከባላባቱ ዘመን የከፋ ሊሆን የሚችል የሃብት መበላለጥ የታሪክ ሂደት ተጀምሮ ማየቱ በአብዮት ስም በመላው ሃገሪቱ የረገፉትን የሃገሪቱን ልጆች መስዋእትነት ትርጉም ያሳጣ መሆኑ ነው። እነዚህ ቁም ነገሮች የከሸፈን እንጂ የተሳካን አብዮት አይጠቁሙም። መጨረሻችን እነናይጀሪያን መምሰል ከሆነ፣ አንድ የቀድሞ አይሮፕላን ጠላፊ አብዮተኛ ምሁር በቅርቡ እንዳለው "የአፄ ኃይለስላሴን መንግስት ባንነካካው ኢትዮጵያ ይህን ጊዜ ሲንጋፖርን ትሆን ነበር" ያለውን ተቀብዬ ሲንጋፖርን ባትሆንም ከናይጀሪያ የተሻለች ሃገር ትሆን ነበር ለማለት እኔም እደፍራለሁ።

ባለሙያ ነን ከሚሉት ፕሮፌሽናሎች የተሻለ ታሪካዊና ሃገራዊ እርባና እንዳለውና እንደሚኖረው አያጠያይቅም።

በተለይ ከደርግ ውድቀት በኋላ የአፄ ሃይለስላሴንና የደርግን ዘመን በተመለከተ የተለያዩ መጽሃፎች እየተጻፉ ነው።[27] አብዛኛዎቹ የተጻፉት በየመንግስታዊ ስርአቶቹ ውስጥ ተሳታፊ በነበሩ ባለስልጣናትና ግለሰቦች ነው። ከዚህ ውጭም ባለፉት 40 አመታት ብቅ ያሉት የፖለቲካ ድርጅቶች አባላትና መሪዎቻቸው የድርጅቶቻቸውን የፖለቲካ ታሪክ አስነብበውናል።[28] ሁሉም ጽሁፎች በአንድ ጉዳይ ተመሳሳይነት አላቸው። ስፋት ያለውን የዘመንና የማህበረሰብ ታሪክ አለመተረካቸው ነው። በትልልቅ ሰዎችና ኩነቶች ላይ ያተኮሩ ናቸው። የታሪክ ጭብጦች በማለት ሊያስተላልፉልን የሚሞክሩት መረጃዎች በራሳቸው የመረጃ ማጥለያና መነፅር

---

[27] የዘውዴ ረታ "የኤርትራ ጉዳይ"፣ "የተፈሪ መኮንን ረጅሙ የስልጣን ጉዞ"፣"የአፄ ኃይለስላሴመንግስት ፲ኛ መፅሃፍ"፣ የራስ እምሩ "ካየሁትና ከማስታውሰው"፣የፊታውራሪ ተክለ ሃዋሪያት፣ የዘውዴ ገብረህይወት፣ የዘውዴ ገብረስላሴ፣ የአማኑኤል አብርሃም፣ የመርስኤ ሃዘን ወልደቂርቆስ፣ የጃጋማ ኬሎና የሌሎችም "የህይወት ታሪክ" በአፄ ኃይለስላሴ ዘመን ሰዎች ከተፃፉት ጥቂቶቹ ናቸው። የደርግ ዘመን ሰዎችም በተለይ ወታደሮቹ ብዙ ጽፈዋል። "የጦር ሜዳ ውሎ" በጄኔራል ተስፋዬ ሃብተማሪያም፣ "መስዋእትነትና ፅናት" በጄነራል ሁሴን አህመድ፣ "የወገን ጦር ትዝታ" በሻለቃ ማሞ ለማ፣ "ሁሉም ነገር ወደ ሰሜን ጦር ግንባር" በብ/ጄኔራል ውበቱ ፀጋዬና የሌሎችም ወታደራዊ መኮንኖችን መፅሃፍት መጥቀስ ይቻላል። ወታደሮቹ በአብዛኛው በወታደራዊ ጉዳይ ላይ ያተኮሩ ናቸው። ቢሆንም እግረ መንገዳቸውን የፖለቲካ ስርአቱ እንዴት ይሰራ እንደ ነበር፣ የካድሬዎች ወይም የፖለቲካ ኮሚሳሮችና የወታደራዊ ደህንነት ሰዎች ሚና በሰራዊቱ ውስጥ ምን ይመስል እንደነበር በቂ ግንዛቤ እንዲኖረን አድርገዋል። ከቅርብ ጊዜ ወዲህ ደግሞ የደርጉ የከፍተኛው ስልጣን ባለቤቶች የቀድሞው የሃገሪቱ ፕሬዚዳንት ኮሎኔል መንግስቱና ጠቅላይ ሚኒስትሩ ሻምበል ፍቅረስላሴ መጻፍ ጀምረዋል። መጻፋንም እንደሚቀጥሉ ነግረውናል። በጣም ጥሩ ነገር ነው። የኔ ስጋት የኢህአዴግ ሰዎች እንደሌሎቹ በግዜ ከስልጣን ስላልተባረሩ ወይም ስለማይባረሩ "ብዙ ሳይጽፉ ሊያረጁና ሊሞቱ" ይችላሉ የሚል ነው። በአንድ ወቅት ከኢህአዴግ ጋር ሲሰራ የነበረው ኤርሚያስ ለገሰ በተከታታይ የሚፅፋቸው መፅሃፍት በማስረጃ የታገዙ እና ኢህአዴግን ውስጠ ፓርቲ አሰራር ገላልጠው የሚያሳዩ መሆናቸው የዝጉን ኢህአዴግ የቤታ ቤት አሰራር መጭው ትውልድ እንዲያይ ያገዙ ናቸው፡፡በተመሳሳይ ሐብታሙ አያሌው የፃፈው መፅሃፍም የሰጠን ነገር አለ፡፡እጅግ በርካታ የሚተቹ ነገሮች ቢኖሩበትም የበረከት ሰምኦን "የሁለት ምርጫዎች ወግ" ጥሩ ጅማሮ ነው። ራሱ በረከት እንዳለው "ከኢህአዴግ ሰፊ ታሪክ በትንሽዬ ጭልፋ" የጨለፈውን ታሪክ እንደጻፈ ነግሮናል። ሆኖም በረከት መፅሃፍ ሊፅፍ ከተቀመጠ አይቀር ለትውልድ እውነት እውነቱን ቢፅፍ ደግ ነበር፡፡ ነገር ግን እሱም ወግቶ እንዳባረራቸው የደርግ ባለስልጣናት ከእውነት ተፋትቶ የሚመራውን ፓርቲ ብፅዕና በመስበክ አምስት መቶ ገፆችን እና የአንባቢን ሰዓት ማባከኑን መርጧል፡፡ በኢህአዴግ እጅ ደግሞ ብዙ መተረክ ያለበት የሃገርና የህዝብ፣ ጉዳይና ታሪክ አለ። የኢህአዴግ ሰዎች በጊዜ ቢያስቡበት ይሻላል። መጪውን ትውልድ የታሪክ ደሃ አድርገውት እንዳያልፉ እሰጋለሁ።

[28] የክፍሉ ታደሰ "ያ ትውልድ" የኢህአፓ ታሪክ በሶስት ቅጽ፣ አንዳርጋቸው አሰግድ የመኢሶን ታሪክ "በአጭር የተቀጨ ረጅም ጉዞ፣የማሌሪድ መሪ የተስፋዬ መኮንን "ይድረስ ለባለ ታሪኩ" በዋንኛነት የሚጠቀሱ ናቸው። እስካሁን የውስብስቡን ሰው የዶክተር ሰናይ ልኬንና የድርጅቱን የወዝ ሊግ እውነተኛ ታሪክ የጻፈው አለመገኘቱ የሚያሳዝን ነው። ከዚህ ውጭም በድርጅት ታሪክነት ባይሆንም በተለያዩ መንገዶች ኢህአዴግም የድርጅቱን ታሪክ ቢጽፍ ምን ሊመስል እንደሚችል ጥቆማ የሰጡ ጽሁፎችን የያዙ መጣጥፎችን "ተራራውን ያንቀጠቀጠው ትውልድ" በሚሉ አምስት ቅጽ መጽሃፎች ውስጥ በቀረቡት የህወሃትና የኢህዴን ታጋዮች ታሪኮች ማየት ችለናል።

ተመርምረው የራሳቸውን ወገን ታሪክ የማያጎድፈውን እየለዩ ነው።[29] እንደዛም ሆኖ ታሪካዊ ትርጉማቸው ቀላል አይደለም።

በቅርቡ ደግሞ የደርግ መንግስት ከፍተኛ ባለስልጣናት ስለአብዮቱ የጻፉትን መጽሃፎች ተመለከትሁ።[30] የሌሎች የፖለቲካ ድርጅት መሪዎች ከፃፏቸው መፅሃፎች በከፋ መልኩ እራሳቸውን፣ መንግስታቸውንና ድርጅታቸውን የሚከላከሉ ሆነው አግኝቻቸዋለሁ። በመጽሃፋቸው ያካተቷቸው ጭብጦችና መረጃዎች የራሳቸውን ወገን የፖለቲካ ትክክለኛነት ለማረጋገጥ የመረጧቸውን ብቻ ነው። ትልልቅ በሚሏቸው በአደባባይ በሚታወቁ ጉዳዮች ላይ ብቻ እንጂ ከትልልቆቹ ጉዳዮች ጀርባ ስለነበሩ እነሱ ብቻ በሚያውቋቸው ሃቆች ላይ አያተኩሩም።[31]

[29] "ያ ትውልድ" በክፍሉ ታደሰ፣ "በአጭር የተቀጨ ረጅም ጉዞ" በአንዳርጋቸው አሰግድ፣ በቅርቡ ደግሞ "ትግላችን" በኮሎኔል መንግስቱ እንዲሁም "እኛና አብዮቱ" በሻምበል ፍቅረስላሴ ወግደረስ የተጻፉ መጽሃፎች በተወሰነ ደረጃ ተመሳሳይነት አላቸው። ይህ ተመሳሳይነት በዋንኛነት የሚገለጸው በመጽሃፎቹ ውስጥ በሚታየው ድርጅታዊ ተከላካይነት ነው። በተወሰነ ደረጃ ያልኩት ግን ያለምክንያት አይደለም። ክፍሉ ታደሰ በመጽሃፉ መግቢያ ላይ ከመጀመሪያው ቃል እንደገባው ያተኮረው በተቻለ መጠን ነገሮችን እንደነበሩ በማቅረቡ ስራ ላይ ነው። ብዙ ኢህአፓንም ሆነ የኢህአፓን ባላንጣዎች ማንነትና ድርጊት ለመተንተን ሙከራ አላደረገም። ያንን አለማድረጉ በበኩሌ "ጉዳት አለው" የሚል ዕምነት አለኝ። በዚህ የተነሳ ብዙም አወዛጋቢ የሆኑ ነገሮች በውስጡ ማግኘት ያስቸግራል። የሚያወዛግብ ነገር ካለም በጭብጦች ዙሪያ ያሉ ጉዳዮች ስለሆኑ በማጣራት ሊቃለሉ ይችላሉ። የአንዳርጋቸው አሰግድ መፅሃፍ በአጻጻፉና በታሪክ ሰነድነት በያዛቸው ጉዳዮች ድንቅ መፅሃፍ ነው። ይህም ሆኖ መኢሶንን እንደ ድርጅት ለመከላከል ብዙ ቀለም የጠፋበት መፅሃፍ ነው። አንዱ ምክንያት መኢሶን በቀላሉ መልስ ሊሰጥባቸው የማይችላቸው በርካታ አወዛጋቢ ታሪኮች ያሉት ድርጅት ከመሆኑ የመጣ ይመስለኛል። የመጽሃፎቹ ድክመት ነው ብዬ የጠቆምኩት ነገር በምንም አይነት ሁለቱም ጸሃፊዎች ያከናወኑት ተግባር ግዙፍነት አሳንሰን እንድናይ ሊያደርገው አይገባም። ሁላችንም ባለውለታነት ሊሰማን ይገባል ባይ ነኝ። ከዚህ ውጭ ግን ከላይ በማስታወሻ ቁጥር 22 እንደጠቀስኩት ኢህአዴግ ታሪኩን ባይጽፍም፣ ሲጽፍ ምን ሊመስል እንደሚችል ፍንጭ አይተናል። "ተራራውን ያንቀጠቀጠው ትውልድ" ከሰጠን ፍንጭ ተነስተን ከሌሎቹ ድርጅቶች የተሻለ አቀራረብ እንደማይኖረው ግልጽ ነው። ተራራውን ያንቀጠቀጠው ትውልድ የግለሰቦችን አስገራሚ፣ አስደናቂና አሳዛኝ የአብዮቱ ዘመን ታሪኮች እየወሰደ ሌሎችን ድርጅቶች ለማጥቂያና የራስን ትክክለኛነትና አርቆ ተመልካችነት ለማሳያ ሲጠቀምበት ልብ ላለ ሰው መጪው የኢህአዴግ ድርጅታዊ ታሪክ ምን ቅርጽና ይዘት ሊይዝ እንደሚችል መገመት አያስቸግርም። በተለይ አሸናፊነትን የትክክለኛነት ማረጋገጫ አድርጎ በሚያይ ጭንቅላት ስለሚጻፍ ከሁሉም የፖለቲካ ድርጅቶች በደደነ የብጹእነትና የትክክለኛነት ትረካ ሊሞላ እንደሚችል ካሁኑ መገመት ይቻላል። እንደዛም ሆኖ መሪዎቹ የድርጅቱን ታሪክ በጋራም ይሁን በግል ወይም የሚመለከተውን አካል በጊዜ መስርተው ለትውልድ ጽፈው ቢያስረክቡ ትልቅ ታሪካዊ ክንውን ይሆናል። ጊዜ ባለፈ ቁጥር የሚያሳስብ እየሆነ እየመጣ ነው።

30 ከላይ የጠቀስኳቸው የኮሎኔል መንግስቱንና የሻምበል የፍቅረ ስላሴ ወግደረስ መፅሃፍት ይመለከታል።

31 የኮሎኔል መንግስቱና የሻምበል ፍቅረስላሴ መፅሃፍት ከማንም በላይ እጅግ በርካታ በሆኑ ጉዳዮች ላይ በቀላሉ መልስ ለመስጠት በማይችሉ ሰዎች የተጻፉ ናቸው። በታሪክ ስም የተጻፉ ናቸው ቢሉንም ዓላማቸው ታሪክን ለትውልድ ማስተላለፍ ብቻ ሳይሆን እራስን፣ ቡድንና ድርጅትን በመከላከል ከፉኛ የተጠመዱ ናቸው። የኮሎኔል መንግስቱ መፅሃፍ በአጻጻፉ ድንቅ መፅሃፍ ነው። በርካታ ትውልድ ሊያውቃቸው የሚገባ ታሪካዊ መረጃዎችንና ሃቆችን ያካተተ ነው። የማንበብ አቅም ያለው ሁሉ ሊያነበው

ትልልቆቹ የመንግስት ባለስልጣናትና የኢትዮጵያ የፖለቲካ ድርጅት መሪዎች ታሪክን እንደወረደ አይጽፉም። መጠበቅ ያለባቸው ምስል፣ መከላከል ያለባቸው መስመር፣ መደበቅ ያለባቸው ሚስጥርና ወንጀል አለ። ለአንባቢ የሚቀርበው መፅሃፍ በታጠቡ፣ በተወለወሉና በታከሙ ጭብጦች የተሞላ ነው። በሚጽፉት ታሪክ ዙሪያ የተሟላ ስዕል ማግኘት አይቻልም። [32]

የሚገባ ነው። ይህ መፅሃፍ ሁለት ድክመቶች አሉት። የመጀመሪያው ድክመት የአብዮቱን የመጀመሪያ ዘመን ከአብዮት በኋላ በመጡና የአብዮቱ የግራ ምሁራን ለወታደሮቹ ባስታጠቋቸው ርዕዮተ-ዓለም አይን ለማቅረብ መሞከሩ ነው። ይህ አቀራረብ ለኋለኞቹ ዘመኖች ሊሰራ ይችል ይሆናል። ለመጀመሪያዎቹ ዘመናት ደርግና እነ ኮሎኔል መንግስቱ ለሰሯቸው በጎም ይሁን መጥፎ ተግባራት የግራ ርእዮተአለም የነበረው ቦታ ውስን መሆኑን ለምናውቀው "ታሪካቸውን በትክክለኛውና በዛ ወቅት በነበራቸው መነጽር አላቀረቡትም" የሚል ስሜት እንዲሰማን የሚያደርግ ነው። "ድርጊታቸውን የገዙትን የዘመኑንና የራሳቸውን አመለካከት ባለመጻፋቸው የመጽሃፉን ታሪካዊ ፋይዳ ቀንሶታል" ብዬ አምናለሁ። ሁለተኛው ድክመት በፍጹም የብጹእነት መንፈስ መጻፉ ነው። "እዚህ ቦታ እንከን ወይም ስህተት ነበር" የሚል ነገር የሌለበት መፅሃፍ መሆኑ ነው። እንደ ደርግ ብዙ ስራ ያልሰሩትና ያልፈፀሙት ትልቅ ስልጣንና ሃላፊነት ያልነበራቸው የኢህአፓና የመኢሶን መሪዎች ትንሽም ቢሆን ስለስህተት የሚያወራ መፅሃፍ ሲጽፉ በዛ ቀውጢና አስቸጋሪ ወቅት በሃገሪቱና በህዝቡ እጣ ላይ በርካታ ውሳኔዎች በመወሰንና ተግባራዊ በማድረግ ፍፁማዊ ስልጣን የነበራቸው ግለሰብ ምንም ስህተት እንዳልተሰራ አድርገው መፃፋቸው፣ ጥረታቸው "ትውልድን አስተማሪነቱ ምኑ ላይ ነው?" የሚል ትልቅ ጥያቄ የሚያስነሳ ነው። ስህተት ስል ቴክኒካልና የአፈጻጸም ስህተቶች ማለቴ አይደለም። ከዕውቀት ማነስ፣ ከኋላቀር ባህል ካለመላቀቅ፣ አርቆ ካለማየት፣ ከራዕይ ውሱንነት፣ ከግል ስሜት ፍላጎትና ጥቅም፣ ከግለሰባዊ ስነ-አዕምሯዊና ባህርያት የመነጩ ድክመቶችንና ስህተቶችን ከራስ ጋር እየተሟገቱ የተጻፈባቸው አይደሉም ለማለት ነው። ይህ ለኮሎኔል መንግስቱ ብቻ ሳይሆን ለሁሉም ዋናዎቹ የአብዮት ዘመን የድርጅት ዋናዎቹ ተዋናያንና ደራሲዎች ሁሉ የሚሰራ ሂስ ነው። በላቀ መልኩ ግን ለኮሎኔል መንግስቱና ለሻምበል ፍቅረስላሴ የሚሰራ ነው። በተለይ ደግሞ የሻምበል ፍቅረስላሴ ወግደረስ መፅሃፍ ስለ አብዮቱ የተጻፉ በርካታ መጽሃፎችን ለማንበብና ሁሉን ነገር በእርጋታ ለማየት ከሚያስችል ረጅም ጊዜ በኋላ የተጻፈ መፅሃፍ ሆኖ ሳለ ፀሃፊው "ራሱንና የደርግ ጓዶቹን ለመከላከል" በሚል ስሜት ብቻ ነገሮችን ግራና ቀኝ ሳይመለከት ሰፋ ካለ የፖለቲካና የታሪክ እይታ አለመፃፉ በጣም አሳዝኖኛል። ሃዘኔታዬ እንዳለም ሆኖ ሁለቱም የደርግ ከፍተኛ ባለስልጣናት ብእርና ወረቀት አገናኝተው መፃፋቸውን ወድጄዋለሁ። ወደፊት እንፅፉቸዋለን በሚሏቸው መፅሃፎች ዙሪያ ግን በደንብ ቢያስቡበት ጥሩ ነው።

32 ፖለቲካችን ከአመጽ አዙሪት ወጥቶ በፖለቲካ ምክንያት መንግስት የሚፈጽማቸው የሰብዐዊ መብት ገፈፋዎች፣ ግድያዎች፣ እስራቶችና ሌሎች በድብቅ የሚሰራቸው እኩይ ተግባራት እስካልተወገዱ ድረስ የመንግስት ሆኑ የድርጅት መሪዎች በወንጀል ሊያስጠይቃቸው ወይም በህዝብ ፊት በከፍተኛ ደረጃ ሊያስንቃቸውና ሊያስጠላቸው የሚችልን በእነሱ ሃላፊነትና መሪነት የተፈጸመን ግፍ፣ በደል፣ ክህደትና ወዘተ በዝርዝር ሊያቀርቡልን እንደማይችሉ ግልጽ ነው። ለዚህ አባባሌ የሻምበል ፍቅረስላሴ ወግደረስ መፅሃፍ ጥሩ ማስረጃ ነው። (ፍቅረስላሴ ወግደረስ፣ 2006፣እኛና አብዮቱ፣ፀሃይ አሳታሚ ድርጅት፣ አዲስአበባ) ኢህአፓ የገደላቸው ሰዎች የሚል የስም ዝርዝር አስቀምጦልናል። ከገጽ 275- 296 ባጠቃላይ 271 ሰዎች ናቸው ይለናል። በገፅ 325- 326 ላይ ከነዚህ መሃከል የሻለቃ መንግስቱ ኃይለማሪያም ቡድን እነ ጀነራል ተፈሪ በንቲን በገደለበት እለት ቤተመንግስት ውስጥ በሻለቃ ዮሃንስ ትኩ የተገደሉትን ሰዎች(መንግስቱን በግድያው ሲያማክርና ሲያደፋፍር የነበረውን ዶ/ር ሰናይ ልኬን፣ የመንግስቱን የግድያ ትእዛዝ ፈጻሚ የነበሩትን፣ ሌ/ኮሎኔል ዳንኤል አስፋውን፣ የሃምሳ አለቃ ዳምጠው ዳንጉልን፣ የምክትል አስር አለቃ በላቸው አርጋውን) ሞት ሳይቀር ኢህአፓ ከገደላቸው ሰዎች የስም ዝርዝር ውስጥ ጨምሮታል። ሻለቃ ዮሃንስ ግድያውን የፈጸመው በወታደሮች ተይዞ ሲሄድ "መገደሌ አይቀርም" በሚል የአልሞት ባይ ተጋዳይነት እንደሆነ ሻምበል ፍቅረስላሴ እዛው መጽሃፉ ውስጥ ጽፏል። ሻለቃ ዮኃንስ የዛኑ ቀን እዛው ቤተመንግስት ውስጥ ከተገደሉት የደርግ አባላት ከነመቶ አለቃ አለማየሁ ጋር ቅርበት ስለነበረው የኢህአፓ ሰው ሳይሆን አይቀርም ነበር ይለናል። መሆኑን ግን ምንም

"የአብዮቱ" ታሪክ እነዚህ የፖለቲካ መሪዎች ከሚጽፉት በላይ ሰፊ፣ ጥልቅና ውስብስብ ነው። "አብዮት" እንደ መሆኑም በሚሊዮኖች የሚቆጠሩ ዜጎች የተሳተፉበት ታሪክ ነው። ይህ ታሪክ ከሌሎች ነገሮች በተጨማሪ፣ አሁን ከተያያዝነው ትረካ በላይ ሰፋ ተደርጎ ህሊናንና አእምሮን የድርጅት ቁራኛ ሳያደርጉ ሊጻፍ የሚገባው ታሪክ ነው። አሁን በተያዘው መንገድ ከቀጠልን አዲሱ ትውልድ የሚወርሰው የተበጣጠሱ የየድርጅቶቹን የፈጠራ ታሪኮችን እንጂ የሃገሩንና የማህበረሰቡን ታሪክ አይሆንም። ይህ ደግሞ ቀደም ብዬ የገለጽኩትን ማህበራዊ ጉዳት የሚያባብሰው ይሆናል። ይህ ችግር በቀላሉ የማይፈታ በመሆኑ የጋራ መፍትሄ ያሻዋል።[33]

ማስረጃ የለውም። ከዚህ በተጨማሪም ከነዚህ ኢህአፓ ገደላቸው ብሎ ከዘረዘራቸው 271 ሰዎች መሃል በአሰቃቂ ሁኔታ ተገደለ በሚል በሃዘኔታ የሚጽፍለት ተመስገን ማዴቦ፣ "ማዴቦ ስኳድ" በሚባል የነፍሰ ገዳይ ቡድኑ አማካይነት በአዲስ አበባ ከተማ ውስጥ ለብቻው የገደለው የከተማ ወጣት ከ271 በላይ እንደሆነ ግን ሻምበል ፍቅረስላሴ ሳያውቅ ቀርቶ አይደለም። ከኤርትራ ናቅፋ አንስቶ እስከ ኦጋዴን ሃርጌሳ ከዱብቲ እስከ ጋምቤላ በደርግ ታጣቂዎች፣ ተባባሪዎችና ደጋፊዎች በነፃ እርምጃ ስም ደርግ የፈጀውን በመቶ ሺህ ሊጠጋ የሚችል፣ አዲስ አበባ መሃል ቤተ መንግስቱ ስር፣ ከ8 ልጆች እናት፣ የ9 ወር እርጉዝ ሴትና ከአንድ ቤት አራት ልጆችን ያካተተ ዕልቂት ላይ አንድ መስመር አልፃፈም።(ደርግ በራሱ ሬድዮና ቴሌቪዥን የአንድ የደርግ ወገን ሞት በአንድ ሺህ የአናርኪስቶች ሞት እንደሚመነዘረው ደጋግሞ መግለጫና ማስፈራሪያ በግልጽ ሰጥቶ ነበር። በተግባርም አውሎታል። በዚህ የራሱ የደርግ ስሌት እንኳን ብንሄድ ኢህአፓ 271 የደርግ ሰዎችን ከገደለ ደርግ የገደለው አናርኪስት ብዛት 271,000 ነበር ማለት ነው።) ሻምበል ፍቅረስላሴ ስለደርግ ግድያዎች አልፎ አልፎ ከጻፈም፣"ሌሎች ገፋፍተውን ነው። ተንኩሰውን ነው። ስልጣን ፈልገው ነው።" እያለ ነው የሚጽፈው። ከ50 በላይ ቁጥር የነበራቸውን የቀድሞ መንግስት ባለስልጣናት ግድያ "ጀነራል አማን አንዶም ሰበብ ሆኖ እንድንገላቸው አደረገን" በሚል መልኩ ነው የቀረበው። ለምን? ገዳዮቹ፣ ጨካኞቹ፣ ደም የጠማቸው፣ ኢህአፓና ሌሎቹ እንጂ የሱ ደርጎች በአፋቸው የወይራ ቅጠልና የዘንባባ ቅርንጫፍ ይዘው የሚዞሩ የሰላም እርግቦች እንደነበሩ አይነት አቀራረብ ከዚህ ሁሉ ዘመን በኋላ ምን ሊፈይድ?" እውነተኛውን ታሪክ ለትውልድ አስተላልፋለሁ" ብሎ ተነስቶ የደርጉን በጎና መልካም ህልሞችና ሙከራዎች ብቻ ሳይሆን ድክመቱን፣ የተመከሮና የዕውቀት ማነስን፣ ጭካኔና ግድያውን በወጉ አለመጻፍ ተገቢ አይመስለኝም። ታናሽ ወንድሜ በደርግ ተገድሏል። የነበርንበትን ዘመንና የሁላችንንም የጨካኝነት የባህል መሰረትና ለጨካኝነት የተመቻቸ የፖለቲካ አመለካከት ስለማውቀው ማንንም የደርግን አባል የመወንጀል የሞራል የበላይነቱ እንደሌለኝ አውቃለሁ። "እኔ ነበርኩ የገደልኩት" የሚል ሰው ቢመጣም "እኔም አንተን ባገኝህ እገድልህ ነበር" ብዬ ሃቁን ነግሬ፣ ፈቃደኛ ከሆነ አብሬው ሻይ ጠጥቼ ተጨባብጬ ለመለያየት የምችልበት የግንዛቤ ደረጃ ላይ ደርሻለሁ። ስለግድያ ብቻ አይደለም የማወራው መሰረታዊ በሆኑ የፖለቲካ ጥያቄዎች ላይ የወሰዱትንም የተሳሳቱ ውሳኔዎችንም ሻምበል ፍቅረስላሴ በደንብ ማየት አልቻለም ወይም አልፈለገም። አንዳንዶቹን እንደ አስፈላጊነቱ በዚህ መልኩ እያነሳሁ በምሳሌነት አቀርባቸዋለሁ። የደርግ ሰዎች እውነተኛ ታሪካቸውን በድፍረት መጻፍ አለባቸው። የሚጽፉት የእነሱን የግለሰቦቹን ታሪክ ብቻ አይደለም። የሃገርም፣ የህዝብም ታሪክ ነው። የሃገርን ታሪክ እራስን በመከላከል መልኩ መጻፍ ተገቢ አይደለም። እውነቱን በመናገራቸው ክብር እንጂ ውርደት እንደማያተርፉ ሊያውቁት ይገባል። ከደረሰባቸው ሽንፈት ትንሽም ማፅናኛና ማስተዛዘኛ የሚሆን ድል ሊያገኙ የሚችሉት ለትውልድ አስተማሪ የሆነ ሃቀኛ ታሪክ ትቶ በመሄድ ብቻ ነው። እውነቱን በመናገራቸው ሊደርስባቸው ከሚችለው ጥቃት ታሪክን በዚህ መንገድ የምናይ ሰዎች ልንከላከልላቸው እንደምንችል ሊያውቁት ይገባል። "እንዲህ የምናስብ ሰዎች ቁጥራችንም ትንሽ ነው" የሚል ዕምነት የለኝም። "አብዛኛው አዳማጭና አንባቢ ደደብ አይደለም" በሚል እምነት፣ ሁላችንም በድፍረት መጻፍ ይኖርብናል።

[33] *የተለያዩ ድርጅት መሪዎችን ወይም አዋቂዎችን በአንድ አይነት የታሪክ ኮንሶርቲየም መልኩ አደራጅቶ ታሪክን እየተወያዩና እየተከራከሩ በጋራ እንዲጽፉ ማድረግ መፍትሄ ሊሆን ይችላል። ያለበለዚያ ሁሉም የፈጠራ ስራቸውን በታሪክ ስም ለትውልድ ትተው መሄዳቸው ነው። እነሱ ከሄዱ በኋላ ደግሞ የሚያስተካክለው አይኖርም።*

በተለይ ከ1966 በኋላ ወደድንም ጠላንም ዘመነ ነገስታትና መሳፍንት አብቅቶ ወደ ዘመነ ህዝብ ተሸጋግረናል። የፖለቲካ ባለስልጣናቱ እየገዙን ያለው "በእግዚአብሄር ተቀብተናል" እያሉ አይደለም። ህዝብ መረጣቸው አልመረጣቸውም በህዝብ ስም ነው። የሚሰሩትን ጥሩም ይሁን መጥፎ ስራ የሚሰሩት በህዝብ ስም ነው። አንዳንዶች ሌላው ቀርቶ የሚለብሱትን ልብስ፣ የሚኖሩበትን ቪላ፣ የሚሄዱበትን መኪና ሳይቀር "የምንለብሰው፣ የምንኖርበትና የምንሄድበት ህዝብ ስለሚወደውና ህዝብ ደስ እንዲለው ነው" ብለውኛል።[34] ስለዚህ የታሪክ ትረካችን አሁንም እንደ ዘመነ መሳፍንት የጥቂት ከፍተኛ ካድሬዎች ውዳሴ ታሪክ ብቻ ሆኖ ሊቀጥል አይገባውም። ዘመኑን ማንፀባረቅ አለበት። የብዙሃኑ፣ የጉንዳኑ፣ የመልክ የለሹና ስም የለሹ ባተሌ ታሪክ ተገቢውን የታሪክ ቦታና ክብር ሊያገኝ ይገባዋል።

ትንሽ እድገት እየታየ ያለው፣ ከሌላው ዘመን የበለጠ በርከት ያሉ ዜጎች የግል ታሪካቸውንና በታሪካቸው ላይ የተመሰረቱ ልብ-ወለድ መፅሃፎች መፃፍና ማሳተም መጀመራቸው ነው።[35] በተለይ ከነዚህ መሃል ትልልቅ ስልጣንና ሃላፊነት ደረጃ ላይ ያልነበሩ ተራ ዜጎች ትረካዎች ይገኙበታል። ይህ በመሆኑ ማህበረሰባችን የትልልቅ ሰዎችን ታሪክና

[34] በ1983 በኢህአዴግ አመራር ስብሰባ ላይ የኔ አለባበስ፣ በተለይ በቴሌቪዥን ኢንተርቪው ስሰጥ የነበረኝ አለባበስ፣ ራሱን የቻለ አጀንዳ ሆኖ ቀረበ። "ሙሉ ሱፍ ልብስ መልበስና ክራቫት ማድረግ አለብህ" ተባልኩ። "እንደዛ አይነቱ አለባበስ ከተራው ህዝብ የሚያርቅና ሰው እንዳይቀርበን የሚያደርግ ነገር አለው" የሚል ክርክር አቀረብኩ። "እንዲህ አይነቱን አለባበስ ህዝብ የሚወደው ስለሆነ መልበስ" አለብህ ተባልኩ። ህዝብ እንደሚወደው የተረጋገጠበትን ማስረጃ እንዲሰጠኝ ጠየቅሁ። "ከአብዛኛዎቻችን አስተያየት ሌላ ምን ማስረጃ እንዲቀርብልህ ፈለግህ?" የሚል መልስ ተሰጠኝ። እልህ ተጋብቼ "ሱፍ መግዣ የለኝም። ስለዚህ ምንም ማድረግ አልችልም" ብዬ መለስኩ። ከኢህአዴግ "ካዝና" 2000 ብር ለሙሉ ልብስ፣ ለሸሚዝና ክራቫት ወጭ እንዲደረግ ወስነው ሰበቤን ውድቅ አደረጉት። ሌሎችም የአኗኗራችን ሁኔታ "ህዝብ የሚጠብቀው ነው እየተባለ ከህዝብ የራቀ መሆን የጀመረው ሁሉን ነገር ወሳኝ ህዝብ የሆነበት ዘመን በመግባቱና ህዝብን ለሁሉም ነገር ምክንያት ማድረግ በመጀመሩ ነው። በእንዲህ አይነቱ ዘመን ህዝብን ያላማከለ የታሪክ አጻጻፍ ሊኖር አይገባም። ሪቻርድ ፓንክረስት የኢትዮጵያ ማህበራዊ ታሪክ በሚለው መጽሃፉ ውስጥ ቀደም ባሉት ዘመናት የእጅ ስራ ዕውቀትና ጥበብ የነበራቸውን ሰዎች ስማቸውን ጠቅሶ እንደጻፈ አስታውሳለሁ። በጣም ተገርሜም ተደስቼም ነበር። መታወስ በመቻላቸው። ጎንደር እያደገች የነበረች ከተማ በነበረችበት ከመቶዎች አመታት በፊት በነበረው ዘመን ላይ ነው የጻፈው። (መጻሃፉ በእጄ የለም) አሁንም በታሪክ ፊት ከጊዜ በኋላ በትልቅነታቸው የሚታወሱ የግንባታ ስራዎች እየተካሄዱ ነው። አባይ ግድብ ላይ ስለሚሰሩት መሃንዲሶች፣ የቀን ሰራተኞች፣ ለእነዚህ ሰራተኞች ምግብ እየሰሩ ለመሸጥ ጠጋ ስላሉ ነጋዴዎች፣ ሌሎችም የሰራተኛውን ማህበራዊ ህይወት፣ ማንነት፣ ሙያን፣ ችሎታንና አመለካከት በጊዜ መመዝገብ ካልተቻለ ግድቡ እንደተለመደው በአንድ ግለሰብ ስም ብቻ የሚታወስ ሆኖ ይቀራል። የአክሱም ሃውልት ዘመን ንጉሶች እንጂ ሃውልቱን ስለሰሩት ሰዎች ትውልድ ምንም እንደማናውቅ ግድቡን ስለገነቡት ጉንዳኖችም መጪው ትውልድ ምንም የማያውቅ ይሆናል። በአክሱም ዘመን ያ መሆኑ የማይደንቅ ነው። በዚህ "ዘመነ ህዝብ" በምንለው ዘመን ግን ታሪካዊ ነውር ነው።

[35] በግል ታሪክ መልኩ የተጻፉት ከቀድሞ ባለስልጣናት የፊታውራሪ ተክለሃዋርያት፣ የራስ እምሩ፣ የዘውዴ ገብረስላሴ፣ የዘውዴ ገብረ ህይወት፣ የኢህአፓ አባላት፣ እንደ"tower in the sky" በህይወት ተፈራ ፣ የኢህአሰ ልጆች ስለ ሜዳ ህይወታቸው፣ እንደ "የአሲምባ ፍቅር" በካህሳይ አብርሃ፣ ሌሎችም ስማቸውን የማላስታውሰው ስለእስር ቤት ትውስታቸው፣ እንደ "ምርኮኞች" በቆንጅት ብርሃን፣ አይነት ታሪካዊ ልብወለድ መፅሃፍትና ሌሎችም ማለቴ ነው።

የትልልቅ ኩነቶችን ትረካ ብቻ ሳይሆን የተራ ዜጎችን ትረካ ማንበብ ጀምሯል። ይህ አጻጻፍ በየዘመኑ ስለሆኑና ከትልልቅ ድርጊቶችና ክንዋኔዎች ጀርባ ስለነበሩ ጥቃቅን እንቅስቃሴዎች ዕውቀት እንዲኖረን ማድረግ እያስቻለ ነው። ለወደፊትም ታሪክን ሰፋ አድርገው ለማየት ለሚፈልጉ የታሪክ ተመራማሪዎች እነዚህ የዜጎች የግል የታሪክ ማስታወሻዎች ትልቅ የመረጃ ምንጮች ሆነው ያገለግላሉ።

ከዚህ በላይ ባስቀመጥኩት የታሪክ አጻጻፍ እይታ አንድ ግለሰብ የሃገሩን ታሪክ ዕድሜውን ሙሉ ቢደክም ጽፎ ሊጨርሰው የሚችል እንዳልሆነ እረዳለሁ። በትልልቅ ሰዎች ታሪክ ላይም የሚያተኩሩ ጽሁፎች ለምን መጻፍ እንዳለባቸው፣ ለምንስ ትልልቅ ሃላፊነት የነበራቸው ሰዎች በታሪክ ትረካ ሰፋ ያለ ቦታ እንደሚሰጣቸው ይገባኛል። በዚህ የተነሳም "የአንድ ህዝብ የተሟላ ታሪክ ትረካ የብዙ ሺዎች ጸሃፊዎች የጋራ ስራ እንጂ የጥቂት ፕሮፌሽናል ታሪክ ጸሃፊዎች ስራ ብቻ ሊሆን አይችልም" የሚል ዕምነት አለኝ።

አንዳንዶቹ ፕሮፌሽናል ታሪክ ጸሃፊዎች በትልልቅ ሰዎችና ኩነቶች ላይ የሚያተኩሩበት ምክንያት ይገባኛል። ሁሉን ነገር ያካተተ ነገር ለመጻፍ የእይታ ችግር ስላለባቸው ብቻ እንዳልሆነም አውቃለሁ። በህይወት ዘመናቸው መጻፍ የሚችሉት በተወሰኑ ጉዳዮች ላይ ብቻ ስለሆነም ጭምር ነው። አንድ ሁነኛ የታሪክ መፅሃፍ ለመጻፍ፣ ለጥናትና ምርምር፣ ለዝግጅት አመታት የሚፈጅ ስራ አለው። ሁለትና ሶስት፣ በትልልቅ ጉዳዮች ላይ የረቡ የታሪክ መጻሃፎች ጽፎ ማለፍ፣ ለአንድ የታሪክ ጸሃፊ ትልቅ ክንውን ነው። አቶ ዘውዴ ረታ ለዚህ ጥሩ ምሳሌ ናቸው።

ብዙ ጥናትና ምርምር የማይጠይቀው ጽሁፍ ግለሰቦች በቀጥታ ራሳቸው በተዋናይነት የተሳተፉበት ታሪክ ነው። በእማኝነት ያዩትንና የሰሙትን በሃቀኛነትንና በድፍረት ለመጻፍ ከመወሰን በስተቀር ሌላ ብዙ ጥረት አይጠይቅም። እንደ ታሪክ ጸሃፊዎች በጥናትና በምርምር፣ ጭብጦች በማጣራትና በማረጋገጥ ብዙ ጊዜ ማጥፋት አያስፈልገውም። "ለዚህ ነው የአንድ ሃገር የተሟላ ታሪክ ከፕሮፌሽናል ታሪክ ጸሃፊዎቹ ወይም የአካዳሚያው ሰዎች ይልቅ በራሳቸው ታሪክ ሰሪዎቹ እጅ ያለ ነው" ብዬ የማስበው። ከቅርብ ጊዜ ወዲህ ለህትመት የበቁ በዚህ መንገድ የተጻፉ ጥቂት መጽሃፎች እንዳሉ ቀደም ብዬ ገልጫለሁ። አንዳንዶቹ እንደ የልዑል ራስ እምሩና የፊታውራሪ ተክለሃዋርያት ማስታወሻዎች አይነቶቹ በባለሙያ ታሪክ ጸሃፊዎቻችን ከተጻፉት መፅሃፍት በላይ ትልቅ ትርጉም ያላቸው የታሪክ መጻሃፍት ናቸው።

የኢትዮጵያን ታሪክ በተመለከተ፣ ሁላችንም መረዳት ያለብን አንድ ትልቅና መሰረታዊ ቁም ነገር አለ።ይህ ቁም ነገር፣ ሁላችንም ሊያስማማ የሚችል አንድ ትልቅ "የኢትዮጵያ ታሪክ"

የሚል ርእስ ያለው መፅሃፍ ሊኖር እንደማይችል ነው። የኢትዮጵያ ታሪክ እንደ ሽንኩርት ነው። የተደራረቡ ቅርፊቶች ያሉት ነው። አንዱ ሲላጥ ከስሩ ሌላ ይወጣል። የኛ የታሪክ ቅርፊቶች እንደ ሽንኩርት ቅርፊቶች አንድ አይነት አይደሉም። የሚለያዩ፣ የሚቃረኑና የማይስማሙ ቅርፊቶች ናቸው። ቅርፊቶቹ የማይመሳሰሉ ግለሰቦችን፣ ቡድኖችን፣ የገፉና የተገፉ፣ ያዋረዱና የተዋረዱ አካላትን፣ የተገለባበጡ የበላይነትና የበታችነት ቦታዎችን፣ ስልጣንና ድሎቶችን (power and privilege)የሚያሳዩ ናቸው። እነዚህን በሙሉ በአንድ ትልቅ "የኢትዮጵያ ታሪክ" በሚል ሁሉም በሚስማማበት መፅሃፍ ማካተት አይቻልም።

ብዙ የሚቃረኑና የሚጋጩ የታሪክ ትረካዎች እንደሚኖሩን መገንዘብ ይኖርብናል። ኢትዮጵያ ብዙ ቀለማት፣ቅርጽና ይዘት ያላቸው የታሪክ ሂደት ውጤት ነች። ታሪኳም ከዚህ የተለየ አይሆንም። ታሪክ ስንጽፍ፣ ሌሎችም የጻፉትን ስናነብ በዚህ ቅኝት ማየት ይኖርብናል። "ለምን እኔ በማይበት መንገድ ብቻ ታሪክ አልተጻፈም" የሚል ቅሬታ ወይም ኩርፊያ ሊኖረን አይገባም። ታሪካችን እንደዛ ቀላልና ያልተወሳሰበ ስላልሆነ።

ምእራፍ 4.የኔስ ብዕር ምን ሊፈይድ?

እኔ ለመጻፍ የተነሳሁት ታሪክ፣ ራሴ የተሳተፍኩበትን ታሪክ ነው። በዚህ ጽሁፌ ዋንኛው ትኩረቴ "በአብዮቱ"ና የአዲስ አበባውን የኢህአፓ (የኢትዮጵያ ህዝብ አብዮታዊ ፓርቲ) ታሪክ በተመለከተ ነው። እድሉን ካገኘሁ በሌሎች በርካታ ጉዳዮች ላይ መጻፌን እቀጥላለሁ።

እኔ በኢህአፓ ውስጥ ትልቅ ሃላፊነት የነበረኝ አባል አልነበርኩም። በድርጅቱ መዋቅር ሁለት ስብሰባዎች ከተሳተፍኩበት የቀጠና 4 የሪጂን ኮሚቴ አባልነት ያለፈ ሃላፊነትና ተሳትፎ አልነበረኝም። ብዙ ጊዜዬን ያጠፋሁት በተራ አባልነት በማደራጀቱ ስራ ላይ ነው። ሆኖም ግን የሪጅን ኮሚቴ አባልነቴን አቋርጬ ወደሌላ አይነት ስራ እንድሰማራ ከድርጅቱ መመሪያ ከተሰጠኝ ግዜ ጀምሮ ስለ ኢህአፓ ብዙ ነገሮችን የማወቅ እድል አግኝቻለሁ።

በዚያ የተለየ የታሪክ አጋጣሚ የትኛውም የኢህአፓ አመራርና አባል ማወቅ የማይችላቸውን ነገሮች ለማወቅ እድል አግኝቻለሁ። በተለያዩ ደረጃዎች የሚገኑ የድርጅቱን አመራሮችና ሁነኛ የስራ ድርሻ የነበራቸውን አባላቱን ማወቅ ችያለሁ። የተወሰኑ መሪዎቹን በቅርበት ለማጥናት ችያለሁ። ከፖለቲካ ብቃታቸውና አመለካከታቸው እስከ ግለሰባዊ ማንነታቸው የራሴን ትዝብት ወስጃለሁ።

ከተለያዩ የድርጅቱ አመራሮች ጋር በመነጋገር በመወያየት ኢህአፓ በአንድ አንድ የፖለቲካ ጥያቄዎች ላይ የያዛቸውን አቋሞቹንና ምክንያቶቹን በሚገባ ለመረዳት ችያለሁ። ለአንዳንዶቹ አመራሮች በነበረኝ ቅርበት የተነሳ ኢህአፓ ለአንዳንድ ድርጊቶቹ በአደባባይ ከሚሰጣቸው ምክንያቶች ጀርባ የነበሩትን የአመራሩን ስሜቶችንና ዝንባሌዎች ማወቅ ችያለሁ። ከዚህ በተጨማሪ ከስራዬ ባህርይ ጋር በተያያዘ በተለያዩና በበርካታ የድርጅቱ የከተማ ተግባራዊ እንቅስቃሴዎች ውስጥ ተሳትፌአለሁ።

እንደ ትልልቆቹ የኢህአፓ አመራሮች የድርጅቱን ታሪክ ከመጀመሪያ እስከመጨረሻው ማቅረብ አልችልም። ከአዲስ አበባ ውጭ ስለነበረው እንቅስቃሴ ምንም የማውቀው ነገር የለም። ቢሆንም ለኢህአፓ ወሳኝ በነበሩት ከ1968 የክረምት ወራት አንስቶ እስከ 1970 በነበሩት አመታት ዙሪያ ድርጅቱ በአዲስ አበባ ከተማ ውስጥ ስላከናወናቸው ተግባራት፣ ስለወሰዳቸው አቋሞች፣ በአመራሩ አካባቢ ስለነበሩ የወቅቱ ግንዛቤዎች ታሪካዊ ፋይዳ ያላቸውን የራሴን ትረካ ማቅረብ እችላለሁ። በጠቀስኩት የታሪክ ወቅት ክልል የኢህአፓ ታሪክን በተመለከተ በተጻፉ

መጽሃፎች ላይ የማያቸውን በርካታ የደረቅ መረጃ ስህተቶችን ማስተካከል የሚችል ዕውቀት አለኝ ብዬ አምናለሁ።[36]

የዚህ መፅሃፍ ዓላማ ባይሆንም ከደረቅ መረጃ በላይም የተሻገሩ የኢህአፓን ውሳኔዎችና እንቅስቃሴዎች መተንተን መገምገም የሚያስችል ተመክሮና ዕውቀት አለኝ ብዬ አስባለሁ። ይህን ተግባር ግን ራሱን በቻለ ሌላ መፅሃፍ ማስኬዱ የተሻለ ነው ብዬ ስለማምን ዋናውን ትኩረቴን በዚህ ጉዳይ ላይ አላደረግኩም። እግረ መንገዴን ግን እንዲህ አይነት ጉዳይ መነሳት ባለባቸው ወሳኝ ቦታዎች ሁሉ እያነሳሁ ለማለፍ እሞክራለሁ። “ለኔ የሚታየኝን የአዲስ አበባውን የኢህአፓ ታሪክ ለተሰዉ ወንድሞቼና ጓዶቼ ከሚኖረኝ ጭፍን ስሜት ውጭ ለትውልድ ማስተላለፍ አለብኝ” ብዬ አምናለሁ። ይህ ፅሁፍ የዚህ ዕምነት ውጤት ነው።

በዚህ መፅሃፍ ውስጥ ስለ ኢህአፓ የጻፍኩት በሙሉ በቀጥታ እኔ የማውቀውን ነው። በአይኔ ያየሁትን በጆሮዬ የሰማሁትን ነው። ከትረካዬ ውስጥ እኔ በቀጥታ የማላውቀው ሰዎች የነገሩኝ አንድ ከመቶም አይሆንም። በወሬና በስማ በለው የጻፍኩት ነገር አይደለም። የማላውቀውን አንድም ነገር አልጻፍኩም።

የኢህአፓ አባላት የነበርን ዝም ብለን ምድረ በዳ ላይ የበቀልን የቁልቋል ተክሎች አልነበርንም። የእምነት፣ የሞራል፣ የባህል፣ የዕውቀት መሰረት የነበረን፣ በተወሰኑ የኤኮኖሚና የፖለቲካ ነባራዊ እውነታዎች ውስጥ ያደግንና የጎለመስን ዜጎች ነን። ታሪካችንም በተገደልንበት ወይም በታሰርንበትና በተሰደድንበት የቁጥር ብዛት ብቻ የሚገለጽ አይደለም። የቀይ ወይም የነጭ ሽብር ሰለባ የስታትስቲክስ መረጃዎች ብቻ አይደለንም።[37] የኢህአፓ አባላት ታሪክ

[36] ደረቅ መረጃ ያልኩት፣ ኩነቶች የተከናወኑባቸውን ቀኖች ወሮች በተመለከተ፣ አንዳንዶቹ ራሱን የኩነቶቹን ሂደት በተመለከተ ማለቴ ነው። ክፍሉ ታደሰ በ"ያትውልድ" ሶስት ቅጽ መጽሃፉ የኢህአፓን ታሪክ በከፍተኛ ድካም ጽፎታል። ዝርዝርነቱና ውበቱ ድንቅ ነው። ባለውለታነቱ ኢህአፓ ለነበርነው አባላት ብቻ አይደለም። ለመላው የኢትዮጵያ ህዝብ ጭምር ነው። የኢህአፓ ታሪክ የኢትዮጵያ ህዝብ ታሪክም ጭምር ነውና። ያም ሆኖ ክፍሉ ራሱ ደጋግሞ እንደነገረን እሱ ራሱ በቀጥታ ከሚያውቃቸው ጉዳዮች ውጭ ያሉት ትረካዎች ሰዎችን በማነጋገር የተወሰኑ ጥናቶችን በማድረግ የተጻፈ ነው። መጽሃፉን በቅርብ ጊዜ ስራዬ ብዬ በድጋሚ ባነበብኩበት ወቅት ብዙ የመረጃ ስህተቶች እንደያዘ ለማወቅ ችያለሁ። ብዙ የቀናትና የዓመተ ምህረት ስህተቶች ይታያሉ። ይህ ስህተት መጽሃፉ እንደገና ሲታተም ከትየባ ጋር ተያይዞ የመጣ ችግር እንዳይሆን የሚል ጥርጣሬ ይዣለሁ። ያነበብኩት የ2007 እትሞችን ስለሆነ። እኔ በግሌ የማውቃቸው ጉዳዮች ላይ ያንን ያህል ስህተት ካለ መጽሃፉ በሂደት እያረማቸው መሄድ ያለባቸው ብዙ ነገሮች ይኖራሉ ብዬ አስባለሁ። ሁሉም የቀድሞ ይሁን የአሁኑ የኢህአፓ አባላት በቀጥታ የሚያውቋቸውንና ሆኖም ግን በክፍሉ መፅሃፍ ውስጥ በትክክል አልተቀመጡም የሚሏቸውን ሃቆች ለደራሲው በማሳወቅ በሚቀጥሉት ህትመቶች እንዲስተካከሉ ማድረግ ተገቢ ይመስለኛል። በበኩሌ እየጻፍኩት ባለው መፅሃፍ አማካይነት ስህተት ናቸው ብዬ የማስባቸው ነጥቦች የተቻለኝን ያህል ለማመላከት እሞክራለሁ።

[37] ሻምበል ፍቅረ ስላሴ ወግደረስ “እኛና አብዮቱ”፣ ገጽ 296 “ኢህአፓ በመኢሶን ድርጅት አባላት ላይ የሚፈጽመውን ግድያ መኢሶን “ነጭ ሽብር” ብሎ ሰየመው” ይላል። አገላለጹም ከመስከረም 1969

ትውልድ አይደናገር እኛም እንናገር

የፍጅት መጠን መግለጫ ቁጥሮች ከመሆን ያለፈ ታሪክ ሊኖራቸው ይገባል። ታሪካቸው ለዘመኑም ይሁን ለመጪው ትውልድ ትርጉም የሚኖረው ስማቸውን፣ ማንነታቸውንና ስሜታቸውን ማሳወቅ ስንችል ነው። እንደ ማናችንም የሚቆስሉ፣ የሚደሙ፣ የሚሰቃዩ፣ የሚወዱ፣ የሚጠሉ፣ የሚደፍሩና የሚፈሩ ፍጥረቶች እንደሆኑ ማሳየት ሲቻል ነው። የኢህአፓ አባላት ታሪክ በጥቂቶች በኢህአፓነት የሚታወቁ መሪዎችና ስሞች በተከወኑ ጥቂት ድርጊቶች ብቻ ተገልጾ የሚያልቅ አይደለም።

ጀምሮ የመኢሶን ልሳን በነበረው "በሰፊው ህዝብ ድምጽ" ላይ በስራ በተደጋጋሚ ውሏል" ይለናል። እውነቱ ግን ከ1967 ጀምሮ በየጊዜው ደርግ በሰራተኛ ማህበር መሪዎች፣ በመምህራን ማህበር መሪዎች፣ በተማሪ ሰልፈኞች፣ ከመሳፍንቱና ከባላባቱ ጋር እየቀላቀለ በተራማጅ ግለሰቦችና የኢህአፓ አባላት ላይ የሚወስዳቸውን እርምጃዎች ኢህአፓ በነጭ ሽብርነት ሲገልጸው እንደነበረ ይታወቃል። ይህ ቃል በስራ ላይ ለማዋል ኢህአፓ ላይ ደርግ በኦፊሴል የጥቃት አዋጅ በ1969 መስከረም ወር እስኪያውጅ አልጠበቀም። መኢሶኖችና ደርጎች በኢትዮጵያ ሽብር ተጀመረ የሚሉት ፍቅሬ መርድ በኢህአፓ የተገደለበትንና በሻለቃ መንግስቱ ኃይለማሪያም ላይ የመግደል ሙከራ በመስከረም 1969 ዓ.ም ላይ ኢህአፓ ካደረገበት ወቅት ተነስተው ነው። ከ1967 ጀምሮ ደርግ ይወስዳቸው የነበሩትን የግድያና የአፈና እርምጃዎች ሆን ብለው ከሽብር እርምጃዎች ሊያስገቡት አይፈልጉም። ምክንያቱም ግድያ የጀመረው እነሱ የደገፉት ደርግና በተባባሪነት እነሱም እንደሆኑ ስለሚያሳይ። ኢህአፓ ከ1969 በፊት አብዮታዊ የሆነውን ሁኔታ የሚያፍኑ ማናቸውንም የደርግ የእመቃ እርምጃዎች በነጭ ሽብር ስም ማቅረቡ ተገቢም ትክክልም ነበር። ለፀረ-አብዮት እርምጃ ወሳኝነት እድሜውን ሙሉ የሰለጠነው ወታደር እድሜያቸውን ሙሉ አብዮት ለማምጣት ጥረት ባደረጉ ሃይሎች ላይ የሚወስዳቸው እርምጃዎች በነጭ ሽብርነት ቢታዩ ነውር አልነበረውም። ደርግ "እርምጃዬ ቀይ ሽብር ነው"ሲል ነው ከታሪክ አንጻር ነውር መሆን የጀመረው። ቃሉ በሃገራችን ታሪክ በሥራ ላይ የዋለው ከመስከረም 1969 ጀምሮ አልነበረም ለማለት ነው። ደርግ የራሱን ሽብር ቀይ በሚልበት ወቅትም ኢህአፓ ራሱን ለመከላከል የሚወስደውን እርምጃ "ቀይ ሽብር" እንዳለ ነበር። የንጉሱ ጋሻና መከታ የነበረው ወታደር፣ ለዘመናት ከአብዮታዊ መንፈስ ዘውዱን ሲታገል የኖረውን ተማሪና ምሁር አድሃሪ እራሱን ደግሞ ተራማጅ አድርጎ የሚያካሂደውን ሽብር ቀይ ያለበት ሃገር ኢትዮጵያ ብቻ ነች። ደርግ የታሪክ ይሉኝታ የማያውቁ ግለሰቦች ስብስብ ነበር። የቀይና የነጭ ሽብርን ታሪካዊ አመጣጥ ለሚያውቀው ሰው በኢትዮጵያ ተጨባጭ ሁኔታ ማን አስመሳይ አብዮታዊና ማን እውነተኛው የአብዮቱ መሃንዲስ እንደሆነ በቀላሉ ስለሚረዳ የየትኛው ቀይ የየትኛው ነጭ ሽብር መባል እንደሚገባው ማወቅ የሚሳነው አይደለም። ጉዳዩን እዛው ገጽ ላይ ወደ መኢሶን በመግፋት የነጭ ሽብሩ ጉዳይ ከደርግ ጋር የተያያዘ እንዳልነበር የሚደረግ ጥረት እንዳለ ከሻምበል ፍቅረስላሴ አጻጻፍ መረዳት ይቻላል። መኢሶን የደርግ ወኪል እንጂ ደርግ የመኢሶን ወኪል አልነበረም። መኢሶን የፈለገውን እንዲፈጽም ኮሎኔል መንግስቱና ሻምበል ፍቅረስላሴ የለቀቁት የነሱን የፖለቲካና የስልጣን ግብ ማስፈጸሚያ እንደሆነ ስላወቁ ነበር። አገልግሎቱን ሲጨርስ እሱንም እንደሌሎች የኢማሌድህ ድርጅቶች አስወግደውታል። ገጽ 335 የሚጀምረው የፖለቲካ ድርጅቶች አወዳደቅ የሚለው ምእራፍ 16 ላይ ሻምበል ፍቅረስላሴ ግን ሁሉም ድርጅቶች በራሳቸው ድክመት፣ ተንኮልና ሴራ እራሳቸውን እንዳስወገዱ አያደረገ ጽፏል። በመጸሃፉ የተለያዩ ክፍሎች ውስጥም ኢህአፓም፣ መኢሶንም፣ ኢጭአትም፣ ወዝሊግም፣ ማሌሪድም በደርግ ውስጥ የነበሩ ግለሰቦችና ቡድኖችም ሁሉም ተራ በተራ የተመቱት ፀረ-አብዮተኞች፣ ስልጣን ፈላጊዎች፣ መሰሪዎች፣ ተንኮለኞች ስለሆኑ ነው ይለናል። እንደሌሎች ጉዳዮች በሙሉ ኮሎኔል መንግስቱ ሃይለማሪያም፣ ሻምበል ፍቅረስላሴ ወግደረስና በስራቸው የሰበሰቧቸው ተራ ወታደሮችና የበታች መኮንኖች ብቻ አብዮታዊ ለሃገርና ለወገን አሳቢ፣ ቀና፣ የዋህና የስልጣን ጥም ያልነበራቸው አድርጎ ያቀርበዋል። ታሪክ ሲጻፍ በተወሰነ ደረጃ ብትህውትነት (humility) ያስፈልጋል። በሻምበል ፍቅረስላሴ የተያዘው ወቅታዊ የፖለቲካ ክርክርና ፕሮፓጋንዳ ነው። ሻምበል ፍቅረስላሴ እየጻፍኩ ያለሁት "ለትውልድ የሚተላለፍ ታሪክ ነው" ብሎናል። ታዲያ በዚህ መንገድ ነው ታሪክ የሚተላለፈው?

ይህ ጽሁፍ በተወሰነ ደረጃ የግል የወጣትነት የህይወት ታሪኬን ያካትታል። በዚህ ጽሁፍ የማቀርባቸው አንዳንድ መረጃዎች በራሳቸው የቆሙ ማንም ሰው ሊደርስባቸው የሚችሉ ናቸው። አንዳንዶቹ በቀጥታ ከኔ ተመክሮዎችና ገጠመኞች ጋር የተያያዙ ማንም ሌላ ሰው የማያውቃቸው ናቸው። አንዳንዶቹ በሌሎች ጸሃፊዎች የተተረኩ ናቸው። ሆኖም በትረካቸው ላይ ስህተት ስላየሁባቸው በማስተካከያ መልኩ የራሴን ትረካ አቅርቤአለሁ። መረጃዎችን፣ ጭብጦችንና ኩነቶችን የማይበት እይታ፣ ካሳደጉኝ ወላጆቼ የማህበራዊ አሰፋፈር፣ የእምነት፣ የባህልና የሞራል አቋም፣ከግሌ የትምህርት፣ የዕውቀትና የተሞክሮ የጀርባ ታሪኬ ወዘተ ማእቀፎች የመጡ ናቸው።

በኢህአፓ ውስጥ የተሳተፍን ወጣቶች የተለያዩ የእምነት፣የባህል፣ የዘርና የመደብ ጀርባ ነበረን። ይህ የመለያያ ምክንያት ሆኖን አያውቅም። እምነትንና ዘርን፣ ጎጥንና ክልልን ሳንለይ ለመላው የኢትዮጵያ ጭቁን ህዝቦች መብት ጥቅም፣ ነጻነትና ደህንነት ታግለናል። ኢህአፓ ገናናው የኢትዮጵያ ተማሪዎች እንቅስቃሴ የፈጠረው ድርጅት ነው። የተማሪው እንቅስቃሴ ትግል ወራሽ ነው። በውስጡ ተሰባስበው የነበሩ ምሁራንና ተማሪዎች በሃገሪቱ ከየትኛውም ዜጋ ቀድመው ለመላው የሃገሪቱ ጭቁን ህዝቦች መብትና ነጻነት ሲታገሉና መስዋእትነት ሲከፍሉ የነበሩ ናቸው።

እንዲያም ሆኖ፣ የዘመኑን ታሪክ በምተርክበት ወቅት፣ በተለይ ከግል ህይወቴ ጋር እያያዝኩ የማቀርበው ትረካ የራሴ የጀርባ ታሪክ ማህተም ያለው እንደሚሆን አልጠራጠርም። በእኔ ጽሁፍ ውስጥ የወንድምና የእህቶቼን፣ የአብሮ አደጎቼንና የቅርብ እውቆቼን አስተዳደግ የሚተርከው ክፍል፣ በተለይ በፖለቲካ ጉዳዮች ላይ ገና ከልጅነታችን ጀምሮ መያዝ የጀመርነው ስርነቀል አመለካከት ሊያንጸባርቅ የሚችለው፣ በማህበረሰባችን ውስጥ እኛን የመሰለ የማህበራዊና ኢኮኖሚያዊ አሰፋፈር የነበራቸውን ወጣቶች ታሪክ ብቻ ነው። የሁሉም ቤተሰቦች ሁኔታና የወጣቶች አስተዳደግ አንድ አይነት ስላልሆነ ሌሎች የየራሳቸውን ታሪክ መተረክ ይገባቸዋል።[38]

ከቤተሰባችን ታሪክ አልፌ "በአብዮቱ" ዋዜማ አዲስ አበባ ውስጥ ህይወት ምን ይመስል ነበር? ከተማዋ ምን ትመስል ነበር? ወጣቱ ምን አይነት የባህል፣ የሞራልና የዕምነት መሰረት ላይ ነው ያደገው? ለሚሉ ጥያቄዎች እግረ መንገዴን መልስ እሰጣለሁ። እነዚህን ጉዳዮች ሳይመለከቱ ቀጥታ ወደ ኢህአፓ ታሪክ መግባት አይቻልም። አብዮቱ አንድ ቀን ከሰማይ ዱብ

---

[38] *የመሃከለኛው መደብ ቤተሰብ ልጆች*

ያለ አይደለም። ከዛ በፊት የነበሩ ዘመኖች ቅጥልጥሎሽ ውጤት ነው። ስለሆነም የከተማው ህይወት ከአብዮቱ በፊት ምን ይመስል እንደነበር መመልከት አብዮቱን ለመረዳት ይጠቅማል። ይህንንም አንዳንዴ ከግል ታሪኬ፣ አንዳንዴም ከግል ታሪኬ ወጣ ካሉ ጭብጦች ጋር እያገናዘብኩ እተርካለሁ።

እስካሁን የአብዮቱ፣ የኢህአፓና የአዲስ አበባ ታሪክ አልተተረከም። እኔ የማቀርበው እኔ የማውቀውን ብቻ ነው። ይህን ሰፊና ጥልቅ ታሪክ የተሟላ ለማድረግ ሁሉም የሚችለውን ማዋጣት አለበት።

ይህን መፅሃፍ የሚገልጽ አጭር ርእስ ማግኘት አልቻልኩም። መጽሃፉ አዲስ አበባን፣ አብዮቱን፣ ኢህአፓንና አንድ ቤተሰብን የሚገልጽ በመሆኑ ምን እንደምለው ተቸገርሁ።ታዲያ ለምን "አዲስ አበባ፣ አብዮቱ፣ ኢህአፓና አንድ ቤተሰብ" የሚል ርእስ አልሰጠውም ብዬ ወሰንኩ። ይህን ከወሰንኩ በኋላ ሃሳቤን ቀየርኩ።

እንደ እኔ ትውልድ፣ የአዲስ አበባ ልጅ መከራውንና አበሳውን ያየ የለም። በጅምላ ተገድሏል። ተገርፏል። ታስሯል። ተሰዷል። ከዚህ ሁሉ መከራ በኋላም አንዳንዶቻችን ከፖለቲካው አልርቅ ብለናል። ወዳጅ፣ ዘመድ፣ ቤተሰብ በቃችሁ ቢሉንም አልተውነውም። መከራውን ከኛ አልፎ ለልጆቻችን እያወረስን ነው። ለብዙ ሰዎች ፈጽሞ የማይገባቸው ነገር ነው። ለቤተሰቦቻችንም እንዲሁ።

ለብዙ አመታት የጠመንጃ ትግል ያደረጉ "ኮምኒስት ታጋዮች" ሳይቀሩ ፖለቲካውን እርግፍ አድርገው ሃብታም ነጋዴዎችና በከፍተኛ ደሞዝ የውጭ ድርጅት ተቀጣሪዎች ሲሆኑ እያዩ "እንዴት እናንተም እንደነዚህ ሰዎች መኖር ያቅታችኋል?" እያሉ የሚገረሙ ብዙዎች ናቸው። በስልጣን ላይ ያሉትም ሊገባቸው ያልቻለ ነገር አለ። "የፖለቲካ ተሳትፏችንን የስልጣን ጥማት ስላለን፣ የፖለቲካ ተቃውሟችን በጥላቻና በቅናት የተሞላን ሰዎች ስለሆንን" አድርገው ያዩታል። ወጣቶችም "አለለቅ ያለ አባዜ እንደያዘን አድርገው" እየተመለከቱት ነው። ወዳጅም ጠላትም አድርገው የሚያዩን "የማይረዱት ነገር አለ" የሚል ዕምነትይዣለሁ። ከዚህ በተጨማሪ የኛ ከሽንፈት የመጣ ዝምታ በሃገርና በህዝብ ላይ ከፍተኛ በደልና ወንጀል የፈጸሙ ሰዎች እንዳሻቸው ታሪክን እያጣመሙ እንዲፅፉ እያበረታታቸው እንደሆነ እየታየ ነው።

በመሆኑም ይህ ጽሁፍ በተወሰነ ደረጃ የኔ አይነቱን የኔን ትውልድ ለመረዳት ለከበዳቸው ወደፊትም ለሚከብዳቸው ሰዎች በመግለጫነት ጭምርም የጻፍኩት ነው። የአባትነት ፍቅሬን ሳልለግሳቸው ለቀረሁት ያልታደሉ ልጆቼም፣ አማርኛ ማንበብ ከቻሉ "ለምን

ያለ አባት እንደቀሩ መልሱን የሚያገኙበት ይሆናል" የሚል ዕምነት አለኝ። ከዚህ በተጨማሪ "በአብዮቱ ስም እየተጻፉ የሚወጡ እጅግ ወገንተኛ የሆኑ ጽሁፎችን በማስተካከል የራሱ ትንሽ ድርሻ ይኖረዋል" የሚል ጽኑ ዕምነት አለኝ። ከነዚህ ወገንተኛ ጽሁፎች መሃል፣ በቅርቡ በሻምበል ፍቅረስላሴ ወግደረስ ተጽፎ የቀረበው "እኛና አብዮቱ" የሚል ርእስ የያዘው መፅሃፍ አንድ ጥሩ ምሳሌ ነው።[39] በዚህ የተነሳ መጀመሪያ የሰጠሁትን ርእስ ቀይሬ "ትውልድ አይደናገር እኛም እንናገር" የሚል አጠር ያለ ርእስ ሰጥቼዋለሁ።

የዚህ ጽሁፍ ርዕስ የፈለገው ቢሆን፣ የጻፍኩት የታሪክ መፅሃፍ ነው። የንጉሶች፣ የጦር አለቆች፣ የሚኒስትሮች፣ የሃገርና የፖለቲካ ድርጅት መሪዎች፣ የከፍተኛ ካድሬዎች፣ የጭፍራዎች፣ የባሪያዎች፣ የቤት ሰራተኞች፣ የሴተኛ አዳሪዎች፣ የገበሬዎች፣ የላብአደሮች፣ የአስተማሪዎች፣ የተማሪዎች፣ የአረጋውያን፣ የጎልማሶች፣ የህጻናት፣ የእናቶች፣ የአባቶች፣ የልጆች፣ የዘመዳሞች፣ የጓደኞሞች እና ወዘተ ታሪክ ነው። አንድም ልብ-ወለድ ነገር የሌለበት እውነተኛ ታሪክ ነው። በሚገርሙ የሰው ልጆች የህይወት ገጠመኞች የተሞላ ታሪክ። የአንድም ሰው ስም ከእውነተኛ ስሙ የተቀየረ የለም። እውነተኛ ስማቸውን ከማላውቃቸው አንድና ሁለት ሰዎች ስም በስተቀር።

ከዚህ በተጨማሪ የዘመኑን ትውልድ የንባብ ፍላጎት መዳከም ግምት ውስጥ አስገብቼ በተቻለኝ መጠን ጽሁፉን ቀለል አድርጌ ለመጻፍ ሞክሬአለሁ። አቀራረቡንም አንባቢ እንደፈለገ ምእራፎቹን እየዘለለ እንዲያነብ ተደርጎ ተደራጅቷል። ሰፋ ባሉ መግለጫዎችና ማብራሪያዎች አንባቢ እንዳይሰላች በማሰብ ብዙ መግለጫዎችና ማብራሪያዎች ግርጌ ማስታወሻ ላይ ተቀምጠዋል ። እነዚህ የግርጌ ማስታወሻዎች ከዋናው መፅሃፍ ያልተናነሰ፣ እንዳውም የበለጠ ፋይዳ አላቸው። አንዳንዶቹ የግርጌ ማስታውሻዎች ከሚገባው በላይ ረጃጅሞች ናቸው። በዚህ ምክንያት ማስታወሻዎቹን በሙሉ ከመጸሃፉ በስተመጨረሻ ለማድረግ አስቤ ነበር። ነገር ግን ብዙ አንባቢ ንባቡን አቋሞ ወደ መጽሃፉ ጀርባ እየተመለሰ ማስታወሻዎቹን አያነብም ብዬ ሰጋሁ። ስለሆነም በየገጹ እንዲነበቡ ተውኳቸው። በበርካታ ጉዳዮች ላይ የተሟላ ግንዛቤ መያዝ የሚፈልግ አንባቢ የግርጌ ማስታወሻዎቹን እየተከተለ መፅሃፉን እንዲያነብ አበክሬ እመክራለሁ።

ታሪክ ያላችሁ ሁሉ ጻፉ። የታሪክ ትረካውን ለጥቂቶች ብቻ አንተውላቸው። መጪው ትውልድ ስለቀደምቶቹ እኛ ስለቀደምቶቻችን ከምናውቀው በላይ እንዲያውቅ የማድረግ ዜጋዊና

[39] ፍቅረስላሴ ወግደረስ፣ እኛና አብዮቱ፣አዲስ አበባ፣ ፀሃይ አሳታሚ ድርጅት፣ 2006 ይህን መፅሃፍ ለማንበብ እድሉን ያገኘሁት ይህን መፅሃፍ ጽፌ ከጨረስኩ በኋላ ነው። ቀደም ብሎ ቢሆን ኖሮ፣ መጽሃፉ ተገቢ ባልሆነ መንገድ ባነሳቸው በርካታ ጉዳዮች ላይ በየቦታው ተገቢውን ምላሽ እየሰጠሁ እልፍ ነበር። የተቻለኝን ያህል ለማድረግ ግን ጥሬአለሁ።

ሞራላዊ ግዴታ አለብን። አንድን ሰው ምሉዕ ዜጋ የሚያደርገው ስለማንነቱ የተሟላ ዕውቀት ሲኖረው ብቻ ነው። አዲስ አበባ - ዘፍጥረት

ክፍል 2. ዘ ፍጥረት

ምእራፍ 1. አዲስ አበባ - የአያቶቼ ጥጃ ማሰሪያ

ስለ አዲስ አበባ ከተማ ያለኝ የልጅነት ትውስታ አንድ ነገር ላይ ተተክሎ ቀርቷል። ክረምቱ አብቅቶ መስከረም ሲጠባ በየመንደሩና በየሰፈሩ ባሉ ክፍት ቦታዎችና በከተማው ዳርቻዎች ላይ ይበቅሉ በነበሩ አደይ አበባዎች ላይ። በመስከረም ወር አዲስ አበባ ቢጫ የስጋጃ ምንጣፍ የተነጠፈባት ትመስል ነበር። ዛሬ አበቦቹም ሜዳውም የለም። በስልጣኔ ስም ህፃናት የሚጫወቱባቸው አረጋውያን የሚናፈሱባቸው ቦታዎች ላይ ኮንዶ በቅሎባቸዋል።[40]

[40]ኮንዶ የሚለውን ቃል ኮንዶሚኒየም እና ኮንዶም ብሎ መተርጎም ይቻላል። ሁለቱም ቀደም ባሉት ዘመናት ያልነበሩ ናቸው። ባለንበት ዘመን በአንዳንድ ከሴተኛ አዳሪነት ጋር ትስስር ያላቸው መንደሮች ውስጥ የኮንዶም ላስቲክ እየረገጡ መራመድ የተለመደ ሆኗል። በአንዳንዶቹ ደርግ ለወጣቶችና ለልጆች የኳስ መጫወቻነት የተዋቸው ሜዳዎች ላይ ኮንዶሚኒየም ተገንብቶባቸዋል። ወይም መሬቱ ለግለሰቦች ተሰጥቶ ቤት ሰርተውበታል። ዕድል ባገኘሁበት አጋጣሚ ስለከተማዋ የመናፈሻ አስፈላጊነት ያልተናገርኩበት ያልፃፍኩበት ወቅት የለም። ከኢህአዴግ ጋር በሰራሁባቸው ጥቂት አመታትም ማስተር ፕላኑ ህግ ሆኖ እንዲፀድቅ ጥረት ያደረግሁት "በማስተር ፕላኑ ውስጥ የነበሩ የከተማ መናፈሻዎች ላይ የቤት ግንባታ እንዳይካሄድባቸው መከላከል ይቻላል" በሚል ዕምነት ነበር። ብዙዎቹ የማስተር ፕላኑ የከተማ መናፈሻዎች ዛሬ የሉም። መንግስት የመሬት ጌታ በሆነበት ሃገር የመሬት ችግር ያለ ይመስል ግንባታ ተካሂዶባቸዋል። ወንጀል ነው። ማስተር ፕላኑ ህግ ሆኖ ስለፀደቀ ህግ የሚከበርበት ሃገር ቢሆን ኖሮ ዜጎች ፕላኑን የሚያስፈጽመውን መስሪያ ቤት ወይም ግለሰቦችን ፍርድ ቤት ወስደው መክሰስ ይችሉ ነበር። ከዛም በላይ የመሬት ችግር ሳይከሰት ቀደም ብሎ በጊዜ ሰፋፊ መናፈሻዎች በከተማው ውስጥ አለመተው ታሪካዊ ወንጀል ከመፈጸም ልዩነት ያለው ነገር አድርጌ አላየውም። መናፈሻ ቦታዎች ማለት ቅንጦት አይደሉም። በሰለጠነው አለም አንድን ግሪን ኤሪያ (አረንጓዴ አካባቢዎች) የሌለውን ከተማ ሳንባ እንደሌለው ሰው አድርገው ነው የሚያዩት። ለምን እንደዛ እንደሚሉ መጠየቁና ማወቁ ጥሩ ይመስለኛል። ከተመክሮ የደረሱበት ዕውቀት ስለሆነ እኛ ከነሱ መማራችን ነውር የለውም። አጥፍተን እንደገና ለማስተካከል ሌላ ችግር ከምንፈጥር በየሰፈሩ በየመንደሩ ትልልቅ፣ መሃከለኛና ትንንሽ መናፈሻ፣ መዝናኛ፣ የልጆችና የወጣቶች የስፖርት መጫወቻ የሚሆኑ በርካታ ክፍት ቦታዎች መተው ምንም ወጭ የማይጠይቅ ማንንም የማይጎዳ፣ መጪው ትውልድ ግን፣ ያሁኑን ትውልድ በአርቆ አሳቢነቱ እያመሰገነና እየመረቀ እንዲኖር የሚያደርገው ድርጊት ይሆናል። በአዲስ አበባ ብቻ ሳይሆን በመላው ሃገሪቱ የከተማ እቅድ ውስጥ መግባት ይኖርበታል። በአዲስ አበባ ውስጥ የሚታየው ፈጣንና አስገራሚ ግንባታ በአጭር ጊዜ ውስጥ ከሬዲት ሊያሳጣው የሚችል ነገር የአረንጓዴ መስኮች ጉዳይ ላይ ትኩረት አለመደረጉ ነው። አሁንም ቢሆን የመንግስት ባለስልጣናትና የከተማውን ግንባታ በሃላፊነት የሚመሩትን መሃንዲሶች "ስለፈጣሪ" በግዜ አንድ ነገር አድርጉ እያልኩ እማፀናለሁ። ክፍት ቦታዎቹን የሚንከባከቡ ሰዎችን በማሰልጠን የስራ እድል መፍጠር፣ በመናፈሻዎቹ ውስጥ ለህዝብ መጠጥና ምግብ የሚያቀርቡ ካፌዎች እንዲከፈቱ በማድረግ መናፈሻዎቹን ለመንከባከብ የሚያስፈልገውን ወጭ ካፌዎቹን በማጫረት ማግኘት ይቻላል። ሌላ ለመናፈሻዎቹ መንከባከቢያ የሚሆን የገቢ ምንጭ ማሰብ ይቻላል። ባለን የኢኮኖሚ አቅም በጣም በርካሹ ለወጣቶች ግዜ ማጥፊያ መፍጠር የምንችለው ለስፖርት የሚሆኑ ክፍት ቦታዎች በመተውና የየሰፈሩ ወጣት፣ የመረብ ኳስ፣ የእግር ኳስ (ሙሉ ሜዳ መሆን የለበትም)፣ የቅርጫት ኳስ ሊጫወትባቸው የሚችሉ በአስፋልት የተሸፈኑ በደንብ የተሰሩ ሜዳዎች በየኮንዶሚኒየም ህንጻዎቹ መሃል በብዛት እንዲኖሩ በማድረግ ነው። ያለበለዚያ የትልልቆቹ ኮንዶሚኒየም ህጻናትና ወጣቶች

ያች የቢጫ አበቦች ከተማ አዲስ አበባ ከመመስረቷ በፊት፣ በ1877 ዓ.ም ምኒሊክ ከአፄ ዮኃንስ መልእክት ደረሳቸው። መልእክቱ

"ምን ይዞህ ነው ያልተንቀሳቀስከው? እንዲህ አይነቱን ነገር ጊዜ ሳያጠፉ መፈጸም ይጠይቃል። የግብጦች እግር ሲወጣ አገሩን በጃችሁ ያላገባችሁት ለምንድነው? የማትዘምት ከሆነ እኔው እራሴ እመጣለሁ" የሚል መልእክት ነው። [41]

አፄ ዮኃንስ ሱዳን ውስጥ፣ ደርቡሾች/መሃዲስቶች "በከሰላ፣ በአምዴብና በሰናሂት የከበቧቸውን ቱርኮችና ግብጾች"[42]ከእልቂት አትርፈው ከማስለቀቃቸው በፊት ከግብጽና ከእንግሊዞች ጋር ውል አድርገው ነበር። ስምምነቱ በዛን ወቅት በግብጾች እጅ የነበሩትን የሰሜናዊ ባህር ግዛቶች በሙሉ፣ በወቅቱ ቦገስ እየተባለ የሚጠራውን አካባቢ ግብጾች ለቀው እንደሚወጡና የኢትዮጵያ መንግስት እንደሚረከበው ነበር። በግብጾች እጅ የነበረው የምጽዋ ወደብ ለንጉሰ ነገስቱ በነፃ ቀረጥ ወደብነት፣ ንጉሱ የፈለጉትን ዕቃ ከውጭ ለማስገባትና ወደ ውጭ ለመላክ እንደሚያገለግል በስምምነቱ ተጠቅሷል። በዛን ወቅት ሃረርም በግብጾች እጅ ነበረች። በውሉ የሃረር ጉዳይ አልተካተተም። እንዲያም ሆኖ ግብጾች ሃረርንም ትተው እንደሚወጡ አፄ ዮኃንስ ፍንጭ የነበራቸው ይመስላል። የሃረርን ጉዳይ በስምምነቱ ወቅት ያላነሱት በግብጾች እግር ለመተካት ተፋጠው የቆሙ የዘመኑ ሃያላን መንግስታት እንደነበሩ ስለሚያውቁ ሊሆን ይችላል።

የአፄ ዮኃንስ ዕምነት "ምፅዋ በእንግሊዞች ድጋፍ በሂደት ከቀረጥ ነፃወደብነት ወደ ኢትዮጵያ ንብረትነት ይቀየራል" የሚል ነበር። የእንግሊዞችን መሰሪነት አልተረዱትም።[43] የሃረርን ጉዳይ በተመለከተ ግን ግብጾች ሃረርን ለቀው እንደወጡ ንጉስ ምኒሊክ ወዲያውኑ በግብጾች እግር እንደሚተኩ ሃሳብ ነበራቸው። ምኒሊክ ግን "ነገ ዛሬ" እያሉ ወደ ሃረር ሳይዘምቱ

አካባቢያቸውንና ራሳቸውን በሚያወድሙ ድርጊቶች መጠመዳቸው አይቀርም። ከተማውን ከሰው ልጅ በረትነት ወደ ሰው ልጅ መኖሪያነት የሚቀይሩት እነዚህ አረንጓዴ የከተማ መስኮች ናቸው።

[41] ቃል በቃል እንዲህ ለማለታቸው በመረጃ ላይ ተመስርቼ አልጻፍኩም። "እማትዘምት ከሆነ ግን እኔ ራሴ እመጣለሁ" ማለታቸውን የመጽሃፉን ስም ማስታወስ ባልችልም ከዚህ ቀደም ተጽፎ ማንበቤን እርግጠኛ ነኝ።

[42] ተክለጻዲቅ መኩሪያ "አፄ ዮኃንስ እና የኢትዮጵያ አንድነት" (አዲስ አበባ፣ኩራዝ አሳታሚ 1982) ገጽ 12

[43] እንግሊዞች አፄ ዮኃንስን በግብጽና በቱርክ የተከበቡ ወታደሮች ጉዳይ ከሱዳን ደርቡሾች ደም በሚያቃቡበትና "ምጽዋ ለንጉሱ ከቀረጥ ነፃ የሆነ ማናቸውንም ንብረት በነፃ የሚያስገቡበት ወደብ ይሆናል" የሚል ስምምነት ሲፈራረሙ ምጽዋን ለጣሊያኖች ለማስረከብ በውስጥ ውል አድርገው ጨርሰው ነበር። መሰሪነቱ ይህ ነው። ዝርዝሩን ተክለጻዲቅ መኩሪያ "አፄ ዮኃንስ እና የኢትዮጵያ አንድነት" (አዲስ አበባ፣ኩራዝ አሳታሚ 1982) በገጽ 275 -280 ይመልከቱ።

ቀሩ። አፄ ዮኃንስ ጉዳዩ ስላሳሰባቸው ነበር “የማትዘምት ከሆነ እኔ ራሴ እመጣለሁ” የሚል የቁጣ አዘል መልዕክት ለንጉስ ምኒሊክ የላኩት።

ንጉስ ምኒሊክ የአፄ ዮኃንስ ጦር ሃረርን ለማስገበር በሸዋ ላይ ሲያልፍ በምናባቸው ሳይታያቸው አልቀረም። ውርደትም ሆኖ እንደሚሰማቸው መገመት ከባድ አይደለም።

“ጌታዬ የእርስዎ መምጣት አያስፈልግም። እኔው እራሴ እዘምታለሁ” የሚል መልስ በጥድፊያ ለአፄ ዮኃንስ ላኩ። ከዚህ መልስ ጋር ተያይዞ ካሰቡት ቀን ቀደም ብለው ወደ ሃረር ለመዝመት ተዘጋጁ። በዚህ ጥድፊያ በሞላው ዝግጅታቸው ሰራዊታቸውን ከየቦታው አሰባሰቡ።

ከምኒሊክ ጋር እንዲዘምቱ መመሪያ ከተሰጣቸው የጦር አበጋዞች መሃል አንዱ የምኒሊክ የአጎት ልጅ ባላምበራስ መኮንን ወልደሚካኤል ነበሩ። የአፄ ኃይለስላሴ አባት መሆናቸው ነው።

በባላምበራስ መኮንን ስር ወደ ሃረር ለመዝመት ከተሰባሰው ጭፍራ መሃል በቆራጥነቱና በሃይለኛ ተዋጊነቱ የታወቀው የመራቤቴው ጉብል የኔ ቅድመ አያት፣ የአባቴ አያት፣ የተሰማ አባት፣ ዱባለ አንዱ ነበር።

እንደ ዱባለ ሌላው ለዘመቻው በፍጥነት እንዲነሳ በጦር አለቃው ትእዛዝ የተሰጠው የጋሹ አባት ምንጃሬው አብነ ነበር። አብነ እንደ ዱባለ የታወቀ ተዋጊ ነበር። ከዛም በላይ የታወቀ ሃብታም ገበሬ ነበር። የዘመቻ ትእዛዝ ሲደርሰው ግን እንደ ዱባለ ሳያቅማማ ትእዛዙን አልተቀበለም።

ከጥቂት አመታት በፊት አብነ ከምኒሊክ ሹሞች ጋር ተጋጭቶ እዛው ሸንኮራ አካባቢ አንድ ዋሻ ውስጥ ታስሮ ነበር። የታሰረበት ዋሻ ውስጥ ሊበላው የገባን ዘንዶ በባዶ እጁ ገድሎ መገኘቱን ምኒሊክ ሰምተው ምህረት አደረጉለት። ምህረት ቢያገኝም ምኒሊክ በጣሉበት ቅጣት የተነሳ የአብነ ቤት ፈርሶ፣ የነበረው ብዙ ሃብት ወድሞ፣ ቤተሰቡ በሙሉ በምኒሊክ ላይ የተማረረበት ወቅት ነበር። በቅጣት የተወሰደበት ንብረት ብዙ ነው። የምንጃር እረኛ በምኒሊክ ወታደሮች ተሰፍሮ የተወሰደውን የአብነን እህል፣ ሌላው ሁሉ ቀርቶ ምስሩን በዳውላ የከብቱን ብዛት በጥጃ ቁጥር ብቻ ምን ያህል እንደሆነ ሰምቶ፣

“የአብነ ምስር፣ መቶ ታስር

የአብነ እምቦሳ፣ መቶ ታምሳ”

እያለ በሚያዜምበት ወቅት ነበር አብነ ለዘመቻ የተጠራው።

ወንድሞቹና ዘመዶቹ "እንዴት እንዲህ ያለ በደል ለፈጸመብን ንጉስ ጭፍራ ሆነህ ትዘምታለህ?" ብለው ተቃውመውት ነበር። ለአብነ ግን "እየጠለቀች የነበረችውን የቤተሰቡን ጀምበር ለማስቆም ለምኒሊክ ታማኝነቱን በዘመቻው ከማረጋገጥ ውጭ ፍቱን መድሃኒት ይኖራል" ብሎ ማሰብ አልቻለም። ለዘመቻው ታጥቆ ተነሳ። አብነ ለትልልቅ ልጆቹና ለወንድሞቹ የቤቱንና የመጨረሻውን ትንሹን ልጁን ጋሹን አደራ ሰጥቶ ትጥቁንና ስንቁን ይዞ ወጣ። ጋሹ፣ የአያቴ፣ የጌጤነሽ አባት፣ የአብነ የመጨረሻው ልጅ የአባቱን መሄድ አይቶ ምርር ብሎ አለቀሰ።

ምኒሊክ በእንዲህ አይነት መንገድ ሰራዊታቸውን አሰባሰቡ። በ1878 የሚወዷቸውን ሚስታቸውን እቴጌ ጣይቱን ቆፈናሙ እንጦጦ/ዲልዲላ[44] ተራራ ላይ ትተው ወደ ሃረር ዘመቱ።

ሚኒሊክ ወደ ሃረር ሲዘምቱ "አዲስ አበባ" የሚባል ከተማ አልነበረም። ንጉስ ምኒሊክ ሃረርን ለማስገበር በዘመቱበት ወቅት ነበር፣ ባለቤታቸው ጣይቱ፣ አዲስ አበባን በዋና ከተማነት ቆርቁረው የጠበቋቸው። ለእዚህ ነው፣ የአዲስ አበባ ነገር ሲነሳ እቴጌይቱን ሳያነሱ ማለፍ የማይቻለው። ፊንፊኔ የሚለው የአካባቢው ስም አዲስ አበባ ወደሚል ስም የተቀየረው በእቴጌ ጣይቱ ብጡል ነው።እቴጌይቱ ለምን "አዲስ አበባ" የሚለውን ስም እንደመረጡ ለታሪክ የተውት መግለጫ የለም። ታሪክ ፀሃፊዎቹ፣ የዘመኑ ደብተሮች፣ አንድ ቀን ስለከተማው ስም አወጣጥ የሚጨነቅ ትውልድ ሊመጣ ይችላል ብለው ባላማሰባቸው፤

"ንግስት ሆይ! ይህን ከተማ ለምን "አዲስ አበባ" የሚል ስያሜ እንደሰጡት ቢያብራሩልን?" የሚል ጥያቄ ለታላቂቷ እመቤት አላቀረቡላቸውም። በዚህ መንገድ የመጣ መረጃ ባይኖረኝም ለምን አዲስ አበባ የሚለው ስም እንደተመረጠ የራሴው ግምት ግን አለኝ።

ባለቤታቸው ወደ ሃረር በዘመቱበት ወቅት፣ እቴጌ ጣይቱ ብጡል ዘብርሃነ ኢትዮጵያ ሰፍረው የነበረው እንጦጦ ወይም "ዲልዲላ" ላይ ነበር። ለምን አፄምኒሊክ የአያቶቻቸውን መናገሻ ከተማ አንኮበርን ለመተው እንደቆረጡ የማውቀው የተጨበጠ ነገር የለም። ከሃረር ዘመቻ በፊት አንኮበርን ለመተው መወሰናቸው ግልጽ ነው።

---

[44] *(ፊታውራሪ ተክለሃዋርያት ተክለማሪያም፣ "የህይወቴ ታሪክ" 2004፣ አዲስ አበባ ዩኒቨርስቲ ፕሬስ፣ አዲስ አበባ) ገጽ 25 "የአካባቢው ኗሪዎች እንጦጦን ዲልዲላ፣ አዲስ አበባን ፊንፊኔ (ፍልውሃ) ይሉት ነበር።"*

ከእንጦጦ በፊት ሰበታ አካባቢ ከሚገኘው ወጨጫ ተራራ ላይም ለተወሰነ ጊዜ ሰፍረዋል። ወደ ወጨጫ የወሰዳቸው ውሃ ሳይሆን አይቀርም። ተራራው ዛሬ በፕላስቲክ ጠርሙስ የታሸገ የመጠጥ ውሃ ይመረትበታል። ከወጨጫ ወደ እንጦጦ ዞረው በዚህ ቆፈናም ቦታ ቤተ መንግስት ሰርተው ሰዎቻቸውንም ማስፈር ጀምረዋል። የቅድስት ማሪያምንና የራጉኤል ቤተ ክርስቲያንን አስገንብተዋል። ብርዳሟ ዲልዲላ እያደገች ነበር። ለእቴጌ ዘብርሃነ ኢትዮጵያ ግን ብርዱን ጨምሮ የእንጦጦ ነገር አልተዋጠላቸውም።

ይሄ "ዘብርሃነ ኢትዮጵያ" የሚለውን መጠሪያቸው ያነበብኩት ሳይሆን ከራሳቸው ከጣይቱ አንደበት የሰማሁት ነው። በእንግሊዝ ሃገር ባለው የብሪቲሽ ሙዚየም ውስጥ ለእንግሊዟ ንግስት ቪክቶሪያ በድምጻቸው አስቀርጸው ከላኩት የሰላምታ ቅጅ ላይ ያደመጥኩት ነው። ራሳቸውን በአፌሴል ሲያስተዋዉቁ "የኢትዮጵያ ብርሃን ነኝ" እያሉ ነበር። ስለ አድዋ ጦርነት ገድላቸው የሚያውቅ፣ ይህ ማእረግ ይበዛባቸዋል አይልም።

"የውጫሌ ውል፣ ኢትዮጵያን ወደ ጨለማ የሚወስድ የባርነት ውል ነውና አንቀበለውም" ያሉት "ዘ ብርሃነ ኢትዮጵያ" ጣይቱ ናቸው። በዚህም ጠብ ተቀስቅሶ አድዋ ላይ ከጣሊያኖች ጋር ጦርነት ሲደረግ፣ ከመድፍ አስተኳሽ ከባልቻ አባ ነፍሶ ጎን ሁና ጣይቱ "በለው!" ብላለች።[45]

---

[45] *የእቴጌይቱ የኢትዮጵያ ብርሃንነት በውጫሌ ውል የተነሳ ባሰሙት ተቃውሞና በአድዋ ጦርነት ከባልቻ አባነፍሶ ትከሻ ለትከሻ* ገጥመው ቀን በጨለመበት በወራሪው የጣሊያን ሰራዊት ላይ ባልቻ ከመድፍ አረር የሚፈነጥቅ ብርሃናቸውን እንዲያበሩለት "በለው" በማለታቸው ብቻ የተወሰነ አይደለም። ዘዴኛ፣ ብልህና በዙሪያቸው ከነበሩት ወንዶች በተሻለ የፈረንጆችን ተንኮል የተረዱ፣ ወንዶቹ ለፈረንጆቹ የሚያሳዩት ክብር የሚያናድዳቸው ሃይለኛ ኩሩ ኢትዮጵያዊት ሴት ነበሩ። በወታደራዊ ስትራቴጂና ታክቲክም ቢሆን ከወንዶቹ የላቁ ለመሆናቸው የታሪክ ማስረጃዎች አሉ። በአድዋ ጦርነት ወቅት መቀሌን ከጣሊያኖች ለማስለቀቅ ራስ መኮንን ጣሊያኖች ምሽጋቸውን እንዲገነቡ የሚያስችል ጊዜ ሰጥተው፣ ምሽጉ ተገንብቶ ካለቀ በኋላ በከፈቱት ውጊያ ብዙ ሰው ስላለቀ ጣሊያኖችን ከመሸጉበት ያለምንም ውጊያ እንዲለቁ መላውን ያመጡት እቴጌ ነበሩ። "ዙሪያውን ከበቡና በካምፕ ያሉት ጣሊያኖች ውሃ እንዳያገኙ አድርጓቸው። ውሃ ጥም ይፈታቸዋል" ነበር የጣይቱ ምክር። እንዳሉትም ሆነ። "በውሃ ጥም የተፈታው ጣሊያን ሃገራችሁን ለቅቄ እሄዳለሁ፣ መሳሪያዬንና ንብረቴን ግን ይገዩ ነው። ውሃ ጥም የፈጃቸውን የጓዝ መጫኛ አጋሰሶቼን መተኪያ አጋሰስ ሸጡልን"አለ። ወንዶቹ ሲስማሙ "እንዴት ተደርጎ" በማለት ያበዱት" ጣይቱ ነበሩ። "ሲሆን እዛው በጥም ተቃጥሎ ማለቅ ነበረበት። ወይ ድፍረት! ጓዝ መጫኛ አጋሰስ ይጠይቃል። መሳሪያውን አስረክቦ ይሂድ" ነበር እቴጌ ያሉት። ያዳመጣቸው ግን አልነበረም። ይህን የመቀሌን ውጊያ በተመለከተ ፊታውራሪ ተክለ ሃዋርያትን "የህይወቴ ታሪክ" ገጽ 63ን ይመልከቱ። በንጉስ ተፈሪ ዘመንም ከንጉስ ሚካኤል ጋ በተደረገው የሰገሌ ጦርነት፣ ምንም እንኳን ጣይቱ ባላቸው ምኒሊክ ሞተው፣ እሳቸውም ስልጣናቸውን ተገፈው በግዞት እዛው ዲልዲላ ማሪያም እየኖሩ ቢሆንም፣ በወታደራዊ ስትራተጂስትነታቸው የሚያደንቋቸው ወንዶቹ የጦር መሪዎች "እንዴት ብናደርግ ይሻላል" የሚል ምክር ጠይቀዋቸዋል። ጣይቱ "ወሎ ከንጉስ ሚካኤል ግዛት ሄደን እንዋጋ" የሚለውን የአብዛኛዎቹን ወንዶች ሃሳብ በምክንያት ላይ በመመስረት ውድቅ አደረጉት። "ችኩሉ ንጉስ ሚካኤል *ብዙ ድጋፍ ከማያገኝበትና አካባቢውን ወደማያውቀው እንደ ወሎ ለውጊያ ወደማያስቸግረው ግዛት መምጣቱ ስለማይቀር እዛ ጠብቆ መግጠም ነው" የሚለውን የጣይቱ ምክር የጦር መሪዎቹ ተቀብለው፣*

ያለ ምክንያት አልነበረም።

ገበየሁ ቢሞት ተተካ ባልቻ

መድፍ አገላባጭ ብቻ ለብቻ[46]

ጣይቱ ብጡል የሴት አንበሳ

በለው የምትል መድፍ ሲያገሳ

በማለት የዘመናቸው ገጣሚዎች ለሁለቱም የተቀኙላቸው።

እንግሊዞች ለታሪክ ባቆዩት የድምጽ ቅጅ ቅርስ ላይ ታዲያ፣ ጣይቱ፣ እንደ ንግስት በርጋታ ነው፤

"እኔ፣ እቴጌ፣ ጣይቱ፣ ብጡል፣ ዘብርሃን፣ ኢትዮጵያ" በማለት ሰላምታቸውን የሚጀምሩት።

ንጉስ ሚካኤል ከወሎ ወጥተው ቶራ መስከ ሰገሌ ላይ ሲደርሱ ጠብቀውና ጦርነት ገጥመው ለድል በቅተዋል። ይህን በተመለከተ፣ ዘውዴ ረታ "ተፈሪ መኮንን ረጅሙ የስልጣን ጉዞ" (አዲስ አባባ፣ ሻማ ቡክስ፣ 2006) ከገጽ 307-308 የተጻፈውን ይመልከቱ። በታላቁ ምኒሊክ ጥላ ስር የኖሩና ሴት በመሆናቸው ያልተነገሩና ያልተጻፉ የጣይቱ ብሩህ አእምሮ ያፈለቃቸው ብዙ ነገሮች እንዳሉ መጠርጠር ተገቢ ነው። ንግስቲቱ የዋዛ አልነበሩም። ዘብርሃን ኢትዮጵያ የሚለው ስማቸው ስለጣይቱ ከምናውቀው አነስተኛ መረጃ ተነስተንም ቢሆን አግባብነት ያለው መጠሪያ ነበር ማለት እንችላለን።

[46] *ስለመድፍ የበላይነትና የአስተኳሾች ብቃት በአድዋ ጦርነት ኢትዮጵያውያን የተሻሉ እንደነበር "the battle of adawa" በሚለው መጽሃፉ የሃርቫርድ ምሁር ጽፎታል። የኢትዮጵያውያን መድፍ ከጣሊያን መድፎች አርቆ መምታት ይችል እንደነበር፤ ተኳሾቹም እጅግ የሚገርም የማነጣጠር ችሎታ ስለነበራቸው ጣሊያኖች "የውጭ የሰለጠኑ ሰዎች መድፎቹን እየተኮሱላቸው ነው" የሚል ጥርጣሬ ውስጥ ገብተው እንደነበር ጽፎታል።ተክለጻዲቅ መኩሪያ "የኢትዮጵያ ታሪክ ከአፄ ቴዎድሮስ እስከቀዳማዊ ሃይለስላሴ" አሳታሚው የማይታወቅ፣ 2000 ዓ.ም አዲስ አበባ፣ በምእራፍ 33 የአድዋ ጦርነት በሚለው ርእስ ስር በገጽ 114 "የአድዋ ጦርነት እለት ካፒቴን ክሎሼት የሚባለው የፈረንሳይ ተወላጅ በመድፈኛ ክፍል ሆኖ ራሱ በኢትዮጵያውያን የጦር ሰራዊት መካከል ሆኖ በጀግንነት ሲዋጋ ውሏል።" ይሉናል። ራሱ መድፍ ይተኩስ ነበር አላሉም። ይህን በማንበቤ "ምናልባትም የጣሊያኖች ጥርጣሬ እውነትነት ሳይኖረው አይቀርም" የሚል ግምት አሳድሮብኛል። በሌላ በኩል ግን፣ በዚሁ መፅሃፍ ውስጥ በገጽ 117 "ሊቀ መኳስ አባተ በያዙት መድፍ አነጣጥረው የኢጣልያኖችን መድፍ ባፉ አግብተው ሰባብረውት ስለነበርና ለርሳቸውና ስለ በጅሮንድ ባልቻ ከዚህ ቀጥሎ ያለው ተገጠመላቸው።*
አባተ አባ ይትረፍ ነገረኛ አዋሻኪ ሰው
ይህን መድፍ ከዚያ መድፍ አቆራረጠው
አበሻ ጉድ አለ ጣሊያን ወተወተ
አይነ ጥሩ ተኳሽ በዋለው (ቧያለው) አባተ
ገበየሁ ቢሞት ተተካ ባልቻ
መድፍ አገላባጭ ብቻ ለብቻ"
በማለት ተክለጻዲቅ መኩሪያ ጽፈዋል። ይህን ሳነብ ደግሞ "ኢትዮጵያውያኑ የማንም የውጭ ሰው እርዳታ የማያስፈልጋቸው ድንቅ መድፈኞች ነበሯቸው" የሚል ዕምነት እይዛለሁ።

ከሙሉው የሰላምታ መልእክት ለታሪክ የተረፈችው ይች ብቻ ነች። ንግስት ቪክቶሪያ ለአፄ ምኒሊክና ለባለቤታቸው በድምጽ አስቀርጸው ልከውት የነበረው መልእክት ሙሉ በሙሉ እንዲጠፋ ተደርጓል። ንግስት ቪክቶሪያ በፎኖግራፍ አስቀርጸው ለሚኒሊክና ለባለቤታቸው ለጣይቱ የላኩት መልእክት በአዲስ አበባ ቤተ-መንግስት የተደመጠው በታላቅ ሥነ-ሥርዓት ነበር። ንጉሱና ባለሟሎቻቸው ከመቀመጫቸው ተነስተው፣ መድፍ ተተኩሶ ነበር። አፄ ምኒሊክና ንግስት ጣይቱም በድምጽ የሚሰማ ሰላምታ ለቪክቶሪያ የላኩት ንግስቲቱ በላኩላቸው ፎኖግራፍ አስቀርጸው ነው።

የእንግሊዝ መንግስት ግን፤

"ቪክቶሪያን የሚያህል ታላቅ የእንግሊዝ ንግስት እንዴት እንደ አንድ ተራ ዱርዬ ድምጿ በአልባሌ ነገር ላይ ይቀረጻል ?" በማለት በመንግስታዊ የፓርላማ ውሳኔ የቪክቶሪያን በፎኖግራፍ የተቀረጸ ድምጽ በሙሉ እየታደነ እንዲደመሰስ አድርጎታል። አዲስ ቴክኖሎጂን የዱርዬ ስራ አድርጎ የሚያይ የእንግሊዝ መንግስት፣ የሚገርም ዘመን![47]

ግርማ ሞገስ በተሞላው ንግስታዊ ድምጻቸው እቴጌ፤ እንጦጦ ተራራ ላይ ቆመው፤

"ከዛሬ ጀምሮ ይህን ከፊታችን ተንጣሎ የምናየውን ስፍራ አዲስ አበባ ብለነዋል" ያሉት ያለምክንያት አይመስለኝም።

እንጦጦ ተራራ ላይ ሆኖ መላው ፊንፊኔን ቁልቁል ማየት ይቻላል። እቴጌይቱ "ፊንፊኔን" ወይም በሌላ መጠሪያዋ "ሸገርን" ለመጀመሪያ ጊዜ ከእንጦጦ ላይ ሆነው ያዩዋት በመስከረም ወር ላይ ሳይሆን አይቀርም። በዛን ጊዜ ሸገር ቤት የሚባል ነገር የሌለበት፣ በደን፣ በጽዋት፣ በጨፌና በምንጮች የተሞላ ስፍራ ነበር። የከብቶችና የአውሬዎች መናኸሪያ ነበር። እነዛ እኔን በልጅነት ዕድሜዬ በየመንደሩ ያስደመሙ የመስከረም የአደይ አበባዎች ከእንጦጦ ተራራ ላይ ሆኖ መላውን ሸገር ሸፍነው የሚያያቸውን ሰው የበለጠ እንደሚያስደምሙ ግልጽ ነው።

ከተራራው አናት ላይ ሆነው በመላው ሸገር ተነጥፈው ባዩዋቸው ቢጫ አበቦች ንግስቲቱ ልባቸው ሳይሰረቅ አልቀረም። ሴት በመሆናቸው ከወንድ በላይ የተፈጥሮን ውበት ማድነቅ ይችላሉ። የከተማዋን ስም ያወጣው ወንድ ቢሆን ኖሮ በሸገር ደኖች ከሚተራመሱ

---

[47] *ዶክተር አብርሃም ደምዝ የሚባሉ ምሁር ስለ ፎኖግራፉ መልእክት የጻፉት ጽሁፍ ጉግል (Google) ላይ ተፈልጎ ይገኛል። መረጃውን ያገኘሁት ከእርሳቸው ነው።*

አውሬዎች መሃል በአንዱ ይሰይመዋል። ሸገር “ነብር” ትሆን ነበር። የምኒሊክ ጦር በሃረር ዘመቻው ተሸንፎ ቢሆን ሸገር ስሟ “ሸገር” ሆኖ ይቀራል። ስም አውጭው የአሁኑ ዘመን ወጣት ቢሆን ደግሞ ያለምንም ጥርጥር ሸገር ወደ እንግሊዝኛው ተቀይራ “ሹገር” ትሆናለች። እቴጌይቱ ግን “አዲስ አበባ” አሏት።

ይህ “አዲስ አበባን” ከአደይ አበባ ጋር የሚያገናኘው ግምቴ ይህን ጽሁፍ መፃፍ ስጀምር የመጣ አይደለም። ከእኔ ጋር ለሃምሳ አመታት የቆየ ነው። ተፈሪ መኮንን ትምህርት ቤት የዘጠነኛ ክፍል ተማሪ በነበርኩበት ወቅት እንግሊዝኛ አስተማሪያችን አሜሪካዊት ነበረች። በአንደኛው የትምህርት ክፍለ ጊዜዋ “ስለ አዲስ አበባ ከተማ ግጥም ጻፉ” ብላ ትእዛዝ ሰጠች። የኔ ቡጭርጭር ወደ አማርኛ ሲተረጎም ይህን የሚመስል ነገር ነበረው።

“ከተማዋ አዲስ ነች

ስሟን ከውበቷ አገኘች፤

በመስከረም ወር በቢጫ አበባ ትሸፈናለች።

ጣይቱ፣ የጥንቷ ንግስት ይህን አየች

አዲስ አበባ እንድትባል ወሰነች !”[48]

በእንግሊዝኛ ስለከተማዋ የተቀኘሁት የእንግሊዝኛ ቅኔ የሚጀምረው በነዚህ ስንኞች እንደነበር ትውስ ይለኛል። የመጀመሪያና የመጨረሻዬ የእንግሊዝኛ ግጥም ሙከራዬ ሆኖ ቀርቷል።

በ1878/79 አዲስ አበባ በዚህ መንገድ ስም ወጥቶላት ተቆረቆረች። እቴጌ ለከተማው “አዲስ አበባ” የሚል ስም እንዴት እንደመጣላቸው መግለጫ ባይተውም፣[49]ፊንፊኔን ለዋና ከተማነት ለምን እንደመረጡት ግን ምክንያታቸውን እናውቃለን።

---

[48]*Addis is a new city, got her name for her beauty, in the month of september, the city is covered in yellow flower, Tayitu the Ancient Queen of our country, gave the name Addis Ababa to the city እያለ የሚቀጥል ግጥም ነበር የጻፍኩት። ከዚህ ሁሉ ዘመን በኋላም ያልረሳሁት አሜሪካዊት አስተማሪዬ ደብተሬ ላይ የጻፈችው ውዳሴ የሰጠኝን ደስታ የማይረሳ ስለነበር ነው።*

[49]*በላይ ግደይ አምሃ፣ “አዲስ አበባ ያብባል ገና”፣ሀሁ ፕሮዳክሽን፣ጥር 1997፣ አዲስ አበባ፤የአዲስ አበባ ስም ከአበባ ጋር የተያያዘ እንደሆነ በገጽ 24 -25 እንዲህ እያለ ይገልጸዋል “እቴጌም ጫካ ለብሶ ከሰውርቆ የሚገኘውን ስፍራ አተኩረው ሲመለከቱ አልፎ አልፎ ደስ የሚያሰኝ አበባ ወለል ብሎ ታያቸው*

ንጉሰ ነገስት ምኒልክ በሰፈሩበት ቦታ ሁሉ ትልቅ የጦር አጀብ ይከተላቸው ነበር። ብዛት ያለውን ሰራዊት በአንድ አካባቢ አሰባስቦ ለማቆየት ትልልቆቹ ችግሮች የሚጠጣ ውሃና የማገዶ እንጨት ነበሩ። ፊንፊኔን የወንዞቿንና የምንጮቿን ብዛት ሁላችንም የምናውቀው ነው። ያለምክንያት አይደለም ፊንፊኔ የተባለችው። ምድሯ "ፊን" ብሎ የሚወጣ ነገር ይበዛዋል። አንዳንድ አካባቢ ቤት ለመስራት መሬት ሲቆፈር ከአፈር በፊት ቀድሞ ብቅ የሚለው ውሃ ነው። በውስጧና በዙሪያዋ ባሉ ጋራዎች የነበረ ደን ተቆርጦና ተማግዶ የማያልቅ እንደሆነ ንግስቲቱን አሳምኗቸዋል። ጥቅጥቅ ያለ ደን ነበር ይባላል።

ጣይቱን፣ ደኑ አፍ አውጥቶ "የእንጨት ችግር የለም። ነይና እዚ ከትሚ" ሳይላቸው የቀረ አይመስልም።

እቴጌይቱን "እዚህ እንከትማለን" ከሚል ውሳኔ ላይ ያደረሳቸው ፊንፊኔ ውሃና እንጨት የተትረፈረፈበት ቦታ በመሆኑ ነው። ከአንኮበርም የተፈናቀሉት በማገዶ ችግር ሳይሆን አይቀርም።

ለእቴጌ ራስ ምታት የሆነባቸው የውሃና የእንጨት ችግር በዚህ መንገድ ተቃለለ። እቴጌ ይህን ሲወስኑ ለቅድመ አያቶቼ ራስ ምታት መፍጠራቸው እንደነበር ግን አልታያቸውም።

አያቴ ተሰማ ሮቢ፣ የአዳዎቹ ባላባት የእነ ሮቢ ዶዮ፣ የነዶዮ ቱፋ፣ የነቱፋ ቡኒ፣[50] የነቡኒ ቦሬ፣ የነቦሬ ጉቶ የልጅ፣ ልጅ፣ ልጅ፣ ልጅ ....፣ የከተማ ህይወት ሲያማርራቸው እቴጌን ሲያማርሩ እሰማ ነበር። በምኒሊክ በኩል አድርገው፤ በልጅነቴ።

በወቅቱ የአንዲቷ ሴት ልጃቸው፣ የመጀመሪያ ወንድ ልጅ ነበርኩ። ዘራቸውንም ታሪካቸውንም ገና ስድስት አመት ዕድሜ ሳይሞላኝ ነው ማስጠናት የጀመሩት።

ተረት እንደምወድ ስለሚያውቁ፣ "ና፣ አባቡ ተረት ልንገርህ ይሉኛል።" አባቡ የቤት ስሜ ነው። ትንሽ ተረት ከነገሩኝ በኋላ፣

"ይህ አበባ እንዴት ያምራል!" በማለት ከልባቸው ስለተደነቁ ፊንፊኔ ይባል የነበረውን አካባቢ" አዲስ አበባ" ሲሉ ሰየሙት።" ይህን መረጃ ያገኘሁት የኔን ጽሁፍ ከጻፍኩ በኋላ ነው። አቶ በላይ ግደይ፣ እቴጌ እንደዛ ለማለታቸው የመረጃ ምንጭ ግን አይጠቅሱም።

[50] በአንድ ወቅት ንጉስ ሚኒሊክ ግዛታቸውን ከማደላደላቸው በፊት ሸዋ ውስጥ በባላንጣዎቻቸው በተከሰተባቸው ችግር አዳ ወርደው ቡኒ ከሚባል ባላባት ዘንድ ከርመው እንደነበር በታሪክ መፅሃፍ አንብቤያለው። በየትኛው መፅሃፍ ላይ እንደሆን ለጊዜው ተዘንግቶኛል። ጥርጣሬዬ ፓውሎስ ኞኞ ስለምኒሊክ በጻፈው መፅሃፍ ላይ ሳይሆን አይቀርም የሚል ነው። ይህ ቡኒ አያቴ እንደነገሩኝ ሀያ ሺህ ከብት ምኒሊክ በቅጣት የወሰዱበት የአባባ ተሰማ ቅድመ አያት ቡኒ ቦሬ ይሁን ወይም አይሁን የማውቀው ነገር የለም። በአዳ ምድር ሀያ ሺህ ከብት ሊቀጣና ምኒሊክን በችግር ቀን ማስጠጋት የሚችሉ ሁለት"ቡኒዎች ይኖራሉ" ብዬ ለማሰብ ግን ከብዶኛል።

“ተረት ለልጆች ነው። አንተ ትልቅ ሰው ነህ” እያሉ፣ ኪሳቸውን ደባብሰው ከረሜላ ያወጣሉ።

“ትልቅ ሰው ደግሞ ከረሜላ እየበላ ታሪክ ይማራል” ።

ከረሜላዋን ይሰጡኝና፣ ጥያቄያቸውን ይጀምራሉ።

“ ሙሉ ስሜ ማነው ?” ይሉኛል ።

እሱን ስመልስ፣ የአያታቸውን፣ የቅድመ-አያታቸውን ስም ያስጠኑኛል። በመጨረሻ እስከ 7 ቤት ያለውን ዘራችንን መድገም ቻልኩ። ያለምንም ስህተት ሁሉን የወረድኩት እለት ተጨማሪ ከረሜላ እንደሰጡኝ አስታውሳለሁ።

“አሁን የኔን አስኳላ ትምህርት ጨርሰሃል” ይላሉ። ከደስታቸው ብዛት በሚያቋትና ትርጉሟ በማትገባኝ ፈረንሳይኛቸው ይናገራሉ።

“አሁን የሚቀርህ ጋልኛ መናገር ነው” ይሉኛል። የዛን ጊዜ “”ኦሮሞ ወይም “ኦሮምኛ” የሚባል ቃል በኦፊሴል ስራ ላይ አልዋለም ነበር።[51] ራሳቸው የኦሮሞዎቹ ባላባቶች የልጅ ልጅ

[51] ነገር ግን እአአ በ1952 ዓ.ም በግእዝ የቀን አቆጣጠር በ1944/43 J. Spencer Trimingham “ Islam in Ethiopia” Oxford University Press 1952 London በጻፈው መፅሃፍ በገጽ 187 ላይ “ጋላ የሚለው የቅጽል መጠሪያ ምናልባትም ትርጉሙ “emigrants” “መጤ” የሚለው በህዝቡ አይወደድም። ስማቸው ኦርማ (orma) ከኢልማ ኦርማ (ilm orma) የኦርማ ልጅ ከሚለው የመጀመሪያው ቀደምታቸው ስም የተወሰደ ነው።” ይለናል። ትንሽ ወረድ ብሎ በዛው ገጽ ላይ በግርጌ ማስታወሻ 2 ላይ፣ ሁለት ሌሎች ፀሃፊዎችን በመጥቀስ "ጋላ" የሚለው ቃል ከየት እንደመጣ የተለያዩ ነገሮችን ጽፏል። “Reinisch የሚባለው ጸሃፊ “ጋላ” የሚለው ቃል ምንጩ ጋል የሚለው የሶማሌዎች ቃል ትርጉሙም “እንግዳ/ባእድ” (stranger) የሚለው ነው” የሚለውን ትሪንግሃም ጠቅሷል። ከ W.C. Harris “The Highland of Ethiopia” ከሚለው መጽሃፉ በገጽ 45 ላይ ስሙ “ቃል ላ” ትርጉሙ እምቢ አለ (He said no) ከሚለው የአረብኛ ቃል እንደመጣና ጉዳዩም ኦሮሞች እስልምናን ተቀበሉ ቢባሉ “ቃል ላ” ማለትም “እምቢ አለ” የሚል መልስ በመስጠታቸው ይህንን የሰማው ነብዩ መሃመድ ከዚህ በኋላ እነዚህ ኢ-አማኞች “ቃል ላ” በሚለው ስም ይታወቁ በማለቱ የመጣ” ነው እንደሚባል የጻፈውንም ትሪንግሃም ጠቅሷል። “ቃል ላ” ውሎ አድሮ "ጋላ" ሆኗል ለማለት ነው ። እነዚህ ፀፊዎች የፈለጉትን ቢሉም አያቶቼና ቅድመ አያቶቼ እውነተኛ ስማቸው ማን እንደሆነ እያወቁ ጋላ የሚለውን መጠሪያ እራሳቸውም ይጠቀሙበት የነበረው አመጣጡንና ትርጉሙን ሳያውቁ ቀርተው አልነበረም። እነዚህ ኩሩ ኦሮሞች ጋላ የሚለውን ቃል ያለብዙም ጭንቀት ይጠቀሙበት የነበረው ቃሉ ትክክል ባይገልጻቸውም ባሁኑ ዘመን የተሰጠው አስከፊና አዋራጅ ትርጉም አለው ብለው ባለማመናቸው እንደሆነ አልጠራጠርም። በዚህ የተነሳ እውነተኛ የቃሉ አመጣጥ ከላይ እንደተባለው stranger “እንግዳ ወይም ባእድ emigrant ወይም መጤ የሚለው የሱማሌ ቃል ሳይሆን አይቀርም የሚል ዕምነት እንዲኖረኝ አድርጎኛል። እንዲህም ሆኖ የውጭ ሃገር ዜጎች ሳይቀሩ በዚህ ደረጃ እውነተኛው የህዝብ መጠሪያ ኦሮሞ መሆኑንና ህዝቡም ጋላ በሚል ስም መጠራት የማይፈቅድ እንደሆነ በ1950ዎቹ እየጻፉም ኦሮሞ የሚለውን እውነተኛ የህዝብ መጠሪያ የመንግስትና ተቋማትና ምሁራንና የአካዳሚው ሰዎች በስራ ላይ ሳያውሉት ብዙ አስርተ-ዓመታት ማለፋቸው የሚያሳዝን ነው።

የነበሩት አያቴ የሚናገሩትን ቋንቋ "አፋን ጋላ/ወይም ጋልኛ" ነበር የሚሉት። በኦሮምኛ ቁጥር መቁጠር አስተምረውኝ ነበር። ብርቱ ፍላጎት ቢኖራቸውም ከዛ በላይ ግን ማለፍ አልቻልኩም። የዘርና የቋንቋ ትምህርት ሲያበቃ የታሪክ ክፍለ ጊዜ አላቸው።

"ይሄ ሁሉ ቤትና ህንጻ መንገድ የተሰራበት ቦታ የቅድመ አያቶችህ ከብት ማሰማሪያና ጥጃ ማሰሪያ ነው። የከብቶቻችን ብዛት በቁጥር አይታወቅም። ቅድመ አያቴ ከአንድ መቶ ጨዳራ በላይ ለብሰዋል።አዳ እና ዙሪያው ለከብቶቹ የሚበቃ የግጦሽ መሬት ስላልነበረው በአራቱም አቅጣጫ በዱር ነበር ከብቱ የሚውለውና የሚያድረው። የተወሰኑት እስከ ፊንፊኔ ጨፌ የዛሬው ፍልውሃ እስካለበት ድረስ እየመጡ ነበር የሚግጡት። ሚኒሊክ ከቡኒ ልጅ ብቻ በቅጣት ሀያ ሺህ ከብቶች ወስዷል። የሚያደርጋቸው ቢያጣ ለሃገሬው በተናቸው። እስከ ሰላሌ ያለ ሰው ሳይቀር የኛ ከብት ደርሶታል። እስካሁንም ከብቶቹ ተለይተው በቡኒ ስም ነው የሚጠሩት"[52] ይሉኛል።

"ፊንፊኔ ባዶ ነበር። ንብረት አልሰፈረበትም ነበር። አለማነው፣ አቀናነው" ይሉናል።

"ከብት ንብረት አይደለም ያላቸው ማነው? "ፈረሶቻችን የጋለቡበት፣ ከብቶቻችን የጋጡበትና እበትና በጠጣቸውን የጣሉበት ሜዳ ሁሉ የእኛ ነው" ብለው ነው አያቶቻችን የሚያስቡት። አጥር ማጠር የሚባል ነገር አናውቅም። እንጠርስ ብንል ስንቱን አገር አጥረን እንጨርሰዋለን? እነሱ አጥር ማጠር ለምደዋል። ካላጠራችሁት የእናንተ ንብረት መሆኑን በምን እናውቃለን አሉን። እስከ አዳ ደጃፋችን ያለው መሬት የንጉስ መሬት ነው ተባለ። ይህ ከተማ ከተመሰረተ በእኛ ቤት ምቾት የሚባል ነገር ጠፋ። ጨዳራ መልበስ፣ በወተት መታጠብ ቀርቶ፣

---

[52] አያቴ የሚጠቅሱት የከብት ቁጥር የተጋነነ ቢመስልም በዛን ወቅት የማይሆን ነገር አልነበረም። በዛን ወቅትና ከዛም በኋላ (ግሪኮች በ1950ዎቹ እአአ የእርስ በርስ ጦርነታቸውን ሲያቆሙ ህዝባቸው ትልቅ የምግብ ችግር ላይ ወድቆ ነበር። በህይወት ያሉ የግሪክ ሽማግሌዎች ከሃገራቸው ስጋ ጠፍቶ እንደነበርና ለመጀመሪያ ጊዜ ስጋ ያዩት በአሜሪካን መርከቦች ተጭኖ በርዳታ መልኩ የመጣ የኢትዮጵያ መንግስት እርዳታ እንደነበር ያስታውሳሉ። ይህን ታሪክ የነገሩኝ በእንግሊዝ ሃገር የሚኖሩ አረጋውያን ግሪኮች የ1984ቱን ኢ.አ.አ የኢትዮጵያን አሰቃቂ ረሃብ በከፍተኛ ሃዘን በቴሌቪዠን በተመለከቱበት ወቅት ነው። ንጉሱ በትእዛዝ በሺዎች የሚቆጠሩ በሬዎች አሰባስበው ስጋ ለግሪኮች ለመላክ የሚቸግራቸው እንዳልነበር ሳስበው ግሪኮች ተሰጠን ባሉኝ እርዳታ አልተገረምኩም) ኢትዮጵያ በአፍሪቃ ምድር ምናልባትም በዓለም ላይ ማንም የማይወዳደራው የከብት ሃብት ነበራት።
(ፈታውራሪ ተክለ ሃዋርያት ተክለ ማሪያም፣ "የህይወቴ ታሪክ" 2004፣ አዲስ አበባ ዩኒቨርስቲ ፕሬስ፣ አዲስ አበባ) ገጽ 331 ላይ በ1920ዎቹ ውስጥ ወደ አፋር ግዛት አርብቶአደሮችን ለማስገበርና ለመቅጣት እንደተንቀሳቀሱ በመናገር በቅጣት ስም ከአንድ ባላባት ስር ከነበረ አንድ አነስተኛ ጎሳ ብቻ "አርባ ሺህ ፍየል፣ አስር ሺህ ጊደርና ላም ሶስት ሺህ ግመሎች" እንደወሰዱባቸው ይናገራሉ። ይህን ያህል ከብት ተወስዶባቸው ምን ተረፋቸው የሚያሰኝ ነው። በአፋሮች ላይ ይደርስ የነበረው ግፍና በደል ብዙ ነበር። ይህን የበደል ታሪክና የአፋሮችን ኢትዮጵያዊ ቀናኢነት አንድ ላይ ማጤኑ መልካም ነው። በሌላ በኩልም ይህን ቁጥር ለተመለከተ አያቴ "በቅጣት ከቡኒ ተወሰደ" የሚሉት 20,000 ከብት የማይሆን ቁጥር እንዳልሆነ መገመት ይቻላል።

[53] የሚበላ ጨዳራና እንደ ድመት የሚላስ ወተት ጠፋ። ያ ሁሉ ከብት በቅጣት፣ በግብር፣ በመዋጮ፣ በዘረፋ፣ በበሽታ፣ በግጦሽ መሬት ማጣት ተመናመነ። አለቀ። ባላባትነት ስም ብቻ ሆነ። የቀረችን ያችው የአዳ መሬታችን ሆናለች። የአዳ ነጭ ጤፍ ሲባል ሰምተሃል አይደል ?" ይሉኛል።

"እረ እኛም ቤት አለ፤ ላሳይዎት" እላቸዋለሁ።

የቤታችን ጤፍ ከምንጃር እንጂ ከአዳ እንደማይመጣ የሚያውቁት አያቴ ይስቃሉ። የሚያስቃቸው በእሳቸው ፕሮፓጋንዳ የተነሳ "የቤታችን እንጀራ ከሮቢ መሬት ከአዳ ከመጣ ነጭ ጤፍ የተጋገረ ነው" እያልኩ ለሰው ሁሉ እንደማወራ እናቴ ስለነገረቻቸው ነው።

አያቴን ልባቸው እስኪወልቅ ብዙ ነገር እጠይቃቸዋለሁ። እሳቸውም ስለአያቶቻቸውና እንስሶቻቸው ማውራት የሚታክታቸው አልነበረም።

"አሁን ስንት ላሞች፣ በጎችና ፍየሎች አሏችሁ?" እላቸዋለሁ።

"አይ ልጄ! ላም በግና ፍየል ቢኖረኝ፣ ባቡር ጣቢያ ቀንና ማታ ባቡር ሳግድ እውል ነበር? ወስጄህ የለም እንዴ ስራዬ ቦታ፤ ስራዬ ምንድነው አልኩህ? እረሳኸው እንዴ?"

"አልረሳሁትም። የብረት ዘንዶ ማገድ" እላቸዋለሁ።

"አዎን፤ የብረት ዘንዶ ማገድ ነው" ይሉና ይተክዛሉ።

አያቴ ሁሉንም ዘመናዊ የሆነ ነገር በእንስሳ ምስል መግለጽ ይወዳሉ። ባቡሩ የብረት ዘንዶ። አይሮፕላኑ የብረት ወፍ። የሚጥለው ቦንብም፣ ሰው ገዳይ የብረት እንቁላል። የአባቴ ቮክስ ዋገን መኪና የብረት ኤሊ ወይም እንቁራሪት። ይህ አገላለጻቸው አንዱ እሳቸው ሲያወሩ እንዳዳምጥ የሚያደርገኝ ምክንያት ነው። ሲያወሩ ያፈዙኝ ነበር።

ስራቸው በምድር ባቡር ኩባንያ ውስጥ ባቡሮች ሲመጡ መቀበል፣ ሲሄዱ መሸኘት ነው። በሮች መዘጋታቸውንና ሁሉ ሰው መሳፈሩን አረጋግጠው፣ ለሾፌሩ ፊሽካ ይነፋሉ። ወይም ፋኖሳቸውን ከፍ አድርገው ያወዛውዛሉ። ለሾፌሩ "ሁሉ ነገር መልከ ይዟል፤ ተንቀሳቀስ" የሚል

53አንድ ጨዳራ የሚለበሰውና በገንዳ ወተት ተሞልቶ ባላባቱ የሚታጠበው አንድ ሺህ ጥጃዎች ሲወለዱ ነበር። መቶ ጊዜ ጨዳራ ለመልበስ የመቶ ሺህ ከብቶች ጌታ መሆን ይጠይቃል።

መልእክት ማስተላለፊያ መንገድ ነው። ስራው በፈረንሳይኛ ቋንቋ ትልቅ ስልጣን ያላቸው የሚያስመስል ስም ተሰጥቶታል። በልጅነቴ!

“አያቱ የምድር ባቡር ሸፍተራን ናቸው” በማለት ስለ አባባ ተሰማ ሰዎች ሲገልጹ የሚሰማኝ ስሜት እንደዛ ነበር። አያቴ በምድር ባቡር ኩባንያ ለረጅም ዘመን ሰርተዋል። የሚያውቋትን ትንሽ ፈረንሳይኛ የተማሩትም የባቡር ኩባንያውን ያስተዳድሩ ከነበሩት ፈረንሳዮች ነው።

ከትካዜአቸው መለስ ይሉና፣

“ታዲያ ይህን እያወቅህ ስለ በጎቼና ፍየሎቼ እየጠየቅህ ለምን ልቤን ታደርቀዋለህ? አዲስ አበባ ስትወለድ የእኛ በጎችና ላሞች ሞቱ። እኛ ያበቃልን ያን ጊዜ ነው” ይሉኛል።

ከወንድምና እህቶቼ መሃል የአያቴን እሮሮ ተሸክሜ የምኖረው እኔ ብቻ ይመስለኝ ነበር። ለካስ አልነበርኩም።

ከጥቂት አመታት በፊት እንግሊዝ ሃገር ያለው የኔ ተከታይ ታናሽ ወንድሜ አለማየሁ፣ ከረጅም ዘመን የትዳር አጋሩ ጋር እንደተጨቃጨቀ ነገረኝ።

“ምን ሆናችሁ ነው የምትጨቃጨቁት?” አልኩት።

በተለመደው ለመቀለጃ በተፈጠረ አንደበቱ፣ አንዴ እንደ ፍቅረኛው በሴት አንደበት እሷ ምን እንዳለችው፣ አንዴ እሱ እንደ እንግሊዝ ሎርዶች እየተዘባነነ ምን እንደመለሰላት፣ እየነገረ ያስቀኝ ጀመር።

ስንቱ በስንት ስለት፣ ትምህርትና ስልጣና ማግኘት የማይችለውን የኮሜዲ ክህሎት ተፈጥሮ ገና ልጅ ሆኖ ያላበሰችው ሰው ነው-ወንድሜ። እንኳን አበሻውን ፈረንጁን አስቆ ሲያስለቅስ አይቼዋለሁ። ያገሩን መከረኛ ህዝብ ሳያስቅበት ዕድሜው እያለቀ መሆኑን ሳስብ ያሳዝነኛል። ገንዘብ ሳይሰራበት አላልኩም። ህዝብን ሳያገለግልበት ነው ያልኩት። ያደግንበት ቤት ቋንቋ ይህ ነው። ህዝብን እያገለገሉ ገንዘብ መስራት ነውር ነው አላልኩም። ስለጭቅጭቁ ሲያስረዳኝ እንዲህ አለኝ፤

“ይሄውልህ አባቷ በእህል መጫኛ ትሬንታኳትር የጭነት መኪና ላይ ተሳፍረው ባዶ እጃቸውን ነው ከጎጃም አዲስ አበባ የገቡት። ጋቢና ውስጥ አይደለም የተጫኑት። ከእህል ጭነቱ በላይ ነው። እህሉ የታሰረበትን ሽቦ አንቀው፣ ገደል ባዩ ቁጥር ነፍሳቸውን እንዲያተርፍ የዲማ

ጊዮርጊስን በጃንጥላ ስለት አጥለቅልቀውት ነው፣ በመከራ ጉዟቸውን የጨረሱት። የዛን ጉዞ የስለት እዳቸውን ከፍሎ ለመጨረስ ብቻ ብዙ አመታት ወስዶባቸዋል። ጎበዝ ሰራተኛ ነበሩ። ሰርተው ሃብታም ሆኑ። ፓስታና መኮሮኒ፣ ዳቦና ብስኩት የሚያመርት ፋብሪካ አላቸው። የሰሞሊኖ ዱቄት የሚያመርት ትልቅ ወፍጮም ነበራቸው። ደርጉ ወረሰባቸው። በእናንተ አበረታችነት።"

"እንዴት በእኛ አበረታችነት?" አልኩት።

"እሱ ሌላ ጉዳይ ነው" ብሎ ቀጠለ።

"አባቷ ምን እንደታያቸው አላውቅም። ያው የጎጃሞች ነገር የምታውቀው ነው። ከአብዮቱ በፊት ሰባት ቪላ ቤቶች አሰርተው ለሰባት ልጆቻቸው በስነሥርዓት አከፋፍለው ነበር። ልጆቹ ባገር ስላልነበሩ ደርጉ እነዚህን ቪላዎች ወርሷቸዋል። በህጉ መሰረት መወረስ አልነበረባቸውም። ትርፍ ቤቶች አልነበሩም። እያንዳንዱ ልጅ አንድ ቤት ብቻ ነው የደረሰው። ሰውየው ምን ያህል ቆቅ እንደነበሩ አየህ? ሰባቱን ቤቶች በስማቸው ይዘው ቢሆን ለአጅሬ ደርግ አስረክበውት ነበር። አጥናፉ አባተ[54] "ትርፍ ቤት ሊወረስ ነው" ብሎ ሹክ ብሏቸው ነው እንዳትል፣ እሳቸው ቤቱን ያከፋፈሉት ከደርግ ዘመን በፊት ነው። የሰለሞን ዙፋን እንኳን ሊወድቅ ሊንገዳገድ ይችላል ተብሎ በማይታሰብበት ዘመን። ለዚህ ነው መጠርጠር ይገባል" የምልህ።

"ምኑን ነው መጠርጠር የሚገባኝ ?" በማለት ጠየቅሁ።

"ይህ ሰባት የሚለው ቁጥርም በአጋጣሚ የመጣ አይመስለኝም። ሁሉ ነገራቸው ሰባት ይበዛዋል። ሰባት ልጅ፣ ሰባት ቪላ ! ብቻ እሱን ያዝልኝ። ሌላ ጉዳይ ነው።" ብሎ ቀጠለ።

"ደርግ ሲወድቅ እነሱ ቤታቸውን ከኢህአዴግ አስመለሱ። "ያለ አግባብ ነው የተወሰደብን" ብለን መለሱልን ነው የምትለው። እኔ ግን ዝም ብለው የመለሱላቸው አይመስለኝም። እሱም ሌላ ጉዳይ ነው። ያዝልኝ። ከዚህ ሁሉ ዘመን በኋላ እነዚህ ቤቶች የቡና ላይ ወሬ መሆን ጀምረዋል። እሷማ ያለቤቶቹ ወሬ የላትም። አንዳንዴ ከአፄ ኃይለስላሴ አልጋ ወራሽ ምራትነት አውርዶ ከኔ ጋር ያጣበቃትን መከረኛ እድሏን አስባ መጽናናት ስትፈልግ፣ ወደ ጥንት የቤተስብ ሃብትና ጉራ ይወስዳታል። እኔ ደግሞ ዝም ብሎ ማዳመጥ አይሆንልኝም።

---

[54] ኮሎኔል አጥናፉ አባተ በደርግ ምስረታ ቁልፍ ሚና የነበረው፣ የአራተኛ ክፍለ ጦር ባልደረባ፣ በመጨረሻም በደርግ የተገደለ የጎጃም ሰው ነው።

አባቷ አዲስ አበባ ሲገባ መናጢ ደሃ እንደነበር እራሷ የነገረችኝን መልሼ እነግራታለሁ። በተለይ ቤቶቹ የተሰሩት በቅድመ አያቶቼ ጥጃ ማሰሪያ ላይ እንደሆነ ስነግራት ብው ትላላች ” ።

እንዲህ እያለ ያወራልኛል። በዝምታ እያዳመጥኩ ከእርሱ ቀልድና በኔ ሳቅ መሃከል ቁም-ነገሮችን እመዘግባለሁ። አዲስ አበባን “የአያቶቼ ጥጃ ማሰሪያ” ብሎ ሲገልጻት ሰምቼ ግርም አለኝ።

አያቴ ለኔ ታሪክ ሲያስጠኑ ታናሽ ወንድሜ አጠገባችን ደርሶ አያውቅም። ለሚጠና ነገር ትዕግስት የለውም። ለአስር ሰከንድ አያቴን ካዳመጠ ይሰለቸዋል። ከእዛ በፊትም አያቴ በልጅነቴ ይነግሩኝ ስለነበረው ነገር ከማንምጋር አውርቼ አላውቅም። ከዚህ ሁሉ ዘመን በኋላ በሃምሳ ምናምን አመቱ፣ ወንድሜ ገባ ወጣ እያለ በህጻንነቱ ጆሮው ውስጥ ጥልቅ ያለች የአያቴን አባባል መጠቀሙ በጣም አስገረመኝ። “አዲስ አበባ የቅድመ አያቶቼ የጥጃ ማሰሪያ ነበረች” አለ።

አያቴ በዛ የልጅነት ዕድሜዬ ያን ሁሉ ነገር ሲነግሩኝ አድጌ የማስታውሰው መሆኑን እርግጠኛ የነበሩ አይመስለኝም። እንኳን እኔ አጠገባችን የማይደርሰው ትንሹ ወንድሜ እንዲህ ማለቱን ቢሰሙ ይገረሙ ይሆን? ወይንስ ኦሮሞዎች ታሪካቸውን ከልጅ ልጅ በእንዲህ አይነት መንገድ በቃል የማስተላለፍ ባህል ያላቸው መሆኑን ስለሚያውቁ በገዛ ስራቸው በመርካት ፈገግ ይሉ ይሆን? ህፃናት “አይሰሙም፣ አያውቁም፣ አያስታውሱም” ማለት አንችልም። ትልቅ ትምህርት ነው።

“በአብዮቱ” ዋዜማ የጣይቱ አዲስ አበባ፣ የኛ ቅድመ አያቶች ጥጃ ማሰሪያ ከተቆረቆረች ሰማኒያ አምስት አመቷ ነበር።

በዚህ የቅድመ አያቶቻችን ጥጃ ማሰሪያ መሬት ላይ በቅድሚያ የሰፈሩት እተጌ ጣይቱ የተጨነቁላቸው የምኒሊክ የጦር አዛዦችና ጭፍሮቻቸው ሆኑ። አዲስ አበባ እንደ በርካታ የሃገሪቱ ከተሞች ጅማሮዋ በጦር ሰፈርነት ሆነ። ባላገሮች አንድን ቦታ መንደር እንጂ ሰፈር ብለው ሲጠሩ ሰምቼ አላውቅም። በከተማ ግን መንደርና ሰፈር ተለዋዋጭ ቃላቶች ናቸው። ሰፈር የሚለውን የምንጠቀመው፣ የከተማ ቦታዎች ለወታደራዊ ጦር መስፈሪያ፣ በወታደራዊ ጦር ሰፈርነት የተቋቋሙ በመሆናቸው ሳይሆን አይቀርም።[55]

---

[55](ፊታውራሪ ተክለ ሃዋርያት ተክለ ማሪያም፣ “የህይወቴ ታሪክ” 2004፣ አዲስ አበባ ዩኒቨርስቲ ፕሬስ፣ አዲስ አበባ) ገጽ 25 ተክለ ሃዋርያት፣ በልጅነታቸው ለመጀመሪያ ጊዜ አዲስ አበባን ባዩበት ወቅት “አዲስ አበባ የከተማነት መልክ ገና አላወጣም ነበር። ትልቅ ሰፈር መስሎ ይታያል።” ይሉናል። ሰፈር የሚለውን ቃል በግርጌ ማስታወሻ ሲተረጉሙት፣ “የንጉስ ጦር ለጊዜው ያረፈበት ቦታ” በሚል ነው።

ምእራፍ 2.አዲስ አበባ - የወታደሮች፣ የባሪያዎች እና የሴተኛ አዳሪዎች ከተማ

እቴጌ ጣይቱ ሸገርን/ፊንፊኔን "አዲስ አበባ" ብለው ሰየሟት። የሃገሪቱ ዋና ከተማ እንድትሆን መወሰናቸውን የካቲት 28 1879 ከሃረር የማስገበር ዘመቻ ለተመለሱት ባለቤታቸው ለንጉሰ ነገስት ምኒልክ አሳወቋቸው። ለነገሩ ንጉስ ምኒልክ ከቁምነገር አልቆጠሩትም እንጂ ከሃረሩ ዘመቻ ከመመለሳቸው በፊት፣ ከጣይቱ የተላከ አንድ ደብዳቤ መጨረሻው ላይ "ተጻፈ አዲስ አበባ" ይል ነበር። ምኒልክም የጣይቱ ነገር አይሆንላቸውም። "እቴጌ የጠሉት ይነቀፋል፤ ከሹመትም ይሻራል። የወደዱትም በንጉሰ ነገስቱ ዘንድ ክብርና ሞገስ፣ ሹመትም ያገኛል። "[56]እንደተባለው፣

ምኒልክ "አንቺ ካልሽ ይሁን፤ ተስማምቼአለሁ" አሉ።[57]

ሸገርን ለሰራዊት አዛዦችና በስራቸው ላደራጁቸው ወታደሮች ማስፈሪያነት ማከፋፈሉ ተጀመረ። መሬቱ የተሰጠው ለራሶቹ ነው። ከስራቸው ላለው ሌላ የወታደር አለቃና ጭፍራ እንዳሻቸው የሚያከፋፍሉ ራሶቹ ናቸው። በየጊዜውም የሚሾሙ አዳዲስ የጦር አዛዦች ከዚሁ ማለቂያ ከሌለው መሬት መስፈሪያ ይሰጣቸው ጀመር።

የከተሞቹ የታወቁ ነባር መንደሮች እስካሁን ድረስ የሚታወቁት ቀድመው መሬት በተሰጣቸው የጦር አዛዦችና ስም ሆነ። የራስ ብሩ፣ የራስ ሙሉጌታ፣ የራስ ሃይሉ፣ ራስ ካሳ፣ ደጃዝማች ውቤ፣ አባ ኮራን (ፊታውራሪ) ወዘተ በሚል ስም ነው። ከነዚህ የጦር አለቆች ጋር መሬት የታደላቸው የቤተ ክህነት ሰዎችና ቤተክህነት ናት።[58] ቤተ ክህነትና ቤተ መንግስት

---

[56]*ተክለጻዲቅ መኩሪያ " የኢትዮጵያ ታሪክ ከአፄ ቴዎድሮስ እስከ ቀዳማዊ ሃይለስላሴ" አሳታሚው የማይታወቅ፣ 2000 ዓ.ም አዲስ አበባ፣ ገጽ 131*

[57]*ዘውዴ ረታ "ተፈሪ መኮንን ረጅሙ የስልጣን ጉዞ"፣ (ሻማ ቡክስ፤ 2006፣ አዲስአበባ) የፈንሳይ ዲፕሎማቲክ ሚሲዮን መሪ ለአገሩ መንግስት ከላከው ሪፖርት፣ "ንጉሰ ነገስቱ ባለቤታቸውን የሚያደንቁና የሚያፈቅሩ መሆናቸውን፣" ገጽ 79 እንዲሁም ጣይቱ ከዛ ቀደም ታይቶ በማይታወቅ ደረጃ በማናቸውም ሃገራዊ የፖለቲካና አስተዳደራዊ ጉዳይ ተሳታፊና ጫና አሳዳሪ እንደነበሩ ገጽ93 የጻፉትን ይመልከቱ።*

[58]*በላይ ግደይ "አዲስ አበባ ያብባል ገና" ገጽ 29 "አዲስ አበባ በከተማነት ስትቆረቆር ለመጀመሪያ ጊዜ የመኖሪያ ቦታ ከተሰጣቸው መሳፍንትና መኳንንት መሃከል ለአቡነ ማቴዎስ፣ ለእጨጌ፣ ለአድባራቱ ሰራተኞች ከተሰጠው ሌላ በአፄ ምኒልክ ዘመን ቦታ* ***የተመሩ*** *ዋኖቹ የሚከተሉት ነበሩ፣ ራስ ዳርጌ ሳህለ ስላሴ፣ ራሰ ጎበና ዳጬ፣ ራሰ መንገሻ አቲከም፣ ራሰ ሚካኤል አሊ፣ ራሰ ወልደ ጊዮርጊስ አቦዬ፣ ደጃዝማቸ ባልቻ ሳፎ፣ ደጃዝማች ልኡል ሰገድ አጥናፍ ሰገድ፣ ሊቀ መኳሰ ብሩ ወልደ ገብርኤል፣ ቢትወደድ ሀይለጊዮርጊስ ወልደ ሚካኤል፣ቢትወደድ ወልደ ገብረኤል በሻህ፣ ራሰ መኮንን ወልደ ሚካኤል፣ ራሰ*

መቼም ተለያይተው አያውቁም። የከተማዋ መንደሮች ሌላ መጠሪያቸው አዲስ በተመሰረቱት ቤተስኪያኖች ስም ሆነ። ቅድስተ ማሪያም፣ ራጉኤል፣ ሩፋኤል፣ ኡራኤል፣ ቀራንዮ መድሃኒአለም ወዘተ እያለ ቀጠለ።

አዲስ አበባን የመሰረቱት የጦር ሰዎችና ወታደሮች ስለሆኑ59 ብዙዎቹ ቤትና ትዳር አልነበራቸውም፤ ከትልልቆቹ የጦር አዛዦች በስተቀር። እነሱም ቢሆኑ ሚስትና ልጆቻቸውን ከየቦታው አሰባስበው እስከሚያመጡ ድረስ አዲስ አበባ የጎረምሳ ወታደሮች፣ የጦር አለቆችና አበጋዞች ከተማ ነበረች። ለተወሰነ ጊዜ ህጻናትና ሴቶች ብርቅ ነበሩ። የወንዶች ብቻ ከተማ ምን ይመስላል? በከተማዋ ከውትድርና በቀር ምንም ስራ አልነበረም። ወንዱ ሁሉ ጠመንጃውን ከመወልወልና ተሸክሞ ላይ ታች ከማለት ሌላ የሚፈይደው ነገር አልነበረም።

በዚህ የወታደሮችና የወንዶች ከተማ በፍጥነት የተስፋፋው ስራ የጠላና የጠጅ ቤት እንዲሁም የሴተኛ አዳሪነት ስራ ነበር። ያ ሁሉ ሚስት አልባ ወጣት ወታደር ጦርነት ከሌለ፣ ያለ ጠላና ሴተኛ አዳሪ ለረጅም ጊዜ መኖር አይችልም ነበር። የዘመናችን የ1990ዎቹ የአዲስ አበባው ካሳንችስና ቺቺኒያ[60] መሰረት የተጣለው ሸገርን የወታደሮች ከተማ ለማድረግ መሰረቱ የተጣለ ጊዜ ነው።

በሴተኛ አዳሪነት መስፋፋት የተነሳ በአጭር ጊዜ ውስጥ አብዛኛውን የከተማውን ወንድ የሚያሰቃየው በሽታ የአባላዘር በሽታ ሆነ። ትልልቆቹ ሰዎች ሳይቀሩ ከቂጥኝ የሚመጣ ውርዴ የሚባል በሽታ ተጠቂ ሆኑ። ቁርጥማት ምናምን የሚሉት የሁሉም ትልልቅ ሰዎች በሽታ ከልቅ ወሲብ ጋር ተያይዞ የመጣ ነበር።

የሴት እጥረት በነበረበት ከተማ የተለያዩ ብዙ ወንዶች ከጥቂት ሴተኛ አዳሪዎችና ሴተኛ አዳሪ ካልሆኑ ሴቶች ጋር በወሲብ መገናኘታቸው የግድ ነበር። የበሽታው መስፋፋት

ተሰማ ናደው፣ፊታውራሪ ሃብተ ጊዮርጊስ ዲነግዴ፣ ራስ ሃይሉ ተክለሃይማኖት፣ ራስ ሙሉጌታ፣ ፊታውራሪ አባ ኮራን፣ ራስ ወሌ ብጡል"።

[59] ዘውዴ ረታ "ተፈሪ መኮንን ረጅሙ የስልጣን ጉዞ"፣ (ሻማ ቡክስ፤ 2006፣ አዲስ አበባ) ገጽ388 ላይ በ1911 በከተማዋ የነበረውን የተለያዩ የጦር አዛዦች የሰራዊት ብዛት የሚያሳይ ዘገባ አለ።

[60] ቺቺኒያ አዲስ አበባ ውስጥ ከቦሌ መንገድ ተነስቶ ከአስመራ መንገድ ጋር በሚጋጠም አንድ መንገድ ላይ የሚገኝ በየመጠጥ ቤቱና መንገዱ ላይ በሚታዩ የሴተኛ አዳሪዎች ብዛት የሚታወቅ ሰፈር ነው። ለምን ቺችንያ ተባለ? አላውቅም።

አንዱም ምክንያት ይህ ነው። የፈረደባቸው ባሮች ግን በአባላዘር በሽታ ለጌቶቹ መጠቃት ምክንያት ሆነው ይቀርባሉ።[61]

እየዋለ እያደረም ሴቶች ቁጥራቸው እየጨመረ መሄዱ አልቀረም። በዚህም ጊዜ ቢሆን የበሽታ ነገር መፍትሄ አላገኘም። የበሽታው ምንጮች በሴተኛ አዳሪነት የሚተዳደሩ ብቻ አልነበሩም። ከአንዷ ሴት ወደሌላዋ፣ ከአንዱ ወንድ ወደ ሌላው በፍች መዘዋወር በኛ ዘመን ከምናስበው በላይ በዛ ዘመን ቀላል ነበር። በኛ ትውልድ ዘመን "ፈት የሚያገባት" የለም ብለን ብዙ እንጨነቅ ነበር። በዛን ዘመን ነገስታቱና መሳፍንቱ ሁለት ሶስት ጊዜ አግብተው የፈታቸውን ሳይቀር ያገባሉ።

ጣይቱ ለምኒልክ የመጀመሪያ ሚስት አልነበሩም። ቀደም ብሎ ምኒልክ ወ/ሮ ባፈና የሚባሉ ሴት አግብተዋል። ወይዘሮ ባፈና ምኒልክን በዕድሜ የሚበልጡ አግብተው የወለዱ ሴት ናቸው።62የወይዘሮ ባፈናና የንጉስ ምኒልክ ጋብቻ በ1875ዓ.ም በፍች አብቅቷል። ጣይቱ

---

[61]*ፊታውራሪ ተክለ ሃዋርያት ተክለ ማሪያም፣ "የህይወቴ ታሪክ"(አዲስ አበባ ዩኒቨርስቲ ፕሬስ፣2004) አዲስ አበባ ገጽ 411 ላይ ተክለሃዋርያት ባርነት በኢትዮጵያ እንዲቀር አጥብቀው ከብዙ አቅጣጫ ከተከራከሩ በኋላ ክርክራቸውን ለማጠናከር እንዲህ ብለው ነበር፣ "ትዳራችን በነሱ (በባሮች) እጅ ነው። ለሚስቶቻችንና ለልጆቻችን ቂጥኝ፣ ጨብጥ እያጋቡ አበላሹብን።" ይላሉ። ይህ ነጥብ በሽታው ምን ያህል እንደተስፋፋ የሚያሳይ አባባል ነው። ከዛም አልፎ ባሮች ከጥቅማቸው ጉዳቱ ያመዝናል በሚል የቀረበ መከራከሪያ ቢሆንም፣ ባሮችን የሁሉንም መጥፎ ነገሮች ምክንያት አድርጎ ማቅረብ የተለመደ እንደሆነ የሚገልጸው ነገር አለው። በዛው ገጽ ላይ ባሮችን ለማራከስ ብዙ የሚለው ነገር አለው። ትልቁ ቁም ነገር ሴት ባሮች የቤት አገልጋዮች ብቻ አልነበሩም። ትዳር የሌለው ትዳር እስከሚይዝ፣ ትዳር ያለውም ትዳር ከያዘ በኋላ በሚስቱ ላይ ደርቦ የወሲብ ፍላጎቱን ማርኪያ እቃዎች ነበሩ። ገረድና የቤት አገልጋይ የሚል ስም እየተሰጣቸው መሳፍንቱና መኳንንቱ ትዳር እስከሚመሰርቱ ድረስ ሃገር እያወቀው ከነዚህ ባሮች ጋር እንደ ሚስት ይኖሩ እንደነበር የታወቀ ነው። (በባርነት ከተፈነገሉ ሴቶች መሃል በቁንጅና እና በውበታቸው ድንቅነት የሚወራላቸው ነበሩ። ፊታውራሪ የራሳቸውን የተወሰኑ ባሮች ቁንጅና በዚሁ መጽሃፋቸው ውስጥ ጠቅሰዋል።) በጣም ጥቂቶች ገረድ ወይም የቤት አገልጋይ የሚል ስም የተሰጣቸው ባሪያ ያልነበሩ ቢሆንም፣ አብዛኛዎቹ ባሪያዎች ነበሩ። ራሳቸው ፊታውራሪ ተክለ ሃዋርያት ምንም ሳይደብቁ፣ በገጽ 202 ላይ "ገረዴ ማለፊያ ሴት ነች። እመቤትነት ሳያምራት ለትዳሬ ታጥቃ ትሰራለች። ...ምናልባት የወለደች እንደሆን ተገረድ መውለድ አጉል ይሆንብኛል። ስለዚህ እንዳሰናብታት አስፈላጊ ሆኖ ተሰማኝ"ይሉናል። ገጽ 211 ላይ ተክለሃዋርያት ሚስት ከማግባታቸው በፊት ገረዳቸውን ሲያሰናብቷት የሆነውን እንዲህ ብለው አቅርበውታል። "ጥፋቴን ያስታውቁኝ" አለችኝ። እኔም እርግጠኛውን ምክንያት ነገርኳት። ልጃገረድ አጭቻለሁ፤ ልጆች ለመውለድ ተስፋ አድርጌ ነው፣ ሌላ ምክንያት የለኝም አልኳት"ይሉናል። በሌላ በኩልም የቀድሞ የኢትዮጵያ ነገስታትን እነ አፄ በካፋንና ዳግማዊ ምኒሊክንም ጨምሮ ከገረድና ከቤት አገልጋዮች የተወለዱ መሆናቸውን በማመላከት "ከገረድ መውለድ ብዙም ችግር የሌለው ጉዳይ እንደሆነ ተክለሃዋርያት ራሳቸውን ሲያጽናኑ በዚሁ መፅሃፍ ውስጥ ይታያሉ። መጽሃፉ ምንም ማስመሰልና መሸፋፈን በሌለበት ቋንቋ በከፍተኛ ግልጽነት ስለተጻፈ ስለሴቶች ባሪያዎች ብቻ ሳይሆን ጠቅላላ ባርነት ምን ያህል በሃገሪቱ የተስፋፋና የባሮች ህይወት ምን ያህል አሰቃቂ እንደነበር ግንዛቤ እንዲኖረን የሚያስችል ነው።*

62ተክለጻዲቅ መኩሪያ "አፄ ዮሃንስ እና የኢትዮጵያ አንድነት" (አዲስ አበባ፣ኩራዝ አሳታሚ 1982) ገጽ 72 "ምኒሊክ ... በዚያን ጊዜ የደረሰች ሴት ልጅ ስላልነበረቻቸው የባለቤታቸውን የወይዘሮ ባፈናን ልጅ ወይዘሮ *ማናለብሽን ዳሩላቸው (ለወሎው ባላባት ለመሃመድ አሊ)" በዚሁ መፅሃፍ ገጽ 74 አፈንጉስ በዳኔ የተባሉት የምኒሊክ የቅርብ ሰው የወይዘሮ ባፈና ባል እንደነበሩ ተጠቅሷል። ባፈና ወደ ምኒሊክ*

ምኒሊክን ሲያገቡ ልጃገረድም አልነበሩም። ከአራት ያልተሳኩ ጋብቻዎች በኋላ ነው የምኒሊክ ሚስት የሆኑት ። ከዚህ ውጭ ግን ከተለያዩ መኳንንቶች ጋር በነበራቸው ግንኙነት ብዙ የሚወራባቸው ነገሮች አሉ።

በዛ ዘመን መጋባትና መፋታት በጣም ቀላል ነው። አፄ ኃይለስላሴ ደጃዝማች ተፈሪ በነበሩበት ዘመን ያገቧቸው ሚስታቸው እቴጌ መነን ከተፈሪ በፊት ሶስት ባሎች ነበሯቸው። በዕድሜም ከተፈሪ ይበልጣሉ።[63] ተፈሪ አራተኛ ባላቸው መሆናቸው ነው። አንዱ ቢሞቱም መነን ተፈሪን ሲያገቡ ሁለቱ ባሎቻቸው በህይወት ነበሩ። ከነዚህ ባሎቻቸው4 ልጆች ወልደዋል። ከአፄ ኃይለስላሴ ደግሞ 6 ወለዱ። አፄ ሃይለስላሴም የመጀመሪያውን ወንድ ልጃቸውን መርእድ አዝማች አስፋወሰንን አግብታ ለፈታች የራስ ስዩም ልጅ ነው የዳሩት።[64] እንዲህ እያለ ይቀጥላል።

ወንድና ሴት በሥነ-ሥርዓት ሳይጋቡም ተዳብሎ መኖር ችግር ያለበት ጉዳይ አልነበረም። ዛሬ የአንዱ ሚስት ወይም ውሽማ የነበረች ነገ የሌላው ሚስትና ውሽማ ሆና መታየቷ ለወንዱም ለሴቱም ችግር አልነበረበትም። ይህ ባህል የተስፋፋው ከጦርነትና ከውትድርና ጋር በተያያዘ ሳይሆን አይቀርም። እንዲህ አይነቱ የዘመኑ የወሲብ ሊበራሊዝም በሸዋ ብቻ የተከሰተ ከሆነ የተለያዩ የአካባቢው ህዝቦች ባህል ተጽእኖም ትልቅ ድርሻ ሊኖረው እንደሚችል መጠርጠር ተገቢ ይሆናል።

ሚስትነት ሲዞሩ አፈንጉሱ የት እንደነበሩ አላወቅኩም። ያገባች የወለደችን የቅርብ ባልደረባን ሚስት ማግባት መፍታት ቀላል ነገር እንደነበር ልብ ማለት ነው።

[63]ዘውዴ ረታ "ተፈሪ መኮንን ረጅሙ የስልጣን ጉዞ"፣ (ሻማ ቡክስ፤ 2006፣ አዲስ አበባ) ሰለ እቴጌ መነን ባሎች፣ መነን አስፋው አፄ ሃይለስላሴን በ1 አመት 4 ወር እንደሚበልጧቸው፣ ከመጀመሪያ ባላቸው አንዲት ሴት ልጅ፣ ስሟ በላይነሽ፣ አንድ ወንድ ስሙ ልጅ አስፋው ከሁለተኛ ባላቸው ወንድና ሴት ልጆች ደስታና አመዴን፣ ሁለተኛው ባላቸው ሲሞቱ ሶስተኛ ልኡል ሰገድ አጥናፍ ሰገድ የሚባሉ ባል ማግባታቸውን፣ ከኝህ ሰው ተቀምተው ለተፈሪ መኮንን ተዳሩ፤ ዝርዝሩን በገጽ 145 -148 ይመልከቱ። የሚያሳዝነው የመሳፍንቱ ሴት ልጆች በባሎቻቸው ብቻ ሳይሆን በአባቶቻቸውና በወንድሞቻቸው እንደ ዕቃ የሚታዩ፣ በትእዛዝ አንዱን ፈትተው ሌላውን የሚያገቡ መሆኑ ነው። ሆኖም በአፄዎቹ ባሎቻችው ዘንድ ተደማጭነት ነበራቸው፡፡እንደ እቴጌ ጣይቱም ባይሆን እቴጌ መነንም ቢሆኑ ምክራቸው በንጉሱ ይደመጥ እንደነበር ብዙ ማስረጃዎች አሉ። የዘውዴ ረታ"የቀዳማዊ ሃይለስላሴ መንግስት" 1ኛመፅሃፍ (አዲስ አበባ ፣ ሻማ ቡክስ 2007) ውስጥ እቴጌይቱ ወግ አጥባቂ ከነበረው የመኳንንት አንጃ ጋር ይዶልቱ እንደነበርና በዚህም ሃይለኛውን የንጉሱን ጸሃፊ ትእዛዝ ወልደጊዮርጊስን ከስልጣን ማባረር እንደቻሉ ያቀረቡት ሃተታና ሌሎችም ነጥቦች ለንግስቲቱ ተደማጭነት በምሳሌነት የሚጠቀሱ ናቸው።

[64]ልኡል ራስ እምሩ ሃይለ ስላሴ "ካየሁትና ከማስታውሰው"፣ (አአዩ ፕሬስ፤ 2002፣ አዲስአበባ) ስለራሳቸው ሚስት በ21 አመታቸው ያገቧቸው ሚስታቸው እድሜአቸው 17 ቢሆንም አግብተው የፈቱ፣ ገጽ 34 ላይ እንዲሁም ገጽ 199 የንጉሱ የመጀመሪያ ወንድ ልጅ አስፋወሰን የመጀመሪያ ሚስቱ የደጃዝማች ገብረ ስላሴ ሚስት የነበረችውን የራስ ስዩምን ልጅ መሆኗን ይገልጻሉ።

በዛን ዘመን ሲታይ የነበረው የወሲብ ባህል በሌላ በኩል ይታይ ከነበረው የጠበቀ የክርስትና ዕምነት ጋር ፈጽሞ የማይጣጣም ነው። ወይም ከውጭ ሲታይ በወሲብ ጉዳይ ጥብቅ የሚመስለን የክርስትና ዕምነት እንደምናስበው ጥብቅ አልነበረም።65 ማለቂያ በሌለው ጦርነት ባሎቻቸው የሚያልቁባቸው ሚስቶች የሞተ ባላቸውን መተካታቸው አያስገርምም። ባሎቻቸው በህይወት እያሉ እነሱን ፈተው ሌላ ባል ማግባት፣ ባልየውም ሚስቱን ፈቶ ሌላ ሴት ማግባት ቀላል ነገር ሆኖ መገኘቱ የሚገርም ነው። ልጆችን፣ "ከመጀመሪያው ባሌ፣ ከሶስተኛዋ ሚስቴ የወለድኳቸው ናቸው" እያሉ መፈረጅ የተለመደ ነው። ይሄ ባህል የተራው ሰው ባህል ጭምር ነበር።

ቅድመ አያቴ፣ የምንጃር፣ የሸንኮራዋ ሴት ወይዘሮ፣ የእናቴ ሴት አያት፣ ይፍቱስራ፣ የቄስ ልጅ ነበሩ። የመጀመሪያ ባላቸውም ቄስ ነበሩ። ከመጀመሪያ ባላቸው ሌላ ሁለት ባሎች አግብተዋል። ከሁለቱ ባሎቻቸው ሁለት ሴት ልጆች ወልደው ነበር። ጥሩነሽ ብርሌንና ወርቅነሽ ተፈሪን። ወርቅነሽ የእናቴ እናት ተሰማ ሮቢን አግብተው እናቴን ከወለዱ በኋላ ከተሰማ ጋር ብዙም አልቆዩም። ፍቺ አድርገው ህጻን ልጃቸውን የኔን እናት ከአባቷ ጋር ትተው ሌላ ባል አገቡ። ሌላ ልጅ ግን አልወለዱም። እህታቸው ጥሩነሽ ብርሌ የአዲስ አበባ ከተማ ዘመናይና ቆንጆዋ ሴት ጭራሹኑ ባል የሚባል ነገር ሳያገቡ ነው ዕድሜያቸው ያለፈው። የጥሩነሽና የሃገሩ ታላላቅ ሰዎች ግንኙነት ራሱን የቻለ ታሪክ አለው።[66]

አንድ ወንድ ከአንድ ሴት እንዲረጋ፣ መፋታትን እንደ ትልቅ ነውር አድርጎ የሚያየው የከተማው ባህል የመጣው በኔ ወላጆች ዘመን ነው። ዘመን ሲገፋ የምናውቀው የበለጠ የባህል መላላትን እንጂ መጥበቅን አይደለም። አዲስ አበባ በተቃራኒው የሄደችበት ክፍል ዘመን ነበራት።

---

[65]*Donald N. Levine "Wax & Gold" University of Chicago Press, 1972፣ ገጽ 83 ላይ ወሲብንና ትዳርን በተመለከተ የአማራ ገበሬ ያለውን አመለካከት እንዲህ ሲል ይገልጸዋል "ትዳር የተቀደሰ ነው፣ ፍች ህገ ወጥ ነው፣ ወሲብ ከትዳር ውጭ ትልቅ ነውር ነው የሚል ከክርስትና ጋር የተያያዙ እምነቶች አሉት። እነዚህን እምነቶች የሚያከብራቸው ቢሆንም፣ ከትዳር ውጭ ወሲብ ማድረግን፣ ትዳር ማፍረስ ካስፈለገው መፋታትን ተገቢ አድርጎ ያያል።" ይለናል። ይህን ተቃራኒ የአማራ ገበሬ ባህርይ ሊገልጸው የሚችለው እውነታ የክርስትና ዕምነት ያላስወገደው ቅድመ ክርስትና የነበረ "ጥንታዊ የመድበለ ጋብቻና የወሲብ ባህል ርዝራዥ ሊሆን ይችላል" ይለናል። ከዚህ እይታ ከተነሳን በአዲስ አበባ ውስጥ የሚታየው የወሲብና የትዳር ልቅነት ሊያስገርመን አይገባም።*

[66] *ጥሩነሽ ብርሌ ከደጃዝማች ታዬ ጉልላት፣ የንጉስ ሳህለስላሴ የቅርብ ዘመድ፣ ዘውድ ከኃይለስላሴ ለኔ ይቀርባል ባይ ልጅ፣ ከልጅ መላኩ ታዬ ጋር ለብዙ አመታት ያለጋብቻ ኖረዋል። ይህ አይነት ግንኙነት በማህበረሰቡ ውስጥ በዚያ ዘመን ከምናስበው በላይ የተለመደና የተስፋፋ ነበር። ከዛም ቀደም ብሎ በነበረው ዘመን እንዲህ አይነቱ ግንኙነት የተለመደ ነው። ዘውዴ ረታ "ተፈሪ መኮንን ረጅሙ የስልጣን ጉዞ" 2006 በሚለው መጽሃፋቸው "በውበታቸው ...... የሚደነቁትን ወይዘሮ ወለተ ጊዮርጊስ ....የህግ ጋብቻ ባይኖራቸውም እንደ ሚስት ከንጉስ ሳህለ ስላሴ ልጅ ከራስ ዳርጌ ጋር እየኖሩ አንድ ወንድ ልጅ ወልደውላቸዋል።" በማለት ጽፈዋል።*

አሁን ከዓለም ከተሞች ጋር ሰልፏን አሳምራለች። ባህል እየላላ ሳይሆን የሚበጣጠስባት ከተማ ሆናለች።

በመሃከለኛው ዘመኗ በአዲስ አበባ የታየው የባህል መጥበቅ የራሱ ምክንያት ሳይኖረው አይቀርም። ምናልባት የከተማዋ ወታደራዊ ባህርይ እየተቀየረ በመሄዱ የመጣ ሊሆን ይችላል። የሲቪሉ ቁጥር ከወታደሩ እየበዛ፣ ከቦታ ቦታ በውትድርና መዞሩ ቀርቶ ኗሪው አንድ ቦታ ተተክሎ ቤተሰብ፣ ልጅና ንብረት በእርጋታ ማፍራት የተጀመረበት የታሪክ ምእራፍ መምጣት ሁሉን ነገር የቀየረውም ይመስላል።

በሚገርም መልኩ የትምህርትና የስልጣኔ መስፋፋት እንዲህ አይነቱን ባህል እያስቀረው ሄዶ ይሆናል። ምክንያቱም በዛን ዘመን አንድ ወንድ ከአንድ ሴት ጋር የመርጋት ነገር በአውሮፓ ስር የሰደደ ባህል ነበር። የተማረው ሰው ይህን ባህል እየኮረጀ አስፋፍቶት ይሆናል። ዘመናዊ ትምህርትና ዘመናዊነት "በፍቅር ላይ ያልተመሰረተው (በወላጆች ውሳኔ ላይ የተመሰረተ ለማለት ነው) ለበርካታ ፍቾ ምክንያት የነበረው ነባሩን የትዳር ባህል" ስላስወገደው ይሆናል።[67] ሴትና ወንዱ አስቀድሞ ተዋውቆ ተስማምቶ ትዳር በመመስረቱ ፍቾ የቀነሰበት ሁኔታ መጥቶ ሊሆን ይችላል።

በአዲስ አበባ ከሴተኛ አዳሪነት ጋር ወይም ቀደም ብለውም ሊሆን ይችላል ወደ ከተማው የመጡት ባሪያዎች ናቸው። "እንኳን ትልልቁ መኳንንት ራስና ደጃዝማቹ ትንንሹም ሰው ባርያ ያልነበረው አልነበረም። ሴተኛ አዳሪ ሳትቀር፣ መሸታ ሸጣ ማናቸውም ሰው ገንዘብ ጥቂት ካጠራቀመ ባርያ የማይገዛና ለመግዛትም የማይጣጣር አልነበረም።"68 ሸዋ በተለይ በባሪያዎች የተጥለቀለቀ ግዛት ነበር። በምኒልክ አያትና አባት በንጉስ ሳህለ ስላሴ የአንኮበር ቤተመንግስት በብዙ መቶዎች የሚቆጠሩ ባሪያዎች ነበሩ።[69] ከተለያዩ ስፍራዎች በባርነት የተጋዘውና ሸዋ ውስጥ የተበተነው ባሪያ እጅግ ብዙ ነው። ከዚህም የተነሳ እንደ መንዝ የመሳሰሉት ቦታዎች ላይ የነበረውን የዘር ስብጥር እስከመቀየር ደርሷል።[70]

---

[67] Donald N. Levine "Wax & Gold" University of Chicago Press, 1972 ገጽ 124

[68] ልኡል ራስ እምሩ ሃይለ ስላሴ "ካየሁትና ከማስታውሰው"ገጽ 117 - 118 " ወላይታ፣ ጎፋ፣ ከፊቾ፣ ጋሞ" ብዙ ሰው በባርነት የተፈነገለባቸው ቦታዎች እንደሆኑ ጠቅሰው ጽፈዋል።

[69] Richard Pankhurst, A Social history of Ethiopia, St Edmundsbury press, Sufflok England, 1990 ገጽ 258- 259

[70] Richard Pankhurst Social history of Ethiopia ባርነት በኢትዮጵያ ምን ይመስል እንደነበር ይህን መፅሃፍ ማንበብ ይበቃል። በአፄ ሳህለስላሴ ቤተመንግስት ብቻ በብዙ መቶዎች የሚቆጠሩ ባሮች እንደነበሩ፣ በኢትዮጵያ በሃገር ውስጥ ብቻ ሳይሆን በአራቱም አቅጣጫዎች የባሪያ ንግድ እንደነበር፣ በአመት በአማካይ ምን ያህል የሰው ልጅ ወደ ውጭ በሽያጭ ይላክ እንደነበር፣ ከባርነት ጋር የተያያዘ

ባሪያዎች እንጨት መስበር፣ እህል መፍጨት፣ ምግብና መጠጥ ማዘጋጀት፣ ውሃ መቅዳትና ጽዳት ማጽዳት፣ ፈትል መፍተል፣ ፈረስና በቅሎ መንከባከብና መጫን፣ ዕቃ መሸከም፣ ጃንጥላ መያዝ፣ የጌቶችንና የእሜቴን እግር ማጠብ፣ እመቤቲቱን በሰው ትከሻ ላይ በሚጫን ስረገላ ተሸክሞ ከቦታ ቦታ ማንቀሳቀስና በመሳሰሉት ስራዎች ብቻ ተወስነው የሚቀሩ አልነበሩም። በጦርነት ጊዜ በተለይ ሴት ባሮች ከጌቶቻቸው ጋር ያንኑ የቤት የባርነት ስራቸውን በየመንገዱና በየድንኳኑ ለማከናወን አብረው ይዘምታሉ። ወንዶችም እንደሴቶች በጦር ሜዳ ላይ እንደሚገኙና የሚያስገርም ስራ ይሰጣቸው እንደነበር ፍንጮች አሉ።[71]

በተለይ ሴት ባሪያዎችን አስገድዶ መድፈር፣ መወሸም የተለመደ ነው። አልፎ አልፎ ጋብቻ ይፈጸማል። በዚህ መንገድ የተወለዱ ህጻናት በርካታ እንደነበሩ ይታወቃል። በሸዋ የዘር ስብጥሩን እስከ መቀየር ያደረሰው ይህ ተጨማሪ እውነታ ነው።

ነገስታቱ ሳይቀሩ ልጆች ከባሪያቸው ወልደው ለንግስና አብቅተዋል። አፄ ምኒሊክ በአባታቸው የንጉስ ሃይለ መለኮት ልጅ ይሁኑ እንጂ እናታቸው ብዙ ስሟ የማይነሳው እጅጋየሁ አዴያሞ የአባታቸው የሃይለመለኮት "የቤት አገልጋያቸው" ናት። የቤት አገልጋይ የሚባል ቃል በመጠቀም የምኒልክ እናት ባሪያ መሆኗን ለመሸፋፈን ታሪክ ጸሃፊዎች ሙከራ ሲያደርጉ ይታያል።

በአንኮበር ቤተ መንግስት "የቤት አገልጋይ" ብሎ ነገር አልነበረም። አገልጋይ ሁሉ ባሪያ ነው። የጎንደርና የትግራይ መሳፍንት ይህን ስለሚያውቁ ነበር፣ "ሸዋ ባሪያ ነው" ይሉ የነበረው። "የኛ ዘር ከማንም አልተቀላቀለም ንጹህ ነው" ለማለት ነው።[72] የቁጥር ጉዳይ ካልሆነ በቀር የባሪያ ጌትነት የሸዋ ብቻ መለያ አልነበረም። በመላው ሃገሪቱ በተለይ በመሳፍንቱ በመኳንንቱና

ማህበራዊ መጠየፍና ማግለል ምን ያህል ስር የሰደደ እንደነበር፣ በዛው ልክ ደግሞ ከባሪያ መውለድም የተስፋፋ እንደነበር ብዙ የሚለው ነገር አለው።

[71]አዶልፍ ፓርለሳክ፣ "የሃበሻ ጀብዱ" ትርጉም ተጫነ ጆብሬ መኮንን፣ አዲስ አበባ፣ አዲስ በባ ዩኒቨርስቲ ፕሬስ 2007፣ ገጽ 104፣ ጸሃፊው የራስ ካሳ ጦር በሰፈረበት አካባቢ ከአይሮፕላን ጥቃት ሰራዊቱን ለመከላከል ምሽግ እንዲቆፈር እንደተወሰነ ይነግረንና "ከ70ው ሺህ ጦር ውስጥ ... ምሽጉን ቆፋሪ ሰው ሲፈልጉ ቆይተው በመጨረሻ ላይ አንድ ባሪያ አገኙና ይዘውት መጡ። ... አንድ ሰው ምሽጉን ሲቆፍር ሌሎች ቆመው ይስቁ ነበር።" እስቲ አንባቢ ሁኔታውን ያስበው። ይስቁ የነበሩት ለራሳቸው መከላከያ እንዲቆፍሩ ይጠበቅባቸው የነበሩት ከሰባ ሺህ በላይ ወታደሮች መሆናቸው ነው።

[72]በዚህና ተመሳሳይ ጉዳዮች ላይ ተጨማሪ መረጃ የሚፈልግ የAlemseged Abbay, Identity jilted, the divergent path of the Eritrean and Tigrayan nationalist struggle (መጽሃፉ በጇ የለም) የሚል መፅሃፍ ማንበብ ይቻላል።

በባላባቱ ዘንድ የተስፋፋ ነው። በባሪያ ንግድ በተለይ ወደ ውጭ እያወጡ በመሸጥ አንዳንዶቹን የደቡብ ባላባቶች የሚወዳደራቸው አይገኝም።[73]

ወደዚህ አዲስ የተቆረቆረ ከተማ የጦር አለቆችና በስራቸው የተደራጀው ወታደር በቋሚነት ለመስፈር ኮተቱን ከየአቅጣጫው ሰብስቦ መጣ። ከሚስቱ፣ ከልጆቹ፣ ከበቅሎና ከፈረሱ ጋር፣ ከበቅሎና ከፈረስ ለይቶ የማይመለከታቸውን ባሮቹን ሰብስቦ ወደ አዲስ አበባ መምጣቱ ሃቅ ነው።[74] ሚስት የሌለውም ገረዶቹንና ባሪያዎቹን ሰብስቦ መጣ። አዲሷ ከተማ ውስጥ በባሪያ ጉልበት የሚሰራ ብዙ ስራ ነበር። ራሶቹና ወታደሮቹ ባዶ መሬት ነው የተረከቡት።

---

[73] *ፊታውራሪ ተክለ ሃዋርያት ተክለ ማሪያም፣ "የህይወቴ ታሪክ"ገጽ 162 ተክለሃዋርያት የጅማው አባጅፋር፣ "ዝርያው አረብ ነው። ከንፈሮቹ ከመወፈራቸው በቀር። መልኩም ባህሪውም፣ ልማዱም፣ ሃይማኖቱም የአረብ ነው። ከሁለት መቶ አመቶች በፊት፣ አያቶቹ ጅማ ድረስ ዘልቀው ባሪያ እየሸጡ በለጠጉ። ያገሩን ሰዎች እያሰለሙ በፊት የሃይማኖት አባቶች ሆኑ። በኋላም ባላባቶች ነን እያሉ በጅማ ላይ ተደላደሉ። በጅማ ዙሪያ የሚኖረውን ህዝብ ሸጠው የጨረሱት እነሱ ናቸው። በእነሱ እጅ እየተሸጠ ወደ አረብ ሃገር የተላለፈው የሰው ብዛት ከሚሊዮን ይበልጣል።" ይሉናል። ትሪንጋም ይህን ጉዳይ በተመለከተ*
J. Spencer Trimingham "Islam in Ethiopia" Oxford University Press 1952 London በገጽ 203 "አባ ጂፋር ጂማን ለባሪያ ነጋዴዎች የተመቻቸና የደቡብ ምዕራብ ኢትዮጵያ ዋናዋ የባሪያ ገበያ ማእከል አደረጋት። በውድ ገንዘብ ይሸጡ የነበሩት በአረብ ገበያ ከፍተኛ ተፈላጊነት የነበራቸው ጠይም/የቀይ ዳማ የጋላ (የኦሮሞ) ልጃገረዶች ነበሩ።" ይለናል።
[74] *ፊታውራሪ ተክለ ሃዋርያት ተክለ ማሪያም፣ "የህይወቴ ታሪክ" በገጽ 283 ላይ በተለመደው ግልጽነት ባለው ቋንቋ ከሌላ ጉዳይ ጋር አያይዘው የጻፉት ጉዳይ ባሮችን ማህበረሰቡ እንዴት ያያቸው እንደነበር ገላጭ ነው። "ሚስት ለማግባት ስሰናዳ ስድስት ባሮች ተገኙተውልኝ፣ አዲስ አበባ እወንድሜ ዘንድ ተቀምጠው ነበር። ቀኛዝማች ወልደማሪያም ወደ ሸዋ ሲወጣ፣ ስድስቱን ባሮች አምጥቶ ደበቃቸው። ምክንያት እያበዛ ለራሱ አስቀራቸው። ባሮቹ ስድስቱም አንድ ቤተሰብ ናቸው፣ ማለት አባት እናት ሶስት ሴት ልጆች፣ አንድ ወንድ ልጅ ናቸው። ወላይታዎች ሆነው ሁሉም ቀያዮች ቆንጆዎች ናቸው። ስለዚህም የተከፈለው ዋጋ ከወትሮው የበለጠ ነው። አልጋ ከተዛወረ በኋላ፣ ባሮች በውርስ ወደ ራስ ተፈሪ ማድ ቤት ገቡ። ለራስ አመለከትኩና የኔ መሆናቸውን አስመስክሬ ተቀበልኩ።" ይሉናል። ይህ አባባላቸው ብዙ ቁም ነገሮችን በአንድ ላይ የያዘ ነው። እንዳለ አንድ ቤተሰብ በባርነት ቀንበር መግባቱን፣ ቀይነት የተወደደ መሆኑን፣ ባሮቹ ወላይታዎች መሆናቸውን፣ ቆንጆዎች የሚለውን ቃል ልብ ይሏል። እንደ ዕቃ፣ ባሮችን ሰው የሚደብቃቸውና የሚያስቀራቸው፣ ወደሌላ ሰው የሚተላለፉ እንደሆነ ይገልጽናል። የፊታውራሪ ተክለሃዋሪያትን በጉዳዩ ላይ የጻፉበትን መንገድ ለተመለከተ ባሮችን እንደ አንድ ተራ ዕቃ ማየት የተለመደ ነገር እንደሆነ መገንዘብ ይቻላል። ከሁሉ ነገር በላይ ልብ ማለት የሚገባን ይህ እየሆነ ያለው የሃገሪቱን ህዝብ በሙሉ ባሪያ ለማድረግ ባህር አቋርጦ የመጣውን ጣሊያንን አድዋ ላይ የሃገሪቱ ህዝቦች ባሪያዎች ሳይቀሩ ተሰባስበው ድል ካደረጉ ከ30 አመት በኋላ ነው። ጣሊያንም ኢትዮጵያን ለሁለተኛ ጊዜ ለመውረር ከሰጠው ዋና ምክንያት አንዱ እንዲህ አይነት አሰቃቂ ባርነት በኢትዮጵያ መኖሩን በማመላከት ነበር። ይህ የባርነት ውርደት ጣሊያን ተሸንፎ በወጣና አፄ ሃይለስላሴ ወደ ስልጣናቸው በተመለሱ ማግስት በ1933 ወዲያውኑ ያቆመ ጉዳይ አልነበረም። በኢትዮጵያ አብዮቱ በ1966 ሲቀሰቀስ የባርነት ቁስላቸው ያልጠገገላቸው በሚሊዮኖች የሚቆጠሩ ዜጎች በሃገሪቱ ይኖሩ እንደነበር መዘንጋት የለብንም። ማህበረሰባችን የታመመ ነው የምለው ለዚህ ነው። ከሺህ አመት በፊት ስለነበረ ባርነት አይደለም የማወራው። ሁሉም በየቤቱ እስከዛሬ ድረስ አፍኖና ደብቆ የያዘውን ስሜቱን፣ ከውስጡ ያልጠፋውን የባሪያ ገዥና የተገዥነት ጉድ ነው የማነሳው። በፊት ለፊት በአደባባይ መነገር ያለበት ታሪክ ነው። አንዱ እንደ ማህበረሰብ መቀጠል የምንችለው ይህን አሳፋሪ ታሪካችንን በብሄራዊ መግባባት በስርአት መዝጋት ስንችል ብቻ ነው። ያልሆነ ልብወለድ ታሪክ በመጻፍ ወይም በመካድ አይደለም።*

እንደ አቅማቸው መኖሪያቸውን መቀየስ ነበረባቸው። ለአዲስ አበባ ስሟን እቴጌ ያወጡላት ቢሆንም፣ መሬቷም ለጦር አዛዦቿ ቢከፋፈልም ግንባታዋ የጀመረው በባሪያ ጉልበት ነው።

ከቅርብ ጊዜ ጀምሮ ከተማዋ ላይ የባለቤትነት ጭቅጭቅ መነሳት ጀምሯል። ይህ ከሆነ እኛም "የቅድመ አያቶቻችንን የጥጃ ማሰሪያ መልሱልን" ማለታችን አይቀርም። ከማንኛችንም በላይ የእዚህ ከተማ የታሪክ ባለቤቶች ከተማዋን በላባቸው የገነቧት ባሪያዎች ናቸው። ይች ከተማ ከማንም በላይ "የወላይታው፣ የጎፋው፣ የከፊቾው፣ የጋሞው እና ወዘተ "[75] ከተማ ናት። "በየሰው ቤትም በከተማውም የሚበዙት ባሮች ነበሩ"[76]። ከየትኛውም ህዝብ በላይ የባርነት ሰለባ የሆኑትና በአዲስ አበባ ላይ ላብና ጉልበታቸው የፈሰሰው የሃገሪቱ ልጆች እነዚህ ናቸው።

ንጉሰ ነገስት ምኒሊክ አራት ኪሎ ላይ ቤተመንግስታቸውን አኖሩ። ፊት ለፊት ባለው ቦታ ላይ ያሰፈሯቸው የራሳቸውን ባሪያዎች ነው። ይህ ሰፈር "ሰራተኛ ሰፈር" በሚል መጠሪያ የሚታወቀው ሰፈር ነው። "የስራ ቤቶች ሰፈር" ማለት ነው። እነዚህ ቦታዎች ላይ የመጀመሪያዎቹ ሰፋሪዎች የምኒሊክ የስራ ቤቶች፣ ባሪያዎች ናቸው።

ልክ እንደ አያታቸው እንደ ንጉስ ሳህለ ስላሴ የአንኮበሩ ቤተ መንግስት፣ ለአዲስ አበባው የሚኒሊክ ቤተ መንግስት የሚያስፈልገውን ማናቸውም አገልግሎቶች የሚሰጡት እነዚህ እንደ ንብረት ከአያት ወደ አባት ከአባት ወደ ልጅ ሲተላለፉ የመጡ የባሪያ ልጆችና የልጅ ልጆች ነበሩ። ሰራተኛ ሰፈር ዋናው የንጉሱ ባሪያዎች የሰፈሩበት መንደር ብቻ ሳይሆን ዝነኛው የከተማው ሴተኛ አዳሪዎች ሰፈር ለመሆን በቅቷል። ይህ ሌላ የሚጠቁመው የከተማዋ ሃቅ ያለ ይመስላል። ከተማዋ በባሪያ ጉልበት የተገነባች ብቻ ሳትሆን የወሲብ ኢንዱስትሪዋ መሰረት እነዚህ የሴት ባሪያዎች ሳይሆኑ እንደማይቀሩ ነው።[77]

ይህ የከተማዋ ከባርነት ጋር የተያያዘ ገጽታ ለእኔ ትውልድ በወሬ ብቻ የተላለፈ አይደለም። በትልልቆቹ ሰዎች ቤት ብቻ ሳይሆን ብዙም ሃብትና ስልጣን ባልነበራቸው ሰዎች

---

[75] ራስ እምሩ "ካየሁትና ከማስታውሰው"ገጽ 117

[76] ፊታውራሪ ተክለ ሃዋርያት ተክለ ማሪያም፣ ገጽ 411

[77] የደራሲው ስብሃት ገብረእግዚአብሄር በወሲብ ላይ የተመሰረተ ስነ ጽሁፍ ውስጥ ያሉ ቦታዎች፣ ሰራተኛ ሰፈር፣ዶሮ ማነቂያ፣ ውቤ በረሃና የመሳሰሉት ቦታዎች የንጉስና የመሳፍንቶቹ ባሮችና ጭፍራዎች ቀድመው አዲስ አበባ ውስጥ የሰፈሩባቸው ቦታዎች ናቸው። እነዚህ ሰፈሮች ቀድሞ ለወታደሩ የወሲብ አገልግሎት የሚሰጡ ነበሩ። በኋላ ደግሞ ለወንደላጤውና በተለይ የዩኒቨርስቲ ተማሪዎች የታፈነ የወሲብ ስሜት መተንፈሻ ቦታዎች ሆነዋል።

ቤት ሳይቀር በባርነት ሲያገለግሉ የነበሩና ዕድሜያቸው የገፋ በርካታ ሴቶችና ወንድ ባሪያዎችን እኔ ራሴ በኔ ዕድሜ ደርሼባቸዋለሁ።

"እኚህ ሴትዮ ምንህ ናቸው?" ሲባል

"የአያቴ ባሪያ ነበረች፤ እኔን ያሳደገችኝ እሷ ናት" የሚል መልስ የሚሰጡን የኛ ዘመን ልጆች ብዙ ነበሩ።

ባርነት ከቀረ በኋላም እነዚህ ምንም ንብረትና ሃብት የሌላቸው ሰዎች መሄጃ አልነበራቸውም። ከቀድሞ ጌቶቻቸው ቤት ቢሄዱም የነበራቸው እድል በረሃብ ማለቅ ነው። ነፃ ናችሁ ከተባሉ በኋላም ከጌቶቻቸው አለመራቃቸው ስለ ጌቶቻቸው ጥሩነት የሚገልጸው ነገር የለም።

አባቱ፣ አያቱና ቅድመ አያቱ ባሪያዎች ይገዙ እንደነበር የሚያውቅ፣ ህሊናው የሚቆጠቁጠው ዘመነኛ፣

"አያቴ ለባሮቻቸው ሳይቀር ደግ ነበሩ። ባሮቹ ነፃ ከሆኑ በኋላ እንኳን ከቤታችን መሄድ አልፈለጉም። ከእኛው ቤት አርጅተው ነው የሞቱት። በስነሥርዓት እንደ ቤተሰብ ነው የተቀበሩት" ሲል ይደመጣል።

እንደ ቤተሰብ ተቀብረው ይሆናል። በባርነት ከኖሩበት ቤት መሄድ ያልቻሉት መሄድ ሳይፈልጉ ቀርቶ አይደለም። እንዳልኩት አብዛኛዎቹ መሄጃ ስላልነበራቸው ነው። ወጣት ለሆኑት ሴቶች ሴተኛ አዳሪነት አንድ አማራጭ ነበር። እርግጠኛ ነኝ ከባርነት ወደ ሴተኛ አዳሪነት የተዛወሩ ብዙ ሊሆኑ እንደሚችሉ። አብዛኛዎቹ ከአዲስ አበባ ውጭም ሆነ በአዲስ አበባ ውስጥ ከጌቶቻቸው የጠፉ ወይም ጌቶቻቸው ያባረሯቸው ወይም ነጻነት የሰጧቸው ሴት ባሪያዎች የመጀመሪያዎቹ ጠላ ቤት ከፋቾችና ሴተኛ አዳሪዎች ሊሆኑ እንደሚችሉ መጠራጠር ተገቢ ነው።

እነዚህ ሴቶች ጠላና ጠጅ መጥመቁን በጌቶቻቸው ቤት የሰለጠኑበት ስለሚሆን ተፎካካሪ የሚኖራቸው አይሆንም። ሴተኛ አዳሪነቱም በየቤቱ የጌቶቹ የወሲብ ዕቃ በመሆን በውርደት ሲኖሩ ለነበሩ ሴት ባሪያዎች ከቆዩበት ህይወት ብዙም ልዩነት ያልነበረው ነው። ባሪያ ካልነበረችው ከየትኛዋም ሴት ቀድመው በወሲብ ንግድ ቢሰማሩ የሚደንቅ አይሆንም። የመጀመሪያዎቹን የአዲስ አበባ ከተማ ሴተኛ አዳሪዎች ሰው አድርጎ ታሪካቸውን የጻፈላቸው

የለም። "የታሪክ ማስረጃ የለም" በማለት አብዛኛዎቹ ባሪያዎች ነበሩ ለማለት የምቆጠብበት ምክንያት አይታየኝም። መረጃዎች የሚጠቁሙት ወደ እዛ ነውና።

አዲስ አባባ ከተቆረቆረች በኋላም የአፄ ምንሊክ ጦር ከተማዋን መወርወሪያው እያደረገ በየአቅጣጫው ብዙ የማስገበር ወታደራዊ ዘመቻዎች አካሂዷል። ምርኮኛው እየተነዳ፣ ታስሮና እየተጎተተ በትልቅ አጀብ አዲስ አበባ ይገባል።[78] ከአድዋ መልስም አፄ ምንሊክ የጣሊያንን የነጭ ምርኮኛ በተለመደው ባህል እየጎተቱ ከተማ ገብተዋል። ነጮቹን ግን በአደራ እንጂ በባርነት ለየትልልቁ ሰው አላከፋፈሉም።

በተለያዩ ዘመቻዎች አማካይነት የአፄ ምኒሊክ ሰራዊት ምርኮኛና ባሪያ የአዲስ አበባውን የባርያ ቁጥር አሳድጎታል። በግዥም ባሪያ ማግኘት ይቻል ነበር። ባሪያንም በሽያጭ ወይም በእዳ መክፈያነት ማስተላለፍ የተለመደ ነው። በጋብቻ ወቅትም የባሪያ ስጦታ መስጠት የጌቶቹ ባህል ሆኗል።

በልጅነታችን ስንሰማው የነበረው በአንዳንዱ ራስና ደጃዝማች ቤት የነበረው የባሪያ ቁጥር የሚያስደነግጥ ነው። ከመሬት ሌላ የሃብት ምንጭ አልነበረም። ጌቶቹ በነበራቸው ባሪያ ቁጥር የሚያመርቱት ነገር አልነበረም። ባሮቹ ከሚሰሩት ስራ በላይ ለጌቶቹ የባሪያ ብዛት የስም ጉዳይም ጭምር ነው። "ብዙ ባሪያ አላቸው" ማለትና "ብዙ ብር ወይም መሬት አላቸው" ማለት ልዩነት አልነበራቸውም። ሲያስፈልግ ባሪያ ወደ ብር ሊቀየር ይችል ነበር። ይህም ሆኖ እንዴት ያ ሁሉ ሰው ምግቡ ልብሱና መጠለያው ከተማ መሃል ሊሸፈን እንደሚችል መገመት አስቸጋሪ ነው። የኛ አገር ነገር የሚገርም ነው። ጌቶቹንና ባሪያዎችን የሚቀልበው የፈረደበት ገባር ነበር። "የባሪያው ወይንስ የጪሰኛው ኑሮ የከፋው?" የሚል ጥያቄ ሲነሳ የነበረው ለዚህ ነው።[79]

---

[78]*Raymond Jonas, "The battle of Adwa" በሚለው መፅሃፍ ላይ፣ ጸሃፊው፤ ከተለያዩ የደቡብ ዘመቻዎች አፄ ምኒልክ ሲመለሱ እንዴት ምርኳቸውን አስረው በከተማው ህዝብ መሃል በእልልታና በሆታ ያልፉ እንደነበር የጻፈውን መመልከት ይቻላል።*

[79]*አዶልፍ ፓርለሳክ፣ "የሃበሻ ጀብዱ" ትርጉም ተጫነ ጆብሬ መኮንን፣ (አዲስ አበባ፣ አዲስ አበባ ዩኒቨርስቲ ፕሬስ 2007)፣ገጽ 29 ላይ ይህን ጉዳይ በተመለከተ ፣ "የኢትዮጵያ ባሪያ ሁሌም በድሎትና ያለሃሳብ ይኖራል። ጌታው ሃብታም እስከሆነ ድረስ ከአንድ ተራ ገበሬ፣ ድንጋይ የበዛበትን መሬቱን እንደ ዝንጀሮ እየቆፈረ፣ በአምባው እየኖረ፣ በመከራ ቤተሰቡን ከሚያስተዳድረው በላይ ያለ ሃሳብና ጭንቀት ሁሌም ሆዱን ሞልቶ በድሎት ይኖራል። ጭሰኛው ወይም ገበሬው ዘመን በከፋ እና ምርቱ እዚህ ግባ በማይባልበት ወቅት ቤተሰቡን ለማስተዳደር ከረሃብ ለመትረፍ ብድር በብድር ሆኖ ሲንገላታ ባሪያው፣ ጌታው ምርት ካለበት ቦታ ገዝቶ በሚያመጣው እህል ሆዱ እስኪቆዘር ይበላል።" ይለናል። ቀጥሎ ባሉት ጥቂት መስመሮች ፓርለሳክ ስለ ባሪያ ህይወት የጻፈው የሚገርም ትዝብት አለ። "ሰው በሆዱ መጥገብ ብቻ የሚለካ ፍጡር አይደለም" ብንልም "የኢትዮጵያ ጪሰኛ በመንፈሱም ቢሆን ከባሪያው በምን ይሻል ነበር የሚል ጥያቄ ሊያስነሳ የሚችል የብዙ ግፎች ሰለባ ነበር።*

ይህን የሃገራችንን የባርነት ታሪክ ሰፋ አድርጌ ጽፌዋለሁ። ምክንያቱም ብዙ ያለተጻፈበትና መሸፋፍን አለበት ብዬ ስለማላምን። ይህ ማለት ግን የባርነት ታሪካችንን ከታሪክ ማእቀፍ ውጭ እያወጣን በእዛን ዘመን ታሪክ ከዚህ ሂደት ውጭ ሊሄድበት የሚችል ለብ-ወለዳዊ የታሪክ አማራጭ ነበር ለማለት አይደለም። እንኳን እነ ሳሕለሥላሴና እነ አባጂፋር የመሳሰሉት ስለዘመናዊ ፖለቲካ፣ ስለሰብአዊ መብትና ዴሞክራሲ ምንም እውቀት ያልነበራቸው ንጉሶችና ባላባቶች ቀርተው የአሜሪካ ዴሞክራሲ አባቶች መሃል ታላቅ ተደረጎ የሚታየው የአሜሪካ 3ኛው ፕሬዚደንት ቶማስ ጀፈርሰን ሳይቀር የባሪያ አሳዳሪ እንደነበር ማስታወሱ ተገቢ ይመስለኛል።

በአለማችን የባርነት ጠባሳ ታሪክ የሌለው ሃገርና ህዝብ የለም። በርካታ ሃገሮች ይህን አይነቱን ታሪክ ትርጉም ያሳጣ፣ የተሳካ ሁለንተናዊ የዘመናዊነትና ስልጣኔ ደረጃ ደርሰዋል። በዚህ የተነሳ እንዲህ አይነቱ ታሪክ ስሜት ቀስቃሽ፣ በዜጎችና በማህበረሰቦች መሃል መናቆሪያ ፈጣሪነቱ አብቅቷል። በዘመናዊነትና በስልጣኔ ማደግ ባልቻለቸው ሃገራችን ኢትዮጵያ ግን፣ ባርነት፣ ጢሰኛነት፣ ገባርነት የመሳሰሉት ሌሎች ታሪካዊ ኩነቶች፣ ያለፉ የታሪካችን ገጽታዎች ቢሆኑም እነዚህን የታሪካችንን ሃቆች እየመዘዙ ስሜት ለመቀስቀስ ለሚፈልጉ ሃይሎች የተመቸ ሁኔታ ፈጥሮላቸዋል። በበኩሌ "ይህን አይነቱን የታሪክ እስረኛነት ማለፍ የማይችል ህብረተሰብ ለልጆቹ የሚያወርሰው ሃገር ከአያቶቹ ከወረሰው የከፋ ሊሆን ይችላል" የሚል ትልቅ ስጋት አለኝ።

ምእራፍ 3.አዲስ አበባ - ከጦር ሰፈርነት ወደ ከተማነት

የሰራዊቱን የማገዶና የውሃ ችግር ለማቃለል አስበው እቴጌ አዲስ አበባን ቆረቆሩ። ዓላማቸው ይህ ነበር። "ኢትዮጵያ የሚባል ሃገር ዋና ከተማ ያስፈልገዋል" የሚል እሳቤ አልነበራቸውም። ስለ ዋና ከተማ ባያስቡ አይፈረድባቸውም። አይፈረድባቸውም ያልኩት ከሺህ አመታት በፊት ከነበረው የአክሱም መንግስት ውድቀት በኋላ ዋና ከተማ ለማቋቋም የሞከሩ ብዙ ነገስታት አልነበሩምና ነው።

የሃገሪቱ ውጥንቅጥነትና መልክአ ምድራዊ አቀማመጥ፣ ከአንድ ማእከል ዋና ከተማ አቁሞ ለመግዛት ለሚፈልግ ንጉስ የሚያመች አልነበረም። ንጉሶች "ከተማ የሚያክለውን የሚዘዋወር ሰፈር/ካምፕ መናገሻቸው/capital አድርገው ከአንድ ጥግ ግዛታቸውን ወደ ሌላው ጥግ በመኳተን" [80] ግዛታቸውን በማረጋጋት፣ በመቆጣጠርና በማስገበር ዕድሜያቸውን ይጨርሱ ነበር።

አፄ ፋሲል (ከ1632 -1667 እአአ) ጎንደር ላይ ቤተመንግስታቸውን በመገንባታቸውና በግዛታቸው ውስጥ እየተዘዋወሩ ስልጣናቸውን ማሳየት በማቆማቸው ድርጊታቸው ትልቅ መዘዝ እንዳስከተለ ይነገራል። ከእሳቸው በኋላ ጉልበተኞቹ የክፍለ ግዛቶቹ ገዥዎች ጎንደር ላይ የይስሙላ ንጉሶች እየጎለቱ የገነኑበትን ሁኔታ በመፍጠር ዘመነ መሳፍንት(1755 – 1855 እአአ) የሚባለውን የጦርነትና ማእከላዊ መንግስት የጠፋበትን ሁኔታ የፈጠረው፣ "ንጉሶች በመላው ግዛታቸው መንቀሳቀሳቸው ቀርቶ ፋሲል በቆረቆሩት ከተማ መቀመጣቸው ነው" ይባላል።[81] በአጠቃላይ ኢትዮጵያና ንጉሶቿ ዋና ከተማ የሚባል ነገር በታሪካቸው አያውቁም።

ጣይቱም የዚህ የታሪክ ቅጥልጥሎሽ ውጤት ስለነበሩ የወታደር ሰፈር እንጂ ከተማ መቆርቆር አልታያቸውም። በመሆኑም አዲስ አበባን ከትልቅ ወታደራዊ ካምፕነት ወደ የሲቪል እንቅስቃሴ የሚታይባት፣ የሃገር ዋና ከተማነት የመቀየሩ ስራ ጥድፊያ የታየበትና ሥርዓት የያዘ አልሆነም።

---

[80] *Donald N. Levine "Wax & Gold" University of Chicago Press, 1972, Chicago ገጽ 19*

[81] *J. Spencer Trimingham " Islam in Ethiopia" Oxford University Press 1952, London ገጽ 104 አፄፋሲል ጎንደር ላይ ከተማ በመቆርቆራቸው በኢትዮጵያ አንድነት ላይ ያስከተለውን ኢደጋ ይዘረዝራል። ጎንደር ላይ ዋና ከተማ በመቆርቆር መንግስት ተዘዋዋሪ በነበረ ጊዜ የነበረውን የሁሉም ገዥነቱ ተዳከሞ የአንድ ጥግ መንግስት መሆን እንደ ጀመረ ይህም ለክልል ገዥዎች መጠናከር ኢድል እንደከፈተ። በአንድ ቦታ ከተማ ቆርቁሮ ቤተመንግስት በማቆም እንዴት የሴራና የሬንቅለ መንግስት ባህል እንደተስፋፋ፣ እንዴትም የመሳፍንቱ ስርአት ወደ መበስበስ እንዳመራ ይዘረዝራል።*

በጣም ለረጅም ዘመን የከተማዋ አብዛኛው ኗሪ፣ ወይም ወደ ከተማው ከሌሎች ቦታዎች የሚገባና የሚወጣው ሰው ከውትድርና ጉዳይ ጋር የተያያዘ ነው። አፄ ምኒልክ ካረፉ ከአምስት አመት በኋላ ከተማዋ ከተቆረቆረች ከ32 አመታት በኋላ በከተማው ውስጥ ይርመሰመስ የነበረው የወታደር ብዛት የሚያስደንቅ ነበር።

"በ1910 -1911 ዓ.ም፣ ፊታውራሪ ሃብተ ጊዮርጊስ አዲስ አበባ ላይ ብቻ የነበራቸው የግል ጦር 17,000 ይደርስ ነበር" ይባላል። መሃል ሰፋሪ የሚባል ከየክፍለ ሃገሩና አውራጃው እየተውጣጣ በንጉሰ ነገስቱ ዋና ከተማ ለጥበቃ የተመደበ ወታደር አለ። ይህ ሰራዊት እያደመ ሰው ከስልጣን እስከ ማውረድ የሚችል ኃይል ነበረው። ይህን ማድረግ ከቻለ ቁጥሩ ብዙ ነበር ማለት ነው። [82]

ልኡል ራስ እምሩ ቁጥሩ ምን ያህል እንደሆነ ባይነግሩንም በከተማዋ ውስጥ ብዙ ወታደሮች ስለነበሯቸው የጦር አዛዦች ጽፈዋል። በደፈናው "ራሳቸው ተፈሪ መኮንን፣ ትልልቆቹ ራሶች፣ እነ ራስ ካሳ፣ ፊታውራሪ ኃብተ ጊዮርጊስ፣ እነ ደጃዝማች ወሰኔ ሌሎችም ሰዎች ብዙ ወታደሮች ነበሯቸው"።[83]

ራሶቹ አዲስ አበባ ላይ መስፈሪያ ወስደው በሹመት ወደ ሌላ ሃገር ሲንቀሳቀሱ ለአዲስ አበባ ንብረታቸው ትንሽ ወታደር ትተው ወደ ተሾሙበት ይሄዳሉ። የተሻረም ሲመጣ ሰራዊቱን አግበስብሶ ወደ ከተማው ይመጣል። እነዚህ ሰዎች ለሹመትና ለስራ ከየጠቅላይ ግዛቱና አውራጃው በተጠሩ ቁጥር ይዘውት የሚመጡት የአጃቢ ቁጥር በሺዎች የሚቆጠር ነው። ይህ ሁሉ ወታደር በወጣና በወረደ ቁጥር ወጭውን የሚችለው የፈረደበት ገባር ነው። ለዚህ ተብሎ የተጣለበት የተለየ ግብር ነበር።[84]

በአንድ ወቅት ልዑል ራስ እምሩ፣ ለተፈሪ መኮንን (በኋላ አፄ ኃይለስላሴ) በትእዛዝ ሚስት እንዲሆኑ የተደረጉትን መነን አስፋው ከአዲስ አበባ ወደ ሃረር ለመውሰድ ብዙ ሰራዊት

---

[82] ዘውዴ ረታ "ተፈሪ መኮንን" ገጽ 361፣ ራስ እምሩ "ካየሁትና ከማስታውሰው" ገጽ 111 በዚህ ጉዳይ ላይ የጻፉትን ይመልከቱ።

[83] ራስ እምሩ ካየሁትና ከማስታውሰው ገጽ 111

[84] ራስ እምሩ "ካየሁትና ከማስታውሰው"፣ ገጽ 101 – 105 ሰው ሲሾም፣ ወታደር ሲንቀሳቀስ በገባሩ መከፈል ስላለበት የግብር አይነት ጽፈዋል። ራስ እምሩ "ግብሩ በ3 4 እና 5 አመት የሚመጣ ነው" ይበሉ እንጂ ከዛም ባነሱ አመታት ውስጥ ሊመጣ እንደማይችል የሰጡት ማረጋገጫ የለም። ስለዚህም "ይህ የግብር አይነት ስርአት ያልነበረው ለዘረፋ የተመቸ ነበር" ማለት እንችላለን። በየአመቱም በየስድስት ወሩ መንቀሳቀስና ዘመቻ ካለ ግብሩን ከማስከፈል ገዥዎቹ ወደኋላ እንደማይሉ መታወቅ አለበት። "በ3 4 እና 5 አመት፣ ሹም ሽር ለገቢው ተሿሚ በአምስት ገባር በላይ ያለው በገራዳ ወይም በመላቃ 4ብር፣ ከአምስት ገባር በታች ገራዳን መላቃ 2 ብር ለተሿሚ፣ ዘመቻ ከአካባቢው ወታደሩ ወጥቶ የሚሄድ ከሆነ፣ የወደል ጋዝ ግብር ለመልከኛው የከብት መግዣ በገባር 7 ብር" ይከፈል ነበር ይሉናል።

አስከትለው ወደ ከተማው መጥተው ነበር። ሁሉንም ሰራዊትና ሰው ከተማ ማስገባት በልጅ እያሱ አልተፈቀደላቸውም። የተፈቀደላቸው ጥቂት ስራ ቤቶችንና ሁለት መቶ ወታደሮችን ብቻ ከተማ እንዲያስገቡ ነበር [85]። ሁለት መቶ ወታደሮች ጥቂት ከተባሉ ራስ እምሩን ተከትሎ የመጣው የወታደር ብዛት ስንት ሊሆን ነው? አንዲት ሴት ለመውሰድ ከሃረር አዲስ አበባ ድረስ የተመጣው በእግር ነበር።

በአዲስ አበባ የመጀመሪያው የመሬት ባለቤት ንጉሰ ነገስት ምኒልክ ነበሩ። ንጉሰ ነገስቱ ከዚህ ንብረታቸው ላይ ለትልልቆቹ የጦር አዛዦቻቸው፣ ራሶችና ደጃዝማቾች የሰራዊት ማስፈሪያ መሬት ሰጧቸው። የአዲስ አበባ መሬት ለረጅም ጊዜ በባለቤትነት ተይዞ የነበረው በነዚህ ጥቂት ግለሰቦች ነው።

ዋናዎቹ የጦር አዛዦች ካልፈቀዱ ከስራቸው ያሉ አለቆችም ሆኑ ወታደሮቻቸው በዚህ መሬት ላይ የማዘዝ መብት አልነበራቸውም። ቤት የሚሰሩት በራሶቹ ፈቃድ ነው። በሂደትም የሲቪል ማህበረሰቡ ቁጥር እያደገ ሲመጣ ለቤት መስሪያ የሚሆን መሬት የሚመራው ባሁኑ ቋንቋ ሊዝ የሚያደርገው ከነዚህ ራሶች ወይም ራሶቹ መሬት ከሰጧቸው የቅርብ ሰዎቻቸው ነው። መሬት በግዥ መልኩ አዲስ አበባ ውስጥ ማግኘት በ1950ዎቹ መጨረሻ ሳይቀር በጣም አስቸጋሪ ነበር።[86]

የአዲስ አበባ ከተማ አመሰራረት ወታደራዊ ዓላማ ያለው በመሆኑ ለራሶቹ የተሰጠው መሬት ይህን ዓላማ የተከተለ ሆነ። የከተማ እድገቷም ይህን የራሶች የከተማ አሰፋፈር የተከተለ ፈለግ ያዘ። ንጉሱ ታላቁ ቤተ መንግስታቸውን ከፍ ያለ ቦታ ላይ አራት ኪሎ ላይ ገነቡ። በቤተ መንግስቱ ዙሪያ ያሰፈሩት ከቤተመንግስቱ ጋር ቅርበት ያለውን አገልጋይ፣ ሰራተኛና ወታደር ነው። በአራት ኪሎ ዙሪያ በአራቱም አቅጣጫ፣ ስራ ቤት፣ ፈረስ ቤት፣ ጥይት ቤት፣ ወዘተ በሚሉ መጠሪያዎች የሚታወቁት ችምችም ያሉ በጣም ተፋፍገው የተሰሩ መንደሮች የወታደራዊ አሰፋፈሩን መነሻ ተከትለው የመጡ ናቸው።

ከቤተመንግስቱ እራቅ ያለ ቦታ የወሰዱት ታላላቅ የጦር መሪዎች ከምኒልክ ቤተመንግስት እይታ አሰፋፈራቸው ከታዩ በተለያዩ አቅጣጫዎች የሚመጣ የደህንነት አደጋን ለመከላከል በሚያስችል የተበታተነ መልኩ ነው። ራሶቹም የቆረቆሩዋቸው መንደሮች ምስረታ

---

[85] ራስ እምሩ "ካየሁትና ከማስታውሰው" ገጽ 26

[86] ወላጆቼና ጓደኞቻቸው ሰፊ መሬት ከተማ መሃል በግዥ አግኝተው ቤት ለመስራት ያደረጉት ሙከራና የገጠማቸው ፈተና ትልቅ ነበር። እንዴት ያማርሩ እንደነበር አስታውሳለሁ። በጋራ አንድ ላይ ቤት ለመስራት ባለመቻላቸው አንዳንዶቹ ተስፋ ቆርጠው ባገኙት ቦታ ገዝተው ሰሩ።

ትውልድ አይደናገር እኛም እንናገር

የቤተመንግስቱን የመሰለ ነበር። በትልልቆቹ ራሶች ቤት ዙሪያ ወታደሮቻቸውና ሌሎች አገልጋዮቻቸው ችምችም አድርገው ጎጆዎቻቸውን ቀልሰው መንደር መስርተዋል። አዲስ አበባ እንደ አንድ የተዋሃደ፣ ሁሉንም አይነት የሲቪል አገልግሎት ለኗሪው ለመስጠት ታስቦ ጠበብ ባለ ቦታ እንደተመሰረተ ከተማ የተቆረቆረች ከተማ አልነበረችም።

ወታደራዊና የደህንነት መስፈርቶች አዲስ አበባን ገና ከጅምሩ ተንቦራቃ እንድትመሰረት አድርገዋታል። ከአንዱ የራስ መንደር ወደሌላው የራስ መንደር ያለው ርቀት በተለይ በዛን ዘመን ትልቅ ነበር። ከተማዋን በቀላሉ በመንገዶች ማገናኘት፣ በቀላሉ ዘመናዊ የውሃ፣ የኤሌትሪክ፣ እያደርም የስልክ አገልግሎት ለማዳረስ የሚጠይቀው ወጭ በከተማዋ የኢኮኖሚ አቅም የማይታሰብ ነው። በዚህ ምክንያት የከተማው ግንባታ ከተማዋን የሚሸፍን ሳይሆን በቤተመንግስቱ ዙሪያ ብቻ ሆነ።

አብዛኛዎቹ የከተማው ክፍሎች ምንም አይነት ዘመናዊ ግንባታ ሳያዩ ለብዙ ዘመናት እንዲቆዩ ተፈረደባቸው። ሰብሰብ ያለ የዘመናዊ ከተማ ምስረታ ቢሆን ኖሮ ብዙ ህዝብ በትንሽ ሺዎች ካሬ ሜትር ቦታ ላይ ማስፈር ይቻላል። ለሁሉም የሚሆን መንገድ፣ ትምህርት ቤት፣ ሆስፒታል መገንባት፣ በዘመናዊ የውሃ አቅርቦትና የቆሻሻ ውሃ ማስተላለፊያ ጉርጓድ ቤቶቹን ማስተሳሰር፣ በኤሌትሪክና በስልክ ገመድ ማገናኘት በቀላሉ ይቻላል። ለመናፈሻም የሚሆን ብዙ መሬት በተረፋት ነበር። የአዲስ አበባ አመሰራረት በዚህ መልኩ ባለመሆኑ ተከታታይ መንግስታት፣ እስካለንበት ዘመን ከተማዋን ዘመናዊ ለማድረግ በተለይ ዘመናዊ መገልገያዎች መብራት፣ ውሃ፣ መንገድና የቁሻሻ ውሃ ማስተላለፊያዎች ለመዘርጋት ምን ያህል እንደተቸገሩ ይታያል።

አሁንም ቢሆን ከተማዋ ከጥንት የመጣ ልቅነቷን የሚቆጣጠርላት አላገኘችም። ተራራ በሌለበት አቅጣጫ ሁሉ ኮንክሪትና አስፋልት የገበሬ አረንጓዴ መሬት እየበላ እየሰፋ ነው። አዲስ አበባ የሜዳዎች፣ የአበቦችና የደኖች ከተማ እንዳልነበረች ቅጠል ሳር ዛፍ የማይታይበት ህይወት አልባ የኮንክሪት ከተማ እየሆነች ነው። እንደ ጣይቱ ዘመን ራሶች፣ የዘመኑ ቱጃሮች ቪላ እየገነቡ አጥር እያጠሩ በየግላቸው ቤት እንዲሰሩ ልቅ ያደረገ የጉልተኞች የቤት አሰራር ቀጥሏል። ጥቂት ገንዘብ ያላቸው የማህበረሰቡን አካላትና የመንግስት ባላስልጣናትን ፍላጎት ለማሟላት ተብሎ የከተማው ደሃ ማህበረሰብ በከተማው መስፋት የተነሳ ማግኘት የሚገባውን አገልግሎት እንዳያገኝ እየተደረገ ነው።

ቪላዎቹ በሃብታሞቹ የግል ገንዘብ ቢገነቡም ማንኛውም አገልግሎት በዚህ እየሰፋ በሚሄድ ከተማ የሚገነባው በህዝብ ገንዘብ ነው። ከተማውን ሰብሰብ አድርጎ በመገንባት

86

ለሁሉም ዘመናዊ አገልግሎት ለማቅረብ የሚወጣውን ከፍተኛ ወጪ መቀነስ ይቻል ነበር። ሁሉንም አይነት አገልግሎት ለሁሉም የከተማ ኗሪ በማዳረስ ትልቅ ማህበራዊ ጥቅም ማስገኘት ይቻላል። ይህን ሃገራዊና ህዝባዊ ጥቅም ያልተገነዘብ ግንባታ ቀጥሏል። ዛሬ አዲስ አበባ በሚባለው ቦታ ላይ የሰፈረውን ህዝብ አሁን ከሰፈረበት የቦታ ስፋት በአንድ አምስተኛ ላይ ማስፈር የማይቻልበት ምክንያት አልነበረም። ይህ ሁሉ ጣጣ የመጣው መጀመሪያውኑ ከተማው ለዋና ከተማነትና ለሲቪል ማህበረሰብ ማኖሪያነት ታስቦ ባለመቆርቆሩና በመንበርቀቁ ነው።

የከተማው መሬት በንጉሰ ነገስት ምኒሊክ ጊዜ ለጥቂት ራሶች ሲከፋፈል ስለ ይዞታው የሚያሳይ የታሪክ መረጃ አላየሁም። ለራሶቹ በግል ንብረትነት የተሰጠ ነበር ወይንስ በየባላገሩ በማደሪያነት እንደሚሰጣቸው መሬት የከተማውም ቦታ በጊዚያዊ መስፈሪያነት የተሰጣቸው ነበር? መልስ የለኝም። የባላገሩ መሬት ሹመት ሲቀር ከተሻረው ሰው ይወሰዳል። ለሌላ ተሿሚ ሊሰጥ የሚችል መሬት ነበር።

በከተማም ለራሶቹ የወታደር ማስፈሪያነት የተሰጠው መሬት መጀመሪያ ሲሰጥ ተመሳሳይ የይዞታ መልክ ያለው ይመስላል። ለወታደር ማስፈሪያ እንጂ የራሶች የግል ንብረት ተብሎ የተሰጠ አይደለም። የቋሚ ባለቤትነት መብት ለራሶቹ የሚሰጥ አይመስለኝም። በላይ ግደይ "አዲስ አበባ ያብባል ገና" በሚለው መጽሃፋቸው ውስጥ አፄ ምኒሊክ ለራሶቹ መሬት "መሯቸው" ይሉናል።[87] በሂደት የሆነው ግን መሬቱ የራሶቹ ቋሚ ንብረት መሆኑን ነው።

የከተማውን ቦታ የያዙት የቀድሞ ራሶችና ቤተሰቦቻቸው ብቸኛዎቹ የከተማ መሬት ባላቤቶች ሆነው ቀርተዋል። በተለይ ከጣሊያን ወረራ በኋላ መንግስት የራሱን ማእከላዊ ጦር አደራጅቷል። በዚህም እርምጃ ከየራሶች የተወጣጣው ሰራዊት የሃገር መከላከያ ኃይል መሆኑ እንዲያበቃ አድርጓል። በዚህ ጊዜም ራሶቹ ለወታደር ማስፈሪያነት የተሰጣቸውን ሰፊና ወታደሮቻቸውን ያላሰፈሩባቸውን ቦታዎች የነካባቸው አልነበረም። ወታደር ሰፍሮበት የነበረውም ቢሆን በራሶቹ ቸርነት የተፈቀደ በመሆኑ ከፈለጉ ሊነቅሉት የማይችሉበት ምክንያት አይኖርም ነበር። በባላገርም የሆነው እንደከተማው ነው።[88]

---

*[87] በላይ ግደይ "አዲስ አበባ ያብባል ገና" ገጽ 29 "አዲስ አበባ በከተማነት ስትቆረቆር ለመጀመሪያ ጊዜ የመኖሪያ ቦታ......**የተመሩ** ዋኖቹ የሚከተሉት ነበሩ፣" ብለውናል። ቦታው ተመሩ ማለት በዘመናችን ቋንቋ ሊዝ ተደረጉ ማለት ነው። ለስንት አመት? የሚታወቅ ነገር የለም።*

[88] የአፄ ኃይለስላሴ መንግስት ማብቂያ ገደማ የመሬት ባለቤቶቹ ለትውልድ በገጠር በጭሰኝነት ሲገዙት የነበረውን ገባር እያፈናቀሉ ዘመናዊ የትራክተር እርሻ ጀምረው ነበር። የተፈናቀለው ገባር መድረሻ ማጣቱ አንዱ የዛን ዘመን የህዝብ ምሬትና ብሶት አካል ነው። በተመሳሳይም እነዚህ የመሬት ጌቶች የመሬት ባለቤትነት ዋስትና ያልነበረውን ወታደር ወይም የወታደር ቤተሰብ ከከተማ መሬት ለማፈናቀል ከፈለጉ የሚቸግራቸው ነገር አልነበረም። የድሮ የፍርድ ቤቶች የከተማ መሬት ሙግት ፋይሎች በደንብ ቢጠኑ

በባላገርም ለወታደሮቻቸው ቀለብ፣ ስንቅ፣ ማኖሪያ ተብሎ የተሰጣቸውን ሰፋፊ የመንግስት የማደሪያ መሬት በግል ንብረትነት ራሶቹ እንደያዙ ቀርተዋል። ራሶቹ ወታደሮች የመመልመል፣ የማኖርና የማዘዝ ስልጣናቸው በማዕከላዊ መንግስት ቢወሰድባቸውም ከዚህ ቀደም ከነበራቸው ሃብት በላይ ሃብታም የሚያደርጋቸውን የገጠርና የከተማ መሬት እንደያዙ ቀርተዋል።

ወታደሮችን ራሶቹ በሚመለምሉበትና በሚያዙበት ወቅት ለጥቂቶችም ቢሆን፣ በጀግንነታቸው የተነሳ ከተራ ወታደርነት ወደ ጦር አዛዥነት ብሎም ከድህነት ወደ ሃብታምነት የመሸጋገር እድል ነበራቸው። ይህ የራሶቹ ወታደር የማደራጀት ስልጣን ሲገፈፍ በጉልተኛው ሥርዓት ውስጥ የነበረውን ከታችኛው መደብ ወደ ላይኛው መደብ መሸጋጋሪያውን ብቸኛ መንገድ ክርችም አርጎ ዘግቶታል።

ራሶቹ ቀደም ብለው ከወታደሮቻቸውጋር ይጋሩ የነበረውን መሬትና ሃብት አሁን ወታደር የማኖር ሃላፊነት ስለሌለባቸው የግል ሃብታቸው ሆኗል። ለወታደር ማስፈሪያ የተሰጣቸው ሰፊ መሬትም የግላቸው ሆኖ ቀርቷል። በዚህ የታሪክ አጋጣሚ የመሬት ንብረት በእጃቸው የነበረ የጦር አዛዦች ሁሉ የናጠጡ ሃብታሞች ሆነዋል።

ይህ አድራጎት ወታደር የማዘዝ ስልጣናቸውን በመቀማታቸው እንዳይከፉ በጉቦ መልኩ የተተወላቸው መደለያ ሳይሆን አይቀርም። በሌላ መልኩ፣ ብዙዎቹ በአምቻ ጋብቻ፣ በዝምድናና በመሳሰሉት መንገዶች ከአፄ ኃይለስላሴ ጋር የተሳሰሩ ናቸው። ራሳቸውም ንጉሱ በተመሳሳይ መንገድ የያዙት የገጠርና የከተማ መሬት ብዙ ስለሆነ በራሶቹ እጅ የነበሩትን የመንግስት መሬቶች አጼው በግል ንብረትነት መልቀቃቸው የሚያስገርም አይደለም።

በገጠርና በከተማ የነበሩት ለራሶች በማደሪያነትና በመስፈሪያነት የተሰጡት መሬቶች የመንግስት ሃብት ነበሩ። በደሞዝ ምትክ ለወታደርና ለመሪዎቻቸው ይከፈል የነበረው በመሬት ላይ ተጠቃሚ እንዲሆኑ በመፍቀድ ነው። ይህ ትውፊታዊ የውትድርና አገልግሎት ስምምነት ሲቋረጥ መሬት ወደ መንግስት መመለስ ነበረበት። አልሆነም። በመጀመሪያው የሃገራችን

በራሶቹ ቤተሰቦችና በጭፍሮቻቸው ቤተሰቦች መሃከል ብዙ መካሰስ ሊኖር እንደሚችል የሚያሳዩ ይመስለኛል። አብዛኛው የፍርድ ቤቶች የሲቪል ችሎት ክሶች ከመሬት ጋር የተያያዙ እንደነበር ይታወቃል።

ፕራይቬታይዜሽን[89] የከበሩት መሳፍንቱና መኳንንቱ ሆኑ። የመንግስትን ሃብት ወደ ግል እያዞሩ መክበር የተጀመረው በዛን ዘመን ነው።

በሃገሪቱ ገጠሮችም ሆነ በከተማ ያለው መሬት በጣት የሚቆጠሩ የጥቂት ግለሰቦች ሃብት ሆኖ የቀረው በዚህ መንገድ ነው። ከአብዮቱ በፊት “ሃገሪቱ የጥቂት ግለሰቦች የግል ንብረት ናት” የሚባለውም ለዚህ ነው። “ከአብዮቱ በኋላስ?” የሚል ጥያቄ ለሚያቀርቡ፣ እሱን ዕድሜ ይስጠንና እንደርስበታለን እላለሁ።

በአፄ ሃይለስላሴ ዘመን ግን አንዲት፣ የአንድ መስፍን ሚስት ወደ ውጭ ሃገር በሄደችበት ወቅት ስለ ኢትዮጵያ ህዝብ ብዛት በአንድ የፈረንጅ ጋዜጠኛ ስትጠየቅ “አምስት መቶ እንሆናለን” ብላለች እየተባለ ይቀለዳል። ሴት ወይዘሮዋ መልሷን የመለሰችው ከመሬት ባለቤትነት አንጻር ከሆነ ስህተት አልነበረውም። የሃገሪቱን የመሬት ሃብት የተከፋፈሉት ቤተሰቦች አምስት መቶ መሙላታቸውም የሚያጠራጥር ነበር።[90]

ከ1953- 1954 ቤተሰቦቼ መርካቶ ከልኡል መኮንን (አዲስ ከተማ) ትምህርት ቤት ጀርባ ቤት ተከራይተው ይኖራሉ። በዚያ ወቅት ህጻናት ልጆች ነን። እኔንና ወንድሞቼን አባቴ ኳስ እንድንጫወት ከቤታችን አካባቢ ወደ ነበረ አንድ ሰፊ ሜዳ ይወስደናል። ሜዳው በአንድ ጎኑ ጫካ ያዋስነዋል። ሜዳው “የራስ ሃይሉ ሜዳ” ጫካውም “የራስ ሃይሉ ጫካ” እየተባሉ ይጠሩ ነበር። ንብረትነቱም የራስ ሃይሉ ቤተሰቦች ነው።

ከጥቂት አመታት በኋላም በካዛንችስና በአዋሬ መሃል በሚገኘው ራስ ሙሉጌታ ተብሎ በሚጠራው ሰፈር ቤት ተከራይተን ገባን። እዛም ሌላው ኳስ የምንጫወትበት ሰፊ ሜዳ አለ። ደኑም ከራስ ሃይሉ ደን ይበልጣል። ድንበሩም የቀበና ወንዝ ነው። “የራስ ሙሉጌታ ሜዳና ጫካ” እየተባለ ይጠራል። ንብረትነቱም የራስ ሙሉጌታ ቤተሰቦች ነበር።

የከተማውን መሬት በሙሉ በጥቂትና ትልልቅ ስልጣን በነበራቸው ሰዎችና ቤተሰቦቻቸው በሞኖፖል/በብቸኛነት ተይዟል። በመሆኑም ቤት ለመስሪያ የሚሆን ቦታ

---

[89] ፕራይቬታይዜሽን (privataization)በመንግስት እጅ የነበረ የመንግስት ወይም የህዝብ ንብረት ወደግል ንብረትነት ማዞር፤
[90] ሻምበል ፍቅረስላሴ “እኛና አብዮቱ ገጽ 125 ላይ ደርግ በ1967 ዓ.ም፣ ስለከተማ መሬትና ቤቶች ያስጠናው ጥናት “አምስት መቶ የማይበልጡ የከተማው ኗሪዎች ዘጠና ከመቶውን ቦታ እንደያዙት” አረጋገጠ፤ ይለናል። ይህ ቁጥር ከአብዮቱ በፊት የመስፍኑ ሚስት ለውጭ ጋዜጠኛ “የሃገሪቱ የህዝብ ብዛት አምስት መቶ ይሆናል” በሚል ሰጠች ከተባለው ቁጥር ጋር መመሳሰሉ ገርሞኛል። ጥናቱ በሰነድ የተደገፈ ስለሚሆን የሻምበል ፍቅረስላሴን መረጃ በፕሮፓጋንዳ ስም ለማጣጣል የሚከብድ ነው።

ለመመራትም ሆነ ለመግዛት ትልቅ ችግር ነበር። ራሶቹ የጥንት የመሬት ጉልተኞች በመሆናቸው መሬትን በመሬትነቱ አስፍቶ በመያዝ የሚደሰቱ ናቸው። በመሬቱ ላይ እራሳቸው ምንም ነገር አለመስራታቸው አያሳስባቸውም። ሰዎችም ገንዘብ ከፍለው በምሪትም ይሁን በግዥ እንዲሰሩበት መፍቀድም አይወዱም። መመራት ወይም መግዛት የሚፈለግ የትልልቆቹን ሰዎች ክብር እንዳይጋፋ በመፍራት ሌሎች ትልልቅ ሰዎችን በአማላጅነት መላክ ነበረበት። በአማላጅና በዝምድና ካልሆነ፣ብድግ ብሎ ጌቶች ጋ ሄዶ "በገንዘብ መሬት ምሩኝ ወይም ሽጡልን" ማለት አይቻልም።

ቀደም ባሉት ዘመናት ለራሶቹ መሬት በጥሬ ገንዘብ የሚተመን ዋጋ አልነበረውም። ፈቃዳቸው ከሆነ እንደ ውለታ ተቆጥሮላቸው በራሳቸው ፈቃድ ወይም በአማላጅ በነፃ የሚሰጡት ነበር። ለመሬት ገንዘብ ወሰደ መባሉ ለክብራቸው ጥሩ አልነበረም። ወደኋላ ሽማግሌዎቹ እያለቁ ዘመናይ ልጆቻቸው የመሬቱ ባለቤቶች መሆን ሲጀምሩ በሞኖፖል የያዙትን መሬት ዋጋ በአጭር ጊዜ ውስጥ ሰማይ አደረሱት። እነዚህ ጥቂት የመሬት ጌቶች በሞኖፖል የያዙትን የከተማ ቦታ ዋጋ ለመቆለል እንደ አሜሪካን ኩባንያዎች ሲንዲኬት ያቆሙ መሰለ። በሁሉም ቦታዎች መሬት ዋጋው የማይቀመስ ሆነ። የመሬቱ ጌቶች በማህበር ስም እየተገናኙ የመሬት ዋጋ ሲወስኑ እንዳልነበር ማን ያውቃል?

እነዚህ ባለመሬቶች በከተማው ውስጥ ቤት ለመስራት በሚፈልገው ሲቪል ላይ ያሳደሩት ጫናና የኢኮኖሚ ብዝበዛ ቀላል አልነበረም። ደሞዛቸው ትልልቅ የነበሩ የመንግስት ባላስልጣናት ሳይቀሩ በመሬት ውድነት የተነሳ ቤት ለመስራት ምን ያህል ተቸግረው እንደነበር ማስረጃ ማቅረብ ይቻላል።[91] ብዙዎቹ የሚከራዩ ቤቶችም የራሶቹና ከእነሱ ጋር በቀጥታና

[91]በ1950 መጨረሻ በቅድሚያ ሰፋ ያለ አምስት እና ስድስት ሰዎች ቤት መገንቢያ የሚሆን መሬት ከተማው ውስጥ ማግኘት አስቸጋሪ ነበር። ቢገኝም በአንድ ላይ ለመኖር የሚፈልጉ ጓደኛሞች የሚፈልጉት እንደሆነ ባላመሬቶቹ ሲያውቁ ዋጋውን ሰማይ ያደርሱታል። የኔ ወላጆች ቤት መስራት የፈለጉት ከትምህርት ቤት ጀምሮ በኋላም ባስተማሪነት ከዛም በኋላ በመንግስት ሰራተኝነት ከልጅነታቸው ጀምሮ ከሚተዋወቋቸውና ከወንድምና እህት ለይተው ከማያዩዋቸው እጅግ በጣም የቀረበ ግንኙነት ካሏቸው ጓደኞቻቸው ጋር ነበር። ለአመታት መሬት እያስፈለጉና እየፈለጉ ማግኘት ባለመቻላቸው ከመሃከላቸው ጥቂቶቹ እየተሰላቹ የራሳቸውን እርምጃ እየወሰዱ በተናጠል መሬት እየገዙ ቤት እየሰሩ ወጡ። ከቀሩት መሃል በአንድ አካባቢ ቤት ለመግዛት የቻሉት የኔ ቤተሰቦችና ጓደኞቻቸው የነበሩት አቶ ወርቄ ደምሴ የአዲስ አበባ ትምህርት ቤቶች ዋና ዳሬክተር፣ አቶ ሃይለማሪያም ወልደኪዳን፣ የሰራተኛና ማህበራዊ ጉዳይ ሚኒስቴር ረዳት ሚኒስቴር የነበሩ፣ በአጼሃይለ ስላሴ የመጨረሻዎቹ አመታት የትግራይ ምክትል ገዥ ሆነው ደርግም ለተወሰነ ጊዜ በዛው ስልጣን ላይ ትቷቸው የነበሩት፣ የ3 ወንድሞቼ የክርስትና አባት የነበሩት ናቸው። እነዚህ ሶስቱ መግዛት የቻሉት፣ ቤቶች ተሰርቶባቸው የነበሩ በድንበር የሚገናኙ ግን መግቢያቸው በተለያዩ ሶስት መንገዶች የሆነ የአንድ ቤተሰቦች ቤቶችን ነው። አዋሬ የሚባለው ሰፈር ውስጥ ነበር። ከአንዱ አቶ ወርቄ ደምሴ ከገዙት ቤት በስተቀር ሌሎቹ ጣውላና ኮርኒስ ያልነበራቸው እያንዳንዳቸው ሶስት ክፍሎች የነበራቸው ከጭቃ የተሰሩ እየፈራረሱ የነበሩ ቤቶች ነበሩባቸው። የእኔ ቤተሰቦች የገዙት ትንሹን 425 ካሬ ሜትር የነበረውን ከጭቃ የተሰራ እየፈራረሰ

በተዘዋዋሪ የተገናኙ ሰዎች ሰርተው የሚያከራዩዋቸው ናቸው፡፡ ከሰው ገቢ ጋር ሲነጻጸር የቤቶች የኪራይ ዋጋ እየናረ በመሄድ ላይ ነበር። የመኖሪያ ቤት ችግር በተለይ የራስን ቤት ሰርቶ ለመኖር የነበረው ችግር ቀላል አልነበረም። ሰዎች ሳይወዱ በግድ እዛው ችፍግፍግ ያለ መንደር ውስጥ በኪራይ ለረጅም ጊዜ እንዲኖሩና ከተማው በግንባታ እንዳታድግ የከተማዋ የመሬት ይዞታ ትልቅ እንቅፋት ነበር፡፡[92]

ከዚህ በተጨማሪ ከተማዋን በእቅድ ለመገንባት የተደረጉ ማናቸውም ሙከራዎች የከሸፉበት ምክንያት ከመሬት ይዞታ ባላቤትነት ጋር የተያያዘ ነው፡፡ ከ1997 ዓ.ም በኋላ በስፋት

የነበረውን ቤት ነው፡፡ ከዛ በላይ ለመግዛት ገቢያቸውም የልጆቻቸውና የቤተሰባቸውም ብዛት የሚፈቅድላቸው አልነበረም። ሁሉም ጓደኛሞች ቤት መግዛት የቻሉት ገንዘብ ከባንክ በዋስ በመበደር ነበር። በወቅቱ የእኔ ቤተሰቦች የገዙት መሬት ላይ የነበረው ቤት 300 ብር የሚያወጣ አልነበረም። መሬቱ ከእነቤቱ የተገዛው በ4000 ብር ነበር። ይህ ገንዘብ ዛሬ ትንሽ ይምሰል እንጂ በወቅቱ በጣም ብዙ ነበር። በዛን ወቅት አባቴ የሰራተኛና ማህበራዊ ጉዳይ ሚኒስተር የሚኒስትሩ ልዩ ጸሃፊ ነበር። ከዛ በኋላ የተወሰኑ ክፍሎች ሃላፊ ሆኗል፣ ከተወሰኑ አመታት በኋላ የምክትል ዲሬክተርነት ሹመት ሲሰጡት ደሞዝ ስንት እንደሚሆን ጠይቁው የነገረኝን አልረሳውም። ከታክስ በፊት 375 ብር ነው፡፡ እነዚህ ቤቶች በተገዙበት ወቅት በነበረው የስራ ሃላፊነት እቤት ይዞት ይመጣው የነበረው የተጣራ ገቢ 200 ብር እንደማይበለጥ ከዚህ መገመት እችላለሁ። ወደ እነዚህ ቤቶች ከገባን በኋላ በባንክ ብድር መክፈል ምን ያህል ቤተሰቦቼ ተቸግረው እንደነበር አስታውሳለሁ። በዚህ ላይ የእናቴ የአስተማሪነት ደሞዝ ተጨምሮበት። ከምንጃር ከቤተሰብ ርስት የሚመጣና በኪራይ ቤቶች ሆነን ስንበላው የነበረው ጤፍ ሳይቀር በዛው ስለሚሸጥ ለተወሰነ ጊዜ ንጹህ የገብስ እንጀራ እስከመብላት ደርሰን ነበር። ሌሎችም ትልልቅ የቁጠባ እርምጃዎች አባትና እናቴ እንዲወስዱ ያደረገ ነው። በልብሳችንና በጫማችን ማለቅና መራቆት ሳይቀር ችግራቸው ይገለጻል። አቶ ሃይለማሪያም ወልደኪዳን የገዙት ቤት በመሬት ስፋቱ ከኛ የሚተልቅ በመሆኑ ዋጋው ከፍ ያለ ነበር። የባንክ እዳ እየከፈሉ ልጆቻቸውን እያስተማሩ የሚተርፋቸው ገንዘብ ባላመኖሩ የተነሳ ከፍተኛ የመንግስት ባለስልጣን ሆነውም ሰው ሊያምነው የማይችልም ቢሆን የትግራይ ጠቅላይ ግዛት ምክትል ገዥ ሆነው እያሉም የቤታቸው ወለል ጣውላ ወይም ሲምንቶ ሳይለብስ በሳጠራና በፕላሲክ የተሸፈነ የአፈር ወለል እንደነበር አስታውሳለሁ። በመጨረሻም ጡረታ ወጥተው በኢህአዴግ ዘመን ህይወታቸው ሲያልፍ ያቤት ከጣራውና በግርግዳዎቹ ላይ ከተሰራው ተጫማሪ ስራ በስተቀር መሬቱ ሳጠራና ላስቲክ የለበሰ አፈር ወለል ነው።ደሞዛቸውን በሙሉ አምጥተው ለሚስታቸው የሚያስረክቡና የኪስ ገንዘብ ሚስታቸው የምትሰጣቸው የመጠጥ፣ የሲጋራና ሌላም ሱስ ያልነበራቸው እንደ ቀስት ቀጥ ያሉ ሰው ነበሩ። በዚህ ደረጃ ደሞዝ የነበራቸው ሰዎች የራሳቸውን ቤት ለመስራት ከተቸገሩ ከነዚህ ሰዎች በታች ደሞዝ የነበራቸው የከተማ ኗሪዎች ምን ያህል ሊቸገሩ ይችሉ እንደነበር መገመት አይቸግርም። የከተማ መሬትና ቤት በሙሉ የመውረሱ ዛሬ እንደ እብደት የሚታይ እርምጃ በወቅቱ ኗሪውን በተለይ መሃከለኛና ከዛ በታች ገቢ የነበረውን ሰው በኪራይና መሬት ገዝቶ ቤት ለመስራት በነበረው ችግር ምን ያህል አሳብዶት እንደነበረ ከታዬ ብቻ ነው ታሪካዊ ምክንያቱን መረዳት የምንችለው፡፡

[92] ሻምበል ፍቅረስላሴ ወግደረስ፣ "እኛና አብዮቱ"፣ (ፀሃይ አሳታሚ ድርጅት፣ 2006፣ አዲስአበባ) ገጽ 125 ላይ ደርግ የከተማ መሬትና ትርፍ ቤት ከመውረሱ በፊት የአዲስ አበባን መሬትና ቤት ጉዳይ እንዲያጠና የተቋቋመው ኮሚቴ ያገኘውን የጥናት ውጤት ሲገልጽ እንዲህ ይላል "አምስት መቶ የማይበልጡ የከተማው ኗሪዎች ዘጠና ከመቶውን ቦታ እንደያዙት ተረጋገጠ። ከአስራ አምስት የማይበልጡ ቤተሰቦች የአዲስ አበባ ከተማ ግማሹን መያዛቸው ታወቀ። አንዳንድ ግለሰቦች ከሚሊዮን ካሬ ሜትር በላይ ቦታ እንዳላቸው መረጃ ቀረበባቸው፡፡ ......" ሻምበል ፍቅረስላሴ ወግደረስ በዚህ መጽሃፉ "ብዙ የታሪክ ሃቆችን የራሱን የደርግን ታሪክ ለመከላከል ሲል እያጣመመ ጽፏል" የሚል ዕምነት ቢኖረኝም በመሬት ጉዳይ ላይ ከዚህ በላይ የተባለውን ሃቅ ግን "ለፖለቲካ ፍጆታ" ብሎ ያጋነነው አይመስለኝም። የጻፈው ነገር የቤተሰቦቼንና ጓደኞቻቸው ቤት ለመስራት ገጥሟቸው ነበር ያልኩትን ችግር የበለጠ የሚያረጋግጠው ነው፡፡

በስራ ላይ የዋለው የከተማ ማስተር ፕላን መጠናት የጀመረው በአፄ ኃይለስላሴ ዘመን ከ1940ዎቹ ጀምሮ ነበር። በአፄሃይለ ስላሴ ዘመን ማስተር ፕላን ህግ አድርጎ አጸድቆ በስራ ላይ ማዋል የማይታሰብ ነው። ለምን ጥናቱ እንደተፈቀደ አልገባኝም። የአንድን ራስ መሬት በትንሹ የሚነካ መንገድ እንኳን መቀደድ አይቻልም ነበር።[93] አዲስ አበባ በየመንደሮቹ መንገዶች

---

[93] *የከተማው ማስተር ፕላን ጥናት በ1940 የተጀመረ ነው። በፕላን ላይ ተመስርቶ መንገድ የሚቀይስ ሚናስ የተባለ አርመናዊ ተቀጥሮ ነበር። ቤታቸውን ለመንገድ ስራ እያለ ያፈረሰባቸው የዘመኑ ባለመሬቶች በቤት አፍራሽነቱ የገጠሙለት ግጥም በማህበረሰቡ በስፋት ይታወቅ ነበር። "እንግሊዝም መጣ ሄደ ተመለሰ፣ ፈረንሳይም መጣ ሄደ ተመለሰ፣...... አርመን ሚናስ ቀረ ቤት እያፈረሰ" የሚል አይነት ግጥም። ተቃውሞ ስለበዛ በፕላን መስራቱ የትም መድረስ አልቻለም። ብዙ ገንዘብና ብዙ ድካም የወጣበት፣ ፈተና የታየበት የብዙ የውጭ ሰዎችና ሃገር ወዳድ አርክቴክቶችንና መሃንዲሶች ድካምና ስሜት የበላው ማስተር ፕላን በመጨረሻ ህግ የሆነው ኢህአዴግ ስልጣን በያዘ በአመቱ፣ እኔ የአዲስ አበባ ክልል አስተዳደር ጸሃፊ በነበርኩበት ወቅት ነው። የክልል መስተዳደሩ ሊቀመንበርና ሌሎች በርካታ የክልል ተመራጮች ማስተር ፕላን ምን እንደሆነ እንዲረዱና ማስተር ፕላኑን በህግ የተደገፈ ገዥ ፕላን እንዲሆን ያለውን ጠቀሜታ እንዲገነዘቡ ማስተር ፕላኑን ካጠኑት አርክቴክቶች ጋር በመነጋገር ለክልሉ ምክር ቤት አባላት የሶስት ቀን የማስተር ፕላን መግለጫ እንዲሰጥ አድርጌያለሁ። የማስተር ፕላን መግለጫውን በአዲስ አበባ ምክር ቤት አዳራሽ ለመስጠት መሃንዲሶቹ ጥናታቸውን በጭነት መኪና ማጓጓዝ ነበረባቸው። በጣም ድንቅና ዝርዝር ጥናት ያለው ፕላን መሆኑን ሁሉም የምክር ቤት አባላት እንዲረዱት ማድረግ ተችሏል። መጀመሪያ "ኢታድክመን ማንም መንግስት ማስተር ፕላኑን ህግ አያደርገውም" እያሉ ተስፋ በቆረጠ ስሜት ሲያናግሩኝ የነበሩ መሃንዲሶች ከመግለጫው በኋላ ባዩት የምክር ቤቱ አባላት መነሳሳት ተስፋ ታያቸው። ምክር ቤቱ ከመግለጫው በኋላ የመዘጋጃ ቤቱ የህግ አዋቂዎችና የማስተር ፕላኑ መሃንዲሶች ተመካክረው የህግ ረቂቅ እንዲያዘጋጁ ወሰነ። በአጭር ጊዜ ውስጥ ረቂቁ ለምክር ቤቱ ውይይት ቀረበ። ውይይቱ አልቆ ህጉ በምክር ቤቱ አፊሲያሊያዊ ውሳኔ ህግ ሆኖ በሚጸድቅበት ቀን እኔ ባቀረብኩት ጥያቄ መሰረት ሁሉም ማስተር ፕላኑን ያጠኑት አርክቴክቶችና መሃንዲሶች በምክር ቤቱ አዳራሽ እንዲገኙ ተጋበዙ። ህጉ የሚጸድቀው ሰኞ እለት ነበር። የማስተር ፕላኑን ጥናት ከ20 አመታት በላይ የመራው ጥናቱን እንደወለደው ልጁ ያይ የነበረው ለምክር ቤቱ መግለጫ የሰጠው ዋናው አርክቴክት አርብ እለት ትንሽ በሚመስል ነገር ሆስፒታል ታሞ ገብቶ ቅዳሜ እለት ህይወቱ አለፈች። ሰኞ እለት ማስተር ፕላኑ ህግ ሆኖ ሲጸድቅ ፖዲየሙ ላይ ከነበሩት አርክቴክቶችና መሃንዲሶች መሃል አልነበረም። ጓደኞቹ በሙሉ ያችን ቀን ሳያይ በመሞቱ ክፉኛ አዝነው ነበር። እኔም ከመጀመሪያ ቀን ጀምሬ ከተማና ስራ ሚኒስቴር ሄጄ የተዋወቅሁትና ስለ ማስተር ፕላኑ ለብቻዬ በቅድሚያ መግለጫ የሰጠኝ፣ "ኢታደርጉትም እያለ" ሲጨቃጨቀኝ "እመነኝ" እያልኩ ያበረታታሁትና ለማስተር ፕላኑ ያለውን ጥልቅ ስሜት የማውቅ በመሆኔ በጣም አዝኜ ነበር። በዚህ የተነሳ የምክር ቤቱ አባል የነበረውና ብዙ ነገሮች በቀላሉ ከሚገባው ከሚሊዮን አሰፋጋር በቅድሚያ ተመካክሬ "ጥሩ ሃሳብ ነው" ስላለኝ ከስብሰባው በፊት የምክር ቤቱ ሊቀመንበርና የስራ አስፈጻሚ ኮሚቴውን በማሳመን ለዚህ የከተማዋ ማስተር ፕላን ጌታ ሟች አርክቴክት በምስሉ የተሰራ ከወገቡ በላይ የሚያሳይ ትንሽ ሃውልት በመዘጋጃ ቤቱ ህንጻ መግቢያ ላይ እንዲቆምለት፣ በሃውልቱ ላይም የከተማውን ማስተር ፕላን ያጠናው ዋናው አርቴክት ጌታቸው ...... በዚህ ቀን ተወልዶ በዚህ ቀን ሞተ የሚል ጽሁፍ ብቻ እንዲጻፍበት ስምምነት ተደረሰ። በወቅቱ ባስደረግሁት ጥናት ይህን ከወገብ በላይ ጉርድ ሃውልት ለመስራት ከ2500 ብር በላይ የማይፈጅ መሆኑን ለስራ አስፈጻሚ ኮሚቴው አሳውቄ ነበር። ማስተር ፕላኑ ህግ ሆኖ ሲጸድቅ ለሟቹ እንዲህ አይነት ሃውልት እንደሚቆምለት ተፈራ ዋልዋ በምክር ቤቱ ስብሰባ ላይ የስራ አስፈጻሚ መወሰኑን አስታወቀ። ወደ ፖድየሙ ቀናብዬ ስመለከት ማስተር ፕላኑ ህግ ሆኖ ሲጸድቅ በዝምታ ተቀምጠው ያጨበጨቡት ተጋባዥ አርክቴክቶችና መሃንዲሶች ለሟቹ ጓዳቸው ምክር ቤቱ ያሳየውን ክብር ሲሰሙ፣ ከመቀመጫቸው ተነስተው ፊታቸው በፈገግታ ተሞልቶ እርስ በርሳቸው እየተጨባበጡ ለምክር ቤቱ ያላቸውን አድናቆት በጋለ ጭብጨባ ገልጸዋል። የምክር ቤቱ አባላት በጭብጨባው ስለተባበሯቸው ረጅምና የጋለ ጭብጨባ ተደረገ። እኔ ከጥቂት ወራት በኋላ "የኢህአዴግ ነገር በቃኝ" ብዬ የስራ መልቀቂያ አስገብቼ ከመዘጋጃ ቤቱና ጥቂት ቆይቶም ከሃገሪቱ እራቅሁ። እስከዛሬ ድረስ በምክር ቤት ደረጃ የተወሰነ የአርክቴክቱን ምስል በጉርድ ሃውልት የማቆም ውሳኔ*

የሌሉበት፣ ባሉበትም ጠባብና ቀጥ ያላሉ መንገዶች የሆኑበት ምክንያት ራሶቹና ዘመዶቻቸው መሬታቸውን አላስነካ በማለታቸውና ከልካይም የሌላቸው በመሆናቸው ነው። አዲስ አበባ ውስጥ የምናውቃቸው ሲጠማዘዙ የሚውሉ የድሮ መንገዶች ምክንያት የትልልቆቹን ሰዎች ግቢዎችና መሬቶች ላለመንካት ተብሎ በመቀየሳቸው ነው።

ይች በጦር ካምፐነት የተቆረቆረች ከተማ ከመሬት ሌላ፣ ሌሎች ችግሮች ተከሰቱባት። ከተወሰነ ጊዜ በኋላ ወታደር የነበረውን ኗሪዋን መብለጥ የሚጀምር መጤና ተወላጅ ሲቪል ኗሪ ማፍራት ጀመረች። ይህ መሆን ሲጀምር ምንም አይነት የራሷ የኢኮኖሚ መሰረት አልነበራትም።

ራሶቹና ዋና ዋና የጦር አለቆቻቸው እንዲሁም ወታደሮቻቸው የሚኖሩት በማደሪያነት በየአውራጃውና በየክፍለ ግዛቱ ከተሰጣቸው መሬት በሚሰበስቡት ግብርና ከባለገር በሚጫን እህል ነበር። ከዚህ ውጭ እራሳቸውም በጭሰኛ በሲሶ ወይም በሩብ ወይም በቀን የጉልበት ውል ከገበሬ ጋር በመስማማት ከሚያሳርሱት የግል መሬታቸው ገቢ ነበራቸው። የከተማ መሬት መምራትና መሸጥ ቤት ሰርቶ ማከራየት የመጣው ቆይቶ ነው። ከዛ በፊት ይህ ሁሉ ከተማ መሃል የሚንጎማለል በመቶ ሽዎች ሊቆጠር የሚችል የወታደር ማህበረሰብ የሚቀለበው በፈረደበት ገባር ነበር።

አንድ ባለስልጣን በአፄ ምኒሊክም ዘመን ሆነ፣ ከጣልያን ጦርነት በፊት በአፄ ኃይለስላሴ ዘመን የገዥነት ስልጣን ሲሰጠው፣ የሚጠይቀው የመጀመሪያ ጥያቄ ለሱና ለሰራዊቱ የታሰበለት ማደሪያ መሬት የትኛው ግዛትና ቦታ እንደሆነ ማወቅ ነበር። "ከገባር እየወሰድክ እራስክንና ሰራዊትን አሳድር" የሚል የአሰራር ልምድ በመላው የኢትዮጵያ ገበሬ ላይ ለዘመናት ያወረደው የመከራና የስቃይ ዶፍ ተዘርዝሮ የማያልቅ ነው። አፈወርቅ ገብረየሱስ

አልተፈጸመም። ጠዋት ማታ ግን ማስተር ፐላኑ እየተባለ ይደሰኮራል። የማስተር ፐላኑ መንገዶችና የባቡር መስመሮች ይባላል። መቼ ይሆን አጭበርባሪና ቀጣፊ ለሆኑ መሪዎች ሃውልት ማቆምና በስማቸው ማስታወሻ መትከል አቁመን እዩኝ እዩኝ ለማይሉት ብዙ መስዋእትነት ከፍለው ሃገርን ሃገር ላደረጉት ተራ ዜጎቻችን የስራ ሰዎች ክብር የምንሰጠው? ምክር ቤቱ አሁንም ቢሆን የራሱን የቀድሞ ውሳኔ በማስፈጸም ለእዛ ታላቅ አርክቴክት ቃል የተገባለትን ማስታወሻ በመዘጋጃ ቤቱ በራፍ ላይ የማኖር የሞራል ግዴታ አለበት። በህዝብ ፊት በአደባባይ ሚድያ እየተመለከተው ቃል የተገባ ጉዳይ ነው። አለመፈጸሙ ትልቅ ነውር ነው። ወይም ከባቡር ጣቢያዎቹ የአንዱን ስም የዚህ አርክቴክት ስም ቢደረግ ሲያንሰው እንጂ አይበዛበትም። እሱ ጥናቱን በጨረሰበት የደርግ ዘመን ዛሬ እየተሰራ ያለው የከተማ ባቡር 25 ሚሊዮን ዶላር ብቻ ይፈጅ እንደነበር ገልጾልናል። በጊዜ ባላመሰራቱ ዛሬ 490 ሚሊየን ዶላር የሚፈጅ ሆኗል። ለጦር መሳሪያ ብቻ በደርግ ዘመን የተበደርነው 17ቢሊየን ዶላር ነው። በአማካይ በአመት 1 ቢሊየን ዶላር ነበር። ጉድ ነው። ስንት የአዲስ አበባው አይነት የባቡር መስመሮች ይዘረጋ ነበር። በ25 ሚሊዮን ዶላር። 680 የባቡር መስመሮች። የሃገሪቱ ወረዳዎች በሙሉ የአዲስ አበባ አይነት የባቡር አገልግሎት እንዲኖራቸው የሚያስችል ገንዘብ ነው። የአባይን ግድብ ገድቦ። የርስ በርስ ጦርነት ኪሳራ እንጂ ትርፍ እንደሌለው ከዚህ በላይ ትልቅ ማስረጃ የለም።

ምኒሊክን ባወደሰበት "ዳግማዊ ምኒሊክ" በሚለው መጽሃፉ ከምኒሊክ ዘመን በፊት ወታደሩ "ደሃውን የፊጥኝ አስሮ ነጭ ኑግ፣ ጥቁር ወተት ውለድ" ሲለው ያድር ነበር በማለት ገልጾታል።[94] አፈወርቅ በምኒሊክ ግዜ ተሻሽሏል ያለው የገበሬ ህይወት ከሲኦል ህይወት ልዩነት እንዳልነበረው በቂ መረጃ ስለአለን፣ ከዛ በፊት የነበረው የገበሬ ህይወት ምን ሊመስል እንደሚችል ለማሰብ ይቸግራል።

በተለይ በደቡብና በደቡብ ምስራቅ ኢትዮጵያ ምኒሊክ በጦርነት ባስገበሯቸው ህዝቦች ላይ ከፖለቲካውና ከባህላዊ ጭቆናው በተጨማሪ በኢኮኖሚ ይደርስባቸው የነበረው ብዝበዛ ከራሳቸው ከዋናዎቹ መኳንንቶችና መሳፍንቶች መሃል ከነበሩት በራስ እምሩ እጅ የተጻፈውን ማንበብ በቂ ነው።[95] አጭር ዘገባ ቢሆንም በጣም ገላጭ ነው። ራሶቹና ነፍጠኞቻቸው የተያያዙት ግብር መቀበል ሳይሆን የሰው ቆዳ መግፈፍ ነው። በአንዲት ቃል አሰቃቂ ነበር።

ከተማዋ እንዲህ አይነት የገጠር ዘራፊዎች ከየባላገሩ በሚዘረፉት ሃብት የምንትንቀሳቀስ ከተማ ነበረች። ከእንዲህ አይነት ገቢ ሌላ ምንም ገቢ በሌላት ከተማ መስፋፋት የሚችሉት ቀደም ብዬ የጠቀስኳቸው ጠላ ቤቶችና ሴተኛ አዳሪ ቤቶች ናቸው። እየዋለና እያደረ የታየውም በሌሎች ሃገሮች ከታየው የከተሞች እድገት በተቃራኒው ነው።

የአገልግሎት ኢንዱስትሪ ወይም ሰርቪስ ኢንዱስትሪ ብቻ ቀድሞ ተስፋፋ። ከተማዋ ከጠላ ቤቶች፣ ጠጅ ቤቶች፣ ካቲካላ ቤቶች፣ ሻይ ቤቶች፣ ምግብ ቤቶች፣ ሆቴሎች፣ ዕቃ የሚሸጥባቸው ገበያዎችና ሱቆች ሌላ ምንም ነገር የማይታይባት ሆነች። በሂደትም እንደታየው ከመንግስት ስራ ውጭ አብዛኛውን ሲቪል ማህበረሰብ የሚቀጥር ስራ የተፈጠረው በንግድና በሰርቪስ ኢንዱስትሪው ነው። እሱም እድገቱ በጣም ደቃቃ በመሆኑ የፈጠረው ስራ በጣም ለጥቂት ሰዎች ነው።

በዋንኛነት በከተማ የነበረውን ኢኮኖሚ የሚያንቀሳቅሰው ከየባላገሩ እየተሰበሰበ ከተማ ላይ በወታደሮች ሲጠፋ የነበረ ገንዘብ ነው። ምርት የሚያመርቱ ብዙ ህዝብ የሚቀጥሩ ፋብሪካዎችና ኢንዱስትሪዎች እንኳን ያኔ አሁንም የለንም። ይህ የተጣመመ የከተማዋ የእድገት አቅጣጫ እስካሁኑ ዘመን ድረስ አልተቀየረም። ለከተማው ልማት የሚወጣው ወጭ በከተማው

[94] *አፈወርቅ ገብረኢየሱስ "ዳግማዊ ምኒልክ" 1901*
[95] *ራስ እምሩ "ካየሁትና ከማስታውሰው" የሃረር የግብር አይነት ገጽ 101 – 105*

ከተሰበሰበ ገቢ አይደለም።[96] በ1966ቱ የአብዮት ወቅት ይህን ሃቅ በመረዳታቸው ይመስለኛል የኢትዮጵያ አየር ኃይል ሙዚቀኞች፣

"ኢትዮጵያ ሃገሬ የሻይ ቤት፣ የኬክ ቤት፣ ሆነሽ እንዳትቀሪ

አስበንልሻል ትልቅ ኢንዱስትሪ"

የሚል መዝሙር ደርሰው በሬድዮ የለቀቁት። ትልቆቹ የተባሉት ኢንዱስትሪዎች ህልም ሆነው እንደቀሩ ነው። ሙከራዎች አልነበሩም ማለት ግን አይደለም።[97]

---

[96] ዛሬም ቢሆን የተቀየረ ነገር ያለ አይመስለኝም። በከተማዋ ውስጥ የሚካሄድ የልማት እንቅስቃሴ፣ የመንገድና የባቡር ግንባታ፣ የውሃ የመብራት የስልክ አቅርቦት ሌሎችም የቆሻሻ ውሃ ማስተላለፊያ (sewer system) ቱቦ እየተሰራ ያለው ከከተማዋ በሚገኝ ገቢ ነው የሚል ዕምነት የለኝም። ማእከላዊ መንግስት የሚያወጣው ወይም በብድር የሚሰራው ብዙ እንደሚሆን እርግጠኛ ነኝ። ደርግ እንደወደቀ በ1983 ዓ.ም የአዲስ አበባን የውሃ አቅርቦት ችግር ለክልሉ ምክር ቤት ለመግለጽ የመጣ የውሃና ፍሳሽ አገልግሎት ሃላፊ፣ ከተማው በውሃ አቅርቦት ብቻ በግዜ ኢንቨስት ያላደረገችው ስራ ተደምሮ ከ10 ቢሊዮን የኢትዮጵያ ብር በላይ እንደሆነ ተናግሮ ነበር። "10 ቢሊየን ብር ባስቸኳይ ኢንቨስት ማድረግ ቢቻል የዛን ወቅት የውሃ ችግር መቅረፍ ይቻላል" ማለቱ ነው። ከዛ በኋላ ከተማው ምን ያህል እንደሰፋ ህዝቡም ምን ያህል እንደጨመረ እናውቃለን። ኢህአዴግ ስልጣን ላይ ከወጣ በኋላም ለብዙ አመታት የከተማውን የውሃ አቅርቦት ችግር ለማቃለል አንድም ሳንቲም ኢንቨስት እንዳላደረገ ይታወቃል። ይሁ ሁሉ አንድ ላይ ተደምሮ በደርግ ጊዜ ነበር የሚባለውን በውሃ አቅርቦት ዙሪያ የነበረውን የ10 ቢሊዮን የኢንቨስትመንት ደፊሲት ከነዋጋ ግሽበቱ ካሰላነው ዛሬ የሚያስፈልገው ገንዘብ በ100ቶዎች ወደሚቆጠር ቢሊየን እንዳሸጋገረው ግልጽ ነው። ከተማዋ ሌላው ቀርቶ የውሃ ችግሯን ብቻ በራሷ ገቢ ብቻ የምታቃልል ናት የሚል ዕምነት የለኝም። ማእከላዊ መንግስት በሌሎች ክልሎች ወይም በገጠሮች ኪሳራ ከተማዋን እያለማ ነው የሚል ጥርጣሬ አለኝ። ካልሆነም በከፍተኛ የዋጋ ግሽበት በሚያስከትል የባንክ ብድር እየተሰራ ያለ የልማት ስራ ነው ማለት ነው። ወይም ለትውልድ የሚተላለፍ የውጭ ሃገር ብድር እየተወሰደ የሚሰራ ነው። እነዚህ ሁሉ ካልሆኑ እውነትም መንግስት ትልቅ ትርጉም ያለው የኢኮኖሚ እድገት አምጥቷል ማለት ነው። ያለምንም መቆጠብ ሊወደስ ይገባዋል።

[97] ደርግ በራሱ መንገድ ስለሞከራቸው ሙከራዎች፣ ሻምበል ፍቅረስላሴ "እኛና አብዮቱ" በሚለው መጽሃፉ መጨረሻ አቅርቦታል። ከገጽ 411 የሚጀምረውን ምእራፍ 19ን ይመልከቱ። ሻምበል ፍቅረስላሴ ስለ ደርግ የልማት ጥረቶች ሲያወራ በደርግ የተሳሳተ ፖሊሲ የተነሳ ደርግ የሃገሪቱን የተማረና ያልተማረ የሰው ሃይል በማራቆት፣ ሃገሪቱ ያልነበራትን ሃብት ለጦርነት በማዋል፣ ሰላምና መረጋጋት እንዳይኖርና ቀጣይነትና ቋሚነት ያለው የኢኮኖሚና የማህበራዊ ግንባታ እንዳይኖር በማድረግ በሃገሪቱ ላይ ያደረሰውን ኪሳራ በሂሳብ አያወራርድም። ልማቱ እንደተፈለገ ያልሄደው "በጸረ አብዮት ሃይሎች በነኢህአፓ፣ ህወሃት፣ ሻዕብያ ወዘተ የተነሳ ነው" ይለናል። ይህም መስተካከል ያለበት ይመስለኛል። የደርግ የኢኮኖሚ ግንባታ ህልም እንደ ህልም ጥሩ ነበር። ህልሙ ግን ትርጉም ያልነበረው ለመሆኑ አንድ ምሳሌ ልስጥ። ያ ህልም ከመሬት ላራሹ ጋር የተያያዘ ህልም ነው። ያ ህልም ግን ገበሬውን ከግለሰብ ጢሰኛነት ወደ መንግስት ጢሰኛነት ቀይሮ፣ ያመረተውን ምርት እጅግ አሳዛኝ በሆነ ርካሽ ዋጋ አስገድደው እየገዙ፣ የማምረት ፍላጎቱ ከመሳፍንቱ ዘመን በታች እንዲወርድ ያደረገ ፖሊሲ በስራ ላይ እያዋሉ በጎ ህልም እንዳይሆን ተደርጓል። ዝርዝር ውስጥ ባልገባም ሻምበል ፍቅረስላሴ እንደ ደርግ ትልቅ እርምጃ አድርጎ የሚያቀርበው፣ "በእውነትም ነው" ብለን ብዙዎቻችን የምናምነው የመሬት ለአራሹ አዋጅ ፊውዳሎችን አጠፋ እንጂ ገበሬውን የፖለቲካ ይሁን የኢኮኖሚ ስልጣንና ባለቤትነት አላጎናጸፈውም። የመሬት ለአራሹን አዋጅና የመሳፍንቱን ስርአት ጠራርጎ የማጥፋቱ ትልቅ ታሪካዊ ክንዋኔ ታሪካዊነቱ እንዲኮስስ ያደረገው ደርግ ራሱ መሆኑን መዘንጋት ተገቢ አይመስለኝም። መሬት ላራሹ በማለት ብዙ አበሳውን ያየውን የገበሬውን እውነተኛ ጠበቃና አጋር ተማሪውንና አብዮታዊ ምሁሩን በጅምላ

በመሆኑም በቀድሞው ዘመናት የከተማ የሚባል የኢኮኖሚ እንቅስቃሴ ስላልነበር ከኗሪው በሚሰበሰብ ግብር የከተማ ልማት የሚባል ነገር ማሰብ አይቻልም። የመጀመሪያዎቹ የልማት ስራዎች በሙሉ በንጉስ ነገስቶቹ የግል ገንዘብ እንደተሰሩ የምንስማበት ምክንያትም ይህ ነው። "ዳግማዊ ምኒሊክ ሆስፒታልና ትምህርት ቤት በአፄ ምኒሊክ ገንዘብ፣ ተፈሪ መኮንን ትምህርት ቤትና ቤተ ሳይዳ ሆስፒታል በአፄ ኃይለስላሴ አልጋ ወራሽ በነበሩ ጊዜ በገንዘባቸው ያሰሯቸው ናቸው" የሚል ዘገባ በታሪክ ማህደሮች ውስጥ እናገኛለን።[98]

ከንጉሶቹ የግል ገንዘብ ውጭ የተወሰኑ ስራዎችን በከተማው ውስጥ መስራት የተቻለው፣ ከማእከላዊ የመንግስት ግምጃ ቤት ወጪ እየተደረገ ነው። [99] ከየባላገሩ በግብርና ከየኬላው ከነጋዴዎች በግምሩኮች የተሰበሰበ የቀረጥ ገቢ ነው። በዚህ መንገድም የሚገኘው የማእከላዊ መንግስት ገቢ ከየጠቅላይ ገዥዎቹ የተረፈ በመሆኑ መጠኑ ትንሽ ነበር። ይህም ቢሆን እስከ ጣልያን ወረራጊዜ በደቡብና በደቡብ ምስራቅ ኢትዮጵያ እንጂ ከሰሜኑ ምንም የሚሰበሰብ ነገር አልነበረም።[100] ለሰፊ የከተማ ግንባታየሚውል በቂ ገቢ አልነበረም።

በከተማው የተሰበሰበው የመጀመሪያ ኗሪ ሙያው ውጊያ ስለሆነ ውጊያ ከሌለ ቁጭ ብሎ የሚበላ ነው። በዚህ የተነሳ ለሌሎች የስራ አይነቶች ንቀት አለው። ለሌሎች ስራዎች መስፋፋት ትልቅ እንቅፋት ነበር። ስራን በተመለከተ እራሱ አለመስራቱ ብቻ ሳይሆን ሌሎች እንዲሳተፉ የሚያበረታታ ሁኔታዎችን የሚያመቻች አልነበረም።

ጨፍጭፎ የገበሬ ህይወት እንዲቀየር ማሰብ አይቻልም። አብዮት ከሆን የምናካሂደው ገበሬው የከተማ በዘኔ ወይም ሌላ ገበሬ ወይም አንድ አስር አለቃ መርቶት የዘመናዊነት፣ የሳይንስና የቴክኖሎጂ ቱርፋቶች ተጠቃሚ ሊያደርገው አይችልም። ይህ ሃይል መሳፍንቱን "በመዋጋትና በመደምሰስ" ትልቅ ሚና ሊጫወት ይችላል። ተጫውቷልም። "ጦርነቱን ብቻ ሳይሆን ሰላሙን ማሸነፍ መቻል አለብን" የሚል የፈረንጆች አባባል አለ። መዋጋትና በዘመናዊ አስተሳሰብና ዕውቀት ሃገርን ትራንስፎርም ማድረግ ሁለቱ የተለያዩ ነገሮች ናቸው። ውጊያም ቢሆን በሳይንስና በዕውቀት መዋጋት የሚችሉ መሪዎች ያሉት ሰራዊት የተሻለ የማሸነፍ እድል አለው። ደርግ የሃገሪቱን ምሁርና በውስጡም የተሻለ ዕውቀት የነበራቸው የራሱን ሰዎች ሳይቀር ሲጨፈጭፍ የገዛ አይኑን እያጠፋ እንደነበር አልተረዳም። በመጨረሻም ታውሮ መሄጃ የጠፋው የሆነው ለዚህ ነው። ይህን ሃቅ አሁንም አለማየት የሚያስደንቅ ነው።

[98] ራስ እምሩ "ካየሁትና ከማስታውሰው" ገጽ 115

[99] ለነገሩ የግልና የመንግስት ሃብት ልዩነት ለባለስልጣናቱ እንኳን ያኔ አሁንም በሰለጠነው ዘመን በሃገራችን የለም። የመንግስትን ንብረት ያለጠያቂ እንዳሻው ማድረግ ስለሚቻል "ንጉሶቹ በግል ገንዘባቸው" አሰሩት የሚለውን አባባል እንዳለ መጋት የለብንም። አሁንም እንደ ፈረንጆቹ አባባል መረጃውን "ከትንሽ ጨው ጋር" ልንወስደው ይገባል ።

[100] ራስ እምሩ "ካየሁትና ከማስታውሰው" ገጽ 246 ስለ ግብርና የግምሩክ ሌሎችም የማእከላዊ መንግስት ችግሮች በሰሜን ኢትዮጵያ ገጽ 246፣ የቆዩት ራስ ገዝ የነበሩ የመሳፍንት ግዛቶች ውስጥ ማእከላዊ መንግስት ከላይ ካሉት መስፍኖች ውጭ የሚፈልገውን ማስፈጸም የሚችልበት መዋቅርና አቅም እንዳልነበረው አትተዋል።

ይህ ኃይል በተለያዩ ጦርነቶች ሃገሩን ከውጭ ወራሪዎች በመከላከል ከፍተኛ መስዋእትነት መክፈሉ በታሪክ የሚዘነጋ አይደለም። በሃገርም ውስጥ ቢሆን በተሰጠው ግዳጅ እንደማንኛውም ወታደር መስዋእትነት እየከፈለ በወቅቱ የነበረውን መንግስት አገልግሏል። ይህ ማለት ግን እንከን የሌለው ኃይል ነበር ማለት አይደለም።

የወታደሩ መሳሪያ ይዞ የመኮፈስና የመጀነን፣ ስንፍናና ዳተኛነት የበዛው፣ የራሱን የግል ህይወት ለማሻሻል ጥረት ማድረግ የማይፈልግ፣ የባላገርን ደም እየመጠጠ የሚኖር ነው። ሳይሰሩ መብላትና መጠጣት፣ ጌቶች እሱን ለማስደሰት በየጊዜው እንዲዘጋጅ በሚያደርጉት ትልልቅ ወጭ የሚጠይቅ ግብር መዝናናት ነበር ስራው። ኑሮው እራሱ በተቀላቢ ወታደርነት ላይ የተመሰረተ በመሆኑ በከተማው የስራ ባህልና የመሻሻል እድገት ላይ ያሳደረው አሉታዊ ጫና ቀላል አይደለም።

የተመሰረተው የወታደሮች ማህበረሰብ መሻሻልን እንደ መጥፎ ነገር የሚያይ ነበር። ትልልቆቹ ራሶች ብቻ ሳይሆኑ በትልልቆቹ ተፅዕኖ የተነሳ ከስራቸው ያለው ጭፍራ ሳይቀር ልጆቹን በልመና እንኳን ዘመናዊ ትምህርት ቤት ለመላክ ፈቃደኛ አልበረም። በዚህ ጉዳይ ቄሶቹም ከራሶቹ ጋር ተባባሪ ናቸው።[101]ከአዲስ አበባ በኋላ በጣም ዘግይተው የተቆረቆሩ የአለም ከተሞች ከኋላዋ ተነስተው ጥለዋት አልፈዋል። እሷም ለረጅም ዘመን ቆማ ቀርታለች። አንዱና ዋንኛው ምክንያት መጀመሪያ ከተቆረቆረችበት ምክንያትና በከተማዋ በተስፋፋው ልምድና ባህል ጋር የተያያዘ ነው። በመንፈስም በአካልም ከተማዋ ለአንድ ሃገር ዘመናዊ ዋና ከተማነት ዝግጁ አልነበረችም።

ጣሊያን አዲስ አበባን በ1928 ዓ.ም እስከ ያዘበት ድረስ በማንኛውም መመዘኛ በአዲስ አበባ ከተማ ውስጥ የተሰራው የልማት ስራ እዚህ ግባ የሚባል አልነበረም። በዘመኑ ዙሪያቸውን ከቧቸው ከነበረው ኋላ ቀር ጉልተኛ ባህል አይን ሲታይ የአፄ ምኒሊክ ጥረቶችና ሙከራዎች ቀላል አልነበሩም። እንዲያም ሆኖ ከተማዋ አንድ ዘመናዊ ሊባል የሚችል ህንጻ አልነበራትም። አብዛኛው የከተማው መንደሮችን የሚያገናኝ መንገድ አልተሰራም።

ተፈሪ መኮንንን ከአልጋወራሽነት ወደ ንጉሰ ነገስትነት ማእረግ በ1922 እስኪያድጉ ድረስ የከተማው የአስፋልት መንገድ ከግቢ ወደ አራዳ፣ ከግቢ አልጋወራሽ ግቢ ማለትም

---

[101]*ቤተክህነት በቋሚነት የዘመናዊ ትምህርትን ከካቶሊሲዝም ጋር እያያያዘች ስትቃወም ኖራለች። ትምህርትን ብቻ ሳይሆን ዘመናዊ የሆነ ነገርና አሰራር ተቃዋሚ ነበረች። አፄ ምኒልክ የቤተክህነቷ ነገር ቢጨንቃቸው "እንዲህ የምትቃወሙ ከሆነ ካቶሊክ ሆኘ አርፍላችኋለሁ" የሚል ማስፈራሪያ ለካህናቱ እስከመስጠት ደርሰው እንደነበር አንድ መጽሃፍ ላይ ተጽፎ ያነበብኩ ይመስለኛል።*

ከአራት ኪሎ ስድስት ኪሎ ድረስ የሚወስደው መንገድ ብቻ ነው። የአስፋልት መንገዱ ርዝመት ጠቅላላ ድምር ከስድስት ኪሎሜትር አይበልጥም። ከተማዋ ሁለት ማተሚያ ቤቶች አንድ በምኒሊክ ጊዜ የቆመ፣ ሁለት ትምህርት ቤቶች፣ ሁለት ሆስፒታሎች ብቻ ነበሯት። ከተማዋ ይህን እድገት ለማሳየት ሰላሳ አመታት ፈጅቶባታል።[102]

አዲስ አበባ ትንሽም ቢሆን መለወጥ የጀመረቸው ጣልያን ለአምስት አመት ኢትዮጵያን በያዘበት ጊዜና ንጉሰ ነገስት ሃይለስላሴ ከእንግሊዝ ሃገር ከስደት ተመልሰው በዙፋናቸው ከተቀመጡ በኋላ ነው። ብዙዎቹ የከተማው ትልልቅ አውራ ጎዳናዎች የተቀደዱትና አስፋልት የለበሱት በጣልያን አምስት አመት የወረራ ወቅት ነበር።

ጣሊያን በርካታ ዘመናዊ የመኖሪያ ህንጻዎችንና መስሪያ ቤቶችን ካዛንቺስና ፖፖላሬ በሚባሉ ሰፈሮች ገንብቷል። ሌሎችም መርካቶ፣ ፒያሳ፣ ሰንጋተራ፣ አራት ኪሎና ስድስት ኪሎ አካባቢ የሚታዩ የድሮ የድንጋይ ህንጻዎች የተገነቡት በጣልያን ጊዜ ነው። ቲያትር ቤቶችና ሲኒማ ቤቶች እንደ ብሄራዊ ቲያትር ሲኒማና አምፒር የተሰሩት፣ የተወሰነ የሽንት ቤት ቁሻሻ ውሃ ማስተላፊያ ጉድጓዶች የተቆፈሩትም በጣሊያን ጊዜ ነው። ለመጀመሪያ ጊዜ ለከተማዋ ዘመናዊ ቅርጽና መልክ የሰጧት ጣልያኖች ናቸው። ጣልያኖች በ1933 ተሸንፈው ከሃገር ከተባረሩበት ወቅት በኋላና አብዮቱ እስከፈነዳበት እስከ1966 ዓ.ም ድረስ በነበሩት ሰላሳ ሶስት አመታት ከተማዋ የልማት እንቅስቃሴዋ እንደተለመደው ተጓታች የሆነውን ባህርይውን የተላበሰ ነው።

---

[102] *ራስ እምሩ "ካየሁትና ከማስታውሰው" ገጽ 116 አልጋወራሽ ተፈሪ መኮንን ንጉሰ ነገስት የሚል ማእረግ እስካገኙበት የነበረውን የልማት ስራ በዝርዝር አቅርበውታል።*

ምእራፍ 4.አዲስ አበባ-የዘመናዊ ከተማነት የኤሊ ጉዞ (ድንጋይ እና ስሚንቶ፣ ጠጠር እና ሬንጅ)

ኢትዮጵያን በመሰለ ደሃ ሃገር ለአንድ ከተማ ህዝብ የኤሌትሪክ መብራት ማዳረስ ሊያስቸግር ይችላል። የኢሌትሪክ ኃይል ማመንጫ ግድብም ይሁን ትልልቅ ጀነሬተሮች ተጠቅሞ ለአንድ ከተማ ኤሌትሪክ ኃይል ማመንጨት ብዙ ወጪ የሚጠይቅ ስለሚሆን። ከኃይል ማመንጨቱ ቀጥሎ የመነጨውን በየቤቱና በየመስሪያ ቤቱ ለማድረስም ወጪው ቀላል አይሆንም። ይህ ወጪ ደግሞ በውጪ ምንዛሪ የሚወጣ በመሆኑ ችግሩን የበለጠ ያከብደዋል።

በየቤቱ የቧንቧ ውሃ እንዲኖር ማድረግም እንዲሁ ወጭው ቀላል አይሆንም። የስልክንም ነገር እዚሁ ላይ መደመር ይቻላል። እነዚህ አገልግሎቶች እንደ መብራቱ የውጭ ምንዛሪ የሚጠይቁ ወጭዎች አሉባቸው። በአንድ ትልቅ ከተማ ውሰጥ በተለይ እንደ አዲስ አበባ ሥርዓት ባለው መንገድ ባልተቀረቀረ ቦርቃቃ ከተማ ውስጥ የቆሻሻ ውሃ ማስተላለፊያ ቱቦ ወይም ቱቦ መሳይ ጉድጓድ ለመዘርጋት አስቸጋሪ ሊሆን ይችላል። ብዙ የውጭ ምንዛሪ የሚጠይቅ ነገር ላይኖረው ይችላል። ስራው ግን ትልቅና ብዙ የካፒታል ኢንቨስትመንት የሚጠይቅ ነው። በዚህ የተነሳ አብዛኛዎቹ የአዲስ አበባ ኗሪዎች የእነዚህ አገልግሎቶች ተጠቃሚዎች መሆን ሳይችሉ ብዙ ዘመን ማለፉ በገንዘብ ችግር የተነሳ ነው ተብሎ ሊታለፍ ይችላል፣ ይህን ምክንያት ለመቀበል ለሚፈልግ።

ጣልያን ተሸንፎ ከሃገር ከወጣ በኋላ በነበሩት 33 አመታት እስከ 1966ቱ አብዮት አዲስ አበባ ከተማ በነዚህ አግልግሎት ዘርፎች ያሳያቸው እድገት ትርጉም ያለው አልነበረም። በከተማው ብዙ ቤቶች እንደባላገር በኩራዝ ይጠቀማሉ። ከአከራዩ ቤት ተጎትቶ በመጣ የኤሌትሪክ ገመድ ላይ ሁለት ክፍል በአንድ ጊዜ እንዲያበራ ተደርጎ የሻማ መጠኑ የደከመ አምፖል መስቀል የተለመደ ነው። በኩራዝና ከአንዲት ደካማ አምፖል በሚገኝ ጭል ጭል በሚል ብርሃን ረጅሙን የአዲስ አበባ ምሽት በየቤቱ ማሳለፍ የተለመደ ነበር።

ሰፈራችን፣ አዋሬ ከቤተመንግስቱና ከፓርላማው 2 ኪሎሜትር ርቀት አልነበረውም። መብራት፣ ውሃና ስልክ በዚሁ ቤተመንግስት የገባው በ1880ዎቹ ወይም 90ዎቹ አፄ ምኒልክ ስልጣን ላይ እያሉ ነበር። ከሰማኒያ እና ዘጠና አመታት በኋላ እዚህ ሰፈር ውስጥ አብዛኛው ኗሪ ምሽቱን የሚያሳልፈው ከላይ በጠቀስኩት መንገድ ነው። ውሃ የሚቀዳው በእንስራ ከቦኖ ነበር። አብዛኛው ሰው ስልክ እንኳን በቤቱ ሊኖረው በስልክ ተናግሮ አያውቅም።

በዚሁ ሰፈር እኔ እማር በነበረበት፣ በተፈሪ መኮንን ትምህርት ቤት ይማር የነበረ ወጣት ነበር። ከአባት ከእናቱና ከሶስት ወንድሞቹ ጋር ይኖሩ የነበረው በአንድ ክፍል ውስጥ ነው። ይህ ክፍል እንጀራ መጋገሪያና ወጥ መስሪያ ማድቤት፣ መኝታ ቤት፣ ምግብ መብያ፣ የልጆቹ ትምህርት ማጥኛ ነበር። ይች አንድ ክፍል መብራት አልነበራትም። ይህ እውቄ ጥናት በሚያጠናበት ሰአት እዛው ክፍል ውስጥ እናቱ እንጀራ እየጋገሩ የነበረበትን ሁኔታ አይቻለሁ። ማታ ማታ የሚያጠናው በዚችው ክፍል ውስጥ በማሾ ነው። ይህ ወጣት በአንድ ክፍል ይበልጠኛል። ከትምህርት ጋር የተያያዙ የምጠይቀው ነገሮች ካሉ ወደ ቤቱ እሄዳለው። የምሄደው ብዙ ጊዜ አልነበረም። ፍላጎቱ ቢኖረኝም ወደ እሱ ቤት መሄዱ ያሸማቅቀኝ ነበር። የምሸማቀቀው በቤታቸው የኑሮ ሁኔታ ነው።

ይህ የሰፈሬ ወጣትና እውቄ ግን አንገቱን ቀና አድርጎ ያለምንም መሸማቀቅ ይማራል። ሰኞ ጠዋት ከቅዳሜና እሁድ እረፍት በኋላ ትምህርት ቤት ሲመጣ በስነሥርዓት የታጠበና የተተኮሰ የትምህርት ቤት ዩኒፎርሙን በክብር ለብሶ ነው። ዞማ ጸጉሩን በስነ ሥርዓት የሚያበጥር፣ ከጨዋነቱና ከቁመናው ጋር የእርጋታ መንፈስ የሞላው ወጣት ነበር። ትምህርት ቤት ቅጥር ግቢ ውስጥ ወይም መንገድ ላይ የሚያየው ሰው እኔ በማውቀው አሰቃቂ ሁኔታ የሚኖር መሆኑን መጠርጠር አይችልም። ያ ወጣት አድጎ የታወቀ አርቲቴክት ሆኗል። የዩኒቨርስቲ አስተማሪ ለመሆን በቅቷል። ታናናሾቹንም በርትተው እንዲማሩ በማድረግ ከረጅም ጊዜ ጥረት በኋላ የቤተሰቡን ሁሉ ህይወት መቀየር ችሏል።

በዚያ ወጣት ቤት የውሃ ቧንቧ አልነበረም። ውሃ የሚቀዱት ከቤት አከራዩ ወይም ከቦኖ ነው። ሽንት ቤት የነበረው ቤት መሆኑን እጠራጠራለሁ። ብዙ ሽንት ቤት ያልነበራቸው ቤተሰቦችና በየጫካውና ክፍት ሜዳው ላይ የሚጸዳዱ የማህበረሰብ አባላት ብዙ ነበሩ። በ1966 ዓ.ም በአንድ ክፍል ውስጥ ተፋፍጎ መኖር፣ በማሾ ማደር፣ ውሃ ከጎረቤት ወይም ቦኖ ይባል ከነበረው የመንግስት የመንደር ቧንቧ በእንስራና በባልዲ መግዛት የከተማውን ሰፊ ማህበረሰብ ህይወት የሚገልጸው ነው።

እንደ ሰፈሬ ወጣት ብዙ ቤተሰቦች ውልቅልቃቸው በወጡ አንድና ሁለት ክፍል ከጭቃ በተሰሩና ቆርቆሮ በለበሱ እፍግፍግ ብለው ተጠጋግተው በተሰሩ ቤቶች ውስጥ ይኖሯሉ። በእነዚህ መንደሮች ውስጥ መኪና ቀርቶ ሁለት ሰዎች ባንድ ጊዜ ማለፍ የሚችሉበት እንኳን መንገድ አልነበረም። የመንደሩ ህዝብ “ሰው ቢሞት እንኳን ሬሳ ማውጫ የለንም” እያለ በምሬት የሚኖርባቸው መንደሮች ነበሩ።

ቀደም ብዬ እንደጠቀስኩት የመብራት፣ የውሃ፣ የቆሻሻ ፍሳሽ፣ የስልክ ወዘተ አገልግሎቶች በአዲስ አበባ ያልተስፋፉት "በገንዘብ ችግር ነው" የሚል ምክንያት ሊሰጠው ይችል ይሆናል። በየመንደሩ ሬሳ ለማውጫ እንኳን የሚሆን መንገድ አለመክፈት ግን ከገንዘብ ችግር ጋር የሚያገናኘው ነገር አልነበረም። የከተሞችን ዋና ዋና ጎዳናዎችንና የውስጥ ለውስጥ መንገዶች አስፋልት ማድረግ ባይቻል መንገዶቹን ቀይሶ ጠጠር ማልበስ የሚጠይቀው የውጭ ምንዛሪ አልነበረም።

ከአዲሶቹ የቦሌና የድሮው አይሮፕላን ማረፊያ የዘመናዊ ቪላዎች መንደሮች በስተቀር ሌላው መንደር በሙሉ ጣሊያን ከተማውን ሲተወው በነበረበት ሁኔታ የቀጠለ ነው። ችፍግፍግ ብለው የተመሰረቱት የጥንት ሰፈሮች ብቻ ሳይሆን ሌሎችም ከጊዜ በኋላ ያደጉ መንደሮች ሳይቀሩ በፕላን የተቀየሱ መንገዶች አልነበራቸውም።

ከመንገድ በተጨማሪ በቤቶች ግንባታ በኩል የነበረው ችግርም ምንም አይነት ሰበብ ሊገኝለት አይችልም። ዘመናዊ መብራትና ውሃ በማይታወቅበት ዘመን ብዙ የአለም ከተሞች የቤትና የህንጻ ግንባታቸውን በከፍተኛ ደረጃ ላይ አድርሰውት እንደነበር ይታወቃል። የዚህ አገር ዜጎችም ብንሆን ከየትኛውም አለም የማይተናነስ፣ እንዲያውም ከአብዛኛዎቹ ሃገሮች ህዝቦች የሚልቅ የግንባታ ጥበብ የነበራቸው ቀደምቶች እንደነበሩን የሚያሳዩ የታሪክ ማስረጃዎቻችንን ተንተርሰን ነው የምናድረው።

አክሱም፣ ላሊበላ፣ የፋሲልና የሃረር ግንብ ዝም ብለው እንደ እንጉዳይ የበቀሉ አልነበሩም። ድንጋይ ተፈልፍሎ፣ ድንጋይ ተፈልጦ፣ ድንጋይ ተጠርቦ የተሰሩ ናቸው። የቤት ግንባታ ዕውቀት ችግር አልነበረብንም። በየቤቶቹ ውስጥ መብራትና ውሃ ማስገባት ሊከብደን ይችል ይሆናል። የቤት ግንባታችንን በመቀየር ከጭቃና ከጨፈቃ የቤት አሰራር በድንጋይና በሲምንቶ ወደ ተሰራ ዘመናዊ የቤት አሰራር መሸጋገር የማንችልበት ምንም ምክንያት አልነበረም። የቤትና የመንገድ ግንባታ ትልቅ የሆነ የኢኮኖሚ አቅም ሳይሆን የመንግስት ፖሊሲ የልማት አቅጣጫ የሚወስነው ለመሆኑ ብዙዎቻችን በህይወት እያለን መረጃውን እያየን ነው። [103]

---

[103] ከምርጫ 97 በኋላ ወያኔ ሸንፈት ካላበሰው ድንጋጤ ሲላቀቅ ከዛ ቀድሞ በ14 አመታት የግዛት ዘመኑ ያልሰራውን የግንባታ ስራ በጥቂት አመታት ሰርቶ አይተናል። የጥራቱን ነገር ትተን የተሰራውን የመንገድ ርዝመት በኪሎ ሜትር፣ የህንጻ ብዛት በመጠንና በቁጥር ከሌሎች ዘመኖች በማወዳደር የቀድሞ መንግስታት በረጅም የስልጣን እድሜያቸው ምን ሊሰሩ ይችሉ እንደነበር መገመት ይቻላል። የደርግ መንግስት እድሜውን የጨረሰው በጦርነት ስለሆነ እዚህ ንጽጽር ውስጥ ማስገባት ፍትሃዊ አይሆንም፣ በጦርነት መሃል ከሞከራቸው የልማት እርምጃዎች አንጻር ሰላም አግኝቶ ቢሆን ከተማውን ሊያሻሽለው

ከተማዋ የመጀመሪያውን ት/ቤት ያየችው በ1889 ነበር። ዳግማዊ ምኒሊክ ትምህርት ቤት። ሁለተኛ ት/ቤቷን ለማየት ሀያ ስምንት አመት ፈጅቶባታል። በ1917 የተፈሪ መኮንን ትምህርት ቤት ተከፈተ። ሶስተኛው ትምህርት ቤት ከጣሊያን መባረር በኋላ በ1934 የተቋቋመው የእቴጌ መነን የሴቶች ት/ቤት ነው። እስከ 1930ዎቹ መጨረሻ እንደ መድሃኔአለም (ባላባት)፣ ተግባረ እድ፣ የንግድ ት/ቤትና መምህራን ማሰልጠኛ የመሳሰሉት ከተቋቋሙ በኋላ የትምህርት ነገር ያበቃለት ነገር ነበር። በ1966ዓ.ም የከተማው ሁለተኛ ደረጃ ትምህርት ቤቶች ብዛት አንድ ደርዘን አይሞላም። በአመት አንድ ሺህ አምስት መቶ ተማሪዎች ብቻ የሚቀበል አንድ ሃገራዊ ዩኒቨርስቲ ከተማዋ ያገኘችው በዚህ ዘመን ነው። [104]

በህክምና ተቋማትም በኩል የታየው እድገት እንደ ትምህርት ተቋማቱ አዝጋሚ ነው። የመጀመሪያው ሃኪም ቤት በአፄ ምኒሊክ በ1902 ተቋቋመ። ዳግማዊ ምኒሊክ ሆስፒታል ነበር። ከተማው ሁለተኛ ሃኪም ቤቷን ለማየት ወደ ሃያ አመታት መጠበቅ ነበረባት። ቤተ ሳይዳ የተባለው በአልጋወራሽ ተፈሪ መኮንን የተሰራው ነው። ከእነዚህ ሁለት ሆስፒታሎች ሌላ ተጨማሪ ሆስፒታሎች ከተማዋ ያገኘችው ከጣሊያን መባረር በኋላ ነው። የልእልት ፀሃይና የቀዳማዊ ሃይለ ስላሴ (የካቲት 12) ሆስፒታሎች።እንደ ራስ ደስታና ደጃች ባልቻ የመሳሰሉት ሆስፒታሎች ጣሊያን በሰራቸው ህንጻዎች ውስጥ የተቋቋሙ ናቸው። በህዝብ መዋጮ ለሟቹ የንጉሱ ልጅ ለልኡል መኮንን መታሰቢያነት(ያሁኑ ጥቁር አንበሳ) ከተገነባው ሃኪም ቤት ውጭ መንግስት ከ1930ዎቹ በኋላ እስከ 1966 ዓ.ም ከረጅም አመታት በኋላ የገነባው ሆስፒታል የንግስት ዘውዲቱ ሆስፒታልን ብቻ ነው።

ዘመናዊ ሊባሉ የሚችሉ ሆቴሎቿ በ4 እና ከእዛ በታች ኮኮቦች የሚሰጣቸው ከአምስት አይበልጡም። የከተማው ሁለት ትልልቅ ሆቴሎች አዲስ አበባ ሂልተን ሆቴልና ኢምፔሪያል ግዮን ሆቴል 4 ኮከብ ደረጃ መሆናቸውንም እርግጠኛ አይደለሁም። ትልልቆቹ፣ በህዝብ የገንዘብ

ይችል ነበር ብሎ መናገር ስህተት አይሆንም። ጦርነቱ ግን በዋንኛነት የራሱ ፈጠራ ስለሆነ ማንንም ማማረር አይችልም። የማስተር ፕላኑ ብዙ ጥናቶች የደርግ ዘመን መሆናቸውንም መርሳት አይገባንም።

[104] Donald N. Levine *"Wax & Gold" University of Chicago Press, 1972 ገጽ 190 ትምህርትን አስመልክቶ የሚሰጠን መረጃ በትምህርት ዘርፍ ሃገሪቱ ስታደርግ የነበረውን የተንቀረፈፈ ጉዞ ገላጭ ነው። በ1954/55 ዓ.ም የመጀመሪያው ትምህርት ቤት ከተከፈተ ከሰባ አመት በኋላ "የአንደኛ ደረጃ ትምህርታቸውን ያጠናቀቁ ዜጎች ከመቶ አንድ የማይደርሱ ሁለተኛ ደረጃና የኮሌጅ ትምህርታቸውን ያጠናቀቁ ወደ 6000 ገደማ እንደሆኑ ይገመታል" ይለናል። ሁሉንም ዘመኖች ከፉውንና ደጉንም የወረራውና የነጻነቱን ዘመኖች ጨምረን ኢትዮጵያ የሚባል ሃገር እስከ 1955 ድረስ በአመት በአማካይ መቶ የሁለተኛና የኮሌጅ ተማሪ እንኳን ማሰልጠን እንዳልቻለች የሚያሳይ ነው። እንዲህ አይነቱ መረጃ ከአፄ ኃይለስላሴ ትምህርት "ለማስፋፋት ካደረጉት ጥረት ጋር ስናገጣጥመው" የንጉሱ ጥረት በምን አይነት አስቸጋሪ ሁኔታ እንደተከናወነና እንዴት አዝጋሚ እንደነበር ያሳየናል።*

መዋጮና በመንግስት የተገነቡት ህንጻዎች አራት ናቸው። ማዘጋጃ ቤቱ፣ የልኡል መኮንን ሆስፒታል፣ የብሄራዊ ባንክና አዲሱ ፖስታ ቤት ናቸው።

ከላይ ከተጠቀሱት ህንጻዎች ውጭ በከተማ ውስጥ የተገነቡትን ከአምስት ፎቅ በላይ የነበራቸውን ህንጻዎች በእጅ ጣት ቆጥሮ መጨረስ ይቻላል። ከአስር አይበልጡም። ከ1933 ዓ.ም በኋላ ከተማዋ አንድ አየር ማረፊያ አግኝታለች። የጦር ሰፈርነቷን እንዳትረሳ በርካታ የጦር ካምፖችም አልተለይዋትም። መሿለኪያ አራተኛ ክፍለጦር፣ በጃን ሜዳ አካባቢ የክብር ዘበኛ ክፍለ ጦርና የምድር ጦር ካምፖች፣ የዱሮ አይሮፕላን ማረፊያም የሰራዊት ካምፖች ነበሩ። ኮልፌ ፈጥኖ ደራሽ ካምፕና ሌሎችም የጦር ሰራዊትና የፖሊስ ማሰልጠኛዎችና ተቋማት ከተማው ውስጥ ይገኛሉ።

በመንገድ ደረጃ ከ1933 በኋላ የተሰራና አስፋልት የለበሰ ጎዳና የቦሌ መንገድ ብቻ ይመስለኛል። በ1966 ዓ.ም ከተማዋ ከተቆረቆረች ወደ 90 አመት ዕድሜ ነበራት። ከዚህ ረጅም ዕድሜዋ ጋር ሲነጻጸር የታየው ግንባታ ዜሮ ነበር ማለት ይቻላል። የከተማዋ ልማት ይመራ የነበረው በህዝብ ፍላጎት ላይ ተመስርቶ አልነበረም። የከተማው ህዝብ ምን ያስፈልገዋል የሚል ጥያቄ እየተነሳ አልነበረም።

የከተማዋን ሁለንተናዊ እድገት ይወስን የነበረው በስልጣን ላይ በነበሩ ጥቂት ገዥዎችና እነሱ በሚወክሉት የጉልተኛ መደብ ፍላጎት ነበር። ማንኛውም አገልግሎት ለእነሱ በቂ ሆኖ ከተገኘ ስለሌላው ህዝብ ብዙ የሚጨነቁ አልነበሩም። መንገዱም፣ ህንጻ ግንባታውም፣ የትምህርትና የሙያ ማሰልጠኛውም፣ ሆስፒታሉም የውሃ፣ የመብራትና የስልክ አገልግሎቱም ጥቂቶችን እስካረካ ድረስ ሌላው የራሱ ጉዳይ ነው። ከጣሊያን መባረር በኋላ ሰላሳ አመታት በላይ ጊዜ የፈጁት ሁሉም ግንባታዎችና በእዛን ዘመን አቅም እንኳን በአምስት አመት ተጠቃለው ሊያልቁ የሚችሉ ነበሩ።

አዲስ አበባ በ1966ቱ አብዮቱ ዋዜማ አካላዊ ቁመናዋ ከአንድ ትልቅ ማዕድ ቤትነት ያላለፈ ነው። የዚህ ችግር ዋና መንስኤዎች ሁለት ናቸው። በከተማው መሬት በሞኖፖል በጉልተኞች መያዙና የእነዚህ ጉልተኞች ኋላቀር አመለካከት ለዘመናዊ ከተማ እድገት የማይመች መሆኑ አንዱ የችግሩ መንስኤ ነው። ሌላው መንግስታዊ ስርአቱን የተቆጣጠረው የአፄ ኃይለስላሴ መንግስት ከጉልተኞች ተወካይነት ራሱን ነፃ ማድረግ ባለመቻሉና የህዝብን ህይወት በሚቀይር የልማትና የግንባታ ስራ ላይ ማተኮር አለመቻሉ ነው። የገንዘብ፣ የዕውቀት፣ የሙያ ችግር ሳይሆን የመንግስት የፖሊሲ ችግር ብቻ ነበር ምክንያቱ። ከኔ በላይ፣ ወላጆቼና ጓደኞቻቸው ይህን ጉዳይ በሚገባ ያውቃሉ። በስነሥርዓት ያስተማራቸውንና ከፍተኛ

የመንግስት ስልጣን የሰጣቸውን የአፄ ሃይለስላሴን መንግስት በሃሜት ሲቦጭቁት የኖሩት ለዚህ ነው።

የአባቴና ጓደኞቹ የቅዳሜና እሁድ እረፍት ጊዜ ማሳለፊያ እየተሰበሰቡ ካርታ መጫወት ነበር። ከካርታው ጨዋታ ጎን ለጎን ሌላው ስፖርታቸው መንግስትን ማማት ነው። በወቅቱ ከአባቴ በስተቀር ሁሉም ምዕራብ አውሮፓን አዳንዶቹ አሜሪካንን በትምህርት ወይም በስልጠና ወይም በስራ ምክንያት የሚያውቁና ብዙ ነገሮች ያዩ ናቸው። መንግስትን ያሙ የነበረው ልክ ከዚህ በላይ እኔ በገለጽኩት እይታ ነው።

"አስፋልት ማልበሱ ቢያቅተንም እንዴት ጠጠሮች የለበሱ በዘመናዊ መንገድ የተቀየሱ የከተማ መንገዶች እንዲኖረን ማድረግ ያቅተናል? እንዴት ከድንጋይና ከሲሚንቶ ለሚሰራ የማንም መንግስት በየሃገሩ በቀላሉ የሚቆልለው የህንጻና የቤት ግንባታ ያቅተናል? እንዴት በዚህ ዘመን ሰው በየመንደሩ የሽንት ቤትና የቆሻሻ ውሃ በቤቱ መሃል እየፈሰሰ ተኝቶ የሚያድርበት ሁኔታ ዝም ተብሎ ይታያል?" እንዲህ እያሉ ነበር መንግስትን የሚያሙት።

እነዚህ በራሳቸው ቀላል የማይባል የመንግስት ስልጣን የነበራቸው ሰዎች በሚያዩት ነገር ሁሉ የተማረሩ ነበሩ። ያደግሁት ይህን ሃሜታ ስሰማ ስለነበር እኔም በተራዬ ጊዜ ሲደርስ ጥያቄ ማንሳቴ አልቀረም።

ለመጀመሪያ ጊዜ በሃያዎቹ የመጀመሪያዎቹ ዕድሜ እያለሁ አይሮፕላን ላይ ወጣሁ። ከተማዋን ጥዬ መውጣቴ ነበር። ለመጀመሪያ ጊዜ ነበር ከሰማይ ሆኜ አዲስ አበባን ለማየት የቻልኩት። ከቸርችል፣ ከቦሌና ከኢዮቤልዩ አንስቶ ወደ ሜክሲኮ አደባባይ ከሚወስዱት መንገዶች ሌላ የረባ መንገድ አይታይም። የዘመናዊ የከተማ መልክ ያለው ቦታ በስታዲየሙ አካባቢና ከስቴድየሙ እስከ ብሄራዊ ባንክ በሚደርሰው ስፍራ ላይ ብቻ ነው።

ቦሌና የድሮ አይሮፕላን ማረፊያ አካባቢ ያለው ግንባታ ትንሽ ከመሆኑ የተነሳ እነዛ እንደብርቅ የሚታዩ ቪላዎች ከሰማይ አይለዩም። የተቀረው ቁልቁል ያየሁት ከተማ መንገድ ያላቸው የማይመስሉ መንደሮች ናቸው። በቤቶቹ መሃል ክፍት ቦታ እንዳለ ማየት አይቻልም። ከተማው ተጠጋግተው የተሰሩ የዛገ የቆርቆሮ ጣራ ባላቸው ቤቶች የተሞላ ነው። ከሰማይ ውስጣቸውን ማየት አይቻልም። የሚታይ ቢሆን ኖሮ ከውጭ እንደሚታየው የዛገ ጣራቸው እጅግ አስቀያሚ እንደነበር እርግጠኛ ነኝ። ከነዚህ ቤቶች የሚወጣው ጭስ አይሮፕላኑ ወደ ላይ ከፍ እስከሚል በደንብ ይታይ ነበር። ይህን ቁልቁል እያየሁ፣ አባቴና ጓደኞቹ ስለ ከተማዋ ሲሉት የነበረውን ለራሴ እየደገምኩ ነበር ከተማውን ጥዬ የወጣሁት።

“ተወልጄ ያደግኩባት ከአያቶቼ ጥጃ ማሰሪያነት፣ በጣይቱ ትእዛዝ ወደ ጦር ሰፈርነት የተቀየረችው፣ በሂደትም የሃገሪቱ ዋና ከተማ የሆነችው፣ ይች የኔ ከተማ እንዴት አሸዋ፣ ጠጠርና ሲሚንቶ አጥታ መንገድ በሌላቸው የዛገ ቆርቆሮ የለበሱ የጭቃ ቤቶች እድገቷ ተገታ?” እያልኩ ነበር።

ቁልቁል ስመለከት ያየኋት ከተማ በጣም ድሃና የተጎሳቆለች፣ የዛገ ቆርቆሮና ቡቱቶ የለበሰች ከተማ ናት። “የአፍሪካ አንድነት ድርጅት፣ የአፍሪካ ኢኮኖሚክ ኮሚሽን መስሪያ ቤት፣ የተለያዩ አለም አቀፍ ድርጅቶች መስሪያ ቤት፣ የብዙ መንግስታት ኤምባሲዎች መቀመጫ ከተማ” እየተባለ ስለ ከተማው ትልቅነትና እድገት የሚነፋው ቱልቱላ ከሰማይ ሆኖ ወደመሬት ከተማዋን ለሚያይ ሰው በአይን የሚታይ ነገር አይደለም። በአይን የሚታየውና አይን የሚሞላው ከዛገ ቆርቆሮ ቀለም የተሰራ ባህር የሚመስለው የከተማዋ ገጽታ ነው። ከአይሮፕላን ላይ ሆኜ የማየው ከየቤቱ የሚወጣ ጢስ “እንዴት ይች የኔ ከተማ ትልቅ ማድቤት ሆና ቀረች?” የሚል ጥያቄ እንዳነሳ እንዳደረገኝ አስታውሳለሁ።

ምእራፍ 5.አዲስ አበባ - የጥቂቶች ከተማ (የአሮጌ እና የአዲስ ገንዘብ ጌቶች)

ታሪክ የሚገርም ነገር ነው። ታሪክ እንደ ግለሰቡና እንደ ማህበረሰቡ እይታ የተለያየ ትርጓሜ ሊሰጠው የሚችል ነገር ነው። ጣልያን በአንድ በኩል ሃገራችንን ወርሯል። በተለያዩ የጦር ግንባሮች ብዙ ህዝብ ፈጅቶብናል። የእኔንም ቅድመ አያት፣ አያትና ልጆቻቸውንና ወንድሞቻቸውንም ጨምሮ የፈጃቸው የጣሊያን ወራሪ ኃይል ነው። አፄ ሃይለስላሴን "በውጭ ወራሪ በጦርነት ተሸንፈው ሃገራቸውን ጥለው የሄዱ የመጀመሪያው ንጉስ" የሚያስብል መጥፎ ስም አሰጥቷቸዋል። ይህ ሁሉ ሆኖ ከመጥፎ ነገርም ጥሩ ይወጣዋል እንዲሉ፣ አፄ ኃይለስላሴ እንዴት እንደሚያዩት ደፍሮ የጠየቃቸው ባይኖርም ጣሊያን ለአፄ ኃይለስላሴ ትልቅ ውለታ ውሎላቸዋል።

የኢትዮጵያን በጣሊያን እጅ ለአምስት አመት መውደቅ አፄ ኃይለስላሴ በስውር ከጣሊያን ጋር ተስማምተው ያደረጉት ነገር ቢሆን ኖሮ የሚቃወማቸው ብዙ ሰው እንደሚኖር ይታወቃል። የሚቃወማቸውን ያህል ግን በብልጠታቸውም የሚያደንቃቸው የእዛኑ ያህል ሰው አይጠፋም። ምክንያቱም በእሳቸው አቅም ሊቃለሉ ወይም ቢቃለሉም ብዙ ዘመን ሊፈጁ ይችሉ የነበሩ የአስተዳደርና የኢኮኖሚ የባህል ችግሮችን ጣልያን አቃሎላቸው ሄዷል። የተወላቸውም ራስ ምታቶች እንዳሉ ሆኖ።[105] ምናልባትም የስልጣን ዕድሜያቸውንም ሳያራዝምላቸው አልቀረም። ትልቁ ውለታ ሊሆን የሚችለው ግን የንጉሱን የአስተዳደር ችግር በተወሰነ ደረጃ መቅረፉ ነው።

የወጣትነት ግንፈላዬ ከሰከነ በኋላ ታሪክን የማይበት መነጽርም የበለጠ እየጠራ መጥቷል። አፄ ሃይለስላሴ በዘመናቸው ከነበሩት መሳፍንትና መኳንንት የተሻለ እይታ የነበራቸው አርቆ አሳቢ ሰው እንደነበሩ ግልጽ ሆኖልኛል። በተለይ በመጀመሪያዎቹ የአገዛዝ ዘመናቸው ለዘመናዊ ትምህርት መስፋፋት ያደረጉት ጥረት ከተጋድሎ ልዩነት አልነበረውም።

ንጉሱ ለሃገር ይበጃል ብለው የሚያስቡትን ዘመናዊ የሆኑ ለውጦች እንዳያደርጉ ትልቅ እንቅፋት የነበሩት ትልልቆቹ የየግዛቱ መሳፍንትና መኳንንት ነበሩ። ንጉሱ ብዙም መፈናፈኛ ያልነበራቸው እጅና እግራቸው የታሰረ ነበሩ ማለት ይቻላል። ስልጣን አያያዛቸውም ፈተና የበዛበት ነው። መንግስታቸውንም ማረጋጋቱ እንዲሁ ፈተና የበዛበት ሆኗል። ፈተናው ትልልቅ

---

[105] በሃይማኖትና በዘር ህብረተሰቡን የመከፋፈል ስራና የሪፓብሊካን አመለካከት በማህበረሰቡ ውስጥ እንዲስፋፋ ማድረጉ፣ የተማረውን የሰው ሃይል መጨፍጨፉ የመሳሰሉትን ችግሮች ለማለት ነው።

ከሚባሉ የዘመኑ መሳፍንትና መኳንንት ይመጣ የነበረው ነው። ከሴራ እስከ ውጊያ የሚደርሱ ብዙ ፈተናዎች ማለፍ ነበረባቸው።[106]

ንጉሱ ስራ መስራት ይችሉ የነበረው እነዚህን መሳፍንት በማባበል ብቻ ነበር። እየተጋጩ ስራ መስራት የማይታሰብ ነው። ሁሉም የራሱ ጦር ነበረው። በቀላሉ ተጨማሪ ኃይል በየግዛቱ ማሰባሰብ ይችላል። በመሆኑም ሃገር የማዘመኑን ስራ ንጉሱ በራሳቸው ፍጥነት ማስኬድ አይችሉም።

የንጉስ ነገስቱ የተወሰኑ የግዛት ዘመናት በችግር እንደተሞላ መግለጹ ተገቢ ነው። ሁሉም የግዛት ዘመናቸው ግን በችግር የተሞላ አልነበረም። ብዙ ነገር መቀየርና ማሻሻል የሚችሉበት ከመሳፍንቶቹ አንጻራዊ ነጻነት ያገኙበት ዘመን ነበር። ጣሊያን ተሸንፎ ከሃገር ከተባረረ በኋላ የነበረውን ዘመን ማለቴ ነው። አልተጠቀሙበትም። ድፍረቱም፣ ፍላጎቱም፣ ራዕዩም አልነበራቸውም። በተለይ ፍላጎቱ አልነበራቸውም የሚለው ምክንያት ዋናው ነው።

ጣሊያን በአምስት አመት ወረራው ጠቅላላ የሰራው ስራ ለንጉሱ በባለውለታነት ሊያስቆጥረው የሚያስችል ብዙ ነገሮች አሉት። በአዲስ አበባ ከተማ ውስጥ በሰራቸው መንገዶችና ህንጻዎች ለከተማዋ የዘመናዊነት መሰረት ጥሎ ሄዷል። ከከተማው ውጭም በመኪና ለመንቀሳቀስ እጅግ አስቸጋሪ የነበሩ ጠቅላይ ግዛቶች እርስ በርሳቸውና ከአዲስ አበባ ጋር እንዲገናኙ መንገድ ገንብቷል። እንግሊዞች ባይዘርፉት ኖሮ በኮምኒኬሽን፣ በፋብሪካዎችና ኢንዱስትሪዎችም የጣለው መሰረት ቀላል አልነበረም።[107] ከሁሉ በላይ ግን የጣሊያን ወረራ የመሳፍንቱንና የመኳንንቱን ስልጣን አዳክሞ የማእከላዊ መንግስትን ስልጣን አጠናክሮ መጠናቀቁ ለአፄ ኃይለስላሴ ትልቅ ሰላምና እረፍት የሰጠ ጉዳይ ነው።

በ1933 ዓ.ም ጣልያን ከሃገራችን ከተባረረ በኋላ ራሶቹ እንደ ድሮው የራሳቸውን ወታደሮች ማደራጀታቸው ቆሟል። በወታደራዊ ጉልበታቸው በንጉሱ ላይ ያሳድሩ የነበረው ተፅዕኖ ለአንዴና ለመጨረሻ ጊዜ አብቅቶለታል። የግድ ጠቅላይ ግዛቶችን በመሳፍንቱና በመኳንንቱ ወይም በዘመዶቻቸው ማስተዳደር የሚባል ነገር አብሮ ያከተመው ከጣሊያን ነጻነት ከተገኘ በኋላ ነው። ደሞዝ ተከፋይ አገረ ገዥዎች፣ ዳኞች፣ የመንግስት ቀረጥና ግብር ሰብሳቢዎች

---

[106] ራስ እምሩ "ካየሁትና ከማስታውሰው" ከገጽ 70 – 90፣ ዘውዴ ረታ፣ "ተፈሪ መኮንን ረጅሙ የስልጣን ጉዞ" ፣ መጽሃፉ በሙሉ ተፈሪ መኮንን የገጠማቸውን ፈተና የሚዘረዝር ነው።
[107] ዘውዴ ረታ፣ "የቀዳማዊ ሃይለስላሴ መንግስት" 1ኛ መፅሃፍ ገጽ404

ከማእከል፣ በየግዛቶቹ አፄ ኃይለስላሴ ተዝናንተው መመደብ የቻሉት "ዕድሜ ለጣሊያን" እያሉ ሳይሆን አይቀርም።

ስዩም ሃረጎት "የቢሮክራሲ ኢምፓየር"[108] በማለት የገለጸው የግዛት ዘመን በእውን የተጀመረው ከጣሊያን መባረር በኋላ ነው። "የቢሮክራሲ ኢምፓየር" በመሳፍንቶች ሳይሆን በተማሩ ቢሮክራቶች የአንድን ንጉስ ግዛት ለማስተዳደር አጼው የተከተሉትን የአስተዳደር አቅጣጫ ለመግለጽ ስዩም ሃረጎት የተጠቀመበት ቋንቋ ነው።

ቀደም ባሉት ዘመናት ማእከላዊ መንግስት እንደ ጎጃም፣ ጎንደር፣ ትግራይና ወሎ በመሳሰሉት የየራሳቸው ባህላዊና መሳፍንታዊ ገዥዎች በነበሯቸው ጠቅላይ ግዛቶች ያለመሳፍንቱ ፈቃድ፣ እንኳን የግምሩክ ቀረጥ መሰብሰብ ትምህርት ቤትም መክፈት አይቻልም ነበር። ከጣልያን መባረር በኋላ ከስልጣናቸው የተነቀሉት መሳፍንትና መኳንንት ብዙም ማንገራገር የሚያስችል አቅም አልነበራቸውም። ጥቂት ሙከራዎች ቢኖሩም በእንግሊዞች እየተደገፈ መልሶ እየተቋቋመ ለነበረው የአጼው መንግስት ብዙም አላስቸገረም።[109]

ብዙዎቹ መሳፍንትና መኳንንት ከጣሊያን ጋር በመሞዳሞዳቸው በህዝባቸው የነበራቸው የሞራል ተቀባይነት የተሸረሸረበት ሁኔታ ተፈጥሯል። ሁሉ ነገራቸው አብቅቶለታል ማለት ግን አልነበረም። ወታደር ባይኖራቸውም በአካባቢ ስሜት ህዝብ በመቀስቀስ ችግር መፍጠር የሚችል አቅም ነበራቸው። በሌላ በኩል ደግሞ፣ ቀደም ብዬ እንደገለጽኩት በመሳፍንቱ ስልጣን ላይ ችግር ቢፈጠርም፣ አዲሱ ሁኔታ ከመቼውም በላይ የጌታ ጌታ አድርጓቸዋል። ማንም የማይጋራው የሃገሪቱ መሬት ጌቶች ሆነዋል።

እነዚህ መሳፍንትና መኳንንት ከስልጣናቸውና ከአስተዳደር በመነቀላቸው በየጠቅላይ ግዛቱ የሚሰሩት ነገር አልነበረም። ንጉሱም እንዲህ አይነት ስራ ፈት መሳፍንት በየጠቅላይ ግዛቱ

---

[108]ስዩም ሃረጎት "The bureacratic empire" Red Sea publishers 2014። ስዩም ሃረጎት ለረጅም ጊዜ የአስመራ ከተማ ከንቲባ የነበሩት፣ ኤርትራ ከኢትዮጵያ ጋር እንድትዋሃድ ትግል ያደረጉት የደጃዝማች ሃረጎት አባይ ልጅ ናቸው። ከአሜሪካኑ እውቅ ዩኒቨርስቲ ከሃርቫርድ በህግ ትምህርት ዶክተሬት ዲግሪ ነበራቸው። በሰላሳዎች እድሜ ውስጥ እያሉ በጠቅላይ ሚኒስትሩ በአክሊሉ ሃብተወልድ ቢሮ ውስጥ በሚኒስቴርነት ማእረግ ሲሰሩ ነበር። የንጉሱን የልጅ ልጅ ልእልት ሜሪ ረታን አግብተዋል። ደርግ እሳቸውንና ደጃዝማች አባታቸውን አስሯቸው ነበር። አባታቸውን ሲገድላቸው እሳቸውን ከ7 አመት እስራት በኋላ ለቋቸዋል። እስጢፋኖስ ቤተክርስቲያን ፊት ለፊት የሚታየው ዩኒቲ (አንድነት) የዘመኑ ትልቅ ህንጻ የአባታቸው ነበር። ብዙ ሃብትና ንብረት የነበራቸው ሰው ነበሩ። የኤርትራም የላይኛው መደብ አባላት እንዴት ከተቀረው የሃገሪቱ ገዥ መደብ ጋር በምን ያህል ተወዳጅቶና ጥቅም እየተካፈለ ይኖር እንደነበር የሚያመላክት መረጃ ስለሆነ ነው ያቀረብኩት ።

[109]ትግራይ ውስጥ ተቀስቅሶ የነበረውን የህዝብ አመጽ የእንግሊዝ አየር ሃይል ከየመን አይሮፕላን አስነስቶ በቦምብ ህዝቡን በመደብደብ ለሃይለስላሴ መንግስት እንዳገዘ ይታወቃል።

ተበትነው መኖራቸውን አልወደዱትም። በተለያዩ ሰበቦች ጠዋት ማታ ቤተመንግስት እንዲያዩዋቸውና እንዲያገኙዋቸው የሚያስችል ሥርዓት አበጁላቸው። ዋናው ሰበብ “ምክራችሁ ያስፈልገኛል” የሚል ነው። አዲስ አበባ ላይ ጣሊያን የተከላቸው ስልጣኔዎች ገንዘብ ላለውና በዘመናዊ ድሎት ለመኖር ለሚፈልጉ የራሱ ስህበት ነበረው። ሁሉም መሳፍንት አዲስ አበባ ውስጥ ተሰበሰቡ።

አንዳንዶቹ ትልልቅ የነበሩት መሳፍንት በንጉሰ ነገስቱ መልካም ፈቃድ ጣልያን ከገነባቸው ዘመናዊ ህንጻ ታድሏቸዋል። ከአራት ኪሎ ወደ ካዛንችስ በሚወስደው መንገድ፣ መነኸሪያ የሚባለው መገንጠያ ላይ ወደ ግራ ሲዞር ወደ አዋሬና ወደ ራስ ሙሉጌታ ሰፈር የሚወስድ መንገድ አለ። አንድ ሰው ግንፍሌ ወንዝ ድልድይ ወይም ልዕልት ዘነበወርቅ ት/ቤት ከመድረሱ በፊት በግራም በቀኝም ጣልያን የሰራቸው ትልልቅ የመኖሪያ ፎቆች ማየት ይችላል።

እነዚህ ለብዙ ቤተሰቦች መኖሪያ የሚሆኑ ዘመናዊና ሁሉ ነገር የተሟላላቸው አፓርትመንቶች የነበሯቸው ህንጻዎች ለመሳፍንቱ ተሰጥተዋል። የአንደኛው ፎቅ ባለቤት ደጃዝማች ታዬ ጉልላት ነበሩ። የሚኖሩትም ራሱን የቻለ ግቢ በነበረው በዚህ ፎቅ ውስጥ ነበር። ሲሞቱም አፄ ኃይለስላሴ ለቀብራቸው የመጡት እዚህ ግቢ ነው። ሌሎች መሳፍንቶች ሌሎቹን እዛው አካባቢ ያሉትን ፎቆች ተቀራምተዋቸዋል።

እኔ ከወላጆቼ ጋር በልጅነቴ የምንኖረው ከደጃች ታየ ፎቅ ፊት ለፊት ከነበረውና ብዙ ቤተሰቦች ተከራይተው ይኖሩበት በነበረው ሌላ ፎቅ ግቢ ውስጥ ነበር። የእኛ ቤት ከጊዜ በኋላ የተሰራ የኪራይ ቤት ነበር። አጼው ለሌሎች መሳፍንቶችም በሌሎች ቦታዎች የጣሊያንን ህንጻዎች ለየመሳፍንቱ ሳያድሉ አልቀሩም። እኔ የማውቀው የእኛን ሰፈር ብቻ ነው።[110]

በእነዚህ ሁሉ ምክንያቶች የየጠቅላይ ግዛቱና የየአውራጃው መሳፍንትና መኳንንት፣ ራስና ደጃዝማች ለገጠር መሬቱ ሁነኛ ምስለኔ እየተወ ቀድሞውኑ አስፍቶ በያዘው የአዲስ አበባ ከተማ መሬቱና ሃብቱ ላይ ተደላድሎ መኖር ጀመረ። በመጀመሪያዎቹ ዘመናዊ መኪናዎች፣ ዘመናዊ በሆኑ ቤቶችና ቁሳቁሶች መጠቀም የሚያስችል ሃብት የነበራቸው ራሶቹና ቤተሰቦቻቸው ብቻ ነበሩ።

---

[110] *በላይ ግደይ አምሃ(1997)፣ አዲስ አበባ ያብባል ገና፣ ገጽ 69፣ “ጣልያን በኢትዮጵያ ጀግኖች ተሸንፎ ከአዲስ አበባ ሲወጣ ከተዋቸው ንብረቶች ውስጥ አብዛኛዎቹ ቤቶች ነበሩ። .... አንዳንድ ቤቶች ለባለውለታ ሰዎች በንጉሱ ትእዛዝ ተሰጥተዋል። በካዛንችስ ያሉት ቤቶችም ለስጦታው ጥሩ ምሳሌዎች ናቸው። ትልልቆቹ ቤቶች ግን ለመንግስት ስራ ውለዋል።”*

እነ ራስ መስፍን ስለሺ የእንግሊዝ መሳፍንቶች ይፈስሱበት በነበረው በታወቀውና ውድ በሆነው በሮልስ ሮይስ መኪና ነበር አዲስ አበባ ውስጥ የሚፈስሱት። አዲስ አበባ ብዙ መኪናዎች የነበራት ከተማ ባትሆንም የመሳፍንቱና የመኳንንቱ የመኪና ጥራትና ውድነት ሃገር ጎብኝዎችን አስደምሟል። ሸማና በርኖስ ቀርቶ በሞርኒንግ ኮትና በቢራቢሮ ከራቫት ታጅሎ መጀነን ተጀምሯል።

ይቺ አዲስ አበባ የምትባል ከተማ ብዙ ነገር ማየት ብቻ ሳይሆን ሰምታለች። ቤተ መንግስቱ ለመሳፍንትና ለመኳንንቱ ግብዣ ሲያደርግ ወንዶችና ሴቶች ምን ለብሰው መምጣት እንዳለባቸው ሳይቀር በህዝብ ሬድዮ ያስነግር እንደነበር ትውስ ይለኛል።

"ወንዶች ቡላ ገበርዲን ሱሪ ጠቆር ካለ ሞርኒንግ ኮት ጋር ፤ ወይዛዝርት የሃገር ልብስ ......" የሚል በየጊዜው የልብሱ አይነት የሚቀያየር ማስታወቂያ ከቤተ መንግስት ለተጋባዦቹ የሚሰራጨው መላው የሃገሪቱ ህዝብ በሚሰማው የኢትዮጵያ ሬድዮ ጣቢያ ነው። የሚገርም ዘመን!

በዚች እንደ ኤሊ እያዘገመች በምትቀየር ከተማ ውስጥ ቀስ እያለ ለውጥ መምጣቱ አልቀረም። መሳፍንቱ ብቻቸውን የሃብት ባለቤቶች ሆነው አልቀጠሉም። የእኛም ሃገር፣ የእኛም ከተማ እንደ አቅሟ የአዲስ ገንዘብና የአዲስ ሃብት ጌቶች ቀስ በቀስ መፍጠር ጀመረች። እኛም በጥንት ገንዘብና በአዲስ ገንዘብ (old money and new money) የተከፈለ ማህበረሰብ ማየት ጀመርን። የጥንት ሃብታሞች፣ አዲሶቹ ሃብታሞች የሚባሉ ነገሮች መጡ።

የጥንት ገንዘብ ባላቤቶች የጥንት ሃብታሞች ናቸው። የሃብታቸው ምንጭ በውርስ ሲያያዝ የመጣው መሬትና ቤት ነው። ሳያልባቸው፣ እጃቸው ሳይቆሸሽ፣ ሽቀጥ ሳያስሩ ሳይፈቱ፣ ከማንም ጋር በዋጋ ሳይከራከሩ፣ በየቀኑ ማታ ትርፋቸውን እየተሳቀቁ ሳይቆጥሩ፣ ሃብት በትውልድ ሲተላለፍላቸው የመጡ መሳፍንት፣ መኳንንት፣ ራሶች፣ ደጃዝማቾችና ቤተሰቦቻቸው ናቸው። በከተማው የነበረው መሬትና ቤት በሙሉ የነሱ ነው። የገጠር ግብር፣ የከተማ ቤት ኪራይ ሰብሳቢ ምስለኔ ነበራቸው። አንዳንዶቹ ማንም የነካውን ቆሻሻ ብር በእጃው ለመንካት የሚጠየፉ ነበሩ። ቀልድ አይደለም!

የአዲስ ገንዘብ ጌቶችና አዲሶቹ ሃብታሞች የገንዘብ ምንጫቸው ስራና ላብ ነው። ቂጣ ጋግረው፣ ሻይ አፍልተው፣ እንቁላልና ድንች ቀቅለው፣ በቆሎ ጠብሰው በየመንገዱ በመሸጥ ከታች ወደላይ የሃብታምነት ጉዟቸውን የጀመሩ ናቸው። ሸንኮራ አገዳ፣ ቆሎና ዳቦ በየባቡርና አውቶቡስ ጣቢያው ይሸጡ የነበሩ ናቸው። ሸክም ተሸክመው፣ ቆፍረው፣ ገንብተው፣ በግሪስና

በዘይት ተጨማልቀው መኪና ጠግነው ገንዘብ ቀስ በቀስ ማጠራቀምና የንግድ ተቋሞቻቸውም ማሳደግ የጀመሩ ግለሰቦች ነበሩ። እየዋለና እያደረ የትልልቅ የንግድ ድርጅቶች፣ ሆቴሎች፣ የትራንስፖርትና የሌላም ድርጅቶች ባለቤት ለመሆን በቁ። ፎቅ ህንጻዎች ገንብተው አፓርትማ እስከ ማከራየት ደረሱ። እንዲያም ሆነው በጥንት ገንዘብ ጌቶች ቁልቁል የሚታዩና የሚናቁ ናቸው።[111]

የጥንት ገንዘብ ጌቶች በአብዛኛው አማሮች፣ ኦሮሞች፣ አማራ/ኦሮሞችና ጥቂት ትግራዋዮችና አማራ/ትግራዋዮች ነበሩ። ያው ሁሉ ነገራቸው ከመሬት ጋር የተሳሰረ ነው። በተለያዩ ምክንያቶች የአዲሱ ገንዘብ ጌቶች ከሁሉም ዘር የተወጣጡ ቢሆኑም በአብዛኛው ጉራጌዎችና ኤርትራውያን ናቸው።

የአዲሱ ገንዘብ ባለቤቶች ባብዛኛው የተሰማሩት በዛው ከተማዋ በሰለጠነችበት የሰርቪስ ኢንዱስትሪና በንግድ መስክ ነው። ወደ ማምረት የሄዱትም ጥቂቶች ከምግብ ጋራ የተያያዙ የፓስታ፣ የመኮረኒ፣ የብስኩት ፋብሪካዎች ካልሆነ በስተቀር ወደ ከባድ የኢንዱስትሪ ውጤቶች የሚያመርቱ ፋብሪካዎች መገንባት የተስፋፉ አልነበሩም። በዚህ የኢኮኖሚ ዘርፍ ለሚኖር እንቅስቃሴ የሃገሩን የአዲስ ገንዘብ ጌቶችን የሚያበረታታ ድጋፍ ከመንግስት በኩል አልነበረም። ተለቅ ያሉ የአስመጪና ላኪ እንዲሁም የጅምላ ንግዶችን፣ እርሻዎችንና ኢንዱስትሪዎችን መሳፍንትና መኳንንቱ ከውጭ ባለሃብቶች ጋር በመመሳጠር መያዙን ለምደውታል።

ከነዚህ ሁለት የገንዘብ ማግኔት ከሆኑ የማህበረሰብ ክፍል ውጭ ያለው አብዛኛው የከተማ ኗሪ ኑሮውን የሚገፋው በተለያዩ መንገዶች በሚያገኛት ከእጅ ወደ አፍ በምትሄድ ገቢ ነው። በጣም ብዙ ሰው እንደ እኔ ቤተሰቦች የመንግስት ተቀጣሪ ነበር።

በመንግስት ሚኒስቴር መስሪያ ቤቶች፣ በመንግስት ትምህርት ተቋማት፣ በመንግስት ሆስፒታል፣ በማዘጋጃ ቤት፣ በጸጥታና ደህንነት መስሪያ ቤቶች፣ በፖሊስና ወታደርነት በሌሎች የመንግስት ስራዎች የሚተዳደር ነው። ይህ የህብረተሰብ ክፍል እንደሚሰራው የስራ አይነትና

---

[111] ሃዲስ አለማየሁ "ፍቅር እስከ መቃብር" የሚል ርእስ የሰጡት መጽሃፋቸው ልብ ወለድ ድርሰት ቢሆንም፣ ባለመሬቶች ነጋዴውን ፣የእጅ ሰሪውን፣ ባህላዊ መድሃኒት ቀማሚውን እንዴት በንቀት ያዩት እንደነበር የጻፉት ነገር በሙሉ በገጠር ብቻ ሳይሆን በአዲስ አበባ ከተማ ውስጥ የነበረውን፣ ሃብቱ ከመሬት ጋር የተያያዘውን የህብረተሰብ ክፍል በደንብ የሚገልጽ ነው። የሚገርመው ነገር ይህ የጥንትና አዲስ ገንዘብ ጌቶች ልዩነት አሁን ባለንበት ዘመን አልጠፋም። ቀደም ባለው ዘመን ሃብት ይዘው የቆዩ ሰዎች በጣም ሃብታሞች ባይሆኑም የቅርብ ዘመኖቹን የኢህአዴግ ዘመን ሃብታም የመንግስት ባለስልጣናትና ነጋዴዎችን በንቀት የሚመለከቱ እንደሆነ ይታወቃል።

እንደ ዘመኑ የሙያ ፍላጎት የተለያየ ወርሃዊ ደሞዝ ነበረው። ወደ ኋላ ከመጡት ዘመኖች ጋር ሲነጻጸር ትምህርትና ዕውቀት በሚያስፈልገው የስራ ዘርፍ መንግስት የቀጠራቸው በሙሉ የተሻለ ህይወት ነበራቸው።

በአፄ ኃይለስላሴ የመጨረሻዎቹ የግዛት አመታት አንድ መቶ ሃያ ብር በወር የሚከፈለው የአንደኛ ደረጃ ትምህርት ቤት አስተማሪ የራሱን ጥቂት ክፍሎች ያሉት ቤት ተከራይቶ፣ ሰራተኛ ቀጥሮ፣ የማለዳ አፉን ከጤፍ እንጀራ በተሰራች የቋንጣ ፍርፍር፣ ካልሆነና ከጠፋም ቅቤ ጣል በተደረገባት የቁሌት ፍርፍር አሟሽቶ ወደ ስራው መግባት ይችላል። ከጥቂት አመታት በኋላ ለአስተማሪዎች የዚህ አይነት ኑሮ በህልማቸው እንጂ በእውን የሚያውቁት ነገር አልመስል እስከሚል ጠፍቷል።

የመንግስት ደሞዛቸው በጣም ዝቅተኛ የነበረው፣ ተራ ወታደሮች፣ ፖሊሶች፣ በየመንግስት መስሪያ ቤቱ፣ በዘበኛነት፣ በተላላኪነት፣ በፅዳት ሰራተኛነትና በመሳሰሉት የስራ መስኮች የሚሰሩ ሰዎች ናቸው። ሰላሳ እና አርባ ብር በወር እየተከፈላቸው ነበር ቤተሰቦቻቸውን የሚያስተዳድሩት። የነዚህ ሰዎች ኑሮ እንደ መርገም የከበደ ነው።

ከዚህ ውጭ ያለው ማህበረሰብ ጥቂቱ ትምህርትና ሙያ ያለው እያደጉ በመጡ የግል ድርጅቶች ውስጥ የሚሰራ ነው። ደሞዙም መንግስት ለተመሳሳይ ዕውቀት ይከፍል ከነበረው የተሻለ እንጂ ያነሰ አልነበረም። ችግሩ የግል ድርጅቶቹ እድገት በጣም የጫጨ በመሆኑ ቤተሰብና ዘመድ ከመቅጠር አልፈው የሰፊው ማህበረሰብ ቀጣሪዎች ለመሆን አልቻሉም። የግሉ ሴክተር ኢኮኖሚው የተስፋፋበት የስራ አይነት የጅምላ ስራ እድል የሚፈጥር አልነበረም። ትምህርትና ሙያ በማይጠይቀው የስራ አይነት በግል ባላሃብቶች ተቀጥሮ የሚሰራው በአማካይ በቀን አንድ ብር ደሞዝ ያገኛል። ይህ ክፍያ፣ በጣት በሚቆጠሩ የከተማዋ ፋብሪካዎች ውስጥ ከባርነት ልዩነት በሌለው ሁኔታ ተቀጥሮ ይሰራ የነበረውን በቁጥሩ አነስተኛ የሆነውን ላብአደር የሚጨምር ነው።[112]

ከእነዚህ ሁለት ቀጣሪዎች ውጭ ያለው ሰፊው የከተማ ህዝብ ወንዱ በአሸከርነት፣ በዘበኝነት፣ በተሸካሚነት፣ በእንጨት ፈላጭነት፣ በቀን ሰራተኛነትና በመሳሰሉ ስራዎች ኑሮውን

[112]የሚገርመው ነገር ለሰራተኛው ቆሜያለሁ የሚለውና በኢትዮጵያ ሰራተኞች ፓርቲ የሚመራው የደርግ መንግስት ከ17 አመት በኋላ ከስልጣን ሲወርድ ይህ ክፍያ በቀን አንድ ብር ከ25 ሳንቲም እንኳን አልደረሰም ነበር። በ1983 ዓ.ም የፋብሪካ ሰራተኛ ደሞዝ በወር ሃምሳ ብር ነበር።

ይገፋል። ሴቶች በግርድና፣ በእንጀራ ጋጋሪነት፣ ቅጠልና ጭራሮ ለቅሞ በመሸጥ፣ ድንች፣ ቃሪያ፣ ሽንኩርት፣ ቆሎና ወዘተ በጉልት በመቸርቸር ነው።

የቤት ሰራተኞች ደሞዝና የስራ ሁኔታ አሰቃቂ ነው። በወር ለአስር ብር ከባርነት ባልተናነሰ ሁኔታ ተቀጥረው የሚያገለግሉ አሽከሮችና ገረዶች በአስር ሺዎች ይቆጠራሉ። ከዚህ ውጭ ከፍተኛው የሴቶች መተዳደሪያ ከተማዋ ስትቆረቆር ጀምሮ የነበረው ሴተኛ አዳሪነት ስራ ነው። የሴቶቹ ስራ አሁንም ያለ ሃቅ ነው።

ሴተኛ አዳሪነት በቀጥታ የራሳቸውን መጠጥ እየጠመቁና እየሸጡ የወሲብ ንግዱን በጎን ከሚያካሂዱ የትንንሽ ኪወስኮችና ንግድ ቤቶች በላይ አድጎ ትልቅ ኢንዱስትሪ ሆኖ ነበር። መጠጥና ምግብ ወይም መጠጥ ብቻ የሚሸጡ የራሳቸው መኝታ ክፍሎች ያላቸው ብዙ ሴቶች በአሻሻጭነት ቀጥረው የወሲብ ንግድ የሚያኪያሂዱ ቤቶች መበራከታቸው ይታወቃል።

በ1966 የወሲብ ንግዱ ተሸሽጎ ከነበረበት ከማጀት ውስጥ ወጥቶ ጎዳና ላይም በሚቆሙ ሴቶች መገለጽ ጀምሯል። እነዚህ ሴቶች እንደ ዱሮው ከባላገር የሚመጡ መጻፍና ማንበብ የማይችሉ አልነበሩም። መጻፍና ማንበብ የሚችሉ ትምህርት የቀመሱ የከተማ ልጆችም ነበሩ።[113] ትምህርትና ስራ የነበራቸው ግንኙነት እየተበጠሰ መምጣቱን የሚያሳይ ጥቆማ ነው[114]።

በኑሮ ደረጃ ከተማዋ በሶስት የተከፈለ ህብረተሰብ ነበራት። ጥቂት የጥንት ገንዝብ ጌቶች፣ የጥንት ባለሃብቶች በአንድ በኩል ሲሆኑ። እነዚህ ከፍተኛ ምስል ማሳመር፣ መንደላቀቅ፣ በውድ መኪናዎች መንፈላሰስ፣ ወደ ፈረንጁ ሃገር እንዳሻቸው ደርሰው መመለስ የሚችሉት

[113] *ደራሲ ስብሃት ገብረእግዚሃብሄር (1928-2004 ግእዝ) በውቤ በረሃና በሌሎችም ቦታዎች የወሲብና የመጠጥ ቤቶች ላይ የጻፋቸው መፅሃፍት ውስጥ አብዛኛዎቹ ሴቶች ከገጠር የመጡ እንደሆኑ ይገልጻል። ጽሁፉን የጻፈው ቀደም ብሎ ስለነበረው ዘመን ስለሆነ እውነትነት አለው። በ1966 ላይ ግን ብዙ ነገር መቀየር ጀምሯል። ትምህርት የነበራቸው ስራ ያጡ ሴቶች በስፋት ሴተኛ አዳሪ መሆን ጀምረው ነበር። ከቅርብ ጊዜ ወዲህ የዩኒቨርስቲ ተማሪዎች እራሳቸው ፎቶግራፋቸውን ለወሲብ ደላላ እየሰጡ በሞባይል ስልክ እየተጠሩ ከዩኒቨርስቲ እየወጡ ሰጋቸውን ነግደው የሚመለሱበት ሁኔታ ውስጥ መግባታችን በጣም ያሳዝናል። ልማትና እድገት በሃገራችን በዚህ መልክ እየተገለጸ ነው።*

[114] *ተሻለ ጥበቡ "The making of modern Ethiopia 1896 -1974, Red Sea Press inc, 1995" መጽሃፉ በ1966 ዓ.ም የከተማዋ አብዛኛዎቹ ሴተኛ አዳሪዎች አማሮች ነበሩ። በሴተኛ አዳሪነት ብቻ ሳይሆን አብዛኛዎቹ የከተማው ለማኞችም አማሮች ነበሩ። አማራ በሙሉ የደላው ነበር የሚል ዕምነት ላላቸው ግለሰቦችና የፖለቲካ ድርጅቶች የአማራውን የውርደት ህይወት የሚያሳይ ከዚህ የላቀ ማስረጃ ማቅረብ አይቻልም። በሌላ በኩልም ቀደም ሲል የጠቀስኩትን የባርነትና የሴተኛ አዳሪነት ትስስር ማስታወስ ያስፈልጋል። የከተማው ባሪያዎች በመዋለድና ከጊዜ ብዛት እራሳቸውን አማራ አድርገው ሊያዩ የሚችሉበት ዕድል ትልቅ እንደሆነና ይህም የአማራውን የሴተኛ አዳሪ ቁጥር አሳብጦት ሊሆን እንደሚችል መጠርጠር ተገቢ ነው።*

ናቸው። መደገስ፣ መብላት፣ መጠጣትና መጨፈር የሚወዱት እነዚህ ወገኖች በአንድ ወገን ነበሩ። በአበላላቸውና በአጠጣጣቸው የአያቶቻቸውና የአባቶቻቸው ይሉኝታ የጠፋባቸው ሆነዋል።[115] ቅብጠታቸው በአደባባይ ህዝብ የሚያየውና የሚታዘበው ነው።

ሌላው የህበረተሰብ አካል የአዲሱ ገንዘብ ጌቶች ወገን ነው። የአዲሶቹም ገንዘብ ጌቶች የራሳቸውን ባህል ያዳበሩ አልነበሩም። ጥረው ግረው ገንዘብ ያገኙ ናቸው። ሆኖም ግን እንደ ጥንት ባለገንዘቦች ባያበዙትም አባካኝ የሆነ የገንዘብ አወጣጥ ይታይባቸዋል። ማህበራዊ የህይወት ፍላጎታቸውም ከአሮጌው ገንዘብ ጌቶች ጋር በጋብቻ መተሳሰር፣ በአሮጌዎቹ ጌቶች አንቱ መባል ነበር። በግል ኢኮኖሚው ዙሪያ ገንዘብ እየሰሩ የነበሩት፣ ራሱን ወደቻለ ማህበረሰብ ክፍል እያደጉ አልነበረም።

የአዲሶቹ ገንዘብ ባለቤቶች ሃብት ከትምህርት ከዕውቀትና ከምርምር ጋራ ተያያዞ የመጣ አልነበረም። ደከመኝ ሳይሉ ቀን ከሌሊት በመስራት በረጅም ጊዜ ጥረት የተገኘ ሃብት ነው። በዚህም የተነሳ ዘመናዊ የሆነ ከዘመናዊ ትምህርትና ዕውቀት፣ የአመራረትና የአሰራራ ዘዴ ጋር የሚያድግ የዘመናዊ ሃብታም ባህል አልነበራቸውም። በሌላ መልኩም መታወቅ ያለበት ይህ የማህበረሰብ ክፍል በፍጥነት እንዳያድግ ማነቆ ነበረበት። ብዙ ገንዘብና ሃብት ማፍራት የሚቻልባቸው ዘመናዊ የስራ እንቅስቃሴዎች፣ ለምሳሌ የአስመጪና የላኪ ንግድ፣ የጅምላ ንግድ፣ ዘመናዊ የሆኑ የገንዝብ የኢንሹራንስ አገልግሎቶችና ዘመናዊ እርሻዎች በሙሉ ከጥንት ገንዘብ ባለቤቶች ጋር የቅርብ ትስስር በነበራቸው የውጭ ዜጎች እጅ ወድቆ ነበር።

በባህል ደረጃ ሁሉንም የከተማ ኗሪ ተብትቦ የያዘው ባህል የጥንት ሃብታሞች የጉልተኞች ባህል ነው። ደስታውንም፣ ሃዘኑንም የትርፍ ጊዜ ማጥፊያውንም ገንዘብና ሃብቱ እስከተገኘ ድረስ በምግብና በመጠጥ ይገልጻል።

ሶስተኛው የማህበረሰብ ክፍል መካከለኛና ዝቅተኛ ገቢ ያለው ነው። መካከለኛ ገቢ የነበረውን በሙሉ የደላው ነበር ማለት ባይቻልም ኑሮ ብዙ አያማርረውም። አብዛኛው ከመሳፍንቱ ወገን ያልሆነውን የተማረ የሰው ኃይል ያካትታል። ቁጥሩ ግን ትንሽ ነው። እጅግ በጣም አብዛኛው የማህበረሰብ ክፍል በጣም ዝቅተኛ ገቢ የነበረው ነው።

---

[115] ጌቶች የሚበሉትንና የሚጠጡትም ነገር ሌላው ሰው እንዳያይ ተከልሎ መብላት፣ መጠጫውን በጨርቅ ሸፍኖ መጠጣት ባህል ነበር። አይን እንዳይበላቸው ከሚል ስጋት ብቻ ሳይሆን የሚበሉትና የሚጠጡት ከአብዛኛው ደሃ ህዝብ የተለየ ስለነበር ይሉኝታም ስለሚሰማቸው ነው። ልጆቻቸው ይህን ሁሉ ትተው ማንኛውንም የቅንጦት ድርጊታቸውን ህዝብ እንዲያይላቸው በከፍተኛ ንቀትና ጥጋብ የሚፈጽሙ ሆነው ነበር።

ዝቅተኛው ማህበረሰብ ብዙ መንደላቀቅ በሚታይበት ከተማ ሲያሰላስል የሚውለው ስለመኖሪያ ቤቱና ስለልብሱ ሳይሆን ስለጉርሱ ነበር። ይህ የማህበረሰብ ክፍል የራሱንና የልጆቹን ጉሮሮ እንዴት ዘግቶ እንደሚያድር ሲጨነቅ የሚኖር ነው።

በራሱ መንገድ ማህበረሰቡ በሙሉ ከሆድ ጋር ከተያያዙ ጭንቀቶች የተላቀቀ አልነበረም። ደሃው ስለሚላስና ስለሚቀመስ እየተጨነቀ ይውላል። ያለው ደግሞ ከጠጅ፣ ከውስኪ፣ ከቁርጥ ስጋ ሌላ ሃሳብ የለውም። ጭንቅላት ከሆድ ዙሪያ ጭንቀቶች ተላቆ ማህበረሰብ እንደ ማህበረሰብ ስለ ኪነት፣ ሳይንስ፣ ስፖርትና ሌሎች ሰብዐዊ ክንዋኔዎች የሚጨነቅበት ደረጃ አልደረሰም። ዛሬም ከዛው ደረጃ ፈቀቅ አላልንም።

በሌላ በኩል ከተማዋን ዘመናዊ ሊያሰኟት የሚችሉ እንደ አቅሟ የዜጎች ዘመናዊ ጊዜ ማሳለፊያዎች ነበሯት። አብዛኛዎቹ ትልልቅ ዘመናዊ ሲኒማና ቲያትር ቤቶች የተመሰረቱት ከ1966 በፊት ነው። ሲኒማ ቤቶቹ የሚያሳዩት የህንድን ማህበረሰብ ስቃይ የሚያሳዩ ሲኒማዎች በማህበረሰቡ በጣም ተወዳጅ ነበሩ። ለመዝናናት ሲኒማ ቤት ገብቶ አልቅሶ መውጣት የተለመደ ነው።

የመንግስትን ቁጣ የማይቀሰቅሱ የትርጉም ድራማዎችና አገር በቀል ደራሲዎች የጻፏቸው ተውኔቶች በተለይ በብሄራዊና በሃገር ፍቅር ቲያትር ይተወናሉ። እነዚህን ሲኒማ ቤቶችና ቲያትር ቤቶች በኢኮኖሚና በባህል ችግር የተነሳ ሊገለገልባቸው የሚችለው የህብረተሰብ ክፍል ግን ትንሽ ነው።

ለመላው ከተማ ኗሪ አንድ የመንግስት መፅሃፍት ቤት አለ። እንግሊዝኛ ማንበብ የሚችለው የማህበረሰብ ክፍል መፅሃፍት በግዥ እንደነ ሜሞ በመሳሰሉት በርካታ የእንግሊዝኛ መጽሃፍት ከውጭ አስመጥተው ከሚሸጡ መደብሮች መግዛት ይችል ነበር። በቋሚነት መፅሃፍ እየገዙ ማንበብ በመጽሃፍ ዋጋ ውድነት የተነሳ የሚያዋጣ አልነበረም። አብዛኛው የተማረ ሰው መፅሃፍ የሚያገኘው በውጭ ኤምባሲዎች ስር ተደራጅተው ከነበሩ መጽሃፍት ቤቶች ነው። ፒያሳ ከነበረ አንድ ፎቅ ላይ የብሪትሽ ካውንስል መፅሃፍት ቤት ይጠቀሳል። ብዙ መፅሃፍትን በደንበኛነት ለተመዘገቡ አባሎቹ በነፃ በማዋስ ትልቅ ግልጋሎት ለከተማዋ ሰጥቷል።

የተረፈው ማህበረሰብ ከስራ ውጭ ያለውን ጊዜ የሚያጠፋው በተለይ ወንዱ እንደ ኢኮኖሚ አቅሙ ከተማዋን ባጥለቀለቋት ጠላና ጠጅ ቤቶች፣ ቡናና መጠጥ ቤቶች ነው። ሌላ ከቤት ውጭ መዝናኛ የሚባል ነገር አልነበረም። በጣም ሃብታሞቹ መኪና ያላቸው ቅዳሜና እሁድ ከተማዋን ለቀው ሶደሬ፣ ላንጋኖና አዋሳ ወጣ ብለው ይመለሳሉ። እንደ እኔ ቤተሰብና

ጓደኞቻቸው የመሳሰሉ በአንደኛው ቤት ተሰብስበው ካርታ በመጫወት በመብላት፣ በመጠጣትና መንግስትን በማማት የትርፍ ጊዜያቸውን ያሳልፋሉ። እነዚህ ግን በጣም ጥቂቶች ናቸው። ገንዘብ ላለው ሂልተንና ጊዮን ሆቴሎች የመዋኛ ስፍራቸውን ክፍት አድርገዋል።

ከሁሉም የማህበረሰብ ክፍል በትርፍ ጊዜ ማሳለፊያነት ችግር የነበረበት ወጣቱ ነው። ከቤቱ ውጭ የሚዝናናበት ምንም አይነት ማእከል/ፋሲሊቲ (ቦታ) አልነበረውም። በወቅቱ እየጠበቀ የመጣው የልጆች አስተዳደግ "ወጣት ወንድና ሴት ልጆች" ይበላሻሉ በሚል ስጋት ከቤት መውጣት ፈጽሞ የማይችሉበት ሁኔታ ተፈጥሯል። በተለይ የተወሰነ ትምህርት ያላቸው ቤተሰቦች በእንዲህ አይነቱ ስጋት ተለከፈው ነበር።

በወቅቱ የሁሉም ወላጆች ፍላጎት ልጆቻቸው ያለምንም እንከን ትምህርታቸውን ጨርሰው ራሳቸውን እንዲችሉ ነበር። ችግረኛ ቤተሰቦች ተስፋቸው በሙሉ በሚማሩት ልጆቻቸው ላይ ነው። ከድህነት ማምለጫው የልጆቻቸው መማር ነው። ሌላ የስራ እድል ሆነ ከችግር መውጫ መንገድ በሌለበት ሃገር በወቅቱ ወላጆች ሁሉን እምነታቸውን በትምህርት ላይ ማድረጋቸው አያስደንቅም። በአጭሩና በግልቡ ሲታይ በ1966ቱ አብዮቱ መባቻ ላይ የከተማ ህይወት ይህን ይመስላል።

ምእራፍ 6. አዲስ አበባ- ባህል በዘመናዊት ከተማ (ገብርኤል እና ሳጥናኤል)

በቅድሚያ መታወቅ ያለበት እስከ 1966 ዓ.ም የዘለቀው መንግስታዊ ሥርዓት፣ መንግስትንና የክርስትና ዕምነት በአንድ ላይ አጣምሮ የሚያይ እንደነበር ነው።"መንግስቱን የክርስቲያን መንግስት፣ ሃገሪቱንም የክርስቲያን ሃገር" እያለ የሚጠራ መንግስታዊ ሥርዓት ነው።

ከ1966 ዓ.ም በፊት እርግጠኛ ባልሆንም የእስልምና ዕምነት ተከታይ ህዝብ ብዛት፣ በትንሹ፣ ከሀገሪቱ ዜጎች ከ5 እጅ 2ቱ እጅ እንደሚሆን በድፍረት መናገር ይቻላል። በአዲስ አበባ ከተማ የክርስቲያን-ሙስሊሙ አመጣጠን (ሬሾ) ከሃገራዊው አመጣጠን እንደሚያንስ ግልጽ ነው።

ከተማው መጀመሪያውኑ የተቆረቆረው በክርስትና ዕምነት ተከታዮች ነው። በቀጣይነትም የከተማዋ ሰፋሪዎች በአብዛኛው ክርስቲያኖች ነበሩ። በከተማዋ የክርስቲያን ቁጥር መብዛት የራሱ ታሪካዊ መሰረት አለው።

እንዲያም ሆኖ አፄ ምኒሊክ ከተማዋን ሲመሰርቱ ለራሶቻቸውና ለአቡነ ማቲያስና ለቤተክህነት የከተማዋን መሬት ሲያደላድሉ ለአንድ የእስልምና ዕምነት ተከታይ ታዋቂ ሰውም መሬት እንደሰጡ ይታወቃል።

እኚህ ታዋቂ ሙስሊም "ሼክ ሆጀሌ" በሚል ስም በታሪክ ይታወቃሉ። እንደሌሎቹ ራሶችም ሼክ ሆጄለ የሰፈሩበት መንደር በስማቸው ይጠራ እንደነበር አስታውሳለሁ። ስማቸው ተጣሞ ሰፈሩ "ሸጎሌ" ሰፈር ይባላል። ስማቸው ተጣሞ ይሁን ወይም የአካባቢው ሰዎች "ኦሮሞዎች "ሸንሌ" እያሉ የሚጠራቸው የቤንሻንጉል ሰዎች"[116] የሰፈሩበት አካባቢ እንደሆነ እርግጠኛ አይደለሁም።

እራሳቸውም ሼክ ሆጄሌ "የእስልምና ዕምነት ተከታይና የንጉስ ምኒሊክ ወርቅ ገባሪ"[117] የነበረው የቤንሻንጉል ባላባት ይሁኑ የማውቀው ነገር የለም። ሊሆኑ ይችላሉ። ወታደር እንዳልነበራቸው ግልጽ ነው። የተሰጣቸው የእስልምና ዕምነት መሪ በመሆናቸው ከሆነ እርግጠኛ አይደለሁም። በሸጎሌ ሰፈር በሳቸው ዘመን የተሰራ አንድ ቤተመስጊድ አለ።

---

[116] *J. Spencer Trimingham " Islam in Ethiopia" Oxford University Press 1952 London ገጽ 220*

[117] *ዝኒ ከማሁ ገጽ 219*

ስለ እስልምና ዕምነትና ስለተከታዮቹ ራሳቸው ሙስሊሞቹ ካልሆኑ በስተቀር ብዙዎቻችን ከክርስቲያን ቤተሰቦች የመጣነው ወጣቶች ብዙ የምናውቀው ነገር አልነበረም። ለዚህም በቂ ምክንያት ያለን ይመስለኛል። ያደግንበት መንግስታዊና ማህበራዊ ሥርዓት ሙስሊሞችን በሃገር እያሉ እንደሌሉ የሚቆጥር እይታ ነበረው። ሙስሊሞች ቁጥራቸውን የሚመጥን ውክልና በየትኛውም የሃገሪቱና የከተማዋ የህይወት ዘርፍ፣ (በንግድ ካልሆነ በስተቀር) አልነበራቸውም። በመንግስት መስሪያ ቤቶች፣ በትምህርት ተቋማት፣ በጦር ሃይሉ፣ ፖሊሱ፣ በሌሎችም ፕሮፌሽናል ሙያዎች ውስጥ ሙስሊሞችን በፋኖስ ፈልጎ ማግኘት አይቻልም።

ቤተክርስቲያን እንደ እንጉዳይ በሚበቅልበት ከተማ የነበሩት ቤተመስጊዶች በጣት የሚቆጠሩ ነበሩ። ጥምቀትና ደመራ የመሳሰሉት የክርስቲያኖች ሃይማኖታዊ በአላት የመንግስት መስሪያ ቤቶች ተዘግተው በአደባባይ በከፍተኛ ሥርዓት ይከበራሉ። ትንሳኤና ገናም እንዲሁ። ከሙስሊም በአላት መሃል አንዱም በኦፊሴል የህዝብ በአል ሆኖ አይከበርም።

ሌላው ቀርቶ "እንኳን ለኢድ አልፈጥር ወይም ለመውሊድ ወይም ለሌላ በአል አደረሳችሁ" የሚል ለእስልምና ተከታዮች የሚተላለፍ የሬዲዮ የመልካም ምኞት መግለጫ ሰምቼ አላውቅም። ያው ሬዲዮ ጣቢያ ግን የቤተመንግስቱን የእራት ልብስ ማስታወቂያ ያስተላልፍ ነበር።

በዚህ የተነሳ ፈረንጆቹ እንደሚሉት ሙስሊሞች ለክርስቲያኑ "ከእይታ ውጭ፤ ከሃሳብ ውጭ" ሆነው ነበር። እነዚህን በመሰሉ ምክንያቶች በዛ ዘመን የነበርን የእኔ አይነት ወጣቶች ስለ ሙስሊም ማህበረሰቡ ባህል ለመናገር የሚያስችል ዕውቀት እንዳይኖረን ሆነናል።

በአንድ ወቅት ስለሙስሊሞች ትንሽ የማወቅ እድል አግኝቻለሁ። ህጻን ስለነበርኩ የተጠቀምኩበት ሳይሆን አልፏል። መርካቶ በምንኖርበት ዘመን ጎረቤቶቻችን ሙስሊሞች ነበሩ። ሃረሪዎች። የማስታውሰው የቤቱ ባለቤት የነበረችውን ዓይኒብቻ ነው። ለዘመናት እቤታችን በቋሚነት የሚሰሩ ጣፋጮች እናቴ ከዓይኒ ሙያ የወረሰቻቸው ነበሩ። ዓይኒ በሌሎችም ምግቦች የተዋጣላት ባለሙያ ነበረች። እነዚህ ጣፋጮች በስደት ከእህትና ወንድሞቼ ጋር አውሮፓና አሜሪካ ገብተዋል። ከእነሱ አልፎ ልጆቻቸው የአይኒን ኩስኩሶች እንጋግር ይላሉ።[118]

---

[118] *እኛ ኩስኩስ እያልን የምንጠራው በፉርኖ ዱቄት፣ ወተት፣ እንቁላል፣ ከስኳር ጋር ተደባልቆ ተቦክቶ የሚጋገርን ብስኩት ነው። ኩስኩስ በሌላ በኩል እንደ ቅንጬ አይነት ሆኖ ግን፣ ከቅንጬ የደቀቀ ከስንዴ*

ዓይኒ ለልጆች ወደር ያልነበረው ደግነት የነበራት ሴት ናት። ለልጆች ብቻ ሳይሆን ለትልልቅ ሰዎችም የምትመች ለመሆኗ የእናቴ ድርጊት ገላጭ ነው። ታናሽ እህቴን "አይኔ" የሚል ስም የሰጠቻት ለእዛች ደግ ሃረሪ ጎረቤታችን ማስታወሻ ብላ ነው። "አብዮቱ" መጥቶ ከሌላ የእስልምና ዕምነት ተከታይ ቤተሰብ ጋር እስከምተዋወቅ ከዓይኒ ሌላ በቅርበት የማውቀው ሙስሊም አልነበረም።

በመሆኑም ቅድመ "አብዮት" ስለነበረው የከተማው ማህበረሰብ ሃይማኖትና ሌሎች ዕምነትነክ ጉዳዮች ላይ ስጽፍ ትኩረቴ በክርስትና ዕምነት ተከታዮች ዙሪያ እንደሆነ ግልጽ ሊሆን ይገባዋል። ከዚህ አኳያ ሃይማኖትንና ሌሎች እምነቶችን በተመለከተ የሚቀጥለውን ማለት ይቻላል።

ባጠቃላይ የክርስቲያን ማህበረሰቡ የአያት የቅድመ አያቱን የኢትዮጵያ ተዋህዶ ኦርቶዶክስ ዕምነት ተከታይ ነው። በኋለኛዎቹ ዘመናት ወደ ሃገራችን የክርስትና ዕምነት ለማስፋፋት ከተዳፈሩን ፈረንጆች ቀድሞ የክርስትና ዕምነት ተከታይ በመሆኑ የሚኮራ ህዝብ ነው። "በምድር ላይ ንጹህና ያልተበረዘውን የክርስትና ዕምነት ከብረዛ ለመከላከል ፈጣሪ የመረጠን እኛ የኢትዮጵያ ኦርቶዶክስ አማኞችን ነው" ብሎ ያምናል።

ይህ የክርስቲያን ማህበረሰብ በፈጣሪ ተመራጭነቱ የተነሳ ራሱን ማንም ምድራዊ ኃይል እስከመጨረሻው ሊያሸንፈው እንደማይችል አድርጎ ይመለከታል። ምክንያቱም "የክርስትናን ዕምነት ለመጠበቅ በምድር ላይ ፈጣሪ ውክልና የሰጠውን ህዝብ እግዜር እስከዘላለሙ ተሸንፎ እንዲቀር አያደርገውም" የሚል ዕምነት ስለነበረው ነው። "ሽንፈት ለኢትዮጵያውያን ኦርቶዶክስ ክርስቲያኖች ጊዜያዊ እንጂ ዘላለማዊ አይሆንም። "ጊዚያዊ ሽንፈት የሚገጥመን ፈጣሪያችንን በማስቀየማችን እንጂ ጠላቶቻችን ከኛ ልቀውና አይለው አይደለም። የፈጣሪያችንን ቁጣ በጾም፣ በጸሎትና በንስሃ አብርደን ፊቱን ወደ እኛ እንዲመልስ እናደርጋለን። በዚህ ጊዜ ድል ሁሌም የኛ እንዲሆን አስቀድሞ የተነገረ ነው።" የሚል ጽኑ ዕምነት አላቸው።

ኢትዮጵያን እንደ ሃገር ለመውረር የመጡ የውጭ ሃይሎችን በሙሉ የኢትዮጵያውያን የጦር መሳሪያ ሳይሆን አብዛኛው ተዋጊ ይህን ዕምነት በመያዙ ነበር አዋርዶ የመለሳቸው።

የሚሰራ ከእሳት በወጣ የሞቀ ውሃ በቀላሉ የሚበስል እንደሩዝ ከወጥና ከአትክልት ጋር ወይም ብቻውን ከትንሽ ቅባትና ቅመማ ቅመም ጋር ተቀይጦ ሊበላ የሚችል በአረቦች አካባቢ ተወዳጅ ምግብ ነው። በአለም ላይም እየተወደደ መጥቷል። የጣፋጩን ስም ከዚህ በሙስሊም ቤቶች ሊሰራ ከሚችል ምግብ ጋር አምታትተነው ከሆነም የሚያውቀው አላህ ብቻ ነው። ከሆነም ኩስኩስ እያልን በቤተሰባችን ውስጥ ለ60 አመት ገደማ የጠራነውን ምግብ ስም የሚያስቀይረን አይኖርም። ብንቀይረው ኢይኒም የሚከፋት ይሆናል። ባለችበት ቦታ ስህተታችን ራሱ የፈገግታዋ ምንጭ ነውና።

በታሪክ የሚታወቀው የኢትዮጵያውያን የጀግንነት የጀርባ አጥንት ይህ ዕምነት ነው። ይህን የምለው ሃገር በመከላከሉ ጉዳይ ላይ የሌሎች ዕምነት ተከታዮች አስተዋጽኦ ዜሮ ነበር ለማለት አይደለም።[119]

በሌላ በኩልም ኢትዮጵያውያን እጅግ አስከፊና አሰቃቂ፣ ከድህነት፣ ከበሽታ፣ ከረሃብ፣ ከብዝበዛና ከጭቆና ጋር የተያያዘ ህይወታቸውን ጥርሳቸውን ነክሰው እንዲችሉ ያደረጋቸው “እግዚአብሄር የመረጠውን ህዝብ ለመፈታተን እንዲህ አይነት ፈተና ይሰጣቸዋል መባሉን” በማመናቸው ነው። የመረጠውን ህዝብ ፈጣሪ ለምን እንደሚያሰቃይ ለእኔ አይነቱ ወፍ ዘራሽ ክርስቲያን የማይገባ ነገር ነው። እምነትን ከአመክኖ ጋር ለማያገናኙት ለአያትና ለቅድመ አያቶቼ ግን ትርጉሙ ግልጽ ነበር።

በተለይ ትልልቆቹ የኢቫንጄሊካልና የፕሮቴስታንት ክርስትና ተከታይ ሃገሮች ህዝቦች በድንጋይና በዛፍ በሚያመልኩበት ወቅት ኢትዮጵያ የክርስቲያኖች ሃገር መሆኗን በማሰብ በሃገራችን የእነዚህ እምነቶችን ለመስበክ በሚሹ ነጮች ላይ ማህበረሰቡ ትልቅ ንቀት ነበረው። ፈረንጅን ከነሙሉ ስልጣኔው እንደ ሌሎች ጥቁርና ሌሎች ህዝቦች ኢትዮጵያውያን ወደማምለክ ያልሄዱበት አንዱና ዋናው ምክንያት፣ “ከነጩ ስልጣኔ በፊት ስልጣኔ ነበረን” ብለው ማመናቸው ብቻ አልነበረም። “ሰልጥኛለሁ መፅሃፍ ቅዱስ ልስበካችሁ” ከሚለው ነጭ ቀድመው የክርስትና ዕምነትተከታዮች መሆናቸውን ማወቃቸው ነው። በተለይ የኢትዮጵያ ኦርቶዶክስ ቤተክርስቲያን ከህዝቡ ታሪክና ማንነት ጋር የተሳሰሩ ብዙ ነገሮች ስላሉት ህዝቡ በእምነቱ ላይ የሚሰነዘርን ማንኛውንም ጥቃትና ወረራ አምርሮ የሚቃወም ነበር።

ከኦርቶዶክስ አማኞችም ውጭ ሌሎችም የካቶሊክና የፕሮቴስታንት ዕምነት ተከታዮችም ነበሩ። በተለይ ፕሮቴስታንቶች እንዳሁኑ ዘመን ቁጥራቸው ብዙ አልነበረም። በነዚህ ዕምነት ተከታዮች ዙሪያ ስላለው አመለካከት ከላይ ስለሙስሊሞቹ በሰጠሁት ምክንያት ብዙ ማለት አልችልም።

---

[119] በቁጥር አስደግፎ መረጃ ማቅረብ ባይቻልም ቀደም ባሉት ዘመናት ከውጭ ወራሪዎች ጋር በሰሜን ኢትዮጵያ በተደረጉ ግጭቶች እጅግ አብዛኛው ወታደር ክርስቲያኑ በመሆኑ ነው። አፋሮች በግብጾች ላይ ከተቀዳጁት ድል ውጭ የሃገሪቱን የሙስሊም ማህበረሰብ በአብዛኛው፣ ራሱን የክርስቲያን መንግስትና የክርስቲያን ሃገር ብሎ የሚጠራን መንግስትና ሃገር የመከላከል ግዴታ የማይሰማው ነበር። ባይሰማውም ይፈረደበታል ብዬ አላምንም። የውጭ ወራሪዎችም ይህን የሃይማኖት ጭቆና ሙስሊም ህብረተሰቡን መቀስቀሻ በማድረግ በተደጋጋሚ ከጎናቸው ሊያሰልፉት ሲሞክሩ ታይቷል። ይህም የታሪካችን አካል ነው።

ከኦርቶዶክስ ዕምነት ተከታይ የነበረው ማህበረሰብ ራሱን የቻለ ጠንካራ ማህበረሰብ ነው። ከዚህ ማህበረሰብ መሃከል ከዕምነት በጣም ያፈነገጠ አካል አልነበረም። ለማለት የፈለግሁት "በአብዮቱ የታየው አይነት የፈጣሪን መኖር የሚክድ፣ "ኤቲዝም/Aethism" የሚባል አመለካከት፣ ከዚህ ዕምነት በወጡ ሰዎች አይንጸባረቅም ነበር" ለማለት ነው። እንደዛ አይነት አመለካከት አልተስፋፋም። ይህ አመለካከት የነበራቸው ሰዎች ከነበሩም ማህበረሰቡን ስለሚፈሩ በአደባባይ እንደፈለጉ የሚገልጹት አልነበረም። ሁሉም የህብረተሰብ ክፍል፣ሃብት ያለውም የሌለውም፣ ትምህርት ያለውም የሌለውም አማኝ ነው። በተለያዩ መንገዶች እምነቱን ይገልጻል። የእምነቱ ደረጃ ግን የተለያያ ነው።

የአሮጌውና የአዲሱ ገንዘብ ጌቶችና ሰፊው ደሃ ህዝብ አጥባቂ አማኞች ናቸው። ቤተ ክርስቲያን አዘውትረው ይሄዳሉ። ይጸልያሉ። ይጾማሉ። ማንበብ የሚችሉት ውዳሴዎቹንና ዳዊት ይደግማሉ። በአላትን ታቦትን ያከብራሉ። ጠበል ጠዲቅ እንዳቅማቸው ያደርጋሉ።

በሌላ ጊዜና ቦታ በቀላሉ መገናኘት የማይችሉ የህብረተሰብ አባላት በጋራ የሚገናኙት በእምነታቸውና በቤተክርስቲያን ውስጥ ነው። እንዲያም ሆኖ ጌቶችና እሜቴ ሲመጡ የሚያስቀድሱት ቤተክርስቲያን ውስጥ ገብተው ነው። ለእግራቸው ምንጣፍ፣ ለመቀመጫቸው ወንበር አላቸው። ጫማና ጃንጥላ ተሸካሚው ሌላውም አጀባቸው ብዙ ነው። እነሱን ለማስተናገድ ቀሳውስቱ ሳይቀሩ ሸብ ረብ ሲሉ ይታያሉ።

የተቀረው ሰፊው ማህበረሰብ ቤተክርስቲያን ውስጥ መግባት ቢችልም በቂ መቀመጫ አልነበረውም።ከውስጥም ከውጭም ምእመናኑ ለረጅም ሰአታት ቆመው የሚያስቀድሱና የሚጸልዩ ነበሩ። የጥንት ገንዘብ ጌቶች ጸሎታቸው እንደሌላው ሰው ሁሉ በአንድ በኩል ለነፍሳቸው ነበር። በሌላ በኩል ምድራዊ በሆነው ጉዳይ እግዜር የሰጣቸውን ሃብትና ምቾት እንዳይወስድባቸው ይማጸናሉ። አዲሶች ባለገንዘቦች እግዜር ለሰጣቸው ሃብት ምስጋና ለማቅረብ፣ በላዩ ላይ ለመጨመር በሚያደርጉት የወደፊት ጥረት እንዳይለያቸው የሚጸልዩ ናቸው።

ምንም የሌለው የአጣና የነጣው ማህበረሰብ ህይወትን በእርግማን መልኩ የሚያይ ነው። "በእግዜር ካልሆነ በሰው ጥረት የራሱን፣ የቤተሰቡና የማህበረሰቡ ችግሮች ይቃለላሉ" ብሎ የማያምን ነበር። ችግሮች ቢቃለሉለት የማይጠላ ነገር ግን "የባሰ አታምጣ" እያለ እያለቀሰ የሚኖር ነው። ጸሎቱ ከሚኖርበት የመከራ ህይወት የከፋ ህይወት እንዳይገጥመው ነበር። "ምንም ነገር አይቀየርም" ብሎ ማመኑ፣ ምንም ነገር እንዲቀየር ከማይፈልጉት ለመከራው ምክንያት ከሆኑት ገዥዎቹ ጋር በተዘዋዋሪ መንገድ የጋራ ግንባር የፈጠረ አድርጎት ነበር።

አጥብቆ በያዘው እምነቱና በሚያዘወትረው ቤተ እምነቱ የሚሰበከውም ሁሉ ነገር አስቀድሞ በፈጣሪ መደንገጉ ነው። የዚህ ማህበረሰብ አባላት "ምንም ማድረግ አይቻልም" የሚል እምነታቸው ስር የሰደደ ነው።

መሳፍንቱና መኳንንቱም ከላይ ከአለቃቸው ከንጉሰ ነገስቱ ጀምሮ የያዙትን ቦታ ፈጣሪ መርጦ የሰጣቸው እንደሆነ በራሳቸውም ሆነ በቤተክህነት በኩል ያስነግራሉ። አብዛኛው የማህበረሰብ አባል ይህን ተቀብሎ ይኖራል። የንጉሱን ማእረግ የሚገልጠው ረጅም ስማቸው "ስዩመ እግዚአብሄር" ማለትም በእግዚአብሄር የተሰየሙ መሆናቸው የሚገልጽ ስንኝ አለው። በእምነታቸው ንጉሱም እንደ መሳፍንትና መኳንንቶቹ አጥባቂ አማኝ ናቸው። በዚህም ላይ የቤተክርስቲያኒቱ ከፍተኛ ባለስልጣንም እሳቸው ነበሩ።

የጌቶች ማህበራዊ ስብስብ "ሁሉም እግዜር የደነገገለት ማህበራዊ ቦታ አለው። ሁሉም በዛው ቦታው መኖር ይገባዋል" ብሎ ያምናል። "ዝምድናም፣ ጋብቻም፣ ጓደኛነትም ሁሉም ከማህበራዊ እኩዮች ጋር መሆን አለበት" ይላል። ምንም የጎደለበት ነገር ስለሌለ በተድላና ደስታ "ተመስገን" እያለ የሚኖር ነው።

በብዙ መንገድ ፈጽሞ የማይመሳሰሉት ሁለት የማህበረሰብ ክፍሎች፣ ምንም ሃብትና ስልጣን የሌለው የህብረተሰብ ክፍልና የሃብትና የስልጣን ገደብ የሌለበት የህብረተሰብ ክፍል፣ በእምነታቸው መቀራረብ የተነሳ የጋራ የወግ አጥባቂነት ግንባር መስርተዋል። "ለውጥ ከሰው ልጆች ፍላጎትና ጥረት ውጭ ነው። ሁሉንም የሚያደርገው ፈጣሪ ነው። እስኪያደርገው በትእግስት መጠበቅ ነው" የሚል የጋራ ዕምነት ነበራቸው።

ይህ አይነቱን ዕምነት መሳፍንቱ ያለምንም ጭንቀት ቢቀበሉት አይደንቅም። ምንም የጎደለባቸው ነገር ስላልነበር። የሚደንቀው እጅግ አስከፊና አሰቃቂ ህይወት ይኖር የነበረው የማህበረሰብ ክፍል ይህን ዕምነት በመያዝ ብቻ የተቀጠበ አለመሆኑ ነው። ለረጅም ጊዜ "ለውጥ በራሳችን ጥረት እናመጣለን" ብለው የሚያስቡ የህብረተሰብ ክፍሎችን፣ ተማሪዎችንና ምሁራን በእግዜር ስራ ጣልቃ ለመግባት እንደሚፈልጉ እኩይ ተጋፊዎች አድርጎ እስከሚያይበት ደረጃ መድረሱ የሚገርም ነበር።

የተማረው የህብረተሰብ ክፍል አካባቢ በግልጽ የሚታይ ከዕምነት ጋር የተያያዙ ለውጦች ነበሩ። የተማሩት የመሳፍንቱና የመኳንንቱ ልጆች የቤተሰቦቻቸው የዕምነት ተፅዕኖ ከባድ ስለነበር ከቤተክህነት ጋር የነበራቸው ግንኙነት የላላ ቢሆንም አልተበጠሰም። ሌላው የተማረው የማህበረሰብ ክፍል እንደ ትምህርት ደረጃውና ዕድሜው ከቤተክህነት ጋር ያለው

ግንኙነት የላላና የተበጠሰ መሆን ጀምሯል። ከዚህ ክፍል ውስጥ ቤተክርስቲያን የማይሄደው፣ የማይጾመውና የማይጸልየው እየበዛ መጥቷል።

ቤተሰቦቼ ከትምህርት ቤት ጀምረው የሚተዋወቁ ሰፊ የጓደኛሞች ኔትወርክ (ትስስር) ነበራቸው። ከነዚህ መሃከል ከአንድና ሁለት ሰዎች ውጭ እሮብና አርብን እንዲሁም ትልልቆቹን ጾሞች ይጾሙ የነበሩ ሰዎችን አላስታውስም። ወደ እኛ ወደ ልጆቻቸው ስመጣ ቤተክርስቲያን ቅጥር ግቢ የደረስንበትን ቀን እንደ ብርቅ ቀን በህይወታችን የምናስታውሰው እስከመሆን ደርሶ ነበር።

በደንብ ስለማውቀው ሰለራሳችን ቤተሰብ በልበ ሙሉነት መናገር እችላለሁ። እስከ 1966 ዓ.ም አባቴ ቤተክርስቲያን ለማስቀደስ ወይም ለመጸለይ ሲሄድ አይቸው አላውቅም። ምንም አይነት ጾም ሲጾም አላየሁም። ማታ ማታ ከመተኛቱ በፊት አልጋው አጠገብ በጉልበቱ ተንበርኮ ይጸልይ እንደነበር አስታውሳለሁ። በዝምታ ስለሚጸልይ የጸሎቱን ይዘት አላውቅም። እሁድ እሁድ ወደ ቤተስኪያን የሚሄድ ሰው እንዳለ የመጠየቅ ልማድ ነበረው። ብዙ ጊዜም የቤቱ ሰራተኞች ወይም አብረውን የሚኖሩ ተለቅ ያሉት የዘመዶቻችን ልጆች ይሄዳሉ። “ለኔ ቢጤ ዘርዝሩና አከፋፍሉ” እያለ ገንዘብ ሲሰጥ አይቻለሁ። እናቴም ብትሆን አልፎ አልፎ የምትጾምባቸው ወቅቶች እንደነበሩ አስታውሳለሁ። ለምን አልፎ አልፎ እንደምታደርገው አይገባኝም። እሷም ቢሆን እስከ 1966 ዓ.ም ቤተክርስቲያን ሳሚ፣ ጿሚና ጸላይ አልነበረችም።

በልጅነቴ የማስታውሰው ጎረቤታችን የነበሩ ከብቶች የነበሯቸው ሰዎች ጾም በመጣ ቁጥር ራሳቸው መጠቀም የማይችሉትን ወይም ወደ ገበያ ማውጣት የማይችሉትን ወተት፣ አይብና እርጎ በሙሉ ወደ እኛ ቤት በነፃ ይልካሉ። የሰለሞን ፔኪንግ ወላጆች ነበሩ። ልጁን “ሰለሞን ፔኪንግ” ያልነው ለጠረጴዛ ኳስ ውድድር ቻይና ዋና ከተማ ፔኪንግ ደርሶ በመመለሱ ነው። በዛን ዘመን የሰለሞን ፔኪንግ እናት አንዱ ጭንቀት ጾም ሲመጣ የከብቶቹን ውጤት ምን እንደሚያደርጉት ነበር። አንድ ቀን ቤተሰቦቻቸው ሲጨነቁ ያዩ የቤቱ አባወራ “ምን ያስጨንቃችኋል እነዚህ አረመኔ ጎረቤቶቻችን እያሉ? ለእነሱ መስጠት ነው” ብለዋል እየተባለ ቤት ውስጥ ይወራል።

ከ1966ቱ አብዮቱ በፊት ከላይ የጠቀስኩት አይነት ቤተሰቦችና የማህበረሰብ ክፍሎች ከመቼውም በላይ ቁጥራቸው እየተበራከተ ነበር።[120] ሁሉም ቀደም ብዬ እንደገለጽኩት

---

[120] *አንዳንድ ሰዎች ከአብዮቱ ጋር ለመጣው እልቂትና መከራ ዋናው ምክንያት እንዲህ አይነቱ የዕምነት ማፈንገጥ ነው እስከማለት ደርሰዋል። እናቴም የእዚህ አመለካከት ተከታይ በመሆኗ ይመስለኛል ከአብዮቱ በኋላ ሃይማኖትን አጥብቃ የያዘችው። መሬት ላይ መተኛት፣ መጾም፣ መቁረብ ከዛም አልፎ*

ከተማሪው ማህበረሰብ ክፍል የሚመጡ ነበሩ። በተለይ ወጣቱ ከአያት ቅድመ አያቶቹ ዕምነት እየራቀና የራሱ የሆነ ምንም አይነት ዕምነት የሌለው ፍጥረት እየሆነ መሄድ ጀምሯል። ከዚህም አልፎ በትምህርት ቤቶች አካባቢ የሚጾምና የሚጸልይን፣ ቤተክርስትያን የሚሄድን ወጣት እንዳልሰለጠነ ጀዝባ እስከማየት ተደርሷል። በአንገቱ ላይ ማተብ ያሰረ ወጣት ፈልጎ ማግኘት አይቻልም ነበር። ለፋሽን ተብሎ አንዳንዱ የሃብታም ልጅ ከሚያደርገው የወርቅ መስቀል በስተቀር ምንም አይነት የሃይማኖት ምልክት ወጣቱ ላይ አይታይም።

ወጣቱም ሆነ የርሱ ታላላቆች ከቀደምቶቻቸው ዕምነት ጋር የነበራቸውን ግንኙነት ማላላት ወይም መቁረጥ የጀመሩት ሌላ "ያዋጣል" የሚል በደንብ ያሰቡበት ዕምነት ኖሯቸው አልነበረም። በኋለኛዎቹ ዘመናት እንደታየው ፈረንጆቹ ሆን ብለው ኢትዮጵያዊ እያሰራጪቸው ወደ ነበሩት ኢቫንጀሊካል የክርስትና እምነቶች አልሄዱም። የተከሰተው ነገር የዕምነት ቀውስ (ክራይሲስ) ተብሎ ሊገለጽ የሚችል ነገር ነበር።

የተማሩት ሰዎች ሌላ ዕምነት ባይኖራቸውም "ቤተክርስቲያኒቱ ራሷን ማዘመን አልቻለችም" የሚል ቅሬታ ነበራቸው። ቅሬታው "ቤተክርስቲያኒቱ ሁሉን ነገር እንዳለ ለማስቀጠል ባላት ፍላጎቷ የመሰረታዊ ማህበራዊ ለውጥና የዘመናዊነት እንቅፋት ሆናለች" የሚል ነበር።[121] ከዚህም በተጨማሪ የተማረው የሰው ኃይል ዘመናዊነት በፈጠረበት አለመረጋጋት ከሙቼውም በላይ የመንፈስ መሪዎች በሚፈልግበት ወቅት ቤተክርስቲያኒቱ ይህን የተማረ ኃይል ሊያጠግብ የሚችል ሃላፊነት መሸከም አለመቻሏም ሌላው ምክንያት ነው።[122]ይህ የዕምነት ቀውስ "በአብዮቱ ወቅት ለመጣው የለየለት ጸረ ዕምነት አመለካከት መንደርደሪያ ነበር" ማለት ይቻላል።

የከተማው ማህበረሰብ ከሁለቱ የታወቁት ተቋማዊ ሃይማኖቶች (ከክርስትና እስልምና) ውጭ የብዙ የተለያዩ ነገሮች እምነትና አምልኮት የተጠናወተው ማህበረሰብ ነው። ለዚህ መጠናወት ዋናው ምክንያት ከተማው የተለያዩ ዘሮችና ብሄረሰቦች መሰባሰቢያ በመሆኑና

ቤተክርስቲያን ለማሰራት ሰው የማስተባበር እንቅስቃሴ ውስጥ ገብታ ነበር። "እግዜርን አስቀይመን ነው ልጆቻችንን ያጣነው" የሚል ዕምነት ሳያድርባት አልቀረም። እኔ ግን የእናቶችን ልጆች በመውሰድ እናቶችን የሚቀጣ እግዜር ሊኖር እንደማይችል ልቤን ደፍኜ ነው የማምነው።

[121]*Donald N. Levine "Wax & Gold" University of Chicago Press, 1972ገጽ 183*

[122]*Donald N. Levine "Wax & Gold" University of Chicago Press, 1972 ገጽ 128 - ከአብዮቱ በፊት ከአስር አመታት ቀድሞ ባደረገው ጥናት የተማረው ህብረተሰብ በሃይማኖት ዙሪያ የነበረውን አመለካከት በዝርዝር አቅርቦታል። አብዮቱን በአስር አመታት ቀድሞ የሌቪን ጥናት የሚያሳየው መረጃ እኔ በአብዮቱ ዋዜማ በተማረው ማህበረሰብ አካባቢ ነበር የምለውን የዕምነት ቀውስ የበለጠ አሳማኝ የሚያደርገው ነው። የሌቪን ድንቅ አእምሮና ብዕር በአንዷት ገጽ ውስጥ የሰበሰባቸው ቁምነገሮች በጉዳዩ ላይ ብርሃን የሚፈነጥቁ ስለሆነ ማንበቡ ጠቀሜታ አለው።*

ሁሉም ዘርና ብሄረሰብ የየራሱን የቆዩ እምነቶች ጭምር ይዞ ወደ ከተማዋ ከማምጣቱ ጋር የተያያዘ ሳይሆን አይቀርም።

ክርስቲያኑና እስላሙ ከእምነቱ ጋር የተዋሃዱ ቅድመ ክርስትና እና እስልምና አረመኒያዊ (pagan or animist) እምነቶቹን እንደያዘ የከተማው አካል ሆኗል። የክርስትና እና የእስልምና ዕምነት ካልተስፋፋባቸውና የአረመኔ ዕምነት ከነበረባቸው የሃገሪቱ ክፍሎች የተፈነገሉ በመቶ ሺህ የሚቆጠሩ የከተማዋ ባሪያዎች የጌቶቻቸውን ዕምነት እየወረሱ ቢጠመቁም የአያት ቅድመ አያቶቻቸውን አረመኔያዊ እምነቶች የረሱ አልነበሩም። ከጌቶቻቸው ጀርባ አምልኮቶቻቸውን እንደቀጠሉ ነበር። የሃገሪቱ እምነቶችና አምልኮዎች በሙሉ ተሰብስበው ከተማው ውስጥ ሰፍረዋል።[123]

በከተማው የዕምነት ህይወት ውስጥ ደብተራ፣ ጠንቋይ፣ አስማተኛ፣ ቃልቻ፣ ባለውቃቢ፣ መተተኛ፣ መድሃኒት ቀማሚ፣ አጋንንት ጎታች፣ ባለጨሌ፣ ባለዛር ወዘተ መደበኛ ቦታ ነበራቸው። ባጠቃላይ የከተማውን ማህበረሰብ ከሃይማኖትም በላይ አንድ የሚያደርገው ለእነዚህ ከተቋማዊ ሃይማኖት ውጭ ላሉ ሚስጥራዊና ጽልመታዊ የሆነ ገጽታ ላላቸው ነገሮች የሚያሳየው ቁርኝትና ፍላጎት ነበር። ሃብት ያለውም የሌለውም፣ የተማረውም ሆነ ያልተማረው፣ የሚጾመውም የማይጾመውም "ልዩ ችሎታ አሏቸው" በሚባሉ ቃልቻዎች፣ ጠንቋዮች፣ ደብተራዎችና ሌሎችም ስራ የማይመሰጥ፣ ለማየት፣ ለማወቅና ለመጠቀም የማይፈልግ አልነበረም።

ቀደም ባሉት ገጾች የታሪክ ጸሃፊዎቻችን የትልልቆቹን ሰዎች ታሪክ ሲጽፉ "ነውርና መጥፎ የሚሉትን ነገር እያጠለሉ ነው" ብዬ ነበር። በዚህ የባእድ አምልኮት ዙሪያ በርካታ የመንግስት ባለስልጣናት፣ የጦር መኮንኖችና ሚኒስትሮች ይሳተፉ እንደነበር ይታወቃል።

---

[123] J. Spencer Trimingham " Islam in Ethiopia" Oxford University Press 1952 London ገጽ 18 "ከ1890 እስከ 1897 እአአ በተካሄደው የሸዋ ወረራ የተነሳ የሲዳማ ዕምነት እየተቀየረ ነበር። ብዙ ህዝብ ክርስቲያን ሆኗል። ክርስቲያን መሆናቸው ደግሞ እምነታቸውንና ግብሩን የበለጠ የተወሳሰበ አደረገው" ይለናል። የትሪንጋም መልእክት "እነዚህ ህዝቦች ክርስቲያን የሆኑት የቀድሞ አማልክቶቻቸውንና እምነቶቻቸውን እንደያዙ ነው" የሚል ነው። (ከዚህ አካባቢ በባርነት ተፈንገሎ ወደ ሸዋና ወደ ከተማው የመጣውን ቁጥሩ ብዙ የሆነ ህዝብ እንደሆነ የራስ እምሩን ማስታወሻ በመጥቀስ ቀደም ብዬ አሳይቻለሁ።) ይህ ሃቅ ለሲዳማዎች ብቻ ሳይሆን ለሁሉም የኢትዮጵያ ማህበረሰቦች የሚሰራ ነው። ሁሉም ክርስቲያን ከሰሜን እስከ ደቡብ ያለው የቆዩ እምነቶቹን ሙሉ በሙሉ ሳይለቅ ክርስቲያን እንደሆነ ይታወቃል። ትልልቆቹን ብንጠቅስ - ከክርስትና ቀድሞ የነበረው የአይሁድ እምነትና የኦሮሞ ህዝብ ዕምነት(በተለይ ከኦሮሞ ባህል ጋር በሰፊው በተዳቀለው ህዝብ አካባቢ) በኢትዮጵያ የክርስትና ዕምነት ላይ ያላቸው ተፅዕኖ ቀላል አይደለም። ከተማዋ የእንዲህ አይነቱ ህዝብ ከተማ ስለሆነች ድብልቅልቁ ለወጣ አምልኮ የተጋለጠች ነበረች ማለት ይቻላል። በስነ ማህበረሰብ ሳይንስ ሊቃውንት ትኩረት አግኝቶ ባላመጠናቱ እንጂ ከተማው እጅግ አስገራሚና ድንቅ የሆኑ ተተርኮ የማያልቁ እምነቶችና የዕምነት ገቢሮች ቦታ እንደነበርና አሁንም እንደሆነ መገመት ስህተት አይመስለኝም።

ለረጅም ዘመን በዚህ ጉዳይ ውስጥ ራሳቸው አፄ ኃይለስላሴ ጭምር እንዳሉበት ብዙ እየተባለ የትኛውም የታሪክ ጸሃፊ ወደ እዚህ ጉዳይ ጠጋ ያለ ምርመራ ያደረገ የለም። ስለ ባለስልጣናቱ ብዙ ማለት ባልችልም ልምዱ በማህበረሰቡ ውስጥ የተስፋፋ እንደነበር በሚገባ አውቃለሁ።

ሴት አያቴ፣ ወርቅነሽ ተፈራ፣ የእናቴ እናት ያለቻቸው አንድ ልጅ፣ የኔ እናት ብቻ ነበረች። የአያቴ አንድ እህትም ጥሩነሽ ብርሌ የእናቴ አክስት ሳያገቡ ልጅ ሳይወልዱ ነው ያረጁት። ሁለቱም ገና ትንሽ ደከም ሲሉ ሌላ ጧሪ ስላልነበራቸው ቤታቸውን ትተው ከእኛ ቤተሰብ ጋር ይኖሯሉ። እነዚህ ሰዎች አማኞች ነበሩ። የምንጃሩን "የሳማ ሰንበት" ሳያማክሩ ምንም ነገር አይሰሩም። እንደ ሁሉ ምንጃሬ "ከ" ማለት ባይችሉም የ"ሸንሆራው ሚሃኤል" የሁሉ ነገር እማኛቸው ነው። የእነሱ እናትማ፣ የኔ ቅድመ አያት ከቅዱስ ሚሃኤል ጋር በግል የሚተዋወቁና የሚነጋገሩ ይመስለኝ ነበር። አሟሟታቸውም ይህን እምነቴን እስከዛሬ እንዳልቀይር አድርጎኛል።

እንዲሁም ሆኖ እነዚህ ሁለት የቅድመ አያቴ ሴት ልጆች ባለጨሌዎች ነበሩ።[124] እናታቸው ከቄስ ቤት ተወልደው፣ ለቄስ ተድረው፣ ወደመጨረሻው መንኩሰው ነው የሞቱት። እነሱ ጨሌውን ከየት እንዳመጡት አላውቅም። አንደኛዋ ከጨሌ በላይ የሄደ አልፎ አልፎ የሚነሳባቸው፣ የሚያስጓራቸው፣ የሚያጋጫቸውና እንዲዘይሩ የሚያደርጋቸው ጠቋር የሚባል ዛር ነበረባቸው። ጠቋር ሲነሳባቸው አይቻለሁ። ካደግሁ በኋላ ችግር አልነበረውም። በህጻንነቴ ግን እንደጠቋር አሸባሪ ነገር አላየሁም። አንድ ብልቃጥ ሽቶ ጠጥተው፣ በእጣን በቡና ሽታ ታጥነውና ሌላ ሌላም ነገር ተደርጎ ነበር ጠቋር አደብ የሚገዛው።

የጨሌውን ነገር እናቴ የምታምንበት ነገር አልነበረም። ቢሆንም ልትከለክላቸው አልደፈረችም። መስቀል በመጣ ቁጥር እነዚህ አሮጊቶች የሚሰሩትን አባቴ እንዳያይ እናቴ ሰበብ እየፈጠረች ከቤት ስታርቀው እንደኖረች አስታውሳለሁ። እኛ ልጆች ስለሆንን የጨሌው ሥርዓት ከፍተኛ ደስታን ይፈጥርልናል።

---

[124] (ፊታውራሪ ተክለ ሃዋርያት ተክለ ማሪያም፣ "የህይወቴ ታሪክ" 2004፣ አዲስ አበባ ዩኒቨርስቲ ፕሬስ፣ አዲስ አበባ) ገጽ 3 ላይ ስለ ጨሌና ከኢትዮጵያ ኦርቶዶክስ ቤተክርስትያን ጋር የተያያዙትን አንዳንድ የህዝቡን አምልኮች በተመለከተ የጻፉትን ማንበብ አይን ገላጭ ነው። ተክለሃዋርያት የተጉለትና የቡልጋ ተወላጅ ናቸው። በመሃል ተጉለት፣ በዋናው የክርስቲያኖች ሃገርና በትውልድ ቦታቸው በሳያደብር እንዴት የአማራና የኦሮሞ ባህሎች መስተጋብር የራሱን የሆነ የክርስትና ዕምነተ-ስርአት (ritual) እንደፈጠረ ይገልጻሉ። ስለ ጨሌ ከሚሉት በተጨማሪ ስለ ልደታ ማሪያም የሚሉትም የሚገርም ነው። የኔ አያቶችም ምንጃሬ ይሁኑ እንጂ ከመንዝ ከተጉለትና ቡልጋ ጋር የተሳሰሩ በመሆናቸው የምንጃር ባህልና የነሱም ጨሌ የኦሮሞ ባህል ተፅዕኖ ውጤት እንደሆነ አያጠያይቅም። የሰሜን ሸዋ የተለያዩ ክፍሎች የታሪክ ሂደት አንድ አይነት ነውና ።

ለበአሉ የሚገዙት ዶሮዎቹና በጎቹ ሳይቀሩ ተራ በጎችና ዶሮዎች አልነበሩም። "ዱልዱም ራስ፣ ነጠላ ራስ፣ የቀይ ገብስማ፣ የነጭ ገብስማ ወዘተ" በሚል ልዩ ትእዛዝ የሚገዙ ዶሮዎች ነበሩ። በጉማ ቀለሙ ተለይቶ ግንባሩና እግሮቹ ላይ ሳይቀር ሊኖሩት የሚገባ ቀለሞች ተነግሮ በትእዛዝ የሚሰራ (ዲዛይነር designer) የሚመስል በግ ነበር የሚመጣው። ሁሌም ከጨሌው ሥርዓት ጋር ተያይዞ የሚመጣ የሚጠጣና የሚበላ ነገር አለ። ለእኛ ለልጆቹ ፈንጠዚያ ነው። ለሁለቱ ትልልቅ ሴቶች ግን ጨሌው ሁነኛ ጉዳይ/ቢዝነስ ነበር። በከፍተኛ ትኩረትና ቆምጫጫነት ነበር "አቴቴ ዱላ" እና የመሳሰሉ ቃላቶቻቸውን እየደጋገሙ ጨሌያቸውን በቅቤ የሚነከሩት።[125]

በጨሌው ሥርዓት "መጪውን መተንበይ" እንችላላን ብለው ያምናሉ። ትንበያቸውን የሚያካሂዱት በአንድ ሙዳይ ውስጥ በሚያስቀምጧቸው ድፍን ቡናዎች አማካይነት ነው። በአንደኛው አመት የጨሌ ስርአታቸው፣ በዛው አመት "አንድ ሰው ከቤተሰባችን በጣም ርቆ ይሄዳል ብለው ተንብየው" ነበር። "የቡና ፍሬዎቹ ነገሩን" ነበር የሚሉት። ይዞላቸው በዛው አመት በ1964 ታላቅ እህቴ እንግሊዝ ሃገር ሄዳለች። አሮጊቶቹ ይህን ሲተነብዩ እህቴን ወደ እንግሊዝ ለመላክ ወላጆቼ እቅድ አልነበራቸውም። የርቀት ጉዞው ሲተነበይ እኔ እዛው ከአሮጊቶቹ ጋር አቴቴ ዱላው ውስጥ ተቀምጬ፣ በኮሰረት በተነጠረ ለጋ ቅቤ የተነከረውን የጨሌ ቅንጬ እየዋጥኩ ነበር። እንዲህ አይነት ነገር በየቤቱ የተለመደ ነው። እነሱ ሲሞቱ ከቤታችን የወረሰው የለም። የአባዬ ጥሩነሽ ንብረት ወራሽ በመሆኔና እንዲሁም ቡና ሲፈላና እጣን ሲጨስ በጣም ደስ ስለሚለኝ አንዳንዴ ራሴን ከመጠርጠር በስተቀር!

ከዚህ ውጭ የተወሰነ ልዩ ችሎታ አለው የተባለ ደብተራ እና አዋቂ በተገኘ ቁጥር ከፍተኛ ስልጣን የነበራቸው እኔ የማውቃቸው ሰዎች ሳይቀሩ እነዚህ ደብተራዎችና አዋቂዎች ያላማከረ፣ ያሉትን ነገር ያልሰራ አይገኝም። ብዙውን ጊዜ ወንዶቹን ወደ እነዚህ መተተኞች የሚጎትቱት ሚስቶቻቸው ነበሩ። የአባቴ ሚስት ግን በዚህ ጉዳይ አባቴ ያለውን አመለካከት ስለምታውቅ ስራዋን የምትሰራው በምስጢር ነው።

---

[125] እንደሚታወቀው "አቴቴ" የኦሮሞዎች "የዘር ጸጋ" (godess of fertiliety) አምላክ ነች። የአያቴና የእህታቸው ከአቴቴ ጨሌ ጋር የነበራቸው ቁርኝት ከእናታቸው ወይም ከሌላ ቤተሰባቸው እንዳልመጣ ገልጫለሁ። እንደሚመስለኝ የጨሌው መነሻ ከልጅ መውለድ ችግራቸው ጋር የተያያዘ ሳይሆን አይቀርም። አያቴ በመከራ ከወለዷት እናቴ በስተቀር ሌላ ልጅ መውለድ አልቻሉም። እህታቸው በወጣትነት እድሜያቸው ከአፄ ኃይለስላሴ ትልቁ ልጅ ጸንሰው አሰወረዳቸው ከሚለው ወሬ በስተቀር መሃን እንደሆኑ ነው የቀሩት። ጨሌያቸውን በቅቤ እየነከሩ አቴቴን ሲማለዱ የነበረው በወጣትነት እድሜያቸው አተቴ ልጅ እንድትሰጣቸው ሳይሆን አይቀርም። እኛ ልጆቹ የጨሌውን ስርአት ለመታዘብ እድል ባገኘንበት ወቅት ሁለቱ ሴቶች አቴቴ ብትረዳቸውም መውለድ ከማይችሉበት እድሜ ላይ ደርሰው ነበር። ጨሌውን የወረሱት 9 እና 10 ልጆች ከነበሯቸው ባለ ጨሌ ሴቶች ቢሆን አያስገርምም።

በልጅነቴ እናቴ እንደ እጅ ቦርሳዋ አንጠልጥላኝ የመዞር ልምድ ነበራት። "ልጅ ነው፤ አያውቅም" ከሚል ስሜት ይመስለኛል። የባእድ አምልኮት የሚደረግባቸው ቦታዎች ጭምር ወስዳኛለች። ጉለሌ አካባቢ ቀይ አፈሩን ሰንጥቆ በተጠረገ ረጅም ቀጭን መንገድ በጋሪ ተጉዘን የሄድንበት ቤት "ሻምበል" የሚባሉ የታወቁ ቃልቻ ቤት እንደነበር ወደ ቤቱ ከሄድን ከተወሰነ አመታት በኋላ መረዳት ችያለሁ። በቃልቻው ቤት በእዛን እለት ቆሞ የነበረው የመኪና ብዛትና አይነት በጣም ገርሞኛል። በእዛ ግቢ ቆመው የነበሩ መኪናዎች በከተማው ውስጥ ከታላላቆቹ መሳፍንትና ባለስልጣናት በቀር ሌላ ሰው የማይዛቸው እጅግ ውድ መኪናዎች ነበሩ። በወቅቱ በጋሪ ተጓዥ የነበረች እናቴ እንዲህ አይነቶቹ ታላላቅ ሰዎች ከሚያዘወትሩት ታላቅ ቃልቻ ጋር ምን እንዳገናኛት አላውቅም።

በየቤቱ አንድ ነገር በሆነ ቁጥር በየመንደሩ የሚገኝ ጠንቋይን ትብብር መጠየቅ ራስ ሲያም አስፕሪን ከመዋጥ ልዩነት ያልነበረው ነገር ነው። እቤቱ ዘንዶ የነበረው የታወቀ ጠንቋይ አዋሬ ሰፈራችን ነበር። አንድ ጠዋት ዘንዶው ከቤት ወጥቶ የራስ ሙሉጌታን አስፋልት መንገድ "ዝጋ" የተባለ ይመስል መንገዱን ከዳር እስከዳር ዘግቶ ተጋድሞ አይቼዋለሁ። ዘንዶውን በመፍራት የተነሳ እናቴ የላከችኝን መልእክት ሳላደርስ ወደ ቤቴ ተመልሻለሁ።

እንደ መሳፍንቱ ሃብትና ንብረት ያልነበራቸው የእዛ ዘመን ወላጆች ለልጆቻቸው ትምህርት ብዙ ይጨነቁ እንደነበር ቀደም ብዬ ገልጫለሁ። ለትምህርት ጉብዝና ይረዳል እየተባለ በደብተራና ባዋቂ የተቀመመ የሚጠጣና የሚበላ ነገር ለልጆቻቸው ከምግብና ከመጠጥ ጋር እየቀላቀሉ የሚሰጡ ብዙ እናቶች ነበሩ። በልጅነቴ የዚህ አይነቱን የእናቴን ሚስጥር አውቅ ስለነበር አንዳንዴ ድንገት የተለዩ መጠጦችና ምግቦች ከቁርስ በፊት ወይም በሆነ የተለየ ጊዜ "ጠጡ ወይም ብሉ" ካለችን መጠርጠሬ አይቀርም። የዋሆቹ ወንድምና እህቶቼ የታዘዙትን መፈጸም እንጂ እንደኔ የሚጠረጥሩት ነገር አልነበረም።

ከጎረመስኩ በኋላ መጠጥ ስጠጣ እየታመምኩ ስለተቸገርኩ፣ አንዳንዴ ስቀልድ "እናቴ ያጠጣችኝ አብሾ ይሆናል" እላለሁ። እውነቱ ግን መጠጥም እንደ ማንኛውም ነገር ልምድ የሚጠይቅና እኔ በጣም ትንሽ የመጠጥ የጀርባ ታሪክ ያለኝ በመሆኑ እንደሆነ የምታመመው አውቀዋለሁ። የደብተሮቹና የአዋቂዎቹ ንጥረ ነገሮች የቤታችንን ልጆች ሊቅ ሲያደርጋቸው አልታየም። እንዲያውም "የአንዳንዶቹን የትምህርት አፒታይት የዘጋው እሱ ሳይሆን አይቀርም" የሚል ጥርጣሬ አለኝ።

የሚገርመው ነገር ማህበረሰቡ ከላይ እስከታች በእንዲህ አይነት የባእድ አምልኮት ተተብትቦ ለቁልቢ ገብርኤል መሳሉን አለማቆሙ ነው። በእኔ ስም እናቴ ለቁልቢ ምን

እንደተሳለች ባትነግረኝም "ስለት አለብኝ" ብላ በ1965 ዓ.ም የታህሳስ ወር፣ ሃረር ወደ አለው ቁልቢ በማላውቀው ጉዳይ ተከትያት እንድሄድ አድርጋለች። ከ1965 ዓ.ም በኋላም ለቁልቢ መሳሏን አላቆመችም። ቁልቢ ገብርኤል የማህበረሰባችንን አባላት ስለቶች የሚሰማላቸው "የሳጥናኤልን አንጀት ለማሳረር ሳይሆን አይቀርም" ማለት ከጀመርኩ ዘመናት አለፉኝ።[126]

[126] የጠንቋይና የቃልቻ ነገር እስከ 2003 ዓ.ም አልቀረም። 2003 ዓ.ም አካባቢ ይመስለኛል "የሃገሪቱን ትልልቅ ሰዎች በሙሉ ሲያሰግድ" ነበር የተባለ ታምራት ገለታ በሚል ስም የሚታወቅ ቃልቻ "ወንጀል ሰርቷል" ተብሎ እስር ቤት ገብቷል። እንደቃልቻው አባባል ከቀድሞው "የሃገሪቱ ጠቅላይ ሚኒስትር፣ ከመለስ ዜናዊ እና ከሃገሪቱ ዝነኛ ዘፋኝ ከቴዲ አፍሮ በስተቀር፣ ዝነኛ የሚባል የሃገሪቱ ሰው በሙሉ እርሱ ቤት ያልመጣ የለም" ባይ ነው። በ2006 ዓ.ም ድረስ በስጢፋኖስ ቤተክርስቲያን አባ ግርማ በሚባሉት ቄስ አማካይነት "ከመናፍስት ኢጋንንትና ወዘተ ማስወጣት" ጋር በሚካሄደው ስርአት የምንታዘበው አሁንም ብዙ ሰዎች ወደ ጠንቋይ፣ ቃልቻ፣ ባለውቃቢና ወዘተ እንደሚሄዱ ነው።

ምእራፍ 7.አዲስ አበባ-ቁንጣን እና ቁርጠት፣ሃር እና መርዶፋ

በአብዛኛው በአሮጌው ገንዘብ ባለቤቶችና በልጆቻቸው የሚወከለው ማህበረሰብ በገንዘቡ “ዘመናዊ” የሚባል ህይወት ነበረው። ይህ ዘመናዊነት በቤት፣ በአለባበስ፣ በመኪናውና በመሳሰሉት የሚገለጽ አኗኗር ነው። የዘመናዊ ቁሳቁሶች ፋሽን ተከታይ ነው። የአውሮፓና የአሜሪካ ሃብታም የያዘው ነገር ሁሉ እኔም ይኑረኝ ባይ።

እንዴት እነዚህ ዘመናዊ እቃዎች ተመረቱ? ምን አይነት አስተዳደራዊና ፖለቲካዊ ተቋሞች የአውሮፓውያኑን ስልጣኔ አበረታቱት? ከቁሳቁሶቹ ጀርባ ምን አይነት አድካሚ የሳይንስ የምርምር ጥናት ተካሄደና ወዘተ የመሰሉ ጥያቄዎችን አያነሳም። አንዳንዱ ማንሳትም አይችልም። የሚችለውም ማንሳት አይፈልግም። ማግበስበስ ባህል ነበር። መኮረጅ ባህል ነበር። ማስመሰልና መምሰል ባህል ነበር። የሚያስፈልጉ ነገሮች ብቻ ሳይሆን የማያስፈልጉትንም ጭምር ያግበሰብሳል። ሌላው ሲያደርገው ስላየ ብቻ የሃገሪቱን ውሱን የውጭ ምንዛሬ እያወደመ ዘመናዊ ውድ እቃዎችን በመግዛት የምዕራብ ነጋዴዎች ቋሚ ደንበኛ ሆኗል።[127]

አፄ ኃይለስላሴ ዋነኛው ደንበኛ ነበሩ። እጅግ ከፍተኛ ወጭ ተደርጎባቸው የተገዙት በርካታ የቤተ መንግስቱ መኪናዎች፣ የቤት ቁሳቁሶች ለዚህ ዋንኛው መገለጫዎች ናቸው። ከራሳቸው አልፈው በዙሪያቸው ለነበሩ አዳናቂዎቻቸው ሴት ወይዛዝርትና መኳንንት በስጦታ መልኩ ለሚሰጡት ገጸ በረከት ከመንግስት ካዝና ይወጣ የነበረው ወጪ ቀላል አልነበረም። ገና በማለዳው በ1920ዎቹ ውስጥ ንጉሱ “ለአንዷት ሴት ወይዘሮ ለሽቶ መግዣ አምስት ሽህ ብር”[128] የገንዘብ ሚኒስትራቸው እንዲከፍሉ እስከ ማዘዝ ደርሰዋል። ወደ ኋላማ ስርአቱ መበስበስ በጀመረበት ወቅት እንዲህ አይነቱ አሰራር ደርሶ የነበረበትን ጫፍ ለመገመት የማይቻል ነበር።

ይህ የመኳንንቶች ስብስብ ቤተመንግስት ሲጋበዝ ምን ለብሶ መሄድ እንዳለበት በሬድዮ መልእክት የሚተላለፍለት ነው። የቤተመንግስቱን የልብስ ፕሮቶኮል ለማሟላት የተለያዩ የራት ልብሶች ከአውሮፓ የፋሽን ሱቆዎች እየገዙ በቁምሳጥኑ ይደረድራሉ። ከልብሶቹ ጋር የሚሄዱ ውድ ጫማዎች በሥርዓት ያደራጃሉ። መኪናው አዲስና ውድ ሞዴል ናት።

---

[127] ምንጣፍ ለሌለው ቤት የምንጣፍ መጥረጊያ ማሽን (Vacuum cleaner)፣ ማቀዝቀዣ ወይም ማሞቂያ ለማያስፈልገው ቤት እነዚህን ነገሮች መግዛት፣ አንድ ቀንም ተገልግለውባቸው የማያውቁ ቁሳቁሶችን፣ ለብሰዋቸው የማያውቁ ከአየር ጠባያችን ጋር የማይሄዱ ልብሶችን ወዘተ መግዛትና ማስቀመጥ በምሳሌነት መጥቀስ ይቻላል። ይህ ችግር አሁንም ትልቅ የሃገሪቱን የውጭ ምንዛሪ የሚበላ ችግር ነው።

[128] ፊታውራሪ ተክለ ሃዋርያት ተክለ ማሪያም፣ “የህይወቴ ታሪክ” 2004፣ አዲስ አበባ ዩኒቨርስቲ ፕሬስ፣ አዲስ አበባ፣ ገጽ xxiii. ልብ ማለት ያለብን በዛን ወቅት የአንድ ወታደር የወር ደሞዝ አንድ ብር ነበር።

የሾፌሮች፣ የገረዶች፣ የአሽከሮች ጌታ ናቸው።[129] ልጆቹን ሲድር ኬክ ከፈረንጅ ሃገር ለማሰራት የማያፍሩ ነበሩ።[130] አንደኛው ራስ ፈረንሳይ ያሰሩት ኬክ ተሰንጥቆባቸው ለጥገና ብቻ አስር ሺህ ብር ማውጣታቸው አንድ ሰሞን የከተማው ወሬ ነበር። ይህ ቡድን ልጆቹን ለትምህርት፣ እራሱን ለህክምና ለእረፍት የሚወስደው አውሮፓና አሜሪካ ነው።

የሚዝናናው ቤተመንግስቱ ወይም መኳንንቱ በሰፊ አዳራሾቻቸው በሚያዘጋጁቸው የራት ግብዣዎች ላይ በሚጫወቱ ሙዚቀኞች ነው። የሚደንሰው በዘመናዊ የሃገር ውስጥና የፈረንጅ ሙዚቃ ነው። አውሮፓ ዳንሱን ሲቀይር እሱም አዲሳባ ላይ ዳንሱን ይቀይራል።[131] የማይቀየረው ዳንስ በለስላሳና በዝግታ ወንድና ሴት ተቃቅፈው የሚደንሱት ቧልስ የተባለው ዳንስ ብቻ ነው። ወጣቶቹ የሚደንሱባቸው ዳንስ ቤቶችና ክለቦች ነበሩ። ውስኪና ሻምፓኝ እንደ ውሃ የሚፈስበት፣ ጮማ እንዳሻው የሚቆረጥበት፣ ለቅንጦቱ ገደብ ያጣ ህይወት ነበር። የአዲሱ ገንዘብ ጌቶች በስንት ድካም ያገኙትን ሃብት በዚህ ደረጃ የሚያባክኑ አልነበሩም። ልጆቻቸው ግን የመሳፍንቱን ማህበረሰብ የመምሰሉን ስራ በራሳቸው አቅም ተያያዘውት እንደነበር ይታወቃል።

---

[129] እኔ በአይኔ በማየት ያለብዙ ጥናትና ምርምር በወጣትነት እድሜዬ የታዘብኩትን፣ ዶናልድ ሌቪን ከ1966 ዓ.ም ቀደም ብሎ በ1950ዎቹ መጨረሻ ላይ በጥናት ካሳፈረው ጽሁፍ ምንንም ልዩነት የለውም። ጥቅስ መጥቀስንና አንድ የታወቀ ሰው የተናገረውን እንደ ማስረጃ እንደ እውነት በማየት ለተቀረጸው የሃገሬ ምሁር Donald N. Levine "Wax & Gold" University of Chicago Press, 1972 ከገጽ 186 – 187 በዚህ ጉዳይ ላይ ሌቪን የሚለውን በማንበብ የበለጠ ርካታ ማግኘት ይችላል።

[130] ልኡል አስራተ ካሳ ልጃቸውን ሲድሩ ፈረንሳይ ሃገር ያሰሩት ኬክ በመሰንጠቁ ለጥገና ብቻ አስር ሺህ ብር እንዳወጡ በሰፊው ሲወራ ነበር። መሳፍንታዊ ስርአቱን ለማጥላላት ደርግ ወደ ስልጣን ሲመጣ በቴሌቪዝንና በሬዲዮ ያሰራጨው ፕሮፓጋንዳ ነበር።

[131] አዶልፍ ፓርለሳክ፣ ትርጉም ተሜነ ጀብሬ መኮንን "የሃበሻ ጀብዱ"፣ አዲስ አበባ፣ አዲስ አበባ ዩኒቨርስቲ ፕሬስ 2007፣ ገጽ 33 ላይ ጣሊያን ሃገሪቱን መውረር በጀመረባቸው የ1928 ወራቶች በቤተ መንግስቱ አዳራሽ ውስጥ ስለነበረው ዳንስ የሚከተለውን ብሎናል። "በንጉሰ ነገስቱ የልደት በአል ላይ ራት ተጋብዤ ተገኝቼ ነበር። ከራት በኋላ ... ከ20 እስከ 70 አመት እድሜ ታዳሚዎች - ብቻ ሁሉም ቧልስ፣ በፎክስ በታንጎ ሙዚቃ እየታገዙ የሰአት እላፊው ሳያግዳቸው እስከ ንጋት ደነሱ። ... ቆጭና ልእልት ፀሃይ በዳንሱ አዳራሽ ጉብታ ስትውረገረግ እኩለ ሌሊት ሆነ። .... ንጉሰ ነገስቱ ... ከልእልት ፀሃይ ጋር አዳራሹን ለቀው ቢሄዱም ዳንሱ እንደቀጠለ ነበር። ንጉሰ ነገስቱ ከሄዱ በኋላ እስካሁን ድረስ በይሉኝታ ጥግ ይዘው የተቀመጡት ከየጠቅላይ ግዛቱ የመጡት ሽማግሌ ሹሞች በዳንሱ አዳራሽ ውስጥ በቆሙት መስተዋቶች እራሳቸውን እያዩ መደነስ ይሞክራሉ። ይሄን ... ያዩ የንጉሰ ነገስቱን ወታደሮች ሊያሰለጥኑ የመጡ የቤልጂግ ወጣት ወታደራዊ መኮንኖች ሽማግሌዎቹን ወደ አዳራሽ መሃል ወስደው ጥቂት እንቅስቃሴዎችን ያሳይዋቸው ጀመረ። እነዚህ ሽማግሌዎች ከጥቂት ደቂቃዎች በኋላ የዳንስ እውቀታቸውን አሻሽለው እስከጠዋት ድረስ ሲወላገዱ አንግተዋል።" ፓርለሳክ፣ ሃገሪቱ በጦርነት አፋፍ ላይ ተቀምጣ የታዘበው የመሳፍንቱ፣ የመኳንንቱና የወይዛዝርቱ በአውሮፓ ሙዚቃ የመወላገድ አባዜ የ1966ቱ አብዮት ድራሻቸውን ሊያጠፋቸው የቤተ መንግስቱን በር ሲያንኳኳም አልቆመም ነበር። የቅንጦት ጀምበራቸው የጠለቀችው እየደነሱ ነበር።

በሌላው ጫፍ የሚገኘው ዝቅተኛው የማህበረሰብ ክፍል አኗኗሩ በሁሉም ነገሩ ትውፊታዊ/ባህላዊ ነበር ማለት ይቻላል። በአብዛኛው ማንበብና መጻፍ የማይችል በኢኮኖሚ የደቀቀ ማህበረሰብ ነው። አዲስ አበባ ውስጥ እንደ ኋለኞቹ ዘመኖች ሰልባጅ የሚባል ነገር አልነበረም። ዘመናዊ ልብስ ዋጋው ውድ ነበር። ቻይና በገፍና በርካሽ የሚያመርታቸው ልብሶች አይታወቁም። በመሆኑም አለባበሱ ባህላዊ ነው። ከመርዶፋና ከአቡጀዲ የተሰፉ አልባሳት የሚለብስ፣ ኩታና ነጠላ መደረብ የሚወድ፣ ልብሱን እየሰፋና እየደረተ ኑሮውን የሚገፋ ነው።

ሴቱም፣ ወንዱም ሃፍረታቸውን የሚሸፍኑበት የውስጥ ሱሪ አልነበራቸውም። ወንዱ ሰፊ ቁምጣ፣ ሴቷም ሽንሽን ቀሚሷን ለብሳ ተጠንቅቀው ካልተቀመጡ የውስጥ የግል አካላቸው ሳይቀር ለተመልካች የሚታይ ነበር። ህጻናት ልጆቻቸው ከወገባቸው በላይ ከተጣለባቸው ጥብቆ በስተቀር የሚያድጉት እግዜር እንደፈጠራቸው እርቃናቸውን ነው። ጫማን በተመለከተ፣ እንኳን ህጻናቱ ወላጆቻቸውም አልነበራቸውም።

አብዛኛው ይኖር የነበረው ግድግዳውም ወለሉም አፈር በሆነ ቤት ውስጥ ነው። ከብቶች ያሉበት አካባቢ የሚኖሩ ወለሉን እንደ ባላገር ቤት እበት ይቀቡታል። ትንሽ አቅም ያለው ሳጠራ ያለብሰዋል። ከዛም ሻል ያለ አቅም ያለው በሳጠራው ላይ ላስቲክ ያደርግበታል። ከተማ መሃል መደብ ላይ፣ መሬት ላይ መተኛት የተለመደ ነው። ብዙ ቤተሰቦች መዋያቸው ማደሪያቸው አንድ ክፍል ናት። የታመመ ሰው ካለ ወይም የተለየ ሁኔታ ሲፈጠር ያችኑ ክፍል በጨርቅ ነገር በመከፈል ለታመመው መከለያ (ፕራይቬሲ) ለመስጠት ይሞከራል።

የቤት ዕቃ የሚባል ነገር ባብዛኛው አይታወቅም። ገንዘብ ቢገኝ እንኳን ለጠረጴዛና ለወንበር ቦታ አልነበረም። እንዲህ እንደዛሬው የፕላስቲክ ዕቃ ከተማውን አላጥለቀለቃትም። የመመገቢያ ሳህንና የመጠጫ ብርጭቆ ሳይቀር በየቤቱ ችግር ነበር። ዘመናዊ የሸክላ እቃዎች እነዚህ ቤቶች ውስጥ አይገኙም። ከአገልግሎት ብዛት የተላላጡ፣ ቀዳዳ ያላቸውና ዝገት የጀመራቸው የቆርቆሮ ልሙጥና ጎርጓዳ ሳህኖች፣ ትሪዎች ማየት የተለመደ ነው። በነዚህ ሳህኖችም ሆኖ፣ ለቤተሰቡ የመጨረሻ ደረጃ እንጀራና ወጥ ማቅረብ የማይችሉ ቤተሰቦች ይበዛሉ። ሌላ ዕቃ መግዛት ባለመቻላቸው ከሸክላ፣ ከስንደዶ፣ ከቅል በተሰሩ እቃዎች የሚበላና የሚጠጣባቸው ብዙ ቤቶች ነበሩ።

ጥጋብና ቁንጣን ከላይ ያሉትን መሳፍንት እንደሚያስቸግሩ የታችኛዎቹን የሚስያቸግሩት ረሃብና ጠኔ ነበሩ። በከተማው መሃል በምግብ እጥረት የተጎዱ ህጻናት ማየት ተለምዷል። ሆዳቸው የተነፋ፣ ጭንቅላታቸው ያበጠ ህጻናት ይታያሉ። በየጌቶቹ ቤት ትርፍራፊ ለመለቃቀም ሰብብ እየፈጠሩ መሄድ፣ እርጥባን ለማግኘት ደጅ መጥናት የተለመደ ነበር።

መንገድ ላይ በአደባባይ ከሚለምነው የኔ ቢጤ በላይ "ለማኝ ነኝ" ሳይል፣ ካለው እየለመነ የሚኖረው የሰው ቁጥር ይበልጣል።

የምትወልድን ሴት ይሁን፣ የታመመን ሰው ለህክምና ሃኪም ቤት ማስተኛት የማይችል ማህበረሰብ ነው። እናት ልጇን አምጣ ከወለደች በኋላም ምጧ የማያቆምበት ከተማ፣ አዲስ አበባ ነበረች። እንዲህ አይነት ከተማ መሆኗን ሳያውቁ ተወልደው አድገው ሰዎች የሚሞቱባትም ከተማ፣ አዲስ አበባ ነበረች።

ከነዚህ ሁለት የህይወት ተቃራኒ ጠርዝ ላይ ከቆሙት የማህበረሰብ ክፍል ውጭ ወይም በእነሱ መሃል የሚገኘው በቁጥሩ አነስተኛ የነበረው የተማረው ማህበረሰብ ነው። ይህ ማህበረሰብ ብዙ ቦታ የተከፈለ ነው። ከላይ ስንጀምር በከፍተኛ ደረጃ የተማሩት የመሳፍንትና የመኳንንት ልጆች አሉ። እነዚህ ከፍተኛ ትምህርታቸውን የሚመጥን ከፍተኛ ስልጣንና ደሞዝ አላቸው። ከባላገርና ከከተማ መሬት ከሚሰበሰቡት ገቢ ጋር ሲነጻጸር ደሞዛቸው ብዙም ትርጉም የለውም። በከፍተኛ ደረጃ ተንደላቀው የሚኖሩ ናቸው። የተማሩ ከመሆናቸው በቀር ራሳቸውም የጥንቱ ገንዘብ አካል ነበሩ። ህይወታቸው እንደማንኛውም ጥንታዊ ሃብታም የድሎትና ዘመናዊነትን የተላበሰ ነው።

ከተማሩት የጥንት ሃብታሞች ቀጥሎ የሚመጣው በከፍተኛ ደረጃ የተማረውና ከዚህ ትምህርቱ ጋር የሚመጣጠን ዳጎስ ያለ ደሞዝ የሚከፈለው ከፍተኛ ስልጣን አግኝቶ የነበረው የህብረተሰብ ክፍል ነው። ይህ ክፍል መነሻው ከነጣውና ከአጣው የህብረተሰብ ክፍል ወይም ትንሽ የከተማና የገጠር ራስ መደገፊያ የምትሆን ንብረት ከነበራቸው ቤተሰቦች የመጣ ሊሆን ይችላል። ይህ የተማረ ክፍል በደሞዙ የግል ኑሮውን አመቻችቶ መኖር የሚችል ነው። ዘመናዊ ሕይወት አለው።

በእነዚህ የተማሩ ሰዎች ቤት ከየባላገሩ የሚመጡ፣ እየተረዱ ትምህርት የሚማሩ የዘመድ ልጆች ማስተማር፣ በችግር ያሳደጉ ቤተሰቦችንና ባለውለታ ዘመዶችን መርዳት የተለመደ ነው። በደሞዙ እነዚህን ነገሮች ካደረገ በኋላ የሚተርፈው ብዙ ነገር አልነበረውም። ከትልልቆቹ የአፄ ኃይለስላሴ ሚኒስትሮች መሃል እዚህ ቡድን ውስጥ የሚመደቡ ነበሩበት። እንደ ጠቅላይ ሚኒስቴር አክሊሉ ኃብተወልድ አይነቶቹ ሰዎች ንብረትና ሃብት እንደነበራቸው የሚያሳይ መረጃ እስካሁን አላየሁም። ከነሱ በታች ስለነበሩት ባለስልጣናት የኑሮ ሁኔታ ራሴ የማውቀው በቂ መረጃ አለኝ።

ከእነዚህ በታች ያለው ሌላው ክፍል የመንግስቱን ቢሮክራሲ በተለያዩ ሃላፊነቶች የሞላውን ሲቪልና ከፍተኛ ማእረግ ያልነበራቸውን የሰራዊት፣ የፖሊስ አባላትንና የመሳሰሉትን የሚያካትት ነው። ይህ ክፍል ገንዘቡን በጥንቃቄ የሚጠቀም ነው። ደሞዙ ብዙ አያዝናናውም። ሆኖም ዘመናዊ ህይወት ለመኖር እድሉ ነበረው። በገነትና በገሃነብ መሃል እንዳረፈች ነፍስ ብዙ ያልደላው ብዙም የማይቸገር የህብረተሰብ ክፍል ነው። በመከራ ቤት የሚሰራ፣ ያረጀች (ሰከንድ ሃንድ) መኪና የሚነዳ ነው። ይህ የማህበረሰብ ክፍል ተቸግረው ያሳደጉ ቤተሰቦችና ዘመዶች ያሉትና እነሱን እንደ አቅሙ የሚረዳ ነው። ወጣት ዘመዶቹን በትምህርት እንዲገፉ ቤቱ የሚያኖር ወይም በሩቅ የቻለውን ድጋፍ ያደርጋል።

ከዚህ በታች ያለው የተማረ ክፍል የትምህርቱም ደረጃ ውሱን የሆነው ደሞዙም አነስተኛ የሆነውን የማህበረሰብ ክፍል የሚመለከት ነው። እዚህ ውስጥ የአንደኛ ደረጃ ት/ቤቶች አስተማሪዎች፣ በመንግስት መስሪያ ቤት መዝገብ ቤትነት፣ በታይፒስትነት፣ ግምጃ ቤትነት በመሳሰሉ ቦታዎች የተቀጠሩትን የሚያጠቃልል ነው። ወንደላጤ ወይም ሴተላጤ እስከ ሆኑ ድረስ ቅንጦት ባይኖረውም ደሞዛቸው በዝቅተኛ ደረጃ ሳይቸገሩ እንዲኖሩ የሚያስችላቸው ነበር። አነስተኛ ቤት ተከራይተው መኖር የሚችሉ ናቸው። ቤታቸውም በርካሽ የሚገዙ ቁሳቁሶች ነበሯቸው። በምግብና በልብሳቸው የሚቸገሩ አልነበሩም። ከዛ በላይ ያሉ ነገሮችን፣ እንደ ቤት መስራት የመሳሰሉትን አነስተኛም ቢሆን ማሰብ አይችሉም። ቤተሰብና ብዙ ልጆች ከነበራቸው ሕይወት በጣም ይከብዳቸዋል።

የ1966ቱ አብዮት ከመፈንዳቱ ጥቂት አመታት ቀደም ብሎ ከላይ ከጠቀስኳቸው የተማሩ ማህበረሰቦች ክፍሎች ሌላ አንድ የተማረ ማህበረሰብ መፈጠር ጀምሮ ነበር። ይህ የማህበረሰብ ክፍል ስራ ያልነበረው ነው። አብዛኛው እስከ አስራ ሁለተኛ ክፍል እየተማረ ዩኒቨርስቲ የመግቢያ ፈተናውን ማለፍ ያልቻለው፣ በየአመቱ ቁጥሩ መጨመር የጀመረው ወጣት ነበር። ከዚህ ወጣት ቁጥሩ የሚያንስ ቢሆንም፣ ከተለያዩ የሙያ ማሰልጠኛ ኮሌጆችና ከራሱ ከዩኒቨርስቲው በአንዳንድ ትምህርቶች የተመረቁ ተማሪዎች እዚህ የተማረና ስራ አጥ የሆነ ማህበረሰብ ላይ መደመር ጀምረው ነበር።

እዚህ ግባ የማይባለው የሃገሪቱ የእድገት ደረጃ የሚያስፈልገውን የተማረ የሰው ኃይል ቀጥሮ እስከ አፍጢሙ ሞልቶታል። እንዲያውም በአንዳንድ የመንግስት መስሪያ ቤቶች በመንግስት መመሪያና በዘመድ የተቀጠሩና "ይህ ነው" የሚባል ስራ ያልነበራቸው ጠረጴዛና ወንበር ታቅፈው የሚውሉ ባለዲግሪዎች መጠራቀም ጀምረዋል። ትምህርት ከመከራና ከችግር

መውጫው ብቸኛው መንገድ መሆኑን አምኖ ለልጆቹ ትምህርት ሲል ማንኛውንም መስዋእትነት ይከፍል የነበረው ማህበረሰብ የትምህርት ነገረ እያበቃለት እንደሆነ እያየ ነበር።

የመጨረሻው የተማረ ክፍል በዕድሜው ወጣት የሆነውን ትምህርቱን ገና ያልጨረሰውን የዩኒቨርስቲና የከፍተኛ ሁለተኛ ደረጃ ተማሪ የሚመለከት ነው። ይህ ወጣት ከማህበረሰቡ በአመለካከቱ መገንጠል ጀምሯል። ቀደም ብዬ እንደገለጽኩት ለቀደምቶቹ ሃይማኖት ባይተዋር እየሆነ መጥቷል። በባህል ደረጃ የአውሮፓና የአሜሪካ የብዙሃን ባህል (ፖፑላር ካልቸር - popular culture) የተጠመቀ ነበር።

ጌቶቹ የአውሮፓን ጌቶች ባህል ሲኮርጁ ወጣቱ የአውሮፓን ወጣቶች ባህልና ፋሽን ኮራጅ ነበር። ምኞቱ ወደ እነዚህ ሃገራት ሄዶ መማር ነው። በተለይ ለአሜሪካን ሃገር የነበረው ፍቅር የተለየ ነበር። ነፃ የትምህርት እድል እንዲሰጡት ለአሜሪካን ዩኒቨርስቲዎች ሲጽፍ የሚውል ነው። በአለባበሱም እንዲሁ የአሜሪካን ወጣቶች ፋሽን ተከታይ ሆኗል። ወንዱ ቤል ቦተም የሚባለውን ከእግሩ በጣም ሰፊ ሱሪ ሲያደርግ ሴቶቹ ደግሞ ከመቼውም ዘመን በላይ ሱሪ የሚታጠቁ የሆኑበት ዘመን ነበር። ቀሚስም ከሆነ ከጉልበት በላይ የሚሄድ አጭር ቀሚስ ይለብሳሉ። የወንዱ ጫማ ሳይቀር ተረከዙ ረጅም የነበረበት፣ ወንድ ሴቱም አፍሮ የሚባለውን የጸጉር ስታይል ተከታይ የነበረበት ዘመን ነው።

መገልበጡና መኮረጁ በአልባሳትና በመጫሚያዎች ብቻ የሚያቆም አልነበረም። ተማሪው የሚያልፍበት የትምህርት ሥርዓት ራሱ ከአሜሪካኖች የተኮረጀ ነው። ከሃገራችን የኢኮኖሚና የማህበራዊ እድገትና ከሃገሪቱ ህዝቦች ፍላጎት ጋር የተቀናጀ አልነበረም።

ትምህርት የሚሰጠው ባእድ በሆነው የእንግሊዝኛ ቋንቋ በመሆኑ አብዛኛው ተማሪ ትምህርቱን እንደ ደብተራ በቃሉ የሚያጠና፣ በቃሉ የሚገለብጥና የሚደግም ነበር። የትምህርቱ ዓላማም ከውጭ በስልጣኔ ስም የምንገለብጣቸውን ማናቸውንም ዘመናዊ ነገሮች ማንቀሳቀስ የሚችል የተማረ ኩሊ ለመፍጠር ነው። ራሱ ፈጣሪ፣ ፈልሳፊ ተመራማሪና ጠያቂ የሆነ፣ በማወቅ ጥማት የተቃጠለ ትውልድ ለመፍጠር አልነበረም።[132]

የምዕራቡን ሲኒማዎች የሚያይ፣ የምዕራብ ዘመናዊ ልብወለድ መጽሃፎችና የተለያዩ መጽሄቶች የሚያነብ ነበር። "በአብዮቱ" ዋዜማ ላይ የነበረው ተማሪ ከቀደምቶቹ ሰፋ ያለ ነገር

---

[132] ከትምህርት ስርአቱና ይህ የትምህርት ስርአት በሃገርና በህዝብ ላይ ስላስከተለው መዘዝ ሰፋ ያለ ሃተታ ለማንበብ የፈለገ "ነጻነትን የማያውቅ ነፃአውጭ" ከሚለው መፅሃፍ በምእራፍ 2 "ዘመናዊነት፣ አዲሱ ልሂቅ፣ የሃገርና የህዝብ እጣ" በሚል ርእስ የጻፍኩትን መቃኘት ይችላል።

የሚያነብና የማወቅ ጉጉቱ የጨመረ ትውልድ ነው። በልበ-ወለድ ደረጃ ፍቅርና ወሲብ ያለመሸፋፈን የሚገለጽባቸውን የነሄንሪ ሚለር፣ እነሲድኒ ሼልደን፣ ሃሮልድ ሮቢንስ አይነት ጸሃፊዎች የሚጽፏቸው መጽሃፎች በጣም ተወዳጅ ነበሩ። የዲቴክቲቭ፣ የስለላና ሌሎችም ልብ አንጠልጥል (ትሪለርስ) መፅሃፍት ማንበብ ይወዳል። በመፅሃፍት የሚያነበውና በሲኒማዎች የሚያየው የወሲብ ልቅነትና (ሊበራሊዝም) የሚያማልለው በአንጻሩ ግን ሃገር ውስጥ ያለው ወግ አጥባቂነት የሚያነጫንጨው ትውልድ ነው።

ፍቅሩን በግጥምና በስድ ንባብ በደብዳቤ የሚገልጽ፣ የወሲብ ስሜቱ በሲኒማዎቹና በሚያነባቸው መፅሃፍት የሚቀሰቀስ ግን ለወሲብ ስሜቱ መተንፈሻ ያልነበረው ትውልድ ነው። ሴትና ወንድ በአንድ ላይ መታየታቸው የሚያስወግዝ አንዳንዴም የሚያስወቅጥ መዘዝ ባለበት ህብረተሰብ መኖሩ፣ ከትዳር በፊት ወሲብ ነውር ተደርጎና የሴቶች ድንግልና እንደ ትልቅ እሴት መታየቱ ትርጉም የማይሰጠው ትውልድ ነበር። እነዚህና ሌሎች ጉዳዮችን ደምሮ ማህበረሰቡን "በሁሉም ነገር አፋኝና ኋላ ቀር ነው" ብሎ የሚያምን ትውልድ ነው።[133]

---

[133] የስነ አእምሮ ጠበብት የታፈነ የወሲብ ስሜት የሰዎችን ባህርይና እንቅስቃሴ ላይ ትልቅ ተጽኖ አሳዳሪ ጉዳይ እንደሆነ በስፋት የጻፉበት ጉዳይ ነው። ከከፍተኛ የፈጠራ ስራ አንስቶ እጅግ አሰቃቂ የሆኑ፣ ግለሰቦች በራሳቸውም ሆነ በማህበረሰባቸው ላይ ያደረሱትን ጉዳት ከግለሰቦቹ የወሲብ ዝንባሌዎችና ስሜቶች በመነሳት ብዙ ነገሮችን መግለጽ ችለዋል። በኢትዮጵያ ውስጥ ከአብዮቱ በፊት የነበረው ወሲባዊ አፈና በተለይ የጉርምስና የወሲብ ሆርሞኑ (hormone) ፈልቶ እየተንተከተከና መተንፈሻ ያጣውን ወጣት ስርአቱን ለማውደም ቆርጦ እንዲነሳ ምን ያህል አስተዋጽኦ እንደነበረው ማንም የሃገራችን ጸሃፊ የመረመረው ጉዳይ አይደለም። ከአብዮቱ በኋላ የመጣው ልቅ የወሲብ ባህል ወጣቱን በውስጡ የታፈነ የወሲብ ስሜት እንዳይኖረው በማድረግ በተለይ በተማሪዎች አካባቢ ምንም አይነት ማህበራዊ መቆርቆርና በማህበራዊና ሀገራዊ ጥያቄዎች ዙሪያ መነሳሳት እንዳይኖረው የተጫወተውን ሚና እንዲሁ በቅጡ የመረመረው ሰው የለም። በበኩሌ በደንብ ሊጠና የሚገባው ጉዳይ ይመስለኛል። የአብዮቱን ዘመን ጭካኔ መቃኛ አንድ አቅጣጫ ተደርጎ መታየት አለበት። ሴት ልጅ ጡት ላይ ሲጋራ የሚተረኩስን ጨካኝ ሰው "ጨካኝ" ብቻ ብሎ ማለፉ በቂ አይመስለኝም። አንድ ሰው እንዲህ አይነቱን ድርጊት ለምን እንደሚፈጽመው ለመረዳት ሁሉንም ድንጋዮች ማገላበጥ ይኖርብናል። "ሁሉ ነገር በወሲብ አመክኖ ሊገለጽ ይችላል" የሚል ዕምነት የለኝም። ነገር ግን የወሲብና ሌሎችንም ባህሎቻችንን ላይ ከስነ አእምሯዊ እይታ ምርምር ማድረግ "ስለ ማህበረሰባችን ጠለቅ ያለ ግንዛቤ እንዲኖረን ያስችለናል" የሚል ግምት ግን አለኝ። በዚህ መንገድ የተደረገ ሙከራ ምን ያህል አይን ገላጭ ሊሆን እንደሚችል የ Donald N. Levine "Wax & Gold" University of Chicago Press, 1972፣ መፅሃፍ ምእራፍ 6 እና 7 ብቻ በማንበብ መገንዘብ ይቻላል። በተለይ የጋራ በሆኑ ጉዳዮች ላይ በጋራ ለመስራት ያለብንን ችግር፣ በዝርዝርና በጥቃቅን ጉዳዮች ላይ ትኩረት ለማድረግ ያለብንን ችግር፣ ሁሉም እድል ሲያገኝ ለመንገስ ትንንሽ ዘውድ በኪሱ ይዞ የሚዞርበትን አምሯዊ ቅላጼያችንን፣ የራስ ተነሳሽነት የጠፋበትን የጠባቂነት ባህል ችግራችንን፣ ለመታዘዝ ለማጎብደድ የሚሽቀዳደም ሆኖም በጀርባ ለመቃወምና ለማማት የምናሳየውን ጎጂ ባህል ሌቪን ከስነ አእምሮ አኳያ በዝርዝር የተመለከተው ጉዳይ ነው። ለምን ለረጅም ዘመን አስቸጋሪና አስከፊ በሆነ ሆኔታ የኢትዮጵያ ህዝብ ለዘመናት እንደኖረ ብቻ ሳይሆን ህዝቡን አስከፊ ከሆነ ሁኔታ ነፃ አወጣለሁ ያለው አብዮታዊ ሃይልም ከመሳፍንቶቹ ያልተለየ ሌላ አስከፊ ዘመን ማምጣት እንደቻለ በሚገባ የሚገልጸው ነው። የነማርክስን የነሌኒን መፅሃፍ አንብቤአለሁ በሚል የትግል መሪነት የተሽቀዳደመው የተማረ የሰው ሃይል ከእነዛ በደንብ አንብቦ ሊረዳቸው ከማይችለው የግራ መጽሃፎች ይልቅ (የሌቪን መፅሃፍ ቀላል ነው ማለቴ አይደለም) የሌቪንን አንድ መፅሃፍ አንብቦ ቢሆን ራሱን በተሻለ ያወቀና የተሻለ መሪ መሆን በቻለ ነበር። በግሌ፣ ብዙ የኔን

ተማሪው በከፍተኛ ደረጃ በብዙ ጥረት ተምሮ ትምህርቱን ሲጨረስ እንደ ቀድሞዎቹ ዘመናት የስራ እድሉ የማይነጥፍ አድርጎ ማየት እንደማይችል እየተረዳው ነበር። ሌላ ምንም አይነት የህይወት መደገፊያ አማራጭ ባልነበረበት ሃገር ተምሮ ስራ ማጣት ከፍተኛ የተስፋ መጨለም ይዞ መጥቷል። ከማንም በላይ በማህበረሰቡ ውስጥ በመረረ መልኩ የሚነጫነጨው፣ "ሁሉም ነገሮች መቀየር አለባቸው" በማለት ድምጹን ከፍ አድርጎ የሚጮኸው ተማሪው መሆኑ የሚያስገርም አልነበረም።

ተማሪው ሁሌም የማህበረሰቡን እሮሮና በደል የሚያስተጋባ የማህበረሰብ ክፍል ነው። ይህ ተማሪ ለረጅም ጊዜ ያምጽ የነበረው ቁጥራቸው ጥቂት በነበሩ አክቲቪስቶች (ቀስቃሾች) እየተቀሰቀሰና እየተገፋፋ ነበር። እየዋለና እያደረ ግን ሰፊው ተማሪ የራሱ ተስፋ እየጨለመ መሆኑን መረዳት ጀመረ። ሌሎቹም ማህበራዊ ተነጫናጪነቱን የሚያባብሱ ነገሮች ተበራከቱ። በጅምላ ለውጥ ፈላጊ ወደ መሆን እየተሸጋገረ መጥቷል።

ተማሪው ከተለያዩ የማህበረሰብ ክፍሎች የተውጣጣ ነው። በመሆኑም ከማንም የተሻለ የማህበረሰቡንና የሃገሪቱን ችግሮች ሰፋ አድርጎ የማየት እድል ነበረው። ከጥቅም ጋር ያልተሳሰረ የወጣትነትና የየዋህነት ንጹህነት አለው። በዚህም የተነሳ የብዙሃኑ ችግርና መከራ በቀላሉ ይሰማዋል። የአዲስ አበባ ዩኒቨርስቲና የሁለተኛ ደረጃ ተማሪዎችና አስተማሪዎቻቸው በሃገሪቱ በሁሉም የህይወት ዘርፎች ስር ነቀል ለውጥ እንዲመጣ ከማንም ቀድመው በግንባር መሰለፋቸው በእነዚህ ምክንያቶች የተነሳ ነው።

ከተማዋ በየጊዜው ከምስረታዋ ጊዜ ጀምሮ የተለያዩ ለውጦች በሚፈልጉ ሴራዎች፣ አድማዎችና ግጭቶች ተንጣለች። በተለይ የአፄ ኃይለስላሴ መንግስት ከጣሊያን ወረራ በፊትና በኋላ በርካታ የግልበጣ ሙከራዎች ተደርጎበታል። የፊተኞቹ ስልጣን ይገባናል በሚሉ የመሳፍንት ተቀናቃኞች የተሞከሩ ነበሩ።

ከጣሊያን ወረራ በኋላ የተሞከሩትና የከሸፉት በሙሉ ዓላማቸው ስልጣን ብቻ ሳይሆን ባጠቃላይ መንግስታዊና ማህበራዊ ስርአቱን መቀየር ነበር። የ1938ቱ በርካታ ስመጥር አርበኞችን*(እነ ደጃዝማች ገረሱ ዱኪን ጨምሮ)* ያካተተው በታወቀው አርበኛ በጎጃሙ ንጉስ የልጅ ልጅ በቢትወደድ ነጋሽ በዛብህ መሪነት ታስቦ የነበረው መፈንቅለ መንግስት ዓላማው

ዘመንና ከኔም በእድሜ ገፋ ያሉትን አብዮታዊ ትውልዶች ይህን መፅሃፍ አንብበውት እንደሆነ ለማወቅ ምክሬአለሁ። እጅግ በጣም ጥቂት ከሆኑና መጽሃፉን እንደነገሩ ገረፍ ገረፍ ካደረጉት ሰዎች በስተቀር አብዛኛው ያነበበው እንዳልሆነ ተረድቻለሁ።

ዘውዳዊ ሥርዓትን አጥፍቶ ሪፐብሊክ መመስረት ነበር። ሪፐብሊክ ምስረታው አድመኞቹ ዓላማቸውን ለመግለጽ ባዘጋጁት ሰነድ ውስጥ በማያሻማ ቋንቋ ሰፍሯል።

የ1953ቱ በነዋይ ልጆች፣ በብርጋዴር ጄነራል መንግስቱና በምሁር ወንድሙ በገርማሜ የተመራው የመፈንቅለ መንግስት ሙከራ የንጉሱን ልጅ ስልጣን የሌለው ንጉስ ለማድረግ እንዳሰበ በይፋ ቢያሳውቅም ዓላማው የጉልተኛውን ሥርዓት ማጥፋት ነው።

በ1962ዓ.ም አመጸኛው ደጃዝማች ታከለ ወልደሃዋርያት አጼው ሰበታ የሚገኘውን የአይነ ስውራን ት/ቤት ለመጎብኘት እቅድ እንዳላቸው አስቀድመው በማወቅ አዘጋጅተውት የነበረው ጃንሆይን የመግደል ሙከራ ሌላ ዓላማ አልነበረውም። ደጃዥማቹ ከረጅም ዘመን ጀምሮ የሃገሪቱ መንግስታዊ ሥርዓት "የዘውድ ሳይሆን የሪፐብሊካን መንግስታዊ ሥርዓት መሆን አለበት" የሚል ዕምነት እንደነበራቸው ይታወቃል። የነመንግስቱ ነዋይም የቅርብ ወዳጅ ነበሩ። ሴራቸው ከሸፈ እሳቸውም እጄን አልሰጥም ብለው ተዋግተው የሞቱ ማግስት በደጋፊዎቻቸው የተበተነው ወረቅትም የሚያሳየው የሰውየውን ሪፐብሊካን የፖለቲካ ዕምነት ነበር።[134]

---

[134] ደጃዝማች ታከለ ሲሞቱ የ10ኛ ክፍል የተፈሪ መኮንን ት/ቤት ተማሪ ነበርኩ። ደጃዝማቹ በተገደሉ ማግስት በትምህርት ቤቱ ውስጥ በታይፕ የተመታ ወረቀት በስፋት ተበተነ። ወረቀቱን የበተኑት እዛው ት/ቤት ተማሪ የነበሩት የባላምበራስ አሸብር ልጆች ናቸው ተብሎ ተወራ። ወረቀቱ እጅግ ውብ በሆነ አማርኛ ቋንቋ በሚጥም ለዛ የተጻፈ ነው። የስነ ጽሁፍ ውበት በዛ እድሜዬም የሚመስጠኝ ነገር ስለነበር በጥናት ክፍለ ጊዜ ደጋግሜ ከዳር ዳር ሁሉንም በቃሌ አጠናሁት። ይህን ያወቁ እንደነ ፔትሮ ግሮሶ ያሉ ጎረምሶች "ና እስቲ ለደጃዝማቹ የተጻፈውን ውረድልን" እያሉ ለብዙ ጊዜ እንደ ደብተራ በቃል የማጥናት ችሎታዬ መቀለጃ አድርገውኝ ነበር። ጽሁፉ ሲጀምር የደጃዝማች ታከለን የአርበኛነት ታሪክ መንደርደሪያው አድርጎ ነበር። እንዲህ እያለ፣

"ያ ያርማጨሆ በረሃ ያነደደው፣ ያ የቀን ሃሩርን የሌሊት ቁርን ታግሶ የኖረ ሰውነት፣ እንዴት በመድፍና በመትረየስ ጩኸት ይፈታል? ጆሮው ለመትረየስ ለመድፍ ጩኸት ቁብ የለውም" ይላል። የጀግና አሟሟታቸውንም ከአፄ ቴዎድሮስ ጋር በማመሳሰል "የሰውነት ክብሬና የቤቱ ድንበር ከሚደፈር የኔ ህይወት ቀድሞ ይሰበር፣ ይህ ነው ከማንም በላይን ጀግና ያደረገው ውሳኔ። ታሪክ ራሷን ደገመች። ታከለ ለክብሩ ራሱን መስዋእት አደረገ" ይላል። ዓላማቸው ንጉሳዊ ስርአት እንዳይቀጥል የሚፈልግ ሪፐብሊካን መሆኑን በሚያትትበት ክፍል "ተክለሃዋሪያት አልሆን አለው እንጂ የሰባ ስድስት አመቱን ሽማግሌ ይዞ ሊያኮላሸው አስቦ ነበር" በማለት ንግስና እንዳይቀጥል የነበራቸውን ምኞት በሚገርም አገላለጽ ያብራራዋል።
ባላምባራስ አሸብር በዘውድ ተቃዋሚነታቸው በጃንሆይ ፊት በጅራፍ ተገርፈዋል ይባላል። የደጃዝማቹም የቅርብ ወዳጅ እንደነበሩ ወሬው በተማሪ ቤቱ ተዛምቷል። "ልጆቻቸው መስመርና እውነቱ ያንን ወረቀት በተኑ" ተብሎ ሲወራባቸው ፈርቼላቸው ነበር። ምንም አልሆኑም። ከአባትየው ጋር ችግር ተፈጥሮ ቢሆን ኖሮ አንደኛው ልጃቸው ንጉሱ በሚወዱት የፈረስ ዝላይ ውድድር እስከ ውጭ ሃገር እየተላከና በሃገር ውስጥም በንጉሱ ፊት ባልተወዳደረ ነበር። የታወቀ ፈረሰኛ ወጣት ነው። መስመር ይመስለኛል ስሙ፣ ከተሳሳትኩ፣ ይህ ስም የወንድሙ ይሆናል።

የአፄ ሃይለስላሴ መንግስት በየጊዜው የመቀመጫው እሾክ ወይም የጎኑ ውጋት የሆኑትን እየነቀለ ለረጅም ዘመን መጓዝ ችሏል። እንደሌሎች ተቃዋሚዎች በቀላሉ ሊነቅላቸው ያልቻሉት ወጣት ተማሪዎቹና ምሁራኑ ሆኑበት። አዲስ አበባ የእነዚህ ተማሪዎችና ምሁራን የተቃውሞ እንቅስቃሴ ማእከል ሆናለች።

"በ1966ቱ አብዮት" ዋዜማ የአዲስ አበባ ህዝብ ብዛት 1 ሚሊዮን ለመሙላት ትንሽ ይቀረዋል። ከዚህ መሃል አብዛኛው በችግር ተቆራምዶ ይኖር የነበረ ህዝብ ነው። እንዲያም ሆኖ ለረጅም ዘመን ተማሪዎቹን እስከመቃወም የሚደርስ አቋም ነበረው። ቀስ እያለ ግን ህዝብ ተማሪዎቹን ማዳመጥና መደገፍ ጀመረ። ያለስሜትና ወገንተኝነት ሁኔታዎችን ለሚከታተል ታዛቢ ሃገሪቱ ወዴት እየሄደች እንደነበር ለማወቅ የሚቸግረው አልነበረም። "ከሶስት ሺህ ዘመናት የነገስታትና የመሳፍንት ሥርዓት ጋር የታሪክ ተያያዥነት አለኝ" ሲል የነበረው የሃገሪቱ መንግስታዊ ሥርዓት ትልቅ ፈተና ውስጥ እየወደቀ እንደነበር ግልጽ ነው። ጥያቄው መቼና እንዴት ካልሆነ በቀር የስርአቱ መጨረሻ የመጀመሪያው ደወል ተደውሏል።

ፊንፊኔ ከአያቶቼ ጥጃ ማሰሪያነት፣ በጣይቱ ትእዛዝና ስም አውጭነት "አዲስ አበባ" የሚል ስም አግኝታ ወደ ጦር ሰፈርነት ተቀየረች። ሳይታወቃትና እንደ ኤሊ እየተጓዘች ከጦር ሰፈርነት ወደ ዘመናዊ ከተማነት አደገች። 1966 ዓ.ም ላይ መቶ አመት ሊሞላት ጥቂት አመታት ብቻ ነበር የቀራት። "ጉድና ጅራት ከወደኋላ ነው" እንደሚባለው ይች የዕድሜ ባለጸጋና ብዙ ጉድ ያየች ከተማ ጥር 1966 ላይ በየካቲት የተደገሰላትን የአብዮት ድግስ የምታውቅ አይመስልም ነበር።[135]

---

[135] በአብዮት አምጭነቱ የሚታወቀው፣ የሚወደሰው፣ የሚረገመው የኔ ትውልድ ጭምር ጥር ወር ላይ የየካቲቱ 1966 አብዮት ከተማችን ደጃፍ ፈረሱን ማሰሩን አላየም። ከዚህ ወጣት ትውልድ መሃል የሃገሪቱን እጣ የወሰኑት ሳይቀሩ ጥር ወር ውስጥ የማርክስን ኮምኒስት ማኒፌስቶ ሳይሆን የማሪዮ ፑዞን ጎድ ፋዘርን (The God Father) ነበር የሚያነቡት።የአሜሪካ ማፍያ ታሪክ። በወቅቱ የአምስት ኪሎው ኢንጂነሪንግ ኮሌጅ ተማሪ ነበርኩ። ምግብ የምንበላው አራት ኪሎ ካምፓስ ነው። የጎድ ፋዘር መጽሃፍ ገና መታተሙ ነበር። አሜሪካ ሄዳ የነበረች የአማኑኤል ገብረየሱስ እህት፣ ታደለች ገብረየሱስ፣ አብሮ አደጌ አምጥታልኝ እያነበብኩ ነበር። "ስጨርሰው እሰጥሃለሁ" ብዬ ቃል የገባሁት ለመለስ ዜናዊ (ያኔ ለገሰ ዜናዊ) ነበር። እየጨቀጨቀ ቢያስቸግረኝ፣ አንድ ቀን በአራት ኪሎና አምስት ኪሎ መሃከል ስንገናኝ "ያነበብኩትን ውሰድ፤ የቀረውን ስጨርስ እሰጥሃለሁ" በማለት መጽሃፉን ለሁለት ሰንጥቄ ሰጠሁት። ከተወሰነ ቀን በኋላም በጄ የቀረውን ክፍል አስረከብኩት። አብዮቱ ወዲያው ስለመጣ "መጽሃፌስ ?" ብዬ ሳልጠይቅ ነው ከመለስ ጋር የተለያየነው። ከየካቲት 1966 በኋላ መጽሃፉም እንደ ብዙ ነገሮች ትርጉም አልነበረውም። ከብዙ አመታት በኋላ ግን ለመለስ በበረከት ሰምኦን አማካይነት በላኩለት ደብዳቤ ላይ "ያ መፅሃፍ በግልና በአደባባይ የህይወትህ የጥልፍ ስራ ላይ ያሳደረው አሻራ ይኖር ይሆን?" የሚል ትዝብቴን ለመለስ አድርሻለሁ። ደብዳቤዬንም ከአንድ ሌላ Italo Calvino የሚባል ጸሃፊ ከጻፈው Invisible cities ከሚል እጅግ ድንቅና ትንሽ መፅሃፍ ጋር ነበር የላኩለት። በረከት ደብዳቤውንም መጽሃፉንም እንዳደረሰ ማወቅ ችያለሁ። መልስ አልጠበቅኩም።

“በአብዮቱ” ዋዜማ ተማሪው ሳይቀር ጨኸቱን አቁሞ ትምህርቱን እየተማረ ነበር። ከላይ ላሉት “ምንም አይቀየርም” የሚል የሶስት ሺህ ዘመናት መተማመኛ የነበራቸው መሳፍንቶቿ ተኝተዋል። ከታች ያለውም ተገዢ እንደ እነሱ ሆዱ ሞልቶ ባይሆንም ተኝቶ ነበር። አብዮቱ በዚህ ፍጥነት በድንገተኛነት እንደ ደራሽ ጎርፍ ይመጣል ብሎ የጠበቀው አልነበረም። ከተማዋ አዲስ የታሪክ ምእራፍ ለመክፈት የቀራት ቀናት መሆኑን ማየት የቻለ አልነበረም።

ከጥቂት ወራት በኋላ አብዮቱ ፈነዳ። ሁሉም ነገር እንዳልነበረ ሆነ። ያደግንበት አለም ለንፋስ እንደተጋለጠ ጉም በነነ። ይህ አብዮት በፈነዳበት ወቅት በከተማው ውስጥ የተለያዩ የማህበረሰብ ክፍሎች ህይወት ምን እንደሚመስል በዚህ ክፍል ለአንባቢ የሚሆን መንደርደሪያ ሰጥቻለሁ። ይህ መንደርደሪያ ግን በጣም ጥቅል ነው።

ቀጥሎ የማልፈው አንባቢን ይበልጥ የአብዮቱን ምንነት፣ በአብዮቱ ዘመን በኖሩ ሰዎች አይን ማየት እንዲችል ወደሚያደርግ ትረካ ነው። ስለአጠቃላይ ማህበረሰብ ሳይሆን ስለ ግለሰቦች የሚተርከው ክፍል ነው።

ቀደም ብዬ በመግቢያው እንደገለጽኩት፣ የአብዮቱን ሰብዓዊ ፋይዳ ለመረዳት ከእልቂት ቁጥር፣ ከእስረኛ ብዛት፣ ከአዋጆችና ድንጋጌዎች አልፈን፣ ስም ያላቸውን፣ ስሜት ያላቸውን፣ የሚቆስሉና የሚደሙ፣የሚወዱና የሚጠሉ ሰዎችን ማእከል ያደረገ ትረካ ያስፈልገናል ብያለሁ። ይህን ለማድረግ በቅርብ ከማውቀው ከኔ ወላጆች፣ ከቤተሰባቸውና ከግል ታሪኬ የተሻለ ነገር ማቅረብ አልችልም። በተለይ የሚቀጥሉት የዚህ መፅሃፍ ሁለት ክፍሎች ለዚህ ተግባር የተዘጋጁ ናቸው።

ክፍል 3. ወላጆች

ምእራፍ 1. አባታችን-መቼ? የት? እና የማን?

የአባታችንን የትውልድ ቀን በሙሉ ድፍረት መናገር አይቻልም። የተወለደው መስከረም ወር ውስጥ በ1920ዎቹ መጀመሪያ ላይ ነው። 1920 ዓ.ም ለእውነታው የቀረበ ይመስላል። ትውልዱ ከአለማያ/ሃረማያ በስተምስራቅ በኩል በምትገኝ ሃረንፋማ በምትባል አንዲት ሃረር ውስጥ በምትገኝ የገጠር መንደር ነው። አባቴ ከአረንፋማ የተነቀለው በልጅነቱ ነው። ስለትውልድ ቦታው በጭንቅላቱ ይዞት የሚዞረውን ምስል በቃል ሲገልጸው፤

“አረንፋማ የምድር ገነት ናት። ደንና ሳር የለበሰች፣ ከአመት አመት አረንጓዴነት የማይለያት ውብና ለምለም ቦታ ናት። ተፈጥሮ የማያፈራቸው ፍራፍሬዎች አልነበሩም። እየዠረገግን መብላት ነበር። ሁሉም አይነት የዱር አውሬና እንስሳ፣ ከሚያስፈሩት አንበሳና ነብር ጀምሮ፣ እስከሚበሉት ድኩላና ሚዳቋ ጭምር በደኑ ውስጥ ሞልተዋል “ ይላል።

ወደ እዚች የምድር ገነት አባቴን በወላጅነት ያመጡት እናቱ ጌጤነሽ ጋሹ አብነ አማራይቱ የምንጃር ተወላጅና አባቱ ተሰማ የመራቤቴው ነፍጠኛ የዱባለ ልጅ ናቸው።

አፄ ምኒሊክ ሃረርን ካስገበሩ በኋላ ጠቅላይ ግዛቱን እንዲያስተዳድሩ አብረዋቸው ለዘሙቱት የቅርብ ዘመዳቸው፣ ለአጎታቸው ልጅ ለባላምበራስ መኮንን ወልደሚካኤል ነበር የተውት፤ ከደጃዝማችነት ማእረግና ከተወሰኑ የራሳቸው ወታደሮች ጋር።[136] አፄ ምኒሊክ ለደጃዝማች መኮንን ከተዋቸው የራሳቸው ወታደሮች መሃል የጋሹ አብነ የቅርብ ዘመዶች ነበሩበት። ጌጤነሽ ምንጃር ተወልዳ በልጅነቷ ከአባቷ ጋር ነው አረንፋማ የገባችው። ጋሹ አረንፋማን ለኑሮው የመረጠበት ምክንያት የአባቱ ዘመዶች ከምኒሊክ ጋር ለሃረር ዘመቻ እንደወጡ ሃረር ላይ የመሰረቱት ህይወት የተሻለ ሆኖ ስለተሰማው ነው።

ተሰማ የዱባለ ልጅ የተወለደው አረንፋማ ነው። ዱባለ የባላምበራስ መኮንን ጭፍራ ሆነው ከመራቤቴ ወደ ሃረር ከዘመቱ በኋላ ጌታቸው እዛው የሃረር ገዥነት ሲሾሙ እሳቸውም

---

[136] *ተክለጻዲቅ መኩሪያ “አፄ ዮሃንስ እና የኢትዮጵያ አንድነት” (አዲስ አበባ፣ኩራዝ አሳታሚ 1982) ገጽ 294 ላይ ባላምባራስ መኮንን ደጃዝማች ተባሉ” የሚል ጽፈዋል። በሌላ መፅሃፍ ውስጥ “ከቀኛዝማችነት ማእረግ ጋር” የሚል ተጽፎ አንብቤአለሁ። መጽሃፉን ማስታወስ ግን አልቻልኩም።*

ከጌታቸው ጋር እዛው ቀሩ። አረንፋማ ላይ ኑሯቸውን አደረጁ። ተሰማን የወለዱት አረንፋማ ላይ ትዳር ከመሰረቱ በኋላ ነበር። ሀረር አለቃቸውን ባላምባራስ መኮንን ተከትለው እንደዘመቱ ሁሉ በኋላም ራስ መኮንንን ተከትለው አድዋ ዘምተዋል። እቴጌ ጣይቱ የራስ መኮንንን የውጊያ ስትራቴጂ በነቀፉበትና መቀሌን ከጣሊያኖች ለማስለቀቅ በተደረገው ብርቱ ውጊያ[137] ከአረንፋማ ከዘመቱት በርካታ ጓደኞቻቸውና የጋብቻ እውቆቻቸው፣ የኦሮሞና የትግራይ ነፍጠኞች ጋር በትግራይ ምድር ወድቀው ቀርተዋል። ከአረንፋማ ወጥተው በአድዋ ጦርነት ወድቀው የቀሩ አባወራዎች ብዙ እንደሆኑ ይነገራል። “መቀሌ ላይ ያለቁት የሃረር ሰዎች ስንትና ስንት ናቸው!? የሃረር አበባዎች የረገፉት መቀሌ ላይ ነው።”[138]

የአባቴ ወላጆች፣ የጋሹ ልጅ ጌጤነሽና የዱባለ ልጅ ተሰማ አረንፋማ ላይ ትዳር መሰረቱ። ከአባቴ በፊት ወንድ ልጆች እየወለዱ እየሞቱባቸው ተቸግረው ነበር። ከዚህ ችግር ለመውጣት የዘመኑን ባህላዊ ዕምነት መጠቀም ነበረባቸው። በዚህ የተነሳ ሞትን ለመሸወድ በማሰብ ለአባቴ “ፅጌ” የሚል በአካባቢው በተለምዶ ለሴት ልጅ የሚሰጥ ስም ሰጡት።

ሞት ወደ አቶ ተሰማ ቤት የሚመጣው ወንድ ህጻናትን ፈልጎ ነበር። ታዲያ ወንድ ለመውሰድ እንደልማዱ ሞት ሲመጣ የተወለደችውን ልጅ “ፅጌ” እያሉ ሲጠሯት ይሰማል። የዚህን ጊዜ “ አ! ሴት ናት እንዴ የተወለደችው፣ የመጣሁት ለወንድ ነበር” ብሎ ባዶ እጁን ይመለሳል። ፅጌ ለሚለው ስም አሰጣጥ ምክንያቱ ይህ ዕምነት ነው። እንግዲህ ሞትን የሚያህል ሁሉን አሜጅ ጉልበተኛ ቢፈልግ “ከጥብቆ በታች ዝቅ ብሎ ወይም ጥብቆ ገልቦ ማየት አይችልም” ማለት ነው። ድንቅ እምነት!

አባቴ ሌሎች ወንድሞቹ እንደ ተወለዱና ማደግ እንደ ጀመሩ፣ ህጻን ቢሆንም ኮምቦልቻ ልጆች ካልነበሯቸው ዘመዶቹ ጋር እየተላከ ይኖር ነበር። ከኮምቦልቻ ወደ አረንፋማ

---

[137] ፊታውራሪ ተክለ ሃዋርያት ተክለ ማሪያም፣ “የህይወቴ ታሪክ” 2004፣ አዲስ አበባ ዩኒቨርስቲ ፕሬስ፣ አዲስ ገጽ 63

[138] ፊታውራሪ ተክለ ሃዋርያት ተክለ ማሪያም፣ “የህይወቴ ታሪክ” 2004፣ አዲስ አበባ ዩኒቨርስቲ ፕሬስ፣ አዲስ አበባ ገጽ 63። የፊታውራሪ ታላቅ ወንድም አብዩ ከሃረር ዘምቶ የሞተው መቀሌ ላይ ነው። እንዲጋጣሚ ሆኖ በደርግ ጊዜ በነበረው የእድገት በህብረት ዘመቻ እኔም እንደ አቅሚቲ የዘመትኩት መቀሌ ላይ ነው። ለዚህ የኔ የዘመቻ ምደባ መቀሌ ላይ ወድቆ ቀባሪ ካጣው የቅድመ አያቴ አጥንት (የግርጌ ማስታወሻ 19 ላይ ፊታውራሪ ተክለሃዋርያት እንዴት ጣሊያኖች ሲቀበሩ ኢትዮጵያውያን ሳይቀበሩ እንደቀሩ የጻፉትን ጠቅሻለሁ) አልለይ ያለች ነፍሳቸው አስተዋጽኦ ሳይኖረው አይቀርም ብዬ አስቤ ነበር። በወቅቱ ባገኘሁት ኢጋጣሚ ውጊያው የተደረገበት አካባቢ ሄጄ በታውን ሳልነብኘውና እርሜን ሳላወጣ በመቅረቴ ይቆጨኛል።

የተመለሰው ጣሊያን በኦጋዴን ግዛት ወልወል ላይ የጫረው ጠብ ወደሙሉ ጦርነት ማደግ ሲጀምር ነው።

የጣሊያን ጦርነት በ1928 ዓ.ም ሲጀመር አባቴ በላይ በላዩ የተወለዱ ሶስት ታናናሽ ወንድሞች ነበሩት። በአረንፋማ ላይም በርከት ያሉ ዘመዶች፣ አክስቶችና አጎቶች አሉት። በአረንፋማ ውስጥ እራሱን የቻለ የነፍጠኛ ማህበረሰብ ተፈጥሯል። ነፍጠኞቹ አማሮች ብቻ ሳይሆኑ በርካታ የሰላሌ ኦሮሞችና ጥቂት ትግራዋዮችም ነበሩበት። ሁሉንም የሚያስተሳስሯቸው የራስ መኮንን ጭፍራነታቸውና የኦርቶዶክስ ክርስትና ዕምነት ተከታዮች መሆናቸው ነው።

የአካባቢው ህዝብ የእስልምና ዕምነት ተከታይ በመሆኑ ነፍጠኞቹ ከራሳቸው ማህበረሰብ ውጭ ማግባት አይችሉም። በነፍጠኞቹ መሃል የዕምነት ልዩነት ስላልነበር እርስ በርሳቸው ይጋቡና ይዋለዳሉ። አረንፋማ ላይ ዘራቸውን ቀላቅለው አንድ የነፍጠኞች ማህበረሰብ መመስረት ችለዋል። የአባቴ እናት እህት፣ ማለትም የአባቴ አክስት ያገቡት አንድ የትግራይ ነፍጠኛ ነው። የአቶ ተሰማ የአያቴ ሴት ዘመዶችም ለኦሮሞና ለትግራይ ነፍጠኞች ተድረዋል።

ምእራፍ 2.ደህና ሁኚ አረንፉማ

በ1927 ዓ.ም በታህሳስ ወር መጨረሻ፣ ወልወል ላይ ጣሊያኖች በድንበር ስም የጀመሩት ግጭት ለትልቁ ኢትዮጵያን የመውረር እቅዳቸው እንደ መግቢያ ያዘጋጁት ትንኮሳ ነበር። በሶማሊያ የቅኝ ግዛታቸው ውስጥ ያደራጁትን ከፍተኛ ዘመናዊ ኃይል ለሙሉ ወረራ ለማንቀሳቀስ ብዙ ጊዜ አልፈጀም።

በ1928፣ ጣሊያን ዘመናዊ የጦር መሳሪያዎቹን ተጠቅሞ ይህ ነው የሚባል አቅም ያልነበረውን፣ በኦጋዴን ድንበር ላይ የነበረ የኢትዮጵያ ጦር በቀላሉ ደመሰሰ። ጣሊያኖች ካሰለፉት እጅግ ዘመናዊ ጦር ጋር የሚደረገውን ውጊያ ሃረር የሚገኘው፣ በየአለቆቹ ስር ይተዳደር የነበረው ወታደር የሚችለው አልሆነም። በተለይ የወታደሩ አሮጌ ጠመንጃዎች፣ እጅግ ዘመናዊ የሆነ መሳሪያ የታጠቀውን፣ በምድር በብረት ለበስ ተሽከርካሪዎች፣ በሰማይ በመቶዎች በሚቆጠሩ አውሮፕላን የሚደገፈውን የወራሪ ኃይል መመከት አልቻለም።

ጣሊያን እየገፋ የሚሄድና አሸናፊነቱም አስተማማኝ እየሆነ መጣ። "እንዲህ አይነት ቀን ይመጣል" ብለው ላልጠበቁት የአካባቢው ተወላጆች የጣሊያን ወረራና ድል ትልቅ ሲሳይ ሆነ። ይህን የተረዱ የኦጋዴን ሶማሌዎችና እየዋለና እያደረ የሃረር ኦሮሞች ከጣሊያን ጎን በመሰለፍና በመተባበር በኃይል አስገብሮ ለከት ባልነበረው ብዝበዛ በሚገዛቸው የነፍጠኛ ማህበረሰብ ላይ ማመጽ ጀመሩ።[139] ይህ ሁኔታ አረንፉማ ላይ ሽብር ፈጠረ። የአረንፉማ ነፍጠኛ

---

[139] "ለምን የአካባቢው ህዝብ ከጣሊያን ጋር አበረ? ለምን በነፍጠኞች ላይ ተነሳ?" ለሚለው ጥያቄ የተለመደው መልስ "ከሃዲ፣ አረመኔ፣ ጨካኝና ወዘተ ስለሆነ ነው" የሚል ነው። ይህ ግን አሳፋሪና አሳዛኝ መልስ ነው። እንዲህ አይነቱን መልስ ተምረዋል፣ ተመራምረዋል ከሚባሉ ግለሰቦች መስማት ደግሞ የሚዘገንን ነው። እውነቱ ሌላ ነው። እውነተኛው መልስ የአካባቢው ህዝብ "መጀመሪያውኑ በመሳሪያ ሃይልና አፈና ተገድዶ የተያዘ ህዝብ ስለሆነ ነው" የሚል ነው። በመሳሪያ ተገድዶ እንዲገብር መደረጉ ብቻ ሳይሆን ከባርነት ምንም ልዩነት በሌለው ሁኔታ ማንም ነፍጠኛ እንዳሻው የሚያስረው፣ የሚገርፈው፣ የሚያሰቃየው፣ መብት አልባ ህዝብ ነበር። የነበረው ስርአት ኋላቀርነት እንኳን ገባሩን፣ ተራውን ነፍጠኛ አለቆቹ "ያዝና ግረፍልኝ" የሚል ትእዛዝ መስጠት የሚችሉበት፣ በአሽከርና በገረድ እንዲሁም እጅግ ከፍተኛ ቁጥር በነበራቸው ባሮች ላብና ደም የሚንቀሳቀስ ኋላቀር ስርአት ስለነበር ነው። ከዚህ ግልጽ መልስ ሌላ በነፍጠኛው የተዘረጋው አስተዳደር የአካባቢውን ህዝብ ህይወት ሲኦል አድርጎት እንደነበር ከገበሬው በሚሰበሰበው የግብር አይነትና ብዛት ማየት ይቻላል። ልኡል ራስ እምሩ ይህ ጉዳይ በጣም የከነከናቸው በመሆኑ ይመስለኛል ይህንን የሃረር የግብር አይነት ከብዙ ዘመን በፊት በማስታወሻቸው ላይ በዝርዝር ጽፈው ለትውልድ እንዲተላለፍ ያደረጉት። ከመሳፍንት ወገን ለሆኑት ለልኡል ራስ እምሩ እንደዛ ህሊና የሚነካ ግብር፣ ገባሩንማ ምን ያህል ሊያሳምመው እንደሚችል መገመት ጤነኛ አይምሮ ላለው ሰው የሚቸግር አይደለም። የራስ እምሩን መፅሃፍ ለማግኘት ለማይችሉት ወይም ለዚህ ብለው መጽሃፉን ፍለጋ ለማይሄዱት በማሰብ "ጉዳዩ በደንብ መታወቅ አለበት"ብዬ ስለማምን አንባቢ ይህን ግብር ምን ይመስል እንደነበር እንዲረዳ በሚቀጥለው መልኩ አደራጅቼ አቅርቤዋለሁ። የቀየርኩት ቃል የለም። በዚህ ግብር ጉዳይ የራስ እምሩን የግል አስተያየት ለማንበብ የሚፈልግ ወደ መጽሃፉ መመለስ ይችላል። "ካየሁትና ከሰማሁት" የሃረር የግብር አይነት ገጽ 101 – 105 "

እንደሌሎች የአካባቢው የሃረር ነፍጠኛ የእስልምና ዕምነት ባላቸው ኦሮሞች ተከቦ የሚኖር ነው። ከአረንፋማ ብዙ ሳይርቁ የኢሳዎችና የአፋሮች ድንበር አለ። ኢሳዎችንና አፋሮችንም የማስገበር ሃላፊነቱ የሃረር ነፍጠኛ ነበር። የጣሊያን መጠናከር ለአካባቢው ህዝብ የሰጠው ድፍረት ለአረንፋማ ነፍጠኛ ስጋት ሆነ። በአጭር ጊዜ ውስጥ ይህ ስጋት የአረንፋማ ብቻ ሳይሆን የመላው ሃረር የነፍጠኛ ማህበረሰብ ስጋት መሆኑ ተረጋገጠ።

---

1. የወር ግብር -
   - ✓ በገባር የማገዶ እንጨት ውፍረቱና ቁመቱ በ3 ክንድ ተለክቶ፣ በገንዘብ አራት መሃለቅ
   - ✓ በገባር 2 ቁና እህል መፍጨት፣ በገንዘብ ሁለት መሃለቅ
   - ✓ ሁለት ገባር አንድ በቅሎ ያበላል፣ በገንዘብ በገባር 15 መሃለቅ
2. የበአላት ግብር - ለገና፣ለፋሲካና ለመስቀል በየበአሉ
   - ✓ በአምስት ገባር በላይ ያለው በገራዳ ወይም በመላቃ ለፍየል መግዣ2 ብር
   - ✓ ከአምስት ገባር በታች ገራዳን መላቃ 1 ብር
   - ✓ በገባር አንድ ቀረዋ (ሁለት ቁና ጌሾ) ሰባት መሃለቅ በቀረዋ (በጥቅሉ 4 ቁና ወይም 14 መሃለቅ
3. የአመት ግብር
   - ✓ በገባር አንድ ልክ ወይም 4 ሊትር ማር በገንዘብ 4 ብር
   - ✓ በገባር ሁዳድ የማያርሰው የእህል ቀለብ 24 ቁና እህል በገንዘብ 6 ብር
   - ✓ ሁዳድ የሚያርስ ሲሶ
   - ✓ ቀን ተቆጥሮ በጉልበት የሚያርስ ቀለብ አይከፍልም
   - ✓ ያረፋ በአል 1ብር ከአራት መሃለቅ (በግብጾች ዘመን የነበረ ወደ መንግስት የሚገባ)
   - ✓ አስራት እህል ተሰፍሮ ከአስር አንዱን
   - ✓ ስለ ሁዳድ በገባር 4 ቁና
   - ✓ ባውድማ እንቋ ሁለት ቁና በገባር
   - ✓ ስለ ቀላድ ግቢ በገባር 2 ቁና
   - ✓ ሶስት ጊዜ በአመት የሶስት ቀን መንገድ በጠቅላላው የ9 ቀን መንገድ መላላክ የሚጫን ካለ መጫን አለበት
4. በ3 4 እና 5 አመት
   - ✓ ሹም ሽር ለገቢው ተሿሚ በአምስት ገባር በላይ ያለው በገራዳ ወይም በመላቃ 4ብር
   - ✓ ከአምስት ገባር በታች ገራዳን መላቃ 2 ብር ለተሿሚ
   - ✓ ዘመቻ ከአካባቢው ወታደሩ ወጥቶ የሚሄድ ከሆነ፣ የወደል ጋዝ ግብር ለመልከኛው የከብት መግዣ በገባር 7 ብር
   - ✓ የከተማ ቤት ይሰራል፣ አጥር ያጥራል፣ ያረጀ ያድሳል

በየወሩ የሚከፍለው ባላገሩን የጎዳው መስፈሪያው እያደገ እየታመቀ የሚሰፈረው ጭቅጭቅና ጉቦ ……. "

በዚህ ላይ በሃረር ውስጥ ቀላል ቁጥር ያልነበረው ባሪያ እንደነበር መዘንጋት አይገባንም። የጣሊያን ቅስቀሳም ከአማራ ገባርነትና ባርነት ነፃ ላወጣው የመጣሁ "የፈጣሪ ወኪል ነኝ" የሚል እንደነበር አይዘነጋም።

የተፈጠረው ሁኔታ ከአቅማቸው በላይ መሆኑን የተረዱት የሃረሩ እንደራሴና የሃረሩ ጦር አዛዥ ደጃዝማች ነሲቡ ዘአማኑኤል በመጨረሻ መመሪያ አስተላለፉ። መመሪያው በሃረር የሚገኝ ነፍጠኛ ቤተሰቡን ከጣሊያንና ከጣሊያን ጋር ከተባበረው የአካባቢው ተወላጅ ጥቃት ለማዳን ሁሉን ሰብስቦ ደህንነታቸው ወደሚጠበቅበት ወደ ሸዋ ጉዞ እንዲጀመር ነበር።

የአረንፋማ ማህበረሰብ ጉድጓድ ቆፍሮ የሚቀብረውን ንብረቱን ቀብሮ፣ መውሰድ የማይችላቸውን ከብቶቹን ዱር ሰዶ፣ በኢጋሰስ መጫን የሚችለውን ጭኖ፣ መሸከም የሚችለውን ተሸክሞ፣ የቀረውን ቤቱ ውስጥ ትቶ፣ በሩን ዘግቶ ከአረንፋማ ነቅሎ ጉዞ ጀመረ። በዚህ መንገድ ከሃረር የተሰባሰበው ተዋጊ ወታደር፣ ሴት፣ ህጻናትና አረጋውያን በየቦታው እየተጠራቀመ በመጨረሻ በአንድ ላይ የሚጓዘው ህዝብ በመቶ ሺዎች የሚቆጠር ህዝብ ሆኖ እንደነበር፣ አባቴ ይናገራል።

ከሃረር በተነሳው ህዝብና ወታደር ላይ ለደቡብ ግንባር የተመደቡት የጦር አዛዦቻቸውና ሰራዊታቸው ተደመሩበት። አፄ ኃይለስላሴ የጦርነት የክተት አዋጃቸውን ሲያውጁ ራስ ደስታ ዳምጠውን የሲዳማውን ገዥ፣ ደጃዝማች በየነ መርእድን የባሌውን ገዥ ሰራዊታቸውን ለደቡብ ግራና ለደቡብ መሃል ግራ መከላከል እንዲመሩ መመሪያ ሰጥተዋል።[140] የነዚህ የጦር አዛዦች ሰራዊት ሃረር ውስጥ በውጊያ አልተሳተፈም። ከሃረር የተነሳው ህዝብና ሰራዊት ወደ ሸዋ የጀመረውን ጉዞ በባሌ በኩል ለማድረግ ወስኖ ነበር። ከተወሰነ ጊዜ በኋላ ከሃረር ውጭ ምናልባትም ባሌ ግዛት ውስጥ ሁሉም ጦሮች የተገናኙበት ሁኔታ ተፈጥሯል። የሲቪል ማህበረሰቡ ጉዞ የሚያደርገው በወታደሮች ታጅቦ ነው።

አባቴ፣ ጦሩን በአጠቃላይ ይመሩ የነበሩት "ራስ ደስታ፣ ደጃች ነሲቡና ደጃዝማች ገብረማሪያም ጋሪ" ነበሩ ይላል። የደጃዝማች በየነ መርዕድን ስም አያነሳም። ጉዞው በባሌ በኩል ሆኖ የባሌን ገዥ ስም አለማንሳቱ ትረካው ችግር እንዳለበት ተረድቻለሁ። ወይም በየነ መርእድ ከሁሉም ቀድመው ተሰውተው ይሆናል። ወይም ረስቶት ይሆናል። ደጃች ገብረማሪያም[141] በራስ

---

[140]ዘውዴ ረታ የቀዳማዊ ሃይለ ስላሴ መንግስት ፲ኛ መፅሃፍ፣3ኛ እትም 2007፣ ሻማ ቡክስ ከገጽ 213 - 216 በጣሊያን ጦርነት ጊዜ የኢትዮጵያን የጦር አለቆች አሰላለፍ የሚያሳየውን ዘገባ ተመልከቱ።

[141]ሊሴ ገብረማሪያም የሚባለው የፈረንሳይ ትምህርት ቤት ለሳቸው መታሰቢያ የተሰየመ ነው። በየነ መርእድ ከብሄራዊ ቲያትር ጀርባ በስማቸው የተሰየመ ትምህርት ቤት ነበራቸው። ራስ ደስታ በስማቸው ሆስፒታል አለ። ደጃዝማች ነሲቡ ግን በስማቸው የተሰየመላቸው ነገር የለም። የኔ ግምት ነው። ደጃዝማች ነሲቡ ጣሊያን ሃገሪቱን ከያዘ በኋላ ከባልቻ አባ ነፍሶና ከደጃዝማች ፍቅረማሪያም ናደው ጋር አዲስ አበባን ከሌሎች ሁለት የጦር አለቆች ጋር ለማጥቃት ከተስማሙ በኋላ ጓደኞቻቸውን ከደው ለጣሊያኖች መረጃ የሰጡት ሳይሆኑ አይቀርም። ስማቸው የማይነሳው በዚህ ምክንያት ይመስለኛል። ባለሁበት ሁኔታ ማጣራት ስለማልችል ስህተት ከሆነ ትልቅ ይቅርታ እጠይቃለሁ።

ደስታ ስር የነበሩ የጦር አለቃ እንጂ የአንዱ ግንባር አዛዥ አልነበሩም። ሆኖም ግን በደቡብ ግንባር ከጣሊያን ጋር ሲዋጉ ህይወታቸው አልፏል። ደጃዝማች ነሲቡም ቢሆን በጦር ግንባሩ ብዙ ለመቆየታቸው አጠራጣሪ ነው። ፊታውራሪ እ "የህይወቴ ታሪክ" በሚለው መጽሃፋቸው፣ ደጃዝማች ነሲቡ ወደ ጅቡቲ ንጉሱን ተከትለው ቀድመው ከወጡት መኳንንት ጋር ባቡር ውስጥ እንደነበሩ አስታውቀውናል።[142] ይህ የሆነው ኦጋዴን በጣሊያኖች እጅ ከወደቀ በኋላ ነው። የዚህ ህዝብ ጉዞ ምን እንደሚመስል አባቴ ሲተርክ መስማት አንድ ትልቅ አሳዛኝ ሲኒማ እንደማየት ነው። በውነትም ትልቅና የሚገርም ሲኒማ ይወጣዋል።

በዛ ዕድሜው በነበረው ቁመቱ እንዴት እንዳየው አላውቅም። ወይም ከፍታ ካለው ቦታ ላይ ሆኖ ለማየት እድል አግኝቶ ይሆናል። ትረካውን የጀመረው የሰውን ብዛት ከላይ ሆኖ ለሚያየው ምን ይመስል እንደነበር በመግለጽ ነው።

"የሚታየው የሰው ጸጉር ብቻ ነው። ጢስ ይመስል ነበር። የሰው ብዛትና ጥቅጥቅ ማለቱ ለጠጠር መጣያ የሚሆን ቦታ አልነበረም። እኔና ወንድሞቼ ከእናቴ ጋርና ከአረንፋማ ከተነሱት ቤተሰቦች፣ ዘመዶችና ልጆቻቸው ጋር እንጓዝ ነበር። በጣም ብዙ ህጻናት፣ አራስ እናቶች ሳይቀሩ በእግራችን እንጓዛለን። ሰራዊቱ ቤተሰቡን ዙሪያውን ከቦ ከጣሊያኖችና ከአካባቢው ህዝብ ጥቃት እየተከላከለ ይጓዛል።

በህጻናት፣ በሴቶችና በሽማግሌዎች የተነሳ በፍጥነት መጓዝ የማይታሰብ ነው። ጣሊያን ይህን ኃይል ለመደምሰስ ከላይ በአየር ከታች በእግረኛ ሰራዊቱ እየተከተለ ያጠቃል። በየቀኑ ውጊያ አለ። በየቀኑ የጣሊያን አውሮፕላኖች ህጻንና ሴት ሳይሉ የሚጥሉት ቦምብ ከሰው ብዛት የተነሳ የሚስተው ነገር አልነበረውም። የሚወድቀው መሬት ላይ ሳይሆን ሰው ጭንቅላት ላይ ነው። በየቀኑ ሴቶች፣ ህጻናት፣ ሽማግሌዎችና ወታደሮች እንደ ቅጠል ይረግፋሉ።

ለሰራዊቱ ያንን ሁሉ ሺህ ህዝብ ከጥቃት እየተከላከለ መዋጋት በጣም ከባድ ነው። ቀኑን ሙሉ ውጊያ ተደርጎ የጣሊያንም የኢትዮጵያም ጦር ሲመሽ እረፍት የሚያደርጉት እየተያዩ ነበር። ኢትዮጵያውያኑ በስንቅ መልክ የያዟትን ቆሎም ትሁን በሶ ሌላም ነገር ይቀማምሳሉ። ጣሊያኖች ከኢትዮጵያውያኑ ፊት ለፊት ሰፍረው፣ እሳት አንድደው፣ በብረት ድስትና በባልዲ የሚበስል ምግብ ሰርተው ነበር የሚበሉት። ከመዝናናታቸው ብዛት ውጊያ ውስጥ ያሉ

---

[142] (ፊታውራሪ ተክለ ሃዋርያት ተክለ ማሪያም፣ "የህይወቴ ታሪክ" 2004፣ አዲስ አበባ ዩኒቨርስቲ ፕሬስ፣ አዲስ አበባ) ገጽ xxvii

አይመስሉም። በየእለቱ የማያቋርጠው የቀንና የማታ ትርኢት ይህን ይመስላል።" ይላል አባቴ። ይህንን በህጻንነት ዕድሜው ያየውን አሳዛኝ ታሪክ ሲተርክ ማዳመጥ ከባድ ነው።

"አንዳንድ ቀን ጣሊያኖች፣ ቤተሰቡን እንደ አጥር ሆኖ ዙሪያውን የሚከላከለውን የወታደር ኃይል ጥሰው ሲቪሉ ጋር ይደርሳሉ። የቻሉትን ያህል ያልታጠቀ ህዝብ ገድለው ይወጣሉ። ከጣሊያኖች ጋር የተሰለፉ የሶማሌና የኦሮሞ ታጣቂዎች የወታደሩን አጥር ሰብረው ሲገቡ ህጻናትን ሳይቀር አንገታቸውን እየቆረጡ ይገድሉ ነበር።" በማለት የጣልያንና የአካባቢውን ማህበረሰብ ጭካኔ በዝርዝር ተርኮልኛል።

ከነዚህ የጣሊያን የባንዳ ወታደሮች ጋር በወታደርነት የተሰለፉ ኤርትራውያንም አሉ። ኤርትራውያኑ ግን ከኦሮሞውና ከሱማሌው የጣሊያን ወታደር በመለየት በስፋት ወደ ኢትዮጵያውያኑ ይከዳሉ።[143] ለዚህ ምክንያቱ ፣ የሃይማኖት መስመር ተከትሎ የሚሄድ የጭካኔ ድርጊት በሱማሌውና በኦሮሞ የጣሊያን አጋሮች ሲፈጸም በማየታቸውና ራሳቸውንም እየተጠቃ ከነበረው የአበሻ ህዝብ ጋር በአበሻነት ስሜት በማቀራኘታቸው ሳይሆን አይቀርም።

በእንዲህ አይነቱ መንገድ ለወራት ተጉዘዋል። አንድ እለት እንደ መቀሌው ዱባለ፣ እንደ አባቱ ከአርባ አመት በኋላ ተሰማም ባሌ ውስጥ በጣሊያን ጥይትና ቦንብ ተመቶ በጦር ሜዳ ወደቀ። አቶ ተሰማ በተሰለፉበት ግንባር የመሰዋታቸው ዜና እና በቅሏቸው በአንድ ላይ መጡ። በቅሎዋን የመንከባከብ ሃላፊነት ለሚቹ ትልቅ ወንድ ልጅ ለአባቴ ተሰጠ። እዛው አካባቢ በቅሎዋ ሳር እንድትበላ ማድረግ የአባቴ ሃላፊነት ሆነ። ወታደሩ ሲዋጋ፣ እናቶችና ህጻናት ሲያለቅሱ፣ አረጋውያን ፈጣሪያቸውን ሲማለዱ፣ እሱ የአባቱን ንብረት የተሸከመችውን በቅሎ መንትት ስራው ሆነ።

በአንደኛው ቀን የጣሊያን ወታደሮችና አብሯቸው የተሰለፈው የአካባቢው የባንዳ ጦር እንደተለመደው የወታደሮችን አጥር ሰብረው ገቡ። አጥሩ የተሰበረው አባቴ፣ እናቱና ወንድሞቹ በነበሩበት ግንባር በኩል ነበር። የተፈጠረውን ትርምስ፣ ለቅሶና ዋይታ፣ የልጆችና የእናቶች የሰቆቃ ድምጽ አባቴ አርጅቶም አልረሳውም። ይህ በሚሆንበት ወቅት፤

"በቅሎዋን ሳር ለማብላት ከቤተሰቦቼ ትንሽ ፈቀቅ ብዬ ሄጃለው። ተመልሼ መሄድ የምችልበት ምንም አይነት እድል ስላልነበረ በቅሎዬን እየጎተትኩ ጉዞዬን ቀጠልኩ። ሲመሽ፣

[143] ተክለጻዲቅ መኩሪያ " የኢትዮጵያ ታሪክ ከአፄ ቴዎድሮስ እስከ ቀዳማዊ ሃይለስላሴ" አሳታሚው የማይታወቅ፣ 2000 ዓ.ም አዲስ አበባ፣ ገጽ 273- 274 ከሰሜንና ከደቡብ የጦር ግንባሮች እየከዱ ከኢትዮጵያ ጋር በመሆን ጣሊያንን የወጉ የኤርትራ ወታደሮች የስም ዝርዝር አቅርበዋል።

ብቻየን መሆኔን የተረዱ ወታደሮች በቅሎዋን አራግፈው፣ እራት አብልተው አስተኙኝ። ጠዋት ሲነጋ ቤተሰቦቼን ፈልጎ ማግኘት የማይቻል በመሆኑ ጉዞዬ ከወታደሮቹ ጋር ሆነ። በመጨረሻም ጉዞዬ በጋራ ከሚጓዘው ህዝብ ተነጠለና ከሲቪል ማህበረሰቡ ከተለዩ አርበኞች ጋር ሆነ። እናቴና ወንድሞቼ ምን እንደደረሱ የማውቅበት መንገድ አልነበረም። ተቆራረጥን። አርበኞች ቀን በቅሎዋ ላይ የአባቴን ንብረት ይጭናሉ። ማታ ያራግፋሉ። ብዙ ቦታ አብሬያቸው ተጓዝኩ። ከጣሊያኖች ጋር ሲዋጉ፣ ሲገድሉ፣ ሲሞቱ አየሁ። ታንክ ላይ የወጡ ደፋሮችን በአይኔ አይቻለሁ።" ይላል አባቴ።

በኔ ግምት ይህ አባቴን ይዞ ይዞር የነበረው የአርበኞች ቡድን በራስ ደስታ ስር የነበረ ጦር ሳይሆን አይቀርም። ራስ ደስታ በጦርነቱ ሜዳ መውደቃቸው ይታወቃል። የራስ ደስታ ሳይሆን አይቀርም ያልኩት ቡድኑ ዞሮ ዞሮ ጉራጌ አገር በመግባቱ ነው። የአርበኞቹና የአባቴ ረጅም ጉዞ ሸዋ ውስጥ ጉራጌ አገር ላይ አበቃ።

የአርበኞቹ መሪ "ከዚህ በኋላ ከእኛ ጋር መቀጠል አትችልም። ለአንተም ለእኛም አደጋ አለው። እዚህ በአደራ ሰጥተንህ እንሄዳለን። ሃገር ሲረጋጋ መጥተን እንወስድሃለን" አሉት።

አርበኞቹ ለአቶ ሃብተማሪያም በአደራ አባቴን ሰጡ። አባቴ ሲጎትታት በነበረች በቅሎ ላይ፣ ምንም ነገር ሳይነኩ ለወራት ሲጭኑትና ሲያራግፉት የከረሙትን ንብረት ለአቶ ሃብተማሪያም አስረከቡ። በቅሎዋን ይዘው የጀመሩትን የዱርና የገደል ውጊያ ለመቀጠል ተንቀሳቀሱ። ፅጌ፣ የአቶ ሃብተማሪያም ጫሚሶ ልጅ ሆነ። ተሰማ የሚለው የአባቱ ስም በሃረርና በባሌ መሃል ከወደቁት አባቱ ጋር ወድቆ ቀረ። በጉራጌ ሃገር አዲስ ህይወት ተጀመር።

ምእራፍ ፫.ፅጌ በጉራጌ ሃገር

አቶ ሃብተማሪያም ትልቅ ቤተሰብ ነበራቸው። በኑሯቸው የተደላደሉ፣ ከሰባት ቤት ጉራጌ፣ የኢዣ ተወላጅ ናቸው። በዕድሜ ከአባቴ የሚበልጡ ጎረምሳ ልጆች አሏቸው። በአካባቢው ማህበረሰብም እሳቸውም፣ ቤተሰባቸውም የተከበሩ ነበሩ። አርበኞች እንዳስረከቡት፣ የአቶ ሃብተማሪያም ቤተሰቦች አባቴን ከመሃላቸው አንዱ እንደሆነ አድርገው ተቀበሉት። አቶ ሃብተማሪያም ከልጆቻቸውም ያላነሰ ፍቅር ለአደራው ልጅ እንዳላቸው ለማሳየት ያደረጉትን አባቴ እንዲህ በማለት ገልጾታል።

"መኝታዬን ከሳቸው ጋር አደረጉት። እግራቸውን ለማጠብ የሚፎካከሩ ልጆቻቸውን ትንቅንቅ "ፅጌ ነው የሚያጥበኝ" በማለት አስቆሙት። የአባትን እግር ማጠብ ትልቅ ክብር ነበር። በሄዱበት በቅሏቸውን ተከትዬ የምሄደው እኔ ሆንኩ። ትንሽ ጠንከር እንዳልኩ ጠመንጃቸውንም ይዤ ከበቅሎዋ ኋላ ኩስ ኩስ የምለው እኔ ሆኛለሁ። ባለቤታቸውም ልጆቹም ይወዱኛል። ሆድ እንዲብሰኝ የሚያደርግ ነገር ማንም አላደረጉብኝም። አቶ ሃብተማሪያም ሃይለኛ ሰው ናቸው። እኔን ያስቀየመ ሰው ካገኙ ለመግረፍ ወደኋላ አይሉም።"

የዚህ ፍቅር ዋናው ምክንያት ግን የሚገርም ነው። አባቴ ቀይ፣ በጣም መልከ መልካም ሰው ነው። ጸጉሩ ዞማ ነበር። ጸጉሩን እንደ ግብጹ መሪ፣ እንደ ገማል አብድል ናስር በሚያበጥርበት የጎልማሳነቱ ዘመን አረብ የሚመስላቸው ሰዎች ነበሩ። የአቶ ሃብተማሪያም ቤተሰቦች በጣም ያቀረቡት ይህን ገጽታውን በማየት እንደነበር አባቴ ይናገራል። የአቶ ሃብተማሪያም ባለቤት የወይዘሮ ወለተማሪያም ስሜት እውነተኛ፣ ከሴትነትና ከእናትነት የመነጨ፣ የደግነትና የማዘን ስሜት ላይ የተመሰረተ እንደነበር አጫውቶኛል።

ለአቶ ሃብተማሪያም በአደራ በተሰጠበት እለት፣ የአቶ ሃብተማሪያም ቤተሰቦች አባቴን በአትኩሮት ተመልክተው የሰጡት አስተያየት፤

"የሰው ልጅ ይመስላል" የሚል እንደነበር አባቴ አልረሳውም።

"መልኬ ጠቆር፣ አፍንጫዬ ደፍጠጥ ወይም ጠመም ቢል፣ የአርበኞቹ "አደራ" ማለት አያድነኝም። እነ አቶ ሃብተማሪያም "የሰው ልጅ አይደለም" ብለው ይሸጡኝ ነበር" ይላል።

ለምን እንደዛ እንዳሰበ ሲገልጽልኝ፤

“አቶ ሃብተማሪያም ገበሬም፣ ባሪያ ነጋዴም ናቸው። በግቢያቸው፣ እንደከብት ጋጣ ውስጥ በሰንሰለት የሚታሰሩ የሽያጭ ባሪያዎች አሏቸው። ቁጥራቸው እስከ ሰላሳ የሚደርሱበት ጊዜ ነበር። እንደ ከብት እረኛ ይመደብላቸዋል። በሰንሰለት የታሰሩ ስለሆነ አንዳንዴ እኛ ህጻናት ሳንቀር እንድንጠብቃቸው ያደርጋሉ። እኛ ስንጠብቅ የሆነ ነገር ባሪያዎቹ ካደረጉ ትልልቅ ሰዎችን እንድንጣራ ተነግሮናል።

አንድ ቀን በዚህ መንገድ የታሰሩትን “ባሪያዎች” የመጠበቅ ሃላፊነት ተሰጥቶኝ እየጠበቅሁ ነበር። ከባሪያዎቹ መካከል አንድ ወጣት፣ የታሰረበትን ሰንሰለት እንዴት እንደፈታው አላውቅም ከጋጣ ውስጥ ወጥቶ መሮጥ ጀመረ። እኔም “ኡ ኡታዬን !” አቀለጥኩት። ትልልቆቹ ምን ሆነ ብለው ጠየቁኝ። ስለ አመለጠው ወጣት ነገርኳቸው። በዛች ቅጽበት ወጣቱ ከአይን ተሰውሯል። በአካባቢው በነበረው ደን ውስጥ ሳይገባ አልቀረም።

ትልልቆቹ ሰዎች መሳሪያቸውን ይዘው አደን እንደሚሄድ ሰው እየተጣደፉ ከቤት ወጡ። የሌሎቹን ሰንሰለት የሚያዩና የሚያጠብቁ ሰዎች መደቡላቸው። እኔ ወደቤት ገባሁ። ሳይመለሱ ብዙ ስለቆዩ “አላገኙትም” ብዬ ማሰብ ጀመርኩ። ጠቅላላ ነገሩን ሁሉ ታዝቤ፣ በመጮሄ ራሴን መራገም ጀምሬ ነበር። እንዳያገኙትም ለወጣቱ እጸልያለሁ። ካገኙት የሚደርስበትን ስቃይ እያሰብኩ ይዘገንነኛል። የተመኘሁት ግን አልሆነም። ወጣቱ ተያዘ። ታስሮ እየተጎተተ መጣ። ለሌሎቹ ባሪያዎች መቀጣጫ እንዲሆን ብዙ ገረፉት። ለኔ እጅግ የሚያሰቅቅ ነገር ነበር።” ይላል።[144]

144.ይህ አሰቃቂ ግፍ እየተፈጸመ የነበረው በ1928 ወይም 1929 ዓ.ም ነው። የኢትዮጵያ ህዝብ ነጻነቱን ገፍፎ ባሪያ ሊያደርገው ባህር አቋርጦ የመጣውን የጣሊያን ጦር አድዋ ላይ በሁሉም ኢትዮጵያውያን ትብብር ካሸነፈ ከአርባ አመት በኋላ ነው። ለእነዚያ አባቴ ሲጠብቃቸው ለነበሩት ባሪያዎች የአድዋ ድል ትርጉም አልነበረውም። ባህር ሳያቋርጡ ባሪያ ካደረጓቸው የገዛ ሃገራቸው ሰዎች አላዳናቸውም። እነዚህ ባሪያዎች በተለይ ወጣት የነበሩት ከተወሰነ ጊዜ በኋላ አድገው የራሳቸውን ልጆች ወልደው እንደሚሆን እርግጠኛ ነኝ። እነሱም የኔ አባት ታሪኩን እንደነገረኝ የራሳቸውን ታሪክ ለልጆቻቸው ነግረው ይሆናል። ዛሬ በሃገራችን ከተሞች ወይም በአውሮፓና በአሜሪካ ከተሞች በመሃከላችን ከምናያቸው መሃል ጥቂቶቹ በዚህ መንገድ አሰቃቂ ግፍ ሲፈጸምባቸው የነበሩ ታሪካቸውን ከአያቶቻቸው ወይም ከአባቶቻቸው አፍ የሰሙ የባሪያ ልጆችና የልጅ ልጆች ሊሆኑ ይችላሉ። በአንድ ወቅት በአሜሪካን ሃገር ዳላስ ቴክሳስ ላይ ለተሰበሰቡ ኢትዮጵያውያን ንግግር ሳደርግ “ከጎናችሁ ስታር በክስ ውስጥ ቡና የሚጠጣው ኢትዮጵያዊ እናንተ ለሃገርና ለሰንደቃላማ ያላችሁን ፍቅር እሱ ባይኖረው አትገረሙ። አሰቃቂ የሆነ የባርነት ታሪኩን ጠባሳ ተሸክሞ የሚኖር ወገናችን ሊሆን ይችላል” ብዬ ተናግሬ ነበር። በአይምሮ የመጣው ያ አባቴ ጮሆ ያስያዘው ወጣት ነበር። ከሱ ልጆች ወይም የልጅ ልጆች ጎን ስታር ባክስ ቡና ልንጠጣ የማንችልበት ምክንያት አይታየኝም። ትምህርት ቤት ከጎናችን “የታወቁ የመሳፍንቶች ባሪያዎች ልጆች ናቸው” ከሚባሉ ልጆች ጋር ተምረናል። እነዚህ ልጆች አሜሪካን ለመድረስና ስታር ባክስ ለመግባት ወይም አዲስ አበባ መሃል ካልዲስ ካፌ ውስጥ ከማናችንም ጋር ቡና ለመጠጣት ምንም የሚያግዳቸው ነገር የለም። እድሉ ጠባብ ቢሆንም። የታሪክ ጠባሳችን ከሺህ አመት በፊት የተጠበሰ አይደለም። እንደዛ ቢሆን አነሳነውም አላነሳነውም ችግር አይኖረውም ነበር። በኔ ትውልድ እድሜ ዜጎች የሚያስታውሱት ነው። እንዲህ አይነት ታሪካችንን በአደባባይ አውጥተን በመናገር እንጂ በማመቅ የሚገኘው የከፋ ማህበራዊ ቀውስ ነው። በጋራ የስነ አምሮ ቴራፒ (collective psychotherapy) ልናክመው ካልቻልን ህብረተሰባችን እንደታመመ መቀጠሉ አይቀርም። የኢትዮጵያ ታሪክ እንዲህ አይነቱን ታሪክ እስካላካተተ የኢትዮጵያ

(በኢትዮጵያ የባርነት ታሪክ ውስብስብ ነው። በታሪክ ቀመር እንደ ሂሳብ ቀመር አንድና አንድ ሁለት አይደለም። ሶስትም ሊሆን ይችላል የሚለውን፣ በዚህ መፅሃፍ መግቢያ ላይ ያሰፈርኩትን ነጥብ ማስታወሱ ጠቀሜታ አለው። የባርነት ታሪካችን የዛ አይነት ገጽታ አለው።

በጦርነት የተሸነፈና የተማረከን ዘሩ የፈለገ ቢሆን አሸናፊው ተሸናፊውን በባሪያነት የመግዛት መብት ነበረው። ከዚህ ውጭ ሰዎችን በአካላዊ ቁመናቸው፣ በመልካቸው፣ በቀለማቸው ባሪያ አድርጎ ማየትና በባርነት መፈንገልም የተለመደ ነው። መልካቸው የጠቆረ፣ አፍንጫቸው ሰልካካ ያልሆነ፣ ከንፈራቸው የወፈረ፣ ጸጉራቸው የተንቆራጨጨ ሰዎችን በተለይ እንዲህ አይነት የፊት ቅርጽና ቀለም ያላቸውን ህዝቦች በጦርነት ተዋግተው ሳይማረኩም በአካላዊ ቅርጻቸው ብቻ ባሪያ አድርጎ ማየት የተለመደ ነው። ከዚህ አመለካከት የተነሳ ማንኛውንም ጠቆር ያለ መልክ ያለውን ሰው "ባሪያው" ብሎ መጥራት በሰሜን ኢትዮጵያ

ታሪክ ብለን ልንቀበለው አይገባም። በታሪክ ጸሃፊዎቻችን ላይ ያለኝ ቅሬታ እንዲህ አይነቱ የታሪካችንን ገጽታ እያጠለሉ ታሪክን መጻፋቸው ነው። በሌላ በኩልም ባሪያ ፈንጋዩና ነጋዴው ከሁሉም ብሄረሰብ የተውጣጣ እንጂ በፈጠራም ታሪክ እንደምነሰማው አማራ ብቻ አለመሆኑንም የሚያሳይ መረጃ ነው። ባርነት በሃገራችን እንዲቀር፣ ልክ ጭሰኛነት እንዲቀር የብሄሮች እኩልነት እንዲኖር ከየትኛውም ልሂቅ ቀድሞ ድምጹን ያሰማው፣ የታገለውና ከፍተኛውንም መስዋእትነት የከፈለው የአማራው የፖለቲካ ልሂቅ መሆኑ መታወቅ አለበት። በርካታ ባሪያዎች በገዛ ባህላዊ የሃገራቸው ገዥዎች ለውጭ ሰዎች ይሸጡ እንደነበረም መዘንጋት አይገባም። ታሪካችን ውስብስብ ነው ያልኩትን መርሳት የለብንም። አፄ ምኒሊክ ከሁሉም መኳንንት ቀድመው ባርነትን ያወገዙ፣ በየግዛቱም ለሚገኙ የራሳቸውን ህዝብ በባርነት እየፈነገሉ ለሚሸጡ ባላባቶች ያወጡት የማስጠንቀቂያ መመሪያ ቋንቋው በወቅቱ የሚገርም ነበር "እኔን አያድርገኝ ባሪያ ስትሸጥ ባገኝህ" የሚል ስንኝ እንደነበረው አስታውሳለሁ። አባትና አያታቸው ግን ብዛቱ የማይታወቅ የባሪያ ጌቶች ነበሩ። ትልቁ ቁምነገር ይህን በዘመኑ አስነዋሪ ላይመስል የሚችል ድርጊት በዚህ ዘመን ለምንኖር የሃገሪቱ ዜጎች የሚያጥወለውለን ሆኖ መገኘቱ የባርነትን የታሪክ ጠባሳ ተሸክመው ለሚኖሩ ወንድምና እህቶቻችን ትልቅ ትርጉም አለው። በ2006 እንደፈረንጆቹ አቆጣጠር የአኝዋክ የፍትህ ኮሚቴ ሊቀመንበር ኦባንግ ሜቶ በአሜሪካን ሃገር የኮንግሬሱ የውጭ ጉዳይ ኮሚቴ ስብሰባ ላይ ተጋብዞ ሲናገር ያለውን ለአንባቢ መጥቀሱ ጥሩ ነው። ወደ ስብሰባው የመጣው በታክሲ ነበር። ታክሲ ነጂው ኢትዮጵያዊ ነበር። ታክሲ ነጅው ኦባንግን "ከየት ነህ" በማለት በእንግሊዝኛ ይጠይቀዋል። ኦባንግ "ገምት እስኪ ይለዋል"። ታክሲ ነጅው መላውን አፍሪካ የኢትዮጵያን ጎረቤቶችና የሩቅ አገሮች ጠራ። በምንም አይነት "ኦባንግ ኢትዮጵያዊ ነው" ብሎ ለማሰብ አልቻለም። በመጨረሻ መገመት አቅቶት ተሸነፈ። ኦባንግ "ኢትዮጵያዊ መሆኑን" ለታክሲ ነጅው ነገረው። ታክሲ ነጅው "ኢትዮጵያ" ማለት ያልቻለው ለእሱ ኢትዮጵያዊ ማለት ጠየም ወይም ያለ ቀላ ያለ ስስ ከንፈር ቀጥ ያለ አፍንጫ ያለው ሰው ብቻ ነው። ኦባንግ ያንን ምስል ስለማያሟላ ታክሲ ነጅው "ኢትዮጵያዊ አይደለም" ብሎ ደምድሞ ነበር። ኦባንግ ነጻና ከራሱ የታረቀ በራሱ የሚተማመን ሰው በመሆኑ ታሪኩን በአደባባይ ለአሜሪካን ኮንግረስ ሰዎችና አዳራሹን ለሞላው ኢትዮጵያዊ ተሰብሳቢ ተረከው። እዚህ ላይ ቁም ነገሩ በመልካቸው ብቻ ኢትዮጵያዊ እንዳልሆኑ አድርገን የምንፈርጃቸው ወገኖቻችን በኛ ድርጊት ምን ያህል ቅስማቸው ሊሰበር ሊማረሩና ሊከፉ እንደሚችሉ ማሰብ መቻላችን ነው። በታሪክ ያለፈው ቀርቶ ብዙ ኢትዮጵያዊ አሁን ባለንበትም ዘመን ከአካላዊ ምንነት ጋር ከተያያዘ ዘረኛነት ገና ያልተላቀቀ እንደሆነ ግልጽ ነው። እኔ ይህን ጉዳይ የማነሳው ያለፉትን ለመውቀስ አይደለም። ግብዝ አይደለሁም። ባሪያ መሆን ወይም አለመሆን የስርአቶች መገለጫ በነበረበት ሰአት ምን እንዲደረግ ወደ ኋላ ተመልሼ እወቅሳለሁ? ምርጫው ባሪያ በመሆንና ባለመሆን ከነበረ ሌላውንም ባሪያ አድርገውም ቢሆን ከባርነት ላተረፉኝ ቀደምቶቼ ምስጋና እንጂ ነቀፌታ ማቅረብ አልችልም። ብነቅፋቸውም የማይመስል ነገር ስለሚሆን ተአማኒነት አይኖረውም። በዘመኔ ግን ከነኔ የባርነት የታሪክ ጠባሳውን ለሚያሳየኝ ወገኔ የሱም ጠባሳ የኔ፣ የሱም ቁስል የኔ መሆኑን በመናገር ቁስሉ እንዲሽር ማድረግ እችላለሁ። የአንድ ዘመን የሱ ቀደምቶች ኪሳራ የኔ ቀደምቶች ትርፍ ቢሆንም ባሁኑ ዘመን ግን የቆየ መጥፎና አሳዛኝ የአንዳችን ታሪክ የሁላችንም ኪሳራ ምንጭ መሆኑን መረዳት አያዳግተኝም። ከዛም አልፌ በራሴ ዘመን በውስጤ የተረፈ አስነዋሪ ዘረኛነት ካለ ከራሴ ጋር እታገላለሁ። ይህን ማድረግ ከቻልን የታሪክ እስረኞች ሆነን ለልጆቻችን የከፋ ሁኔታ የማናወርስ መሆን እንችላለን።

የተለመደ ነበር። ባርነት የጦር ምርኮኝነት ውጤት ብቻ ሳይሆን እንደነጮቹ የቀለም ዘረኛነት - racism ጋር የሚመሳሰል ነገር ነበረው። የሚመሳሰል ያልኩት ያለምክንያት አይደለም።

ንጉሶች ከቤት አገልጋዮች ማለትም ከባሮች የሚወለዱበት አገር ነው። እንደ ሚኒሊክ አይነቶቹ። በምርኮ ባሪያ የሆኑ ሰዎች እንደነ ፊታውራሪ ሃብተጊዮርጊስ ዲነግዴ፣ እንደ ደጃዝማች ባልቻ ሳፎ አይነቶቹ የሃገሪቱ የጦር አዛዦች፣ ንጉስ ፈጣሪና አውዳሚ ለሆነ ስልጣን የሚበቁበት አገር ነው።

በሌላ በኩልም ሁሉም ኢትዮጵያዊ ለነጭ በነበረው አመለካከት በተዘዋዋሪ የጥቁር ወገንተኛነት ያለው የሚመስል ነገር ነበረው። በ2012 ታትሞ በወጣው ሬይመንድ ጆናስ (Raymond Jonas) በተባለው ጸሃፊ በተጻፈው (the battle of adwa) በሚል መፅሃፍ ውስጥ የተማረኩ የጣሊያን ወታደሮች በየደረሱበት ህዝብ እንዴት ያያቸው እንደነበርና የማረኳቸውም ሰዎች የሚሰሩትን አንዳንድ ነገር በዝርዝር ጽፏል። በመንገዳቸው ላይ የሚጠጣ ውሃ ከተገኘ፣ የአጠጣጡ ቅደም ተከተል "መጀመሪያ ኢትዮጵያውያኑ በሙሉ፣ ንጉስ፣ የጦር አለቆቹና ጭፍራዎቻቸው፣ ቀጥሎ አጋሰሶቻቸው፣ ፈረስ በቅሎና አህያው፣ ከዛ በመጨረሻ እኛ ጣሊያኖች እንጠጣ ነበር" በማለት ከጣሊያን ምርኮኞች የተገኘውን ማስታወሻ በመጥቀስ በመጽሃፉ ተካቷል። በየመንገዱ፣ ህዝብ በሚኖርበት በየትኛውም መንደር ባለፉ ቁጥር፣ ወንድና ሴቱ ነጠላና ኩታውን አፍንጫው ላይ እያደረገ ነበር የሚያሳልፈን። "ይሸታሉ የሚል ምክንያት ነበር የሚሰጠው" ብለዋል።

አንድ በ1950ዎቹ መጨረሻ ኢትዮጵያ ውስጥ የአሜሪካ ፒስ ኮር አባል ሆኖ ለአስተማሪነት የመጣ ነጭ ፣ ፈረንጆች በኢትዮጵያውያን አይን ("Ferenejis in the eyes of the Ethiopian") በሚል ርእስ (የመጽሃፉን ርእስ ልሳሳት እችላለሁ) የጻፉት ትንሽ መጽሃፍ ለማመን የሚያስቸግሩ፣ በነጭነቱ የደረሰበትን በደል የሚዘረዝሩ ነገሮችን ጽፏል። ከምሬቱ የተነሳ በኢትዮጵያ ውስጥ ነጭን በተመለከተ ያለው ዘረኛነት በደቡብ አፍሪካ ጥቁርን በተመለከተ ካለው ዘረኛነት የከፋ ነው እስከ ማለት የደረሰበት መፅሃፍ ነው። የቆዳችንን ቀለም ስለሚጠየፉት "ነጫጭባ የሚል፣ ትርጉሙ የታመመ ቆዳ ያለው" የሚል ስም ሰጥተውናል ይላል። አንድ ቤት ምግብ እንዴት እንደሰጡት ሲናገር "መጀመሪያ ጌቶች፣ ከዛም ልጆች፣ ከዛም አሽከሮች በልተው፣ ከእነሱ በኋላ ነበር ምግብ የሰጡኝ። ውሻ ቢኖራቸው ከውሻውም በኋላ ይሰጡኝ ነበር" ብሎ ጽፏል። የውሻውን ነገር አሳማኝ የሚያደርገው ጣሊያኖቹ ከአበሾቹ አህዮች በኋላ ነበር ውሃ እንድንጠጣ የሚፈቀድልን ካሉት ሃቅ ጋር የሚመሳሰል በመሆኑ ነው።

እግረ መንገዳችንን መርሳት የሌለብን አድዋ ቁጥሩ እጅግ ብዙ የሆነ ውንድና ሴት ባሪያ ጌቶቹን ተከትሎ መዝመቱ ይታወቃል። በተለይ የሴቶቹን አገልግሎት በተመለከተ ፊታውራሪ ተክለሃዋሪያት "የአድዋ ድል የተገኘው በሴት አገልጋዮችና በበቅሎዎች ብርታት መሆኑ ይታወቀኛል" በማለት የጻፉትን ያስታውሷል።(ፊታውራሪ ተክለ ሃዋርያት ተክለ ማሪያም፣ "የህይወቴ ታሪክ" 2004፣ አዲስ አበባ ዩኒቨርስቲ ፕሬስ፣ አዲስ አበባ ገጽ 57) ሴት ባሪያዎችንና በቅሎዎችን በአንድ ላይ ማቅረቡን ለትዝብት ትተን፣ ጣሊያኖች ውሃ የሚጠጡት ከባሪያዎቹና ከበቅሎዎቹ በኋላ ነበር። ባሪያም ሆነው ከጣሊያኖች ቅድሚያ ያገኙ መሆናቸው በራሱ የሚናገረው ነገር አለው። የጣሊያኖች ምሬት ውሃውን አጋሰሶቹ በፋንድያቸውና በሽንታቸው እንዲሁም በኮቴያቸው ካበላሹት በኋላ "ጠጡ" መባላቸው ነበር።

በቅርብ ጊዜም በወያኔ ዘመን የሆነ አንድ እውነተኛ ታሪክ የኢትዮጵያ ህዝብ ስር የሰደደ ችግር ከነጮች ጋር እንደነበረው የሚያሳይ ጥሩ ምሳሌ ነው። እንደነበረው ያልኩት በከተማም ይሁን በገጠር ብዙ የተቀየረ ነገር ስላለ ነው። የአክስፎርድ ተማሪዎችንና መምህራንን ለሜዳ ስራ ወደ ትግራይ ይዞ ይሄድ የነበረ ጓደኛችን ያጫወተን ነው። "ደብረብርሃን አካባቢ ገበሬዎች

እርሻቸው ላይ እንዳሉ አይተን "እናናግራቸው" ብለን ከሚኪና ወረድን። አንዱ ገበሬ ስጠጋው አፈር የነካውን እጁን ቁምጣው ላይ አራግፎ ጨበጠኝ። ነጮቹን ግን እጁን በነጠላ ሸፍኖ ጨበጣቸው። በጣም ተናድጄ አንተ ቅሌታም! ምንድናቸውና ነው እነሱን በነጠላ እጅህን ሸፍነህ የምትጨብጣቸው?" ብዬ ተቆጣሁት። እሱ ግን በርጋታ "ታዲያ እንዴት ብዬ ይህን የሚቀፍ እጃቸውን በባዶ እጄ እነካለሁ? ደግሞስ ምን እርኩስ ነገር ነክተውበት እንደመጡ በምን አውቃለሁ?" አለኝ ብሎናል።

ከዚህ ገበሬ ንግግር የምናየው ቀለማቸው ብቻ ሳይሆን በእምነታቸውም ሰዎች በመለየት የሚመጣ አድሎ እንዳለ የሚያሳይ ነው። በኢትዮጵያ ውስጥ የነበረው የባሪያ ፍንገላ ታሪክ ይህ ገበሬ የሚለውንም ከዕምነትጋር የተያያዘ ገጽታም ነበረው። ዕምነት አለን ይሉ የነበሩት ክርስቲያኖች እና እስላሞች በአብዛኛው በባርነት የሚፈነግሉትና የሚሸጡት የኛ አይነት ዕምነት የለውም ብለው የፈረጁትን የራሱ ተውፊታዊ ዕምነት የነበረውን የደቡብና የደቡብ ምዕራብ ህዝብ ነበር። እምነታችንም ይፈቅድልናል የሚል ክርክር ያቀርቡ እንደነበር ይታወቃል።

ከዚህ በተጨማሪ ክርስቲያኖቹ ሙስሊሞቹን ሙስሊሞቹ ክርስቲያኖቹን እየወረሩና እያፈኑ በባርነት ይሸጡ እንደነበር the social history of ethiopia በሚለው መጽሃፉ ሪቻርድ ፓንክረስት ከነ ማስረጃው በአሃዝ አስደግፎ ጽፎታል። "ግንባራቸው ላይ መስቀል ያለባቸው ህጻናት ተሸጠው በመርከብ ሲጓዙ ይታዩ ነበር" ይላል። እንዲህ አይነት ነገር ነበር ብንልም የባርነት ጠባሳና ቁስል ግን በሁሉም ማህበረሰብ ውስጥ በእኩልነት የሚታይና የሚሰማ እንዳልሆነ ማወቅ ይኖርብናል። አንዳንድ ማህበረሰቦች ዘራቸው እስከመጥፋት ደረጃ እስከሚደርስ የባርነት ሰለባ ሆነዋል። "ሁሉም ባሪያ ሆኗል፤ ሁሉም ባሪያ አድርጓል፤ ምን የሚያስጮህ ነገር አለ?" በሚል ክርክር በአንዳንዱ ህዝብ ላይ በተለየ የደረሰበትን የከፋ ስቃይ አሳንሰንና አድበስብሰን ማለፍ አንችልም።)

ትንሽ ቀላ ያለው ጠየም ያለውን ባሪያ አድርጎ ሲያየው፣ ትንሽ ጠየም ያለው ደግሞ ጠቆር ያለውን ባሪያ አድርጎ ይመለከተው ነበር። ለነጮቹ ግን ቀላ ያለውም፣ ጠይሙም፣ ጥቁሩም፣ ከፈረንጅ ከአረብ ከቻይና ከሌላም የተቀላቀለው ሳይቀር ሁሉም ባሪያ እንደነበር ግን ኢትዮጵያዊያን አያውቁም ነበር። መንግስቱ ለማ የተባሉት ደራሲ አሜሪካን ሃገር ሄደው ባዩት የነጮች ዘረኛነት ተገረሙ።ተናደዱ። እኛ በሃገራችን ቀይ፣ ቀይዳማ፣ ጠይም፣ ጥቁር፣ ደፍጣጣ አፍንጫ ሰልካካ፣ ስስ ከንፈር ወፍራም ከንፈር፣ ዞማ ጸጉር ቁርንጫጭ ጸጉር የምንለው ነገር ለነጮች ትርጉም እንደሌለው ገባቸው። ነጮች ሁላችንንም በአንድ አይን እንደሚያዩን፣ ሁላችንም ለነጮቹ (ኒገር) ባሪያ መሆናችን ተረዱ። የታዘቡት ነገር "ባሻ አሸብር በአሜሪካ" የሚል ርእስ ያለው ግጥም እንዲጽፉ አደረጋቸው። በአኝዋኩ፣ በኑዌሩ፣ በሺናሻው፣ በከፊቾም፣ በወላይታው፣ በአማራው፣ በትግራዋዩ፣ በኦሮሞው መሃከል ለነጮቹ ልዩነት እንደሌለ፣ በዚህ የተነሳ በራሳችን ዘረኛ አመለካከት ልናፍር እንደሚገባን የሚሸነቁጥ ግጥም ጻፉ። የፈለግነው የዘር ስም ይኑረን ለፈረንጆች አንድ አይነት ነን ለማለትና የኛን ዘረኛነትና ግብዝነት ለመንቀፍ የተጠቀሙበት "ስልቻ ቀልቀሎ ቀልቀሎ ስልቻ" የሚል ስንኝ ዝነኛ ሆነ።

የአቶ ሃብተማሪያም ቤተሰቦች አባቴን "የሰው ልጅ ይመስላል" ያሉት የመልኩን ቅላት፣ የጸጉሩን ልስላሴ፣ የአፍንጫውን ሰልካካነት፣ የከንፈሩን መሳሳት ተመልክተው ነው። እነዚህ ጉራጌዎች በመልካቸው ከሰሜን ኢትዮጵያ ሰዎች ጋር ቢመሳሰሉም ለምኒሊክ አልገብርም ብለው በውጊያ በተሸነፉበት ወቅት ሴት፣ ወንዱና ህጻናቱ ሳይቀር በባርነት በምርኮ የታጋዙበት ሁኔታ ተፈጥሮ ነበር።

አንዱም ጉራጌዎች በቀላሉ ከባርነት መላቀቅ የቻሉት በመልካቸው የተነሳ ሴቶቹ የጌቶቻቸው እቁባቶችና ብሎም ሚስቶች በመሆን ወንዱም በመልክ ከሚመጣ የባርነት ነቀርሳ

ነፃ ስለሆነ እንደሆነ መዘንጋት የለበትም። (አንድ በጣም በቅርብ የማውቀው ቤተሰብ ከጉራጌ ሃገር በጦርነት ጉራጌዎች በተሸነፉበት ወቅት በባርነት ተፈንግለው የመጡ የሴት አያት ነበራቸው። እኚህ ሴት ቤተመንግስት ውስጥ ከእቴጌ ጣይቱ ጋር ተጣልተው እንዲገረፉ ተወስኖባቸው ልብሳቸው ለግርፋት ሲገፈፍ ውበታቸውን ያዩ ትልቅ መኳንንት ኮታቸውን አውልቀው የሴትቲቱን ጀርባ እየሸፈኑ "ይህን ገላማ አትገርፉም። ባይሆን እኔን ግረፉኝ" ማለታቸውን አጫውተውኛል። የእኚህ ሴት አንዱ ወንድ ልጅ የራሳቸው የምኒሊክ ልጅ ነው ይላሉ። እኚህ ሴት ራሳቸው መኳንንት ዘር አግብተው የብዙ ባሮች እመቤት ለመሆን በቅተው ነበር። ከነዚህ ባሮች መሃከል አንዳቸው እኔ በቅርብ የማውቃቸው የኔን የእድሜ እኩዮች የሆኑትን የቤቱን ልጆችና ታናናሾቻቸውን ያሳደጉ አሮጊት ነበሩ።) ይኸው ማህበረሰብ በአጭር ጊዜ ውስጥ በራሱ ላይ የደረሰውን ረስቶ "የሰው ልጅና ባሪያ" እያለ ሰው ሲፈርጅ መስማቱ የሚገርም ነው። ከዛም አልፎ በዚህ ፍረጃው ሰው በባርነት እየፈነገለ የባሪያ ነጋዴ ሆኖ መገኘቱም የሚያስደንቅ ነው።

ከባርነት ጋር የተያያዘ ታሪካችን በደንብ አልተነገረም። የታሪክ ጸሃፊዎቻችን የሆነ ያልሆነ ትርኪ ምርኪ ነገር እየጻፉ ከሚያስነብቡን ባርነትን የተመለከተ አንድ መሰረታዊ የታሪክ መፅሃፍ ጽፈው እንድናነብ ለምን እንዳላደረጉ ምክንያቱ አይገባኝም። እንዲህ አይነት ታሪካችንን እያፈንንና እየካድን ህብረተሰባችንን ጤና አሳጥተነዋል።

በ1966 አብዮት ጋር በአዲስ አበባ ከተማ ውስጥ የታየው አንዳንዱ ጭካኔ የተፈጸመው የባርነት የጀርባ ታሪክ ባላቸው የአብዮት ጠባቂዎችና የቀበሌ ሰዎች መሆኑን የሚያሳዩ መረጃዎች ማሰባሰብ ይቻላል። ጭፍጨፋው የከተማው ሰው ሲንቃቸውና ሲያዋርዳቸው በነበሩ የህብረተሰብ አካላት ጭምር የተካሄደ መሆኑን በደንብ ያጤነው ሰው የለም።

ሻምበል ፍቅረስላሴ ወግደረስ "እኛና አብዮቱ" በሚለው መጽሃፉ ገጽ 329 አንዱ የደርግ አባል፣ "የመቶ አለቃ ገበያው ተመስገን የተባለው ሰው፣ እነተፈሪ በንቲ በመንግስቱ የተገደሉ ጊዜ እንዳጋጣሚ ለትምህርት ምስኮ በመሄዱ ከሞት ተረፈ እንጂ ግቢው ውስጥ ቢኖር አይተርፍም ነበር" ይለናል። ምክንያቱም ሌ/ኮሎኔል መንግስቱን አጥብቆ የሚጠላ "እንዴት በእንደዚህ አይነት ጨካኝ ባሪያ እንገዛለን" እያለ በይፋ የሚሳደብ ሰው ስለነበር ነው ይላል።

ሻምበል ፍቅረስላሴ ወግደረስ ይህን የጻፈው እግረ መንገዱን "የኢህአፓ በመንግስቱ ላይ የነበረው አንዱ ተቃውሞ "መንግስቱ ባሪያ ነው በሚል ነው" የሚል በጣም አሳዛኝና አሳፋሪ መልእክት ለማስተላለፍ እንደሆነ ግልጽ ነው። "ገበያው የኢህአፓ ቀንደኛ ደጋፊ ነበር" ብሎ ነው ጽሁፉን የጀመረው። (መቶ አለቃ ገበያውን በተመለከተ የቀድሞው ፕሬዚዳንት ያላቸው አመለካከት ከሻምበል ፍቅረስላሴ ይለያል። "

ኮሎኔል መንግስቱ ሃይለማሪያም፣ ትግላችን፣ አዲስአበባ፣ ፀሃይ አሳታሚ ድርጅት፣ 2004፣ ገጽ 174- 175" "በአንድ ወቅት የመቶ አለቃ ገበያው የደርግን አባላት ከኢዲጋ ለመታደግ ያደረገውን ጥረት ይዘረዝሩና "ጓድ ገበያው ተመስገን ከፍተኛ የሃገር ፍቅር ያለው ሃቀኛ አብዮተኛ፣ አንደበተ ርቱእ፣ የሚደነቅ ጭንቅላት ወይም ብሩህ አእምሮ ያለው የስነ ጽሁፍ ሰው ነበር" ይሉናል። ትንሽ ወረድ ብለውም " ራሱን የኢትዮጵያ ህዝብ አብዮታዊ ፓርቲ በማለት የሚጠራው አምስተኛ ረድፈኛ የነፍሰ ገዳዮች ድርጅት የማይተካውን አብዮታዊ ወጣት በአጭር ቀጨው ይሉናል።"

ሻምበል ፍቅረ ስላሴ ስለገበያው ሲጽፍ የኮሎኔል መንግስቱን መፅሃፍ በጥሞና አላነበበም ማለት ነው።) ቁም ነገሩ ይህ አይደለም። ሻምበል ፍቅረስላሴ ካነሳው አይቀር፣ እኛ "የሻለቃ መንግስቱ ሃይለማሪያም ጭካኔ፣" ለምንለው ባህሪው "ደርጎች ደግሞ "የሻለቃ መንግስቱ ቆራጥ አመራር ለሚሉት ከህሎታቸው) በቀድሞ መንግስት ባለስልጣናት ላይ፣ በነተፈሪ በንቲና

በሌሎችም የቅርብ ጓደኞቹ ላይ እንዲሁም በሌሎች ወቅቶች በሱ መሪነት በተለያዩ አካላት ላይ የተወሰዱ በርካታ ዓላማቸው ምን እንደሆነ ለማወቅ አስቸጋሪ የሆኑ ጨካኝ እርምጃዎችን በፖለቲካና በአብዮት ስም ብቻ አይቶ የሚታለፍ ሊሆን አይገባውም።

ሻምበል ፍቅረስላሴ የጠቀሰው የአቶ ገብያው አይነት አነጋገር እዛ ቤተመንግስት ውስጥ ብቻ የተጀመረ እንደማይሆን እርግጠኛ ነኝ። በመንግስቱ ሃይለማሪያም ከህጻንነት ጀምሮ በነበረ አስተዳደግ ላይ የመቶ አለቃ ገበያው አይነቱ ሰው አነጋገር ምን ተጽእኖ ነበረው? ሰውን ባሪያ እያሉ በሚንቁና በሚያዋርዱ በመልካቸው ቅላት፣ በከንፈራቸው መሳሳት፣ በጸጉራቸው መለስለስ፣ በሃብታቸው ትልቅነት መኮፈስ በሚያሳዩ ሰዎች ላይ ጥላቻ ይዞ ወጣቱ መንግስቱ የማያድግበት ምክንያት አይታየኝም። እኔም ብሆን የማደርገው ነው።

እንዲህ አይነቱ ስነልቦና በደርግ ብቻ ሳይሆን በተለያዩየ ፖለቲካ ድርጅቶች ማህበራት የቀበሌና የአብዮት ጥበቃ ቡድኖች ውስጥ ተሳታፊ በነበሩ ግለሰቦች የጭካኔ ለከት ማጣት የራሱ አስተዋጾኦ ሊኖረው እንደሚችል መካድ አንችልም። አብዮቱን የቂም፣ የበቀልና የቁርሾ መወጣጫ ለማድረግ ሙከራ ያደረጉ ሰዎች እንዳሉ ሻምበል ፍቅረስላሴ ራሱ በመጽሃፉ ጽፏል። "እኛን መሳሪያ አድርገው ቁርሾ ለማወራረድ የሞከሩ ብዙ ነበሩ" ብሎናል።

አብዮቱ የቀድሞ ጌቶቻቸውን በሃብትና በስልጣን አራቁቶ፣ እሜቴንና ጌቶችን በቀበሌ ተመራጭ የሆነውን የቀድሞ ባሪያቸውን ልጅ ምጽዋት እየተቀበሉ የሚኖሩበትን ሁኔታ እንደፈጠረ መርሳት የለብንም። "ምን ዘመን መጣ! የወለቱ ልጅ ደፍሮ ልጅሽን ላግባት ብሎ ጠየቀኝ" ብለው ሲያብዱ የሰማኋቸው የቀድሞ ደጃዝማች ሚስት ነበሩ። በዛው መጠን የቀድሞ ጌቶቻቸውን "እግሬ ላይ ወድቆ እንዲለምነኝ ካላደረግኩት ሞቼ እገኛለሁ" በማለት የሚፎክሩ ሰዎችም ነበሩ።

በቀድሞ ጌቶቻቸውና እመቤቶቻቸው የሚለመኑ የቀበሌ ታጣቂዎች፣ የቀበሌ ተመራጮችና የቀበሌ ሱቅ ሰራተኞች እንደነበሩ ማወቅ አለብን። በዚህ የማህበራዊ ቦታ መሸጋሸግና መገለባበጥ ተኩራርተውና ተኮፍሰው የሚታዩ ሰዎችን በአብዮቱ ወቅት ማየት የተለመደ ነበር። ኢትዮጵያ የስነአእምሮ ጠበብቶችን ሙያዊ ድጋፍ የሚጠይቁ ብዙ ፈተናዎች ያሉባት ሃገር መሆኗን መርሳት አይኖርብንም። ሁሉን ነገር ገላልጦ መናገር ደግሞ የስነአእምሮ ጠበብት ፍቱን መድሃኒት አድርገው የሚያዩት ጉዳይ ነው።)

የአባቴ ህይወት እንዲህ አይነቱን አሰቃቂ ትእይንት እየመዘገበች በሌላ በኩል የአቶ ኃብተማሪያምን ቤተሰቦች ከፍተኛ ፍቅር እያጣጣመች ነጎደች። ጣልያን በ1933 ተሸንፎ ካገር ወጣ። አርበኞቹ በአደራ ያስቀመጡትን ልጅ ሊፈልጉ አልተመለሱም። አርበኞቹ፣ ልጁን ለአቶ ሃብተማሪያም አደራ በሰጡበት ወቅት ላይመለሱ እንደሚችሉ ነግረዋቸዋል። እነሱ ሳይመለሱ ከቀሩና ነጻነት ግን ከተመለሰ ልጁን አዲስ አበባ ወስደው ለንጉሱ እንዲያስረክቡ ለአቶ ሃብተማሪያም አስቀድመው አሳውቀዋቸዋል።

አፄ ኃይለስላሴ ሚያዚያ 27 1933 በድል አድራጊነት አዲስ አበባ ገቡ። አቶ ሃብተማሪያም ወደ አዲስ አበባ ለመጓዝ ጊዜ አላጠፉም። የተጓዙት ለብቻቸው ነው። ንጉሱ

ፊት ቀርበው አባቱ ከጣሊያን ጋር በነበረው ውጊያ የሞተበት፣ አርበኞች በአደራ የተውት ልጅ በቤታቸው እንዳለ ተናገሩ። "ንጉሱም ባስቸኳይ ይዘኸው ተመለስ" የሚል ትእዛዝ ሰጧቸው። አቶ ሃብተማሪያም ወደ ጉራጌ ሃገር ሲመለሱ ክረምት እየገባ ነበር። ክረምት ከገባ ወንዞች ስለሚሞሉ "ብድግ" ብሎ ወደ አዲስ አበባ መሄድ አይቻልም።

"በተለይ ዋቢ ሸበሌን በክረምት ጎበዝ ዋናተኛም የሚያቋርጠው አልነበረም " ይላል አባቴ።

በዚህ የተነሳ ክረምት እስኪያልፍ የአቶ ሃብተማሪያምና የአደራ ልጃቸው የፅጌ ሃብተማሪያም ጉዞ ዘገየ። በመሃከሉ አቶ ሃብተማሪያም በጠና ታመሙ። ክረምቱ ሳይወጣ አረፉ። በመጨረሻው ትንፋሻቸው ለትልልቅ ልጆቻቸው ለሃብተወልድና ለወልደየስ አደራ ያሏቸው፣ "ልጁን ፅጌን አዲስ አበባ ወስደው ለጃንሆይ እንዲያስረክቡ" ነበር።

ፅጌ ኃብተማሪያምን አዲስ አበባ የማስረከቡ ሃላፊነት የወንድሞቹ ሃብተወልድና የወልደየስ ሃብተማሪያም ግዴታ ሆነ። ክረምቱ አበቃ። ወንዙም ጎደለ። የሃብተማሪያም ልጆች የአዲስ አበባውን ጉዞ ጀመሩ። ፅጌ "ደህና ሁኚ ኢዣ" አለ። በጉራጊኛ ቋንቋ። የተወለደባትን የሃረሯን ሃረንፋማ ሲሰናበታት "ደህና ሁኚ ሃረምፋማ" ያለውም በኦሮምኛ ነው። ህጻናት ሆነን ሁለቱንም ቋንቋዎች አሳምሮ ይናገር ነበር።

ምእራፍ 4.ፅጌ እና አዲስ አበባ

ኃብተወልድና ወልደየስ ሁለት ጎረምሳ ወንድማማቾች፣ ወንድማቸውን ፅጌ ይዘው ጃንሆይ ፊት ቀረቡ። የአባታቸውን ታሞ ማረፍና አባታቸውን ተክተው ልጁን ማምጣታቸውን ገለጹ። እነዚህ ሁለት ወጣቶች በቁመታቸው እጅግ ረጃጅም፣ ትከሻቸው ሰፊ፣ ትልቅ ግርማ ሞገስ ያላቸው፣ እጅግ መልከ መልካሞች ነበሩ።

አፄ ሃይለስላሴ የልጁን ጉዳይ አስቀድመው የወሰኑበት በመሆኑ፣ ማወቅ የፈለጉት ስለ ወንድማማቾቹ ነበር።

“ምንድን ነው ስራችሁ?” የሚል ጥያቄ ጃንሆይ ለወንድማማቾቹ አቀረቡ።

“ገበሬዎች ነን” የሚል መልስ ንጉስ እንደሰሙ፣

“እናንተ ከዚህ በኋላ የቤተመንግስት ባለሚሎች ናችሁ። የምትሰሩት በኔ ግቢ ነው።” ብለው ውሳኔያቸውን ነገሯቸው።

ሃብተወልድና ወልደየስ ታናሽ ወንድማቸውን ለንጉሱ አስረከቡ። ንጉሱን እጅ ነስተው ስራቸውን እንዲያሳያቸው ከተመደበላቸው ባልደረባ ጋር ከእልፍኝ ወጡ። ንጉሱ አባቴን ትንሽ ነገሮች ጠያይቀው፣ የወደፊቱን እስከሚያስተካክሉ ድረስ እዛው ቤተ መንግስት ውስጥ እንደሚቆይ ነገሩት።

የሚስተካከለው እስኪስተካከል አባቴ እንደ ንጉሱ ቤተሰብ ቤተ መንግስት ውስጥ መኖር ጀመረ።

“የሚያስፈልጉ ነገሮች፣ ልብሱ ጫማው ሌላው ሁሉ ተገዛልኝ። መኝታ ክፍልም ተሰጠኝ። ቀኑን ሙሉ በግቢውና በቤተ መንግስቱ ስዞር እውል ነበር። እስከ ንጉሱ መኝታ ክፍል ድረስ ዘልቄ ስገባ ከልካይ አልነበረኝም” ይላል አባቴ አጭር የቤተ መንግስት ህይወቱን ሲያስታውስ።

ከተወሰኑ ወራት በኋላ፣ አባቴን እንደልጃቸው እንዲንከባከቡና ማናቸውንም ነገሮች እንዲከታተሉ ጃንሆይ የልጅነት ጓደኛቸውን ፊታውራሪ አለማየሁን በሃላፊነት መደቡለት። “ልጁ ትምህርቱን ሲጨርስ እንድታመጣው” የሚል መመሪያ ንጉሱ ለፊታውራሪ በኋላ ደጃዝማች አለማየሁ ሰጥተው እንደ ነበር ደጃዝማቹ ለአባቴ ነግረውታል። በንጉሱ ትእዛዝ፣ ፊታውራሪ አለማየሁ አባቴን፣ ከጥቂት ጊዜ በኋላ መድሃኔአለም በተባለው የቀድሞው የባላባት

ልጆች ይማሩበት በነበረው ባላባት ትምህርት ቤት በአዳሪነት አስገቡት። ባላባት ትምህርት ቤት የቆየው ግን በጣም ለአጭር ጊዜ ነበር። ወደ ተፈሪ መኮንን ት/ቤት ተዛውሮ በአዳሪነት ትምህርቱን መከታተል ጀመረ።

ተፈሪ መኮንን ትምህርት ቤት በአዳሪነት የሚማሩት አብዛኛዎቹ ተማሪዎች ከተማ ውስጥ ወላጆችና ዘመዶች ያሏቸው ነበሩ። ልጆቹ በየጊዜው ወደ ዘመዶቻቸው የሚሄዱና ዘመዶቻቸውም እየመጡ የሚጠይቋቸው ነበሩ። አባቴ ግን አልፎ አልፎ እየመጡ ከሚጠይቁትና የጎደለውን ነገር እያዩ ከሚያሟሉለት ከፊታውራሪ አለማየሁ በስተቀር የሚጎበኘው አልነበረም። ሁለቱ ወንድሞቼ የሃብተማሪያም ልጆች ረስተውት አልነበረም። ሲመቻቸው ይጠይቁታል። ችግራቸው የጊዜ ነው። በአጭር ጊዜ ውስጥ ከንጉሱና ከንጉሱ ቤተሰቦች ለጥቂት ደቂቃዎች መራቅ የማይችሉ ሁነኛ ሰዎች ሆነዋል። እረፍት የሚባል ነገር አልነበራቸውም። "አዛዥ ሃብተወልድ፣" "አዛዥ ወልደየስ" የሚል ማእረግ ወስደው ቤተ መንግስቱን የሚያሽከረክሩት ሰዎች ሆነዋል።

አባቴ፣ "አንድ ቀን እናቴና ወንድሞቼ ፈልገው ያገኙኛል" የሚል ተስፋ ነበረው። አመት አልፎ አመት ሲተካ ተስፋው እየመነመነ "ሁሉም በጦርነቱ አልቀዋል" የሚል ዕምነት እያያዘ መጣ። አስተዳደጉ ቤተሰቦቻቸው እንደ ሞቱባቸው ወላጅ አልባ ህጻናት ሆነ።

የተፈሪ መኮንን ትምህርት ቤት ለረጅም ጊዜ ከፍተኛውን የሃገሪቱን ልሂቅ የሚያመርት ትምህርት ቤት ነው። ለከፍተኛ ስልጣን የበቁ ሚኒስትሮችና የጦር መኮንንኖች በዚህ ትምህርት ቤት ውስጥ አልፈዋል። በምሁር ደረጃ ከፍተኛውን የሃገሪቱን በርካታ ምሁር ያስተማረ ትምህርት ቤት ነው። አዲስ አበባ ዩኒቨርስቲ ከተከፈተ በኋላ የተፈሪ መኮንን ትምህርት ቤት ተማሪዎችን ያህል በብዛት ዩኒቨርስቲውን የተቀላቀሉ የሌሎች ት/ቤት ተማሪዎች ማግኘት አይቻልም።

ትምህርት ቤቱ በካናዳ መንግስት ይደገፍ ስለነበር ለአንድ ዘመናዊ ትምህርት ቤት የሚያስፈልጉት ነገሮች በሙሉ ከሚገባው በላይ የተሟላለት ነው። ከርእሰ መምህሩ ጀምሮ የሚተዳደረው በካናዳውያን ጀስዊትስ(ካቶሊኮች)ነው። አስተማሪዎቹም እነሱ ናቸው። ትምህርቱ ጥራት ነበረው።

ተማሪዎች በከፍተኛ ዲሲፕሊንና ስነሥርዓት እንዲገዙ የሚያደርግ ትምህርት ቤት ነው። "የጥበብ መጀመሪያ እግዚአብሄርን መፍራት ነው" ከሚለው ቀጥሎ ተማሪዎች የሚማሩት አስተማሪዎቻቸውን ማክበር ነው።

ከትምህርት ሌላ የራስን ጽዳት መጠበቅ ትልቅ ቦታ የሚሰጠው ጉዳይ ነበር። ተማሪዎቹ መንፈሳዊ ብቃት ብቻ ሳይሆን አካላዊ ብቃት እንዲኖራቸው የተለያየ የስፖርት እንቅስቃሴዎች እንዲያደርጉ ይደረጋል። አባቴ በእግር ኳስ ጨዋታና በመሃከለኛ ርቀት ሩጫ የተዋጣለት ወጣት ሆነ። ጓደኞቹ ስለ አባቴ የሩጫ ችሎታው ሲያወሩ

"በዛ ዘመን ባይሆን ኖሮ በኦሎምፒክስ እንደሚወዳደሩት ሯጮች ሊወዳደርና ሊያሸንፍ ይችላል። በ1,500፣ በ5,000 እና በ10,000 ሜትር ሩጫዎች ከርሱ ጋር የሚወዳደር ሰው አልበረም። ተማሪውም አስተማሪውም "ሳምባ" የለውም ብሎ እስኪሚያስብ ድረስ ነበር ሁሉንም ደጋግሞ የሚደርባቸው" እያሉ አጫውተውናል።

በእግር ኳስም የትምህርት ቤቱ ዋናው አጥቂ ለመሆን በቅቷል።

አባቴ "የሩጫ ችሎታዬን ያዳበርኩት ጉራጌ አገር ነው። በልጅነት ዕድሜዬ፣ አቶ ሃብተማሪያም በበቅሎ፣ እኔ በእግሬ ጠመንጃቸውን ተሸክሜ በቀን 30 እና 40 ኪሎሜትር ከኋላቸው ኩስ ኩስ እል ነበር። ሳምባ እንደ ማንኛውም ሰው አለኝ" ይላል።

የአካል ብቃቱን እኛም ልጆቹ ለማየት በቅተናል። እግር ኳስ በጣም ስለሚወድ እኛን ሲያጫውተን ከእኛ ጋር እኩል እየሮጠ ነው። ብዙ ልጆች ከወለደ በኋላም ግቢያችን ውስጥ በእጁ ቆሞ መሄድ ይችል ነበር። ሰውነቱም ቀጠን ያለ ቢሆንም ሁለ ነገሩ በጣም ጠንካራ ነበር። በጽዳት መጠበቅም በተማሪነቱ ያተረፈው ዝና በሕይወቱ ሙሉ አልተለየውም። ከቆሻሻ ነገርና ጀርም ከሚባሉ የማይታዩ ፍጥረቶች ጋር የራሱን ያላቋረጠ የግል ጦርነት ሲያካሂድ የኖረ ሰው ነው። በፅዳት ስጋት የተነሳ ሰው ቤት መጋበዝ አይወድም። አንዳንድ ሰርግና ግብዣ ላይ "እጅ የመታጠብ እድል አይኖርም" በሚል ስጋት እጁን ከቤት ታጥቦ የገዛ መኪናውን መሪ በታጠበ መሃረብ እያሽከረከረ የሚሄድ ሰው ነበር። ከጽዳት ጋር የተያያዘ የቤታችን ታሪክ ተነግሮ አያልቅም።

አባቴ በስፖርትና ጽዳቱን በመጠበቅ ተወዳዳሪ ያልነበረው ሞዴል ተማሪ ቢሆንም በቀለም ትምህርት እንደዛው ሞዴል ተማሪ አልነበረም። መሃከለኛ ደረጃ ተማሪ ነበር። ልጆች ሆነን፣ ቀዳደን እስከንጨርሰው ብዙ የትምህርት ቤት ሰርቲፊኬቶቹና የተማረባቸው ደብተሮች ሳይቀሩ እቤታችን ነበሩ። እነዚህ የትምህርት ማስረጃዎቹን በመመልከት የደረስኩበት መደምደሚያ ነው። ጠንቃቃና ጽዱ ወጣት እንደነበር በደብተሮቹ አያያዝ፣ በአጻጻፉ ሥርዓት መያዝ ማየት ይቻላል።

አባቴ በህይወቱ ካሉት ጥሩ ትውስታዎች መሃል በተፈሪ መኮንን ትምህርት ቤት ያሳለፈው ጊዜ አንዱ ነው። ከጦርነት፣ ከእልቂትና የባሪያ ንግድ ካሳዩት የህጻናት ዕድሜ ሰቆቃዎቹ ተገላግሎ በተደላደለ ትምህርት ቤት የተለያዩ አስደሳች ነገሮች እየሰራ ከጓደኞቹ ጋር እየተጫወተ መጎልመስ ትልቅ የህይወት ለውጥ ነበር። ለተፈሪ መኮንንን ትምህርት ቤት ህይወቱ ጥሩ ትውስታ ያለው መሆኑ አይደንቅም።

ተፈሪ መኮንን ት/ቤትን በገንዘባቸው በአልጋ ወራሽነት ዘመናቸው ያሰሩትና በስማቸው እንዲጠራ ያደረጉት አፄ ኃይለስላሴ ናቸው። በዚህ ምክንያት አዘውትረው ት/ቤቱን ይጎበኛሉ። ተማሪዎች በሚመገቡበት ሰአት ጭምር እየሄዱ ምን እየበሉ እንደሆነ ሁሉ ይከታተላሉ።

በአንዱ የጉብኝታቸው ወቅት የቀረበለትን ምግብ የማይበላውን፣ እጁን አጣጥፎ የተቀመጠውን አባቴን ተመለከቱ። ጠጋ ብለውም

“ለምንድነው የማትመገበው ?” ብለው ጠየቁት ።

አባቴም “በርበሬ አብዝተውበታል፤ ያቃጥላል” ሲል መለሰላቸው።

ንጉሱም በአባቴ ሹካ ምግቡን ቀመስ አደረጉና

“እውነቱን ነው ብዙ በርበሬ አለው። ከመኪና ውስጥ የቆርቆሮ አሳ አምጡለት” በማለት ለተከታዮቻቸው አዘዙ። ወዲያው የቆርቆሮ ሰርዲን ተከፍቶ ተሰጠው።

አባቴ የቆርቆሮ አሳ ሲበላ የመጀመሪያው ጊዜ ነበር።

ንጉስ አጠገቡ ቆመው “ እንዴት ነው፣ ይጣፍጣል?” አሉት።

በአፉ ምግብ ይዞ ንጉሱን ማናገር ሰለፈራ፣ ጭንቅላቱን እየነቀነቀ፣ በዝግታ ከንፈሩን እያንቀሳቀሰ “በጣም ጥሩ ነው” ብሎ መለሰላቸው።

የሚገርም ዘመን! የተሜን ምሳ፣ በተሜ ሹካ ንጉስ ነገስት የሚቀምሱበት፣ ንጉስ በመኪናቸው የቆርቆሮ ሰርዲን የሚይዙበት ዘመን። እንግዳ ነገር ነው?[145]

---

[145] በ1983 በኢህአዴግ ድርጅት ውስጥ የአዲስ አበባ የድርጅት ጉዳይ ኮሚቴ አባል ሆኔ እሰራ ነበር። ከስራችንም አንዱ በየዞኑ ያሉትን የኢህአዴግ ካድሬዎች ማስገምገም ወይም የስራ ኦረንቴሽን መስጠት ነው። እንዲህ አይነት ስራ በምንሰራበት ወቅት ምሳ ሰአት ሲደርስ ካድሬዎች ምሳችንን ከእነሱ ጋር እንድንበላ ይጋብዙናል። ባይጋብዙንም እኔ ከነሱ ጋር ምሳዬን በልቼ፣ ተጫውቼ ከሰአት በኋላ በዛው ስብሰባውን መቀጠል ይቀለኝ ነበር። ሌሎች የኢህአዴግ ከፍተኛ ካድሬዎች ከተስፋማሪያም በስተቀር

አባቴ ተፈሪ መኮንን ትምህርት ቤት የቆየው ለአስር አመት ነው። አስረኛ ክፍል እንዳጠናቀቀ መምህራን ማሰልጠኛ ኮሌጅ ገብቶ ለሁለት አመት ከተማረ በኋላ አስተማሪ ሆኖ ተመረቀ። የወደፊቱ ብዙዎቹ የዕድሜ ልክ ጓደኞቹን ከተፈሪ መኮንን ትምህርት ቤት ይልቅ ከመምህራን ማሰልጠኛው የሁለት አመት ቆይታው ያገኛቸው ናቸው። የተፈሪ መኮንን ጓደኞቹም ቅርበት ባይኖራቸውም ግንኙነታቸው አልተቋረጠም።

የመምህርነት ስልጠናውን ሲጨርስ የመጀመሪያ የአስተማሪነት ስራው ከአዲስ አበባ ከተማ በመቶ ከሚቆጠር ኪሎ ሜትር ርቃ፣ ምዕራብ ሸዋ ውስጥ በምትገኘው ወሊሶ በምትባል ስፍራ ሆነ።

በካድሬው ተጠይቀውም ምሳቸውን አብረው ከካድሬው ጋር አይበሉም። የፈለገው ምክንያት ቢኖራቸውም ድርጊታቸውን ካድሬው ያየው የነበረው "በህዝብ ስም የታገሉ ኮምኒስቶች በጥቂት ጊዜ ውስጥ ከገዛ ካድሬዎቻቸው ጋር ምሳ ለመብላት የተጠየፉበት ሁኔታ እንደነበር ነው"። ውሎ አድሮ በሰፊው ታጋይና በጥቂት መሪዎች መሃል የተፈጠረው የኑሮ ደረጃ ልዩነት፣ ወደኋላ የነበሩትን ዘመኖች እየተመለስን እያየን፣ "ያሁኑ ዘመን ጌቶች ከዱሮዎቹ በምን ይለያሉ?" የሚል አስገዳጅ ጥያቄ ብዙዎቻችን እንድናነሳ አድርጎናል። ይህን ጥያቄ የምናነሳው እኔና ጥቂቶች ብቻ ሳንሆን ሰፊው የቀድሞ ታጋይ እንደሆነ የዘመኑ ገዥዎች አይገባቸውም። በዚህም ጉዳይ ላይ ሰፋ ያለ ትችት ለማንበብ የሚፈልግ "ነጻነትን የማያውቅ ነፃ አውጭ" የሚለውን መጽሃፌን በተለይ ምእራፍ 5ን እና ምእራፍ 12ን ማንበብ ይችላል።

ምእራፍ 5.እናታችን-መቼ? የት? እና የማን?

እናታችን አልታየ ተሰማ የተወለደችው ጣሊያን ሃገሪቱን ከመውረሩ ከአንድ አመት ትንሽ ቀደም ብሎ በ1926/27 ውስጥ ነው። ብዙ ጊዜ "አልታየ" የሚል ስም የወንድ ስም ነው። ሴት "አልታየች" ነው የምትባለው። ለምን ይህ ስም እንደወጣላት እንደ አባቴ ስም አወጣጥ የተሰጠ መግለጫ የለም። እንደ አባቴ "ሞትን ለመሸወድ" ነው እንዳንልም፣ ቤተሰቦቿ ወልደው የሞቱባቸው ወይም በህይወት ያሉ ሴትም ወንድም ልጆች አልነበራቸውም።

እናቴ የወላጆቿ የመጀመሪያ ልጅ ነች። ለእናቷ የመጨረሻዋም ሆናለች። በሚገርም አጋጣሚ የአባቴ እውነተኛ የአባት ስምና የእናቴ አባት ስም አንድ አይነት ነው፤ ተሰማ። ጉራጌዎቹ፣ ተሰማን ወደ ሃብተማሪያም ባይቀይሩት ኖሮ፣ ተሰማ የሚለው የወላጆቻችን የአባት ስም ለኛ ለልጆቻቸው ትልቅ ችግር ይፈጥር ነበር። በየሰፈሩና በየትምህርት ቤቱ "አባታችሁ እህቱን ነው እንዴ ያገባው ?" ለሚሉ ልጆች መቀለጃ ያደርገን እንደነበር አልጠራጠርም። የልጆች ነገር የታወቀ ነው።

የእናቴ የትውልድ ቦታ አዲስ አበባ መሿለኪያ፣ የምድር ባቡር ተብሎ ይጠራ በነበረው ግቢ ውስጥ ነው። በምድር ባቡር ግቢ ውስጥ የተወለደችው፣ አባቷ ተሰማ ሮቢ የምድር ባቡር ሰራተኛ ስለነበሩ ነው። እናቷ ወርቅነሽ ተፈሪ በአባታቸው የሙከየ፣ በእናታቸው ደግሞ የምንጃር ሸንኮራ ሴት ናቸው። ተፈሪ ወርቅነሽን የወለደው፣ ከአባቱና ከአስራ አንድ ወንድሞቹ ጋር በሰገሌ ጦርነት ዘምቶ ብቻውን በህይወት ተርፎ በመመለሱ ነው።[146] ተፈሪ የአባቱ የመጨረሻ ልጅ ስለነበር፣ በአባቱ ግፊት ለዘር እንዲተርፍ፣ አባቱ ሌሎች ሰዎችን አስገድደው ከጦር ሜዳ እንዲያርቁት በመደረጉ ነበር የተረፈው።

አቶ ተሰማ፣ የእናቴ አባት፣ በአባታቸው ዘርማንዘሮች በኩል የአዳ ባላባቶች የልጅ ልጅ ቢሆኑም፣ በእናታቸው መንዜ ናቸው። እሳቸው ግን፣ በልጅነቴ ስለ አባታቸው ወገኖች ዘርያ

[146] የሰገሌ ጦርነት እየተባለ የሚታወቀው ጦርነት በወሎው ንጉስ ሚካኤል፣ በሙሉ ማእረጋቸው፣ ንጉሰ ወሎ ወ-ትግሬ ወ- ጎጃም ወ- ጎንደርና በራስ ተፈሪ መኮንን መካከል ሸዋ ውስጥ ከደብረብርሃንና ከአንኮበር ብዙም ርቀት በሌለው ሰገሌ በተባለው ስፍራ የተደረገ ብርቱና ብዙ ሰው ያለቀበት ውጊያ ነው። ውጊያው የተደረገው ጥቅምት 17 1909 ዓ.ም በእለተ አርብ ነበር። የውጊያው ምክንያት የሸዋ መሳፍንት አድማ አድርጎ የንጉስ ሚካኤልን ልጅ፣ የአፄ ምኒሊክን የልጅ ልጅ፣ ልጅ እያሱን አያቱ ካወረሱት የሃገሪቱ ንጉሰ ነገስትነት ስልጣን በመሻሩ የተቀሰቀሰ ጦርነት ነበር። ንጉስ ሚካኤል ከወሎ ክተት ሰራዊት ብለው ወደሸዋ የተንቀሳቀሱት የልጃቸውን ዘውድ ለማስመለስ ነው። ሰገሌ ሜዳ ላይ በጦር ሚኒስትሩ በአባ መቻል፣ በፊታውራሪ ሃብተጊዮርጊስ ዲነግዴ ተንኮልና ጦር ድል ተመትተው ንጉስ ሚካኤል ተማረኩ። በዚህ ሸንፈት የተነሳ የልጅ እያሱም፣ የአባቱም የንጉስ ሚካኤል ጀንበር ጠለቀች።

ሲያስጠኑኝ፣ ስለእናታቸው አንድም ነገር ነግረውኝ አያውቁም። "እናታቸውም እንደ አባታቸው የአዳ ኦሮሞ ናቸው" የሚል ዕምነት ነበረኝ። እናታቸው መንዜ መሆናቸውን ያወቅሁት በጣም ካደግኩ በኋላ ነው።

በዛ ዘመን፣ አቶ ሮቢ፣ የአድአው ቅድመ አያቴ፣ እንዴት ከመንዟ ስማቸውን ከማላውቀው ቅድመ አያቴ ጋር እንደተገናኙና ለመጋባት እንደበቁ የማውቀው ነገር የለም። እንደዛው የእናቴ ወገን የሆኑት አያቶቼ፣ ተሰማና ወርቅነሽ አዲስ አበባ ውስጥ ምን ወይ ማን እንዳገናኛቸው፣ በምን ሂደት አልፈው እንደተጋቡ አላውቅም።

በአባቴ በኩልም የምንጃርና የመራቤቴ ጋብቻ እንዳለ ገልጫለሁ። በአዲስ አበባ ከተማ ውስጥ ብዙ የኦሮሞና የአማራ ደም የተቀላቀለበት ኗሪ እንዳለ አውቃለሁ። ይህ የሁለቱ ትልልቅ የሃገሪቱ ብሄረሰቦች፣ ሸዋ ላይ በከፍተኛ ደረጃ በዘር መዋሃድ፣ የዘመናዊት ኢትዮጵያን ማንነትና ምንነት በመወሰን ትልቅ ሚና ተጫውቷል።[147] የዘር መቀላቀሉ ከባላባቱና ከመሳፍንቱ በታች ወርዶ፣ በተራው ህዝብ ደረጃ የደረሰ ነው። ከዛ በፊትም በነበረው ታሪክ፣ ስንቱ የዛሬ ኦሮሞ የቀድሞ አማራ እንደነበርና ስንቱም የዛሬ አማራ የቀድሞ ኦሮሞ እንደነበር የሚያውቅ የለም። ይህ ሌላ ታሪክ ነው።

እናቴ በምድር ባቡር ግቢ በተወለደች ሁለት አመት ሳይሞላት፣ እናቷ ወርቅነሽ፣ ከአቶ ተሰማ ጋር ተፋቱ። ህጻን ልጃቸውን ለአባቷ ትተው አንድ ወታደር እንዳገቡ ይነገራል። ይህ ወታደር ማን እንደሆነ ስሙን ሰምተን አናውቅም። ከዚህ ወታደር የወለዱት ልጅም የላቸውም። እናቴ ለወርቅነሽ የመጀመሪያና የመጨረሻም አንድ ልጅ ሆነች።

---

[147] ፍቅረ ማርቆስ ደስታ፣ "ጃጋማ ኬሎ የበጋው መብረቅ፣ የህይወት ታሪክ" ሸሉዝ አሳታሚ፣ ሻማ ቡክስ 2002፣ አዲስ አበባ፣ከገጽ 15-18 ይህ የሸዋ ኦሮሞና አማራ ውህደት ምን እንደሚመስልና ጣሊያን የሸዋን ህዝብ ለመከፋፈል የሚያደርገው ጥረት ለምን እንደማይሳካ የኦሮሞው ባላባት፣ የጀነራል ጃጋማ ኬሎ አጎት፣ አባ ዶዮ እንዴት እንደገለጹት ያብራራል። "…. አማራውና ኦሮሞው እንደ ሰርገኛው ጤፍ ተቀላቅሏል። ወንድሞቼ .. እስኪ ከናንተ ውስጥ ከአማራ ያልተጋባ ካለ ይንገረኝ? በተለይ ከሸዋ አማራ ጋር ተቀላቅለናል፣ እኛ ኦሮሞዎች ጣሊያን የማያውቀው፣ የማይገምተው፣ የሚያኮራ የ"ጉዲፈቻ" እና የ "የሃርመ ሆዳ" (ጡት መጥባት) ባህል አለን። በዚህ ባህላችን ከተለያዩ ጎሳዎች ከመጡት ጋር አንድ ሆነናል። ይህ ባህላችን ከአባቶቻችን ሲወርድ ሲዋረድ የመጣ የአንድነትና የአብሮነት መሰረት ነው። ስለዚህ ጣሊያኖች ተለያዩ ቢሉን እኛ እንዴት መለያየት እንችላለን?" በማለት አባ ዶዮ የተናገሩትን ይጠቅሳል። ከየትኛውም የሃገሪቱ ክፍሎች ሰዎች በላይ የሸዋ ኦሮሞዎችና አማራዎች አምርረው ሸዋ ውስጥ በጸረ ጣሊያን ወረራ የአርበኝነት ትግል በጋራ የታገሉበትን ምክንያት፣ ከዚህ በላይ የተጠቀሰው አባባል ይገልጸዋል።

በዚህ ጉዳይ ላይ ሰፋ ያለሃተታ ለማንበብ ለሚፈልግ "ነጻነትን የማያውቅ ነፃ አውጭ" የሚለውን መጽሃፌ ውስጥ "ሃገራዊነት፣ ጎሰኛነት እና ርእዮተ አለም" በሚል ርእስ የተጻፈውን ምእራፍ ስምንትን ማንበብ ይቻላል።

እናቴ የህጻንነት ዕድሜዋን ያሳለፈችው በአባቷና የእናቷ እህት በሆነችው በጥሩነሽ ብርሌ ቤት ነው። አቶ ተሰማ ልጃቸውን በእንጀራ እናት ማሳደግ ስላልፈለጉ ለተወሰነ ጊዜ ሚስት ከማግባት ተቆጥበዋል። ያለ እናት ህጻኗን ለማሳደግ ከብዷቸው ነበር። አልፎ አልፎ እፎይታና እረፍት የሚያገኙት እናቴን ለአክስቷ በመስጠት ነበር። በወቅቱ የተሰማ ዘመዶች አዳ እንጂ አዲስ አበባ ውስጥ አልነበሩም።

አልፎ አልፎ እናቴን በህጻንነቷ ከአባቷ እየወሰዱ የሚያኖሯት፣ጥሩነሽ ብርሌ፣ እጅግ በጣም ውብ ሴት ናቸው። ውበት ብቻ ሳይሆን በከተማው ውስጥ በዘመናዊ ሴትነታቸው ከሚታወቁት ጥቂት ሴቶች መሃል አንዷ ነበሩ።ልጆች ሆነን፣ በኢትዮጵያ ሬድዮ ይተላለፍ በነበረ የጥንት የማሲንቆ ዘፈን ውስጥ፣ በቁንጅናቸው ከሌሎች አበበችና አልማዝ፣ ከሚባሉ ሴቶች ጋር ስማቸው እየተጠቀሰ ሲዘፈንላቸው እንሰማለን። አብረዋቸው ከቀበጡ ወንዶች መሃል፣ የንጉሱ ልጅ አልጋ ወራሹ መርእድ አዝማች አስፋወሰን አንዱ እንደነበርና ከእርሱም አርግዘው እንዳስወረዳቸው እህታቸው ወርቅነሽ ያወሩ ነበር።

እናቴ ስትወለድ፣ ጥሩነሽ ብርሌ ይኖሩ የነበረው ከደጃዝማች ታዬ ጉልላት ልጅ፣ ከልጅ መላኩ ታዬ ጋር ነው። በጋብቻ ሳይተሳሰሩ ነበር በአንድ ላይ የሚኖሩት። ቤታቸው በአዋሬ በኩል፣ የቀበናን ወንዝ እግረኛ በቀላሉ እንዲሻገረው በማሰብ በተሰራ አሮጌ የብረት ድልድይ አቋርጦ ወደ ልዑል አስፋወሰን (ምስራቅ አጠቃላይ) ሁለተኛ ደረጃ ት/ቤት በሚወስደው መንገድ ላይ ነው።

ያ ቤት አርጅቶ ሰው በማይኖርበት ወቅት እንኳን "እንዴት እንደዛ አይነት ቤት፣ እዛ ቀበና ጫካ ውስጥ በዛ ዘመን መስራት ተቻለ?" የሚል ጥያቄ ያስነሳል። ቤቱ ትልቅ የድንጋይና በአውሮፓ ደረጃ የተሰራ ማንሽን ነበር። ለሰፈራችን ቅርብ ስለነበር በልጅነታችን እየሄድን እናየው ነበር። ጠባቂ የሌለው ቤት ሆኖም ደፍሮ ወደ ግቢውና ወደቤቱ ለመግባት የሚያስፈራ ነገር ነበረው። ፈረንጆች የሚያስፈራ ፊልም (ሆረር ፊልም - horror film) የሚሰሩባቸው፣ በሲኒማ የምናያቸውን ቤቶች ይመስላል።እናቴ የተወሰነውን የህጻንነት ዕድሜዋን እዛ ቤት ውስጥ ነው ያሳለፈችው።

ስለቤቱ ወንበሮችና መቀመጫዎች፣ ስለ ምንጣፉ፣ የምግብና የመጠጥ ከቻይና የተሰሩ ውድ ሳህኖችና ብርጭቆዎች፣ ስለ ብር ማንኪያ፣ ቢላዎና ሹካው እናቴ የምታስታውሰውን ስትናገር፣ የምታወራው ስለ አንድ የአውሮፓ መስፍን ኑሮ ነው ወይንስ በ1920ዎቹ ውስጥ አዲስ አበባ መሃል ስለሚኖሩ ኢትዮጵያውያን የሚል ጥያቄ የሚያስነሳ ነው። አባየ ጥሩነሽም

የቅንጦት ህይወታቸው ካለፈና ውበታቸው ከረገፈ በኋላ "ምን ያደርጋል ?" እያሉ ስላሳለፉት የድሎት አመታት የሚያወሩት እናቴ ከምትነግረን በላይ የሚደንቅ ነበር።

እናቴ እንዳጫወተችኝ በዚህ ቤት የሰራተኛ ብዛት ብቻ ሳይሆን የባሪያውም ቁጥር ለጉድ ነበር። ደጃዝማች ታዬ ጉልላት፣ የአፄ ኃይለስላሴ የቅርብ ዘመድና በንጉስ ሳህለስላሴ በኩል ለዘውዱ ከሃይለስላሴ ይበልጥ የሚቀርቡ ናቸው። በዚህ የተነሳ በደጃዝማቹና በንጉሱ መካከል ያለው ግንኙነት ብዙ ጊዜ ችግር ነበረበት። "የልጅ መላኩ የአዲስ አበባ ቤት" ነበር የሚባለው። የባሪያ ብዛት ከንጉስ ሳህለስላሴ ጋር ባላቸው የቅርብ ዝምድና የመጣ ሊሆን ይችላል። በንጉስ ሳህለስላሴ የአንኮበር ቤተ መንግስት የባሪያዎች ቁጥር በመቶዎች እንደነበረ ይታወቃል።[148]

እናቴ በዛ ቤት ውስጥ ከአክስቷ ጋር ባሳለፈችው ህይወት የምታስታውሳቸው ብዙ ነገሮች አሉ። ትልቁ በጭንቅላቷ ተቀርጾ የቀረው ትውስታ፣ አንድ ሌሊት እጅግ ቁጥሩ ብዙ የሆነ ወታደር አስከትለው፣ ደጃዝማች ፍቅረማሪያም ናደው ቤቱንና አካባቢውን መውረራቸውን ነው። ያ ሌሊት፣ እናቴና አክስቷ በወቅቱ ባያውቁትም፣ ደጃች ፍቅረማሪያም ከሌሎች አራት የጦር አለቆች ጋር አዲስ አበባ ውስጥ በጣሊያን ላይ እርምጃ ለመውሰድ የተስማሙበትን ውል ጠብቀው የመጡበት ለሊት ነበር።

የጦር አዛዦቹ በአምስቱ የከተማዋ በሮች ጦራቸውን ይዘው ለመግባትና ጣሊያንን በአምስት አቅጣጫ ለማጥቃት ተስማሙ። ደጃዝማች ባልቻ አባ ነፍሶ (ሳፎ)፣ ደጃዝማች ፍቅረማሪያም ናደው፣ ደጃዝማች ነሲቡ[149] ከአምስቱ ሶስቱ ናቸው። ደጃች ባልቻ በሰበታ በር፣ ደጃች ፍቅረማሪያም በየካ በር የሚገቡት ነበሩ። የሁለቱን ስም እረስቸዋለሁ። በተባለው የቀጠሮ ቀን ወደ አዲስ አበባ ጦራቸውን ይዘው የመጡት ደጃች ባልቻና ደጃች ፍቅረማሪያም ብቻ ሆኑ። አንዱ "ኮሶ" ምክንያት በማድረግ ሲቀር ሌላው በክህደት የቀረ እንደነበር ታውቋል። ሶስተኛውም የሰጠው ምክንያት ነበር፣ ለጊዜው ተዘንግቶኛል።

ደጃዝማች ፍቅረማሪያም ናደው፣ ቀጠሮው ችግር እንደገጠመው፣ እንደ ደጃዝማች ባልቻ መረጃ አልነበራቸውም። ባልቻ፣ የአድዋው ጀግና ግን፣ ስለሌሎቹ የጦር አለቆች አለመምጣት ሲነገራቸው "አንዴ ቆርጫለሁ፤ እኔ አልመለስም! ሬሳዬን ከጌታዬ ቤት (ከምኒሊክ

---

[148] *R Pankhurst "social history of Ethiopia"*

[149] *እኚህ ደጃዝማች ነሲቡ የሃረርጌ ገዥ የነበሩትና ሃረር በጣሊያን እጅ ከወደቀ በኋላ ወደ ጅቡቲ የተጓዙት ይሁኑ እርግጠኛ አይደለሁም። ከጅቡቲ ተመልሰው የአርበኛነት ትግል ጀምረውም ሊሆን ይችላል።*

ቤት) ፈልጉት" ብለው አዲስ አበባ ገቡ። እንዳሉትም ከምኒሊክ ቤተመንግስት ለመድረስ የቀራቸው ጥቂት እርምጃዎች ብቻ ነበር። ዕድሜያቸው ከሰማኒያ በላይ ሆኖታል። ሽማግሌው ባልቻ፣ አድዋ ላይ በመድፋቸው የጣልያንን ጀነራሎች "ማማ ሚያ! (ወይኔ እናቴ!)" ያስባሉ ናቸው። አዲስ አበባ ላይ፣ የድሮው ፖሊስ ጋራዥ፣ አሁን ሸራተን ሆቴል የተሰራበት አካባቢ ጣሊያን እንደዋዛ ፈረሳቸው ላይ ተቀመጠው በጥይት መትቶ ጣላቸው። ገደላቸው።

ፍቅረማሪያም ናደው ቀጠሮ አክብረው መጡ። ጣሊያን አስቀድሞ በመስማቱ፣ በሚመጡበት አቅጣጫ የቀበናን ወንዝ ሳይሻገር፣ የወንዙን ዳርቻ ተከትሎ፣ በሚገባ ተደራጅቶና አድፍጦ ጠበቃቸው። ፍቅረማሪያም፣ የልጅ መላኩን ቤት የጦር ማዘዣቸው አድርገው እንዲሰፍሩ ያደረጋቸው፣ ይህ ድንገት ያልጠበቁት የጣሊያን ደፈጣ ስለገጠማቸው ነው። ዓላማቸው ወንዙን ተሻግረው፣ ጣሊያንን ባገኙበት እየወጉ፣ አራት ኪሎ ላይ ከሌሎቹ የጦር አዛዦች ጋር ለመገናኘት ነበር። በልጅ መላኩ ቤት የደረሱት ሊነጋ ጥቂት ሰአቶች ሲቀሩት ነው።

ደጃዝማች ፍቅረማሪያም ሰራዊታቸውን ያለብዙ አደጋ ወደ መጣበት ለመመለስ ጨለማን ተገን ማድረግ ነበረባቸው። ያ እስኪሆን የነበራቸው ምርጫ ቀኑን ከጣሊያኖች ጋር እየተዋጉና እየተከላከሉ እስኪመሽ መጠበቅ ነው። ደጃዝማቹ መትረየሳቸውን ልጅ መላኩ ታየ ግቢ ውስጥ ጠመዱ። ለራሳቸውና ለሰራዊታቸው የሚያስፈልጋቸውን ነገር እንዲያቀርቡላቸው ትእዛዝ ያስተላለፉት ለወይዘሮ ጥሩነሽ ነበር ። ልጅ መላኩ ታየን በዛን ሌሊትም ሆነ በማግስቱ ያያቸው ሰው አልነበረም። ውጊያው ሲነጋጋ ተጀመረ። በዛን ወቅት ከተወለደች አምስተኛ አመቷን ያላከበረችው እናቴ እለቱን እንዲህ በማለት ገልጻዋለች።

"ተኩሱ በጣም የሚያስፈራ ነው። በፍራቻ ብዛት ከአክስቴ አልለይም አልኩ። አምርሬ በማልቀሴ የተነሳ፣ ከአደጋ አካባቢ ሊያርቁኝ የሞከሩትን ሰራተኞች፣ አክስቴ "ተዋት፣ ከሞትንም አብረን እንሞታለን!" አለቻቸው። እሷ ራሷን የቻለች የጦር አዛዥ ሆናለች። ሰራተኞቿንና ባሪያዎቹን አደራጅታ፣ ደጃዝማቹና ሰራዊታቸው የሚያስፈልጋቸውን ለማሟላት ግቢ ውስጥ ትንጎራደዳለች። ትእዛዝ ትሰጣለች።

ከላይ የለበሰችው ሸሚዝ ነጭ ነው። የቀይ ፅጌረዳ ምስል ጣል ጣል ያለበት። ከታች ሱሪ ታጥቃ ነበር። ትከሻዋ ላይ ወፍራም ሻርፕ ነገር ጣል አድርጋለች። ሱሪዋ ጉልበቷ ድረስ በሚደርሰው ረጅም ጥቁር የቆዳ ቦት ጫማ ውስጥ ገብቷል። ሸሚዟን ሱሪዋ ውስጥ አስገብታ በቀጭን ቀበቶ ወገቧ ላይ አስራዋለች። ከዝሆን ጥርስ በተሰራ የሲጋራ ማጨሻዋ ላይ የሰካችውን ሲጋራ ከንፈሯ ላይ አድርጋ ጢሱን ቡን እያደረገች ነበር ትእዛዝ የምትሰጠው።

እኔ ቁመቴ ከሷ ቦት ጫማ ብዙም አይበልጥም። የምቆመው አጠገቧ ቦት ጫማዋን ይገፔ ነው። ብዙ ጊዜ ደጃዝማቹ የሚፈልጉት ነገር እንዳለ ለመጠየቅ ምሽጋቸውን ወደሰሩበት ቦታ እንጠጋለን። መትረየሳቸው እየጋለባቸው፣ ውሃ በጨርቅ እየነከሩ ነበር እጃቸውን እየጠቀለሉ የሚታኮሱት። አጠገባቸው የነበረ ውሃ አልቆባቸው ጣሳውን አንስተው "ነይ" ብለው ጠሩኝ። ውሃ እንደፈለጉ ገብቶኛል። በፍራቻ ዝም ብዬ አየኋቸው። አክስቴ "ሂጅ ተቀበያቸው" አለችኝ። ተቀበልኳቸው። ሰራተኛ ከአክስቴ እጅ ጣሳውን ወስዶ ውሃ አመጣላቸው።

ዋናው ውጊያ ይካሄድ የነበረው ቀበና ወንዙ ዳርቻ ላይ ነው። እሳቸው ዋናው ውጊያ መሃል አልገቡም። የሚተኩሱት ከርቀት ነበር። ብዙ ጣሊያኖች እንደገደሉ ሰማን። እኛ ግን የሞተ ጣሊያን ማየት የምንችልበት ቦታ ላይ አልነበርንም። በሳቸው ወገን ብዙ ሰው ሞተባቸው። ብዙ ሰውም ቆሰለባቸው። በሌሊት ስለተነሳን፣ ቀኑ ከመምሸቱ በፊት እኔን እንቅልፍ ጣለኝ። ከአክስቴ እግር ስር ተኝቼ እንደተገኘሁ ነው የሚነግሩኝ። እንቅልፍ የወሰደኝ ጦርነቱ መሃል ነው። ሌሊቱን ሙሉ ሳልነቃ ተኛሁ። በማግስቱ ጠዋት ስነሳ ግቢው እንኳን የውጊያ ማዘዣ ጣቢያ የነበረ፣ ሰው የረገጠው አይመስልም። ደጃዝማቹ ምንም የተውት ነገር አልነበረም። የሞቱትን የቆሰሉትን ሰዎቻቸውንና ግቢያችንን ሞልቶተት የነበረውን የጥይት ቀለሃቸውን አንድ ሳያስቀሩ ለቃቅመው ተሰውረዋል። ሁሌ ሳስበው ህልም እንጅ እውን አይመስለኝም" ትላለች።

የልጅ መላኩ ቤት የእናቴ ትልቁ ትውስታ ይህን ይመስላል። የሲጋራው ነገር ይገርማል። በዛን ዘመን ሴት ልጅ በአደባባይ እንደዛ ሲጋራ ማጨሷ![150] አባዬ ጥሩነሽ እንደነገሩኝ የሚያጨሱት "ኬንት" የተባለውን ነጭ ፊልተር ያለውን ሲጋራ ነው። "ሲጋራው ላይ ሽቶም ብን ይደረግበታል" ብለዋል። ሃኪም እስኪከለክላቸው አጭሰዋል። በመጨረሻም የገደላቸው ሲጋራው ነው።

ከጥቂት ጊዜ በኋላ፣ ደብረዘይት አካባቢ፣ ደጃዝማች ፍቅረማሪያም ለጣሊያን ባደሩ ከሀዲዎች ጥቆማ በጣሊያን ተገደሉ። ጣሊያንን ያስጨነቁ አርበኛ ስለነበሩ፣ መሞታቸውን ህዝብ አይቶ እንዲያምን፣ አንገታቸውን ቆርጦ፣ እንጨት ላይ ሰክቶ፣ ቢሾፍቱ ከተማ መሃል

---

[150] ይህ እየሆነ የነበረው በ1930ዎቹ የመጀመሪያዎቹ አመታት ነው። ከ25 አመታት በኋላ በ1950ዎቹ ኢጋማሽ ላይ Donald N. Levine "Wax & Gold" በሚለው መጽሃፉ በገጽ 133 ላይ የሁለተኛ ደረጃ ተማሪዎችን ስለሴቶች ሲጋራ ማጨስ ምን እንደሚሰማቸው ጠይቋቸው ሁሉም ተጠያቂዎች የማይቀበሉት ነገር መሆኑን አረጋግጠዋል። ተማሪዎቹ ተቋውሟቸውን "የሚያዋርደኝ ነው" "በጣም የሚያስፈራ ነው" "አንቄ እገድላታለሁ" "ከገሃነም የከፋ ነው" በሚሉ ቃላት እንደገለጹት ጽፎታል። እኔንም የሲጋራው ነገር ያስገረመኝ ያለምክንያት አልነበረም። የዛን ዘመኑን የማህበረሰባችን ባህል ግምት ውስጥ አስገብቼ ነው።

ሰቅሎታል። ለቀበና ወንዝ ውጊያቸው ማስታወሻ እንዲሆን፣ ወደ እንግሊዝ ኤምባሲ በሚወስደው መንገድ ላይ ያለው የቀበና ወንዝ ድልድይ፣ ከነጻነት በኋላ በስማቸው ተሰይሞላቸዋል። ወያኔ ቀይሮት ካልሆነ፣ "የደጃዝማች ፍቅረማሪያም አባ ተጫን ድልድይ" ተብሏል። ብዙ ሰው የሚያውቀው አይመስለኝም።

ከጥቂት ጊዜ በኋላ፣ የእናቴ አባት ሌላ ሚስት ስላገቡ፣ ልጃቸውን ከአክስቷ ቤት ወስደው ቤታቸው ማኖር ጀመሩ። ልጃቸውን በእንጀራ እናት ለማሳደግ ፈርተው ነበር። የፈሩት አልቀረም። ህጻኗ እየከሳች በመሄዷ ቀን ቀን እሳቸው ስራ ሲውሉ ምግብ እንደማታገኝ ጠረጠሩ። የራሳቸውን መፍትሄ አበጁ። ማታ ከስራ ሲገቡ ከአካባቢያቸው ከነበረ ዳቦ ቤት የሚሸጠውን ረጅም ፉርኖ ገዝተው፣ በትልቁ ካቦርታቸው ስር ደብቀው ወደ ቤት መምጣት ጀመሩ። እሳቸው አምሽተው ከስራ ሲገቡ ልጃቸው ተኝታ ትጠብቃቸዋለች። እሳቸውም ልጃቸው አጠገብ ይቀመጡና ጸጉሯን ይደባብሳሉ። ቀስ ብለውም ያንን ትልቅ ዳቦ ብርድ ልብሷ ውስጥ ይጨምሩታል።

በእንጀራ እናቷ የተነሳ እናቴ ከአባቷ ጋር ለረጅም ጊዜ ለመኖር ሳትታደል ቀረች። ያም ሆኖ ያንን የአባቷንና የሷን የዳቦ ሚስጥር እያሰበች ለአባቷ ከፍተኛ ፍቅር ይዛ ቀርታለች።

"ሴትዬዋ ሃይለኛ ስለነበሩ አባባ ይፈራቸዋል። ተደብቆ ዳቦ እንደሚሰጠኝ ቢያውቁ ጥለውት ሊሄዱ ይችላሉ። ስለዚህ ሁሉ ነገር በጥንቃቄ መሰራት ነበረበት። እሱ ዳቦውን በጥንቃቄ አምጥቶ ለኔ መስጠት ነበረበት። እኔ ደግሞ ከብርድ ልብሱ ውስጥ ሆኜ በጥንቃቄ መብላት ነበረብኝ። በጥርሴ ስገምጠው ድምጽ እንዳይሰጥ ዳርዳሩን እንደአይጥ ትንሽ ትንሽ ነበር የምበላው። ራሴንም እንደ አይጥ ነበር የማየው። የዳቦ ፍርፋሪ መኝታዬ ላይ እንዳይገኝ ከፍተኛ ጥንቃቄ አደርጋለሁ።" እያለች እናቴ የልጅነት ታሪኳን ታጫውተኛለች።

በመቀጠልም

"ከጥቂት አመታት በኋላ ሴትየዋ፣ የአቶ ተሰማ ሚስት አረገዙ። የኔም ነገር ለአባቴ እየከበደ መጣ። እዛው ግቢ ውስጥ መማር ጀምሬያለው። የአባቴ ሃሳብ እንደማገኛውም የምድር ባቡር ሰራተኛ ልጅ ሊሴ ሊጨምረኝ ነበር። እሱ ያሰበው አልሆነም። ተመልሼ ወደ አክስቴ መሄድ ነበረብኝ። በዚህን ጊዜ ጣሊያን ካገር ተባርሮ ንጉሱ ከተመለሱ ጥቂት አመታት አልፈዋል። እኔም ማደግ ጀምሬአለሁ። ልጅ መላኩ ታዬም ከአፄ ሃይለስላሴ ጋር ተጋጭተው ከትልቁ ቤታቸው ወጥተው ሌላ ቦታ በቤት ውስጥ ግዞት ይኖራሉ። ከአፄ ኃይለስላሴ በስጦታ

የተላከላቸውን የወርቅ ካባ ከለበሱ በኋላ ሁለት እጃቸውን ማንቀሳቀስ የማይችሉ ሽባ ሰው ሆነዋል። ካባው ላይ የተደረገበት ድግምት ነው ሽባ ያደረጋቸው እየተባለ ይወራል" ትለን ነበር።

ጥሩነሽ ብርሌም ከልጅ መላኩ ተለይተው የህይወታቸውን የቁልቁለት ጉዞ ጀምረዋል። ወጣትነትና ውበት እየከዳቸው፣ ልጅ አለመውለዳቸውም በአንድ ላይ ተደምሮ፣ ያ ሁሉ "ላግባሽ! ላኑርሽ!" የሚላቸው መሳፍንትና መኳንንት ርቋቸዋል። ራሳቸውን በራሳቸው እየደገፉ ከመኖር ሌላ ምርጫ አልነበራቸውም። የተወለዱባትንና ያደጉባትን፣ ከተሜውን ጉድ ያሰኙባትን፣ አዲስ አበባን ለቀው አዳማ ጠቅለው ገብተዋል። በአዳማው ቤታቸው በከተማው የታወቀ ትልቅ ጠጅ ቤት ከፍተው ዝነኛ ሆነዋል። እናቴም ከአዲስ አበባው የአባቷ ቤት በእንጀራ እናቷ ስትገፋ የሄደችው አዳማ አክስቷ ጋር ነበር።

ምእራፍ 6. እናቴ የአዳማዋ ወጣት

በአክስቷ ጠጅ ቤት፣ የእናቴ ህይወት እንደ ልጅ መላኩ ታዬ ቤት ቀላል አልነበረም። ዕድሜዋም እየገፋ፣ እየጠነከረች በመሄዷ ማንኛውንም ነገር ለመስራት የምትችል ሆናለች። አክስቷም እንደ መላኩ ታየ ቤት እንዳሻቸው የሚያዙት ሰራተኛና ባሪያ የላቸውም። እሳቸው ከትልቅ እመቤትነት ወርደው ጠጅ ነጋዴ እንደሆኑት ሁሉ እሷም በእሳቸው ቤት ስትኖር ከነበረችበት የተንደላቀቀ ህይወት መውረድ ነበረባት።

የጠጅ ቤቱ አንድ ትልቅ ችግር ቤቱ የራሱ ባንቧ ውሃ ያልነበረው መሆኑ ነው። ውሃ ከቦኖ በበርሜል እየተገዛ ጠጅ ቤት ድረስ እየተገፋ መወሰድ ነበረበት። የእናቴ መደበኛ ስራ ባዶውን በርሜል እየገፉ ወስዶ፣ ውሃ ሞልቶ፣ እየገፉ መመለስ ነው። ደግነቱ ናዝሬት ለጥ ያለ ሜዳ ስለሆነ በርሜል ለመግፋት አስቸጋሪ አልነበረም። አክስቷ ጋር ብዙ አመት ስትኖር ይህን በርሜል እየገፋች ነው የኖረችው።

እናቴ በዚህ የልጅነት ስራዋ ስትማረር ስምቻት አላውቅም። በመሆኑም "ስራው ይህን ያህል ከባድ አልነበረም" የሚል ግምት አለኝ። ወይም እናቴ ወደ አዳማ በመዞሯ ካገኘችው ጥቅም ጋር አነጻጽራ ከቁም ነገር አላስገባችውም ይሆናል። በአክስቷ ቤት አትራብም። ትንሽም ቢሆን ለጨዋታም የሚሆን ጊዜ አላት። ከሁሉም ነገር በላይ አክስቷ በቅድሚያ ያደረጉት ልጅቷን ት/ቤት ማስገባት ነው። የአፄ ገላውዲዮስ ትምህርት ቤት ተማሪ አድርገዋታል። ይህን በማድረጋቸው የዕድሜ ልክ ውለታ እንዳለባት እናቴ ታምናለች። ልጅ የሌላቸው በመሆናቸውም፣ በደህና ቀን ባስተማሯት የእህታቸው ልጅ ቤት ነው እርጅናቸውን የጀመሩት። እናቴ በአክስቷ ቤት ለአመታት በርሜል ብትገፋም አክስቷን ትወዳቸዋለች።

የትምህርት ጉዳይ ሲነሳ እናቴ ከአባቴ በጣም ትለያለች። ስትነግረን፣ በጠጅ ቤቱ ስራ የተነሳ ጥናት ለማጥናት ጊዜ አልነበራትም። እንዲያውም በበርሜል ውሃ ማምጣቱ በሚሰጣት እድል የቤት ስራዋንና ጥናቷን ታካሂድ እንደነበር ነግራናለች። "በርሜሉ ወዳጅ እንጂ ጠላት አልነበረም" ማለት ነው። እንዲህም ተቸግራ በጣም ጎበዝ ተማሪ ነበረች።

ልክ እንደ አባቴ፣ የርሷንም የክፍል ውጤት የሚያሳዩ የተማሪ ቤት ሰርቲፊኬቶቿ እቤታችን ነበሩ። የሁለቱን የትምህርት ቤት ውጤት ማወዳደር የልጅነት ጨዋታችን ነው። ከአንደኛ እስከ ስምንተኛ ክፍል ስትማር በተማሪ ህይወቷ ሁለተኛ የወጣችው አንድ ጊዜ ብቻ ነው። ሁሌም አንደኛ ነበረች። አንዴ ሁለተኛ በመውጣቷ "እልህ ይዞኝ ብዙ አለቀስኩ" ብላናለች።

አዳማ ላይ፣ ልጅቷ፣ ስሟ በትምህርት የታወቀ በመሆኑና በየሽልማቱ ሥርዓት ተጋባዥ በመሆናቸው፣ የአክስቷ የኩራት ምንጭ መሆን ጀምራለች። አክስቷ የልጅቱን ችሎታ አይተው በረጅሙ ሊያስቡላት ግን ብቃቱ አልነበራቸውም። ቶሎ ብላ እራሷን እንድትችል ነበር ፍላጎታቸው። እናቴ በአክስቷ ላይ ያላት ትንሽ ቅሬታ በዚህ ጉዳይ ላይ ነው። "ብትረዳኝ ኖሮ ትምህርቴን መቀጠል እችል ነበር" የሚል እይታ ያላት ይመስላል። መለስ ብላ ደግሞ "እሷ ባትሆን በተለይ በዛን ዘመን ሴት ልጅን ማን እስከ ስምንተኛ ያስተምራል? እንደ ጓደኞቼ ከአራተኛ ክፍል አስወጥተው ይድሩኝ ነበር" ብላ ስታስብ አክስቷን ታመሰግናለች።

በዘመኑ፣ "ትምህርት ለሴቶች አስፈላጊ አይደለም"፣ የሚል ዕምነት ነበር። ከጥቂት አመታት በፊት ማህበረሰቡ "እንኳን ለሴቶች ለወንዶችም ትምህርት ያስፈልጋል" የሚል ዕምነት አልነበረውም። ልጆቹን ትምህርት ቤት ይልክ የነበረው በስንት ልመና እና ድለላ ነው።[151] ብዙ ሴት ልጆች ትምህርት ቤት አይገቡም። የገቡትም መጻፍና ማንበብ እንደተማሩ "ይበቃችኋል" ይባላሉ። እናቴ ስምንተኛ ክፍል ስትጨርስ እሷም እንደ አባቴ መምህራን ማሰልጠኛ ነው የገባችው። ብዙ ሴት ተማሪ ባልነበረበት ዘመን፣ የክፍሏን ወንዶች በትምህርት ውጤት የምታስከነዳ ጎበዝ እንደነበረች የሚያውቁ ሰዎች፣ "ትምህርቷን ቀጥላ ቢሆን የት በደረሰች ነበር ?" እያሉ ያዝኑላት ነበር።

የትምህርት ቤት ጓደኞቿም ከእናታችን ጋር ባገኙን ቁጥር የሚነግሩን የእናታችንን ጭንቅላት ወርሰን ከሆነ፣ ምን ያህል እድለኞች እንደሆንን ነው። ማንም ልጅ ከቤታችን የእናታችንን ጭንቅላት የወረሰ የለም። እንደሷ ሳያቋርጥ ከአመት አመት አንደኛ የሚወጣ ልጅ በቤታችን አልተፈጠረም። እኛን አልፎ የርሷ ጭንቅላት የተከሰተው በልጅ ልጇ ላይ ይመስላል።

ብዙዎቻችን ከእናታችን የወረስነው መልኳን ነው። የእናቴን እናት፣ አክስቷንና አያቷን ሁሉንም አይቻለሁ። ሁሉም "ይህ ቀራችሁ" የማይባሉ ቆንጆዎች ናቸው። የቆንጆዎች ቆንጆ ናቸው። ቅድመ አያቴ በጣም አርጅተው በነበሩበት ሰአት እንኳን በልጅነታቸው ምን ያህል ቆንጆ እንደነበሩ ለመታዘብ የሚያዳግተኝ አልነበረም። የአስር አመት ዕድሜ ሳይሞላኝ ምን ያህል ቆንጆ ሴት እንደነበሩ ማየት ችያለሁ። ስማቸውም "ይፍቱ ስራ" የተባለው ያለ ምክንያት አልነበረም። የልጃቸውንም የጥሩነሽን ታሪክ ተርኬያለሁ። እናቴ በነሱ ሳይሆን በአባቷ ነው የወጣችው። የደም ግባት ካልሆነ በስተቀር መልክ አልነበራትም። በአካላዊ ቁመናዋ

---

[151] የአፄ ሃይለስላሴ ተማሪ የማግኘት ችግር በብዙ ጸፊዎች የተጻፈነው። ዘውዴ ረታ የቀዳማዊ ሃይለስለሴመንግስት ቅጽ 1 ገጽ 57ን ይመልከቱ፤

የአባቴ ተቃራኒ ነበረች። ውበቷ ከነፍሷ ጋር የተጣመረ ነበር። ብዙዎቻችን ከእናታቸን የወረስነው መልኳን ነው።

ይች ሴት ከመምህራን ማሰልጠኛ በከፍተኛ ደረጃ ተመረቀች። የመጀመሪያ የአስተማሪነት ስራዋን የጀመረችው ወሊሶ ላይ በሚገኝ ትምህርት ቤት ነው። የመጀመሪያ ተማሪዋም ጥላሁን ገሰሰ ሆነ። የቤታችንና የእውቁ ድምጻዊ ዘፋኝ የጥላሁን ገሰሰ የዘመናት ግንኙነት የጀመረው በወሊሶው ትምህርት ቤት ውስጥ ነው። ከአባቴም ጋር ፍቅር የጀመራት ወሊሶ ላይ ነው። አንድ አመት ካስተማረች በኋላ ትምህርት ሚኒስቴርና ፍቅር ተባብረው ከወሊሶ ወደ ደብረሲና፣ ካራቆሬ አዛወሯት።

ምእራፍ 7. ፍቅር እና ትዳር በካራቆሬ

ሁለት ወጣቶች፤ አልታዬ ተሰማ፣ ሴት፣ዕድሜ 18፤ ፅጌ ሃብተማሪያም፣ ወንድ፣ ዕድሜ 25፤ ሙያቸው አስተማሪነት፤ መኖሪያ አድራሻ ካራቆሬ፤ በህይወት አጋጣሚ ተገናኙ። ሁለት ተቃራኒ ባህርይና መልክ ነበራቸው። ፅጌ ሲበዛ መልከ ቀና፣ ብዙ የማይናገር፣ በቀላሉ ሰው የማይቀርብ ነው።አልታየ የመንደር ቁንጅና ውድድር ማሸነፍ የማትችል፣ ተጫዋች፣ ሰው የምትቀርብና የምትግባባ ነበረች።

እነዚህ በብዙ ነገር የማይመሳሰሉ ሁለት ወጣቶች ተዋደዱ። ተፋቀሩ።

የወላጆቼን ቁመናና መልክ ስለማውቅ አባቴን፤

“ምኗን ወደድከው ብዬ ?” ስለ እናቴ ጠይቄዋለው። ስለ ጠባይዋ ሳይሆን ስለመልኳ ነበር የጠየቅሁት። እሱም ጥያቄው ገብቶታል። አጎንብሶ አላሳለፈውም።

ለመልሱ ብዙም አልተጨነቀበትም። አላሰበበትም።

“እግሯን” አለኝ።

ሰው የሚሰበው ነገር ይገርማል። እውነቱን ነው። የእናቴ እግር፣ እንደ ብዙ አበሻ ሴቶች ወደ ታች ሲወርድ፣ በአንዴ እንደ ጭራሮ አይቀጥንም። ከባቷ እስከ ቁርጭምጭሚቷ የራሱን የተመጣጠነ ቅርጽ ይዞ የሚወርድ ነው። የአበሻ ሴቶች እግር ዝነኛ ነው። ጣሊያን ኢትዮጵያን በወረራ በያዘበት ዘመን፣ ሮም ላይ የተቀረጸ የሙዚቃ ሬኮርድ ስለ አበሻ ሴቶች ውበት ብዙ ካለ በኋላ፣ “ምን ያደርጋል ታዲያ፣ እግርሽ የዶሮ ሆነ እንጂ” በማለት ይሳለቅ እንደነበር ሰምቻለሁ።

አባቴ “እግሯን ነው የወደድኩት” ማለቱ አላስገረመኝም። በዛን ዘመን አስተማሪ ባትሆን ኖሮ አባቴ ያንን እግር ለማየት አይታደልም። ሴቶች የሚለብሱት እስከ ቁርጭምጪሚታቸው የሚደርስ ቀሚስ ነው። የሴት እግር ከቁርጭምጪሚቷ በላይ ማየት፣ በዛ ወግ አጥባቂ ማህበረሰብ ውስጥ፣ ወጣት ወንድ አስተማሪዎችን ምን ያህል ሊያቅበጠብጥ እንደሚችል መገመት ከባድ አይደለም።

“ወንዱ ሁሉ እሷ ከፊት ስትሄድ ከኋላ ሆኖ እግሯን እያየ ነበር የሚሄደው” የሚለው የአባቴ አባባል በዛን ዘመን የሴት ባት ማየት ባሁኑ ዘመን የሴት ጡት ከማየት እኩል ወንድን የሚያስለመልም እንደ ነበር ገላጭ ነው።

ከግሯ የጀመረው፣ አባቴ ለእናቴ የነበረው ፍቅር እየጨመረ መጣ። እየተቀራረቡና ይበልጥ እየተዋወቁ ሄዱ። ሁሉ ነገሯን ወደደው። አባቴ የሌለውን ማህበራዊ ክህሎቶች እናቴ ስለነበራት ተመቸችው። እሱም ቁጥብና ቀዥቃዣ አለመሆኑ ለእናቴ ተስማማት። የአባቴ ጓደኞች እንደነገሩን በዛን ወቅት የአባቴ መልክ፣ ቁመናና አለባበስ የሴቶች ሁሉ ፈተና ነበር። ተማሪዎቹ ሳይቀሩ ፍቅር ይይዛቸዋል። እናቴ በመልኩም በጠባዩም ምንም ነገር ጎደለው የማትለው ጓደኛ ነው ያገኘችው።

በዚህ ላይ እናቴ፣ የአባቴን የልጅነት ታሪክ በሰማችው ቁጥር የበለጠ እየቀረበችውና እየተጨነቀችለት መጣች። በመጨረሻ የማይቀረው ጉዳይ ተነሳ። ሳይጋቡ ምንም ነገር ማድረግ የማይቻልበት ዘመን በመሆኑ አባቴ ለትዳር ጠየቃት። እናቴም እሺ አለችው። የባህል ነገር ስለነበር ወደ አባቷ ሽማግሌ መላክ ነበረበት። ትምህርት ቤት ሲዘጋ አዲስ አበባ ተጓዙ። አባቴ አማላጅነት የሚልካቸው በዕድሜ ተለቅ ያሉ የሚያውቃቸው ብዙ ሰዎች አልነበሩም። የነበረው ምርጫ የቤተ መንግስት ባላሚል ለሆኑት ወንድሞቹ፣ ለሃብተወልድና ለወልደየስ መንገር ነው።

በዚያን ጊዜ ሃብተወልድና ወልደየስ አዲስ አበባ ላይ ትልልቅ ሰዎች ሆነዋል። ቤት ንብረት አደርጅተዋል። ሚስት አግብተው፣ ወልደው ከብደዋል። ታናናሽ ወንድሞቻቸውን ከጉራጌ አገር አምጥተው ትምህርት ቤት አስገብተው ለቁም ነገር አብቅተዋል። አባቴ "ላገባ ነውና አማላጅ ሁኑኝ" ሲላቸው ልክ እንደ አባት ነበር ጉዳዩን የወሰዱት።

"ስለማገባት ልጅ ብዙ ጠየቁኝ። በችኮላ የተነሳ ስህተት እንዳልሰራና በኋላ እንዳላዝን ብዙ መከሩኝ። እርግጠኛ መሆኔን ካረጋገጡ በኋላ አማላጅ ለመሆን ተስማሙ።" ይላል አባቴ።

እናቴ፣ ለአባቷ ትዳር ለመመስረት እንደምትፈልግ ስትነግራቸው፣ "እሱ ማነው?" የሚል ጥያቄ አቀረቡላት። ምንም የስጋ ዘመድ የሌለው፣ ቤተሰቦቹ በጦርነት ያለቁ መሆናቸውንና ያደገውም አዳሪ ትምህርት ቤት እንደሆነ ስትነግራቸው፣

"እንዴት ሆኖ የኔን ልጅ፣ የአዳ ባላባቶችን የልጅ ልጅ፣ ዘሩ ለማይታወቅ ሰው ፈቅጄ እድራለሁ? ሞቼ እገኛለሁ! አሉ። "ያ መቶ አለቃ፣ ቤተሰቦቹ በደንብ የሚታወቁ፣ ምን አድርጎሽ ነው እሱን ትተሽ ይህን መናጢ ደሃ፣ የመጣበት የማይታወቅ ላግባ የምትይው ?" ብለው ተቆጡ።

ይህ እብደታቸው፣ እኛ ተወልደንም አንዳንዴ ሲያገረሽባቸው አይቻለሁ። ብዙ ነገሮች ከተቀየሩ በኋላም፣ ሞቅ ሲላቸው "ልጄን ለማንም ዘረቢስ ደሃ ድሬ" ይሉ ነበር። አያቴ፣

እናታቸው መንዜ ቢሆኑም፣ ራሳቸውን እንደ ሙሉ ኦሮሞ አድርገው የሚያዩ ሰው ናቸው። በኦሮሞነታቸው የሚኮሩ እንጂ የሚያፍሩ አልነበሩም። ይህ ባህርይ፣ የሳቸው ብቻ ሳይሆን፣ የብዙ የሸዋ ኦሮሞዎች ባህርይ ነው። አያቴ ሞቅ ባላቸው ቁጥር፣ እኛ የምናዝነው ለአማራው አባታችን ነበር። እኛ የምናውቀው ኦሮሞ፣ ሌሎችን የበታችነት ስሜት እንዲሰማቸው የሚያደርግ፣ አንድ ጥጋበኛ የአድአ ኦሮሞ አያታችንን ነበር። የኛ የኦሮሞ ሞዴል እሳቸው ናቸው። የኦሮሞ ደም ስላለብን እንድንኮራ እንጂ እንድናፍር የሚያደርግ ነገር አይተንባቸው አናውቅም።

አያቴ "መቶ አለቃው" በማለት የጠቀሱት፣ ከአባቴ በፊት እናቴን ተዋውቆ፣ እሷ "እሺ" ብትል፣ እሱ የትዳር ዓላማ እንዳለው ለአባቷ ነግሮ የነበረ፣ እሳቸውም በብዙ ነገሩ ወደውት የነበር ወጣት ነው። እናቴ የአባቷን ምላሽ ያልጠበቀችው ነገር ነበር። እንደ እውነቱ ከሆነ ለባህል ሲባል እንጂ አባቷ ከጥቂት አመታት በላይ አላሳደጓትም። አክብራ ስትነግራቸው እንዲህ ማለት ባልተገባቸው ነበር። መጠየቅ ከነበረባቸውም፣ እንደ እናትም እንደ አባትም ሆነው አብዛኛውን ዕድሜዋን ያሳደጓት፣ አክስቷ መሆን ነበረባቸው። እናቴ ከአባቷ ጋር ሙግት አልገጠመችም።

"ያለ አባቴም ፈቃድ ቢሆን ላገባ ወስኛለሁ። እንደዚያ ሲለኝ ዝም አልኩት። አባቴ ችግር ሊፈጥር እንደሚችል ግን ለአባታችሁ አስጠነቀቅኩት" ትላለች እናቴ።

ስለ አቶ ተሰማ በቂ መረጃ የደረሳቸው የአባቴ ወንድሞች፣ ለአማላጅነት ሲሄዱ፣ አቶ ተሰማ እምቢ እንዳይሉ በደንብ ተዘጋጅተዋል። ምርጥ ልብሳቸውን ለብሰው፣ ከቤተ መንግስት መኪናና ሾፌር ተበድረው ነው አቶ ተሰማን ሊያናግሩ ወድ ምድር ባቡር ግቢ የሄዱት። የግቢው ሰው አይቶት የማያውቀው ነገር ነበር። እነዚያ ረዣዥም፣ ግርማ ሞገሳቸው አካባቢውን የሚሞላ፣ የሃብተማሪያም ልጆች፣ ከነዘመናዊ ልብሳቸው፣ ባርኔጣቸውና ካቦርታቸው ጋር፣ እንዳማረባቸው አቶ ተሰማ ቤት ገብተው ሲቆሙ አቶ ተሰማ ያልጠበቁት ነገር ሆኖባቸዋል። እንግዶቹ ራሳቸውን "አዛዥ ሃብተወልድ፣ አዛዥ ወልደየስ የንጉስ ባለሟሎች" ብለው በማስተዋወቅ የመጡበትን ጉዳይ ለአቶ ተሰማ ተናገሩ። አቶ ተሰማ እነዚህን የሚከብዱ ሰዎች ብዙ አላስቆሟቸውም።

አማላጆቹ "የፅጌ ወንድሞች ነን" በማለት ራሳቸውን ስላስተዋወቁ፤ የአቶ ተሰማ ጥያቄ "ወንድም፣ ዘመድ የሚባል ነገር የለውም ነው የተባልኩት። እንዴት ነው ነገሩ?" የሚል ነበር። ወንድማማቾቹ ለአቶ ተሰማ የደበቋቸው ነገር አልነበረም። ሁሉንም ነገር በዝርዝር ገለጹ።

176

በመጨረሻም "ልጁን ያሳደገው ቤተ መንግስቱ እንደሆነ ሁሉ፣ የሚድረውም ቤተ መንግስቱ ነው። የርስዎም ምላሽ ለእኛ ብቻ ሳይሆን ለቤተ መንግስቱም ጭምር ነው" አሏቸው። ኮምጨጭ ብለው።

አቶ ተሰማ ከማንም በላይ ነን የሚል ስሜት ያላቸው የአዳ ባላባቶች የልጅ ልጅ ስለሆኑ እዛው "እሺ" አላሉም።

"እኔማ ደስ ይለኛል። ልጄ የተማረች ስለሆነች የርሷን ፍላጎት አጣርቼ እነግራችኋለሁ" ብለው የሳምንት ቀጠሮ ሰጧቸው።

ወንድማማቾቹ ከሳምንት በኋላ የአቶ ተሰማ ምላሽ ምን እንደሚሆን ጠንቅቀው ስላወቁ፣ እንዲቀመጡ የተደረገላቸውን ግብዣ ተቀብለው ተቀመጡ። ትንሽ ተጫውተውና ተጋብዘው እንዳመጣጣቸው በግርማና ሞገስ ከምድር ባቡር ግቢ ወጥተው ሄዱ። ለአባቴ የሰርግ ዝግጁቱን መጀመር እንደሚችል የነገሩት ከአማላጅነቱ እንደተመለሱ ነው። በሳምንቱ አስቀድሞ የታወቀው የአቶ ተሰማ ይሁንታ ተገኘ።

አቶ ተሰማ ብዙ ሃብት የነበራቸው ሰው ባይሆኑም እንደ አባት በአቅማቸው የሚችሉትን ሁሉ ለሰርጉ አደረጉ። ትልቅ ድግስ ደገሱ። የአባቴ ሰርግ ግን አዛገቹ እንዳሉት የቤተ መንግስት ሰርግ ሆነ።

ወንድማማቾቹ ከድንኳን እስከ መቀመጫ ሳህንና ማንኪያ፣ አስተናጋጅ ሳይቀር ከቤተ መንግስት አምጥተው ደገሱ። አባቴ ሙሽራዋን ከአባቷ ቤት የወሰደበትና ከተማ ያዞረበት ሽንጣምና ከጣራዋ የምትከፈተው አቶሞቢል ሳትቀር የመጣችው ከቤተመንግስት ነው። የልኡል አስፋወሰን፣ የአልጋወራሹ መኪና ነበረች። ወንድማማቾቹ፣ ለወንድማቸው መዳሪያ አልጋ ወራሹን አስፈቅደው ከነሹፌሩ የተሰጣቸው መኪና ነበረች። አጎቶቻችን እጅግ ድንቅ የተባለለት ሰርግ ደግሰው አባታችንን ዳሩት። ልጆች ሆነን እነዚህን ሰዎችና ሌሎች በአዲስ አበባ ከፍተኛ የፖሊስ መኮንንነቱ የሚታወቀው እንደ ኮሎኔል አድማሱ ሃብተማሪያም አይነቱንና የእሱ ታናናሾችን የአባታችን ወንድሞች፣ የእኛ አጎቶች አድርገን እያየን ነው ያደግነው። ስለ ታሪካቸው ማወቅ የጀመርነው ትልቅ ከሆንን በኋላ ነው።

ወላጆቼ አዲስ አበባ ላይ ሰርጋቸውን አደረጉ። ቤትና ትዳራቸው በወጉ የሚጀመረው ስራ በተመደቡበት በካራቆሬ ነበር። ትምህርት ቤት ሲከፈት ካራቆሬ ተመልሰው ባልና ሚስት ሆነው መኖር ጀመሩ።

ምእራፍ 8.ከደብረሲና ወደ አረንፋማ

የካራቆሬ ህይወት ማስተማርና መፋቀር ሆነ። መፋቀርና ማስተማር ብቻ ነበር። በትምህርት ቤቱም ሆነ ከትምህርት ቤት ውጭም የታወቁና ጓደኞቻቸው የሚቀኑባቸው ጥንዶች ሆኑ። የወቅቱ የአስተማሪ ደሞዝ ከነበረው የኑሮ ሁኔታ ጋር ሲተያይ ከሚገባው በላይ ነው። የባልና ሚስቶቹ ደሞዝ በአንድ ላይ ሲደመር የበለጠ በምቾት ለመኖር የሚያስችላቸው ሆነ።

ለአስተማሪዎች የሚሆን ምንም መዝናኛ የሚባል ነገር ባልነበረበት የገጠር ከተማ አስተማሪዎች የእረፍት ጊዜያቸውን የሚያጠፉት ካርታ በመጫወት ነው። ካርታ ለመጫወት፣ ለምግቡም ለመጠጡም፣ ለቤቱም ስፋት የአዲሶቹ ባለትዳሮች ቤት ለጓደኞቻቸው ተመቻቸው። አባቴ ብቻ ሳይሆን እናቴም ጭምር የእነሱ ጓደኛ በመሆኗ ከሌሎች ቤቶች የበለጠ ጓደኞቻቸው መዝናናት የሚችሉት ወላጆቼ ቤት ነበር። ቤታቸው የጓደኞቻቸው መሰባሰቢያ ማእከል ሆነ።

ካራቆሬ የጀመረ የወላጆቼና የጓደኞቻቸው የካርታ ጨዋታ ባህል ሁሉም ተሰባስበው አዲስ አበባ ከገቡ በኋላም ለረጅም ዘመን ቀጥሏል። ያስቆመው የ1966ቱ አብዮት ነው። ከማናቸውም ሰዎች ቤት እነዚህ የአባቴና የእናቴ ጓደኞች አዲስ አበባ ላይም ለመገናኘት የሚመርጡት በኔ ወላጆች ቤት ነበር። አዲስ አበባ ላይ የጓደኛሞቹ በየሳምንቱ መሰባሰብ የመንግስትን የደህንነት መስሪያ ቤት ትኩረት እስከ መሳብ ደርሷል። "በእረፍት ቀናት እየተሰበሰቡ ምንድነው የሚሰሩት?" የሚል ጥያቄ መንግስትን እንዲጠይቅ አድርጎት ነበር።

በተፈጥሮዋ የማንም ሰው ጉዳይ ቢሆን የሚያስጨንቃት እናቴ የአባቴ ታሪክ ያስጨንቃት ጀመር። አባቴ "ያበቃለት ነገር ነው፤ ምን አሳሰበሽ ?" ቢላትም አላርፍ አለች። ከብዙ ጭቅጭቅ በኋላ የአባቴን እናትና ወንድሞቹ "ድንገት በህይወት ከተገኙ" በሚል እሳቤ ሊያፈላልጉ ተስማሙ። ትምህርት ቤት ሲዘጋ ስራቸው እነዚህን የጠፉ የአባቴን ዘመዶች መፈለግ እንደሆነ አባቴ ሳይወድ በግድ በእናቴ ግፊት ተስማማ። በተጋቡ የመጀመሪያው አመት የእረፍት ጊዜያቸው ፍለጋቸውን ጀመሩ።

አባቴ የተወለደባትን መንደር ስም አልረሳም። አረንፋማ። የትንንሽ ወንድሞቹንም ስም ያስታውስ ነበር። ከነገረኝ መሃል እኔ የማስታውሰው በቀለን ብቻ ነው። "እናቱና ወንድሞቹ በህይወት ከተረፉ፣ ጣሊያን ከሃገር ሲወጣ እነሱ ወደ አረንፋማ ቤታቸው ይመለሳሉ" የሚል ስሌት ባልና ሚስቶቹ አሰሉ። እነሱ ባይገኙም ሌሎች ዘመዶች ወይም እነሱን የሚያውቁ ሰዎች ማግኘት እንደሚችሉ ገምተዋል። ከአዲስ አበባ ድሬዳዋ በባቡር ተጓዙ። ከድሬደዋ ሃረማያ በመኪና። ከዛ እስከ አረንፋማ በእግር መጓዝ ችለዋል።

እንግዲህ ከዚህ ሁሉ አመት በኋላ ዘመዶቹን ፍለጋ መንገድ የጀመረው አባቴ፣ ከአዲስ አበባ ወደ አረንፋማ በተጠጋ ቁጥር በምን አይነት የተሸበረና የተመሰቃቀለ ስሜት ውስጥ እያለፈ እንደነበር መገመት አያስቸግርም። ስሜቱ ምን ይመስል እንደነበር አልጠየቅኩትም። እናቴም በተፈጥሮ ስሱ ስለሆነች አብራው በስሜት እንደምትሸበር አውቃለሁ። ያለ ወንድምና እህት ስለአደገች አባቴን እንደባል ብቻ ሳይሆን እንደታላቅ ወንድም ነበር የምታዬው። ስትጠራውም “ጋሼ” ብላ ነበር። ያለ አንቱታ። እኛም እናታችንን ተከትለን አባታችንን “ጋሼ” ነው የምንለው። ለእናቴ የጋሼ ቤተሰቦች መገኘት እንደራሷ ቤተሰቦች መገኘት አድርጋ እንደምትወስደው እርግጠኛ ነኝ።

አረንፋማ ላይ ግን የጠበቁትን አላገኙም። እናትና ወንድሞች አረንፋማ አልነበሩም። ጥቂት የአባቴ ዘመዶች ግን ተገኙ። የተገኙት ዘመዶች ትልልቆቹን ያውቃሉ፤ ልጆቹን ግን አያስታውሱም። ዘመዶቹ ራሳቸው፣ ከታላቁ ጉዞና እልቂት በኋላ፣ ስለ ወይዘሮ ጌጤነሽና ልጆቻቸው ምንም ነገር እንዳልሰሙ ለአባቴ ነገሩት።

“በጦርነቱ ወቅት ከሃረር የተነቀለው ህዝብ ሁሉም ተመልሶ አልመጣም። ህዝቡ እንዳሰበው በአንድ ላይ ሸዋ መድረስ አልቻለም። በየቦታው እየተበተነ ባገኘበት ስፍራ ሰፍሯል። የተወሰኑ የሃረር ሰዎች ባሌ ውስጥ ሰፍረዋል። የተወሰኑ አርሲ ውስጥ አሉ እየተባለ ይወራል” የሚል ነገር ዘመዶቹ ለአባቴ ነገሩት።

እነዚህ ከአባቴ ጋር የአንድ አያት ልጆች ነን የሚሉ ዘመዶቹ ጥሩ መስተንግዶ አድርገው ጥቂት ቀናት ባልና ሚስቶች እንዲሰነብቱ አድርገዋል።

እናቴ እንደነገረችኝ የአረንፋማው ጉዞ አባቴን ትልቅ ሃዘን ውስጥ ጨምሮታል። “ድሮውኑ ዋጋ የለውም ብዬሽ ነበር። አንቺ ነሽ የማይሆን ነገር እያነሳሽ ችግር ውስጥ የምትጨምሪኝ !” እስከ ማለትም ደርሶ ነበር ትላለች። እሷ ግን እንዲህ የዋዛ ሴት አልነበረችም።

“ሁሉን ነገር እስክንጨርስ መፈለጋችንን አናቆምም። እርግጠኞች ካልሆንን በኋላ ጸጸት ይገድለናል። የአረንፋማ ዘመዶችህ፣

“ባሌና አርሲ ላይ የሰፈሩ የሃረር ሰዎች አሉ ብለዋል። በሚቀጥለው የእረፍት ግዚያችን ባሌ ወይም አርሲ ሄደን እንፈልጋቸዋለን። ምርጫ የሌለው ጉዳይ ነው !” ብላ ድርቅ አለችበት።

"የሚቀጥለው አመት እረፍት እስኪመጣ ረጅም ጊዜ አለ" በማለት "አባቴ፣ ከዚች እብድ ጋር ምን አጨቃጨቀኝ ?" ብሎ ዝም አላት።

አባቴ እንዳሰበው፣ እውነትም አንድ አመት ረጅም ጊዜ ነበር። እናቴ ታላቅ እህቴን ጸነሰች። ቀኑ ደርሶ ትምህርት ቤት ለእረፍት ተዘጋ። የእናቴ እርግዝና በጣም ገፍቶ ነበር። በመሆኑም ለአባቴ የዘመዶቹ ፍለጋ ጉዳይ የተረሳ መስሎታል። ግን አልሆነም። እናቴ፣

"ባሌ መሄድ ቢያቅተን አሰላ መሄድ አያቅተንም" አለች።

አባቴ በእርግዝና የገፋ ሆዷን እያሳየ "አንቺም እንደዚህ ሆነሽ ትሄጂያለሽ?" ቢላት

"ምን ችግር አለው፤ ጊዜው ገና ነው" ብላ አረፈችው።

ከአመት በፊት አስቀድማ ምርጫ የለንም ብላ ነበር። አባቴን ምርጫ አሳጣችው።

ምእራፍ ፱.ከደብረሲና ወደ አሰላ

የወላጆቼ የአሰላ ጉዞ ተጀመረ። ከደብረሲና አዲስ አበባ ተጉዘው በከተማዋ ጥቂት ቀናት ቆይታ አድርገው ወደ ናዝሬት ተንቀሳቀሱ። ናዝሬት ደርሰው ዉቢቷና ዘመናይዋ ጥሩነሽ ብርሌ ጋር ጥቂት ቀናት አሳለፉ።

የእናቴ አክስት፣

“አልታዬ እንዲህ ሆዷ ገፍቶ አትሄድም። እሷ ከኔ ጋር ትሰንብት፤ አንተ አሰላ ደርሰህ ተመለስ” አሉ።

እናቴ “ከእሱ ተለይቼ በምንም መንገድ አልቀርም” ብላ አስቸገረች።

በዚህ ሲጨቃጨቁ ታላቅ እህቴ ከተያዘላት የመወለጃ የቀን ቀጠሮ ቀደም ብላ ካልመጣሁ አለች። እናቴ በጥድፊያ ሃይለማሪያም ማሞ ሆስፒታል ገብታ ሴት ልጅ ተገላገለች። አባቴ የልጁን መወለድ ለማጣጣም የሚያስችል ፋታ ማግኘት አልቻለም። የእረፍት ጊዜው ሳያልቅ አሰላ እንዲሄድ እናቴ ጨቀጨቀችው። ወደ አሰላ ሲሄድ እሷ ከሃኪም ቤት ገና አልወጣችም።

አሰላ ላይ አባቴ ብዙ የሃረር ሰዎች አገኘ። ግን የእሱን ቤተሰቦች የሚያውቅ ሰው ለማግኘት አልቻለም። በአሰላ አካባቢ የሃረር ሰዎች ሰፍረውባቸዋል የሚባሉትን ቦታዎች አዳረሰ። “በህይወት አሉ” የሚል ሰው ቀርቶ፣“እናውቃቸው ነበር። ሁሉም አልቀዋል።” የሚል ዜና የሚነግረው አጣ። ተስፋ ቆርጦ አዳማ ሃኪም ቤት ውስጥ ትቷት ወደመጣቸው ሚስቱና አዲስ የተወለደች ልጁ ሃሳቡ ዞረ። ወደ ናዝሬት ለመሄድ አሰላ አውቶቡስ ማቆሚያ እያለ ከአንድ እዛው ካገኘው ሰው ጋር ጨዋታ ጀመረ። አባቴ የመጣበትን ጉዳይ ለሰውየው ዘርዝሮ ነገረው። ሰውዬው ብዙ የሚያውቀው ነገር ባይኖርም ለአባቴ አንድ ነገር ነገረው።

“ስሟ ጌጤነሽ የምትባል ሴት፣ በቆጂ ላይ ጠላ እየሸጠች የምትኖር አውቃለሁ። የአባቷን ስም አላውቅም። አንተ እንደምትለው ግን ልጆች የሏትም። መልኳ ግን አንተ እንደገለጽከው ነው። እንዳንተው ቀይ ነች። መልካችሁ ይመሳሰላል። የሃረር ሴት ናት ሲባል ሰምቻለሁ” አለው መንገደኛው።

ለአባቴ “ልጆች የላትም” የሚለው ነገር፣ ይችማ እናቴ ልትሆን አትችልም ወደሚል መደምደሚያ ወስዶት ነበር። ቢሆንም እንዲህ አይነት እስከዛሬ ሰምቶ የማያውቀው መረጃ

አግኝቶ ዝም ብሎ ወደ ናዝሬት ለመመለስ ሆዱ አላስችል አለው። የናዝሬቱን ጉዞ ሰረዘ። ይችን እሱን የምትመስል የበቆጂ ሴት ለማየት በመኪና ተሳፍሮ በቆጂ ገባ።

በቆጂ ውስጥ ሰው ፈልጎ ማግኘት ቀላል ነበር። "ጌጤነሽ የምትባል ጠላ የምትሸጥ ሴት" ብሎ ሲጠይቅ ቤቱን ሰዎች አሳዩት። ጠላ ቤት ውስጥ ገባ። የተወሰኑ የጠላ ደንበኞች ጠላ እየጠጡ ነበር። በክፍሉ ውስጥ ከሚጠጡት ወንዶች በቀር ሌላ ሰው አልነበረም። ሁሉም የገጠር ሰዎች ናቸው። ቤቱ ጓዳ አለው። አባቴ ገብቶ ትንሽ ቁጭ እንዳለ አንዲት መካከለኛ ዕድሜ ያላት ሴት ከጓዳ ብቅ አለች። አባቴ እንደነገረኝ፣ ያች ሴት ማን እንደሆነች ለማወቅ አንድ ሰኮንድ አልፈጀበትም።

"እንዳየኋት ያለምንም ጥርጥር እናቴ መሆኗን አወቅሁ" ይላል።

እናትየው ግን ልጇ እዛ ክፍል ውስጥ መግባቱን አላወቀችም። ከሌሎቹ ደንበኛዎቿ በዘመናዊ ልብሱ የሚለየውን ሰው እንደማንም የጠላ ደንበኛዋ ነው ያየችው። ጣሳዋን ይዛ ጠላ ልትቀዳለት ተጠጋችው። አባቴ ጠላው እስኪቀዳለት ዝም ብሎ መጠበቁን አለመጠበቁን አላውቅም። የአባቴንና የጽዳት ጉዳይ ሳክልበት ቢቀዳለትም የሚቀምሰው አይመስለኝም።

"አታውቂኝም ወይ ?" የሚል ጥያቄ እናቱን እንደጠየቃት ነግሮኛል። የሚገርመውና የሚያሳዝነው የእናቱ መልስ ነበር።

አንቺ ብሎ ለጠየቃት ጎረምሳ "አላቅዎትም" የሚል የአንቱታ መልስ ነበር የመለሱለት።

ብዙም ቃላት አልተቀያየሩም። ከዚህ የእናቱ መልስ በኋላ፤

አባቴ "እኔ ልጅሽ ፅጌ ነኝ" አላቸው።

እናቱ ምንም መልስ አልሰጡትም። አልጠየቁትም። አቅፈው አልሳሙትም።

እሱ በገባበት በር ውልቅ ብለው ወጡ። እጃቸውን ወደ ሰማይ ዘርግተው ወደ ውጭ ወጥተው "ኡ ኡ ኡ ኡ !" እያሉ ሩጫ ጀመሩ።

አባቴ የመሰለው እናቱ አእምሯቸውን ስተው ያበዱ ነበር። ጠላ የሚጠጡት ሰዎች "ምን ጉድ መጣ" ብለው ተደናገጡ። አባቴም የሚያደርገው ጠፋው። የጎረቤት ሰዎች "ምን መጣ" ብለው ሲወጡ፣ እኒያ የሚያውቋቸው ጭምት ጎረቤታቸው ነጠላ እንኳን ሳይለብሱ እጃቸውን ወደ ሰማይ ዘርግተው ኡ ኡ እያሉ ሲሮጡ ያይዋቸዋል።

የሚይዘውና የሚጨብጠውን ያጣውን አባቴን የተመለከተች አንድ ልጅ እግር የእናቱ ጎረቤት፣ የሴትየዋ እንደእዛ መሆን ከሱ ጋር የተያያዘ መሆኑን በመጠርጠር፣

“ምን አድርገሃት ነው?” የሚል ጥያቄ በቁጣ መልክ ሰነዘረችለት።

“እኔ ምንም አላደረግኋትም። ልጂ መሆኔን ነው የነገርኳት “ ይላታል።

መልስም አልሰጠችውም፤ ወደ እናቱ ቤት ጓዳ ገብታ ነጠላቸውን ይዛ እሷም በሩጫ ተከተለቻቸው።

ለዚች ወጣት ሴት፣ ወ/ሮ ጌጤነሽ ወዴት እየሮጡ እንደነበር ለመገመት ሰከንድ አልፈጀባትም።

ከመፈትለኳ በፊት ለአባቴ፣

“አትደንግጥ ይዣት እመጣለሁ። ወደ ሚካኤል ነው የምትሄደው” አለችው።

አባቴ እናቱ እስኪመለሱ አልጠበቀም። እሱም፣ እናቱና ወጣት ጎረቤታቸው በሄዱበት አቅጣጫ ተከተላቸው። እንደ እነሱ ግን እየሮጠ አልነበረም። ቤተ ክርስቲያኑን ሩቅ አልነበረም። ሚካኤል ደጃፍ ሲደርስ እናቱ በጉልበታቸው ድንጋዩ ላይ ተንበርክከው፣ ጭንቅላታቸውን ከድንጋዩ ወለል ጋር እያጋጩ እንባቸው እንደጎርፍ እየፈሰሰ፣

“አንተ ምን ይሳንሃል?

እኔ ነኝ አልሰማ ያልኩት፣

አንተማ ነግረኸኛል፤

“እንባሽ መፍሰሱ ይቆማል። መከራሽ ያበቃል” ብለኸኝ ነበር።

አልሰማሁም። አላመንኩህም።

ይቅር በለኝ የኔ ጌታ” ይላሉ።

“ ምንድን ነው የማደርገው? እንግዲህ፣ እንደኔ አይነት ደሃ በስምህ ምን ማድረግ ይችላል?”

ከዚህ በኋላ ህይወቴ በሙሉ ያንተው ነው" እያሉ በግንባራቸው መሬት እየሳሙ ወደ ሰማይ ቀና እያሉ በእንባቸው የተጋረደውን ጥቁር ሰማይ እየተመለከቱ ሚካኤልን ያመሰግናሉ። ይማጸናሉ። ይለምናሉ።

አጠገባቸው ነጠላቸውን ይዛ የቆመችው ወጣት አንቺ እያለች ነው "በቃሽ" የምትላቸው።

"እትዬ በቃሽ ! ልጅሽ በህይወት አለሁ፤መጣሁልሽ አለ እንጂ እርምሽን አውጪ ሞቷል አልተባልሽም። ትታመሚያለሽ በቃሽ !" እያለች የጌጤነሽን ሲቃ ለማስቆም ትሞክራለች።

አባቴ በተፈጥሮ ይሁን ወይም በህጻንነቱ ባየው አሰቃቂ ነገርና በአስተዳደጉ ይሁን አላውቅም፤ ምንም አይነት ስሜቱን የሚያሳይ ሰው አይደለም። ሰውን በቃላት ማጽናናትም፣ ማስደሰትም አያውቅበትም። በእንዲህ አይነት ሁኔታ እናቱን እዛ ቤተክርስቲያን ውስጥ ሲያይ ምን ተሰምቶት እንደሁ የሚያውቀው ሚካኤል ብቻ ነው። እኔም ብልህ ጠያቂ ባለመሆኔ አልጠየቅኩትም።

ወጣቷና አባቴ ተጋግዘው ወ/ሮ ጌጤን ከተንበረከኩበት አነሱ። እናትና ልጅ ተቃቅፈው ተሳሳሙ። ወደ ቤታቸው ተመለሱ።

"እናቴ እቅፍ አርጋ ደጋግማ ከሳመችኝ በኋላ፣ ትክ ብላ አይን አይኔን ማየት እንጂ ምንም ቃል አልተነፈሰችም። እንባዋ ግን አላቆመም። አልፎ አልፎ "እ ህ ህ" ከማለት ሌላ። ከልጅቷም ከኔም ጋር አልተነጋገረችም።" ይላል አባቴ

"እቤት ስንደርስ የእናቴ የጠላ ደንበኞች በሙሉ ሄደዋል። ቤቱን እየጠበቀች የነበረችው፣ ነጠላውን ይዛ የሮጠችው የጎረቤታቸው እህት ነበረች።

እናትና ልጅ ጓዳ ገቡ። የወ/ሮ ጌጤ ልቅሶ አላበቃ ብሏል። ሁኔታው ያሳሰባቸው ወጣት ጎረቤቶች ወደ ጓዳ ብቅ እያሉ "እረ በቃ" ቢሉም የሚሰማቸው አጡ። መልእክተኛ ልከው የወይዘሮ ጌጤን የንስሃ አባት አስመጡ። ሁሉንም ነገር መልከ ያስያዙት የንስሃ አባትየው ናቸው።

ወይዘሮ ጌጤነሽ ቤት ለቅሶ ቢሆንም በጎረቤቶቻቸው ቤት ደስታ ነበር። ሁሉ ነገር ድንገተኛና ያልተጠበቀ ስለነበር፣ ወ/ሮ ጌጤ ጠፍቶ ለተገኘው ልጃቸው የሚሆን የረባ ምሳ እንኳን እንደማይኖራቸው ጎረቤቶቻቸው አውቀዋል። ዶሮ አርደው ሽንኩርት ከትፈው ድስቱን ጥደው ወጥ መስራቱን ተያይዘውታል። "ቀኑ የደስታ እንጂ የሃዘን መሆን የለበትም" ብለው

ጎረቤቶች ቆርጠው ተነስተዋል። ሁሉን ነገር እነሱ እያደረጉ እንደሆነና ወ/ሮ ጌጤነሽ እንዳያስቡ ለንስሃ አባትየው ነግረዋቸዋል። ቄሱም ስለ ዝግጅቱ ለወ/ሮ ጌጠነሽ ነግረዋል። ልቅሶውንም አስቁመዋል።

"ጌጤነሽ ለቅሶ የምትጀምሪ ከሆነ እረግምሻለሁ፣ ፍላጎትሽ ምን እንደሆነ አላውቅም። ለቅሶሽን ሰምቶ ዋይታሽ እንዲቆም፣ ጌታ ልጅሽን ቤትሽ ድረስ አመጣው። ፈጣሪን በእልልታ እንደ ማመስገን መአት ያመጣብሽ ይመስል ኡ ኡታን ምን አመጣው? የሆነውን ሁሉ ሰምቻለሁ፤ ደግ አይደለም። ፈጽሞ ደግ አላደረግሽም። በዚህ አኳኋን የምትቀጥይ ከሆነ እረግምሻለሁ። እስከዛሬ ያነባሽው ይበቃል። ዛሬ የልቅሶሽ ማብቂያ ቀን ነው። ለዛሬዋ ቀን ጌታ ይመስገን።" መስቀላቸውን አውጥተው እናትና ልጅን አሳልመው፣ ጸሎት አደረሱ።

"ብዙ የምትጫወቱት ነገር ስላላ ለብቻችሁ ልተዋችሁ። በኋላ እመለሳለሁ። ልጁ እንኳን ፈጣሪ ለዚህ አበቃህ" ብለው ሄዱ።

እንደወትሮው ቢሆን፣ ጌጤነሽ፣ የነፍስ አባታቸው ቤታቸው መጥተው ጠላ ሳይጠጡና እህል ሳይቀምሱ አይመለሱም ነበር። ዛሬ የወትሮው አይነት ቀን አልነበረም። ጌጤነሽ ምድርና ሰማይ ዞሮባቸዋል።

አባቴ አሰላ አውቶቡስ ጣቢያ ያገኘው ሰው የተናገረው ነገር ከንክኖታል። "የበቆጂዋ ጌጤነሽ ልጆች ያላት አይመስለኝም" ብሎታል። ስለ ወንድሞቹ ለማወቅ ቸኩሏል። ከችኮላው ጋር የፍርሃትም ስሜት ነበረው። የጠረጠረው ነገር ነበር። ቄሱ ከወጡ በኋላ ዝምታ ሰፍኗል። እናቱን ሲያያቸው በጣም የተጨነቁ ይመስላል። የውስጣቸው ስሜት ይገነፍላል። ከቁጥጥር ውጭ እንዳይወጣ የገደበው የነፍስ አባታቸው ተግሳጽና ማስፈራሪያ ብቻ ነው። በዝምታም ቢሆን እንባቸው መፍሰሱን አላቆመም። ጓዳውም ብዙ ብርሃን የሌለው ጨለማ ነው። ለመተያየትም አይመችም።

ቢሆንም አባቴ የእናቱን ገጽታ ተመልክቶ፤ "በስንት አመቷ ተድራ፣ በስንት አመቷ መውለድ ብትጀምር ነው፣ አሁንም ወጣት ነው የምትመስለው ?" ማለቱ አልቀረም። ሁኔታው እንደመርገም የከበደ ነበር።

ድንገት ሳይታሰብ፣ እንደባነነ ሰው ዝምታውን የሰበሩት እናቱ ነበሩ።

"አይ ያች እህትህ ጉዴን አልሰማች። ማን ሄዶ ይንገራት ?" አሉ። የሚያወሩት ከራሳቸው ጋር ነበር።

ለአባቴ ግን ከእናቱ ጋር ለማውጋት ጥሩ እድል ፈጠረለት።

"እህት እንደነበረኝ አላውቅም ነበር። ተሳስቻለሁ እንዴ ?" ብሎ እናቱን ጠየቃቸው።

"አልተሳሳትክም። አልተወለደችም ነበር። አንተ ከኛ በተለየህ ጊዜ ነፍሰ ጡር ነበርኩ። አንተ አታውቃትም፤ የአባትህ ልጅ ነች" አሉት። "ከሌላ ወንድ የተወለደች ናት" ብሎ እንዳይጠረጥር ጉዳዩን ለመዝጋት፤

"ታዲያ የት ነው ያለችው ?"

"ባል አግብታ፣ ከኔ ርቃ ሄዳለች። አንድ የማይረባ አስተማሪ"

"እኔም አስተማሪ ነኝ" ።

"አስተማሪ መሆን ጥሩ ነገር ነው። ከሷ ባል ግን ያልተማረው ይሻላል" ።

"ለምን ?"

"ልጄ አልተመቻትም። እግሬን ስሞ ነበር የሰጠሁት። ይጫወትባታል" ።

"አታስቢ መፍትሄ እናገኝለታለን" ።

"መፍትሄማ አልጠፋም። አንቸኩል ብለን ነው እንጂ" ።

እንዲህ እየተባባሉ፣ እናትና ልጅ ወጋቸው መልክ እየያዘ መጣ። እናቱም መረጋጋት ጀምረዋል።

ጌጤነሽ፣ ስለ ኑሮ፣ ህይወት፣ ትዳር ሁሉንም ነገር ልጃቸውን ይጠይቁታል። እሱም ሁሉንም ነገር በርጋታ ይመልሳል። ስለራሳቸው ህይወትና ስለሌሎቹ ልጆቻቸው ምንም አላሉም። ስለወንድሞቹ "ይናገራሉ" ብሎ ጠበቃቸው። እሳቸው ወደ እዛ ጉዳይ የሚሄዱ አልሆነም። እሱም ለማንሳት አልደፈረም።

እናቱ ሌላ ነገር እያነሱ፣ ስለ ወንድሞቹ ለምን እንደማይናገሩ አባቴ ሲረዳ፣ የሞት ሞቱን ጠየቃቸው። ጥያቄውን ጀምሮ አልጨረሰውም። ገና "የወንድሞቼ" ማለት ሲጀምር ነው፣ የእናቱ ፊት ጥቁር ደመና ያጠላበት። እንባቸው እንደጎርፍ መፍሰስ ከመጀመሩ በፊት አባቴ ለማወቅ ስለፈለገው ጉዳይ የእናቱ መልስ ምን ሊሆን እንደሚችል ገብቶታል። ተረጋግተው

መናገር ሲጀምሩ እሱ ሃዘኑን ከጀመረ ቆይቷል። ወንድሞቹ ትልቁን የመከራ ጉዞ አላጠናቀቁም። ለእናቱ ሁሉም ህጻናት አልቀዋል። አሟሟታቸው እጅግ አሰቃቂ ነበር።

"ከእግሬ መሃል እየጎተቱ እያወጡ፣ አይኔ እያየ ነው ከፊቴ በካራ አንገታቸውን እንደ በግ ያረዷቸው። የቀራችሁት አንተና እህትህ ናችሁ። ሌላ የቀረ ነገር የለም"[152] አሉት።

"የእናቴን ስቃይ ሳይ፣ ምነው ባልተፈጠርኩ አልኩ። "ከፊቴ ነው በካራ አንገታቸውን እንደበግ ያረዷቸው" ስትል፣ ልጆቿ እየታረዱ እያየች የምትናገር ይመስል ነበር። መተንፈስ ስላቃተኝ ተነስቼ ወደ ውጭም ልወጣ ጥቂት ነበር የቀረኝ"፤

በነዚህ ቃላት ነበር አባቴ በወቅቱ የተሰማውን ስሜት የገለጸልኝ።

እንደገና ዝምታ ሰፈነ። የእናቱ እምባ እንደ ውሃ ይፈሳል። ማጽናናት የማያውቀው አባቴ ቀጥሎ የጠየቀው ስለ እህቱ ነበር።

"ስሟ ማነው ?"

"እጅግአየሁ"

ስለ አዲሷ የልጅ ልጃቸው ነግሯቸው ስለነበር። እሳቸውም በተራቸው

"ምን ስም ሰጣችኋት ?" ይሉታል

"ጥቂት ቀኗ ነው ከተወለደች፤ አላሰብንበትም። ማን ብንላት ይሻላል ?" አላቸው።

"ብዙአየሁ ጥሩ ስም ይመስለኛል" አሉት።

[152] ልጆቹን ማን እንዳረዳቸው አያቴን ጠይቄአቸው ነበር። "ሁለቱ እድሜያቸው 4 እና 6 የነበረውን ልጆቼን ሉ ሉ እያሉ፣ ከግሬ ስር ገብተው እየጎተቱ ከፊቴ ያረዷቸው ከጣሊያን ጋር ሲያጠቁን የነበሩ ሱማሌዎችና ኦሮሞዎች ናቸው። ትንሹን የሁለት አመት እድሜ የነበረውን ልጅ ግን እፊቴ አላረዱትም። አንድ ኦሮሞ ጭንቅላቱን እየደባበሰ፣ ልጇም ዞር እያለ እያየኝ፣ ይዞት ሄደ ብለዋል።" ይህ የሆነው አርሲ ሳይደርሱ ነበር። በኔ ግምት ባሌ ውስጥ ይመስለኛል። ይህን እየጻፍኩ እያለሁ በአለም ላይ በእስልምና ስም አክራሪዎች ሰው እያረዱ "በሶሻል ሜድያ ምስሉን እያሰራጩ ነው" በሚባልበት ወቅት ነው። አያቴ ልጆቻቸው እንዴት እንደበግ እፊታቸው አንገታቸው እየተገዘገዘ እንደታረዱ የነገሩኝ ታሪክ አሁን በአለም ላይ እየሆነ ካለው ነገር ተመሳሳይነት ያለው ድርጊት ነው። ይህን አይነት የጭካኔ ታሪክ ያለባት ሃገር ናት ሃገራችን። ጭካኔው የአንድ ዘመን፣ የአንድ ህዝብ፣ የአንድ አካባቢ፣ የአንድ ዕምነት ተከታዮች ብቻ እንዳልሆነ ልብ ማለት አለብን። የታሪካችን አካል ነው። ሁሉም በስነስርአት መተረክ መቻል አለበት። ማፈን፣ መሸፋፋን፣ እንዳልነበር አድርጎ ማስመሰል የትም አያደርሰንም። ዓላማችን ለመካሰስ፣ የበለጠ ለመቋሰል ሳይሆን ሰላም፣ እረፍት፣ መቀራረብና አንድነት ለመፍጠር እስከሆነ ድረስ ስህተት አይመስለኝም።

ለማሰብ ጊዜ ስላልወሰደባቸው አስቀድመው የተዘጋጁበት ይመስል ነበር፤ የመልሳቸው ፍጥነት።

የአባቴ የመጀመሪያ ልጅ ስም አውጭ ከስንት ዘመን በኋላ ለጥቂት ደቂቃዎች ያገኛቸው እናቱ ሆኑ።

ብዙአየሁ ያሏትም ያለ ምክንያት አልነበረም። እንደ እሳቸው ማን ብዙ አይቷል? አባቴ የማያውቃትን እህቱን፣ ሴት ልጃቸውንም እጅጋየሁ ያሉት በዚሁ ምክንያት እንደሆነ ግልጽ ነው።

የወላጆቼ የእረፍት ጊዜ እያለቀ ነበር። አባቴ አርሲ ውስጥ ካሰበው ጊዜ በላይ ቆይቷል። ሚስቱንና ልጁንም ሆስፒታል ጥሎ ነው የመጣው። ከእናቱ ጋር ከአንድ ምሽት በላይ መቆየት የሚችል አልነበረም። እህቱንም ያለችው ራቅ ያለ ቦታ ስለነበር እሷንም ማየት አልቻለም። ወከባ የሞላው ህይወት ነበር። እናቱን፣

"ይገርሽ ልሂድ" አላቸው።

እሳቸው ግን "አይሆንም። ልጄንም ዝም ብዬ ለዛ ባለጌ ባሏ ጥያት አልሄድም። እዚህም መልከ ማስያዝ ያለብኝ ነገር አለ። አንተ ተመለስ። ሚስትህም አራስ ናት። ትጨነቃለች። ሌላ ጊዜ ተመልሰህ መጥተህ ወይ ሰው ሰደህ ትወስደኛለህ። አሁን አይሆንም አሉት"

አባቴ ማድረግ የሚችለው በጁ የነበረችውን ጥቂት ገንዘብ ለእናቱ መስጠት ብቻ ነበር። ከስንት የስቃይ ዘመን በኋላ የተገናኙ እናት ልጅ ናፍቆቱና ሰቀቀኑ ሳይወጣላቸው በማግስቱ መለያየት የግድ ሆነባቸው። ተለያዩ።

"ከዚህ በኋላ እናቴ ካጠገቤ አትርቅም" የሚል ቃልኪዳን ለራሱ ገብቶ ነበር አባቴ በቆጂን የተሰናበተው።

ከአንድ አመት በኋላ፣ በእለተ ሰኞ፣ የካቲት አንድ ቀን 1946 ዓ.ም፣ ከቀኑ 7 ሰአት በቀድሞው ቀዳማዊ ሃይለስላሴ ሆስፒታል ባሁኑ የካቲት 12 ሆስፒታል እኔ ወደዚህ አለም መጣሁ። እናቴ በሰላም የመገላገሏን ዜና፣ ከማዋለጃው ክፍል ውጭ በር ላይ ሆነው የሚጠብቁት እናት ልጅ፣ አባቴና እናቱ ነበሩ። ዕድሜዬን ሙሉ ተሸክሜው የምዞረውን፣ ረጅምና ከባድ "አንዳርጋቸው" የሚል ስም ለኔም ያወጡልኝ አያቴ ጌጤነሽ ጋሹ ናቸው። "አንዳርጋቸው" ያሉኝም ወንድ ልጅ ይፈልግ የነበረውን አባቴንና እናቴን "የበለጠ አቀራርባለሁ" ብለው ስላመኑ ነበር። ለብዙ ሰው እንደሚመስለው፣ ከግዛት አንድነት ጋር የተያያዘ የመሳፍንት ስም ኩረጃ

አልነበረም። ብዙ ጠባብ ብሄረተኞች፣ ማንነቴን ሳያውቁ ከስሜ ተነስተው፣ በነፍጠኛው ሥርዓት አፍቃሪ ወላጆች የተሰጠኝ ስም አድርገው ሊያዩትና እኔንም ሊፈርጁኝ ባልተገባ ነበር።

አባቴ ቃል እንደገባው እናቱ ካጠገቡ ሳይርቁ ኖሩ። ትንሽ ጊዜ ቢወስድም እህቱንም፣ አያቴ "ባለጌ" ካሉት ባሏ አባቴ በታላቅ ድራማ አፋታት። ፍቺውን፣ አቶ ሞገስ፣ የእጅጋየሁ ባል "አይሆንም" ብሎ ነበር። አባቴ እንደ አሜሪካን ዲቴክቲቮች (የፖሊስ የመረጃ ሰዎች) ሁሌም በትከሻው ዙሪያ፣ በመያዣ፣ ከኮቱ ስር አንጠልጥሎ የትም የሚዞረውን የሚያብረቀርቅ የብር ቀለም ያለውን ኮልት 45 ሽጉጡን ሞገስ ግንባር ላይ አድርጎ፤

"ሁለተኛ በእናቴና በእህቴ አካባቢ ደርሰህ ነበር የሚል ነገር ብሰማ እግዚአብሄር ምስክሬ ነው እገድልሃለሁ።" ከሚል ማስፈራሪያ በኋላ ነው ሞገስ እሺ ያለው። ድራማው ይህ ነበር። ጠላትነቱ ግን ዘላለማዊ ሆኖ አልቀጠለም። በባልና ሚስቱ መሃከል አንድ ወንድ ህጻን ልጅ ስለነበር። ደረጀ ሞገስ የአክስቴ የመጀመሪያ ልጅ።

አባቴ እህቱን አዲስ አበባ አምጥቶ፣ የአንድ ልጅ እናት ብትሆንም ት/ቤት አስገባት። ከጥቂት ጊዜ በኋላም እጅግ መልካም ባል አገባች። የአክስታችን ባል መልካምነት ለኛም ለወንድሞቿ ልጆች ተረፈ። ለልጅነት ህይወታችን ጣእም ከሰጡት ነገሮች መሃል አንዱ የአክስታችን ባል ደግነት ለመሆን በቃ። አክስታችንም፣ ከዚህ ከመልካሙ ባሏ ከመርእድ አፈወርቅ ጋር ቦሌ መሃል በገነባችው ቪላ ተንደላቃ የምትኖር፣ ምንም ያልጎደላት እመቤት ለመሆን በቃች። በአባታችንም ሆነ በእናታችን ወገን የአክስትና የአጎቶች እጥረት ለነበረብን የወንድሞቿ ልጆች፣ የአባታችን እህት ለኛ ብርቅ ነበረች። እኛም ለሷ ብርቅ ነበርን።

ምእራፍ 10. ከካራቆሬ ወደ አዲስ አበባ

ከካራቆሬ ወደ አዲስ አባባ የቤተሰቦቼ ጉዞ በቀጥታና በአንድ ጊዜ የተደረገ አልነበረም። በየመንገዱ አመትም ሁለት አመትም እየታረፈ ነበር። በመጀመሪያ ወላጆቼ ከካራቆሬ ወደ ደብረሲና ተዛወሩ። ደብረሲና አንድ አመት ካስተማሩ በኋላ ወደ ድብረብርሃን አቀኑ።

ድብረብርሃን ላይ ከማስተማር ስራ ሁለቱም ባይርቁም የስራቸው አይነት ተቀየረ። ካራቆሬና ደብረሲና ላይ ሁለቱም የቀለም ትምህርት መምህራን ነበሩ። ራሳቸውን ለማሻሻል ሁለቱም መንግስት በየጊዜው በክረምቱ፣ በእረፍትና ከስራ ላይም እያነሳ የሚሰጣቸውን ኮርሶችና ስልጠናዎች ይወስዳሉ። በዚህ መንገድ ተጨማሪ ዕውቀትና ብቃት አግኝተዋል። ከዚህ በመነሳት ደብረብርሃን ላይ አባቴ የትምህርት ቤት ዳሬክተር ሆነ። እናቴ አዲስ በተገነባው የማህበራዊ እድገት ማእከል (community development centre) ውስጥ የቤት ባልትና ትምህርት አስተማሪ ሆነች። አባቴ ዳሬክተር የሆነው ለአፄ ዘርዓያቆብ አንደኛ ደረጃ ት/ቤት ነው።[153]

ደብረብርሃን በመምጣታችን ኑሯችን በጣም ተሻሽሏል። ትልቁ ለውጥ የመጣው በመኖሪያ ቤት ዙሪያ ነው። የእናቴ የስራ ለውጥና እድገት ከመኖሪያ ቤት ጭምር ጋር የተያያዘ ነበር። ቦታው አሁን የመምህራን ማሰልጠኛ ተብሎ የሚታወቀው ነው። ለእናቴ እዛ ግቢ የተሰጣት ቤት በጣም ዘመናዊ ቪላ ቤት ነው። በማእከሉ ውስጥ የሚያስተምሩት አስተማሪዎች በሙሉ ፈረንጆች ናቸው። ለፈረንጆች ተብሎ በተሰራው ዘመናዊ ቤት ውስጥ እንደ ፈረንጆቹ መኖር ጀመርን።

---

[153] ወጣት ሆኜ አባቴ የአፄ ዘርያቆብ ትምህርት ቤት ዳይሬክተር በነበረ ጊዜ ተማሪዎች የነበሩ ብዙ ሰዎች እናገኝ ነበር። የህክምና ዶክተሮች፣ መሃንዲሶች፣ ወታደራዊ መኮንኖች ይገኙባቸው። በየመስሪያ ቤቱ ሰው አይጠፋም። ሁሉም፣ እናቴንም ጭምር ስለሚያውቁ በየደረስንበት ቦታ የምናገኘው ትብብር የሚገርም ነበር። ሰልፍ መያዝ ሳያስፈልገን፣ በአባቴ ተማሪዎች ብቻ ሳይሆን በእናቴም ተማሪዎች ጉዳያችን በቶሎ አልቆ ከየመስሪያቤቱ የምንወጣባቸው ብዙ አጋጣሚዎች ነበሩ። ተማሪዎቻቸው ለአስተማሪዎቻቸው የሚያሳዩት ክብር እጅግ የሚገርም ነው። ትርጉም ይኖረዋል ብዬ ስላላሰብኩ ትልልቅ ቦታ የደረሱትን ተማሪዎች ስም አልያዝኩትም። እድሜዬ ከገፋ በኋላ ካገኘኋቸው ሰዎች መሃከል ታዋቂው ጋዜጠኛ አቶ ሙሉጌታ ሉሌና የኢህዴን ሰራዊት አዛዥ በኋላም የኢህአዴግ ጀነራል የነበረው ጀ/ል ሃይሌ ጥላሁን አባቴ ዳሬክተር በነበረበት ወቅት ተማሪዎቹ እንደነበሩና እንዴት አይነት ጥብቅ፣ የተከበረና የተፈራ ዳሬክተር እንደነበር ነግረውኛል። የአውራጃ አስተዳዳሪውን ስርአት ያልነበረውን ልጅ ገርፎ አባትዬው ከነታጣቂዎቻቸው ተማሪ ቤት ድረስ ቢመጡም የልጁን ብልግና ዘርዝሮ ነግሮ "እርስዎም እንደ ባለጌ ልጅዎ መሳሪያ የያዙ ሰዎች ህጻናት የሚማሩበት ቦታ ይዘው የመጡት" በማለት በድፍረት እንደተናገራቸው የትምህርት ቤቱ አስተማሪዎች የነበሩ መምህራን አጫውተውኛል። ዘመናዊ አለባበሱና ቁመናው የሚማርክ ሰው ስለነበር አንዳንድ ተማሪዎቹ ከብዙ አመት በኋላ የልብሱን አይነትና አለባበሱን ሳይቀር እንዲያስታውሱ እንዳደረጋቸው ታዝቢያለሁ።

ህጻን ብሆንም ስለደብረብርሃን ቤታችንና ህይወታችን ብዙ የማስታውሰው ነገር አለ። ሽንት ቤቱ፣ የገላ መታጠቢያ ገንዳና ሻወር እንዲሁም የኤሌትሪክ ውሃ ማሞቂያ ነበረው። ወጥ ቤቱ እንደ ዘመናችን ዘመናዊ ወጥ ቤት ግርግዳው ሙሉ በቁም ሳጥን የተሸፈነ ነው። ምግብ ማብሰያው ዘመናዊ የኤሌትሪክ ምድጃ አለው። ሶስት ትልልቅ መኝታ ቤቶችና አንድ ትልቅ ሳሎን ነበረው። በዛን ዘመን እንኳን አስተማሪ የሃገሪቱ ሚኒስትሮችም በእንዲህ አይነት ዘመናዊ ቤት ውስጥ አይኖሩም።

በህይወቴ ከማስታውሳቸው ጥቂት መልካም ነገሮች አንዱ በዛ ግቢ የነበረ ኑሯችንን ነው። የግቢው መንገዶች በሙሉ በአስፋልት ተሸፍነዋል። ዝናብ ሲዘንብ ጭቃ የሚባል ነገር አልነበረም። የመኖሪያ አካባቢው ዘመናዊ በሆነ መንገድ የተሰሩ መናፈሻ ቦታዎች ነበሩት። በየቤቱ ደጃፍ ሳይቀር የአበባና ሌሎች ተክሎች በቅለውበታል። ዛፎቹ፣ አበባዎቹና ሳሩ ሳይቀር የተተከለው በሥርዓት ነው። ዩኒፎርም የሚለብሱ የተለያዩ መሳሪያዎች የነበሯቸው አትክልተኞች አሉ። ቆሻሻ የሚባል ነገር በግቢው ውስጥ አይታይም። ግቢውን ከርቀት የሚያዋስነው የበሬሳ ወንዝ ነው። በተለይ በክረምት፣ ወንዙ እስካፉ ሞልቶ ሲፈስ፣ የሚያስፈራ ቢሆንም ግርማ ሞገስ ነበረው።

በዛን ጊዜ በግቢው የምንኖረው ሁለት የአበሻ ቤተሰቦች ብቻ ነበርን። ሌሎቹ በሙሉ ነጮች ናቸው። እንግሊዞችና ፈረንሳዮች ነበሩ። በግቢው የነበርን የአበሻ ህጻናት የእኛ ቤት ልጆች ብቻ ነበርን። አንድ ሁለት ፈረንጆች ልጆች ነበራቸው። በዚህ የተነሳ ለግቢው ህጻናቱ ብርቅ ነበርን። ሁሉም እንደራሱ ልጆች ይንከባከበናል።

ፈረንሳዮች እንቁራሪት እንደሚበሉ ለማወቅ የቻልኩት በዛን ዕድሜዬ ነው። ፈረንሳዮቹ፣ እኔና ትንንሽ ወንድሞቼ የንግድ ስምምነት ነበረን። አድነን የምንወስድላቸውን እንቁራሪቶች በብስኩት ይቀይሩናል። ማን ያተርፍ እንደነበር የሚያውቁት ፈረንሳዮቹ ብቻ ነበሩ። እንደ እውነቱ ከሆነ "እኛን ለማስደሰት" ብለው እንጂ ግቢው የእንቁራሪት ቅኝ ግዛት ነበር። ከደጃቸው የፈለጉትን ያህል መልቀም ይችላሉ። ሌላውን ማህበረሰብ የሚፈሩበት ጉዳይ ካልነበረ። እሱን አላውቅም።

የደብረብርሃን ቤታችን ዘመናዊ ወጥ ቤት ያለው መሆኑ ዘለቄታዊ ትርጉም ያለው ለውጥ በቤተሰባችን ህይወት ላይ አምጥቷል። ከስራ ሰአት ውጭ እናታችን ወጥ ቤቱን የምግብ አይነቶች መሞከሪያ ጣቢያ አደረገችው። የምታስተምረው ትምህርት የምግብ ባልትናንም የሚጨምር በመሆኑ የፈለገችውን አይነት ቁሳቁስና ምግብ ለመስሪያ የሚሆኑ ነገሮች እንደልብ በቀላሉ ማግኘት ትችል ነበር። የእኛ የህጻናቶቹና የአባቴ ስራ እሷ በሙከራ ደረጃ የምትሰራቻውን

የተለያዩ የምግብ አይነቶች መቅመስ ነው። የሚጥም ነገር ካገኘን እንበላዋለን። የማይጥምና ወይም የተበላሸ ከሆነ እንዲደፋ እናደርገዋለን። ሙከራ ስለሆነ ብዙ ነገር ይበላሻል። ሙከራው አልሳካ እያለ ስንት ውድ ንጥረ ነገሮች የገቡበት ምግብ ቆሻሻ መጣያ ውስጥ ወደቀ? መልሱን የሚያውቀው የደብረብርሃኑ ቁሻሻ ማጠራቀሚያ ብቻ ነው።

ከፈረንጆቹ ሴት አስተማሪዎች የተማረችው የምግብ አሰራር፣ በአበሻ ምግብ አሰራር ላይ ከነበራት ዕውቀት ጋር ተደምሮ እናቴን በአጭር ጊዜ ውስጥ ትልቅ ባለሙያ አድርጓታል። እግዜር ያደላትን ብሩህ አእምሮ ተጠቅማ እህልና ቅመም፣ ቅጠልና ፍራፍሬ፣ እንቁላል፣ ወተትና ዱቄት፣ ስጋና አትክልት፣ ቅመምና ቅባት፣ እሳትና ድስት፣ ምኑ ከምን ሲገናኝና ሲቀላቀል፣ በምን መጠንና በምን ያህል ሙቀት፣ ምን ጣእም እንደሚኖረው ጠንቅቃ ያወቀችው ደብረብርሃን ሆነን ነው።

እናቴ ከጥቂት ጊዜ በኋላ የማእከሉ አስተዳዳሪዎችና አስተማሪዎች በሙሉ የሚደነቁበት የምግብ አይነቶች መስራት የምትችል ባለሙያ ሆናለች። የታወቁትን የምግብ አይነቶች በደንብ መስራት ብቻ ሳይሆን የምግብ አይነት መፍጠር የሚያስችል ክህሎት አዳበረች።

የኮሚኒቲው ዲሬክተር በዚህ ችሎታ በመገረም ወደ ውጭ ሃገር ሄዳ በዚሁ መስክ ተጨማሪ ትምህርት እንድትማር የነፃትምህርት አግኝቶላት ነበር። በዚህን ጊዜ በአመት አመት የተወለድነው ህጻናት ስድስት ደርሰናል። እኛን ለማን ትታ ትሂድ። ከተወሰኑ አመታትት በኋላ ይህ የምግብ መስራት ችሎታዋ ከተራው ሰው እስከ ልእልቶች ተፈላጊ ያደረጋት ሴት ለመሆን አበቃት። ድግስ ያለው ሁሉ "እባክዎትን አንዴ ብቅ ብለው ይይሉን" የማይላት አልነበረም።

አዲስ አበባ ከገባን በኋላ አንዳንዴ ለመንግስት መስሪያ ቤቶች ትልልቅ በአል ሲኖራቸው ምግቡን እንድታዘጋጅላቸው እናቴን ይጠይቋታል። ምግቡ የሚዘጋጀው እቤታችን ሆኖ ወደ በአሉ ስፍራ የሚወሰደው በመንግስት መኪና ነው። በአንድ ወቅት ለሰራተኛና ማህበራዊ ጉዳይ ሚኒስቴር የቡፌ ግብዣ 86 የምግብ አይነቶች ማቅረብ ችላለች። ዲዘርቱ (በመጨረሻ የሚበላው ጣፋጭ) ሳይቀር በየአይነቱ ሆኖ የተሰራው እቤታችን ነበር።

ይህን አይነት ድግስ ለማዘጋጀት የሚጠይቀው የሰው ኃይልና ሎጂስቲክ ቀላል አልነበረም። ምግቡን መስራቱ ቀርቶ ተሰርቶ ያለቀውን ለመደርደር ቦታ አይበቃም ነበር። ከምግብ ቤቱ አልፎ መኝታ ክፍሎቹን መጠቀም ነበረባት። እናቴ የምትሰራውን በማየት እኛ

የዛን ዘመን ወንድ ልጆቿ እንኳን ሳንቀር“ አንድ ሰው ሰርግ ደግሰን መዳር የሚያስችል ሙያ አለን” ብለን እንመካለን።

የሚገርመው ለየመስሪያ ቤቱ ምግብ ስታዘጋጅ በነዚህ መስሪያ ቤቶች ስልጣናቸው እያደገ የመጡ ጓደኞቿ ስለጠየቋት እንጂ ለጉልበቷና ለሙያዋ ምንም አይነት ክፍያ የማትጠይቅ መሆኑ ነበር። እነሱም “መስሪያ ቤቱ ይከፍልሻል” ማለቱን እንደነውር ያዩታል። የሚገርም ዘመን!

ያለምንም ማጋነን በአበሻውም ሆነ በፈረንጁ የምግብ አይነቶች፣ ከዛም አልፎ ብስኩትና ዳቦ በመጋገር፣ ኬክ በመስራት “በዘመኗ እናቴን የሚወዳደሯት ሴቶች ነበሩ” ለማለት ይከብደኛል። ይህ ሁሉ የደብረብርሃን የማህበራዊ እድገት ማሰልጠኛ ማእከል ቤታችን ወጥ ቤት ውጤት ነው።

የልጅነት ትውስታዬ ከውጭ ወደ ቤት ስንገባ ቤቱን የሚያውደው የምግብ መአዛ ነው። ልጅ በህጻንነቱና የሆዱ ነገር የታወቀ ነገር ነው። ስንት ቁም ነገር ከሰሩልን ሰዎች አንድ ቀን ከረሜላ የሰጠን ሰው ደግነት እንደ አልቅት አእምሯችን ውስጥ ተለጥፎ ይቀራል።

ከኔ ቀጥሎ የመጡት አራት ታናናሾቼ የተወለዱት ደብረብርሃን ሆነን ነው። ታናናሾቼ የተወለዱት በአመት በአመት ነው። ለአመት አንድ ቀን ሲቀረው የተወለዱ አሉ። በመሃከሉ ለመወለድ እድል ሳያገኙ የቀሩም አሉ። ሁለተኛዋ እህቴ አይኔ የተወለደችው የኔን ታናሽ የአለማየሁን የአንድ አመት በአል ለማክበር እናቴ ደፋ ቀና ስትል ነው። የልደት በአሉ ቀርቶ እናቴን ምጥ ጀመራት።

በተከታታይ የተወለዱት ሁለት ወንዶች አምሃና ብዙነህ ነበሩ። ዕድሜዬ ከፍ ሲል፣ ጠቅላላ የተወለዱትን ልጆችና መንገድ ላይ የቀሩትን ጽንሶች እያሰብኩ እናቴን እንደተንቀሳቃሽ የህጻናት ፋብሪካ አድርጌ ማየት ጀምሬ ነበር። ለአባትና ለእናቴ የተቻላቸውን ያህል ልጅ መውለድ አስበው የወሰኑት ፖሊሲ እንጂ ልጅ ማስቆሚያው መንገድ ጠፍቷቸው አልነበረም። ሁለቱም ያለ ወንድምና እህት ለብቻቸው ማደጋቸው ልጅ በማብዛቱ ፖሊሲ ላይ የራሱን አስተዋጽኦ ያደረገ ይመስለኛል።

የደብረብርሃን ኑሯችን የተመቻቸ ቢሆንም አባትና እናቴ የከተማ ልጆች ስለሆኑ ከአዲስ አበባ ርቀው መቆየት አልፈለጉም። ራሳቸውንም በትምህርት ለማሻሻልና እያደግን ለነበርነው ልጆቻቸው ትምህርት አዲስ አበባ ይሻላል ብለው ወሰኑ። ከጥቂት አመታት በኋላ ወደ አዲስ አበባ አቀናን።

ምእራፍ 11. የአዲስ አበባ ሰዎች

አዲስ አበባ ላይ እናቴ የልኡል መኮንን ትምህርት ቤት / አዲስ ከተማ / የቤት ባልትና አስተማሪ ሆና ተመደበች። የትምህርቱ አይነት የሚጠራው በእንግሊዝኛ ስሙ ነበር። ሆም ኢኮኖሚክስ (home economics) ነበር፣ የሚባለው። ለሁለተኛ ደረጃ ተማሪ ሴቶች የሚሰጥ ትምህርት ነው። ትምህርቱ የሚሰጠው በእንግሊዝኛ ቋንቋ ነበር። ለእናቴም ለተማሪዎቹም አስቸጋሪ ነው። ሌላ ትምህርት በእንግሊዝኛ ማስተማር ይቀላል። ድርቅ ባለና በተጠና መልኩ እናቴ በእንግሊዝኛ መሰጠት ያለበትን ትምህርት ከሰጠች በኋላ፣ ሁሉም ውይይታቸውን የሚቀጥሉት በአማርኛ ነበር። የንድፈ ሃሳብ ፈተናውም በእንግሊዝኛ ቋንቋ ይሰጣል። የቀረው በተግባራዊ ስራ የሚለካ ውጤት ነው።

ለሴቶች ብቻ መሆኑ ነው እንጂ የቤት ባልትና ብዙ ጠቃሚ ትምህርቶች ነበሩት። እንደ ስሙ የቤት ኢኮኖሚክስ ዕውቀት ይገበይበታል። ይህም በወር ገቢ በበጀት ኑሮን መምራት፣ ከገንዘብ አወጣጥና አያያዝ ጋር የሚሰጠው ትምህርት ነበር። የቤትና የህጻናት ሃይጂን ሳይንስና የህጻናት አስተዳደግ፣ የተመጣጠነ ምግብ ምንነትና አሰራር፣ ልብሶችን ዲዛይን ማድረግና መስፋት፣ የሹራብና የጥልፍ ስራዎችን መስራትና ሌሎችም ጠቃሚና ተግባር ላይ ሊውሉ የሚችሉ እውቀቶች የሚገበይበት ነው። ትምህርቱ፣ ለመኳንንቱ ልጆች የሚሆኑ ዘመናዊ ሚስቶች ለማፍራት የተቀረጸ ትምህርት ተብሎ ይታማል። ይህ እንዳለ ሆኖም የትምህርቱን ተግባራዊ ጠቀሜታ በገዛ ቤታችንና እናቴ ሃላፊነት በወሰደችባቸው የስራ ቦታዎች አይተነዋል።

በዛን ዘመን ተማሪዎች ለአስተማሪዎቻቸው የሚሰጡት ክብርና ፍቅር የሚያስደንቅ ነው። ተማሪዎቿ እናቴን "እሜትዬ" እያሉ ነበር የሚጠሯት። ለአክብሮት "እሜቴ"ን ለፍቅር ደግሞ "እዬ" ያዋሃደ ቃል መሆኑ ነው፤ እሜትዬ። እኛም ህጻናት ሆነን በተማሪዎቹ ተፅዕኖ የተነሳ ትልቅ እስከንሆን ድረስ እናታችንን "እሜትዬ" እያልን እንጠራት ነበር። ወደ እማዬ ስንዞር እናታችን ያልለመደችው ነገር ሆኖባት ለጀማሪዎቹ "እማዬ" ባዮች አንድ ሁለት ኩርኩም አቅምሳቻዋለች።

አባቴ ከአንደኛ ደረጃ ት/ቤት ዲሬክተርነት ወደ ትምህርት ቤቶች ኢንስፔክተርነት እድገት አገኘ። ስራው ሸዋ ውስጥ የሚገኙ ትምህርት ቤቶችን እየዞረ አሰራራቸውን መቆጣጠር

ነው። ቀጣሪ መስሪያ ቤቱም ከስድስት ኪሎ ወደ ምኒሊክ ሆስፒታል መሄጃ መንገድ ላይ ከነበረው የተማሪዎች የሪፈራል ክሊኒክ ቀጥሎ ነበር።[154] የሸዋ ትምህርት ቤቶች ጽ/ቤት ይባላል።

ለእናቴ ስራ እንዲቀርብ በአዲስ አበባ ከተማ የመጀመሪያ የሆነውን ቤታችንን የተከራየነው እዛው መርካቶ ከልኡል መኮንን ት/ቤት (አዲስ ከተማ ት/ቤት) ጀርባ ነበር። ከኪራይ ቤቶች ጋር የተያያዘው የከተማ ዘላንነት ኑሯችንን የጀመርነው መርካቶ ነው። መርካቶ የቆየነው ሶስት አመት ይመስለኛል። እዛው አካባቢ የመጀመሪያውን ቤት ለቀን ሌላ ቤት ገባን። እናቴም ከመውለድ ጋር የተያያዘ ህመም የጀመራት እዚህ ቤት ሆነን ነው። የራሷ ደም ፈሶ አልቆ በእነዛው በአስተማሪነት ዘመን ጓደኛ በሆኗት ወዳጆቿ ደም ነው ተርፋ መንቀሳቀስ የቻለችው። እነዚህ ጓደኞቿ ሃኪም ቤት ተሰልፈው ነበር ደማቸውን ይሰጧት የነበረው። የሚያስፈልጋት ደም ብዙ ነበር።

ደብረብርሃን ትምህርት ጀምረን የነበርነው ት/ቤት ገባን። ለነገሩ ከታላቅ እህቴ በስተቀር ትምህርት በሥርዓት የጀመረ አልነበረም። እንደዛም ሆኖ አማርኛ ማንበብ የጀመርኩት ደብረብርሃን ሆነን እንደነበር ወላጆቼ ነግረውኛል። እኔ በግሌ ፊደል የተማርኩበትንና የቆጠርኩበትን ወቅት አላውቅም፣ አላስታውስም። እነሱ የሚሉኝም ከአባቴ ጋር አፄ ዘረያዕቆብ ትምህርት ቤት እየዋልኩ በነበረበት ወቅት በአጋጣሚ ፊደሎቹን መለየት እንደቻልኩ ነው።

ታላቅ እህቴን ተከትዬ እሷ የምትማርበት ክፍል እገባ እንደነበርና "የፊደል ማወቄ ሚስጥር፣ በነዛ ለአስርና እና ለአስራ አምስት ደቂቃዎች እሷ ክፍል እቀመጥ በነበረባቸው ወቅቶች የመጣ ነው"፣ ብለው ነው የሚያምኑት። "ከሷ ክፍል ወጥተህ በሌሎች ደስ ባሉህ ክፍሎች እየገባህና እየወጣህ ትውል ነበር" ብለውኛል።

አባቴ እንደነገረኝ አንድ ማለዳ ደብረብርሃን ቤታችን ፊት ለፊት ባለው ሳር ላይ ተኝቼ የአዲስ ዘመን ጋዜጣ እንደሚያነብ ሰው የማስመሰል ስራ እሰራለሁ። በድርጊቴ ተገርሞ በቀስታ ተራምዶ የማደርገውን ከጀርባዬ ሆኖ ይመለከታል። ርዕሰ አንቀጾቹ የተጻፉበትን ትልልቅ ፊደሎች ያለምንም ችግር ሳነባቸው አዳመጠ። "አባትህ እንደዛን እለት ተደስቶ አያውቅም" ብላኛለች፤ እናቴ። አባቴ በደስታ ብዛት እኔንና አዲስ ዘመን ጋዜጣውን አንጥልጥሎ ወደ እሷ

---

[154] *እኔ ሁለተኛ ደረጃ ተማሪ ሆኜም ጭምር ይሰራ የነበረ፣ በሚገባ የተደራጀ፣ ለተማሪዎች ማንኛውንም አይነት ምርመራ ከኤክስሬይ አንስቶ፣ ሽንት፣ ደም፣ ሰገራና ሌላም ምርመራ የሚያደርግ የነፃ ክሊኒክ ነበር። ንጽህና የነበራቸው ሰራተኞቹ ህጻናትንና ወጣቶችን ለመንከባከብ የሚያስችል ስልጠና የወሰዱ የሚመስሉ ናቸው። ተማሪ ወደዛ ክሊኒክ ለመሄድ በሽታው በየትምህርት ቤቱ ከተመደቡ የሰለጠኑ ነርሶች ወይም ድረሴሮች የማከም አቅም በላይ መሆን ነበረበት። ነርሶቹ በሚጽፉት የሪፈራል ደብዳቤ ካልሆነ ማንም መመርመርና መታከም አይችልም። ድንቅ አሰራር ነበር። በዘመነ ፊውዳሊዝም!*

እንደሄደ ነግራኛለች። "አንብብላት" ቢለኝ ግን "ሞቼ እገኛለሁ !" ብዬ እንዳበሳጨሁት ታስታውሳለች። እኔ አንዱንም ነገር አይታወሰኝም። ህጻን ነበርኩ ማለት ነው።

የመጀመሪያ የኔና የወንድሜ የአዲስ አበባው የመጀመሪያ ትምህርት ቤት እዛው መርካቶ ውስጥ የነበረው ልኡል ወሰን ሰገድ ት/ቤት ነው። ታላቅ እህቴ እዛው እናቴ የምታስተምርበት ልኡል መኮንን ት/ቤት ገባች። ያኔ ትምህርት ቤቱ ከአንደኛ ደረጃ ጀምሮ የሚያስተምር ነው። ብዙም ሳይቆይ ሁለተኛ ደረጃ ት/ቤት ሆኗል።

አባቴ ብዙ ጊዜ ትምህርት ቤቶች ኢንስፔክት (ለመመርመር) ለማድረግ ስለሚንቀሳቀስ የማንተያይበት ጊዜ እየበዛ መጥቷል። ሰባተኛውና የመጨረሻው ወንድ ልጅ በሪሁን የተወለደው እዚህ መርካቶ ቤት ውስጥ ነው። በሪሁን የተባለውም "የመጨረሻ ነው" ተብሎ ነበር። ከአምስት አመት በኋላ ሌላ ሴት ልጅ ተወልዳ እሷም የመጨረሻ ናት ተብሎ ስለታሰበ "እስከዳር" የሚል ስም አግኝታለች። የእሷ ስም ይዞላታል።የመጨረሻዋ የእናቴ ልጅ ሆናለች።

የመንግስቱ ነዋይ መፈንቅለ መንግስት ሙከራ የተደረገው መርካቶ ሆነን ነው። 1953 ዓ.ም። የሰባት አመት ልጅ ነበርኩ። ምሳ ሰአት ላይ የከባድ መሳሪያና የጠመንጃ ተኩስ ከተማዋን አናወጣት። ትናንሾቹ ምንም አላሳሰባቸውም። እኔ ግን ነፍስ ስላወቅኩ "እናቴን ውለዱ !" ብዬ በኡ ኡ ታ ቤቱን አናጋሁት። ቤታችን እናቴ ለምታስተምርበት ት/ቤት ቅርብ ስለነበር ወዲያው ደረሰች። እሷን ካገኘሁ በኋላ "አባቴን ውለዱ !" አልኩ። እሱም እንደ አጋጣሚ ከከተማ አልወጣም። ትንሽ ቆይቶ ደረሰ።

ወዲያው ቤታችንን በምሽግነት የማደራጀቱ ስራ ተጀመረ። የቤቱ ፍራሽ በሙሉ ተሰበሰበ። የተወሰኑ ፍራሾች አንድ የቤቱ አስተማማኝ ግርግዳ ያለበት ክፍል ውስጥ ተነጠፉ። የቀሩት ፍራሾች ከሶፋና ከወንበር ጋር እየተደረቡ በዙሪያችን ምሽግ ነገር ተሰራ። ህጻናቱን ተባራሪ ጥይት ወይም ሌላም መሳሪያ እንዳይነካካን ታስቦ የተደራጀ መሆኑ ነው። ሁሉም ልጅ ምሽግ ውስጥ እንዲገባ ተደርጓል። ጦርነቱ እስኪያበቃ ከወላጆቻችን በስተቀር ለሶስት ቀናት ማንም ልጅ ከዛ ምሽግ እንዲወጣ አልተፈቀደለትም። ትንሽ ከፍ ላልነው ሳይቀር ለመጸዳጃ ፖፖ ቀርቦልናል።

እናቴ ልጆቿን እንደጫጩቶች ነበር የምታየው። አንዳንዴም እንደ ድመት ግልገሎች ታደርገናለች። ሞግዚት ባልነበረበት የገጠር ከተማ አስተማሪ በነበረችበት ወቅት፣ ወራት ያልሞላንን ህጻናት በቅርጫት ይዛ ትምህርት ቤት መሄድ ነበረባት። ርእሰ መምህሩ ቢሮ

እየተወችን በየክፍለ ትምህርቱ ማለቂያ እየመጣች "ታጠባንና የሽንት ጨርቃችንን ትቀይርልን" እንደነበር ነግራኛለች።

ከፍ ካልን በኋላም አዲስ አበባ ውስጥ፣ አንዳንዴ የሚታመን ዘመድ ወይም ሰራተኛ ቤት ውስጥ ከሌላት፣ እናቴ የመጨረሻውን ወንድሜን ከነመተኛ ቅርጫቱ ትምህርት ቤት እየወሰደች ዳሬክተሩ ቢሮ እየተወች ታስተምር እንደነበር አስታውሳለሁ። በዚህ የተነሳ ይመስለኛል "እንደ ድመት በጥርሴ አንጠልጥዬ ያሳደግኳቸውን ልጆቼን" የሚል አገላለጽ መጠቀም የምትወደው። በህጻንነቴ እንደዛ ስትል ድመቶች ያንን ሲያደርጉ ስላየሁ ልክ እንደነሱ እሷም በጥርሷ አንገታችንን ይዛ ከቦታ ቦታ እያንቀሳቀሰች ያሳደገችን ይመስለኝ ነበር።

የመንግስቱ ነዋይ መፈንቅለ መንግስት ሙከራ አባቴን አሰደነገጠው። "እንዳጋጣሚ ከተማ ውስጥ መሆኔ ነው እንጂ ባልሆን ኖሮ ቤተሰቦቼ ብቻቸውን ይቀሩ ነበር" ብሎ አሰቧል። የሸዋ ትምህርት ቤቶች ኢንስፔክተርነት ስራውን ለማቆም ወሰነ። እናቴም "ይብቃህ" አለችው።

አባቴ ከትምህርት ሚኒስቴር ጋር ያለው ግንኙነት ተቋረጠ። የሰራተኛና ማህበራዊ ጉዳይ ሚኒስቴር የሚኒስትሩ ልዩ ጸሃፊ ሆኖ ተቀጠረ። ከቤተሰቦቼ አልሰማሁም እንጂ፣ ይህ ስራ በዚህ መስሪያ ቤት ውስጥ መሰባሰብ ጀምረው በነበሩ ጓደኞቻቸው ጥረት የተገኘ ይመስለኛል። ከወላጆቼ ጋር እኩል አስተማሪነት የጀመሩት ጓደኞቻቸው እንደነሱ እየተንፏቀቁ ከካራቆሬና ከሌሎች ገጠሮች ተሰባስበው አዲስ አበባ ገብተዋል። ጥቂቶቹ እዛው ትምህርት ሚኒስቴር ዋና መስሪያ ቤት ሲቀሩ ብዙዎቹ በመጨረሻ መጠራቀሚያቸው ሰራተኛና ማህበራዊ ጉዳይ ሚኒስቴር መስሪያ ቤት ሆኗል።

እነዚህ ጓደኞች፣ ድሮ አስተማሪ ሆነው ካራቆሬና ደብረሲና እንዲሁም ደብረብርሃን ላይ እንደሚያደርጉት፣ አዲስ አበባም ከገቡ በኋላም ቅዳሜና እሁድ እየተሰባሰቡ ካርታ መጫወቱን አልተውትም። በየሳምንቱ "የት እንገናኝ?" ተባብለው ቀጠሮ ይዘው ካርታ እየተጫወቱ ሲተራረቡና ተማሪ ሆነው የሰሩትን እያነሱ ሲስቁና ሲቀልዱ ይውላሉ።

አንዳንዶቹን ተማሪዎች ሆነው ለቀልድ ባወጡላቸው ስም ነበር የሚጠሯቸው። "አሞራው" የአባቴ መጠሪያ ነው። "ኮረኮስ" በሚል ስም የሚጠሩ አቶ ወልደገብርኤል የሚባሉ ጓደኛ ነበሯቸው። ትዳርም ልጅም ሳይኖራቸው የሚኖሩ። አቶ ወርቄም የአንድ እጃቸው መሃል ጣት የተቆረጠች ናት። በካርታ ጨዋታ የቀናው ካርታውን ጠረጴዛ ላይ ዘርግቶ፣

"እጅ የለውም፣ እንደኛ አይመታም ወይ? በማለት ወጋ ያደርጋቸዋል።

እሳቸውም "ማንን ነው ቆራጣ የምትለው፣ አንተ ሃሬ !" ብለው ለመጋረፊያ ቀበቷቸውን ይፈታሉ።

በነገር የወጋቸው ካጠጋባቸው መራቅ ነበረበት። የስንት ልጆች አባቶችና የመንግስት ባለስልጣናት አንዱ ቀበቶ ይዞ አባራሪ ሌላው ተባራሪ ሆኖ ማየት የሚገርም ነው። ግቢውን ዞረው፣ ነገረኛው ይቅርታ ጠይቆ፣ ተመልሰው ገብተው ጨዋታቸውን ይቀጥላሉ። ወላጆቻችን እንደ ልጆች ሲሯሯጡ እያየን፣ እኛ ልጆቻቸው ልባችን እስኪፈርስ እንስቃለን።

እነዚህ ጓደኛሞች በደጉም በክፉውም የማይለያዩ ነበሩ። ለማመን የሚቸግር ፍቅርና የርስ በርስ ታማኝነት የነበራቸው ጓደኛሞች ናቸው። የሁሉም ሚስቶች፣ ከኔ እናት በስተቀር የቤት እመቤቶች ነበሩ። ወንዶቹ በካርታ ጨዋታ የተነሳ የሚያመሹና አንዳንዴም የሚያድሩ በመሆናቸው ከሚስቶቻቸው ኩርፊያ ለመዳን ሁሉንም ካርታ መጫወት አስተምረዋቸዋል። ከአንዷ በስተቀር። ስለዚህም ካርታ ሊጫወቱ ሲሰባሰቡ ከነባለቤቶቻቸው ነበር የሚንቀሳቀሱት። አንዳንዴ ሲጠራቀሙ እስከ ሶስት ተከፍለው (ከአስራ ሁለት በላይ ይሆኑ ነበር ማለት ነው) የሚጫወቱበት ሁኔታ ይፈጠራል። ካርታ የማይጫወቱም ነበሩ። ዳር ቁጭ ብለው ከጓደኞቻቸው ጋር በተለመደው የሃገር ጉዳይ ላይ አውግተው በጊዜ ቤታቸው የሚገቡ ነበሩባቸው። አቶ ተድላ ዘዮሃንስ ካርታ ከማይጫወቱት መሃል ናቸው።

በወላጆቻችን የካርታ ጨዋታ ፍቅር የተነሳ የቤታችን ልጆች በሙሉ የሰሉ ካርታ ተጫዋቾች ለመሆን በቅተናል። የእኛ ቤት ልጆች ብቻ ሳንሆን የሁሉም ጓደኛሞች ልጆች የካርታ ጨዋታ ችሎታቸው የጎለበተ ነበር። እኔ በስድስት አመቴ ሴካና ኮንከር የሚባሉ በአስርና እና በአስራ ሶስት ካርታዎች የሚደረጉ ጨዋታዎችን በደንብ መጫወት እችላለሁ። ከዛም አልፎ ትልልቆቹ አጠገብ ቆሜ ስህተት ሲሰሩ ካየኋቸው፣

"እረ ያለቀውን ካርታ አለፈው" ብዬ የመጮህ ልምድ ነበረኝ።

የሚጫወቱት በገንዘብ ቢሆንም አንዳንድ ቀን፤

"ስጡትና እስቲ እሱ ይጨርሰው" ተብዬ የአንዱን ካርታ ወስጄ እንድጨርሰው ይፈቅዱልኝ ነበር። በጣም ይገረማሉ። በአስራ ሰባት አመቴ፣ እናቴ ከተሸነፈ እኔ እከፍላለሁ እያለች ከአባቴና ከእርሷ ጋር በገንዘብ ካርታ መጫወት ጀምሬአለው። ባልና ሚስት ለብቻቸው ካርታ በገንዘብ የሚጫወቱበት ቤት የማውቀው የኛን ቤት ብቻ ነው። ሁለቱም የራሳቸው ገቢ ያላቸው በመሆናቸው የመጣ ልምድ ይመስለኛል። የተስማሙበት የቤት ወጭ ክፍፍል አላቸው። ከዛ የተረፈ ገንዘባቸው የየግላቸው ነው። አንዳንድ ቀን ትልልቆቹ ካርታ ሊጫወቱ

ሲመጡ እኔና አባቴ ስንጫወት ያገኙናል። አባቴን እያሸነፍኩ እልህ ስለሚይዘው "ና እንጫወት" ሲሉት፤

"ቆይ ጠብቁኝ፣ ከሱ ጋር የጀመርነውን ልጨርስ" እያለ ያስቸግራቸዋል። በእንዲህ አይነት ሁኔታ እኔና አባቴን ካገኙን፤

"ምን ችግር አለው ? ገንዘቡን ይዞ ይምጣና ሁላችንም አንድ ላይ እንጫወት" ማለት ስለጀመሩ ገና ሃያ አመት ዕድሜ ሳይሞላኝ ከአባቴና ከትልልቆቹ ሰዎች ጋር በስነሥርዓት ቁጭ ብዬ ካርታ መጫወት ጀምሬያለሁ። በእንዲህ አይነቱ ቀን የቤታችንና የወላጆቼ ጓደኞች ልጆች የኔ ቲፎዞ በመሆን እየተንጋጉ ስለሚያስቸግሩ ካርታ የምንጫወትበት ክፍል እንዲገቡ አይፈቀድላቸውም። መልእክተኛ እየላኩ እየበላሁ ወይም እየተበላሁ እንደሆነ መረጃ ያሰባስባሉ። በቁማር ቋንቋ "መብላት" ማለት "ማሸነፍ" ማለት ነው። ቁማሩ ከቀናኝ ለእነሱ ሁሉ የሚተርፍ ብዙ ነገር ስላለው ደስተኞች ይሆናሉ። ስሸነፍ በጣም ያዝናሉ። ህጻናቶቹማ ብዙ ነገር ስለሚጠብቁ እስከማልቀስ ይደርሳሉ።

የአባቴ ካዛንችስ ወደሚገኘው የሰራተኛና ማህበራዊ ጉዳይ ሚኒስትር መስሪያ ቤት ስራ መጀመር ከመርካቶ የመልቀቂያ ምክንያት ሆኗል። እዛው የእሱ መስሪያ ቤት አጠገብ የእርሻ ሚኒስቴር መስሪያ ቤትን አጥር የሚያዋስን ግቢ ያለው ቤት ተከራይተን ገባን። እናቴም እዛው አካባቢ ከሚገኝ ትንሳኤ ብርሃን በሚባል በሴቶች በጎ አድራጎት ድርጅት ስር የሚተዳደር፣ የግማሽ ተመላላሽና የግማሽ አዳሪ ተማሪዎች ትምህርት ቤት የቀለም ትምህርት አስተማሪ ሆና ተቀየረች። ለትምህርት የደረስነው በሙሉ በደረስንበት የክፍል ደረጃ እዚሁ ትንሳኤ ብርሃን ትምህርት ቤት ገባን።

ወደ ካዛንችስ ከመምጣታችን በፊት በልኡል መኮንን ትምህርት ቤት ሶስተኛ ክፍልን በጥሩ ውጤት አልፌ ወደ አራተኛ ክፍል ተዛውሬያለሁ። ትንሳኤብርሃን ስንገባ አራተኛ ክፍል ፈተና ማለፍ አቅቷት ክፍሉን የደገመችው ታላቅ እህቴ ላይ ደርሼ ሞራሏን እንዳልነካው ተብሎ ሶስተኛ ክፍልን ደግሜ እንድማር ተደረግሁ። "ልጅ ነው አንድ አመት አይጎዳም ነበር" የተባለው። ይህም የሚገርም አሰራር ነው። እኔ ግን እውነትም ልጅ ነበርኩ መሰለኝ ምንም የሆነ አልመሰለኝም። "ሶስተኛ ክፍል ነው የምትገባው ሲሉኝ" እሺ ብዬ ገባሁ። እየሰለቸኝም ቢሆን ከአንድ አመት በፊት የተማርኩትን ትምህርት በድጋሚ ተማርኩ።

ወደ ካዛንችስ ከመጣን በኋላ የወላጆቼ ስራ መቀያየር አበቃ። ሁለቱም የተቀረውን የስራ ዘመናቸውን በነዚህ መስሪያ ቤቶች ነው የጨረሱት። የመኖሪያ ቤት ጉዳይ ግን እዛው

አካባቢ ብዙ ቦታ አዙሮናል። ከእርሻ ሚኒስቴሩ ቤት በኋላ፣ ሁለት ቦታዎች ካዛንችሽ አስፋወሰን ትምህርት ቤት አካባቢ ገብተን ነበር።ከዛ በኋላ መጀመሪያ ዘነበወርቅ ት/ቤት አካባቢ ገባን። ከዛ ከአስፋወሰንን ትምህርትቤት ወደ ራስ ሙሉጌታ ሰፈር በሚወስደው መንገድ ላይ ያለ ቤት ውስጥ ገባን። ከዛም ራስ ሙሉጌታ ሰፈር አንድ ሌሊት በሌቦች የተዘረፍንበት ቤት ገብተናል። ከቤት ኪራይ መንከራተት ያዳነን በመጨረሻ ወላጆቼ የራሳቸውን ቤት አዋሬ ሲገዙ ነው። በነዚህ ሁሉ ቤቶች የዞርነው ስድስት እና ሰባት አመታት ባልሞላ ጊዜ ነው። ለምን ቤቶቹን ቶሎ ቶሎ እንለቅ እንደነበር ወላጆቼን ጠይቄያቸው አላውቅም።

ወላጆቼ ቀደም ብለው እንደምንም ብለው የራሳቸውን ቤት መግዛት ይችሉ ነበር። ችግር የሆነባቸው ከእነዛ የቅርብ ጓደኞቻቸው ጋር የገቡት ስምምነት ነው። በአንድ ላይ ሳይለያዩ ለሁሉም ቤት መስሪያ የሚበቃ ሰፊ መሬት አግኝተው ቤት ለመስራት ወስነዋል። ዓላማቸው ሳይለያዩ ለመኖርና ልጆቻቸውንም በጋራ ለማሳደግ ነበር። በዛን ጊዜ ለስድስት ወይም ለሰባት ቤተሰቦች ቤት መስሪያ የሚሆን የሚሸጥ መሬት ከተማ መሃል ማግኘት ቀላል አልነበረም። ብዙዎቹ እየተሰላቹ የየራሳቸውን መፍትሄ በመስጠት የራሳቸውን ቤቶች ሰሩ። አንዳንዶቹም ገዙ። ቁጥራቸው በመመናመኑ ወላጆቼና ሁለት ሌሎች ጓደኞቻቸው በመጨረሻ በድንበር የሚገናኙ ሶስት ቤቶች አግኝተው መግዛት ችለዋል።

አዋሬ ከወላጆቼ ጋር በአንድ ላይ በወቅቱ ቤት የገዙት አቶ ወርቄ ደምሴ፣ የአዲስ አበባ ት/ቤቶች ዋና ዳይሬክተር እና አቶ ሃይለማሪያም ወልደኪዳን በሰራተኛና ማህበራዊ ጉዳይ ሚኒስቴር መስሪያ ቤት ዋና ዲሬክተር የነበሩት የወላጆቼ ጓደኞች ናቸው። በኔ ዕድሜ ያለ የቀድሞ የአዲስ አበባ ከተማ ተማሪ አቶ ወርቄ ደምሴን የማያስታውስ የለም። ለረጅም ጊዜ በስድስተኛና በስምንተኛ ክፍል የሚኒስትሪ ፈተና ስርቲፊኬት ላይ የሚታየው ፊርማና ስም የሳቸው ነበር።

እኛም ለዲሬክተሩ ለአቶ ወርቄ ባለን ቅርበት የተነሳ ከሃገሩ ተማሪዎች ቀድመን መንግስት የሚሰጠውን ፈተና ማለፍ ወይም መውደቃችንን እናውቃለን። አቶ ወርቄ አፍ አውጥተው አይነግሩንም። ከድርጊታቸው ማወቅ ግን ቀላል ነበር። “ና እስቲ ብለው ጭንቅላቴን ከደባበሱ ፈተናው ቀንቶኛል ማለት ነው”። “አንቺ ሌላውን ነገር ትተሽ መፅሃፍሽን አታነቢም” የሚል ቁጣ ነገር ከታየባቸው “የተባለችው ልጅ ፈተናው አልቀናትም” ማለት ነው። የቤታችንም ሆኑ የአባቴ ጓደኞች ሴት ልጆች በተደጋጋሚ ፈተና ይወድቁ ስለነበር ፈተና ማለፍ ከጾታ ጋር የተያያዘ ጉዳይ መስሎ ነበር።

ጓደኛሞቹ የገዟቸው እነዚህ በድንበር የሚገናኙ ሶስት ቤቶች ሁሉም መግቢያቸው በተለያዩ ሶስት መንገዶች ነበር። የጓደኛሞቹ የመጀመሪያ ስራ አጥር እያፈረሱ ሶስቱን ቤቶች እርስ በርስ የሚያገናኙ የውስጥ በሮች መክፈት ሆነ። እንዳሉትም በአንድ ላይ የሚኖሩ ሰዎች ሆኑ። አንዳንዴ ለምሳ አንዱ ቤት ይሰባሰቡና ለሚስቶቻቸው "ያለሽን ይዘሽ ነይ" የሚል መልእክት ይልካሉ። የረባ ነገር የሰራች ከሆነ ሚስታቸው እሱን ይዛ ትመጣለች። የረባ ነገር ከሌላት ባዶ እጇን ትመጣለች። ወይም "እዛው ያገኘሽውን ብላ። እኔ አልመጣም" የሚል መልእክቷን ልካ ትቀራለች። እነዚህ ጓደኛሞች በአንድ ላይ በመስፈራቸው የተነሳ የሌሎቹ ጓደኞቻቸው ማእከል ለመሆን በቅተዋል።

ቅዳሜና እሁድ ለወላጆቼ ጓደኞች ሁሉም መንገዶች የሚያመሩት ወደ አዋሬ ነው። ከሶስቱ ቤቶች የካርታ መጫወቻ ቦታ ምርጫቸው ጥንትም ካራቆሬ እንደሚያደርጉት በእናቴ የተነሳ የእኛ ቤት ነበር። ከሶስቱ ጓደኛሞች ውጭ ሌላ አንድ ጓደኛቸው አቶ ወልደአማኑኤል ወልደጻድቅ ከእነሱ ላለመራቅ ብለው እዛው አጠገባቸው ቤት ተከራይተው ገቡ። የእነዚህ ሰዎች ውሳኔ ቁጥሩ ብዙ የነበረውን ልጆቻቸውንም ያዋሃደ ነው። አንዱ ቤት ትልልቆቹ ካርታ ሲጫወቱ፣ ልጆቻቸው ሌላው ግቢና ቤት ውስጥ አገሩን ማንደድ ጀመርን። የትልልቆቹን ወንዶችና ሴቶች ስም እየወሰድን እኛም የራሳችንን ካርታ ጨዋታ እነሱ አርጅቷል ብለው በጣሉት ካርታ እንጫወታለን።

ወላጆቻችን "በአንድ ላይ ቤት ሰርተን በጋራ ልጆቻችንን እናሳድጋለን" ያሉትን ቃል ተግባራዊ አድርገውታል። በጋራ አሳድገውናል። ህጻናቱን ንፍጣቸውን እየጠረጉ፣ ሲያለቅሱ እያባበሉ፣ ወላጆቻቸው ከሌሉ አቅፈው እያደሩ አሳድገዋል። ከፍ ያልነውንም ስናጠፋ የሚመክሩን፣ የሚቆጡንና የሚገርፉን ወላጆቻችን ብቻ አልነበሩም። ሁሉም ናቸው።

የአንዱ ቤት ልጅ ቢታመም፣ ወላጆች ከሌሉ ልጁን አንጠልጥለው ሆስፒታል የሚወስዱት የሌሎች ልጆች ወላጆች ናቸው። እንደ አጋጣሚ ወላጆቻቸው ከከተማ የወጡ ልጆች የሚፈልጉት ነገር ካለ የሚጠይቁት የአባቶቻቸውን ጓደኞች ነው። "ደብተሬ አልቋል። እስክሪፕቶ የለኝም። መግዣ ይሰጠኝ" እያልን የምንጠይቀው እነዚሁኑ ሰዎች ነበር። ልክ እንደ ቤታችን የተኙበት መኝታ ክፍላቸው ድረስ ገብተን እንጠይቃቸዋለን። ከአልጋቸው ሳይነሱ "ኮቴ ኪስ ውስጥ ሳንቲሞች አሉልህ ከዛ ውሰድ" የሚል መልስ ይሰጡናል። ወላጆቼና ጓደኞቻቸው በአንድ ቦታ በመሰባሰባቸው ከአንድ አባት ወደ አራት አባቶች ከአንድ እናት ወደ አራት እናቶች ሁሉም ህጻናት ከመቅጽበት ተሸጋግረናል። ወላጆቻችንም ወደ ሰላሳ የሚጠጉ ልጆች ወላጆች ሆነዋል። የሚገርም ህይወት ነበረን።

ምእራፍ 12. የሸዋ ስልጡኖች

ትምህርት፣ ሸዋና ቢሮክራሲው ከወላጆቼ ታሪክ

የወላጆቼ የትምህርት ቤትና የአስተማሪነት ጓደኞች በሙሉ የሸዋ ሰዎች ናቸው። የይፋት፣ የቡልጋ፣ የመንዝ የምንጃር፣ የመርሃቤቴ አማሮች ነበሩ። የተወሰኑት እንደኔ እናት አይነቶቹ በግማሽ ጎናቸው የአድአ፣ የሰላሌ፣ የአምቦ፣ ኦሮሞዎች አሉ። የእናቴ አባት የአድአ ባላባት ነኝ በማለት እናቴን ከጓደኞቿ የተለየች ለማድረግ ከሚያደርጉት ከንቱ ጥረት በስተቀር ሁሉም የመናጢ ደሃ ልጆች ነበሩ። የመናጢ ደሃ ገበሬ ወይም የመናጢ ደሃ ቄስ ልጆች። ትምህርት ቤት የገቡትም የደሃ ልጆች ስለነበሩ ነው።

አፄሃይለ ስላሴ ዘመናዊ ትምህርት ለማስፋፋት ያደረጉት ጥረት አሁን አሁን በኔ ትውልድ እየታወቀ መጥቷል። በመጀመሪያዎቹ ወቅቶች መሳፍንቱና መኳንንቱ ከቤተክህነት ጋር እየተመሳጠረ ዘመናዊ ትምህርት እንዳይስፋፋ ትልቅ እንቅፋት ሆኗል። “በዘመናዊ ትምህርት አድርገው ሃገሩን ሊያኮተልኩት (ካቶሊክ ሊያደርጉት) ነው” በሚል አሉባልታ የተገነቡ ት/ቤቶች ተማሪ እንዳያገኙ እስከማድረግ የደረሰ ተቃውሞ ነበር፣ ንጉሱን የገጠማቸው።[155]

አፄ ኃይለስላሴ የነበራቸው ምርጫ በራሳቸው ሙሉ ቁጥጥር ይገዙ በነበሩት ጠቅላይ ግዛቶች ውስጥ ተማሪዎችን በትእዛዝ፣ አንዳንዴም በጉልበት ለተማሪነት መመልመል ነው። እነዚህ ጠቅላይ ግዛቶች ሸዋና ሃረር ነበሩ። ንጉሱ በመጀመሪያው የስልጣን ዘመናቸው ማንንም ሳይለማመጡ የማንንም ተቃውሞ ሳይፈሩ ትምህርት ቤቶች መክፈት የቻሉት በሸዋና በሃረር ነበር። በሃረር የተሰባሰበው አብዛኛው ወታደር የሸዋ ወታደር ስለነበር በሃረር ት/ቤቶች የተማሩት ልጆች ከሸዋ ቤተሰቦች የተወለዱ ናቸው።

አዲስ አበባ ከተማ ውስጥ ሳይቀር ንጉሱ ተማሪ ለማግኘት ምን ያህል ተቸግረው እንደነበረ፣ የታወቀው የስፖርት ሰውና ዝነኛው ክብደት አንሺ ግርማ ቸሩ ስለራሱ የልጅነት ህይወት ሲተርክ ከተናገረው መረዳት ይቻላል።

---

[155] ዘውዴ ረታ የቀዳማዊ ሃይለስላሴመንግስት 1ኛ መፅሃፍ በገጽ 57 ቤተክህነትና መሳፍንቱ በአንድ ገጥሞ ባካሄደው ጸረ ዘመናዊ ትምህርት ፕሮፓጋንዳ “በመስከረም 1918 ዓ.ም የአመቱ ትምህርት ፕሮግራም ሲከፈት ተመዝግበው ከነበሩት ተማሪዎች ግማሾቹ ሳይመጡ ቀሩ።” ይሉናል

"አዲስ አበባ መሃል ከአባቴ ጋር እየሄድኩ ነበር። ወታደሮች ከአባቴ እጅ መንጭቀው በጉልበት ወሰዱኝ። ከዛም ተፈሪ መኮንን ትምህርት ቤት አዳሪ ተማሪ ተደረግሁ። የኪስ ገንዘብ እየተሰጠንና በከፍተኛ ቅንጦት እንደላቀው ነበር ያስተማሩን" ብሏል።[156]

ይህ የግርማ ቸሩ ታሪክ የተናጠል ታሪክ አይደለም። አንዳንድ ተማሪዎች ከትምህርት ቤት ሲጠፉ በወታደር ታድነው ተይዘው ይመለሱ እንደነበር ሰምተናል። እንዲህም ሆኖ የንጉሱን ለትምህርት መስፋፋት የነበራቸውን ፍላጎት መልሰን ጥያቄ ውስጥ እንድናስገባ የሚያደርጉ ታሪካዊ ሃቆች እናገኛለ። ግርማ ቸሩ ያለው እንዳለ ሆኖ በ1930ዎቹ መጨረሻና "በ40ዎቹ መጀመሪያ ንጉሱ የተማሪን ቤተሰብ ገንዘብ እየከፈሉ ልጆቹን ለማስተማር ጥረት እንዳላደረጉ፣በ1950ዎቹ መጀመሪያ ትምህርት ለመማር መመዝገብ የሚፈልገውን ማስተናገድ ያልተቻለበት"[157] ሁኔታ ተፈጥሮ ነበር። ተመዝጋቢው ግን ብዙ ሆኖ አልነበረም።

በአፄ ኃይለስላሴ ዘመን የሃገሪቱ የመጀመሪያ ምሁራን በብዛት የሸዋ ሰዎች የሆኑት በዚህ ምክንያት ነው። በሌሎች መሳፍንቶች ቁጥጥር በነበሩ ጠቅላይ ግዛቶች ውስጥ በተለይ በሰሜን ኢትዮጵያ አፄ ኃይለስላሴእንኳን ተማሪ መመልመልና ትምህርት ቤት መክፈት፣ የግምሩክ ታክስ መሰብሰብ አይችሉም ነበር።[158]

በሸዋም ቢሆን ወላጅ የሌላቸውን የደሃ ልጆች ነበር በቀላሉ ማስገደድም፣ ማባበልም ይቻል የነበረው። ከሸዋ ሰዎች ውጭ ኤርትራዊያን ተማሪዎች በዝተው የተገኙበት ምክንያት ተመሳሳይ ነበር።[159]በጣሊያን ቅኝ ከነበረችው ኤርትራ የመጡ ሰዎች የትምህርትን ጥቅም

---

[156] ግርማ ቸሩ በፈረንጆቹ አቆጣጠር 2014 ከኢሳት ቴሌቪዥን ጋር ከካናዳ ባደረገው ቃለ ምልልስ ላይ ከተናገረው፤

[157] Donald N. Levine "Wax & Gold" University of Chicago Press, 1972, ገጽ 193

[158] ራስ እምሩ "ካየሁትና ከማስታውሰው" ገጽ 246 የመንግስቱ መስሪያ ቤቶች በየወገኑ መወጠን በሚለው ርእስ ስር የተጻፉትን የመጀመሪያ ጥቂት መስመሮች ይመልከቱ፤

[159] ዘውዴ ረታ "የኤርትራ ጉዳይ" (አዲስ አበባ፣ ሻማ ቡክስ፣ 2006) ገጽ 234፣ በ1952 እአአ ኤርትራ ከኢትዮጵያ በፌደሬሽን ከመቀላቀሏ በፊት በኢትዮጵያ "የአስተዳደር ስልጣን ላይ 1600 ኤርትራውያን" እንደነበሩ ተገልጿል። አንዳንዶቹ በሚኒስቴር ደረጃ ተመድበው የሚሰሩ በአውሮፓ እውቅ ዩኒቨርስቲዎች ሳይቀር በአፄ ኃይለስላሴ መንግስት ተልከው የተማሩ ነበሩ። ብላቴን ጌታ ጸሃፊ ሎሬንሶ ታእዛዝ በመጀመሪያው የጃንሆይ ካቢኔ የውጭ ጉዳይ ሚኒስቴር የነበሩትና በተለያየ የዲፕሎማሲ ስራዎች ንጉሱን ያገለገሉት ባለስልጣን ከእውቁ የፈረንሳይ ዩኒቨርስቲ ከሞንፐልየ (Montpellier) የህግ ዲግሪ ነበራቸው። በዛን ወቅት በጣሊያን እጅ በነበረችው ኤርትራ ማንም ሰው ከአራተኛ ክፍል በላይ መማር አይችልም ነበር። ኤርትራም ከኢትዮጵያ ከተቀላቀለች በኋላ ከሌሎች ክፍለ ሃገሮች ይበልጥ ወደ ሃገሪቱ ዩኒቨርስቲ የሚገቡ የኤርትራውያን ቁጥር የላቀ ነው። ይህም የሆነው ከሌሎች ጠቅላይ ግዛቶች ይበልጥ ንጉሱ ለኤርትራ አድሎ ባለው መንገድ ለትምህርት ብዙ ገንዘብ በመመደባቸው ነበር። እነዚህ ሁሉና ሌሎችም ታሪካዊ ጭብጦች በኤርትራ የተከሰተው የፖለቲካ ቀውስ በፈጠረው አቧራ ተሸፍነው ቀርተዋል።

የሚያውቁ መሆናቸው ልጆቻቸውን ት/ቤት እንዲያስገቡ ብዙ ግፊት የሚያስፈልጋቸው አልነበሩም። በትእዛዝም ልጆቻቸውን ትምህርት ቤት እንዲልኩ በቀላሉ ማስገደድ ይቻላል።

የአፄ ኃይለስላሴዘመናዊ የሲቪልና የሚሊተሪ ቢሮክራሲ በሸዋ ሰዎች ተሞልቶ መገኘቱ ተማሪዎች ሆነን እንደምናስበው የአፄ ኃይለስላሴመንግስት ዘረኛ በሆነ መንገድ ቢሮክራሲውን በሸዋ ሰዎች በተለይ በሸዋ አማሮች ለመሙላት በማሰቡ አልነበረም። ስርአቱ ማስተማር የቻለው የሸዋን የደሃ ልጆች በመሆኑ ነበር። የሸዋ ሰዎች የምልበት ምክንያት ከሸዋ አማራ ውጭ የሸዋ ኦሮሞዎችና ከሁለቱ ብሄሮች የተወለዱ በርካታ ምሁራን በቢሮክራሲው ውስጥ ይገኙ ስለነበር ነው።

የአፄ ሃይለስላሴ መንግስት ከሌሎችም አካባቢዎችና ብሄሮች ባጋጣሚ ያስተማራቸውን ሰዎች በከፍተኛ ደረጃ ስልጣን የሰጣቸው መንግስት መሆኑ በቂ ማስረጃ አለ። በአፄ ኃይለስላሴ ቢሮክራሲ ውስጥ ለጎጃም፣ ለጎንደርና ለትግራይ ምሁራን አነስተኛነት ዋነኛ ተጠያቂዎች ኋላቀር የነበሩት የአካባቢው መሳፍንትና መኳንንት እንጂ የአፄ ሃይለስላሴ መንግስት አይደለም። ጉዳዩ የአማራነት ጉዳይ አለመሆኑ የጎጃምና የጎንደር ምሁራንም እንደ ትግራይ ምሁራን ቀደም ባለው ቢሮክራሲ ውስጥ አይታዩም።

አፄ ሃይለስላሴ፣ የተማረ ሰው ካገኙ ስራ ለመስጠት ብቻ ሳይሆን፣ በተለይ በመጀመሪያው የግዛት ዘመናቸው ሃሳቡንም ለማዳመጥ ዝግጁ ነበሩ። የታወቀውን፣ በጀርመን ሃገር ትምህርቱን ያጠናቀቀውን የትግራይ ምሁር፣ የነጋድራስ ገብረህይወት ባይከዳኝ "መንግስትና አስተዳደር" የሚል ድንቅ መፅሃፍ አሳትመው ማንበብ የሚችል ሁሉ እንዲያነበው ያሰራጩት አፄ ኃይለስላሴ ናቸው።

ለነጋድራስ ገብረህይወትም፣ የማእከላዊ መንግስት ከፍተኛ ገቢ የሚያገኝበትንና በውጭ ሰዎች ተይዞ የቆየውን የድሬደዋ የግምሩክ ቁልፍ ስራ ዋና ሃላፊ አድርገው ሾመውት ነበር።[160] በወጣትነት ዕድሜው፣ በሰላሳ አንድ አመቱ ታሞ ባይሞት፣ ለሌላም ትልቅ ስልጣን የሚያበቁት ሰው ይሆን እንደነበር ግልጽ ነው። በግርጌ ማስታወሻ 137 እንደጠቀስኩት፣ ከኤርትራ የፌዴሬሽን ውህደት በፊት፣ በአፄ ኃይለስላሴ መንግስት ቢሮክራሲ ውስጥ በሚኒስቴርና በሌሎችም ከፍተኛ ደረጃዎች ተሹመው ሲያገለግሉ የነበሩ በርካታ ኤርትራውያን መገኘታቸው ጉዳዩ የዘር አለመሆኑን የሚያሳይ ተጨማሪ ማስረጃ ነው።

[160] ራስ እምሩ "ካየሁትና ከሰማሁት" ገጽ 90

እነዛ የኔ ወላጆች ጓደኞች፣ የሸዋ ሰዎች፣ ከተራ አስተማሪነት ተነስተው በ1966ቱ አብዮት ዋዜማ ቀላል የማይባል ስልጣን ያላቸው ሰዎች ለመሆን በቅተዋል። እነዚህ በሙጫ (glue) የተጣበቁ የሚመስሉ ጓደኞሞች ያገኙት ስልጣን፣ በራሳቸው ትጋትና ታታሪነት እንጂ በማንም ሞግዚትነት አልነበረም። እንደ ወላጆቼ፣ ከየገጠሩ ወደ አዲስ አበባ ሲሰባሰቡ ሁሉም ከነበራቸው ምኞት አንዱ ራሳቸውን በትምህርት ማሻሻል ነው። ግማሾቹ ማታ ማታ ዩኒቨርስቲ ተምረው ዲግሪያቸውን ማግኘት ችለዋል። አንዳንዶቹ ወደ ውጭ ሃገር ሄደው በከፍተኛ ደረጃ ተምረዋል።

ከነዚህ የጓደኞሞች ቡድን ውስጥ የነበሩ ሁሉም ከመምህራን ማሰልጠኛ ተመርቀው ህይወታቸውን በኢትዮጵያ ገጠሮች በአስተማሪነት ከጀመሩት መሃል አቶ አበራ ሞልቶት፣ አቶ ሃይለማሪያም ወልደኪዳን፣ አቶ ወርቄ ደምሴ፣ አቶ ወልደአማኑኤል ወልደጻድቅ፣ አቶ ተድላ ዘዮሃንስ ይገኙበት ነበር። ከነዚህ መሃል አቶ አበራ ሞልቶት በፐብሊክ አድሚኒስትሬሽን (የሕዝብ አስተዳደር) ፣ አቶ ተድላ ዘዮሃንስ በህግ ከአዲስ አበባ ዩኒቨርስቲ የማታ ትምህርት ተከታትለው ዲግሪያቸውን አግኝተዋል። አቶ ሃይለማሪያም ወልደኪዳን ቤይሩት ዩኒቨርስቲ ተልከው ከፍተኛ ትምህርታቸውን አጠናቀዋል። አቶ ወርቄ ደምሴ ትምህርት ሚኒስቴር ለአንድ አመት ከትምህርት ቤቶች አስተዳደር ጋር በተያያዘ ስልጠና አሜሪካን ሃገር ልኳቸዋል።

አቶ ወልደአማኑኤልና የኔ አባት ከጓደኞቻቸው ጋር ዩኒቨርስቲ ትምህርት ጀምረው ሁለተኛ አመት ሲደርሱ አቋርጠዋል። ሁለቱን ሰዎች ከሌሎቹ የለያቸው በወቅቱ አባቴ የሰባት አቶ ወልደአማኑኤል የስምንት ልጆች አባቶች መሆናቸው ነው። ሌሎቹ በወቅቱ ልጆች ያልነበራቸው ወይም አንድ ልጅ ብቻ የነበራቸው ነበሩ። አባቴ፣ ፋይናንስና አካውንቲንግ ለማጥናት ሁለተኛ አመት ደርሶ ሲያቆም የሰጠው ምክንያት፣ ማታ ማታ “ልጆቼን የቤት ስራቸውን ማሰራቱ ይበልጥብኛል” የሚል ነበር። አቶ ወልደአማኑኤልም ተመሳሳይ ምክንያት እንደሚኖራቸው እርግጠኛ ነኝ። ወላጆች ለልጆቻቸው የሚከፍሉት መስዋእትነት ቀላል እንዳልሆነ የነዚህ ብዙ ልጆች የነበራቸው ሰዎች ከጓደኞቻቸው መለየት ጥሩ ማስረጃ ነው።

አብዮቱ ዋዜማ ላይ፣ አቶ አበራ ሞልቶት ከህዝባዊ ኑሮ እድገት ምክትል ሚኒስቴርነት ወደ ሲዳማ ጠቅላይ ግዛት ምክትል ገዥነት ተሹመዋል። እኚህ ሰው ደብረሲና አስተማሪ በነበሩበት ወቅት እኔንና ታናሽ ወንድሜን ክርስትና ያነሱ ናቸው። ልጃቸው አምሳለ አበራ፣ የኒውዮርክ ታዋቂ ፋሽን ዲዛይነር ሆናለች። ከጥቂት አመታት በፊት፣ ሲ ኤን ኤን (CNN) የተባለው የቴሌቪዥን ጣቢያ በህይወት ታሪኳ ላይ ፕሮግራም ሰርቶ አቅርቧታል።

እኚህ ሰው፣ "በአብዮቱ" ዋዜማ በተለያዩ የስራና የሃላፊነት መስኮች ሃገራቸውን ከሃያ ሁለት አመታት በላይ አገልግለዋል። በምድር ላይ የነበራቸው ንብረት፣ በባንክ ብድር ግሪክ ትምህርት ቤት አጠገብ የሰሩት መለስተኛ ቪላና አንድ አሮጌ ቮክስቫገን መኪና ብቻ ነበሩ። አገረ ገዥ በሚለው ማእረጋቸው ብቻ የተነሳ ደርግ ለሰባት አመት ከቀድሞ ባለስልጣናት ጋር አስሯቸዋል። በዚህ ወቅት፣ በባንክ ብድር የተሰራው ቤታቸውን እዳ የሚከፍል በመጥፋቱ፣ ቤቱን ባንኩ ወስዶ ምንም ገቢ ያልነበራቸውን ባለቤታቸውን ወ/ሮ ጸዳለን ሜዳ ላይ ሊጥላቸው ነበር። እነዛው የትምህርት ቤትና የአስተማሪነት ዘመን ጓደኞቻቸው ገንዘብ አሰባስበው ባደረጉት ጥረት መትረፍ ችሏል።

አቶ ሃይለማሪያም ወልደኪዳን ከመምህራን ማሰልጠኛ ጀምሮ ከአባታችን ጋር ተለያይተው የማያውቁ ሰው ናቸው። እስከ ዛሬ ድረስ ለማንም ሚስጥሩ ባልተነገረ ምክንያት፣ እሳቸው ቤይሩት ለትምህርት ሄደው፣ አባቴ ባለቤታቸውን ከሁለት ልጆቻቸው ጋር ከቤታቸው አስወጥቶ ወላጆቿ ቤት እንድትሄድ አድርጎ፣ ባዶ ቤት ውስጥ ሆኖ ነው የተቀበላቸው። ባልና ሚስቶቹ ሁለተኛ እድል አላገኙም። የእነዚህ ጓደኛሞች ቅርበት ያንን ያህል ነበር።

እኚህ ሰው፣ ደብረብርሃን የነበረው የኮሚኒቲ ዴቨሎፕመንት ማእከል የአስተዳደር ክፍል ሃላፊ ሆነው ሲሰሩ፣ በማእከሉ የተወለዱትን ሶስቱን ወንድሞቼን ክርስትና ያነሱ ናቸው። በኋላም፣ የሳቸውን ሁለት ሴት ልጆችንና አራት ወንዶች እናትና አባቴ ናቸው እየተፈራረቁ ክርስትና ያነሷቸው። ቤታቸውንም የገዙት ከኔ ወላጆች ጋር ነው። "በአብዮቱ" ዋዜማ፣ እንደ አቶ አበራ ከሃያ ሁለት አመት በላይ መንግስትን አገልግለዋል። ከህዝባዊ ኑሮ እድገት ሚኒስቴር ረዳት ሚኒስትርነት፣ የሃረር ጠቅላይ ግዛት ረዳት ሃገረ ገዥ ከዛም፣ በ1966 ዓ.ም የትግራይ ጠቅላይ ግዛት ምክትል ሃገረ ገዥ ሆነው ሰርተዋል። ደርጉም ለተወሰነ ጊዜ የትግራዩን ምክትል አስተዳዳሪነታቸውን አልነካባቸውም ነበር። በኋላም የጡረታ ሚኒስቴር ኮሚሽነር ሆነዋል።

እኚህ ሰው ከወላጆቼ ጋር በአንድ አካባቢ በባንክ ብድር ከገዙት ቤት ሌላ ምንም አይነት የከተማ ይሁን የገጠር ሃብት አልነበራቸውም። መኪናቸውም በየጊዜው እየተበላሸች መከራ የምታበላቸው ከርካሳ ቮክስዋገን ነበረች። ቀደም ብዬ በግርጌ ማስታወሻ 89 ላይ እንደጠቀስኩት፣ እኚህ ሰው ምንም አይነት ሱስ፣ የሲጋራ ይሁን የመጠጥ ያልነበራቸው ነበሩ። ደሞዛቸውን እንዳለ አምጥተው ለባለቤታቸው የሚያስረክቡ ናቸው። በዚህ ደሞዝ፣ የባንክ ብድር ከፍለው፣ ልጆቻቸውን አስተምረው፣ የሚተርፋቸው ነገር ባለመኖሩ የቤታቸውን ወለል ቤቱን ሲገዙ ከነበረበት ደረጃ መቀየር ሳይችሉ ነው ጡረታ የወጡት። የአንድ መንግስት ረዳት ሚኒስቴር፣ የትግራይ ጠቅላይ ግዛት ምክትል ገዥ፣ የጡረታ ሚኒስቴር ኮሚሽነር የነበሩ

ባለስልጣን የአዲስ አበባ ቤታቸው ወለል አፈር እንደሆነና አፈሩን ሳጠራና ፕላስቲክ አልብሰው ኖረው ጡረታ ወጥተው፣ አርጅተው መሞታቸውን ስናገር ብዙ ሰው የሚያምነው አይሆንም። ሃቁ ግን ይህ ነው።

አቶ ወርቁ ደምሴ፣ የጀርባ ታሪካቸው ያው እንደ ጓደኞቻቸው ነው። የአዲስ አበባ ት/ ቤቶች ዋና ዳሬክተር ሆነው ለረጅም ጊዜ አገልግለዋል። ከ1966 ዓ.ም ትንሽ ቀደም ብሎ በአዲስ አበባ ትምህርት ቤቶች ጽ/ቤት ውስጥ የነበሩ የሂሳብና የገንዘብ ሹሞች በጣም ከፍተኛ የሆነ የመንግስት ገንዘብ አባከኑ። ግለሰቦቹ ተፈርዶባቸውም እስር ቤት ገብተዋል። አቶ ወርቁም "የገንዘብ ብክነት የደረሰው አንተ በሃላፊነት በምትመራው መስሪያ ቤት በመሆኑ የስራ እንዝላልነት አሳይተሃል" ተባሉ። በቅጣት መልኩ ከአዲስ አበባ ትምህርት ቤቶች ስልጣናቸው ዝቅ ወዳለው የወሎ ት/ቤቶች ዲሬክተርነት ተዛውረዋል። እሳቸውም ቢሆን፣ ከወላጆቼ ጋር አብሬ በባንክ ብድር ከገዙት ቤትና ከርካሳ ቮክስ ዋገን ሌላ ምንም አይነት ሃብት የሚባል ነገር አልነበራቸውም። ወደ ወሎ ሲዛወሩ፣ ቤተሰባቸው ከአዲስ አበባ እንዳይፈናቀል በማሰብና በጓደኞቻቸው በመተማመን የሄዱት ብቻቸውን ነው።

አቶ ወልደአማኑኤል የሰራተኛና ማህበራዊ ጉዳይ ሚኒስቴር ዋና ዳይሬክተርነት ደረጃ ላይ ከደረሱ በኋላ የሃረር ዙሪያ አውራጃዎች ገዥ ሆነው ለጥቂት ጊዜ ሰርተዋል። በ1966 ደርግ ራሱ የተጉለትና ቡልጋ፣ የይፋትና ጥሙጋ አውራጃ አስተዳዳሪ አድርጎ ሾሟቸው ነበር። ምንም አይነት ንብረት፣ የከተማ ቤት ጭምር ያልነበራቸው ሰው ነበሩ። ዘጠኝ ልጆች አብልቶ፣ አጠጥቶ፣ አስተምሮ ከደሞዝ የሚተርፍ ነገር ባለመኖሩ፣ እዛው ጓደኞቻቸው ቤት የገዙበት አዋሬ ውስጥ በሰባ አምስት ብር ተከራይተው በነበረው ቤት ነው እስከመጨረሻው የኖሩት።

አቶ ተድላ ዘዮሃንስ ከአስተማሪነት አንስቶ እስከ ኮሚሽነርነት የደረሰ ሃላፊነት ወስደው ያገለገሉት በትምህርት ሚኒስቴር መስሪያ ቤት ውስጥ ነው። እኔና ልጃቸው ማርቆስ፣ የቀዳማዊ ሃይለስላሴ ዩኒቨርስቲ ተማሪዎች በነበርንበት የአብዮቱ ዋዜማ፣ እሳቸው የነፃ ትምህርቶች ኮሚሽነር ተብለው ሰርተዋል። እሳቸው ኮሚሽነር በነበሩበት ወቅት፣ በትምህርት ሚኒስቴር መስሪያ ቤት በኩል የቀድሞ ሶቪየት ህብረት መንግስት የሚሰጠውን የነፃ ትምህርት አግኝቼ ለመሄድ ተመዝግቤ ነበር። ስሜን ከመዝገቡ በስልጣናቸው እንዲፋቅ አድርገዋል። "ሞስኮብ ሄደው ተምረው የሚመጡ ሁሉ እብዶች ሆነዋል" የሚል ወሬ እናቴ ስለሰማች፣ አቶ ተድላን ለምና እንዳሰረዘችኝ ሰምቻለው።

ሞስኮብ ለመሄድ ካጓጓኝ ነገር መሃል፣ ከትምህርቱም በላይ፣ የኮምኒስቶች ሃገር መሆኑ ነው። ስለኮምኒዝም ማወቅ ጀምሬያለው። በተፈጸመብኝ በደል በወቅቱ አዝኜ ነበር። የአቶ

ተድላ የኮምሽነርነት ስልጣን፣ ከምክትል ሚኒስትርነት በላይ ነው። እሳቸውም እንደ ጓደኞቻቸው፣ በባንክ ብድር ከሰሩት ቤት ሌላ ምንም ሃብት አልነበራቸውም። ከሌሎች የሚለዩት፣ መኪናቸው ተለቅ ያለ ቮክስሆል የሚባል መሆኑ ብቻ ነው። የመኪናው እርጅና ከሌሎቹ ጓደኞቻቸው ቮክስዋገኖች የከፋ ነበር።

አቶ ተድላ፣ እንደጓደኞቻቸው "ሃገሪቱ ለውጥ ያስፈልጋታል" ብለው የሚያምኑ ሰው ነበሩ። ከአባቴ ጓደኞች መሃል፣ የተማሪው እንቅስቃሴ የሚያሳስባቸው እሳቸውን ብቻ ነው። ለኔና ለልጃቸው ብዙ ይመክሩናል። "እናንተ የሸዋ ልጆች፣ ከእነዚህ አጋሚዶዎች ጋር ገጥማችሁ አገሩን እንዳታፈርሱት" ይሉን ነበር። ከሰው ጋር ሲያወሩ፣ የሚያናግሩት ሰው የሚያዳምጣቸው እንደሆነ ለማረጋገጥ በጨዋታቸው መሃል ንግግራቸውን እያቋረጡ፣ "ትከተለኛለህ ?" የሚል ጥያቄ የማቅረብ ልምድ ነበራቸው። ከእንግሊዝኛው "are you following me?"(እያዳመጥከኝ ነው? የሚል ትርጉም) ካለው አባባል የተወሰደ ይመስለኛል። እኛንም ሲያናግሩን፣ "ልጆች፣ ትከተሉኛላችሁ ?" እያሉ ነው። "አዎን" እያልን ዝም ብለን እናዳምጣቸዋለን። አንከራከርም። ለብቻችን ስንሆን "አመለካከታቸውን አድሃሪ ነው" ብለን እንነቅፈዋለን። "አጋሚዶ" ማለት "ወንበዴ" ማለት ይመስለኛል። የኤርትራ አማጽያንን ነበር፤ "አጋሚዶ" የሚሏቸው። እነዚህ ሰዎች ምንም ሃብት አልነበራቸውም ስል ትንንሹን ነገር እየናቅኩ አይደለም። ምናምንቴ ነገር አልነበራቸውም።

ከጓደኞቻቸው ለየት ያሉት ወላጆቼ

ከሁሉም ጓደኞቻቸው የሚለዩት የኔ ወላጆች ናቸው። እናቴ፣ ከሁሉም ጋር እኩል አስተማሪ ሆና የጀመረች ብትሆንም፣ ብቻዋን አስተማሪ ሆና ዕድሜዋን የጨረሰችው እሷ ብቻ ናት። ከሁሉም በላይ ብሩህ አይምሮ የነበራት ደግሞ እሷ ነች። ይህ የእሷ ከወንዶቹ መለየት፣ በሴትነቷና በብዙ ልጆች እናትነቷ የመጣ መሆኑ ግልጽ ነው። አባቴ የሚለየው፣ ከሁሉም ዝቅ ያለ ስልጣን የነበረው በመሆኑ ነው። "በአብዮቱ" ዋዜማ፣ በሰራተኛና ማህበራዊ ሚኒስቴር መስሪያ ቤት ምክትል ዳሬክተር ነበር። ከጓደኞቹ ተለይቶ የቀረበት ምክንያት በአስቸጋሪነቱ እንደሆነ ጓደኞቹ ነግረውናል። እኔም የታዘብኩት ነገር ነው።

አንድ እለት፣ የአስፋወሰን ትምህርት ቤት የአንደኛ ደረጃ ተማሪ እያለሁ፣ በምሳ ሰአት አባቴ ወደ ቤት ሲሄድ በመኪናው እንዲወስደኝ መስሪያ ቤቱ ሄጄ ነበር። ሰራተኛው ለምሳ እየወጣ ነው። አቶ ሃይለማሪያም፣ አባቴና እኔ ባንድ ላይ ሆነን ወደ መኪናቸው እንሄዳለን። የወቅቱ ሚኒስቴር አቶ ጌታሁን ተሰማ፣ በማርቼዲስ መኪናቸው ባጠገባችን አለፉ። አቶ

ሃይለማሪያም ጎንበስ ብለው እጅ ነሱ። አባቴ ምን እንዳደረገ አላየሁም። አቶ ሃይለማሪያም ናቸው የነገሩኝ።

"አየኸው አባትህን፣ እንደ ፈረንጅ እጁን አንስቶ ሚኒስትሩን "ባይ ባይ" ሲላቸው ?" አሉኝ። አባቴ እየሰማ ነበር። ምንም አላለም። እኔም ትርጉሙ አልገባኝም። "አስቸጋሪ ሰው ነው" የሚሉት ለዚህ ይሆናል። እጅ በስነስርአቱ አለመንሳትን። "በአብዮቱ" ወቅት፣ የመስሪያ ቤቱ ሰራተኛ አምጾ፣ ከክፍል ሃላፊ በላይ የነበሩትን ሃላፊዎች ቢሯቸውን እየዘጋ ከግቢው ሲያስወጣቸው፣ ሰራተኛው ከግቢ ያላባረረው፣ ቢሮውንም ያልዘጋበት፣ ከክፍል ሃላፊነት በላይ ስልጣን የነበረው ሰው አባቴ ብቻ ሆነ። ሰራተኛውም "የሚያውቀው ነገር ነበር" ማለት ነው።

ቤተሰባችን፣ በሌሎችም ምክንያት ከሌሎቹ ቤተሰቦች ይለያል። እህል የሚመጣበት የገጠር መሬት የነበረው ቤተሰብ፣ የእኛ ብቻ ነው። ይህም የሆነው ቤተሰቦቼ ከምንጃር ጋር በነበራቸው ግንኙነት ነው።

ምንጃር፣ ከሌሎች የሰሜን ሸዋ ወይም የሰሜን ኢትዮጵያ ግዛቶች ለየት የሚያደርገው፣ የጪሰኝነትና የመሬት ባለቤትነት ሥርዓት የነበረው መሆኑ ነው። መሬት፣ እንደ ሰሜን ኢትዮጵያ በተወላጅነት የሚተላለፍ ቢሆንም፣ አብዛኛው የምንጃር መሬት የሚታረሰው በሲሶ በሚያርስ ጭሰኛ ነው። መሬቱም ለም ነው።

ብዙዎቹ ባለመሬቶች ከርስታቸው ርቀው በከተማ የሚኖሩ፣ በመሬታቸው የሌሉ ባለመሬቶች (absentee landlords) ነበሩ። ርስታቸውን የሚጠብቅ ምስለኔ ነበራቸው። የቤተሰቦቼ ምስለኔ ሰይፈ የሚባል ቆፍጣና፣ አጠርና ደልደል ያለ ሰውነት የነበረው ሰው ነው። የቤተሰቦቼ ርስት ብቻ ሳይሆን፣ ሰፋፊ መሬት የነበራቸው የነአፈንጉስ እሸቴ ገዳ ቤተሶችም ምስለኔ ይኸው ሰይፈ የተባለ ሰው ነው። በዕድሜ ከፍ እያልኩ ስመጣ፣ የሰይፈን ነገረ-ስራ እያየሁ፣ ጭሰኛ ማለት "አበሳ የሚያሳይ ሃይለኛ ሰው" ይመስለኝ ጀምሮ ነበር።

በአመት የተወሰነ እህል በጭሰኛ ከሚታረሱ የእናቴ ወገን ርስት እናገኛለን። ጤፍ፣ ስንዴና ለሹሮና ለመሳሰሉት የሚሆን ጥራጥሬና ሌሎችም። ከአመታዊ ፍጆታ ውጭ ተርፎ የሚሸጥ ነገር የለውም። ከመጣው አዲስ ምርት ለጎረቤቶች የሆነ ነገር መስጠት ባህል የነበረ ይመስለኛል። የሚሰጠው እንደ ሽንብራ፣ አተር፣ ባቄላና የመሳሰሉትን ጥራጥሬዎች ነው። የስጦታው መጠን ከቆሎና ከንፍሮ የማያልፍ ነበር። ዓላማው ይህ ይመስለኛል። በየአመቱ እህል በመጣ ቁጥር እየተሰፈረ፣ እዛው አብረውን አንድ ላይ ለሚኖሩት የወላጆቼ ጓደኞች፣ ቤተሰቦችና በጣም ቅርበት ለነበራቸው ጎረቤቶቻችን ይታደላል።

ልጆች ሆነን፣ ከምንጃር ይህን እህል ይዘው የሚመጡ ገበሬዎች ሲመጡ ትልቅ ደስታ ይሰማናል። መከራቸውና ድካማቸው አይታየንም። እህል ብቻ ሳይሆን፣ የተለያዩ እንደዳቦ ቆሎና ብስኩት የመሳሰሉ ትንንሽ፣ ደረቅ፣ የሚጣፍጡ ቂጣዎችና ጢቢኛዎች ይዘውልን ይመጣሉ። በግቢያችን አጋሰሶቻቸውን ማየት ያስደስተናል። ከሁሉ በላይ፣ ማለቂያ ያልነበራቸው ተረቶቻቸውንና የእውነተኛ ገጠመኞች ትረካቸውን፣ አፋችንን ከፍተን ነበር የምናዳምጠው። የምንወደው ታሪክ የሽፍቶችን ታሪክ ነበር።

ዝነኛውና የከሰም በረሃን ቤቱ አድርጎ፣ መንግስትን ያስጨነቀውን፣ አደፍርስ ይባል የነበረን የምንጃር ሽፍታ ታሪክ ሰምተን አንጠግብም። የሚያስደስተን፣ በደልን የሚቃወም ደፋርና ፍትህ ሰጪ መሆኑ ነው።

"የሸፈተው የአውራጃ አስተዳዳሪው መሬቱን ወስደውበትና ቤተሰቡን አዋርደውበት ነበር። ጠላቶቹን ሰክረው ወይም ተኝተው ካገኛቸው አይገድላቸውም። የተኛውን ይቀሰቅሳል። የሰከረውን ግን "ስካሩ ሲበርድለት እመለሳለሁ" ብሎ ጥሎት ይሄዳል። ተደብቆም ሆነ ከኋላቸው ተኩሶ ጠላቶቹን አይገድላቸውም። ከፊታቸው ቆሞ፣ ስማቸውን ጠርቶ፣ ማን እንደሆነ አውቀውት ነበር የሚተኩሰው። በምንጃር፣ በደል የደረሰበት ሰው ፍትህ ፍለጋ ወደ ፍርድ ቤት መሄድ አቁሞ ነበር። የሚሄደው ወደ አደፍርስ ነው። በመቶ ነጭ ለባሾች ተከብቦ፣ በላያቸው ላይ ተረማምዶ ማምለጥ የሚችል ጀግና ነው" እያሉ ነበር የሚተርኩት።

እነዚህ የምንጃር ጭሰኞች በየአመቱ የሚያመጡት እህልና፣ ምናልባትም የእናቴ ደሞዝ ተጨምሮበት ይመስለኛል፣ የቤታችንን ኑሮ ከሌሎች ጓደኞቻቸው ቤት በመጠኑም ቢሆን እንዲለይ ያደረገው። በእናቴ ትምህርት መቅመስ የተነሳም፣ ሌሎቹ ቤተሰቦች ማሰብ የማይችሏቸውን የኑሮ ማሻሻያ ሙከራዎች፣ የኔ ቤተሰቦች ሞክረዋል። በዋነኛነት ሞካሪዋ እናቴ ናት። የመጀመሪያዎቹ የንግድ ሙከራዎቿ በኪሳራ ነበር የተጠናቀቁት።

የመኖች ከሃገር ሲባረሩ፣ መርካቶ ውስጥ የነበሯቸውን የአረብ ሱቆች በርካሽ እየሸጡ ይሄዳሉ። ብዙዎቹን፣ በመንግስት ቀጥተኛ እርዳታ የገዟቸው ጉራጌዎች ናቸው። [161] እናቴ፣ የወር አስቤዛ ትገዛበት ከነበረው ሱቅ ውስጥ ይሰራ የነበረ፣ ግማሽ ኢትዮጵያዊና ግማሽ የመኒ ከሆነ፣ "ፀሃይ" የሚል ስም ከነበረው ሰው ጋር ያንኑ ሱቅ በጋራ ገዝተው መነገድ ጀምረዋል። ሁሉንም

[161] ዘውዴ ረታ የቀዳማዊ ሃይለስላሴ መንግስት ፲ኛ መፅሃፍ ገጽ 620 – 624 በነዚህ ገጾች ውስጥ አረቦችን በጉራጌዎች ለመተካት ሃሳቡ እንዴት እንደመነጨና እንዴት በተግባር እንደዋለ በዝርዝር ተቀምጧል። እነዚህን ገጾች ማንበብ ወሬ በመስማት ብቻ "አድሃሪ" ብለን የምናስባቸው አንዳንድ ሰዎች የሃገራቸውንና የዜጎችን ጥቅም ለማስጠበቅ የሰሩትን ስራ ማየት እንችላለን።

ስራ የሚሰራው ፀሃይ ነው። ተቆጣጣሪም አልነበረውም። ሱቁ ለጥቂት ጊዜ ደህና ሰርቶ በሰውየው አጭበርባሪነትና መክሰር በመጀመሩ ተሸጠ።

ሱቁ ደህና እየሰራ በነበረበት ወቅት፣ እዛው መርካቶ ውስጥ አንድ የሚሸጥ ዘመናዊ ቡና ቤት አግኝታ እናቴ እሱንም ገዝታዋለች። በቁመቱ ማነስና በችሎታው ዝነኛ የነበረው ተዘራ ኃይለሚካኤል፣ የክብር ዘበኛ ኦርኬስትራ ድምጻዊና ጊታር ተጨዋች፣ የዚህ ቡና ቤት መደበኛ ደንበኛ ነው። ብዙዎቹ የክብር ዘበኛ ኦርኬስትራ ድምጻውያንና ሙዚቀኞችም የሚያዘወትሩት ቡና ቤት ነበር። ተዘራ

"ተረኛ ነኝ እና እንዳትሸበሪ

ስለይሽ አዝናለሁ አልማዝ ደህና እደሪ"

የሚለውን ዝነኛ ዘፈኑን የተጫወተው እዛ ቡና ቤት ውስጥ ስትሰራ ለነበረች፣ አልማዝ የምትባል ቆንጆ ሰራተኛ ነው። እኔም ዕድሜዬ ገና አስር አመት ገደማ ቢሆንም፣ በሴት ቁንጅና ለመጀመሪያ ጊዜ የተደመምኩት በዛ ዘመን ነው።

የአረቡ ሱቅ ሳይከስር፣ አንድ ቀን ከእናቴ ጋር እዛው ሄደናል። ከጥላሁን ገሰሰ ጋር እናቴ ባላት መተዋወቅ ይመስለኛል፣ ባለቤቱ ዕቃ ልትገዛ ወደ እዛ ሱቅ መጥታ ነበር። የገበያ አለባበስ እንጂ ሽክ ብላ አለበሰችም። ነጠላም አጥፋ ለብሳለች። ማን መሆኗንም አላውቅም። እናቴን ከሳመች በኋላ፣ "ልጅሽ ነው ?" ብላ ስለኔ ጠይቃ፣ እኔንም ሳመችኝ። የመልኳ ቀለምና የቆዳዋ ጥራት፣ ጠቅላላ የመልኳ ቅርጽ፣ እንደ መሃተም ጭንቅላቴ ውስጥ ተቀርጾ ቀርቷል። እንደሷ የምታምር ሴት በዕድሜዬ ሙሉ ያየሁ አይመስለኝም። ከዛ በኋላ፣ ባሏን እንጂ እሷን በድጋሚ አላየኋትም። ቸኮላታ የመሰለ ጠየም ያለ መልክ ነበራት።

ስለ ቁንጅና ሳነሳ፣ በዛው ዘመን ቆንጆ መሆኗን ሳላውቀው ያለፈች ልጅም ከጎኔ ትቀመጥ እንደነበረ አስታውሳለሁ። ልኡል አስፋወሰን ትምህርት ቤት የስድስተኛ ክፍል ተማሪ ሆኜ፣ ወሰኔ ሃይሉ ከጎኔ ነበር የምትቀመጠው። የኔ ዘመን የአዲስ አበባ ሰው ወሰኔን ያውቃታል። የዛን ጊዜ የማስታውሰው የወሰኔን ቁንጅና ሳይሆን፣ ያለምንም ምክንያት እየቆነጠጠና እየመታ የሚያስለቅሳትን አንድ ክፉ አስተማሪ ነው። ይች ልጅ ከስድስት አመት በኋላ፣ የኢትዮጵያ የመጀመሪያው የቁንጅና ውድድር አሸናፊ ሆነች። ያ አስተማሪ የሚደበድባት ያለምክንያት አልነበረም። እኔ በወቅቱ የማላየውን ቁንጅና እሱ እያየ ነበር። ዱላው የእሷ የቁንጅናዋ እርግማን ሆኗል። ያ ቁንጅናዋ ሌላም ምን ጣጣ አምጥቶባት እንደሆነ አላውቅም። አሜሪካ ገብታ ሞዴልነት ጀምራ ነበር ሲባል ሰምቻለሁ። ከስድስተኛ ክፍል በኋላ እሷንም አላየኋትም።

የእናቴ የመጀመሪያዎች የንግድ ሙከራዎች (adventures/አድቬንቸርስ) በኪሳራ ቢጠናቀቁም፣ ተስፋ ቆርጣ አልተወችውም። በመሃሉ ብዙ አመታት ቢያልፉም፣ ሌላ ንግድ ሞክራ የተሻለ ውጤት አስመዝግባለች። የእናቴ መፍጨርጨርና የምንጃር መሬት ባይታከልበት፣ "የኛም ኑሮ ከባድ ይሆናል" የሚል ዕምነት አለኝ። ሌሎቹ የአባቴ ጓደኞች፣ ከደሞዛቸው ውጭ ሌላ ገቢ የሌላቸው በመሆኑ፣ ከፍተኛ ስልጣን ይዘውና በዘመኑ ትልቅ የሚባል ደሞዝ እያገኙም፣ በተለይ ብዙ ልጆች የነበራቸው ኑሯቸው መንደላቀቅ የሌለበት ከእጅ ወደ አፍ ብቻ ነው።

አግባብ ያልሆነ ጥቅም ጥላቻ

ሁሉንም ጓደኞች አንድ የሚያደርጋቸው በደሞዛቸው ከመኖር ውጭ ስልጣናቸውን በመጠቀም ጉቦ፣ እጅ መንሻ፣ መማለጃ ይሁን ማናቸውንም አይነት ተገቢ ያልሆኑ ጥቅሞች ማግኘት የማይፈልጉ፤ እንዲህ የሚያደርጉ ባለስልጣናትን የሚጠየፉ መሆናቸው ነው። ልጆች ሆነን ከጉቦ ጋር የተያያዘ የከረረ አቋማቸውን በተጨባጭ ቤታችን ውስጥ በተግባር አይተነዋል።

የምንኖረው በአስፋወሰን ት/ቤትና በራስ ሙሉጌታ ሰፈር መሃከል በተከራየነው ቤት ውስጥ ነው። አንድ እሁድ ጠዋት፣ ወደ አራት ሰአት ገደማ የቤቱ የውጭ በር ተንኳኳ። ሰራተኛዋ ከፈተችው። በሩን ያንኳኩት አንድ ነጭና አንድ ጥቁር ሁለት ሰዎች ነበሩ። አበሻው አባቴ መኖሩን ሰራተኛዋን ሲጠይቃት ሰምቻለሁ። እሷም በአዎንታ መልሳለች። "ለማንኛውም ቆዩ" ብላ እደጅ ትታቸው ወደ ቤት ገባች። ሰራተኛዋ ወጥ ቤቱ ውስጥ ለነበረችው እናቴ ነገረቻት። እናቴም አስገቢያቸው ስላለች ሰራተኛዋ የውጭውን በር ከፍታ አስገባቻቸው። እኛም ፈረንጅ ቤታችን መጥቶ ስለማያውቅ ለወሬ ተጣደፍን። ተንጋግተን ቤት ገባን።

በመሃከሉ እናቴ ወደ መኝታ ክፍሏ ገብታ ለአባቴ ሰው እንደሚፈልገው ነገረችው። ፈረንጅም እንዳለበት አሳወቀችው። አባቴ ከነቢጃማው ነበር። ስራተኛዋ የትልቁን ቤት በር ለመክፈት ስትታገል አባቴ ደረሰና ተይው ብሎ እሱ ከፈተው። ሰዎቹ ቤት ውስጥ ሳይገቡ በረንዳ ላይ እንዳሉ ምን እንደሚፈልጉ አባቴ የጠየቃቸው ይመስለኛል። ቤት ውስጥ ላለነው ውሪዎች የሚሰማ ነገር የለም። እናቴም መኝታ ቤት ውስጥ ነው ያለችው።

አባቴ ከጥቂት ደቂቃዎች በኋላ ከበረንዳው ወደ ቤት ገብቶ በቀጥታ ወደ መኝታ ቤቱ ነው ያመራው። ያደረገውን መጀመሪያ ያየችው እናቴ ነበረች። ያንን እብድ የሚያክል ኮሌት 45

ሽጉጡን አቀባብሎ ወደ በረንዳው መመለስ ሲጀምር እናቴ "ኡ ኡታዋን" አቀለጠችው። አባቴ የእሷን ጩኸት ቁብ አልሰጠውም።

እኛ ልጆች ስለሆንን፣ እንዲህ አይነትም ነገር አይተን ስለማናውቅ ደነገጥን። የእናቴ ጩኸት ህጻናቶቹን አሸብሮ ያንጫጫቸው ጀመር። አባቴ አበሻውን ይመስለኛል "ጥንብ እና ከብት!!" ብሎ ሲሰድበው ሰምቻለሁ። ሁሉ ነገር የተጠናቀቀው አምስት ደቂቃ ባልሞላ ጊዜ ውስጥ ነው።

ሰዎቹ እንደመጡ ውልቅ ብለው ሄዱ። አባቴ ሽጉጡን እንደያዘ ተመልሶ መኝታ ገባ፣ "ሰው ሊገድል ነው " ብላ ኡ ኡታዋን ለቅታ የተከተለችውን እናቴን ይዞ ። ቆይተው ሁለቱም ተረጋግተው ወጡ። ትንንሾቹን ታላቅ እህቴ አረጋግታ ጨርሳለች። በዛን ቀን መግለጫ የሰጠን የለም። በዘመኑ "ልጆች ማብራሪያ ያስፈልጋቸዋል" የሚል ዕምነት አልነበረም። ሽጉጥ፣ ኡ ኡ ታና ለቅሶ የተቀላቀሉበት፣ በህጻናት ስነልቦና ላይ መዘዝ የሚያስከትል ነገር ተከናውኖ ህይወት ያለማብራሪያ ቀጠለ።

ከትንሽ ቀን በኋላ፣ እንደልቤ የምደፍራትን እናቴን ጠየቅኳት። አባታችንን እኛም እንደእናታችን "ጋሼ" ብለን ነው የምንጠራው፤

"በቀደም ምን ሆኖ ነው ጋሼ ሽጉጥ ይዞ የወጣው ?" አልኳት

እናቴ፣ ልጅም ብሆን ከኔ ብዙ የምትደብቀው ነገር አልነበረም። አባቴን ቢሆን ደፍሬ እኔም አልጠይቀውም። እንኳን እንዲህ አይነት ነገር ቀርቶ ሌላም ተራ ነገር አልጠይቀውም። ታሞ ሃኪም ቤት ገብቶ ሲወጣ እንኳን፣ መኝታ ቤቱ በራፍ ላይ ቆሜ በዝምታ ነበር የማየው። የአስራ ሁለተኛ ክፍል ተማሪ ሆኜ የሆነውን ነው የምጽፈው። እናቴ ናት "እንኳን በደህና ለቤትህ አበቃህ እያለህ ነው" እያለች የዝምታዬ አስተርጓሚ ሆና ስታገለግለኝ የኖረችው። አባቴ "ምን ጉድ ነው የገጠመን !" እንዳለ ነው የኖረው።

ብዙ የማልናገር ልጅ ስለነበርኩ፣ "ጋግርቱ" የሚል ስም አባቴ አውጥቶልኛል። ለመነጋገርና ለመግባባት ያለኝ ችሎታ ማነስ አባቴን በጣም ያሳስበው ነበር። እናቴን ብቻ ነበር በድፍረት የማናግረው። ያለምንም ጥያቄ ንጹህ የእናቴ ልጅ ነበርኩ። አባቴም ይህን ሃቅ ተቀብሎ ብዙ ዘመን ኖሯል። አንድ ቀን ጎርምሼ ዩኒቨርስቲ ከገባሁ በኋላ ቢጨንቀው "እኔ የእንጀራ አባትህ ነኝ እንዴ ?" ብሎ ጠይቆኛል። ይህን ጥያቄ ያስነሳውን ጉዳይ ሳስበው ይገርመኛል።

ከዩኒቨርሲቲ ቤቴ ገንዘብ ፍለጋ መጥቻለሁ። ቤቱን ሁሉ አስሼ እናቴ እንደሌለች ሳውቅ፣ በገባሁበት በር ወጥቼ ለመሄድ ስሞክር፣ የመጣሁበትን ምክንያት የጠረጠረው አባቴ አስቁሞ ወዴት እንደምሄድ ካጣራ በኋላ፤

"ገንዘብ አለህ ወይ ?" የሚል ጥያቄ አቀረበልኝ። ኮሌታዬን ጨምድዶ ይዞ።

ችግር ያለው መልስ ስላልመሰለኝ "አዎን፤ አለኝ" አልኩት ።

የሚቀጥለው ጥያቄ ያልጠበቅሁት ነበር። "እስቲ አሳየኝ?" አለ። ምንም የማሳየው ገንዘብ ስላልነበረኝ አንገቴን ደፍቼ ዝም አልኩ። ደግሞ ጠየቀኝ

"የት አለ ገንዘብህ?" አለኝ። ምንም እንደሌለለኝ ሲረዳ፣

"እኔ የእንጀራ አባትህ ነኝ እንዴ?" አለኝ።

ያንን ያህል ያባቴ ስሜት እስኪጎዳ ድረስ ወደ እናቴ ያዘነበበልኩበት ምክንያት አይገባኝም። አባቴ ምንም አድርጎኝ አያውቅም። ከህጻንነቴ ጀምሮ የማስታውሰው ጥሩ ነገሮቹን ነው። በዚህ ተፈጥሮዬ የተነሳ አባቴን "በቀደም ለምን ሽጉጥ ይዘህ ወጣህ ?" ብዬ ልጠይቀው አልቻልም።

እናቴ ለጥያቄው መልስ ስትሰጥ ከፈረንጁ ነው የጀመረችው።

"ፈረንጁ ጣሊያን ነው። ኩባንያ የነበረው። ወንጀል ሰርቶና ተከሶ፣ ተፈርዶበታል። ስራ ለመስራት ይህን የፍርድ ቤት ውሳኔ ከየመስሪያ ቤቱ እያስጠፋ ነው።የሰራተኛና ማህበራዊ ጉዳይ ሚኒስቴር ከፋብሪካ ሰራተኞች ጋር የሚገናኝ ነገር በሙሉ ሬኮርድ የሚደርሰው ስለሆነ መዝገብ ቤቱ ይይዘዋል።

ጣሊያኑ የፈለገው ከፋይሉ ውስጥ ጥፋተኛነቱን የሚያሳየው ደብዳቤ እንዲጠፋለት ነው። አዲስ ስራ ለመጀመር ከሰራተኛና ማህበራዊ ጉዳይ መስሪያ ቤት የሬኮምንዴሽን ደብዳቤ ይዞ መሄድ አለበት። መጥፎ ሬኮርድ ይዞ ማንም ባለስልጣን ደብዳቤ አይጽፍለትም። አባቴ በዛን ወቅት የመዝገብ ቤቱ ሃላፊ ስለነበር ጣሊያኑ ለአባቴ ጉቦ ከፍሎ መጥፎ ሬኮርዱን ከፋይል ሊያስጠፋ ይፈልጋል። የአበሻው ስራ ለጣሊያኑ ማስተርጎም ነው። የጉቦው መጠን አስር ሺህ የኢትዮጵያ ብር ነበር።

አባቴን አናድዶ ሽጉጥ ያስወጣው "ጉቦ እንስጥህ" የሚሉ ሰዎች ቤቱ ድረስ በመምጣታቸው ነው። በዛን ወቅት አስር ሺህ ብር በጣም ብዙ ገንዘብ ነው። እናቴ

እንደነገረችኝ፣ ሁለት ቪላ ቤቶች ማሰራት ይችላል። እኛ የምንኖረው በኪራይ ቤት ውስጥ ነው። ከተወሰኑ አመታት በኋላ በባንክ ብድር የተገዛው መሬትና ቤት ያወጣው አራት ሺህ ብር ነበር።

እውነትም ያ የጉቦ ገንዘብ፣ እናቴ እንዳለችው ሁለት ቪላ ቤት ያሰራል። እንደሰማሁት፣ የሰራተኛና ማህበራዊ ሚኒስቴር የመዝገብ ቤት ሹሞች፣ በአንድ አመት ውስጥ የብዙ ቪላዎች ጌቶች እየሆኑ ከስራቸው የመነሳት ልምድ ነበራቸው። ይህ የጉቦ ነገር ያስመረራቸው ሚኒስቴር፣ አባቴን በመዝገብ ቤት ሹምነት ሲመድቡት፣ "ይህን ችግር እልባት ይሰጠዋል" በሚል "ከጓደኞቹ ጋር ተመካክረው ነው" ይባላል። ከአንድ አመት በላይ ሰው ቆይቶበት በማያውቅበት ቦታ፣ አባቴ ለአምስት አመታት ሰርቶበታል።

እነዚህ የሸዋ ስልጡኖች ያልኳቸው ሰዎች እንደቀስት ቀጥ ያሉ ሰዎች ናቸው። ምንም አይነት አርቲፊሻል የሆነ ግንኙነት የማይታይባቸው፣ እንደቆረቡ ሰዎች ሳይለያዩ ተደጋግፈው መኖር የቻሉት፣ በዚህ ተመሳሳይነት ባለው አድሎን የሚጠላ፣ ለህዝብ የሚቆረቆርና ጸረ ሙስና ባህሪያቸው ነው።

እነዚህ ሰዎች ሳያውቁት ወደ እኛም ልጆቻቸው ያወረሱት ከሀገር ጋር የተያያዘ የጋራ አመለካከታቸው ነው። ታማኝነታቸው የትምህርት እድል ለፈጠረላቸውና ውሎ አድሮ ለከፍተኛ ስልጣን ላበቃቸው የአፄ ኃይለስላሴ መንግስት አልነበረም። ካርታ ሲጫወቱ ትልቁ ርእሳቸው ፖለቲካ ነው።

ታማኝነት ለህዝብና ለሃገር

እነዚህ ጓደኛሞች ሁሌም ሃገሪቱ የምትገኝበትን ኋላ ቀር የፖለቲካና የኢኮኖሚ ሥርዓት አጥብቀው ይኮንናሉ። የነ አቤ ጉበኛን የተከለከሉ እንደ "አልወለድምና ስይፈ ነበልባል" አይነቶቹን መፅሃፎች ጋዜጣ ሸፍነው እየተበዳደሩ የሚያነቡ ሰዎች ናቸው። ከጥላሁን ገሰሰ ዘፈኖች "አልቻልኩምን እና ኡ ኡ ታ ያስከፋል" የሚባሉትን ነበር ሰምተው የማይጠግቡት።

ኡ ኡ ታ ያስከፋል ሲለዩ ተዋዶ

ከዚህ የበለጠ ከየት ይምጣ መርዶ

የመሰሉ ስንኞች የነበራቸው ዘፈኖች "ለመንግስቱ ነዋይና ለወንድሙ ለገርማሜ የተዘፈኑ ናቸው" ይባላል። እነዚህ ሰዎች የመንግስቱ ነዋይ የመፈንቅለ መንግስት ሙከራ

መከሸፍና በወንድማማቾቹ መገደል የተሰማቸው ሃዘን ከውስጣቸው አልወጣላቸው ያላቸው ሰዎች ነበሩ።

ስለ ስርአቱ አባቴ ሲናገር የሚጠቀምበት ሃይለ ቃል እስከ ዛሬ ድረስ ጆሮዬ ላይ ያቃጭላል። አንባቢ መረዳት የሚችለው አባቴ ምን ይል እንደነበር እንዳለ ሳቀርበው ስለሆነ ለቋንቋው ይቅርታ እጠይቃለሁ።

አስተዳደርን በተመለከተ፣ ገዥዎቹ፣

"በህዝቡ ላይ ጥሬ አራቸውን አሩበት !" ይላል።

የህዝቡን አሰቃቂ የድህነት ህይወት ለመግለጽ፣

"ከሰገራ ላይ ጥሬ እየለቀመ እየበላ የሚኖር ህዝብ ያለበት ሃገር ነው !" ይል ነበር

"አገሩን አገሙት! አጠነቡት! ትምህርት ቤት የለም፣ ሃኪም ቤት የለም፣ መንገድ የለም !" የተለመደ የቀን ተቀን እሮሮው ነው።

እሱ ይበላበት በነበረ ሹካ አፄ ኃይለስላሴ "በርበሬ በዝቶበታል" ያላቸውን ምግብ መቅመሳቸውና "እውነትም በርበሬ በዝቶበታል፤ ሰርዲን ከመኪና ውስጥ አምጡለት" ማለታቸውን በበጎ ያነሳዋል። ቤተመንግስት ውስጥ የነበረው አጭር ቆይታ ከፍጹም ነጻነት ጋር እንደነበር በመደነቅ ያወሳዋል። "አደራ ምንም ነገር እንዳይጎለው" ብለው የገዛ የልጅነት ጓደኞቸውን በሃላፊነት የመደቡለት ጃንሆይ መሆናቸውን ያውቃል። የተመደቡት ደጃዝማች የሚያስፈልገውን እያሟሉ፣ ዘመድ ጠያቂ ባልነበረው ሰአት ሳይታክቱ፣ ከአመት አመት ትምህርት ቤቱ እየተመላለሱ ጠይቀውታል።

ደጃዝማች አለማየሁ ለአባቴ ያሳዩት ደግነት ከሁሉም የላቀ በመሆኑ በአመት አመት በየፋሲካው አባቴ በባህል መልኩ የሚኮንነውን አከፋይ የሚወስደው ለእሳቸው ብቻ ነበር። አከፋያቸው ጥጃ የሚያክል ሙክትና አንድ ጠርሙስ ውስኪ ነው። ይህ ሁሉ መልካም ነገርና ስሜት ከአፄ ኃይለስላሴ ጋር የተያያዘ መሆኑ ይገባዋል። እነዚህ ሁሉ በጎ ነገሮች ግን ታማኝነቱን ከሃገሩና ከህዝቡ ወደ መንግስታዊ ስርአቱ እንዲያዞር አላደረጉትም።

ሁሉም ጓደኞቹ ስርአቱ የሚቀየርበትን ቀን በጉጉት የሚጠብቁ ናቸው። ካርታ ሲጫወቱ፣ አብዛኛው ወሬአቸው ስለመንግስታዊ ስርአቱ አስከፊነት ነው።[162]እኛ ህጻናት በነበርንበት ሰአት ከቁም ነገር ስለማይቆጥሩን እንደልባቸው ያለምንም ስጋት ነበር የሚያወሩት። ህጻናትም ብንሆን የሚያወሩትን እንደ ስፖንጅ የሚመጥ ጭንቅላት እንዳለን አልተረዱም። ልብ አላሉትም እንጂ የእነሱ የፖለቲካ ወሬ በኛ ላይ ተፅዕኖ ማሳደሩን የሚያሳዩ ፍንጮች ገና ህጻናት ሆነን ነው መታየት የጀመሩት።

ትንሹ ወንድሜ አለማየሁ የስምንት አመት ልጅ ሆኖ፣ የትንሳኤ ብርሃን ትምህርት ቤት የበላይ ሃላፊ የነበሩትን የንጉሱን የልጅ ልጅ ልእልት ሰብለ ደስታን፣ "ለምንድነው እግዚአብሄርን አንተ እያልን ጃንሆይን አንቱ እያልን የምንጠራቸው ?" የሚል ጥያቄ አቀረበላቸው።

ይህን ጥያቄ ያቀረበው ልእልቲቱ በየክፍሉ እየዞሩ ተማሪዎችን በሚያነጋግሩበት ወቅት ነው። ራሳቸው ናቸው "ጥያቄ ያለው" ብለው ነገሩን የጀመሩት። እኚህ የእውቁ የእንግሊዝ ዩኒቨርስቲ፣ የኦክስፈርድ (Oxford) ምሩቅ፣ ለህጻኑ ወንድሜ ጥያቄ መልስ አልነበራቸውም። በአንድ ክፍል ሙሉ ህጻናትና በአስተማሪያቸው ፊት ለኦክስፈርድ ዩኒቨርስቲ ፕሮፌሰሮችም የሚከብድ ጥያቄ ነበር ትንሹ ልጅ ያቀረበላቸው።

እዛው ትምህርት ቤት አስተማሪ ከነበረችው ከእናቴ ጋር ተገናኝተው ልእልቲቱ የራሳቸውን ጥያቄ እናታችንን ጠይቀዋል።

---

[162]Donald N. Levine "Wax & Gold" University of Chicago Press, 1972, ሌቪን እንደ አባቴና ጓደኞቹ ያሉት ሰዎች ለምን ብዙ ነገር ካደረጉላቸው ንጉስ ይበልጥ ታማኝነታቸው ለእምነታቸው ሆነ የሚለውን ጉዳይ በተመለከተ የጻፈው የሚደንቅ ነው። ወላጆቼና ጓደኞቻቸው ጋር ቁጭ ብሎ ያወራና ስሜታቸውን የተረዳ ያስመስለዋል። ገጽ 214 ላይ ንጉሱ አንዳንድ ሞገደኛ የተማሩ ሰዎቻቸውን ለመገሰጽ ጠርተው "ለምን እንደዚህ ትሆናለህ ትምህርት ቤት እያለህ ፍራፍሬና ሌላም ነገር ስናመጣልህ አልበረም?" እስከማለት ይሄዱ ነበር ይለናል። ለአባቴም የመጣለትን ሰርዲን እዚሁ ውስጥ መጨመር ይቻላል። ችግሩ ይላል ሌቪን "ዕውቀት እንደሃብትና እንደፖለቲካ ስልጣን ማንም ሊቀማው የሚችል ነገር አለመሆኑ ነው። የምዕራብ ትምህርት የተማሩት ኢትዮጵያውያን እውቀታቸው አዲሶቹ የንጉሱ መሳፍንቶች የሌላቸውን ነጻነት አላብሷቸዋል። ዕውቀት ከዚህ ቀደም የግዛቱ ፊውዳሎች የቤተክህነት *ሰዎች፣ ፊውዳሎቹ በግል ጦር ሰራዊታቸው፣ ካህናቱ በውግዘት ማስፈራራት የነበራቸውንና በሂደት ያጡትን አቅምና ነጻነት የተካው ጉዳይ ሆኗል" ይለናል። እንዳየነውም ንጉሱ የመሳፍንቱንና የቤተክህነትን ስልጣን በሙሉ በጃቸው ጠቅለው ካስገቡና ተደላድያለሁ ባሉበት ወቅት ውድቀታቸውን ያፋጠነው "ዘመናዊ ዕውቀት" ከንጉሱ ነጻነት ያጎናጸፈው እራሳቸው ያስተማሩት ምሁርና ተማሪ ሆኗል። ወላጆቼና ጓደኞቻቸው ከንጉሱ ይበልጥ ቅድሚያ ለህዝብና ለሃገር እንዲሰጡ ያደረጋቸው "ዕውቀት" ነው። ከዕውቀት በተጨማሪ እንደ አባቴ አይነቱ ደግሞ አርበኞች ታንክ ላይ እየወጡ ጣሊያን ሲገድሉና ሲገደሉ በአይኑ በማየቱ ሃገሪቱን የእነዛ ጀግኖች ሃገር እንጂ በቀውጢው ሰአት በቦታው ያልነበሩ ንጉስ ብቻ ሃገር አድርጎ ማየት ይከብደው ነበር።*

“ወ/ሮ አልታዬ፣ ልጅዎ “ለምንድነው እግዚአብሄርን አንተ እያልን ጃንሆይን አንቱ ብለን የምንጠራቸው የሚል ጥያቄ ጠየቀኝ። እንዴት ነው ቤት ውስጥ ልጆች ፊት እንዲህ አይነት ነገር ታወራላችሁ እንዴ?” ብለው።

እናቴም “በቤት ውስጥ እንዲህ አይነት ወሬ እንደሌለ፣ ልጁ ከሌላ ቦታ የለቃቀመው” እንደሆነ አስተባብላ ነበር ጉዳዩ የታለፈው። ጓደኞቹ ካርታ እየተጫወቱ የወንድሜን ነገር እናቴ ስትነግራቸው ከመገረምና ከመሳቅ ሌላ ምንም አልመሰላቸውም።

ከጥቂት አመታት በኋላ ግን ሁሉንም ከእንቅልፋቸው ያነቃቸው የኔ ስራ ነበር። በልጅነታችን የተለያዩ ስራዎች ሰርተን ለጓደኞቹ በማሳየት ሽልማት የመቀበል ልምድ አለን። አንዳንዱ ስእል ሰርቶ ያሳያል። አንዳንዱ የእጅ ስራ ከእንጨትና ከቀንድ የተሰራ ያቀርባል። እንደ እኔ አይነቱ ግጥም ነበር የሚጽፈው። ካርታ እየተጫወቱ አንዱ መዝናኛቸው የኛን የልጅነት ግጥሞች እየሰሙ መሳቅ ነበር።

“የታሉ እነዛ ውሪዎች? ግጥም የጻፈ የለም እንዴ ?” የሚል ጥያቄ ከካርታው ጨዋታ ላይ ማንሳት ነው።

አንድ ቀን እንደ ልማዳቸው ይህን ጥያቄ ሲጠይቁ፣ አለኝ ብዬ ያነበብኩት ግጥም ሁሉንም ያስደነገጠ ሆነ። ዕድሜዬ አስራ አራት ነው። ህጻናት የነበርን ልጆች ባንድ ጊዜ አድገን የታየናቸውና የሚያሳስብ ነገር መምጣቱ የገባቸው ያኔ ነው። የጻፍኩት ረጅም ግጥም ርእሱ “ኢትዮጵያ አትተኪዥ” የሚል ነበር። በህዝብ ላይ ስለሚፈጸም ግፍ በዝርዝር ካተተ በኋላ ያልረሳሁት መደምደሚያው፣

“ዘላለም አትሆኝም የርኩሳን ተገዥ

ልጆች ደርሰናል ኢትዮጵያ አትተኪዥ” የሚል ነው።

ግጥሙን ማንበብ ስጀምር ካርታ እየተጫወቱ የነበሩት ሰዎች ጨዋታውን አቁመው ነበር ያዳመጡት። አንብቤ ከጨረስኩ በኋላም እርስ በርስ እየተያዩ ለጥቂት ደቂቃዎች ዝም አሉ። በመጨረሻ የግጥም ጸሃፊዎች ዋናው ደጋፊ (ፔትረን patron) አቶ ወልደአማኑኤል ነበሩ የጠየቁኝ።

“ይህን አንተ ነህ የጻፍከው ?” አሉ።

ዝምታቸው አስደንግጦኝ ስለነበር፣ እየፈራሁ “አዎን አልኳቸው”።

"የሚደንቅ ነው !" አሉ። እኔም ትቻቸው ወጣሁ።

እኔ ከወጣሁ በኋላ እርስ በርሳቸው ብዙ ነገር ሳይነጋገሩ አልቀረም። ስለኔ ግጥም ብቻ ሳይሆን ስለ ሴኩሪቲም (ደህንነትም ?) ጉዳይ እንደተነጋገሩ እርግጠኛ ነኝ። በማግስቱ አባቴ ጠርቶ፤

"እዚህ የምታነባቸውን ግጥሞች ለማንም ሰው እውጭ ወስደህ እንዳታነብ። የግጥም ደብተርህን ትምህርት ቤት ይዘህ እንዳትሄድ" አለኝ።" ከትንሽ ጊዜ በኋላ፣ ከፖለቲካ ሌላ ምንም የማያወራውን ባለመቶ ገጽ የግጥም ደብተሬን ስሞላው ገና አስራ አንደኛ ክፍል አልገባሁም።

ግጥሙን ካነበብኩ ከጥቂት ሳምንታት በኋላ፣ "በአብዮቱ" ዘመን ደርግ አድሃሪ ብሎ ለሰባት አመት ያሰራቸው የክርስትና አባቴ፣ አቶ አበራ ሞልቶት፣ በጣም ውድ የሆነ የፓርከር፣ እስክሪፕቶና ብዕር ያለበት ፓኮ ከመለወጫ ቀለሞቹ ጋር አምጥተው ሰጡኝ። ለግጥሙ ነው አላሉም።

"በርትተትህ ተማር" ነበር ያሉኝ ።

እነዚህ የሸዋ ስልጡኖች እንዲህ አድርገው ነው፣ በሸዋ ስርወ-መንግስት ላይ እንድናምጽ ያደረጉት። የሚቆረቆሩት ለመላው የኢትዮጵያ ደሃ ህዝብ እንጂ፣ ለሸዋ ደሃ ህዝብ ብቻ አልነበረም። ከግል ስልጣንና ጥቅም በላይ ሃገርን ማስቀደም የሚለውን ትምህርት ከካድሬ ትምህርት ቤት የገበየነው ሸቀጥ አይደለም። ከነማርክስ ወይም ከነሌኒን ስነ ጽሁፎች የቀሰምነውም አልነበረም።

የህዝብንና የሃገርን ጉዳይ እንደ ወረት ልብስ አውልቀን ጥለን ነጋዴ መሆን ያልቻልነው በነዚህ ወላጆቻችን የተነሳ ነው። አለመከዳዳትን፣ ታማኝነትን፣ ሌባና ዘራፊን መጥላትን፣ ሚኒስቴር ሆኖ አቅም እስካልፈቀደ ድረስ ጣውላ የሌለው ቤት ውስጥ መኖር ነውር የሌለው ጉዳይ መሆኑን የተማርነው ከነዚህ የሸዋ ስልጡኖች ነው።

ከብዙ አስመሳይ የህዝብ ልጆች ነን ባዮችም ጋር ጠባያችን አልገጥም ያለው ለዚህ ነው። [163] እንደ ወላጆቻችንና ጓደኞቻቸው፣ እንደቀስት ቀጥ ብለን ኖረን ማለፍ፣ የህዝብ ሃብት

[163] ገና ከማለዳው፣ በኢህአዴግ ውስጥ በነበርኩበት ወቅት በተደጋጋሚ የነበረኝ ተቃውሞ፣ "የእኛ የመንግስት ባላስልጣናቱ ህይወት ከህዝቡና ከሰፊው ታጋይ ህይወት እየራቀ እየሄደ ነው" የሚል ነበር። በ1985 ደሴ ላይ ተደርጎ በነበረው የመጀመሪያው የኢህአዴግ አባል ድርጅቶች ኮንግረስ ላይ "በዚህ አያያዛችሁ ስንት በረሃ አቋርጣችሁ የመጣችሁ ሰዎች በቅርብ ጊዜ ውስጥ ከመኪና ወርዳችሁ ኮረኮንች ላይ መራመድ የማትችሉ ደልቃቆች ትሆናላችሁ" በማለት ለሰጠሁት አስተያየት የታምራት ላይኔ ምላሽ

እየዘረፉ የተንደላቀቀ ኑሮ ከሚኖሩ የሰው እንሰሶች የበለጠ የሚያኮራና የሚያረካ ሆኖ እንድናየው አድርገውን አልፈዋል። ለዚህ እነሱም ሆኑ ልጆቻቸው የከፈሉት መስዋእትነት ቀላል አይደለም።[164]

"አንዳርጋቸው የሚለው፣ ለምን መለስ ዜናዊ በየቀኑ በርበሬ ተራ አይሄድም ነው" የሚል ፍጹም አደግዳጊነት ያለው መልስ ነው። በወቅቱ ጠቅላይ ሚኒስቴር የነበረው እሱ ነበር። ስለሌብነትም፣ ብልግናም ብዙ ወሬ ከተማ ውስጥ የምሰማው በሱ ላይ ነበር። "በርበሬ ተራ ሂድ እያልከኝ ነው ?" ብሎ እንደመናገር የመለስን ስም ደንቅሮ መልስ ለመስጠት ሞከሯል። እኔም ለዚህ አባባሉ መልስ ሰጭቸዋለሁ። የታምራትን መጨረሻ ሁላችንም እናውቃለን። እንደ እሱ አይነቱን አብዮተኛና ቤታቸው ጣውላ ሳይኖረው ያለፉትን የሸዋ ባለስልጣናትን ማወዳደር ይበቃል። በሌላ ጊዜም "ህይወታችን ከድሃው ህዝብ የተገነጠለ እየሆነ እየሄደ ነው፣ ይህ ጉዳይ አሳሳቢ ነው" ብዬ በአዲስ አበባ ምክር ቤት ስብሰባ ላይ ለተናገርኩት ንግግር ተፈራ ዋልዋ "እኛ ህዝቡን ከድህነት ልናወጣ እንጂ እንደ ህዝቡ በድህነት ልንኖር አልታገልንም" የሚል መልስ ሰጥቶኝ ነበር። ውይይቱ በኢትዮጵያ ቴሌቪዥን ሰራተኞች ተቀድቷል።እኔ የመለስኩለት "የአቶ ተፈራ አነጋገር ኢህአዴጎች አዲስ አበባ የገቡት በወርቅ ሰረገላቸው ላይ ወርቅ ጭነው እንደሆነ ያስመስላል" በማለት ነበር። ይህ የተፈራ "እኛ እንደህዝቡ በድህነት ልንኖር አልታገልንም" የሚል መልስና የራሱን የተፈራንና የታምራትን ኢጅግ አሰቃቂ የነበረ የወላጆቻቸውን የድህነት የጀርባ ታሪክ ለምናውቀው ሰዎች የሚገርም ነበር። ታምራት በየሰው ቤት እንጀራ እየጋገሩ በድህነት እናቱ እንዳሳደጉት አውቃለሁ። የተፈራ አስተዳደግም ከዚሁ የከፋ ነው። "ቅንጦትና መንደላቀቅ ችግር ያመጣብናል" የሚል አስተያየት ሰስጥ እነዚህ ሁለት ሰዎች ዋናዎቹ ባላንጣዎቼና በከፍተኛ የተከላካይነት ስሜት ተሟጓቾቼ ሆነው መገኘታቸው እንዳስገረመኝ እኖራለሁ። እነዚህንና ሌሎችንም ታጋዮች የስጋ ረሃባቸውን ያልጨረሱ አድርጌ እንዳያቸው ያደረገኝም ይህ ጉዳይ ነው። ሁለቱን የማነሳው በቅርበት ስለማውቃቸው እንጂ እነሱ ብቻ ናቸው ለማለት አይደለም። አብዮቱንና ትግሉን በቀድሞ መሳፍንት ቅንጡ ህይወት ቅናት የተቀላቀሉና የግል ኑሯአቸውን ለማመቻቸያ የተጠቀሙበት ብዙዎች ለመሆናቸው የተትረፈረፈ መረጃ አለን። በየግዜው ለምን በዚህ ነገር ላይ እንደማተኩር የኢህአዴግ ጓደኞቼ ያኔ ካልገባቸው "ይህን የኔን መፅሃፍ ሲያነቡ ይገባቸዋል" ብዬ አምናለሁ። ወለሉ አፈር የሆነ ቤት ውስጥ ኖረው ያለፉ "የኢድሃሪው" የአፄ ኃይለስላሴ ስርአት ሚኒስትሮች ስለምናውቅና ስለምናከብራቸው፣ መንፈሳቸውን ላለመከዳትና ትክክለኛ መሆኑን ስለማምንበት የማደርገው ነገር ነበር። ከፋትና ምቀኝነት አልነበረም። እኛ ራሳችንን "ከወላጆቻችን በላይ ለህዝብና ለሃገር ተቆርቋሪ ነን" ብለን እየተመጻደቅን አባቴ እንደሚለው "ከሰገራ ላይ ጥሬ እየለቀመ የሚበላ ህዝብ ባለበት ሃገር" ካቪያር መብላት አንችልም! ከሰገራና ከሽንት ጋር የተቀላቀለ የወንዝ ውሃ የሚጠጣ ከተማ አስተዳዳሪዎች ሆነን ሻምፓኝ መጠጣት አንችልም! እነተፈራ ዋልዋና ጓደኞቹ ግን፣ በስጦታም ያግኙት፣ ካቪያር እንደሚበሉ ሻምፓኝ እንደሚጠጡ አውቃለሁ። በውጭ ሃገራት ካቪያርና ሻምፓኝ የከበርቴው ምግብና መጠጥ አይደሉም፣ የበሰበሰው ከበርቴ ምግብና መጠጥ ናቸው። ውሎ አድሮም ሃገራችንን ለሌላ ዙር ቀውስ የሚዳርጋት ከህዝብ ርቀው፣ ህዝብ ቂጣ አጥቶ ተርቧል ሲባሉ "ቂጣ ከሌለ ለምን ካቪያር አይበላም?" የሚሉ የደነዘዙ ገዥዎች እየተበራከቱ መሄድ እንደሆነ መታወቅ ይኖርበታል። የኢትዮጵያን ውጥንቅጡ የወጣ ህዝብ ከምንም ነገር በላይ በአንድነት ሊያቆየው የሚችለው የኢኮኖሚ እድገትና ፍትሃዊ የሆነ የሃብት ክፍፍል መሆኑን አለመረዳት ትልቅ ስህተት ይሆናል። በፍትሃዊ የሃብት ክፍፍል የማይገለጽ የቋንቋ፣ የእምነትና የባህል እኩልነት ሃገር አረጋግቶ ሊያስቀጥል የማይችል እንዲያውም ዘረኝነትን በከፍተኛ ደረጃ የሚያነግስ መሆኑ መታወቅ አለበት።

[164]ትልቁ መስዋእትነት በልጆቻቸው እልቂት የከፈሉት ሆኗል። እያንዳንዳቸው መዋጮ ያለባቸው ይመስል፣ ከአቶ ሃይለማሪያም በስተቀር (የእሳቸው ልጆች በእድሜ ትንንሽ በመሆናቸው) ሁሉም፣ አቶ ተድላ፣ አቶ ወልደአማኑኤል፣ አቶ ወርቄና የኔ ወላጆች አንዳንድ ልጅ በደርግ ተገድሎባቸዋል። ዝርዝሩን በዚህ መፅሃፍ መጨ ገጾች እናገኘዋለን።

ክፍል 4. ልጅነት

ምእራፍ 1. ተፅዕኖዎች በልጅነት - የሳማ ሰንበት ገዳም የሰው መላእክቶች እና ሌላም

አንድ ሰው የተወለደበት ቀንና አመተ ምህረት፣ የወላጆቹ ስም፣ የተወለደበትና ያደገባቸው ቦታዎች ስም፣ ስለእዛ ሰው ማንነት ብዙ የሚገልጹት ነገር የላቸውም። ስለ ሰውየው የተወሰነ መረጃ የሚሰጡ ቢሆንም። አንድን ሰው በደንብ ለማወቅ ከነዚህ ደረቅ መረጃዎች በተጨማሪ ብዙ ነገሮችን መመርመር ይጠይቃል። ራስን ለማወቅ መደረግ ያለበት ምርመራ ሌሎችን ለማወቅ ከሚደረገው ምርመራ ልዩነት የለውም። እንዲያውም አስቸጋሪው ነው።

ትልቅ ከሆንኩ በኋላ "እኔ ማነኝ ?" የሚለውን ጥያቄ እንድመልስ ባስገደዱ በተለያዩ የህይወት ገጠመኞችና ተመክሮዎች አልፌአለሁ። ከሌሎች ሰዎች ጋር ከምጋራቸው እምነቶቼ አንስቶ እስከ ግል ባህርዬና ተፈጥሮዬ፣ በምወዳቸውና በምጠላቸው ነገሮች ዙሪያ፣ ስለህይወትና ስለአለማችን ያለኝ ርእዮት፣ ብዙ እውቆቼን ግራ እንደሚያጋባ ሁሉ፣ እኔንም ራሴ አልፎ አልፎ ግር የሚለኝ ነገር ስለማይ፣ ስለራሴ መጠየቅ የግድ ሆኖብኛል። ተማሪ ሆኜ የተወሰኑ የስነ አእምሮ ትምህርት ኮርሶች በመውሰዴም ስለራሴ እንዳውቅ የሚገፋፉኝ ተጨማሪ ምክንያት ነበር። በተቻለኝ መጠን በየጊዜው "እኔ ማነኝ? በዚህ ምድር ላይ ምን እየፈየድኩ ነው?" የሚሉ ጥያቄዎች አነሳለሁ።

በልጅነት ዕድሜ ላሳየኋቸውና ለጉልምስና ዕድሜ ባህሪዎቼ ቅድመ አያቴ፣ የእናቴ አያት፣ እመት ይፍቱሥራ አንድ ትልቅ ተፅዕኖ አድራጊ የነበሩ ይመስለኛል። ሌሎቹ ተፅዕኖ አድራጊዎች ወላጆቼ ራሳቸው ናቸው። ከነዚህም ውጭ የዕድሜ እኩዮች፣ አስተማሪዎች፣ ጎረቤቶችና የተለያዩ አካላት ተፅዕኖ አሳዳሪዎች ናቸው።

ቅድመ አያቴ ይፍቱስራ፣ ከደብረብርሃን ወደ አዲስ አበባ ከገባን ጊዜ አንስቶ አብረውን ይኖሩ ነበር። የመጀመሪያውን ቤት መርካቶ ከተከራየን ጀምሮ አስታውሳቸዋለሁ። በጣም አርጅተዋል። የመጀመሪያዋ አብረውን መኖር የጀመሩ የቅርብ ዘመዳችን እሳቸው ናቸው። እናታችን ለቅድመ አያታችን ብቸኛዋ የልጅ ልጅ ነበረች። ከእሳቸው በኋላ እየዋለና እያደረ፣ ያች ለእናቷ አንድ የነበረች ልጅ፣ አክስቷ እንደነገሩ ያስተማሯት የተሰማ ሮቢ ልጅ፣ ቁጥራቸው ብዙ

የሆኑ የራሷና የአባቴ ዘመዶች መሰባሰቢያ ለመሆን በቅታለች። የመጀመሪያዋ ግን ይፍቱስራ ነበሩ።

ይፍቱስራ የሚገርሙ ሴት ናቸው። ታሪካቸው ሁሉ የተለየ ነው። ሁለት ሴት ልጆቻቸውን የወለዱት "ከዚህ በኋላ መውለድ አትችልም፤ መሃን ናት" ብሎ አገር ከፈረደባቸውና ራሳቸውም ተስፋ ከቆረጡ በኋላ ነው። ይፍቱስራ በዕድሜያቸው ርዝማኔና በሚያውቁት ነገር ብዛት የልጆች ሲሳይ ነበሩ።

ይፍቱስራ ታሪካቸውን ሲነግሩን፣ ከአፄ ቴዎድሮስ ዘመን ነበር የሚጀምሩት። "በቴዎድሮስ ዘመን የአስራ ሁለት አመት ኮረዳ ነበርኩ" ይሉናል። በዘመኑ ስለቴዎድሮስ የተዘፈነውን ዘፈን ይዘፍኑልን ነበር። ማህበረሰባችን የታሪክን መረጃ የመሰብሰብ ባህል የሌለው በመሆኑ እንጂ የሚናገሩት መመዝገብና ዘፈናቸውም በድምጻቸው መቀዳት ነበረበት።

ይፍቱስራ፣ በአፄ ቴዎድሮስ ዘመን፣ በአፄ ዮሃንስ ዘመን፣ በአፄ ምኒሊክን ዘመን፣ በልጅ እያሱ ዘመን፣ በንግስት ዘውዲቱ ዘመን፣ በአፄ ኃይለስላሴ ንግስና የመጀመሪያውን መንግስት ዘመን፣ በጣሊያን የወራሪ መንግስት ዘመን አልፈው፣ ከጣሊያን መባረር በኋላ የተቋቋመውን የአፄ ኃይለስላሴ ሁለተኛውን መንግስት ለማየት የታደሉ፣ መታደሉ ቢቀር፣ የቻሉ ሴት ናቸው። የነዋይ ልጆች በአፄ ኃይለስላሴ መንግስት ላይ ያደረጉት የመፈንቅለ መንግስት ሙከራ ተሳክቶ ቢሆን ኖሮ ጣሊያንን ጨምሮ በስምንት የተለያዩ መንግስቶችና ገዥዎች ስር የኖሩ ሴት ለመሆን በበቁ ነበር ። በሰባት የተለያዩ መንግስታት ዘመን የኖሩ ምን ያህል ኢትዮጵያውያን እንደሚኖሩ አላውቅም። ቢሆንም በብዙ የሃገራችን መንግስታት ስር የመኖሩ ክብረ ወሰን የሳቸው ሊሆን ይችላል።

ቅድመ አያታችንን ይፍቱስራን ለመጀመሪያ ጊዜ ስናገኛቸው ትንሽ ተቸግረውም ቢሆን መንቀሳቀስ ይችላሉ። ማለቂያ የሌላቸውን ተረቶቻቸውንና ታሪካቸውን በደንብ የሚተርኩ፣ አእምሯቸውም አካላቸውም በደንብ የሚሰራ የዕድሜ ባለጸጋ ነበሩ። አይናቸው ግን መድከም ጀምሯል። ቅድመ አያታችን ሲነግሩን ከነበረው ነገር በሙሉ ለረጅም ዘመን በእኔ ላይ ተፅዕኖ ያሳደረው፣

"ምንጃር በሚገኘው ሳማ ሰንበት ገዳም ውስጥ በቀን ከአንድ እፍኝ ሽምብራና ከቅጠላ ቅጠል ሌላ ምንም ነገር የማይበሉ፣ ጠቅላላ ስራቸው ጸሎት ብቻ የሆኑ ሰዎች አሉ።እነዚህ ሰዎች በእግዚር የተባረኩ ሰዎች በመሆናቸው በጎናቸው በኩል ትንንሽ ክንፍ እያወጡ ነው" እያሉ የሚነግሩኝ ነገር ነው።

እሳቸው ባይረዱትም ቀንና ማታ የኔ ሃሳብ እንደ እነዚህ ባህታውያን መሆን ነበር። እነዚህ ክንፍ ያበቀሉ ባህታውያን ለሊት በህልሜ ሳይቀር ይመጡብኛል። በዛ የልጅነት ዕድሜ፣ ለሊት በህልሜ ለባህታውያኑ የግጥም ውዳሴ ስጽፍ አድራለው።"ውዳሴ" የምትለዋን ቃልም የተማርኩት ከቅድመ አያቴ ነው። "የባህታውያኑ ስራ ውዳሴ ለፈጣሪ ማድረስ ነው" ይላሉ። ውዳሴው ሲነጋ እየጠፉኝ ስለተቸገርኩ "ከእንቅልፌ ድንገት ከነቃሁ" በሚል ለመጻፍ እርሳስና ወረቀት አጠገቤ አድርጌ አሳድራለሁ። ምኞቴ ከቤቴ "ብን" ብዬ ጠፍቼ ሳማ ስንበት ገዳም ገብቼ፣ እንደ ባህታውያኖቹ የሽምብራ ቆሎና ቅጠል እየበላሁ፣ ጸልዬ ክንፍ ማውጣትና መብረር ነበር። ከልቤ በጣም አስብበታለሁ።

ከምግብ ሁሉ ለቆሎ በተለይ ለሽምብራ ቆሎ ያለኝ፣ ከልጅነቴ ጀምሮ እስካሁን ዘመን የዘለቀ ፍቅር፣ ዝም ብሎ የመጣ አይመስለኝም። ዘመዶቼ፣ ጓደኞቼና እውቆቼ በሙሉ የሚያውቁት ፍቅር ነው። ምሳ ጋብዘውኝ "ቆሎውንም አልረሳንም" የሚሉ ጓደኞች ነበሩኝ። ሰላጣን ለምን የመላዕክት ምግብ እያልኩ ስጠራው እንደኖርኩ ሚስጥሩ የገባኝ፣ ይፍቱስራ "እነዛ የሰው መላእክቶች ምግባቸው ቅጠላ ቅጠል ነው" ብለው በነገሩኝ ምክንያት መሆኑን የተረዳሁት ዕድሜዬ በጣም ከገፋ በኋላ ነው። መላእክቶች እንደሰው ቅጠል ሲበሉ ማሰብ አይከብደኝም።

በህጻንነቴ ጨለማ ውስጥ አኩርፌ የመቀመጥ ልምድ አለኝ። ግቢያችን ውስጥ እንጨትና ከሰል የሚቀመጥበት መስኮት የሌለው ጨለማ ክፍል ነበር። እዛ ተቀምጬ "አሁን መልአክ ቢመጣ ምን እጋብዘዋለሁ ?" እያልኩ ራሴን እጠይቀዋለሁ። መላእክት ስለሚበሉት ነገር አስባለሁ። ቅድመ አያቴ ከነገሩኝ ተነስቼ፣ ቆሎ፣ ቅጠላ ቅጠልና ፍራፍሬ ሊበሉ እንደሚችሉ እገምታለሁ። እንደ ሰው ግን ቁርጥ ሲቆርጡና አጥንት ሲግጡ ማሰብ ፈጽሞ አልችልም ነበር።

ሰይጣንን ግን ሙዳ ሙዳውን ስጋ በሚጥሚጣና በአፍሬንጅ እያረመደና እያጠቀሰ ሲውጠው፣ የአንድ በሬ እግር ተጠብሶ ቢሰጠው አንስቶ፣ በሚያስፈራው ጥርሱ ሲግጠው ይታየኛል። በዚያ የኩርፊያ ሰአት ቁርጥ ስጋ የሚበሉ ወላጆቼን እንደ ሰይጣን ሳላያቸው የቀረሁ አይመስለኝም።

ከኮሶ ፍራቻ የተነሳ ማንም ልጅ እቤታችን ውስጥ ርጥብ ስጋ በልቶ ያደገ የለም። ሁሉም ግን ካደጉ በኋላ በላተኞች ሆነዋል። እኔ ግን በልጅነቴ ከወላጆቼ ጋር የጀመርኩት እልህ መጋባት ይሁን ወይም ስለ መላእክቶች ሳስበው የነበረ ጉዳይ፣ ርጥብ ስጋ አጠገብ የማልደርስ ሰው ሆኛለሁ። ደም እያፈሰሱ ስጋ መብላት፣ ሰይጣናዊ ነገር ያለበት ጉዳይ ሆኖ ይሰማኝ የነበረው

ገና በልጅነቴ ነው። እንደዛም ሆኖ የተቀቀለና የተጠበሰ ስጋ እስከዛሬ መብላቴን አላቆምኩም። ለማቆም ሳላስብበት ግን አልቀረሁም።

እንዲህ አይነቱ የባህታዊነት ስሜት ግን ዝም ብሎ የመጣ አይመስለኝም። ወላጆች በልጆች አስተዳደግ ላይ ተፅዕኖ የሚያደርጉ መሆናቸው ግልጽ ነው። አንዱን ልጅ ከሌላው የተለየ የሚያደርገውን ተፅዕኖ እንዴት እንደሚፈጥሩት ለእነሱ በወቅቱ አይታያቸውም። እንደ ቀልድ አንዳችንን ለይተው በህጻንነታችን የሚናገሩን ነገር፣ ምን ያህል በማንነታችን ላይ ተፅዕኖ ያሳደረ እንደነበር የምናውቀው ራሳችንን በደንብ ስንመረምር ነው። ሳይናገሩ የሚሰሯቸው፣ ምንም ትርጉም የሌላቸው የሚመስሉ የወላጆቻችን ድርጊቶች በራሳቸው ማንነታችንን በመቅረጽ ትልቅ ትርጉም አላቸው።

የኔ ግምት ነው። ወላጆቼ ከላይ ትልቋን እህቴን ከታች ታናሽ ወንድሜን ወልደው ካዩ በኋላ የኔ በመልክ መጥቆርና ለየት ማለት ሳይገርማቸው አልቀረም። ጥቁረቴ ግን እንደ እናቴ ነው። በዚህ የተነሳ ገና ነፍስ ሳላውቅ እናቴ የጀመረችው፤

"ይህ ልጅ ሆስፒታል ተቀይሮ የመጣ ሳይሆን አይቀርም" የሚል ቀልድ በአስተዳደጌና በባህሪዬ ላይ ምን ያህል ተፅዕኖ እንዳሳደረ የማውቀው እኔ ብቻ ነኝ።

እናቴና ጓደኞቿ፣ እኔ ነፍስ ባላወቅሁበትና በማላስታውስበት ሰአት እንዲህ በማለታቸው፣ የኔ ምላሽ ምን እንደነበር እያነሱ ሲጫወቱና ሲስቁ አይቻለሁ። እነሱ እንደሚነግሩኝ በህጻንነቴ፣ "የእናንተን ምግብ አልበላም፤ የእናንተንም ልብስ አልለብስም፤ የእናንተም ልጅ አይደለሁም!" እያልኩ አስቸግራለሁ። አንዳንድ ቀንም ልብሴን ሁሉ አወላልቄ፣ "ልብሳችሁ ያውላችሁ !" ብዬ እርቃኔን "በቃኝ እዚህ ቤት አልኖርም፤ እናቴን እፈልጋለሁ !" እያልኩ ከአጥር ግቢው አልፌ ዋናው መንገድ ላይ ወጥቼ የምሄድበትና ተይዤ የምመጣበት ወቅት እንደነበር ነግረውኛል። እየሳቁ !። ይሰሩት የነበረው ነገር ችግር ፈጣሪ ሊሆን እንደሚችል አልገባቸውም።

ይህ ድርጊታቸው፣ ከህጻንነት ዕድሜ ካለፍኩ በኋላ ጭምር፣ ማንኛውንም ነገር ከልቤ በዚህ መንገድ እንድተረጉም የሚያደርግ ተፅዕኖ ፈጥሮብኝ ነበር። ትንሽ ነካ ካደረጉኝ፣ አፍ አውጥቼ "የምትመቱኝ የእናንተ ልጅ ባልሆን ነው ወይ ?" እያልኩ ትልቅ ከሆንኩ በኋላ ሁሉ እናገራቸው ነበር። ማኩረፍ፣ አንድ ጨለማ ያለበት ጥግ ፈልጌ "የእነሱ ልጅ ስላልሆንኩ ነው በደል የሚደርስብኝ" እያልኩ መቀመጥ የልጅነት ልምዴ ነው። እኔ በፍላጎቴ፣ አንዳንዴም

በቅጣት መልኩ፣ ሁሉም ተሰባስበው ለመዝናናት ሲሄዱ ብቻዬን ቤት ውስጥ የምቀርበት የልጅነት ወቅቶች ነበሩ።

ዝም ማለትን፣ ወደ ውጭ ሳይሆን ወደ ውስጥ ራሴን ብቻ የማይ ወጣት እየሆንኩ የመጣሁት በዚህ ቀልድ ምክንያት ይመስለኛል። ለነሱ ቀልድ ነበር። እንዲህ አይነት ቀልድ በህጻናት አእምሮ ውስጥ ሊፈጥር የሚችለው ቀውስ ቀላል አይደለም። የስነ አእምሮ ጠበብት፣ እንኳን እንዲህ አይነት ተለቅ ያለ በተደጋጋሚነት የተፈጸመ ጉዳይ ቀርቶ፣ የአንድ ቀን አሳሳቢ ኩነት በአንድ ህጻን ላይ የዕድሜ ልክ ተፅዕኖ ማሳደር የሚችሉ ጫናዎች መፍጠር እንደሚችል ይናገራሉ።

የልጆች ጭንቅላት በሚገርም መንገድ የሚሰራ ነው። መጥፎውን ነገር ብቻ ሳይሆን፣ እናቴ ለኔ የምታሳየውን ለየት ያለ በጎ ስሜት ሳይቀር፣ "የሷ ልጅ ስላልሆንኩ ሆድ እንዳይብሰኝ" የምታደርገው እንደሆነ አድርጌ እተረጉመዋለሁ። የሚገርመው ነገር፣ እንዲህ አይነቱ ስሜት፣ እናቴ ለኔ እንደምታደላ ልቤ እያወቀውም ጭምር ያልለቀቀኝ ስሜት መሆኑ ነው። የልጅነት ዕድሜዬ የተገባደደው እናቴ እንደ ቀልድ በጀመረችው፣ እኔ ግን በህጻንነቴ አምርሬ ባመንኩትና ከፍ እያልኩም ስመጣ ባልለቀቀኝ ስሜት እንደተያዝኩ ነው። "አለም በቃኝ" ብዬ ቅድመ አያቴ ወደ ነገሩኝ ገዳም፣ ገና ከሰድስት አመቴ ጀምሮ ለመግባት ያንን ያህል ያሳሰበኝ ያለምክንያት አልነበረም። ሌላ ምንም ችግር ፈልጌ ማግኘት አልቻልኩም።

ቅድመ አያታችንን "እምዬ" ነበር የምንላቸው። "እምዬ" አሟሟታቸው ስለ ሳማ ሰንበት ባህታውያን የሚነግሩኝን ሁሉ የበለጠ እንዳምን አድርጎኛል። ህይወታቸው ያለፈው በ1955 ዓ.ም ነው። ትንሽ ቀደም ብሎ ባይታመሙም በጣም ደክመዋል። ከቦታ ቦታ መንቀሳቀስ ባላመቻላቸው ሰው ተሸክሞ ነበር የሚያንቀሳቅሳቸው። አይናቸው ማየት አቁሟል። ቀኑን ሙሉ ተኝተው ነበር የሚውሉት። የሚናገሩትም ትርጉም የሌለው፣ መያዣና መጨበጫ ያልነበረው ነገር ነው። "ሰው በጣም ሲያረጅ ወደ ህጻንነት ይቀየራል" የሚሉት አባባል ሃቅ መሆኑን በእምዬ አይተነዋል።

አንድ ቀን ከሰአት በኋላ፣ ሰአቱ ወደ አስር ሰአት ገደማ ነው፣ ከትምህርት ቤት መጥተን እንደ ልማዳችን እሳቸው የተኙበት ክፍል ገብተን እንጫወታለን። ለረጅም ጊዜ ተናግረውበት በማያውቁት ግልጽ ቋንቋ "ልጆች እናታችሁን ጥሩ" አሉን። እኛ አይሰሙም፣ አይለሙም፣ ማን መሆናችንን ከረሱ ቆይተዋል ብለን ነበር። በጣም ነበር የገረመን። እናታችን ከትምህርት ቤት አልመጣችም። እቤት ውስጥ የነበረችው ትልቅ ሴት የአባቴ እህት፣ አክስታችን ስለነበረች ነገርናት።

"እስቲ ምን ፈልገው ይሆን ?" ብላ እሷም እንደ እኛ እየተገረመች ሄደች።

እኛም የሚታለሉልን መስሎን "ይሄው መጥታለች" አልናቸው።

እጃቸውን ይዛ ገና "እምዬ" ስትላቸው እጇን ደበድበስ አድርገው፣

"አንቺ አልታዬ አይደለሽም " አሉ። ያለወትሯቸው በጣም ነቅተዋል።

አክስቴ መልሳ "ውጭ ናት። እየመጣች ነው እምዬ" አለቻቸው። ሰምተዋል መሰለኝ ምንም አላሉም።

እናቴ ያረፈደችው፣ ቀኑ መጋቢት 12 የታናሽ ወንድሜ የብዙነህ የልደት ቀን ስለነበር አንዳንድ ነገሮች ለመግዛት ነው። ያለበለዚያ ከትምህርት ቤት የምትመለሰው እንደ ዶሮ በስድስት ጫጩቶቿ ተከብባ አንድ ላይ ነው። የትንሳኤ ብርሃን ት/ቤት የቀለም ትምህርት አስተማሪ ከሆነች በኋላ የኔም የሶስተኛ ክፍል ሂሳብ አስተማሪ እሷ ነበረች።

እናቴ ቤት እንደደረሰች፣ እምዬ እንደሚፈልጓት ነገርናት። ልታናግራቸው እተኙበት ክፍል ስትገባ እኔ፣ ታላቅ እህቴና ባለ ልደቱ ወንድሜ አብረናት ቆምን።

"እምዬ ፈልገሽኝ ነበር ?" አለቻቸው።

"አዎን" አሉ።

ቀጥሎ በተናገሩት ነገር ዕድሜዬን በሙሉ እንደተገርምኩ እኖራለሁ።

"ሚሃኤል ከነፈረሱ ደጅ ቆሟል። "ፈረስሽን ይዤ መጥቻለሁ። ዛሬ ትቼሽ አልሄድም" ብሏል። መሄዴ ነውና ቤትሽን አሰናጂ" አሏት።

"እሽ እምዬ፣ እሽ" ብላቸው እናቴ ወጣች።

እናቴ አጠገብ ቆመን የሚሉትን እያዳመጥን ለነበርነው ልጆች፣ እምዬ የተናገሩት ነገር ትርጉሙ አልገባንም። ትንሹ ወንድሜ ግን ጉዳዩ ገብቶት ኖሮ፣ እየሮጠ ወደ ውጭ ወጣ።

የቀረነው "ምን ማለታቸው ነው ?" ብለን እናቴን ጠየቅናት።

"አይ ዝም ብላ ነው። እየቃዡች ነው" አለችን።

ወደ ውጭ ሮጦ የሄደው ወንድሜ እያለከለከ ተመለሰ። "ሰውም ፈረስም የለም !" አለ። ዕድሜ ልኩን መሳቂያ ሆኖ ቀረ። ሚካኤል ፈረስ ላይ ተቀምጦ፣ ለእምዬ ያመጣውን ፈረስ ሲንትት ለማየት ነበር፤ ሲሮጥ ወደ ውጭ የወጣው። እምዬ "ሚሃኤል ፈረሴን ይዞ እደጅ ቆሟል" ሲሉ ሰምቶ።

እናቴ ወደ ልደት በአል ማዘጋጀቱ ተመለሰች። አስራ ሁለት ሰአት ገደማ፣ እናቴ የከነከናት ነገር ስለነበር እንደገና ተመልሳ ልታያቸው ሄደች። ጥቂቶቻችን ተከትለናት ሄድን። አስራ ሁለት ሰአት መሆኑን የምናውቀው፣ ዙሪያችንን የነበሩ የመንግስት መስሪያ ቤቶች ልክ አስራ ሁለት ሰአት ላይ፣ ጥሩምባ ነፍተው ሰንደቅ ዓላማ የማውረድ ባህል ስለነበራቸው ነው።

ከአንድ ሰአት በፊት በሰላም እናቴን ያናገሩት እምዬ እንዳሉትም፣ ሚሃኤል ባመጣላቸው ፈረስ ጭኖ ወስዷቸዋል። ይህን ታሪክ ሌላ ሰው ቢነግረኝ አላምንም። አንድ ሰው ለሌላ ሰው "ቤትህን አዘጋጅ፣ መሞቴ ነው" ብሎ በአንድ ሰአት ውስጥ እተኛበት አልጋ ላይ መርዝ ሳይበላ ወይም ሌላ ራስ መግደያ ነገር ሳይጠቀም ሞቶ ሲገኝ እጅግ የሚደንቅ ነገር ነው።

በአንድ ወቅት፣ እናቴ ለአንደኛው ልጇ የልደት በአል ስትዘጋጅ በሌላ ልጇ ምጥ ተጠምዳ የልደት በአሉ ቀረ። መጋቢት 12 1955 ዓ.ም ደግሞ፣ ለሌላ ልጇ የልደት በአል ስትዘጋጅ አያቷ ሞቱ። የልደት በአሉ ተሰረዘ። "ህይወትና ሞት፣ ሞትና ህይወት" እንዲህ ተቀጣጥለው የሚጓዙ ነገሮች መሆናቸውን እኛም ህጻናቶቹ መማር ጀመርን። "ድንቁርና እና ዕውቀት፣ ሞትና ህይወት"[165] እንዲሉ ማለት ነው።

ከብዙ አመት በኋላ እናቴን፣

"ለምን ተመልሰሽ ሄደሽ አየሻቸው? ሲቃገቱ ነው ብለሽን አልነበረም ወይ?" ብዬ ጠየቅኋት።

"የከነከነኝ ነገር፣ እምዬ ቀኑ ሰኞ ይሁን አርብ አታውቅም። እንዴት አድርጋ ነው ሚካኤል ደጅ ቆሟል ማለት የቻለችው ? ቀኑ የቅዱስ ሚካኤል ቀን መሆኑን እንዴት አወቀች ? ብዬ ነው" አለችኝ።

---

[165] ዳኛቸው ወርቁ፣ እጅግ ድንቅ በሆነው "አደፍርስ" የሚል ርእስ በሰጠው መጽሃፉ እየደጋገመ የሚጠቀምበት ስንኝ፣

እውነቷን ነው። እኛን እንኳን ማን እንደሆንን የማያውቁበት እርጅና ውስጥ ገብተዋል። እናቴንም አያውቋትም። እንዴት የዛን ቀን ሁሉ ነገር እንደዛ ግልጽ ሆኖ ታያቸው? ድንቅ ነገር!

ለኔ አይነቱ፣ እምዬ የሚሉትን ነገር በሙሉ ለሚያምን ልጅ፣ "ሜሃኤል ፈረሴን ይዞ መጥቷል" ብለው ከተዓምር ልዩነት በሌለው መንገድ እምዬ ከሄዱ በኋላ፣ ሲነግሩኝ የነበረውን ነገር በሙሉ የበለጠ ማመን ጀመርኩ። እሳቸው ከሞቱ በኋላ ወደ ሳማ ሰንበት ገዳም የመግባቱ ስሜቴ የበለጠ አድጎ ያስጨንቀኛል። ህልሜ ሁሉ በገዳም ውስጥ ቅጠል እየበላሁ ክንፍ ማውጣት ነበር።

ግጥም የመጻፍ ልምድ ያዳበርኩት በዚህ ስሜት የተነሳ፣ ለሊት በእንቅልፌ የቋጠርኳትን አንድ ስንኝ እየተነሳሁ በመጻፍ ነው። የአስርና እና የአስራ አንድ አመት ልጅ ምን አውቆ ስለሰው ከንቱነት፣ "ሰው እራሱን ትልቅ አድርጎ የሚያይ ግን ትንሽ ፍጥረት ነው" የሚል ይዘት ያላቸው ጥቁር ግጥሞች የሚጽፈው? የህጻናት የስነ-አእምሮ ጠበብት እነዛን ገና አስራ ሁለት አመት ሳይሞላኝ፣ ስለሞት፣ ስለመፍረስ፣ ስለሰው ከንቱነትና መሰል ጉዳዮች የጻፍኳቸውን በርካታ ግጥሞች ቢመለከቱ በጣም የሚደነግጡ ይመስለኛል።

ከብዙ አመት በኋላ፣ አንድ ክረምት፣ ለኔ፣ ለማርቆስ ተድላና ለአንዷት ሚሚ አስታጥቄ ለምትባል ቆንጅዬ ልጅ ሰራተኛና ማህበራዊ ጉዳይ መስሪያ ቤት ስራ ተገኘልን። ሚሚና እኔ አስራ ሁለተኛ ክፍል ፈተና ተፈትነን ውጤታችንን እንጠብቃለን። ማርቆስ የመጀመሪያ አመት የዩኒቨርስቲ ተማሪ ነው። በዛን አመት መንግስትን ተቃውመው ትምህርት ካቆሙትና ዩንቨርስቲው ተዘግቶ ሲከፈት አንገባም ካሉት ተማሪዎች መሃል ነበር። ይህ የክረምት ስራ እንዴት እንደተገኘልን የራሴ ጥርጣሬ አለኝ። ዓላማው ስራ ፈትተን እንዳንበዝን ነው። የምንሰራው ብቻችንን በአንድ ክፍል ውስጥ ነበር። ብዙ ስራ ስላልነበረን ጊዜ ይተርፈናል።

ማርቆስ ሂሳብ ትምህርት በጣም ይወድ ስለነበር፣ በዛን ሰአትና በኋላም ዩኒቨርስቲ ከገባሁ በኋላ፣ ስሙን ካልሰማሁት "ቡሊየን አልጀብራ" ከሚባል የሂሳብ ዘር ጋር ሲታገል ነበር ጊዜውን የሚያጠፋው። እኔ ስራዬ እንደተለመደው ግጥም መጻፍ ነው። ሚሚ ልብ ወለድ መፅሃፍ ታነባለች። እኔ ግጥም እየጻፍኩ አነብላቸዋለሁ። ግጥሞቼ ያው ከልጅነቴ ጀምሮ የተቆራኘኝ ስለመከራ፣ ስለስቃይ፣ ስለጭቆና፣ ድህነት፣ ደምና መግል፣ ሞትና መፍረስ ብቻ የሚያወራ ነው። የኔ ግጥም፣ በድሎት ያደገች ለምትመስለው፣ የናዝሬት ት/ቤት ተማሪ ለነበረችው ለሚሚ ድብርት ሳይሰጣት አልቀረም። በዚህ የተነሳ አንድ ከሰአት በኋላ፣

"እስቲ ለየት ያለ ግጥም ጻፍ ዛሬ" አለችኝ።

“ስለምን ?” አልኳት

“ስለ ፍቅር”

“እሺ” ብዬ ወረቀት እና ብእሬን ይዤ ቁጭ አልኩ። በጥቂት ሰአታት ውስጥ ሁለትና ሶስት ገጽ ግጥም እዛው ጽፌ እዛው የማነብላቸው ሰውዬ፣ በአንድ የከሰአት በኋላ ስለፍቅር አራት መስመሮች መጻፍ አቃተኝ። ስራ ጨርሰን ወደ ቤታችን ስንሄድ፣ ማርቆስ “ያቺን የመሰለች ቆንጆዬ ልጅ ስለ ፍቅር ግጥም ጻፍ ብትልህ አንድ መስመር መጻፍ ያቃተህ፣ የማትረባ ፍጥረት ነህ !” ብሎ መቀለጃው አደረገኝ። ያ ከሰአት በኋላ፣ ስለ እኔ፣ ስለ ማንነቴና ስለ አስተዳደጌ ብዙ የተናገረው ነገር ነበር።

ምእራፍ 2.የሁለት አስተማሪዎች ልጆች ጣጣ

እንደ አዳሪ ትምህርት ቤት

በብዙ መልኩ የእኔ፣ የወንድምና የእህቶቼ አስተዳደግ የተወሳሰበና ብዙ ችግሮች ያለበት ይመስለኛል። የችግሮቹ መንስኤ ከወላጆቻችን ማንነት ጋር የተያያዘ ነው። አባቴም፣ እናቴም ከአባትና ከእናት፣ከእህትና ወንድሞች ጋር አላደጉም። ሁለቱም በታሪክ አጋጣሚ እውነተኛው፣ ባህላዊ የልጆች አስተዳደግ ምን እንደሚመስል በወጉ ሳያዩ ያደጉ ናቸው። ሁለቱም አስተማሪዎች መሆናቸው ደግሞ ሌላ ችግር ነው።

እንዴት እንደሚያሳድጉን ግራ የገባቸው የሚያስመስሉ፣ በየጊዜው የሚቀያየሩ የቤቱ ስርአቶች ነበሩ። አሁን ወደኋላ ተመልሼ ሳስበው ይገርመኛል። በአንድ ወቅት፣ ቤቱን አዳሪ ትምህርት ቤት አስመስለውት ነበር። ሰአት ተጠብቆ ሁሉም ልጅ ከእንቅልፉ ይነሳል፤ ሁሉም በተወሰነ ሰአት አንድ ላይ ቁጭ ብሎ ቁርሱን፣ ምሳውንና እራቱን ይበላል። በሆነ አጋጣሚ በሰአቱ ያልተገኘ የሚበላ ነገር አያገኝም። ክልክል ነው።

የፋሲካ ለሊት ካልሆነ በስተቀር፣ ምግብ ጠቅላላውን በትሪ ቀርቦ በጋራ አንበላም ነበር። በጋራ አለመብላቱ ቋሚ ባህል ሆኖ የቀጠለ ነው። ምግብ በራሽን ነው። ሁሉም የራሱ ሳህን፣ የራሱ ኩባያ ነበረው። የተወሰነ የምግብ መጠን ለሁሉም ይሰጣል። እንጀራውና ወጡ ልክ ነበረው። እንጀራ ያልሆኑ የማኮሮኒ፣ የፓስታና የሩዝ ምግቦች የተወሰኑ ጭልፋዎች ብቻ ነበር የሚሰጡት። ምግብ ማስተረፍ የተከለከለ ነው። አንሶኛል፣ ጨምሩልኝ ብሎ ነገር የለም። ምግቡን ጨርሶ ሳህኑን በጥፍሩ የሚፈቀፍቅ ልጅ እንኳን ቢኖር ጭማሪ አያገኝም።

እራት በአስራ ሁለት ሰአት፣ ገና ፀሃይ ሳትጠልቅ ይበላል። አስራ ሁለት ተኩል ጀምሮ ሁሉም የቤት ስራውንና ጥናቱን የሚያጠናበት ሰአት ነው። በዚህ ሰአት መነጋገር አይፈቀድም። ከምሽቱ ሁለት ሰአት ተኩል የጥናት ሰአት ያበቃል። በአምስት ደቂቃ ውስጥ ተጣጥቦ አልጋ ውስጥ መግባት ነው። አንዳንዴ ራሽኑ የጥርስ ሳሙናና የሽንት ቤት ወረቀትን ይጨምራል። እንደ ወታደር “የአንድ ወር ራሽን” ተብሎ በሰልፍ ቆመን እንቀበላለን። ሌሎች ነገሮችም በወር አንድ ጊዜ ይታደላሉ። ካልተሳሳትኩ በአንድ ወቅት ሁሉም ልጅ የወር የስኳር ድርሻው አስቀድሞ ይሰጠዋል።

ይህ ሥርዓት መጥበቅ የጀመረው፣ ወላጆቼ አዋሬ ቤት ገዝተው ከገቡ በኋላ ነው። የራሽኑን ነገር፣ የባንክ እዳ ክፍያ ያመጣው ሳይሆን አይቀርም። ምግብን በተመለከተ፣ በኪራይ

ቤቶች ውስጥ ስንኖር የነበረው ቅንጦት፣ በተለይም ቤት በገዙበት የመጀመሪያው አመት ጠፍቷል።

በኪራይ ቤቶች ስንኖር፣ እናቴ ሁላችንም እንድናየው፣ ከእሁድ እስከ እሁድ የምንበላውን የምግብ አይነት በወረቀት ጽፋ፣ እንደ ሆቴል ቤት ግርግዳ ላይ ትለጥፈዋለች። የሚገርም አሰራርና የምግብ ዝርዝር (ሜኑ) ነበር። እሱ ሁሉ ቀርቶ በድንገት እንጀራው ሳይቀር ገብስ ሆነ። ለነዚህ የኢኮኖሚ ውጥረት የነበረባቸው አመታት ሌላም ተጨማሪ ምክንያት ሳይኖራቸው አይቀርም።

ወላጆቼ ቤት የገዙት፣ የእናቴ የንግድ ሙከራዎች በኪሳራ እንደተጠናቀቁ ብዙም ሳንቆይ ነው። ከዛም የንግድ ኪሳራ ጋር ተያይዞ የመጣ እዳም ሳይኖርባቸው አልቀረም። ልጆች ከቁም ነገር ስለማንቆጠር ማብራሪያ የሰጠን የለም። ቢነግሩን ኖሮ በደስታ እኛም ቀበቷችንን እናጠብቃለን። “ምን ሆኖ ነው ይህን ጉሮሮ የሚኮሰኩስ እንጀራ የምንበላው?” ብለን አንነጫነጭም። በወቅቱ ወላጆቻችንንም ጨካኞች አድርገን አናያቸውም ነበር።

በዚህ ላይ ደግሞ፣ ለመጀመሪያ ጊዜ የዘመድ ልጆች ከእኛ ጋር መኖር የጀመሩት በዛን ወቅት ነው። የተጨናነቅነው በምግብ ብቻ ሳይሆን በመኝታ ክፍሎች እጥረት ጭምር ነበር። በዚህ የተነሳ ከፍ ያልነው ሶስት ደረጃ የተደራረቡ አልጋዎች ላይ እንተኛለን። እንዲህ አይነት ባለሶስት ፎቅ አልጋ ከእኛ ቤት ውጭ እስከዛሬ የትም ቦታ አይቼ አላውቅም። በአንደኛው ፎቅ አልጋ ላይ ከላይ የምተኛው እኔ ነበርኩ። ለጣራው ቅርብ ነው። ልጅ ብሆንም አልጋው ላይ መቆም አልችልም። ልጆች ስለነበርን ሶስት ፎቅ አልጋችን ያስደስተን እንጂ አያስከፋንም። ከላይ ብንወድቅ ግን መጎዳታችን አይቀርም።

ካሮትና ዱላ

በጽዳት በኩልም እንዲሁ እንደ አዳሪ ትምህርት ቤት ቁጥጥር ነበር። የእጃችን ጥፍር ትንሽም ብትሆን ማደግ የለባትም። ሽንት ቤት ገብቶ እጅ ሳይታጠቡ መውጣት ክልክል ነው። ለምግብ እጁን ታጥቦ የተዘጋጀ ልጅ ምንም ነገር፣ ጠረጴዛና ወንበርም ቢሆን መንካት አይችልም። ከነካ እንደገና ታጥቦ መምጣት አለበት። የጽዳቱ ህግና ደንብ ብዙ ነው። በየሳምንቱ እጃችንን እየዘረጋን፣ አባታችን የጥፍራችንን ርዝመት ይቆጣጠራል። ከዚህ ቁጥጥር አልፎ ጥፍሩ ረዝሞ የተገኘ ልጅ ምሳውን እየበላም ቢሆን መጨረስ አይፈቀድለትም። ከኩርኩም አልፎ፣ አንዳንዴ እስከ ሶስት ቀን የቁርስ መከልከል ቅጣት ይቀጣል።

ይህ ልጅን በምግብ የመቅጣት ባህል ከየት እንዳመጡት አላውቅም። ለተለያዩ ጥፋቶች እስከ ሳምንት የሚደርስ የቁርስ መከልከል ቅጣት የተለመደ ነው። የተማሩ ሰዎች ሆነው ለእድገታችን ብዙ ነገር እያደረጉ፣ ልጆችን በምግብ በመቅጣት በአካላዊና በመንፈሳዊ እድገታቸን ላይ የሚያሳድረውን ተፅዕኖ እንዴት ማየት እንደተሳናቸው አላውቅም። ለእድገታችሁ አስፈላጊ ነው እያሉ፣ በተመጣጠነ ምግብ ስም የማንወደውን አትክልትና ቅጠል ሳይቀር አስገድደው የሚያስበሉ ወላጆች በምግብ ሲቀጡን፣ የድርጊታቸው ተቃርኖ አይታያቸውም። ይህ የምግብ ቅጣት፣ በኔ በኩል የብዕርን ሃያልነት ለመጀመሪያ ጊዜ እንድገነዘብ ያደረገ ሁኔታ ፈጥሮልኛል።

የሰራሁትን ጥፋት አሁን አላስታውስም። የአንድ ሳምንት ቁርስ ተከልክዬ ነበር። ወደ አስራ ሁለት አመት ዕድሜ ላይ ነበርኩ። በዚህ ተናድጄ አንድ ገጽ ግጥም ጻፍኩ። ለእህቶቼና ለወንድሞቼ አነበብኩላቸው። ከልጆቹ አንዱ ለወላጆቼ "ግጥም ጽፏል" ብሎ ነገራቸው። ተጠራሁና

"የት አለ ግጥምህ ? አምጣና እስቲ አንብብልን" ተባልኩ።

ግጥሙ ቁርስ መከልከሌን ምክንያት በማድረግ የተጻፈ ነው። ስለዚህ ለነሱ ለማንበብ አስቸጋሪ ነበር። ትእዛዝ ስለሆነ አመጣሁና ማንበብ ጀመርኩ። ርእሱ ራሱ የሚያስቆጣቸው መስሎኛል።

"ልክ እንደ አርዩስ፣ የጭካኔ መንፈስ" የሚል ነው።

ወላጆቼ ቁጭ ብለው በጥሞና አዳመጡ። ከብዙ አመታት በኋላም፣ አንዳንዶቹን ስንኞች እህትና ወንድሞቼ ሳይቀሩ አልረሱትም። ቤታችን ውስጥ ከምንጃር የሚመጣው እህል የሚቀመጥበት አንድ ክፍል ነበር። እዚህ ክፍል ውስጥ እየገቡ እህሉን የሚበሉ አይጦች አሉ። እነዚህን አይጦችና የዘመኑን ዳንስ አቀላቅዬ የጻፍኩት ግጥም ነበር።

"እህሉ ከሚሆን የአይጥ መጫወቻ

ከሚደንሱበት ማሪንጌና ቻቻ . . ." የሚል ስንኝ አለበት።

ማሪንጌና ቻቻ፣ የዘመኑ የራሴ ወላጆች ሳይቀሩ የሚደንሱት ዳንስ ነው። ሙዚቃና ዳንስ የሚወዱ ሰዎች ነበሩ። አንዳንዴ ስራቸው ይገርማል። በአንድ ወቅት፣ ለዘመን መለወጫ ዳንስ ሲዘጋጁ፣ በዋዜማው ጊዜ አጥተው ምንም ነገር ለበአሉ ሳይገዙ ዋሉ። ሲደንሱ አድረው ተኝተው ስላረፈዱ፣ የጨነቃት የቤት ሰራተኛ፣ በቅዱስ ዮሃንስ እለት ሽሮ ስትሰራ፣ ሽቷቸው ሊሆን ይችላል፣ ከእንቅልፋቸው ነቅተው በግ ፍለጋ የሄዱበትን ቀን አስታውሳለሁ።

ከዚህ የኔ ግጥም ስንኝ ጋር አያይዤ “ልጃቸው ቢበላው ምን ጉዳት አለበት?” የሚል ጥያቄ ጠይቄ፣ ግጥሙን የደመደምኩት በርእሱ ነበር። “ልክ እንደ አርዬስ፣ የጭካኔ መንፈስ” ብዬ። ሁሉንም ግጥሞቼን በርእሳቸው መዝጋት አንዱ የኔ ግጥሞቼ መለያ ነው።

ወላጆቼ ምን ያደርጉኝ ይሆን ብዬ በፍርሃት እጠብቃለሁ። አባቴ ግን “ከነገ ጀምሮ ቁርሱን እንዳትከለክሉት” አለ። መመሪያው በእናቴ በኩል አድርጎ ለሰራተኛዋ ይደርሳታል። የሳምንቱ ቅጣት በሁለት ቀን ተሻረልኝ። በጣም ተደሰትኩ። ከዛ በኋላም በምግብ የተቀጣ ልጅ ቤታችን አልነበረም። የብእርን ሃያልነት ተማርኩ ያልኩትም፣ ግጥሙ ቁርሴን እንዳስፈቀደልኝ፣ የምግብ ቅጣቱንም እንዳስቀመው በማመኔ ነው። “ብዕር ጉልበት አለው” በሚል ዕምነት ይሄው እስከዛሬ እንደጻፍኩ አለሁ።

እንዲህ ቁጭ ብለው ትችት በግጥም የሚሰሙ ወላጆቼ፣ አንዳንዴ ሲነሳባቸው የሚገርፉን ግርፋት በብዙ ቤቶች ያልተለመደ ነው። በስነስርአቱ እጅና እግራችን ታስሮ ነበር የምንገረፈው። በደርግ ጊዜ ታስሮ ብዙ የግርፋት ሰቆቃ የደረሰበት ታናሽ ወንድሜ ብዙነህ በስተርጅና የዱላውን ነገር በቀልድ መልኩ ሲያቀርበው፣

“በልጅነቴ አባቴ ለምን እንደሚገርፈኝ ሚስጥሩ የገባኝ ደርግ ወፌ ላላ አስሮ ሲገርፈኝ ነው። ለካ ወደፊት የሚመጣው ታይቶት የደርግን ግርፋት መቋቋም እንድችል ትሬኒንግ (ስልጠና) እየሰጠኝ ነበር። አባቴ ባያለማምደኝ ኖሮ፣ በደርግ ግርፋት ሚስጥር አውጥቼ ብዙ ጓደኞቼን አስፈጅ ነበር” ይላል።

እነዚህ ወላጆቻችን እንዴት እንደሚያሳድጉን ግራ ገብቷቸው ነበር የምለው ያለምክንያት አይደለም። ዱላው የማያዋጣ ሲመስላቸው ደግሞ ወደ ካሮቱ ይመለሳሉ። የተወሰኑ ጊዜያት በጠባዩ ጥሩ ውጤት ላሳየ ልጅ በወር ሽልማት መስጠት ጀምረው ነበር። ሽልማቱ ልብስ፣ ጫማና ሌላም አሸናፊው የሚጠይቃቸው ትንንሽ ነገሮችም ይታከሉበታል።

ይህ ከዱላ ወደ ካሮት የሚዞር ሥርዓት የራሱ በጎ ጎኖች እንዳሉት ሁሉ መጥፎ ጎኖች ነበሩት። መጥፎ ጎኑ፣ ቤቱን የፖሊስ ቤት ማድረጉ ነው። በየቀኑ ማታ ማታ እናቴ ለልብስ ስፌት ዲዛይን መስሪያ የገዛችውን ትልቅ ደብተርና እስክሪብቶዋን ይዛ ትሰየማለች። መዝገቡ ውስጥ እያንዳንዱ ልጅ በስሙ የተዘጋጀ የራሱ ገጾች አሉት። ተራ በተራ እናታችን ፊት ቀን ያጠፋነው ነገር ካለ እንናዘዛለን።

ጥፋት ማለት ሰው መገላመጥ፣ መሳደብ፣ መማታት፣ መዋሸት፣ ያልተፈቀደ ነገር መስራት፣ ከጥናት ከአመጋገብ፣ ከንጽህና ጋር የተያያዙ ደንቦችን መጣስ፣ ከግቢ ውጭ

መውጣትና ሌሎችም ነገሮችን የሚያካትት ነው። አንዳንዴ ጥፋት በሚባለው ነገርና ባልሆነው ነገር መሃከል ልዩነቱ ሁሉ ይጠፋል። ቁልጭ ያሉ የጥፋት አይነቶች ተዘርዝረው አይሰጡንም። የወንጀለኛ መቅጫ አይነት ድንጋጌዎች አልነበሩንም። በዚህ የተነሳ ስርአቱ ራሱ ለጥፋት የተጋለጠ ነበር። አንድ ቀን ለአንዱ ጥፋት ተብሎ የተመዘገበ ነገር፣ በሌላ ቀን ሌላው ሲፈጽመው "ጥፋት አይደለም" እየተባለ፣ ህጻናቶቹ ትልቅ የበደል ስሜት እንዲሰማቸው ይደረጋሉ።

አንድ ልጅ የራሱን ጥፋት ተናዝዞ እንደጨረሰ፣ ሌሎቻችን እሱ ወይም እሷ በተናገረችው ላይ የምንጨምረው ጥፋቶች ካሉ እንድንናገር እድሉ ይሰጠናል።[166] ሁላችንም በዚህ መንገድ ተራ በተራ ወንጀላችን ይመዘገባል። ጥፋቶች ተራ ቁጥር እየተሰጣቸው ይመዘገባሉ። ወር ሲሞላ የጥፋት መዝገቡ ይታይና አነስተኛ የጥፋቶች ቁጥር ያለው ልጅ ሽልማት ያገኛል። ይህ አሰራር ከዱላ የተሻለ ነበር። ቢሆንም ልጆች እርስ በርሳቸው እንዲሳለሉና እንዲያሳብቁ የሚያደርግ መጥፎ ገጽታ አለው።

ቤቱን "የፖሊስ ቤት" አስመስሎታል። ትንሽ ከፍ ስል "የምስራቅ ጀርመንና የሩማኒያ ህዝብ ሃሳብን በሚቆጣጠሩ አፋኝ "የፖሊስ መንግስት" ስር ይኖራሉ" ሲባል ስሰማ፣ ምን ማለት እንደሆን ለመረዳት ችግር አልገጠመኝም። የኛ የፖሊስ ቤት፣ የፖሊስ መንግስት ምን ሊመስል እንደሚችል ፍንጭ ሰጥቶኛል። በቤታችን ምንም አይነት ነገር "በስድብ ወይም በቁጣ ወይም በሌላ መልኩ ሊተረጎምና ሪፖርት ሊደረግብኝ ይችላል" በሚል ስጋት፣ አንድ ቃል ሳንተነፍስ የምንውልባቸውን ሁኔታዎች ፈጥሯል። "ተናግረው ያናግሩኛል" በሚል ስጋት በጋራ ጨዋታ መጫወት እስከማቆም የምንደርስበት ጊዜ ነበር።

---

[166] ከብዙ ዘመን በኋላ የኢትዮጵያ የግራ የፖለቲካ ድርጅቶች ውስጥ "ግምገማ" ተብሎ በስራ የዋለው ይህ አሰራር ነው። ከእኛ ቤት ወደ ፖለቲካ ድርጅቶቹ እንዳልተሰራጨ እርግጠኛ ነኝ። በልጅነቴ የግምገማ ስልጠና ስለተሰጠኝ ነው መሰለኝ በፖለቲካ ድርጅቶች ህይወቴ ምንም ነገር ሳልደብቅና ሳልግደረደር ሁሉን የራሴን ጥፋት ከነምክንያቱ ዘርዝሮ በማስቀመጥ ተወዳዳሪ አልነበረኝም። የሰውን ጥፋት በድፍረት የመናገሩ ልምድ ከዛው የመጣ ሊሆን ይችላል። በተለይ በኢህአዴግ ውስጥ የታችኛው ታጋይ የላይኛውን አመራራ የመገምገም ባህል በነበረበት ድርጅት ውስጥ እኔ ሁሉን ነገር አስቀድሜ ዘርግፌ በመናገር በታችኛው አባላት በኩል በግምገማ ጊዜ የማይጠፉብኝ ሰው ነበርኩ። ከታች ያለው ታጋይ ሌላውን አመራር "ለምን እንደሱ ዘርዝራችሁ ጥፋታችሁን አትነግሩንም ?" እንዲል ምሳሌ እየሆንኩ ችግር እፈጥር ነበር። የቤታችን የልጅነት ግምገማ በኢህአፓም ይሁን በኢህአዴግ ውስጥ ከገጠሙኝ ግምገማዎች ሃይለኛ ነበር። በደንብ በማስገምገም ጥቅም የሚያገኙ ወንድምና እህቶቼ አንዳንድ ካድሬ እንደሚያደርገው በይሉኝታ ወይም በአድርባይነት የሚያልፉት ነገር አልነበረም። እንኳን የተደረገን የታሰበን ሳይቀር ለእናታችን ሁላችንም እንናገር ነበር።

ተማር ልጄ

የአስተማሪ ልጅ መሆን ጣጣ ነው ያልኩት ያለ ምክንያት አይደለም። የትምህርት ቤቱና የቤታችን ህይወት ልዩነት አልነበረውም። በተለይ ሁለቱም አስተማሪዎች የነበሩ በመሆናቸው፣ የኛ ቤት ከአባቴ ጓደኞች ቤት የተለየ እንዲሆን አድርጎታል። በሌሎች ቤቶች እናቶች ልጆቻቸውን በቤት ስራ፣ በጥናት፣ በጽዳትና በመሳሰሉት አይቆጣጠሯቸውም ነበር። አባቶቻቸው ከሌሉ ነጻነት ነበራቸው። እኛ ግን አባታችንም ባይኖር እናታችን በተመሳሳይ መንገድ ስለምትቆጣጠረን ከቁጥጥር ነፃ የሆነ ጊዜ አልነበረንም።

ወላጆቻችን ከሚገባው በላይ ለትምህርታችን ይጨነቃሉ። የትምህርትን ጥቅም የተረዱ በመሆናቸው፣ ልጆቹ ሁሉ በከፍተኛ ደረጃ እንዲማሩ ትልቅ ፍላጎት ነበራቸው። ለትምህርታችን በጊዜያቸው፣ በገንዘባቸውና በስሜታቸው ኢንቨስት ያደረጉት በጣም ብዙ ነው።

እናቴ ከነጮቹ ጋር ስታስተምር ያየቻቸው የህጻናት መጫወቻና ማስተማሪያ ቁሳቁሶችን ዘዴዎች ሁሉ በቤታችን ተሞክረዋል። የእጅ ጽህፈታችን እንዲያምር፣ ንባብ እንድንወድ፣ ከዛች ደሞዛቸው ላይ እየቀነሱ የሚገዟቸው ቁሳቁሶች ወጭ ቀላል አልነበረም።

የአባቴ የወር ደሞዝ ሶስት መቶ አርባ ሰባት ብር በነበረበት ወቅት፣ በክረምት ት/ቤት ተዘግቶ ለማነባቸው የእንግሊዝኛ ልብወለድ መጽሃፎች፣ በአንድ ጊዜ ሜሞ መፅሃፍት ቤት 50 ብር የከፈለበትን እለት አስታውሰዋለሁ። የደሞዙን አንድ ሰባተኛ ለልብ ወለድ መጽሃፎች የሚያወጣ አባት በዛን ዘመን በከተማው ለመኖሩ እጠራጠራለሁ።

ወላጆቻችን ከኛ ሳይለዩ፣ አጠገባችን ቁጭ ብለው የቤት ስራ በማሰራት፣ ትምህርት ቤት ሲዘጋ ራሳቸው ያዘጋጁትን የቤት ስራዎች መስራታችንን ለመቆጣጠር ያጠፉት ጊዜ በጣም ብዙ ነው። አስራ ስምንት አመት ሞልቶኝ፣ ቤቴን ለቅቄ ዩኒቨርስቲ እስከገባ ድረስ፣ አባቴ ከእናቴ ጋር ሰው ሊጠይቁ ወይም ለሌላ ጉዳይ አብረው ሄደው ካመሿቸው ምሽቶች ውጭ፣ ለብቻው ተለይቶ አምሽቶ የመጣበትን ቀን አላስታውስም። ከመስሪያ ቤቱ ቤታችን በመኪና ለመድረስ የሚፈጅበት አምስት ደቂቃ ብቻ ነው። አስራ ሁለት ሰአት ከአምስት ደቂቃ ቤቱ ይደርሳል። ልብሱን ቀያይሮ፣ ፒጃማውን በጊዜ ለብሶ ለማስጠናት ይቀመጣል።

ወላጆቻችን ያልገባቸው ነገር፣ ልጆች በተለይ ህጻናትን በማስገደድና በመቆጣጠር እነሱ የሚፈልጉትን ነገር እንዲያደርጉ ማድረግ የማይቻል መሆኑን ነው። ልጆች ጫና ሲበዛባቸው ወላጆቻቸው ከሚፈልጉት በተቃራኒው የሚሄዱ ናቸው።

ወላጆቻችን "በትምህርታቸው ደከመዋል" ብለው ከፍተኛ ድጋፍ የሰጧቸውና ቁጥጥር ያደረጉባቸው ልጆች በሙሉ የትምህርት ውጤታቸው ከሁሉም የባሰ ዝቅተኛ እየሆነ ተቸግረው ነበር። "ጎበዞች ናቸው፣ በራሳቸው ማጥናት ይችላሉ" ብለው የተውን የትምህርት ውጤታችን ጥሩ ሲሆን ያያሉ። ሽልማት በሰጡን ቁጥር የተሻልን ተማሪዎች ሆነናል። "አጥኑ" እያሉ የሚመቷቸው ልጆች የበለጠ የትምህርት ችግር ያለባቸው ሆነዋል።

ወላጆቻችን በልጆቹ መሃከል ይህ ልዩነት እንዴት መፈጠር እንደቻለ ሊገባቸው አልቻለም። እነሱ ለትምህርታችን ካሳዩት ትልቅ ጥረትና ጉጉት ጋር ሲነጻጸር፣ በተለይ አባቴ፣ የህይወቱ ሃዘን አብዛኛዎቹ ወንድምና እህቶቼ በመጀመሪያ ዲግሪ ደረጃ እንኳን አለመማራቸው እንደሆነ እርግጠኛ ነኝ።ይህ ካልሆነም፣ አመለካከቱን የቀየረው አብዮቱ መሆን አለበት። የወላጆች ምኞት ሁሉ ነገር ቀርቶ ልጆቻቸው በሕይወት እንዲተርፉላቸው ስለነበር፣ የትምህርቱን ነገር ችላ እንዲለው አባቴን ያደረገው አብዮቱ ይሆናል።

እንዴት እንደ እንሰሳ?

ሌላው ቤታችን ለየት የሚያደርገው ይህም ከወላጆቼ አስተዳደግ ጋር የተያያዘ ሳይሆን አይቀርም ማህበራዊ ስነሥርዓት በወጉ አላስተማሩንም። "ታናናሾች ታላላቆቻቸውን ያክብሩ" የሚለው ጥብቅ ማህበራዊ ባህል እዛ ቤት ፈጽሞ አልነበረም። ህጻናቱ በሙሉ የቤቱን ሶፋና ወንበር ይዞ ቴሌቪዥን እያዩ፣ አባቴ ሲገባ "ኖር" ማለት ቀርቶ ቶሎ ብሎ መቀመጫ የሚለቅለት ልጅ አይገኝም። ለእናቴም ቢሆን እንደዛው ነው። አባቴ የቆመበት ቦታ የተቀመጠው ልጅ በመከራ ይነሳና ቦታ ይሰጠው ነበር። በዚህ ጉዳይ አንድም ቀን ሲቆጡ አይቻቸው አላውቅም። ወይም ቁጭ አድርገው "እንዲህ አይነት ባህል" አለን ብለው ሊያስተምሩን አልሞከሩም።

ሌላው "እንደምን ዋላችሁ፣ እንደምን አደራችሁ" የሚባል ነገር ሳናውቅ ማደጋችን ነው። ካደግን በኋላ ሰዎች "እንዴት ነው የናንተ ቤት ልጆች፣ ዝም ብሎ እንደ እንስሳ መቀላቀል ነው እንዴ፣ አንድን ሰው ከአመት በኋላም ስታገኙ ?" ይሉናል።

ልምድ ከማጣት የተነሳ ትልቅ ከሆንኩ በኋላ እንኳን፣ የወለደች ሴት ለመጠየቅ ሄጄ "እንኳን ማሪያም ማረችሽ" ለማለት፣ ሃዘን ቤት ሄጄ "እግዜር ያጽናዎት"፣ ደስታ ያለበት ቤት ሄጄ "እንኳን ደስ አላችሁ" የሚሉ ቃላት ፈጽሞ ሊወጡኝ አይችሉም። ይህን ማለት እንደማልችል በደንብ ለሚያውቁ ሰዎች ትልቅ መዝናኛቸው ነበርኩ። እኔ ግራ ሲገባኝና ሲጨንቀኝ እነሱ ይስቃሉ።

በዚህ ማህበራዊ የመግባባያ ክህሎት ማነስ የተነሳ፣ ዘመድና ጓደኛ መጠየቅ አልወድም። ወንድማማቾቹና እህትማማቾቹ ስንገናኝ፣ ሰላም ከመባባልና ከመጨባባጥ ሌላ "መሳሳም" ብሎ ነገር አናውቅም። ስንት አመት ሙሉ ያላየኋትን እህቴን ወይ ወንድሜን፣ ኤርፖርት ልቀበል ሄጄ ተጨባብጠን እያወራን ስንሄድ የሚያዩ ጓደኞቻችን፣ "ጉድ ነው !" እንዳሉን ነው የኖርነው።

የአስተዳደግና የግል ባህሪዬ ተደምሮ፣ አስራዎቹ ዕድሜ ውስጥ ስገባ በጣም ከማውቃቸው ሰዎች በስተቀር "የውጭ ሰው ቀና" ብዬ ማየት የማልችል፣ በጣም አይን አፋር ወጣት ሆኜ ነበር። በጣም አቀርቅሬ ስለሚሄድ፣ የሰፈሩ ወላጆች እንደ በጎ ነገር ወስደው፣ "እንደ ወይዘሮ አልታዬ ልጅ፣ አንገቱን ደፍቶ እንደሚሄደው፣ ሰው ቀና ብሎ እንደማያየው" እየተባለ ሞዴል ተደርጌ ተወስጃለሁ። እነዚህ የመንደራችን ሰዎች ያልገባቸው፣ አንገቴን ያስደፋኝ ጨዋነት ሳይሆን ፍራቻ እንደነበር ነው።

ስንት ትከፍሉኛላችሁ?

በቤታችን በጣም የሚገርመው ነገር፣ ስራ አሰርተው ገንዘብ የመክፈል ባህል የነበራቸው መሆኑ ነው። ትንሽ ከፍ ካልን በኋላ፣ ከውጭ ሰው ተጠርቶ ገንዝብ ተከፍሎት የሚሰራውን ማንኛውንም አይነት ስራ፣ ከእናታችን ጋር አስቀድመን በገንዘብ ተዋውለን መስራት የተለመደ ነው። እንጨት መፍለጥ፣ ዕቃ ተሸክሞ አንድ ቦታ መውሰድ፣ ወፍጮ ቤት እህል ወስዶ ማስፈጨት የመሳሰሉ ስራዎችን እኔና ወንድሞቼ ተጋግዘን በመስራት ክፍያ እንቀበላለን።

አንዳንዴ ትምህርት ቤት ክረምት ላይ ሲዘጋና የቤት ሰራተኛችን ተጣልታ ወይም በሌላ ጉዳይ ከሄደች፣ ወንድሞቼ ሌላ ሰራተኛ እንዲቀጠር አያደርጉም። ወንዶቹ ይህን ማድረግ የጀመሩት በዕድሜ ተለቅ ያሉ እህቶቼ ካገር ከወጡ በኋላ ነው። አንደኛው ወንድሜ አንድ ክረምት በሙሉ ምግባችንን ሰርቶ፣ ቤቱን አጽድቶና አልጋ አንጥፎ የሰራተኛዋን ደሞዝ መቀበሉን አስታውሳለሁ።

እንደ ጎረቤቶቻችን ቤቶች፣ እኛ ቤት ለልጆችና ለወላጆች ተብሎ ተለይቶ የሚሰራ ምግብ ኖሮ አያውቅም። ወንድሜ የሚሰራው ምግብ ወላጆቼ ጭምር የሚበሉትን ምግብ ነው። ቆሞ በቀልድ መልኩ እያዝናናን "ምን ጎደለ ? " እያለ ተጨማሪ ወጥና እንጀራ የሚያስፈልግ ከሆነ እየጨመረ፣ ሁላችን አብልቶ፣ ጠረጴዛ ጠርጎ፣ ሳህን አጥቦ፣ እዛው ወጥ ቤት ውስጥ እንደ ሰራተኛ ቁጭ ብሎ ይመገባል።

በዛን ጊዜ ኑሯችን የተሻሻለበት ዘመን ስለነበር፣ ወንድሜ መስራት የነበረበት ምግብ አንድ አይነት ብቻ አልነበረም። የሆነ ነገር አንበጫብጮ ማቅረብ አይደለም። አንድም ቀን አንዳችን፣ ወላጆቼን ጨምሮ፣ "ይህ ጎድሎታል" ተብሎ የተነቀፈበት ምግብ ሰርቶ አያውቅም። ሁሉንም በሚገርም ጣእም ይሰራዋል። ወጥ ቤቱ ዘመናዊ መሆኑ ወንዶቹን በምግብ መስራት ያደፋፈረ መሆኑ መታወቅ አለበት። አንዳንዶቹ ወንድሞቼ ቤት ውስጥ ኬክ ጋግረው ለወላጆቼ ይሸጣሉ። ለኛም እንዲገዙልን ያስደርጓቸዋል። ወንዶቹ ሳንቀር፣ እናቴን እያየን የወረስነው ሙያ የምለው ይህንን ነው።

ስራ የምንሰራው በገንዘብም ቢሆን፣ ማንኛውንም አይነት ስራ እንዳንንቅ ትምህርት አግኝተንበታል። በተለይ በጉልበታቸው ሰርተው የሚያድሩ ሰዎችን እንድናከብር፣ "ፍትሃዊ የሆነ የላባቸውን ዋጋ ሊከፈላቸው ይገባል" የሚል ዕምነት እንዲኖረን አስችሎናል።

ምእራፍ 3.የእናቶች ሁሉ እናት

በአለም ላይ"የምናምን ሁሉ እናት" የሚል አገላለጽ የተጀመረው በኢራቁ አምባገነን፣ በሳዳም ሁሴን ነው። ሳዳም፣ ከአሜሪካን መንግስት ጋር የሚያደርገውን ጦርነት፣ "የጦርነቶች ሁሉ እናት" (the mother of all wars) ይሆናል" ብሎ ከተናገረ በኋላ ነበር፣ አረብኛው ወደ እንግሊዝኛ ተተርጉሞ አባባሉ በአለም ላይ የተስፋፋው። ከዛ በኋላ፣ አገላለጹ ከጦርነት ውጭ ለሌሎች ነገሮች መግለጫ ሆኗል። "የቀልዶች ሁሉ እናት" (the mother of all jokes)፣ "የሌቦች ሁሉ እናት" (the mother of all thieves) እየተባለ በስራ ላይ ውሏል።

ለዚህ አይነቱ አገላለጽ፣ ክሬዲቱን ለሳዳም ሁሴን መስጠቱን ግን አልስማማበትም። ሳዳም ከአሜሪካኖች ጋር ወዳጅ በነበረበትና በአሜሪካኖች መሳሪያ ኢራንን በሚያነድበት ዘመን፣ ይህን አገላለጽ እኔ አስቀድሜ ተጠቅሜበታለሁ። የጥንት ማስታወሻ ደብተሬ እንደሚያሳየው እናቴን "የእናቶች ሁሉ እናት" በሚል አገላላጽ የገለጽኳት ከመጀመሪያው የጎልፍ ጦርነት በፊት ነው።

የእናቴ ነገር ምን እንደሆነ አይገባኝም። ሰው አትጠግብም። ብቻዋን ያለእናት፣ ያለእህትና ወንድም በማደጓ ዕድሜዋን በሙሉ ልትሞላው ያልቻለችው የሰው ረሃብ ያለባት ይመስለኛል። እሷ ሰዎችን ለማቅረብ ያላት ፍላጎት ብቻ አይደለም የሚያስገርመኝ። ከምትቀርባቸው ሰዎች የምታገኘው ፍቅር ራሱ የሚደንቅ ነው።

በልጅነቴ፣ እናቴ ከማህጸን በሽታ ጋር ተያይዞ፣ የተወሰኑ አመታት በጣም መታመም ጀምራ ነበር። በዛን ጊዜ "ብትሞትስ?" እያልኩ ብዙ ተጨንቄአለሁ። እኔ ብቻ ሳልሆን ሁላችንም፣ አባታችንን ጨምሮ እንጨነቃለን።

አባቴ በስተርጅና፣ ያን ጭንቀቱን የረሳው የሚመስል ነገር በመናገሩ "እሷ ሃኪም ቤት ስትገባ ጢሙን መላጨት እንደሚያቆም፣ እህል እንደማይበላ፣ ከኦፐራሲዮን ክፍል እስክትወጣ ለሰአታት ኦፐራሲዮን ክፍሉ በራፍ ላይ እንደ አቡነ ተክለሃይማኖት በአንድ እግሩ ይቆም እንደነበር" አስታውሼ ወደ እውነተኛው የትውስታ ሃዲድ መልሼዋለሁ። ሰዎች መቃቃር ሲጀምሩ፣ ትውስታቸውና ትኩረታቸው ገበቴ ከሚሞላው በጎና ጥሩ ነገር ይልቅ ጭልፋ ወደማይሞላው ክፉና መጥፎ ነገር ይዞራል። እናቴን በተመለከተ አባቴ ፈጽሞት የነበረው ስህተት ይህ ነበር። እንዳልኩት ረጅም ደብዳቤዬን አንብቦ ወደ እውነተኛው የትውስታ ሃዲድ ተመልሷል።

እኔ ግን የምጨነቀው እናቴ ልትሞት ትችላለች ብቻ ብዬ አልነበረም። በዛው ልክ ስትሞት ሊቀብራት የሚመጣውን ሰው ብዛትና ምን እንደምናደርገው ያስጨንቀኝ ነበር። ግማሹን የከተማውን ሰው የምታውቀውና ግማሹ ህዝብም የሚያውቃት ነበር የሚመስለኝ። አንዴ ከአንድ ሰው ጋር ከተዋወቀች የዕድሜ ልክ ጓደኛ ሆነች ማለት ነው። የምታውቃቸው ሰዎች ከላይ ከንጉሱ ቤተሰቦች አንስታ እስከ የኔ ቢጤው ድረስ ይወርዳል።

ሲጀምር የትምህርት ቤት ጓደኞቿና የክፍሏ ልጆች በሙሉ የዕድሜ ልክ ጓደኞቿ ሆነዋል። በአስተማሪነት ካገኘቻቸው ባልደረቦቿ ጋር ሴት ልጆቻቸውን ክርስትና ያላነሳችላቸው የሉም ማለት ይቻላል። ከዛ ቀጥሎ ተማሪዎቿ ይመጣሉ። ወንዱም ሴቱም ጓደኞቿ ሆነዋል። የመጀመሪያ የማስተማር ስራዋ ወሊሶ ነው። አንድ አመት ብቻ ነው ያስተማረችው። ጥላሁን ገሰሰ ተማሪዋ ነበር። እንዴት ሆኖ በዛን ዘመን፣ ለአጭር ጊዜ የተዋወቁ አስተማሪና ተማሪ የዕድሜ ልክ ጓደኛሞች መሆን እንደቻሉ ይገርማል። ጥላሁን እናቴን "እትዬ" እያለ ነበር የሚጠራት።

ጥላሁን በሁለት ክፍል ጭቃ ቤት ውስጥ፣ መሬቱን ሳጠራ አንጥፎ፣ በክብር ዘበኛ የወታደር ደሞዝ፣ ከዛች ቆንጆ ሚስቱ ጋር በችግር ሲኖር፣ እናቴ ትጠይቃቸው ነበር። ልጅ መውለድ ሲጀምሩ የአራስ ጥሪ ይዛ ሄዳለች። ጥላሁን ተጋብዞ ቤታችን በተደጋጋሚ መጥቷል።

በሪሁን ለሚባለው ወንድሜ የአንደኛ አመት የልደት በአል ላይ ጥላሁን ተጋብዞ መጥቷል። ጊታሩን ይዞ፣ ተዘራ ሃይለሚካኤልም አብሮት ነበር። በዛ ምሽት በተዘራ ጊታር ታጅቦ፣ ጥላሁን ሶፋ ላይ ከሰው መሃል ተቀምጦ፣ አስር የተለያዩ ዘፈኖችን ዘፍኗል።

ቀኑ የስራ ቀን ነበር። ጥላሁን፣ የአባቴን ጓደኞች "ዘፈን ምረጡ" እያለ እያስመረጠ ነበር የሚዘፍነው። አቶ ወርቁ ደምሴ፣ "እኔ ልሁን እንጂ የማልጠቅም እርካሽ፣ ምንም ጊዜም ቢሆን አንቺን ከፉ አይንካሽ" የሚለውን ዘፈን እንደመረጡ አስታውሳለሁ። እጅግ ደግና ቆንጆ ባለቤታቸውም፣ ወ/ሮ ዘውዲቱ መሸሻ እዛው ነበረች።[167]ከብዙ አመታት በኋላ እንደሰማሁት ያ

---

[167]ከነዶክተር ታየ ወልደሰማያት ጋር በተያያዘ "መሳሪያ ቤትሽ አስቀምጠሻል" ተብላ ለሶስት ወር በኢህአዴግ ታስራለች። በ1990ዓ.ም ፈልጌ አግኝቻት ነበር።ኢህአዴግ ሲገባ አርሲ ውስጥ ኦሮሞች በአማራዎች ላይ ባደረሱት ጥቃት ወላጅ አልባ የሆኑ የአማራ ህጻናትን ሰብስባ ከበላይ ዘለቀ ጎዳና ወጣ ባለ ቦታ ላይ ታሳድግ ነበር። ልጆች ሆነን አራት እናቶች ነበሩን ብያለሁ። ከእናታችን ውጭ ከነበሩት ሶስቱ እናቶቻችን አንዷ እሷ ነበረች። እንደእናት ትንከባከበን ነበር። ስናጠፋም የምትቀጣን እንደ ልጆቿ ነው።

የዘፈን ምርጫቸው "ከሚስታቸው ውጭ ከሌላ ሴት ጋር በነበራቸው ግንኙነት ተጸጽተው የመረጡት ነው" ይባላል።

ለኛ ለልጆች፣ ያ ምሽት ከማንኛውም ፀፀት የጸዳ ነው። ለአንዳንዶቻችን፣ ያ ምሽት ከጥላሁን ድምጽ፣ ከልደት ኬኩና ከለስላሳው መጠጥ ጋር ተደምሮ፣ በዚች ምድር ካሉን ጥቂት ወርቃማ ትውስታዎቻችን መሃል ትልቁ ሆኖ ቀርቷል። ጥላሁን ያኔ ወጣት ነበር።

የእናቴ ሴት ተማሪዎቿ በሙሉ ጓደኞቿ ሆነዋል። ከሷ የተማሩት "በህይወታቸው ብዙ የጠቀማቸው ሙያዎች እንዳሉ" የሚናገሩ ብዙ ናቸው። እየለመኗት፣ የስንቶቹን ሰርግ ደግሳለች፤ የስንቶቹንስ ችግር አቃላለች!

በዚያ ዘመን፣ እንኳን ከትዳር በፊት ማርገዝ፣ ድንግልናን ማስወሰድ ትልቅ ውርደት ነው። ከወንድ ጋር ቆሞ መታየት የሚያሳፍር ነበር። ፍቅር እየተያዩና እየተገናኙ የሚወጡት ነገር አልነበረም። በከፍተኛ ሚስጥርና በከፍተኛ ድካም የተጻፉ የግጥም ደብዳቤዎችን በከፍተኛ ጥንቃቄ በመቀያየር ብቻ የሚገለጽ ነው።

አልፎ አልፎ ሴት ተማሪዎቿ በአንድ አጋጣሚ ችግር ላይ ሲወድቁ፣ ከእናቴ ውጭ ማንም የሚያማክሩት አልነበራቸው። የሚያምኗትም፣ የሚደፍሯትም እሷን ነው። የሚያለቅሱትም እሷ ላይ ነው። ሰው ችግሩን፣ ሚስጥሩን እንዲነግራት የሚያደርግ ነገር ነበራት። ለመቆጣት፣ ለመፍረድ ወይም ለመኮነን እንደማትቸኩል ስለሚያውቁ ይመስለኛል።

ልጃገረዶቹ በእርግዝና የተነሳ ችግር ላይ ከወደቁ፣ የነበራቸው ምርጫ ራሳቸውን በስቅላት ወይም በመርዝ መግደል አሊያም በየመንደሩ ባሉ የባህል ጽንስ አስወራጆች እጅ መሞት ብቻ ነው። እርግዝናው ገና ከሆነ፣ እናቴ የምታውቃቸውንና የማይጨክኑባትን ሃኪም ጓደኞቿን እያነጋገረች፣ ጽንስ ማስወረድ ወንጀል በነበረበት ሰአት የስንቱን ወጣት ልጃገረድ ህይወት አትርፋለች። ለማስወረድ ጊዜው ያለፈበት ከሆነ፣ በገንዘቧ አንዲት ክፍል ተከራይታ፣ ወጣቶቹ ሴቶች ልጃቸውን በድብቅ ወልደው የራሳቸውን ውሳኔ እንዲወስኑ ታደርጋለች። በዚህ መንገድ ወልደው ያሳደጉና ለጉዲፈቻ የሰጡ እኔ ራሴ የማውቃቸው ወጣት ሴቶች ነበሩ።

ደብረብርሃን የማህበራዊ እድገት ተቋም ውስጥ ስታስተምራቸው የነበሩት ሴቶች ትልልቆች ናቸው። ትዳርና ስራ ያላቸውና የሌላቸውም ነበሩበት። አንዳንዶቹ በዕድሜ ከሷ እኩልና የሚበልጡም ነበሩበት። ወደ አዲስ አበባ ከመጣን በኋላም፣ በልዑል መኮንን ት/ቤት የምታስተምረው ከፍተኛ ሁለተኛ ደረጃ ትምህርት የሚማሩ ልጃገረዶችን ነበር። በዛን ጊዜ የሁለተኛ ደረጃ ሴት ተማሪዎች በዕድሜያቸው ትልልቅ ነበሩ። ወንዶቹም ቢሆኑ ጎረምሶች

ናቸው። እነዚህ ትልልቅ ልጃገረድ ተማሪዎች፣ እናቴን ካስተማሪነት አልፈው እንደ ጓደኛቸው ለማየት ችግር አልነበረባቸውም።

እናቴ በልዑል መኮንን ት/ቤት ያስተማረችው ለጥቂት አመታት ቢሆንም ከትምህርት ቤቱ ዳሬክተር እስከ ዘበኞቹ የዕድሜ ልክ ወዳጆቿ ሆነው ቀርተዋል። ተወዳጅነቷና ታዋቂነቷ፣ ከሴት ተማሪዎች አልፎ በወንዶች ተማሪዎችም ጭምር መሆኑን ያወቅኩት፣ አንድ እለት፣ ትልቅ ከሆንኩ በኋላ፣ ከእናቴ ጋር ልብስ ለመግዛት መርካቶ ወጥቼ ነው።

የምፈልገውን የጂንስ ሱሪ አንድ ሱቅ አገኘሁ። እናቴ ባለሱቁን የሃረሪ ተወላጅ

"ስንት ነው ?" አለችው።

"ይሄ ለልጅዎ የኔ ስጦታ ነው" አለ።

"ለምን ተብሎ ?" አለችው።

"ከአስተማሪዬ ገንዘብ አልወስድም" አለ።

እናቴ በዚህም ብትለው በዛ ባለሱቁ ዋጋውን አልናገርም አለ። ልብሱን ጠቅልሎ አስረከበኝ። እናቴን "እትዬ አልታየ "ብሎ በስሟ ነበር የጠራት። የልኡል መኮንን ት/ቤት ተማሪ እንደነበር ነው የነገራት። እኔ እስከማውቀው፣ ልዑል መኮንን ት/ ቤት እናቴ ሴቶችን እንጂ ወንዶችን አስተምራ አታውቅም። በዛን ዘመን ተማሪዎች ላስተማሪዎቻቸው የነበራቸው አክብሮትና ፍቅር የሚገርም ነበር። ማህበረሰቡም አስተማሪ ላገባች ልጁ፤

"የኛ ልጅ ኩሪ ኩሪ

አገባሽ አስተማሪ" በማለት አክብሮቱን በዘፈን የሚገልጽበት ዘመን ነው።

ለእናቴ፣ መርካቶ ውስጥ የወር አስቤዛ የምትገዛባቸው ሱቆች ባለቤቶች፣ መንገድ ላይ ተቀምጠው ሸንኩር የሚቸረችሩ ሰዎች ሳይቀሩ፣ ወዳጆቿ ናቸው። ዘመኑ ሰው እርስ በርሱ የሚተማመንበት፣ ነጋዴ ለደንበኛው ዕቃ በዱቤ የሚሰጥበት ዘመን ነበር። ቢሆንም ዱቤ ገደብ ነበረው። እናቴ ግን ገንዘብ ሳትከፍል የፈለገችውን ያህል ዕቃ በዱቤ ብትወስድ አይከለከሏትም።

ነስሩ የሚባል፣ መርካቶ ገበያ መሃል ሁሌም ሸንኩርት የምትገዛው ሰው፣ ስትታመም ሆስፒታል ድረስ መጥቶ ጠይቋታል። ለፋሲካ በአል፣ ሁሌም ትልቅ አውራ ዶሮ ገዝቶ ተዘጋጅቶ ነበር የሚጠብቃት። ዶሮውን "ለበአሉ" ብሎ በነፃ በስጦታ መልክ ይሰጣታል።

ብትን ጨርቅ የምትገዛበት ሱቅ ባለቤት ከነበሩት አቶ ተሻለ ከሚባሉ፣ እብድ የቅዱስ ጊዮርጊስ የእግር ኳስ ቡድን ደጋፊ ጋር፣ በጣም ከመቀራረባቸው የተነሳ ሁለት ሴት ልጆቻቸውን ክርስትና አንስታለች። የቅርበታቸው ብዛት፣ በአንድ ወቅት የኔ ወላጆችና ጓደኞቻቸው ያስፈለጋቸውን ሃያ ሺህ የኢትዮጵያ ብር፣ ያለምንም ፊርማና እማኝ፣ አቶ ተሻለ በካኪ ወረቀት ጠቅልለው ለእናቴ ሲያስረክቧት አብሬያት ስለነበርኩ አይቻለሁ።[168] በ1960ዎቹ መጀመሪያ፣ ይህ ገንዘብ በጣም ብዙ ብር ነው። አቶ ተሻለ እንደዛ ከተወዳጇትና ዘመድ ከሆኗት ከእናቴና ከጊዮርጊስ ክለብ "አንዱን ምረጡ" ቢባሉ ግን የጊዮርጊስን እግር ኳስ ክለብ ይመርጡ እንደነበር እርግጠኛ ነኝ።

አቶ ተሻለ በ1965 ዓ.ም በጣም ታመው ሃኪም ቤት ገብተው ነበር። በዛው ሰሞን፣ አንድ ቅዳሜ እለት፣ ጊዮርጊስና መቻል የሚባሉት ቡድኖች ግጥሚያ ነበራቸው። አቶ ተሻለ ይህን ጨዋታ ለማየት የሆስፒታል ፒጃማቸውን እንደለበሱ፣ የቤት ጫማ እንዳደረጉ፣ እጃቸው ላይ ለጉሉኮስ ማስተላለፊያ የተሰካው መርፌ እንደተሰካ፣ ከነፋሻውና ፕላስተሩ "ትሪቡን" በሚባለው የስታዲየሙ ክፍል ቁጭ ብለው እኔና የአክስቴ ልጅ አግኝተናቸዋል። "እብዱ የቅዱስ ጊዮርጊስ ደጋፊ" በማለቴ በሕይወት ቢኖሩም ባይኖሩም ባሉበት ቦታ ሆነው እንደሚስቁ ሙሉ ዕምነት አለኝ።

እናቴ የሁሉም ሰው አማካሪ ነበረች። ከስራ ጋር ከተገናኙ ጉዳዮች አንስቶ እስከ ግል ጉዳዮቻቸው ምክሯን የማይጠይቅ አልነበረም። ትንሳኤ ብርሃን ትምህርት ቤትን በተመለከተ፣ የንጉሱ የልጅ ልጅ፣ ልእልት ሰብለ፣ "ወ/ሮ አልታዬ ይህን ነገር እንዴት ያዩታል ?" በማለት ሳያማክሯት በትምህርት ቤት ውስጥ ብዙ የሚሰሩት ነገር አልነበረም። ትምህርት ቤቱ እናትና አባት የሌላቸው ወይም በጣም ችግረኛ የሆኑ ቤተሰብ ልጆች በአዳሪነት የሚማሩበት ነው።

---

[168] ከተወሰነ ጊዜ በኋላ እንደተረዳሁት ወላጆቼና ጓደኞቻቸው ያንን ገንዘብ የፈለጉት በደቡብ ኢትዮጵያ በዝዋይ አካባቢው በረጅም ዘመን የመንግስት አገልግሎት ስም ከንጉሱ በስጦታ ከተረከቡት መሬት ጋር ተያይዞ ለአካባቢው ባላባቶች ለሚሰጥ እጅ መንሻ እንደነበር ነው። የአካባቢው ባላባቶች ሳይፈቅዱና መሬቱ ሰው ያልሰፈረበት ጠፍ መሬት ነው ሳይሉ መሬት ማግኘት ስለማይቻል ለእነዚህ ባላባቶች ጉቦ መስጠት የተለመደ ነበር። በዚህ መንገድ መሬት የወሰዱ በርካታ የመንግስት ባለስልጣናት ከጥቂት አመታት በኋላ በደርግ የመሬት አዋጅ መሬቱ ሲወረስባቸው፣ ከበርካታ ግለሰቦች ጉቦ እየተቀበሉ የውሸት ምስክርነት እየሰጡ ስንቱን አርሶ አደርና አርብቶ አደር መሬት አልባ ያደረጉ የኦሮሞ ባላባቶች በጉቦ የሰበሰቡትን ከፍተኛ ገንዘብ የነካባቸው የለም። "ታሪክ ሚስጥራዊ በሆነ መንገድ ይጓዛል" የሚባለው ለዚህ ነው።

በአጭር ጊዜ ውስጥ፣ እናቴ የእነዚህ ህጻናት አዳሪ ተማሪዎች ሁሉ እናት ሆናለች። ከልጆቹ መሃል በጣም ህጻናት ጭምር ነበሩበት። የአንዱን ህጻን ንፍጥ ስትጠርግ፣ አንዱን ፊቱ እንዳይወዛ ቫዝሊን ስትቀባ፣ አንዷን የምታለቅስ ልጅ ታቅፋ ስታባብል ነበር የምናያት።

እነዚህ ህጻናት አድገውና የሁለተኛ ደረጃ ትምህርታቸውን ሌላ ቦታ እየተከታተሉ፣ ሌላ ቤት ስለሌላቸው የሚኖሩት እዛው አዳሪ ትምህርት ቤት ውስጥ ነው። ከእናቴ ጋር በልጅነት የጀመሩት ትውውቅ ትልቅ ከሆኑ በኋላ በዛው መንገድ ቀጥሏል። ከእነዚህ ህጻናት መሃል ውጭ ሃገር ተልከው የህክምና ዶክተሮች የወጣቸው ይገኙበታል። እናቴ ሃገር ለቅቃ እስክትወጣ፣ እነዛ ልጆች ቤት ድረስ የተለያዩ ስጦታዎች እየገዙ በመምጣት ይጠይቋት ነበር።

በዛን ጊዜ፣ የትንሳኤ ብርሃን ት/ቤት የቀለም አስተማሪ ሆና የምትሰራ ቢሆንም፣ ስለሙያዋ በቂ ዕውቀት የነበራቸው ልእልት ሰብለ፣ አንድ ሁሉ ነገር የተሟላለት ክፍል ከትምህርት ቤቱ ትልቁ ህንጻ ውስጥ ሰጥተዋታል። ዘመናዊ ምድጃ፣ የልብስ ስፌት መኪናና ሌሎችም ቁሳቁሶች የነበሩት ክፍል ነው። ያደጉትን አዳሪ ልጃገረዶች፣ ከትምህርት ሰአት ውጭ የቤት ባልትና ትምህርት በነጻ ታስተምርበታለች። ልጃገረዶቹ ለራሳቸውም፣ ለአዳሪ ትምህርት ቤቱ ህጻናትም ቆንጆ ቆንጆ ሹራቦች መስራት የጀመሩት እናቴ እዛች ክፍል ውስጥ በምትሰጣቸው ትምህርት ነው።

ከማስተማር ስራዋ ውጭ ለትምህርት ቤቱ ብዙ ነገር ትሰራለች። በአመት አንድ ጊዜ የሚደረገውን፣ ለትምህርት ቤቱ መደገፊያ የሚሆን ገንዘብ የማሰባሰቡን የወላጆች ቀን በአል ሁሉንም በሃላፊነት የምትመራው እሷ ነበረች። ከሚሸጡ የእጅ ስራዎች አንስቶ እስከ ምግቡ ድረስ ያለው ነገር በአብዛኛው የሚሰራው በሷና እሷ ባስተማረቻቸው ትልልቆቹ፣ አዳራቸው ትምህርት ቤቱ ውስጥ በሆነው የቀድሞ ተማሪዎች ነው።

ለአዳሪዎቹ ተማሪዎች እንጀራ ከሚጋግሩትና ወጥ ከሚሰሩት ትልልቅ ሴቶችም ጋር ጓደኛ ናት። በእረፍት ሰአት ልእልት ሰብለ ከሰጧት ክፍል ካጣናት የምንፈልጋት የትምህርት ቤቱ ወጥ ቤት ሄደን ነው። አሮጊቶቹ ወጥ ቤቶች የእረፍት ሰአት ጠብቀው እሷ ከክፍል ስትወጣ ነበር ቡናቸውን የሚያፈሉት። እዛ እንጀራ በእንጨት ምድጃ በሚጋገርበት ትልቅ ወጥ ቤት ቁጭ ብላ ከአሮጊቶቹ ጋር ቡና ስትጠጣ እናገኛታለን።

እናቴ ወደ ትንሳኤ ብርሃን ት/ቤት በተራ ቀለም አስተማሪነት ከዞረች ጀምሮ የአዳሪ ተማሪዎች ምግብ ምን ያህል እንደተሻሻለ አዳሪዎቹ ተማሪዎች ጭምር ያውቁታል። የተቀየረውን እየጠቀሱ "የእናንተ እናት ናቸው ያስቀየሩት" እያሉ ይነግሩናል። ተጨማሪ በጀት ሳይጠይቅ

በቆየው የምግብ በጀት አዳሪ ተማሪዎቹ ለጤናቸውና ለእድገታቸው የሚጠቅሙ ተመጣጣኝ የተሻሉ ምግቦች እንዲበሉ ለማድረግ ችላለች። የትምህርት ቤቱ አስተዳዳሪዎች አንድ ጊዜ ችሎታዋን ካዩ በኋላ ምክሯን ተቀብለው በስራ ለማዋል ፈቃደኞች ነበሩ። ወጥ ቤቶቹ የራሳቸው የግል ችግርም ይሁን ከአዳሪ ተማሪዎቹ ምግብ ጋር የተያያዘ ችግር ካለባቸው ለሷ ነው የሚናገሩት። ሌሎችም ችግሮች ከገጠማቸው መፍትሄ የሚጠይቁት እናቴን ነው።

አንድ እለት፣ እናቴ እንደልማዷ ቡና ልትጠጣ እነዚህ ወጥ ቤቶች ጋር ሄዳ ነበር። ወጥ ቤቱ ውስጥ አንዲት አስር አመት ዕድሜ ያላት የምትመስል ሴት ልጅ፣ አንድ ጥግ ኩርምት ብላ ተቀምጣለች። የትምህርት ቤቱ ተመላላሽ ተማሪ ነበረች። እናቴ በአይን ስለምታውቃት ሴቶቹን፤

“ይች ልጅ እዚህ ምን ትሰራለች ?” ብላ ጠየቀቻቸው።

“አንቺን እየጠበቅን ነው። ለእኛም የከበደ ጉዳይ ገጥሞናል” አሏት።

“ምንድነው እሱ ?” አለቻቸው። እነሱም ነገሯት።

ልጅቱ ከእኩለ ሌሊት በኋላ ነው ወደ ትምህርት ቤቱ የመጣችው። ለምን እንደመጣች ለዘበኛው አልናገርም አለች። የረባ ልብስ ስላልለበሰች የአዲስ አበባ ብርድ ያንቀጠቅጣታል። ዘበኛው ብርድ እንዳይገድላት ሰጋ። ዘበኛው ሲጨንቀው “ወጥ ቤቶች ብዙ ነገር ማድረግ ይችላሉ” ብሎ አሰበ። ወጥ ቤቶችን ከእንቅልፋቸው ቀስቅሶ ችግሩን ይነግራቸዋል። ወጥ ቤቶቹም ልጅቱን ከዘበኛው ተቀብለው ይወስዷታል።

ልጅቱ ትኖር የነበረው ከአንዲት ነርስ አክስቷ ጋር ነው። የነርሷ ባል የትንሳኤ ብርሃን ትምህርት ቤት የተማሪዎች ሃኪም ነበር። “ድሬሰር” በሚል የሙያ ስም ነበር የሚጠራው። በዛ ሌሊት አክስቷ በንግስት ዘውዲቱ ሆስፒታል ተረኛ ነርስ ነበረች። ይህን አጋጣሚ የአክስቷ ባል ለእኩይ ዓላማው ሊጠቀምበት ወሰነ።

በዚች አክስቷ በምታሳድጋትና የርሱን “ወልደሚካኤል” የሚል ስም የአባቷ ስም አድርጋ በወሰደች ልጅ ላይ ጉብ ይልባታል። ልጅቱ ተኝታለች። በድንጋጤ ከእንቅልፏ ስትነቃ እላይዋ ላይ የሰፈረው ወልደሳጥናኤል፣ የአክስቷ ባል መሆኑን ትረዳለች። እንደምንም ተንፈራግጣ ከስሩ ሾልካ፣ ስትተኛ የለበሰቻትን ጥብቆ ነገር እንደለበሰች ባዶ እግሯን እየሮጠች ከቤቷ ወጣች።

ልጅቱ ሌላ የምታውቀው መሄጃ ቦታ አልነበራትም። ወደ ትምህርት ቤቷ ሮጠች። ዘበኛው ወደ ወጥ ቤቱ ሲወስዳት በብርድ እየተንቀጠቀጠችና እምባዋ እየፈሰሰ ነው።ወጥ ቤቶቹ አባብለው፣ በወጥ ቤቱ ሙቀት ብርዱን አስለቅቀው አሳደሯት። እዛ ወጥ ቤት መቀመጧን ከዘበኛው በስተቀር የሚያውቅ ሰው አልነበረም። ወጥ ቤቶች ታሪኳን ከሰሙ በኋላ "ልጅቱ እነሱ ጋር እንደሆነች ለማንም እንዳይናገር" ለዘበኛው ነግረውታል። የወጥ ቤቶችን ወዳጅነት ማጣት የማይፈልገው ዘበኛም "ለማንም አልናገርም" ብሏቸዋል። ቢናገርም የእንጀራ ገመዱ እንደሚበጠስ ያውቀዋል። የልጅቱ ታሪክ ይህ ነበር።

የልጅቷ አሳዳሪ፣ እናቴ የምታውቀው፣ እዛው ት/ቤት ሰራተኛ የሆነ ሰው መሆኑ ጉዳዩን የበለጠ አወሳሰበው። ምን ማድረግ እንደሚቻል ሁሉም ተጨንቀዋል። እናቴ ከወጥ ቤቱ በር ላይ ቆማ ወደ ትምህርት ቤቱ ክሊኒክ አሻግራ ተመለከተች። ክሊኒኩ ክፍት ነበር። ሰአቱ ከቀኑ አምስት ሰአት ከጥቂት ደቂቃዎች ይላል። ሌሊት አንዲት ህጻን ከቤቱ የጠፉችበት የተማሪ ቤቱ ሃኪም ምንም ነገር እንዳልሆነ በስራው ገበታው ላይ ተገኝቶ "ምንሽን ነው ያመመሽ ?" እያለ ህጻናት ሴቶችን ይመረምራል።

እናቴ ልጅቷን ካናገረችና ወጥ ቤቶቹ የነገሯትን ነገር ከልጅቷ አፍ ከሰማች በኋላ፣

"እስከ ምሳ ሰአት እዚሁ ትቆይ፣ እስከዛው አንድ መፍትሄ እናገኝለታለን። አንቺም አይዞሽ፣ ምንም አትሆኝም" ብላ ወደ ማስተማር ስራዋ ተመለሰች።

ምሳ ሰአት ሲደርስ እናቴ "መፍትሄ" ብላ ያሰበችው ሃሳብ ልጅቷን ቤቷ መውሰድ ብቻ ነበር። ምሳ ሰአት ደረሰ። የምሳ ሰአት ደወል ተደወለ። ተመላላሽ ተማሪና ሌሎች አስተማሪዎች ለምሳ ወጥተው ሄዱ። አዳሪዎችም ለምሳ ገብተው ግቢው ጭር ብሏል። እናቴ የሺን ከወጥ ቤት አውጥታ ከአባቴ ጋር በመኪና ይዛት እቤታችን መጣች።

ከጥቂት ቀናት በኋላ፣ የሺ አዲስ ልብሷን ለብሳ፣ አዲስ ደብተሯንና እስክሪፕቶዋን ይዛ ክፍሏ ገብታ ትምህርቷን ቀጥላለች። አክስቷም፣ የአክስቷም ባል፣ አንድም ሌላ ሰው "በምን ምክንያት ይች ልጅ ወ/ሮ አልታዬ ቤት ትኖራለች ?" የሚል ጥያቄ ለዘላለሙ ያቀረበ የለም። የአክስቷ ባል የሰራውን ወንጀል ስለሚያውቅ፣ "ዝም" ቢል አይገርምም። አክስቷ "ምንም" አለማለቷ የሚደንቅ ነው። "ላስተምራት" ብላ ከዘመዶቿ ለይታ ከባላገር ያመጣቻት ልጅ "ምን ሆነች" ብላ ነግራቸው እንደሆነ አናውቅም።

የሺ በዚህ ምድር እንዳልተፈጠረች፣ ወገኖቿ ሁሉ ረሷት። የሺ ከቤታችን ልጆች አንዷ ሆና፣ እዛው ያ ባለጌ የአክስቷ ባል በሚሰራበት ት/ቤት፣ የአንደኛ ደረጃ ትምህርቷን

አጠናቀቀች። ወደሌላ ትምህርት ቤት ተዛወረች። ሁለተኛ ደረጃ ትምህርቷን ጨርሳ፣ መምህራን ማሰልጠኛ ኮሌጅ ገብታ፣ አስተማሪ ሆና ተመርቃለች። ከቤታችን ልጆች በሙሉ አባትና እናቴ በወጉ ሰርግ ደግሰው፣ ልጅ የመዳር እድል የሰጠቻቸው ብቸኛ ልጃቸው እሷ ብቻ ሆነች።

አሁንም የአባቷ ስም የዛው የወንጀለኛ የአክስቷ ባል ስም ነው። እሱም ያንን አድርጎ፣ ህጻናት የሚማሩበት ትምህርት ቤት፣ ያውም ግማሽ አዳሪ ት/ቤት ሃኪም ሆኖ ቀጥሏል። በህጻናቶቹ ላይ የፈጸመውን ግፍ ህጻናቱና አላህ ብቻ ናቸው የሚያውቁት። ወልደሳጥናኤልን “አንድ ነገር ማድረግ” ለምን እንዳልቻለች እናቴን አልጠየቅኋትም።

ማህበረሰባችን በግብዝነት የተሞላ በመሆኑ በየቤቱ እንደ የሺ በመሳሰሉ ህጻናት ላይ የሚፈጸመውን የወሲብ ጥቃት በአደባባይ አይናገረውም። በየአመቱ በህጻናት ላይ የሚፈጸመው የወሲብ ወንጀል ግን እጅግ ብዙና ዘግናኝ እንደሆነ መታወቅ ይገባዋል።

ስለዚህ፣ በህጻናት ላይ ስለሚፈጸም ወንጀል፣ እቅጩን ንገረን ከተባለ፣ አባት በልጁ፣ ትልልቅ ወንድሞች በትንንሽ እህቶቻቸው፣ የወንድ ቤተዘመዶች፣ የወላጆች የቅርብ ጓደኞችና እውቆች በህጻናት ሴቶች ላይ የሚፈጽሙት ነው። በየትምህርት ቤቱ፣ በዕምነት ተቋማቱና በሌሎችም ማህበራዊ አገልግሎት በሚሰጥባቸው ተቋማት ሳይቀር የሚፈጸም ነው። ይህ ማህበራዊ ነውር፣ በህጻናት ስነ አእምሮ ላይ የማይድን የቁስል ነቀርሳ ትቶ ያልፋል። መዘዙ የዕድሜ ልክ ሰቆቃ ነው። መዋጋት ያስፈልጋል። ፈረንጆቹ ማህበረሰብ ውስጥ እንጅ “ተመስገን፣ በኛ ሃገር የለም” የሚል የራስ ድለላ ራሱ ወንጀል ነው።

የትንሳኤ ብርሃን ት/ቤትና የእናቴ ታሪክ ብዙ ነው። በትንሳኤ ብርሃን ትምህርት ቤት ለጥቂት አመታት አስተማሪ የነበረች ኤርትራዊት፣ ከእናቴ ጋር በገባችበት ወዳጅነት የተነሳ፣ ከብዙ አመታትት በኋላ የራሷን ህይወት አደጋ ላይ ጥላ የኔን ህይወት አትርፋለች።[169] ረጅም ታሪክ ነው።

---

[169] ኪዳን ወረደ፣ ባለቤቷ አቶ ስዩም ሃጎስ በስራ ምክንያት ከአስመራ ወደ አዲስ አበባ ሲዛወሩ ከባለቤቷ ጋር እሷም በስራ ተዛውራ በአስተማሪነት ሙያዋ እናቴ ከምታስተምርበት በትንሳኤ ብርሃን ትምህርት ቤት ተመደበች። በአጭር ጊዜ ውስጥ ከእናቴ ጋር በጣም ተቀራረቡ። አብዮቱ እንደፈነዳ ባለቤቷ ለስራ ወደ ጅቡቲ ሲዛወሩ እሷ “ጅቡቲ አልሄድም ብላ” ወደ አስመራ ተመለሰች። በ1970 ዓ.ም አዲስ አበባ ውስጥ መሄጃ ባጣሁበት ወቅት እናቴን “እኔ ጋ ላኪውና እንደምንም አድርገን ህይወቱን እናተርፋለን” በማለት አስመራ ቤቷ ለአራት ወራት በዛ አደገኛ በሆነ ዘመን አስቀምጣ፣ አደገኛ በሆነ ሁኔታ ከአስመራ ከተማ ውጭ ከ30 ኪሎ ሜትሮች በላይ በእግሯ ተጉዛ ህይወቴን አትርፋለች። ይህን ስታደርግ እድሜያቸው ከ5 እስከ 18 የሚደርሱ አምስት ልጆቿን ባዶ ቤት ትታ ነበር። በወቅቱ ተይዤ ማንነቴ ቢታወቅ እሷም ከሞት አታመልጥም ነበር። ከእትዬ ኪዳንና ከቤተሰቦቿ ጋር የተያያዘ ታሪኬ ሰፊና ብዙ

ከጥቂት አመታት በፊት አግኝቻት፣ ስለ ትንሳኤብርሃን ስታጫውተኝ "ለኛ የትምህርት ቤቱ ዳሬክተር፣ መንግስት የመደባቸው አቶ ለገሰ አልነበሩም። የትምህርት ቤቱ ዳይሬክተር ወ/ሮ አልታዬ ነበሩ። ችግራችንን ለእሳቸው እንነግራለን። እሳቸው ከዳሬክተሩ ጋር ተነጋግረው መፍትሄ ያገኙለታል። ዳሬክተሩም ጓደኛቸው ስለነበሩ ሁሉን ነገር ከሳቸው ጋር ተመካክረው ነበር የሚሰሩት" ብላኛለች።

እናቴ ስለሰው ምን ያህል እንደምትጨነቅ ይችው ኤርትራዊት የነፍሴ አዳኝ ስትነግረኝ እንዲህ በማለት ነው፤

"አንድ ቀን፣ አብዮቱ የፈነዳ ሰሞን፣ የደህንነት ሰዎች ት/ቤት ገብተው አንድ ኤርትራዊ የነበረ አስተማሪ ወሰዱ። በማግስቱ ከርቸሌ መታሰሩን ሰማን። አስተማሪው ቤተሰብና ዘመድ ከተማ ውስጥ የሌለው ወንደላጤ ነበር። የተወሰንን አስተማሪዎች "አንድ ነገር ማድረግ" አለብን ብለን አሰብን። የአስተማሪዎች ስብሰባ እንዲጠራ ለመጠየቅ ግን ፈራን። እናትህ ሃላፊነቱን ወስደው ስብሰባውን ጠሩ። ከስብሰባው በፊት እናትህ ወደ ጎን ሳብ አድርገው፣

"አንቺ ምንም አትናገሪ፤ እዚህ ውስጥም መንግስት ሰዎች ሊኖሩት ይችላል። "ኤርትራዊ ስለሆነች ወይም ግንኙነት ስላላት ነው"፣ ብለው ጣጣ ውስጥ ይጨምሩሻል። እኔ የሚደረገውን ሁሉ አደርጋለሁ" አሉኝ።

በስብሰባው ላይ መምህራኑን አስማምተው፣ ለታሰረው ወንድማችን አስተማሪዎች ገንዘብ እያወጡ ምግብ እንዲዘጋጅለትና ገንዘብ ተከፍሎት ምግብ የሚያመላልስ ሰው እንዲቀጠርለት አደረጉ። ምግቡን ራሳቸው ቤት ለማዘጋጀትና የመላኩንም ሃላፊነት ወሰዱ። ከጥቂት ጊዜ በኋላ መንግስትን በመፍራት አስተማሪዎች ገንዘብ ማዋጣት አቆሙ። እሳቸው ለአመታት ምግብ እየወሰዱ እስኪፈታ የጠየቁት እንደሆነ፣ ከተፈታ ከብዙ ዘመን በኋላ አግኝቸው ሰውየው ራሱ ነግሮኛል" ብላኛለች።

ኪዳን ይህን ከነገረችኝ በኋላ ሰውየውን እኔም አግኝቼዋለሁ። ስንገናኝና ከተገናኘን በኋላ የሆነው ነገር ራሱን የቻለ ታሪክ ነው።

ነው። ወደፊት እድል ከተገኘ የሚተረክ ይሆናል። ከባለቤቷ ከአቶ ስዩም ጋር አሜሪካን ሃገር ቴክሳስ ውስጥ እየኖረች ነው።

እናቴ በተለያዩ መስሪያ ቤቶች ስልጣናቸው እያደገ የመጡ ጓደኞቿን በመጠቀም በየመስሪያ ቤቱ በጽዳት ሰራተኛነት፣ በተላላኪነትና በዘበኝነት ያስቀጠረችው ሰው ብዛት የሚገርም ነው።

“መስሪያ ቤታቸው የዘበኝነት ወይም የጽዳት ወይም የተላላኪነት ስራ አለ ተብያለሁ። እባክዎን አቶ እገሌን ይለምኑልኝ” የተለመደ የሰፈራችን ሰዎች ጥያቄ ነው። ከሁሉ ነገር በላይ የሚገርመኝ አማላጅ መሆኑ የማይሰለቻትና የማይመራት መሆኑ ነበር።

ቤታችን ጥቂት ጊዜ ሰርተው፣ በነ አቶ ወርቁ ደምሴ በኩል በየትምህርት ቤቱ የጽዳትና ሌሎችም ስራዎች መቀጠር የተለመደ ነው። ከነዚህ አንዷ እትዬ ትርፌ ናቸው።

የቤት ሰራተኞችንን እትዬ ትርፌን “ላግባት” ብሎ አንድ ሰውዬ ወደ ቤተሰቦቼ አማላጅ ላከ። ይህን ያደረገው እትዬ ትርፌ እዛ ከተማ ውስጥ ቤተሰብ ባይኖራት ይሆናል። ወላጆቼ እሷን አናግረው ፈቃደኛ መሆኗን ካረጋገጡ በኋላ “እሺ” አሉት። ቶሎ ቶሎ ሰራተኛ በሚቀያየርበት ቤት፣ ትንሽ ረዘም ያለ ጊዜ የሰራችው እትዬ ትርፌ ብቻ ነበረች። ቤተሰቦቼ ደግሰው ዳሯት።

ድንኳን ባይጣልም ድግሱ ትልቅ ነበር። ጥሪ የተደረገላቸው የእንግዶች ብዛት ድንኳን መጣል ሳያስፈልግ ሁሉንም በቤታችን ውስጥ ማስተናገድ የሚያስችል ነው። ሰው አይብዛ እንጂ በምግብና መጠጥ ምንም የጎደለ ነገር አልነበረም። አባቴና በኢትዮጵያ አየር መንገድ መስሪያ ቤት የግምሩክ ዳሬክተር የነበረው የአክስቴ ባል፣ ተጋባዡ የሚበላውን ቁርጥ ስጋ አጠና ላይ አንጠልጥለው ተሸክመው እያዞሩ ሲያስቀርጡ አይቻለሁ። ይህ ሁሉ የእናቴ ስራ ነው። “እንደ ልጃችን እንድራታለን” በማለቷ የመጣ! የምትገርም ሴት፣ የሚገርም ዘመን!

እትዬ ትርፌ ባል እንዳገባች በተለመደው መስመር የአስፋወሰን ት/ቤት የጽዳት ሰራተኛ ሆና ተቀጠረች። ወንድ ልጆች ስትወልድ አብዮቱ ገና ካገር ላላባረረው ትንሹ ወንድሜ ክርስትና ሰጠች። ልጆቿ የተዋጣላቸው ተማሪዎች ሆኑ። በከፍተኛ ማእረግ ከዩኒቨርሲቲ ተመርቀውላታል።

እናቴ ወደ ቤታችን ሳታመጣቸው በርቀት የተለያዩ ድጋፎች የምታደርግላቸው የራሷና የአባቴ ዘመዶች ብዙ ናቸው። ቤታችን እየዋለ እያደረ የአንድ ቤተሰብ መኖሪያ መምሰሉ ቀርቶ “ተቋም” መስሎ ነበር። የቤቱን አጥር ዙሪያውን ተከትሎ ተጨማሪ ክፍሎች ተሰሩ። በስምንት ልጆቻቸው ላይ የሺን ስንጨምር ዘጠኝ ሆነናል። በዘጠኛችን ላይ የእናቴን የአክስት ልጅና አንድ የክርስትና ልጇን ጨምረን አስራ አንድ ሆንን። አስራ አንድ ከሆንበት ጊዜ ጀምሮ አብዮቱ

መጥቶ ሁሉን ነገር እስኪያናጋው የቤቱ ልጆች ቁጥር ከአስራ አንድ ወርዶ አያውቅም። ወደ እንግሊዝ አገር የሄዱት ሁለት እህቶቼም ተቀንሰው ዝቅተኛው ቁጥር አስራ አንድ ነበር። ለብዙ ጊዜ አማካይ የቤቱ ልጆች ቁጥር አስራ ሁለት ሲሆን፣ አንዳንዴ አስራ አምስት የሚደርስበትም ጊዜ ነበረው።

ሌላው ሁሉ ነገር ቀርቶ፣ እናቴ ይህን ሁሉ ልጅ እንዴት ሆዱን ሞልቶ እንዲያድር ታደርገው እንደነበር አላውቅም። ወደ መጨረሻው ገደማ፣ ለሁሉም የአዲስ አበባ ሆስፒታሎችና ለትልልቆቹ ሆቴሎች እንጀራ የማቅረብ የንግድ ስራዋ ከፍተኛ ገቢ የምታገኝበት ሆኖ እንደነበር አውቃለሁ። በዛን ሰአት ብዙ ላይቸግራት ይችላል። እሷ ግን ልጆች ማሰባሰብ የጀመረችው ቀደም ብላ ነው። በእነዛ ዘመኖች "ምኑን ከምን አብቃቅታ ትመግበን እንደነበር" ሳስበው ግርም ይለኛል።

ከብዙ አመታት በፊት ወላጆቻችን ገና አንዳችንንም ሳይወልዱ፣ ከደብረሲና ተነስተው የአባቴን እናትና ወንድሞች ፍለጋ ሀረር ውስጥ ከሚገኝ አረንፋማ ከሚባል መንደር ሄደው ነበር። እናቴ የዘመዶቻችንን ልጆች መሰብሰብ በጀመረችበት ወቅት፣ ከአረንፋማ የተገኙ የአባቴ ዘመዶች ልጆች መሃል ብቻ አምስቱ ከእኛ ጋር ኖረዋል።

ከእነዚህ መሃል፣ ከመጨረሻዋ እህቴ ጋር እናቴ ናዝሬት ትምህርት ቤት አስገብታ ትምህርት ያስጀመረቻት፣ "መከሊት" የሚል ስም እኔ ያወጣሁላት፣ ህጻን ልጅ ነበረች። መጀመሪያ ከሃረር ስትመጣ፣ ከኦሮምኛ በስተቀር ጆሮዋን ቢቆርጧት አማርኛ የማትሰማና የማትናገር ህጻን ልጅ ነበረች። ትንሽ ቆየት ብሎ፣ ከነዚህ የአረንፋማ ህጻናት በተጨማሪ፣ ከተወለደች አንድ ወር ያልሞላት እንደ ልማዴ "የትናየት" የሚል ስም የሰጠኋት፣ የአክስቴ ልጅ ጥሩነህ ተማሪ ሆኖ የወለዳት ህጻን ልጅ ተጨምራበት ነበር። በየትናየት ላይ ከአረንፋማ የመጡ ሁለት የመከሊት ታናሽ እህቶች ታከሉበት። በአብዮቱ ወቅት ከአራቱ ትልልቆች የአባቴ ወጣት ዘመዶች ውጭ፣ በአንድ ጊዜ አምስት ህጻናት በቤቱ ልጆች ላይ ተደምረዋል። ቤቱ ተቋም መሰለ ያልኩት ለዚህ ነው።

በብዙ ጉዳዮች ምክሩም ሆነ አስተያየቱን የማትጠይቀው አባቴ ስራው፣ እናቴ የምትሰራውን ነገር በሙሉ በመገረም መታዘብ ነው። ለእሱም ቢሆን በልብስ ሰፊዎች በልኩ የሚሰፉለትን የሱፍ ጨርቆች መርጣ የምትገዛው፣ ሲጋራ በሚያጨስበት ዘመን ከወር አስቤዛ ጋር የወሩን ሲጋራ አንዴ የምትገዛለት፣ እሷ ነበረች።

የአባቴ ጓደኞች የእሷም ጓደኞች ነበሩ። ወንዶቹ፣ ከወንድ ጓደኞቻቸው ይበልጥ ማንኛውንም ችግራቸውን የሚያካፍሉት ለሷ ነው። እንደ አንዳቸው አድርገው ነበር የሚያይዋት። ከሚስቶቻቸው ጋር ችግር ካለባቸው ለሷ ነው የሚነግሯት። ሚስቶቻቸውም የባሎቻቸውን ችግር ለሷ ነበር የሚነግሩት። አንዳንዶቹ ወንዶች የሚስቶቻቸውን ብቻ ሳይሆን ከሌላ ሴት ጋር የገቡበትን ችግር ሳይቀር ይነግሯታል።

እናቴ የራሷ ገንዘብ ከሌላት ከሰው ተበድራ ለሰው የምታበድር፣ በምታውቃቸው ሰዎች የሃዘንና የደስታ ጊዜዎች የማትጠፋ፣ ችግር መፍታት፣ ነገሮችን ማደራጀትና መልክ ማስያዝ፣ ከሁሉም በላይ ለሁሉም አይነት የሰው ፍጥረት ፍቅር የነበራት ሴት ነበረች። ብሩህ አእምሮዋንና ማለቂያ ያልነበረውን ኤነርጂዋን ለሁሉም ሰው እናት በመሆን ተጠቅማበታለች።

ለእናቴ እንደነበረኝ ቅርበት፣ የእናቴን ባህሪዎች ተላብሼ አልወጣሁም። የልጅ ነገር አይታወቅም። ብዙ ጊዜዋን በሰዎች ጉዳይ ስለምታጠፋ ቅናትም ውስጥ ገብቼ ሊሆን ይችላል። እንደሷ ከሰው ጋር በቀላሉ የምግባባ ሰው አይደለሁም። ገደብ የሌለው ጓደኛ፣ ወዳጅ ማፍራት አልችልም። እንዲያውም አልወድም። ጓደኛ ባይኖረኝም፣ ዝም ብዬ ብቻዬን ለመኖር አይጨንቀኝም። የማውቃቸው ጥቂት ሰዎች ግን የዘላለም ጓደኞቼና ወዳጆቼ ናቸው። እንደዛ ልጆችና ትርምስ በበዛበት ሁኔታ አድጌ ብዙ የማልናገርና አንገቴን አጎንብሼ የምሄድ ወጣት ለመሆን እንዴት እንደበቃሁ ለኔ ትልቅ ሚስጥር ነው። የተወሰነ መሻሻል ያሳየሁት በአብዮቱ ዘመን ነው።

እንዲያም ሆኖ “እናቴ፣ ለሰው ልጆች ስር የሰደደ ፍቅር እንዲኖረኝ ማድረግ ችላለች” የሚል ዕምነት አለኝ። ከሁሉም በላይ፣ “ለኔ” ብቻ የሚል የግለኛነት ስሜት እንዳይኖረኝ ያደረገችኝ እናቴ ናት። “የእናቶች ሁሉ እናት !” የሚለው ማዕረግ ያንሳታል እንጂ አይበዛባትም።

ምእራፍ 4.አውሮፕላን ጠላፊዎች፣ ቢንያም እና አማኑኤል

የአንድን ልጅ አስተዳደግ፣ ላብራቶሪ ውስጥ እንደሚቀመም ነገር፣ ሁሉንም ነገሮች ወላጆቹ ተቆጣጥረው የሚፈጽሙት አይሆንም። ልጆችን ዘላለም ቤት ውስጥ ወይም አንድ ግቢ ውስጥ ቆልፎ ማሳደግ አይቻልም። ልጆችን "ወላጆቻቸው ብቻ" የሚሉትን እንዲሰሙ አድርጎ ማሳደግ አይቻልም።

ልጆች የግድ ትምህርት ቤት መሄድ አለባቸው። የትምህርት ቤት አስተማሪዎቻቸውና ትምህርት ቤት የሚያገኟቸው ልጆች በእድገታቸውና በአመለካከታቸው ላይ ተፅዕኖ ያሳድሩባቸዋል።

ልጆችን ፈጽሞ ከጎረቤትና ከሰፈር ልጆች ሳይገናኙ ማሳደግ አይቻልም። ትንሽ ነፍስ ማወቅ ሲጀምሩ ቤት ውስጥ ካለው መልካም ነገር ይልቅ ምኑንም የማያውቁትን ከቤት ውጭ ያለ ነገር ማየት፣ መቅመስ፣ ማሽተት፣ መስማትና መንካት ይፈልጋሉ። ወላጆቻቸው ዞር ሲሉ ልጆች የሚያደርጉት ነገር በሙሉ ወላጆቻቸው አታድርጉ የሚሏቸውን ነው። የሰው ልጅ ተፈጥሮ ነው።

ወላጆቻችን ከነበራቸው አንዱ ስጋት፣ "ልጆቻቸው ከቤት ውጭ ባሉ የሰፈር ልጆች ተፅዕኖ የተነሳ ዋልጌዎች ሆነው ይቀራሉ" የሚል ነው። "እንደ ፓስቲ መብላትና ብስኪሌት መንዳት፣ የዱሪዬ ልጆች ተግባር አድርገው" የሚያዩት ነገር አልነበረም። ከሚገባው በላይ ይፈሩና ይጨነቃሉ። እኛ ደግሞ ምኞታችን እነሱ የሚጠሉትን መፈጸም ነበር። ይህን የሚጠሉትን ነገር ለማድረግ፣ የገዛ ገንዘባቸውን እስከመስረቅ የሚሄድ ወንጀል ፈጽመን የተያዝንበት ወቅት አለ። ያገኘነውን ቅጣት ቃላት የሚገልጹት አይደለም።

የወላጆቻችን ጭንቀት ግን በማስረጃ ያልተደገፈ ጭንቀት ነው። እንደልባቸው በሰፈር ውስጥ ይዞሩና ይጫወቱ፣ እንዲሁም እንዳሻቸው ጮርናቄ ይበሉ ከነበሩት ልጆች መሃል፣ በጣት የማይቆጠሩት ናቸው ዋልጌ ሆነው የቀሩት። በዛው ልክ "ልጆችን አፍነን፣ ተቆጣጥረን እናሳድጋለን" ካሉ የታወቁ ቤተሰቦች የወጡ ተራ ሌባና ቀማኛ ልጆች አይተናል።

ወላጆቻቸው መክረውና አስመክረው፣ ገርፈውና አስገርፈው፣ አስረውና አሳስረው ሲያቅታቸው፣ "በቃኝ ከዚህ በኋላ እንደፈለግህ ሁን፤ ቤቴ እንዳትደርስ !" ብለው ጎዳና ላይ አውጥተው የጣሏቸው ልጆች ነበሩ። አዲስ አበባ ከተማ ውስጥ፣ ሃብትና ዕውቀት ካላቸው ወላጆች ተወልደው ቤተሰቦቻቸው ከቤት ያባረሯቸው ብዙ ልጆች አሉ። አንዳንዶቹን

ከቤተሰባቸው ጋር ባለን ግንኙነት በደንብ የምናውቃቸው ልጆች ነበሩ። አንዱ እንደዚህ አይነት ልጅ የራሱ የትንሳኤ ብርሃን ት/ቤት ዳሬክተር የነበሩት ሰውዬ የመጀመሪያ ልጅ ነው።

በእኛም ቤት "ለምን ከግቢ ወጣችሁ፣ እዚሁ እርስ በርሳችሁ ለመጫወት ቁጥራችሁ አንሶ ነወይ ?" በሚል የተቀጣነውና የተገረፍነውን ያህል በሌላ በምንም ጉዳይ አልተቀጣንም፣ አልተገረፍንም። በዚህ የተነሳና የራሴ የግል ባህርይ ተደምሮበት አድጌ ከቤታችን እስከምወጣ፣ "የትምህርት ቤት ጓደኛዬ" የምለው አንድም ልጅ እቤታችን መጥቶ አያውቅም። እዛው በአንድ ላይ ቤት ከገዙት የአባቴ ጓደኞች ልጆች ውጭ የማውቃቸውና የማቀርባቸው ሌሎች ልጆች አልነበሩም።

የወላጆቼና የጓደኞቻቸው ልጆች ብዙ ብንሆንም፣ በጾታና በዕድሜ ልዩነት የተነሳ አንድ ቡድን መሆን የምንችለው ጥቂቶች ብቻ ነበርን። ሰላሳ ከሚበልጡ ልጆች መሃል ከእኔ ጋር በዕድሜ የሚመሳሰሉት ዘውዱ ወልዳአማኑኤልና ጃፒ ወርቄ ብቻ ነበሩ። ከእነዚህ ጋር የምንተዋወቀው ገና በእናቶቻችን ሆድ ውስጥ እያለን ነው። ያደግነውም፣ ያጠፋነውም፣ የተቀጣነውም፣ ከወላጆቻችን ተደብቀን አታድርጉ ያሉንን ያደረግነው አንድ ላይ ነው። እነዚህ እንደ ወንድሞቼ እንጂ እንደ ጓደኞቼ የማያቸው አልነበሩም። ከነዚህ ውጭ የማውቃቸው፣ ወላጆቼም የሚያውቋቸው የሌሎች ጓደኞቻቸው ልጆች ነበሩ። ከሁለትና ከሶስት አይበልጡም። ወላጆቻችን እንዲህ ከውጭው አለም አግልለው ሊያሳድጉን ቢሞክሩም ማህበረሰባችን ከወላጆቻችን ባልተናነሰ መንገድ ማንነታችንን ቀርጾታል።

ማህበረሰቡ በልጆች ላይ አካባቢው የሚያሳድረውን ተፅዕኖ ወላጆች ወዲያውኑ የሚያዩት አይደለም። ከተወሰነ ጊዜ በኋላ የሚታይ ነው። ወላጆቻችን ካርታ እየተጫወቱ እኛን "ሕጻናት ናቸው" በማለት ሲያወሩት የነበረ ፖለቲካ፣ በሂደት ምን አይነት አመለካከት እንዳስያዘን ገልጫለሁ። ወላጆቻችን በአጋጣሚ የተከራይዋቸው ቤቶችና የተጎራበቷቸው ሰዎች፣ ወላጆቻችን ከሚገምቱት በላይ አመለካከታችንን ቀርጸውታል።

ወላጆቼ ቤት ገዝተው አዋሬ የሚባለው ሰፈር ከመግባታችን በፊት የተከራየናቸው ሁለት ቤቶች የራሳቸው የብቻቸው ግቢ አልነበራቸውም። የመጀመሪያው ቤት ከአስፋወሰን ትምህርት ቤት ጀርባ የሹምየን ጫካ የሚያዋስነው የነበረው ቤት ነው።

የሹምዬ ጫካ ከተማ መሃል የነበረ ጫካ ነው። ከግንፍሌ ወንዝ ተነስቶ፣ እስከ ስምንተኛ ክፍል ትምህርት የሚሰጥበትን የአስፋወሰን ትምህርት ቤትን የሚያዋስን ጫካ ነበር። በዛን ጊዜ ከስምንተኛ ክፍል በታች ከሚማሩት ተማሪዎች መሃል ምን ያህሉ ሴቶችና ወንዶች፣

ኮረዳዎችና ጎረምሳዎች እንደነበሩ የሹምዬን ጫካ አስመልክቶ በተማሪው የተገጠመው ግጥም በራሱ ገላጭ ነው። ወንድና ሴት እየተቀባበሉ የሚሉት ግጥም ነበር።

ሴቷ፣ "ከሹምዬ ጫካ የሰጠሁህን

አባቴ ተቆጡኝ መልስ እቃዬን" ስትል

ወንዱ፣ "አባትሽ ቢቆጡ ቢፈርጡ እንደ እንቧይ

የፈሰሰ ውሃ ይታፈሳል ወይ ?" ብሎ ይመልስላታል።

በዛን ዘመን በፍቅር የሚያብዱ ወጣቶች የነበረባቸው ስቃይ ቀላል አልነበረም። ከፍቅረኛዎቻቸውጋር እንዳይገናኙ በመከልከላቸው እራሳቸውን የሚያጠፉ ወጣት ሴቶች ነበሩ። ለምን ሴቶች ብቻ? ስለምንስ ወንዶች እራሳቸውን እንደማያጠፉ አላውቅም። እንዲሁም አንድ ወንድ፣ ፍቅረኛው ሴት ስትከዳው፣ እሷንም አዲሱ ፍቅረኛውንም ይገድል ነበር። ሴቶች ግን ፍቅረኛ ከከዳቸው እራሳቸውን መግደል እንጂ የከዳቸውን ወንድ "ገደሉ" ሲባል ተሰምቶ አይታወቅም።

ወጣት ፍቅረኞች እንደምንም ብለው ተደብቀው ለመገናኘት ቢስማሙም መገናኛ ቦታ አልነበራቸውም። ገንዘብ እንኳን ቢኖራቸው ሆቴል ሄደው ደፍረው ክፍል መከራየት አይችሉም። የሆቴሎችም ባላቤቶች "እሺ" ብለው አያከራዩዋቸውም። እንዲያውም ፖሊስ ጠርተው ያሲዟቸዋል።

በዚህ የተነሳ፣ ሌላው ቀርቶ ወጣቶች እጅ ለእጅ ለመነካካት ወይም ለመተቃቀፍና ለመሳሳም እንደ አውሬ ጫካ መግባት ነበረባቸው። የዛ ዘመን ጫካዎች የጅቦች መናኸሪያ ብቻ ሳይሆኑ፣ የፍቅረኞች ገነት፣ የቤት ችግር ለነበረባቸው ተማሪዎች ደግሞ የጥናት ቦታዎች ነበሩ። በዚህ የተነሳ የሹምዬ ጫካ ዝነኛ ነበረ። ከብዙ አመታት በኋላም በከተማው የተረፉ ጫካዎች ለአዲስ አበባ ወጣቶች ከደርግ ጭፍጨፋ መሸሸጊያና መጠለያ ሆነው አገልግለዋል።

በዚህ የሹምዬን ጫካ በሚያዋስነው ግቢያችን ውስጥ ከኛ መኖሪያ በተጨማሪ ሌላ አንድ ትልቅ ቤት አለ። ነሪዎቹም አቶ አዳነ ረታና ቤተሰቦቻቸው ነበሩ። እኛ የተከራየነው ቤት የእነሱ ይሁን የሌላ ሰው አላውቅም። እነሱም እንደኛ ተከራይተው ወይም በገዛ ቤታቸው ውስጥ ይኖሩ እንደነበር እርግጠኛ አይደለሁም። የሚከራዩ አይነት ሰዎች ግን አይመስሉም። አቶ አዳነ ረታ "ትልቅ" የሚባሉ ሰው ናቸው። ወንድማቸው አቶ አበበ ረታ የንጉሱ ሚኒስቴርና

የአንደኛዋ የንጉሱ ልጅ ባል ነበሩ። የአቶ አበበ ሴት ልጅ ሜሪ፣ “ልእልት” የሚል ንጉሳዊ ማእረግ ነበራት።[170]

የአቶ አዳነ ቤተሰብ ትልቅ ነው። ብዙ ልጆች ነበራቸው። ከልጆቻቸው መሃል ለእኛ ትንሽ በዕድሜ የሚቀርበው እንደኔው “አንዳርጋቸው” የሚል ስም የነበረው ልጅ ብቻ ነው። እሱም ቢሆን በትንሽ አመት ይበልጠናል። የተቀሩት እነ ዮሴፍ፣ ቢንያም ትልልቆች ነበሩ። ትልቋን እህታቸውን ንግስትን ፈጽሞ አናስታውሳትም። በዛን ጊዜ “ለትምህርት ወደ ውጭ ሳትሄድ አትቀርም” የሚል ጥርጣሬ አለኝ። እነዚህ የጠቀስኳቸው ስሞች በኢትዮጵያ የግራ ፖለቲካ ታሪክ የታወቁ ስሞች ናቸው። የሶስቱም የአቶ አዳነ ልጆች መጨረሻ እጅግ ዘግናኝና አሳዛኝ ነው።

ቢንያም፣ በአፄ ኃይለስላሴ መንግስት ላይ የገጠር የትጥቅ ትግል ለመጀመር ከሰሜን አሜሪካ፣ ከምስራቅና ምዕራብ አውሮፓ፣ እንዲሁም ከመካከለኛው ምስራቅ ከተሰባሰቡ ወጣት ምሁራን ጋር በፍልስጤም ነፃ አውጭ ድርጅት አማካይነት ወታደራዊ ስልጠና ከወሰዱት መሃል አንዱ ነው። ስልጠናውን ጨርሰው “ሁሉም የቡድኑ አባላት የኤርትራን ምድር ረግጠው ረዥሙንና መራራውን የበረሃ ጉዞ እንደተያያዙት ....” ቢንያም የአስም በሽታው ተነሳበት። “ችግሩን ዋጥ አድርጎ ጉዞውን ከቀጠለ በኋላ፣ ቡድኑ በረሃውን እንዳጋመሰ ህመሙ እየጸና በመምጣቱ ወደፊት ለመሄድም ሆነ ወደ ኋላ ለመመለስ አስቸጋሪ ሁኔታ ተፈጠረ። የትግል ጓዶቹን ለበለጠ ችግር አሳልፎ ላለመስጠት ሲል ብንያም (በገዛ ክላሽኑ) የገዛ ህይወቱን አጥፍቷል።”[171]

ዮሴፍ አዳነ የአዲስ አበባ ዩኒቨርስቲ የህግ ምሩቅ ነው። የኢህአፓ የማእከላዊ ኮሚቴ አባል ሆኖ በሚሰራበት ወቅት በ1969 ዓ.ም በደርግ እጅ ወደቀ። ደርግ ዮሴፍን ስሙን በሬዲዮ ጠርቶ፣ የተለመደውን በፍየል ወጤጤ ቀረርቶ የታጀበ መግለጫ ሰጥቶ፣ ከሌሎች አስራ ስድስት ሰዎች ጋር ረሸነው።

ዶ/ር ንግስት አዳነ፣ ወንድሟ ዮሴፍ ሲገደል “ለደርግ ሂሳዊ ድጋፍ እሰጣለሁ” በሚል መርህ ከደርግ ጋር ተባብሮ ሲሰራ የነበረው የመኢሶን (መላው ኢትዮጵያ ሶሺያሊስት

---

[170] *ስዩም ሃረጎትን ያገባችውና እሱ በደርግ እስር ቤት እያለ ራሷን ገድላለች። ራስ እምሩ ካየሁትና ከሰማሁት በሚለው መጽሃፋቸው ገጽ 226 ላይ “ልእልት ሜሪ አበበ አፄ ሃይለስላሴ ከስልጣን የወረዱ እለት ከግማሽ ወንድሟና እህቷ ከኮማንደር እስከንድር ደስታና ልእልት ሰብለ ደስታ ጋር ከንጉሱ ጋር ቤተመንግስት ነበሩ።” ይሉናል*

[171] *ከፍሉ ታደሰ፣ “ያ ትውልድ ቅጽ 1” ደርቶጋዳ አሳታሚ ድርጅት (በሱ ፈቃድ ታደሰ)፣ አዲስ አበባ 2007? ገጽ 215 -216*

እንቅስቃሴ) ድርጅት ከፍተኛ አመራር ነበረች። ወንድሟ ከተገደለ ሁለት አመት ባልሞላው ጊዜ ውስጥ እሷንና ባለቤቷን አቶ ደስታ ታደሰን እንደገና ደርጉ ገደላቸው። ዶ/ር ንግስት የተገደለችው መኢሶን ከደርግ ጋር ቅራኔ ውስጥ በመግባቱና ደርግን መቃወም በመጀመሩ ነው።[172] ሶስቱም የአቶ አዳነ ልጆች አጥንት የት እንደወደቀ አይታወቅም።

በልጅነታችን እዛ ግቢ ውስጥ ስሙ የሚነሳው ቢንያም ነው። ዩኒቨርስቲ ተማሪ ነበር። ከሚያምጹት ተማሪዎች አንዱ በመሆኑ እየታሰረ ይፈታል። ሲገባና ሲወጣ እንደ ልዩ ነገር ነበር የምናየው። "መጣ መጣ" ብለን አሾልቀን በአድናቆት የምናየው ወጣት ነው። ብዙም ሳይቆይ በነሃሴ 1961 ዓ.ም ቢንያም ከሌሎች ስድስት ጓደኞቹ ጋር (ብርሃነመስቀል ረዳ፣ እያሱ አለማየሁ፣ ሃይለየሱስ ወልደሰማያት፣ ገዛኸኝ እንዳለ፣ አብዲሳ አያና እና አማኑኤል ገብረየሱስ) አይሮፕላን ጠልፎ ከሃገር ወጣ። በነበረው የፖለቲካ ብቃትና ብስለት ከሞቱ በኋላ፣ ኢህአፓ (የኢትዮጵያ ህዝብ አብዮታዊ ፓርቲ) በሚል ስም በተደራጀው ፓርቲ ላይ ጉዳት አስከትሏል ይባላል።[173] ኤርትራ በረሃ ውስጥ ወድቆ ቀረ።

ከጥቂት ጊዜ በኋላ ከነቢንያም ቤተሰቦች ጋር ያለን ጉርብትና አበቃ። ከዛው ሰፈር ብዙም አልራቅንም። መናኸሪያ መገንጠያ መንገድን ይዞ ወደ ልእልት ዘነበ ወርቅ ትምህርት ቤት በሚሄደው መንገድ ዳር ካለ ሌላ ትልቅ ግቢ ውስጥ ቤት ተከራይተን ገባን። እዚህ ግቢ ውስጥ ብዙ ሰዎች የሚኖሩበት አንድ ጣሊያን የሰራው ፎቅ አለ። እዚህ ፎቅ ውስጥ ከነበሩ አፓርትመንቶች መሃል አንዱንና ምድር ላይ የሚገኘውን አፓርታማ ተከራይተው ይኖሩ የነበሩት የአቶ ገብረእየሱስ ቤተሰቦች ናቸው። ትልቅ ቤተሰብ ነው። ዘጠኝ ልጆች ነበሯቸው። ከእኔ የሚተልቁ፣ የእኔም እኩያና የሚያንሱ ልጆች ነበሯቸው። በዚህ የተነሳ ወላጆቻችንም፣ እኛም ልጆቹ እርስ በርሳችን በጣም ተቀራርበናል።

ለወላጆቻችን መቀራረብ ምክንያቱ የልጆቻቸው ዕድሜ መቀራረብ ብቻ አይመስለኝም። አቶ ገብረየሱስና ባለቤታቸው አደይ አበባ፣ እንደ አቶ አዳነ ረታ ቤተሰቦች

---

[172] ክፍሉ ታደሰ፣ "ያትውልድ ቅጽ 1"፣ ዓ.ም የሌለው፣ ደርቶጋዳ ማተሚያ ድርጅት አዲስአበባ፤ ገጽ 186 ላይ ዶክተር ንግስት አዳነ የመኢሶን አባል ከመሆኗ በፊት የኢህአድ አባል እንደነበረች ተገልጿል። ክፍሉ ይህን ሲያብራራ "የቢንያም አዳነ እህት የሆነችው ባለቤቱ ንግስት አዳነና ደስታ ከድርጅቱ በተመሳሳይ ወቅት በመውጣትና መኢሶንን በመቀላቀል፣ ከ1966 ዓ.ም የኢትዮጵያ አብዮት ፍንዳታ ማግስት፣ በዚሁ ድርጅት ውስጥ ግንባር ቀደም መሪዎች ሆኑ" ይለናል።

[173] ብርሃነ መስቀል የሚያሳየውን "ዴሞክራሲያዊ ያልሆኑ ዝንባሌዎች" በመንቀፍ በብቃትም በፖለቲካ በመከራከርም አቅም ነበረው ይባላል። ስለብርሃነመስቀል ዴሞክራሲያዊ ያልሆኑ ዝንባሌዎች የሚለውን ቃል በትምህርተ ጥቅስ ያስገባሁት አባባሉ የመጣው ብርሃነ መስቀልን በበጎ አይናቸው ከማያዩ ግለሰቦች ስለሆነ ነው።

ራሳቸውን ከመሳፍንትና መኳንንት ክበብ ጨምረው የማያዩ መሆናቸውም ከወላጆቼ ጋር ለተፈጠረው መቀራረብ ትልቅ አስተዋጽኦ ያደረገ ይመስለኛል።

ከነቢንያም ቤተሰቦች ጋር በጉርብትና ስንኖር ወላጆቼ ከአቶ አዳነ ወይም ከባለቤታቸው ጋር ሲነጋገሩ አይቼ አላውቅም። ምክንያቱ የመደብ ልዩነት ሳይሆን አይቀርም። የአቶ አዳነ ቤተሰቦች የተወሰነ ርቀት የመጠበቅ ነገር ይታይባቸዋል። በነበረው የመሳፍንቶች አስተሳሰብ ከእኛ ቤተሰብ ጋር መቀራረቡን ራሳቸውን ዝቅ እንደማድረግ አድርገው አይተውት ሊሆን ይችላል። አስመራ ከተማ ውስጥ እንቁላል በመቸርቸር ህይወታቸውን የጀመሩት አቶ ገብረየሱስ ግን የኢትዮጵያ ጉምሩኮች ሁሉ ዳሬክተር ቢሆኑም ይህ ችግር አልነበረባቸውም። [174]

አቶ ገብረየሱስም እንደ አቶ አዳነ አመጸኛ ልጅ ነበራቸው። "አማኑኤል" የሚባል። በየጊዜው ይታሰራል ይፈታል። አማኑኤል አዲስ አበባ ዩኒቨርስቲ በታሪክ ትምህርት ዲግሪውን ካገኘ በኋላ ከዩኒቨርስቲው ላለመራቅ፣ እንደገና አንድ ብሎ የእንግሊዝኛ ቋንቋ ትምህርት ለዲግሪ ያጠና ነበር። ወላጆቻችን በጣም ከመቀራረባቸው የተነሳ አማኑኤል ሲታሰር ስለ ሁኔታው ያወራሉ። አንድ ቀን አቶ ገብረየሱስ፣ ልጃቸው የታሰረበት ቦታ ኮልፌ ወይም ሰንዳፋ ሊጠይቁት ሄደው ያዩትን ለወላጆቼ ሲናገሩ፣

"ሁሉንም ሰብስበው ጭቃ ያስቦኳቸዋል። ጭቃው እስከ ጉልበታቸው ድረስ ነው። ልጄ እንደዛ ሲሰቃይ ከማየው ሽጉጥ ይዤ ቢሆን እኔው ራሴ እገድለው ነበር" ብለዋል።

አቶ ገብረየሱስ ከአፄ ሃይለስላሴ በኋላ የመጡትን መንግስታት ሳያዩ በደህናው ቀን ህይወታቸው አልፏል። ጭቃ ማስቦካትን እንደትልቅ ስቃይ ያዩት አቶ ገብረየሱስ ቀጥለው በመጡ መንግስታዊ ስርአቶች በፖለቲካ ተቃዋሚዎች የተፈጸመው ሰቆቃና ግድያ ቢያዩ ምን ይሉ ነበር ?

ልጃቸው አማኑኤል ከነቢንያምጋር አይሮፕላን ጠልፎ ካገር ከወጡት መሃል አንዱ ሆነ። አማኑኤል አሁንም በህይወት አለ። ብዙ ቀለማት የተቀባ ታሪክ ያለው ሰው ነው። የሱ

---

[174] ፍቅረ ማርቆስ ደስታ፣ "ጃጋማ ኬሎ የበጋው መብረቅ፣ የህይወት ታሪክ" ሸሉዝ አሳታሚ፣ ሻማ ቡክስ 2002፣ አዲስ አበባ፣ገጽ 151 ላይ አቶ ገብረየሱስ ኤርትራን ከኢትዮጵያ ጋር በማዋሃዱ ጥረት የነበራቸውን ሚና እንደሚከተለው ተገልጿል "ኤርትራውያኑ አብርሃ ወልደጊዮርጊስ እና ገብረየሱስ የተባሉት የአካለጉዛይ ተወላጆች አንድነቱን ለማምጣት አብረውት (ከኮሎኔል ጃጋማ ጋር ማለት ነው) ይደክሙ ነበር።

ታሪክ ከሃገራችን ዘመናዊ ፖለቲካና የፖለቲካ ድርጅቶች ታሪክ ጋር በቅርብ የተሳሰረ ስለሆነ ታሪኩን ሳይጽፍ ወይም ለጸሃፊ ሳይናገር ህይወቱ ካለፈች ትልቅ ሃገራዊ ኪሳራ ነው።

በልጅነታችን እነዚህን አመጻኞችና አይሮፕላን ጠላፊዎች ሞዴሎቻችን አድርገን ነው ያደግነው። "እነ አማኑኤል አይሮፕላን ጠለፉ" የሚለው ዜና ከመጣ ጀምሮ እኛ ወጣቶቹ ለወራት ሌላ ወሬ አልነበረንም። ትንንሾቹ የአይሮፕላን ጠለፋውን መሰረት ያደረገ ጨዋታ ፈጥረዋል። አንዱ እንደ አውሮፕላን እጁን ዘርግቶ አውሮፕላን አብራሪ ሆኖ ሲሮጥ ሌላው ከኋላው በእንጨት በተሰራ ሽጉጥ ጠላፊ ሆኖ እያስገደደ ወደሚፈልገው ቦታ ይወስደዋል። እኛ ትንሽ ከፍ ያልነውን የሚያስቀን በፓይለቱና በጠላፊው መሃከል ይደረግ የነበረው መጨቃጨቅ ነበር። ህጻናቱ ብዙ የውጭ ሃገር ቦታዎች ስለማያውቁ ለጨዋታ ያስገደዱትን አይሮፕላን የሚያሳርፉት እዛው ሰፈራችንና ከተማ ውስጥ በሚያውቋቸው ቦታዎች ላይ ነው።

እዛ ትልቅ ግቢ ከአማኑኤል ወንድምንና እህቶች ጋር እንደ አንድ ቤተሰብ ልጆች አደግን። ከዛ ግቢ ለቅቀን ከሄድንም በኋላ የልጆቹና የወላጆቻቸው ግንኙነት አልተቋረጠም። ትንሽ ቆይቶም፣ እንዳጋጣሚ የአማኑኤል ቤተሰቦችም በጣም ዘመናዊ ቪላ ቤት የሰሩት እዛው እኛ ቀበሌ ውስጥ በመሆኑ፣ የበለጠ ተቀራርበን መኖሩ ቀጠለ። ሁላችንም ወንዶቹ የተፈሪ መኮንን ሁለተኛ ደረጃ ተማሪዎች በመሆናችን የምንገናኘው በየቀኑ ነው። ትምህርት ቤት ይዘን የምንሄደውንም ምሳ በጋራ ነበር የምንመገበው።

ወ/ሮ አበባና የኔ እናት በጣም ተቀራረቡ። ከቅርበታቸው የተነሳ እናቴ ታማ ብዙ ደም የፈሰሳት እለት ወ/ሮ አበባ እናቴ የተኛችበትን አንሶላ "ሰራተኛ አያጥበውም" ብለው ራሳቸው በጃቸው ሽንት ቤት ውስጥ ሲያጥቡት አይቻለሁ። የአማኑኤል እናት የእኛም እናት ነበሩ። የእኛም እናት ለአማኑኤል ትንንሽ ወንድሞችና እህቶች እናታቸው ነበረች። የአማኑኤልን እናት እኛም እንደ ልጆቻቸው "እማማ" እያልን ነበር የምንጠራቸው። እጅግ ደግ ናቸው። ለእዛ ሁሉ ልጅ አንባሻ ሲጋግሩ፣ ሻይ ሲያፈሉ ነበር ብዙ ግዜያቸውን የሚያጠፉት። አንባሻውን የምንሸልመው እኛ ልጆቹ ነን። አንባሻው ያሻንን ቅርጽ የምንቀርጽበት መጫወቻችን ነበር። በህይወቴ ብዙ አምባሻዎች ቀምሻለሁ፤ እንደ አደይ አበባ የሚጣፍጥ አንባሻ ግን አጋጥሞኝ አያውቅም።

በጋራ ከነአማኑኤል ቤተሰቦች ጋር በምንኖርበት ጊዜ ልጆች ነበርን። ከአንዱ ቤት ወደ ሌላው ቤት ስንሮጥ ነበር የምንውለው። አንዳንድ ቀን አማኑኤል ሲያነብ ቆይቶ የረሳውን መፅሃፍ ጠረጴዛ ላይ እናገኛለን። ብዙ ጊዜ ትንንሽ ወንድሞቹና እህቶቹ እንዳይቀዷቸው መጽሃፎቹን መኝታ ክፍሉ ውስጥ አስቀምጦ ነበር የሚሄደው። ከትንንሽ ወንድሞቹና እህቶቹ

ጋር ቤታቸው ውስጥ ስንጫወት አማኑኤል መፅሃፍ አጠገብ ከደረስን እናቱ " እናንተ ልጆች እሱ የአማኑኤል መፅሃፍ ነው። ነግሪያችኋለሁ እንዳትነኩ" ይሉናል። ለኛ የአማኑኤልን መፅሃፍ መንካት ራሱን የቻለ ደስታ የሚሰጠን ነገር ነበር። የመጽሃፎቹ ትልቅነትም ያስገርመናል። እንግሊዝኛ በደንብ ማንበብ በማልችልበት ወቅት፣ የአማኑኤል መፅሃፍ ነው ስለተባለ ብቻ፣ ጠረጴዛው ላይ የነበረው ወፍራም፣ አረንጓዴ ሽፋን የነበረው መፅሃፍ፣ የሪቻርድ ፓንክረስት "ዘ ኢኮኖሚክ ሂስትሪ ኦፍ ኢትዮጵያ" የሚለው መፅሃፍ እንደነበር እስከዛሬ ድረስ አስታውሰዋለሁ።

እነ አማኑኤልና ቢንያም እኩዮቻችን አልነበሩም። አንድ ቀንም አናግረውን አያውቁም። በዛ የጉርምስናቸውና ብዙ ነገሮች ሲተበትቡ በሚውሉበት ዘመን መፈጠራችንንም ላያውቁት ይችላሉ። ለእኛ ግን በአንድ ወቅት የምናውቃቸውና በአንድ ግቢ ውስጥ አብረውን የኖሩ በመሆናቸው፣ በአውሮፕላን ጠላፊነታቸውና አመጸኛነታቸው የሚሰማን ትልቅ ነገር ነበር። የኛ ጀግኖችና ሞዴሎች እነዚህ የኛ ታላላቆች ሆነው ነው ያደግነው። ወደፊት የእነዛ ቤተሰቦችና የአካባቢው ልጆች በገጠመን እጣ ላይ፣ እነዚህ ሁለት አይሮፕላን ጠላፊዎች ሳያውቁት ያሳደሩት ጫና ቀላል አይደለም።

ምእራፍ 5.አፀደ እና የግብረገብ አስተማሪያችን

በአንዳንድ ጉዳዮች ላይ ከወላጆችም፣ ከጎረቤቶችና ከጓደኞች በላይ ትምህርት ቤትና አስተማሪዎች በልጅ አስተዳደግ ላይ ትልቅ ተፅዕኖ አሳዳሪዎች ናቸው። አቶ ታፈሰ የሚባሉ የሶስተኛ ክፍል አስተማሪዬ እናቴን ለመጠየቅ እቤታችን በመጡበት ወቅት ባዩት የኔ ጠባይ ባለመደሰታቸው በማግስቱ ት/ቤት ውስጥ የቀጡኝ ቅጣት አይረሳኝም።

ክፍል ውስጥ ተማሪ ፊት አጎንብሼ መቀመጫዬን ተገረፍኩ። እደጅ እሚዋጋ ጠጠር ላይ በጉልበቴ እንድሄድ አድርገውኛል። ማንም አይናገራቸውም። እንደ አስተማሪ የተፈራም፣ የተከበረም ሰው አልነበረም። አንዳንዱ ቅጣታቸው ጭካኔ የበዛበትና ፍትሃዊነት የጎደለው ነው። በእኔ ላይ የማይረሳ ተፅዕኖ ያሳደሩ ሌላው አስተማሪ የግብረገብ አስተማሪያችን ናቸው። ስማቸውን ረስቼዋለሁ። እንድ እለት፣ በግብረገብ አስተማሪው ክፍለ ጊዜ የሆነው ጉዳይ ይህንን ይመስላል።

ትምህርት ቤቴ ካዛንችስ የሚገኘው በጥንት ስሙ "ልኡል አስፋወሰን መለስተኛ ሁለተኛ ደረጃ ትምህርት ቤት" ተብሎ ይጠራ የነበረው ነው።

የሰባተኛ ክፍል ተማሪ ነኝ። በክፍላችን ውስጥ በልጅነት ዕድሜያችን ትምህርት የጀመርነው ተማሪዎች ብዙ አይደለንም። ወደ ጉርምስና የተጠጉ ወንዶችና ለኮረዳነት የደረሱ ልጃገረዶች ቁጥር ይበልጣል። አንዳንዶቹ ዕድሜያቸው የገፋው ፈተና እየወደቁ አንዱን ክፍል ለማለፍ ሁለትና ሶስት አመት ስለፈጀባቸው ነው። ካደጉ በኋላ ትምህርት ቤት በመግባታቸው አልነበረም። ትምህርትና ፈተናው እንደኋለኛዎቹ ዘመኖች ቀልድ አልነበረም። ብዙ ተማሪ ፈተና እየወደቀ ክፍል ይደግማል።

እነዚህ የክፍላችን ጎረምሳዎችና ኮረዳዎች ሁሌም የሚቀመጡት ከኋላ ነው። ወንዶቹ ለማሽኮርመም ሴቶቹም ለመሽኮርመም የሚመቻቸው ከአስተማሪው ራቅ ብለው ሲቀመጡ ነው። ያልተጻፈ ህግ ያለ ይመስል እንደኔ አይነቱ ውሪ ወደ ኋላ ካልተቀመጥኩ አይልም። ተሽቀዳድሞ የኋላ ወንበር ይዞ ከተገኘም ጎረምሶቹ በኩርኩምና በርግጫ አፈናጥረው ከፊት ያሉ ወንበሮች ላይ ያሳርፉታል።

አፀደ ተለቅ ያለች ልጃገረድ ናት። የተለቀችው ከባላገር እረኝነት ወደ ከተማ መጥታ ከረፈደ ትምህርት በመጀመሯ አልነበረም። እኔ በደንብ አውቃታለሁ። እሷ ስድስተኛ ክፍል

እያለች እኔ ሶስተኛ ክፍል ነበርኩ። እኔን ጠብቃ ነው የስድስተኛ ክፍልን መልቀቂያ የሚኒስትሪ ሃገራዊ ፈተናውን ያለፈችው።

ልጅ ብሆንም አፀደ ውብ ልጃገረድ እንደሆነች ቀልቤ ይነግረኛል። የሰፈሬ ልጅ ስለሆነች ስለሷ ብዙ ሰምቻለሁ። በቤታቸው የአጥር ቀዳዳዎች ከጓደኞቼ ጋር እያሾለቅን ያየነው ብዙ ነገር አለ። እሷ ግን ከነመፈጠሬም የምታውቅ አይመስለኝም። አፀደ በትምህርት ቤት ካሉት ልጃገረዶች ለየት የሚያደርጋት ነገር አለባበሷ ነው። እንደሷ አጭር ቀሚስ ለብሶ ትምህርት ቤት የሚመጣ ሴት ተማሪ አልነበረም።

አንድ ቀን እለቱ ሰኞ ይመስለኛል። ሁሌም ሰኞ እለት ከምሳ ሰአት በፊት የመጨረሻው ክፍለ ጊዜ ለግብረገብ ትምህርት የተያዘ ነው። የግብረገብ ትምህርት አስተማሪው ገብተው እንደተለመደው ወንበራቸው ላይ ቁጭ ብለዋል። ስብከት ለመጀመር ጉሮሮአቸውን ይጠራርጋሉ። “ስብከት” ያልኩት ሳሾፍ አይደለም። የግብረገብ ትምህርት ተብሎ የሚሰጠው ትምህርት የመፅሃፍ ቅዱስ ትምህርት ነው። የግብረገብ አስተማሪው ከክፍል ክፍል ይዘው የሚዞሩትና የሚያነቡልንም መፅሃፍ ቅዱስን ነው።

የሚገርመው ነገር፣ ከጎኔ የሚቀመጠው እንደኔው በዕድሜው ልጅ የነበረው አሊ፣ እንደማንኛውም የክርስትና ዕምነት ተከታይ ተማሪ ሰበካውን እየጠበቀ መሆኑ ነው። የትምህርት ስርአቱ ቀራጮች ከአንድ ሃይማኖት ነፃ የሆነ የግብረገብ ትምህርት መቅረጽ አስፈላጊነቱ የታያቸው አይመስልም። ይባስ ብሎ የግበረገብ ትምህርቱን እንደማንኛውም ትምህርት ፈተና እንዲኖረው አድርገውታል። የፈተናው ውጤት ከሌሎች ትምህርት ውጤቶች ጋር ይደመራል። በግብረገብ ፈተና ጥሩ ውጤት ያላመጣ ተማሪ ደረጃው ዝቅ ሊል ይችላል። አሊ ጎበዝ ተማሪ ስለነበር የግብረገብ ትምህርቱን ፈተና ሳይቀር እየደፈነ አንደኛ የሚወጣ ተማሪ ነው። አሊ ከግብረገብ አስተማሪው አፍ የሚወጣውን ቃል ለመልቀም እስክሪፕቶውን አሹሎ በተጠንቀቅ ይጠባበቃል።

የግበረገብ አስተማሪው ሃይለኛ፣ የሚፈሩና የሚከበሩ ነበሩ። በእሳቸው የትምህርት ክፍለ ጊዜ በክፍሉ ውስጥ ፍጹም ጸጥታ ይሰፍናል። ከኋላ ካሉ ጎረምሶችና ኮረዶች አካባቢ ሳይቀር ድምጽ አይሰማም።

የክፍሉ ጸጥታ እንደ ወረደች እንጥል ጊዜን አንጠልጥሎ ይዞታል። በዛ ቅጽበት ከውጭ የብዙ ሰዎች ድምጽ የተቀላቀለበት ጩኸት ክፍላችንን ሞላው። ድምጹ የመጣው ከካዛንችስ ወደ ራስ ሙሉጌታ ሰፈር የሚወስደውንና ትምህርት ቤታችን የሚያዋስነው መንገድ ይዞ ነው።

“ያዘው! ያዘው! ” የሚል ጩኸት ተበራከተ። የሚሮጡ ሰዎች የጫማ ኮቴ ድምጽ እየደመቀ መጣ። ከጥቂት ሰኮንዶች በኋላ ከክፍላችን ጀርባ የነበረው ሁካታ እፊት ለፊታችን መጣ። ድምጽ ብቻ ሳይሆን የምስል ትእይንት ማየት ጀመርን።

የክፍሉ ጸጥታ ደፈረሰ፤ የመንገዱን ሁካታ ተላበሰ። አሁን ሁሉ ነገር ወለል ብሎ በመስኮት የሚታይ ሆኗል። መጀመሪያ ሁካታው ደንታ ያልሰጣቸው ይመስሉ የነበሩት አስተማሪያችን በዝግታ ከመቀመጫቸው ተነሱ። ቀስ ብለው ለወሬ የቸኮሉ በማያስመስል ቀዝቃዛ እርምጃ አቅራቢያቸው ወደ ነበረው መስኮት ተራመዱ። የሚቀርባቸው እኔና አሊ የተቀመጥንበት ቦታ ያለው መስኮት ነበር። ሁላችንም ከአስተማሪያችን ጋር የመንገዱን ትርኢት በተመስጦ መከታተል ጀመርን።

አንድ ወጠምሻ ጎረምሳ ከሁሉም ቀድሞ ነፍሴ አውጪኝ ሩጫውን ተያይዞታል። ከኋላው “ያዘው ያዘው” እያሉ የሚያባርሩት ሰዎች በርካታ ናቸው። ከነዚህ መሃል ሁለት ፖሊሶች ይታያሉ። ሌላው አባራሪ በተለያዩ ፍጥረቶች የተሞላ ነው። በአለባበሳቸው የሚለዩ የቢሮ ሰራተኞች አሉበት። ቡቱቷቸው የጎዳና ተዳዳሪ መሆናቸውን የሚያሳብቅባቸው ልጆች ይታያሉ። የሊስትሮ ሳጥን የያዙ ህጻናት ታክለውበታል። ከፖሊሶቹና ከጎረምሶቹ እኩል መሮጥ ያልቻሉ አረጋውያንና በልመና ስራ የሚተዳደሩ አካል ጉዳተኞች በቅርብ ርቀት በራሳቸው ፍጥነት ማባረሩን አዳምቀውታል። የተሰባሰበውን ሰው ዝም ብሎ ለተመለከተው፣ የፖሊሶች ሩጫ ያስነሳው የሰው አውሎ ነፋስ ይመስላል።

ተባራሪና አባራሪ ካስነሱት የሰው አውሎ ነፋስ ጋር ከክፍላችን መስኮት እየራቁ ሄዱ። ከእይታችን ግን አልጠፉም። ክፍላችን ከፍ ያለ ቦታ ላይ የተሰራች ስለነበረች በርቀት የሚሆነውን ለማየት አልተቸገርንም። ተባራሪው የግንፍሌ ወንዝ ድልድይ ጋር ሊደርስ ትንሽ ቀርቶታል። ድልድዩን አቋርጦ ሩጫውን ይቀጥላል ብለን ሁላችንም እየጠበቅነው ነበር። እሱ ግን ከመንገዱ በስተቀኝ በኩል እጥፍ ብሎ ወደ ወንዙ ወረደ። ፖሊሶችና ጥቂት አጃቢዎቻቸው ተከተሉት። ነገራቸው ሁሉ እንደ ድንገተኛ ጎርፍ ሆነብን። ግንፍሌ ወንዝ ውስጥ ገብተው ከአይናችን ተሰወሩ።

ወደ ወንዙ መውረድ ያልፈለጉት ቀሪ አጃቢዎች ድልድዩ ላይ ቆመው ትእይንቱን መከታታል መርጠዋል። ከርቀት ስንመለከታቸው ወንዝ ውስጥ እየሆነ ያለው ነገር የሚታያቸው ይመስላሉ። ብዙም ሳይቆይ ድልድይ ላይ የቆሙት ሰዎች ጭብጨባቸውን አቀለጡት።

ክፍሉ ውስጥ ለነበሩት አስተማሪያችን እና ለተማሪዎቻቸው ጭብጨባው ህግ አስከባሪዎቹ እንደቀናቸው የሚያረጋግጥ ነው። ተባራሪው ምን እንዳደረገ ባያውቁም ሁሉም “ወንጀለኛ ነው” ብለው ደምድመዋል። “ወንጀለኛ ደግሞ መያዝ አለበት” የሚል ዕምነት ስላለ፣ አስተማሪያችንና ተማሪዎቻቸው የተደሰቱ መሰሉ። እኔ ግን ደስተኛ አልነበርኩም። ወደ ኋላዬ ዞሬ ማየት ባልደፍርም፣ አጸደም እንደኔ ደስተኛ እንደማትሆን እርግጠኛ ነበርኩ።

የግብረገብ አስተማሪው ይህ ሁሉ ሁካታ ለምን እንደተፈጠረ ለማወቅ የፈለጉ ይመስላል። ከጭብጨባው በኋላም ወደ ወንበራቸው አልተመለሱም። ከወንዙ ውስጥ፣ በሁለት ፖሊሶች እጁ ወደኋላ ተጠምዝዞ ተባራሪው ብቅ አለ። ከፖሊሶቹና ከተባራሪው ልብስ ላይ የሚንጠባጠበው ውሃ፣ የመጨረሻው ፍልሚያ ወንዙ ውሃ ውስጥ እንደተካሄደ አስረዳን። በተለይ ተባራሪው ለብሶት የነበረው ነጭና ጥቁር ሹራብ በውሃ መነከሩ ከሩቁ ያስታውቃል።

ፖሊሶቹ እስረኛውን እየገፈታተሩ ክፍላችን መስኮት ግርጌ ደረሱ። የዚህን ጊዜ የግብረገብ አስተማሪያችን ድምጻቸውን ዘለግ አድርገው፣

“ምን ወንጀል ፈጽሞ ነው ?” በማለት ወደ ፖሊሶቹ ጥያቄያቸውን ወረወሩ።

መልስ የሰጧቸው ፖሊሶቹ ሳይሆኑ ከፖሊሶቹ እኩል ለመራመድ የተጨነቀ የሚመስለው ሰውነተ ደልዳላው ወዛም ሰውየ ነበር። ቁና ቁና እየተነፈሰ

“ብ .. ር..ድ......ል..ብ..ስ....... ሰ..ር..ር..ርቆ.....ነው” አላቸው።

የሰውየውን መልስ እንደሰማሁ ስሜቴን መቆጣጠር አልቻልኩም።

በቀስታ “እረ ይሄ ውሽታም” የሚሉ ቃላት ተነፈስኩኝ።

የተናገርኩት አጠገቤ ከነበሩት አስተማሪዬ ጆሮ ለመድረሱ እርግጠኛ ነበርኩ። ዞር ብለው ያዩኝ ያለምክንያት አልነበረም።

ትርኢቱ መስኮታችንን አልፎ ከክፍላችን ጀርባ ገብቶ ተሰወረ።

“ቦታችሁን ያዙ” አሉ አስተማሪያችን። ትእዛዛቸው የሚመለከተው ከኋላ መቀመጫቸው ላይ ተነስተው በመስኮት ወሬ ለማየት የመጡትን ኮረዳዎችና ጎረምሶች ነበር።

እሳቸው ወንበራቸው ላይ ተቀመጡ። ወደ እኔ እየተመለከቱ፣ ያለ ድምጽ፣ የሌባ ጣታቸውን እያንቀሳቀሱ፣ በምልክት "እስቲ ወደዚህ ነይ" የሚል የንቀት መልእክታቸውን አስተላለፉልኝ።

አሊ የተናገርኩት ነገር ጣጣ እንደሚያመጣብኝ ገብቶታል። ዞር ብዬ ሳየው ከኔ በላይ ተጨንቋል። ሚስጥረኛዬ ስለሆነ ስለ አፀደ በየቀኑ ነው ሪፖርት የማደርግለት። ግርግሩ ሲጀምር የአየለን ነጭና ጥቁር ሹራብ እንዳየሁ ነው፣ እግሩን ረገጥ አድርጌ "የአፀደ ጉዳይ ነው" ያልኩት። ገብቶታል። ከንፈሩን ሳያንቀሳቀስ በቀስታ "አላህ ይርዳህ" አለኝ።

አጠገባቸው ስደርስ በግራ እጃቸው ቀኝ እጄን በመያዝ፣

"ለምንድነው ቅድም ያ ሰውዬ "ብርድልብስ ሰርቆ ነው" ሲለን ውሸታም ያልከው ? የምታውቀው ነገር አለ እንዴ ?" አሉኝ።

በጣም ፈሪና አይናፋር ስለነበርኩ፣ መልስ መስጠት ከበደኝ።

ቀጫጫ እጄን የበለጠ ጠበቅ አድርገው ያዙና "ችግር አለው እንዴ ብትነግረኝ ?" አሉኝ። "እኔ እኮ መንገደኛ አይደለሁም፤ አስተማሪህ ነኝ" የሚል ማበረታቻም አከሉበት።

ማምለጫ እንደሌለኝ ሳውቅ ድምጼን ዝቅ አድርጌ መናገር ጀመርኩ። መናገር ሳይሆን እሳቸውን መጠየቅ ጀመርኩ።

"አቶ ወርቄ ደምሴን ያውቋቸዋል አይደል?" አልኳቸው ።

"እኚህ የእኛ ሁሉ አለቃ! ማን የማያውቃቸው አለ ?" አሉኝ። እውነት ነው ሰውየው በጣም የታወቁ ነበሩ። በተለይ በትምህርት ቤቶች አካባቢ።

"የተያዘው ሰውዬ የእሳቸው ወንድም፣ አየለ ደምሴ ነው" አልኩኝ ።

"በምን አወቅክ ?" በማለት በተራቸው ጠየቁኝ።

"አቶ ወርቄ የወላጆቼ የቅርብ ጓደኛ፣ ጎረቤታችንም ናቸው" አልኳቸው ።

"እህ! ቀጥል" አሉ ።

እንደገና ጥያቄ ጀመርኩ ።

"እዚህ ክፍል ያለችውን አፀደን ያውቋታል? "

"ይች መቀመጫዋ እስከሚታይ፣ ቀሚሷን አሳጥራ የምትለብሰው አይደለችም እንዴ? አውቃታለሁ" አሉ።

እግሯን ብቻ ሳይሆን መቀመጫዋንም ለማየት ፈልገው ካልነበረ ቀሚሷ ያንን ያህል አጭር አልነበረም። ኢጋንነውታል።

"ያ ብርድ ልብስ ሰርቆ ነው ያለዎት ሰውዬ፣ የታወቀ የልኳንዳዎች ኢንስፔክተር ነው። የሷ ወንድም ነው።

"ታዲያስ ?" የሚል ጥያቄ ወረወሩ።

"ሰውየው ትናንትና አየለን ለማስያዝ ስድስተኛ ፖሊስ ጣቢያ ሄዶ ነበር። እሁድ ስለነበር ጣቢያው ከተረኞች በስተቀር ብዙ ፖሊስ አልነበረውም። ይህን ነግረው " ነገ ና" ብለውት መመለሱን ትናንትና ጃፒ ነግሮኛል ።"

"ጃፖ ደግሞ ማነው ?"

"ጃፖ አይደለም፤ ጃፒ ነው። ጃፒ ወርቁ። የኔ ጓደኛ፣ አየለ አጎቱ ነው ።"

"ታዲያ ሰውየው እንዳለው የተሰረቀበትን ብርድ ልብስ ለማስመለስ ይሆናላ። ውሸታም ያስባለህ ሌላ ምን ሚስጥር ብታውቅ ነው ?" አሉኝ።

"ጉዳዩ የብርድ ልብስ አይደለም፤ ለዚህ ነው ።" ብዬ ዝም አልኩ።

"ተናገር ብየሃለሁ !" ብለው ቀጫጫ እጄን ባልወለደ አንጀታቸው ጭምቅ አደረጓት። ብርቱ ህመም ተሰማኝ። እንደማይለቁኝ ሳውቅ፣

"አየለ የአፀደ ፍቅረኛ ነው" አልኳቸው።

"ቢሆን ታዲያ ፖሊስ ምን አግብቶት ያሳድደዋል ?" አሉኝ እጄን የበለጠ እየጨመቁ።

እኔም የሞት ሞቴን "አይ የአጸደን ድንግል አጥፍቶ ነው" አልኩ።

የግብረገብ አስተማሪው ከዛ በኋላ የተነፈሱት ቃል አልነበረም። ቀኝ እጃቸውን በጠረጴዛው ስር አሾልከው ቁምጣዬ ውስጥ አስገቡ። ታፋዬን በቁንጥጫ አልመዘመዙት።

በጥፍራቸው ስጋዬን ቦጨቁት። ይችን ጣጠኛ ምላሴን እየረገምኩ፣ በዝምታ እንባዬን እያረገፍኩ ስቃየን ችዬ ቆምኩ።

አሊ የኔን ስቃይ እያየ ሊያለቅስ ትንሽ ቀርቶታል። የተቀረው ተማሪ ጉዳዩ ምን እንደሆነ ስለማያውቅ ግራ ተጋብቷል። ሰቆቃ ሲፈጸምብኝ በሃዘን ስሜት ይመለከተኛል። ከእነዚህ ተማሪዎች መሃል ከኋላ የሚቀመጠው አበራ አለ። ማንም የማይደፍረው የትምህርት ቤቱ ጉልበተኛ። የእኛ የትንንሾቹ ጋሻ መከታ። እርግጠኛ ነኝ "ተነስተህ የግብረገብ አስተማሪውን፣ አፍንጫ አፍንጫቸውን በላቸው" ከሚለው ስሜቱ ጋር እየታገለ እንደነበር።

አስተማሪው ሲበቃቸው፣

"ድንግል አባክ ይጥፉና፤ ሂድ ተቀመጥ !" ብለው ገፈተሩኝ።

ከእዛ ጊዜ ጀምሮ፣ የልጅነት አንደበቴ ይበልጥ ተዘጋ። የምሬን ነው። አድጌም "ድንግል" የሚል ቃል በየትኛውም ሁኔታና ቦታ በሰማሁ ቁጥር እበረግጋለሁ።

ክፍል 5. ጎልማሳነት- ከተመልካችነት ወደ አድራጊነት

ምእራፍ 1. ተፈሪ መኮንን ት/ቤት

የተፈጥሮ ህግ ነውና ህጻንነትም፣ ልጅነትም ያበቃል። ቀስ እያልን ሁላችንም አደግን። የአንደኛ ደረጃ፣ ቀጥሎም የሁለተኛና መለስተኛ ደረጃ ትምህርታችንን አጠናቀቅን። የሁለተኛ ደረጃ ትምህርት ቤት ተማሪዎች መሆን ጀመርን። የእኛና የአቶ ገብረየሱስ ልጆች ሁላችንም ተጠቃለን ተፈሪ መኮንን ሁለተኛ ደረጃ ትምህርት ቤት ገባን። አንዳንዶቻችን ተፈሪ መኮንን የገባነው ዘጠነኛ ክፍል ስንደርስ ነው። የእኛ ታናናሾች የገቡት ሰባተኛ ክፍል ሲደርሱ ነው።

ወላጆቻችን ተፈሪ መኮንን ት/ ቤት የመረጡበት ምክንያት በሃገሪቱ ከሚታወቁት ሁለት ትምህርት ቤቶች አንዱ ስለሆነ ነው። ሌላው ጀነራል ዊንጌት ነው። አቶ ተድላ ዘዮሃንስ ልጃቸውን ማርቆስን ዊንጌት ካስገቡ በኋላ ወላጆቼ እኔንም ዊንጌት እንዲያስገቡኝ መክረዋል። ትምህርት ቤቱ የሚሰጠውን ፈተና ወስጄ አልፌ ነበር። የቁጥጥር አባዜ የተጠናወታቸው ወላጆቼ አዳሪ ትምህርት ቤት መሆኑ ሊዋጥላቸው አልቻለም። ሃሳባቸውን ቀይረው ነው ተፈሪ መኮንን ያስገቡኝ።

ይህ የቁጥጥር አባዜያቸው ዩኒቨርስቲ የመግቢያ ፈተና ባለፍኩበትም ወቅት አልለቀቃቸውም። "ዩኒቨርስቲ እየተመላለሰ ይማር እንጂ አዳሪ አይሆንም" ብለው ነበር። እኔ የማላየው እነሱ የሚያዩት ችግር እንደነበረብኝ አላውቅም። ዩኒቨርስቲ ተማሪዎች በነበሩ የዘመዶቻችን ልጆች ጉትጎታ ነበር፣ ዩኒቨርስቲ በአዳሪነት እንድማር የተስማሙት።

በዛን ወቅት ተፈሪ መኮንን የወንዶች ብቻ ትምህርት ቤት ነው። ትምህርት ቤቱ እውነትም ትልቅ የትምህርት ማእከል ነው። አስተማሪዎች ጥራትና ብቃት ነበራቸው። በመፅሃፍት፣ በላብራቶሪ እቃዎች፣ በስፖርት ድርጅቱና ቁሳቁሶች ይህ ጎድሎታል የማይባል ትምህርት ቤት ነበር። ትምህርት ቤቱ ከዊንጌት ይለያል። ዊንጌት ተማሪዎቹን የሚያዘጋጀው የማትሪክ ፈተና እንዲያልፉ ብቻ ነው። ተፈሪ መኮንን ተማሪዎች ሰፊ ዕውቀት እንዲገበዩ በሚያደርግ የትምህርት ሂደት እንዲያልፉ የሚያደርግ ትምህርት ቤት ነበር። ከትምህርት ውጭም ተማሪዎች በተለያዩ እንቅስቃሴዎች እንዲሳተፉ ያደርጋል። የስካውት ክለቡ የታወቀ ነው።

በሌሎች ትምህርት ቤቶች ያልነበረ ለተማሪዎች በድምጽ ማጉሊያ የሚሰራጭ የተማሪዎች ሬዲዮ ጣቢያ ነበረው። የሬድዮ ዝግጅቱ የሚከናወነውና የሚሰራጨው ለተማሪዎች ተብሎ በሚገባ ከተደራጀው የሬዲዮ ስቱዲዮ ነው። ተማሪውን በእረፍት ሰአት የሚያዝናኑ ሙዚቃዎች፣ የሬድዮ ድራማዎችና ስነ ጽሁፎች ይሰራጩበታል። ማስታወቂያና መግለጫ ይነገርበታል። የድምጽ ማጉሊያዎቹ በዛ ትልቅ ግቢ ውስጥ ብዙ ቦታ ተተክለዋል። በመሆኑም በትምህርት ቤቱ ጫካና መናፈሻ ውስጥ የሚዝናኑ ተማሪዎች ሳይቀሩ ሬድዮ ስርጭቱን መከታተል ይችላሉ። አንዱ የተፈሪ መኮንን ት/ቤት የቀድሞ ተማሪዎች የዕድሜ ልክ ትውስታ ሬዲዮ ጣቢያው ነው።

የድራማና የክርክር ክለቡም እንደዚሁ የታወቀ ነው። በተለይ የክርክር ክለቡ ገናና ነበር። በየአመቱ በአዲስ አበባ ሁለተኛ ደረጃ ትምህርት ቤቶች መሃከል በእንግሊዝኛ ቋንቋ የሚደረገውን የንግግር ውድድር ከአመት አመት ያለማቋረጥ የሚያሸንፈውና ዋንጫውን የሚወስደው ተፈሪ መኮንን ት/ቤት ነው።

እኔ ተማሪ በነበርኩባቸው አራት አመታት ሶስቱን ያሸነፈው ተፈሪ መኮንን ት/ቤት ነበር። አንዱን አመት አምፀን ት/ቤቶች ስለተዘጉ ውድድር አልተደረገም። ውድድሩ የሚደረገው በአስራ ሁለተኛ ክፍል ተማሪዎች መሃል ነው። እኛ አስራ ሁለተኛ ክፍል ከመግባታችን በፊት አንድ አመት ቀደም ብሎ የተደረገውን ውድድር ያሸነፉት እነ ኤሊያስ ወልደማሪያም ነበሩ።

በኛ ዕድሜ ያሉ የዩኒቨርስቲ የሳይንስ ፋከልቲ ተማሪዎች ኤልያስ ወልደማሪያምን የማያውቀው የለም። ፍሬሽማን ሆነን በሁለቱም ሴሚስተሮች ፈተናዎች በሁሉም ትምህርቶች ኤ (A) በማግኘት 4 ነጥብ ማምጣት የቻለ ብቸኛ ተማሪ ነበር። ከእኛ ጋር ፍሬሽማን የተገናኘነው በሁለተኛው ሴሚስተር ነበር። ኤልያስ ላይ የደረስንበት አንድ አመት በተቃውሞ ትምህርታቸውን አቁመው ከነበሩት ተማሪዎች አንዱ በመሆኑ ነው። የኤልያስ ብቃት በቀለም ትምህርት ብቻ አይደለም። ከእንግሊዝኛ ቋንቋ በተጨማሪ ፈረንሳይና ጀርመንኛ ቋንቋዎች መናገርና መጻፍ ይችላል። የተለያዩ ሙዚቃ መሳሪያዎችም ይጫወታል። ከታላቅ ወንድሙ ጋር በመሆን የችግረኛ ወላጆቹና ወንድም እህቶቹ የሚኖሩበትን ቤት በጁ ገንብቶታል። የኤሊያስን ያህል ጭንቅላት የነበረው ተማሪ በዩኒቨርስቲው አልነበረም።

እኔ የአስራ ሁለተኛ ክፍል ተማሪ ሆኜ የተማሪዎችን የንግግር ውድድር ያሸነፉት እነ አቦማ ምትኩ ናቸው። አቦማ፣ ኮከበ ፅበሃ ትምህርት ቤት አዳራሽ ውስጥ ያሸነፈበትን ንግግር የዘጋው "ኢትዮጵያን ዛሬውኑ የአፍሪካ ጃፓን እናድርጋት" (lets make Ethiopia today the Japan of Africa) ብሎ ነው።

የኔ ዘመን የአዲስ አበባ ዩኒቨርስቲ ተማሪ ሆኖ አቦማ ምትኩን የማያውቅ አይኖርም። የዝነኛው የአዲስ አበባ ዩኒቨርስቲ የ1966ቱ የተማሪዎች ማህበር የኡዝዋ (USUAA- Union of the students of the university of Addis Ababa) ጸሃፊ ነበር። ከዛን ዘመን የማህበሩ ተመራጮች መሃል እንደ አቦማ ምትኩ ተናጋሪ አልነበረም። ለቀድሞቹ የተማሪው ማህበር መሪዎች በንግግር ችሎታው ቀረብ የሚለው አቦማ ምትኩ ብቻ ነው። ዝነኛዎቹ የተማሪው ማህበር ተናጋሪዎች፣ እኛ ያልደረስንበት ብርሃነመስቀል ረዳና እኛ የደረስንበትና በንግግሩ አፋችንን ያስከፍተን የነበረው ግርማቸው ለማ ነበሩ።

አቦማ የሚለው ስም፣ ከብዙ ዘመን በኋላ የአሜሪካን የመጀመሪያው ጥቁርና የተዋጣለት ተናጋሪ ከሆነው ከፕሬዚደንት አባማ ጋር መመሳሰሉ ገርሞኛል። የኤሊያስም የአቦማም መጨረሻቸው በጣም የሚያሳዝንና ቅስም የሚሰብር ሆኗል። በንግግር ችሎታቸው ተማሪው የሚያደንቃቸውም የብርሃነ መስቀልና የግርማቸው እጣ እንዲሁ አሳዛኝና ቅስም የሚሰብር ነው።

የተፈሪ መኮንን ት/ቤት ተማሪዎች የከሰአት ትምህርታቸውን ካጠናቀቁ በኋላ ወደቤታቸው መሄድ አይችሉም። ከግማሽ ሰአት እረፍት በኋላ የቤት ስራቸውን የሚሰሩበትና ጥናት የሚያጠኑበት የሁለት ሰአታት ሌላ ከትምህርት በኋላ የሚቀጥል ፕሮግራም ነበራቸው። ትምህርት ጠዋት በሁለት ሰዓት ተኩል የጀመርን ከትምህርት ቤት የምንወጣው ማታ አስራ ሁለት ሰአት ላይ ነው። እቤት ሳንደርስ የሚጨልምበት ወቅት ነበር።የጥናት ሰአቱ ዓላማ፣ ተማሪው በየቤቱ በሚገጥመው ችግር የቤት ስራውን ሳይሰራ እንዳይቀር ለማድረግ ነው። ይህ ፕሮግራም እኔ ሰፈር ለነበረውና “እቤቱ በኩራዝ ነበር የሚያጠናው” ብዬ ታሪኩን ለተረክሁት ልጅ ምን ያህል ይጠቅመው እንደነበር መገመት አያዳግትም።

ጥናቱ የሚካሄደው የጥናት አዳራሾች (ስተዲ ሆልስ study halls) በሚባሉ የትምህርት ቤቱን ተማሪ በሙሉ መያዝ በሚችሉ አራት ትልልቅ ዘመናዊ አዳራሾች ውስጥ ነው። የጥናት አዳራሾቹ የሌሎች ት/ቤት ተማሪዎች የማትሪክና ሌሎችም መንግስት የሚሰጣቸውን ፈተናዎች የሚወስዱባቸው በመሆናቸው የታወቁ ናቸው።

የጥናት አዳራሹ ውስጥ እያንዳንዱ ተማሪ የራሱ መቀመጫና ወደ ላይ ስትከፈት ለደብተር ማስቀመጫ የምትሆን ሳጥን ያላት ጠረጴዛ አለው። ተማሪው የማይፈልጋቸውን መጽሃፎችና ደብተሮች ሳጥኑ ውስጥ ትቶ መሄድ ይችላል። እያንዳንዱ ጠረጴዛ የራሱ ከብረት የተሰራ ቁጥር ተለጥፎበታል። ያ ቁጥር ከያንዳንዱ ተማሪ ስም ጋር የተያያዘ ነው።

በጥናት ሰአት በየአዳራሹ እየዞረ የባዶ ጠረጴዛዎችን ቁጥር የሚመዘግበው ጋሻ የሚባለው ሃይለኛው የትምህርት ቤቱ ምክትል ዲሬክተር ነው። በጥናት ሰአት ያልተገኘውን ተማሪ በማግስቱ ጠዋት ከየክፍሉ እየዞረ የሚለቅመው እሱ ራሱ ነው። ያለፈቃድ ከጥናት የሚቀሩ ተማሪዎች የሚደርስባቸው ቅጣት አያድርስ ነው። በዚህ ላይ ወላጆቻቸውን እንዲያመጡ ይደረግ ነበር።

የትምህርት ቤቱ ላብራቶሪ በሁሉም ነገር የተሟላ ነበር። የፊዝክስ አስተማሪያችን ፓየ "እዚህ ላብራቶሪ ውስጥ ለእያንዳንዳችሁ፣ ለአርባችሁም እኛ ያሉን እቃዎች በሌሎች ትምህርት ቤቶች ለአርባ ተማሪዎች ያላቸው አንድ ዕቃ ብቻ ነው" ይለናል።

በዕቃ ብቻ ሳይሆን ላብራቶሪው በንጥረ ነገሮች ጭምር የተሞላ ነው። አንድ ተማሪ ከክፍል ሰአት ውጭ በዚህ ላብራቶሪ ውስጥ ገብቶ የፈለገውን አይነት ምርምር የማድረግ ወይም (ኤክስፐርመንት) የመስራት መብት አለው። ላብራቶሪው ተማሪው ሊያከናውናቸው የሚችላቸውን የተለያዩ ምርመራዎችን የሚያሳዩ መጽሃፎችም ነበሩት። በዚህ መብት ለመጠቀም አንድ ተማሪ ማድረግ ያለበት አንድ ነገር ብቻ ነው። ለአስተማሪው ስለኤክስፐርመንቱ መንገርና ከኤክስፐርመንቱ በኋላ ስለስራው ሪፖርት ለአስተማሪው መጻፍ ነበር።

ተማሪዎች ላብራቶሪውን ሲጠቀሙ ሁሌም አንድ በእረኛነት የሚያገለግል (ሱፐርቫይዝ የሚያደርግ) መምህር ይመደባል። እንዲያም ሆኖ አልፎ አልፎ ተማሪን ለከፍተኛ አደጋ ያጋለጡ ባይሆኑም በኬሚካሎች ግጭት ፍንዳታዎች ይከሰታሉ። እሳት አደጋ ያስመጣ ቃጠሎም በላብራቶሪው ላይ ያደረሱ ተማሪዎች ነበሩ። እንዲህ አይነት የላብራቶሪ ሃብትና የመጠቀም ነጻነት በየትኛውም የሃገሪቱ የትምህርት ተቋማት፣ ዩኒቨርስቲውን፣ ጨምሮ አልነበረም።

መፅሃፍት ቤቱ እንደዚሁ በሚገባ ተደራጅቷል። ተማሪ የፈለገውን መፅሃፍ ተበድሮ ማውጣት ይችላል። መፅሃፍ ማንበብ ተማሪው እንዲለምድ፣ በሳምንት አንድ የእንግሊዝኛ መፅሃፍ ለእያንዳንዱ ተማሪ በእንግሊዝኛ ትምህርት አስተማሪው አማካይነት ይታደል ነበር። እነዚህ መፅሃፍት የትልልቆቹ የአለም ታዋቂ ጸሃፊዎች መፅሃፍት አጠርና (bridged) ቀለል ባለ መልኩ የቀረቡባቸው መፅሃፍት ነበሩ። ት/ቤቱ ከአለም ስነጽሁፍና ታላላቅ ጸሃፊዎች ጋር ያስተዋወቀን በዚህ መልኩ ነው። "የእንግሊዝኛ እውቀታችን በቂ ነው" ብለን ካሰብን ከመፅሃፍት ቤቱ ወይም ት/ቤቱ ውል ከነበረው የብሪትሽ ካውንስል መጽሃፍት ቤት መፅሃፍ

ተውሰን ማንበብ እንችላለን። በአመቱ መጨረሻ የብሪቲሽ ካውንስልን መፅሃፍ ተበድሮ ያልመለሰ ተማሪ የትምህርት ማስረጃ ወረቀቱን አያገኝም።

በጭንቅላት ከሚሰሩ ስራዎች ውጭም ት/ቤቱ ለአካላዊ እንቅስቃሴ በቂ ሃብት፣ ጊዜና የሰው ኃይል መድቧል። ሶስት የእግር ኳስ ሜዳዎች አሉት። የቅርጫት ኳስ፣ የመረብ ኳስና የሜዳ ቴኒስ መጫዎቻዎቹም፣ ከእግር ኳሶቹ ሜዳዎች ቁጥራቸው የሚያንስ አልነበረም። ለሁለት ተጋጣሚ ቲሞች የሚበቃ የተሟላ የአሜሪካን ቤዝ ቦል (base ball) መጫወቻ አልባሳትና ቁሳቁሶች ነበሩት። ቤዝ ቦል አንዱ ተወዳጅ የተማሪዎች ስፖርት ነው።

የትምህርት ቤቱ ደንብና ሥርዓትም ከሌሎች ት/ቤቶች ይለያል። ከመንግስት ትምህርት ቤቶች ዩኒፎርም የነበረው ተፈሪ መኮንን ብቻ ነው። ዩኒፎርሙ አንዲት ቁሻሻ እንድትታይበት አይፈቀድም። ካኪ ስለነበር መታጠብ ብቻ ሳይሆን መተኮስ ነበረበት። የጃኬቱ ደረት ላይ የሚለጠፍ የተፈሪ መኮንን ት/ቤት አርማ አለው።

የተፈሪ መኮንን ት/ቤት ተማሪ መሆን ብርቅ በነበረበት ዘመን፣ ያንን ዩኒፎርም ለብሰን መንገድ ላይ ስንታይ የሚሰማን ኩራት ትልቅ ነበር። ትምህርት ቤት ቅጥር ግቢ ውስጥ፣ ቁራጭ ወረቀትም ቢሆን፣ ቆሻሻ መጣል አይፈቀድም። የትምህርት ቤቱ ንጽህና ያስደንቃል። ግቢው በዛፎች፣ በአጸዋቶችና በአበቦች ተሞልቷል። ተማሪ አንዴ ክፍል ከገባ በኋላ በቅጥር ግቢው ውስጥ የሚሰፍነው ጸጥታ ያስደምማል።

አስተማሪ ትምህርቱን ጨርሶ ከክፍል ሲወጣ ተማሪው ቆሞ ነበር የሚያሰናብተው። የሚቀጥለው አስተማሪ እስኪገባና ተቀመጡ እስኪል መቀመጥ ክልክል ነው። በዚህ ሰአት የክፍሉን ሥርዓት የሚያስጠብቀው የክፍል አለቃው ነው። የክፍል አለቃው ራሱ የተፈራና የተከበረ ነው። አንዳንዴም በሂደት፣ የክፍል አለቆች የለየላቸው አምባ ገነኖች ይሆናሉ። እነሱን ሳያስፈቅዱ መንቀሳቀስ ወይም መናገር አይቻልም። ይህን ደንብ የሚጥስ ተማሪ ካለ የክፍል አለቃው ስሙን ጥቁር ሰሌዳው ላይ ይመዘግባል።

አስተማሪ ገብቶ ክፍሉን ከክፍል አለቃው ሲረከብ መጀመሪያ የሚያየው ጥቁሩን ሰሌዳ ነው። ሰሌዳው ላይ ስማቸው የተመዘገበ ልጆች ካሉ አስተማሪው የክፍል አለቃውን ማብራሪያ ይጠይቃል። ከማብራሪያው በኋላ፣ አስተማሪው የልጆቹን ስምና ጥፋታቸውን ዘርዝሮ በመጻፍ ከሰነዱ ጋር ልጆቹን ወደ ዳሬክተሩ ቢሮ ይልካል። መከራከር፣ መጨቃጨቅ የለም። ዝም ብሎ መሄድ ነው። በዚህ መንገድ ወደ ዳሬክተሩ ቢሮ የሚላኩ እግዜር የፈረደባቸው ናቸው።

ስራው ተማሪዎችን መግረፍ ብቻ የሆነ፣ ከነ ስሙም "በለው" የሚባል ገራፊ ነበር። እጃችንን ዘርግተን የምንገረፈውን የግርፋት ቁጥር የሚወስነው ጋኞ ነው። መግረፊያው በውስጡ ሽቦ ያለው ጎማ ነበር። ገና በመጀመሪያው ግርፋት ነበር ህመሙ ጭንቅላትን የሚነዝረው። እጄን "አልዘረጋም" ብሎ የሚያስቸግር ተማሪ ካለ፣ እዛው ቆሞ ቅጣቱን የሚያስፈጽመው ጋኞ፣ እጅ የሚያዘረጋ የራሱ ዘዴ ነበረው። ብብታቸው አካባቢ ተማሪዎችን አንዴ ከያዛቸው እስከሚለቃቸው እጃቸውን ማጠፍ አይችሉም። ትልልቅ ጎረምሶችን ሳይቀር እንዲህ እያደረገ ያስገርፋቸዋል።

አንዳንድ ጊዜ አስተማሪዎች በህመም ወይም በሌላ ምክንያት ት/ቤት ላይመጡ ይችላሉ። አንዳንዴም እዛው ትምህርት ቤት ውስጥ ሌላ አጣዳፊ ጉዳይ ይዟቸው በሰአቱ ወደ ማስተማሪያ ክፍላቸው ላይደርሱ ይችላሉ። በእንዲህ አይነት ወቅት፣ ለዳሬክተሩ ቢሮ የክፍሉ አለቃ አሳውቆ "ተቀመጡ" የሚል ፈቃድ እስኪመጣ መቀመጥ አንችልም።

አስተማሪ እስኪገባ የመቆሙ ጉዳይ ከአስተማሪ ክብር ጋር ብቻ የተያያዘ አይመስለኝም። ረጅም ሰአት ልጆች ተቀምጠው ሲማሩ ይሰለቻቸዋል፣ ይደክማሉ፣ ያንቀላፋሉ። አስተማሪ በወጣ ቁጥር ከመቀመጫቸው መነሳታቸው ያነቃቸዋል። ሰውነታቸውን ያፍታታሉ። የሚቀጥለውን የትምህርት ክፍለ ጊዜ ንቁ (fresh ፍሬሽ) ሆነው መከታተል ይችላሉ። የትምህርት ቤቱ አስተዳዳሪዎች ይህን ስለሚያውቁ ይመስለኛል፣ አሰተማሪዎቻችን አስተምረው ሲጨርሱ እንድንቆም እንዲያደርጉ መመሪያ የሰጧቸው።

ምእራፍ 2.የተማሪ አመጽ - የአዲስ ተመክሮ ጅማሮ

ተፈሪ መኮንን ትምህርት ቤት ተማሪ የሆንኩት በ1961 ዓ.ም ነው። የመጀመሪያውና ሁለተኛው ተርሞች፣ የትምህርት ቤቱ አጠቃላይ ውበትና ታላቅ የትምህርት ተቋምነት በፈጠረብኝ የመደመም ስሜት እንደፈዘዝኩ ነበር፣ ሽው ብለው ያለፉት። ሶስተኛው ተርም ትምህርት ቤቱን ወይም ትምህርቱን ማድነቂያ አልነበረም። ትልቁ የኢትዮጵያ ተማሪዎች ሃገር አቀፍ የተቃውሞ እንቅስቃሴ ለመጀመሪያ ጊዜ የፈነዳው በሶስተኛው ተርም ነው። በተማሪው እንቅስቃሴ አምርሮ የሚሳተፈው የተማሪ ቁጥር እየጨመረ ሄዷል። ከዚህ አመት ጀምሮ ነበር፣ የኢትዮጵያ የተማሪዎች እንቅስቃሴ ማእከል ከዩኒቨርስቲው እጅ ወጥቶ ወደ ሁለተኛ ደረጃ ትምህርት ቤቶች መዛወር የጀመረው። ትግሉም መክረር የጀመረው በዚህ ወቅት ነበር።

ተፈሪ መኮንን ት/ቤት፣ የተማሪዎች አመጽ ማዕከል ለነበረው የስድስት ኪሎው የአዲስ አበባ ዩኒቨርስቲ ካምፓስ፣ ቅርቡ ሁለተኛ ደረጃ ትምህርት ቤት ነው። በመሆኑም ስድስት ኪሎ የሚቀሰቀስ የተማሪ ተቃውሞ ወደ ተፈሪ መኮንን ትምህርት ቤት በቀላሉ ይዛመታል። ከ1961 ጀምሮ ደግሞ የተፈሪ መኮንን ተማሪ እያመጸ፣ ራሱን ዩኒቨርስቲውን በማወክ፣ ለአመጽ የሚያነሳሳበት ሁኔታዎች ተፈጥረዋል።[175] ራሳቸው የስድስት ኪሎ ግንባር ቀደም አመጸኞች (አክቲቪስቶች) ትምህርት ቤት ድረስ መጥተው ከተወሰኑ ተማሪዎች ጋር ተነጋግረው ተማሪዎች እንዲያምጹ ያደርጋሉ።

አንዳንዴም የስድስት ኪሎ ግንባር ቀደም ቀስቃሾች/አክቲቪስቶች፣ የተፈሪ መኮንንን ተማሪ እንደ እግረኛ ጦር ይጠቀሙበታል። በስድስት ኪሎ ካምፓስ "ትምህርት አላቆምም" ብሎ ያስቸገራቸው ፋከልቲ ካለ ተፈሪ መኮንንን አስረብሸው ተማሪውን ስድስት ኪሎ ግቢ በማስገባት አልተባበር ያለውን ፋከልቲ በድንጋይ ያስደበድቡታል።

እኔ ዩኒቨርስቲ ከገባሁ በኋላ፣ "ግሪን ፌስ" የሚል ቅጽል ስም የነበረው የፖለቲካ ሳይንስ ተማሪ፣ ተፈሪ መኮንን እየሄደ ድንጋይ የሚወረውሩትን ልጆች ከሚቀሰቅሱና ከሚመሩት መሃል ዋናው ነው። በግሪን ፌስ አዝማችነት ከተፈሪ መኮንን ት/ቤት ስድስት ኪሎ እየሄዱ ድንጋይ ይወረውሩ እንደነበር እዛው ተማሪዎች የነበሩ ታናናሽ ወንድሞቼ ነግረውኛል። ግሪን

---

[175] ክፍሉ ታደሰ፣ "ያትውልድ ቅጽ 1"፣ ዓ.ም የሌለው፣ ደርቶጋዳ ማተሚያ ድርጅት አዲስ አበባ ፤ክፍሉ ከገጽ 96 – 106 ለምን የተማሪው እንቅስቃሴ ማእከል ወደ ሁለተኛደረጃ ትምህርት ቤቶች እንደዞረና የዚህም ዝውውር ዘርፈብዙ መዘዞች ምን እንደሆኑ በዝርዝር አስቀምጦታል። ይህ ክፍሉ፣ በራንዲ ባልስቪክ (Randi Balsvik) የተጻፈውን ፣ "የሃይለስላሴ ተማሪዎች Haile Selassie's Students)" የሚለውን ድንቅ መፅሃፍ በመጥቀስ ያሰፈረው ሃተታ ከ1961 በኋላ የሃገሪቱ ፖለቲካ የተጓዘባቸውን አቅጣጫዎች መረዳት ለሚፈልግ ማንም ሰው ብዙ ጠቃሚ ቁምነገሮችን የሚያስጨብጥ ነው።

ፌስ በዛን ዘመን በዩኒቨርስቲው የታወቀ አመጳኛ ነው። የስድስት ኪሎው ቢዝነስ ኮሌጅ፣ የተፈሪ መኮንን ተማሪዎችን ድንጋይ አዘውትረው ከሚቀምሱ ፋከልቲዎች አንዱና ዋናው ነበር።

በ1961ዓ.ም ላይ የተቀጣጠለው የተማሪዎች የትምህርት ማቆም አድማ ለብዙ ቀናት ሳይቋረጥ የቀጠለ ነበር። ተማሪው ጠዋት እንደ ማንኛውም ቀን ቀጥ ብሎ ትምህርት ቤት ይሄዳል። ክፍል ከመግባቱ በፊት ሁሌም እንደሚያደርገው መሰለፊያው ቦታ ይሰባሰባል። “ተሰለፉ” የሚል ትእዛዝ ከትምህርት ቤት ሃላፊዎቹ ሲሰጥ ፉጨትና መዝሙር ይጀምራል።

በዛን ጊዜ የነበረ የሁለተኛ ደረጃ ትምህርት ቤት ተማሪ ትላልቅ የሆኑ ብዙ ጎረምሶች ይገኙበታል። በዚህ ምክንያት፣ ምንም ነገር የሌላቸው አስተማሪዎችና አስተዳዳሪዎች ቀርቶ፣ ዱላ የያዘም ፖሊስ አይደፍረውም። አንዴ ፉጨትና መዝሙር ከተጀመረ እነዛ ተማሪው እንደጦር የሚፈራቸው የትምህርት ቤቱ ዳሬክተሮች፣ እነጋኞ እንኳን፣ በአካባቢው አይደርሱም።

ተማሪዎቹ የሚያወርዱት መፈክርና የሚዘምሩት መዝሙር ትርጉሙ ምን እንደሆነ በቅጡ የማይገባው ካናዳዊው ምክትል ዳሬክተር ጋኞ፣ በሩቁ ሆኖ እጁን ደረቱ ላይ አጣጥፎ በመገረም ይመለከተናል። ጋኞ፣ በተፈሪ መኮንን ትምህርት ቤት ዕድሜውን የጨረሰ ሰው ነው። አባቴ ተማሪ በነበረበት ጊዜ ሳይቀር፣ ጋኞ የትምህርት ቤቱ አስተዳደር አካል ነበር። ጋኞ እንደ እዛ ትካዜ በሞላው እይታ ከሩቁ የሚመለከተን፣ ያለፉትን ዘመኖችና የኛን ዘመን እያነጻጸረ ይመስለኛል። “ምን ዘመን መጣ ?” የሚል ጥያቄ ለራሱም ሳይጠይቅ አልቀረም።

የ1961ዱ የተማሪዎች አመጽ፣ የመጀመሪያው በአይኔ ያየሁትና እንደ አቅሜ ገና ያልጎረመሰ ድምጼን ያበረከትኩበት አመጽ ነበር። ያ ሁሉ ከሺህ የሚበልጥ ጎረምሳ በአንድ ላይ፣

“ፋኖ ተሰማራ

እንደ ሆችሚኒ እንደ ቼ ጉቬራ

በዱር በገደሉ ህዝቡን እንድትመራ”

ወይም

“መሬት ለአራሹ የምትሹ

ተዋጉለት አትሽሹ”

የሚሉ መዝሙሮቹን ሲዘምር ከስሜት ብዛት በጀርባዬ ላይ ቀዝቃዛ ላብ ሲወርድ ይሰማኛል።

ለትምህርት ቤቱ እንግዳ ነበርኩ። በክፍልም፣ በዕድሜም፣ በተመክሮም የሚበልጡኝ ብዙዎች ነበሩ። በዚህ ላይ አይን አፋርና ፈሪ የቤት ልጅ ስለነበርኩ የሚዘምሩትን መዝሙር ደፍሬ አፌን ሞልቼ መዘመር አልቻልም ነበር።

የዛን ጊዜ የተማሪዎች ጥያቄዎች የተደበላለቁ ናቸው። መፈክሮቹም እንደዚሁ።

አንድ ጊዜ "መሬት ለአራሹ ! "የሚል መፈክር ያወርዳሉ። ወዲያው

"የታሰሩ የዩኒቨርስቲ ተማሪዎች ያለምንም ቅድመ ሁኔታ ይፈቱ !" ይላሉ።

እንደገና መለስ ብለው ከትምህርት ቤቱ አስተዳደር ጋር የተያያዙ ችግሮችን በተመለከተ መፈክር ያወርዳሉ።

አንዱ አጥብቀው የተቃወሙት አስተዳደራዊ ጉዳይ፣ ለማትሪክ ተማሪዎች ይወስዷቸው በነበሩ የትምህርት አይነቶች ምርጫ ላይ አስተዳደሩ የሚያሳየውን ጣልቃ ገብነት ነው። ተፈሪ መኮንን ት/ቤት ብቻ ነበር፣ አንድ ተማሪ በምን ትምህርቶች የማትሪክ ፈተና መውሰድ እንዳለበት አስተዳደሩ የሚወስንለት።

አስተዳደሩ የዘጠነኛ እና የአስረኛ ክፍል የተማሪዎችን ውጤት ከአስተማሪዎቻቸው ጋር ቁጭ ብሎ እየመረመረ ማን የሳይንስ፣ ማን የታሪክ፣ ማን የጂኦግራፊ ተማሪ መሆን እንዳለበት ይወስናል። በዚህ ውሳኔ መሰረት፣ ተማሪዎች አስራ አንደኛ እና አስራ ሁለተኛ ክፍል አስተዳደሩ የወሰነላቸውን ትምህርት ተምረው ማትሪክ ፈተና ይቀመጣሉ።

ከዚህ በተጨማሪ፣ በአስተዳደሩ ውሳኔ፣ ማንም ተማሪ ከስድስት ትምህርቶች በላይ ማትሪክ ፈተና መውሰድ አይችልም። ሶስቱን የሳይንስ ትምህርቶች፣ ኬምስትሪ፣ ፊዚክስና ባዮሎጂ የሚማሩ ጀነራል ሳይንስ የተባለውን ሰባተኛ ትምህርት ፈተና መውሰድ ይችላሉ። ይህም የተፈቀደው፣ ሁሉንም የሳይንስ ትምህርቶች በተናጠል ስለሚማሩ፣ የጀነራል ሳይንስን ፈተና አይወድቁም በሚል ስሌት ነበር።

የተማሪው ጥያቄዎች "የፈለግነውን የትምህርት አይነት መምረጥ መብት ይኑረን። በስድስት የትምህርት አይነቶች ምርጫ ላይ ብቻ የተጣለብን ገደብ ይነሳ። ብቃታችንን ራሳችን ገምተን የፈለግናቸውን ትምህርቶች ፈተና እንውሰድ" የሚሉ ነበሩ። አንድ እለት፣ በነዚህ

ጥያቄዎች ዙሪያ ተማሪውን ትልቁ የእግር ኳስ ሜዳ ላይ ሰብስበው ያነጋገሩት አቶ ወርቄ ደምሴ ነበሩ። አንዳንድ ነገሮች እንደሚሻሻሉ ቃል ገብተው ሄዱ።

የዛኑ እለት ምሽት፣ አቶ ወርቄ ከአባቴ ጋር ቁጭ ብለው ምን ያህሉ ተማሪ እነዛን ጥያቄዎች እንደሚደግፉቸው ጠየቁኝ። እኔም "ሁላችንም ነን" አልኳቸው። እሳቸውም "ሁላችሁም ናችሁ" ብለው ሳቁ። ያሳቃቸው ያች ትናንት ንፍጧን እየተጠረጉ፣ አባቡ በሚል የቤት ስሟ እየጠሩ፣ ያሳደጓት ህጻን አድጋ፣ ራሷን ከአድመኞቹ ጋር መድባ "ሁላችንም ነን" ማለቷ እንደሆነ ገብቶኛል።

የፈለግነውን የመምረጥ መብት በኛ ጊዜ ተጀመረ። "ከስድስት በላይ ትምህርት አትወስዱም" የሚለው ደንብ እኛ አስራ ሁለተኛ ክፍል ጨርሰን ትምህርት ቤቱን እስክንለቅ አልተቀየረም ነበር። ሌላው የተማሪ ጥያቄያችን እኔ የምወዳትን ዩኒፎርም መልበስ እንዲቀር ነበር። ለምን ዩኒፎርሙን እንደጠሉት አልገባኝም። ጥርጣሬዬ "ጎረምሶች ስለነበሩ አለባበሳቸው በዩኒፎርም መገደቡን አልወደዱትም" የሚል ነው። "ዩኒፎርሙ ልጃገረዶችን አይስብም" የሚል ዕምነት ሳይኖራቸው አልቀረም ብዬ አምናለሁ። ዩኒፎርሚንም ከአንድ አመት በኋላ አባረሯት።

ባጠቃላይ ተማሪው የሚያነሳው ጥያቄ በደንብ ያልተደራጀና ያልታሰበበት ነው። መዝሙሩና መፈክሩ ግን አፍዝ አደንግዝ ነበረው። ተማሪዎች ግቢውን እየዘመሩና እየፈከሩ ከዞሩና ራሳቸውን ትንሽ ካሟሟቁ በኋላ ከመንግስት ሃይሎች ጋር ለሚደረገው ግፍጫ ከግቢ መውጣት ይጀምራሉ። ይህን ማድረግ ሲጀምሩ፣ እንደ እኛ አይነቶቹ ደቃቃዎችና አዲስ ጀማሪዎች ወደ ቤታችን ጉዞ እንጀምራለን። ለኔ ከቤቴ የተሰጠኝ ከባድ ማስጠንቀቂያ ነበር። "ተማሪዎች ረብሻ ሲጀምሩ በፍጥነት ወደ ቤት እንድትመለስ" የሚል። ለሌሎቹ በኔ ዕድሜ ለነበሩት የክፍል ጓደኞቼ ተመሳሳይ ማስጠንቀቂያ ተሰጥቷቸው እንደነበር አላውቅም።

እነዚህ የእኔ ዕድሜ እኩዮች የነበሩ ልጆች፣ በጠምዛዛ የህይወት መንገድ አልፈን፣ ተፈሪ መኮንን በልጅነታችን በፈጠረልን ቁርኝት የተነሳ የዕድሜ ልክ ጓደኞች ሆነን ቀርተናል። በተለያዩ ምክንያቶች የተነሳ ማህበረሰባችን በስፋት የሚያውቃቸው ያሬድ ጥበቡንና ሃይሌ አሰግዴን ነው። ያሬድ ጥበቡ የቀድሞ የበረሃ ስሙ ጌታቸው ጀቤሳ፣ በኢህአፓ አባልነቱ በኋላም በኢህዴን (የኢትዮጵያ ህዝብ ዴሞክራሲያዊ ንቅናቄ)[176] የመጀመሪያው ሊቀመንበርነቱና አወዛጋቢ በሆኑት

---

[176]ኢህዴን ጎንደር ውስጥ ከነበረው የኢህአፓ ሰራዊት መሃል በለሳ በሚባለው ስፍራ ራሳቸውን በህቡእ በማደራጀትና ለራሳቸውም እንቅስቃሴ የበለሳው ንቅናቄ የሚል ስም በሰጡ በ1972 ከኢህአሰ ተገንጥለው የወጡ ወጣት ታጋዮች አማካይነት ትግራይ ውስጥ ተቋቋመ የነበረ ድርጅት ነው። ከህወሃት

የፖለቲካ አመለካከቶቹና እይታው የሃገራችንን ፖለቲካ የሚከታተል ሰው ያውቀዋል። በደንብ በቅርበት ለማያውቁት ሰዎች ግራ የሚያጋባ ብቻ ሳይሆን ሴረኛ ግለሰብም ይመስላል። ይሁን እንጂ እኔ ያሬድን በደንብ አውቀዋለሁ። በአንዳንድ ጉዳዮች ላይም አንስማማም። ከዚህ ውጭ ግን ያሬድ ምንም ተንኮል የማያውቅ፣ ግልጽ፣ ቅን፣ ደግ፣ ሃገሩንና የኢትዮጵያን ህዝብ የሚወድ ሰው ነው። አወዛጋቢ እምነቶቹን በአደባባይ የሚገልጸው ተንኮል ስለማያውቅ ነው።

ሃይሌ አሰግዴ የሚታወቀው የወያኔ የከተማ ልማት ሚኒስቴርና ለብዙ አመታት የመለስ ካቢኔ አባል ሆኖ በማገልገሉ ነው። ሃይሌ ከያሬድ በተቃራኒው ፖለቲካ ውስጥ ፈጽሞ ገብቶ የማያውቅ ሰው ነበር።[177] በዛ የአብዮት ዘመን ለአንድ ተርም ትምህርታቸውን ሳያቋርጡ ከዩኒቨርስቲው ከተመረቁ በጣም ጥቂት ተማሪዎች መሃል አንዱ ነው። ኢህአዴግ ስልጣን ከመያዙ በፊት በድርጅቱ ላይ የነበረው አመለካከት አሉታዊ ነበር። እንዴት የፖለቲካ ሹመት ተቀብሎ የኢህአዴግ ሚኒስቴር ለመሆን እንደበቃ አላውቅም።

ከእነዚህ ውጭ፣ አሜሪካን ሃገርና ኢትዮጵያ ውስጥ የሚኖሩ በከፍተኛ ደረጃ የሰለጠኑ ኢንጂነሮች ይገኛሉ። አውራሪስ ተክለማሪያምና ጌድዮን ወረደ ከነዚህ ኢንጂነሮች መሃል ናቸው። አውራሪስ ተክለማሪያም አሁን የኒውዮርክ ሜትሮ ባቡር ኢንጂነሪንግ ማናጀር ሆኖ እየሰራ ነው። መላኩ ሙሉጌታና አብይ ዮሃንስ አዲስ አበባ ውስጥ የራሳቸው የኢንጂነሪንግ የግል ድርጅቶች ያሏቸው የኔ ዕድሜ እኩዮችና እስከ አዲስ አበባ ዩኒቨርስቲ ኢንጂነሪንግ ኮሌጅ ድረስ በአንድ ላይ የዘለቅን ነን።

ጋር በግንባር መስራት የጀመረው የመጀመሪያ ድርጅት ነበር። የህወሃት መለስተኛ አጋር/ junior partner ነበር። የኢህአዴግ አባል ድርጅት ሆኖ ደርግ እስከሚወድቅ ትግል አድርጓል። ኢህአዴግ አዲስ አበባን ከተቆጣጠረ ከጥቂት አመታት በኋላ ኢህዴን ራሱን ከኢትዮጵያ ህዝብ ድርጅትነት ወደ ብሄር አማራ ዴሞክራሲያዊ ንቅናቄ (ብአዴን) ቀይሯል። ይህ ውሳኔው ብዙ የሚያወዛግቡ ጉዳዮች ያስነሳ ነበር።

[177] *ሃይሌ አሰግዴን ኢህአዴግ አዲስ አበባ ከመግባቱ ጥቂት ሳምንታት በፊት እንግሊዝ ሃገር አግኝቼው በኢህአዴግ ላይ የነበረውን ጥርጣሬ ሳስበው እንዴት የኢህአዴግ ሚኒስቴር ለመሆን እንደበቃ አልገባኝም። እኔ ራሴ በመገረሜ የተነሳ "ይህን ሰው ከየት አገኛችሁት ?" በማለት ለዶ/ር ካሱ ኢላላ በአንድ አጋጣሚ ጠይቄው ነበር። ግብዣ ላይ ስለነበር በድፍኑ "እሱ ረጅም ታሪክ ነው" የሚል መልስ ነበር የሰጠኝ። አንዳንድ ሰዎች "አንዳርጋቸው ጓደኞቹን ሚኒስቴር እያስደረገ ነው" ብለው በወቅቱ ሲያወሩ ሰምቻለሁ። ጓደኞቼን ባይሆንም ኢህአዴግ በመጀመሪያዎቹ የስልጣን ዘመኑ ችሎታና በራሳቸው የሚተማመኑ ሚኒስቴሮች እንዲኖሩት የራሴን ጥረት ማድረጌ አይካድም። ኢህአዴግም ብዙዎቹን ስልጣን ሰጥቷቸው ነበር። በሂደት ከኢህአዴግ ጋር የቀሩት ጥቂቶች ብቻ ናቸው። ብዙዎቹ ከኢህአዴግ ጋር ባለመስማማት ስራቸውን ለቀዋል። የሃይሌ ሚኒስቴርነት ግን ከኔ ጋር የሚያገናኘው ነገር የለም። ሃይሌም ቁማር ይወድ ስለነበር፣ በዛ የተነሳ ከመለስ ጋር በነበረው የቀድሞ ዕውቀት "መለስን በአንድ መንገድ አግኝቶ ለመሾም በቅቶ ይሆናል" የሚል ነው የኔ ጥርጣሬ።*

እነዚህ ጓደኞቼና እኔ ዘጠነኛ ክፍል እያለን የተማሪ አመጽ መሪነቱንና አንቀሳቃሽነቱን ለጎረምሶቹ ትተን የዳር ተመልካቾች ነበርን። እነዚህ ጓደኞቼ ሁሉም የኔን የቤት ልጅነት መሳቂያቸው አድርገው ያደጉ ናቸው። “እናቴ ትምህርት ቤት ረብሻ ተጀመረ ካሏት ጨርቋን ጥላ ለማበድ የሚቀራት ትንሽ ነው። መሄዴ ነው” ባልኳቸው ቁጥር ይገረማሉ። በተለይ የቤታችን ብቸኛ የተፈሪ መኮንን ት/ቤት ተማሪ በነበርኩባቸው ሁለት የመጀመሪያው አመታት፣ ተማሪ ረብሾ ወደ ቤቴ ትንሽ ዘግየት ካልኩ እናቴ እኔን ፍለጋ መምጣቷ አይቀርም።

ጎረምሶቹ ተማሪዎች ፖሊስ እስካላስቆማቸውና እስካልበተናቸው ድረስ የተወሰኑ የተመረጡ የጥቃት ኢላማዎቻቸውን በድንጋይ እየደበደቡ፣ ህዝብ በብዛት ወደሚገኝባቸው የከተማው ማእከሎች ይጓዛሉ። የተፈሪ መኮንን ተማሪ የሚያመራው ወደ ፒያሳ ነበር። የሁሉም የአዲስ አበባ ተማሪዎች አንዱ የጥቃት ኢላማ የአንበሳ አውቶቡስ ነው።

አንበሳ አውቶቡስ የተመረጠበት ምክንያት የንጉሱ የግል ንብረት መሆኑ ስለታወቀ ነው። የተፈሪ መኮንን ተጨማሪ ኢላማዎች የአሜሪካ ኤምባሲ መኪናዎች ናቸው። ኤምባሲው ት/ቤቱን አልፎ ስለሚገኝ መኪናዎቹ በተማሪ ቤቱ በራፍ ማለፍ ነበረባቸው። የተማሪ ረብሻ መኖሩን ሳያውቁ እዛ አካባቢ የደረሱ የኤምባሲው መኪናዎች ይወድማሉ። “ያንኪ ጎ ሆም” (Yankee go home)[178] የሚለው መፈክር ከአፋችን አይጠፋም። ተማሪው አሜሪካኖችን የጠመዳቸው፣ የአፄ ሃይለስላሴን አስከፊ የጉልተኞች መንግስታዊ ሥርዓት በሁሉም መስኩ እየደገፉ ዕድሜውን ስለሚያራዝሙለት ነው።

ሌሎች የተማሪው ሁለት የጥቃት ኢላማዎች የእቴጌ መነንና የናዝሬት ትምህርት ቤቶች ነበሩ። የእነዚህ ትምህርት ቤቶች ተማሪዎች ሴቶች ነበሩ። እቴጌ መነን የመንግስት ትምህርት ቤት ሲሆን ናዝሬት ትምህርት ቤት የግል ነው። ሁለቱም በተማሪ የተቃውሞ እንቅስቃሴ አይሳተፉም። ሁለቱንም ትምህርት ቤቶች በድንጋይ ደብድቦ ትምህርት እንዲያቆሙ ማስደረግ አንዱ የተፈሪ መኮንን ተማሪዎች ስራ ነው። በየመንገዱ የሚገኙ የመንግስት መስሪያ ቤቶች መስተዋት መሰባበር የተለመደ የተቃውሞ መግለጫ ነበር።

1961ዓ.ም ላይ መንግስት ያሰርኳቸውን የተማሪዎች መሪዎች አልፈታም አለ። ተማሪውም ካልተፈቱ ትምህርት አንቀጥልም አለ። አድማውና ሁካታው ለቀናት ቀጠለ።

---

[178] ያንኪ (Yankee) ለአሜሪካኖች የተሰጠ ቅጽል ስም ነው። ለነገሩ ስሙ የመነጨው እዛው አሜሪካ ውስጥ ነው። ባሪያ የነበራቸው የደቡብ የአሜሪካ ግዛቶች በኢንዱስትሪ ያደገውን የሰሜን አሜሪካ ሰዎች ያንኪ ብለው ይጠሯቸው ነበር። ተራ፣ ባህል የሌለው፣ ግልብ ሰው ለማለት ይመስለኛል። ደቡቦቹ የመሬት ጌቶች “የአሜሪካ መሳፍንቶች ነን” ብለው የሚያስቡ ነበሩ።

በተማሪው እንቅስቃሴ የተጨነቀው መንግስት ዩኒቨርሲቲውንና ሁለተኛ ደረጃ ትምህርት ቤቶችን፣ በሬዲዮ መግለጫ ሰጥቶ ዘጋቸው። በከተማው ያልተዘጉና ትምህርታቸውን የቀጠሉ ት/ ቤቶች፣ የቅዱስ ዮሴፍ የወንዶችና ናዝሬት የሴቶች የግል ትምህርት ቤቶችና በእንግሊዞች ይተዳደር የነበረው የጀነራል ዊንጌት ት/ቤት ነበሩ። ጀነራል ዊንጌት በተማሪው የተቃውሞ እንቅስቃሴ የማይሳተፍ የግል ያልሆነ ብቸኛ ትምህርት ቤት ነው።

ምእራፍ 3.ጠንከር በል ገበሬ

በ1961ዓ.ም መንግስት ሁለተኛ ደረጃ ትምህርት ቤቶችን ሲዘጋቸው ወላጆቼ ምን እንደሚያደርጉኝ ጨነቃቸው። በቤታችንና በጎረቤቶቻችን ቤቶች እኔ ብቻ ሆንኩ ቤት የምውለው። እንደምገምተው እነሱ ስራ ሲሄዱ እኔ የምሰራው ነገር ምን ሊሆን እንደሚችል ሳያስጨንቃቸው የቀረ አይመስለኝም። ባልና ሚስቱ ሲመካከሩበት ከርመው አንድ ማለዳ እናቴ ተነስታ፤

“ምንጃር ለጉዳይ እሄዳለሁ። ተነስ አብረኸኝ ትሄዳለህ” አለችኝ።

ቤት ውስጥ መዋል ሰልችቶኝ ስለነበር ደስተኛ ሆንኩ። አስቀድማ የተዘጋጀችበት ጉዳይ ስለነበር ጉዟችንን ጀመርን። ለገሃር እስከ ሚገኘው የናዝሬት አውቶቡስ ተራ አባቴ ወሰደን። ከአዲስ አበባ ናዝሬት በሎንቺና ተጓዝን። ናዝሬት አንድ ቀን ሆቴል አድረን በማግስቱ በንግድ የላንድሮቨር መኪና ወደ ምንጃር ጉዞ ጀመርን። በዛን ዘመን ላንድሮቨር ወይም ከባድ የጭነት መኪና ካልሆነ በቀር ሌላ መኪና ምንጃር መግባት አይችልም። የመኪና መንገድ አልነበረውም።

የምንጃር ሰዎች አስቀድሞ መልእክት ደርሷቸው ስለነበር እንደ አቅማቸው ተዘጋጅተው ጠበቁን። ያረፍነው የቅድመ አያቶቼ ቤት የነበረና በወቅቱ የወላጆቼን መሬት የሚያርሱት ዋናው ጢሰኛ[179] ይኖሩበት የነበረ ቤት መሳይ ነገር ውስጥ ነበር። ቤቱ ተለቅ ያለ ቤት ነው። ቢሆንም በርጅና ብዛት ሊወድቅ አንድ ቀን የቀረው ይመስላል። ቤት መሳይ ያልኩትም ለዚህ ነው።

ምንጃር የሚገኙ ዘመዶቻችንና ምስለኔው አቶ ሰይፈም ሰብሰብ ብለው አቀባባበል አደረጉልን። ሁሉም አይነት የባላገር መስተንግዶ ተደርጎልናል። በምግብም በመጠጥም የቻሉትን ያህል ተስተናግደናል። ፀሃይ መጥለቅ ሳትጀምር ሁሉም በየቤቱ ተበተነ። እኛም ለመኝታ ባዘጋጁልን ቦታ መኝታችንን ማስተካከል ጀመርን። ሁለት መደቦች ላይ ቁርበት አንጥፈውልናል። የራሳችንን የማታ ልብሶች ይዘን እንደምንመጣ ሳይነገራቸው የቀረ አይመስለኝም። በቁርበቱ ላይ ሌላ ነገር አልነበረውም። የቤቱን ድህነት ስመለከተው ለእንግዳ

[179] የስንት ሰዎች ስም ሳስታውስ የጭሰኛውን ስም በመርሳቴ ራሴን ታዝቤአለሁ። “የእነዚህ አይነት ሰዎች ታሪክ መነገር አለበት” እያልኩ የስንት ነገስታት፣ መሳፍንትና መኳንንት፣ የመንግስት ባለስልጣናትንም ስም በጠቀስኩበት መፅሃፍ የአንድ ጭሰኛ ስም አለመኖሩ ያሳፍረኛል። እየጻፍኩ ያለሁበት ሁኔታ ባያስገድደኝ ምንጃር ድረስ ሄጄ ጠይቄ የእኚህን ገበሬ ስም በጽሁፉ አካትተው ነበር።

የሚሆን ትርፍ ጋቢም ይሁን ቡሉኮ እዛ ቤት ውስጥ የሚገኝ አይመስልም። እናቴ ለሁለታችንም በደንብ ተዘጋጅታበት ስለመጣች አንሶላም፣ ብርድ ልብስም ነበረን።

ሳይጨልም ተጾዳዱ ተባልን። እዛው አካባቢ ወዳለ ዱር መሳይ ነገር ዞር ብለን የሚደረገውን አደረግን። ቤት እንደገባን ብዙም ሳይቆይ ጨለመ። የገበሬው ቤተሰቦች ማሾ፣ ባትሪ፣ ፋኖስ፣ ሻማ ሌሎችም ብርሃን የሚሰጡ ምንም ነገሮች አልነበራቸውም። ብርሃን ከፈለጉ የምድጃ እሳት ማንደድ ነበረባቸው። ቀንም ቢሆን ቤታቸው በቂ ብርሃን የማያገኝ ቤት ነው። ድፍንፍን ብሎ የተሰራ ነው። ችግራቸውን ያልተረዳ የቤት ውስጥ የብርሃን አለርጂ ያለባቸው ሊመስለው ይችላል።

የመጀመሪያው ምሽታችን ጨረቃም የከዳችው ምሽት ነበር። የቤቱም የውጭውም ጨለማ ለማመን የሚያዳግት ጥቁር፣ድፍን፣ ጥቅጥቅ ያለ ጨለማ ነው። እናቴ በብዙ ነገር ተዘጋጅታ ስትመጣ እንዴት የባትሪ ወይም የሻማ ነገር እንደረሳች አልገባኝም። ምን ይታወቃል፤ ለኔ ትምህርት እንዲሆን ብላ ያደረገችውም ሊሆን ይችላል።

በመጀመሪያው ምሽት በጉዞው የተነሳ በጣም ደክሞኝ ስለነበር በጊዜ ተኛሁ። የወደቅሁበትን ሳላውቅ ነበር ወፎች መንጫጫት የጀመሩት። የቤቱ ሰዎች ቀድመውን ተነስተው እኛን ለማስተናገድ ደፋ ቀና ይላሉ። ቁርስ በልተን ስንጨርስ ከገበሬውና ከምስለኔው አቶ ሰይፈ ጋር የእርሻ ማሳዎቹን ለማየት ወጣን።

የኔ ወላጆች ርስት በሴቷ ቅድመ አያቴ በይፍቱስራ በኩል የመጣ ነው። ይፍቱስራ በጣም ከማርጀታቸው በፊት ርስታቸውን አራት ቦታ እኩል አካፍለውታል። ያካፈሉት፣ ለሁለቱ ሴት ልጆቻቸው ለወርቅነሽና ለጥሩነሽ፣ እንዲሁም ለአንዲቷ የልጅ ልጃቸው ማለትም ለእናቴና በጣም ይወዱት ለነበረው ለአባቴ ነበር። ከስጋ ዘመድ ውጭ የርስት መሬት ማውረስ ባልተለመደበት ዘመን ቅድመ አያቴ ለማይወለዳቸው አባቴ ከልጆቻቸው እኩል መሬት ማካፈላቸው ብዙ አነጋግሯል። ደግነቱ የይፍቱስራ ዘርማንዘሮች መሃኗ ጥሩነሽ፣ የአንድ ልጅ እናቷ አያቴና ብቸኛዋ የልጅ ልጃቸው እናቴ ብቻ ስለነበሩ የተለመደው የመሬት ሙግት አልተነሳም።

የምንጃር የእርሻ መሬቶች የተበጣጠሱ ማሳዎች ናቸው። አንድ ወጥ ሰፊ መሬት አይደለም። መሬቶቹን እየዞሩ ማየቱ አድካሚ ነበር። አንዱ ማሳ ከአንዱ ማሳ ርቀት አለው። ቅድመ አያቴ ለወላጆቻቸው አንድ ብቻ በመሆናቸው የወረሷቸው ማሳዎች ብዙ ናቸው። በተለያዩ ማሳዎች ላይ የተለያዩ ነገሮች ይዘሩባቸዋል።

አንዳንዱን ማሳ የጤፍ ማሳ፣ አንዳንዱን የስንዴ፣ ሌሎቹን የጥራጥሬ የሽንብራ የአተርና የሌሎችም ማሳዎች እያሉ ነበር የሚጠሯቸው። የማሳዎቹም መጠን የተለያያ ነው። አንዳንዶቹ ትንንሽና ጠባብ ሲሆኑ አንዳንዶቹ ትላልቅና ሰፊ ነበሩ። አንዳንዶቹም ከሌሎች ባለርስቶች ጋር ሙግት የነበረባቸው ማሳዎች ናቸው።

የምንጃር መሬት በጣም ለም ነው። ጥቁር መሬት ነው። እንደ ሌሎች የሰሜን ሸዋ መሬቶች አፈሩ የተበላ፣ ድንጋይ የሞላው ገደላገደል አይደለም። አፈሩ ያልተበላና ጥልቀት ያለው ነው። ሜዳማ መሬት ነው። እስከ እኩለ ቀን መሬት ስናይ ቆይተን ወዳረፍንበት ቤት ተመለስን። ምሳ ከበላን በኋላ እናቴ ወደ ደጅ ወስዳ ያልጠበቅሁትን ነገር ነገረችኝ።

"ከትምህርት ቤት የወሰድኩት ፈቃድ ለሶስት ቀን ነው። ሰኞ ስራ መግባት አለብኝ። ላንድሮቨሯ የምትመጣው ቅዳሜ ስለሆነ እኔ ቅዳሜ እሄዳለሁ። አንተ አዲስ አበባ የምትሰራው ነገር ስለሌለህ እዚሁ ትቆያለህ። ከአንድ ሁለት ሳምንት በኋላ ሰይፈ ይዞህ ይመጣል። ወይም እኔ መጥቼ እወስድሃለሁ" አለችኝ። መልስ ይኖረዋል ብላ አይን አይኔን አየችን። እንደተለመደው ምንም አላልኩም።

በዝምታዬ ግራ ተጋብታ "ሰምተኸኛል ?" አለችኝ።

"አዎ" አልኳት። ጉዳዩ በዚህ ተዘጋ።

ቅዳሜ ማለት ከአንድ ቀን በኋላ ነበር። ቤት ውስጥ ተዘግቶ ከመዋል ውበት የተሞላውን የምንጃር መልክአ ምድር ሳደንቅ ብውል ምርጫዬ። የምንጃርም የገጠር ህይወት ገና ብርቄ ስለነበር እናቴ እሄዳለሁ በማለቷ ብዙም አልተጨነቅሁም።

ከአዲስ አበባ ስንነሳ "ምንጃር ጉዳይ አለኝ" ያለችው ነገር ምን እንደሆነ ትርጉሙ የገባኝ ያኔ ነው። ጉዳይዋ እኔ ነበርኩ። ከከተማ መጥፎ ተጽእኖዎች እኔን ለማራቅ ሲባል የተወጠነ ጉዞ እንደሆነ ተረዳሁ። ከአንድ ቀን በኋላ ብቻየን ቀረሁ።

ከዛ በፊት፣ አንድ ቀን በልጅነቴ ከቤት ጠፍቼ የእናቴ አክስት፣ አባዬ ጥሩነሽ ቤት አድሬያለሁ። ከእዛ ምሽት ሌላ ከወላጆቼ ተለይቼ የትም ቦታ አድሬም ሆነ ኖሬም አላውቅም። የምንጃሩ ህይወት በሁሉም መልኩ አዲስ ተመክሮ ነው።

የተወሰነ የብቸኛነት ባህርይ ስለነበረኝ ብቻየን መሆኔ ችግር አልነበረውም። ከአንድ አመት በፊትም የስምንተኛ ክፍል ተማሪ ሆኘ የአማርኛ አስተማሪው "መኖር በገጠር ነው" በሚል ርእስ ክፍሉ ውስጥ ግጥም አጽፈውን ነበር። እኔ በጻፍኩት ግጥም አስተማሪያችን ተገርመው

ገጠር ሄጄ አውቅ እንደሆን ጠይቀውኛል። እንደዛ አሰማምሬ ያቀረብኩት የማላውቀውን የገጠር ህይወት በተጨባጭ ለማየት እድል በማግኘቴ የተወሰነ ደስታ ተሰምቶኛል።

እናቴ ቅዳሜ ሄደች። ሰኞ እለት፣ ስማቸውን የረሳሁት ጭሰኛ ስራ ጀመሩ።

እሁድ ማታ ሲያጫውቱኝ "ትንሽ ቀደም ብላችሁ መጥታችሁ ቢሆን ብዙ ነገር አሳይህ ነበር። ገደሉንም፣ ዱሩንም፣ ጫካውንም፤ ወደ ከሰም ወንዝና በረሃም እንወርድ ነበር። ያ አደፍርስ ነጭ ለባሾቹን ጉድ ያደረገበትን ስፍራ አሳይህ ነበር። ትንሽ የዕረፍት ቀናቶች ነበሩኝ። አሁን ይሄው በልጉ እየጀመረ ነው። የገበሬ ነገር ማለቂያ የሌለው ስራ ነው። ነገ የስራ ቀን ነው። ከፈለግህ እዚሁ የራስህን መጣጥፍ እየሰራህ ዋል። ተፈለግህ ደግሞ ከኔ ጋር ማለዳ ተነስተህ ወደ ማሳዎቹ እንወርዳለን" አሉኝ።

"ከርስዎ ጋር ብውል ይሻላል" አልኳቸው ።

በስምምነታችን መሰረት ገና ወፍ ሳይንጫጫ ተነሳን። ባለቤታቸው ያዘጋጁልንን ቁርስ በላን። እኔ ባልኖር ባለቤትየው ቁርስ የሚያዘጋጁት ለራሳቸውና ለባለቤታቸው ብቻ ነበር። ልጆች አልነበሯቸውም። እንደመረጥነው እንድንበላ ቂጣም፣ እንጀራም፣ እርጎም፣ ወጥም ነበረው።

እርግጠኛ ነኝ "ለኔ ተብሎ" የሚዘጋጅ ቁርስ እንጂ የእነሱ የዘወትር ቁርስ ያንን እንደማይመስል። በገበሬ ቤት የሚጠጣ ነገር በሙሉ ቀዝቃዛ ነው። እነ ሻይ፣ ቡና፣ ወተት በሻይና በቡና ከተማ ቀርተዋል። ከቁርስ በኋላ፣ ገበሬው ቀንበራቸውን በበሬዎቻቸው አሸከመው ሞፈሩን፣ እርፍና ማረሻውን፣ ጅራፉን፣ ትንሽ መጥረቢያ፣ የምሳ አገልግላችንንና ውሃ የያዙባትን ትንሽ ደንበጃን ራሳቸው ተሸከመው በሬዎቻቸውን እየነዱ ወደ ማሳዎቹ ወረድን።

ከተሸከሙት ዕቃ "እኔም የድርሻዬን መሸከም አለብኝ በማለት አንዱን ስጡኝ" ብዬ ነበር። ወጣት ስለሆንኩ "ከበድ ያለ ነገር መሸከም እችላላለሁ" የሚል ዕምነት ነበረኝ። እሳቸው "አንተ የከተማ ልጅ ነህ፤ ገና አልጠናህም። ሞፈሩን አትችለውም፤ አይሆንም" አሉ። በጣም ሳስቸግራቸው "ይችን እስቲ ሞክራት" ብለው የምሳ አገልግላችንን አስያዙኝ።

እውነታቸውን ነበር። ሜዳ የሚመስለው የምንጃር መሬት ወጣ ገባዎች አሉት። ባዶ እጁን ለሆነ ሰው መንገዱ ችግር የለውም። ሸክም ላለው ሰው ግን ቀላል አይደለም። ከአንድ ሳምንት በኋላ ግን ሞፈርና ሌሎቹንም እቃዎች መሸከም ፈቀዱልኝ። የኔ እነሱ ጋር መቆየት በብዙ መንገዱ ያስደሰታቸው ነገር ነበር። የመሬቱ ባለቤቶች እነሱን አምነው ወጣት ልጃቸውን

እነሱ ጋር መተዋቸው ለእነሱ ትልቅ ነገር እንደሆነ ተረድቻለሁ። እንደገመትኩት ትንሽም ጥቅም ሳያገኙበት አልቀረም።

እየዋለ እያደር ግን እየለመዱኝ ሲመጡ የሃዘንም ምንጭ ሳልሆንባቸው የቀረሁ አይመስለኝም። "ሁሉንም የጉልበት ስራ ካልሰራሁ" እያልኩ አስቸግራለሁ። በጣም ይሉኝታ ሰለሚሰማኝ እኔ ተቀምጬ ስራ ሲሰሩ "ዝም" ብዬ ማየት አልችልም። በዚህ የተነሳ ልጅ ቢኖራቸው ምን ያህል ሊረዳቸው ይችል እንደነበር አስታዋሽ እየሆንኩኝ መንፈሳቸውን ብዙ ያወኩት ይመስለኛል። አንዳንዴ ሚስታቸው ሲመለከቱኝ እንባ አይናቸው ላይ አቆርዝዞ ይታየኛል። ባላቸውም ስለ ልጆች ለጠየቅኳቸው ጥያቄ፣ "የልጅን ነገር እግዜር አላለውም" የሚል መልስ ሲሰጡኝ ልባቸው ውስጥ ጥልቅ ሃዘን እንዳለ ከድምጻቸው መረዳት ችያለሁ።

የቀን ውሏችንን በተመለከተ፣ ገበሬው ማሳዎቹን ያርሳሉ። የሚታረሱት ማሳዎች ሁሉም አይደሉም። በበልግ ዝናብ የሚዘሩ የእህል አይነቶችም ውሱን ናቸው። ባብዛኛው በበልግ የሚዘሩት በትንሽ ዝናብና በአጭር ጊዜ የሚደርሱ የጥራጥሬ ዘሮች ናቸው። እሳቸው ሲያርሱ እኔም እረፍት የለኝም፤ የታረሰው አፈር ውስጥ የማየውን ተለቅ ተለቅ ያለ የድንጋይ ኮረት እለቅማለሁ። ማሳዎቹ ዙሪያቸውን በዚህ አይነት ድንጋዮች የተከበቡ ነበሩ። ድንጋዮቹ እንደወሰን መከለያና እንደ የአፈር መሸርሸር መከላከያ ያገለግሉ ነበር። ድንጋይ መልቀሙ ከሰለቸኝ ለማገዶ የሚሆን እንጨትና ጭራሮ እዛው አካባቢው ካለ ዱር እሰብራለሁ። እለቅማለሁ።

ገበሬው "እሩቅ አትሂድ" ይሉኛል። "ለእንጨት መቁረጫም፣ ለሌላውም" አጭር ትንሽ መጥረቢያቸውን ይዤ እንድሄድ ይነግሩኛል።

"ሌላው ምንድነው ?" ስላቸው

"ምን ይታወቃል ሰው የሚያጋጥመው፤ አውሬም ባለጌም ታስፈራራበታለህ። ወንድ ልጅ ባዶ እጁን ዱር አይገባም" ይሉኛል።

ጠዋት ትንሽ ሰአት ሰርተው የትንሽ ደቂቃዎች እረፍት ያደርጋሉ። ትንፋሻቸውን ለመሰብሰብና ውሃ ለመጠጣት የሚደረግ እረፍት ነው። ምሳ ሰአት ሲደርስ እዛው ማሳዎቹ አካባቢ ባለ ዛፍ ስር ተቀምጠን ምሳችንን እንበላለን። ለኛ መቀበያ ተብላ ከታረደች በግ የተረፈች ስጋ አልፎ አልፎ በፍትፍታችን ውስጥ እናገኛለን።

በገበሬ ቤት በግ እንኳን ቢታረድም እንደከተማ ሰው ብዙ ስጋ ወጥ ውስጥ ተጨምሮ አይሰራም። ስጋ ከመረቅ ውስጥ በመከራ ተፈልጎ የሚገኝ ብርቅ ወጥ ማጣፈጫ እንጂ በራሱ ሆድ መሙያ ምግብ አይደለም። የአንዲት በግ ስጋ ቋንጣ ሆና በቁጠባ እየተሰራች አመት ሙሉ ትበላላች። ጊዜው ከፋሲካ በኋላ ስለነበር ይመስለኛል የጾም ነገር ሲነሳ አልሰማሁም። ብዙ ጊዜ ግን ምሳችን በሆነ ነገር የተሰራ ፍትፍት ነበር።

የሰው ልጅ ምግብ የሚያማርጠውና የማይጥመው ሲጠግብና ተጎልቶ ሳይሰራ ሲበላ እንደሆነ የመጀመሪያውን ትምህርት ያገኘሁት ምንጃር ነው። ከጠዋት ጀምሮ ስንቀሳቀስ ስለምውል በደንብ ይርበኛል። ከተማ ቤታችን ቢሆን "እሺ ብዬ" ልበላው የማልችለው ምግብ እዛ ገጠር ውስጥ ምን ያህል ይጣፍጠኝና አገልግሉ ተከፍቶ መብላት እስክንጀምር ምን ያህል እቸኩል እንደነበር አስታውሰዋለሁ።

ምሳ ሰአት ላይ ትንሽ ረዘም ላለ ጊዜ እዛው ጥላ ስር እናርፋለን። ለበሬዎቹም እንደኛ የሚበሉት ይሰጣቸዋል። ከእረፍት በኋላም ማረሱን ይቀጥላሉ። ደግነቱ የምንጃር አየር ጥሩ ነው። ብዙ ሙቀት የለውም። ከሰአት በኋላም ስራ ለመስራት ለሚፈልግ አይከብድም ነበር። በአካባቢያቸውም ሌሎች የኔን ዘመዶች ማሳዎች የሚያርሱ ሌሎች ጭሰኞች ነበሩ። ከእነሱና ከቤተሰቦቻቸው ጋር ተዋውቄያለሁ።

ፀሃይ ዘቅዘቅ ማለት ስትጀምር ወደቤታችን ጉዞ እንጀምራለን። ለተወሰኑ ሳምንታት በማረስ ተጠምደው ከረሙ። ከዛ ቀጥሎ የሚዘሩትን ጥራጥሬ ዘሩ። ብዙም ሳንቆይ የበልግ ዝናብ በኃይል መዝነብ ጀመረ። ወደ ምንጃር የምትመጣውም ላንድሮቨር ውሃና ጭቃውን የማትችለው ሆነና መምጣቷ ቀረ። አካባቢው ቦካ። ያ የሚያምር የነበረው ጥቁር የምንጃር አፈር ሰው የሚያስመርር ጭቃ ሆነ።

ትንሽ እንደቆየሁ፣ መጀመሪያ ሰሞን ምንም የማይሰሙኝ የነበሩ የቤቱ ትኋኖች እንቅልፍ ይነሱኝ ጀመር። የትኋኖቹን የኮማንዶ ባህርይ ያጠናሁት ያን ጊዜ ነው። ማታ ሲርባቸው ከጣራው ላይ በቀጥታ እንደ ኮማንዶ ነው ወደ መሬት የሚዘሉት። እንደ ዝናብ፣ ደረቁ ቁርበት ላይ ሲንጠበጠቡ ይሰማል። ሆዳቸውን በሰው ደም ከሞሉ በኋላ እየዳሁ ግርግዳ ይዘው ነው ወደ ጣራው ጥግ የሚጓዙት። እርኩስ ተባዮች ናቸው።

በነዚህ እርኩስ ተባዮች ላይ የማታው ጨለማና ዝናብ ተጨመረበት። የምንጃርን የገጠር ህይወት ስህበትና ውበት በአጭር ጊዜ ውስጥ አጠፋው። የገጠር ህይወት ወረቱ እያለቀ እንደሆነ ገባኝ። እዛው ተቀምጬ እንዴት ሰው ከአመት አመት በእንዲህ አይነት ሁኔታ

ይኖራል? እንዴት ወላጆቻችን ከተማ ተቀምጠው በእንዲህ አይነት አሰቃቂ ሁኔታ ከሚኖሩ፣ ደማቸው በትኋን በሚመጠጥ፣ መብራት፣ ውሃ፣ ሃኪም ቤትና መንገድ የሌላቸውን ሰዎች ደም ይመጣሉ? ምን አይነት ፍትህ አልባ ማህበረሰብ ውስጥ ነው የምንኖረው? ለምንድነው በሚሊዮን የሚቆጠሩ ጭሰኞች ለጥቂት ባላመሬቶች አንገብርም ብለው ማመጽ ያቃታቸው? የመሳሰሉት ጥያቄዎች በጭንቅላቴ ይመላለሱ ጀመር።

"መኖር በገጠር ነው" በሚል ርእስ ከአንድ አመት በፊት ሰለማላውቀው የገጠር ህይወት የጻፍኩትን የውዳሴ ግጥም አስታወስኩት። "ድንቁርና እና ዕውቀት" እንዲሉ፣ ያ ግጥም ምን ያህል በድንቁርና በየዋህነት የተጻፈ መሆኑን ተረዳሁ። ገጠር የራሱ ስበት አለው። በተለይ ንጹህ አየሩና የተፈጥሮ ውበቱ። በጣም ለአጭር ጊዜ ጉብኝት ንጹህ አየሩን በመተንፈስ ተፈጥሮንም በማድነቅ መደሰት ይቻላል። ነገር ግን ከዚህ ደስታ ጋር በቋሚነት በገጠር ለመኖር ብዙ መሻሻል ያለባቸው ነገሮች እንዳሉ ተረድቻለሁ።

በእረፍት ቀን ዋናው ስራዬ፣ የጭሰኞች ህይወት ከአመት አመት ምን እንደሚመስል፣ የሚከፍሉትን የግብር አይነት፣ በአካባቢ መሬት ስለነበራቸው ሰዎችና ጭሰኞች ልቅም አድርጎ መጻፍ ሆነ። አንድና ሁለት ሳምንት ያለችኝ እናቴ በሶስተኛው ሳምንትም አልመጣችም። አቶ ሰይፈም፣ ተነግሮት ሳይሆን አይቀርም፣ አንድ ቀን ወደ እዛ ቤት ብቅ አላለም። የኔ ወረትና አራተኛው ሳምንት እንዳለቀ፣

"ዘመዶቼ የሚመጡ አይመስለኝም፤ ከዚህ በኋላ አልቆይም" የሚል ነገር ለገበሬው ነገርኳቸው። ለክፉም ለደጉም ብላ እናቴ የሰጠችኝ አስር ብር ኪሴ ስላለ አሳምራ አዲስ አበባ እንደምታደርሰኝ አውቅ ነበር።

"እንዴት ትሄዳለህ ?" ብለው ጠየቁኝ።

መኪና ባይኖርም እስከ ናዝሬት ወይም ሞጆ ከሰዎች ጋር በእግሬ መሄድ እንደምችል፣ ሰው ባላገኝም እየጠየቅሁ መሄድ እንደማያቅተኝ ነገርኳቸው። መሄዴን አልወደዱትም። ሚስታቸው በተለይ በጣም ከፋቸው። "መሬቱ ትንሽ እስከሚመጥና ትንሹ መሂና መግባት እስከሚችል ለምን አትቆይም ?" ብለው ሊያግባቡኝ ሞከሩ። የልጅነት ነገርና የኔ ጠባይም ሊሆን ይችላል ለመሄድ የተነሳውን ልቤን ማስታገስ አልሆነልኝም። እንደቆረጥኩ ሲያውቁ ከአንድ ሰአት በላይ በሚወስድ የግር ጉዞ ርቀት ወደሚኖረው አቶ ሰይፈ ቤት ተያይዘን ሄድን። ለመሄድ መቁረጤን ነገሩት። እሱም ሊያግባባኝ ሞክሮ አልተሳካለትም።

“ላንድሮቨሯ መሬቱ ትንሽ ካልመጠጠ ስለማትመጣ በጭነት መኪና ነው፤ ናዝሬት ድረስ የምትሄደው አለኝ።

“እሺ” አልኩት ።

“እንዲህ ከሆነ ነገ ጠዋት ከዚሁ ከኔ አካባቢ የሚንቀሳቀስ የጭነት መኪና ስላለ ለሾፌሩ እነግረዋለሁ። እናንተ ተመለሱና እቃህን ሁሉ ይዛችሁ ኑ” አለን።

የሚቀለው እሱ ከኔ ጋር ሄዶ እቃዬን ይዘን መመለስ ነበር። ለሱ አልታየውም። ጭሰኛውን፣

“ቶሎ በሉ! ደርሳችሁ እስክትመጡ ሊመሽ ይችላል” የሚል ቀጭን ትእዛዙን ሰጠ።

ጭሰኛውም፣ ጌታዬ እያሉ ለሚጠሩትና ያለ ጠመንጃ ለማይንቀሳቀሰው ምስለኔ፣“እሺ ጌታዬ” የሚል መልስ ሰጥተው የመልስ ጉዞ ጀመርን።

ንብረቴ በሙሉ በአንዲት ትንሽ ቦርሳ የሚገባ ነበር። አንሶላና ብርድ ልብሱን፣

“እናንተ ተጠቀሙበት፤ እኔ አልወስድም” አልኳቸው።

ዋናው ምክንያቴ ግን ትኋኖች ነበሩ። እቃየን ስሸክፍ እንደ ልጃቸው ያዩኝ የነበሩት የገበሬው ሚስት አለቀሱ። ስሰናበታቸው እንባቸው የኔንም ጉንጭ ስለነካው ሆዴ ባባ፡ “ማልቀስ ነውር ነው” የሚል ዕምነት ስለነበረኝ እንደምንም ብዬ እንባዬን ወደመጣበት አባረርኩት። ቤታችን ስገረፍ የማልጮህ፣ ብዙ ጊዜም እንባ የማይወጣኝ ልጅ እኔ ነበርኩ።

ገበሬው ወስደው ለሰይፈ አስረከቡኝ። እሳቸው ያንን ረጅም የግር መንገድ በአንድ ቀን ውስጥ ለአራተኛ ጊዜ ተያያዙት። ቶሎ ቶሎ ቢራመዱም ቤታቸው የሚደርሱት በጨለማ እየተደናበሩ እንደሆነ እርግጠኛ ነበርኩ። በመንገዳችን ላይ እኝህን ገበሬ “አደከምኩዎት” ስላቸው የሰጡኝን መልስ አልረሳውም። “ደግሞ ለደጓ የአልታዬ ልጅ ምንስ ባደርግ !” ነበር ያሉኝ። እናቴ የጭሰኞች ወዳጅችም እንዳሏት ያስረዳኝ አባባል ነበር።

በማግስቱ ሰይፈ በጭነት መኪና ላይ ጫነኝ። ጋቢናው ህጻናት በያዙ ሴቶች ተሞልቶ ስለነበር ከእህል በላይ እንደ እህል ከተሰፈረው ሌላ ተሳፋሪ ጋር ተጫንኩ። ሌላ መኪና ስላልነበር በዛ የጭነት መኪና ላይ የተሳፈረው ሰው ብዙ ነው። አቶ ሰይፈ ለሚያውቃቸው አንድ ሰውዬ ከጠበቀ አደራጋር አስረከበኝ። የጭነት መኪናውን ጭቃ ግራ ቀኝ እያስደነሰው፣ ትንንሽ ምንጮችና ወንዞች እያቋረጠ አደገኛ በሚመስሉ ትንንሽ ገደላ ገደሎች እያለፈ ተጓዘ። እርግጠኛ

ነኝ ከምንጃር ናዝሬት ርቀቱ ሀምሳ ኪሎ ሜትር እንደማይሞላ። በእግር ቀድመን መግባት እንችል ነበር። መኪናው ሙሉ ቀን ሊፈጅበት ምንም ያህል አልቀረውም ነበር።

ናዝሬት ላይ ከመሸ ወደ አዲስ አበባ የሚሄድ አውቶቡስ አልነበረም። አደራ የተባሉት ሰውዬ፣ አንዲት ሆቴል ወስደው፣ አልጋ አስይዘው፣ እራታቸውን ከኔ ጋር በልተው፣ ሲመሽ

"ጉዳይ አለኝ። ጠዋት እመጣለሁ" ብለው ሄዱ።

"አቶ ሰይፈ የሰጠኝ ገንዘብ አለ" በማለት ሁሉንም ነገር የከፈሉት እሳቸው ናቸው። ገንዘብ እንዳለኝ ለአቶ ሰይፈም ለሰውየውም ነግሬያቸዋለሁ።

የአውቶቡስ መቆሚያው እዛው ሆቴሉ ፊት ለፊት ቢሆንም ሰውየው በማለዳ መጥተው አውቶቡስ ላይ መሳፈሬን አረጋግጠው ተለያየን። ከለገሃር ታክሲ እያቀባበልኩ፣ ከአዲስ አበባ ቤቴ ከወጣሁ ከአራት ሳምንት በኋላ አዋሬ ገባሁ። ወላጆቼ ሲያዩኝ ተደሰቱ እንጂ አልከፋቸውም። እንዴት እንደመጣሁ ስነግራቸውም ተገረሙ። ትምህርት ቤት ሊዘጋ የቀረው ጊዜ ትንሽ በመሆኑ ቤት ውስጥ ብቻዬን መዋሌም ያሳሰባቸው አልነበረም።

በማግስቱ ቤቱ ጭር ሲል፣ የኔ ስራ ስለገበሬ ህይወት ባይኔ ካየሁትና የወላጆቼን ጭሰኛና ሌሎችን የአካባቢውን ጭሰኞች በመጠየቅ ከያዝኩት ማስታወሻ በመነሳት፣ ግጥም መጻፍ ሆነ። ለግጥሙ መጻፊያ ብዬ በጄ ከነበረው ገንዘብ "ሉክ" ይባሉ የነበሩ ረጅም የመጻፊያ ቅጾች ገዛሁ። ግጥሙ እንደ ድሮ ስነ ጽሁፍ ረጅም ግጥም ነው። ስድስት የትልልቆቹን ባለመስመር ሉኮች የሞላ፣ ብዙ ቀናት የፈጀ ግጥም ነበር። የሰጠሁት ርዕስ "ጠንከር በል ገበሬ" የሚል ነው።

ከብዙ አመታት በኋላ፣ ዩኒቨርስቲ ተማሪ በነበርኩበት ወቅት፣ የ1966ቱን የወሎ ረሃብ ተቃውመን አምስት ኪሎ ውስጥ የረሃብ አድማ አድርገን ነበር። በረሃብ አድማው ላይ ጊዜ ለማሳለፍ የተለያዩ ነገሮች እንሰራለን። አንዱ ግጥምና ሌሎች ስነ ጽሁፎችን ማንበብ ነው። የግጥም ደብተሬ ከኔ እንደማይለይና "ያ የገበሬ" ግጥም እንዳለኝ የሚያውቁ ጓደኞቼ ግጥሙን ለረሃብ አድመኛው እንዳነብ ጠየቁኝ። በተለመደው ፍርሃቴ ደብተሩ ከጄ ሊበር ትንሽ እስከሚቀረው እየተንቀጠቀጥኩ አነበብኩት።

የአንድ ገበሬ የአንድ አመት ህይወት ቀን በቀን ምን እንደሚመስል የሚዘረዝር ግጥም ነው። ድካሙን፣ ጭንቁን፣ አሳሩን የሚገልጽ ነበር። ከብዙ ድካም በኋላ ያመረተውን ምርት እንዴት የተለያዩ አካላት እንደሚቀራመቱት ያስረዳል። ገበሬዎች "የደከሙበትን ምርት

አከፋፍለው፣ እነሱ ምርት ካበራዩበት አውድማ ከአፈር ጋር በችፍርግ ጠርገው ወደ ጎጇቸው ሲገቡ፣ የገበሬው ልጆች አባታቸው ያዘመረውን እሸት እንዳይቀጥፉ፣ ከምር ዘርጥጠው እንዳያሹና እንዳያነኩቱ፣ ሌት ተቀን በአይነ ቁራኛ የሚጠብቋቸው የጉልተኞች ወኪል የሆኑ ሰላዮች"[180] እንደሚሰማሩባቸው ያትታል።

"የቀን ሃሩር፣ የሌሊት አመዳይና የንጋት ቁር እየተፈራረቀባቸው፣ ቀን ከብት የሚያግዱ፣ ማማ ላይ ተሰቅለው ሰብሎችን ከአእዋፍ የሚጠብቁ፣ ለሊት ከአውሬ የሚከላከሉ፣ ምርት ደርሶ "አባታችን ጨርቅ ይገዛልናል" ብለው የሚቋምጡ የገበሬ ልጆች፣ የጉልተኞችና የሹማምንት ሚስቶች የሚዋቡባቸውን አልባሳት፣ ጌጣጌጥና ሽቶ ሳይመኙ፣ ቀን ሲያርሙና ሲጎለጉሉ፣ ለሊት ሲፈጩና ሲጋግሩ፣ የተቀራመደ ፊታቸውን የሚያብሱበት ዘይት እንደብርቅ የሚመኙ የገበሬ ሚስቶችንና"[181] የገበሬ ልጆችን ህይወት እንደዚህ ውብ በሆኑ ሃይለ ቃላት ቀሽሮም ባይሆን ግጥሜ ሁሉንም ለመዳሰስ ሞክሯል።

እንዴት ገበሬው በአካባቢው ትምህርት ቤት ሳይኖረው የትምህርት ታክስ እንደሚያስከፍሉት፣ የህክምና አገልግሎት ሳይኖረው የጤና ታክስ እያሉ እንደሚወስዱበት፣ መንገድ እንኳን ሳይኖረው የልማት ታክስ እያሉ እንደሚዘርፉት የሚዘረዝር ግጥም ነበር። ከእርሻም ውጭ የአካባቢው መኳንንት፣ ጭቃ ሹምና ምስለኔ የመንግስት ባለስልጣናት የተለያዩ የጉልበት ስራዎች ገበሬውን በነፃ እያሰሩ እንደ ሚበዘብዙት በዝርዝር ጽፌያለሁ።

በመጨረሻም የገበሬው ጎተራ እንዴት ባዶ እንደሚቀርና እስከሚቀጥለው አዝመራ በረሃብ መጠበስ የዘመናት እጣው እንደሆነ ያስረዳል። ግጥሙን የዘጋሁት እንደለመድኩት "ግዴለም የነጻነት ቀኑ ደርሷል" የሚል የተስፋ ቃል ሰጥቼ በርእሱ ነበር። አብዮቱ ሁሉ ነገር

---

[180] ኮሎኔል መንግስቱ ሃይለማሪያም፣ ትግላችን አዲስአበባ፣ ፀሃይ አሳታሚ ድርጅት፣ ፤ 2004 ገጽ 47

[181] ዝኒ ከማሁ ገጽ 47 የገበሬውን ህይወት በተመለከተ በዚህ መፅሃፍ ውስጥ ኮሎኔል መንግስቱ የሚጠቀሙበት አገላለጽ በአንድ በኩል ስር የሰደደ የገበሬ ወገንተኛነት የነበራቸው ግለሰብ እንደነበሩ በግልጽ ያሳያል። እነዚህ ቃላቶች ዝም ብለው ለማንም ጸሃፊ የሚከሰቱ እንዳልሆነ ይሰማኛል። ኮሎኔሉ በከፍተኛ እልህና ቁርጠኛነት መሬትን የመንግስት የሚያደርግ አዋጅ መንግስታቸው እንዲያውጅና ጉልተኞችን ከኢትዮጵያ ምድር ጠራርጎ የሚያጠፉ ውሳኔና አመራር በመስጠት ከጓደኞቻቸው ግንባር ቀደም ሆነው መገኘታቸው የሚያስገርም አይሆንም። ችግሩ በዛ ደረጃ የተቆረቆሩለት ጭሰኛና ገበሬ በእሳቸው የግዛት ዘመን በማንኛውም መልኩ የደላው ሆኖ አለመገኘቱ፣ በሚሊዮኖች የሚቆጠረውን የኢትዮጵያ አፈር ገፊ ነፃ ያወጣው ድርጊታቸው ተገቢውን ታሪካዊ ዋጋ እንዳያገኝ ያደረጉት ራሳቸው መሆናቸውን ለሚያስበው የሚያሳዝን ነው። በመጽሃፋቸው አንድም ቦታ ላይ ይህን ሃቅ ለመገንዘብ ሙከራ አለማድረጋቸው ደግሞ የበለጠው ትራጀዲ ነው። ከዚህ በተጨማሪ ሻምበል ፍቅረስላሴ ተቀጥሮ ይሰራበት የነበረው የኢትዮጵያ አየር ሃይል መስሪያ ቤት ከ1966 በፊት በባሌና በጎጃም በ1966 በጎጃም ቢቸና ላይ በገበሬዎች ላይ ቦንብ ሲያወርድ እንዲህ እንደኔ የገበሬውን ብሶት በተለያዩ መንገዶች ሲገልጹ የነበሩ ምሁራንና ተማሪዎችን ነው በአብዮቱ ወቅት "አድሃሪ ሆነው አገኘናቸው" በማለት የደርግን የጅምላ ጭፍጨፋ ትክክለኛነት ሊያሳምነን የሚጥረው። የማይመስል ነገር!

እንደበላ፣ የኔንም የወጣትነት ግጥሞች በላቸው። "ለገበሬ የመጣው አብዮት" ስለ ገበሬ ስቃይ የተጻፈውንም ሳይቀር በላው።[182] እንደ አንዳንዶቹ ግጥሞቼ፣ ከዚያ ረጅም ግጥም የተረፈኝ በጭንቅላቴ ይዣቸው የምዞረው የግጥሙ መዝጊያ ስንኞች ብቻ ናቸው። ያልኩት እንዲህ ነበር፣

"አይዞህ ቻል አድርገው ጠንክር በል ገበሬ

ነግ ትነጻላችሁ አንተም የአንተ በሬ"[183]

[182] በደርግ ጊዜ የሚካሄደው የቤት ለቤት አሰሳ በየቤቱ የሚያገኛቸውን ማናቸውም የፖለቲካ ጽሁፎች ሰውን በተቃዋሚነት ለመፈረጃያ ይጠቀምበት ነበር። ይህን በመፍራት እናቴ የኔን ጽሁፎች በጥቁር ፕላስቲክ ቦርሳ ውስጥ አድርጋ ከግቢ ውጭ ወደቤታችን መግቢያ መንገዱ ላይ አስቆፍራ አስቀበረቻው። እሷም ትንሽ ቆይታ ኢትዮጵያን ለቅቃ ተሰደደች። አባቴም የድሮ የአዋሬ ቤታችንን ለቀቀ። ተቆፍሮ በፕላስቲክ ቦርሳ ውስጥ የተቀበሩ ግጥም ብቻ ሳይሆን ብዙ የፖለቲካ ጽሁፎቼ እዛው እንደተቀበሩ ቀሩ።

[183] በ1961 ዓ.ም ነጻነትህን በቅርብ ቀናት ትቀዳጃለህ የሚል የተስፋ ቃል የተቀኘሁለት ገበሬ፣ ከ45 አመታት በኋላም ነጻነት አላገኘም። በሬውም በትራክተር ተተክቶ ከሶስት ሽህ አመታት ቀንበር ተሸካሚነት በቀናት ነፃ ይወጣል ብዬ ተመኝቼ ነበር። እንደሚታየው የእኛ ሃገር በሬ ነጻ ለመውጣት ሌላ ሶስት ሺህ ዘመን የሚጠብቅ ይመስላል። ገበሬውና በሬው ያልታደሉ ሆነው እንኳ ነጻነታቸው ማቀዳጀት የማይቻል ጉዳይ ሆኖ አይደለም።

ምእራፍ 4.በማን ልጅ ደም ለውጥ!

መስከረም 18 1962 ዓ.ም መንግስት በአዋጅ የዘጋቸውን ዩኒቨርስቲና የሁለተኛ ደረጃ ትምህርት ቤቶች ከፈተ። ሁሉም ትምህርቱን አቋርጦ የነበረ ተማሪ ያለምንም ፈተና አንድ ክፍል እንዲያልፍ ተደረገ። የአጭር ጊዜ ትምህርት ሰጥቶ ተማሪውን ፈተና መፈተን ለመንግስት ከብዶት አይመስለኝም። በነፃ ያሳለፉን እንደ ጉቦ ሳይሆን አይቀርም። አብዛኛው ተማሪ ፈተና እንደ ጦር ይፈራ ስለነበር "በነፃ አልፈሃል ካልነው በደስታ ክፍሉ ገብቶ ይማራል" በሚል ስሌት የተወሰነች ውሳኔ ትመስለኛለች። ያለፈተና የአስረኛ ክፍል ተማሪ ሆንኩ።

ለተፈሪ መኮንን ትምህርት ቤት አስተዳዳሪዎች ይህ የመንግስት ውሳኔ ምን ያህል እንደሚያስከፋቸው መገመት አያዳግትም። ተፈሪ መኮንን ፈተና የሚያመልክ ትምህርት ቤት ነው። ከየትኛውም ትምህርት ቤት በላይ ተማሪዎችን በፈተና እየጣለ የሚያባርር ትምህርት ቤት ነበር ። ምን ያህል ተማሪ በፈተና እንደሚያባርር ማስረጃው የሚገኘው ዘጠነኛ ክፍል የሚቀበላቸውን ተማሪዎች ብዛትና በመጨረሻ አስራ ሁለተኛ ክፍል ማትሪክ የሚወስዱትን ተማሪዎች ቁጥር በማነጻጸር ነው።

ብዙ ጊዜ የዘጠነኛ ክፍሎች ብዛት እስከ አስር ይደርሳል። ለማትሪክ ፈተና የሚቀመጡት ተማሪዎች ሲበዛ ቢውል ከሶስት ክፍል ተማሪዎች አይበልጡም። ሶስት ክፍል የሆነው ወደኋላ ገደማ እንጂ ለብዙ ጊዜ አንድና ሁለት ክፍል ተማሪ ብቻ ነበር ለሁለተኛ ደረጃ የትምህርት መልቀቂያ ፈተና የሚደርሰው።

አንዱም በጣም ለረጅም ዘመን ተፈሪ መኮንን ት/ቤት ማትሪክ የማሳለፍ ሪኮርዱን ይዞ የቆየው ተማሪዎችን በብዛት እየተቀበለ፣ በየአመቱ በፈተና እያራገፈ፣ ማትሪክ "ፈተና ማለፍ ይችላሉ" ብሎ ያመነባቸውን ተማሪዎች ብቻ በሚገባ አስተምሮ ለፈተና ስለሚያቀርብ ነበር። ጀነራል ዊንጌት ት/ቤት በተቃራኒው አስቀድሞ ፈተና ሰጥቶ ጎበዝ ተማሪዎችን ስለሚቀበል ከዘጠነኛ እስከ አስራ ሁለተኛ ክፍል ተማሪዎች እስኪደርሱ የሚወድቁት በጣት የሚቆጠሩ ብቻ ነበሩ። የ1962ቱ ውሳኔ የመንግስት ውሳኔ ነበርና እነ ጋኞ ባይዋጥላቸውም አንድ ክፍል ያለፈተና ተዛወርን።

በ1962 ዓ.ም ትምህርት ተቋርጦ ትምህርት ቤቶች በቋሚነት ባይዘጉም የተማሪው አመጽ ተጠናክሮ ቀጠለ። የመንግስት እርምጃዎች የበለጠ ተማሪውን የሚያነሳሱ ሆኑ። የአፄ ኃይለስላሴ መንግስትም የተማሪውን እንቅስቃሴ ለመግታት መጨከኑን የሚያሳዩ ጨካኝ እርምጃዎች መውሰድ ጀመረ።

ታህሳስ 18 1962 ዓ.ም፣ የመንግስት የደህንነት ሰዎች፣ በዩኒቨርስቲ ተማሪዎች ተወዳጅ የነበረውን የተማሪዎች ማህበር ፕሬዚደንት ጥላሁን ግዛውን አፍንጮ በር አካባቢ በሽጉጥ ተኩሰው ገደሉት። ሬሳውም ስድስት ኪሎ ወደሚገኘው ቀዳማዊ ሃይለስላሴ (የካቲት 12) ሆስፒታል ተወሰደ። ይህን ያወቁ የዩኒቨርስቲው የተማሪ እንቅስቃሴ መሪዎች፣ የጥላሁን ግዛውን አስከሬን ከሆስፒታሉ ሰርቀው ስድስት ኪሎ ዩኒቨርስቲ ግቢ አምጥተው ደበቁት።

"ለመሪያችን የሚገባውን ክብር የሰጠ የቀብር ስነሥርዓት የምናስፈጽመው እኛ ነን" አሉ።

ታህሳስ 19 1962 ዓ.ም የዩኒቨርስቲው የተማሪዎች ማህበር ለሁለተኛ ደረጃ የተማሪዎች ማህበራት መሪዎች መልእክት አስተላለፈ። መልእክቱም "በመንግስት እጅ የዩኒቨርስቲው ተማሪዎች ፕሬዚደንት መገደሉንና የሚቀበረው በታላቅ ስነሥርዓት በከተማው ተማሪዎች በሙሉ ታጅቦ መሆኑን" የሚገልጽ ነበር። ዜናው በየትምህርት ቤቱ እንደ ደረሰ ምድር በጥፍሯ ቆመች። የተማሪው ቁጣ ገነፈለ። አንዳንድ ት/ቤቶች በገዛ ተማሪዎቻቸው ቁጣ የመማሪያ ክፍላቸው መስታዋቶችና መቀመጫዎች ሳይቀሩ ደቀቁ። ሁሉም ተማሪ ከየአቅጣጫው ወደ ስድስት ኪሎ ዩኒቨርስቲ ተመመ።

የተፈሪ መኮንን ተማሪ እንደተለመደውና በቅርበቱም የተነሳ ቀድሞ ስድስት ኪሎ ዩኒቨርስቲ ግቢ ደረሰ። ለመጀመሪያ ጊዜ እኔም የወላጆቼን ትእዛዝ ጥሼ ከአመጸኛው ተማሪ ጋር ወደ ዩኒቨርስቲው ሄድኩ። እኔ ብቻ ሳልሆን፣ አመጽ ሲቀሰቀስ ወደየቤታቸው ሹልክ ይሉ የነበሩ የኔ ቢጤዎች በሙሉ እንደኔ ያደረጉ ይመስለኛል።

ስድስት ኪሎ ግቢ ስንደርስ ቁጥሩ በጣም ብዙ የሆነ የዩኒቨርስቲ ተማሪ ከቢዝነስና ከትምህርት ኮሌጁ ህንጻ ፊት ለፊት ከነበረው ሜዳ ላይ ተሰብስቧል። ከቢዝነስ ኮሌጁ ህንጻ ላይ ሆነው ከአንደኛው የመማሪያ ክፍል ለተማሪው መመሪያ የሚሰጡ ተማሪዎች ነበሩ። መዝሙር ይዘመራል። ነፍሰ ገዳዩን መንግስት የሚያወግዙ መፈክሮች ይፈከራሉ። የተሰባሰበው የዩኒቨርስቲ ተማሪ ከሁሉም ካምፓሶች/ግቢዎች የመጣ ነበር። የህክምና፣ የህንጻ ኮሌጅ፣ የአራትና የአምስት ኪሎ ዩኒቨርስቲ ተማሪዎች በሙሉ ተሰባስበዋል።

ተማሪው ተናዷል፣ ደንግጧል፣ አዝኗል። ሃዘናቸውን በእንባቸው የሚገልጹ ሴትና ወንድ ተማሪዎች ብዙ ነበሩ። ማንም እዛ ቦታ የነበረ ሰው በስሜት መነካቱ አይቀርም። ቀስ በቀስ ርቀት ካላቸው ቦታዎች የተነሱት የሁለተኛ ደረጃ ተማሪዎች ስድስት ኪሎ ግቢ ደረሱ።

ግቢው በተማሪ ብዛት ተጨናነቀ። ስለጥላሁን ግዛው ማንነት ከዛ ቀደም ሰምቶ የማያውቀው ተማሪ ሁሉ ስለማንነቱና ስለ አማሟቱ ሲሰማ የበለጠ አበደ።

ጥላሁን ግዛው፣ የልእልት ሳራ ግዛው ወንድም እንደሆነ ተነገረ።[184]የንጉሳዊ ስርአቱን አስከፊነት ለማየትና ለመታገል መሳፍንታዊ ማንነቱ ያልከለከለው የህዝብ ልጅ መሆኑ ተወሳ። ተማሪውን ለትግል ለመምራት በነበረው ቁርጠኝነት፣ ከአንድ አመት በፊት ለተማሪው ማህበር ፕሬዚደንትነት ተወዳድሮ መኮንን ቢሻው (ዶ/ር በኋላ የዩኒቨርስቲ አስተማሪ) በሚባል ተማሪ በመሸነፉ እንደገና ለመወዳደር ሲል ብቻ ትምህርቱን ለአንድ አመት ማቋረጡ ተገለጸ። አንድ አመት ትምህርቱን ያቋረጠው በተማሪው ማህበር ደንብ መሰረት የተማሪው ማህበር ፕሬዚደንት መመረጥ ያለበት ከሶስተኛ አመት ተማሪዎች ብቻ ስለሆነ ነበር።

ጥላሁን የሶስተኛ አመት ትምህርቱን ጨርሶ አራተኛ አመት ገብቶ ቢሆን ኖሮ የማህበሩ መሪ ሆኖ መመረጥ አይችልም። አይሞትም ነበር። ስለ ዩኒቨርስቲው ማህበር ህገ-ደንብ የምንሰማው ለመጀመሪያ ጊዜ ነው። ስለ ጥላሁን ግዛውና ሌላውንም ማብራሪያ የሚሰጡን፣ እንደ ልዩ ፍጥረት የምናያቸው የዩኒቨርስቲው ተማሪዎች ናቸው። በመርፌ ቀዳዳ አልፈው ዩኒቨርስቲ መግባት የቻሉ ተማሪዎች በመሆናቸው እኛ ብቻ ሳንሆን ማህበረሰቡም የሚያደንቃቸውና የሚያከብራቸው ነበሩ። ልዩ ፍጥረት ያልኳቸው ለዚህ ነው።

ጥላሁን ግዛው አንድ አመት ትምህርቱን አቋርጦ ተመልሶ ዩኒቨርስቲ ገባ። ለተማሪዎች ፕሬዚደንትነት ተወዳድሮ አሸነፈ። ቁርጠኛነቱ ያሳሰባቸው መሳፍንት ዘመዶቹ በአደባባይ፣ በከተማው መሃል ከሴት ጓደኛው ጋር እየሄደ፣ የፈሪ በትራቸውን ሰነዘሩ። ከጀርባው በጥይት መትተው፣ ደሙን አፍስሰው ገደሉት።

ይህን ታሪክ በዝርዝር የሰሙ የሁለተኛ ደረጃ እህቶቻችን እንባቸው አልቆም አለ። በዛን ዘመን ሁሉም መሃረብ ይይዙ ስለነበር እንባቸውን በመጥረግ ብዛት ፊታቸው ተፈተገ። አይናቸው በለቅሶ ብዛት በርበሬ መሰለ። እኔም እያደግሁ መጣሁ መሰለኝ፣ እነዚህ የሚያለቅሱ ወጣት ሴቶች ውብ ሆነው ታዩኝ። ሁሉንም እያቀፍኩ "አታልቅሱ" ብዬ ማጽናናት ብችል ደስታዬ ወደር አልነበረውም።

---

[184] *ጥላሁን ግዛው የንጉሱ ልጅ የልኡል መኮንን ሚስት የነበረችው፣ ከትግራይ መኳንንቶች ትወለድ የነበረችው የልእልት ሳራ ግዛው ወንድም ነበር። ንጉሳዊ ዝምድናው በሃገሩ ህዝብ ላይ የሚደርሰውን ግፍና ጭቆና ለመቃወም አላገደውም። ንጉሳዊ ዘመዶቹም በጥቅማቸውና በስልጣናቸው እስከመጣ ድረስ ማንንም ለማጥፋት፣ የራሳቸውን ወገንንም ቢሆን፣ እንደማይመለሱ ጥላሁን በመግደል አረጋግጠውታል።*

በግቢው ውስጥ እየሆነ የነበረውን ነገር ለተመለከተ የዩኒቨርስቲ ተማሪ መሪዎች ብዙውን ነገር በጥንቃቄና በሚስጥር እንዳደረጉት ግልጽ ነው። ይህ ባይሆን ኖሮ፣ መንግስት አስቀድሞ ብዙ እርምጃ መውሰድ በቻለ ነበር። በተለይ የሁለተኛ ደረጃ ት/ቤት ተማሪዎችንና የሌሎች ካምፓስ ተማሪዎችን ስድስት ኪሎ ግቢ እንዳይገቡ ማድረግ ይችል ነበር። አካባቢው እንዳይደርሱም ማድረግ አያቅተውም። የጥላሁን አስከሬን መሰረቁንም መንግስት በጊዜ ያወቀ አልመሰለኝም። ወታደሮች ወደ ስድስት ኪሎ ካምፓስ የተላኩት በጣም ዘግይቶ ነው። ሁሉም ተማሪ ተሰባስቦ ከጨረሰ በኋላ ነው።

ጥላሁን ግዛው፣ የመጀመሪያው፣ በስሙ የተማሪ መዝሙር ውስጥ የገባ የተማሪዎች ሰማእት ሆነ። ከግቢው ውጭ መንግስት ሰራዊቱን አሰማራ። የከተማው ህዝብ ሁሉ የሆነውን ሰማ። ወላጆች የዛሬው ቀን ከሌላው ቀን የተለየ መሆኑ ገባቸው። ለልጆቻቸው ህይወት ተጨነቁ። ልጆቻቸውን ፍለጋ ከቤታቸው ወጥተው የስድስት ኪሎን አካባቢ አስጨነቁት።

ከግቢው የተሰባሰብነው ተማሪዎች በግፍ የተገደለውን መሪያችንን ስም እየጠራን የወደፊቱ ህልማችን ምን እንደሆነ ለመንግስት ግልጽ አደረግን። የተማሪው ትግል ምግብ ይሻሻል፣ መኝታ ይሻሻል፣ ማህበር የማቆም፣ መጽሄት የማዘጋጀት መብት ይሰጠን፣ ዩኒፎርም ይቅር ወዘተ ከመሳሰሉ ጥያቄዎች ተሻግሮ መንግስታዊ ስርአቱን መናድ ዋናው ዓላማው መሆኑን በገሃድ ሁሉም የከተማው ተማሪ በተገኘበት ያወጀው በእለተ ሰኞ፣ በታህሳስ ወር፣ በ19ኛው ቀን፣ በ1962 ዓ.ም ነው። በአንድ ድምጽ

"ጥላሁን"

"ለምን ? ለምን? ሞተ"

"በኃይል በትግል ነው

"ነጻነት የሚገኘው"

የሚል መዝሙር ነበር የስድስት ኪሎን ግቢ የሚንጠው። ድምጻችን፣ የአመቱን ገብርኤል ለማንገስ እዛው አራት ኪሎ አካባቢ፣ በቅዱስ ገብርኤል ቤተክርስቲያን ተሰባስበው ለነበሩት መሳፍንትና ለቁንጪቸው ለአጼ ሃይለስላሴ ለመሰማቱ ጥርጥር የለኝም።

እኛ ከውስጥ ስንጮህ፣ ከውጭ ሰራዊቱን ያሰለፈው መንግስት ግቢውን በወታደር ላለመድፈር የነበረውን ባህል በመጠበቅ፣ ወደ ተማሪ መሪዎች መልእክተኞች ላከ። የአጼ ኃይለስላሴ መንግስት፣ ተማሪው የፈለገውን ያህል ቢረብሽ ወደ ዩኒቨርስቲው ግቢ ፖሊስም

ይሁን ወታደር ፈጽሞ የማያስገባ፣ ለዩኒቨርስቲው ቅጥር ግቢ ክብር የሚሰጥ መንግስት ነበር።[185] ይህ "ግቢው በማንኛውም የመንግስት የጸጥታ ኃይል መደፈር አይገባውም" የሚለውን ዕምነት መንግስት እንዲቀበል ያደረጉት ደጃዝማች/ልጅ ካሳ ወልደማሪያም፣ የንጉሱ የልጅ ልጅ፣ የልእልት ሰብለ ደስታ ባለቤት ናቸው። የአንድ ወቅት የዩኒቨርስቲው ፕሬዚደንት ነበሩ። ደጃዝማች/ልጅ የሚል የመኳንንት ማእረግ ስለነበራቸው ብቻ በተሾሙበት ወቅት፣ ተማሪው "እንዲህ ነው" በሚለው መጽሄቱ ላይ የገጠመባቸው ግጥም ታሪካዊ ነበር።[186]በቃሌ ከማስታውሰው ውስጥ እንዲህ የሚል ይገኝበታል።

"ላም እሳት ወለደች ወንፊት ውሃ ቀዳ

ሺህ ግመል አለፈ በመርፌ ቀዳዳ፤

በሽምበቆ ቁጣ ወደቀ አሉ ዋርካ

ወይ ፍካሬ እየሱስ ይህም አለ ለካ !

የአባ ግዴለሽ ቤት ሁል ጊዜ ፋሲካ

ይሆናል አይሆንም ተሳካ አልተሳካ

በትእዛዝ ሊቅ መሆን ይህም አለ ለካ !" ።

ዩኒፎርም የለበሰ መኮንን ከሁለት መሳሪያ ካልታጠቁ ወታደሮች ጋር ወደ ቢዝነስ ኮሌጁ ህንጻ አመራ። ከፎቁ ላይ ሆነው የመልእክተኞቹን መምጣት ይመለከቱ ከነበሩ የተማሪ መሪዎች መሃል አንዱ ለዘላላሙ አእምሮዬ ውስጥ ተቀርጾ በቀረ ድምጹ፣ ደግሞ ደጋግሞ፣

"ሰብሰብ ሰብሰብ በሉ አንድነታችንን እናሳያቸው !"

---

[185] "አድሃሪ" ብለን ስናወግዘው በነበረው የአፄ ሃይለስላሴ መንግስትና "ተራማጅ" ነን በሚሉት የደርግና የኢህአዴግ መንግስታት መሃል ዩኒቨርስቲውን በማክበር የታየው ልዩነት በጣም የሚያሳዝን የሚያስደነግጥም ነው። የንጉሱ ስርአት ለዩኒቨርስቲው የሰጠው መብትና የሚያሳየው ክብር በደርግና በኢህአዴግ ዘመን ተገፎ ማየት በተለይ የዛ ዩኒቨርስቲ ተማሪዎች የነበርንና ዩኒቨርስቲው እንዳይደፈር ብዙ ትግል ያደረግን ወጣቶች የሃገሪቱን ስልጣን ከያዝን በኋላ የሆነው ሁሉ ቅስም የሚሰብር ነገር ነው።

[186] ደጃዝማች/ልጅ ካሳ ወልደማሪያም የልእልት ሰብለ ደስታ ባለቤት እራሳቸውም የትልቁ የእንግሊዙ የኦክስፈርድ ዩኒቨርስቲ ምሩቅ ነበሩ። ተማሪው የትምህርት ደረጃቸውን በውል ይወቅ አይወቅ አላውቅም። "ደጃዝማች" የሚለውን ማእረግ ተከትሎ ግን በተሾሙበት ወቅት "እንዲህ ነው" በሚለው የተማሪው መጽሄት ላይ ከላይ የተጠቀሰው ግጥም የሳቸውን ሹመት አስመልክቶ ተገጥሞ ነበር። በትእዛዝ "ሊቅ መሆን" የሚለው ስንኝ"ደጃዝማቹን ሊቃውንት የሚመሩትን የትምህርት ተቋም ያለዕውቀት እንዲመሩ ሊቅ" ብለው ንጉሱ ሰየሟቸው ለማለት ነበር።

"ሰብሰብ ሰብሰብ በሉ አንድነታችንን እናሳያቸው !" አለ።

ከተወሰኑ አመታት በኋላ የተዋወቅሁት አንድ የዛን ጊዜ የዩኒቨርስቲ ተማሪ የነበረ ሰው፣ ያ ድምጽ የዋለልኝ መኮንን ድምጽ እንደነበር ነግሮኛል። ዋለልኝ ሌላው መጨረሻው አሳዛኝ የሆነ እውቅ የዩኒቨርስቲ ተማሪዎች መሪ ነው።

ከቢዝነስ ኮሌጁ ህንጻ ፊት ለፊት የነበረው ቦታ ጠቦት እዛው አካባቢ ተበታትኖ የነበረው ተማሪ፣ የዋለልኝን ጥሪ ሲሰማ፣ ከየነበረበት ተነስቶ ከኮሌጁ ጠባብ ሜዳ ላይ እንደ ሰርዲን ተጠቀጠቀ። የመንግስት መልእክተኛው ከተማሪዎች ወኪሎች ጋር ተነጋግሮ እስኪመለስ ሰማይ የሚቀደድ እስከሚመስል በመንግስት ላይ ውግዘታችንን አወረድን። "ጥላሁንን የምንቀብረው እኛ መሆናችንን አምርረን" ገለጽን። መንግስትና የተማሪው ተወካዮች ምን እንደተባባሉ ዝርዝሩን ባናውቅም የመንግስት ዋናው ጥያቄ "አስከሬኑን አስረክቡ" እንደነበር ሰማን። መንግስትና ተማሪዎች የሚደራደሩበት ዘመን!

ተማሪው አስከሬኑን በሰላም የማያስረክብ ከሆነ ወታደሮች ግቢ ውስጥ ገብተው የኃይል እርምጃ በመጠቀም አስከሬኑን እንደሚወስዱ ማስጠንቀቂያ መስጠታቸው ወሬው ደረሰን።

በውጭ ያለው ወታደር እንደወትሮው ቆመጥ የያዘ ፈጥኖ ደራሽ አልነበረም። ኤም ዋን (M1) የተባለ ጠመንጃ የታጠቀ ወታደር መሆኑ በግልጽ የሚታይ ነው። ይህ ሃቅ በተማሪው ውስጥ የመሸበር ስሜት ፈጥሯል። እነዛ ደፋር የነበሩ የትምህርት ቤታችን ጎረምሶች ሳይቀሩ ስጋት እንደገባቸው ከፊታቸው ይነበባል።

የኔማ ስጋት ብዙ ፈርጅ ያለው ሆኗል። ትምህርት ጠዋት ተቋርጦ፣ የምሳ ሰአት አልፎ ከሰአት በኋላ እስከሚሆን ቤቴ አልደረስኩም። በዚህ የተነሳ በቤታችን ውስጥ በፈጠርኩት ቀውስ የሚጠብቀኝ ነገር ያሳስበኝ ጀምሯል። ከወታደር ጥይት ባመልጥ፣ ወላጆቼ መኝታ ቤት ካለው ቁምሳጥን አናት ላይ ከምትሰቀለው አለንጋ እንደማላመልጥ አውቄዋለሁ። እናቴ አብዳ፣ አማኑኤል የእብዶች ሆስፒታል ጨምረዋት እንጂ፣ ቤታችን የማገኛት መስሎ አልታይህ ብሎኛል።

አስከሬኑን እንዲያስረክቡ መንግስት ለተማሪዎች የሰጠው የሰአት ገደብ አበቃ። ዋናው የግቢው በር ተከፈተ። የታጠቀ ክብር ዘበኛ ሰራዊት መሳሪያውን ለተኩስ ባዘጋጀ መልኩ በጁ ይዞ፣ ሰልፉን አሳምሮ ወደ ቢዝነስ/ኤዱኬሽን ኮሌጁ መጣ።ተማሪው የሞት ሞቱን የመጨረሻ የተቃውሞ ድምጹን አሰማ።

መንገዱን ለማስከፈት ይመስላል የወታደሮቹ አዛዥ ተማሪዎቹ ጋር ለመድረስ ትንሽ ሲቀረው ወታደሮቹ እንዲተኩሱ አዘዘ። የመጀመሪያ ተኳሾች ቁጥራቸው ትንሽ ነበር። የተኮሱትም ወደ ተማሪው ሳይሆን ወደ ሰማይ ነበር። በዚህን ጊዜ ሰማይና ምድር ተደበላለቀች። ቀድሞውኑ በስጋት ቋፍ የነበረው ተማሪ በሁሉም አቅጣጫ ተበትኖ መሮጥ ጀመረ። ወንዱም፣ ሴቱም፣ ጎረምሳውም፣ እንደኔአ ይነቱም ወጠጤ፣ እንደ ደነገጠች ጥንቸል በየአቅጣጫው መሮጥ ጀመርን፤ ቀልባችንን ስተን። ዞር ብለን ብንመለከት የሚያሳድደን እንደሌለ መረዳት በቻልን ነበር።

የክብር ዘበኛ ወታደር እንደ ፈጥኖ ደራሽ ወይም ፖሊስ የገባንበት ገብቶ ሊቀጠቅጠን ወይም ሊይዘን የመጣ አልነበረም። ዓላማው አንድና አንድ ብቻ ነው። አስከሬኑን መውሰድ። የተወሰኑ ኤዱኬሽን ኮሌጅ ውስጥ የነበሩ ተማሪዎችን ገድሎ አስከሬኑን መውሰዱን በኋላ ሰማን።[187]

ከብዙ ተማሪዎች ጋር በአፍንጮ በር በኩል ባለው የዩኒቨርስቲው ግንብ አጥር ከግቢው ዘልዬ ወጣሁ። ተኩሱ ግን ቀጥሏል። ተኩስ የሰሙ ልጆቻቸውን ለመፈለግ የመጡ እናቶች፣ የእናት ሆዳቸውን በመቀነት አጥብቀው አስረው፣ “ኡ ኡ ጨረሷቸው !” ይላሉ። ሁሉም ወደ ግቢው እንዳይጠጉ በወታደር ስለተከለከሉ ጩኸታቸውን የሚያሰሙት ግቢውን በርቀት እያዩና ዙሪያ ዙሪያውን እየዞሩ ነው። በሌላው ግንባር የኔም እናት እንደሌሎች እናቶች የምታደርገው ጠፍቷት ስትጨነቅ አሰብኩና ዘገነነኝ። በሌላ በኩል ግን ለመጀመሪያ ጊዜ በአንድ ትልቅ ታሪካዊ ቀን ከተማሪው መሃል መገኘቴ አስደሰተኝ። ትንሽም ኩራት ቢጤ ነገር ተሰማኝ።

ሰፈራችን አዋሬ ስደርስ ደስታውም ኩራቱም ሁሉ ብን ብሎ ጠፍቷል። ጭንቅላቴን ተስፋፍቶ የያዘው ጭንቀት ብቻ ሆነ፤ ለወላጆቼ ምን እንደምላቸው። የቤታችን በር አንኳኩቼ ሲከፈትልኝ መጀመሪያ ያየሁት ሰው አባቴን ነው። ከስራ ቀርቶ በረንዳ ላይ ቆሟል። በድንጋጤ ያሰብኩት ሰበብ ሁሉ ብን ብሎ ጠፋ። በጣም የተናደደ ይመስላል።

[187] ክፍሉ ታደሰ፣ “ያትውልድ ቅጽ 1”፣ ዓ.ም የሌለው፣ ደርቶጋዳ ማተሚያደርጅት አዲስአበባ,፣ 2007? ገጽ 94፣ በዛን እለት የሞቱትንና የቆሰሉትን ተማሪዎች ቁጥር “3 የዩኒቨርስቲ ተማሪዎችና ሃያ የሁለተኛ ደረጃ ተማሪዎች ሲገደሉ፣ በመቶ የሚቆጠሩ ደግሞ ቆሰሉ” በማለት ክፍሉ ጽፏል። ለመረጃው የሚሆን ምንጭ አልጠቀሰም። በተለይ የሁለተኛ ደረጃ የሟቾች ቁጥር በዛን ወቅት ያልሰማነውና በጣም የተጋነነ ይመስለኛል። 3 የዩኒቨርስቲ ተማሪዎች መገዳላቸውን ሁሉም ተማሪ አምኖ የተቀበለውና የሟቾቹም ስም መረጃ ስለነበር ችግር ያለበት አይመስለኝም።

“ጠዋት ነው ትምህርት ያቆማችሁት፤ እስካሁን የት አባክ ነበርክ ?” ብሎ እንደመብረቅ ጮኸብኝ።

ብዙ ጊዜ ስጠየቅ አንገቴን ደፍቼ የማልነመጉመው ልጅ፣ የዛን ቀን ምን እንደነካኝ አላውቅም። የቅድመ አያቴ ሚሃኤል ገፋፍቶኝ ወይም “ዱላው እንደሁ አይቀርልኝም” በሚል ግምት ተስፋ ቆርጬ ይሆናል። ለአባቴ በቀጥታ ግልጽ በሆነ ቋንቋ መልስ ሰጠሁት።

“አንተ ለውጥ እንዲመጣ ትፈልጋለህ። በማን ልጅ ደም ነው ለውጥ እንዲመጣ የምትፈልገው?” ብዬ ለጥያቄው መልስ የራሴን ጥያቄ አቀረብኩለት። አጎንብሼ ሳይሆን ቀና ብዬ እያየሁት።

አባቴ ወደ ስድብም፣ ወደ ዱላም አልሄደም። ለጥቂት ሰኮንዶች አትኩሮ ተመለከተኝ። ምንም ቃል ሳይተነፍስ ከበረንዳው ወደ ቤት ውስጥ ገባ። እናቴ ብዙ ባዝና ተመለሰች። ከአባቴ ጋር ተነጋግረው ይመስለኛል፣ እሷም “ለምን እንዲህ ታሰቃየኛለህ ሳትለኝ ቀረች”። አዲስ ዘመን ተከፈተ። መጨረሻው የማይታወቅ!

ምእራፍ 5.ጉራ እና ቤተ መንግስት

የጥላሁን ግዛው ግድያና የጥላሁን አስከሬንን ለመውሰድ ሲባል መንግስት የገደላቸው ተማሪዎች፣ መንግስትና ተማሪውን ደም አቃቡት። ደም የገባበት ጉዳይ፣ በተለይ በእንደኛ አይነቱ ሃገር ማቆሚያ የለውም። አስታራቂ እስካልተገኘ፣ አንዱ ሌላውን ሳያጠፋ ወይም ሁሉም ተያይዘው ሳይጠፉ የሚቆም ነገር አይደለም። ለዝንተ አለም የቆየ ባህላችን ነው።

በመሆኑም ተማሪው ከመንግስት ጋር የጀመረው ግፍጫ እየተባባሰ መጣ። ተቃውሞው የአዲስ አበባ ተማሪዎች ብቻ መሆኑ ቀርቶ የመላው ሃገሪቱ ተማሪዎች መሆን ጀመረ። ከሁለተኛ ደረጃ ትምህርት ቤቶች አልፎ ወደመለስተኛ ሁለተኛ ደረጃ ትምህርት ቤቶች ተዛመተ። "የአዲስ አበባ ዩኒቨርስቲ ወይም የሁለተኛ ደረጃ ተማሪዎች የትምህርት ማቆም አድማ ጀመሩ" የሚል ዜና አንዴ መሰራጨት ሲጀምር የመላው የሃገሪቱ ትምህርት ቤቶች በአንድ ላይ ከሞላ ጎደል ትምህርት ማቆም ይጀምራሉ።

በውጭ ሃገር የሚገኙ ተማሪዎች የየክፍለ አለማቱ የተማሪ ማህበሮች አቆሙ። የክፍለ አለማቱን ማህበር የሚያስተባብር አለም አቀፍ የኢትዮጵያ ተማሪዎች ማህበር- አአኢተማ (ዉስ WUES worldwide Union of Ethiopian students) መሰረቱ። የሰሜን አሜሪካው የኢትዮጵያ ተማሪዎች ማህበር - ሰአኢተማ (ኤዙና ESUNA - Ethiopian students union in North America) ና የአውሮፓው የኢትዮጵያ ተማሪዎች ማህበር - አኢተማ (ኤዙዬ ESUE - Ethiopian students union in Europe) የታወቁትና የውጭውን የተማሪዎች እንቅስቃሴ የሚመሩት ድርጅቶች ሆኑ። ሁለቱም በሃገር ውስጥ ካለው የዩኒቨርስቲ ተማሪዎች ማህበር ጋር ግንኙነት ነበራቸው። ሁለቱም በሃገር ቤቱ የተማሪዎች ትግል ላይ ተፅዕኖ ለማሳደር የራሳቸውን ጦርነት በውጭ ሃገር ጀምረዋል።[188]

ነሃሴ 1961 ዓ.ም አይሮፕላን ጠልፈው ካገር የወጡት የነቢንያምና የአማኑኤል ቡድንም፣ የጠለፉትን አውሮፕላን ካሳረፉበት ከሱዳን ምድር ወጥተው፣ የፖለቲካ ጥገኝነት አግኝተው አልጀሪያ ገብተዋል። እነዚህ በሃገር ቤቱ የተማሪዎች ትግል ስማቸው የገነነውን ተማሪዎች በተጽእኗቸው ስር ለማስገባት የአውሮፓውና የአሜሪካው የተማሪዎች ማህበራት ሩጫ ጀምረዋል። ብርሃነመስቀል ረዳ፣ ዝነኛው የዩኒቨርስቲ ተማሪዎች ፕሬዚዳንትና ሌሎች አውሮፕላን ጠላፊ ተባባሪዎቹ የራሳቸው ውጥን ነበራቸው።

188በአለም ላይ በውጭ ሃገር ትምህርታቸውን በሚማሩ ተማሪዎች ይደረጉ የነበሩ የታወቁት የተማሪዎች እንቅስቃሴዎች የኢትዮጵያና የኢራን ተማሪዎች እንቅስቃሴዎች ዝነኛና የታወቁ ነበሩ።

የኢትዮጵያ የውጭው እንቅስቃሴ ሶስት ማዕከላት ያሉት ሆኗል። የአሜሪካንና የአውሮፓ ሁለቱ ሲሆኑ የአልጀሪያው ቡድን፣ ምንም እንኳን በስሩ ያደራጃቸው የውጭ ተማሪዎች ባይኖሩትም፣ ሶስተኛው ማዕከል ሆነ። የአልጀሪያው ቡድን፣ በቅርቡ ከሃገር ቤት የወጣና በሃገር ቤቱ የተማሪዎች ትግል የታወቁ ወጣቶች ያሉበት በመሆኑ፣ ከቁጥሩ በላይ ተደማጭነት ነበረው። ሃገር ቤት ካለው የተማሪዎች እንቅስቃሴ ጋር ቀጥተኛ ግንኙነት ያለው ቡድን ነው።

አይሮፕላን ጠላፊዎቹ ከሃገር የወጡት አውሮፓና አሜሪካ እንደነበሩት ተማሪዎች ለትምህርት አልነበረም። የተማሪውን ትግል ከከተሞች፣ ከዩኒቨርስቲውና ከትምህርት ቤቶች አውጥቶ የኢትዮጵያ አብዛኛው ህዝብ ገበሬው፣ በሚኖርባቸው ገጠሮች ለማስፋፋት አስበውበት ነበር። ይህ ሃሳባቸው፣ ትምህርቱን እየተማረ እግረ መንገዱን መንግስት ይቃወም የነበረውን የአውሮፓና የአሜሪካ ምሁርና ተማሪ አነቃው።

በዚህን ጊዜ ነው "በሃገሪቱ ሁኔታዎችና ትግሉ እንዴት መካሄድ አለበት?" በሚሉ ጥያቄዎች ዙሪያ በርካታ ጽሁፎች መውጣት የጀመሩት። እነዚህ ጽሁፎች የመንግስትን የስለላ መስሪያ ቤት ቁጥጥር እያለፉ ሃገር ቤት መድረስ ጀምረዋል። ቻሌንጅ (Challenge) የተባለው መጽሄት በሰሜን አሜሪካው ማእከል ይዘጋጃል። ታጠቅና ትግላችን በአውሮፓው ማእከል የሚዘጋጁ ነበሩ።

እነ ብርሃነመስቀል የራሳቸው መጽሄት ባይኖራቸውም፣ ከአልጀሪያ ሆነው ጽሁፎች እየጻፉ በአውሮፓና በአሜሪካ የተማሪዎች መጽሄቶች ላይ ያወጣሉ። በዚህና በሌሎች መንገዶች የአልጀሪያው ቡድን ሃገር ቤት ለሚገኘው የተማሪዎች አመራር ጽሁፎቹ እንዲደርሰው ያደርጋል። ከነዚህ ጽሁፎች አንዱ፣ ብርሃነመስቀል ረዳ በብሄር ብሄረሰቦች ጥያቄ ዙሪያ፣ ጉዳዩን ዋለልኝ ከሱ ቀደም ብሎ ካየበት ቅኝት ሰፋ አድርጎ የጻፈው ጽሁፍ ነበር።

የጥላሁን ግዛው ሞትና የውጭ የተማሪዎች እንቅስቃሴ መነቃቃት የሃገር ቤቱን ትግል የበለጠ መልክ እያስያዘው መጣ። በሃገር ቤትም በሃገሪቱ መሰረታዊ ችግሮች ዙሪያ የዩኒቨርስቲው ተማሪ መሪዎች የራሳቸውን ጽሁፍ መጻፍ የጀመሩት በዚህ ወቅት ነው። ዋለልኝ መኮንን የብሄሮች ጥያቄ የተሰኘውን አንዱንና መሰረታዊ የሃገሪቱን የፖለቲካ ችግር ግልጥልጥ አድርጎ ያቀረበበት ጽሁፍ የወጣው በዚህ ወቅት ነው። ለዚህ ታሪካዊ አስተዋጽኦው

የብሄረተኛነት የፖለቲካ መስመር የሚያራምዱ ፖለቲከኞችና ድርጅቶች ዘንድ "ጽላት" ለመሆን በቅቷል። [189]

ተማሪው ከመቼውም ጊዜ በላይ ንጉሳዊ ስርአቱ በተማሪ ጩኸት እንደማይወድቅ እየተረዳ መጥቷል። ተቃውሞ ባደረገ ቁጥር ዋናው መዝሙሩ "ፋኖ ተሰማራ፣ እንደ ሆቺሚን

---

[189] *ዋለልኝ በወቅቱ በሃገሪቱ የነበረውን የብሄር ብሄረሰቦች ጭቆና የእኩልነት አለመኖር በባህል በቋንቋና በሌላውም ዘርፉ ዘርዝሮ በመጻፍ ለእኩልነት የሚደረግ ትግል መኖር እንደሚኖርበት ገልጿል። የዋለልኝ ጽሁፍ ታሪካዊ ትርጉሙ ችግሮቹን ያየበትና በመፍትሄነት ባስቀመጠው ዙሪያ መመዘን አይገባውም። በዛ የጨለማ ዘመን በብሄር ጭቆናና ብዝበዛ ላይ ማንም ምንም በማይናገርበት ወቅት በድፍረት ይህን ትልቅ የተደበቀ የማህበረሰባችን ቁስል በአደባባይ እንዲታይና መፍትሄ እንዲፈለግለት መንገዱን መጥረጉ ነው፣ ታሪካዊ ትርጉሙ። (ዋለልኝ ያቀረበውን መፍትሄ በመቃወም ያንን የህዝብ ልጅ በከሃዲነትና በውጭ ሃይሎች ተላላኪነት ማቅረብ አሳዛኝም አሳፋሪም ነው።ሻምበል ፍቅረስላሴ "እኛ እና አብዮቱ" በሚለው መጽሃፉ በገጽ 26 ዋለልኝን ከላይ በጠቀስኩት መልኩ ያለምንም ማስረጃ ማቅረቡ አሳዝኖኛል።እየዋለና እያደረ በዋለልኝ ትንተና እኔም ብዙ የማልስማማባቸው ነገሮች እንዳሉ ማየት ችያለሁ። ይህ ማለት ግን ሻምበል ፍቅረስላሴ ዋለልኝ በሚያይበት አይን አየዋለሁ ማለት አይደለም) ዋለልኝ "ለነጻነትና ለእኩልነት የተጀመሩ ትግሎችንም ያለምን ቅድመ ሁኔታ፣ የመገንጠል እንቅስቃሴዎችንም ጭምር መደገፍ አለብን ብሏል። ተገነጣጥለን መልሰን መጋጠም እንችላለን" የሚል ጽኑ ዕምነት ነበረው። ይህ እምነቱ የተመሰረተው የአለም የሰራተኛ መደብ ዞሮ ዞሮ አንድ ይሆናል" ከሚል የግራ ፖለቲካ ቀኖና የመነጨ ነው። ጽሁፉ ሃቀኛነት ያላቸው ብዙ ነገሮች ያካተተ ቢሆንም በመፍትሄነት ያስቀመጣቸው ሃሳቦች እንደ ችግሮቹ ከሃገራችን ተጨባጭ ሁኔታ የተቀዱ ሳይሆኑ ከግራው ርእዮተ-አለም ቀኖና የተወሰዱ ነበሩ። በዛ ቀኖና ላይ ተመስርቶ ለብሄር ብሄረሰቦች የመገንጠል መብት የሰጠና ተግባራዊ ያደረገ መንግስትና ድርጅት በአለም ላይ የለም። እስካሁን የመገንጠል መብት ፈቅደው አንድ ህዝብ ድምጽ እንዲሰጥ ያደረጉት ዋለልኝ አድሃሪ አድርጎ ያያቸው የነበሩት የምዕራብ ዴሞክራሲዎች ብቻ ናቸው። የግራ የፖለቲካ ዶግማ እንከተላለን ይሉ የነበሩ ሃገሮች ውስጥ በሙሉ የህዝብ መብት ታፍኖ ብሄረሰቦችም ነጻነታቸውን ያገኙት በጠመንጃ ሃይል እንጂ በህዝብ ድምጻ ውሳኔ አይደለም። የአለም ሰራተኞችም ዋለልኝ እንዳሰበው በአለም ላይ በሚኪያሄዱ አብዮቶች አማካይነት ድንበር እያፈረሱ ሃገራትን አንድ ሲያደርጉ አይታዩም። ዋለልኝ አብዮተኛ ብሎ ያያቸው የነበሩ ሃገሮች ፈርሰዋል። የአለም የሃገራት ድንበሮች እየጠበቁ እንጂ በሶሺያሊዝም ስም እየፈረሱ አይደለም። አለምአቀፋዊነት ሳይሆን ጠባብ ብሄረተኛነት ከዛም አልፎ ዘረኛነት፣ ሃይማኖታዊ አክራሪነትና ፋሽታዊ አመለካከት በአለማችን እየተስፋፋ ነው። ሃገራችንም ከዚህ አለም አቀፋዊ ዝንባሌ ነፃ አይደለችም። በተለይ ሰፊውን የሃገራችን ደሃ ህዝብ በፖለቲካ ርእዮተ አለም ዙሪያ ከቋንቋና ከባህል ልዩነቱ የበለጠ የመደብ አንድነቱ የጎላ እንደሆነ ያስተምር የነበረው የግራ ዕምነት ከሃገራችን ምድር ከጠፋ በኋላ በብሄረተኛነት ስም የተጀመረው ትግልና ጉዞ መጨረሻው አስፈሪ ሊሆን እንደሚችል መተንበይ ነውር አይመስለኝም። እንደ ኢትዮጵያ በመሰለው ወደ ሰማኒያ የሚጠጉ ብሄር ብሄረሰቦች ባሉበት ሃገር የብሄሮች ነጻነት በጠመንጃም ይሁን በህዝብ ድምጻ ውሳኔ የሚከበርበት ሁኔታ የለም። ድምጻ ውሳኔውን ማንኛውም በስልጣን ላይ ያለ መንግስት አይፈቅደውም። ያለመፍቀድ ብቻ ሳይሆን ተግባራዊ ለማድረግ የማይቻል ስለሆነ ጭምር ነው። የጠመንጃው መንገድ የማያቋርጥ አሸናፊና ተሸናፊ የሌለበት የመሬት ይገባኛልና የመጠራጠር ጦርነት የሚቀሰቅስ ነው። መፍትሄው ከመገንጠል በታች ያለውን ማንኛውንም የብሄር ብሄረሰቦች መብት እንዲከበር በመታገልና እንዲከበር በማድረግ ለጋራ ሰላም እድገትና ብልጽግና መስራት ብቻ ነው። ይህን ሊያበረታታ የሚችለውን የግራውን የፖለቲካ ርእዮተአለም ወደ ጎን ከገፋን ብሄረተኛነት፣ ሃይማኖትና ፋሽስታዊ የቀኝ የፖለቲካ አመለካከት መዋሃድ ሲጀምሩ ሃገራችን ሊገጥማት የሚችለውን አደጋ ከሌሎች ሃገሮች ተመክሮዎች አስቀድመን ማየት የምንችለው ነው። በኢትዮጵያ ለብሄራዊ ወይም ብሄረሰባዊ ነጻነትና እኩልነት በሚታገሉና ዋለልኝ የጻፈውን ጽሁፍ በሚያውቁ የየብሄረሰቡ ልሂቃን ዘንድ ዋለልኝ ተወዳጅ ሆኗል። ዋለልኝ የወሎ አማራ ነበር። ኢህአደግም በወሎ በኩል በደርግ ላይ የከፈተውን የጥቃት ዘመቻ "ዘመቻ ዋለልኝ" በማለት፣ ህዳር 29 1965 ዓ.ም አይሮፕላን በመጥለፍ ላይ እንዳለ አስቀድመው መረጃው የደረሳቸው የአፄ ኃይለስላሴ የደህንነት ሰዎች ሆን ብለው ለገደሉት ለዛ ደፋርና ጀግና የህዝብ ልጅ ማስታወሻ አድርጎታል።*

እንደ ቼጉቨራ" ሆኗል። የተማሪውን እንቅስቃሴ ወደ ኋላ ዞር ብዬ ስመለከተው አቅጣጫ የሚያስይዙት ድብቅ እጆች እንደነበሩ ይታየኛል። ከፋኖ ተሰማራ ጋር በድብቅ መነበብ የጀመረው መፅሃፍ በቼጉቨራ የሕይወት ታሪክ ላይ የተጻፈው መፅሃፍ ነበር።

ወረቀትና ጽሁፍ የማያውቀው የተማሪ ረብሻ አንድ ገጽም ትሁን በማን እንደተጻፈች የማትታወቅ በራሪ ወረቀት በየስልፉ ላይ መበተን የጀመረችው ከ1962 በኋላ ነበር። እነዚህ በራሪ ወረቀቶች ከፍተኛ የስነጽሁፍ ችሎታ ባላቸው ሰዎች የሚጻፉ ናቸው። የሚያነባቸውን ተማሪ አፍ በሚያስከፍት ውብ ቋንቋ የተጻፉ ነበሩ። ይዘታቸውም ተማሪውን ስር ነቀል ለሆነ ለውጥ እንዲታገል የሚቀሰቅሱ የመንግስታዊ ስርአቱን ግፎችና ወንጀሎች የሚዘረዝሩ ነበሩ።

ቀስ በቀስ ተፈሪ መኮንን ት/ቤት ከዩኒቨርስቲው ቀጥሎ በጣም በፖለቲካ የተቃኘ ትምህርት ቤት ሆነ። የተማሪዎችን አመጽ ዳር ቆመን የምንመለከተው ቁጥራችን መነመነ። የኔ ታናናሾቼም ተፈሪ መኮንን ትምህርት ቤት ገብተዋል። ታናናሾቼ ቢሆኑም ፍጥረታቸው ከኔ ይለያል። የሚፈሩት ነገር የላቸውም። የወላጆቻችን ተፅዕኖ፣ እኔ ላይ የሚታየውን ያህል እነሱ ላይ አይታይም።

የወላጆቼ ጓደኞች ልጆች እነ ዘውዱ፣ ጃፒ፣ ጌድዮን እንዲሁም የእኛ ቤት ልጆች አለማየሁ፣ አምሃና ብዙነህ፣ የአቶ ገብረየሱስ ልጆች እነ ቸርነትንና ሌሎቹን ታዳጊ ህጻናት ጨምረን አንድ ላይ ስንሰባሰብ መጠነኛ ሰራዊት ይወጣናል። "ቁጥር ሁሌም ድፍረት ይሰጣል" የሚባለው እውነት ነው። የትምህርት ቤቱ አመጽ አልበቃ ይለን ጀመር። ከትምህርት ቤት ፖሊስ ሲበትነን ሰፈራችን ተመልሰን ተሰባስበን ግንፍሌ ወንዝ ውስጥ እያደፈጥን የሰፈራችንን አስራ አምስት ቁጥር አውቶቡስ በድንጋይ ማድቀቅ ጀመርን። ሁላችንም ያደግነው ፖለቲካ መደበኛ ጉዳይ በሆነባቸው ቤቶችና አካባቢ ስለሆነ አክራሪና ስር ነቀል ወጣቶች እየሆንን መጥተናል።

ከ1962 ዓ.ም በኋላ እየተረበሸ ቢሆንም ትምህርት አልተቋረጠም። እንደምገምተው ትምህርት ያልተቋረጠውም በስሌት ይመስለኛል። እነዛ ትግሉን የሚመሩት ድብቅ እጆች ትምህርት በመቋረጡና ትምህርት ቤት ተዘግቶ ተማሪው በመበተኑ ተጠቃሚው መንግስት እንደሆነ ገብቷቸዋል። በተለይ በዩኒቨርስቲው አካባቢ፣ ግንባር ቀደሞቹ የተማሪው መሪዎች "ከማመጽ ይበልጥ ቅድሚያ ለድርጅት" የሚል ዕምነት መያዝ ጀምረዋል። የተነደፈው ስትራተጂ፣ እየተማሩ፣ እያመጹ፣ እየተደራጁ፣ የማያቋርጥ የመንግስት የጎን ውጋት መሆን ነው። ይህ አቅጣጫ ባይያዝ ኖሮ ትምህርት ቤቶች እንዲዘጉ ለማድረግ የሚያስችል ከመቼውም በላይ የገዘፈ በቂ ድፍረትና እልህ በተማሪው ውስጥ ነበር።

በዚህ ሁኔታ 1963 እና 1964 አለፉ። እኔም የሁለተኛ ደረጃ ትምህርቴን አጠናቀቅሁ። በዚህ ጊዜ ለስነጽሁፍ ያለኝ ፍቅር ከመቼውም ጊዜ በላይ አድጓል። የአራት አመት የተፈሪ መኮንን ትምህርት ቤት የተማሪዎች አመጽ የትምህርት ፍላጎቴን ከሳይንስ ይልቅ ወደ አርትና ፍልስፍና ገፍተውት ነበር። የምጽፋቸውን ግጥሞችና ሌሎችንም ጽሁፎች ወላጆቼ በየግዜው ያደምጣሉ።

ፈረንሳይ ይኖር የነበረው የእናታችን የአክስት ልጅ፣ ዘሪሁን ተክሌ፣ ከ1964 ዓ.ም ጀምሮ በየግዜው ሰው ባገኘ ቁጥር ለወንድሞቼና ለእኔ እንድናነብ ይልካቸው የነበሩት የውጭ ተማሪዎች መጽሄቶች መጠራቀሚያቸው የእኛ ቤት መሆኑን ወላጆቼ ይመለከታሉ። ዘሪሁን መጽሄቶች ብቻ ሳይሆን የግራ መጽሃፎችንም ይልክልናል። እነዚህን መጸሃፎች ወደ ሃገር ውስጥ ማስገባት በጥብቅ የተከለከለ ነበር። በ1964 ዓ.ም የማርክስና የኤንግልስን ምርጥ ጽሁፎች ያሰባሰቡትን ሶስት ትልልቅ መጽሃፎችና ጥቂት የሌኒን ጽሁፎች ሃገር ውስጥ አስገብቶ እንዲደርሰን ያደረገው በጄነራል መርዕድ መንገሻ ልጅ፣ በዶ/ር ፍቅሬ መርእድ አማካይነት ነው።[190] እነዚህና ሌሎችም መፅሃፍት እንኳን በተራው ተማሪ እጅ ቀርቶ የሃገሪቱ የተማሪ እንቅስቃሴ የሚመሩ ተማሪዎች እጅም አልነበሩም።

በ1964 ለሁለተኛ ደረጃ ት/ቤቶች መልቀቂያ ፈተና ማንበብ ከሚገቡኝ የሳይንስ መጽሃፎች ይልቅ ጊዜዬን የማጠፋው እነዚህን የፖለቲካ መጽሃፎች በማንበብ ነው። ወላጆቼ ግን ዝንባሌየን አይተው “ይህ ልጅ ሳይንስ ከሚማር ስነጽሁፍ ወይም ፖለቲካ ቢያጠና የተሻለ ነው” የሚል ሃሳብ መጥቶላቸው አያውቅም። ሃኪሞችና ኢንጂነሮች እንድንሆን ብቻ ነበር ፍላጎታቸው። እኔም ደፍሬ ሳይንስ መማር አልፈልግም አላልኳቸውም።

1964 ክረምት ላይ የሁለተኛ ደረጃ መልቀቂያ ፈተና ውጤት መጣ። ወላጆቼ በጣም ተደሰቱ። ፈተናውን አልፈው ዩኒቨርስቲ የሚገቡት ተማሪዎች ጥቂት በመሆናቸው ልጆቻቸው ፈተና ያለፉላቸው ወላጆች በዘመድ አዝማዱ፣ በጓደኞቻቸውና በጎረቤቶቻቸው “እንኳን ደስ ያላችሁ” ሲባሉ ነበር የሚከርሙት። ቤታችን ትንሽ ድግስ ቤት መሰላለች። ምግብ መጠጥ እየተዘጋጀ እንግዳ ይስተናገዳል። እንግዶችም ባዶ እጃቸውን አይመጡም።

በዛን ዘመን የሁለተኛ ደረጃ ትምህርት ማጠናቀቂያ ፈተና ያለፉ ተማሪዎች ሰርቲፊኬታቸውን የሚቀበሉት በቀጥታ ከራሳቸው ከአፄ ኃይለስላሴ እጅ ነው። ያ ቀን

---

[190] ዶ/ር ፍቅሬ መርዕድ የመኢሶን አመራር ነበር። በኢህአፓና በመኢሶን መሃከል በተፈጠረው ግጭት በመስከረም ወር በ1969 ኢ.ም ሰንጋተራ ምርጌጅ ባንክ አካባቢ በኢህአፓ ተገድሏል።

ለወላጆችም ትልቅ ቀን እና ብዙ ዝግጅት የሚደረግለት ቀን ነበር። ወላጆቼ ስለ እዛ ቀን ዝግጅት ሲያነጋግሩኝ፣ "ቤተ መንግስት ሄጄ ሰርቲፊኬቱን ከንጉስ እጅ መቀበል እንደማልፈልግ ነገርኳቸው።" ሁለቱም አበዱ።

ከሁሉ የገረመኝ የአባቴ ነገር ነው። ከአንድ አመት በፊት የሃያ አመት የመንግስት ስራ አገልግሎት ኒሻን ለሲቪል ሰራተኛው ንጉሱ ሲሸልሙ፣ "ሳይታመም አሞኛል" ብሎ ቤተ መንግስት ሳይሄድ ቀርቷል። ምክንያቱም፣ ከንጉሱ እጅ ምንም ነገር መቀበል ባለመፈለጉነበር። በኔ ጉዳይ ግን ከእናቴ ብሶ "መሄድ አለብህ" ያለው እሱ ሆነ። የራሱን ድርጊት ላስታውሰው አስቤ ነበር። ግን ዝምታን መረጥኩ። የሱፍ ልብስ በልኬ ተሰፋልኝ። ከረቫት አልቀረም፤ ሁሉም በወጉ ተዘጋጀልኝ።

እንደኔው ፈተና ያለፉ የትምህርት ቤት ጓደኞቼ ጋር ስንነጋገር "እኔ ሰርቲፊኬቱን በአንድ እጄ ከንጉሱ መንጭቄ እንጂ አጎንብሼ በሁለት እጄ አልቀበልም" አልኳቸው። እነሱ "አታደርገውም አሉ"። ቀኑ ደረሰ።

ወላጆች ልጆቻቸውን በቻሉት አቅም አሳምረው አልብሰው፣ እነሱም በወግ ለብሰው አራት ኪሎ ቤተመንግስት ግቢ ተሰባሰብን። ስነስርአቱ የሚካሄደው አንድ ትልቅ አዳራሽ ውስጥ ነው። አዳራሹ የጥንትና አስደናቂ አዳራሽ ነው። የምኒሊክ ዘመን አዳራሽ ይመስላል።ያ አዳራሽ የግብር አዳራሽ የነበረ እንደሆነ እርግጠኛ ነኝ። በድሮ ጊዜ ያንን የሚያክል አዳራሽ ለግብር ካልሆነ ለምንም ሌላ ምክንያት አይገነባም። ግቢው፣ ስርአቱ፣ ቀዩ ምንጣፍ፣ የንጉሱ ዙፋን፣ የባለስልጣናቱ ወግና አለባበስ ሁሉም ነገር በአንድ ላይ ተደምሮ ለእለቱ ልዩ ድባብ ሰጥቶታል። ከስነስርአቱ ጋር በተያያዘ ምን ማድረግ እንዳለብን በየትምህርት ቤታችን አስቀድሞ ተነግሮናል።

ተማሪዎች ስማቸው እየተጠራ ንጉስ ፊት እየቀረቡ ስርቲፊኬታቸውን ይወስዳሉ። ስም የሚጠራው በየትምህርት ቤቱ ተከፋፍሎ ነበር። በከፍተኛ ማእረግ ፈተናቸውን ያለፉ ተማሪዎች ስማቸው ሲጠራ በከፍተኛ ማእረግ ማለፋቸው አብሮ ለእድምተኛው ይነገራል።

ንጉሱም እንደ ማእረጉ አይነት ለተማሪዎቹ ሽልማት ይሰጣሉ። (ቀኃሥ፣ ቀዳማዊ ሃይለ ስላሴ) የሚሉ ጽሁፎች ያሏቸው ብእሮችና የእጅ ሰአቶች ይሸልማሉ። ደስ ካላቸውም አንዳንዱን ተማሪ ጊዜ ወስደው ያናግራሉ።

በዛን እለት ረጅም ጊዜ ወስደው ያናገሯት በከፍተኛ ማእረግ ፈተናዋን ያለፈች፣ አንዷት የመድሃኔአለም ትምህርት ቤት ተማሪ ነበረች። ቁመቷም፣ ቅጥነቷም፣ የፊቷም ልጅ መምሰል

አስራ ሁለተኛ ክፍልን የጨረሰች አትመስልም። ንጉሱና ደቃቃዋ ተማሪ ምን እንደተባባሉ አናውቅም። ልጅቷ ግን በሁኔታው የተደናገጠች አትመስልም። ተዝናንታ በደማቅ ፈገግታ ነበር ያናገረቻቸው።

የኔ ተራ ደረሰ። ጓደኞቼ፣ እንደዛትኩት በአንድ እጁ "መንጭቆ ይቀበላል ወይንስ አይቀበልም?" እያሉ በጉጉትና በፍራቻ ጭምር ይጠብቃሉ። ንጉሱ ጋር ደርሼ ሰርቲፊኬቱን ሊሰጡኝ እጃቸውን ሲዘረጉ እኔም አስቀድሜ የዘረጋሁት ቀኝ እጄን ብቻ ነው። እንደፎከርኩት ለማድረግ ወኔው ከዳኝ። የዘረጋሁትን ቀኝ እጅ በፍጥነት በግራ እጄ አስደግፌ ለየት ባለ፣ ነገር ግን ለንጉሱ ክብር ባልነፈገ ዘመናዊ ዘይቤ/ስታይል አጎንብሼ ተቀበልኩ። ጓደኞቼ መሳቂያ አደረጉኝ። እኔ ግን "ሞክሬአለሁ። መጀመሪያ ሳላጎነብስ የዘረጋሁት ቀኝ እጄን ብቻ ነው። ንጉሱንም ፊት ለፊት አይቻቸዋለሁ። የሚፋጅም አይን የላቸውም። እንደ እናንተ አጎንብሼ ፊታቸውን ሳላይ አልመጣሁም" አልኩ። ደጋፊዎችም አላጣሁም። እንደ እውነቱ ከሆነ እንኳን የንጉሱን አይንና ፊት፣ ሰርቲፊኬት የሰጠኝንም እጃቸውን በወጉ አላየሁትም። በቤተመንግስቱ ላይ የነፋሁት ጉራ ንጉስ ፊት ስቀርብ ድራሹ ጠፍቶ ነበር።

ምእራፍ 6. የመሬት ከበርቴ

በዛው አመት፣ በዛው ወር፣ በቤተ መንግስቱ ላይ የነፋሁት ጉራዬ በከሸፈ አመት፣ አባዬ ጥሩነሽ አረፉ። ያረፉት እንደ እናታቸው እኛው ቤት፣ በእኛው መሃል ሆነ። አሟሟታቸው ግን እንደ እናታቸው እንደይፍቱስራ አልነበረም።

እናቴን ጠርተው "ተዘጋጂ፣ ፀሃይ ሳትጠልቅ፣ ታቦት ሳይገባ፣ ህይወቴ ታልፋለች" የሚል ማስጠንቀቂያ አልሰጡም። እለቱም የሚሃኤል እለት አልነበረም። እደጅ ፈረሱ ላይ ሆኖ፣ እሳቸውን መውሰጃ ፈረስ ጭኖ ስለመጣ ቅዱስ ሚሃኤል ወይም ሌላ መልአክ የተናገሩት ነገር አልነበረም። እንደ እምዬ ይፍቱስራ ሳይታመሙና ሳያቃስቱ በሰላም እንደተኙ፣ ፊታቸው በደስታ ጸዳል እንዳበራ አልነበረም የሄዱት። ጥቁር ጥንብ አንሳዎች አይናቸውን ሲያፈርሱት እያዩና እየጮሁ ነበር የሄዱት። ጠቋር እንጂ ሚሃኤል ከጎናቸው የነበረ አይመስለኝም። መጨረሻቸው ወራት እስኪቀሩት ድረስ፣ ለአመታት ያጨሱት ሲጋራ ሳንባቸውን በልቶ፣ ሰውነታቸውን መርዞና አቁስሎ በትንፋሽ ምትክ ደም አስተፍቶ ነው የገደላቸው።

መሞታቸው የማይቀር መሆኑ ከወራት በፊት ታውቋል። ስቃያቸው ከሚረዝም ሞታቸው እንዲፋጠን ጌታ ተለምኖ ነው የተገላገሉት። እኔም እንደዛ ሲሰቃዩ ሳያቸው "ቢሞቱ እደስታለሁ እንጂ አላዝንም ብዬ" ነበር። የተለቀሰላቸው ለወጉ እንጂ ከሞቱና ሁላችንም እርማችንን ካወጣን ሰንብተናል። ያው የመጨረሻው ቀን መጥቶ፣ ውቢት አባዬ ጥሩነሽን ሁለተኛ በድጋሚ እንደማናያቸው፣ ዳግም ላንገናኝ ማለፋቸውን ስናውቅ ማዘናችን ግን አልቀረም።

በጣም ቆንጆ፣ ቄንጠኛና ዘመናዊ ሴት ናቸው። በዚህ የተነሳ ከትልልቆቹ ሰዎች በሙሉ ለእኛ ለልጆቹ የሚመቹንና የሚያቀርቡን እሳቸው ነበሩ። የራሳቸው በአመጽ የተሞላ የወጣትነት ህይወት የቤታችንን አፈና ለመቋቋም የራሱ አስተዋጽኦ አድርጓል። በአንዳንድ ጉዳዮች ከወላጆቻችን ጀርባ የእኛ ተባባሪና አበረታች ነበሩ። ልጅ ስላልነበራቸውም የልጆች ነገር አይሆንላቸውም። ዱላ ሲነሳ ለምነውም የሚያስጥሉን እሳቸው ብቻ ነበሩ።

"በኢትዮጵያ ምድር ለመጀመሪያ ጊዜ ሲኒማ ቤት ገብተን ፊልም ያየን ሴቶች እኔና እህቴ ነበርን" ብለውናል።

"እንዴት አድርጋችሁ በዛን ዘመን?" ስንላቸው፣

“ወጣቶች ነበርን። ጡታችንም ማደግ ጀምሯል። በጨርቅ እየተጋገዝን ጥፍር አድርገን ደረታችን ላይ ለጥፈን አሰርነው። ጸጉራችን ባጭሩ ቆረጥነው። ራሳችንን በባርኔጣ ሸፈንነው። ሰፋ ሰፋ ያለ ኮትና ሱሪ ተበድርን ለበስን። በስሱ፣ ሪዝ እንዲመስል፣ የላይኛውን ከንፈራችንን ኩል ቀባነው። ቀጥ ብለን ሄደን፣ ማንም ሳይለየን ሲኒማ ቤት ገብተን ወጣን” ብለዋል።

በአንድ ወቅት፣ የከተማዋን ቆሻሻነት የሚያሳዩ ፎቶግራፎች በፈረንጆች እየተነሳ በውጭ መሰራጨቱ ያናደደው ማዘጋጃ ቤት፣ እሳቸውንና እህታቸውን አለማዝን ቀጥሮ እንደነበር ነግረውናል። ስራቸው የሚገርም ነበር።

“የፈረንጅ እንግዶች በሚያዘውትሩባቸው የከተማዋ አካባቢዎች በመገኘት እኛንም ፎቶ እንዲያነሱ ማድረግ ነው። አንዳንዴ ቆሻሻ ነገር ለማንሳት ካሜራውን ቀስሮ በያዘ ፈረንጅ ፊትም ሄደን እንቆምና ቆሻሻውን እንዳያነሳ እናደርጋለን። ከቦታ ቦታ አጃቢ መድቦ በፈረስ የሚያንቀሳቅሰን ማዘጋጃ ቤቱ” ነበር በማለት አጫውተውናል።

እነዛ ፈረንጆች ያነሷቸው ብዙ ፎቶዎች ነበሯቸው። የአለባበሳቸው ዘመናዊነትና ጠቅላላ ውበታቸው በጣም ያስደምማሉ። በዛን ዘመን እንደዛ አይነት ረቂቅ ውበት ያላቸው (ኤለጋንት) የኢትዮጵያ ሴቶች እንኳን ፈቅደው ሳይፈቅዱም ፈረንጅ ፎቶ ሊያነሳቸው እንደሚችል ጥርጥር የለውም። በዚህ ታሪካቸው የተነሳ አባዬ ጥሩነሽ ምንም አይነት ወግ አጥባቂነት የማይታይባቸው ነበሩ። ከርሳቸው በኋላ ከመጡ ወጣት ሴቶች ይበልጥ ነጻነት የሚሰማቸው ሴት ናቸው።

ወላጆቻችን እቤት ውስጥ ከሌሉ ወይም አንዳንዴ እንደሚያደርጉት ከከተማ ከጓደኞቻቸው ጋር ተያይዘው ከወጡ፣ “የልጆችን ነገር አደራ” ብለው የሚሄዱት አባየን ነበር። መታፈናችንን የማይወዱት አባዬ የቤቱን ህግ ሁሉ እንድንሰብር ፈቃድ የሚሰጡን ያኔ ነው። ዙረት የሚወደውም የሚዞረው ያኔ ነው። በኔ የተነሳ ቤተሰቦቻችን ቢሰሙ የሚያስገድላቸውን ትልቅ ሃጢያት ፈጽመዋል። እኔና የወላጆቼ ጓደኞች ልጆች፣ የኔ እኩዮቹ ጃፒና ዘውዱ በልጅነታችን ለመጀመሪያ ጊዜ ለብቻችን ሲኒማ የገባንበትን ገንዘብ የሰጡን እሳቸው ናቸው። ሲኒማ ግቡ አላሉም። ገንዘቡን የሰጡኝ እንደፈለግሁ እንዳደርገው ነው። አንድ ብር በዛን ጊዜ ብዙ ገንዘብ ነበር።

በተሰጠኝ ገንዘብ ከሁለቱ አብሮ አደጎቼ ጋር ፒያሳ ያሉ ሲኒማ ቤቶች ለመግባት አልቻልንም። ሲኒማ ኢትዮጵያ፣ ሲኒማ አድዋና አምፒር ተወደዱብን። ርካሽ መግቢያ የነበራው የመርካቶው ሲኒማ አዲስ ከተማ መሆኑን እናውቃለን። አዲስ ከተማ ሄድን። አዲስ

ከተማ ሲኒማ ለመግባትም ገንዘቡ ለሶስት የሚበቃ ሳይሆን ቀረ። የነበረው ምርጫ ሁለት ልጅ ገብቶ አንዱን ወደቤቱ መመለስ ነበር።

ምንም እንኳን ገንዘቡ የኔ ቢሆንም የነበረን አመለካከት "የኔ" የሚባል ነገር አልነበረውም። "እኛን" እንጂ "እኔን" አናውቅም። እጣ አውጥተን እጣው የፈረደበት ወደ ቤቱ እንዲመለስ ወሰንን። አንድ ጭራሮ ሶስት ቦታ ሰበርንና እንደ ቁመታችን፣ ረዘም ያለውን ለእኔ፣ መሃከለኛውን ለጃፒ፣ አጠር ያለውን ለዘውዱ አደረግን። አንድ መንገደኛ አስቁመን የእንጨቶቹን መበላለጥ እንዳያይ በጃችን ሸፍነን እጣ እንዲያወጣልን አደረግን። የጃፒን እንጨት ስለመዘዘው ቤቱ መመለስ የግድ ሆነበት። የኔን እጣ ወጥቶ ቢሆን፣ ምንም ገንዘቡ የኔ ቢሆን እነሱን ሲኒማ አስገብቼ ወደ ቤቴ መመለሴ አይቀርም። ያልታደለውን ጃፒን አስራ አምስት ቁጥር አውቶቡስ ላይ ጭነን ወደ አዋሬ መለስነው።

እኛ ለጃፒ ከሰጠነው መሳፈሪያና የማስተዛዘኛ ድጎማና ከእኛ የሲኒማ ቲኬት መግዣ በተረፈች ሳንቲም ኦቾሎኒ/ለውዝና መንደሪን ገዝተን ሲኒማ ቤት ገብተን ወንበራችንን ያዝን። ቼቾ የሚባል፣ ከኛ በዕድሜው ብዙ የማይበልጥ የመርካቶ ወመኔ፣ ፊታችንን በጥፊ መታ መታ አድርጎ መንደሪናችንና ኦቾሎኒያችንን ተረከበን። በኃይል አልመታንም። ማን የበላይ እንደሆነ እንድንገነዘብ ያደረገ ጥፊ ነው። ትልቅ ከሆንኩ በኋላ ለጥፊው "የስታሊን ጥፊ" የሚል ስም ሰጥቸዋለሁ። ስታሊንም፣ ህጻናት ማንነቱን እንዲያውቁና እንዲያስታውሱ፣ በጥፊ መትቶ ነበር ለወላጆቻቸው መልእክት እንዲነግሩ ትቷቸው የሚሄደው። ቼቾም ያንን አድርጓል። እዛው ፊታችን ቆሞ፣ መንደሪኑን እየላጠ፣ ኦቾሎኒውን እየፈለፈለ ይበላዋል።

እኛ ለብቻችን ሲኒማ ስንገባ የመጀመሪያ ጊዜ ነው። ቦታው መርካቶ ነው። እኛ የቤት ልጆች ነን። ቼቾ የመርካቶ ወመኔ ነው። ስለዚህ በጠራራ ፀሃይ ዘርፎን ሲበላ ዝም ብለን አየነው። በመጨረሻ አሳዘንነው መሰለኝ ከኦቾሎኒውም ጥቂት ፍሬዎች፣ ከመንደሪኑም ጥቂት ቁራጮች መልሶ ሰጠን። በጥፊ ተመትተን የተወሰደብን ንብረት ተቆንጥሮ ሲመለስን በደስታና ዘራፊያችንን እያመሰገንን በላነው።[191]

---

[191] *ቼቾ መልሶ የራሳችንን ለውዝና መንደሪን ሲሰጠን አመስግነን የበላንበት ሁኔታ በብዙ መልኩ በትልቁ ማህበረሰብ ውስጥ ከሚከሰቱ ነገሮች ጋር የሚመሳሰል ነገር አለው። አንድ አምባገነን መብታችን ገፎ ትንሽ መብት ለቀቅ ሲያደርግልን እናመሰግናለን። በባርነት ቀንበር አስገብቶ የሚገዛን ሰው ለምግባችንና ለልብሳችን ሲጨነቅ ካየነው ባለውለታነት ይሰማናል። መጀመሪያውኑ ያ አምባገነን ወይም ባሪያ ፈንጋይ "ማንንም ሰው እንደ እንስሳ እንደፈለገው የማድረግ መብት የለውም" የሚል ስሜት ከውስጣችን ይጠፋል። እንዴት በቀላሉ ሰው ለጭቆና፣ ለግፍ፣ ለበደል ራሱን አሳልፎ እንደሚሰጥና የግፈኞችንና የዘራፊዎችን ፊትና እጅ እያየ እያመሰገነ ሊኖር እንደሚችል የሚያሳይ ጥሩ የልጅነት ገጠመኝ ነበር። "ቼቾን ደግ ነው" እንዳልነው ሁሉ ብዙ ስላላሰቃዩን ስላልገደሉን ስላልዘረፉን ገዥዎቻችንም ደጎች*

ያን ቀን በነጻነት ሲኒማ ያየንበት ብቻ አልነበረም። ወላጆቻችን በር ዘግተው ካሳደጉን አለም ውጭ ያለውን እውነተኛ አለም ለማየት የቻልንበት ቀን ነው። ጃፒ፣ እህቶቹና አጎቶቹ ላይ አልቅሶ፣ ገንዘብ ሰጡት። ከእኛ በመለየቱ ተሰምቶት የነበረው ሃዘን ጥልቅ ነበር። የመጀመሪያው ፊልም አልቆ እረፍት ስንወጣ ተመልሶ መጥቶ ተገናኘን። ይህን የህይወት ተመክሮውን ያደረጉት አባዬ ጥሩነሽ ናቸው።

ከሀምሳ አመት በኋላም ቹችን አልረሳሁትም። ያልረሳሁት በሰጠን ጠቃሚ ትምህርት ብቻ አይደለም። በስሙም ጭምር ነው። ቹቾ እኛን በጥፊ ሲማታ፣ በዛው ሰአት ቤታችን ውስጥ የቀሩትን ወንድሞቼንና እህቶቼን "ከምትበሉት ካላካፈላችሁኝ በቀንዶ ነው የምወጋችሁ" እያለ ሌላው ቹቾ ያስፈራራ እንደነበር ስለማስታውስ ነው።የቤታችን ቹቾ አራት እግር ያለው ቀንዳም፣ ወደል፣ ጉልበተኛ ሚዳቋ ነው። የኛ ቹቾ የበረሃ ወመኔ አልነበረም። ወላጆቼ ሲያገኙት ስለዚህ አለም ምንም የማያውቅ ህጻን ነበር።

ወላጆቼ ከናዝሬት እየተመለሱ ነው። ሌሊት ነበር። አንዲት ሚዳቋ መንገድ ዳር ቆማ ያያሉ። ሚዳቋ እንኳን መኪና አይታ ድምጽ ስትሰማ መፈርጠጥ ነው ስራዋ። ይች ግን ድርቅ ብላ ቆማለች። ወላጆቼ ተገርመው መኪናቸውን ሲያቆሙ እራቅ ብላ ሄዳ ቆመች። ያልተለመደ ነገር ነበር። ቀድማ ቆማ የነበረችበትን ቦታ ሲመለከቱ ከተወለደ ብዙ ጊዜ ያልሆነው ትንሽ ሚዳቋ ያያሉ። ሲጠጉትም ብድግ ለማለት ሞክሮ ተመልሶ ይደፋል። እግሩ ችግር እንዳለው ስለተረዱ አንስተው አዩት። አንድ የፊት እግሩ ተሰብሯል። ለእናቱ ምንም እንደማያደርግላት፣ እንዳውም እሱን ብላ ራሷንም ጭምር በጅብ እንዳትበላ ሰጉ። ይዘውት እቤታችን መጡ።

በማግስቱ ወጌሻ ተፈልጎ መጣ። ወጌሻው በመቃ አድርጎ የተሰበረ እግሩን አሰረለት። ጡጦ ተገዝቶ በመከራ ወተት መጠጣት ጀመረ። እግሩም ተጠገነ። ቹቾ እንደ ሚዳቋ ቅጠላ ቅጠል፣ እንደ ሰው እንጀራ የሚበላ ሆነ። ጨው ጨው የሚል ነገር ካገኘ ሁሉንም ነገር ይበላል።

እናቴ አንገቱ የሚሸመቀቅ አንድ የእጅ ቦርሳ ነበራት። ቹቾ አንገቱን አስገብቶ ቦርሳ ውስጥ የነበረውን የሰው እጅ ላብ "ጨው ጨው" እንዲል ያደረገውን ብር በሙሉ አፉ ውስጥ ጨምሮ ሲያደቅቀው ተደርሶበታል። ለአንድ ቀን ብቻ የለበስኩትን ለበአል የተገዛልኝን ሸሚዝ

አድርገን የምናይበት ሁኔታ ውስጥ ገብተን እንኖራለን። ያሳዝናል። ባርነት internalize (ይገባናል የሚል ስሜት) የሚሆነው በዚህ መንገድ ነው። የኛ ሃገር ባህል ህዝባችን እንዲህ አይነቱ ስነልቦና እንዲኖረው በደንብ የሚያመቻች ነው። ቤተክህነት ዋናው እንዲህ አይነቱን ውርደት ህዝብ ከሃገሩ ገዥዎች ተቀብሎ የመኖር ባህል አጠናካሪ ሆና ለሺህ አመታት ዘልቃለች። ቤተ ክህነት የውጭ ወራሪዎችና ገዠዎችን በመቃወም ያሳየችውን ጽናት ለምን የሃገር ውስጥ አምባገነን ገዥዎችን በመቃወም እንደማትገልጸው ሚስጥሩን እስካሁን አልደረስኩበትም።

ላብ ላብ ስላለው የቻለውን ያህል በልቶታል። ጠዋት ከንቅልፌ ስነሳ ትልቅ ቀዳዳ በሰራለት አዲስ ሸሚዜ ላይ እዛው አልጋዬ ስር ተኝቶ አግኝቼዋለሁ። ህግና ደንብ የማይገዛው፣ በጠጡን የፈለገበት ክፍል እየጣለ፣ በፈለገበት ቦታ የሚውልና የሚያድር ብቸኛው ነፃ የቤታችን ፍጥረት ቱቾ ብቻ ነበር።

ራስ ሙሉጌታ ሰፈር እያለን ከቤት ወጥቶ ጫካ ውስጥ ተዝናንቶ የሚመለስ ሚዳቋ ነው። አንድ ቀን ራስ ሙሉጌታ ጫካ ሄዶ ያንኑ በልጅነቱ ተሰብሮ የነበረውን እግሩን ሰብሮ ወደ ቤት ሳይመለስ ቀረ። ጎረቤቶች አልቀሩም በምሽት ባትሪ ይዘው ጫካ ውስጥ ከኛ ጋር ፍለጋ ሲሄዱ።

በስሙ ሲጠራ ጭንቅላቱን በማነቃነቅ አንገቱ ላይ የታሰረችለትን ደውል የማንቃጭል ልምድ ነበረው። "ቱቾ" እያለ መንደሩ በሙሉ ሲጠራው ደወሉን አንቃጭሎ ተገኘ። በሸክም መጥቶ እንደገና በወጌሻ ተጠግኖ ድኗል። እስከ አብዮቱ ዘመን ደርሶ ነበር። አዋሬ ከኛ ጋር ብዙ አመት ከኖረ በኋላ አንድ ቀን እንደ ልማዱ ከግቢ ወጥቶ ሳይመለስ ቀረ። የሰፈሩ ሰውም ወትሮ እንደሚያደርገው ሚዳቋችሁ እዚህ ቦታ አለላችሁ አላለንም። "እልም ብሎ" ጠፋ።

በቤቱ ውስጥ ትልቅ ሃዘን ሆነ። አብረው ያደጉት ትንንሾቹማ ወንድማቸው ጠፍቶ የቀረ ይመስል በየግዜው ስሙን እየጠሩ አለቀሱለት። ከጊዜ በኋላ የተስፋፋው የመንደሩ ወሬ "ከተማ" የሚባል የሰፈራችን የሰው ተራራ፣ ስራው ሽመና የሆነው ወዳጃችን፣ "ቱቾን አርዶ በልቶታል" የሚል ነው።

ሰውነቱ ግዙፍ ስለሆነ ፈርደውበት እንጂ አቶ ከተማ የኛን ቤት ሚዳቋ በደንብ ያውቀዋል። እያታችን፣ አቶ ከተማን ጋቢ ለማሰራት ፈትለው የሰሩትን ድውር ይዘንለት ስንሄድ፣ ቱቾም ተከትሎን ይሄዳል። አቶ ከተማም በፍቅር ስሜት ይደባብሰውና ያደንቀው ነበር። አቶ ከተማ በምንም አይነት ጨክኖ ቱቾን ሊበላው አይችልም። ግን ደግሞ ትንሽ ቆይቶ አቶ ከተማ አብዮት ጠባቂ ሆኗል። "በአብዮቱ" ስም ያልተደረገ ነገር የለም። ቱቾንም አብዮቱ እንደበላቸው ብዙ ነገሮች አቶ ከተማ በልቶት ይሆናል። ካልሆነም የሰፈሩ ጠንቋይ ወይም ቃልቻ "የሰፈራችሁን ሚዳቋ አርዳችሁ ኩላሊቱን ካልበላችሁ አትድኑም" ካላቸው ሰዎች መሃል አንዳቸው ቱቾን አርደውት ይሆናል። ያለምንም ፍንጭ እንደጠፋ ቀርቷል።

የመርካቶውን ቱቾ የማልረሳው በልጅነቴ ባቀመሰኝ ጥፊ ብቻ አይደለም። የቤታችንን ኮከብ ፍጥረት ስም ስለወሰደ ነው። ቱቾ የአዲስ ከተማ ሲኒማ ቤት ትንሽ ጌታ ሳይሆን አይቀርም። ሁሉም የርሱ እኩዮችም፣ ታናናሾቹም "ቱቾ፣ ቱቾ" እያሉ ይጠሩታል።

አባዬ ጥሩነሽ የሰጡኝ ሲኒማ መግቢያ ገንዘብ ሁለቱን ተቃራኒ ቼቾዎች አንድ ላይ አስሮ አእምሮዬ ውስጥ አስቀርቷቸዋል። ሌላም ከዚህ በላይ የሆነ ስጦታ እንዳሰቡልኝ ግን አላውቅም ነበር።

አስራ ሁለተኛ ክፍል ፈተና ጨርሼ ውጤቱ ከተረጋገጠ በኋላ ወላጆቼ ልጓማቸውን ላላ አድርገዋል። ማምሸት ባይፈቀድልኝም ቀን ቀን የፈለግሁበት ቦታ ውዬ ብመለስ የሚቆጣኝ አልነበረም። ከኔ የተሻለ ስለ አለም ብዙ ነገሮች የሚያውቁ የትምህርት ቤት ጓደኞቼ የተወሰኑ ነገሮች ያሳዩኝ በዚህ ግዜ ነው። ጊዜ ለማሳለፊያ ከረምቦላና የጠረጴዛ ኳስ ማዘጋጃ ቤቱ ህንጻ ስር ካለው ትልቅ ቡና ቤት ውስጥ እንጫወታለን። ከዛ በፊት ከረምቦላ የሚል ነገር ስሙን መስማቴንም አላስታውስም። በጠረጴዛ ኳስ ሁሉም ሀያ ለባዶ ነበር የሚያሸንፉኝ።

አንዳንድ ቀን ሲኒማ እንገባለን። በአንድ ከሰአት በኋላ ሶስት ፊልሞች ማየት ይቻላል። የሚከፈለው ግን አንድ ጊዜ ብቻ ነው። አንድ እለት እንደ ልማዳችን ሲኒማ ቤት ገባን። እለቱ አባዬ ጥሩነሽ ካረፉ አርባ ቀናት ያለፉበት እለት ነበር። ሰው ስለሚበዛ ቤታችንን መሸሸ ነበረብኝ። ከሲኒማ ቤት ወጥቼ ሲመሻሽ ወደቤቴ ተመለስኩ። እቤት ውስጥ ጸበል ጻዲቅ ለመቅመስ የመጡ ጥቂት እንግዶች አሉ። ገና እቤት እንደደረስኩ ወንድሞቼ ነበሩ የከበቡኝ።

“የት ነበርክ? የአባዬ ኑዛዜ ሲነበብ አመለጠህ” አሉኝ።

“ምንድነው ያመለጠኝ ?” አልኳቸው ።

“የምንጃር መሬታቸውን በሙሉ ለማንም ሰው ሳያካፍሉ ለአንተ ብቻ አወረሱት። መሬቱን ሸጦ ፈረንጅ ሃገር ሄዶ ህክምና ይማርበት ብለዋል” አሉኝ።

ፈጽሞ ያልጠበቅሁት ነገር ስለነበር ገረመኝ።

“በምን አወቃችሁ ?” ስላቸው

“ሁላችንም ኑዛዜው ሲነበብ እዛው ነበርን” አሉ።

እናቴ እንግዳ በማስተናገድ ተጠምዳ ስለነበር ስለሚበላ ነገር እንጂ ስለ ኑዛዜው ያነሳችልን ነገር አልነበረም። በማግስቱ ሁሉ ነገር ሲረጋጋ፣ እናቴ በስነሥርዓት አስቀምጣ ስለ ኑዛዜው ነገረችኝ። ከምንጃሩ መሬታቸው በተጨማሪ ሰንጋተራ የነበራቸውን ትንሽ ቤት እንዳወረሱኝ ነገረችኝ። እኔ ማወቅ የጓጓሁት ስለወረስኩት ንብረት ሳይሆን ለምን እንዳወረሱኝ

ነበር። ንብረቱ በሙሉ ተሸጦ እንኳን ፈረንጅ ሃገር ህክምና መማሪያ ሊሆን ፈረንጅ ሃገር ለመሄጃ የሚሆን የአውሮፕላን ቲኬት መግዛት መቻሉንም እርግጠኛ አልነበርኩም።

"ግን ለምን አወረስኩት አሉ ? የሰጡት ምክንያት ነበር ወይ ?" በማለት እናቴን ጠየቅኩ።

"አዎን" አለችኝ። እኔም ማዳመጤን ቀጠልኩ።

"አዎን፤ በልጅነትህ ጠፍተህ እሷ ቤት መሄድክን ነው ምክንያት ያደረገችው። ካልጠፉ ሰው እኔን ፍለጋ ያን ሁሉ መንገድ አቋርጦ በልጅነቱ ስለመጣ ነው ብላለች" አለችኝ።

ግርም አለኝ። የአስር አመት ልጅ እያለሁ ያጠፋሁትን አላውቅም። እናቴ ልትመታኝ "ና" አለችኝ።

"እምቢ" አልኩ። ልትይዘኝ ብትሞክርም ቤቱን እየዞርኩ አስቸገርኳት።

"እኔ ምን አዳረቀኝ ? አባትህ ሲመጣ እነግርልሃለሁ" አለችኝ።

እንዲህ ስትለኝ ዱላው እንደማይቀርልኝ ተረዳሁ። "መጥፋት አለብኝ" ብዬ ወሰንኩ። ክረምት ስለነበር ለብርድ መከላከያ እንዲሆነኝ እናቴ "አርጅቷል" ብላ የጣለችውን አጭር፣ ወፍራም ባለ ጸጉር ኮት ለበስኩ። ገንዘብ ስላልነበረኝ "በቀላሉ ሊሸጥ ወይም በፓስቲ ሊቀየር የሚችል ዕቃ ነው" ብዬ ያሰብኩትን የወይን መክፈቻ ያዝኩ። ሰው ሳያየኝ ሹልክ ብዬ ከቤት ወጣሁ።

ከቤቴ ስወጣ ወዴት እንደምሄድ አልወሰንኩም። በቅድሚያ ስንቅ መያዝ ያስፈልጋል አልኩ። የመጀመሪያውን ፓስቴ ቤት እንዳገኘሁ የወይን መክፈቻዋን በሁለት ጮርናቄ ቀየርኩት። ከአስር ጮርናቄ በላይ ዋጋ እንደሚኖረው ጠርጥሬአለሁ። ስንቄን በኪሴ ያዝኩ። ትንሽ ካሰላሰልኩ በኋላ አባዬ ጥሩነሽ ጋ ለመሄድ ወሰንኩ። የኔ ስሌት "ወላጆቼ እዛ ድረስ ይሄዳል ብለው አያስቡም። አባዬ ጥሩነሽም ይንከባከቡኛል። በቀላሉ አሳልፈው አይሰጡኝም" የሚል ነበር።

አባቴ ከስራ እንደተመለሰ "ጥሩት" ተባለ። ብፈለግ ጠፋሁ።

በአካባቢው ያሉ የአባቴ ጓደኞች ቤትም ተፈለግሁ። "ተደብቆ ይሆናል" በማለት አልጋ ስርና ቁምሳጥን ውስጥ ሳይቀር ነበር ያሰሱት። አልተገኘሁም። ወላጆቼ ብቻ ሳይሆኑ ጓደኞቻቸውም ደነገጡ። ከዛ በፊት ከየትኛውም ቤት ልጅ ጠፍቶ አያውቅም። ከአካባቢው

ራቅ ያሉና ልሄድ የምችልባቸውን ቤቶች በሙሉ በመኪናቸው እየዞሩ አስሰው ሊያገኙኝ አልቻሉም። ከምሽቱ አራት ሰአት ሆነ።

እናቴ በመጨረሻ ቢጨንቃት "አክስቷ ቤት ሄዶ ይሆናል" ብላ ጠረጠረች። ሁሉም ተንጋግተው ሰንጋተራ አባዬ ጥሩነሽ ቤት መጡ። እነሱ እዛ ሲደርሱ አባዬ ጥሩነሽ ራቴን አብልተው፣ አጣጥበው፣አልጋቸው ውስጥ አስገብተውኛል። እኔም ሳማ ሰንበት ገዳም ገብቼ ከባለከንፎቹ ባህታዊያን ጋር በህልሜ እየተጫወትኩ ነበር።

ሲነጋ አባዬ ሲነግሩኝ "አራት መኪና ነው ደጃፌ የቆመው፣ የመንግስቱ ባለስልጣናት ሁሉ ማታ እኔ ቤት ነበር። አልሰማህም እንዴ ወሬያቸውን " አሉኝ ።

"አልሰማሁም አልኳቸው" ።

"ያን ሁሉ መንገድ ተጉዘህ አንተማ ምን ታደርግ፣ እራት እያበላሁ ነበር እንቅልፍ የጀመረህ" እውነታቸውን ነው። ደክሞኝ ነበር ።

"ይሄውልህ አንተ እዚህ ትመጣለህ ብለው ፈጽሞ አላሰቡም። ያልሄዱበት ቤት የለም።"

"እዚህ የመጣነው እንዲያው ድንገት መጥቶ ቢሆን ብለን ነው" አሉኝ።

እኔም "አዎ እንዳላችሁት ድንገት ብሎ መጥቷል።" አልኳቸው።"እኔን ሰው አድርጎ ሰው ይፈልገኛል ብለው አላሰቡም!" ።

"እንውሰደው" አሉኝ ።

"ይህማ ነውር ነው። የደከመውን ልጅ ከእንቅልፉ ቀስቅሶ መውሰድ አይቻልም" አልኳቸው።

እናትህ "ልየው" አለች።

"እይው" ብያት ገብታ አይታህ ወጣች። አባትህ አልመጣም።

እናትህ ግን "እብዷል" ብላኛለች።

እኔም "ይህን ልጅ እብደታችሁ እስኪበርድ አታገኙትም" ብዬ ቁርጡን ነግሬያቸዋለሁ" አሉኝ። እኔም ደስ አለኝ።

ንብረት ለኔ ያወረሱበት ምክንያት "እኔን ሰው አድርጎ ሰው ይፈልገኛል ብለው አላሰቡም።" ከሚለው አባባላቸው ጋር የተያያዘች ነች።

"መሃን ነኝ። ልጅ የለኝም። አስታዋሽ የለኝም" ብለው ያለፈ የቅንጦት ህይወታቸውን እያስታወሱ፣ ከዛ የወረዱበትን ቁልቁለት እየተመለከቱ፣ "የወደፊቱ ምን ይዞ ይመጣል?" በሚል ስጋት በሚኖሩበት ወቅት አንድ ታዳጊ ህጻን "ሌላው ቢረሳሽ እኔ አልረሳሁሽም" የሚል መልእክት ይዞ ብቅ አለ። የእኔ አባዬ ቤት መሄድ ያስተላለፈላቸው መልእክት ይህን ነበር። ከብዙ ዘመን በኋላ የጥሩነሽ ብርሌን የተኮማተረ ልብ እንዲህ ያሞቀው ነገር አላገኘም።

"በንጽህና ዕድሜው ያልረሳኝ ህጻን መቼም አይረሳኝም። ንብረቴን አውርሼው ልሂድ" ያሉት ለዚህ ነው። የድሮ ሰዎች ትንሽ ነገር ይበቃቸዋል። ለታማኝነት ትልቅ ትርጉም ይሰጣሉ።

አባዬ ጥሩነሽ "ጠቀምኩት" ብለው መሬት ሲያወርሱኝ ችግር ውስጥ የጨመሩኝ መሆኑ አልታያቸውም። ያ ያወረሱኝ መሬት የሚታረሰው በዛ "ጠንክር በል ገበሬ፣ ነግ ትነጻላችሁ አንተም ያንተ በሬ" ብዬ ግጥም በጻፍኩለት ምስኪን የምንጃር ጭሰኛ ነበር። የመሬት ከበርቴ ሲያደርጉኝ መሬቱን ብቻ ሳይሆን ጭሰኛውንም ወረስኩ። "መሬት ላራሹ" የሚል መፈክር እያወረድኩ ከጭሰኛ እህል መሰብሰቡ በሳዳም ሁሴን ቋንቋ ድርጊቴ የግብዝነቶች ሁሉ እናት (the mother of all hypocrisies) ሆኖ ታየኝ።

ከጥቂት ጊዜ በኋላ በነገሩ አስቤበት፣ "የወረስኩትን መሬት ለጭሰኛው መስጠት እፈልጋለሁ" ብዬ ለናቴ ነገርኳት። እናቴ አበደች።

"ከየት የመጣ መሬት መሰለህ? ዝም ብለን ከማንም የዘረፍነው? ወይንስ እንደ ራሶቹና ደጃዝማቾቹ በስጦታ ያገኘነው መሬት መሰለህ? ጭሰኛው! ጭሰኛው! ስትል እሰማሃለሁ። ባለመሬቱን ወርረን፣ መሬቱን ቀምተን፣ ጭሰኛ ያደረግነው መሰለህ እንዴ? እነዚህ መሬቶች እኮ በጭሰኛ መታረስ የጀመሩት ከቅርብ ጊዜ ወዲህ ነው። ጭሰኛው ከሌላ ቦታ በፍላጎቱ መሬቱን አርሶ እህሉን ለመካፈል ተስማምቶ የመጣ እንጂ ከመሬቱ ጋር የወረስነው አይደለም። ከዛ በፊት የእምዬ ቅድመ አያቶችና ከነሱ በፊት የነበሩት ቀደምቶቻችን ጫካ መንጥረው ያለሙት፣ ለመቶዎች አመታት በራሳቸው ጉልበት ያረሱት የገበሬ መሬት ነው። አገራችንና ዘረን መግቢያችን እኮ ነው። ስንት ሺህ ጋሻ መሬት መሰለህ? የተበጣጠሱ ያየሃቸው ማሳዎች ናቸው። የቤተሰብ ርስት እኮ ነው። ምናባክ ቆርጦህ ነው ለጭሰኛ የምትሰጠው? እኔ ቤት እየኖርክ ይህን

ማድረግ አትችልም። ራስህን ስትችል የፈለግከውን ማድረግ ትችላለህ። ለሱም ቢሆን ጊዜው ሲደርስ እንነጋገራለን" ብላ ጮኸችብኝ።[192]

ያልጠበኩትና በሃይለኛ ቁጣ የታጀበ መልስ ነበር። "ዝም" አልኩ።

ትንሽ ቆይቶ አብዮቱ እሱንም በላውና ግብዝነት ከሚገዘግዘው የህሊና ህመም ገላገለኝ። ለጥቂት ጊዜም ቢሆን ግን የመሬት ከበርቴነቱ የራሱ ፈተና ሰጥቶኝ ነበር።

[192] እናቴ በዚህ ንግግሯ በምንጃር መሬትና በሌሎች በደቡብና በምስራቅ ኢትዮጵያ የኗሪውን መሬት በጠመንጃ ነፍጠኞች ወረው ገበሬውን ለአስከፊ ጭሰኛነት በዳረጉት መሬት፣ እንዲሁም ንጉሱና መሳፍንቱ በስፋት በተቀራመቱት የደቡብና የምስራቅ ኢትዮጵያ መሬትና በምንጃር መሬት መሃከል ያለውን ልዩነት እግረመንገዷን እየገለጸችልኝ ነበር። ከንግግሯ የተረዳሁት በሌሎች ቦታዎች ላይ የሚሰራውን በደል እንደምታውቅና ተገቢ አይደለም ብላ ታምን እንደነበር ነው።

ክፍል 6. ቀዳማዊ ሃይለስላሴ ዩኒቨርስቲ

ምእራፍ 1. ምዝገባና እና ኮልታፋዋ ልጅ

1965 ዓ.ም፣በመስከረም ወር ዩኒቨርስቲው አዲሶቹን ተማሪዎች ለመቀበል በሩን ከፍቷል። በዛን አመት ከተፈሪ መኮንን ት/ቤት አንድ መቶ አስራ ስድስት ተማሪዎች ዩኒቨርስቲ የሚያስገባ የፈተና ውጤት አግኝተዋል። በዛው ልክ አስራ አምስት ተማሪዎች ፈተናውን ሳያልፉ ቀርተው ነበር። ለትምህርት ቤቱ፤ ስኬቱም፣ ውድቀቱም ሪኮርድ ነበር። ያንን ያህል ቁጥር ያለው ተማሪ አሳልፎ አያውቅም። ያንን ያህል ቁጥር ያለው ተማሪ ወድቆበትም አያውቅም። ብዛታችን በዩኒቨርስቲው ውስጥ እንድንለይና በዩኒቨርሰቲው ውስጥ እንድንዝናና አድርጎናል። የመንጋ ስነልቦና ነበረን። በቡድን ሆነን የማናደርገው ነገር አልነበረም።

ሁሌም እንደሚደረገው የዩኒቨርስቲ ተማሪነት የሚጀምረው በመመዝገብና መታወቂያ በማውጣት ነው። ተመዝግበን እንደ ትልቅ ቁም ነገር የምናየውን የዩኒቨርስቲ ተማሪ መታወቂያ ካርድ አገኘን። በምዝገባው እለት፣ ከእኔና ከጓደኞቼ ቀጥለው ሰልፍ የያዙና ሞቅ ባለ ወሬ የተጠመዱ የሌላ ትምህርት ቤት ልጆች ነበሩ። እንደኛ ወንዶች ብቻ አልነበሩም። ወንዶችም ሴቶችም ነበሩባቸው።

ከመሃከላቸው አንደኛዋ ልጅ ስታወራ "ረ" ድምጽ የሚሰጥ ቃል ላይ ችግር እንዳለባት አዳመጥሁ። "ሬጅስትራር" ለማለት ስትፈልግ፣ ማለት የምትችለው "ሌጅስትላል" ነበር። "ረ"ን በ "ለ" እየተካች ነው የምትናገረው። ስለገረመኝ ወደኋላዬ ዞር ብዬ አየኋቸው።

"ረ" በደንብ ማለት የማትችለው ልጅ አፄ ኃይለስላሴ በቤተ መንግስታቸው ሰርቲፊኬታችንን የሰጡን እለት ረዘም ላለ ጊዜ ያናገሯት በከፍተኛ ማእረግ ፈተናዋን ያለፈችው ያች ደቃቃ ልጅ ነበረች። ንጉሱም ረዘም ያለ ጊዜ ወስደው ያናገሯትም ስለትምህርቷ ብቻ ሳይሆን ስለ አነጋገሯም ጭምር ሳይሆን አይቀርም ብዬ ገመትኩ። ንጉሱ ሲያናግሯት ፈገግታ ያበዛችው በአነጋገሯ የተነሳ የተናገሩት ነገር ፈገግ እንድትል ሳያደርጋት አልቀረም።

ንጉሱ ለብዙ ዘመን ለተማሪ ሰርቲፊኬት ስለሰጡ የሚያናግሩትን ተማሪ ምን እንደሚጠይቁ ያውቁታል። አንዱ የተለመደ ጥያቄያቸው ተማሪን በምን ሙያ መሰልጠን

እንደሚፈልግ መጠየቅ እንደሆነ ንጉሱ ካናገሯቸው ሌሎች ተማሪዎች ሰምቻለሁ። ይችን ልጅም፣

"ምን መሆን ትፈልጊያለሽ ?" ሳይሏት የቀረ አይመስለኝም።

እሷም "ምልጫዬ ሃኪም መሆን ነው" ሳትላቸው አልቀረችም።

ንጉሱም የሰሙትን እርግጠኛ ለመሆን "በርትተሽ ተማሪ። በህክምና ከተመረቅሽ ለስፔሲያሊያሲዎን ውጭ ሃገር እንልክሻለን። ከኛ የምትፈልጊው ምን እርዳታ አለ?" የሚል ነገር የተናገሩ ይመስለኛል።

"በልትቼ እማላለሁ። እግዚአብሄል ይስጥልኝ። ለጊዜው ምንም እልዳታ አያስፈልገኝም" ።

ይህን ጊዜ ንጉሱ "ኮልታፋ ነሽ እንዴ ?" ሳይሏት አልቀሩም።

በዛን እለት ከዚህ ሌላ ልጅቱን ከንጉሱ ፊት እንደዛ ፈገግ እንድትል የሚያደርጋት ነገር የነበረ አይመስለኝም።

ጓደኞቿም ይህን የአነጋገሯን ችግር ተረድተው ስም እንዳወጡላት እዛው ሰልፉ ላይ ሆነን ነው ያወቅሁት። "ኮልት" እያሉ ነበር የሚጠሯት። ኮልታፋ የሚለውን ቃል አሳጥረው። ትንሽነቷም እንደ ትንሽ የኮልት ሽጉጥ ነው። ስሙ ያንን ለማመላከትም የሚጠቅም እንደሆነ የግል አስተያየቴን ለራሴ ሰጠሁ።

እሷም ስሙን ተቀብላ "ኮልት" ብለው ሲጠሯት "አቤት" ትላቸዋለች።

ምእራፍ 2.ምርጫ ያልነበረው እብደት!

ከምዝገባ በኋላ የመኝታ ክፍል ተሰጠን። አራት ኪሎ ካምፓስ ሳይንስ ለመማር የወሰነው የተፈሪ መኮንን ልጆች በብዛት ከግቢው ጀርባ በነበረው ሳባ ሆል (hall አዳራሽ) ተመደብን። ለአንድ የመኝታ ክፍል ስድስት ተማሪ ነበር የሚመደበው። የተፈሪ መኮንን ተማሪዎች ብቻ ብዙውን ክፍል ወስደነዋል። ሳባ ሆል የኛ ግዛት ሆነ።

እኔ ክፍል የተመደቡት፣ ዮሃንስ ይራክሊ -የተፈሪ መኮንን የኛ ዘመን እውቁ ተማሪ ምናልባትም በ1965 አራት ኪሎ ከገቡት ተማሪዎች መሃል ከሁሉም ተፈጥሮ የቸረችው የላቀ ጭንቅላት የነበረው፣ አብይ ዮሃንስ - የኢህአዴጉ የዳዊት ዮሃንስ ታናሽ ወንድም ኢንጂነር ሆኖ አዲስ አበባ ውስጥ ይኖራል፣ በድሩ አደም- የቅንጅት ለአንድነትና ለዴሞክራሲ ድርጅት የፓርላማ ተመራጭና "ኢህአዴጎችን ወደ መጡበት እንመልሳቸዋለን" የሚል የ1997 ዓ.ም ንግግሩ ብዙ ጣጣ ያስከተለው፣ አውራሪስ ተክለማሪያም፣ ጌድዮን ወረደና እኔ ነበርን። አውራሪስና ጌድዮን ፕሮፌሽናል ኢንጂነሮች ሆነው አሜሪካን ሃገር በሙያቸው እየሰሩ ይኖራሉ።

የዩኒቨርስቲው መጀመሪያ አመት በተለምዶ የፍሬሽማን አመት (Freshman year ትርጉሙ የእንጭጭ ሰዎች አመት) ተብሎ ይጠራል። ከኛ ድርጊት እንደተረዳሁት እውነትም የእንጭጭ ሰዎች አመት ነው። በተለይ እስከ ገና በአል የነበረው የመጀመሪያው ተርም የዩኒቨርስቲው ህይወታችን የሚገርም ነበር። አሁንም ብዙ የሚቀየር ነገር ያለ አይመስለኝም። በአለም ላይ ባሉ ዩኒቨርስቲዎች በሙሉ በየአመቱ የሚሆነው ነገር አንድ አይነት ነው።

የዩኒቨርስቲ ተማሪ በመሆን የሚመጣ ምርቃና አለ። ለመጀመሪያ ጊዜ ከወላጆች ይሁን ከትልልቆች ነጻነት የሚገኝበት ነው። ከወላጆችና ከትልልቆች ተፅዕኖ ወደ እኩዮች ተፅዕኖ ሽግግር ይደረግበታል። ብዙ ተማሪ በህይወቱ ሞክሮት ወይም አድርጎት የማያውቀውን ነገር ለመጀመሪያ ጊዜ የሚሞክርበትና የሚያደርግበት ነው። "ሌሎች ያደረጉትን እኔም ማድረግ" አለብኝ የሚባልበት ነው። ማበድ ነው። መጮህ ነው። መቅበጥበጥ ነው። እግር መሬት ትለቃለች። የደመና ላይ ጉዞ ነው።

በእኛ ዘመን ለብዙ ተማሪ ሲጋራውም፣ ጫቱም፣ መጠጡም፣ የወሲቡ ሙከራም የሚጀመረው በዛ ወቅት ነበር። አንዳንዶቹ ጓደኞቻችን ሁሉንም ነገር ገና ሁለተኛ ደረጃ ተማሪዎች እያሉ ተከነውበት የመጡ ነበሩ። ለእኔ አይነቶቹ የቤት ልጆችና ፋራ ለሚሏቸው ከጠቅላይ ግዛቶቹ ለመጡት ልጆች ስልጠና የሚሰጡት እነዚህ ልጆች ናቸው።

አባቴ አሜሽ ነበር። አልፎ አልፎ የሱን ተጨሰው ያለቁ ቁሩዎች ተደብቄ አጭሻለሁ። የአብሮ አደጌን የሶሎሜን ትልልቅና ፈርጣማ ጡቶች፣ ሰበብ እየፈለግሁ ከአንዴም ሁለቴ በመዳፎቼ ነካክቻለሁ።በሌላ ጉዳይ ምንም ልምድ አልነበረኝም። የጓደኞቼ መሳቂያ ነበርኩ። ልምድ ማጣት ብቻ ሳይሆን "ወደ ውጭ እንወጣና እንዝናና" ሲሉም እሺ ብዬ አልሄድም። ትልቅ እራስ ምታት ነበር የሆንኩባቸው። እኔን ትቶ መሄድ ደስ አይላቸውም። ቢለምኑኝም "እሺ" ብዬ አልሄድም ነበር።

ማታ፣ ማታ ጥናት የሚባል ነገር አልነበረም። መሸት ሲል ለዳንስና ለመጠጥ መዘጋጀት ነው። ብዙዎቹ ደህና ገቢ ካላቸው ቤተሰቦች የመጡ ስለሆነ የገንዘብ ችግር አልነበረባቸውም። ገንዘብ ያላቸው የሌላቸውን ይጋብዛሉ። በተለይ በመጀመሪያው ተርም የገንዘብ ችግር ያለበት ተማሪ አይገኝም። ወላጅ፣ ዘመድ፣ ጎረቤት ሳይቀር እንደየአቅማቸው ዩኒቨርስቲ ለገባ ልጅ የገንዘብ ስጦታ ያደርጋሉ። ትንሽም ቢሆን ገንዘብ ሳይቋጥር ዩኒቨርስቲ የሚገባ ተማሪ አልነበረም። ለጥቂት ቀናትም ይሁን ሳምንታት ማበጃ የሚሆን ብር የሚያጣ ተማሪ አልነበረም።

በዛን ጊዜ ማታ ማታ ካምፓስ ውስጥ የሚሰራ ነገር አልነበረም። ሳተላይት ቴሌቭዥንና ቪዲዮ የሚባሉ ነገሮች ገና አልተፈጠሩም። የሃገር ውስጥ ቴሌቪዥን ያኔም እንዳሁኑ ማንም አያየውም። ያኔም እንዳሁኑ ትንሽ የሚታየው የመዝናኛ ፕሮግራም ሲኖር ብቻ ነበር። ዜናና ሌሎች ፕሮግራሞች ተመልካች አልነበራቸውም። የስርጭት ሰአቱም አጭር ነው። ነጭና ጥቁር ቀለም ብቻ ስርጭት ነበር። የሚያጠና ወደ የኒቨርስቲው መጽሃፍት ቤት ይሄዳል። ለማጥናት ወይም ለማንበብ የማይፈልግ መኝታ ክፍሉን ዘግቶ መቀመጥ ወይም መተኛት ነው።

ወቅቱ የህይወቴ አቅጣጫ ምን እንደሚሆን ግራ የተጋባሁበት ወቅት ነው። ወላጆቼ በግድ እንድማር ያደረጉኝን የሳይንስ ትምህርቶች መጥላቱ ብሶብኛል። በዚህ የተነሳ እንኳን ላጠና ክፍልም ገብቼ ትምህርቴን አልከታተልም።ማታ ማታ ስራዬ ወደ ካምፓስ ይዣቸው የመጣሁትንና ምን እንደሆኑ እንዳይታወቁ በጋዜጣ የሸፈንኳቸውን የማርክስንና የኤንግልስን ምርጥ ስራዎች ማንበብ ነው።

የሰሜን አሜሪካና የአውሮፓ ተማሪዎች የሚያትሟቸው መጽሄቶችም በየግዜው ስለማገኝ ትኩረቴ ወደ ፖለቲካ ስነጻሁፍ ዞሯል። እንደ ተቀደሰ መፅሃፍ የማርክስንና የኤንግልስን ምርጥ ስራ መፅሃፍ አንዱን ቅጽ ሁሌም ትራሴ ስር አድርጌ ነበር የምተኛው። አንዳንድ ጊዜ እነ አውራሪስ ከእጄ እየመነጨቁ "ምኑን ነው የምታነበው እያሉ አይተው ይመልሱልኛል"። እነሱ እነዛን መጽሃፎች የማንበብ ምንም ፍላጎት አልነበራቸውም።

ለተወሰነ ጊዜ የካምፓስ ህይወት በዚህ መንገድ ቀጠለ። ጓደኞቼ ማታ ሰራተኛ ሰፈርን፣ እሪ በከንቱን፣ ዶሮ ማነቂያን፣ የድሮ አራዳን ያዳርሳሉ። ይጠጣሉ። ይደንሳሉ። የስብሃት ገብረእግዚአብሄር "ትኩሳታሞች" ማለት እነዚህ የኔ ጓደኞች ነበሩ።[193] እንደ ስብሃትና ጓደኞቹ ስራ ያላቸው ደሞዝተኞች ካለመሆናቸው በቀር የሚያደርጉት ነገር ስብሃት በመጻፉ ከገለጸው ጋር አንድ አይነት ነገር ነበር። ሞቅ ብሏቸው ወይም ሰክረው ከእኩለ ሌሊት በኋላ ሲመለሱ አራት ኪሎ ካምፓስን፣ በተለይ ሳባ ሆልን ያተራምሱታል።

ለመዝናናት በአንድ ላይ የሚወጡት የኔ መኝታ ክፍል ልጆች ብቻ አልነበሩም። ሳባ ሆል የነበሩ የተፈሪ መኮንን ልጆች በሙሉ ነበሩ። ማታ ማታ የሚንቀሳቀሱት እንደ ተኩላ በትልቅ ቡድን ነበር። በዚህ የተነሳ ሰክረው መጥተው አገር ሲረብሹ ደፍሮ የሚናገራቸው አልነበረም። ከመሃከላቸውም እንደነ ፔትሮ ግሮሶ አይነት የከተማው ዝነኛ ተደባዳቢ ቡድን የቻይናው ግሩፕ አባል ስላለ ማንንም አይፈሩም።[194]

ፔትሮ ግሮሶ በሰውነት ትልቅ ነው። በዕድሜም በትንሹ አንዳንዶቻችንን በሶስት አመት ይበልጠናል። ከ9ኛ ክፍል ጀምሮ ከኔ ጋር ሳንለያይ በአንድ ክፍል ተምረናል። የጣሊያንና የኢትዮጵያ ቅልቅል ነው። የፈነዳ ጎረምሳና የተኩላዎቹ መሪ እሱ ነበር።

---

[193] ስብሃት ገብረእግዚአብሄር (1928 -2004) የታወቀ የስነጽሁፍ ሰው ነው። በርካታ መጽሃፎችን ደርሷል። ትኩሳት፣ ሌቱም አይነጋልኝ፣ ሰባተኛው መልአክ፣ 5 6 7..... ስብሃት በብዙ ሰዎች የሚታወቀው መጽሃፎቹ ወሲብን መሰረት ያደረጉ ትረካዎች የሚበዛባቸውና ልቅ የሆነ የወሲብ ቋንቋ የሚታይባቸው በመሆኑ ነው። በዚህ የተነሳ ብዙ አንባቢ የስብሃትን የስነጽሁፍ አቅምና ብቃት በሚገባ የተረዳው አይመስለም። በነበረው የስነጽሁፍ ዕውቀትና ችሎታ ወሲብ ማእከል ካደረጉ ጽሁፎች ውጭ በሌሎች ርእሶች ላይ በስፋት ጽፎ ቢሆን ኖሮ ከታላላቆቹ የሃገሪቱ የስነ ጽሁፍ ሰዎች ሊመደብ የሚያስችል አቅም ነበረው። በተለይ ስብሃት ሃገሪቱ በአብዮት በምትናጥበት ወቅት፣ አብዮቱ በሌሎች ሃገሮች እንደታየው ለስነጽሁፍ ሰዎች ተዝቆ የማያልቅ የሚጻፍ ነገር በየቀኑ በሚፈጥርበት ሁኔታ ውስጥ ያለፈ ጸሃፊ ሆኖ የህይወቱ የስራ ውጤቶቹ የወሲብ ጉዳይ ላይ ልክፍት ያለበት እስኪያስመስለው ማተኮራቸው ምክንያቱ ለእንደእኔ አይነቱ ሰው ግልጽ አይደለም። ሌሎች ጽሁፎች ጽፎ ቢሆን በአብዮቱ ዘመን ማሳተም ባይቻልም በድብቅ አስቀምጦ በኋላ ማሳተም ይቻል ነበር። በተለይ በሌሎች ጉዳዮች ላይ የጻፋቸው አጫጭር ልብወለድ ድርሰቶች ከወሲብ ርእሶቹ በላይ ጥልቀት ያላቸውን ስራዎች ማስተናገድ የሚችል አቅም ያለው ደራሲ መሆኑን በማየት ልዩ ችሎታውን በሚገባ ሳይጠቀምበት ያለፈ ደራሲ አድርጌ የማየው ሰው ሆኗል።

[194] በ1966 አብዮት ዋዜማ በከተማው በቡድን የተደራጁ የየራሳቸው መጠሪያ የነበራቸው የተደባዳቢ ቡድኖችና ስማቸው የገነነ ተደባዳቢ ግለሰቦች ነበሩ። ከነዚህ መሃል ዝነኛው የቻይናው ግሩፕ ይጠቀሳል። የብዙዎቹን የተደባዳቢ ቡድን አባላት ድርጊት አብዮቱ ነውር አደረገባቸው፣ ባህልና ስነምግባራቸውን ቀይረው ትግል ውስጥ ተጠቃለው ገብተው ነበር። እነዚህ ተደባዳቢ ቡድኖች እንደ ጓደኞችን እንደ ፔትሮ ግሮሶ በዩኒቨርስቲ ደረጃ የደረሱ አባላት ነበሯቸው። ዝም ብለው ምንም ትምህርትና ዕውቀት ያልነበራቸው የቦዘኔዎች ስብስብ አልነበሩም። ኢህአፓም በቀላሉ ሊያደራጃቸውና ሊመለምላቸው የቻለው ለዚህ ነው። ብዙዎቹ በአብዮቱ ወቅት እንደማንኛውም ወጣት በደርግ ተጨፍጭፈው አልቀዋል።

የመጀመሪያው ተርም ከማለቁ በፊት የመኝታ ክፍሌ ልጆች የሚያደርጉት ነገር ሁሉ እኔንም እንደሌሎች በሳባ ሆል አዳሪ ተማሪዎች ያነጫንጨኝ ጀመር። አንዳንዴ ከሚገባው በላይ ጠጥተው መጥተው መኝታ ክፍሉ ውስጥ ይታመማሉ። ከሁሉ የሚያበሳጨኝ ከእንቅልፌ መቀስቀሴ ነው። መኝታችን ድርብርብ አልጋ ነው። ከኔስር የሚተኛው አውራሪስ ነው። አንዳንዴ ሞቅ ብሏቸው ሲመጡ ከታች ተጋድሞ እግሩን ወደ ላይ ሰቅሎ የኔን የአልጋ ሽቦ እየገፋ ከፉኛ ይንጠኛል። ለሌሎቹ እንደሱ ሞቅ ላላቸው ቀልድ ነበር። ይስቃሉ። ማምረሬን አይቶ የሚያስቆመው ዮሃንስ ነው። ምንም ያህል አልኮል ቢጠጣ አቅሉን የማይስትና የማይንገዳገድ እሱ ብቻ ነበር።

ሌላው ረብሻ ፈጣሪ በድሩ አደም ነበር። በድሩ የሰፈሬም ልጅ ነው። የከተማ ልጅ ግን አልነበረም። ለትምህርት ከባሌ ቤተሰቦቹ አዲስ አበባ የላኩት ይመስለኛል። በዕድሜም ትንሽ ይበልጠናል። በድሩ የሚረብሸው በዘፈን ነው። ለክፉ የማይሰጥ ድምጽ ነበረው። መዝፈን የሚወደው በጣም የሚወዳትን የብዙነሽ በቀለን ዘፈን ነበር። አንዴ“አዲስ ፍቅር እኔን ይዞኛል፣ የማደርገው ሁሉ ጠፍቶኛል” ካለ የሚያስቆመው አልነበረም። ፎቅ አልጋው ላይ ቆሞ መዝፈን ከጀመረ ከአልጋ አልጋ መዝለል ነበረበት።

ደህና ተኝቼ ከሳማ ሰንበት ከንፍ ያወጡ ባህታውያን ጋር ወግ እያወጋሁ የነበርኩበትን ህልም አቋርጠው ሲቀሰቅሱኝ በጣም ይመረኝ ጀመር። በመጨረሻ የነበረኝ ምርጫ ወይ ከነሱ ጋር መዞር ወይም ሌላ መኝታ ክፍል መፈለግ ወይም እቤቴ ማደር ነበር።

የቤቴ ጉዳይ የማይታሰብ ነው። ወደቤቴ ከሄድኩ ወራት አልፎኛል። የጨነቃቸው ወላጆቼ ከዩኒቨርስቲው ሁለት ኪሎ ሜትር እርቀት ላይ እየኖሩ እንደባላገር ልጅ አገልግል ሰርተው ሊጠይቁኝ መጥተው ያውቃሉ። የጎረምሳ ነገር ድርጊታቸው አሳፍሮኝ ነበር። በጓደኞቼ ፊት ያዋረዱኝ ነበር የመሰለኝ። ስሜቴን ተረድተው ነው መሰለኝ አገልግሉን በወንድሞቼ ከመላክ በስተቀር በድጋሚ ተመልሰው አልመጡም።

ሌላ መኝታ ክፍል መፈለግ አስቸጋሪ ነበር። ለምን መቀየር ፈለግህ ከተባልኩ ጓደኞቼን መወንጀል ሊኖርብኝ ነው። ያ ደግሞ ፈጽሞ የማይታሰብ ነገር ነው። የነበረው ምርጫ እነሱን መቀላቀል ነበር። ማታ ማታ አብሬ መውጣት ጀመርኩ። ለመጀመሪያ ጊዜ የምሽቱ አለም ምን እንደሚመስል ማየት የጀመርኩት ያኔ ነው።

ፔትሮ ግሮሶ “ይችን የቤት ልጅ የማስለጥናት እኔ ነኝ” ብሎ ሃላፊነቱን ወሰደ። የሁሉ ነገር መካሪዬ እሱ ሆነ። ከመጠጥ እስከ ወሲብ ያገኘሁትን አዲስ ተመክሮ በሙሉ በሃላፊነት

የመራው ፔትሮ ግሮሶ ነው። እንደኔ አይነት ጥሬ ፍጥረት አይቶ ስለማያውቅ በማደርገውና በምሰራው ሁሉ የደስታና የሳቅ ምንጭ ሆኜዋለሁ። ያደረግሁትንና ያልኩትን ሁሉ ቅመም እየጨመረ አንድ ሰሞን ጓደኞቼን ብዙ አስቋቸዋል። በተኩላዎቹ እጃቢነት በሱ አውራጅነት “ጉሮ ወሸባዬና ብር አምባር ሰበረልዎ” እያሉ እየዘፈኑ ከሰራተኛ ሰፈር ካምፓስ የገቡ ምሽት ከራሳቸው አልፈው የሌላው ተማሪ መዝናኛ አድርገውኝ ነበር።

ጓደኞቼን የሚያስቃቸው ብዙ ነገር ነበር። ቀይ መብራት ያለበት ቤት ደጃፍ ላይ እደርስና “አልገባም” እላለሁ። ከውስጥ ያሉትን ሴቶች ሳይ እፈራለሁ። አፍራለሁ። እርቃናቸውን ለመሆን ምንም ያልቀራቸው ሴቶች የሚያስተናግዱባቸው የሰራተኛ ሰፈር ዳንስ ቤቶች የገባሁት በመከራ ነበር።እንደምንም ገፋፍተው ካስገቡኝ አንድ ጥግ ተቀምጬ ጓደኞቼ የሚሰሩትን መታዘብ ነው። “ደንስ” ቢሉኝም “እሺ” ብዬ አልደንስም። ሆን ብለው ከእነዛ አይን አውጣ አስተናጋጆች አንዷን “አናግሪውና አስደንሽው” ብለው ይልኩብኛል። በነፔትሮ ምክር መሰረት ትደባብሰኛለች። ወይም ጭንህ ላይ ልቀመጥ ብላ ያለፈቃዴ ትቀመጣለች። የማደርገው ሲጨንቀኝ ጓደኞቼ በሳቅ ይንፈራፈራሉ።

ጓደኞቼ ያልገባቸው ነገር አለ። የኔ ችግር ሴቶች ሳይሆኑ ማንንም በደንብ የማላውቀውን ሰው ማናገር የማልችል መሆኑ ነው። ሰው ለመቅረብ ጊዜ የሚፈጅብኝ ፍጥረት ነበርኩ። በህይወቴ አይቻት የማላውቃት፣ ያውም ሴት እንደዛ አምራና ለብሳ ጭኔ ላይ ስትቀመጥ በኔ ውስጥ የስነ ልቦና አብዮት እየቀሰቀሰች ነበር። ሊጨንቀንኝና ግራ ሊገባኝ የግድ ይላል።

እነሱ በጊዜው በነበሩት ዘመናዊ የውጭ ባንዶች ሙዚቃ ያብዳሉ። በጣም ዝነኛው ሙዚቃ ዘ አቨሬጅ ዋይት ማን ባንድ (the avereage white man band) የሚባለው የሙዚቃ ቡድን በመሳሪያ ብቻ ይጫወታቸው የነበሩ ሙዚቃዎች ነበሩ። ጀምስ ብራዎን የሚባለው እውቁ ጥቁር አሜሪካዊ ዘፋኝ የሚዘፍናቸው ዘፈኖችም ማስደነሻ ሙዚቃዎች ነበሯቸው። በዚያ ቀይ መብራት ውስጥ የጓደኞቼ እግር ከፈጣን ሙዚቃው ምት/ሪትም ጋር የሚወራጭበት ፍጥነት ገና እየለመድኩት ከነበረው የቢራ ስሜትጋር ተቀላቅሎ የሚያስደንቅና የሚያሰክር ነው።

በወላጆቼ ቤት ሙዚቃና ዳንስ ነበር። በልጆች መሃከል የዳንስ ውድድር ያካሂዳሉ። ትንሽም ቢሆን እኔ በልጅነቴ የሞከርኳቸው ዳንሶች “ትዊስት፣ ቻርልስተን ምናምን” የሚል ስም የነበራቸው ዳንሶች ነበሩ። ሙዚቃውም የሃገሬ ዘፋኞች የእነ አለማየሁ እሸቴ ነው። ዘፈኖቹም “አልበር እንዳሞራ ሰው አርጎ ፈጥሮኛል፤ አንቺን ያጣሁ ጊዜ ግራ ይገባኛል” የሚሉ ነበሩ።

በአለማየሁ እሸቴ “አልበር እንዳሞራ” ዘፈን የሚደነሰው ዳንስ ቻርልስተን ነው። በዘመኑ ፈጣን የሚመስል።

እነዚህ የኔ ጓደኞች ክንፍ አውጥተው እየበረሩበት የነበረ ሙዚቃና ዳንስ ግን እጅግ የተለየ ነበር። እንደኔ ፈጣሪ አጥንትና ስጋ ገጣጥሞ የሰራቸው አይመስሉም። “ልደንስ” ብዬ ብነሳም አንዱንም እርምጃ የማውቀው አልነበረም። እጅን፣ እግርን፣ ጭንቅላትንና ሌላውንም አካል ባንድ ላይ የሚያንቀሳቀሱበት ዳንስ ነው። እንደዛ ለመደነስ ጓደኞቼ ስንት ሰአታት መለመማድ እንዳስፈለጋቸው ቁጭ ብዬ ማሰላት ነበር የኔ ስራ።

ዘመኑ እንደኋላኛዎቹ ዘመኖች ማንም እንዳሻው ተነስቶ የሚደንስባቸው አልነበሩም። የዘመኑን ዳንስ በደንብ ማወቅ ያስፈልጋል። አደናነሱን ሳያውቁ ገብቶ መደነስ ነውር ነበር። በዚህ የተነሳ ወንዱም ሴቱም ዳንስ ማጥናት ነበረበት። መስተዋት እያዩ ነበር የሚለማመዱት። እነሱ ሲደንሱ ቁጭ ብልም አይከፋኝም። እነሱ ሲደሰቱ ማየት ያስደስተኛል። ራሴንም እንደ አንድ ትንሽ ጸሃፊ አይ ስለነበር ሁሉን ነገር በመዝጋቢ አይን እመለከተዋለሁ።

የቀይ መብራቶቹ ቤቶች በተማሪ ትንፋሽ ይሞቃሉ። ሙዚቃው ይሞቃል። ዳንሱ ከፍተኛ የአካል እንቅስቃሴ ያለበት ስለሆነ ያግላል። መጠጡና ሴቶቹ ትኩሳት ይጨምራሉ። በዚህ የተነሳ ሁሉም ያልበው ነበር። አልፎ አልፎ በለስላሳ ሙዚቃ እረፍት ይደረጋል። ሴትና ወንዶች ተጠጋግተው ተቃቅፈው የሚደንሱበት ሰአት ነው።

አንድ ምሽት በንዲህ አይነቱ ሙዚቃ ከአንዲቷ ቆንጂዬ አሻሻጭ ጋር አንዱ ጓደኛዬ ይደንሳል። በዳንሱ መሃል ከኋላ ኪሱ ነጭ መሃረብ አውጥቶ የራሱን ላብ ከፊቱ ላይ ጠረገ። ቀጥሎም መሃረቡን ገልብጦ አብራው የምትደንሰውን ወጣት ሴት ፊት ላይ የነበረውን ላብ ጠረገው። ለሱ ምንም አልመሰለውም። ሁሉንም ያደረገው ዳንሱን ሳያቋርጥ ነው።

እኔ አንድ ጥግ ተቀምጬ እመለከተዋለሁ። “ጉድ ነው” አልኩ። እንደእዛ አይነቱን የደመላሽ ድርጊት ከፍተኛ ክህሎትና ድፍረት የሚጠይቅ የልዩ ፍጥረት ስራ አድርጌ ነበር ያየሁት። ለጓደኞቼ፣ ሴቶቹም ሆነ ሌላው ነገር ምንም አያሳስባቸውም። አንዳንዶች የኔ የዕድሜ እኩያዎች በኋላ እንደነገሩኝ አንዳንዱን ነገር የጀመሩት ገና ዘጠነኛ ክፍል እያለን እንደነበር ነው።

አንደኛው ጓደኛዬ ተፈሪ መኮንን ስንማር ለምሳ ቤተሰቦቹ የሚሰጡት ሳንቲም ነበር። አንዳንዴ ገንዘቡን በኪሱ ይዞ እኔ ይዤ የምመጣውን የሳህን ምሳ አብሮ ይበላል። ብዙ ምግብ ስለሆነ ይበቃናል። በማህበራዊ ቅልጥፍናቸው ከሚያስቀኑኝ ልጆች መሃል አንዱ የኔን ምሳ

ይጋራ የነበረው ይህ ወጣት ነው።አንድ ቀን በመገረም ችሎታውን እንዴት እንዳዳበረው ጠየቅሁት። የሰጠኝ ምላሽ በጣም አስገረመኝ።

"ያንተን ምሳ አበላ የነበረው ገንዘቤን ለወሲብ መግዣ እያስቀመጥኩ ስለነበር ነው" አለኝ። ይህን ያደርግ የነበረው የዘጠነኛ ክፍል ተማሪ ሆኖ ነው። ጓደኞቼ ከኔ በብዙ አመታት የቀደመ ልምድ እንዳላቸው የገባኝ ከዛ በኋላ ነበር። ያ ወጣት የአራዳ ልጅ ነው። ገና በለጋ ዕድሜው ማጣጣም የለመዳት ህይወት አብዮትንና ሞትን እንዲሸሽ ካደረጉት ምክንያቶች አንዱ ሳይሆን አይቀርም ብዬ አስባለሁ። ትልቅ የሃገሪቱ የመንግስት ባለስልጣንና በከፍተኛ ድሎት የሚኖር ሰው ለመሆን በቅቷል።

የመጀመሪያው አመት ተማሪ፣ በተለይ የመጀመሪያውን ተርም አርብንና ቅዳሜ ለሊቶችን ተማሪው የሚያነጋው፣ ሲደንስ፣ ሲጠጣ፣ ቀይ መብራት ቤቶች ሲገባና ሲወጣ፣ ሴተኛ አዳሪ ሲያማርጥ ነው።

በካምፓስ ውስጥ የወንዱ ቁጥር ከሴቱ በብዙ እጥፍ ይበልጣል። ሁሉም የፈላበት ጎረምሳ ነው። የወንድና የሴት ጓደኛ የሚባል ባህል የተስፋፋበት ጊዜ አልነበረም። የተወሰኑ ሴቶች የወንድ ጓደኛ የነበራቸው ቢሆንም በነበረው ባህል ጓደኛነቱን ወደ ወሲባዊ ደረጃ ለማድረስ ለወንዱ በጣም ከባድ ነበር። የሎጂስትክ ችግሩም ቀላል አልነበረም።

ያ ሁሉ የዩኒቨርስቲ ጎረምሳ መተንፈሻው የዶሮ ማነቂያ፣ የሰራተኛ ሰፈር፣ የአሪ በከንቱና የአራዳ ሰፈር ሴተኛ አዳሪዎች ናቸው። እነዚህ ሰፈሮች ከብዙ አመታት በፊት ከተማውን ላስጨነቁት የምኒሊክ ወታደሮች የጠላና የወሲብ አገልግሎት ይሰጥባቸው የነበሩ ሰፈሮች ነበሩ። በእኛ ዘመን ደግሞ ለአፄ ኃይለስላሴ ተማሪዎች የቢራና የወሲብ አገልግሎት ሰጭ መንደሮች ሆነዋል። አግልግሎት ሰጭዎቹ ሴቶች በአብዛኛው ከገጠር ወደ ከተማ የፈለሱ አማሮች ቀጥለው ትግራዋይ ነበሩ። ለምን ከሌሎች ብሄረሰቦች የመጡ በርካታ ሴተኛ አዳሪዎች እንዳልነበሩ ጥናት የሚያስፈልገው ጉዳይ ነው።

እንደ ጥንቱ ወታደር ተማሪውም ከነዚህ መንደሮች በሚሰበስባቸው የተለያዩ የአባላዘር በሽታዎች ሰለባ ይሆናል። የበሽታው ስፋት፣ ጨብጦ የሚይዘውን ተማሪ መርፌ በመውጋት ብቻ ሃብታም የሆኑና የተደላደለ ኑሮ ያደራጁ ግለሰቦችን ፈጥሯል። ኤድስ የሚባል በኋላ የመጣ በሽታ በዛን ጊዜ ቢኖር ኖሮ ኢህአፓም ኢህአዴግም የሚባሉ ድርጅቶች አይፈጠሩም ነበር። የሚያጭደን ደርግ ሳይሆን ኤድስ ይሆናል። ከወላጆቻችን ቀድመን መሞታችንን አይቀርም። ወላጆቻችን የሚያተርፉት ነገር ቢኖር የት እንደተቀበርን፣ የት እንደወደቅን ማወቅ ብቻ ነው።

ቀስ በቀስ ዕድሜ ለፔትሮ ግሮሶ እኔም ሁሉንም ነገር አየሁት። ቀመስኩት። ከተኩላዎቹ አንዱ ሆንኩ። የተኙትን ጓደኞቼን ከእንቅልፋቸው ቀስቅሼ ተነሱ እንሂድ እስከማለት ደረስኩ። ተሽፋፍነው የሚስቁም፣ ተነስተው አብረውኝ የሚሄዱ ነበሩ። በምንፈጥረው ሁካታ ሌሎች ተማሪዎች ግን እንዳለቀሱብን ነበር። እንዲህ እንዳበድን ወራቶቹ ነጎዱ።

ምእራፍ 3.የገና ማዕበል እና የፍቅር ደብዳቤው "ቴምፐሌት"

የሳባ ሆል ኗሪ ተማሪዎች በኛ የተነሳ በጣም ተማረዋል። ትንሽ ቆይተን በሞቅታ ከምንረብሸው አልፎ ወደ ሌሎች ተንኮሎች ተሸጋገርን ። የተንኮሉ መሃንዲስ አውራሪስ ነው። የኤሌክትሪክ ፕላጉ ውስጥ ሁለት ሽቦዎች ጨምሮ በማገናኘት ሾርት (እንዲቃጠል) እንዲፈጥሩ እያደረገ የሳባ ሆልን መብራት እንዳለ ያጠፋው ጀመር። የዩኒቨርስቲው ህንጻዎች በሙሉ መብራታቸው በርቶ የኛ ማደሪያ ብቻውን ጨለማ ይውጠዋል። የኤሌክትሪክ ሰራተኛው መጥቶ ከዋናው እስኪያበራው መጠበቅ የግድ ነበር።

ሌሎች ተማሪዎች ይህን የምናደረገው እኛ እንደሆንን ቢጠረጥሩም ማስረጃ ስለሌላቸው ምንም ማድረግ አልቻሉም። የሚያደርጉት ቢጨንቃቸውና ንዴታቸውን የሚወጡበት መንገድ ቢያጡ አንድ እለት ወረቀት ጽፈው ሽንት ቤት ውስጥ ለጠፉ። ወረቀቱ ለተፈሪ መኮንንት/ቤት ተማሪዎች ለነበርነው የተጻፈ ነበር።

“ሁላችሁም በክሪስማስ (በገና) መባረራችሁ አይቀርም። የምንሰቃየው እስከዛው ድረስ ነው። ብልግናችሁን ግን ለዘላለሙ ስናስታውሰው እንኖራለን” እያለ የሚቀጥል ብዙ ስድቦች ያሉበት አንድ ገጽ ጽሁፍ ነበር። የመለያያ ደብዳቤ (Fairwell Letter) የሚል ርእስ ነበረው።

ገና ደረሰና ፈተና መጣ። ወደ ፈተና የገባነው ትምህርት ሳንማር ሳናጠና ነበር ማለት ይቻላል። ፈተና ጥቂት ሳምንታት ሲቀሩት እኔ በእናቴ የቁልቢ ስለት የተነሳ ሃረር ሄጃለሁ። ከቁልቢ ወደ ሃረር ተጉዘን እዛው ሃረር የጠቅላይ ግዛቱ ረዳት ገዥ ሆነው ተሹመው ከነበሩት የወላጆቼ ጓደኛ ከአቶ ሃይለማሪያም ቤት ብዙ ቀናት ከረምን። ዩኒቨርስቲ የተመለስኩት ፈተና አንድ ቀን ሲቀረው ነበር። የሳባ ሆል አዳሪዎች ከሚያዩት ተነስተው “ሁላችሁም በገና ትባረራላችሁ” ማለታቸው ስህተት አልነበረውም።

ትንሽ ቆይቶ የገና ውጤት መጣ። ከዛ ሁሉ የተፈሪ መኮንን ተማሪ መሃከል ወድቀው የተባረሩት ሁለት ልጆች ብቻ ሆኑ። የፈተና ውጤታችን የሳባ ሆል ልጆችን አስገረማቸው። እውነት ለመናገር ተፈሪ መኮንን ትምህርት ቤት የአስራ ሁለተኛ ክፍል ተማሪዎች ሆነን የተሰጠን ትምህርት የመጀመሪያውን ተርም የዩኒቨርስቲ ትምህርቶች ያካተተ ባይሆን ኖሮ ብዙዎቻችን በክሪስማስ ፈተና ወድቀን እንባረራለን። የጠቀመን የቀድሞ ትምህርት ቤታችን የትምህርት ጥራት ደረጃ ነው። ተፈሪ መኮንን ተማሪዎቹን ማትሪክ ፈተና እንድናልፍ ብቻ የሚያስተምር ትምህርት ቤት አይደለም የምለው በእንዲህ አይነቱ ምክንያት ነው።

ከተፈሪ መኮንን ልጆች ይበልጥ በስንት ጫትና ሻይ ድጋፍ ሀያ አራት ሰአት ሲያጠኑ የነበሩት ሌሎች ተማሪዎች በብዛት በገና ወድቀው ተባረዋል። ከዊንጌት የሁለተኛ ደረጃ ትምህርቱን ሲያጠናቅቅ ስምንት A ያመጣ አጽበሃ የሚባል ልጅ ፈተና ወድቆ ተባሮ ነበር።

የኛን ባላንጣዎች የበለጠ እንዲገርማቸው በማለት ከመሃከላችን ብዙ አልኮል በመውሰድና በጭንቅላቱም ተወዳዳሪ ያልነበረውን የዮሃንስ ይራክሊን የፈተና ውጤት ኮፒ አድርገን ሸንት ቤት ለጠፍነው። ከትልቅ ክብ ዳቦ ጋር አድርገን። ዳቦ በክሪስማስ ለተባረሩ የነሱ ጓደኞች ማስተዛዘኛ ኬክ ነው አልን። ዮሃንስ ከአንድ ትምህርት በስተቀር ሁሉንም ትምህርቶች (A) ነበር ያመጣው። እሱ B ያገኘበትን ትምህርት (A) ያገኘ ተማሪ በዛ ተርም አልነበረም።

(ዮሃንስ የሁለተኛ አመት የህክምና ተማሪ ሆኖም ያመጣው ውጤት ተመሳሳይ ነበር። የሁለተኛ አመቱ ውጤት አብረውት ይኖሩ የነበሩትን የዊንጌት ልጆች ያስደነገጠ ነው። ደምሴ አለማየሁ(ዶ/ር)ና ተመስገን ሁለቱም ከዮሃንስ ጋር በአንድ ቤት የሚኖሩ ጎበዝና ቀና የዊንጌት ተማሪዎች ነበሩ። ደምሴ አለማየሁ ከነመለስ ዜናዊና ከነስዬ አብረሃ ከዊንጌት አንድ ላይ ከመጡት ልጆች ጋር የመጣና እንደነሱ የ2ኛ አመት የህክምና ተማሪ የነበረ ወጣት ነበር። ሁለቱ ልጆች በዮሃንስ አለማጥናት ተጨንቀው ጓደኞችንን እንድንመከረው መኖሪያ ቤታችን ድረስ መጥተው አናግረውናል። በዛን ወቅት ብዙዎቻችን ኤንጂኔሪንግ ኮሌጅ ገብተን አምስት ኪሎ አካባቢ አንድ ትልቅ ቤት በጋራ ተከራይተን እንኖራለን። የደምሴና የተመስገን ጭንቀት "ዮሃንስ ፈተና" ይወድቃል የሚል ነው። እኛ ዮሃንስን ስለምናውቀው "ሁሌም እንደዚህ ነው አታስቡ" ብለናቸው ሄዱ። አላመኑንም። የዮሃንስን ውጤት ሲያዩ በጣም ተገረሙ። እነ ደምሴና እነመለስ የታወቁ ጎበዝ ተማሪዎች ነበሩ። ዮሃንስ እነሱ ለረጅም ሰአታት አጥንተው ካገኙት ውጤት ዝቅ ያለ ምንም ነገር አልነበረውም። ውጤታቸው አንድ አይነት ነበር። ዮሃንስ በተፈጥሮው ጂኒየስ የሆነ ወጣት ነው። ከዘጠነኛ ክፍል ጀምሮ ሥርዓት ያለው ደብተር ያልነበረው ልጅ ነው። ወደኋላ የሁሉንም ትምህርቶች ማስታወሻ የሚይዝበትን አንድ ደብተር በኋላ ኪሱ አጣጥፎ ይዞ ክፍል የሚገባ ተማሪ ሆኖ ነበር። ሲያጠና አየሁት የሚል ተማሪ አይገኝም። የዮሃንስም መጨረሻ እጅግ የሚያሳዝን ሆኗል)

በገና ፈተና ብዙ ጉዳት ባይደርስብንም የተኩላዎቹን መሪ አጣን። ፔትሮ በገና ተባረረ። የሱ ሳይበቃን በተለይ የኛን ክፍል ልጆች በጣም ያሳዘነን የበድሩ መውደቅና መባረር ነው። ፈጽሞ ያልጠበቅነው ነበር። ፔትሮ ድሮም ዩኒቨርስቲ የገባው በብዙ ትግል እንደሆነ እናውቃለን። የኒቨርስቲ ለመቆየትም ብዙ ትግል ማድረግ እንደሚገባው ግልጽ ነው። በድሩ ግን

“እንደምንም ገናን ያልፋል” የሚል ዕምነት ነበረን። አልሆነም። ደነገጥን። አዘንን። ክፍል መግባቱንና ማጥናቱን ጠቅልዬ አቁሜው ስለነበር ጓደኞቼ ከሁሉም በላይ የፈሩት ለኔ ነበር። እኔ ተረፍኩ።

የበድሩ ችግር ግን ጥናት አለማጥናትና ማታ ማታ መደነስና መጠጣት ብቻ አልነበረም። የብዙነሽ በቀለን “አዲስ ፍቅር እኔን ይዞኛል” የሚል ዘፈን ጠዋትና ማታ የሚዘፍነው ያለምክንያት አልነበረም። ከልቡ ፍቅር ይዞታል። ልጅቷ ማን እንደሆነች በአካል አናውቃትም። በስሟ ግን ከኛ መኝታ ክፍል ልጆች አልፎ በሳባ ሆል ልጆች ጭምር ትታወቃለች። ምክንያት ነበረው።

በድሩ ከኔ ትንሽ ስለሚተልቅ፣ በቁመቱም ጭምር፣ ደስ ሲለው “አንቺ” እያለ ይጠራኛል። ከ30 አመት በኋላም በምርጫ 1997 በቅንጅት ስብሰባ ለተገኙ የወረዳ ሰባት ህዝብ ሲያስተዋውቀኝ “ይቺ የምታዩዋት” ብሎ ነበር ታሪኬን የነገራቸው።

አንድ ቀን “ነይ አንቺ የምትሰሪልኝ ስራ አለ” አለኝ።

“ምንድነው እሱ ?” አልኩት።

“በዛች አማርኛሽ አሳምረሽ የፍቅር ደብዳቤ ትጽፊልኛለሽ” አለ

“እኔ ምን ቸገረኝ፤ አንተ ደስ ካለህ አልኩት”

ቁጭ አልኩና ስለልጅቷ የተቻለኝን መረጃ ጠየቅሁት። ሁሉንም ነገር በዝርዝር ነገረኝ።

አንድ ከሰአት በኋላ ከጀርባዬ የመሃሙድ አህመድን ዘፈን በቴፐ ሬኮርደር እያጫወትኩ፣ ከፊት ለፊቴ በሳባ ሆል መስኮት የግቢውን መናፈሻ እያየሁ ደብዳቤውን ጻፍኩ። ረጅም ደብዳቤ ነው። የመሃሙድ ዘፈንና መናፈሻውም ደብዳቤው ውስጥ ገብተዋል። ዕድሜ ለፔትሮ ወንድ ለሴት ያለው ስሜት ምን እንደሚመስል የተወሰነ ተመክሮ አግኝቻለሁ። የሴቶችን ስሜት ግን አውቃለሁ ለማለት አልደፍርም። ይህ ተመክሮ በደብዳቤው ውስጥ ስለ ስሜት የጻፍኩትን ነገር ትርጉም ሰጥቶት ነበር።

በድሩ ደብዳቤውን በጣም ወደደው። ተደሰተ። በራሱ እጅ ገልብጦ በፖስታ ቤት ወደሚልከበት ላከው። በድሩ ደብዳቤውን ትልቅ የስነ ጽሁፍ ውጤት አድርጎ አየው። በዚህ የተነሳ ለሌሎች ተማሪዎች እያስነበነበ አስተዋወቀው። እንደ በድሩ በሩቅ ፍቅረኛ የነበራቸው

ልጆች የበድሩን ፍቅረኛ ስም በራሳቸው ፍቅረኛ ስም እየተኩ ደብዳቤውን እየገለበጡ ላኩ። አንድ እለት ስሙን የማናውቀው ተማሪ የመኝታ ክፍላችንን በር አንኳኳ። በሩን ከፍተን፣

"ምን ፈለግክ ?" ስንለው

"ለግማሽ ሰአት የበድሩን የፍቅር ደብዳቤ መዋስ ፈልጌ ነው" ብሎን ያውቃል።

የሃገራችን የመጀመሪያው የፍቅር ደብዳቤ ቴምፕሌት (template)[195] የተፈጠረው በበድሩ የተነሳ ነው። ለዚህ አስተዋጽኦ የከፈለው መስዋእትነት በገና መባረር ሆነ። ሁላችንም "በድሩን ፍቅር ባያነሆልለው ፈተናውን ማለፍ አያቅተውም ነበር" ብለን ተስማማን። የእብደት ወራቶች በመጨረሻ በሃዘን ተዘጉ። በሁለተኛው ተርም እኛ ብቻ ሳንሆን ካምፓሱ ተቀየረ።

---

[195] *መጠነኛ ለውጥ በማድረግ በቋሚነት ለሁሉም ተጠቃሚ የሚያገለግል ሰነድ፣ ከኮምፕዩተር ፕሮግራም ጋር የተሰፋፋ ቃል ነው።*

ምእራፍ 4.ስክነት እና የሪቮዎች መመለስ

የተፈጥሮ ህግ ነው። በዚች ምድር ወደ ላይ የወጣ ወደ ታች መውረዱ አይቀርም። እኛም ለጥቂት ወራት ደመና ላይ ከረምን። ዘለን፣ ዘለን ዘጭ አልን። የእብደት ወራት አበቁ። በጓደኞቻችን መባረር ጸጸት ተሰማን። ሌሎች እንዳያጠኑ ስንፈጥር የነበረውን ቀውስ ከጓደኞቻችን መባረር ጋር ስናየው ትልቅ ሃጢያት ሆኖ ተሰማን።

እኛም ጭንቅላታችንን ስተን ስናብድ፣ በኛ ላይ ተስፋ ጥለው የነበሩ ወላጆቻችንን ቅስም የሚሰብር ነገር ለመፈጸም አፋፉ ላይ ደርሰን መመለሳችን ገባን። የመጠጡ፣ የዳንሱንም፣ የሴቱ ጉዳይ የራሱ ምእራፍ የነበረው ነው። እብደቱ አለቀና በየቀኑ መንቀዥቀዣችን አበቃ። ፈልተን ነበር። ሰከንን።

ከኛ ስክነት ጋር የበለጠ የሚያስክኑን ሌሎች የአንደኛ አመት ተማሪዎች በሁለተኛው ተርም ተቀላቀሉን።

እነዚህ ተማሪዎች በ1964 ዓ.ም ከእኛ አንድ አመት ቀድመው የዩኒቨርስቲ አንደኛ አመት ተማሪዎች ነበሩ። በዚያው አመት በዩኒቨርስቲው ተማሪዎች የተጀመረው አመጽ ሃገሪቱን አውኳት ነበር። እኛ የ12ኛ ክፍል መልቀቂያ ፈተና ወሳጆች ስለነበርን በአመጹ ብዙም አልተሳተፍንም።

የሚገርመው ነገር ሁሉም የአስራ ሁለተኛ ክፍል ተማሪ ትምህርት እንዲቋረጥ አይፈልግም። በየአመቱ የሚደጋገም ክስተት ነበር። አስራ አንደኛ ክፍል ሆነው ሃገሩን ያስቸገሩ የተማሪ ቀበሮዎች አስራ ሁለተኛ ክፍል ሲደርሱ ለማዳ በጎች ሆነው ቁጭ ይላሉ። ዩኒቨርስቲውም ተመሳሳይ ባህል ነበረው። የመጨረሻ አመት ተማሪዎችን ትምህርት እንዲያቋርጡ ማስደረግ ከባድ ነው።

በዩኒቨርሲቲ ሆነ በሁለተኛ ደረጃ ት/ቤቶች ተማሪ የሚጠራውን የትምህርት ማቆም አድማ “እሺ” ብለው የማይቀላቀሉት የመጨረሻ አመት ተማሪዎች ነበሩ። አድማውን ከተቀላቀሉም የመጨረሻዎቹ ሆነው ነው። አድማው መዳከም ሲጀምር ቀድመው ክፍል የሚገቡት እነሱ ናቸው። እንዲያውም ዋንኛዎቹ የአድማ አዳካሚዎችና በታኞች እነሱ ነበሩ።

የትምህርት ተቋማቱ አስተዳዳሪዎች ይህን ድክመታቸውን ስለሚያውቁ የተማሪ አድማ ለመበተን ሲፈልጉ የሚቀሰቅሱት እነዚህን የመጨረሻ አመት ተማሪዎች ነው።

“የቀራችሁ ጥቂት ጊዜ ነው። ስንት የደከማችሁበትን የስራችሁን ፍሬ የማይሆን ነገር ውስጥ ገብታችሁ እንዴት ሜዳ ላይ ትበትኑታላችሁ? ሌሎቹ ቢሆኑ አያደርጉትም” እያሉ በደካማ ጎናቸው ይገቡባቸዋል።

በዚህ ግለኛ ባህል የተነሳ በ1964 በተቀሰቀሰው ትልቅ የተማሪ አመጽ እኔና ጓደኞቼ በትምህርት ቤት አካባቢ የሰራነውን አላስታውስም። አመጹ ትልቅ በመሆኑ የተነሳ መንግስት ለመጀመሪያ ጊዜ ቁጥራቸው በርካታ የሆነ የሁለተኛ ደረጃና የዩኒቨርስቲ ተማሪዎችን በተለያዩ ቦታዎች በአንድ ላይ ያሰረበት ወቅት ነበር።

ጊቤ በረሃ ውስጥ ቦተር ከሚባለው ስፍራ የዩኒቨርሲቲው ተማሪዎች ፕሬዚደንት ግርማቸው ለማ ከሌሎች የዩኒቨርስቲውና የሁለተኛ ደረጃ ት/ቤቶች ተማሪዎች ጋር ታስሮ የነበረው በዚህ ወቅት ነው። ከ1968 ዓ.ም መጨረሻ አንስቶና በኋላ በአዲስ አበባ የኢህአፓ ድርጅታዊ መዋቅር ውስጥ የግርማቸው ለማ ሚና እየጎላ መጥቷል።

በነዛ የ1960ዎቹ የመጨረሻዎቹ አመታት ብዙዎቹ ከግርማቸው ጋር ቦተር ታስረው የነበሩ የሁለተኛ ደረጃ ተማሪዎች በከተማው የኢህአፓ ኢንተር ዞን ኮሚቴና የዲፌንስ ከፍተኛ መዋቅር ውስጥ መግባት የቻሉት ከግርማቸው ጋር በቦተር የእስር ዘመን በመተዋወቃቸው ይመስለኛል። ከእነዚህ መሃከል እነ ናደው፣ ቢኒያም ቦጋለ፣ መስፍን ቀጸላ፣ እነ ጃርሶ ኪሩቤል የአብሮ አደጌ የዘውዱ ጓደኞች የአስፋወሰን ኮምፕርሄንሲቭና የከኮበ ጽበሃ ሁለተኛ ደረጃ ትምህርት ቤቶች ተማሪዎችን መጥቀስ ይቻላል። ሁሉም በአንድ ላይ ባይታሰሩም ጥቂቶቹ በእስር ከግርማቸው ጋር መገናኘታቸው እውነት ነው።

መንግስት ዩኒቨርስቲውን ለአጭር ጊዜ ዘግቶ ያሰረውን አስሮ እንደገና ከፈተው። ተማሪው መሪዎቹና ቀስቃሾቹ በመታሰራቸው የሚያስተባብረው አልነበረም። እንደዛም ሆኖ አብዛኛው ተማሪ “የታሰሩት ሳይፈቱ ትምህርት አልጀምርም” አለ። መንግስት “በተወሰነ የቀን ገደብ ውስጥ ትምህርታቸውን የማይጀምሩትን አባርራለሁ” አለ። የቀኑ ገደብ ሲደርስ አብዛኛውንና በአቋሙ የጸናውን ተማሪ መንግስት አባረረ። ተመልሰው የገቡትን ተማሪዎች ማስተማር ቀጠለ።

በ1964 ዓ.ም ለመጀመሪያ ጊዜ የተማሪው አንድነት ተናጋ። ራሳቸውን ከትምህርት ገበታው ያገለሉት ተማሪዎች፣ እየተማሩ የነበሩትን ተማሪዎች አሻጥ ርሰሪዎች አድርገው አይዋቸው። “ሳቦተር” (Saboteur) የአማርኛ ትርጉሙ “አሻጥረኛ” የሚለውን ቃል ከእንግሊዝኛ በመዋስና በማሳጥር “ሳቦ” (Sabo) የሚል ስም ሰጧቸው። ትምህርት ላቋረጡት፣

ለራሳቸው፣"አመጸኛ" የሚለውን የአማርኛ ቃል በእንግሊዝኛ ተርጉመው (Revolutionary በአጭሩ Revo) "ሪቮ" የሚል ስም ሰጡ።

በ1965 ዓ.ም፣ መንግስት፣ በ1964 ዓ.ም የመጀመሪያ ተርም ትምህርታቸውን አጠናቀው ለነበሩና በአመጸኛነታቸው ከዩኒቨርሲቲው ተገልለው የነበሩ ተማሪዎች ትምህርታቸውን ካቆሙበት እንዲቀጥሉ ፈቀደ። በዚህ ምክንያት ነበር እኛን አንድ አመት ቀድመው የኒቨርስቲ ገብተው ከነበሩ ተማሪዎች ጋር የአንድ ክፍልተማሪዎች የሆንነው። ከህወሃቱ (ህወሃት- ህዝባዊ ወያኔ ሃርነት ትግራይ) ብርሃነ ገብረክርስቶስ ጋር የአንድ ክፍል ተማሪዎች የሆንነው "ሪቮ" ሆኖ አንድ አመት ከትምህርት በመታገዱ ነበር። ከሌሎችም ከነማርቆስ ተድላ የልጅነት ጓደኛዬ፣ ከእውቁ የተፈሪ መኮንን ተማሪ ከኤሊያስ ወልደ ማሪያም፣ ከአካባቢዬ ልጅና በኋላም የአምስት ኪሎ ዩኒቨርስቲ ጓደኛዬ ከልመነው ጋር እኩል የአንደኛ አመት ተማሪዎች የሆንነው እነሱም እንዲሁ ረቮዎች ስለነበሩ ነበር።

ይህ ሪቮና ሳቦ የሚል መጠሪያ በተለይ ሳቦዎቹን ዕድሜ ልካቸውን ተከትሏቸውየሚሄድ ሆኗል። የዛን ዘመን ሪቮዎች፣ ጓደኞቻቸውን እስከዛሬ ይቅር አላሏቸውም። እነዛን ትምህርታቸውን ያላቋረጡትን ወጣቶች አርጅተውም "እገሌ ሳቦው" ሳይሉ ስማቸውን አይጠሩትም። በቅርቡ አንድ የዛ ዘመን ሪቮ አግኝቼ ሁለታችንም ስለምናውቀው ጓደኛችንና የኔ አብሮአደግ ስናወራ "ጓደኛችን አሜሪካን አገር እንዳለ" ነገርኩት። ከአርባ አመት በኋላ ያንን የድሮ ጓደኛውን "አስመላሽ ሳቦው" እያለ ነው የሚጠራው።

"የእናት ሆድ ዥንጉርጉር ነው" እንደሚባለው ይህን "ሳቦ" የሚል አሉታዊ ማእረግ ተሸክሞ የሚኖረው የዚያ የእኛ የልጅነት ጀግናችን፣ የአውሮፕላን ጠላፊው የአማኑኤል ገብረየሱስ ታናሽ ወንድም አስመላሽ ገብረየሱስ ነው። አስመላሽ በወንድሙ አመጸኛነት የተነሳ ወላጆቹ ላይ በደረሰው ስቃይ ተነክቶ ይሁን በሌላ በምን ምክንያት እንደሆነ አይታወቅም ከፖለቲካ ፈጽሞ የራቀ ወጣት ሆነ። ከወንድምና እህቶቹ፣ ከእኛም ተለይቶ በህይወቱ ለአንድ ሰኮንድ ፖለቲካ ውስጥ ሳይገባ ህይወቱን የገፋ ሰው ነው።

ያንን አስከፊ የአብዮት ዘመን ካዛንችስ ቡና ቤቶች ተቀምጦ ቢራውን እየጠጣ፣ አብዮቱን እንደሚያልፍ ባቡር እየተመለከተ አሳልፎታል። ከብዙ ጊዜ በኋላ እህቶቹ እንዳጫወቱኝ አንዳንዴ ሞቅ ሲለው የቀበሌ አብዮት ጥበቃዎች ነበሩ ደግፈው ቤቱ የሚያስገቡት። ከእንደ አስመላሽ አይነቶቹ በስተቀር በሚገርም አጋጣሚ ሳቦ የሆኑት ተማሪዎች በትምህርታቸው ደካማ የነበሩ ናቸው። ብዙዎቹ እውቅና ብሩህ አይምሮ የነበራቸው ተማሪዎች ሪቮችዎ ነበሩ። እንደ ኋለኛዎቹ ዘመኖች ሳይሆን፣ በዛን ዘመን ሃገሪቱ ከተማሪ ልጆቿ

መሃል ወደ ፖለቲካው ትስብ የነበረው እነዚህን ብሩህ አይምሮ የነበራቸውን ወጣቶች ነው። ይህ በመሆኑም ብሩህ ተስፋን አመላካች ነበር።

እነዚህ ሪቮዎች ከአንድ አመት በኋላ ወደ ዩኒቨርስቲ ሲመለሱ አብዛኛው የዩኒቨርስቲው ተማሪ ከዛ ቀደም የማያውቃቸውን አዳዲስ ነገሮች ይዘው መጡ። አንዱን አመት በማንበብ አጥፍተው የፖለቲካ እውቀታቸው አድጓል። “የተማሪው ትግል በዕውቀትና ጠንካራ ዲሲፕሊን ባለው ድርጅት መመራት አለበት” የሚል አቋም ይዘዋል። አንዳንዶቹ የፖለቲካ ጥናት የሚያጠኑባቸውና የፖለቲካ መጸሃፍት የሚቀያየሩባቸው የህቡእ ህዋሶች አቁመዋል። የግል ባህሪያቸውና ዲሲፕሊናቸውም የዳበረ ሆኗል።

ከሁሉ ነገር በላይ በጊቤ በረሃ፣ በቦተርና በሃረር በጭናክሰን ከዩኒቨርስቲው ተማሪዎች ጋር ታስረው የነበሩትን የሁለተኛ ደረጃ ተማሪዎች ያካተተ ሰፋ ያለ የፖለቲካ መዋቅር አቁመዋል። ውሎ አድሮ “አብዮትና ዴሞክራሲያ” የሚል ጋዜጣ ማውጣት የጀመሩት የፖለቲካ ቡድኖች የመጀመሪያዎቹ አባላት እነዚህ ወጣቶች ነበሩ። ቦተር ታስሮ የነበረው የዩኒቨርስቲ ተማሪዎች ማህበር ፕረዚደንት ግርማቸው ለማ ይመራው የነበረው ይህ ቡድን በሂደት ኢህአፓን ከሌሎች የፖለቲካ ቡድኖች ጋር በመሆን ለመመስረት በቅቷል። “ኢህአፓን ከመሰረቱት ቡድኖች መሃልም በድርጅት መዋቅሩ ትልቁ ይህ ቡድን ነበር” የሚል ዕምነትነበረኝ።[196]

የሪቮዎች መመለስ ዩኒቨርስቲው በአንደኛው ተርም አጥቶት የነበረውን የፖለቲካ ድባብ መልሶ አላበሰው። አንዱም የኛ የመጀመሪያ ተርም እብደት ገደብ አጥቶ የነበረው እኛ በገባንበት ወቅት በዩኒቨርስቲው ውስጥ ምንም አይነት ፖለቲካዊ እንቅስቃሴ ያልነበረ መሆኑ

[196] ነበረኝ ያልኩበት ምክንያት ክፍሉ ታደሰ ያ ትውልድ በሚለው የኢህአፓን ታሪክ በተረከበት መፅሃፍ ውስጥ የግርማቸው ለማ ቡድን በጣም ትንሽ ቡድን እንደነበር በመግለጹና እስከ 1969 ድረስ በነበረው የድርጅቱ ታሪክ ትረካ ግርማቸው በየትኛውም የኢህአፓ ድርጅታዊ መዋቅር ውስጥ ስሙ ያልተነሳ መሆኑን በማየት ነው። ሆኖም ግን እኔ የኢህአፓን አመራር ማንቀሳቀስ ከጀመርኩበት ከ1968 የክረምት ወቅት መጨረሻ ጀምሮ ራሱ ክፍሉ፣ ተስፋየ ደበሳይ፣ ዘርኡ ክሸን፣ ብዙ ጊዜ ከግርማቸው ጋር የሚሰበሰቡበት ሁኔታ እንደነበር አስታውሳለሁ። በ1969 ውስጥ ኢህአፓ በከተማው ውስጥ የፈጸማቸው እንደ ባንክ ዘረፋውና ብዙዎቹ የዲፌንስ ስኳዱ እርምጃዎች በግርማቸው እውቅና ይፈጸሙ እንደነበረ በሚገባ አውቃለሁ። በክፍሉ መፅሃፍ ውስጥ ግርማቸው በ1969 በኢንተር ዞን መዋቅር ውስጥ ብቅ እስከሚል ድረስ በኢትዮጵያ ሰራተኞች ማህበር ውስጥ የህግ አማካሪነቱ ስራ እስኪቋረጥና ህቡእ እስኪገባ ድረስ በኢህአፓ ውስጥ ምን ይሰራ እንደነበር ምንም መግለጫ የለም። ግርማቸውንና በስሩ ያሰባሰባቸውን የዩኒቨርስቲና የሁለተኛ ተማሪዎች ብዛት ለምናውቀው ሰዎች በኢህአፓ ውስጥ ግርማቸው በየትኛውም መዋቅር ለረጅም ጊዜ አለመታየቱ ግር የሚል ስሜት ፈጥሮብኛል። ከዚህም በተጨማሪ ግርማቸው ለማ በ1966 ዓ.ም ባደረጋቸው ንግግሮቹ አብዛኛው የዩኒቨርስቲው ተማሪ ሃገራዊ ሁኔታው ምን እንደሚመስልና የትግሉ አቅጣጫ ምን መሆን እንደሚገባው በመጠቆም ትርጉሙ ትልቅ የሆነ አመራር የሰጠ ጓድ ነው።

ይመስለኛል። የሪቮዎች መመለስ በየመኝታ ቤቱ፣ በካፊቴሪያውና በተማሪ ካፌ የሚደረገውን ጨዋታ፣ ከአልባሌ ነገር ወደ ፖለቲካ አዞረው።

እነዚህ ሪቮዎች አንዱን አመት ምን ሲሰሩ እንደከረሙ በደንብ መረዳት የቻልኩት ከማርቆስ ተድላ ጋር ከተነጋገርኩ በኋላ ነው። በ1964 ከማርቆስ ጋር የክረምት ስራ በአንድ ላይ በሰራንበት ወቅት ምንም አይነት የፖለቲካ ዝንባሌ አልነበረውም። የኔን ግጥም ያዳምጣል እንጂ ብዙም አስተያየት አልነበረውም። ስራ ስንጨረስ ከካዛንችስ እስከ አራት ኪሎ ፓርላማ በእግራችን እየተጓዝን በብዙ ነገሮች ላይ እየተነጋገርን እየተጨቃጨቅን እንመጣለን። ፓርላማው ጋ እኔ ወደ አዋሬ ቤቴ ቁልቁል እወርዳለሁ። እሱ ምኒሊክ ሆስፒታል መንገድ ላይ ወደነበረው ቤታቸው ለመሄድ የአራትና የአምስት ኪሎን አቀበት ይያያዘዋል።

የሚያጨቃጭቀን ፖለቲካና ፍልስፍና ነው። በዛን ክረምት ከማርክስና ከኤንግልስ ምርጥ ስራዎች ውስጥ ያገኘሁትን አንድ ጽሁፍ ወደ አማርኛ ተርጉሜ ነበር። ጽሁፉ የፍሬድሪክ ኤንግልስ ነው። ርእሱም ስራ (Labour) ጦጣን ወደሰው በመቀየር የተጫወተው ሚና (The part played by labour in the transition from ape to man) የሚል ነው። ይህን ጽሁፍ እንዲመለከተው ለማርቆስ ሰጥቼው በመሃከላችን የሞቀ ክርክር አስነስቷል። ማርቆስ በዛን ወቅት ያቀነቅን ከነበረው የጴንጤቆስጤ ዕምነትጋር የማይሄድ ጽሁፍ ነበር። ከማርቆስ ሌላ ሌሎችም የዊንጌት ልጆች የጴንጤ ዕምነት አቀንቃኞች ሆነው ስላየሁ በትምህርት ቤቱ አካባቢ "ወጣቶቹን በዚህ ዕምነትስር የሚያስገባ አንድ ነገር ይኖራል" የሚል ግምት ይዤያለሁ።

ከመስከረም 1965 እስከ ጥር 1965 በነበሩት ጥቂት ወራት ውስጥ ማርቆስ በጣም ተቀይሯል። ፖለቲካ ጉዳዩ ያልነበረ ሰው ፖለቲካውን ከሂሳብ እኩል የሚያየው ጉዳይ ሆኗል። ይህ ለውጥ በተናጠል በማርቆስ ተድላ ላይ ብቻ የተከሰተ አልነበረም። ሪቮዎቹ በጅምላ የስር ነቀል የግራ ፖለቲካ አቀንቃኞች ሆነው ነበር የተመለሱት። የአፄሃይለ ስላሴ መንግስት ተማሪውን ለመቅጣት የወሰዳቸው ሁለት እርምጃዎች፣ የማሰሩና ከዩኒቨርስቲው ማባረሩ፣ተማሪው የበለጠ የተደራጀና የነቃ እንዲሆን እድሉን ያመቻቹ ሆኗል።

መንግስት የሁለተኛ ደረጃ ተማሪዎችን ጨምሮ በርካታ ተማሪዎችን ከታወቁ ስር ነቀል የግራ የፖለቲካ ዕምነትከነበራቸው ከነ ግርማቸው ለማ ጋር በማሰር የግራው የፖለቲካ አስተሳሰብ ስፋት ባለው ተማሪ ውስጥ እንዲሰራጭ አድርጓል። ከዚህ በተጨማሪ በቀላሉ መገናኘት የማይችሉ ወጣቶችን በእስር እንዲገናኙ በማድረግ ድርጅታዊ ትስስር ያለው ቡድን እንዲፈጥሩ አስችሏቸዋል። ትምህርት ቤት እንዳይገቡ የተከለከሉትም ጊዜያቸውን በፖለቲካ ጥናት በማሳለፍ የፖለቲካ ብቃታቸውን እንዲያሳድጉ እድሉን ሰጥቷቸዋል። በቅጣት ስም

የተወሰዱ እርምጃዎች ስርአቱ ያልጠበቀውና የማያየው አደገኛ መዘዞች ወልዶ ውስጥ ውስጡን እየተስፋፉ ነበር።

በ1965 ዓ.ም ላይ የተማሪው እንቅስቃሴ እንደወትሮው በትምህርት ማቆም አድማ ብቻ የማይቆም መሆኑ በዩኒቨርስቲው ውስጥ ፍንጮች መታየት ጀምረዋል። እነደ ግርማቸው ለማ አይነቱም የግራ ዕምነትአራማጅ ከእስር ሲፈታ ወደ ዩኒቨርስቲው አልተመለሰም። ካልጠፋ ቦታ ስራ ያገኘው በኢትዮጵያ ሰራተኞች አንድነት ማህበር (ኢሰአማ) ውስጥ የሆነው ያለምክንያት አልነበረም። የማህበሩ የህግ አማካሪ ሆኗል።

ምእራፍ 5.ቻይናዎች እና ጆሊው "ማልክሲስት"

ሁለተኛው ተርም እንደ ተጀመረ ይመስለኛል የቻይና መንግስት የባህልና ስፖርት ቡድን ዩኒቨርስቲውን እንዲጎበኝ ተደርጎ ነበር። የባህል ቡድኑ የመጣው በ1965 ዓ.ም አፄ ሃይለስላሴ ቻይናን ከጎበኙ በኋላ ነው። ንጉሱ ከቻይና መንግስት ጋር የተፈራረሙት የወዳጅነት ውል የባህል ልውውጥን ያካተተ ነበር።

በዚህ ውል መሰረት ቻይና በኢትዮጵያ ውስጥ የባህልና የስፖርት ትርኢት የሚያሳይ ቡድን ላከች። ለትርኢቱ ማሳያ ከተመረጡት ቦታዎች አንዱ ዩኒቨርስቲው ነው። ቻይናዎቹ በተለያዩ ካምፓሶች እየዞሩ ትሪኢቶቻቸውን አሳዩ። የታወቀው የጠረጴዛ ኳስ ጨዋታ ቡድናቸውም ችሎታውን እርስ በርስ በመጫወትና ከዩኒቨርስቲው ጎበዝ የጠረጴዛ ኳስ ተጫዋጮች ጋር እየተጋጠመ አሳይቷል።

የባህልና የስፖርት ቡድኑ አባላት ምንም አይነት እንግሊዝኛ የማይችሉ ናቸው። ለቡድኑ አባላት ለመነጋገር ትልቅ ችግር ነበር። የቻይና ዜጋዎች በሄዱበት ቦታ ሁሉ ዝነኛዋንና ትንሿን የማኦ ዜ ዱንግን ቀይ መፅሃፍ (Red book) "እንደ ቅዱስ መፅሃፍ ይዘው ይዞራሉ" የሚል ወሬ ሰምቼአለሁ። "በዛም በዚህ" ብዬ" ይችን መፅሃፍ ከነዚህ የጠረጴዛ ኳስ ተጫዋቾች አገኛለሁ" የሚል ተስፋ ነበረኝ። የጠረጴዛ ኳስ ቡድኑ አራት ኪሎ ካምፓስ በተጫወተበት ወቅት በከፍተኛ ጥንቃቄ የመጀመሪያውን ጥያቄዬን ለአሰልጣኙ አቀረብኩ። ጥንቃቄው ለሰውየውም ለኔም የተደረገ ነበር።

ፍላጎቴን እንደ ዲዳ በእጄ ምልክት መግለጽ ነበረብኝ። አሰልጣኙ ደረቱ ላይ፣ ቀይ መደብ ላይ በወርቅ ቀለም የተቀረጸ የማኦ ዜዱንግ ምስል ያለበት የቆርቆሮ ባጅ አድርጎ ነበር። ወደ ባጁ በጣቴ አመለከትኩት። የእጆቼን መዳፎች እንደ መፅሃፍ ዘርግቼ አሳየሁት። ከዛ ጣቴን ወደሱ ጠቁሜ ወደኔ መለስኩት። መልእክቴ በደንብ ገብቶታል። "ደረትህ ላይ ያለውን ሰውዬ መፅሃፍ ስጠኝ" ነበር ያልኩት። መልስም አልሰጠኝ። "ኤሌትሪክ እንደነካው ሰው ፍንጥር" ብሎ ከአጠገቤ ርቆ ሄደ።

የቻይናው ድርጊት "የኢትዮጵያ የደህንነት መስሪያ ቤት አይን ሁሉም ቦታ አለ" ተብሎ እንደተነገራቸው ያሳብቃል። ከኔ ከራቀ በኋላ ያደረገው ነገር ቢኖር እኔ ስጠይቀው ያየውና የሚከታተለው ሰው እንደነበር መቃኘት ይመስላል። ከአራት ኪሎ ካምፓስ ስድስት ኪሎ ካምፓስ ሄደው ሲጫወቱ ተከትያቸው ሄድኩ። እዛም ሰውየው አጠገቡ እንድደርስ አልፈለገም።

የሰውየው ችግር ገብቶኛል። በንጉስ በሚገዛ ሃገር ውስጥ የኮምኒስት እምነታቸውን የማስፋፋት አንዲት እንቅስቃሴ ሲያደርጉ ቢገኙ በኢትዮጵያና በቻይና መሃከል የተጀመረው ግንኙነት ብጥስጥሱ እንደሚወጣ የታወቀ ነው። በዚህ ጉዳይ መንግስታቸው ከሃገራቸው ሳይነሱ መግለጫ እንደሰጣቸው አያጠራጥርም።

የተጀመረውን ወዳጅነት ከኢትዮጵያ ይበልጥ የምትፈልገው ቻይና ነበረች። ኢትዮጵያ ለብዙ አመታት የአሜሪካን የውጭ ፖሊሲ ተከትላ የምትንቀሳቀስ ሃገር ነች። አሜሪካም ለንጉሱ መንግስት ብዙ አይነት እርዳታዎች ስትለግስ የኖረች ሃገር ናት። በዛን ጊዜ አሜሪካ፣ "ለቻይና መንግስትና ሃገር ይፋዊ እውቅና አልሰጥም" ብላ የምትኖርበት ወቅት ነው። ኢትዮጵያና ሌሎችም በአሜሪካኖች ተፅዕኖ ስር የነበሩ ሃገራት አሜሪካንን ተከትለው የቻይና ኮምኒስት ፓርቲ ስልጣን ከያዘበት ከ1949 ጀምሮ" ለኮምኒስት ቻይና መንግስት እውቅና አንሰጥም" ብለው ቆይተዋል። እውነተኛው የቻይና መንግስት አድርገው የሚያዩትና እውቅና የሰጡት በኮምኒስቶቹ በጦርነት ሲሸነፍ የመንግስት መቀመጫውን ወደ ታይዋን ደሴት ያዞረውን የቻይና ብሄረተኛ የኩሚንታንግ መንግስትን ነበር።

ለመጀመሪያ ጊዜ የአፄ ኃይለስላሴ መንግስት ለቻይና እውቅና የሰጠው ከአሜሪካኖች ቀድሞ በ1965 ነው። ይህን ያደረገበት የራሱ ምክንያቶች ነበሩት።[197] ቻይናዎች እውቅናውንና ወዳጅነቱን እንደ ትልቅ ድል አይተውታል። ኢትዮጵያን ተከትለው ሌሎች የአፍሪካ ሃገራትም "እውቅና ይሰጡናል" ብለው ተስፋ ያደረጉበት ወቅት ነበር። በዚህ የተነሳ የቻይናው የባህልና የስፖርት ቡድን አባላት ይህን የዲፕሎማሲ ድል ችግር ላይ የሚጥል ምንም ነገር ላለመፈጸም ጥንቃቄ ቢያደርጉ የሚያስገርም አልነበረም።

የጠረጴዛ ኳስ ቡድኑ የመጨረሻ ጉብኝቱ አምስት ኪሎ ግቢ ነበር። የመጨረሻቸው ቀን ስለሆነ፣ "አሰልጣኙ ይደፍራል" የሚል ተስፋ ስለያዝኩ ቡድኑን ተከትየ አምስት ኪሎ ሄድኩ። አሰልጣኙ በየሄደበት ስለሚያየኝ ሳይገርም አልቀረም። በጸጉሬ አፍሮ ትልቅነትና በአለባበሴም ከተማሪው መሃል በቀላሉ የምለይ ነበርኩ። አሰልጣኙ የዛን ቀን ወደኔ ማየት ስላበዛ አንድ ነገር እንደሚኖር ጠረጠርኩ። የሻይ እረፍት ሰአት በጭንቅላቱ ጠቀስ አድርጎኝ

---

[197] እነዚህን ምክንያቶች፣ ስዩም ሃረጎት Bureaucratic Empire, The, Serving Emperor Haile Selassie, 2013 በሚለው መጽሃፉ ዘርዝሯቸዋል። ራሳቸው አፄ ኃይለስላሴ በአሜሪካ ላይ መተማመን የማይቻል እንደሆነ እየተረዱ የመጡበት ሁኔታ ወደ ሞስኮና ወደ ቻይና እንደወሰዳቸው የሚዘረዝረው የጽሁፉ ክፍል እንደ እኔ ንጉሱን በአሜሪካ ጭን ላይ የተቀመጡ ለማዳ እንስሳ አድርጎ ሲያይ ለኖረ እንጭጭ የተማሪ ተቃዋሚያቸው የሚያስገርም ነው። መጽሃፉ በጇ ስለሌለ ስዩም ሃረጎት የሰጣቸውን ምክንያቶች ጨምቄ ማቅረብም ሆነ፣ ገጹን መጠቀም አልቻልኩም።

ተንቀሳቀሰ። ነገሩ ስለገባኝ አካባቢዬን ከቃኘሁ በኋላ ተከተልኩት። የገባው ሽንት ቤት ነበር። ተከትየው ገባሁ። ከእኔና ከሱ ሌላ ሰው እንደሌለ በፍጥነት ቃኘት አድርጎ፣ አንዲት ትንሽ ፓኮ እጄ ላይ አስቀምጦ፣ በጁ "ደብቅ" የሚል ምልክት እጆቹን ወደ ጃኬቱ ኪስ ውስጥ በመክተት አሳይቶኝ ውልቅ አለ።

እኔም እንደሚጸዳዳ ሰው አንዱን የሽንት ክፍል ከውስጥ ቆልፌ የሰጠኝን ፓኮ ከፈትኳት። በትንሽ ፕላስቲክ ኪስ ውስጥ ታሽጋ፣ ደረቱ ላይ የነበረው የማኦ ባጅ ፓኮዋ ውስጥ ነበር። ከዚህ በተጨማሪ በስስ ፕላስቲክ ሽፋን የተጠቀለለች የማኦ ቀይዋ መፅሃፍ ነበረችበት። ደስታዬ ወደር አልነበረውም።ፓኮዋን እንደነገረኝ ከጃኬቴ የውስጥ ኪስ በጥንቃቄ ከተትኩ። ወደ ጠረጴዛ ኳሱ ትርኢት ተመለስኩ። አሰልጣኙን አንገቴን እንኳን በማነቃነቅ "አመሰግናለሁ" ለማለት ፈልጌ ነበር። እሱ ግን ዳግም ወደኔ ሳይመለከት ጉብኝታቸውን ጨርሰው ሄዱ።

በዛን ዘመን ያደረግነው ነገር በኢትዮጵያ ደህንነት ቢደረስበት ለእነሱ ሊፈጥረው የሚችለውን ችግር ገልጫለሁ። እኔም ብሆን ብዙ አበሳ ውስጥ መውደቁ አይቀርም ነበር። "ኮምኒስት፣ የውጭ መንግስት ቅጥረኛ፣ ሰላይ፣ ተብዬ" አበሳየን ማየቴ እጣዬ ይሆን ነበር። ቤታችን ለፍተሻ ከሄዱ በርካታ የአማርኛና የእንግሊዝኛ የግራ ፖለቲካ መጽሃፎችና መጽሄቶች ያገኛሉ። ከማርክስና ከኤንግልስ ምርጥ ስራዎች በተጨማሪ ሌሎች የግራ መፅሃፍቶችም ያገኙ ነበር። ከትልቅ የኮምኒስት ሴራ ጋር አያይዘው አበሳዬን ከማሳየት ወደኋላ አይሉም። ጣጣው ለወላጆቼም ይተርፍ ነበር።

ወጣትነት፣ እብሪትና ግድ የለሽነት የሞላው የህይወት ምእራፍ ስለሆነ አደጋውን እያወቅኩ ከጥቂት ሳምንታት በኋላ የማኦን ባጅ በአደባባይ ደረቴ ላይ ለጥፌ የትም መዞር ጀመርኩ።

(አንድ እለት ወላጆቼ ቤት ለአዳር ሄጄ ጠዋት ስነሳ የማኦ ምስል ባጄ ጃኬቴ ላይ አልነበረችም። ቤት ውስጥ ወድቃ እንደሆን ብዬ ፈለግኳት። ወንድሞቼም "ወስደዋት እንደሆን" ጠየቅኳቸው። "አየሁ" የሚል ጠፋ። "መንገድ ላይ ወድቃ" ይሆናል ብዬ አመንኩ። ከጥቂት ወራት በኋላ አብዮቱ ሲፈነዳ አባቴ ይቺን የማኦ ባጅ አምጥቶ ከፊቴ የነበረው ጠረጴዛ ላይ ወረወረልኝ። እንደነገረኝ አንድ ለሊት እኔ እንቅልፍ ወስዶኝ ሳንኮራፋ ከጃኬቴ ላይ ነቅሎ ወስዷታል። በአፄ ኃይለስላሴ ዘመን "ያን ባጅ አድርጎ በመዞር አደጋ ላይ ይወድቃል" ብሎ በማሰቡ ነበር ያንን ያደረገው። ከባጁ ጋር ሌሎችም የአሜሪካን መንግስት በቬየትናም ህዝብ ላይ ያኪያሂድ የነበረውን ጭፍጨፋ በምስል የሚያሳዩ በጽሁፍ የሚገልጡ መጽሄቶችና ጋዜጦች ጭምር ሰጠኝ። እነዚህን ጋዜጦችና መጽሄቶች እንዴት እንደሰበሰባቸው አላውቅም። እነዚህን

ነገሮች እያነበበ የሚያስቀምጥበት የልብስ ቁም ሳጥኑን ሲያሠራ እራሱ ዲዛይን ያደረገው ማንም ሰው ሊጠረጥረው የማይችል የሚስጥር መሳቢያ ነበረው። ይህንና ሌሎችም ስለ ፖለቲካ ያነሳሷቸውን ነጥቦች ጨምሬ በመመልከት ወላጆቻችን እኛ ከምናስበው በላይ ለፖለቲካ እምነታችን የቀረቡ ነበሩ ለማለት ተገድጃለሁ። ሁለቱን የተማሩ ትውልዶች የሚያገናኝ ድልድይ በመጥፋቱ እንጂ ብዙዎቹ የተማሩ የአፄ ኃይለስላሴ ባለስልጣናት ብዞዎቻችን ስናስብ እንደኖርነው ስርአቱ መለወጥ እንዳለበት የማይታያቸው ሆኖ አልነበረም። ከዛ በኋላ በመጡ መንግስታት ውስጥም መቀየር ያለባቸው ነገሮች እንዳሉ እያመኑ አገዛዙን በመፍራት፣ ልጆቼን፣ ቤተሰቦቼን እያሉ እምነታቸውን አፍነው የሚኖሩ ብዙ ባለስልጣናት ሊኖሩ እንደሚችሉ ማመን ይኖርብናል። ሰው ህሊና አለው። ሁሉም ሰው ህሊናውን የሸጠ ሊሆን አይችልም። ሳያውቀው የሚሆንና የሚሰራ ነገር የለም፤ የራሱን ደህንነት እያሰላሰለ እያለፋቸው ካልሆነ በስተቀር። ለወላጆቻችን፣ እኛ ልጆቻቸው ብዙ በደልና ግፍ ተሸክመው እንዲኖሩ ምክንያት ሆነናቸው ነበር። "ለምን አልተቃወሙም" የሚል ፍርድ ስንፈርዳባቸው በነበሩ ወላጆቻችን ላይ ፍርዳችን አግባብነት ያለው እንዳልነበር እኛ ልጆች ወልደን አይተነዋል። እኛ ልጆቻቸው በስርአቱ ላይ እንደልባችን ማመጽ የቻልነው መሬት የጠበበችን፣ ሰማይን መራገጥ የሚያስችል ነጻነት የነበረን ፍጥረቶች ስለሆንን ነበር። እጅግ በጣም በጣት ከሚቆጠሩ ጥቂት ግለሰቦች ውጭ በአብዮቱ የተሳተፉ ወጣት ምሁራንና ተማሪዎች፣ ስራ፣ ትዳር፣ ልጅ፣ ቤት፣ ንብረት ያልነበራቸው መሆኑ ለዚህ በቂ ማስረጃ ነው። እንዲህ አይነቱ ምንም ማህበራዊና ቤተሰባዊ ሃላፊነት የሌለው የማህበረሰብ ክፍል ለውጥ መሪ ሆኖ መምጣቱ ለአንድ ማህበረሰብ ከጥቅሙ ጉዳቱ የሚያመዝን መሆኑን መካድ አንችልም።)

አራት ኪሎ ዩኒቨርስቲ ከካፊቴሪያው ፊት ለፊት አንድ የእግር ኳስ ሜዳ ነበረው። ሜዳው ለካፊቴሪያው የሚቀርብ በኮንክሪት የተሰራ የተመልካች መቀመጫ ነበረው። ቁርስ ቀድሞ የጨረሰ ፀሃይ እየሞቀ ጓደኞቹን የሚጠብቀው እዛ ተቀምጦ ነው። በሁለተኛው ተርም የተፈሪ መኮንን ተማሪዎች ከሌላው ተማሪ ጋር መቀላቀል ጀምረናል። በዚህ የተነሳ ጨዋታቸው ይጥመኝ የነበሩ ልጆች ጋር ሄዶ መቀመጥ ለምጄያለሁ።

እነዚህ ልጆች አብዛኛዎቹ ከመድሃኔአለም ትምህርት ቤት የመጡ ናቸው። ያች ኮልታፋዋ ልጅ ያለችበት ቡድን ነው። ከነሱ ጋር ብቀመጥም እንደ ልማዴ አንድም ቃል አይወጣኝም። በሚያዘወትሩት የፖለቲካ ውይይት ውስጥ ተሳትፌ አላውቅም። የማላውቃቸውን ሰዎች እንደማልደፍርና እንደማፍርም ኮልታፋዋ ልጅ ገብቷታል። አልፎ አልፎ እንድናገር ትተነኩሰኛለች። እሷ የነበራት በራስ መተማመን የኔ ተቃራኒ ነው። ማንንም አትፈራም። ምንም አያሳስባትም። አለባበሷም ፍጹም ግዴለሽነት የተጠናወተው ነበር። አንድ

ጠዋት እንደ ልማዳቸው ተሰባስበው ፀሃይ እየሞቁ አይቼ ወደነሱ ሄድኩ። ያንን የማኦ ባጅ ለጥፌ ስዞር ቀደም ብላ አይታኛለች። አጠገባቸው ስደርስ ቀና ብላ አየችኝና በዛው ኮልታፋ አንደበቷ፣

"አ! ጆሊው ማልክሲስት መጣ" አለች።

ከዛ በኋላ ተርሙ አልቆ እስክንበታተን ጓደኞቿ እሷን ተከትለው "ጆሊው ማልክሲስት፣ እንዴት አደልክ ?" በማለት በጓደኛቸው ኮልታፋነትና በኔ ያሾፋሉ። "የዘመኑን የአለባበስ ፋሽን መከተልና አብዮተኛነት በአንድ ላይ አይሄዱም" የሚል ዕምነት በተማሪው ውስጥ ተስፋፍቷል።[198]

ያቺ ደቃቃ፣ ኮልታፋና ጎበዝ ተማሪ፣ ካምፓሱ በሙሉ "ኮልት" በሚል ቅጽል ስሟ የሚጠራት ተማሪ፣ አስካለች ነጋ ነበረች። የታወቁት ነጋዴ የነጋ ቦንገር ልጅ፣ የብርሃኑ ነጋ (ዶ/ር) ታላቅ እህት ናት። የእሷም መጨረሻ አሳዛኝና ቅስም ሰባሪ ሆኗል።

---

[198] ጆሊ ማለት ወቅታዊ የሆነ ፋሽን ተከትሎ የሚለብስ ነው። ተማሪው አብዮተኛነትን በደንብ ካለመልበስ፣ ጸጉርን ካለማበጠር፣ ራስን ጣል ጣል ከማድረግና ከመሳሰሉት ነገሮች ጋር የሚያያዝ የተሳሳተ አመለካከት ነበረው። ለኮልት፣ አፍሮዬና ቤልቦተም ሱሪዬ ተረከዘ ረጅሙ ጫማዬና የማኦ ባጄ አንድ ላይ የሚሄዱ ነገሮች ስላልመሰሏት ነበር፤ "ጆሊው ማልክሲስት" ያለችኝ። በዛን ወቅት ግን፣ በኔ ዘመን ከኔ ጋር እኩል ዩኒቨርስቲ ከገቡት ተማሪዎች መሃል ስለ ግራው የፖለቲካ ርእዮተ አለም እኔ የማውቀውን ሩቡን የሚያውቅ ሌላ ተማሪ መኖሩን እጠራጠራለሁ። ይህን የምለው ያለምክንያት አይደለም። በዛን ወቅት እኔ እጅ የነበሩት መፅሃፍትና መጽሄቶችን ለማግኘት መታለፍ ያለበትን ብዙ ፈተና ስለማውቀው ነበር። መጽሃፎች በስፋት ከመሰራጨታቸው በፊት የዴሞክራሲያ ቡድን መፅሃፍት ለጥናት ቡድኖች እንዲሰባሰብ ጥያቄ በማቅረቡ የኔን የተወሰኑ መጽሃፎች በዘውዱ በኩል አስተላልፌ ነበር። አንድ እለት ግርማቸውን ለስራ ላናግር ሄጀ ሲያነብ የነበረውን የማርክስንና የኤንግልስን መጽሃፍ አንስቼ ስመለከት የኔ መፅሃፍ መሆኑን መጽሃፉ ላይ በጻፍኳቸው የራሴ ማስታወሻወች አወቅሁ። በዛ ደረጃ የመፅሃፍ እጥረት እንደነበር ይታወቃል። ሃይሌ ፊዳ በአብዮቱ ወቅት ተራማጅ መፅሃፍት ቤትን ከፍቶ የግራ መፅሃፍትን በአደባባይ እስከሚያስፋፋ ድረስ የግራ መፅሃፍ ማንበብ ቀርቶ በአይኑ ያየ ተማሪ ከሺህ አንድ መኖሩን እጠራጠራለሁ። መጽሃፉን በሽፋኑ መፈረጅ የተለመደ ነበር።

ምእራፍ 6. የ1965 መጨረሻ

1965 ዓ.ም የአብዮቱ አመት ተብሎ እንደሚታወቀው እንደ 1966፣ ብዙ ትኩረት ሊሰጠው የማይችል አመት እንደሆነ ይገባኛል። የ1966ቱን አብዮትና የአብዮት ታሪክ ለመረዳት የፈለገ ሰው ግን 1965 ላይ ትኩረት ማድረግ ያስፈልገዋል። 1965 ብዙ ግራ የሚያጋቡ ተቃራኒ ነገሮች በአንድ ላይ በሃገሪቱ ውስጥ ሲካሄዱ የነበረበት አመት ነው። ትልልቆቹን ለመጥቀስ፣

በኢኮኖሚ መስኩ - ከፍተኛው በከተሞችና በገጠሮች ኢንቨስትመንት የታየበት አመት ነበር። የከተማው ኢንቨስትመንት ከህንጻ ግንባታና ትንንሽ ኢንዱስትሪዎች ጋር የተያያዘ ነው። የከተማው ከፍተኛና መሃከለኛ መደብ በገጠር ዘመናዊ እርሻ ማረስ ጀምሯል። ሌላ ቁጥሩ ከፍተኛ የሆነ የሰው ኃይል ወደ እርሻ ለመግባት ዝግጅት ያጠናቀቀበት ዘመን ነው።

በሌላው በኩል ባላመሬቶች የቀድሞ ጭሰኛቸውን ለዘመናት ካረሰውና ላቡን ደሙን ከገበረበት እርሻው ያለምንም ካሳና የገቢ መተኪያ እንደ ቁሻሻ ጠርገው ያባረሩበትና የተፈናቃይ ጭሰኛ ቁጥርና ስቃይ ከፍተኛ ደረጃ ላይ የደረሰበት ዘመን ነበር። ከነዚህ ባላመሬቶች ውጭ መንግስት ከደቡብ ኢትዮጵያ ባላባቶች ጋር በመመሳጠር "ድንግልና ጠፍ መሬት" እያለ ሰፊ መሬት በረጅም ዘመን የመንግስት ስራ አገልግሎት ስም በሲቪልና በሚሊተሪ ቢሮክራሲው ውስጥ ለሚሰሩ ከፍተኛና መሃከለኛ፣ መኮንኖችና ባለስልጣናት የማከፋፈሉን ስራ አጠናክሮ የቀጠለበት አመት ነው።

በዚህ ሽፍጥና ጉቦ በተቀላቀሉበት የመሬት ስርቆት ብዙ አርሶና አርብቶ አደሮች ለዘመናት ከኖሩበትና ህይወታቸውን ከመሰረቱበት መሬት እንዲፈናቀሉ የተደረገበት አመት ነው። [199]በተለይ ለዘመናዊ እርሻ የሚስማሙ ሜዳማ የሆኑና ውሃ ወይም ዝናብ በደንብ

---

[199] ወላጆቼ በረጅም የመንግስት አገልግሎት ስም 2 ጋሻ መሬት ዝዋይ ላይ ተሰጥቷቸዋል። ይህ የመሬት አሰጣጥ ከከፍተኛ ንቅዘትና ጉቦ ጋር የተያያዘ ነበር። ዋናውን ጉቦ የሚበሉት የአካባቢው ባላባቶች ነበሩ። እነሱ ነበሩ "ይህ አካባቢ ወይም ቦታ ማንም ያልሰፈረበት ዱር ነው" የሚል ማረጋገጫ ሰጭዎች። በአንድ ጋሻ መሬት እስከ 5000 ብር ጉቦ ይቀበላሉ። እንደተለመደው በእናቴ ግፊት ወላጆቼ የእነዚህ ጋሻ መሬቶች ባላቤት ሆኑ። መሬቱን ለማየት እኛን ልጆቻቸውን ወሰዱን።ጋሻ መሬት የሚባለው ነገር ምን ያህል ትልቅና ሰፊ መሬት እንደሆነ በማየት ተገረምኩ። "መቶ ጋሻ፣ አንድ ሺህ ጋሻ አላቸው" የሚባሉ መሳፍንቶች "አንድ አገር አላቸው" ማለት ነው አልኩ። ሌላው በጣም የገረመኝ ነገር መሬቱ ለወላጆቼ ሲሰጥ ሰው አልሰፈረበትም ተብሎ ነበር። በመሬቱ ላይ ግን ከብት እያረቡ የሚኖሩ ብዙ ቤተሰቦች ነበሩበት። መሬቱ ትልቅ የውሃ ኩሬ ስለነበረው ከብት የሚያረቡ ሰዎች ውሃ ፍለጋ ሌላ ጋ መሄድ አያስፈልጋቸውም። አርብቶ አደሮቹ የእኛን መምጣት ሲመለከቱ ወተት በጮጮ ይዘው ሊቀበሉን መጡ። ያው የአባቴ የጽዳት ጭንቀት እንኳን የጮጮ ወተት የኮካ ኮላ ጠርሙስ ሳይታጠብ እንድንጠጣ ስለማይፈቅድ ግብዣቸውን ሳንቀበላቸው ቀረን። እኔ ግን ለወላጆቼ ስለአርብቶ አደሮቹ ጥያቄዬን ማቅረቤ አልቀረም። "ሰው ያልሰፈረበት መሬት ነው ብላችሁ ነበር። እነዚህ የማያቸው ሰዎች አይደሉም?" የሚል በነገር የሚዋጋ የተራማጅ ወጣት ጥያቄ አቀረብኩ። ወላጆቼ "ተንቀሳቃሽ እንጂ ቋሚ ሰፋሪዎች

የሚያገኙ መሬቶች በነበሩበት እንደ አርሲ በመሳሰሉ ክፍለ ሃገሮች ጭሰኛውን የማፈናቀሉ ተግባር የከፋ ነበር።

በከተሞች የስራ አጡ፣ የጎዳና ተዳዳሪው ወጣት፣ ጎዳና የወጡት ሴተኛ አዳሪዎችና በልመና አዳሪ ሰዎች ቁጥር ያሻቀበበት አመት ነው። የለማኙ ቁጥር አስደንጋጭ እድገት ያሳየበት አመት ስለነበር የ1966ቱን ረሃብ መምጣት ጠቋሚ ነበር። የክረምቱ ዝናብ መቅረቱን የተረዳው የሰሜን ኢትዮጵያ ህዝብ ወደ ከተማ ፍልሰቱን የጀመረው በጊዜ ነው። እንደተለመደው ይህ መከረኛ ህዝብ ከተማ እንዳይገባ ኬላ ተበጅቶለታል።[200]

በአለም ላይ ተፈጥሮ በነበረው የኢኮኖሚ ቀውስ የተነሳ የኑሮ ውድነት ሰማይ የደረሰበትና አብዛኛው የከተማ ህዝብ ድምጽ አልባ ለቅሶውን አምሮ የሚያለቅስበት አመት ነው። በዛው ልክ ሃብት የነበራቸው ሰዎች የቅንጦት ህይወትና ጥጋብ ሰማይን የነካበት አመት ነበር። ፈረንሳይ ውስጥ የተሰራው የሰርግ ኬክ አዲስ አበባ ላይ ሲደርስ በመስንጠቁ “ለጥገና ብቻ ልዑሉ አስር ሺህ ብር አወጡ” የተባለው በዚህ አመት ነው።

በፖለቲካው መስኩ ለመጀመሪያ ጊዜ ፓርላማው የሃገሪቱ የፖለቲካና የኢኮኖሚ ችግር የሆነውን የመሬት ጉዳይ የሚመለከት የመሬት ይዞታ አዋጅ ለማውጣት ውይይት እያደረገ የነበረበት ሰአት ነበር። ከኤርትራ ውጭ በተቀረው የንጉሱ ግዛት ሰላም የሰፈነበት ዘመን ነበር። የንጉሱ መንግስት የአመታት የጎን ውጋት የነበሩት ተማሪዎች ሳይቀሩ ዝም ያሉበት አመት ነው።

ከሃገሪቱ ገዥዎች አይን ሁሉም ነገር እንደፈለጉት እየሄደ የነበረበት አመት ነው። መሳፍንታዊ ስርአቱን አደጋ ላይ ሊጥል የሚችል ምንም የሚታይ ነገር አልነበረም። የሚፈናቀለው የገጠር ጢሰኛ ሆነ የከተማ ስራ አጥ እግዜርን ከማማረርና ከማልቀስ በስተቀር ሌላ ምንም ማድረግ እንደማይችል ገብቷቸዋል። ድንገተኛና ያልተጠበቀ ማህበራዊና ፖለቲካዊ

አይደሉምና ወዘተ” የሚል መልስ ሰጥተውኝ ጉዳዩ ታለፈ። በእንዲህ አይነት መንገድ በሺዎች የሚቆጠሩ ጋሻ መሬቶች ከአርብቶ አደሮች ያለአግባብ እየተወሰደ በአፄ ኃይለስላሴ የሲቪልና የወታደር ቢሮክራሲ ውስጥ ለሚሰሩ ከፍተኛና መሃከለኛ ባለስልጣናትና መኮንኖች በስፋት እየታደለ ነበር።

[200] እንደተለመደው ያልኩበት ምክንያት የአፄ ኃይለስላሴ መንግስት መናገሻ ከተማው በለማኞችና በረሃብተኞች እንዳትጨናነቅና ክብሩና ስሙ እንዳይበላሽ፣ ችግረኛን እያፈሰ የማጎርና ወደ ከተማ እንዳይገባ የማድረግ ልምድ ስለነበረው ነው። ይህን የመሰለ የስርአቱን ህገወጥ ድርጊት “ድህነት ወንጀል አይደለም” በሚል መፈክር ስር የዩኒቨርስቲውና የሁለተኛ ደረጃ ት/ቤቶች ተማሪዎች ከ1960ዎቹ መጀመሪያ ጀምሮ ሲያጋልጡ ነበር። አንዱ ተማሪው በሰላማዊ ሰልፍ ያጋለጠው የድሆች ማጎሪያ ሾላ ላይ ተገንብቶ የነበረውን ጣቢያ ነው።

ቀውስ ቢከሰት በሚገባ ባሰለጠኑትና ባደራጁት የፖሊስ፣ የደህንነትና የወታደር ኃይል እንደሚቆጣጠሩት እምነታቸው ጠንካራ ነበር።

1965 ሙሉውን አመት ዩኒቨርስቲው የተማሪ ማህበር አልነበረውም። ሁለተኛው ተርም ላይ ሪቮዎቹም ሲመለሱ፣ ትግሉን 1964 ካቆሙበት ለመቀጠል ፍላጎቱ አልነበራቸውም። የተማሪዎቹ ማህበር ፕሬዚዳንት ግርማቸው ለማ፣ የሶስተኛ አመቱ የህግ ተማሪ ራሱ ከእስር ሲፈታ ወደ ዩኒቨርስቲው አልተመለሰም። ሪቮዎቹም ተማሪውን ዝም ብሎ ማሳመጽ ትርጉም የሌለው ነገር እንደሆነ ገብቷቸዋል። ከመንግስት አይን ከታየ 1965 ዓ.ም፣ ከመቼውም ዘመን በላይ ተማሪ ለስርአቱ እረፍት የሰጠበት፣ በሰላምና በርጋታ ትምህርቱን የተከታተለበት ዘመን ነው። ዝምታው ግን ከትልቁ ማእበል በፊት ሁሌም እንደሚቀድመው ጸጥታ አሳሳች ነበር።

ክፍል 7. የ1966ቱ-"አብዮት"

ምእራፍ 1. ፍንጭ አልባው"አብዮት"

1966 ዓ.ም የጀመረው 1965 ካቆመበት ነው። ማህበረሰቡ አዲሱን አመት ሁሌም የሚያደርገውን አድርጎ ተቀበለው። መስከረም 18 ሁሌም እንደሚደረገው ትምህርት ቤቶች ተከፈቱ። ዩኒቨርስቲውም ተከፈተ። አዲስ የመጀመሪያ አመት ተማሪዎቹን ተቀበለ። የመጀመሪያ አመት ትምህርታችንን የጨረስነው በምርጫችንና በውጤታችን መሰረት የሁለተኛ አመት ተማሪነት ቦታ ቦታችንን ያዝን።

ከተፈሪ መኮንን ትምህርት ቤት አንደኛ አመት ሳይንስ ፋከልቲ ከገባነው ልጆች መሃል አብዛኛዎቻችን 5

አምስት ኪሎ ኢንጂኔሪንግ ኮሌጅ ተማሪዎች ሆንን። ማርቆስ ተድላ የፈለገውን ትምህርት ለመምረጥ የሚያስችል ውጤት ነበረው። ኢንጂነሪንግ መርጦ ከኛ ጋር አምስት ኪሎ ገባ። የጀርመን መንግስት ከፍተኛ ውጤት ላላቸው የመጀመሪያ አመት የኤንጂኔሪንግ ሶስት ተማሪዎች በየወሩ የሚከፍላቸው የአንድ መቶ ስልሳ አምስት ብር ሽልማት አለ። ማርቆስ ከሶስቱ ተሸላሚዎች አንዱ ሆነ። አንድ ክፍል እናድር ከነበረው መሃል ዮሃንስ ብቻ ከኛ ተለይቶ እዛው አራት ኪሎ የህክምና ተማሪ ሆኖ ቀረ።

ከዮኃንስ በተጨማሪ ሌሎች የተፈሪ መኮንን ተማሪዎችም የህክምና ተማሪዎች ሆነው የቀሩ ነበሩ። ያችም የመድሃኔአለም ት/ቤት ኮልታፋዋ ተማሪም አስካለች ነጋ ከነዮሃንስ፣ ከነመለስ ዜናዊና ከነስዬ አብራሃ ጋር እዛው አራት ኪሎ የህክምና ተማሪዎች ሆነው ቀርተዋል። እኔም በሳይንስ ትምህርት የምቀጥል ከሆነ የመጀመሪያ ምርጫዬ ህክምና ነበር። የመጀመሪያ አመት የፈተና ውጤቴ የህክምና ተማሪ ለመሆን በቂ አልነበረም። ሁለተኛ ምርጫዬ ወደ ሆነው ኢንጂነሪንግ ኮሌጅ ሳልወድ በግድ ገባሁ።

ዩኒቨርስቲው በዛን አመት ቁጥሩ በርከት ያለ አዲስ ተማሪ ተቀብሏል። እነዛም አንድ አመት ትምህርታቸውን አቋርጠው የተመለሱ ሪቮዎች ወደ ሁለተኛ አመት የተዛወረውን የተማሪ ቁጥር አብዝተውታል። ዩኒቨርስቲው ለማስተማር ባይቸገረም ለሁሉም የሚሆን የመኝታ

ስፍራ አልነበረውም። ለተወሰኑ ፋከልቲ ተማሪዎች በወር ሀያ ብር እየሰጠ ቤት ተከራይተን እንድንማር አደረገ። ለሁሉም ነገር የሚመችን በመሆኑ በውሳኔው ደስተኞች ነበረን።

ምግባችንን የምንመገበው እዛው ዩኒቨርስቲው ካፊቴሪያ ውስጥ ነው። ዩኒቨርስቲው በዛን ወቅት ለተማሪው ያቀርብ የነበረው የምግብ ጥራትና አይነት ከፍተኛ ነበር። “ገንዘብ ይሄውላችሁ። እየገዛችሁ ብሉ” አለመባላችንም የሚያስከፋ አልነበረም።

ዩኒቨርስቲው በአስራ አምስት ቀን አንድ ጊዜ ለዛ ሁሉ ተማሪ የዶሮ ወጥ ሰርቶ ከአይብ፣ እንቁላልና አንድ ብልት ስጋ የሚያቀርብ የምግብ ሥርዓት ነበረው። ወጪው ሳይሆን በዛን ዘመን ስራው ምን ያህል ከባድ ሊሆን እንደሚችል መገመት አያስቸግርም። የሚሰራው ወጥ ከፍተኛ ጥራት ነበረው። ለሚሰሩት ነገር ምን ያህል ይጨነቁ እንደ ነበር ማስረጃ ነው። የዩኒቨርስቲውን ዶሮ ወጥ ያነሳሁት ያለምክንያት አይደለም። አንድ ከአእምሮዬ ያልጠፋ የሚገርም ትውስታ ስላለኝ ነው።

በካፊቴሪያው ውስጥ ይሰራ የነበረ፣ ተማሪው “ናፖሊዮን” እያለ የሚጠራው ትንሽ ስልጣን የነበረው የሰፈሬ ሰው አለ። ይህ ሰው ከእናቴ ጋር በጣም ይቀራረባል። እናቴ “የልጄን ነገር አደራ” ብላውም እንደሆነ የማውቀው ነገር አልነበረም። እንደ አጋጣሚ ምግብ ጨላፊ ከሆነ ትሪው ሞልቶ እስከሚተርፍ ምግብ ያወጣልኛል።

ናፖሊዬን የተባለው እንደ ዝነኛው የፈረንሳዩ ንጉሰ ነገስት ናፖሊዮን፣ ሁለት እጆቹን ወደኋላ በጣቶቹ አስተሳስሮ የካፊቴሪያውን ሥርዓት ለማስጠበቅ እየተጀነነ ወደታችና ወደ ላይ ይል ስለነበር ነው። እራት ዶሮ የሆነ ቀን እኔን ሰልፍ ላይ ካየኝ፣ ተራው ባይሆንም ወጥ ጨላፊ ይሆናል። አንድ የረባ የዶሮ ብልት ለሁሉም ተማሪ ማዳረስ አስቸጋሪ ነበር። በዚህ የተነሳ አንዳንዱ ተማሪ ከወጥ ጨላፊዎች ጋር እስከ መጨቃጨቅ ይደርሳል።

በእንዲህ አይነት ሁኔታ፣ ናፖሊዮን ከድርሻዬ በላይ፣ እዛ ሁሉ ተማሪ ፊት፣ የዶሮ ብልቶች እያወጣ ያሳፍረኛል። እሱ መጥቀሙ ነው። በኔ ማፈር እየሳቁ የሚበሉት ጓደኞቼ ናቸው። ትንሽ ቆይቶም ኢንጂነሪንግን ወክዬ ቼዝ ተጫዋች በመሆኔ ለስፖርተኞች የሚዘጋጀው ልዩ ምግብ ለእኔም ተፈቅዶልኛል። “ደግሞ የቼዝ መጫወቻ ለማንቀሳቀስ የምን ልዩ ምግብ ያስፈልጋል ?” እያሉ የስፖርተኛ ልዩ ምግቤን ተሻምተው የሚበሉት እነዚሁ ጓደኞቼ ነበሩ።

በ1966ዓ.ም ዩኒቨርስቲው መኝታችንን፣ ምግባችንን ከላይ በገለጽኩት መልኩ አደራጅቶ እኛም ትምህርታችንን በጸጥታ መከታተል ጀምረናል። የአንደኛው አመት እብደታችን አክትሞ መዝናኛችን እሪ በከንቱ ሳይሆን በተማሪዎች ከበብ ውስጥ መሆን ጀምሮ ነበር።

እኔም በጠረጴዛ ኳስም 20 ለ 0 መሸነፌ አብቅቶ በዩኒቨርስቲው ውስጥ የሚያሸንፉኝ ሰዎች በጣት የሚቆጠሩ ሆነዋል። ብርቱ የቼዝ ተጫዋቾችም ወጣኝ። አቦማ ምትኩ አርት ፋከልቲን ወክሎ ከኔ ጋር ተጋጥሞ ሳሸንፈው በንዴት በተማሪ ፊት ጠረጴዛውን ከነቼዙ ገልብጦ የሄደው በዛ ወቅት ነው። “ግጥሚያው ከሌላ ተማሪ ጋር ቢሆን ያንን አያደርግም ነበር” የሚል ዕምነት አለኝ።

“መተዋወቅ ንቀትን ያመጣል” የሚሉት እውነት ነው። አቦማ ይህን ያደረገው የተፈሪ መኮንን ተማሪዎች ሆነን ስለምንተዋወቅ ይመስለኛል። አንዳርጋቸው የሚለውን ስሜንም ከነፍጠኛነት ጋር ሳያይዘው የቀረ አይመስለኝም። ተፈሪ መኮንን ት/ቤት ሆነንም በምድር ዝላይ ስፖርት ውድድር ተገናኝተን ውድድሩን ባላሸንፍም ከሱ በትንሽ ሴንቲ ሜትር ራቅ አድርጌ በመዝለሌ ተናድዶብኝ እንደነበር አስታውሳለሁ። በአሸናፊው ላይ ሳይናደድ በኔ ላይ ለምን እንደተናደደ አልገባኝም። ችግሩ ስሜ ሳይሆን አይቀርም ያሰኘኝ ለዚህ ነው።

ሌላው መዝናኛ በተለይ ተማሪው እርስ በርሱ በደንብ ከተዋወቀ በኋላ የተጀመረው የካርታ ጨዋታ ነው። ካርታው ከመዝናኛ አልፎ ንጹህ ቁማር ሆኗል። የካርታ ጉዳይ ጥርሴን የነቀልኩበት ነገር ስለሆነ የካርታ ቁማር ያለበት ቦታ ሰው ፈልጎ አያጣኝም።

ካርታ ጨዋታ በስፋት የተጀመረው የአንደኛ አመት ተማሪዎች በነበርንበት ወቅት ዩኒቨርስቲው ለገና እረፍት የተዘጋ ጊዜ ነው። ለገና እረፍት ተማሪው ሁሉ ወደ ወላጆቹና ዘመዶቹ ቤት ሲበተን ካምፓስ ውስጥ “የትም አንሄድም” ብለን የቀረን በጣም ጥቂት ተማሪዎች ነበርን።

እንደኔ አይነቱ የወላጆቹ ቤት ከዩኒቨርስቲው በታች ሆኖ እያለ የካምፓሱን ነጻነት መርጦ ቤቱ ያልሄዱ አሉ። እንደ መለስ ዜናዊና ሌሎች ወላጆቻቸው እሩቅ ቦታ ይኖሩ የነበሩ ተማሪዎች ለአጭር ጊዜ እረፍት ወላጆቻቸው ጋር መሄድ ስላልፈለጉ ካምፓስ የቀሩ ተማሪዎች ነበሩ። ቁጥራችን ትንሽ ነው። በመሆኑም በቀላሉ መነጋገርና መተዋወቅ የቻልንበትን ሁኔታ ፈጥሮልናል።

ቀን ቀን ከተማሪው ክበብ እየተገናኘን የጠረጴዛ ኳስና ቼዝ እየተጫወትን ጊዜያችንን እናሳልፍ ነበር። ማታ ማታም ሰራተኛ ሰፈር በሰላም መዋሉን ለማረጋገጥ ወጣ ብለን እንመለሳለን።

ሰራተኛ ሰፈር ታሪኩ በአግባቡ አልተተረከም። ተማሪው ለአፄ ሃይለስላሴ መንግስት የነበረው ጥላቻና ለሰራተኛ ሰፈር የነበረው ፍቅር የሚገርም ነው። “ከሰራተኛ ሰፈርና ከሌሎችም

የቀይ መብራት ወረዳዎች ውስጥ ከሴተኛ አዳሪዎች ከተወለዱት፣ አባታቸውን ከማያውቁ ህጻናት መሃል ስንቶቹ የኛ የዩኒቨርስቲው ተማሪዎች ልጆች ይሆኑ?” ማለት ከጀመርኩ ሰንብቻለሁ።

ሁላችንም የዛን ዘመን ተማሪዎች ደማችንን እየሰጠን አባት አልባ ሆነው ካደጉት ወጣቶች ደም ጋር በዘመኑ የጀኔቲክ ቴክኖሎጂ አማካይነት ቢመረመር ብዙዎቻችንን ቅድመ አያት የሚያደርግ ውጤት ይገኝ ነበር። ሴት ልጆቻችን በአስራ ሶስትና በአስራ አራት አመታቸው እዛው እንደእናቶቻቸው ሴተኛ አዳሪዎች ስለሚሆኑ፣ እኛ ሃምሳ አመት ሳይሞላን ቅድመ አያቶች ለመሆን የሚያቅተን አይሆንም።የሚያደራጃቸው ሚስጥር አዋቂ ጠፍቶ እንጂ እነዚህ ያረጁ ሴተኛ አዳሪዎች በ1983 የመንግስት ስልጣን የያዝነውን የቀድሞው የዩኒቨርስቲ ተማሪዎች፣ “የልጆቻችን አባቶች ስለሆናችሁ እየተመረመራችሁ ልጆቻችሁን ያሳደግንበትን ሂሳብ አወራርዱ” ብለው ባስገደዱን ነበር።

በ1965 ዓ.ም የገና እረፍት ከሰራተኛ ሰፈር ጉብኝታችን፣ ከጠረጴዛ ኳስ፣ ከዳማና ከቼዝ ጨዋታ የሚተርፈንን ጊዜ፣ ቀደም ብዬ እንደጠቀስኩት፣ የምናጠፋው በካርታ ጨዋታ ነው። ማን እንደጀመረው ባላውቅም የካርታ ጨዋታ ተማሪው ክበብ ውስጥ የጀመሩት የዊንጌት ልጆች ነበሩ። ከጥቂት ጊዜ በኋላ ለተወሰንነው ተማሪዎች ዋናው ጊዜያችንን ማሳለፊያ የካርታ ቁማር ሆነ።

ከገና እረፍት በኋላ ተማሪው ሲመለስ የአራት ኪሎን የተማሪ ክበብ የቁማር ማዕከል አድርገን ጠበቅነው። እኔና መለስ አብዮቱ ፈንድቶ እስከምንለያይ ድረስ ተማሪውን ገንዘብ እየበላን ያስመረርንበት የቁማር ሽርክና የተጀመረው በ1965ቱ የገና እረፍትነበር። ከቁማርም ያለፈ መቀራረብ የቻልነው ከቁማር በጀመረው ግንኙነታችን ነው።

መለስ ቁማር የሚጫወተው አፄ ኃይለስላሴበየወሩ በሚከፍሉት መቶ ብር ነው። ክፍያው ለእሱና ለሌሎች ዘጠኝ የሁለተኛ ደረጃ የትምህርት መልቀቂያ ፈተናቸውን በከፍተኛ ውጤት ላለፉ ተማሪዎች የሚሰጥ አፄ ኃይለስላሴ “የግላቸው” ሽልማት ነበር። ሌሎችም ቁማር የሚጫወቱ ተሸላሚዎች ነበሩ። የኔ የገንዘብ ምንጭ “አባዬ ጥሩነሽ ካወረሱኝ የምንጃር መሬት ከምትሰበሰበው እህል ድርሻዬን በገንዘብ ክፈይኝ” እያልኩ እናቴን በማስጨነቅ የማገኘው ነው።

የ1966 ዓ.ም የመጀመሪያዎቹ ወራት በዩኒቨርስቲው ውስጥ ከመማር ከመብላት ከመዝናናት ያለፉ ነገሮች ሳይከሰቱበት አለፉ። ቀጥለው የተከሰቱ ሁለት ነገሮች ዩኒቨርስቲው ውስጥ መነቃቃትና እንቅስቃሴ አስጀመሩ። የመጀመሪያው አዲስ የተማሪ ማህበር መሪዎች

ምርጫ ነበር። ሌላውና ቀጥሎ የመጣው ተማሪውን ያነቃነቀው የ1965ቱ አስከፊው የሰሜን ኢትዮጵያ ረሃብ ዜና ነበር። የረሃቡ አስከፊነት በተማሪው መታወቅ የጀመረው በ1966 ዓ.ም ነው።

ረሃቡን በአይናቸው አይተው የመጡት የየኒቨርስቲው ተወካዮች ህዝብ በስፋት እያለቀ መሆኑን ገለጡ። መንግስትም ለክብሩ ሲል ለህዝብ እርዳታ እንዳይደርስ ዜናውን አፍኖ ይዞ ህዝብ እያስጨረሰ እንደሆነ ግልጽ አደረጉ። “መንግስትን ማጋለጥና ረሃቡን ሃገሬውና የአለም ህዝብ አውቆ አፋጣኝ እርዳታ ለህዝብ እንዲደርስ ማድረጉን” ዓላማችን አድርገን ያዝነው። እራሱም የዩኒቨርስቲው ማህበረሰብ የቻለውን የራሱን እርዳታ እንዲያደርግ ተማሪዎች የገቡበት እንቅስቃሴ ተጀመረ።

ተማሪው የተደበቀውን ረሃብ ለማጋለጥ የትምህርት ማቆም አድማ አደረገ። ከትምህርት ማቆም አድማ ጋር የራሱንም የረሃብ አድማ መታ። በየካምፓሱ በሚገኙ ክፍት ቦታዎች ላይ እየተሰበሰበ ከጠዋት እስከማታ እህል ሳይቀምስ ለተከታታይ ቀናት ቁጣውን ገልጿል። የተወሰኑ ሳምንታት የቁርሱ በጀት ተሰርዞ ገንዘቡ ለረሃብተኞች እንዲደርስም አድርጓል።

ምእራፍ 2.የተማሪ መሪዎች ምርጫ እና የጎደሎ ሰዎች አመጽ

የተማሪዎች ማህበር መሪዎች ምርጫ፣ ተማሪው ትኩረቱን ወደ ራሱ እንዲመልስ ያደረገ ነው። ተጀምሮ እስከሚጠናቀቅ የፈጀው ጊዜና በግቢው ውስጥ የፈጠረው መቁነጥነጥ (excitement) ትልቅ ነበር። ለትልልቁ የተማሪው ማህበር ሃላፊነቶች ተወዳዳሪ ሆነው የቀረቡት እጩዎች ተመጣጣኝ አቅም ያላቸው ነበሩ። የአቅም መለኪያው የንግግር ችሎታ ነው። በመሆኑም መራጩን ተማሪ እንዲከፋፈልና ብዙ እንዲጨቃጨቅ ያደረገ ምርጫ ነበር።

ከዚህ በተጨማሪ ከየትኛውም ጊዜ በላይ ተማሪዎች በተደራጀ መንገድ የሚፈልጉትን ሰው ለማስመረጥ የተንቀሳቀሱበት አመት ነው። የእነዛ የሪቮዎች የድብቅ መዋቅር የተማሪውን ማህበር ለመቆጣጠር ሆን ብሎ መንቀሳቀሱ በቂ ፍንጮች ነበሩ። በተለይ የዩኒቨርስቲውን የውስጥ ፖለቲካ የማያውቀው አዲስ ተማሪ በሚሰራው ስራ ግራ የተጋባበት ወቅት ነው። በዚህ የተነሳ በግቢው ውስጥ አመጽ እስከማንሳት ደርሷል።

የዩኒቨርሲቲው የተማሪዎች ማህበር የምርጫ ህግና ደንብ የሚያስደንቁና በደንብ የታሰበባቸው ብዙ ነገሮች ነበሩት። ማህበሩ ሁለት ዋና አካላት ነበሩት። ኮንግረስ የሚባለው ምክር ቤት አንዱ ሲሆን ሌላው የስራ አስፈጻሚ የሚባለው አካል ነው። እንዲህ አይነት አደረጃጀት በብዙ ቦታዎች በስፋት የሚሰራበት የተለመደ አደረጃጃት ነው።

እንደዩኒቨርስቲው ፋከልቲዎች ብዙ የተለያየ አካላት ያሏቸው ድርጅቶች ከየአካላቱ በምርጫ በሚመጡ ተወካዮች ምክር ቤት ያቆማሉ። ምክር ቤቱ ስራ አስፈጻሚውን፣ ፕሬዚዳንቱን፣ ጸሃፊውንና ሌሎችንም የስራ ሃላፊዎች ይመርጣል። በዚህ አኳያ የተማሪው ማህበር ከሌሎች ድርጅቶች ብዙ የሚለይ አይደለም። ከአንድ ጉዳይ በስተቀር።

የማህበሩን ፕሬዚዳንት የሚመርጠው ምክር ቤቱ አልነበረም። ፕሬዚዳንቱ የሚመረጠው ሁሉም የዩኒቨርስቲ ተማሪ በሚሳተፍበት ቀጥተኛና ሚስጥራዊ ምርጫ ነው። ይህ ደንብ፣ "ተማሪው በሙሉ በቀጥታ የመረጠው ፕሬዚዳንት፣ ጥቂት የኮንግረስ አባላት ከመረጡት ፕሬዚዳንት ይበልጥ ተማሪውን አንድ አድርጎ ለመምራትና በተማሪውም ለመከበር የተሻለ እድል ይኖረዋል" ከሚል ዕምነት በስራ ላይ የዋለ ደንብ ነው። ሆኖም ለፕሬዚዳንትነት ለመወዳደር የፈለገ ተማሪ በቅድሚያ የኮንግረስ አባል መሆን ነበረበት።

የኮንግረስ አባል ለመሆን በፋከልቲው ተማሪዎች መመረጥ ነበረበት። አንድ ተማሪ የኮንግረስ አባል ሳይሆን ብድግ ብሎ ለፕሬዚዳንትነት መወዳደር አይችልም። ይህም አሰራር

የራሱ ጠቀሜታ ነበረው። ለውድድር የሚመጡት እጩዎች በደንብ የታወቁና ሌላው ቢቀር በፋከልቲዎቻቸው ተማሪዎች የተደገፉ መሆናቸውን ያረጋግጣል። ለፕሬዚደንትነት መወዳደር የሚፈልጉትን ተማሪዎች ቁጥር ይገድባል። ልቅ ሆኖ ችግር እንዳይፈጥር ያደርጋል።

ሌላው ልክ እንደ ፕሬዚዳንቱ በተማሪው ቀጥተኛ ምርጫ የሚመረጡ ሃላፊዎች የተማሪው መጽሄት ዋና አዘጋጅና ምክትሉ ነበሩ። ይህም የሆነበት ምክንያት አዘጋጆቹን ከስራ አስፈጻሚው ተፅዕኖ ነፃ ለማድረግ ታስቦ ነው። አስፈላጊ ሆኖ ከተገኘ ራሱን ስራ አስፈጻሚውን ለመተቸት የሚያስችል የኤዲቶሪያል ነጻነት ለመጽሄቱ አዘጋጆች ይሰጣል። ተማሪውም ከስራ አስፈጻሚው ነፃ በሆነ መድረክ ሃሳቡን መግለጽ እንዲችልም ነበር።

ከዚህ በተጨማሪ ፕሬዚዳንቶች የሚመረጡት ከሶስተኛ አመት ተማሪዎች ነው። የዚህም ምክንያት ሁለት ነበር። የመጨረሻ አመት ተማሪዎች የትምህርት ጫና ይበዛባቸዋል። የአንደኛና የሁለተኛ አመት ተማሪዎች፣ "ተማሪውን ለመምራት በቂ ተመክሮና ዕውቀት አይኖራቸውም" ከሚል ምክንያት ነው። ሌላም ምክንያት ነበር። "በዕድሜም ሆነ በተመክሮና በዕውቀት የበላዮቻቸው የሆኑትን ከሁለተኛ አመት በላይ የነበሩ ተማሪዎችን ለመምራት ይቸገራሉ" ከሚል እሳቤም ጭምር ነው።

በዚህ ላይ ቁጥራቸው በጣም ብዙ የሆነው አዲስ ገቢዎች፣ የአንደኛ አመት ተማሪዎች በቁጥራቸው ብዛት፣ በተመክሮና ዕውቀት ማነስ ማህበሩን ችግር ላይ የሚጥል የምርጫ ተፅዕኖ እንዳያደርጉ ብልሃት ተበጅቶለታል። እያንዳንዳቸው የሚሰጡት ድምጽ የሚቆጠረው እንደ ግማሽ ድምጽ ነበር።[201]የሁለት የአንደኛ አመት ተማሪዎች ድምጽ ተደምሮ እንደ አንድ የሌላ አመት ተማሪ ድምጽ ይቆጠራል።

---

[201] *በዛን ዘመን ተማሪው ይመራበት የነበረው የተማሪው ማህበር ህገ ደንብ በሚገባ የታሰበበት ነበር። በደንብ ለተመለከተው የተለያዩ የፖለቲካ ድርጅቶች በስራ ቢያውሏቸው ትልቅ ጠቀሜታ ያለቸው ነጥቦች ነበሩት። በሃገር ደረጃም በህገ መንግስቱ ቢካተቱ እርባና ያላቸው ጥሩ ሃሳቦች ነበሩት። ከዚህ ሁሉ ዘመን በኋላ የተማሪው ማህበር የነበረውን አርቆ አስተዋይነት የሚመጥን ደረጃ ላይ የደረሰ የፖለቲካ ፓርቲ አለመገኘቱ የሚገርም ነው። የተማሪው ማህበር ደንብ የማህበሩን መጽሄት አዘጋጆች በጠቅላላው ተማሪ እንዲመረጡ ያደረገበት ምክንያት የመጽሄቱን አዘጋጆች ከምክር ቤቱ ሆነ ከስራ አስፈጻሚው ነፃ እንዲሆኑ በማሰብ ነበር። ነፃ ከሆኑ ምክር ቤቱንም ሆነ ስራ አስፈጻሚውን የሚነቅፉ የሚተቹ በራሳቸውም ሆነ በተማሪው የሚዘጋጁ ጽፎችንና አስተያየቶችን በድፍረት ማውጣት እንዲችሉ በማሰብ ነው። የስራ አስፈጻሚውን ድክመት እያዩ እንዳያልፉ የሚያደርግ ነጻነት ነበራቸው። ተጠሪነታቸው ለአጠቃላይ ተማሪው እንጂ ለስራ አስፈጻሚው ወይም ለምክር ቤቱ ስላልሆነ ስራ አስፈጻሚ ሊያስቆማቸውና ሊያግዳቸው አይችልም ነበር። አንድም የፖለቲካ ድርጅት የድርጅቱን የውስጥ ጋዜጣ ተጠሪነቱ እንደ ድርጅቶች የኦዲት ኮሚቴ ለኮንግረሱ ወይም ለጠቅላላ አባላቱ እንዲሆን ያደረገ የለም። በዚህ የተነሳ የድርጅት ጋዜጦች የፖሊት ቢሮ የፈለገውን የሚጽፍባቸው የራሱን ድክመቶችና ጥፋቶች የማያወጣባቸው አሰልቺና ኢደንቋሪ ፕሮፓጋንዳ የሚካሄድባቸው በሂደትም ራሳቸው የድርጅቱ አባላት*

በዛን አመት ለተማሪው ማህበር ፕሬዚዳንትነትና ለተማሪው ማህበር መጽሄት አዘጋጅነት የተደረጉና ተማሪው በሙሉ በቀጥታ ድምጽ የሰጠባቸው ምርጫዎች ዋናዎቹ ተማሪውን የከፋፈሉት ውድድሮች ነበሩ። ለፕሬዚዳንትነት ጌታቸው በጋሻው የተወዳደረው

ጭምር የማያነቧቸው እንዲሆኑ አድርጓል። የፓርቲ ጋዜጣዎች አባላት የሚልኳቸውን አስተያየቶች ያለምን ሴንሰርሺፕ የሚወጡባቸው፣ የጋዜጣው አዘጋጆች የሚታያቸውን የድርጅቱንና የመሪዎቹን ድክመቶች በድፍረት የሚጽፉባቸው ቢሆኑ ኖሮ ተፈላጊነታቸው ከአባላት አልፎ ወደሰፊው ማህበረሰብም ይሰራጭ ነበር። አባላት ተለምነው ሳይሆን ገዝተው ያነቧቸዋል። የኤዲቶሪያል ነጻነቱ በይዘት ብቻ ሳይሆን የጋዜጣውን ቅርጽ ስለሚወስነው፣ ድርቅ ያለ የፖለቲካ ጽሁፍ ብቻ ሳይሆን የተለያዩ ፖለቲካዊ ላልሆኑ አስተማሪና አዝናኝ ጉዳዮች የተለያዩ አምዶች የያዘ ጋዜጣ እንዲሆን በማድረግ ተፈላጊነትና ተወዳጅነቱን ማሳደግ ይቻላል። መሪዎች ጉዳቸው እንዲወጣ ስለማይፈልጉ ብቻ እንዲህ አይነቱን ነጻነት ለድርጅት ጋዜጦች ሳይሰጡ እስካልንበት ዘመን ደርሰናል። ሌሎችም እርባና ያላቸውን ጉዳዮች እንመልከት። የተማሪው ማህበር ፕሬዚዳንቱን ሁሉም አባላት እንዲመርጡት ያደርግ ነበር። ምክንያቱም "በሁሉም ተማሪ ተደማጭና የተከበረ እንዲሆን ያደርገዋል ይህም ለተማሪው አንድነት ይበጃል" በሚል ዕምነትነው። እጅግ ብዙ ብሄርና ብሄረሰብ ባሉበት እንደ ኢትዮጵያ በመሰለ ሃገር በፓርቲዎችና በፓርላማ ከሚመረጥ ጠቅላይ ሚኒስትር ይልቅ በቀጥታ በሁሉም ዜጎች የሚመረጥ ፕሬዚዳንት ትልቅ ጠቀሜታ እንዳለው ይታወቃል። በሁሉም ህዝብ የሚከበር የሚታመንና የሚደመጥ ይሆናል። ዘረኛ ዝንባሌ ወደ ውጭ የሚስበውን የመከፋፈል ስሜት ወደ ውስጥ በሚስብ የአንድነት ስሜት ሚዛኑን ያስተካክለዋል። ፕሬዚዳንቱ የሁሉም ዜጎች መሰባሰቢያ ምስል(symbol) ይሆናል። ዜጎች በሃገራዊ ዜግነታቸው የሚሳተፉበት ምርጫ ስለሚሆን የዜጎች የግለሰብ መብት መገለጫ ይሆናል። ዜጎች በብሄረሰብ ማንነታቸው በየክልሉ የሚያደርጉትን ከቡድን መብት ጋር የተያያዘ ምርጫና ስሜት ገደብ መስጫ (counter balance) ይሆናል። በሁሉም ዜጎች የሚመረጥ ፕረዚደንት በጥቂት የፓርቲ አባላት ከሚመረጥ ጠቅላይ ሚኒስቴር የላቀ ሃገራዊ ተደማጭነት እንደሚኖረው ግልጽ ነው። የፖለቲካ ቡድኖች ግን ከጠባብ የድርጅት ጥቅም ተነስተው ይህን ተግባራዊ ለማድረግ ፈቃደኛ አይደሉም። የተለያዩ ክልሎች ህዝብ እንደ አሜሪካን ሃገር፣ ወኪሎቹን ለኮንግረስና ለሴኔት እያስመረጡ ፕሬዚዳንቱን እየተቆጣጠሩ የሚያሰራበት የፓርላማ ስርአት ለሃገራችን ተስማሚ መሆኑ ይታወቃል። የተማሪው ማህበር ከስንት ዘመን በፊት ያየውን ሃቅ በዚህ ዘመን ለማየት ፈቃደኖች አይደለንም። ሌላው ሊታይ ሊፈተሽ የሚገባ ጉዳይ ማህበሩ ለአንደኛ አመት ተማሪዎች የሰጠው የግማሽ ድምጽ መብት ነው። የሎጂስቲክ ችግር እንደሚኖረው ባውቅም "ማቃለል ይቻላል" የሚል ዕምነት ስላለኝ የብሄራዊና የክልል የመራጮችን እድሜ በአንድና በሁለት አመት ዝቅ አድርጎ ግማሽ ድምጽ እንዲኖራቸው በማድረግ የፖለቲካ ተሳትፏቸውንና ሃገራዊ ሃላፊነት ስሜታቸውን ገና በለጋ እድሜያቸው ማሳደግና እንዲለማመዱ የፖለቲካ ተሳትፎ ተመክሮ እንዲኖራቸው ማድረግ ይቻላል። ካለመብሰል ሊያሳድሩት የሚችሉትን አላስፈላጊ ጫና ድምጻቸው እንደተባለው በግማሽ ወይም በሲሶ መገደብ ይቻላል። በተለይ ሃገሪቱ በጣም የወጣቶች እየሆነች ባለችበት ሁኔታ የወጣቶችን ፍላጎትና ጥቅም የሚወክል መንግስት እንዲኖር በማድረግ ወጣቶች ተፅዕኖ ማድረግ የሚችሉበት እድል ማግኘታቸው የፖለቲካ ተሳትፏቸውን የሚያሳድገው ይሆናል። ይህም በየትኛውም ሃገር ያልተደረገ ሙከራ በሃገራችን ቢጀመር ሌሎችም ሃገሮች እንደሚከተሉት እርግጠኛ ነኝ። ወጣቱ ከፖለቲካ እየሸሸ ትልቅ ችግር እየተፈጠረ ስለሆነ። ወጣቱ ከፖለቲካ መሸሹን ለጥቅማቸው ሲሉ የሚፈልጉ ሃይሎች ግን ይህን ሃሳብ እንደማይደግፉት ግልጽ ነው። ከዚህም ሌላ የተማሪው ማህበር ለተመክሮና ለዕውቀት የሰጠውን ቦታ የፖለቲካ ድርጅቶች ሊመለከቱት የሚገባ ነው። የተማሪው ፕሬዚዳንት ከአንደኛ ከሁለተኛ አመት ተማሪዎች አይመረጥም ነበር። በቂ ተመክሮና ዕውቀት ስለማይኖራቸው በሚል ምክንያት ነው። ማህበሩ የአመራር መረጣን "በዴሞክራሲ ስም ዝም" ብሎ ልቅ አላደረገውም። ይህ እውነትነት ያለው ሃቅ ነው። አንድ መሪ ዝም ብሎ እንደሙጃ አይበቅልም። በተለይ ረጅም ታሪክና ልምድ ያላቸው የፖለቲካ ድርጅቶች አመራር መሆን ለሚገባቸው ግለሰቦች፣ የእድሜ የዕውቀት የተመክሮ የእነዚህ ውሁድ መስፈርቶች ማስቀመጥ ተገቢ ነው። ዴሞክራሲያዊ በሆነ መንገድ ምክንያቱን ተገንዝበው መስፈርቶቹን አባላት እስካጸደቋቸው ድረስ የግለሰቦችን መብት በመገደብ ስም ትችት ሊቀርብበት የሚችል ጉዳይ አይሆንም። ያለበለዚያ ድርጅቶች በዴሞክራሲና በመተካካት ስም ተመክሮ ዕውቀትና ልምዱ በሌላቸው ግለሰቦች እጅ በቀላሉ ወድቀው ሁሉንም አባልና ድርጅት፣ ድርጅቱ ደግሞ ሃገር የሚመራ ከሆነ፣ ሃገርንም ገደል ይዘው ሊገቡ ይችላሉ።

ከሽመልስ ማዘንጊያ[202] ጋር ነበር። ሁለቱም ከዚህ ቀደም የዩኒቨርስቲው ተማሪዎች ፕሬዚዳንት እንደነበሩት መሪዎች ጥሩ ተናጋሪዎች አልነበሩም። በተለይ ከነሱ በፊት ፕሬዚዳንት ከነበረው ከግርማቸው ለማ ጋር ሲነጻጸሩ በእሱ ደረጃ የሚመደቡ አልነበሩም። በመናገር ችሎታ ይመሰጥ ለነበረው ተማሪ ተመራጮቹ ችግር ሆነውበታል።

ሁኔታውን የበለጠ ያወሳሰበው በዩኒቨርስቲው የቆዩና "በፖለቲካ በስለዋል" የሚባሉ ተማሪዎች ምርጫ ጌታቸው በጋሻው መሆኑ ነው። በትንሹም ቢሆን የተሻለው ተናጋሪ ግን ሽመልስ ማዘንጊያ ነበር። ውስጥ ውስጡን የተደራጀውም ተማሪ እንዲመረጥ የሚፈልገው ጌታቸው በጋሻውን ነው። ይህን የህቡእ መዋቅር የሚመሩት የቀድሞው ፕሬዚዳንት የነግርማቸው ለማና የሌሎች ቡድኖች ምርጫ ጌታቸው ነው።

ጌታቸውም በዩኒቨርስቲው ውስጥ ተዘርግቶ የነበረው ስውር መዋቅር አካል እንደነበር ምንም የማያጠራጥር ነበር። እንዲህ አይነት ነገር መኖሩን የማያውቀውና መኖሩንም ቢያውቅ ትርጉሙን የማይረዳውን የአንደኛ አመት ተማሪ የሚሆነው ነገር ግራ አጋባው። የተሻለው ተናጋሪ ሽመልስ እያለ ለምን ጌታቸውን ምረጥ እየተባለ ጫና እንደሚደረግበት ሊገባው አልቻለም። ከፖለቲካው የራቀው የሌላ አመት ተማሪም እንደ አንደኛ አመቶች በሚሰራው ስራ ደስተኛ አልነበረም።

ከምርጫው ቀደም ብሎ የአንደኛ አመት ተማሪዎችን በንግግር ችሎታው ቀልባቸውን ስቦ የነበረው ዳዊት ዮሃንስ ነበር።"ለፕሬዚደንትነት ውድድር ይቀርባል" ብለው በተስፋ ሲጠብቁት የመጀመሪያውን መሰናክል ሳያልፍ ቀረ። ዳዊት የሶስተኛ አመት የህግ ፋከልቲ ተማሪ ነበር። ዳዊት የህግ ፋከልቲው ተማሪዎች የኮንግረስ ተወካይ ለመሆን አልቻለም። የራሳቸው ጠንካራ የህቡእ መዋቅር የነበራቸው የህግ ተማሪዎች በራሳቸው ምክንያት ዳዊትን ሳይመርጡት ቀሩ። የመረጡት አየለ ዘውገ የሚባል ተማሪን ነበር።

የመጀመሪያ አመት ተማሪዎች መከፋት የጀመሩት ገና የፕሬዚዳንቶቹ ውድድር ሳይጀምር በዳዊት ዮሃንስ ለኮንግረስ አለመመረጥ ጀምሮ ነበር። ብስጭታቸውን ለመግለጽ

---

[202] ጌታቸው በጋሻው የኢህአፓ ሰው ሆነ። በኋላም በረሃ ገብቶ የኢህአሰን ሰራዊት ተቀላቅሏል። አሁን አሜሪካን ሃገር በቺካጎ ዩኒቨርስቲ የኢኮኖሚክስ ፕሮፌሰር ነው። ሽመልስ ማዘንጊያ ከደርግ ጋር ሲሰሩ የነበሩት ድርጅቶች የአንዱ አባል ነበር። በመጨረሻ የኢሰፓ(የኢትዮጵያ ሰራተኞች ፓርቲ) የፖሊት ቢሮ አባል ሆኗል። በኢህአዴግ ዘመን ለተወሰነ ጊዜ በኢሰፓነቱ ታስሮ ነበር። ሆኖም ግን በ2007 ክፍሉ ታደሰ እንደገና ባሳተመው፣ ክፍሉ ታደሰ "ያ ትውልድ ቅጽ 2 በሱ ፈቃድ ታደሰና እና ኤሚ እንግዳ አዲስ አበባ 2007 ገጽ 176 ላይ "ሽመልስ ማዘንጊያ ለኢህአፓ ከፍተኛ አገልግሎት ይሰጥ የነበረ በመኢሶን ውስጥ ሰርጎ እንዲገባ የተደረገ አባል እንደነበር" ገልጾታል። ኢህአዴግም ቶሎ የፈታው ለዚህ ይሆን?

የተወሰኑ የአራት ኪሎና የስድስት ኪሎ የአንደኛ አመት ተማሪዎች ተሰባስበው ስድስት ኪሎ ግቢ የነበረውን የህግ ትምህርት ተማሪዎችን መኝታ ቤት በድንጋይ ወገሩት ። የድንጋዩ መልእክት "ለምን ዳዊትን አልመረጣችሁትም" የሚል ነው።

ጥቂት ቆይቶ በተደረገው የፕሬዚዳንቶች ምርጫ ጌታቸው በጋሻው በጥቂት ድምጽ ሽመልስ ማዘንጊያን አሸንፎ ተመረጠ። የአንደኛ አመት ተማሪዎች ውጤቱ የጠበቁት አልነበረም። ድምጻቸው እንደ ሙሉ ድምጽ ተቆጥሮ ቢሆን ኖሮ ሽመልስ አሸናፊ ይሆናል። ይህንን ሲረዱ "እኛ የሰው ጎደሎዎች ነን ወይ? ለራሳችሁ ሙሉ ድምጽ ሰጥታችሁ ለኛ ግማሽ ድምጽ የምትሰጡን" በሚል ምሬታቸውን ገለጹ። ከዛ በፊት በነበሩ ምርጫዎች ሁሌም ውድድሩን በከፍተኛ ድምጽ የሚያሸንፉት በአንደኛ አመት ተማሪዎችም ተወዳጅ የነበሩት ከፍተኛ የመናገር ችሎታ የነበራቸው ተወዳዳሪዎች ነበሩ። በዚህ የተነሳ የ1966ቱ አይነት ምሬት ተቀስቅሶ አያውቅም።

ከፕሬዚዳንቶች ምርጫ በኋላ የተካሄደው ምርጫ የተማሪው ማህበር መጽሄት አዘጋጆች ምርጫ ነበር። ምርጫው ለአንደኛ አመት ተማሪዎች ዳዊት ዮሃንስን የማስመረጥ ሌላ እድል ይዞላቸው መጣ። ለጋዜጣ አዘጋጅነት የሚመረጡት ከኮንግረስ ውጭ የሆኑ እጩዎች ስለሆኑ ዳዊት የህግ ፋከልቲ ተማሪዎች ድጋፍ ሳያስፈልገው በቀጥታ ለውድድር መቅረብ ይችላል። በዚህም ምክንያት ራሱን ለጋዜጣው ዋናው አዘጋጅነት እንዲመረጥ አቀረበ። የገጠመው ተፎካካሪ ግን የዋዛ ወጣት አልነበረም። ተፎካካሪው መለስ ተክሌ ሆነ።

መለስ ተክሌ በሁሉም ነገሩ ከዳዊት ዮሃንስ የሚለይ ተማሪ ነው። በመታወቅ ደረጃ እሱም እንደ ዳዊት የታወቀ ነበር። እንደ ዳዊት አነጋገሩ ሰው የሚስብ አልነበረም። የሚናገራቸው ነገሮች ግን በደንብ የታሰበባቸው ቁምነገሮች ነበሩ።በዚህ ላይ ሲናገር ቀጥተኛ፣ ማንንም የማይፈራ፣ ደፋር ነው።

መለስ ተክሌ አለባበሱም እንደ ዳዊት ዮሃንስ የተሽቀረቀረ አልነበረም። መለስ አመት ሙሉ በሚለብሳት ጃኬቱ የሚታወቅ ተማሪ ነበር። ተማሪ በሚያምጽበት ወቅትም ተማሪውን በግንባር ቀደምትነት በመምራት የሚጋፈጥ ተማሪ ነው። ዳዊት "በተማሪው አመጽ አካባቢ የማይታይ፤ እንዲያውም ከአመጽ በራቁ ቦታዎች የሴት ጓደኞቹን ይዞ መዝናናት የሚወድ ነው" የሚል ወሬ የተሰራጨበት ተማሪ ነበር። በንግግር ግን መለስ ተክሌ ሊወዳደረው አይችልም ነበር።

ዳዊት በብዙ ነገሩ ለአንደኛ አመት ተማሪዎች የሚስብ ነገር ነበረው። በቁመናውም በመልኩም ብዙ የሴት ተማሪ አድናቂዎች ነበሩት። ከመለስ ተክሌ ጋር ጠንካራ ውድድር አድርጎ በትንሽ ድምጽ ልዩነት ተሸነፈ።

መለስ ተክሌ የፖለቲካ ብስለት የነበረው ተማሪ ምርጫ ነበር። በውስጥ የነበረውም የሪቮዎች ስውር መዋቅር መለስን ለማስመረጥ ብዙ ስራ ተሰርቷል። ከዚህ ምርጫ በኋላ ይመስለኛል የስውር መዋቅሩ መሪ ነበር ያልኩት ግርማቸው ለማ አንድ እለት 5 ኪሎ አጠገብ ምሳ ሰአት ገደማ ከዳዊት ጋር ዋናው መንገድ ላይ ቆመው ለረጅም ጊዜ ሲያወሩ አይቻቸዋለሁ። በወቅቱ የጠረጠርኩት ግርማቸው ለዳዊት "ለምን እንዳልተመረጠ እየገለጸለት ይሆናል" ብዬ ነበር። ምን ያወሩ እንደነበር ከዳዊት የተሻለ የሚያውቅ የለም።

ዳዊትን ለማስመረጥ ብዙ የደከሙት የአንደኛ አመት ተማሪዎች "አመራረጡ ፍትሃዊ አይደለም" ብለው ከልባቸው አዘኑ። የተሰጣቸው ድምጽ ግማሽ ባይሆን ኖሮ የፕሬዚዳንቱንም ሆነ የመጽሄት ዋና አዘጋጅነቱን የምርጫ ውጤት መቀየር ይችላሉ።

አንዳንዶቹ ተማሪዎች በሚቀጥለው አመት ይህን የድምጽ ሥርዓት ለማስቀየር ዘመቻ እንጀምራለን ብለው ምለዋል። የሚገፉበት መሃላ አይሆንም ነበር። የሚያሳዝነው፣ ያለፈውን አመት ይመስላል ተብሎ ሲጠበቅ የነበረው የሚቀጥለው አመት ራሱ ላይመጣ ቀረ። የ1966ቱ የኡዝዋ (USUAA) ምርጫ፣ የመጨረሻው የዩኒቨርስቲው ተማሪዎች ማህበር ምርጫ ሆነ። የገናናው የአዲስ አበባ ዩኒቨርስቲ ተማሪዎች ማህበር ታሪክ በዚሁ አበቃ። የ1966ቱ ተመራጮች የሚከተሉት ነበሩ።

1. ጌታቸው በጋሻው (ከታሪክ ዲፓርትመንት) ፕሬዚዳንት
2. አቦማ ምትኩ (ከታሪክ?) ጸሃፊ
3. ሽመልስ ማዘንጊያ (ቢዝነስ) ሃገር ውስጥ
4. አዚዝ መሃመድ (ሳይንስ ፋከልቲ) ውጭ ጉዳይ
5. አድማሱ ጣሰው (ሳይንስ ፋከልቲ) ፋይናንስ
6. አየለ ዘውገ (ከህግ ፋከልቲ) የህግ ጉዳዮች
7. መሃሪ .....) ማህበራዊ ጉዳይ
8. ነጋ ገብረየሱስ (የተማሪዎች ጉዳይ)
9. ዮሃንስ በንቲ አባል (በኋላ ገላሳ ዲልቦ በሚል ስም የኦነግ መሪ የሆነው) ሌሎችም ሀያ ሁለት ተጨማሪ አባላትን ያካተተ ነበር። ነገር ግን በተለያዩ ምክንያቶች በስፋት ሲናፈስ የነበረው የቀድሞውን ጠቅላይ ሚስቴር መለስ

ዜናዊ "የኮንግረስ አባል ነበር" የሚለው ወሬ ከወሬ ያለፈ መሰረት የለውም። መለስ (ለገሰ) ዜናዊ ከሳይንስ ፋከልቲ ለኮንግረስ ለመመረጥ ያደረገው ጥረት በምርጫ ውድድር ወቅት ተጋጣሚውን ሌላ ተወዳዳሪ "እንግሊዝኛህ አይረባም" ለማለት በእንግልዝኛ ቋንቋ "Your Engilih is rather shaky" በማለቱ ባሳየው ብልግና ተማሪውን ሰላስቆጣ ተማሪው ሳይመርጠው ቀርቷል። በዚህ ሰዓት መለስ ተክሌ ስብሰባውን እየመራ ነበርና እሱም ተቆጥቶታል፤ የዛን ጊዜውን ለገሰ የአሁኑን መለስ ዜናዊን።

10. የታገል መጽሄት አዘጋጆች
    1. ዋናው አዘጋጅ - መለስ ተክሌ
    2. ምክትል አዘጋጅ - አምሃ ጸሃዬ (የአሁኑ፣ የህወሀቱ አባይ ጸሃዬ)[203] ነበሩ።

[203] ሰለኮንግረስ አባላት የጻፍኩትን አብዛኛውን መረጃ ያገኘሁት ከራሱ ከቀድሞው ተማሪዎች ፐሬዚዳንት ከዶ/ር ጌታቸው በጋሻው ነው። ከ44 አመት በኋላ የሆነን ነገር አስታውሶ ይህን ያህል ሊነግረኝ በመቻሉ በማስታወስ ችሎታው ተደንቄያለሁ።

ምእራፍ 3. “አብዮቱ” ከዕቅድ ወደ ግርግር

የ1966ቱ የካቲት አብዮት በመባል የሚታወቀው ማህበረሰባዊ ማዕበል እየመጣ መሆኑን የሚያሳዩ ፍንጮች ጥር ወር ላይ እንኳን አልነበሩም። ከኤርትራ አማጽያን በስተቀር ሌላ ቦታ ላይ ስርአቱን የሚገዳደሩ ሃይሎች አልነበሩም።

ለረጅም ጊዜ የስርአቱ የጎን ውጋት ሆኖ የኖረው ተማሪ ያለወትሮው ተረጋግቶ እየተማረ ነው። በተማሪው በኩል የነበረው መረጋጋት ዋንኛው ምክንያት ከፖለቲካ ብስለት ጋር ተያይዞ የመጣ ነበር። ተማሪው ትምህርት በማቆም፣ ሰላማዊ ሰልፍ በማድረግ ድንጋይ በመወርወርና መስተዋት በመስበር ስርአቱን መቀየር እንደማይችል ተገንዝቧል። ሁሉም ተማሪ ባይሆን መሪዎቹ ተገንዝበውታል።

በየጊዜው ከንጉሳዊው መንግስት ጋር ተማሪው በተጋጨ ቁጥር መንግስት ሁኔታዎችን እንዴት በቀላሉ መቆጣጠር እንደሚችል ጥቂት ምሁራንና ተማሪዎች ተመልክተዋል። መንግስት ዋና ዋና የተማሪ መሪዎችን እንዳሻው ሰብስቦ እስር ቤት ይጨምራል። አስፈላጊ ሆኖ ካገኘው ቁጥሩ በርካታ የሆነን ተማሪ ያስራል። አስፈላጊ ሆኖ ካገኘው፣ ጥላሁን ግዛውን እንዳደረገው በአደባባይ የፈለገውን ሰው ይገድላል።

የአጼው መንግስት ገደብ የሌለው ስልጣንና ጉልበት አለው። ዩኒቨርስቲውን እና ሁለተኛ ደረጃ ት/ ቤቶችን መዝጋት ካስፈለገው ላልተወሰነ ጊዜ ይዘጋል። ትምህርት በመስተጓጎሉ ምንም የሚጎድልበት ነገር የለም። ስራውን የሚሰራለት በቂ የተማረ ኩሊ አምርቷል።

ስርአቱ ተጨማሪ የተማረ የሰው ኃይል የሚያስገባበት የስራ ቦታ አልነበረውም። “ሃገርን ወደ ዘመናዊ ስልጣኔና ወደ ልማት መምራት” የሚለው የአፄ ኃይለስላሴ ህልም ከወጣትነት ንጽህናቸውና የዋህነታቸው ማለፍ ጋር ካለፈ ብዙ ዘመን ሆኖታል። ምርጫው በስልጣን ለዘላለሙ በመቆየትና ለዘላለሙ የትምህርት ተቋማቱን መዝጋት ከሆነ ተቋማቱን ለዘላላም ለመዝጋት ወደኋላ የማይሉ ንጉስ ሆነው ነበር። ስርአቱ “አልማርም ካልሽ፣ እኔ ምን ገዶኝ። “ባቄላ አለቀ ፈስ ቀለለ” ብሎ የትምህርት ተቋማቱን ይዘጋቸዋል። በተማሪውና በመንግስት መካከል በሚከሰተው ግፍጫ መንግስት ሁሌም አሸናፊ ሆኖ እንደሚወጣ ለተማሪው እንቅስቃሴ መሪዎች ግልጽ እየሆነ መጥቷል።

ለረጅም ጊዜ የስርአቱ ተቃዋሚ ምሁራንና ተማሪዎች ተስፋ ያደረጉት የእነሱን አርአያነት በመከተል “በስርአቱ የተንገፈገፈው ሰፊው የህብረተሰብ ክፍል አምጾ ከጎናቸን ይቆማል” ብለው ነበር። አመት አልፎ አመት በመጣ ቁጥር ብዙሃኑ ማህበረሰብ የተማሪው አመጽና ጥያቄ የማይመለከተው ይመስል የዳር ተመልካች እንጂ ተሳታፊ ሲሆን አልታየም።

የኢትዮጵያ ምሁራንና ተማሪዎችን ግራ ያጋባ ጉዳይ ይህ የህዝቡ የዳር ተመልካችነት ነው። በአንድ በኩል የህዝብ ህይወት አሰቃቂ ከሚባል ደረጃ ላይ ደርሷል። ወደፊትም የመሻሻል ተስፋ አይታይበትም። ነገር ግን ህዝቡ ከአመት አመት የሚጫንበትን ተጨማሪ ግፍና በደል ተሸክሞ ይኖራል። ይህ የህዝብ ዝንባሌ ብዙ ለውጥ ፈላጊ ምሁራንን ያሳበደ እንቆቅልሽ (ፓራዶክስ paradox) ነው።

ይህ እብደትና እንቆቅልሽ “ህዝቡን መሰረታዊ ችግር ያለበት፣ የማይገባውና ደደብ እንደሆነ” አድርገው የሚያዩ ምሁራን እስከ መፍጠር ደርሷል። “ከዚህ በላይ ምን ግፍና ስቃይ እስኪመጣ ነው የሚጠብቀው? አንዴ “ሆ !” ብሎ ቢነሳ ማንም ሊያስቆመው እንደማይችል እንዴት መረዳት ያቅተዋል? ይህን ህዝብ ያደረጉት ነገር አለ። ደንዝዟል።” እንዲህ አይነት አባባሎች፣ ምሁሩ በህዝቡ ላይ የነበረውን የመረረ ቅሬታ የሚገለጽባቸው ነበሩ።

መንግስታዊ ስርአቱን ታግለው ያልተሳካላቸውንና እጣቸው አሳዛኝ የሆኑ ሰዎችን እርግማን በመጥቀስ ጭምር ምሁሩ በህዝብ ላይ ያለውን ቅሬታ ያስተጋባል።

“እኛ ለህዝብ መብትና ነጻነት ስንነሳ እንዴት ህዝብ እኛን አሳልፎ ለጨቋኞቹ ይሰጣል? እንዴት ስንሰቀል ዝም ብሎ ይመለከታል ?” በማለት በስርአቱ የተገደሉ ታጋዮች “ሃገሪቱንና ህዝቡን ረግመዋል” የሚለው ወሬ ብዙ አድማጭ አግኝቷል። ይህን እርግማን አካሂደዋል ተብለው ከሚጠቀሱት መሃል ጀነራል መንግስቱ ነዋይና እውቁ አርበኛ በላይ ዘለቀ ነበሩበት ። ሁለቱም በአፄ ኃይለስላሴ መንግስት በስቅላት የተገደሉ ናቸው።

መንግስቱ ነዋይ በመጨረሻ ትንፋሹ “ኢትዮጵያ ጥቁር ውሻ ትውለድ” ብሎ ነው የተሰቀለው እየተባለ ይወራል። ከመሰቀሉ በፊት፣ በላይ ዘለቀም “ኢትዮጵያ ወንድ አይብቀልብሽ” የሚል ቃል “ተናግሯል” የሚል ወሬ በስፋት ይናፈሳል።

እነዚህ ሁለት ኢትዮጵያውያን “ብለዋል” እየተባለ የሚወራው ነገር እውነት ይሁን ሃሰት ማስረጃ የለም። የሁለቱንም ማንነት በደንብ ለመረመረ ሰው “ይህን” የሚሉ አይመስልም።

መንግስቱ ነዋይ በተለይ ከመሰቀሉ በፊት ፍርድ ቤት ቀርቦ በነበረበት ወቅት ባደረገው ንግግር የተስፋ መቁረጥ ስሜት አልታየበትም። "የኢትዮጵያ ህዝብ እሱ የጀመረውን ተግባር በአጭር ጊዜ ውስጥ እንደሚያጠናቅቀው" በእርግጠኛነት ተናግሯል። ቁም ነገሩ ያለው ይህ የፈጠራ ወሬ በህዝቡ የዳር ተመልካችነት ምሁሩን ምን ያህል እያበገነው እንደነበር የሚያሳይ መሆኑ ነው።

በዚህም በዚያም፣ በአርአያነት በማመጽ፣ በስድብና በእርግማን በሚካሄድ የሞራል ተፅዕኖ ህዝብ እንደማይንቀሳቀስ መራራውን ሃቅ በመጨረሻ ምሁራኑ መገንዘብ ጀመሩ። ይህ ግንዛቤ በአንድ ሃገር ላይ በተለይ በአንድ ተውፊታዊ (Traditional) ማህበረሰብ ውስጥ መሰረታዊ ለውጥ ማምጣት ቀላል ነገር እንዳልሆነ እንዲረዱ አደረጋቸው። ለውጥ የተካሄደባቸውንና ከኢትዮጵያ ጋር ማህበረሰባቸው ተቀራራቢ የእድገት ደረጃ ላይ የነበሩ ሃገሮችን ተመክሮዎች ምሁሩና ተማሪው በስፋት ማጥናት የጀመረው ከዚህ ግንዛቤ በኋላ ነው።

በሃገር ውስጥና ከሃገር ውጭ ይገኝ የነበረው ለውጥ ፈላጊ ምሁርና ተማሪ በቻይና፣ በኩባና በቪየትናም አብዮቶች ታሪክ እየተሳበ የመጣው በዚህ ወቅት ነው። ከዛ በፊት ዋንኛ ትኩረቱ በሩሲያ የአብዮት ታሪክና የሩሲያ አብዮታዊ መሪዎች ላይ ነበር። አብዛኛው ህዝብ ገበሬ በሆነበት ሃገር፣አርሶአደሩን በማንቃት፣ በማደራጀትና በማስታጠቅ ብቻ እንደሆነ ለውጥ ማምጣት የሚቻለው የታመነበት የታሪክ ምእራፍ ላይ ተደረሰ።

ህዝብ "እንደ ተማሪው ብድግ" እያለ ያለአቅሙ ከመንግስት ጋር የማይላተመው ደደብና ፈሪ ስለሆነ አልነበረም። ተማሪው እንደሚመኘው ህዝብ እንደ ግሪሳ ብድግ ቢል የሚተማመንበት ድርጅትና ትጥቅ ሳይኖረው በሚገባ በተደራጁና በታጠቁ ገዥዎቹ በቀላሉ ሊመታ እንደሚችል ለምዕተ አመታት የተከማቸ ከትውልድ ትውልድ የተላለፈለት መረጃ (collective memory) ነበረው። አሁንም አለው። ጉዳዩን ያልተረዱት የዋሆቹና ቂላቂሎቹ ለውጥ ፈላጊ ምሁራኖቹ ራሳቸው መሆናቸውን በመጨረሻ ተረድተዋል።

ከ1966ዓ.ም አብዮት በፊት በምሁሩና በተማሪው አካባቢ መታየት ጀምሮ የነበረው እርጋታ የፖለቲካ ንቃት ያመጣው ነው። የ1961ቱ አይሮፕላን ጠላፊዎች ከሃገር ሲወጡ "የተማሪና የከተማ ትግል አያዋጣም። በቃን" ብለው ነው። ዓላማቸው ጠንካራ የፖለቲካ ድርጅት ማቆም፣ ወታደራዊ ስልጠና መውሰድና መታጠቅ ነበር። የኢትዮጵያ አርሶአደር በሚኖርባቸውና የስርአቱ የአመጽ ክንድ በቀላሉ በማይደርስባቸው የሃገሪቱ ገጠሮች

አርሶአደሩን እያነቁ፣ እያደራጁና እያስታጠቁ የጸረ ዘውድ ሥርዓት ትግላቸውን ለማቀጣጠል ነው።

እነዚህ አይሮፕላን ጠላፊዎች ከሃገር ከወጡ በጥቂት አመቶች ውስጥ በሌላ ቦታ እንደጠቀስኩት በዩኒቨርስቲውና በሁለተኛ ደረጃ ትምህርት ቤቶች ተማሪው የሚዘመረው ዋንኛው መዝሙር "ፉኖ ተሰማራ እንደ ሆቺሚኒ እንደ ቼ ጉቨራ"[204] የሆነው በአጋጣሚ አልነበረም። ተማሪውን በገጠር ለሚጀመረው የትጥቅ ትግል መቃኛ እንዲሆን በደንብ የታሰበበት ነበር። ከ1964 ዓ.ም ጀምሮ በዩኒቨርስቲውና ከዩኒቨርሲቲው ውጭ በድብቅ መዘርጋት የጀመረው ድርጅታዊ መዋቅር ከረጅሙ የትጥቅ ትግል ዓላማ ጋር የተሳሰረ ነው። ለገጠሩ ትግል ሁለንተናዊ ድጋፍ ለመስጠት በከተማም ጠንካራ ድርጅታዊ መዋቅር ማቆም አስፈለጊ ነበር።[205]

በውጭ ሃገርም የሚገኙ የተማሪው ማህበራትም ከ1966ዓ.ም በፊት በነበሩት ጥቂት አመታት እየተቀየሩ መጥተዋል። የተለመደውን ዘውዳዊ ስርአቱን የማጋለጥና የማውገዝ ስራቸውን አቁመው አይናቸውን ወደ ራሳቸው መልሰዋል። "ጸረ ዘውድ ትግሉ እንዴት መካሄድ ይገባዋል?" የሚለው ጥያቄ ዋናው የመወያያ አጀንዳቸው ሆኗል። በጣም ብዙ የፖለቲካ ስነጽሁፍ መውጣት የጀመረው ከዚህ ወቅት ጀምሮ ነበር።

---

[204] ሆ ቺ ሚን የቪየትናም ኮምኒስት ፓርቲ ሊቀመንበር የነበረ በእድሜው የገፋ ሰው ነበር። ቪየትናም በደቡብና በሰሜን በተከፈለችበት ወቅት ሰሜኑን በመምራት በአሜሪካኖች ሲደገፍ የነበረውን ደቡብ ቪየትናም አሸንፎ ቪየትናምን አንድ ሃገር በማድረግ የመሪነት ሚና የተጫወተ ሰው። ቼ ጉቬራ በትውልድ አርጀንቲናዊ ነው። ከደላቸው ቤተሰቦች የተወለደና በህክምና ሙያ የሰለጠነ ዶክተር ነበር። "በላቲን አሜሪካ ሃገሮች በሙሉ አብዮት መካሄድ አለበት" ብሎ በማመኑ በ1950ዎቹ ኩባ ድረስ ተጉዞ በኩባ ህዝባዊ አመጽ ተሳታፊ ሆኗል። ከድል በኋላ የሚስቴርነት ስልጣን ቢሰጠውም "ዓላማዬ አብዮት በላቲን አሜሪካና በአፍሪካ ማቀጣጠል ነው" በማለት ስራውን ትቶ አብዮት ለመቀስቀስ አንዴ አፍሪካ አንዴ ላቲን አሜሪካ ውስጥ ባዝኗል። ኮንጎ ድረስ መጥቶ ከቀድሞ የዛየር ፕረዚደንት ከካቢላ ጋር በመሆን በኮንጎ አብዮት ለማካሄድ ሞክሯል። በመጨረሻም በአሜሪካን የስለላ ድርጅትና በቦሊቪያ መንግስት ትብብር ቦሊቪያ ውስጥ ተይዞ የተገደለ አብዮታዊ ታጋይ ነው።

[205] በመምህራን ማህበርና በሰራተኛው ማህበር አካባቢ አብዬታውያን ተቀጥረው መስራት ለምሳሌ የነግርማቸው ለማ በኢትዮጵያ ሰራተኞች አንድነት ማህበር ውስጥ መቀጠር፣ በማህበራቱ ውስጥ የጥናት ቡድኖች ማቋቋም ሆን ተብሎ የታሰበበት የአብዮቱ እቅድ አካል ነበር። በተማሪው አካባቢ ቁጥራቸውአነስተኛ ቢሆኑም ከ1964 ዓ.ም በፊት ህዋሶች መመስረትጀምረው ነበር። ቀደም ብሎ በዩኒቨርስቲው ውስጥ የነበረው "ዘ ኮሮኮዳይልስ" የሚባለው የአክቲቪስቶች የስውር ቡድን ከረጅሙ አብዮት ጋር የተያያዘ ስላልነበር አብዮትን አልሞ እንደቆመው የ1964 የተማሪው የህቡእ መዋቅር ልናየው ይቻግራል።

በሰሜን አሜሪካ የሚገኘው የተማሪ ማህበር፣ አፍሪቃ ከነበሩት አይሮፕላን ጠላፊዎች ጋር በጣም የተቀራረበው ማኅበር ሆነ። እንደ ጠላፊዎቹ "በተቻለ ፍጥነት የትጥቅ ትግል መጀመር አለብን" የሚለውን ዕምነት ተጋራ። እናም አብሯቸው መስራት ጀመረ።

የአውሮፓው ማህበር ከአፍሪቃውና ከሰሜን አሜሪካው ምንም መሰረታዊ ልዩነት አልነበረውም። በነቃ፣ በተደራጀና በታጠቀና የሃገሪቱን ሰፊ የህብረተሰብ ክፍል የሆነውን አርሶ አደሩን ያሳተፈ ትግል መደረግ እንዳለበት ያምናል። ከአፍሪቃው ቡድን ጋር የነበረው ልዩነት "ቸኮላችሁ። ጊዜ ተወስዶ መሟላት የሚገባቸው ቅድመ ዝግጅቶች አሉ። ከነዚህ መሃል ዋንኛዎቹ ትግሉን የሚመራው አካል የፖለቲካ ጥራትና ድርጅታዊ ብቃት ናቸው" የሚሉ ነበሩ። የአውሮፓውም ማህበር ብዙ ሳይቆይ "የጠመንጃ ትግል ባስቸኳይ በሚሉና በዝግታ" በሚሉት ቡድኖች ተከፋፈለ ።

ልዩነቱ መሰረታዊ አልነበረም። በድርጅትና በፖለቲካ ጥራት አስፈላጊነት ዙሪያ የሁለቱም ቡድኖች አመለካከት አንድ አይነት ነው። ልዩነቱ በድርጅት ጥንካሬና በፖለቲካ ጥራትና መጠን ላይ ነበር። "በቂ ደረጃ ላይ ደርሰናል ፤ አልደረስንም" የሚሉ ልዩነቶች ነበሩ።

በሃገራችን ምሁራን መሃል የተለመደው የውይይት ባህል መደማመጥና ለጋራ ጥቅም ሲሉ መስማማት የማያውቅ በመሆኑ ተቻኩሎ ልዩነቱን ወደማጉላትና ስም መሰጣጣት ተከሄደ።[206]

---

[206] *ይህ ባህል ምን እንደሚመስል Donald N. Levine "Wax & Gold" University of Chicago Press, 1972, መጽሃፉ ከገጽ 228 – 231 Oral Sadism በሚል ርእስ ሰፋ አድርጎ ጽፎታል። Oral የሚለው ቃል አፍም ቃልም ማለት ሲሆን Sadism ጭካኔ፣ ከፋት፣ የመንፈስ ጨቅነት የመሳሰሉትን ትርጉም ሊሰጠው ይችላል። ስንኙን እንዳለ ለመተርጎም ቀላል ሆኖ አላገኘሁትም። ሌቪን ከጻፈው መሃል የሚከተለው፣ ምን ያህል ግለሰቡ ህብረተሰባችንን በሚገባ አጥንቶት እንደነበርና ምንስ ያህሉ የሃገራችን አብዮታዊ ምሁራን ይህን አብዮቱን በአስራ ሁለት አመት የቀደመ መፅሃፍ አንብበውት ነበር የሚል ጥያቄ የሚያስነሳ ነው። "የማይረባ ልዩነት ወይም ተራ በሚባል ገለልተኛ ጉዳይ ላይ የሚደረግ ውይይት ወደ ተራዘመ ንትርክ ይቀየራል። አማሮች (ሌቪን ያጠናው የአማራውን ማህበረሰብ ነው። በባህል ደረጃ ደግሞ የመላው የሃገሪቱ ምሁራን ባህል በአማራው ገዥ የባህል ተፅዕኖ ስር ስለነበር ሌቪን የሚያወራው ስለ ሁሉም ምሁር ነው ማለት እንችላለን) ለዚህ ንትርክ ጭቅጭቅ የሚል ኦነማተፐከ/onomatopetic (ቃሉ ድርጊቱን የሚመስል ቃል ማለት ነው እንደ ኳ ኳ ከሚለው የበር ድምጽ ማንኳኳት የሚለው ቃል እንደወጣ) ጭቅጭቅ የሚል ስም ሰጥተውታል። ተቋማዊ በሆነ መልኩ "መጨቃጨቅ" የታወቀው የሃበሾች ብሄራዊ ስፖርት የፍርድ ክርክር ሆኗል" ይለናል። በኢትዮጵያ ተማሪዎች እንቅስቃሴና በኋላም በፖለቲካ ድርጅቶች መሃል ያኔምና አሁንም እዚህ ግቡ በማይባሉ ጉዳዮችና ልዩነቶች ላይ የባከነውንና እየባከነ ያለውን ጊዜ ጉልበት ቀለም ለሚያስበው ሰው ህብረተሰባችን እንቀይራለን ብለን የተነሳነው ፍጥረቶች ምን ያህል እራሳችን ልንቀይራቸው የሚገቡን አደገኛና ኋላቀር ባህሎች እንደነበሩንና እንዳሉን ያልተረዳን መሆናችንን የሚያመላክት ነው። እኔም የመጀመሪያ መጽሃፌን ርእስ "ነጻነትን የማያውቅ ነፃአውጭ" የሚል ርእስ የሰጠሁት በድንቁርና ድፍረት ራሱን ነፃ አውጭ አድርጎ ያቀረበውን የብዙ እንከኖችና ህጸጾች ባለቤት የሆነውን የሃገራችንን አብዮታዊ ምሁር ለማመላከት ነው። በዚህ የምሁሩ*

"በፍጥነት ትጥቅ ትግል እንጀምር የሚለው "ረጋ እንበል" የሚሉትን፣

"ከአውሮፓ የቅንጦት ሕይወት መራቅ የማይፈልጉ ጎታቾች" አላቸው። "ረጅም ተጓዦች" [207] የሚል ስም ሰጣቸው።

"ረጋ እንበል" የሚለው "ባስቸኳይ የትጥቅ ትግል" የሚሉትን "እንደ ፖለቲከኛ ሳይሆን እንደ ሽፍታ፣ ጠመንጃ ለመንከስ የቸኮሉ አቋራጭ ፈላጊዎች" አላቸው። "አጭር ተጓዦች" የሚል ስም ሰጣቸው። [208]

በሁለቱ አካላት መሃል የነበረው እዚህ ግባ የማይባል ልዩነት ከሚገባው በላይ አደገ። ይህ ልዩነት ውሎ አድሮ በህዝብና በሃገር ላይ ያመጣው እጅግ ከፍተኛ ጉዳት በጣም የሚያሳዝን ሆኗል። እሱ ሌላ ጉዳይ ነው።

በታሃሳስ ወር 1966 ላይ በኢትዮጵያ ውስጥ መሰረታዊ ለውጥ የሚመጣበት አቅጣጫ ቀደም ብዬ የጠቀስኩትን መልክ እየያዘ ነበር። የትጥቅ ትግሉ በተያዘለት የቀን ቀጠሮ በ1966 ዓ.ም ትግራይ አሲምባ ውስጥ መጀመሩ አይቀርም። የትጥቅ ትግል ለማደራጀት በ1961 ዓ.ም አይሮፕላን ጠልፈው ከሃገር ከወጡት መሃከል የራሳቸውን ድርጅት አቋቁመው በፍልስጤም ነፃ አውጭ ድርጅት አማካይነት ሰልጥነው በኤርትራ አማጽያን በኩል ወደ ሃገር ቤት ገብተዋል።[209]

የተዋስኦ (የውይይት) ባህል ችግር ዙሪያ ሰፋ ያለ ትንተና ለማንበብ የሚፈልጉ፣ "ነጻነትን የማያውቅ ነፃ አውጭ" የሚለውን መጽሃፌን፣ "የፖለቲካ መሰሪነትና የግራው ርእዮተ አለም በኢትዮጵያ" የሚለውን ምእራፍ5 ን እንዲያነቡ እጋብዛለሁ።

[207] "በአጭር የተቀጨው ረጅም ጉዞ" የአንዳርጋቸውአሰግድ መፅሃፍ ርእስ በተማሪው ማህበር ውስጥ ሲደረጉ ከነበሩ ክርክሮች ጋር ተያይዞ ተከራካሪዎች እርስ በርሳቸው ሲሰጣጡ ከነበሩት ታሪካዊ ስም አሰጣጥ የተወሰደ ነው። በአጭር የተቀጨው ረጅም ጉዞ የመኢሶን ብቻ አልነበረም። የሁሉም ሃገሪቱ ያፈራችው አብዮታዊ ምሁርና ወጣት ህልም ጭምር ነው። ለዚህ መቀጨት የመጠን ልዩነት ካልሆነ በስተቀር ሁላችንም ተጠያቂዎች ነን። እንደ እኔ አይነቱ የእዛ ዘመን ውርንጭላ ሳይቀር። አንዳርጋቸው ግን ጉዞው በአጭር ለመቀጨቱ መኢሶንን ተጠያቂ ሲያደርግ አይታይም። እኔ ግን "የመኢሶን ድርሻ ከሌሎች ድርጅቶች የላቀ ነው" የሚል እምነቴን የሚያስቀይረኝ ማስረጃ ማግኘት አልቻልኩም።

[208] አጭርና ረጅም ተጓዞች የሚል ስም እየተሰጣጡ የሁለቱ ቡድኖች ደጋፊዎች በወቅቱ በአሜሪካና በአውሮፓ ተማሪዎች መጽሄቶች ላይ እጅግ በርካታ አሽሙርና ሽሙጥ እንዲሁም በርካታ የነሌኒን ጥቅሶች የምሏቸው ጽሁፎች እንዳወጡ ትውስ ይለኛል። እኔ ከላይ ባጭሩ ከገለጽኩት ልዩነታቸው በተጨማሪ መሰረታዊ ልዩነታቸውን እነዚህ ቡድኖች እራሳቸው በዘመኑ ቋንቋ እንዴት ይገልጹት እንደነበር በአጭሩ ለማወቅ የሚፈልግ በ"ያ ትውልድ" ቅጽ 1 (ክፍሉ ታደሰ፣ "ያትውልድ ቅጽ 1"፣ ደርቶጋዳ ማተሚያ ድርጅት አዲስ አበባ 2007?) ከገጽ 127 – 128 የተዘገበውንና የአንዳርጋቸው አሰግድን "በአጭር የተቀጨ ረጅም ጉዞ" (አንዳርጋቸው አሰግድ፣ "በአጭር የተቀጨ ረጅም ጉዞ" ሴንትራል ማተሚያ ቤት፣የካቲት 1992፣አዲስ አበባ) ከገጽ 75- 79 የተጻፈውን ማንበብ ይችላል።

[209] ክፍሉ ታደሰ፣ "ያትውልድ ቅጽ 1"፣ ደርቶጋዳ ማተሚያ ድርጅት አዲስአበባ 2007? ከገጽ 150 - 151- እነዚህ አይሮፕላን ጠላፊዎች በአሜሪካና በአውሮፓ በመካከለኛው ምስራቅና በኢትዮጵያ ውስጥ ከነበሩ

በታህሳስ 1966 ዓ.ም ወር ውስጥ ለነገሌ ወታደሮች፣ እነብርሃነ መስቀል ረዳና እነ ቢኒያም አዳነ ሰልጥነውና ታጥቀው ትግራይ ውስጥ የጠመንጃውን አብዮታዊ ትግል ለመጀመር ኤርትራ መድረሳቸውን የነገራቸው አልነበረም። ወታደሮቹ "የመጠጥ ውሃ ችግር አለብን" ብለው የበላይ አዛዦቻቸውን ሰብስበው ሲያስሩ ድርጊታቸው የኢትዮጵያ አብዮታዊ ምሁራንና ተማሪዎች ለረጅም ጊዜ የተጠበቡበትና የተጨነቁበትን፣ እንዲሁም የደከሙበትን የለውጥ አቅጣጫ እያሻጠሩት እንደነበር አያውቁም።

የነገሌ ወታደሮች "ብርሃነመስቀል እና ጓደኞቹ በሰሜን እየገቡ ነውና እኛ በደቡብ እንቅደማቸው" ብለው አልነበረም ያመጹት። ያመጹት ለሥርዓት ለውጥ አልነበረም። ለመጠጥ ውሃ አቅርቦት፣ ደሞዛቸው በሰአቱ እንዲከፈላቸውና በምግብ ድጎማ መልኩ የሚያገኟት ሰባት ብር ወደ ደሞዛቸው ዞራ ለጡረታ ክፍያ እንድትታሰብላቸው ብቻ ነበር።

ታሪክ የሄደበት የለውጥ አቅጣጫ የኢትዮጵያ ምሁራንና ተማሪዎች በእቅድ በያዙት አቅጣጫ አልሆነም። የነገሌ ወታደሮች በጀመሩት የአጋጣሚና የግርግር አቅጣጫ መሆኑን ሁላችንም እናውቃለን።

የነገሌ ወታደሮች አዛዦቻቸውን ማሰር፣ የአስመራው ክፍለ ጦር ተመሳሳይ እርምጃ መውሰዱ፣ አመጽ በሰራዊቱ ውስጥ መስፋፋት፣ የነዳጅ ዋጋን ጭማሪ ተቃውመው የታክሲ ሾፈሮች ስራ ማቆማቸው፣ መምህራንና ተማሪዎቻቸው እንዲሁም የሰራተኛ ማህበር የየራሳቸውን ጥያቄዎች አንግበው አድማውን መቀላቀላቸውንና ሌሎች የ1966ቱ ጉዳዮች በሰፊው ተጽፎባቸዋል።

ከታህሳስ ወር 1966 ዓ.ም ጀምሮ ደርግ ንጉሱን ከስልጣን እስካወረደበት መስከረም 2 1967 ዓ.ም ድረስ በሃገሪቱ የተከሰቱ የተለያዩ እንቅስቃሴዎች ደግሞ ደጋግሞ በብዙ ጸሃፊዎች የተዘገቡ ስለሆኑ ያንኑ መድገሙ አስፈላጊ አይመስለኝም። ትኩረቴን በየቀኑ ከተከሰቱ ኩነቶች

ተመሳሳይ የፖለቲካ አመለካከት ካላቸው ቡድኖች ጋር በመካከር በሚያዚያ ወር 1964 በጀርመን ከተማ በርሊን ውስጥ የኢትዮጵያ ህዝቦች አርነት ድርጅትን(ኢ.ህ.አ.ድ) መሰረቱ። ከገጽ 155 – 156 በ1965 ከአሜሪካ 5 ከአልጀሪያ 3 ከሶቪየት ህብረት 5 ከሆላንድ 1 በድምሩ 14 ወጣት የኢ.ህ.አ.ድ አባላት፣ አብዛኛዎቹ በሶሪያ ጥቂቶቹ በቤይሩት የፍልስጤም ነፃ አውጭ ድርጅት ማሰልጠናዎች የተለያዩ ወታደራዊ ስልጠናዎች ወስደዋል። ገጽ 157 - በዛው አመት በ1965 ሁሉም ስልጠናቸውን አጠናቀቁ። ገጽ 279 የሰለጠኑት ታጋዮች በ1966 የመጀመሪያ ወሮች ኤርትራ ምድር እንደገቡ ይገልጽልናል። "በኤርትራ በረሃ ከአንድ አመት በላይ የቆየው የኢ.ህ.አ.ድ ሰራዊት በታህሳስ ወር 1967 ዓ.ም ትግራይ ...ደረሰ።

ይልቅ በለውጥ አጀማመሩ ሂደት ላይ ማድረግ ታሪካዊ ፋይዳው የጎላ ነው የሚል ዕምነትአለኝ። በመሆኑም በዚሁ እቀጥላለሁ።

1966 ዓ.ም ታህሳስ ወር ላይ "የአውሮፓ ተማሪው ማህበር መቻኮል አያስፈልግም፤ በእርጋታ መሰራት ያለባቸው ነገሮች አሉ" ይላል።

"የለም፤ አይሆንም። እናንተ መጣችሁም ቀራችሁም እኛ የትጥቅ ትግሉን ለመጀመር በረሃ እየገባን ነው" ይል የነበረው ከሰሜን አሜሪካው፣ ከአፍሪቃና ከሌሎችም የአለም ክፍሎች የተሰባሰበው የኢህአድ(የኢትዮጵያ ህዝቦች አርነት ድርጅት) ቡድን እንዳለውም ሃገር ውስጥ ገብቷል።

"ማህበረሰቡ በማይታረቁ ጥቅሞች ዙሪያ በተቃረኑ የተለያዩ ክፍሎች ተፋጧል" የሚል ዕምነት ምሁሩ ከያዘ ብዙ ጊዜ ሆኖታል። ይህን ዕምነት ምሁሩ የያዘው ማህበረሰቡ ያለበትን ሁለንተናዊ ችግሮች በመመልከት ነበር። ምሁሩ ትልቅ "የማህበረሰቡ ችግር ነው" በማለት ትኩረቱን በመሬት ይዞታ ላይ ካደረገ አመታት አልፈዋል። "መሬት ላራሹ" ዋንኛው ህዝብን ለትግል መቀስቀሻ መፈክሩ ከሆነ ቆይቷል።

በሌላ በኩል ለውጥ ይፈልጋል የተባለው ማህበረሰብ በተለይ አርሶአደሩ ይህነው የሚባል የተቃውሞ እንቅስቃሴ እያደረገ አልነበረም። ለምሁራኑ የትግል ጥሪ "እውነትም መሬት ላራሹ" የሚል ምላሽ ለመስጠት መዘጋጀቱን የሚያሳዩ ፍንጮች የሉም። ሌሎችም "የዘመናት ጭቆና ጀርባቸውን አጉብጧቸዋል" የሚባሉ የተለያዩ የማህበረሰቡ ክፍሎችም "ይህ ነው" የሚባል እንቅስቃሴ እያደረጉ አልነበረም። ይህ ለምን እንደሆነ ምሁሩ የራሱን ግንዛቤ እየያዘ መጥቷል። ይህ የገዥዎችና የህዝብ ፍጥጫ ወደአደባባይ የሚወጣው ምሁሩ በሚገባ ተደራጅቶ ትግሉን ሲመራው እንደሆነ ገብቶታል።

በንጉሰ ነገስቱ በኩል ያሉ የፖለቲካ ተንታኞች፣ የደህንነት ኢክስፐርቶች "በስርአቱ ላይ ችግር ሊፈጥር የሚችለው ተማሪው ነው" የሚል ዕምነትይዘዋል። በተማሪው እንቅስቃሴ ውስጥ የሚታየው ለውጥ ከእነሱየ ተሰወረ አልነበረም። በውጭው የተማሪው ማህበራት የሚደረገውን ክርክር ከማንበብ አልፈው በክርክሩ መሳተፍ የሚችሉ ሰላዮች መመደብ የሚችሉ ነበሩ።

ገዥዎቹ አይሮፕላን ጠላፊዎቹ የሚያደርጉትን ማንኛውን ም እንቅስቃሴ በደንብ ማወቅ የሚያስችል የራሳቸው የስለላ አቅም ባይኖራቸውም እነዚህን ጠላፊዎች አደገኛ ኮምኒስቶች አድርጎ ከሚያያቸው የአሜሪካ የስለላ ድርጅት ከሲ አይ ኤ (CIA-Central intelligence agency) በቂ መረጃ ያገኛሉ።[210] የምሁራኑ እቅድ በተግባር እስኪውል እነሱም ለአጸፋው ለመዘጋጀት ጊዜ እንዳላቸው ተማምነው ተዝናንተዋል።

ሁለቱ ባላንጣዎች አብዮታዊ ምሁሩና መሳፍንቱ ያልጠበቁትና ያልገመቱት ነገር ተከሰተ።

አብዮት ምን እንደሆን የማያውቀው፣ ስለአብዮት ሃሳብ ያልነበረው፣ እንዲያውም ስለአብዮት የሚያስቡትን የመሰለል፣ የማሳደድ፣ የማሰርና፣ መግደል ስልጣና የተሰጠው ክፍል ካሰለጠነው ክፍል ጋር በአንድ ጀምበር ተቃርኖ ቁጭ አለ።

የንጉሳዊውን ሥርዓት ከአደጋ ተንከባካቢና ተከላካይ ተደርጎ የታየው ራሱ ሰራዊቱና ፖሊሱ ዋናው ስርአቱን አደጋ ላይ የጣለው አካል ሆኖ አረፈው። የንጉሰ ነገስቱን መንግስት አደጋ ላይ እየጣሉት የመጡት፣ የንጉሱ የስለላ ድርጅት "የስርአቱ አደጋዎች" ብሎ የፈረጃቸው ስርነቀል ምሁራንና ተማሪዎች መሆናቸው ቀረ። የእነሱን የትጥቅ ትግል "በእንጭጩ ይቀጨዋል" ተብሎ ተስፋ የተጣለበት ወታደሩ ሆነ።

ገዥው መደብ "ተማሪዎች እስኪያነቁ፣ እስኪያደራጁና እስኪያስታጥቁ ጊዜ አለን። እነሱ ይህን ሲያደርጉ እኛስ በሶ ጨብጠናል ወይ ?" በማለት ተዝናንቶ ተቀምጦ ነበር። ይህ ገዥ መደብ ያልገመተው ነገር ተከሰተ። የገዛ ወታደሩ አመጸበት። ገዥው ክፍል ድንገተኛ ውሃ እንዳጋጠመው ወንዝ ተሻጋሪ ሆኖ አረፈው። የሚይዘውና የሚጨብጠው ጠፋው።

ደራሽ ውሃ እንዳጋጠመው ወንዝ ተሻጋሪ ሆነው ያረፉት መሳፍንቱና መኳንንቱ ብቻ አልነበሩም።

"ስርአቱን የምንቀይረው እኛ ብቻ ነን ። የፖለቲካ ፍላጎቱ እውቀቱና ብልሃቱ ያለው በእኛ እጅ ብቻ ነው። ሌላ የለውጥ ኃይል በዚች ምድር ላይ የለም" ብለው ወሬ አቁመው ወደ

210የአሜሪካ መንግስት በየሃገሩ የሚገኙ የኮምኒስት ዕምነት ያላቸውን ምሁራን ይከታተልና ይመዘግብ ነበር። በኢትዮጵያ ውስጥም የነበሩትን የታወቁ ኮምኒስቶች ስም ከመመዝገብ አልፎ እንቅስቃሴዎቻቸውን ይከታተላል። ሁሉ ነገር ካበቃለት በኋላም በዚህ መንገድ ስማቸውን የመዘገባቸውን አንዳንድ ግለሰቦች በስደትና በጉብኝት አገሩ እንዳይገቡ እስከ መከልከል ደርሷል። እንደ ፈረንጆቹ አቆጣጠር በ1980 ፓሪስ ላይ የቀድሞ የኢህአፓ አመራርና አባል ገብሩ መርሻን (ዶ/ር) (በአሁኑ ወቅት በአዲስ አበባ ዩኒቨርስቲ አስተማሪ) አግኝቼው ከፈረንሳይ ወደ አሜሪካ ለመግባት ያደረገው ሙከራ ስሙ በኮምኒስትነት አስቀድሞ በመመዝገቡ ቪዛ እንደተከለከለ ነግሮኛል። የቪዛ መብት የተከለከለ(Persona non gratis) ማስታወሻ በፋይሉ ውስጥ እንዳለ እንደተነገረው አጫውቶኛል።

ተግባር ለመግባት ከልባቸው ደፋ ቀና ማለት ጀምረው የነበሩትን ምሁራንና ተማሪ ጭምር ሆነ።

የወታደሩ ጣልቃ መግባት ያልተጠበቀ ስለነበር ይህን ጣልቃ ገብነት እንዴት ማየት እንደሚገባቸው ምሁራኑ ጥበቡ አልነበራቸውም። ምሁራኑና ተማሪው፣ ወታደሩ በታህሳስ ወር የጠየቀውን የደሞዙን ጭማሪ ይዞ ወደ ጦር ሰፈሩ አለመመለሱ በሃገሪቱ ውስጥ ያለውን የለውጥ ፍላጎት እያበረታታው እንደሆነ ያያሉ።

ወታደሩ ደሞዙን አስጨምሮ ወደ ጦር ሰፈሩ የመመለስ አዝማሚያ ሲያሳይ "ኡ ኡ" ያለው ምሁሩና ተማሪው ነው። "ሆዳሞች፣ ስግብግቦች፣ የሌላውስ ወገናችሁ ችግር የእናንተ ችግር አይደለም ወይ ? የአርሶአደሩ ልጆች አይደላችሁም ወይ? የደሃ ልጆች አይደላችሁም ወይ?" በማለት ሰፊ የሞራል ተፅዕኖ በወታደሩ ላይ በማድርግ ወደ ካምፑ እንዳይመለስ አድርጓል።

ምሁሩና ተማሪው፣ ወታደሩን የመውደድ፣ ወታደሩን የመጥላት፣ ወታደሩንየ ማደፋፋር፣ ወታደሩን የመፍራት፣ ጥንድና ተቃራኒ ስሜቶች ይዞ የሚጓዝ ነበር። ሰፊው ማህበረሰብ ግን ጠመንጃ ያለው ወታደሩ ብቻ እንደሆነ ያውቃል። በዛን ወቅት ወታደሩ ካልሆነ፣ መከራ አምራች የነበረውን መሳፍንታዊ ሥርዓት ሊንድለት የሚችል ሌላ ምንም አይነት ኃይል እንደሌለ ተረድቷል። ከወታደሩ ጀርባ ሙሉ በሙሉ የቆመው ለዚህ ነው።

ዕድሜያቸውን ለውጥ ሲናፍቁና የመንግስቱ ነዋይ የመፈንቅለ መንግስት ሙከራ መክሸፍ እንዳሳዘናቸው ለኖሩት የኔ ወላጆችና ጓደኞቻቸው እንደ እኔ አይነቱ ተማሪ በወታደሩ ላይ የሚያሳየው ጥርጣሬ ትርጉሙ ሊገባቸው የሚችል አልነበረም። በንባብ ካገኘሁት ግንዛቤ በመነሳት የወታደሩን አደገኛነት ለማስረዳት ያደረግሁት ሙከራ በቤታችን ውስጥ አድማጭ አልነበረውም። እኔም ብሆን ተቃውሞዬ በንድፈ ሃሳብ ደረጃ እንጂ ልቤ ከወታደሮቹ ጋር ነበር። ወታደሮቹ አደጋ ላይ እንዳይወድቁና እንደ እነመንግስቱ ነዋይ መጨረሻቸው ለራሳቸውም ለህዝቡም አሳዛኝ እንዳይሆን እሰጋለሁ።

ያ " ማንም አይነካኝም" ብሎ በከፍተኛ እብሪት ተንፈራጦ ሲገዛ በነበረው የመሳፍንት ቡድን ላይ ብዙዎቻችን ስር የሰደደ ቅሬታና ጥላቻ ነበረን። መሳፍንቶቹ ሰው መሆናቸውን ረስተዋል። መሳፍንቶቹ እንደ ሌሎቻችን ሰዎች መሆናቸውን ራሳቸውም እንዲረዱ ህዝብም እንዲያይ ወታደሮቹ የሚወስዷቸው እርምጃዎች ከፍተኛ እርካታ ይሰጠን ነበር። ከራሳቸው

ከመሳፍንቱና ከቅርቦቻቸው በቀር ከዚህ ስሜት ነፃየነበረ ሰው በምድሪቱ የነበረ አይመስለኝም። በዋናዎቹ አብዮታዊ ምሁራን በኩል ያለው ስሜት ከኔ ስሜት ልዩነት አልነበረውም።

ከተወሰነ ጊዜ በኋላ ደርግ በ1966 ዓ.ም መጨረሻና በ1967 ዓ.ም የወሰዳቸውን እርምጃዎች የተለያዩ የፖለቲካ ድርጅቶችና ግለሰቦች ደርግን በመንቀፊያነትና የራሳቸውን አርቆ አሳቢነት፣ ሰብአዊነትና ወዘተ ሲጠቀሙባቸው ይታያል። በእነዚህ ድርጅቶችም መሪዎችና አባላት እንዲሁም በዛን ወቅት በሰፊው የማህበረሰቡ አባላት ዘንድ የነበረው እውነተኛ ስሜትና ፍላጎት ምን እንደሚመስል ደፍሮ የተረከው የለም።

የዛን ዘመን ስሜት በተሟላ መንገድ ባጭሩ መግለጽ አይቻልም። ቢሆንም የተወሰኑ መሰረታዊ ጭብጦችን ያለምንም ይሉኝታና ግብዝነት ማስቀመጡ ተገቢ ይመስለኛል። ለራሳቸው የነገሩትን ተረት እንደ እውነት ማመን የጀመሩ ሁሉ በሚቀጥለው የግርጌ ማስታወሻ ያስገባሁትን ሲያነቡ ትልቅ አቧራ እንደሚነሳ አውቃለሁ። “እውነተኛ ታሪክ ለትውልድ እናስተላልፍ። ትውልድም ከኛ ተመክሮ ይማር” ከተባለ ሌላ አማራጭ የለንም[211]። አቧራው ይነሳ ።

211ንጉሱ፣ መሳፍንቱና መኳንንቱ ጨካኞች ነበሩ። ማህበረሰባችን በባሪያ ፍንገላ፣ በጭሰኛና በገባር ላይ በሚካሄድ የጭካኔ መሰረት ላይ የቆመ ማህበረሰብ ነው። ሃገራችን ሃብታም በደሃው ላይ ቀርቶ ሃብታሙ በሃብታም ላይ፣ ደሃው በደሃ ላይ ሳይቀር የሚጨክንበት ሃገር ነበረች። ጭካኔው አርሰው በሚያበሉት በሬዎች፣ ተሸክመው በሚያጓጉዙትና በሚያጓጉዙን አህያ፣ በቅሎና ፈረስ ላይ ጭምር የሚገለጽ ነበር። እነሱም እንደ ጭሰኛው፣ ለመኳንንቱ እጅ አልነሳም እንደሚለው ኩሩ፣ እንደ መብት አልባዎቹ ህጻናት፣ ሴቶች፣ ተማሪዎች፣ የቤት ሰራተኞች በውሃ ቀጠነ ይገረፋሉ። ውሻ ድመት ሌሎች እንስሶችን በድንጋይና በዱላ መቀጥቀጥ ስፖርት ነው። በትንሽ ምክንያት በዱላ መፋለጥና በዴሞትፎር መጋደል የተለመደ ነው። ተፈጥሮ ጨካኝ ነበረች። ሰው ከጠኔ አንስቶ እስከ በማይረባ ደዌ እንደ ቅጠል ይረግፋል። ኢትዮጵያ የሰው ልጅ ህይወት የረከሰባት ሃገር ነበረች። ጭካኔ ከምንለብሰው ኩታ ድርና ማግ ጋር አብሮ ተሸምኖ ነበር። “ነበር” ስል “ዛሬ የተቀየረ ነገር አለ” የሚል ማረጋገጫ እየሰጠሁ አይደለም። ትኩረቴ በዛ ዘመን ላይ ስለሆነ ብቻ ነው። የተማረው የሰው ሃይል ከህብረተሰቡና ከአካባቢው የወረሰውን ጨካኝነት በሚሞርድ ዕውቀት የተገነባ አልነበረም። ሌሎችም ብዙ ባህላዊና ስነልቦናዊ ምክንያቶች በማህበረሰባችን ውስጥ የነበረውን የጭካኔ እምቅ አቅም ግዙፍ አድርገውታል። ደርግ ስልጣን ሲይዝ በመሳፍንቱና በመኳንንቱ ላይ ይወስዳቸው የነበሩትን እርምጃዎች ማህበረሰቡ ይመለከት የነበረው ከታሪክ አንጻር፣ ከመሳፍንቱ ጭካኔ አንጻርና ለራሱ ልብ ከማይለው የራሱ የጨካኝነት ባህርይና ያደገበት ባህል አንጻር ነው። ንጉሱና መሳፍንቱ ከ1966 በፊት እነሱን ለማስወገድ የተደረጉ በርካታ እንቅስቃሴዎችን አከሽፈዋል። አመጸኞች በሰሯቸው ስህተቶች ወይም ድክመቶች በንጉሱ ሃይሎች እየተቀደሙ በጥይት እየተደበደቡ ወይም በስቅላት ተቀጥተዋል። ይህ ሃቅ የህዝብ የቅርብ ጊዜ ትውስታ ነው። ከዚህ ታሪካዊ ተመክሮ በመነሳት ወታደሮቹ የጀመሩት እንቅስቃሴ ንጉሱንና መሳፍንቱን ሳያስወግድ ወይም ልክ ሳያስገባ እንዳይኮላሽ ስጋት የነበራቸው የደርግ አባላት ብቻ አልነበሩም። ለውጥ ፈላጊው የህብረተሰብ ክፍል በሙሉ ይህ ስጋት ነበረው። ለወታደሮቹና ለእንቅስቃሴያቸው አደጋ ሊሆኑ ይችላሉ ተብለው የሚታሰቡ መሳፍንትና መኳንንት በሙሉ ያለምንም የፍርድ ሂደት ተሰብስበው በእስር መታጎራቸው የሁላችንም ምኞትና ፍላጎት ነበር። የኛ የወጣቶቹ ብቻ አይደለም። የትላልቆቹ አብዮታዊ ምሁራንና አብዮታዊ ያልሆኑ ለውጥ ፈላጊዎች ወላጆቻችን ስሜት ነው። እንደ እውነቱ ከሆነ ደርግ፣ እኛ አደገኞች ናቸው ብለን ያሰብነው ያህል መሳፍንትና መኳንንት አላሰረም። ከዚህም ቀጥሎ ደርግ በትልቁ የሚወገዝበትና

ምሁራኑ፣ በንድፈ ሃሳብ ደረጃ ይህ "አብዮት" ማለት ምን እንደሆነ የማያውቅ ወታደራዊ ኃይል ትልቅ የሃገርና የህዝብ ደህንነት አደጋ ሊሆን እንደሚችል እውቀቱ

እንደ ኢህአፓና መኢሶን አይነቶቹ ድርጅቶች በወቅቱ የተቃውሞ መግለጫ አውጥተንበታል በማለት ደጋግመው የሚጽፉበት የአፄ ሃይለስላሴ መንግስት ባለስልጣናት ግድያ ዙሪያ የነበረው የለውጥ ፈላጊው እውነተኛ ስሜት ከላይ ካልኩት የተለየ አልነበረም። "ንጉሱና መሳፍንቱ በህይወት እስካሉ ድረስ መሳፍንታዊ ስልጣናቸው መልሰው የሚዩዝበት እድል ትልቅ ነው" ብሎ የሚሰጋው ሊቅና ደቂቅ መወገዳቸውን የሚመኝና የሚፈልግ ነበር። ለደርጉ ሰዎች ቅርበት የነበራቸው ምሁራንና ሌሎችም ባገኙት አጋጣሚ ሁሉ "ሳትቀደሙ ቅደሙ" የሚል ምክራቸውን ለደርግ እንደሰጡ ምንም ጥርጥር የሌለው ጉዳይ ነው። ይህ አድርጌ ነበር የሚል ሃቀኛ ግን ማግኘታችን አጠራጣሪ ነው። እርግጥ ነው ደርግ የቀድሞ መንግስት ባላስልጣናትን በገደለበት ወቅት ዝነኛውን ጀነራል አማን አንዶምንና ሌሎችንም ተራማጅ ወጣት መኮንኖችን በመግደሉ ድርጊቱ ያስነሳው ጥርጣሬና ግራ መጋባት ነበር። ይህን ጥርጣሬ በተመለከተ በወቅቱ የኢህአድ የመኢሶን ልሳኖች መሆናቸው የማይታወቁት ዴሞክራሲያና የሰፊው ህዝብ ጋዜጦች የተራማጅ ወታደራዊ መኮንኖቹንም ስም በመጥቀስ ገልጸውታል። የጋዜጦቹን አጻጻፍ ልብ ብሎ ለተመለከተው የቀደሞው መንግስት ባለስልጣናትን ግድያና የተራማጅ መኮንኖቹን ግድያ ለይቶ የሚመለከት እይታ ነበረው። "ለምን እነዚህን መኮንኖች ግድያው ውስጥ መጨመር አስፈለገ?" የሚል የጋዜጦቹ ጥያቄ የሌሎቹን ግድያ በውስጠ ታዋቂ "ይገባናል" የሚል መልእክት ያለው ያስመስለዋል። እውነቱን እንነጋገር ከተባለ የነበረው ሃገራዊ አመለካከት ከዛ የተለየ አልነበረም። ግድያውን አስመልክቶ በወቅቱ የሰፊው ህዝብ ድምጽ ያወጣው መግለጫ (በአጭር የተቀጨ ረጅም ጉዞ ገጽ 190 ላይ ተቀንጭቦ ቀርቧል።) በዛን ወቅት የነበረውን አጠቃላይ የማህበረሰቡን ስሜት የሚገልጽ አልነበረም። በመኢሶን አካባቢ የነበሩ ከተገደሉት ባለስልጣናት ጋር የቅርብ ዝምድናና ዕውቀት የነበራቸው የድርጅቱ አመራር አባላት ተፅዕኖ የሚታይበት ነው። በዚሁ መፅሃፍ ውስጥ በተገደሉት ሰዎች ቤት ቦዘኔዎች እየተዘዋወሩ የሟች ቤተሰቦች ልቅሶ እንኳን በወጉ እንዳይቀመጡ እያደረጉ እንደሆነ ዶክተር ፍቅሬ መርድ እንደተናገረ አንዳርጋቸው ጽፎታል። ከዚህ በተጨማሪ በዚሁ መፅሃፍ ገጽ 195 ላይ "በመኢሶንና ኢህአፓ የሚበተኑ ወረቀቶች እርምጃውን ሲያወግዙ፣ በዚያች እለት በአገር ውስጥ ሌላ ይህ ነው የሚባል አንድም ተቃውሞ ሳይነሳ ቀረ" ይለናል። ምክንያቱንም ሲያብራራ "የደርግ እርምጃ ህዝበ ኢትዮጵያን እንደመብረቅ መትቶ" የማስተዋል አቅሙን ስለገፈፈው ነው ይላል። እዚህም ላይ እውነቱን እንነጋገር ከተባለ በየትልልቁ ቤት የሚካሄደውን ሃዘን ያንጓጠጠው ቦዘኔዎች ሳይሆን ወጣት የዩኒቨርስቲና የሁለተኛ ደረጃ ተማሪዎች ነበሩ። በህብረተሰቡ ተቃውሞ ያልተነሳው በድንጋጤ አልነበረም። የግድያው ተባባሪ በመሆናችን ነበር። በማህበረሰቡ ውስጥ የነበረው የመደብ ክፍፍል ምሬት ጥላቻ ጭካኔ ያንን ያህል የከፋ ነበር። እየዋለና እያደረ ደርግን በጨካኝነት የሚፈርጀውና በባለስልጣናቱ ላይ የተወሰደው እርምጃ የፍትህ ሂደትንና የሰው ልጅን ህይወት ክቡርነትን የጣሰ ነው በማለት ደርግን የሚኮንነው ምሁርና ተማሪ ሌላውም የዛን ዘመን ዜጋ፣ ለቀድሞው መንግስት ባለስልጣናት ቅንጣት ታህል ሃዘኔታ አልነበረውም። እጅግ በርካታው የማህበረሰብ ክፍል ሰብአዊነቱ በስርአቱ ጨካኝነት ታጥቦ ያለቀ (brutalized) በመሆኑ፣ ከሃዘን ይልቅ "የእጃቸውን አገኙ" የሚል እርካታ የታየበት ነው። የደርግ ሰዎች መሳሪያ አንስተው ቃታ ሳቡ እንጂ እነዚህን የቀድሞ መንግስት ባለስልጣናት የገደልናቸው፣ ከቤተሰቦቻቸው፣ ከቅርቦቻቸውና ከእውቆቻቸው ውጭ ያለነው፣ ሁላችንም የሃገሪቱ ዜጎች ነን። "አይደለም" የሚል ክርክር የሚያነሱ የፖለቲካ ድርጅቶችና መሪዎቻቸው ካሉ፣ ከቀድሞ ባለስልጣናት ግድያ በኋላ እራሳቸው የፈጸሟቸውን የጭካኔ ድርጊቶች በጥሞና እንዲያዩ ከመጋበዝ ውጭ ብዙ መከራከሪያ ማቅረብ አያስፈልግም። ለገዛ ጓዶቻችን፣ አብዮታዊ አድርገን ስናያቸው ለነበሩ እውቆቻችን በሂደት ያሳየነው ጭካኔ ደርግ በቀድሞ ባለስልጣናት ላይ ካሳየው ጭካኔ የከፋ ስለሆነ ለመሳፍንቱ የሚያዝን አንጀት ነበረን ብንል የማይታመን ነው። የደርግን ጭካኔ ልዩ አድርገን በማቅረብ ማህበረሰባችን በውስጡ ለተሸከመው እምቅ የጭካኔ አቅም በቂ ግንዛቤ ኖሮት መከላከያውን እንዳያበጅ እያደረግነው መሆኑ መታወቅ አለበት። ትንሽ መንቃት የጀመርነው ደርግ እኛን በገፍ መግደል ሲጀምር ነበር። እሱም ቢሆን የፍትህ ሂደትንና የሰው ልጆችን ህይወት ክቡርነት ትልቅ ቦታ እንድንሰጠው የሚያደርግ ባህል በሃገራችን እንዳላስጀመረ በቂ መረጃ ማቅረብ ይቻላል። ከአፄ ኃይለስላሴ መንግስት ባለስልጣናት ግድያ ውጭም፣ ደርግ በኢኮኖሚ ጉዳዮች ላይ ይወስዳቸው የነበሩ አቋሞቹንም ጭምር በዛን ወቅት የፈለግነውን አቃቂርና ትችት ያቀረብንበት ቢሆንም በዋንኛነት የብዙሃኑ ለውጥ ደጋፊ ምኞትና ፍላጎትን የተከተለ ነበር።

ነበራቸው። ይህም ሆኖ፣ ጥንታዊ ስርአቱን በማፈራረስ ወታደሩ እየተጫወተ በነበረው ሚና ደስተኞች ነበሩ። በተለይ ደርግ አፄ ሃይለስላሴን ከስልጣን አውርዶ ስልጣኑን በሙሉ በጁ እስኪያስገባ ድረስ ለውጥ ከሚፈልገው ማህበረሰብ "ይህ ነው" የሚባል ተቃውሞ አልነበረበትም።

"ዞሮ ዞሮ ወታደሩ ስልጣን ጠቅልሎ ሊይዝ አይችልም፣ በወታደሩ ውስጥም ለስር ነቀል ለውጥ የሚታገሉ የድርጅት አባላት አሉን። ተጨማሪ አባላት ማፍራት እንችላለን። ወታደሩ 3000 አመታት ስሩን የተከለውን የዘውድና የመሳፍንት ሥርዓት በቀላሉና በአጭር ጊዜ ውስጥ መነጋግሎ ከጣለው ለሁላችንም ጥሩ ነው።" የሚል አመለካከት የብዙሃኑ ምሁርና ተማሪ አመለካከት ነው።

ከመስከረም 1967 ዓ.ም በኋላ ደርግ በ66 ዓ.ም የነበረውን ያልተከፋፋለ የምሁራን አዎንታዊ እይታ ማጣት ጀመረ። ከመስከረም 1967 በኋላ ስለሆነው ነገር የራሴን ትረካ ከመቀጠሌ በፊት አንባቢን ወደ ኋላ መመለስ እሻለሁ። ወታደሩ ስርአቱን ተቃውሞ በአመጹ ባይቀጥል ታሪክ በምን አቅጣጫ ይሄድ ነበር? ይህን "የቢሆንስ" ጥያቄ አንባቢ አብሮኝ እንዲፈትሽ ማድረጉ የአብዮቱን ቀጣይ የታሪክ ምእራፎች ለመረዳት ትልቅ ፋይዳ አለው ብዬ አምናለሁ። ይህን ጉዳይ በአጭሩ ወደሚመለከተው ምእራፍ እሸጋገራለሁ።

ምእራፍ 4.የታቀደ አብዮት-እድል ያላገኘው የታሪክ አማራጭ

ታሪክ የሚሄድባቸውን የተለያዩ አማራጮች በአንድ ጊዜ ይዞ ይመጣል። "ምንም ምርጫ ያልነበረው የታሪክ አማራጭ" የሚባል ነገር የለም። ምንም አለማድረግና አለመለወጥም አማራጭ ነውና። መራጮቹ ሰዎች ናቸው። እንዳሻቸው መምረጥ ግን አይችሉም። ገደብ አለባቸው። ምኞትን ሁሉ ምርጫ ማድረግ አይቻልም። ማህበራዊ ለውጥ የሚሄድበትን አቅጣጫ የሚገዙና የሚቆጣጠሩ ከግለሰቦች ምኞት ውጭ የሆኑ፣ በምኞት ብቻ ተጋፍተን የማናልፉቸው ሃቆችና እውነታዎች አሉ።

አቦማ ምትኩ፣ የ12ኛ ክፍል ተማሪ እያለ፣ ለተፈሪ መኮንን ትምህርት ቤት ዋንጫ ያሸነፈበትን የእንግሊዝኛ ቋንቋ ንግግር ውድድሩን የዘጋው ምን ብሎ እንደነበር ከዚህ በፊት ጠቅሻለሁ። "ኢትዮጵያን ዛሬውኑ የአፍሪካ ጃፓን እናድርጋት" ነበር ያለው። ቀደም ባለው ምእራፍ ይህን የአቦማን አባባል ስጠቅስ "ዛሬውኑ" የምትለውን ቃል ዘልያታለሁ። አቦማ ሲናገር "ዛሬውኑ"(Lets make Ethiopia, today, the Japan of Africa) ማለቱን በደንብ አስታውሳለሁ። የ1964ቷን ኢትዮጵያ ከመቅጽበት ጃፓን ለማድረግ አቦማ የነበረው ምኞት እንደምኞት ጥሩ ነበር።

ኢትዮጵያን ከጃፓን የሚለዩዋት በርካታ ነገሮች አሉ። እንኳን ከመቅጽበት በረጅም ጊዜ ሂደትም ጃፓንን ልናደርጋት እንደማንችል ከአቦማ ህይወት አሳዛኝ ፍጻሜ የተሻለ መረጃ አይኖርም። አቦማ በኢትዮጵያ ብሄረተኛነት ስሜት ተሞልቶ ያንን ንግግር ባደረገ በስድስት አመት ውስጥ፣ የአዲስ አበባ ዩኒቨርስቲ ተማሪዎች ማህበር ጸሃፊ ሆኖ ተመርጦ ከሰራ አራት አመትም ሳይሞላው፣ በኢጭአት (የኢትዮጵያ ጭቁኖች አብዮታዊ ትብብር)[212] በኩል አልፎ የኦሮሞ ነጻነት ግንባር አባል ሆነ። በ1970ዎቹ ውስጥ ከኦሮሚያ እስላማዊ ግንባር ሰዎች ጋር በውይይት ላይ እንዳለ፣ ባሌ ውስጥ በግንባሩ ታጣቂዎች ተገደለ።

ጃፓን እንደ ኢትዮጵያ የተለያዩ ብሄረሰቦችና የብሄረተኛነት ስሜቶች የሌሉባት የአንድ ወጥ ባህል፣ ቋንቋና ዕምነት ሃገር ነች። ኢትዮጵያን ለመቀየር እነዚህን ብሄረሰቦችና የብሄረተኛነት (ዘውገኛ ስሜቶች-ethnic feelings or sentimenets) ስሜቶች በትልቁ የኢትዮጵያዊ ብሄረተኛነት (ሃገረተኛነት) ስሜት ጋር ማስታረቅና ተገቢውን ቦታ መስጠት ይጠይቃል።[213]

---

[212] ኢጭአት በባሮ ቱምሳ ይመራ የነበረ፣ ከመኢሶን ጋር ቅርበት የነበረው፣ ለተወሰነ ጊዜ ከደርግ ጋር የሰራ፣ የኢትዮጵያ ማርክሲስት ሌኒኒስት ድርጅቶች ህብረት (ኢማሌድህ) አባል የነበረ ድርጅት።

[213] ብሄር የሚለው ቃል እየፈጠረ ያለውን ችግር እዚህ ላይ ማየት ይቻላል። ሁለት የብሄረተኛነት ስሜቶች በአንድ ቃል የሚገለጹ ሆነዋል። ብሄረተኛነት ለኦሮሞ፣ለአማራ፣ ለትግራይ፣ ለከምባታ፣ ወላይታና ወዘተ

ጃፓን እንዲህ አይነት ውስብስብ እውነታ የሌለባት ሃገር በመሆኗ ጃፓንን በሚመስል የለውጥ ሂደት አልፋለች። እኛም ማለፍ የምንችለው ኢትዮጵያን በመሰለ የለውጥ ሂደት ነው።

አቦማን ባሌ ድረስ ወስዶ ህይወቱን እንዲያጣ ያደረገው የሃገራችን ተጨባጭ እውነታ ነው። እንደ አስራ ሁለተኛ ክፍል ተማሪ ምኞቱ ቢሆን ኖሮ ከአዲስ አበባ ዩኒቨርስቲ ሳይወጣ፣ የፖለቲካ ሳይንስ ወይም የታሪክ አስተማሪ እንደሆነ፣ ኢትዮጵያን ጃፓን ከሚያደርጓት ሰዎች አንዱ በሆነ ነበር። እርግጠኛ ነኝ ብቁና ዝነኛ ፕሮፌሰር ይወጣው እንደነበር።

በ1966ቱ የታሪክ መጋጠሚያ የነበሩት ለእውነታው የቀረቡ የታሪክ መሄጃ አማራጮች ሁለት ብቻ ነበሩ። ስርአቱ፣ ከውስጥ ከራሱ ምሁራንና ከውጭ ከወዳጅ መንግስታት ይቀርብለት የነበረውን የሥርዓት ማሻሻያ ለውጦች ማድረግና ከአጠቃላይ አብዮት ራሱን ማትረፍ አንዱ አማራጭ ነበር።[214]

ሌላው አማራጭ ጊዜ የሚወስድ፣ አድካሚና ብዙ መስዋእትነት የሚያስከፍል ቢሆንም ምሁራኑ ባቀዱት የገጠር አብዮት መሳፍንታዊ ስርአቱን በመናድ ሃገሪቱንና ማህበረሰቡን መቀየር ነው።

ብሄረተኛነት እንደምንጠቀምበት ሁሉ ብሄረተኛነት የሚለውን ቃል ኢትዮጵያ ለሚለው እየተጠቀምንበት ነው። እውነተኛውን የብሄር መስፈርት የሚያሟላው ግን ኢትዮጵያዊነት ብቻ ነው። ብሄር የሚለው ቃል የማህበረሰባዊ የእድገት ደረጃ በዘር ከመሰባሰብ በላይ እድገት የሚታይበት ዘመናዊ ጽንሰ ሃሳብ ነው። የምክንያት፣ የሳይንስ፣ የዘመናዊነት ውላጅ ነው። የአንድ ቋንቋና ባህል ባለቤት የሆነና በአንድ ላይ የሰፈረ ማንኛውም ኋላ ቀር ማህበረሰብ ብሄር የሚለውን ቃል መጠቀም አይችልም። በሃገራችን ለሚገኙ ማህበረሰቦች በጭፍኑ ከግራ ፖለቲካ ዕምነት ተነስተን ብሄር ብሄረሰብ ያልናቸውን ስብስቦች በተገቢው መንገድ የሚገልጻው ቃል ዘውግ ነው ብያለሁ። ዘውግ በብሄር ደረጃ ያልመጣን በጎሳ ደረጃም ያልቀረን የማህበረሰብ የእድገት ደረጃ ለመግለጽ የተሻለው ቃል ነው የሚል ዕምነት አለኝ። ዝርዝር የመከራከሪያ ነጥቤን ማወቅ የፈለገ "ነጻነት የማያውቅ ነጻ አውጭ" በሚለው መጽሃፌ ውስጥ "ዘውግ ወይም ብሄር፣ ዘረኛነት ወይም ፖለቲካ" የሚል ርእስ የሰጠሁትን ምእራፍ ስድስትን ማንበብ ይችላል።

[214] ራስ እምሩ "ካየሁትና ከሰማሁት" በሚለው መጽሃፋቸው፣ ራሳቸው ንጉሱን ከ1953 ዓ.ም መፈንቅለ መንግስት ሙከራ በፊት ህገመንግስታዊ ሞናርኪ ንጉሳዊ ስርአቱ እንዲሆን እንደመከሩ፤ ፊታውራሪ ተክለሃዋሪያትም በተደጋጋሚ የአፄ ኃይለስላሴ መንግስት ለስርአት ማሻሻል መንገዱን ካልከፈተ ስርአቱ በውርደት እንደሚያከትም የሰጡት የተደጋጋሚ ማስጠንቀቂያ በ"የህይወቴ ታሪክ" በሚለው መጽሃፋቸው ላይ ሰፍሯል። ተክለሃዋርያት የሰጡት ማስጠንቀቂያ ገና በማለዳው ምን ነገር ከመከሰቱ በፊት መሆኑ የሚያስደንቅ ነው። ስዩም ሃረጎት "the bureacratic empire" ከአብዮቱ በፊት አሜሪካንና እስራኤሎች ንጉሱ የፖለቲካ ማሻሻያ ለውጥ እንዲያደርጉ እንደመከሩ ጽፈዋል። ከዚህ በተጨማሪ ሃገራችን በማህበራዊና በፖለቲካ ዘርፉ ሊያጠኑ የመጡ የውጭ ምሁራን በጻፏቸው በርካታ መጽሃፎች፣ እንደ ሃገራችን ምሁራን የሚፈሩት ነገር ስላልነበራቸው፣ ስርአቱ ራሱን የማያሻሽል ከሆነ ሊገጥመው የሚችለውን አደጋ እንደነበይ ተንበየዋል።

የመጀመሪያው አማራጭ ሊተገበር የሚችል አማራጭ ነው። ቢሆንም ስርአቱ የገባበት መደንዘዝና መሽመድመድ ምንም አይነት ምክር እንዳይሰማና አደጋ እንዳይታየው አድርጎት ነበርና ያልቻለ አማራጭ ሆኖ አልፏል።

ሁለተኛውም አማራጭ ተፈጻሚ መሆን የሚችል አማራጭ ነው። ተጀምሮም የነበረ አማራጭ ነበር። ሃገራዊ፣ አካባቢያዊና አለምአቀፍ ሁኔታው በሙሉ የትጥቅ ትግል ለመጀመር ለተዘጋጁት ምሁራን የተመቸ ነው።

በሀገር ውስጥ ስለነበረው አጠቃላይ ሁኔታ የምሁራኑ ትንታኔ ስህተት አልነበረውም። ማህበረሰቡ በመሳፍንታዊው ስርአቱ ተንገሽግሾ ለውጥ የሚፈልግበት ሁኔታ ውስጥ ያለ ነው። ይህን ፍላጎቱን ይዞ በጅምላ ወደ አደባባይ ያልወጣው የስርአቱን ጠመንጃ ብቻ ፈርቶ ነበር። የትንታኔው ትክክለኛነት የተረጋገጠው ወታደሩ በስርአቱ ላይ ማመጽ ሲጀምር ነው። በማህበረሰቡ ውስጥ በጠመንጃ ኃይል ታፍነው የነበሩ ብሶቶች በሙሉ በአደባባይ እየገነፈሉ መታየታቸው ነው።

በማህበረሰቡ ውስጥ የነበረው ቅራኔ ምሁሩ ካሰበውና ከገመተው የበለጠ እንጂ ያነሰ አልነበረም። እጅግ አሰቃቂ በሆነ ብዝበዛና ጭቆና ውስጥ ይኖር የነበረው ገባር የተመቻቸ ሁኔታ ካገኘ ለማመጽ ወደኋላ እንደማይል የታወቀ ነው። ቀደም ብሎም ያደረጋቸው የተናጠል ሙከራዎች ነበሩ። በአይሮፕላን ቦንብ ወርዶበት ነው እጁን የሰጠው። [215] በ1966 ዓ.ም የታየው

---

[215] የትግራይ፣ የባሌ፣ የጎጃም አመጻዎችና በሌሎች ቦታዎች በሽፍትነት የወጡ ገበሬዎች እንቅስቃሴ በምሳሌነት የሚጠቀሱ ናቸው። ሻምበል ፍቅረስላሴ ወግደረስ "እኛና አብዮቱ" በገጽ 16 ላይ "አንዳንድ የለውጥ አራማጆች ነን የሚሉ የተማሩ ግለሰቦች "ገበሬው በፊውዳሉ ስርአት ላይ በተለያዩ ጊዜያትና ቦታ እያመጸ በመነሳት መብቱን ለማስከበር፣ ስርአቱንም ለመደምሰስ ታግሏል። በተለይ በባሌና በጎጃም ያካሄደው የነጻነት ትግል በአርአያነት የሚጠቀስ ነው" ብለው በተጋነነ ሁኔታ የሚናገሩ አለፍ ብለው የሚጽፉ በርካታ ናቸው።" "ይህ ግን ሃሰት ነው" ይለናል። እነዚህ በርካታ ከሚላቸው የለውጥ አራማጆች መሃል የአንዱን ተናጋሪ ወይም ጸሃፊ ስም አልጠቀሰም። እስከዛሬ ድረስ በበኩሌ "የትግራይን፣ የጎጃምና የባሌን አመጽ ለመሰረታዊ የስርአት ለውጥ የተደረገ አመጽ" ብሎ የተናገረ የጻፈ ግለሰብ አላውቅም። ገበሬዎች በመሰረቱ አደራጅቶና አንቅቶ የሚመራቸው የፖለቲካ ድርጅት ሳይኖር ለስርአት ለውጥ አይታገሉም። ያ የአብዮታዊ ምሁራን ስራ ነው። ለስርአት ለውጥ ባይታገሉም በየግዜው በተናጠል የሚያደርጓቸው አመጾች በውጭ መንግስት ይደገፉም ወይም በአካባቢው መሳፍንት ይበረታቱም በሚኖሩበት ማህበረሰብ ውስጥ ሊያሳምጻቸው የሚችል ነገር ሳይኖር ዝም ብለው ተነስተው የውጭ መንግስት ቅጥረኛ ወይም የአንድ ደጃዝማች ተከታይ ሆነው አይነሱም። ሱማሌ በባሌ በኩል ለነበረው አመጽ እጇ አለበት፣ የጎጃም አመጽ ስልጣኔ እንዳይመጣ በሚፈልጉ የወረዳ ገዥዎች የተቀሰቀሰ ነው በሚል ምክንያት የገበሬዎች አመጽ መሰረታዊ ከሆኑ የፖለቲካ የኢኮኖሚና የማህበራዊ ችግሮች ጋር የተሳሰሩና አመጾቹ በነዚህ ዘርፎች መቀየር ከሚገባቸው ነገሮች ጋር የተገናኙ እንደሆነ አለማየት ትልቅ ስህተት ነው። በአንድ ሃገር ያለ ትግራይ፣ የባሌና የጎጃም ገበሬዎች አመጽ፣ የነገረሱ ዱኪና የመንግስቱ ነዋይ፣ የደጃዝማች ተክለሃዋርያት መፈንቅለ መንግስትና ንጉሱን የመግደል ሙከራዎች፣ ያለተማሪው የምግብ የመኝታ ይስተካከልኝ፣ የመደራጀትና መጽሄት የማተም መብት ይፈቀድልኝ የመሳሰሉ ከአብዮት ጋር ግንኙነት የሌላቸው በሚመስሉ እንቅስቃሴዎችና ሂደቶች ሳያልፍ አንድ ማለዳ አብዮት አይፈነዳም።

ጉድ ግን በደላቸውን አምቀው ይዘው የተቀመጡ የማህበረሰብ ክፍሎች እጅግ በርካታ መሆናቸውን ነው።

ግርማቸው ለማ፣ በ1966 ዓ.ም በየካቲት ወር መጨረሻ በአዲስ አበባ ዩኒቨርስቲ የልደታ አዳራሽ ለተማሪዎች ንግግር አድርጓል። ከስብሰባው የቀረ ተማሪ ስላልነበር አዳራሹ እስከ አፍጢሙ ሞልቶ ቦታው ጠቦ ነበር።

ግርማቸው ንግግሩን ያደረገው በቃሉ ነበር። ከፊቱ ለተሰብሳቢው የማትታይ ቁራጭ ወረቀት ላይ ያሰፈራቸውን ማስታወሻዎች አልፎ አልፎ ይመለከታል። እጅግ አስደናቂ የሆነ የንግግር ክህሎት የነበረው ተማሪ ነው። ከአንድ ሰአት በላይ ያለምንም ማቋረጥ ተናገረ። እሱ ሲናገር በአዳራሹ ሰፍኖ የነበረው ጸጥታ የጸጉር መያዣ ቢወድቅ የቦንብ ፍንዳታ ያህል የሚያስጮኸው ነበር። ንግግሩን ያደረገው ህዝብ፣ ወታደሩ እንደማይተኩስበት እርግጠኛ በመሆን በመላው ሃገሪቱ በተለያዩ ብሶቶቹ ዙሪያ ሰላማዊ ሰልፍ ካደረገ በኋላ ነው።

ግርማቸው ለማ ንግግሩን የጀመረው በተለያያዩ ማህበራዊ ክፍሎች መሃል ያለውን ቅራኔ በመደርደር ነበር። ያንን ንግግር ግርማቸው ያደረገው ከሶስትና ከአራት ወራት በፊት ቢሆን ብዙም አድማጭን የሚስብ አይሆንም። የማርክስን "የኮሚኒስት ማኒፌስቶ" የሚለውን

ከዚህ አንጻር ከታየ የነገሌ ወታደሮች የውሃና የደሞዝ ጭማሪ ጥያቄ ጭምር ሃገሪቱን በየአመቱ በየወሩ በየሳምንቱና በየቀኑ ወደ አብዮታዊ ሁኔታ የገፉ ተያያዥነት ያላቸው ድርጊቶች ናቸው። "ስርአት ለመቀየር አልተነሱም" በሚል ታሪካዊ ትርጉማቸውንና ፋይዳቸውን ማሳነስ የለብንም። ሌላው የተሳሳተና ከአፄ ኃይለስላሴ መንግስት ጀምሮ ስልጣን ላይ የወጡ ገዥዎችን ችግር ውስጥ የጣለ አመለካከት ደርግን ለውድቀት የዳረገው ፈረንጆቹ እንደሚሉት ጫካውን ከዛፉ መለየት አለመቻላቸው ነው።የኤርትራ ድርጅቶች በአረቦች ስለሚደገፉ "በኤርትራ የሚካሄደው የኤርትራ ህዝብ አመጽ የአረቦች ሴራ እንጂ ህዝብ ምክንያት ስላለው አይደለም።ወያኔ በሻብያ ስለሚረዳ "የትግራይ ገበሬ ከወያኔ ጎን የቆመው በሻብያና በወያኔሴራ እንጂ ሌላ ምክንያት የለውም።" አሁንም በስልጣን ላይ ያለው መንግስት "ተቃዋሚ ወገኖች ህዝብን እያወናበዱት እንጂ ህዝብ ምክንያት የለውም" (የ1997 ምርጫና ቀውስ) እየተባለ ቀጥሏል። የሚሻለው አቀራረብ በቅድሚያ "ህዝቡን ሊያሳምጹ የሚችሉ የሃገር ውስጥ ይሁን የውጭ ሃይሎች መጠቀሚያ እስከመሆን ሊያደርሱት የሚችሉ ችግሮች ምንድን ናቸው" ብሎ ጠይቆ መልስ መስጠት ነበር። ለኤርትራ ችግር "እየዘለሉ አረቦችን ለመወንጀል ከሚደረገው ሩጫ በፊት እኛ ምን በድለናቸው፣ ምን አድርገን ነው ከጊዜ ወደ ጊዜ ህዝቡ በዚህ ደረጃ ተቃዋሚዎቹን ደግፎ የቆመው" የሚል ጥያቄ ተነስቶ ቢሆን ኖሮ፣ ገና አፄ ኃይለስላሴ ከስልጣን ሳይወርዱ እነ አክሊሉ ሀብተወልድ እየተቃወሟቸው ያፈረሱትን በተባበሩት መንግስታት ውሳኔ ኤርትራን ፌደራላዊ በሆነመንገድ ከኢትዮጵያ ጋር ያስተሳሰረውን አስተዳደራዊ መዋቅር እንደገና መልሰው ባዋቀሩት ነበር። አጼሃይለስላሴ ከስልጣን በወረዱበት ወቅትና ከዛም በኋላ ደርግ ያገኛቸውን መልካም አጋጣሚዎች የኤርትራን ችግር በዚህ ቅኝት ተመልክቶ ቢሆን ኖሮ የኢትዮጵያንና የኤርትራን ህዝብ ከዛ ሁሉ እልቂትና ጦርነቱ ካስከተለው ኢኮኖሚያዊና ማህበራዊ ድቀት ማዳን በተቻለ ነበር። ደርግም በስልጣን በቆየ ነበር። የፖለቲካ ችግርን በወታደራዊ ሃይል ለመፍታት በተወሰደው የተሳሳተ ፖሊሲ ለደረሰው ከፍተኛ ሃገራዊና ህዝባዊ ኪሳራ በጥፋተኛነት እንደመጠየቅ ሃገርንና አንድነት ለመጠበቅ፣ የባህር በር እንዲኖረን ለማድረግ ብዙ መስዋእትነት እንደከፈለ ሃገራዊ አርበኛ አድርጋችሁ እዩን የሚለው ከላይ ከጠቀስኩት ችግር የሚመነጭ የተሳሳተ አመለካከት ነው።የጀነራል አማን አንዶምን የሰላም ጥረት በውሃ ቀጠነ ወይም "ቂጣቸውን ያልጠረጉ ወታደሮች" አለን በሚል ሰንካላ ምክንያት ማሰናከል ባልተገባም ነበር።

ጽሁፍ የሚያውቁ ምሁራንና ተማሪዎች "እንዴት የሌላ ሰው ጽሁፍ እንደራሱ አድርጎ በንግግር መልኩ ያቀርባል" ብለው ይዘባበቱበት ነበር።

በዛን ወቅት በ1966 ዓ.ም ኢትዮጵያ ውስጥ እየሆነ የነበረው፣ ቃል በቃል፣ መስመር በመስመር እጅግ በሚደንቅ መልኩ ካርል ማርክስ በኮምኒስት ማኒፌስቶ መግቢያ ላይ ስለ ማህበረሰባዊ ለውጥ የጻፈውን ጽሁፍ በተግባር የሚያሳይ ነው። የኮምኒስት ማኒፌስቶን የድራማ ጽሁፍ አድርገን ብንወስደው፣ "ኢትዮጵያ የቲያትር መድረክ፣ በሚሊዮኖች የሚቆጠር ህዝቧ ተዋንያን የሆኑበት ድራማ እየተተወነ ነበር" ማለት ይቻላል።

ግርማቸው "ቅራኔው ጦዟል፣ ጢሰኛው ከመሬት ጌታው፣ ላብአደሩ ከፋብሪካ ከበርቴው፣ ደሃ ወታደሩ ከጀነራሎቹ፣ ደሃው ቀሳውስት ከጳጳሳቱ ጋር የገቡበት ቅራኔ ጦዟል። የዘመናት ጭቆናና ብዝበዛ የወለደው ቅራኔ ነው። መላው ሃገሪቱ ነጻነታቸውን መብታቸውን ለማስከበር ቆርጠው በተነሱ ግፉአን የማህበረሰብ ክፍሎች እየተናጠች ነው።ይህን ነውጥ አክሊሉን አውርዶ እንዳልካቸው መኮንንን ጠቅላይ ሚኒስትር በማድረግ ወይም እንዳልካቸውን አውርዶ ደግሞ ከተማ ይፍሩን በመሾም ማስቆም አይቻልም። በዘገምተኛና ጥገናዊ ለውጥ ማስቆም አይቻልም። ነውጡ የሚያቆመው ያረጀና ያፈጀውን ዘውዳዊና መሳፍንታዊ ሥርዓት ጠራርጎ የታሪክ ቆሻሻ መጣያ ላይ ሲከምረው ብቻ ነው"። የሚል ሰፊ የሁኔታዎች ትንታኔ ይዘት ያለው ንግግር ነው ያደረገው። ግርማቸው ንግግሩን ሲጨርስ ከተሰብሳቢው ተማሪና ከዩኒቨርስቲው መምህራን ጭምር የተለገሰው ጭብጨባ በዛ አዳራሽ ውስጥ ከዛ በፊት ለማንም ተለግሶ የማያውቅ ረጅምና የጋለ ጭብጨባ ነበር።

ግርማቸው የተናገረው፣ ህዝብ በአይኑ የሚያየውን እኛ ሁላችንም በአይናችን የምናየውን ነገር ነበር። በየገጠሩ አንገቱን ደፍቶ የኖረው ገባር የመሬት ጌታውን "ዞር በል" ማለት ጀምሯል። የፋብሪካ ሰራተኛው ለደሞዝ ጭማሪና የሰራተኛ መብቶች ለማስከበር ስራ አቁሟል። ተራው ወታደር የበላይ አለቆቹን ያስራል። ተራው ቄስ፣ ጳጳሳቱ ይፈጽሙብኛል ያለውን በደል ህዝብ እንዲያውቅለትና መብቱ እንዲከበር ታላቅ ሰላማዊ ሰልፍ አድርጎ ነበር።

ለዘመናት የዕምነት እኩልነት ተነፍገው የነበሩ የእስልምና ዕምነት ተከታዮች ለእኩልነት ያደረጉት ሰልፍ ከሁሉም ሰልፎች ግዙፉ ነበር። ክርስቲያኖችም በስፋት ከሙስሊም ወገኖቻቸው ጋር አብረው ተሰልፈዋል። ይህን የተረዳ የሙስሊም ሰልፈኛ "ክርስቲያን ወገናችን ተሰልፏል ከጎናችን" ብሎ አዚሟል። ክርስቲያኑም በዜማ "እውነት ነው" የሚል ምላሽ ሰጥቷል። ያልተንቀሳቀሰ የህብረተሰብ ክፍል አልነበረም።

በአጠቃላይ በ1966 ዓ.ም በሃገሪቱ የታየው እንቅስቃሴ ማህበረሰባችን ለውጥ አርግዞ እንደነበር የሚያሳይ ነው። ይፈልግ የነበረው የለውጥ አዋላጅ ብቻ ነበር። የኢትዮጵያ ምሁራን "ሃገሪቱ ለለውጥ ተዘጋጅታለች፣ እየተጠበቀ ያለው ለውጡን የሚመራ ኃይል ነው" የሚለው ትንታኔያቸው ትክክል ነበር።

እንዳሰቡት ይህንን ለውጥ መምራት የሚችል የመንግስትን ኃይል የሚገዳደር ታጣቂ ኃይል አደራጅተው ቢሆን ኖሮ ከሲቪሉ ማህበረሰብ ብቻ ሳይሆን ከራሱ ከወታደሩ ጭምር ሰፊ ድጋፍ የሚያገኙበት ሁኔታ ይኖር እንደነበረ ጥርጥር አልነበረውም። ስርአቱን በቀላል መስዋእት በአጭር ጊዜ ውስጥ መጣል ይችሉ ነበር።

1966ዓ.ም ላይ የታየው ህዝባዊ ማእበልና ቁጣ ስርአቱን "በበሰበሰና ገፊ ባጣ ዛፍ" ሲመስሉት የነበሩት ምሁራን ትክክል እንደነበሩ አረጋግጧል። ከዚህ አንጻር ከታየ ጥያቄው እውን ሃገሪቱ ለለውጥ ዝግጁ ነበረች ወይ የሚለው ሳይሆን ለውጡን ለማምጣት የተነሳው ምሁር "አደርገዋለሁ ያለውን የትጥቅ ትግል ማደራጀት ይችል ነበር ወይ?" የሚል ይሆናል።

ከሃገራዊ የበሰለ የለውጥ ሁኔታ ውጭም፣ የትጥቅ ትግል ለማስጀመር የሚያስችሉ አጋዥ ከባቢያዊና አለምአቀፋዊ ሁኔታዎች ነበሩ። ትልቁ አጋዥ ሁኔታ የኤርትራ አማጽያን መኖር ነው። የኢትዮጵያ ምሁራን የትጥቅ ትግል ለማድረግ ዝግጅታቸውን ባጠናቀቁበት ወቅት ሌላ በሰሜን ኢትዮጵያ የትጥቅ ትግል ለማድረግ ሃሳብ የነበረው ድርጅት አልነበረም።

የኤርትራ ግንባሮችም የ66ቱ ቀውስ የፈጠረውን ሁኔታ ተጠቅመው በአጭር ጊዜ ውስጥ የደረሱበት የወታደራዊ ጥንካሬና የብቃት ደረጃ ላይ አልደረሱም። በነዚህ ምክንያቶች የተነሳ የኤርትራ አማጽያን ለራሳቸው ጥቅምና መጠናከር ሲሉ ለኢትዮጵያውያኑ አማጺያን የቻሉትን ድጋፍ ያደርጉላቸው እንደነበር አያጠራጥርም።

በአካባቢው የሚገኙ የኢትዮጵያን ማእከላዊ መንግስት የማዳከም ዓላማ ያላቸው መንግስታትም የራሳቸውን ስሌት አስልተው እነዚህን ምሁራን መደገፋቸውን አጠናክረው ቀጥለዋል። ሁሌም የሚያደርጉት ይህንኑ ነው። ስልጠና፣ መግቢያ መውጫ መንገድ፣ መጠለያና ፓስፖርት በመስጠት መደገፍ ጀምረዋል።

(ከአብዮቱ በፊት የሱዳንና የግብጽ መንግስታት በነዚህም መንግስታት በኩል የአረብ መንግስታት የኢትዮጵያን መንግስት ለሚቃወሙ ድርጅቶች ለጀብሃና ለሻብያ በሰሜን በደቡብ ምስራቅና በምስራቅ፣ ለምዕራብ ሶማሊያ የነጻነት ግንባርና ለኦሮሚያ እስላማዊ ግንባር ድጋፍ

ሰጥተዋል። ድጋፎቹ የተለያዩ አይነቶች ነበሩ። የገንዘብ፣ የመሳሪያ፣ የመንቀሳቀሻ ፓስፖርትና ቪዛ ፣ ወታደር ማሰልጠኛ፣ ሰውና፤እቃ፣ ማስገቢያ መንገድና ሌሎችም ድጋፎች ይሰጣሉ።

የሁሉም መንግስታት ዓላማ ለኢትዮጵያ ወይም የሚደግፏቸው ድርጅቶች እንወክለዋለን ለሚሉት ህዝብ አዝነው አይደለም። ድጋፋቸውን ሲሰጡ የነበረው እነዚህ ሁሉ ድርጅቶች "የእነሱን ስትራተጂያዊ ጥቅም በቀጥታ ወይም በተዘዋዋሪ ያስጠብቃሉ ብለው" ስለሚያስቡ ነው። ስትራቴጂ ጥቅማቸው ጠንካራ ኢትዮጵያ እንዳትኖር ማድረግ ነው። እነዚህ መንግስታት የሚደግፏቸው ድርጅቶች በባህርያቸው የተለያዩ ናቸው። አንዳንዶቹ በቀጥታ ከነዚህ መንግስታት ጋር ስትራቴጂካዊ ጥቅም ጋር የሚመሳሰል የራሳቸው ስትራቴጂክ ፍላጎት ነበራቸው። ለምሳሌ ከእስልምና እምነት ጋር የተያያዙ ድርጅቶች የምዕራብ ሶማሊያ ወይም የኦሮሞ እስላማዊ ግንባር አይነቶቹ የኢትዮጵያ መዳከም ብቻ አይደለም ብትንትኗ መውጣት የሚያስደስታቸው እንጂ የሚያሳዝናቸው አይደለም። ከዚህም የተነሳ እነዚህ መንግስታት እነዚህን ድርጅቶች ከሌሎች ድርጅቶች ለይተው የሚያቀርቧቸው በብዙ ነገርም በድፍረት የሚደግፏቸው ነበሩ። የሶማሌ መንግስት ዋንኛው ደጋፊያቸው ነው። በሱማሌ በኩልም አድርገው አረቦች በቂ ድጋፍ ያደርጉላቸው እንደነበር አያጠራጥርም።

እንደ ጀብሃ አይነቱ አመራሩ በእስልምና ተከታዮች የተሞላ "ኤርትራም የሙስሊሞች ሃገር ናት" እያለ የሚሰብካቸው ስለነበር በአረቦች አካባቢ ከሻብያ የተሻለ ተቀባይነትና ድጋፍ ነበረው። ሻዕብያ ላይ አረቦች ሁለት አይነት ጥርጣሬ ነበራቸው። አንዱ መሪዎቹ ክርስቲያኖችና ሙስሊሞችም ቢሆኑም በክርስቲያኖች ተዋጊዎችና አዋጊዎች የተሞላ ድርጅት እንደሆነ ያውቃሉ። ስለዚህም ከሃይማኖት ጋር የተያያዘ ስትራቴጂክ ጠቀሜታ የሌለው ድርጅት እንደሆነ ያውቃሉ። ሌላው ለአረቦች የሚቾግራቸው ሻዕብያ የግራ ድርጅት መሆኑ ነው። ይህም አይዋጥላቸውም ነበር። ነገር ግን ሻዕቢያ ለኤርትራ ነጻነት እስከታገለ ድረስና ትግሉ ኢትዮጵያን ማደከም ብቻ ሳይሆን የባህር በር የሌላት ሃገር አድርጎ እስከተጠናቀቀ ድረስ ሻዕብያን የመደገፉ ጉዳቱ አይታያቸውም። በኢትዮጵያ መጠናከር ከሚመጣ ችግር በሻዕብያ መጠናከር የሚመጣን ችግር መቋቋም እንችላለን በሚል ስሌት እንጂ ሻዕብያን ሙሉ በሙሉ አምነው አልነበረም ድጋፍ የሚያደርጉለት።

ሻዕብያም የአረብ ድጋፍ ሲቀበል "በነሱ ድጋፍ ተጠናክሬ የራሴን ፍላጎት መፈጸም እችላለሁ" በሚል ስሌት እንጂ የአረቦቹና የሻዕብያ ስትራቴጂክ ጥቅሞች አንድ አይነት ስለሆኑና አረቦችን ስለማይጠረጥር አልነበረም።(በዚህ ጉዳይ ላይ ዘውዴ ረታ "የኤርትራ ጉዳይ" (አዲስ አበባ፣ ሻማ ቡክስ፣ 2006 በገጽ 531 ላይ ያሰፈሩትን ትዝብት ይመልከቱ) ከአረቦች ይልቅ የኤርትራ ህዝብ ስትራቴጂክ ጥቅም ከኢትዮጵያ ህዝብና መንግስት ጋር መሆኑን አጥቶት አይደለም። "ኤርትራን ነጻ ለማድረግ አረቦቹ ድጋፍ እስከሰጡን እንቀበላለን፤ በጥንካሬያችን የእነሱ ተላላኪ አንሆንም" የሚል ስሌት ይዞ ነው።

አረቦች በተመሳሳይ አመለካከት ከአብዮቱ ጋር የመጡ ድርጅቶችን ደግፈዋል። ሱዳን ሶማሊያም በተዘዋዋሪና በቀጥታ በተለያዩ መንገዶች፣ ሌሎች በርካታ የአረብ ሃገሮች ለኢህአፓ፣ ለወያኔም፣ ለኦነግም፣ ለኢዲዩም ድጋፍ አድርገዋል። የአረቦቹ ስሌት "ድርጅቶቹ የፈለገው አቋም ይኑራቸው በወቅቱ ጠንካራ መስሎ ይታይ የነበረውን የኢትዮጵያ ማእከላዊ መንግስት እስካዳከሙ ድረስ እንደግፋቸው" የሚል ነው።

አክራሪ የእስልምና ዕምነት ተከታዮች መሪዎች የነበሯት ሱዳን የኮምኒስት ዕምነት እንዳላቸው በአደባባይ ላወጁ እንደ ኢህአፓና ወያኔን ለመሳሰሉ ድርጅቶች በዋንኛነት በክርስቲያኖች ቁጥጥር ስር ለነበሩ ድርጅቶች ቢሮ እንዲከፍቱ፣ በድንበሯ እንደፈለጉ እንዲገቡና እንዲወጡ ፈቃድ የምትሰጠው እነዚህን ድርጅቶች አፍቅራ አይደለም። እነዚህም ድርጅቶች ከሱዳን ድጋፍ ሲቀበሉ "የሱዳንን ጥቅም የምናስከብር የሱዳን ተላላኪ እንሆናለን" በሚል ዕምነት አይደለም። በራሳቸው መንገድ "ሱዳንን ከመሳሰሉ መንግስታት በሚገኝ ድጋፍ ተጠናክረን የኢትዮጵያን ንጉሳዊ ወይም ወታደራዊ መንግስት አስወግደን "የራሳችንን ጠንካራ መንግስት ማምጣት እንችላለን" በሚል ስሌት ነው። "እነሱዳንንም በዚህ ጥንካሬያችን መቋቋም እንችላለን" ከሚል ስሌት ነው።

የብዙ ሃገሮች የተቃዋሚ እንቅስቃሴ ሁል ጊዜ የሚደገፈው የሃገሮቹ ጠላቶች በሆኑ ሌሎች ሃገሮች ወይም መንግስቶች ነው። ሃገሮቹ ጠላትነት ባይኖራቸው መንግስቶቹ በጠላትነት ካልተያዩ አንዱ የአንዱን ተቃዋሚ አይደግፍም። ተቃዋሚዎቹ ይህን እያወቁ ነው ድጋፍ የሚቀበሉት። ብዙ ጊዜም ተቃዋሚዎቹ በሃገራቸው ስልጣን ሲይዙ ድጋፍ ያደረጉላቸው ሃገሮች እንደሚያስቡት ለነሱ የተመቹ አይሆኑም። ይህ ለዘመናት የቆየ የጠላት መንግስታትና የተቃዋሚ ድርጅቶች የተወሳሰበ ቁማር ወይም እንቆቅልሽ ነው።

በአካባቢያችን ያለውን ሁኔታ ብንመለከት አረቦች ኤርትራን እንደተመኙት እንደፈለጉ የሚያደርጓት ሃገር አልሆነችም። ሱዳንም ብትሆን ከማንም በላይ የምትፈራው ብዙ ድጋፍ ያደረገችለትን ህወሃትን ሆኗል። በኛም ሃገር በደርግ የተደገፉትን አንዳንድ ድርጅቶች ብንመለከት ተመሳሳይ ነገሮች እናይበታለን።

የሱማሌ ተቃዋሚዎች ኢትዮጵያ መጥተው ከደርግ ድጋፍ ሲቀበሉ ምን ያህል እንደሚያቅለሸልሻቸው ለማሰብ አይከብድም። በሃገራቸውም ትልቅ ችግር ሊፈጥርባቸው የሚችል እርምጃ እንደሆነ የሚያጡት አልነበረም። በዛን ወቅት ግን ዚያድ ባሬን የመሰለ አስከፊ መሪ ለማስወገድ ከኢትዮጵያ ውጭ እርዳታ ማግኘት የሚችሉበት ቦታ አልነበረም። ወደ ኢትዮጵያ ሲመጡ "የኢትዮጵያ መንግስት መሳሪያ ሆነን ሶማሊያን እንበታትናለን" ብለው አልነበረም። "በኢትዮጵያ መንግስት ድጋፍ ዚያድ ባሬን አባርረን ጠንካራ ሶማሊያ አቋመን የኢትዮጵያን ተፅዕኖ እስከመቋቋም እንደርሳለን" በሚል ስሌት ነበር። ሶማሌን ለኮነኔል መንግስቱ ሃይለማሪያም ለማስረከብ አልነበረም። ኢትዮጵያ ልክ እንደ ሱዳን ለአንድ ብቻ ሳይሆን ለብዙ የሶማሊያ ድርጅቶች ድጋፍ ታደርጋለች። ድርጅቶቹ ዚያድ ባሬን አስወግደው ጠንካራ የሶማሊያ ማእከላዊ መንግስት የማይኖርበትን ሁኔታ ፈጥረው አረፉት። እነሱ የፈለጉት ይህን አልነበረም። ደርግ የፈለገው ግን ይህን ነበር። ደርግ ተሳካለት። በዚህ ቁማር የሱማሌ ተቃዋሚዎች ተበሉ። አሸንፈውና ተሳክቶላቸው ቢሆን እነዚህ በኢትዮጵያ ድጋፍ ዚያድ ባሬን ያስወገዱ ድርጅቶች ዋንኛ የኢትዮጵያ ጠላቶች የማይሆኑበት ምክንያት አይኖርም። ሱዳንና ግብጽ ሌሎችም

የአረብ መንግስታት ኢትዮጵያን በማፈራረስ ሙሉ በሙሉ ባይሳካላቸውም ኢትዮጵያን ከፍተኛ አለም አቀፋዊ ስትራቴጂያዊ ጠቀሜታ ካለው የቀይ ባህር ዳርቻ ሙሉ በሙሉ ነቅለው አለም አቀፋዊ ቁመናዋ የተደከመ ሃገር ለማድረግ ችለዋል። ሱዳን በተለይ የተጫወተችው ቁማር ከሷ የበለጠ እነግብጽና ሌሎች የአረብ ሃገሮችን እንጂ እሷን አልጠቀመም። እንደ ሃገር የበለጠ የተዳከመችበት ሁኔታና የምትፈራት ኢትዮጵያ ከመቼውም ዘመን በላይ ሱዳንን እንደፈለገች ማድረግ የምትችልበት ሁኔታ ውስጥ ገብታለች። ሱዳን እንደ ሱማሊያ በቁማሩ ሙሉ ለሙሉ ባትበላም ኢንቨስትመንቷ በኪሳራ ተጠናቋል።

ከአብዮቱ በፊት የትጥቅ ትግል ለማድረግ ተዘጋጅቶ የነበረው የኢትዮጵያ ህዝቦች አርነት ድርጅት (ኢህአድ የኢህአፓ አባት) ከላይ ባስቀመጥኩት ስሌት በሱዳንና በሌሎች የአረብ መንግስታት መደገፉ አይቀርም። ይህ ድጋፍ ከኮምኒስት ሃገሮች በሚገኘው ድጋፍ ላይ ተደምሮ፣ አገር ውስጥ ያለው የህዝብ ብሶት ታክሎበት፣ የኤርትራ አማጽያንን ከጀርባው አድርጎ በቀላሉ ሰፊ የጠመንጃ ትግል ማቀጣጠል ይችል ነበር ለማለት ነው።

ከላይ ያስቀመጥኩት ሰፊ ሃተታ "የአንድ መንግስት ተቃዋሚዎች ድጋፍ ከዛ መንግስት ጠላቶች ስለወሰዱ ብቻ ድጋፍ በሰጣቸው መንግስት ቁጥጥር ስር ይወድቃሉ። የእነሱ ጉዳይ አስፈጻሚዎች ይሆናሉ" ማለት እንዳልሆነ አንባቢ ትንሽ ግንዛቤ እንዲኖረው ለማድረግ ነው። "የአለም የተቃውሞ እንቅስቃሴ ታሪክ ይህ መልክ እንዳለው ማወቁ ጠቀሜታ አለው" ከሚል ነው። (ሆኖም ግን አሁን ባለንበት አለም ይህ ተቃዋሚዎች ከማንም እርዳታ ተቀብለን ስልጣን ላይ ያለውን መንግስት ጥለን የተሻለ ስርአት እናመጣለን የሚለው የጥንት አሰራር በሃገራችን ውስጥና ከሃገር ውጭ ብዙ የተቀየሩ ጉዳዮች ስላሉ በጥንቃቄ መታየት የሚገባው ጉዳይ ነው። ኢትዮጵያ የእድል ጉዳይ ሆኖ ተቃዋሚዎቿ ከኢትዮጵያ ጠላቶች ድጋፍ አግኝተው በተወሰነ ኪሳራ ማለትም የባህር በር የሌለው ሃገር ሆና መትረፍ ችላለች። እርስ በርሳቸው የሚፎካከሩ ተመጣጣኝ ጉልበት ያላቸው ድርጅቶች በዛን ዘመን ቢኖሩ ኖሮ ሶማሊያን የማንሆንበት ሁኔታ አይቀሬ ነበር። አሁን ባለንበት የአለምና ሃገራዊ ሁኔታ እንደ 1983 ሃገሪቱ እድለኛ ላትሆን

የምትችልበት እድል(ኢጋጣሚ?) ትልቅ ነው። በውጭ ሃይሎች ድጋፍ የሚቀሰቀስ ግጭት ስርአት ያለው የመንግስት ለውጥ ከማምጣት ይልቅ ሃገሪቱን በሁሉም አቅጣጫ ሁሉም በሌላው ላይ ወደሚያኪሂደው አስከፊ ግጭት ሊወስዳት የሚችልበት እድል ትልቅ ነው። "አንዳንዴ ከታሪክ መማር ይገባናል። ሌሎች ያጠፉትን ማጥፋት የለብንም" እያልን ተመልሰን ከሃገርና ከህዝብ ቋሚ ጥቅም ይልቅ የግላችንና የድርጅትን ጥቅምና ፍላጎት አስቀድመን የምንገኝበት ሁኔታ ውስጥ ራሳችንን እናገኛለን። ይህ የሚያሳየው ከታሪክ ለመማር ምን ያህል ከባድና ከራሳችን ጋር ብርቱ ትግል ማድረግ እንዳለብን ነው።)

ደርግ በሃገር ውስጥ ሰላማዊ በሆነ መንገድ ዜጎች የሚንቀሳቀሱበትን መንገድ በጠምንጃ ዘግቶ የሱን ጠመንጃ ለመቋቋም ከሌሎች ሃገሮች እርዳታ የተቀበሉ ድርጅቶችንና ግለሰቦችን በከሃዲነት ሲከስ እራሱን ሃገራዊ አርበኛ አድርጎ ለማቅረብ እንደሆነ መርሳት የለብንም። እኔ የማውቃቸው የኢህአፓ አብዮታዊ ምሁራን የኢትዮጵያን ብሄራዊ ጥቅምና ደህንነት በምንም አይነት ለማንም አሳልፈው የሚሰጡ እንዳልነበሩ ነው። በሱዳን ወይም በሱማሌ ፓስፖርት ቢንቀሳቀሱ ደርግን ለመታገል ፓስፖርት የሚሰጧቸው እነዚህ መንግስታት ስለሆኑ ብቻ ነው። እንደማንኛውም ተቃዋሚ የነበራቸው ምርጫ ይህ ብቻ ነበር። በደርግ መረገጥ ወይም ደርግን ለመታገል ከማይወዷቸው ሃይሎች ሳይቀር ድጋፍ መቀበል። ከዝንተአለሙ የተቃዋሚ ፖለቲካ ድርጅቶ እንቆቅልሽ (paradox) የኢትዮጵያ ተቃዋሚዎች ነፃ መሆን አይችሉም ነበር።

እንደ ኢህአፓ አይነት ድርጅት ሻምበል ፍቅረስላሴ ወግደረስ "በእኛና አብዮቱ" ላይ ሆን ብሎ እንደሚያስራጨው የተሳሳተ መረጃ ሳይሆን ለወዲያውኑ (ለጊዜያዊ?) ጥቅም ሲል አይን ያወጣ አድርባይ አቋም መውሰድ የማይችል ድርጅት ነበር። "ሻምበል ፍቅረስላሴ መጽሃፉን የጻፈው የደርግን ታሪክ ለማስተላለፍ ነው ወይንስ ከኢህአፓ ጋር ገና ያላላቀ ትግል ለማድረግ" የሚል ጥርጣሬ እስኪሰማኝ ድረስ ብዙ ነገሮችን አጣምሞ ጽፏል። እኔ እስከማውቀው፣ ኢህአፓ "የኤርትራ ጥያቄ የቅኝ ግዛት ጥያቄ ነው" ብሎ ያልተቀበለ፣ "እናጠናዋለን" የሚል መልስ በመስጠቱ በሻዕብያ አይን በበጎ የማይታይበት ደረጃ መድረሱን ነው። ሻምበል ፍቅረስላሴ ይህን እያወቀ "ኢህአፓ የኤርትራን ጥያቄ የቅኝ ግዛት ጥያቄ ነው" ብሎ ተቀብሎ "ከሻዕቢያ የመንቀሳቀስ ፈቃድ አገኘ" ይለናል። ለምን እንዲህ አይነት የሃሰት ማስረጃ ማሰራጨት አስፈለገ?)

አለም አቀፍ ሁኔታውም የምሁራኑን ህልም ለማሳካት የተመቸ ነው። አለም በቀዝቃዛው ጦርነት ፍጥጫ ውስጥ ነበረች። የአፄሃይለስላሴ መንግስት ራሱን ክፉኛ ከአሜሪካ መንግስት ጋር ያቆራኘ መንግስት ነው።በዚህ የተነሳ በኮምኒስት ሃገሮች አይን በጠላትነት የተፈረጀ መንግስት ሆኗል።በግልባጩ ወጣት ምሁራኑ የኮምኒስት ርእዮተ አለም አራማጆች መሆናቸውን በገሃድ ያሳወቁ ስለነበር ብዙ ድጋፍ ከኮምኒስት ሃገሮች ማግኘታቸው አይቀርም።

በአጠቃላይ በሃገር ውስጥ፣ በአካባቢ ሃገሮች ውስጥና በአለም አቀፍ ደረጃ የነበረው ሁኔታ በኢትዮጵያ ውስጥ በቀላሉ የትጥቅ ትግል ማደራጀትና ማስፋፋት እንደሚቻል የሚጠቁም ነበር። ትግራይ አዲ ኢሮብ ውስጥ አሲምባ ላይ ለመጀመር የታቀደው የትጥቅ ትግል በአጭር ጊዜ ውስጥ በመላው ሃገሪቱ እንደሰደድ እሳት ይቀጣጠል ነበር። ወታደሩ በ1966 ጣልቃ ገብቶ ፍጻሜውን ባያፋጥነው የአፄ ኃይለስላሴ መንግስት በአጭር ጊዜ ውስጥ ምሁራኑ በተለሙት መንገድ ፍጻሜው መምጣቱ አይቀርም ነበር።

ወታደሩ ከጎኑ እስከቆመ ድረስ ግን የአጼሃይለስላሴ መንግስት 1966 ላይ ተነስቶበት የነበረውን የታክሲ ነጅዎች፣ የሰራተኞችና መምህራን አድማ በሰላም ወይም በኃይል መልስ ሰጥቶ ሊያልፈው የሚችል ጉዳይ ነው። የታክሲ ነጅዎች፣ የመምህራን፣ የሰራተኛ አድማ ወደ አብዮት የሚያመራ አልነበረም።

እነዚህ የማህበረሰብ ክፍሎች ወሳኝነት የሌላቸው በንጉሰነገስቱ ሰራዊትና የፖሊስ ኃይል በቀላሉ ሊመቱ የሚችሉ የከተማ የማህበረሰብ ክፍሎች ናቸው። የንጉሱ መንግስት መሪዎቻቸውን አስሮ፣ ሲፈልግ ገድሎ፣ አንገታቸውን ደፍተው ወደ ስራ ገበታቸው እንዲመለሱ ማድረግ ይችላል።

ከዛ በፊትም ተመሳሳይ እርምጃዎች እየወሰደ ጸጥ ያሰኛቸው ተመሳሳይ ተቃውሞዎች ነበሩ። ተማሪውን ጨምሮ እነዚህና ሌሎች የህብረተሰብ ክፍሎች በአፄ ኃይለስላሴ መንግስት ላይ ያሳዩት ጎዳና ላይ የወጣ ተከታታይ ተቃውሞ በወታደሩ ማበረታታት የተደረገ ነው። ወታደሩ አፍ አውጥቶ "አድርጉት" ባይላቸውም "ወታደሩ አይነካንም" ከሚል ዕምነት ነበር።

ህዝብ በተቃውሞ አደባባይ የወጣው፣ አሜሪካና አውሮፓ የነበሩ ምሁራን ባቆሟቸው ጥቂት ህዋሶች ወይም አገር ቤት የነበረው ውሎ አድሮ ወደ ኢህአፓነት (ኢህአፓ -የኢትዮጵያ ህዝብ አብዮታዊ ፓርቲ) የተቀየረው ወይም ለአመታት በጣት ከሚቆጠሩ አባላት በላይ ምልመላ ማካሄድ ያቃተው የመኢሶኑ የህቡእ የጥቂት ምሁራንና ተማሪዎች መዋቅር የመራውና ያደራጀው ስለነበር አይደለም።

ህዝብ እነዚህ ህዋሶችና መዋቅሮች መኖራቸውንም አያውቅም። መኖራቸውን ቢያውቅም እነዚህ በእጃቸው ሰንጢ ያልነበራቸውን ምሁራንና ተማሪዎች ተማምኖ ጎዳና ላይ ተቃውሞውን ይዞ አይወጣም። ያለወታደሩ ፈቃድ የ66ቱ ህዝባዊ ማእበል አይከሰትም። ሁሉም በየቤቱ እንዳለቀሰና እንዳጉረመረመ ይቀጥል ነበር።[216]

---

[216] ሻምበል ፍቅረ ስላሴ ወግደረስ፣ 2006፣ እኛ ና አብዮቱ፣ ፀሃይ አሳታሚ፣ አዲስ አበባ። ገጽ 49 ወታደሩ ከህዝብ ጎን ባይቆም ህዝብ ምንም ማድርግ አይችልም በማለት የጻፈው ትክክለኛ ነጥብ ነው። እንዲህ ይላል ስርአቱ "ምንም በዝባዥና ጨቋኝ ቢሆን ...... ይህንንም ሁኔታ በመቃወም ሰላማዊ ሰልፍ ቢካሄድ፣ የስራ ማቆም አድማም ቢደረግ፣ ያለወታደሩ ሃይል ግምባር ቀደም ተሳትፎ የፊውዳሉን መንግስታዊ ስርአት በተሻለ ስርአት ተክቶ የህዝብን መብት ማስጠበቅ ቀርቶ መጠነኛ ለውጥ ማስገኘት እንኳን እንደማይቻል ሁኔታው አረጋግጧል።" "የተሻለ ስርአት ተክቶ የህዝብ መብት ማስጠበቅ" የሚለው ደርግ ይህን አድርጓል ለማለት ከሆነ ሌላ ጉዳይ ነው። በሌላ በኩል ግን መሳፍንታዊ ስርአቱን በአካል ለመደምሰስ ያለወታደሩ ተሳትፎ አይቻልም ነበር የሚል ከሆነ፣ በ1966 ይህ አባባል ትክክለኛ ነበር። ይህ ማለት ግን በሌሎች መንገዶች ማለትም በገጠር በሚደረግ ገበሬን ያሳተፈ የትጥቅ ትግል የፊውዳሉን

የ66ቱን አብዮት ማን መራው? ማን አመጣው የሚለው ጉዳይ፣ እስከ ዛሬ ድረስ እንደ ትልቅ ቁምነገር ተወስዶ በምሁራን መሃል የሚያጨቃጭቅ ጉዳይ ሆኗል። ትርጉም የሌለው ጭቅጭቅ መሆኑን ማየት የምንችለው በዛን ወቅት የነበረውን እውነታ በጥሞና ስንመለከት ነው። ከዛም አልፎ ወታደሮቹና የወታደሩ ደጋፊዎች እነሱ ጣልቃ ባይገቡ ኖሮ የመሳፍንቱ ሥርዓት ህዝብን እየቀጠቀጠ ለዝንተአለም ይቀጥል እንደነበር አድርገው የሚያቀርቡት ትረካ መሰረተ ቢስ መሆኑን መረዳት የምንችለው በዛን ወቅት የነበረውን እውነታ ያለምንም ድርጅታዊ ወገንተኛነትና የታሪክ ሽሚያ መመልከት ስንችል ብቻነው።

ምሁሩና ተማሪው ለዘመናት ጮኋል፣ ተሰልፏል፣ አድሟል፣ ግን ህዝብን ማንቀሳቀስ አልቻለም። 1966 ላይም ምሁሩና ተማሪው ህዝብን አላንቀሳቀሰም። በመምህራንና በሰራተኛ ማህበራት አካባቢ የነበሩ ድርጅታዊ መዋቅሮች ያስተባባሪነት የመሪነት ሚና ተጫውተዋል። የመምህራንና የሰራተኛን የስራ ማቆም አድማ ከዚያም በፊት የተሞከረና የተደረገ ነበር። አድማ ስለተደረገ ብቻ አብዮታዊ ሁኔታ ውስጥ ገብተን ነበር ማለት አይደለም። ምሁሩ እጁ የነበረበት የ66ቱ አድማም ከሌላ ወቅት አድማ የተለየ አልነበረም።

ተግባራዊ ማድረጊያ ድርጅታዊ መዋቅር ሳይኖር አንዳንድ አብዮታዊ መፈክሮችን መወርወር አብዮት መምራት አይደለም። ወታደሮቹ ላይ ተፅዕኖ የሚያሳድሩ ወረቀቶችን እያተሙ መበተን አብዮት መምራት አይደለም። አብዮታዊ ሁኔታው በሃገሪቱ ውስጥ በድንገት የፈነዳው ሁሉም በአብዮቱ ወቅት እራሳቸውን ይፋ ያደረጉ ድርጅቶች ሱሪያቸውን ከመታጠቃቸው በፊት ነው።

(ይህን ሁኔታ በደንብ ስናጤን የኢህአፓም ሆነ የመኢሶን ሰዎች ስለድርጅቶቻቸው ቅድመ 1966 እና ድህረ 1966 ታሪክ ብዙ መረዳት እንችላለን። በቅድሚያ ራሱን ኢህአድ ብሎ የጠራው ቡድን ከመኢሶን በተሻለ የመደራጀትን ጥድፊያ የተገነዘበ እንደነበር እንረዳለን። ለዚህ ምክንያቱ የኢህአድ አባላት ከ1966ቱ በፊት በነበሩት ጥቂት አመታት ከሃገር የወጡ በመሆናቸውና ስለሃገር ቤቱ ሁኔታ የተሻለ ግንዛቤ የነበራቸው በመሆኑ ይመስላል።

የኢህአድ ሰዎች ከመኢሶን ሰዎች ጋር ሲከራከሩ በሃገር ውስጥ ድርጅት አቁሞ በተለይ በገጠር የትጥቅ ትግል እያደረገ የሚያነቃ፣ የሚያደራጅና የሚያስታጥቅ ጥቂት ታጋዮችን ለያዘ ተግባር ቅድሚያ እንስጥ የሚለው ክርክራቸው የኢትዮጵያን፣ የአካባቢውንና የአለም አቀፍ ሁኔታን በደንብ በወቅቱ ላጤነ የሚያስኬድ ነበር። የ1966ቱ የኢትዮጵያ ሁኔታ እንዳረጋገጠው

አገዛዝ መደምሰስ አይቻልም ማለት አልነበረም። በቀላሉ የሚቻልበት ሁኔታ ነበር። ብዙሃኑ ወታደር መሳሪያ ካነሳው ሃይል ጎን በቀላሉ ይሰለፍ ነበር። በወታደሮቹ ሚና ላይ የጻፍኩትን የኔን ጽሁፍ "ነጻነትን የማያውቅ ነፃ አውጭ" በሚለው መጽሄፌ "ስር ነቀል ብሄረተኛነት" በሚል ርእስ በምእራፍ 1 አካትቼዋለሁ።

መኢሶኖችን "ረጅም ተጓዦች" የሚል ምጸታዊ ስም የሰጧቸው ቡድኖች ትክክል መሆናቸውን ነው።

የመኢሶን "ለነቃ ለታጠቀ ለተደራጀ" አብዮት መፈክር ከግራ ርእዮተ አለም ዶግማ አኳያ ከታየ እንከን የማይገኝበት መፈክር ነበር። በሃገራችን ሁኔታም በዚህ መፈክር ውስጥ ከተጠቀሱት የተግባር አቅጣጫዎች ውጭ እውነተኛ ህዝባዊ አብዮት ማካሄድ አይቻልም ነበር። ይህን መፈክር ተግባራዊ ለማድረግ፣ መኢሶን ከቅደመ አብዮት በፊትና በኋላ የወሰዳቸው እርምጃዎች ግን በስህተት የተሞሉ ሆነዋል።

ድርጅቱ በ1960 ተቋቁሞ እስከ 1966 ድረስ ይህ ነው የሚባል ትልቁን መፈክሩን የሚመጥን ስራ ሳይሰራ በድንገት አብዮቱ መከሰቱ ምን ያህል የሃገሪቱን ሁኔታ በሚገባ እንዳላነበበው የሚያሳይ ነው። (ክፍሉ ታደሰ ቢያ ትውልድ ቅጽ 1 ገጽ133 ላይ ሃይሌ ፊዳ "ከ25 አመት በፊት አብዮት በኢትዮጵያ ሊኖር አይችልም በማለት በ1963 ለብርሃነመስቀል ረዳ ነግሮታል" ይለናል። በሌላ በኩል ደግሞ አንዳርጋቸው አሰግድ በአጭር የተቀጨ ረጅም ጉዞ መጽሃፉ ገጽ 16 ላይ "መንገዱ ረጅም፣ የሚሰራው ስራ መአት፣ ቀኑ አጭር ጊዜው ፈጣን .." የሚሉ የሃይሌ ፊዳን "የህሊና ማስታወሻዎች" በመጥቀስ፣ ሃይሌ ምን ታይቶት ነበር? ወደኋላ እንደምናየው መኢሶን በተመሰረተ በስድስትና በሰባት አመቱ የኢትዮጵያ አብዮት አገሪቱን እያናወጣት ነበር ይለናል። የአንዳርጋቸው ጽሁፍ ለክፍሉ ታደሰ የነገር ቡጢ የተሰጠ ምላሽ ይመስላል። ሁለቱም ጸሃፊዎች ያሉት እውነት ሊሆን ይችላል።

እንዲህ አይነቱን እርባና የሌለው ነገር ወደ ጎን ብናደርገውም መኢሶን ይሄድ በነበረበት የኤሊ ጉዞ መቼ ድርጅቱ እንደድርጅት ብቃት አግኝቶ ህዝብን በአደባባይ ወደሚመራ ድርጅትነት ይሸጋገር እንደነበር ማሰብ ይቸግራል። የኢትዮጵያ ሁኔታ ከቀኖና ውጭ የተወሰነ የፈጠራ እሳቤ (creative thinking) የሚጠይቅ ነገር ነበረው። ተጨባጭ የሆነው የሃገሪቱ ሁኔታ ለለውጥ የበሰለ እንደሆነ መኢሶን አልካደም። ያ ሁኔታ በተሟላ መልኩ ያለቀለት ድርጅት ባይሆንም በተወሰነ ደረጃ አመራር መስጠት የሚችልን ድርጅት ባስቸኳይ መፍጠር ተገቢ እንደነበር የ1966 መነሳሳት አረጋግጦታል።በሁሉም መልኩ ብቃት ያለው መሪ ድርጅት አስቀድሞ በኢትዮጵያ ውስጥ ለመፍጠር ብዙ ችግሮች እንደነበሩ ማስረጃዎች አሉን።

ኢትዮጵያ በ1966 ዓ.ም ከ1910 ዓ.ም ሩሲያዋ የከፋ አፈናና ችግር ያለባት ሃገር ነበረች። የ1910ሩን ቅድመ ሩሲያ አብዮት፣ በሩሲያ የታዩትን የፖለቲካ ድርጅቶች እንቅስቃሴ አስቀድሞ ማየት የማይቻልባት ሃገር ነበረች። የድርጅት ብቃትና ጥራት የሂደት ጉዳይ ሆኖ መታየት ነበረበት። ሂደቱም አቅም በፈቀደው መጠን ተደራጅቶ የሚጀመረው ትግል ነው። ለዚህ አይነቱ ሂደት በጣም የተመቸ ሁኔታ አገር ውስጥ እንዳለ መቀበል ያስፈልግ ነበር። የኢህአድ ቡድን ለማድረግ ሞክሮ የነበረው ይህንን ነው። እሱም ቢሆን በ1966ቱ አብዮታዊ ሁኔታ ተቀድሟል። ኢህአድም ቢሆን መሬት ላይ የሚንቀሳቀስ ድርጅት የመፍጠር ጥድፊያ ያሳየው በአንጻራዊነት ነው።ኢህአድም ቢሆን ስራዎቹን ይሰራበት የነበረበት ፍጥነት በአዝጋሚነት የተሞላ፣ ፕሮፌሽናሊዝም የጎደለው ነበር። ድርጅቱ በ1964 ተመስርቶ በ1966 አብዮቱ ሲፈነዳ በሃገር ቤት ምንም አይነት ድርጅታዊ መዋቅር አልነበረውም። ይህ ብቻ ሳይሆን ድርጅቱ ወሳኝ የሆነውን የሚያዚያ 1966ቱን ሶስተኛውን የማእከላዊ ኮሚቴ ስብሰባ ያደረገው በአብዮታዊ ማእበል በመናጥ ላይ ባለችው ኢትዮጵያ ውስጥ አልነበረም። በጄኔቭ ከተማ ስዊዘርላንድ ውስጥ ነበር። እስከ ሰኔ ወር ድረስ አንድም የድርጅቱ የማእከላዊ ኮሚቴ አባል በሃገር ውስጥ አልነበረም። ሃቁን እንነጋገር ከተባለ ኢህአድ በሃገር ቤት የማደራጀት ሙከራ ነበረኝ የሚለው ከነጸሎተ እዝቂያስ ቡድን ጋር የነበረው ግንኙነት ቀልድ ነበር።

በመኢሶን በኩልም እነ ሃይሌ ፊዳና እነ ነገደ ጎበዜ ወደ ኢትዮጵያ የተመለሱት ጭራሹኑ በጥርና በየካቲት 1967 ዓ.ም ነው። ከብዙ አመታት በኋላ የዳያስፖራው አካል ሆነን ለመኖር እድል ላገኘነው ሰዎች እነዚህ በውጭ ሃገር ሆነው ድርጅት ያቆሙ የኢህአድና በተለይ ደግሞ የመኢሶን ምሁራን ችግር፣ የግል ህይወታቸውን ጨምሮ እንዴት ውስብስብ ሊሆን እንደሚችል ማወቅ ስለቻልን በዛን ዘመን ባሳዩት መጓተትና መዝረክረክ ብዙም ልንኮንናቸው

እንደማንችል ግልጽ ሆኖልናል። በዚህ ደረጃ ዝግጅት ያልነበራቸውን አብዮታዊ ቡድኖች የአብዮቱ ማእበል ግራና ቀኝ እያዳፋ ይዟቸው ሄደ እንጂ ሊመሩት የቻሉት አልሆነም።

ክፍሉ ታደሰ በ "ያ ትውልድ" ቅጽ፣ መጽሃፉ ገጽ 189 ላይ በግልጽ እንዳስቀመጠው፣ ኢህአድ አብዮቱ በገጠር ይፈነዳል ብሎ ሲዘጋጅ አብዮቱ በከተማ ፈነዳ፤ በሃገሪቱ ያለ ጠመንጃ የፖለቲካ ትግል ማድረግ አይቻልም ብሎ ኢህአድ አምኖ ስራዊት ሲያደራጅ፣ በተወሰነ ደረጃ ለሰላማዊ ትግል በር የተከፈተ የሚመስል የፖለቲካ ሁኔታ በሃገሪቱ ተከሰተ። በዛው የክፍሉ መፅሃፍ ውስጥ ትኩ የሆነ አንባቢ ከተጻፈው በላይ ያልተጻፉ ብዙ ነገሮችን ማንበብ ይችላል። ክፍሉ መልክ ባለው መንገድ ቢያደራጀውም በተጻፉት መስመሮች መሃል ኢህአድ መንደፋደፍ ውስጥ የወደቀ ድርጅት እንጂ መሪ ድርጅት እንዳልነበር ማየት ይቻላል። ለጠመንጃ ትግል ካዘጋጃቸው አባላቱ ጋር ብርሃነመስቀል ረዳን ጨምሮ ከአንዴም ሁለቴ ለበርካታ ወራት የኢህአድ ከፍተኛ አመራር አባላት መገናኘት ያልቻሉበት ሁኔታ የዚሁ መንደፋደፍ ውጤት ነው። ወደ ከተማ ትጥቅ ትግል የተደረገው መንሸራተትም የዚሁ መንደፋደፍ ውጤት ነው።

በረሃ በተቀመጡና ከተማ በሚኖሩ አባላት መሃል የሚፈጠር ክፍተት ምን ያህል በአባላት መሃከል መቋሰልና ተስፋ መቁረጥ ሊያስከትል እንደሚችል በሚገባ ለምናውቅ ሰዎች በክፍሉ መፅሃፍ ውስጥ የጎደሉ ብዙ ትረካዎች ሊኖሩ እንደሚችሉ ይሰማናል። የብርሃነመስቀል ከሌሎች አባላት ጋር መቋሰል ስሩ በከተማና በበረሃ ተቀምጠው ስለትግል በሚያወሩ ሰዎች መሃከል ሁሌም ከሚፈጠር መሳሳብ የመነጨ ሊሆን እንደሚችል መገመት ይቻላል። በክፍሉ መፅሃፍ በየስብሰባዎቹ ከብርሃነመስቀል ጋር በተያያዘ ይነሱ የነበሩ ጉዳዮችን በቅጡ ለተመለከተ ብርሃነመስቀል ሆድ የባሰው፣ እሱ ድርጅቱ የጠየቀውን ለመፈጸም በረሃ ለበረሃ ሲንከራተት ጓዶቹ ከተማ ተቀምጠው የሚያሾፉ ኢድርገን የተመለከተበት ሁኔታ እንደነበር ጠቋሚ ነው።

የኢህአፓን የማእከላዊ ኮሚቴው የከተማ እንቅስቃሴ ብርሃነመስቀል ይመለከተው የነበረው ከዚህ የተጎዳ ስሜት አንጻር እንደሆነ የሚጠቁሙ ፍንጮች አሉ። ይህ ሁሉ ቀውስ የነገሌ ወታደሮች እርምጃ ያስከተለው መዘዝ ነው። ወታደሩ አብዮታዊ ምሁራኑን የሚይዙት የሚጨብጡትን ስላሳጣቸው የተፈጠረ ቀውስ ነው። መኢሶንንም ከደርግ ጉያ ውስጥ የጨመረው ውሳኔ በተመሳሳይ ወታደሩ ባበረታታው አብዮታዊ ሁኔታ የመደፈቁ መዘዝ ነው። ደርጎች፣ "አብዮቱን የሚመራ ድርጅት ባለመኖሩ እኛ እየተደናበርንም ቢሆን መራነው። ህዝብን ለስልጣን የሚያበቃ ታግሎ የሚያታግል ድርጅት ስላልነበር ትግሉን ለመግፋት ስልጣኑን ወሰድነው" ማለታቸው ብዙም ሊያስደንቅን አይገባም። ለነበረው እውነታ የሚቀርበው ሃቅ ይህ ነውና ።) በመላው ሃገሪቱ በተለያዩ አጀንዳዎች ዙሪያ የተንቀሳቀሰውን በሚሊዮኖች የሚቆጠረውን ህዝብ ያነሳሳው አልነበረም። ህዝብ ባጠቃላይ የተነሳውና አብዮታዊ ሁኔታ በሃገሪቱ እውን የሆነው ወታደሩ መንግስትን ተቃውሞ በመቆሙ ብቻ ነበር።)

የ66ቱን ህዝባዊ ማእበል የመምራት የታሪክ ሽሚያ ከመጣ ከወታደሮቹ በላይ ለመሪነት የሚቀርብ ሌላ አካል የለም። ችግሩ ወታደሮቹም አልመሩትም። ምክንያቱም መሪነት በሚገባ በታሰበበት እቅድና ውጥን ድርጊትን መምራት ወይም መፈጸም ማለት ነውና።

ወታደሮቹ ምንም አይነት እቅድ፣ ውጥን፣ ድርጅት ወዘተ አልነበራቸውም። ከመምራት ይልቅ ገዢና ተገዢ የማይፈራሩበትን ሁኔታ ነበር የፈጠሩት። ከህዝብ ጎን ቆሙ እንጂ ከህዝብ ፊት ቀድመው በእቅድና በድርጅት አልመሩትም። እንኳን ህዝብን ሊመሩ ለራሳቸውም እየተደናበሩ ነበር። "ህዝቡ ባልተደራጀ አመራር ብሶቱን አደባባይ ይዞ ወጣ" ብንል ለእውነታው የቀረበ ይሆናል። የህዝቡን አመጽ "ግብታዊ" በሚል ቃል የገለጹት ምሁራን

ለእውነታው የቀረቡ ነበሩ። “በግርግር ማንም ሊጠቀምበት ያልቻለ አብዮታዊ ሁኔታ ተከሰተ” ብንል ይሻላል።

በአንድ ማህበረሰብ ውስጥ ገዥና ተገዢ ለረጅም ጊዜ ተፋጠውና ተናንቀው ሊቀጥሉ አይችሉም። አንዳቸው ሌላውን ማሸነፍ ነበረባቸው። ይህን ማድረግ ካልቻሉ አቅሙ ያለው የሆነ ቡድን የተከፈተውን የስልጣን ክፍተተት ለመሙላት ይሞክራል። የተለያዩ ሃገሮች ተመክሮ ያረጋገጠው ታሪካዊ ሃቅ ነው። በሂደት ወታደሩ ያደረገው ይህንን ነው። “ስልጣን እይዛለሁ” ብሎ አልተነሳም። “አብዮት እመራለሁ” ብሎ አልተነሳም። ስልጣንም የመያዝ አብዮትም የመምራት አቅም እንዳለውም አያውቅም። ለውሃና ለደሞዝ ሲል የጀመረው እንቅስቃሴ እያንከባለለው ወደ ስልጣን መያዝም ወደ “አብዮት” መምራትም ወሰደው። ሃቁ ይህ ነው።

ይህን ተራ የታሪክ ሂደትና ሃቅ ለመግለጽ አንዴ ወደ ፋሺዝም ሌላ ጊዜ ወደ ቦናፓርቲዝም የንድፈ ሃሳብ ጭቅጭቅ የሚወስድ ጉዳይ አይደለም። በሃገሪቱ ከሚታየው ሃቅ ተነስቶ ደርግ እንዴትና ለምን ስልጣን እንደያዘ መናገር ይቻላል። ደርግ የያዘውንም ስልጣን በምን መንገድ ሊጠቀምበት እንደሚችል ያለምንም የፖለቲካ ቀኖና ክርክር ከደርግ መሰረታዊ ባህርይ በመነሳት መናገር ይቻል ነበር።

በደርግ አፈ ቀላጤዎች በኩልም ከወታደሮቹ መሃል አብዮት ለመምራት የተፈጠሩ ሰዎች እንደነበሩ ተደርጎ ከግዜ በኋላ የሚቀርበው ትረካ የፈጠራ ድርሰት ነው። 1966ን ከዚህ አይን ካየነው ያለ አብዮታዊ አመራር ተፈጥሮ የነበረ አብዮታዊ ሁኔታ ሆኖ እናገኘዋለን። በ66 አብዮታዊ ሁኔታ ተፈጠረ እንጂ አብዮት አልተካሄደም። ወታደሮቹም ወደ ስልጣን የመጡት በተንፏቀቀ መፈንቅለ መንግስት እንጂ በአብዮት አይደለም። አዎን “በተንፏቀቀ መፈንቅለ መንግስት እንጂ በአብዮት አይደለም።”[217]

---

[217] *ፍቅረስላሴ ወግደረስ “እኛና አብዮቱ” በሚለው መፅሃፍ ውስጥ “ደርግ በተንፏቀቀ መፈንቅለ መንግስት ስልጣን ያዘ” መባሉን እንደማይቀበል ግልጽ አድርጓል። በሌላ በምን መንገድ ደርግ ስልጣን እንደያዘ ግን አላብራራም። በምርጫ፣ በህገ መንግስታዊ ውሳኔ እንዳይል እነዚህ ነገሮች አልነበሩም። “አብዮት በመምራት” እንዳይል ራሱ ደጋግሞ በመጻሃፉ እንደነገረን በዛን ወቅት ደርግ አብዮት መምራት ቀርቶ የቀን ተቀን ተግባሩን እየተደናበረ የሚፈጽም አካል ነበር። ህዝብም በከፍተኛ ቁጥርና ስሜት ተነስቶ ወታደሩ ስልጣን እንዲይዝ ግፊት ያደረገበት ሁኔታ አልነበረም። ለዘመናት የህዝብ መብት እንዲከበር የታገለው ምሁርና ተማሪ ጊዚያዊ ህዝባዊ መንግስት እንጂ ጊዚያዊ ወታደራዊ መንግስት እንዲቋቋም አልጠየቀም። የደርግ እርምጃ ከምሁራኑ አይን ከታዩ ህዝብን የስልጣን ባለቤት የሚያደርገውን ሂደት ያደናቀፈ እርምጃ ነበር። መፈንቅለ መንግስቱ በሁለት መንገድ የሚታይ ነው። ህጋዊ የነበረውን የአፄ ሃይለስላሴ መንግስት በጠመንጃ ሃይል ማፍረስና ስልጣን መያዝ አንዱ ሲሆን፤ እውነተኛ የሆነው የህዝብ የስልጣን እድል በጠመንጃ ሃይል ማስተጓጎል ነበር። ህዝብ ያቆመው መንግስት ባይኖርም በህዝብ የመንግስት አይነት ምርጫ ፍላጎት ላይ የተካሄደ ፍንቀላ ነበር ማለት ይቻላል። ከሌሎች*

አብዮት፣ ሆን ተብሎ በተደራጀና በታቀደ መንገድ አንድን ያረጀና ያፈጀን ማህበራዊ ሥርዓት ስር ነቀል በሆነ የለውጥ ሂደት አፍርሶ በአዲስና በተሻለ ማህበራዊ ሥርዓት መተካት መሆኑን ከተስማማን በ66 ይካሄድ የነበረው አብዮት አልነበረም። ደርግ ንጉሱን ከስልጣን አውርዶ ስልጣን የያዘበት ቀን መስከረም 2 1967 የአብዮት ቀን አልነበረም። የመፈንቅለ መንግስት ቀን እንጂ።

የደርግን መፈንቅለ መንግስት ከሌሎች መፈንቅለ መንግስቶች ልዩ የሚያደርገው በቤተ መንግስት ወይም በወታደር ካምፕ ውስጥ በከፍተኛ ጥንቃቄና ሚስጢራዊ ሴራ ተጎንጉኖ ሳይታሰብና ሳይጠበቅ አንድ ማለዳ የተከናወነ መፈንቅለ መንግስት አለመሆኑ ብቻ ነው። አለም እያየው፣ ፀሃይ እየሞቀ፣ ለወራት ወደ ቤተ መንግስቱ እየተንፏቀቀ የተደረገ መፈንቅለ መንግስት ነበር።

የኛዎቹ ሰዎች መፈንቅለ መንግስት ከሁሉም መፈንቅለ መንግስቶች የበለጠ የተለየ ሆኗል። ምክንያቱም እውነተኛ ሊባል በሚችል ሃገራዊ አብዮታዊ ሁኔታ ውስጥ የተደረገ መፈንቅለ መንግስት በመሆኑ። ብዙ የታሪክ ጸሃፊዎች የደርጉን የስልጣን አያያዝ እንደ መፈንቅለ መንግስት እንዳያዩት አይናቸውን የጋረደው በወቅቱ በሃገሪቱ ሰፍኖ የነበረው አብዮታዊ ሁኔታ ነው። ወታደሮቹንም እንደ አብዮተኞች የማየቱ ስህተት የመነጨው በዚህ ምክንያት ነው።[218]

በእቅድ አብዮት ለመምራት ዝግጅት እያደረገ የነበረው ምሁሩ ብቻ ነው። ዝግጅቱን ገና ሳያጠናቅቅ በግርግር አብዮታዊ ሁኔታ ተፈጠረ። ነገሮች ምሁራኑ እንዳቀዱት ሄደው ቢሆን ኖሮ አሮጌውን ሥርዓት በአብዮታዊ ህዝባዊ አመጽ አፍርሰው በአዲስ ሥርዓት የሚተኩት እነሱ ይሆናሉ። የሚካሄደው አብዮታዊ ትግል መነሻና መድረሻውን ጠንቅቆ ያወቀ ይሆን ነበር። የኤርትራ አማጽያን ትግል ለሌላ አስራ ሰባት አመት አይራዘምም። በደርግ ስልጣን መያዝ የተነሳ የተፈጠረው አስከፊ የምሁራኑ ክፍፍልና እልቂት አይከተልም። የሃገሪቱ ኢኮኖሚና የሰው ኃይል በረጅሙ ከደርግ ጋር በተደረገው ግጭት የደቀቀውን ያህል አይደቅም ነበር። ከምሁራኑ

መፈንቅለ መንግስቶች የተለየ ቢሆንም ዞሮ ዞሮ የመፈንቅለ መንግስት ዝርያ ነበር። ለስልጣን አያያዙ ቀረብ የሚለው አገላለጽ "ተንፏቃቂ መፈንቅለ መንግስት" የሚለው ብቻ ነው።

[218] *Gebru Tareke War and Revolution በሚለው መጽሃፉ ወታደሮቹን አብዮታዊያን ኢድርጎ እንዲያያቸው ያደረገው "አብዮታዊ ሁኔታ ፈጣሪነታቸውን ከአብዮተኛነት ጋር በማምታት ነው" የሚል ዕምነት አለኝ። "በርካታ የውጭ ጸሃፊዎችም ይህን ስህተት ሰርተዋል" ብዬ አምናለሁ። አብዮት ምንድነው ከሚል መሰረታዊ ጥያቄ ተነስተው ቢሆን ኖሮ አብዮተኛ ማን እንደነበርና እንዳልነበር ማወቅ ይችላሉ። ጥናታቸው የጀመረው ከአናቱ ስለሆነ ማንም እየተደናበረ የለውጥ ባቡር ላይ የተፈናጠጠውና በለስ ቀንቶት መሪ መሆን የቻለውን ባለጠመንጃ ሁሉ አብዮታዊ እያደረጉ ለመሳል ተገድደዋል።*

እልቂት በኋላ ስር እየሰደደ የመጣው የዘር ፖለቲካና ይህ ፖለቲካ እያስከተለው ካለውና ወደፊትም ሊያስከትል ከሚችለው አደጋ ህዝብንና ሃገርን ማትረፍ ይቻል ነበር።

የብሄር ብሄረሰቦችን የእኩልነት ጥያቄ ከዋናዎቹ ምላሽ ማግኘት ከሚገባቸው ችግሮች ቁልፉ የሆነ ችግር መሆኑን የተረዳ ምሁር ለጥያቄው ዘረኛነት ያልበከለው ፍትሃዊ ምላሽ ሊሰጠው ይችል ይሆናል። ባልባከነና ባልወደመ ፣ አንድነቱ ባልተናጋ ከፍተኛ ምሁርና ባለሙያ ጥረት ፈጣን የኢኮኖሚ ግስጋሴና ማህበራዊ እድገት ማስመዝገብ በተቻለ ነበር።

በሌላ በኩል ግን በአለም ዙሪያ በተደረጉ አብዮቶች የመጡ ለውጦችና ስልጣን ላይ የወጡ የግራ ሃይሎች በሰብአዊ መብት አያያዝም ሆነ በህብረተሰብ ውስጥ የሚገኙ ችግሮችን በሰላማዊ መንገድ የፈቱበት ሁኔታ አለመኖሩ መዘንጋት የለበትም። የማርክሲስት ሌኒኒስት ርእዮት አንግቦ ደም በደም ያላደረገ፣ አምባገነነ ያልሆነ፣ ጭካኔ የተሞሉበት እርምጃዎች ያልወሰደ የፓለቲካ ስርአት ታይቶ ስለማይታወቅ ነው ራሴን "ተስፈኛ" ያልኩት። ኢህአፓ ወይንም መኢሶን ወደ ስልጣን ቢመጡስ የተለየ ይፈይዱ ነበርን? ለሚሉኝ አንባቢዎች መልስ አይኖረኝም። ይህን ጥርጣሬ አንግቤ ትረካየን እቀጥላለሁ።

እርግጥ ነው የአፄ ኃይለስላሴመንግስት ለተወሰኑ ጥቂት አመታት በስልጣን ላይ ይቀጥላል። እርግጥ ነው፣ ስርአቱን ለመጣል መስዋእትነት መክፈል ይጠይቃል። ነገር ግን መስዋእትነቱ ደርግን ለመጣል፣ ህዝቧና ሃገሪቱ ከከፈሉት መስዋእትነት ጋር የሚወዳደር አይሆንም። በሁሉም መስክ ዛሬ የኢትዮጵያ ህዝብ ካላበት አስከፊ ህይወት የተሻለ ሁኔታ ውስጥ እራሱን ያገኝ እንደነበር መካድ አንችልም። ከዚህ ቅኝት ታሪክን ካየነው የወታደሮቹ ጣልቃ ገብነት ሳያውቁት አብዮቱን ያኮላሸ ሂደት እንጂ በራሱ አብዮት እንዳልሆነ ማየት እንችላለን።

ይህ መደምደሚያ ግን ትልቅ ጥንቃቄ የሚጠይቅ መደምደሚያ ነው። ታሪክ የፈሰሰበትን እውነተኛ ሂደት ወደጎን አድርገን ወታደሮቹን በንድፈሃሳባዊ እይታ እያየን "ያልነበሩትን ነበሩ" እንዳንል መጠንቀቅ ያስፈልጋል። "አብዮተኞች አልነበሩም" አልኩ እንጂ "ጸረ አብዮተኞች ነበሩ" አላልኩም። "አብዮቱን በአጋጣሚ አኮላሹት" አልኩ እንጂ "ሆን ብሎ አብዮት ለማኮላሸት የመጣ ቡድን ነው" አላልኩም። ወታደሮቹ የማንም የሃገር ውስጥ ሆነ የውጭ ሃገር ኃይል ወይም አካል ጥቅም በኢትዮጵያ ህዝብና በሃገሪቱ ኪሳራ ለማስጠበቅ የመጡ ወይም የሰሩ ሰዎች አይደሉም።

ወታደሮቹ ሳያውቁት አብዮታዊ ሁኔታ ፈጠሩ። ወታደሮቹ ፈቀዱም አልፈቀዱም የተፈጠረውን አብዮታዊ ሁኔታ በመጠቀም ህዝብን መርቶ ለስልጣን ማብቃት ወይም እራሱ በህዝብ ድጋፍ ስልጣን መያዝ የሚችል አብዮታዊ መሪ ድርጅት በሃገር አልነበረም። ወታደሮቹ ይህን ለመረዳት ትንሽ ጊዜ ቢወስድባቸውም ራሳቸው የፈጠሩትን የስልጣን ክፍተት እራሳቸው ሞሉት። እሱን ለማድረግ ብዙ ፈተናዎች ማለፍ ነበረባቸው። ብዙሃኑ "ስልጣን ሲይዙ ሰልፋችንን ከህዝብ ወገን አድርገናል" በሚል ዕምነት የወሰዱት እርምጃ ነበር። ምንም አይነት ፀረ ህዝብና ጸረ አብዮት ሴራ አልነበረም። በእቅድ ሳይሆን በአጋጣሚ (by default) ግን ድርጊታቸው ረጅሙን የጸረ አብዮት ሂደት አስጀመረ። እየዋለና እያደረ ራሳቸውም በእቅድ የሚመሩ ጸረ አብዮተኞች መሆን ጀመሩ።

(ከሻምበል ፍቅረስላሴ "እኛና አብዮቱ" ከሚለው መጽሃፉ መረዳት የምንችለው፣ በደርግ ውስጥ ከነበሩ ግለሰቦችም ሆነ መሰባሰብ ከጀመሩት ቡድኖች መሃል በመጨረሻ አሸናፊ ሆኖ የወጣው የሻለቃ መንግስቱ ሃይለማሪያምና ቡድኑ ከመጀመሪያው ጀምሮ ከሌሎቹ ግለሰቦችና ቡድኖች በራሱ በደርግ ውስጥም ሆነ ከደርግ ውጭም ስልጣን ፈላጊው ቡድን እንደነበር ነው።

በደርግ ውስጥ የነበሩ የተለያዩ ግለሰቦችና ቡድኖች እነሻለቃ መንግስቱን የታቃወሙት ስልጣን ራሳቸው ለመውሰድ ሳይሆን ስልጣኑን ከሻለቃ መንግስቱ መውሰዱ ለሌሎች ሃይሎች ይበጃል ብለው በማሰብ ነበር። የአንዳንዶቹ ዓላማ ከመሳፍንቱ ጋር የተያያዘ እንደነበር ተገልጿል። እነዚህ እንደነ ኮነኔል የአለምዘውድ አይነቶቹ ከመሳፍንቱ ጋር በመመሳጠር ደርግ ገና በመቋቋም ላይ እያለ ሊያኮላሹት አስበው የተንቀሳቀሱት ናቸው። ከዛ በኋላ በደርግ ውስጥና በደርግ አካባቢ በነሻለቃ መንግስቱ ላይ የተነሳው ተቃውሞ በሙሉ ስልጣን ለኔ ይገባኛል በሚሉ ሰዎች አልነበረም። ወይም የመሳፍንቱ ስልጣን ለምን ይነካል በሚሉ ሰዎች አልነበረም። "ለሃገርም፣ ለህዝብም፣ ለአብዮቱም ስልጣኑን ከሻለቃ መንግስቱ መውሰዱ ይበጃል" ብለው የሚያምኑ ነበሩ።

ብዙዎቹ የኢህአፓን የጊዚያዊ ህዝባዊ መንግስት ጥያቄ ደግፈው፣ ጊዜያዊ ህዝባዊ መንግስት ሻለቃ መንግስቱ እያሰበው ከነበረው የወታደር መንግስት በተሻለ ለሃገር ይበጃል ብለው ያመኑ ነበሩ። ጉልህ የሆነው ምሳሌ የነጀነራል ተፈሪ በንቲና የነሻምበል ሞገስ ጥረት ነው። ሌሎቹም የደርግ አባላት በወቅቱ ተቋቁመው በነበሩ በምሁራኑ ይመሩ የነበሩ አብዮታዊ ድርጅቶች ደጋፊዎችና አባላት በመሆናቸው ነበር ለእስራት የተዳረጉት። ሰደድን ቦርቡራችኋል የተባሉትን የወዝ ሊግ የደርግ አባላት በምሳሌነት መጥቀስ ይቻላል። "ስልጣን በግላቸው ለመውሰድ እቅድ ነበራቸው" የሚል ክስ የቀረበባቸው ጀነራል አማን አንዶም ብቻ ናቸው። እሱም ቢሆን የደርግ ወገን የታሪክ ትረካ ላይ ብቻ የተመሰረተ በመሆኑ ሙሉ በሙሉ እውነት ለመሆኑ መጠራጠሩ ተገቢ ነው። የመንግስቱ ቡድን ግን በሙሉ እርምጃዎቹ ራሱን በስልጣን ለማስቀጠል ብቻ እንደነበር ግልጽ ነው።

ከመጀመሪያው ጀምሮ ገና ከሶስተኛ ክፍለ ጦር እነሻለቃ መንግስቱ በአጣሪነት ተመርጠው መጥተው "ለደርግ አባልነት ተመርጠን ነው የመጣነው" ብለው እዛው ደርግ ውስጥ ከገቡበት እለት አንስቶ፣ የመንግስቱ ቡድን በተከታታይ ከሚወስዳቸው እርምጃዎች ተነስተን፣

ሻለቃ መንግስቱ በተለይ፣ የስልጣን ንቃተ ህሊናው ከሁሉም የጎለበተ እንደነበር በሻምበል ፍቅረስላሴ መፅሃፍ ውስጥ በቂ ማስረጃ እናገኛለን።

ውሎ አድሮም በሻለቃ መንግስቱ ዞሪያ አስቀድሞ የተደራጁና አብረውት እየሰሩ የነበሩ የአብዮታዊ ምሁራን ድርጅቶች እያሉ እነዚህን ድርጅቶች የሚቆጣጠር "ሰደድ" የሚባል የወታደሮች ቡድን እስከማቆም የተሄደበት ሁኔታ የሚያሳየው "ስልጣን ከኔ እጅ መውጣት የለበትም" የሚል አቋም ሻለቃ መንግስቱ መውሰዱን ነው። ወታደሩ የራሱ ድርጅት ከሌለው "ችግር ይፈጠራል" በሚል እሳቤ የተቋቋመ ድርጅት አድርጎ የሚሰጠው ማብራሪያ ማንንም የሚያሳምን አይደለም። ምክንያቱም ሌሎች ድርጅቶች በሙሉ እንዲከስሙ ተደርገው የሻለቃው አብዮታዊ ሰደድ ብቸኛው ድርጅት ለመሆን በቅቷል። የተፈለገው ወታደሩን በስልጣን ተካፋይነት የሚወክል ሳይሆን፣ ወታደሩን ብቸኛ የስልጣን ባለቤት ማድረግ እንደነበር ግልጽ ሆኗል። ጀነራል አማን አንዶም "የወታደራዊ ጁንታ መንግስት እናቋቁም" ብለዋል በሚል የሚከሳቸው የሻምበል ፍቅረስላሴ ቡድን፣ ዞሮ ዞሮ ሰደድ በሚባል ድርጅት አማካይነት በኢትዮጵያ የተቋቋመው መንግስት በመሰረቱ የወታደራዊ ጁንታ መንግስት እንደሆነ ማየት አልቻለም። አብዮታዊ አልባሳቱን ገፈን እራቁቱን ስናቆመው የምናየው ጀነራል አማን አቅርበውት ነበር ከሚባለው የምርጥ መኮንኖች የጁንታ መንግስት የከፋ መሃይም፣ አስርና ሃምሳ አለቆችን ያቀፈ የጁንታ መንግስት ነው።

ከስልጣን ጋር በተያያዘ የሻለቃ መንግስቱ አቋምና ዕምነት እንዴት እያደገ እንደመጣ? ለምን በአካባቢው ከነበሩ ሌሎች መኮንኖች የተለየ ሆነ?፣ ይህን ነገር ሻለቃ መንግስቱ ራሱ እያሰበ የፈጸመው ነው? ወይንስ ከጀርባው ሌሎች አማካሪዎች ነበሩት? ከመቼ ጀምሮ ሻለቃ መንግስቱ በግሌና ከተወሰኑ የደርግ ሰዎች ጋር ሆኜ ስልጣን ጠቅልዬ በጄ ማስገባት እችላለሁ የሚል ዕምነት መያዝ የጀመረው? ስልጣኑን ምን አደርግበታለሁ ከሚል እምነት? የእነዚህን ጥያቄዎች መልሶች ከሻለቃ መንግስቱ ሌላ ሰው ሊመልስልን የሚችል አይመስለኝም።

እንደነመኢሶንና የወዝ ሊግ አይነቶቹ ድርጅቶች ሻለቃ መንግስቱ የራሱን ድርጅት እንዲያቆም የሚፈልጉ እንዳልነበሩ ሻምበል ፍቅረስላሴ በመጽሃፉ ግልጽ አድርጎልናል። ዶክተር ሰናይ ልኬ በተለይ ሻለቃ መንግስቱን የወዝ ሊግ አባል እንዲሆን ለማድረግ ሃሳብ ማቅረቡንና እምቢ ስለተባለ የሰደድን መመስረት ሳይወድ በግድ እንደተቀበለ በመጽሃፉ ውስጥ በግልጽ ተቀምጧል። ስለዚህ እነዚህ ድርጅቶች ለተወሰነ ጊዜ ሻለቃ መንግስቱ በደርግ ውስጥ የነበሩትን የኢህአፓ ደጋፊዎች እስኪመታላቸውና በውጭም ኢህአፓን ለማጥፋት እስካዛዙቸው ድረስ የሻለቃ መንግስቱን በስልጣን መቆየት ይደግፉ እንደነበር ግልጽ ነው። በቋሚነት ሻለቃ መንግስቱ ስልጣን መያዙን ፈጽሞ የማያበረታቱና የማይፈልጉ እንደሆነ በሂደት ከሻለቃ መንግስቱ ቡድን ጋር እየተላተሙ ሁሉም መጥፋታቸው ማስረጃ ነው።

ከላይ ላነሳኋቸው ጥያቄዎች የቀድሞው የሃገሪቱ ፕሬዚዳንት ኮሎኔል መንግስቱ ሃይለማሪያም የፈለጉትን መልስ ቢሰጡንም ሃገሪቱን ወደ አደገኛ የታሪክ ምእራፍ ያስገባው ጉዳይ ይህ የርሳቸው ስልጣን ጠቅልሎ በርሳቸውና እሳቸው በሚቆጣጠሩት ቡድን እጅ ብቻ ማስገባታቸው መሆኑ መታወቅ አለበት። ኮሎኔል መንግስቱ የፈለጉትን ምክንያት ቢያቀርቡ ሰፋ ያለ ማህበራዊ፣ ምሁራዊና አብዮታዊ መሰረት ሊኖረው ከሚችለው፣ ጓደኞቻቸው ሲደግፉት ከነበረው የጊዜያዊ ህዝባዊ መንግስት ምስረታ ይልቅ ጠባብ የሆነውን የራሳቸውን የሻለቃ መንግስቱን ቡድን መንግስት የመረጡት "ሌላው አማራጭ ከስልጣን ይነቅለኛል" ከሚል ዕምነት እንጂ አብዮቱን ወደፊት ለመግፋት ለሃገር ደህንነትና ጥቅም ይበጃል ከሚል ዕምነት እንዳልሆነ ግልጽ ነው።

ከዚህ በመነሳት ነው የደርግ የንጽህናና የየዋህነት እንዲሁም ከምር ለህዝብ ይጠቅማል ከሚል እርምጃ ይወሰድ ከነበረበት የታሪክ ምእራፍ ተሻጋግሮ "የግለሰቦች የስልጣን

ጥም ማርኪያ፣ ሴረኛነትና መሰሪነት የሚቆጣጠረው ተቋም ወደ መሆን ተሸጋግሯል ብዬ" የማስበው። ያ ሽግግር መቼ አካባቢ እንደተካሄደ ለመናገር ጥናት ይጠይቃል። እነ ጀነራል ተፈሪ በንቲ በተገደሉበት ወቅት ግን ሽግግሩ ተጠናቋል። ሌላው ቢቀር ከጥር 1969 ጀምሮ ደርግ በምንም አይነት መንገድ "በአብዮቱ ካምፕ ውስጥ ነኝ" ማለት ከማይችልበት የታሪክ ምእራፍ ውስጥ ገብቷል። "የለየላቸው ጸረ አብዮት ሃይሎች ሆኑ" የምለው ገና 1960ዎቹ ሳያበቃ ደርግ ከገባበት የታሪክ ዘመን ጀምሮ ያለውን የታሪክ ምእራፍ ነው። በግምት ግን የደርግ ንጽህና ያበቃው ንጉሱን ከስልጣን አውርዶ ራሱ ስልጣን ለብቻው ከያዘበት ወቅት ነበር። ሁሉም የደርግ አባላት ባይሆኑም ለተወሰኑት የደርግ አባላት ያ እለት የራሳቸውን የወደፊት የስልጣን እጣ ማስብ የጀመሩበት የታሪክ መጋጠሚያ ሳይሆን አይቀርም ብዬ አስባለሁ።

ንጉሱን ማውረድ መቻል፣ "ለካ ወታደሩ የፈለገውን ቢያደርግ የሚያቆመው ምድራዊ ሃይል" የለም የሚል ጠንካራ ንቃተ ህሊና የሚፈጥር ታሪካዊ ክንዋኔ ነበር። "ወታደሩን እስከያዙ ድረስ ንጉሱን ማውረድ ብቻ ሳይሆን በንጉሱም ዙፋን ላይ መቀመጥ ይቻላል" የሚል ዕምነት ስንቶቹ መኮንኖች በዛን ወቅት አሰላስለውት እንደነበር መናገር ባይቻልም፣ ሻለቃ መንግስቱ ግን ይህን አሰላስሎ እንደነበር መጪው ድርጊቶቹ አረጋግጠውታል። ግን ለምን ? በሃገራችንና በሌሎች ሃገሮች እንደታየው የቀድሞው ፕሬዚዳንት ስልጣኑን ለሌብነትና ለዘረፋ እንዳልፈለጉት ግልጽ ነው። በጠቅላላ የደርግን ሰዎች በሙስና ብዙ ልናማቸው አንችልም። ለምን ለሚለው ጥያቄ የሚመስላቸውን ከልባቸው ያመኑበትን መልስ ሊሰጡን ይችላሉ። በዛን ወቅት ለምን እንዲህ አሰባችሁ ብሎ መከራከሩ ትርጉም አይኖረውም። ዛሬ ካለንበት የታሪክ ምእራፍ ላይ ቆመው ወደኋላ ሲመለከቱ ትክክል ነበርን ወይንስ ስህተት ነበር ይላሉ? ትልቁ ቁም ነገር ያለው እዚህ ላይ ነው። ከታሪክ እንማር እናስተምር ካልንም አሁን ካለንበት ሁኔታ ተነስተን ላለፈው ድርጊታችን የምንሰጠው መልስ ወሳኝነት አለው። ሻምበል ፍቅረስላሴ በመጽሃፉ ይህን አያደርግም። መጽሃፉን ትርጉም ያሳጣው ይህን አለማድረጉ ነው። የቀድሞው ፕሬዚዳንት ሊጽፏቸው ቃል በገቧቸው መጽሃፎች ውስጥ ከላይ ያስቀመጥኳቸውን ጥያቄዎች በወጉ ቢመልሷቸው ከራሺያ ወይም ከሰሜን ኮርያ ስላገኙት ወታደራዊና ኢኮኖሚያዊ ድጋፍ በዝርዝር ከሚያቀርቡልን መረጃ በላይ ሃገራዊና ታሪካዊ እርባና ይኖራቸዋል።)

ወታደሮቹ መጀመሪያውኑ አብዮተኞች አልነበሩምና የአብዮትን ትርጉም ሊረዱ አልቻሉም። አብዮት የአጋጣሚና የግርግር ውጤት አይደለም። የሆን-ተብሎ እሳቤዎች ውጤት ነው። በጥንቃቄ በተደረገ የአንድን ማህበረሰብ ሁለንተናዊ እውነታ በገመገመ ምሁራዊ ጥናት የሚጀምር ነው። በዚህ ጥናት መሰረት ማህበረሰቡን ወደ ተሻለ የእድገት ደረጃ እንዳይደርስ አፍነው የያዙትን ችግሮች በጥንቃቄ የሚለይ ምሁራዊ ሂደት ነው። እነዚህን ችግሮች እንዴት እንደሚያስወግዳቸው አስቀድሞ ስትራተጂዎች የመንደፍ ተግባር ያለበት ምሁራዊ ስራ ነው። አብዮት የሚመራው አብዮት ለመምራት በተደራጀ የራሱ ባህሪና ተፈጥሮ ባለው አብዮታዊ ድርጅትነው።

አብዮት ሲባል አንድን ኋላ ቀር የሆነን ማህበራዊ እውነታ በተሻለና በላቀ ማህበራዊ ሁኔታ የመተካት ሂደት ነው። "የአንድን ማህበረሰብ አብዮት በሁሉም የዕውቀትና የሙያ

ዘርፎች የላቀ ዕውቀትና ሙያ ያላቸው አብዮታዊ ምሁራን ናቸው መምራት የሚችሉት" የሚባልበት ምክንያት አብዮቱ የሚጠይቃቸው የዕውቀትና የብቃት ደረጃ በነዚህ ምሁራን እጅ ብቻ ስለሚገኝ ነው። ጭፍን የሆነ የምሁር አምልኮት አይደለም።

ገበሬ ገበሬን መርቶ አመጽ ሊያኪያሂድ ይችላል። የመሬት ጌቶቹን ጠራርጎ ሊያጠፋ ይችላል። ማህበረሰቡን ግን ወደላቀ በሳይንስና በምርምር ወደሚያድግ ማህበረሰብ መቀየር አይችልም። ብዙ መስዋዕትነት የተከፈለበት የገበሬ አመጽ ማህበራዊ ትራንስፎርሜሽን ማምጣት አይችልም። በአጭር ጊዜ ውስጥ ገበሬው ያስወገዳቸው ጭቆናዎችና ብዝበዛዎች በአዲስ መልክና በአዲስ ወኪሎች አማካይነት ራሳቸውን ማሳየት መጀመራቸው አይቀርም። የአብዮት አንዱ ዓላማ ወደፊት መገስገስ እንጂ ወደኋላ መንሸራተት እንዳይኖር ማድረግ ነው።

በተመሳሳይም አንድን ማህበረሰብ በሁሉም ዘርፎች ወደላቀ ደረጃ የሚያሸጋግር አብዮት በአስርና በሃምሳ አለቆች ሊመራ አይችልም ወይም ከዩኒቨርስቲና ከሁለተኛ ደረጃ ትምህርታቸውን ባቋረጡ ምንም ዕውቀትና ተመክሮ በሌላቸው ወጣቶች ሊመራ አይችልም።

ጉዳዩ አንድ ሃምሳ አለቃ ወይም አንድ የሁለተኛ ደረጃ ትምህርት ቤት ተማሪ "በተፈጥሮ ባገኘው ብልህነቱና በጥረቱ ማወቅ የሚችላቸው ነገሮች አይኖሩም" ማለት አይደለም። ከዚህም ተነስቶ "በአንድ አብዮታዊ ድርጅት ውስጥ በከፍተኛ ደረጃ ተመድቦ ሊሰራ አይችልም" ማለት አይደለም። አንድን አብዮት የሚመራ አካል ግን የተሞላው በእንዲህ አይነቱ ሃምሳ አለቃዎችና ተማሪዎች ከሆነ ትልቅ ችግር አለበት ማለት ነው።

ከዚህ በተጨማሪ አብዮት በሲጋቸው የጠገቡ በመንፈሳቸው የተራቡ ሰዎች ስራ ነው። በፍልስፍና፣ በአርትና በሳይንስ የተገነባ ባህልና ስብእና የዳበሩ ሰዎች ስራ ነው። የሲጋን ፈተና ያለፉ ሰዎችን መሪነት የሚጠይቅ ነው። ይህ ረሃብ ያለው ከዕውቀት ባለቤትነቱ የተነሳ በከፍተኛው ምሁር እጅ ብቻ ነው። አብዮት በተራቡ፣ የአለማችን ወቅታዊና የመጠቀ ዕውቀት በሌላቸው ገበሬዎች፣ ወታደሮች ወይም ተማሪዎች ሊመራ አይችልም።[219]

219ሻምበል ፍቅረስላሴ ወግደረስ "እኛ ና አብዮቱ" በተደጋጋሚ የደርጉን አብዮተኛነት ለመግለጽ ወታደሩ ከአርሶአደሩና ከጭቁኑ ማህበረሰብ የወጣ በመሆኑ" የሚል አገላለጽ በተደጋጋሚ ይጠቀማል። አብዮታዊ ምሁራኑን በየጊዜው ከአብዮቱ ባቡር ላይ የተንጠባጠቡት በደርግ አፈናና አሰቃቂ ጭፍጨፋ ሳይሆን በመደብ ባህሪያቸው ለገዥው መደብ ስለሚቀርቡ ነው ይለናል። ይህን አይነት ትንተና በህወሃትም ሆነ በኢህዴን ውስጥ የተለመደ ነው። ሁለቱም ተፋላሚ አካላት ያለከፍተኛው ምሁር ተሳትፎ ያደረጉትን

በአንድ ማህበረሰብ ውስጥ የተሳካ አብዮት ለማካሄድ ቁልፍ ሚና መጫወት የሚችሉትን የሃገሪቱን አብዮታዊ ምሁር እያገለሉ፣ እየገደሉ፣ እያሳደዱ፣ ስር ነቀል የኢኮኖሚና የማህበራዊ አዋጆችን በማወጅ አንድን ማህበረሰብ ወደ ተሻለ የእድገት ደረጃ መውሰድ አይቻልም። አብዮት የስርነቀል አዋጆች፣ ደንቦችና መመሪያዎች የማውጣትና በወታደራዊ ጡንቻ እነዚህን የማስፈጸም ቴክኒካል ብቃት ይዞ የመገኘት ጉዳይ አይደለም። ገና ከማለዳው የደርግ አካሄድ ከላይ ወደታች በትእዛዝ የሚፈጸም የለውጥ አቅጣጫ መሆኑን የተረዱ አብዮታዊ ምሁራን፣ ይህ የለውጥ አቅጣጫ ተፈጥሮ የነበረውን አብዮታዊ ሁኔታ እንደሚያዳፍነው ተንብየዋል።

አብዮት፣ በመሰረቱ ብዙሃኑ ገበሬ፣ ላብአደር፣ ነጋዴና ለውጥ ፈላጊ የተማረ ማህበረሰብ እውነተኛ ስልጣን በየደረጃው በጁ የሚይዝበትና በተግባርም በስራ የሚያውልበትን ነጻነት የሚያላብስ የለውጥ ሂደት ነው። የማዕከሉ ተገዥና አሽከር በሚሆኑ የገበሬ፣ የሰራተኛና የቀበሌ ማህበራት አማካይነት የሚከናወን ሂደት አይደለም። በተለይ ማእከሉን የሚቆጣጠሩትና ክንዳቸው እስከ ገጠር መንደሮች መድረስ የሚችለው ጉልበተኞች እነዛው የመሳፍንቱን ሥርዓት

የአመታት ግፍጫ በዚህ መልኩ ቅቡልነት ሊሰጡት ሲሞክሩ ማየት የሚገርም ነው። በዚህ ግልብ የሆነ የመደብ ትንተና የከፍተኛውን ምሁር ወሳኝ የሆነ የአብዮት መሪነትና ተሳታፊነት ወደ ጎን ሲገፉት ይታያል። ለምን አብዮታዊ ምሁራኑ ከፍልሚያው መድረክ ጠፉ? ለምን እኛ ብቻችን ቀረን? ለሚለው ጥያቄ በሃገሪቱ ደርግ የፈጠረው ሁኔታ እውነተኛ አብዮት ለማካሄድ ለሚፈልጉ ሃይሎች ያልተመቸና እነዚህን ሃይሎች አካላዊ ማጥፋት ደረጃ የደረሰ እልቂት በደርግ በመካሄዱ እንደሆነ ሊመለከተው የደፈረ የለም። በጦርነት አለም እድሜን ማራዘመና በአሸናፊነት መውጣትን የትክክለኛ አብዮታዊነት ማረጋገጫ አድርገው በመመልከት ደርግም ሆነ ኢህአዴግ የሃገሪቱን ከፍተኛ አብዮታዊ ምሁራን ታሪክ ጥላሸት ለመቀባት ያቀረቡት ትንተና ራሱ ከፍተኛ ምሁራኑ ለነዚህ ሃይሎች ያስጨበጡት ጥራዝ ነጠቅ የግራ ርእዮተ አለም መሆኑን ለምናወቀው ግለሰቦች በተፈጠረው ታሪካዊ ምጸት መገረማችን አልቀረም። በተለይ የግራ ርእዮተአለም ፈላስፎችና የታወቁ የፍልስፍናው ተግባሪዎች ከደላቸው ከምላቸው፣ በከፍተኛ ደረጃ ከተማረው ማህበረሰብ ጋር የተያያዙ እንደሆነ የሚያውቁና በሃገራችን በዚህ ርእዮተአለም አማካይነት የኢትዮጵያን ግፈኛ የመሳፍንት ስርአት ለመጣል ከማንም አስቀድመው ትግሉን የጀመሩት፣ መስዋእትነቱንም በቅድሚያ የከፈሉት ከምላቸው ከደላቸው ቤተሰቦች የተወለዱና በከፍተኛ ደረጃ የተማሩ ወጣት ምሁራን መሆናቸውን እየተናገሩ፣ ከነዚህ ምሁራን ይልቅ "በድህነታችንና በድንቁርናችን ለሰፊው ህዝብ ስለምንቀርብ ከኛ በላይ አብዮተኛ ሊኖር አይችልም" የሚል የራስ ውዳሴያቸው በውስጡ ያዘለውን ተቃርኖ እንዴት ማየት እንደተሳናቸው የሚያስገርም ነው። ለምን ደርግና ኢህአዴግ ብቸኛዎቹ ተፋላሚዎች ሆነው ቀሩ? ለሚለው ጥያቄ ራሱን የቻለ መፅሃፍ መጻፍ የሚቻልበት ርእስ ነው። የተወሰነ መግለጫ ለማንበብ የሚፈልግ፣ የእኔን መፅሃፍ "ነጻነትን የማያውቅ ነፃ አውጭን" ምእራፍ አምስትንና እና ምእራፍ ዘጠኝን ማንበብ ይችላል። በዋናው ጽሁፍ "አብዮት የስጋ ረሃቦቹን ያስወገደ የሰው ፍጥረት ስራ ነው" ብያለሁ። ከአስራ ሰባት አመታት ትግል በኋላ፣ የሃገሪቱ ጠቅላይ ሚስቴር ከሆን በኋላ፣ ታምራት ላይኔ የሚሊዮኖች ዶላር ስርቆት ውስጥ የገባበት ፍጥነትና ሁኔታ ለዚህ በቂ ማስረጃ ነው። ታምራት አይን ያወጣ ምሳሌ ስለሆነ ነው የምጠቅሰው እንጂ ሌሎችንም በታምራት ደረጃ ባይመጡም ብዙዎችን መጥቀስ ይቻላል። በሌላ በኩል ግን እንደ ታምራት ላይኔ ሁለት አመት ሳይሆን ለመቶም አመት ስልጣን ላይ ቢቀመጡ እንደ ተስፋዬ ደበሳይና እንደ ሃይሌ ፊዳ አይነቶቹ ሰዎች አንዲት ሳንቲም የህዝብ ገንዘብ ሊነኩ የማይችሉ ፍጥረቶች ይሆኑ እንደነበር ያለምንም ጥርጣሬ መናገር ይቻላል። የመንፈስ እንጂ የስጋ ረሃባቸውን ያስወገዱ ሰዎች ነበሩና።

ሲንከባከቡ የነበሩ ወታደሮች መሆናቸውን የሚያውቅ ገበሬ በድፍረት ለለውጥ እንዳይነሳ እንቅፋት ናቸው።[220] ከዛም አልፎ አብዮት በሳይንስ፣ በኪነት፣ በባህል፣ በፍልስፍና በሌሎችም ዘርፎች ማህበረሰብንና ሰውን ወደላቀ ደረጃ የሚያሸጋግር የተወሳሰበ ዳንስ ነው። የማህበራዊና የሰብአዊነት ትራንስፎርሜሽን ነው።የዚህ ዳንስ አቀናባሪ (ኮሪዮግራፈር choreographer) ከአብዮታዊ ምሁሩ በቀር ሌላ ማንም መሆን አይችልም።[221]

በ66 የታሪክ መጋጠሚያ የሃገራችን ለውጥ የሄደበት የአጋጣሚ አቅጣጫ መዘዝ ተመንዝሮ የማያልቅ ጉዳት በህዝብና በሃገር ላይ እያስከተለ ነው። ደርግ የምሁሩን በእቅድ የተያዘ አብዮታዊ ፕሮጀክት ማኮላሸቱ ብቻ ሳይሆን እነሃይሌ ፊዳንና እነ ዶ/ር ተስፋዬ ደበሳይን የመሰሉትን በሺዎች የሚቆጠሩ አብዮታዊ ምሁራንን ሲፈጅ በኢትዮጵያ አብዮት የሬሳ ሳጥን ላይ የመጨረሻውን ሚስማሩን እየመታ ነበር።

ወታደሮቹ እየተደናበሩ የዘውድ መንግስቱን እንዳስወገዱት ሁሉ እየተደናበሩ አብዮት በማካሄድ ስም አብዮቱን የገደሉበት ሁኔታ ፈጥረዋል።[222]"አብዮት የሚለው ቃል ወታደሩ በፖለቲካ ለተሳተፈበት የየትኛውም ወቅት ይሰራል" የሚል ዕምነት የለኝም።

---

[220]John Markakis & Nega Ayele, "Class and revolution in Ethiopia" 1986, Red sea press, New Jersey, USA በገጽ 10 ላይ ማርካኪስ፣ ነጋ አየለ ወሎ ውስጥ የእድገት በህብረት የዘመቻ ጣቢያ ሃላፊ ሆኖ ያየውን የአካባቢው ገበሬ ጥርጣሬና ፍራቻ ይገልጻል። ገበሬው በራሱ ተነሳሽነት ህይወቱን የሚቀይሩ እርምጃዎች እንዳይወስድ በርቀት ስልጣንና ጉልበት ያላቸውን ወታደሮች በመፍራት ያፈገፍግ እንደነበር፣ የተማሪዎቹን ማደፋፈር ከላካቸው ወታደራዊ መንግስት ጋር በማገናኘት ምን ያህል ይጠራጠር እንደነበር ይገልጻል። የማእከሉ መንግስት popular ህዝባዊ ባህርይ ያለው ገበሬን፣ ላብአደሩን፣ ምሁሩን፣ ነጋዴውን ወዘተ ያካተተ ቢሆን ኖሮ ይህ ስጋት ከፉኛ ይቀንስ እንደነበር ግልጽ ነው። ወታደራዊ መንግስት አብዮቱን ህዝባዊ እንዳይሆን እንቅፋት የሆነ መሆኑንና የኢህአፓ የጊዚያዊ ህዝባዊ መንግስት ጥያቄ የደርግ ደጋፊዎች እንደሚሉት የአብዮቱ መደናቀፍ አደጋ ሳይሆን ስር መስደድ ዋስትና መሆኑን የሚያሳይ ነው። ገና ከጅምሩ ደርጉንና የኢትዮጵያ ሰራተኞችን ያላተማቸው ላብአደሩ በወታደሩ ስልጣን መያዝ የገባበት ፍራቻ ነው። ገበሬውም፣ ላብአደሩም ይህ ፍራቻቸው እውን መሆኑ በታሪክ ተረጋግጧል። እውነተኛ የፖለቲካ ስልጣንና የኢኮኖሚ ተጠቃሚነት ሳያገኙ፣ በወታደሩ የሚዘወረው መንግስት ተቀጥላዎችና አገልጋዮች ሆነው እንደቀሩ የደርግ ዘመን አብቅቷል።
[221]ምእራፍ 5 "ነጻነትን የማያውቅ ነፃ አወጭ"፣ "ዕውቀትን የሚያንኳስስ ባህል በሚል ርእስ ስር ለምን ምሁሩ ወሳኝ እንደሆነና እጣው በኢትዮጵያ ምን እንደሆነ የሚያትተውን ገጾች ይመለከቱ፣
[222]ሻምበል ፍቅረስላሴ ወግደረስ "እኛና አብዮቱ" በሚለው መጽሃፋ ያለምንም መደባበቅና መሸፋፋን በተደጋጋሚ ያስቀመጠው ሃቅ ለረጅም ጊዜ የወታደሩ እንቅስቃሴ ምን እንደሚፈልግ፣ ወዴትና እንዴት እንደሚሄድ የማያውቅ፣ ነገሮችን በግብታዊነትና በሁኔታዎች አስገዳጅነት የሚፈጽም አካል እንደሆነ ነው። መጽሃፉን ያነበብኩት ይህን ጽሁፍ ከጻፍኩ በኋላ ነበር። "ወታደሩ እየተደናበረ ነበር ስራ የሚሰራው" የሚለው አገላለጼ ስህተት እንዳልነበረው ብዙ መረጃዎች በፍቅረስላሴ ወግደረስ መፅሃፍ ስላሉ የበለጠ ለማወቅ መጽሃፉን ማንበብ ይጠቅማል እላለሁ።

በኢትዮጵያ አብዮት ተኮላሽቷል እንጂ አብዮት አልተካሄደም። የተካሄደ አብዮትም ስላልነበር የደርግን ድርጊት ጸረ አብዮት ማለት አይቻልም።

ደርጎቹም "ትግላችን"፣ "እኛና አብዮቱ" እያሉ የሚጽፏቸው መፅሃፍት ባልነበረና ባልተካሄደ አብዮት ላይ ነው። "ንጉሳዊ ስርአቱን አውርዶ በወታደራዊ መንግስት መተካት፣ የገጠርና የከተማን መሬት የመንግስት ያደረገ አዋጅ ማውጣት፣ የማምረቻ ድርጅቶችን መውረስ፣ የቀበሌ ማህበሮችን ማደራጀት ወዘተ አብዮት ነው" ብለው የሚያስቡ ከሆነ አሁንም ከዚህ ሁሉ አመት በኋላ "አብዮት ምን እንደሆነ አልተረዱም" ማለት ነው። እንዲህ አይነቶቹን ስር ነቀል እርምጃዎች በሌሎች ሃገሮች ራሳቸውን አብዮተኛ አድርገው የማያዩ የወታደር ቡድኖች አድርገውታል። የፋሽስት ፓርቲዎች አድርገውታል። ኢራንን በመሰለው ሃገር የሃይማኖት መሪዎች አድርገውታል።

የደርግ ሰዎች ድርጊታቸውን ጥሩውንም መጥፎውንም በሃገር ወዳድነትና በህዝብ ወገንተኛነት የተፈጸመ አድርገው ቢያቀርቡት በበኩሌ ችግር የለብኝም። ስለፈጣሪ! "አብዮት" ግን አይበሉት።

የአንዳርጋቸው አሰግድ "በአጭር የተቀጨው ረጅም ጉዞ" የሚል መፅሃፍ ርእስ ለመኢሶን ድርጅት ብቻ ሳይሆን ያለመውን የመሞከር እድል ሳያገኝ ለወደመው አብዮታዊ ምሁርና ተማሪ በሙሉ የሚያገለግል ነው። የተቀጨው ጉዞ በወታደሮቹ የፖለቲካ ጣልቃ ገብነት የተነሳ "ያልተጀመረው አብዮት" እንጂ የአንድ ድርጅት፣ የመኢሶን ህልም ብቻ አይደለም።

ምእራፍ 5.ዘውድም እንደዋዛ

በወታደሮቹ የተፈጠረው የ1966ቱ አብዮታዊ ሁኔታና በዚህ ሁኔታ ውስጥ ኩነቶች የሚከሰቱበትና የሚቀያየሩበት ፍጥነት ከየትኛውም የፖለቲካ ቡድን የመቆጣጠር አቅም በላይ ነበር። ቀደም ብዬ እንደጠቀስኩት ሁለቱ ሁነኛ የሃገሪቱ የፖለቲካ ቡድኖች የመሳፍንቱና የአብዮታዊው ምሁር ቡድኖች ነበሩ። ሁለቱም በየራሳቸው ምክንያት "በዛ ፍጥነት አብዮታዊ ሁኔታ ይፈጠራል" ብለው አላሰቡም። "ሁለቱም ወንዝ እያቋረጠ ድንገተኛ ውሃ እንደመጣበት መንገደኛ የሚይዙትና የሚጨብጡት ጠፍቷቸው ነበር" ብያለሁ። ድንገተኛው ውሃ ሲመጣ ምን ማድረግ ይችሉ ነበር? ምንስ አደረጉ? ሁለቱም የፖለቲካ ቡድኖች ለገጠማቸው ድንገተኛ ሁኔታ ምላሻቸው ምን እንደነበር እንመልከት። የምጀምረው በመሳፍንቱ ነው። በሚቀጥለው ምእራፍ ወደ አብዮታዊ ምሁራኑ እዞራለሁ።

የ1966ቱ አብዮታዊ ሁኔታ ከመፈጠሩ አስቀድሞ የንጉሱና የመሳፍንቱ የፖለቲካ ቡድን ችግር ውስጥ የነበረ ነው። ችግሮቹ በረጅም የታሪክ ሂደት የተከማቹ ናቸው። ቀደም ባሉት የአፄ ሃይለስላሴ የግዛት ዘመናት በየጠቅላይ ግዛቱ የነበረው መሳፍንት ዋናው የአጼው ስልጣን ተቀናቃኛቸው ነበር።

ተፈሪ መኮንን ስልጣን እንዳይዙ፣ ከያዙም በኋላ የፈለጉትን እንዳያደርጉ ትልቁ እንቅፋት የቀድሞዎቹ የሰሜን ኢትዮጵያ ግዛቶች መሳፍንት ነበሩ። በዚህ የተነሳ ንጉሱ ዋናው የፖለቲካ ስራ አድርገው የያዙት ይህን የመሳፍንት ቡድን በፖለቲካ መስኩ ማዳከም ነበር። በተለይ ከጣሊያን ወረራ ማብቃት በኋላ ንጉሰነገስቱ የጠቅላይ ግዛቶቹን መሳፍንት ስልጣን በሙሉ በማእከላዊ መንግስት እጅ አስገቡት። መሳፍንቱንም አዲስ አበባ ላይ ከቤተመንግስቱ ሳይርቁ እንዲኖሩ አደረጓቸው። [223]

መሳፍንቱ እንደ ድሮው ዘመን ወታደር አይመለምሉም፣ አይቀልቡም፣ አያዙም። ግዛት አያስተዳድሩም። የመንግስት ግብርና ታክስ አይሰበስቡም። ፍትህ አይሰጡም። ወታደሩም፣ ታክስ ሰብሳቢውም፣ዳኛውም፣ አስተዳዳሪውም በአፄ ኃይለስላሴ የሚደራጅ፣ የሚሾምና በሙሉ ቁጥጥራቸው ስር የዋለ አካል ሆኗል።

---

[223] "ነጻነትን የማያውቅ ነጻ አውጭ" ምእራፍ 3 ውስጥ "ሃይል፣ ስልጣን፣ ጥቅምና ነባሩ ሊሂቅ"፣ "በሃብትና በስልጣን የማደግ እድል መዘጋት ጅማሮ"፣ "የአፄ ኃይለስላሴ የግዛት ዘመን፣ በስልጣን እና በሃብት የማደግ እድል መዘጋት"፣ "የአፄ ሃይለስላሴ ፍጹማዊ የስልጣን ባለቤትነት ያስከተለው ፖለቲካዊና ማህበራዊ መዘዝ"፣ ከምእራፍ 4 "የጥንታዊው ልሂቅ፣ የመኳንንቱ የፖለቲካ ፍጻሜ" የሚሉትን ክፍሎች ይመልከቱ፣

በመሳፍንቱና የጠቅላይ ግዛቶች የስልጣን ኪሳራ የአፄ ሃይለስላሴና የማእከላዊ መንግስት ስልጣን ተጠናክሯል። ይህ ስልጣን በመላው ሃገሪቱ ራሱን የሚገልጸው አፄ ሃይለስላሴ ስልጣናቸውን ለመጠቀሚያ ባቆሙትና በየጊዜው እያደገ በሄደ የሲቪልና የወታደር ቢሮክራሲ አማካይነት ሆኗል። የዚህ ቢሮክራሲ ሹማምንቶች በዋንኛነት ንጉሱ ያስተማሯቸው የደሃ ልጆች እንጂ የተማሩት የመሳፍንት ልጆች አልነበሩም። የመሳፍንቱ ልጆች እንደ አባቶቻቸው በፖለቲካ ስለማይታመኑ ምንም ያህል የተማሩ ቢሆኑም ቁልፍ የሆኑና በርካታ የቢሮክራሲውን ስልጣኖች እንዲይዙ ንጉሱ አልፈቀዱም።

በሌላ በኩል ግን የአፄ ኃይለስላሴ መንግስታዊ ሥርዓት የመሳፍንቱን ሁለንተናዊ የኢኮኖሚና የማህበራዊ ጥቅም ለማስከበር ቆርጦ የተነሳ ነው። መሳፍንቱ የፖለቲካ ስልጣን አይኑራቸው እንጂ የሃገሪቱ የመሬት ጌቶችና የከፍተኛው ማህበራዊ ክብር ባለቤቶች ነበሩ። ይህን ጥቅማቸውና ክብራቸውን የሚያስከብርላቸው አፄ ኃይለስላሴ ያቆሙት በጥቅምም ይሁን በክብር ለመሳፍንቶቹ የማይቀርብ ቢሮክራሲ ነው። የንጉሱ ተግባር፣ በሁሉም ፈርጁ ጥንታዊ የሆነን ስርአተ ማህበር በዘመናዊ ቢሮክራሲ ማስኬድ ነው። የተቃረኑ ነገሮችን ይዞ የሚሄደውን የታሪክ ምእራፍ የከፈቱት ንጉሱ ነበሩ።

ቢሮክራሲውና የሰው ሃይሉ ትንሽ በነበረበትና ንጉሱም ከተቀሩት መሳፍንት ዕውቀትንና ስልጣኔን በመፈለግ የተሻሉ ሆነው ይታዩ በነበረበት ዘመናቸው፣ የጥንቱ ንጉስና የዘመናዊ ቢሮክራሲው ጋብቻ ችግር አልነበረበትም። በቢሮክራሲው ውስጥ የሚያገለግለው የተማረው የሰው ኃይል "ከመሳፍንቱ ሁሉ ይሻላሉ" ላላቸው ንጉስ ማደሩ አልከፋውም። "ዕውቀትና ስልጣኔ ለማስፋፋት ፍላጎቱ ባላቸው ንጉስ አማካይነት ሃገር ማሳደግ ይቻላል" ብሎ ያምናል። ከጣሊያን ወረራ በፊትና ከወረራው በኋላ በነበሩ የተወሰኑ አመታት ይህ የተማረ የሰው ኃይል ከንጉሱ ጋር በመሆን የተወሰኑ የኢኮኖሚ፣ የማህበራዊና የፖለቲካ ለውጦች ለማድረግ ሞክሯል።[224]

እየዋለና እያደረ ግን ንጉሱን ከልቡ ያገለግል የነበረው የተማረው ክፍል፣ ንጉሱ ዘመናዊ ቢሮክራሲውን የፈለጉት በዋነኛነት መሳፍንቶቹን ከፖለቲካ ስልጣን ለማራቅ ብቻ እንደሆነ መገንዘብ ጀመረ። ሃገሪቷንና ህዝቧን በኋላ ቀርነት አረንቋ ውስጥ ደፍቆ የያዘውን መሳፍንታዊ የፖለቲካ፣ የኢኮኖሚና የማህበራዊ ሥርዓት ላይ ንጉሱ ምንም አይነት ማሻሻያ ለማድረግ ፈቃደኛ እንዳልሆኑ አወቀ። በንጉሱ ላይ ቢሮክራሲው (ወታደራዊ) ተስፋ የመቁረጡ ትልቁ

---

[224]እነዚህ ለውጦች ሃገሪቱ በህገመንግስት እንድትመራ፣ ትምህርት እንዲስፋፋ፣ግብር ዘመናዊ ስርአት ያለው እንዲሆን፣የፍትህ ስርአቱ ዘመናዊ እንዲሆንና ሌሎችንም የለውጥ ጥረቶችን ይመለከታል፣

ምልክት የታየው በ1953ቱ የነዋይ ልጆች መፈንቅለ መንግስት ሙከራ ነው። ከዛ ሙከራ በፊትም ሆነ በኋላ ስርአቱ ያለመሰረታዊ ማሻሻያዎች ዝም ብሎ ሊቀጥል እንደማይችል ንጉሱ ቢነገራቸውም የሚሰሙ አልሆነም። የመፈንቅለ መንግስት ሙከራውንም እንደማስጠንቀቂያ አላዩትም። ጭራሽኑ ቢሮክራሲውን መጠርጠርና የመሳፍንቱን ምክር የበለጠ ወደ ማዳመጡ አዘነበሉ።[225]

1966 ላይ ንጉሱ ስልጣናቸውን ተፈጻሚ የሚያደርጉበት ዘመናዊ ቢሮክራሲ ከፍተኛ የእድገት ደረጃ ላይ ደርሷል። ንጉሱ የስልጣናቸው ዋልታ፣ የህልውናቸው መጠበቂያ ይህ ቢሮክራሲ ብቻ ሆኗል። ቢሮክራሲው ቢከዳቸው የሚግደረደሩበት ሌላ አማራጭ ኃይል አልነበራቸውም።

እንደጥንቱ ዘመን መሳፍንቱ ለችግር ቀን የሚደርስ የግል ታጣቂ ወይም ጭፍራ አልነበራቸውም። መሳፍንቱንም "ጭፍሮቻችሁን ይዛችሁ ድረሱልኝ" እንዳይሉ የእነሱንም ጭፍሮች ጭምር አጥፍተው፣ መሳፍንቱን ከግዛታቸው ነቅለው የአዲስ አበባ ተቀማጭ አድርገዋቸዋል። መሳፍንታዊ ሥርዓት መሞት የጀመረው "ያለምንም ማሻሻያና ለውጥ ፍጹማዊ የሆነውን የንጉሰነገስት መንግስት፣ በዘመናዊ ቢሮክራሲ አሽከርነት ዘላለማዊ አደርገዋለሁ" የሚል ዕምነት ንጉሱ ከያዙበት እለት አንስቶ ነው።

1966 ላይ ቢሮክራሲው በውስጡ ለንጉሱ ምንም አይነት ታማኝነትና ባለውለታነት በማይሰማው ከፍተኛ፣ መካከለኛና ዝቅተኛ ባለስልጣናት ተሞልቷል። ይህን ቢሮክራሲ በዚህ አይነቱ የሰው ኃይል የሞሉት ንጉሱ ያስተማሯቸውና ከፍተኛውን የቢሮክራሲ ስልጣን የሰጧቸው ምሁራን ናቸው።

የጠቅላይ ሚኒስቴር አክሊሉ ሃብተወልድ የመጨረሻ የስልጣን ዘመናት የሹመት ዝንባሌ ለተመለከተ ከስራቸው የነበሩትን ስልጣኖች በሙሉ እንደነሱ ምንም አይነት መሳፍንታዊ ንክኪ ላልነበራቸው ሰዎች የማደላደል ነገር በግልጽ ይታይበታል። በተወሰነ ደረጃ የተማሩ የመሳፍንት ልጆች የስራ መመደቢያ የነበረው የጠቅላይ ግዛት የማስተዳደር ስራ ሳይቀር ከመሳፍንቱ ወገኖች እጅ እየወጣ ነበር። ምን አስበው የእዛ አይነት ሹመት በስፋት እንዲሰጥ እንዳደረጉ አላውቅም። ከተማሩት የመሳፍንቱ ወገኖች ጋር ወደ ከረረ የስልጣን ሽኩቻ እየገቡ

---

[225] ዘውዴ ረታ የቀዳማዊ ሃይለስላሴ መንግስት 1ኛ መፅሃፍ ክፍል 8 ታሪካዊው የጸሃፊ ትእዛዝ ወልደጊዮርጊስ ወልደ ዮሃንስ የስልጣን ፍጻሜን እንዴት ቀስ ኢያሉ መሳፍንቶቹ ተጽእኖ ፈጣሪዎች መሆን እንደጀመሩ በደንብ ያስረዳል። ከጸሃፊ ትእዛዝ ወልደጊዮርጊስ ሽረት በኋላ የቢሮክራቶቹ ተጽእኖ እየተዳከመ በኤርትራ ጉዳይ ላይም የተሰጠው ውሳኔ የመሳፍንቱ እንጂ የቢሮክራቶቹ አልነበረም።

እንደነበር ግልጽ ነው። ንጉሱ ጆሯቸውን ከነአክሊሉ ይበልጥ ለመሳፍንቶቹና መኳንንቶቹ ማዋስ ጀምረው ነበር። እነ አክሊሉ የስልጣን ዘመናቸው እንዳበቃ በመጠርጠር የሚያፋጥኑት ሹመትም ሊሆን ይችላል። ከዚህ ያለፈ ዓላማ የነበራቸው አይመስለኝም።[226]

1966 ላይ የጠቅላይ ሚኒስቴር አክሊሉ ቢሮክራሲ በንጉሱ ላይ የነበረው "ነገሮችን ያሻሽላሉ" የሚል ተስፋው ተሟጦ ያለቀበት ሰአት ነበር። "ለውጥ መምጣት ይኖርበታል" የሚል ዕምነት ያለው፣ ነገር ግን ለውጥ እንዴት እንደሚመጣ ማወቅ የተሳነው አካል ነው። በስሩ የነበሩትም የሲቪል ባለስልጣናት "ለውጥ ያስፈልጋል" የሚል ዕምነት እንደነበራቸው በሃገረ ገዥነት ደረጃ መመደብ ጀምረው ከነበሩ የአባቴ ጓደኞች በየሳምንቱ የምንሰማው ጉዳይ ነው። እነሱም እንደ አለቆቻቸው ለውጡ እንዴት እንደሚመጣ ግራ ገብቷቸዋል። በወታደራዊ ቢሮክራሲው ውስጥም ተመሳሳይ አመለካከት ነው ያለው።

"ብዙዎቹ የቢሮክራሲው ባለስልጣናት ይህ ነው የሚባል ንብረትና ሃብት ያልነበራቸው በመሆኑ በተለይ "መሬትን የተመለከተ ስር ነቀል ለውጥ ያስፈልጋል" የሚል ዕምነት ነበራቸው። በአመለካከታቸው ከመሳፍንቱና ከመኳንንቱ ይልቅ ስር ነቀል ለውጥ ለሚፈልገው አብዮታዊ ምሁር ይቀርባሉ። ሁለቱን ለውጥ ፈላጊ የተማሩ ትውልዶችን የሚያገናኝ ድልድይ ግን አልነበረም። እንደተፈራሩና እንደተጠራጠሩ ነው የኖሩት።

አብዮታዊው ምሁር በተለይ እነዚህን የቢሮክራሲውን ቁንጮዎች የመሳፍንቱ ሥርዓት ዕድሜ አራዛሚዎች አድርጎ ያያቸዋል። በከፍተኛ ጠላትነትነት ፈርጇቸዋል። የነበሩበትን አስቸጋሪ ሁኔታ ለመረዳት የሚችልበት እድል አልነበረውም። ስለሰዎቹ ማንነት፣

---

[226]*እኔ በቅርብ የማውቃቸው የወላጆቼ የቅርብ ጓደኞች የእኔና የወንድሞቼ ክርስትና አባቶች በሃገር አስተዳደር ውስጥ እያገኙት የነበረው የተፋጠኑ ሹመቶች አንድ የተለወጠ ነገር እንደነበር የሚጠቁም ነገር ነበረው። የእነ አቶ አበራ ሞልቶት፣የአቶ ሃይለማሪያም ወልደኪዳን፣ የአቶ ወልደአማኑኤልና እነሱን የመሳሰሉ ግለሰቦች ሹመቶች ለየት ያለ ነገር ነበር። ሁሉም የጠቅላይ ግዛቶች አስተዳደር ውስጥ ስራ የተሰጣቸው ከሰራተኛና ማህበራዊ ጉዳይ ሚኒስቴር የስራ ሃላፊነት ቦታቸው እየተነሱ ነበር። "በአጭር የተቀጨ ረጅም ጉዞ" በሚለው መጽሃፉ ውስጥ ይህን ወቅት በተመለከተ አንዳርጋቸው አሰግድ ከእኔ ለየት ያለ እይታ ያለው ሃሳብ አስፍሯል። ሃሳቡ የእነ አክሊሉ ሃብተወልድ ቡድንን መጠናከር እንጂ መዳከም አያመለክትም። በገጽ 113 ላይ እንዲህ ይለናል "... የ1963 የገዥ መደቦች ትንቅንቅ፣ ነሃሴ 13፣ 1963 በተደረገው ሹም ሽር በቢሮው ከበርቴ ክንፍ አሸናፊነት ሲዘጋ ይህ ክንፍ በአሸናፊነት እንደወጣ በምንም የሚያጠራጥር አልነበረም። በሹም ሽሩ የመሳፍንቱ ክንፍ "ተጠራርጎ ከዘውድ ምክር ቤት ውስጥ ሲከተት፣ የጠቅላይ ሚኒስትሩ የቢሮ ከበርቴዎች ክንፍ የሚኒስትሮችንና የአስተዳደሩን ቁልፍ ቁልፍ ቦታዎች ያዘ።" ከሶስት አመት በኋላ ግን፣ በ1966 ዓ.ም አንዳርጋቸው በእዚሁ መፅሃፍ በገጽ 174 ላይ እንደሚለን " .. የአክሊሉ ሃብተወልድ መንግስት ... የመሳፍንቱ ሰፈር ባሳረፈበት እርግጫ" ወድቋል። እንዲህ ከሆነ በ1963ና 64 የአክሊሉ መንግስት የመሳፍንት ንክኪ ላልነበራቸው ግለሰቦች የሰጠው ሹመት "ከመሳፍንቱ ቡድን ጋር ገጥሞት የነበረው የሞት የሽረት ግፍጫ ነጸብራቅ ነው" ብዬ ማሰቤ ስህተት ላይሆን ይችላል።*

ስለችሎታቸውና ብቃታቸው፣ በምን አይነት ፈታኝ ሁኔታ ውስጥ ስራቸውን ይሰሩ እንደነበር ፣ በንጉሱ ተቀባይነት ስላላገኙት ምክሮቻቸውና የፖሊሲ ሃሳቦቻቸው የሚያውቀው ምንም ነገር አልነበረም። በዛ የጉልተኞች ሥርዓት ውስጥ የመረጃ አፈናው ፍጹም ነበር።[227]

ከንጉሱና ከገነቡት ቢሮክራሲ ውጭ ያለው ሌላ አካል የመሳፍንቶቹ ቡድን ነው። እነዚህ ምንም ማድረግ የሚችሉ እንዳልነበሩ ገልጫለሁ። የተማሩት ልጆቻቸው እነ አክሊሉን አስወግደው ስልጣን በጃቸው የሚያስገቡበትን ቀን በትእግስት እየጠበቁ ነበር። የእነሱ ችግር ግን ከነአክሊሉ የባሰ ነው። በወታደሩም ይሁን በሲቪል ቢሮክራሲው ላይ ተፅዕኖ ማድረግ የሚችል ትስስርና የሰው ኃይል አልነበራቸውም።

ወታደሩ ማመጽ ሲጀምር ንጉሱ መሄጃ አልነበራቸውም። አመጹ የተራው ወታደርና የዝቅተኛው መኮንኖች መሆኑ ለአክሊሉ ሃብተወልድ መንግስት ትልቅ ችግር ፈጠረ። እነዚህን አመጸኞች እንደ ጀነራሎቹ በቀላሉ ሊያገኟቸው፣ ሊያናግሯቸውና ሊያምኗቸው፣ "ለጋራ ጥቅም በጋራ አብረን እንስራ" ሊሏቸው አይችሉም። የመሳፍንቱ ልጆች ወታደሩ መብላት የፈለገው

---

[227] *ከአብዮቱ በኋላ ከተጻፉት መጽሃፎች በመነሳት የአፄሃይለ ስላሴ ሚኒስትሮች ከየትኛውም ዘመን ሚኒስትሮች የላቀ ምህራዊ እና ሙያዊ ብቃት የነበራቸው እንደነበሩና ንጉሱንም በብዙ ጉዳዮች ለመምከር ሙከራ አድርገው ያልተሳካላቸው እንደሆኑ መረጃዎች ማግኘት ችለናል። በአፈ ታሪክ ሲነገር እንደነበረው ትልቁ የስርአቱ ችግር ፈጣሪዎች ሚኒስቴሮቹ አልነበሩም። "ንጉሱ ምን ያውቃሉ ሚኒስትሮቹ ናቸው እንጂ" የሚለውን የዛን ዘመኑን አባባል ሁላችንም እናውቀዋለን።" እውነቱ ግን የተገላቢጦሽ እንደሆነ ከጊዜ በኋላ የወጡት ታሪካዊ መረጃዎች አሳይተውናል። ከኤርትራ ችግር ጀምሮ -ዘውዴ ረታ "የኤርትራ ጉዳይ" (አዲስ አበባ፣ ሻማ ቡክስ፣ 2006) በገጽ 371፣ 373፣ 454፣ 509 510 የኤርትራ ፌዴሬሽን እንዳይፈርስ ጠቅላይ ሚንስትር አክሊሉ ሃብተወልድና ሌሎችም የተማሩ ሚኒስትሮች ያደረጉትን ትግል ይገልጻሉ። ጃጋማ ኬሎም የህይወት ታሪካቸው በተተረከበት "ጃጋማ ኬሎ፣ የበጋው መብረቅ" በሚለው መፅሃፍ ውስጥ በገጽ 209 – 210 ጸሃፊ ትእዛዝ አክሊሉ ሃብተወልድ "ስለንጉሱ ባህሪና ቃላቸውን የማይጠብቁ ስለመሆናቸው የነገሩትን" ጃጋማ ማስታወሳቸውን የሚገልጽ ነጥብ አንስቷል። በ1950 ዎቹ መጨረሻ ከንጉስ ነገስቱ ጠቅላይ ሚኒስትር ለአንድ የንጉሱ ታማኝ ወታደራዊ መኮንን እንዲህ አይነቱ ቃል መነገሩ ጠቅላይ ሚኒስትሩ ባጠቃላይ ይገኙበት የነበረውን የህሊና መታመስ (frustration) ገላጭ ነው። "እንዲህ አይነቱ ስሜት ከነበራቸው ለምን ስልጣን አይለቁም ነበር ?" የሚሉ እንደሚኖሩ አያጠራጥርም። እንዲህ አይነቱን ነገር ማለቱና ማድረጉ በሃገራችን እንኳን ያኔ ከዛም በኋላ ባሉት ዘመኖች ምን ያህል ከባድ እንደሆነ እናውቃለን። በሌሎችም ጉዳዮች ላይ ንጉሱና በዙሪያቸው ያሰባሰቧቸው መሳፍንት አማካሪዎቻቸው ትልቁ ተፅዕኖ ፈጣሪዎች እንደነበሩ ማየት ችለናል። ተስፋ እንዳደረጉት ጉዳያቸው በነፃ ፍርድ ቤት የሚታይ ቢሆን ኖሮ እነ ጠቅላይ ሚኒስቴር አክሊሉ ሃብተወልድና የተወሰኑ ሚኒስትሮች በነፃ የመለቀቅ እድል ማግኘት የሚችሉበትን ማስረጃ ማቅረብና ክርክር ማድረግ ይችሉ ነበር። ስለ እነዚህ ሰዎች አሁን በጃችን ያለ መረጃ ይዘን ባለንበት ወቅት ደርግ እነዚህን ሰዎች ያለምንም የፍትህ ሂደት በጅምላ መጨፍጨፉን በተመለከተ ኮነሬል መንግስቱም ሆኑ ሻምበል ፍቅረስላሴ ምን አይነት የስህተተኛነት ስሜት በ"ትግላችን"ና "እኛ እና አብዮቱ" በሚለው መጽሃፎቻቸው አለመንጸባረቁ በጣም የሚደንቅና የሚያሳዝን ነው። ቀደም ብዬ እንደገለጽኩት በስሜት ከደርጉ ጋር በግድያው የተባበረው የኔ ትውልድ በተለይ በቅርብ የማውቃቸው ጓደኞቼና እውቆቼ በድንቁርና ላይ ለተመሰረተው ጥላቻችንና ጭካኔያችን ጸጸት ተሰምቶናል። ያንን አውቃለሁ። ያወደምነው ከፍተኛ ዕውቀትና ተመክሮ የነበራቸውን የሃገር ሃብቶች ነው። ሃገሪቱን የሰው ደሃ ያደረግነውን ሂደት ያስጀመርነው የነጸሃፊ ትዕዛዝ አክሊሉን የመሳሰሉ ሰዎችን ሞት ያጸደቅን እለት ነው።*

እነ አክሊሉን እንጂ ንጉሱን እንዳልሆነ ሰምተው ተደሰቱ። እነ አክሊሉን ሊበላ የመጣ ጅብ ራሶቹንና የራሶቹን ልጆች ይምራል ብለው ተስፋ ማድረጋቸው የሚገርም ነበር። እንዲህ አይነቱን እይታ ያመጣው የገዥው መደብ መደንዘዝ ነው። እነ አክሊሉ ተወግደው እነሱ ስልጣን የሚይዙ መስሏቸው ብዙ ደባ ፈጽመዋል።

ስርአቱ በወቅቱ ትንሽም ቢሆን የመትረፍ እድል የነበረው ሁሉም፣ ንጉሱም፣ ትልልቆቹ የቢሮክራሲው ሹማምንት፣ ሚኒስትሮችና ጄነራሎቹ፣ መሳፍንቱና ልጆቻቸው በመሃከላቸው ነፋስ ሳያስገቡ በአንድነት በመቆም ብቻ ነበር። እርስ በርስ ተጠላልፈው ሁሉም ተሸመደመዱ።[228] ንጉሱ ሚኒስትሮቻቸውን ካዱ። ሚኒስቴሮቹም "የሰራነው ሃጢያት የለም። ለደረሰው ጥፋት ሁሉ ተጠያቂ ሙሉ ስልጣን የነበራቸው ንጉሱ ናቸው" በሚል ዕምነት የስራ መልቀቂያ ደብዳቤ አስገቡ። ስራቸውን ለቀቁ። ንጉሱን ለብቻቸው ተዋቸው። በተፈጠረው ግርግር የንጉሱን ጆሮ ሙሉ በሙሉ ማግኘት የቻሉት መሳፍንት ራሳቸውን ለስልጣን አጭተው ብቅ አሉ።[229]ለወራትም ቢሆን በልጅ እንዳልካቸው መኮንን አማካይነት ስልጣን ያዙ ። ስንት ሺህ ዘመን ስር ሰዶ የኖረው የዘውድና የመሳፍንት ሥርዓት ትንሽም መንፈራገጥ ሳያደርግ፣ በድንገት ወታደሩ በከዳው በስደስተኛው ወር እንደዋዛ ለዘላለሙ ተቀበረ። [230]

[228] ሻምበል ፍቅረስላሴ ወግደረስ፣እኛና አብዮቱ፣ ከ ገጽ 30 – 31 የገዥው መደብ የስልጣን ሽኩቻ በሚል ርእስ ስር ገዥዎቹ በመሃከላቸው የነበረውን መጠላለፍ በዝርዝር አስቀምጦታል። እንደገና ከገጽ 56- 57 የእንዳልካቸው መኮንን መንግስት ስልጣኑን ለማጠናከር እንዲመቸው የቀድሞ ባለስልጣናትን የሚያሳስር እንደነበር ጽፎታል። በገጽ 60 ላይ ራስ አስራተ ካሳ "ንጉስ ቢወድቁ ለዘውዱ የምቀርብና የሚገባኝ እኔ ነኝ" በሚል ስሜት ወታደሮቹን ያበረታቱ እንደነበር ይገልጻል።

[229] ራስ እምሩ "ካየሁትና ከሰማሁት" ገጽ 315 – 316 ስለ እንዳልካቸው መኮንን አሿሿም ንጉሱ መሳፍንቶቹን ብቻ እንዳማከሩ ይገልጻሉ።

[230] ነጻነትትን የማያውቅ ነፃ አውጭ ከላይ በማስታወሻ 146 የቀረበውን ይመልከቱ

ምእራፍ 6. መውደድ እና መጥላት ማደፋፈር እና መፍራት

በ1966 የነበረውን አብዮታዊ የምሁር ክፍል በሁለት ቡድን ተደራጅተው በመጡት በኢህአፓና በመኢሶን ቡድኖች ውስጥ በተሰባሰበው ምሁር መወከል ይቻላል። ከነዚህ ሁለት ድርጅቶች ውጭ የነበሩ አብዮታዊ ምሁራን ቁጥራቸው ብዙ አልነበረም። ወታደሮቹ በአፄ ኃይለስላሴ ሥርዓት ላይ ማመጽ በጀመሩበት ወቅት በሃገሪቱ አብዮት ለማካሄድ በእቅድ መንቀሳቀስ ጀምረው የነበሩት ቡድኖች ኢህአፓና መኢሶን ነበሩ። የወታደሮቹ ፖለቲካ ውስጥ መግባት እንደ ድንገተኛ ጎርፍ የሆነው ለሁለቱም ድርጅቶች ነው።

ኢህአፓ ራሱ እንደ ድርጅት አልተቋቋመም። በነሃሴ ወር 1967ዓ.ም ኢህአፓን የመሰረቱት ቡድኖች በሃገር ውስጥ ከሌሎች ቡድኖች የተሻለ ድርጅታዊ መዋቅር ነበራቸው። እሱም ቢሆን መጋነን የለበትም። የኢህአፓን መመስረት ያፋጠነው የ66ቱ ህዝባዊ መነሳሳት ነው። የኢህአፓ እቅድ በዋንኛነት በኢህአድ አማካይነት ሊካሄድ ዝግጅቱ ተጠናቀ የነበረው የገጠሩ የትጥቅ ትግል ነበር። [231]የገጠሩ እንቅስቃሴ አንድ መልክ ሳይዝ "ኢህአፓ" የሚል ድርጅት በይፋ መታወጁ አጠራጣሪ ነው።

መኢሶን ራሱን ይፋ ባያደርግም እንደ ድርጅት ተቋቁሟል።[232] "ለነቃ፣ ለተደራጀና ለታጠቀ ትግል" የሚለውን መፈክሩን ቀርጿል። መቼና እንዴት ማንቃት፣ ማደራጀትና ማስታጠቅ እንደሚጀምርና እንደሚቻል ተጨባጫ መልስ አልሰጠም። የሃገር ቤቱ የመኢሶን ድርጅታዊ እርሾ ከጥቂት ግለሰቦች ስብስብነት ፈቀቅ ማለት አልቻለም።

እንዲያም ሆኖ ከሁሉም አብዮታዊ ቡድኖች ወደፊት የቀደመው የኢህአፓው ቡድን ነበር። ይህን የምለው ኢህአፓን ከመሰረቱት ቡድኖች አንዱ የኢትዮጵያ ህዝቦች አርነት ድርጅት (ኢህአድ) በ1965 ዓ.ም የትጥቅ ትግል ለመጀመር ዝግጁትን አጠናቆ ኤርትራ ምድር ገብቶ ስለነበር ነው።[233] ወታደሮቹ ያልታሰበውን ባያደርጉ የኢትዮጵያን አብዮታዊ ምሁራን እጣ

---

[231]በ1964 በአልጀሪያው ቡድን ጉትጎታ የተቋቋመው ኢህአድ የተባለው የነበርሃነመስቀል ድርጅት ሃገር ውስጥ ካለው አብዮታዊ ምሁር ጋር ተቀናጅቶ ኢህአፓን መሰርቷል። ያ ባይሆን ኖሮ የገጠሩ ድርጅት ዋናው አብዮቱን የሚመራው ድርጅት ይሆን ነበር።

[232]መኢሶን እንደ ድርጅት የተቋቋመው በ1960 ዓ.ም ነው። ግን ራሱን ይፋ ያደረገው መጋቢት 1968 ዓ.ም ነው።

[233]ክፍሉ ታደሰ፣ "ያትውልድ ቅጽ 1"፣ ደርቶጋዳ ማተሚያ ድርጅት፣ አዲስ አበባ፣ 2007? በገጽ 214 ላይ የኢህአድ ሰራዊት "በ1965 ኢጋማሽ ኤርትራ በረሃ" መግባቱን ይናገራል። በዛው መፅሃፍ ቀደም ብሎ በገጽ 155 በ1965 ኢጋማሽ "ለስልጠና የሚሄደውን የአሜሪካውን ቡድን ለማዘጋጀት ተሰፋዬ ደበሳይ ወደ አሜሪካ ተጓዘ ይለናል። ለማንኛውም ኢህአድ ከ1966 አብዮት ፍንዳታ በፊት ሰራዊቱን ሃገር ቤት አስገብቷል።

የሚወስነው ኢህአፓ ሊጀምር አስቦት የነበረው የትጥቅ ትግል ይሆን ነበር። በዚህ ክፍል በምእራፍ አራት ለመግለጽ እንደሞከርኩት የሃገሪቱ፣ የአካባቢውና አለም አቀፍ ሁኔታው ትጥቅ ትግል ለመጀመር የተመቸ አድርጎታል።

የትጥቅ ትግሉ በሚያሳየው ፈጣን እድገትና ሌላ የለውጥ አማራጭ አለመኖር አብዮታዊ ምሁራኑ ልዩነታቸውን በቀላሉ አስወግደው የመሳሪያ ትግል ከጀመሩት ሃይሎች ጋር ይተባበሩ ነበር። አንድ አብዮታዊ ቡድን ከአፄ ኃይለስላሴ የዘውድ መንግስት ጋር የሞት የሽረት ትግል እያደረገ ሌሎች አብዮታዊ ቡድኖች ሊቃወሙት የማይችሉበትን አስገዳጅ ሁኔታ መፍጠር ይችላል። "እንቃወማለን" ቢሉም የገዛ ደጋፊዎቻቸው ጭምር ይከዷቸዋል። በህዝብም በኩል አብዮታዊ ሃይሎች እንዲተባበሩ ትልቅ ግፊት ይኖር ነበር።

የራሱ የኢህአፓ አመሰራረትም የተለየ ሂደት ይከተል ነበር። በገጠር የጠመንጃ ትግሉን ለመጀመር ዝግጅቱን ያጠናቀቀው የነብርሃነ መስቀል ቡድን "ኢህአድ" በፓርቲው አመሰራረት ላይ ትልቅ ተፅዕኖ የሚያደርግ ቡድን ይወጣው ነበር። ኢህአፓን የመሰረቱት የተለያዩ ቡድኖች ላይገናኙም የሚችሉበት ሁኔታ ሊፈጠር ይችል ነበር። በተለይ በተወሰነ ደረጃ በመጀመሪያዎቹ የ1967 እና 1968 አመታት የጌታቸው ማሩ "አብዮት" የተባለው ቡድን፣ በ1968 መጨረሻና በ1969ዓ.ም በሙሉ ግርማቸው ለማና ከርሱ ጋር የተሳሰሩ ወጣቶች ኢህአፓ ውስጥ ያገኙትን ትልቅ ቦታ ላያገኙ ይችሉ ነበር።

መኢሶንም ሆነ ኢህአድ (የኢትዮጵያ ህዝቦች አርነት ድርጅት) ፖለቲካን በእቅድ የሚያካሂዱ የአብዮታዊ ምሁራን ድርጅቶች ነበሩ። ወታደሩ ፖለቲካ ውስጥ የመግባቱ ጉዳይ በእቅዳቸው ውስጥ ቦታ አልነበረውም። ወታደሩ ፖለቲካ ውስጥ ገባና እቅዳቸውን አናጋው። በቀላሉ ይፈጠራል ብለው ያላሰቡትን አብዮታዊ ሁኔታ በአንድ ጀምበር ፈጠረው።

1966 ዓ.ም፣ ደርግ ስልጣን በይፋ ሳይዝ የወሰዳቸው እርምጃዎች የአፄ ኃይለስላሴ ባለስልጣናትንና ትልልቁን መሳፍንት ማሰር ነበር። "የአፄ ሃይለስላሴ ንብረቶች ናቸው" ያላቸውን አንበሳ አውቶቡስንና የቅዱስ ጊዮርጊስ ቢራ ፋብሪካን ወርሷል። ወታደሩ የሚወስዳቸውን እንደዚህ አይነት እርምጃዎች አብዮታዊ ምሁራኑ ሊቃወሟቸው የማይችሉ ነበሩ።

አብዮታዊው ምሁር እቅዱን የሚያናጋ ነገር ሲመጣ ሥርዓት ባለው መንገድ እንዴት እንደሚመለከተው ተቸገረ። ወታደሮቹ ሁሉን ነገር እርግፍ አድርገው ወደ ጦር ሰፈራቸው ቢመለሱ በመከራ አደባባይ የወጣው ህዝብ እነሱን ተከትሎ ወደ ቤቱ መግባቱ ነው። ስርአቱ

ፋታ ያገኛል። በወታደሩ ውስጥ አመጽ የቀሰቀሱትን አጽድቶ፣ የተቀረውን ወታደር ታማኝነት መግዛት የሚችሉ ርምጃዎቹን ወስዶ፣ ጠመንጃውን ወደ ሲቪሉ እንደሚያዞር ጥርጥር አልነበረውም። ስርአቱ ቀውሱን አልፎ ከመቼውም በላይ ተጠናክሮ ሊመጣ ነው ። እንዲህ ከሚሆን ባይነካካ ይሻል ነበር።

ወታደሩ ወደቤቱ ቢገባ ለአብዮታዊ ምሁራኑ አመለካከት ቅርበት ያላቸው ወታደራዊ መኮንኖች ከወታደሩ ውስጥ መመንጠራቸው የማይቀር ነው። ያለ እነዚህ ወታደራዊ መኮንኖች ድጋፍ አብዮታዊው ምሁር የተፈጠረውን አብዮታዊ ሁኔታ ብቻውን ሊያስቀጥለው የሚችል አቅም አልነበረውም። ለምሁራኑ የወታደሩ ነገር "ላም እሳት ወለደች" አይነት ሆነባቸው። አይልሱት ወይ አይተውት።

በኢህአፓ በኩል "ወታደሩ በፖለቲካው እየተጠናከረ ከሄደ ከዘውድ ሥርዓት ወደ ወታደራዊ አምባገነናዊ ሥርዓት ወይም "የፋሽስት" ሥርዓት ይቀየራል" ከሚል ማስጠንቀቂያ በስተቀር በወታደሮቹ ላይ ብዙ እንከን ማግኘት አልቻለም። መኢሶንም ከኢህአፓ የተለየ አቋም አልነበረውም። ኢህአፓ በየጊዜው ደርግ የሚወስዳቸውን ርምጃዎች እያመነታም ቢሆን መደገፉ አልቀረም።[234]ወታደሮቹን በተመለከተ ድርጅቱ የሚያሳየውን ፍራቻና ስጋት የሚጋራ ሰፊ የማህበረሰብ ክፍል አልነበረም። [235]

ኢህአፓ፣ ወታደሩ ሁሉን ነገር እንዳይቆጣጠረው ወይም ጠቅልሎ ወደ ካምፑ ተመልሶ ገብቶ እንደ ቀድሞው የስርአቱ መሳሪያ እንዳይሆን በማሰብ፣ የመፍትሄ ሃሳብ አቀረበ። መፍትሄው ወታደሮቹንና አብዮታዊ ሃይሎችን ያካተተ ጊዜያዊ ህዝባዊ መንግስት እንዲቋቋም

---

[234] የደርግን የመሬት አዋጅ ተግባራዊ እንዲሆን የዴሞክራሲ መብቶች መለቀቅ ወሳኝ መሆኑን በመግለጽ ኢህአፓ የመሬት አዋጁን በግልጽ ደግፎ መግለጫ አውጥቷል። ይህ ሃቅ እንዳለ ሆኖ፣ ኮሎኔል መንግስቱ ሃይለማሪያም "ትግላችን በሚለው መጽሃፋቸው ገጽ 282 ላይ ከዚህ በተቃራኒው "ዘመቻውን (የእድገት በህብረት) የሚቃወሙ የኢህአፓ ጀሌ ወጣቶች ... የኢህአፓን አቋም የሚያንጸባርቀውን፣ "በመሬት ለአራሹ ሰበብ ደርግ ወጣቱን ወደ ገጠር የሚልከው የራሱን ስልጣን ለማጠናከር አቅዶ ስለሆነ ህዝባዊ መንግስት ካልተቋቋመ በስተቀር የመሬት አዋጅ አስፈላጊ አይደለም" ብለውናል በማለት ጽፈዋል። ኮሎኔሉ ይህን ሲጽፉ በወቅቱ በዘመቻው ላይ የነበረው ተቃውሞ የመሬት ለአራሹ አዋጅ ሳይታወጅና የዴሞክራሲ መብቶች በተለይ "በነፃ የመደራጀት መብቶች ሳይፈቀዱ እንዴት እንዘምታለን?" የሚል እንደነበር አጥተውት አይደለም። ህዝባዊ መንግስት ከሚለው ቃልም ጊዜያዊ የሚለውን ቃል አውጥተው የጻፉት በስህተት አይደለም። በዛን ወቅት ህዝባዊ መንግስት በቀላሉ ሊቋቋም ይችላል የሚል ቅዠት የነበረው ማንም ሰው አልነበረም። በእንዲህ አይነት አጻጻፍ ሃቁን ሳይሆን ጊዜ ባልሻረው የፖለቲካ ሽኩቻ እይታ የተቃኘ ድርሳን በመጻፍ ትውልድን ማስተማር እውነተኛ ታሪክን ለትውልድ ማስተላለፍ አይቻልም።

[235] ክፍሉ ታደሰ፣ "ያ ትውልድ ቅጽ 1"፣ ደርቶጋዳ ማተሚያ ድርጅት፣ አዲስአበባ፣ 2007? ገጽ 178 – 179 ላይ ኢህአፓ ደርግን በተመለከተ የገባበትን ችግር "የወታደራዊ መንግስቱን ባህሪ ለህዝብ ለማስረዳት አዳጋችና ውስብስብ ... ሁኔታው ውስብስብና አዳጋች መሆኑን በመረዳት ደርግን በቀጥታ መቃወም ስህተት መሆኑ ታመነበት" በሚሉ ጭንቀት በሞላቸው ቃላቶች ይገልጸዋል።

የሚል ነው። ይህን ጥያቄ ሲያቀርብ ግን ከሌሎች አብዮታዊ ምሁራንና ቡድኖች ጋር ተመካክሮና አንድ ሆኖ አልነበረም። እንዲያውም ይህን መፍትሄ ኢህአፓ ይዞ የቀረበው፣ "ያለ እኔ እውነተኛ አብዮታዊ ኃይል የለም" ከሚል ትምክህትም ጋር ነበር።

ኢህአፓ የጊዚያዊ ህዝባዊ መንግስቱ አካል ይሆናሉ ያላቸው የማህበረሰብ ክፍሎች፣ ሰራተኛው፣ መምህሩ፣ ተማሪው፣ ወታደሩ ነጋዴውና ሌሎችንም ነው። ከማህበረሰቡ ተወካዮች ውስጥ ቁልፍ ሚና የሚኖራቸው የሰራተኛው፣ የመምህሩና የተማሪው እንዲሁም የወታደሮቹ ድርጅቶችና ቡድኖች ነበሩ። የብዙሃን ማህበራቱን በተመለከተ ከሌሎች አብዮታዊ ቡድኖች ቀደም ብሎ ስራ በመስራቱ፣ ኢህአፓ ሙሉ በሙሉ እነዚህን ማህበራት ተቆጣጥሯቸዋል።

በወታደሮቹም ውስጥ ቢሆን ከሌሎች ድርጅቶች በተሻለ ኢህአፓ የራሱ ሰዎች ነበሩት። ጊዜያዊ ህዝባዊ መንግስቱ ኢህአፓ እንዳቀረበው ቢቋቋም ኢህአፓ የሚቆጣጠረው ይሆናል። ይህን እያወቁ ሌሎች አብዮታዊ ቡድኖችና ግለሰቦች ለጊዜያዊ ህዝባዊ መንግስት መቋቋም ድጋፋቸውን ሊሰጡት አይችሉም። የሆነውም ይህ ነው።

የሃገር ቤቱ መኢሶን ቀደም ብሎ የጊዜያዊ ህዝባዊ መንግስት መቋቋም የሚደግፍ አቋም ነበረው። በውጭ የነበረው የድርጅቱ አመራር ተጻራሪ አቋም አለው። ለተወሰነ ጊዜ ሁለቱ አካላት ተቃራኒ አቋም ይዘው ተጉዘዋል።

በመጨረሻው መኢሶን አቋሙን አንድ ወጥ አድርጎ የጊዜያዊ ህዝባዊ መንግስት ጥያቄን ተቃዋሚ ሆኗል። እዚህ ደረጃ ላይ ያደረሱት ሁለት ምክንያቶች ይመስሉኛል። ሃገር ውስጥ ያልነበሩት የመኢሶን መሪዎች ኢህአፓ በሰራተኛው፣ በመምህሩ፣ በተማሪው ማህበራት ውስጥ ምን ያህል የተስፋፋ እንደሆነ በደንብ አያውቁም። ወደ ሃገር ቤት ከተመለሱ በኋላ ግን እውነታውን በደንብ መረዳት ችለዋል። ስለዚህ በነዚህ ማህበራት ተወካዮችና በሌሎችም አካላት አማካይነት የሚቋቋም ጊዜያዊ ህዝባዊ መንግስት በተዘዋዋሪ የኢህአፓ መንግስት እንደሚሆን አውቀዋል። ይህ ሊዋጥላቸው የቻለ አይመስለኝም። ሌላው ምክንያት የመኢሶን የውጭ አመራሮች ቀደም ብለው ከኢህአፓ መስራቾች ጋር የገቡበት መቋሰልና በሃገር ውስጥ ኢህአፓ ለመኢሶን የሚያሳየው የጠላትነት ስሜት እንደሚሆን እገምታለሁ።

የኢህአፓ ጥንካሬና የሚያሳየው የጠላትነት ስሜት መኢሶንን የራሱን ድርጅታዊ አቅም ማጎልበትን ተቀዳሚ ተግባሩ እንዲያደርገው አድርጎታል። ይህ በማይረቡ ምክንያቶች የተፈጠረ በሁለቱም ቡድኖች ዘንድ የነበረ በጠላትነት የመተያየት ስሜት ይቀርብ የነበረው በግዙፍ የርእዮተአለም ሽፋን ተሸፍኖ ነው።

መኢሶን "የሃገሪቱ አብዮታዊ ማህበረሰብ በጊዜያዊ ህዝባዊ መንግስት ውስጥ ለመሳተፍ የሚያስችል የፖለቲካ ንቃት፣ ድርጅት ስለሚጎድለው ቅድሚያ መስጠት ያለብን የተፈጠረውን አብዮታዊ ሁኔታ በመጠቀም ህዝብን ለማንቃት፣ለማደራጀትና ለማስታጠቅ መሆን ይኖርበታል። ወታደሮቹ ይህን ለማድረግ እስካልከለከሉን ድረስ ጥሩ ሲሰሩ እየደገፍን ሲያበላሹ እየነቀፍን አብረናቸው እንሰራለን" የሚል አቋም ወሰደ። "ጊዜያዊ ህዝባዊ መንግስት በህዝብ ስም የፖለቲካ ልሂቁን ወደ ስልጣን የሚያመጣ እንጂ ህዝቡን የእውነተኛ የስልጣን ባለቤት አያደርገውም። ህዝብ የእውነተኛ የስልጣን ባለቤት መሆን የሚችለው በሚገባ ሲነቃ፣ ሲደራጅና ሲታጠቅ ነው" በማለት በጊዜያዊ ህዝባዊ መንግስት መቋቋም ጥያቄ ላይ ያለውን ተቃውሞ ግልጽ አደረገ። በተዘዋዋሪ መንገድ መኢሶን እያለ የነበረው "ጊዜያዊ ህዝባዊ መንግስት ኢህአፓን ስልጣን ላይ የሚያወጣው ስለሆነ አንደግፈውም" የሚል ነው።

የመኢሶን አቋም በተለይ በህዝብ ንቃትና ድርጅት ደካማነት ላይ የሚያነሳቸው ቁም ነገሮች ተጨባጭነት ነበራቸው። እነዚህን ችግሮች "ከጊዜያዊ ወታደራዊ መንግስት ጋር በመስራት እንቀርፋለን" ብሎ ካሰበ በጊዜያዊ ህዝባዊ መንግስት ውስጥ ገብቶ መቅረፍ የማይችልበት ምክንያት አልነበረም። በተለይ ጊዜያዊ ህዝባዊ መንግስቱ ወታደሩን ያካተተ እንደሚሆን እየታወቀ የመኢሶን አቋም ድርጅቱ በአደባባይ ከሚሰጠው መግለጫ ጋር ግንኙነት እንደሌለው ግልጽ ነበር።

ጊዜያዊ ህዝባዊ መንግስቱ አብዮታዊ ሁኔታውን በማጠናከር ከጊዚያዊ ወታደራዊ መንግስት የተሻለ እንጂ የከፋ እድል እንደማይፈጥር ግልጽ ነው። ጊዜያዊ ህዝባዊ መንግስቱ አብዮት እንዲካሄድ የሚፈልጉትን ሁሉንም የማህበረሰብ ክፍሎች በደርግ ዙሪያ የተሰባሰበውን ወታደሩን ጨምሮ የሚቋቋም በመሆኑ ህዝብን ለማንቃት፣ ለማደራጀትና ለማስታጠቅ መኢሶን ለነበረው እቅድ አስተማማኝ መንግስት ይሆን ነበር። ከዚህ ተነስተን መኢሶን ጠንክሮ ለጊዚያዊ መንግስት ያልታገለው "በኢህአፓ ላይ ከነበረው ስጋት እንጂ በሌላ ምንም ምክንያት ሊሆን አይችልም" ማለት እንችላለን። መኢሶን የወታደሮቹን እሳትነት በሚገባ መረዳት የሚችሉ ምሁራን የታጨቁበት ድርጅት ነው። ይህን እያወቁ ወታደሩን መላስ ጀመሩ።

ኢህአፓ የወሰደው የጊዜያዊ ህዝባዊ መንግስት አቋም በወቅቱ ትክክለኛ አቋም ነው። በሌላ በኩል የሚቋቋመውን መንግስት በበላይነት ሊቆጣጠረው እንደሚችል ኢህአፓ ያውቃል። ይህ የበላይነት በሌሎች አብዮታዊ ቡድኖችና በወታደሩም ውስጥ ሊፈጥር የሚችለውን ስጋት ጠንቅቆ የሚያውቅ ድርጅት ነበር። ከህዝብ ከሃገርና ከአብዮቱ አንጻር

ትክክለኛ የነበረውን አቋሙን ተግባራዊ ለማድረግ እንደ መኢሶን አይነቶቹ ቡድን ጋር ተቀራርቦ መስራትና ልዩነቶችን ማስወገድ ነበረበት።ለአንድና ከሁሉም ቡድኖች ተፅዕኖ ነፃ ለሆነ የአብዮታዊ ሃይሎች ግንባር ወይም ለአንድ ውሁድ አብዮታዊ ድርጅት ምስረታ መስራት ነበረበት። ጠንካራውና ትልቁ ድርጅት ኢህአፓ ስለነበር፣ ሌሎቹን የማስታመም ታሪካዊ ሃላፊነት የወደቀው በኢህአፓ ላይ ነው። ኢህአፓ ይህን ሃላፊነት መወጣት የሚችል አልሆነም።[236]

የኢህአፓ አመራር "የተቻለውን ለማድረግ ሞክረናል" እንደሚል እርግጠኛ ነኝ። በበኩሌ "የተደረገው ጥረት ፈጽሞ በቂ አልነበረም" ባይ ነኝ። ኢህአፓ አንጻራዊ ጥንካሬውንና ትልቅነቱን ለማስፈራሪያና ያሻውን ለመፈጸሚያ እንጂ ለመታገሻነትና ለመቻቻል አልተጠቀመበትም። በዚህ ድርጊቱ እንደ መኢሶን የመሰለውን ድርጅት ከሚገባው በላይ ወታደሮቹን እንዲልስ አድርጎታል።[237]

ትርጉም ያልነበረው የአብዮታዊ ምሁራኑ የፓሪስና የኒውዮርክ ከተሞች ጭቅጭቅ አዲስ አበባ ላይ ወደ አደገኛ ግጭት አደገ። አብዮታዊ ምሁራኑ፣ ወታደሩ በፖለቲካው ውስጥ በመግባቱ ይዟቸው የመጣውን መልካም እድሎች መጠቀምና ፈተናዎቹን መቋቋም የሚችሉት በአንድነት በመቆም ብቻ ነበር። እንደ ወታደሩ ትጥቅ ስላልነበራቸው ሃይላቸው አንድነት ብቻ ነው። አንድ ሆነው ህዝብን ከጎናቸው ማሰለፍ። ከላይ የነበሩት ገዥዎች አንድነት አጥተው በቀላሉ በወታደሩ እንደተመቱ ሁሉ ዋንኛዎቹ የሃገሪቱ አብዮታዊ ምሁራንም በተመሳሳይ አንድ ባለመሆናቸው በወታደሩ ተራ በተራ እንዲመቱ አድርጓቸዋል።

በምሁራኑ መሃከል መቀራረብ እንዳይቻል ካደረጉት ነገሮች አንዱ ወታደሩ ፖለቲካ ውስጥ የገባው አብዮታዊ ከሆነ አቅጣጫ መሆኑ መታወቅ አለበት። ወታደሩ ወደ ፖለቲካ

---

[236]ክፍሉ ታደሰ በ ያ ትውልድ መጽሃፉ እንደትንሽ ነገር የሚያነሳቸው "የመኢሶን ሰዎች የኢህአፓን አመራር የCIA ሰዎች ናቸው እያሉ ስም ያጠፋሉ የሚሉ ነጥቦች፣ በአንዳርጋቸው አሰግድ መፅሃፍ በተደጋጋሚ ሲከሰት ያየሁት እነሳሙኤል አለማየሁን የመወጀንል ድርጊት፣ ከሃገር ውስጥ አንዳንድ ከፍተኛ የመኢሶን አመራሮች ጋር መደበኛ ያልሆነ ውይይትም ቢሆን በእድሜያቸው እጅግ ወጣት የነበሩ እንደነጌታቸው አሰፋ አይነቶቹን የሁለተኛ ደረጃ ተማሪዎች መላክ የመሳሰሉት ድርጊቶች ከጀርባቸው ብዙ ህመምና ቁስል ያለባቸው ጤነኛ ያልሆኑ የአመላከት ችግሮች ይመስሉኛል። በኢህአፓም በኩል አንዳንዶቹን የመኢሶን በCIA ወኪልነት መክሰስ የተለመደ ነው። እንዲህ አይነት ማስረጃ ላይ ያልተመሰረተ መካሰስ፣ ስም መጠፋፋት፣ ከፖለቲካ ልዩነት ይልቅ ለመለያየት ትልቁን ቦታ እንደሚይዝ መገመት ስህተት አይመስለኝም። ሁሉም የደርግ ሰለባ የሆኑ በሺዎች የሚቆጠሩ አባሎቻቸውን ቀብረው ነገሮችን በጥሞና ሊመለከቱ በሚገባቸው ሰአት መወነጃጀሉና መተነኳኮሱ ሙሉ በሙሉ አልተወገደም።

[237]መኢሶንን ዲያቢሎሳዊ (demonize) የማድረግ ስም መስጠት በየቀበሌው ማህበር እንዳይደርሱ ማድረግ፣

የገባው የቀኝ የፖለቲካ መስመር ይዞ ቢሆን ኖሮ በአብዮታዊ ምሁራኑ መሃከል የመከፋፈያ ሰበብ አይፈጠርም። ሁሉም በጋራና በአንድነት ይቃወሙት ነበር።

በሰፊው ህብረተሰብና በዋናው የሃገሪቱ የፖለቲካ ልሂቅ ውስጥ ተቀባይነት ለማግኘት ወታደሩ ስር ነቀል እርምጃዎች መውሰድ ነበረበት። እንዳውም ደርግ ይፈጽም የነበረው ነገር በሙሉ የምሁሩንና የተማሪውን ፍላጎት ለማሟላት የታሰበበት ነበር። ምክርም የሚቀበለው ከአብዮታዊ ምሁራኑ ብቻ ነው። ደርጉ ከሚወስዳቸው እርምጃዎች አንጻር "ከደርጉ ጋር እንስራ" ማለት በወቅቱ አደገኛ ቢሆንም የሚያሳፍር ነገር አልነበረውም።

ደርግ የሚወስዳቸው እርምጃዎች በሙሉ የመሳፍንቱን ስርአተ ማህበር ለአንዴና ለመጨረሻ ጊዜ የሚንዱ ስር ነቀል እርምጃዎች መሆናቸው እንደ መኢሶን የመሳሰሉትን ድርጅቶች የወታደሩን አደገኛነት አሳንሰው እንዲያዩ የራሱ አስተዋጽኦ አድርጓል። "ከነዚህ ተራማጅ ወታደሮች ጋር አብረን መስራት እንችላለን፤ እንደ ሰፊው ማህበረሰብ በወታደሩም ውስጥ የማንቃትና የማደራጀት ስራችንን መስራት እንችላለን" የሚል የተጋነነ ተስፋ እንዲኖራቸው አድርጓቸዋል።

ሌላው የመኢሶን ትልቅ ችግር በደርግ ስር "የማንቃት፣ የማደራጀትና የማስታጠቅ ስራ ግቡ ምን እንደሆነ ጥርት" ብሎ አለመታወቁ ነው። መፈክሩ የተቀረጸው አፄ ኃይለስላሴ ስልጣን ላይ እያሉ ነበር ። በዛን ወቅት መፈክሩ ግልጽ ነው። የኢትዮጵያን ጭቁን ህዝብ "በማንቃት፣ በማደራጀትና በማስታጠቅ" በጨቋኙ ጉልተኛ ሥርዓት ላይ አብዮት ማካሄድ ነበር ።

ከ1967 ዓ.ም በኋላ የጉልተኛው ሥርዓት ወታደሩ በወሰደው እርምጃ እንደማይመለስ ሆኖ ተመቷል። መኢሶን ህዝብ "የሚያነቃው፣ የሚያደራጀውና የሚያስታጥቀው "መሳፍንቱ እንዳይመለሱ ነው" ለማለት አይችልም። ጉልተኞቹ ድሮም ቢሆን ከገነቡት ወታደር ውጭ ጉልበት አልነበራቸውም። ወታደሩ የከዳቸው እለት ፍጻሜያቸው ተጨባጭ ሆኗል። ወታደሩ ከህዝብ ጋር ሆኖ የጉልተኞችን የመጨረሻ መንፈራገጥ በጣም በቀላሉ መቆጣጠር የሚችል ነበር።

አብዮታዊ ሁኔታው እንዳይቀጥልና ጥልቀት እንዳይኖረው ማድረግ የሚችል አንድና ብቸኛ ሃገራዊ ኃይል ራሱ ወታደሩ ብቻ ነበር። በተለይ እጅግ በሚያሳዝን መልኩ መኢሶኖች ከወታደሩ ጋር ተባብረው የቀድሞ ጓደኞቻቸውንና እውቆቻቸው የነበሩትን አብዮታዊ ምሁራን

በጸረ አብዮተኛነትና በአናርኪስትነት ከፈጁና ካስፈጁ በኋላ "የሚያነቁት፣ የሚያደራጁትና የሚያስታጥቁት" ወታደሩን ራሱን ከመፍራት ብቻ ነበር ሊሆን የሚችለው።

ሲልሱት የነበረው ወታደር እሳት የመሆን አደጋ እንዳለው መኢሶኖች አልረሱም። በጣም የሚገርመውና የሚደንቀው መኢሶንን የሚያህል ድርጅት፣ መከላከል የሚፈልገውን የወታደሮች አደጋ እዛው ወታደሮቹ ጉያ ውስጥ ተቀምጦ "ማድረግ እችላለሁ" ብሎ ማመኑ ነው። በብዙ ፈርጁ በማገልገል ደርጉን ያጠናከረው መኢሶን ነው።

ከወታደሮች ጋር መደነስ አደገኛ መሆኑን የሚያስተምረውንም መፅሃፍ አብዮታውያን እንዲያነቡት የሚያሰራጩት እነ ሃይሌ ፊዳ ነበሩ። "ብታነባቸው ይጠቅሙሃል" እያለ መርጦ ራሱ ሃይሌ ከሰጠኝ መጽሃፎች መሃል አንዱ የኤንዶኔዥያን ኮምኒስት ፓርቲ ታሪክን የሚተርከው መፅሃፍ ነው።

ሃይሌ ፊዳ የሰጠኝ መፅሃፍ፣ "ለወታደራዊ መንግስት ሂሳዊ ድጋፍ እየሰጠሁ ተባብሬ እሰራለሁ" የሚል አቋም ወስዶ፣ ራሱ ባጠናከረው ወታደራዊ መንግስት ከአንድ መቶ ሺህ በላይ አባላቱን ስላሳረደው የኢንዶኔዥያ የኮምኒስት ፓርቲ ታሪክ የሚተርክ ነበር። ይህን አይነት መፅሃፍ ያነበቡ መሪዎች የነበሩት የመኢሶን እጣ እንደ ኢንዶኔዥያ ኮምኒስት ፓርቲ መሆኑ እንዳስገረመኝና እንዳሳዘነኝ እኖራለሁ። [238]

ወታደሮቹን እንደ መኢሶን ቀርቦ ባይልሳቸውም የወታደሮቹ ፖለቲካ ውስጥ መግባት ትልቅ ቀውስ ውስጥ የጨመረው ኢህአፓን ነው። የኢህአፓ ሰዎች የጠመንጃ ትግላቸውን ያቀዱት የመሬት ጉልተኞች መንግስት ከነበረው ከአፄ ሃይለስላሴ መንግስት ጋር እንዲደረግ ነበር።

የአፄ ኃይለስላሴ መንግስት ለንፋስ እንደተጋለጠ ዱቄት በንኖ ጠፍቷል። በቦታው መሳፍንትና ጉልተኛውን የሚያሳድድ፣ የሚያስርና የሚገድል መንግስት ተተክቷል። የኢህአፓን "የመሬት ላራሹ" መፈክር የራሱ መፈክር ያደረገ መንግስት ስልጣን ይዟል። የጠመንጃው ትግል እቅድ ለዚህ አይነቱ መንግስት አልነበረም። በተፈጠረው ሁኔታ ግራ የተጋቡት፣ የትጥቅ ትግል ለመጀመር አይሮፕላን ጠልፈው ከሃገር የወጡት፣ ስንት ችግር አልፈው ወታደራዊ ስልጣና የወሰዱትና በመከራ ትግራይ የደረሱት ሰዎችም ጭምር ነበሩ።

---

[238] *ነጻነትን የማያውቅ ነፃ አውጭ ስለ ዕውቀት የማወቅ ትርጉም ምእራፍ 5 እንዳለ ማንበቡ ይጠቅማል።*

ከ1961 ዓ.ም አውሮፕላን ጠላፊዎች አንዱ ሃይለስሱስ ወልደሰንበትና እንደነ ተስፋዬ መኮንን አይነቶቹ ከአውሮፓ ወደ መካከለኛው ምስራቅ ሄደው በፍልስጤም ነፃ አውጭ ድርጅት ወታደራዊ ስልጠና የተሰጣቸው ታጋዮች ነበሩ። እነዚህ ታጋዮች "ከዚህ በኋላ የትጥቅ ትግል አይሰራም" ብለው መሳሪያቸውን ይዘው፣ አሲምባን ተራራ ለቀው፣ እጃቸውን ለደርግ ሰጥተው አዲስ አበባ ገቡ። እንደ መኢሶን ሰዎች የራሳቸውን ድርጅት (ማሌሪድ- ማርክሲስት ሌኒኒስት ሪቮሉሽናሪ ድርጅት የተባለውን) አቋቁመው ከደርግ ጋር መስራት ጀምረዋል።

የትጥቅ ትግሉን በከፍተኛ የፖለቲካ ሃላፊነት የመምራቱን የስራ ሃላፊነት የተረከበው ብርሃነመስቀል ረዳም በገጠር ብዙ አልቆየም። ከገዛ ድርጅቱ ጋር ለበርካታ ወራት በተደጋጋሚ ግንኙነቱ ሲቋረጥበት ቆይቷል። በመጨረሻም፣ የአብዮቱ ሹክሹክታ ከማይሰማበት የትግራይ ተራራ ይልቅ፣ ቀንና ማታ ማለቂያ ያልነበረው ትእይንት ወደሚታይበት፣ የሞት የሽረት ትግሉ ወደጦዘበት የአዲስ አበባ ከተማ ጠቅልሎ ገባ። የገጠሩ የትጥቅ ትግል በአዋጅ አልተቋረጠም ወይ ከልብ የሚገፋ ጉዳይ አልሆነም። ተንሳፎ ቁጭ አለ።

በወታደሮቹ ጣልቃ መግባት የኢህአፓ ትኩረት ከገጠር ወደ ከተማ ዞረ። ከዚህ ትኩረትጋር በእቅድ ተይዞ የነበረው የገጠር የትጥቅ ትግል በእቅድ ወዳልተያዘ የከተማ የትጥቅ ትግል ዞረ። በሂደትም ኢህአፓ በገጠሩ ትግል ዙሪያ ላሳየው ድርጅታዊና የአመራር ድክመትና መዝረክረክ ዋናው ምክንያት ሆነ።

ኢህአፓ በከተማ ትጥቅ ትግል የተነሳ በብራዚል ኮምኒስት ፓርቲ ላይ የደረሰውን ውድመት የሚያስረዳውን መፅሃፍ አባላቱ እንዲያነቡት አድርጓል። መጽሃፉ የተነበበት ምክንያት ደርግን ከመሰለ የተደራጀ ወታደራዊ ኃይል ጋር በከተማ ውስጥ የሚደረግ የትጥቅ ትግል የማያዋጣ መሆኑን ትምህርት እንድንቀስም በማሰብ ነበር። በመጨረሻ ግን የዚያ መፅሃፍ መልእክት ወደ ጎን ተገፋ።

ይህን መፅሃፍ ዶ/ር ተስፋዬ ደበሳይ፣ ክፍሉ ታደሰ፣ ግርማቸው ለማና ሌሎችም ከፍተኛ የኢህአፓ አመራሮች እንዳነበቡት እርግጠኛ ነኝ። እኔ ራሴ መጽሃፉን ካነበብኩ በኋላ በተለይ ከግርማቸው ለማ ጋር "በከተማው ውስጥ እየፈጸምነው የነበረው ነገር ከብራዚሎቹ ምን ልዩነት አለው? እኛንስ ለውድመት አይዳርገንም ወይ?" የሚል ጥያቄ ጠይቄዋለሁ።

የሰጠኝ መልስ የግሉ አልነበረም። የድርጅቱ አመራራ በሙሉ አቋም ነው። "የኛ ሁኔታ ከብራዚሎቹ የሚለየው ነገር አለ" የሚል ነበር። "የግርማቸው መልስ የድርጅት አቋም ነው" ያልኩበት ምክንያት በዚህ ጉዳይ ላይ ማብራሪያ እንዲሰጠን ከበላይ አካል ተልኮ

የመጣው ከንፈሩ ላይ ለምጽ የነበረበት ጓድ ለእኔ፣ ለዘውዱ ወልደአማኑኤልና ለማህተመወርቅ ድልነሳሁ የሰጠን ማብራሪያ ግርማቸው ለኔ በግሌ ከሰጠኝ ማብራሪያ ልዩነት ስላልነበረው ነው። [239]

መኢሶን፣ የኢንዶኔዥያን ኮምኒስት ፓርቲ ማስጠንቀቂያ እያነበበ ገደል እንደገባው ሁሉ፣ ኢህአፓም በተመሳሳይ የብራዚልን የኮምኒስት ፓርቲ ማስጠንቀቂያ እያነበበ ገደል የገባ ድርጅት ሆነ ።

ወደ ኋላ ተመልሶ ለሚመለከተው ሰው፣ ከደርግ ጥንካሬ አይን በኢህአፓና በመኢሶን መካከል ምንም ልዩነት አልነበረም። ሁለቱም የፈለገውን ያህል የረቀቁ ምሁራን ቢያሰባስቡ፣ ሁለቱም ኢትዮጵያን በመሰለ ሃገር ውስጥ ፖለቲካ የስልጣን ባለቤት ሊያደርጋቸው የሚችለው ቁልፉ ነገር፣ ጠመንጃውና ወታደራዊ ድርጅቱ አልነበራቸውም።

ኢህአፓና መኢሶን ብዙ ምሁራን ያሰባሰቡ ድርጅቶች ቢሆኑም መሰረታዊ በሆኑ የፖለቲካ ጉዳዮች ላይ የዕውቀትና የተመክሮ ችግር እንደነበረባቸው ግልጽ ነው። ትልቁ ችግር ስልጣንና ኃይልን (power politics) በተመለከተ የነበራቸው ዕውቀትና ተመክሮ ውሱን መሆኑ ነበር።

---

[239] *ከንፈሩ ላይ ለምጽ የነበረውና ይህን ማብራሪያ የሰጠንን ጓድ ክፍሉ ታደሰ ያውቀዋል። የከተማው ትጥቅ ትግል ጉዳይ በተለይ በ1969 በፓርቲው አባላት ብዙ ጥያቄ በማስነሳቱና የነብርሃነመስቀል ጉዳይ አነጋጋሪ በመሆኑ አመራሩ ሰዎች እየላከ ማብራሪያ እስከመስጠት ደርሷል። ሌላው ማብራሪያ የተሰጠበት ጥያቄ የኤርትራ ጉዳይ ነው። ለምን ኢህአፓ የቅኝ ግዛት ጥያቄ አድርጎ እንደማያየው። ይህንን ስብሰባ ያደረግነው አዋሬ በሚገኝ አማረ ጌታሁን በሚባል የቅርብ ዘመዴ ቤት ውስጥ ነበር። የተሰጠን መልስ በአጭሩ የሚቀጥለውን ይመስላል። "የብራዚል ኮምኒስት ፓርቲ የጠመንጃ ትግል ለማድረግ የተነሳው አብዮታዊ ሁኔታ ባልነበረበት ከተማ ውስጥ ነው። ስልጣን ላይ የነበረው የብራዚል መንግስት ማህበራዊ መሰረት የነበረው ነበር ። ደርግ ግን ምንም ማህበራዊ መሰረት የሌለው፣ የተንጠለጠለ፣ የማንንም ማህበራዊ ስብስብ ጥቅም የማይወክል መንግስት ነው። በኛ ሃገር አብዮታዊ ሁኔታ አለ። ህዝብም ከኛ ጋር ነው" የሚል ነበር። በዛ ማብራሪያ ውስጥ አንድ አካል ምንም ህዝባዊ መሰረት ሳይኖረው በወታደራዊ ጉልበት፣ በሚሊተሪ ታክቲክና ስትራቴጂ ዙሪያ ብቻ በቀላሉ ሊቀዳጀው ስለሚችል ወታደራዊ የበላይነት አመራሩ ያሰበበት እንዳልነበር መረዳት ይቻላል። መልሱ ፖለቲካዊ ብቻ ነበር። ሙታንን መውቀስ አይሁን እንጂ እኛም አድርባዮች ነበርን። ከበላይ የመጣን አካል ደፍረን ለመሞገት አልፈለግንም። ለኔ የአድርባይነት የመጀመሪያውን ትምህርቴን የወሰድኩት የዛን ቀን ነው። መግለጫ የሰጠንን ሰው ብዙ ልንጠይቀው የሚገቡን ጥያቄዎች ነበሩ። ከላይ ያሉት "ከኛ የተሻለ ያውቃሉ" በሚል የበላይ አካላትን አምላኪነትና አድርባይነት ጥያቄያችንን አፍነን ቀረን። በሂደት በከተማው የትጥቅ ትግል ጓዶቻችንን አስፈጅተን የትጥቅ ትግሉን አሳዛኝ ውጤት ካየን በኋላ በግሌ "ሁለተኛ አንድ ድርጅት እኔ የማላምንበት ነገር ሲፈጽም ዝም ብዬ አላየውም" የሚል አቋም እንዲይዝ አድርጎኛል። በዛን ወቅት ከነዘውዱ ጋር የተሰበሰብኩበት ምክንያት የመጨረሻ ፎርማል ህዋሴ ከነሱ ጋር የሰራሁበት የፓርቲው የሪጅን ኮሚቴ ስለነበር ነው። ከዛ ህዋስ ወጥቼ የኢህአፓ አመራሮች ሾፌር ከሆንኩ ብዙ ጊዜ አልፎኝ ነበር። ድርጅታዊ የሆነ ጉዳይ ሲመጣ እነዘውዱ አፈላልገው በስብሰባ እንድገኝ ያደርጉኛል። አንዳንድ ነገሮች እንዳያመልጡኝ ከማሰብ ይመስለኛል።*

ሁለቱም ድርጅቶች የቀድሞ የፖለቲካና የስልጣን ተመክሮ ባልነበራቸው ወጣት ምሁራን የተሞሉ በመሆናቸው ፖለቲካ በመሰረቱ ከኃይል ጋር በቅርብ የተሳሰረ ነገር መሆኑን ከምር አልተረዱም። ሲቪል ማህበረሰባቸው ባልደረጀባቸው ኢትዮጵያን በመሰሉ ሃገሮች፣ ወደ ስልጣን መውጫውም በስልጣን መቆያውም ጠመንጃ ብቻ እንደሆነ በሚገባ አልተገነዘቡም።

ጠለቅ ያለ ጥናት የሚጠይቅ ቢሆንምና ከአንዱ ድርጅት የሌላው የባሰ ቢሆንም፣ ብዙ አመት በውጭ የቆዩት አብዮታዊ ምሁራን የሃገሩን እውነታ በደንብ የተረዱት አይመስልም። ኢህአፓም ይሁን መኢሶን ለተከተሏቸው የትግል ስልቶችና አቋሞች ከውጭ የመጡት መሪዎቻቸው ያሳደሩት ተፅዕኖ ቀላል አልነበረም።

ለሃገሪቱ እውነታ የቀረቡት የእነዚህ ድርጅቶች ሃገር በቀል አባላት በደርግ ስልጣን መያዝ ለሚመጣው አደጋ የበለጠ ስሱ (sensitive) የነበሩ ይመስለኛል። የሃገር ቤቱ መኢሶን ከውጭ የመጡት አቋሙን እስከሚያስቀይሩት ድረስ የጊዜያዊ ህዝባዊ መንግስትን ጥያቄ አጥብቆ መግፋቱ ጥሩ ምሳሌ ነው።

እውነተኛውን ምክንያት ለማወቅ ባይቻልም እነ ጌታቸው ማሩና ብርሃነመስቀል ረዳ የኢህአፓን የከተማ የትጥቅ ትግል በሚመለከት የነበራቸው ተቃውሞ ሃገር በቀል ከመሆን ጋር የተያያዘ ሊሆን እንደሚችል መገመት ወንጀል አይመስለኝም። ሌሎች ከውጭ ተመላሽነትና ከሃገር በቀልነት ጋር የተያያዙ በርካታ ጉዳዮች "መመርመር አለባቸው" ብዬ አምናለሁ። ጠለቅ ያለ ጥናት ያስፈልገዋል ያልኩትን ያዙልኝ።

የኢትዮጵያ ህዝብ ለዘመናት አንገቱን ደፍቶ የኖረው የገዥዎቹን ጠመንጃ የሚገዳደርበት የራሱ ጠመንጃና ድርጅት ስላልነበረው ነበር። መኢሶንም ይሁን ኢህአፓ በህዝብ የሚወደዱ በሺዎች የሚቆጠሩ የህዝብ ልጆች ቢኖሯቸውም እነዚህ የህዝብ ልጆች ባዶ እጃቸውን ከወታደሩ ጋር ግፍጫ ውስጥ እስከገቡ ድረስ ህዝብ ከጎናቸው መሰለፍ እንደማይችል ግልጽ ነው። ህዝብ በሁለቱም ድርጅቶች ላይ የሚወሰድን እርምጃ ዝም ብሎ ከመመልከት ውጭ የሚያደርገው ነገር አይኖርም። ጉልበት የሌለውን ተቃዋሚ ደግፎ አይወጣም። በታሪኩ አድርጎት አያውቅም። ህዝብ ልጆቹን ገብሮ አንገቱን ደፍቶ የሚኖርበት ሁኔታ ለመፍጠር ለደርግ ብዙ ጊዜ የፈጀበት ጉዳይ አልሆነም።

የወታደሩ ሳይጠበቅ ፖለቲካ ውስጥ መግባት አብዮታዊ ምሁራኑን በጣም አስቸጋሪና የተወሳሰበ የታሪክ አጣብቂኝ ውስጥ እንደጨመራቸው መካድ አይቻልም። ደርግ በምንም

መመዘኛ አብዮታዊ ሊያደርገው የሚችል ነገር ባይኖረውም የሚወስዳቸው ስር ነቀል እርምጃዎች ግን አብዮተኞቹ የሚፈልጓቸው እርምጃዎች ነበሩ። እነዚህን ስር ነቀል እርምጃዎች ወደ መሰረታዊ አብዮታዊ ለውጦች ለመቀየር ምን ማድረግ እንደሚሻል አብዮታዊ ምሁራኑ በጋራ መምከር ተሳናቸው።

የኢህአፓና የመኢሶን አብዮታዊ መሪዎች ራሳቸውን ከማህበረሳባችን ከወረሷቸው ጎጂ ባህሎች ማጽዳት ተስኗቸዋል። ተቀራርበውና ተግባብተው መስራት አቃታቸው። ብዙ የሚያስማማና የሚያመሳስል ነገራቸውን ወደ ጎን አደረጉ። በሚለያዩዋቸው ጥቂት ነገሮች ላይ አተኮሩ። በዚህ ድርጊታቸው የጋራ ውድመታቸውን አፋጠኑ። ወደኋላ ተመልሰን የመመልከት እድል ላገኘነው ሃዘናችን ጥልቅ ነው። እንዲያም ሆኖ ግን "ሁሉም ውሉን ወዳልሳተው አሳዛኝ እጣቸው መንጎዳቸውና እጣቸው አይቀሬ እንደ ነበር አድርገን እንድናይ የሚያደርግ መራር ስሜት በውስጣችን ቀርቷል"።

"ታሪክን ሰዎች ይሰሩታል ግን እንዳሻቸው አይሰሩትም" የሚለው የካርል ማርክስ ዝነኛ አባባል "ሃያል ነው" (powerful)ብዬ አምናለሁ። የ1966ቷ ኢትዮጵያ ልትሄድ የምትችልበትን የታሪክ አቅጣጫ የወሰነው ኃይል በአጋጣሚ ወደ ፖለቲካው ይምጣ እንጂ በወቅቱ የታሪክን አቅጣጫ የመወሰን ጉልበቱ የነበረው ብቸኛው አካል ነበር።

የታሪክን ፍሰት ለመወሰን ተጨባጭ የሆነ አቅም ሳይዙ በምኞትና በፍላጎት ብቻ የተንቀሳቀሱት ምሁራኑ ነበሩ። ካለሙበት ሳይደርሱ ረጅሙ ጉዟቸው በአጭር መቀጨቱ የሚያስገርም ሊሆን አይገባውም። የኪሎ ጉዳይ ካልሆነ የሚያጨቃጭቀው መሰረታዊ ጥፋቶች ሁሉም አጥፍተዋል። ጥፋቱም፣ ውድቀቱም የጋራ መሆኑን አውቀው መካሰሱ አብቅቶ ለሙታን እረፍትና ለመጪው ትውልድ ትምህርት መስጠቱ ላይ ማተኮሩ ተገቢ ይመስለኛል።

ምእራፍ 7.የተዘጋው የማሪያም መንገድና አብዮቱ

በዚህ ምእራፍ ስር ያነሳኋቸውን ሃሳቦች በሙሉ አስቀድሜ ባለፉት ምእራፎች ውስጥ በግርጌ ማስታወሻ መልኩ አስገብቻቸው ነበር። እነዚህን የግርጌ ማስታወሻዎች ደጋግሜ ባነበብኩ ቁጥር ድርጊቴ ትክክል አልመሰልህ ብሎኛል።

ከ1966ቱ አብዮት ጋር ተያይዞ የተነሳው "የጊዚያዊ ህዝባዊ መንግስት" ጥያቄ ትልቅና መሰረታዊ ጥያቄ ነው። በዚህ ጥያቄ ስር ተሰልፈው በሺዎች የሚቆጠሩ መተኪያ የሌላቸው የሃገሪቱ ልጆች አልቀዋል። ብሩህ አእምሮ የነበራቸውና ከአቻዎቻቸው ቀድመው በፖለቲካው የነቁት ወታደሮች፣ ላብአደሮች፣ መምህራን፣ ተማሪዎችና ሌሎችም የማህበረሰባችን አባላት ከፍተኛ መስዋእትነትን የከፈሉበት ጥያቄ ነው።

ከዚህ በተጨማሪ የአብዮቱን ታሪክ በየራሳቸው መንገድ የጻፉ የመንግስት ባለስልጣናትና የድርጅት መሪዎች "የጊዜያዊ ህዝባዊ መንግስት" ጥያቄን ሳይወዱ በግድ የሚያነሱትና አወዛጋቢ የሆኑ አስተያየቶች ያሳረፉበት ጥያቄ ሆኗል። እነዚህ ምክንያቶች ተዳምረው፣ ጥያቄውን ከግርጌ ማስታወሻነት አውጥቼ፣ በአጭሩም ቢሆን፣ የራሱን ርእስ ሰጥቼ ልተርከው የሚገባ ጉዳይ አድርጌ እንዳየው አድርገኛል።

1966 ዓ.ም ላይ ማንም ያላሰበው ያልገመተው ነገር በኢትዮጵያ ተከስቷል። "ስሬን ለሶስት ሺህ ዘመናት ቆፍሬ ተክያለሁ" ይል የነበረው የአፄ ኃይለስላሴ የሰለሞን ስርወ መንግስት የአንድ ቀን ዕድሜ እንዳልነበረው ችግኝ በቀላሉ ተነቅሎ አረፈው። ቀደም ብሎ በሌላ ምእራፍ እንደተጠቀሰው የመንቀሉን ስራ የጀመሩት የነገሌ ወታደሮች ናቸው። ጥያቄያቸው ንጹህ የመጠጥ ወሃ ይቅረብልን የሚል እንጂ የዘውድ ሥርዓት ይወገድልን የሚል አልነበረም። የውሃ ጥያቄያቸው ሰበብ ሆኖ ህዝባዊ ማእበል ቀሰቀሰ። ወታደሮቹ ጥያቄያቸው እንዲመለስላቸው የጀመሩት አድማ እንደሰደድ እሳት በሰራዊቱና በማህበረሰቡ ውስጥ ተቀጣጠለ። የቀረው ታሪክ ነው።

የአፄ ሃይለስላሴ ፈላጭ ቆራጭ ዘውዳዊ አገዛዝ ዕድሜ እንደሌለው በታወቀበት ሰአት በኢትዮጵያ የፖለቲካ ልሂቅ ዘንድ አንድ ዋናና አንገብጋቢ ጥያቄ ጎልቶ ወጥቷል። ይህ ጥያቄ፣ እየተንገዳገደ የነበረውን የዘውድ አገዛዝ "በምን እንተካው?" የሚል ነበር።

ወታደሮቹ ጉልበታቸውን በደንብ ባላገናዘቡበትና ሲቪሉ የፖለቲካ ምሁርም በቀላሉ የአጼው መንግስት ይፈነገላል ብሎ ባላሰበበት ሰአት "ሃገሪቱ እንደ እንግሊዝ ሃገር ዘውዳዊ

የፓርላማ ዴሞክራሲ ትሁን የሚል ሃሳብ ቀርቦ ነበር።" ይህ በጥገና ለውጥ ላይ የተመሰረተ ሃሳብ ረጅም ዕድሜና ብዙ ደጋፊ አላገኘም። ዕድሜውን ያሳጠረው፣ ንጉሳዊ ስርአቱን መንቀሉ ብዙም የሚያስቸግር እንዳልሆነ ማህበረሰቡ ግንዛቤ መያዙ ነው።

"ሃገሪቱ ጥገናዊ ለውጥ ሳይሆን የሚያስፈልጋት አብዮታዊ ለውጥ ነው። ንጉሳዊና መሳፍንታዊ ሥርዓት በሕዝባዊ ሥርዓት መተካት አለበት" የሚለው የፖለቲካ ዕምነት የአብዛኛው የሃገሪቱ የፖለቲካ ልሂቅ፣ የምሁሩና የተማሪው ዕምነት ነበር። ውሎ አድሮ ይህ ዕምነት የንጉሱን መንግስት በመገዝገዙ ስራ ላይ ቁልፍ ሚና በነበራቸው ወታደሮቹም ዘንድ ተቀባይነት አገኘ። ቀጥሎ የተነሱት ጥያቄዎች "ንጉሳዊ መንግስታዊ ስርአቱ በህዝባዊ መንግስታዊ ሥርዓት የሚተካ ከሆነ እንዴት? ምንስ አይነት ህዝባዊ ሥርዓት? የሚሉት ጥያቄዎች ሆኑ። ለነዚህ ጥያቄዎች መልስ መስጠት አስቸጋሪ ነው። አስቸጋሪ ያደረጉት በርካታ ምክንያቶች ነበሩ።

የአፄ ኃይለስላሴ መንግስት ምንም አይነት የፖለቲካ ነጻነት የሚፈቅድ መንግስት ስላልነበር ስለ መንግስታዊ ሥርዓት አማራጮች ጉዳይ ምሁሩና ህዝቡ አስቀድሞ ያሰበበትና የተነጋገረበት ጉዳይ አልነበረም። እንዲህ አይነት ጉዳይ ለማንሳት በደንብ የተደራጁ የፖለቲካ ቡድኖች መኖርን የሚጠይቅ ነበር። ህጋዊ በሆነ መንገድ የተደራጁ የፖለቲካ ቡድኖችን ንጉሳዊ ስርአቱ ስለማይፈቅድ እነዚህም በሃገር አልነበሩም።

እርግጥ ነው ከስርአቱ ፈቃድ ውጭ ራሳቸውን ያደራጁ ጥቂት የሚስጥር የፖለቲካ ቡድኖች ነበሩ። እነዚህ ቡድኖች ንጉሳዊ ስርአቱን ለመገርሰስ የራሳቸውን እቅድ አቅደው ደፋ ቀና ይላሉ። ባለፉት ምእራፎች ለማሳየት እንደሞከርኩት እዛ እቅድ ውስጥ "የንጉሱ ወታደሮች በንጉሱ ላይ ቢያምጹስ?" የሚል እሳቤ ቦታ አልነበረውም። የወታደሮቹ የፖለቲካ ተሳትፎ ድንገተኛ የሆነባቸው ለእነዚህም ቡድኖች ጭምር ነበር። እነዚህም ቡድኖች የንጉሱ መንግስት በወታደሩ አመጽ መንገዳገድ ሲጀምር "የዘውድ ስርአቱን በምን እንተካው?" ለሚለው ጥያቄ መልስ መስጠትና ህዝብን መምራት የሚችሉበት ድርጅታዊ ብቃት፣አቅምና ዝግጁነት አልነበራቸውም። ለዚህ ነበር "ሃገሪቱን እንዴትና ወዴት እንውሰዳት?" ለሚሉት ጥያቄዎች መልስ መስጠት አስቸጋሪ የሆነው ።

ለሁሉም የፖለቲካ ተዋንያኖች አንድ ነገር ግልጽ ነው። የፖለቲካ ድርጅቶች ባልነበሩበትና የፖለቲካ ነጻነት በማይታወቅበት ሃገር ከንጉሳዊ ሥርዓት በቀጥታ ወደ ህዝባዊ ሥርዓት መሸጋገር እንደማይቻል። የሆነውን አይነት የፖለቲካ ሥርዓትና መንግስት ለማቋቋም ቢታሰብ ሃገሪቱ የግድ በተወሰነ የሽግግር ወቅት ማለፍ ነበረባት።

ያ የሽግግር ወቅት በፖለቲካ ጉዳዮች ላይ ህዝብ በነጻነት የሚሳተፍበት፣ የፖለቲካ ድርጅቶች መደራጀትና ማደራጀት የሚችሉበት፣ ምን አይነት መንግስትና አስተዳደር ይኑረን የሚሉ ነፃ ውይይቶች የሚደረጉበት፣ በመጨረሻም ህዝብ አስተያየቱንና ውሳኔውን ማሳረፍ የሚችልበት ሥርዓትና ተቋማት መደራጀት ነበረባቸው። የሽግግሩ ወቅት የሚያስፈልገው እነዚህን ተግባራት ለማከናውን ነበር። ለመጀመሪያ ጊዜ ይህን የሽግግር ወቅት አስፈላጊነት ተረድተው "በሽግግሩ ወቅት ስልጣን በማን እጅ ይሁን?" ለሚለው ጥያቄ ምላሹን የሰጡት የቀዳማዊ ሃይለስላሴ ዩኒቨርስቲ መምህራን ማህበር አባላት ነበሩ።

የፖለቲካ ድርጅቶች በሌሉበት ሃገር ለእንዲህ አይነቱ ጥያቄ መልስ ሰጭው ዩኒቨርስቲው መሆኑ ምንም አማራጭ ያልነበረው ጉዳይ ነው። ለዚህ ጉዳይ ምላሽ ለመስጠት ከዩኒቨርስቲው መምህራን የተሻለ ተመክሮ፣ ዕውቀትና ብቃት የነበረው ሌላ ተቋም በሃገሪቱ አልነበረም። ዩኒቨርስቲው፣ ሌላው ቢቀር በማስተማርና በመማር ነጻነት ስም፣ በሰፊው ማህበረሰብ ውስጥ የማይነሱ በርካታ የፖለቲካ ጉዳዮች የሚነሱበት ቦታ ነው። አስተማሪዎቹም የራሳቸውን ሃገር ተጨባጭ እውነታና የሌሎችንም ሃገሮች ተመክሮ በምሁርነታቸው ከሌላው የማህበረሰቡ አባላት በተሻለ የሚያውቁ ስለነበር፣ ለጥያቄው ቀድመው ምላሽ መስጠታቸው ተገቢ ነበር። መደመጥም ነበረባቸው።

የዩኒቨርስቲው መምህራን፣ በሽግግሩ ወቅት ስልጣን "በጊዜያዊ ህዝባዊ መንግስት እጅ መሆን አለበት" አሉ። "ጊዜያዊ ህዝባዊ መንግስቱም በዋነኛነት ለውጥ ፈላጊ ከሆኑት የማህበረሰብ ክፍሎች የተውጣጣ ሊሆን እንደሚችል" ገለጹ። እነዚህን የማህበረሰብ ክፍሎች "በ1966 ህዝባዊ መነሳሳት ጉልህ ሚና የነበራቸውን ወታደሮቹን፣ ላብአደሮችን፣ መምህራንን፣ ተማሪዎችን፣ አርሶ አደሮችንና ሌሎችን የህበረተሰቡን ክፍሎች የሚያካትት እንደሆነ" አብራሩ።

"የሽግግር መንግስቱ ዕድሜው አጭር ሆኖ በኢኮኖሚና በማህበራዊ ዘርፍ መሰራት ያለባቸውን ስራዎች እንደማንኛውም መንግስት የሚሰራ ቢሆንም ዋናው ትልቁ ተግባሩ ህዝብን የስልጣን ባለቤት የሚያደርገው የፖለቲካ ስራ መሆን ይገባዋል" ብለዋል። የፖለቲካ ድርጅቶች በነፃ መደራጀት፣ የዴሞክራሲ መብቶች መፈቀድና መከበር፣ ሃገሪቱ የምትመራበትን ህገመንግስት ማርቀቅና ማጽደቅ የሽግግሩ መንግስት ቁልፍ ስራዎች ተደርገው ተቀምጠው ነበር። ዓላማው ከአጭር ጊዜ የሽግግር ወቅት በኋላ በፓርቲዎች ውድድር ላይ የተመሰረተ በህዝብ ምርጫ የሚቋቋም ህዝባዊ መንግስት ለማቆም ነው።

በ1996ቱ ህዝባዊ መነሳሳት የተነሳ እየተፈጠረ የነበረውን የስልጣን ክፍተት ለመድፈን ከዩኒቨርስቲ መምህራን የመነጨው ሃሳብ ይህ የጊዚያዊ ህዝባዊ መንግስት ሃሳብ ነው። በሃገሪቱ

ፖለቲካ ዋንኛ ተዋንያን ሆነው የወጡት ድርጅቶች፣ ኢህአፓና መኢሶን፣ ይህን ሃሳብ ሙሉ በሙሉ ደገፉት። ሃሳቡ የምሁራት የተማሪው የመምህራን ማህበሩ፣ የኢትዮጵያ ሰራተኞች ማህበርና የፖለቲካ ብስለትና ብቃት የነበረው የወታደሩ ለውጥ ፈላጊ ክፍል ድጋፍ ያገኘ ሆነ። [240]

---

[240] ሻምበል ፍቅረስላሴ ወግደረሰ "እኛና አብዮቱ" በምእራፍ 7 ከተለያዩ ክፍሎች የተቃውሞ እንቅስቃሴ መቀስቀስ በሚል ርእስ ከገጽ 115 -128 ባሉት ገጾች ደርግ ስልጣን በያዘ ማግስት ጀምሮ ለተወሰኑ ወራት የዘለቁትን ተቃውሞች ይዘረዝራል። በቅድሚያ "ለወሰድነው እርምጃና ለቀየስነው የስራ ፕሮግራም ሙሉ ድጋፍ ይሰጠናል" ብለን ስንጠብቀው" በሚል የገለጸው የኢትዮጵያ ሰራተኞች አንድነት ማህበር እንደተቃወማቸው ይናገራል። ተቃውሞው"ጊዜያዊ ህዝባዊ መንግስት ይቋቋም" የሚል ጥያቄ በማንሳት ነው ይላል።ቀጥሎ ይህን ጥያቄ አንስተው፣ የክብር ዘበኛ ንኡስ ደርግ፣ የመሃንዲስ ንኡስ ደርግ፣ የአርሚ አቪየሽን ንኡስ ደርግ ተቃውሞ አደረጉብን ይላል። ከዛም አልፎ ወታደሩና ራሱ ሻምበል ፍቅረስላሴ የሚያደንቀው የአብዮታዊ ምሁሩና ተማሪ "የጊዜያዊ ህዝባዊ መንግስት ጥያቄ ደጋፊ" ነበር ይለናል። እነዚህ ተቃውሞዎች በሙሉ በእስራት በግድያ ደርግ እንዳለፋቸው ይዘረዝራል። "ሁሉም በኢህአፓ የተደራጁ እንቅስቃሴዎች ነበሩ" ይላል። ይህን ሁሉ ካለ በኋላ የጊዜያዊ ህዝባዊ መንግስት ጥያቄ አሁንም ከዚህ ሁሉ አመት በኋላ በጥሞና ለማጤን ያንን ጥያቄ ባለመቀበል በሃገርና በህዝብ ላይ ደርጎች ስላደረሱት ከፍተኛ ጉዳት ምንም የሚለው ነገር የለም። አሁንም ጥያቄውን አብዮቱን ለማሻጠር የተነሱ ሃይሎች ጥያቄ አድርጎ ያቀርበዋል። ከላይ ለማሳየት እንደሞከርኩት አንዳቸውም የጊዜያዊ ህዝባዊ መንግስት ጥያቄን ደግፈው የቆሙ ሃይሎች በጸረ አብዮተኛነት ሊያስፈርጃቸው የሚያስችል ታሪክና ተፈጥሮ የሌላቸው ነበሩ። ሰራተኛው፣ መምህሩ፣ ተማሪው፣ አብዮታዊ ምሁሩና አብዮት ምን እንደሆነ በደንብ የገባው ተራማጁ ወታደራዊ ክፍል ነበሩ። ደርግ በተለይ ሃገር በቀል የነበሩትን አብዮታዊ የማህበረሰብ ክፍሎችና ምሁርና ተማሪውን አግልሎ ምንም አይነት ህዝባዊ ተደማጭነትና ማህበራዊ ትስስር ያልነበራቸውን የአሜሪካንና የአውሮፓ ንቅል አብዮታዊ ምሁራን በአማካሪነትና በመሳሪያነት በመጠቀም ስልጣን ለብቻዬ እይዛለሁ በማለቱ በሃገርና በህዝብ ላይ ተነግሮ የማያልቅ እልቂትና ውድመት አስከትሏል። ለራሱም የደርግ ውድቀትና ሞት ምክንያት የሆነውን ስህተት ደርግ እንደፈጸመ ሻምበል ፍቅረ ስላሴ በመጽሃፉ የሚሰጠው ምንም ፍንጭ የለውም። በግራም በቀኝም ብናገላብጠው "ጥቂት ለውጥ ፈለጊ" ወታደሮች ከሚመሩት መንግስት እነዚህን ወታደሮችንና ሰፋት ያለውን ለውጥ ፈላጊ ማህበረሰብ የሚወክሉ ድርጅቶች በጋራ ያቆሙት መንግስት ሻምበል ፍቅረስላሴ ደርግ ነበረው ከሚለው ህዝባዊ ተቀባይነት በላይ የላቀ ህዝባዊ ተቀባይነት ይኖረው ነበር። ከደርግ በላይ በድፍረትና በፍጥነት አብዮታዊ ውሳኔዎችን መስጠት የሚያስችል አቅምና የውሳኔዎችም ደጋፊ ሊኖረው እንደሚችል መካድ አንችልም። አዎን በሁሉም የማህበረሰቡ ክፍሎች ውስጥ፣ በራሱ በደርግ ውስጥ ሳይቀር ቁልፍ ሰዎች የነበሩት ኢህአፓ ጊዜያዊ ህዝባዊ መንግስቱ ላይ ከሁሉም ድርጅቶች የላቀ አቅምና ተፅዕኖ ፈጣሪ ይሆን ነበር። ድርጅቱ እንደዛ አይነት አቅም ይዞ መገኘቱ ወንጀል አልነበረም። **ለሃገር፣ ለህዝብና ለአብዮቱ የሚበጀው በኢህአፓም የበላይነት ሊመራ የሚችል ቢሆንም የጊዜያዊ ህዝባዊ መንግስት ማቋቋም እስከሆነ ድረስ ትክክለኛው እርምጃ ማቋቋም ብቻ ነበር። የግል ጥቅምንና የስልጣን ፍላጎትን እንዲሁም የድርጅት ጥቅምንና ፍላጎትን ከሃገርና ከህዝብ ፍላጎት በላይ በማድረግ በታሪክ ፊት ትክክለኛ የነበረውን የጊዜያዊ ህዝባዊ መንግስት ጥያቄ በግድያና በእስራት ደርግ ለማፈን የወሰደው እርምጃ ትልቁ የነሻለቃ መንግስቱና የሻምበል ፍቅረስላሴ ታሪካዊ ወንጀል ነው። በሃገራችን የፖለቲካ ድርጅቶች ዘንድ የፖለቲካ መሪዎችና ድርጅቶች ጥቅምና ፍላጎት ከሃገርና ከህዝብ ጥቅምና ፍላጎት በቅድሚያ እንዲታይ በማድረጉ ደርግ የመጀመሪያው ቡድን አልነበረም። የመጨረሻውም እንዳልሆነ እናውቃለን።** "የዚህ አሰነዋሪ ባህል ሰለባ ሆነን ነው" ብሎ እውነቱን ተናግሮ የመሸበት ማደር ለሻምበል ፍቅረስላሴ ህሊና እረፍት ለትውልድ ለሚያስተላልፈው መልእክትም ጥራት ይሰጥ ነበር። አልሆነም። ለጊዜያዊ ህዝባዊ መንግስት መቋቋም ተቃውሟቸውን በአንድ የረባ ምክንያትና መረጃ ላይ አስደግፈው ማቅረብ ቢችሉ ይህንን አልልም ነበር። እንደ መኢሶን መሪዎች የተወሰኑ የደርግ መሪዎች "ጊዜያዊ ህዝባዊ መንግስት በኢህአፓ ቁጥጥር ስር ወድቆ ከስልጣን ያርቀናል" የሚል ከሃገርና ከህዝብ ጥቅም ጋር ምንም ግንኙነት በሌለው ምክንያት እንዲቃወሙት እንዳደረጋቸው መካድ አይችሉም። ሻምበል ፍቅረስላሴ የሰጠው አንድ ምክንያት "ወታደሩ የማይደግፈው ነበር" ለሚለው ከራሱ በደርግ ውስጥ ቁጥራቸው ቀላል

የኢህአፓ የፖሊት ቢሮ አባል የነበረው ክፍሉ ታደሰ "የእንዳልካቸው መንግስት እንደ ተቋቋመ፣ ሁሉም ቡድኖች፣ በሃገር ቤት የነበረው የመኢሶን ቡድን ጭምር የጊዜያዊ ህዝባዊ መንግስት መመስረትን አስፈላጊነትን በማመን አዲሱን መንግስት እንደማይቀበሉ ገለጹ።" ይለናል።[241]

የመኢሶኑም አመራር አባል አንዳርጋቸው አሰግድም መኢሶን የጊዚያዊ ህዝባዊ መንግስት መቋቋምን በግልጽ ይደግፍ እንደነበር አትቷል። አንዳርጋቸው ይህን አባባሉን ለማረጋገጥ "በአጭር የተቀጨ ረጅም ጉዞ" የሚል ርእስ በሰጠው መጽሃፉ ያካተተው፣ "ከሰፊው ህዝብ ድምጽ" የተወሰደው ጥቅስ ጸሃፊዎቹን በነብይነት ሊያስፈርጃቸው የሚችል ነበር። ወታደሩ ሌሎች የማህበረሰብ ክፍሎችን ሳያካትት ለብቻው የሚያቆመው መንግስት የሚያስከትለውን አደጋ እነዚያ የመኢሶን ሰዎች ቁልጭ አድርገው ተንብየዋል።

በአንዳርጋቸው አሰግድ መፅሃፍ የቀረበው የመኢሶን ትንበያ እንዲህ የሚል ነበር። ውሎ አድሮ፣

"ከደርጉ መሃል አንድ ሰው ጎልቶ ይወጣል። ደርጉን ወደዚያ አስፈንጥሮ ከፍተኛውን ስልጣን ይጨብጣል። ለአገሩ አሳቢ መሆኑን፣ አገሩ ከወደቀችበት የችግር አዘቅት ውስጥ ሊያወጣት የመጣ ቤዛ ወይም መሲህ መሆኑን ይናገራል" ይላል።[242]

እንዲህ እያለ ነበር የሰፊው ህዝብ ድምጽ ማስጠንቀቂያውን የሰጠው።

ይህን የመሰለ ጥራት በነበረው እሳቤ ላይ የተመሰረተው የመኢሶን የሃገር ውስጥ አመራር የጊዚያዊ ህዝባዊ መንግስት መቋቋም ድጋፍ ግን ለረጅም ጊዜ አልዘለቀም። በውስጥ መስመር ትግል ስም ከውጭ በመጡት የመኢሶን አመራሮች አሸናፊነት የጊዜያዊ ህዝባዊ መንግስት ጥያቄ ውድቅ ሆነ።

የማይባሉ ግለሰቦች የጊዜያዊ ህዝባዊ መንግስት ደጋፊዎች ሆነው በነሻምበል ፍቅረስላሴ ቡድን በመጨፍጨፋቸው ውድቅ ሆኗል። ከዚሁ ሁሉ ዘመን በኋላም ሻምበል ፍቅረስላሴ የጊዜያዊ ህዝባዊ መንግስት ጥያቄን እውነተኛታሪካዊ ፋይዳ ለመገንዘብ ለምን እንዳልፈለገ እኔ ከምጠነቁል መልሱን እራሱ ቢሰጠን ይሻላል። ለተቃውሟቸው ሊያሳምነን የሚችል ምክንያት ማቅረብ ስላልቻለ አለመቀበሉ ስህተት ነበር ማለት ነውር አልነበረውም። ለምን? ስህተት ነበር በማለት ምን እንዳይመጣ?

[241]ክፍሉ ታደሰ "ያ ትውልድ ቅጽ 1"፣ ዴርቶጋዳ ማተሚያ ድርጅት፣ አዲስ አበባ፣ 2007? ገጽ 173 ፣

[242] አንዳርጋቸው አሰግድ "በአጭር የተቀጨ ረጅም ጉዞ" ሴንትራል ማተሚያ ቤት፣የካቲት 1992፣አዲስ አበባ ገጽ 184

እንዳርጋቸው አሰግድ እነ ሃይሌ ፊዳ ወደ ሃገር ቤት ከተመለሱ በኋላ መኢሶን በጊዜያዊ ህዝባዊ መንግስት ጥያቄ ዙሪያ ላሳየው ተቃውሞ ምክንያቶቹን ሰጥቶናል። ጥቂት ወረድ ስንል እንደምናየው አንዳቸውም ምክንያቶች ምንም አይነት ወገንተኛነት የሌለውን ግለሰብ ሊያሳምኑ የሚችሉ አይደሉም።

በበኩሌ የመኢሶን የህዝባዊ መንግስት ጥያቄ ተቃውሞ በትልልቅ የፖለቲካ ጽንሰ ሃሳባትና ርእዮተ አለማዊ ቃና ባላቸው ስንኞች ከተገለጸው ውጭ ከተራ ግለሰባዊና ቡድናዊ ሽኩቻ ጋር የተያያዘ ነው የሚል ጽኑ ዕምነት እንደያዝኩ እንድቀር አድርጎኛል።[243] በጣም የሚያሳዝነው ነጥብ ከዚህ ሁሉ ዘመን በኋላ የመኢሶን የተቃውሞ ነጥቦች ኮሎኔል መንግስቱ ሃይለማሪያምና ቡድናቸው ስልጣን ለምን ለብቻቸው ጠቅልለው በጃቸው እንዳስገቡ ምክንያት ሆኖ የሚሰጡ ነጥቦች መሆናቸው ነው።

ኮሎኔል መንግስቱ "ትግላችን" በሚለው መጽሃፋቸው ሻምበል ፍቅረ ስላሴ ደግሞ "በእኛና አብዮቱ" በሚለው መጽሃፉ "ቅድሚያ ሊሰጠው የሚገባው ጉዳይ ህዝብን ማንቃት፣ ማደራጀትና ማስታጠቅ ሆኖ ሳለ "ጥቂት የንኡስ ከበርቴ አባላትን በአቋራጭ ለስልጣን የሚያበቃውን የኢህአፓን "የጊዜያዊ ህዝባዊ መንግስት አቋም" እንዳልተቀበሉት ይገልጻሉ።

ኮሎኔል መንግስቱ፣ የሽግግርን መንግስት በተመለከተ ባቀረቡት ሃተታ ላይ "የጊዜያዊ ህዝባዊ መንግስትን አቀንቃኞች ፍላጎትና የዓላማ ቅንነት እንጠራጠራለን" የሚሉና ለሽግግሩ ወቅት "ከደርግ የተሻለ አመራር ሊሰጥ የሚችልና ተቀባይነት ያለው አካል አለ ብለን አናምንም" የሚሉ ምክሮችና አስተያየቶች የሰጧቸው ግለሰቦችና ቡድኖች እንደ ነበሩ ገልጸዋል። ስማቸውን አልዘረዘሩም። "ይህን ምክር ግምት ውስጥ በማስገባትና ህዝባዊ አብዬታዊ መንግስት ለማቋቋም በህዝብ ውስጥ መሰራት የነበረባቸውን የማንቃትና የማደራጀት ስራዎች ቅድሚያ ለመስጠት ወሰንን" ይላሉ።[244]

ሻምበል ፍቅረ ስላሴ ደግሞ "በእኛና በአብዮቱ" መጽሃፉ ውስጥ "የጊዜያዊ ህዝባዊ መንግስት አካላት ሊሆኑ ይችላሉ የተባሉትን የማህበረሰብ ክፍሎችንና ግለሰቦችን ልክ የመኢሶን አመራር ባጣጣለበት መልኩ "እንዴት እነማን ሊወከሉ ይችላሉ?" የሚል አቃቂር ያወጣለታል።

---

[243] እነዚህን ምክንያቶች ባለፈው ምእራፍ 5 ጠቅሻቸዋለሁ
[244] ኮሎኔል መንግስቱ ሃይለማሪያም፣ ትግላችን አዲስአበባ፣ ፀሃይ አሳታሚ ድርጅት፣ 2004 ከገጽ 164 – 165

"ለመሆኑ ከመቼ ወዲያና በየትኛው ሃገር ነው ተማሪ በመንግስት አስተዳደር ተወክሎ የተሳተፈው?" ይለናል።[245]

በወቅቱ የዩኒቨርስቲ ተማሪዎች የነበሩትና የቀድሞው የዩኒቨርስቲ ተማሪዎች ማህበር ተመራጮች እነ ጌታቸው ማሩ፣ እነ ግርማቸው ለማ፣ እነ መለስ ተክሌ፣ እነ ጌታቸው በጋሻው የአንዳቸው ጭንቅላት ብቻ በትንሹ ከሙቶ በላይ የሚሆኑትን የደርግ አባላት ጭንቅላቶች አንድ ላይ ቢጨምቁ ማቅረብ የማይችሉትን የፖለቲካ፣ የህግ፣ የአስተዳደር ሃሳብ ማቅረብ ይችሉ እንደነበር ሻምበል ፍቅረስላሴ የሚያውቅ አይመስልም።

ደርግ በስርአቱ ማንበብና መጻፍ የማይችሉ ተራ ወታደሮችንና አስር አለቃዎችን ከፍተኛ ክህሎት በሚጠይቁ ሃገር የማስተዳደር ቁልፍ ቦታዎች ላይ መድቦ ሲያሰራ እንደነበር ይታወቃል። ይህ ሃቅ እየታወቀ፣ ሻምበል ፍቅረስላሴ "በየትኛው ሃገር ነው ተማሪ ከመማር ውጭ በመንግስት አስተዳደር ተወክሎ ሰርቶ የሚያውቀው በማለት" ይመጻደቃል። እንዲህ እያለ ከሚተቸው ተማሪ መሃከል እነሽመልስ ማዘንጊያን በአጭር ጊዜ ውስጥ የኢሰፓ የፖሊት ቢሮ አባል ማድረጋቸውንም ይረሳል።

ተመሳሳይ ስላቅ በመኢሶን አቋም ውስጥ ስለሚታይ ሻምበል ፍቅረስላሴ ወግደረስ "ለጊዜያዊ ህዝባዊ መንግስት ነበረን" የሚለው የተቃውሞ ምክንያቶች ከአንዳርጋቸው አሰግድ መጽሃፍ የተኮረጁ የሚመስል ነገር አላቸው ያልኩት ለዚህ ነው።

የመኢሶን የውጭ አመራር ለጊዜያዊ ህዝባዊ መንግስት የነበረው ተቃውሞ ደርግ ስልጣን ከመያዙ በፊት በነበሩት ወራት ጭምር መሆኑ ግራ የሚያጋባ ነው። የመኢሶን የውጭ አመራር፣ በዛ ቀውጢ ወቅት፣ ገዥና ተገዥ በሃገር ውስጥ ተፋጠው በቆሙበት ሰአት፣ ስልጣን ከመሳፍንቱ እጅ ልትወጣም ላትወጣም ባልወሰነችበት ሰአት፣ ስልጣን በወታደሩ እጅ ለመግባትና ላለመግባት ባልወሰነችበት ሰአት፣ "ስልጣን ከነዚህ ሁለት አካላት ይልቅ ሰፊ ህዝባዊ ድጋፍና ተሳትፎ ሊያገኝ በሚችል ለሽግግር ወቅት በሚያገለግል የጊዜያዊ ህዝባዊ መንግስት እጅ ትግባ" የሚለውን የዩኒቨርስቲ መምህራን ያፈለቁትንና ከወታደሩ ተራማጅና የነቃ ክፍል ሳይቀር ድጋፍ የነበረውን ጥያቄ ገና ደርግ ስልጣን ከመያዙ በፊት ጀምረው መቃወማቸውን ነው "ግራ የሚያጋባ ነገር" እንድል ያሰኘን።

---

[245] አንዳርጋቸው አሰግድ፣ "በአጭር የተቀጨ ረጅም ጉዞ" ሴንትራል ማተሚያ ቤት፣የካቲት 1992፣አዲስ አበባ ገጽ 135ን ይመልከቱ

የጊዜያዊ ህዝባዊ መንግስት ጥያቄ "ደርግ ስልጣን በጁ ካስገባ በኋላ ትርጉም የሌለው ጥያቄ ሆኗል" በማለት መኢሶኖች የሚሰጧቸው ምክንያቶች በመሰረቱ ደርግ ስልጣን ከመያዙ በፊት ከሚሰጣቸው ምክንያቶች ልዩነት አልነበራቸውም። እነዚህ ምክንያቶች የሩሲያን አብዮት ተመክሮ እየጠቀሱ የሚደረደሩ ምክንያቶች ነበሩ።

የመኢሶን ክርክር "የሩሲያ ጊዜያዊ አብዮታዊ መንግስት የተቋቋመው ጠንካራ የኮምኒስት ፓርቲ በነበረበት፣ ህዝብ በተለያዩ ቦታዎችና ሁኔታዎች በአብዬታዊ አመጽ ያቆማቸው አብዮታዊ ኮሚቴዎች ከተቋቋሙ በኋላ ነው። በኛ ሃገር ደግሞ ፓርቲውም አብዮታዊ ኮሚቴዎቹም የሉም።" የሚል ነበር። መኢሶን በኢትዮጵያ ሁኔታ ሊደገም የማይችል የሩሲያን የታሪክ ምሳሌ በማቅረብ፣ ደርግም ይህን የመኢሶን አመክኖ መከራከሪያው እያደረገ ስልጣን በጁ ማስገባትና መጠናከር የቻለበትን ሁኔታ ፈጥረውለታል።

አሁንም የቀድሞው የመኢሶን ጸረ ጊዜያዊ ህዝባዊ መንግስት አቋም የነኮሎኔል መንግስቱ ሃይለማሪያምን የእነ ሻምበል ፍቅረስላሴ ወግደረሰ መከራከሪያ እንደሆነ ቀጥሏል። ቀደም ብዬ እንደጠቀስኩት፣ እውነት ነው በ1966 ዓ.ም በኢትዮጵያ ህዝብን ያደራጀና የሚመራ ጠንካራ ፓርቲ አልነበረም ። እውነት ነው በጅማና እጅግ በጣም ጥቂት ቦታዎች ካልሆነ በቀር በህዝባዊ አመጽ ተደግፈው በአካባቢያቸው የመንግስት ስልጣን ለመቀማት እርምጃ የወሰዱ አብዮታዊ ኮሚቴዎች አልነበሩም። ይህ የሃገራችን እውነታ ነበር።

በ1966ቱ የኢትዮጵያ እውነታ ውስጥ ለሃገራችን የሚስማማውንና ተፈጥሮ የነበረውን አብዮታዊ ሁኔታ የሚያግዝ የስልጣን ሽግግር ይታሰባል እንጂ የሩሲያን ተመክሮ በሃገራችን ስላላየን የራሳችንን መልስ ወቅቱ ላነሳው የስልጣን ጥያቄ መስጠት አንችልም ማለት ትክክል አልነበረም። መኢሶን ግን ያደረገው ይህንን ነው።

ሩሲያ ሩሲያን በመሰለ የታሪክ ሂደት አልፋለች። ኢትዮጵያ ደግሞ እያለፈች የነበረው ኢትዮጵያን በመሰለው የታሪክ ሂደት ነበር። ኢትዮጵያ የሚያስፈልጋት በልኳ የተሰፋ የችግር መፍትሄ እንጂ በሩሲያ ችግር ልክ የተሰፋ መፍትሄ አልነበረም።

እርግጥ ነው ጊዜያዊ ህዝባዊ መንግስትን ራሱን ማቋቋሙ ቀላል ላይሆን ይችላል። ከውክልና ጋር የተያያዙ የተወሰኑ ችግሮች ይኖሩት ነበር። እነዚህ ችግሮች ግን ከባድ ችግሮች አልነበሩም። ብዙዎቹ የሽግግሩ መንግስት አካላት እንዲሆኑ የታሰቡት የህብረተሰብ ክፍሎች፣ ከአርሶ አደሩ በስተቀር፣ በማህበራቸው የተደራጁ ነበሩ። ወታደሩም በጊዜያዊ አደራጅ ኮሚቴ

ስር ተሰባስቦ ነበር። አርሶ አደሩን የሚወክሉትን በወቅቱ ማካተት ባይቻልም በተቀሩት ማህበራዊ ቡድኖች ጊዜያዊ መንግስቱን በቀለጠፈ መንገድ ማቆም ይቻል ነበር።

እርግጥ ነው፣ ሁሉም የየማህበረሰቡ ተወካዮች መኢሶን እንደሚፈልገው፣ እንደ ሩስያ የአብዮት ዘመን ሰዎች ያበዱ ማርክሲስቶችና የነቁ አብዮተኞች አይሆኑም ነበር። ሆኖም ተራማጅ ወታደሮችን በደርጉ አማካይነት፣ መምህራንን፣ ላብአደሩን፣ አርሶአደሩን ብሄራዊ ነጋዴውን፣ ተማሪውን የአብዮታዊ ምሁራንና የፖለቲካ ቡድኖችን የሚወክሉ ታጋዮችን ያካተተ የሽግግር ወቅት ጊዜያዊ መንግስት በየትኛውም መመዘኛ፣ የመኢሶኑ ጋዜጣ የሰፊው ህዝብ ድምጽ ቀድሞ እንዳስጠነቀቀው "በአንድ አምባገነን ወታደራዊ መኮንን እጅ ሊገባ ከሚችል የወታደሮች ስብስብና ጊዜያዊ ወታደራዊ መንግስት የተሻለ ይሆን እንደነበር" የማያጠያይቅ ነው። መኢሶን "ዋና ተግባሬ ነው" ይል ለነበረው ህዝብን "የማንቃት፣ የማደራጀትና የማስታጠቁ" ስራ ጊዜያዊ ህዝባዊ መንግስት ከጊዜያዊ ወታደራዊ መንግስት የተሻለ እድል ይፈጥር ነበር።

ጊዜያዊ ህዝባዊ መንግስቱ ብዙና ቅይጥ የሆኑ አካላትን የሚያካትት በመሆኑ በመሰረተ ባህርዩ ትልቁንና ዋናው የአብዮቱን ቁልፍ ጥያቄ፣" የዴሞክራሲ ጥያቄን" ማፈን አይችልም። ዴሞክራሲው፣ለአርሶ አደሮችና ለላብአደሮች፣ ከታች ወደላይ ዴሞክራሲያዊ በሆነ መንገድ የየራሳቸውን አብዮታዊ ማህበራት እንዲያቆሙ ያስችላቸዋል። ከላይ ወደታች ተዋቅረው የወታደራዊ መንግስቱ ተቀጥላ ከሆኑበት እርግማን ያድናቸው ነበር። ከግለሰብ ጭሰኛነትና አገልጋይነት ወደ መንግስት ብሎም ራሱን ወደገዥ መደብነት ለሚያሳድግ የዝቅተኛው ንኡስ ከበርቴ ክፍል ጭሰኛነትና አገልጋይነት አይቀየሩም ነበር።

በሚፈጠረው ዴሞክራሲያዊ ሁኔታ ሌሎችም የህብረተሰብ ክፍሎች፣ ነጋዴው፣ መምህሩና ተማሪውም እውነተኛ የሆነ የራሳቸውን አባላት የሚወክሉ አብዮታዊ ድርጅቶች መመስረት ይችላሉ። የተለያዩ የፖለቲካ ድርጅቶች ከመቼውም በላይ በነጻነት በማህበረሰቡ ውስጥ የማንቃት የማደራጀትና እራሳቸውንም እንደ ድርጅት የማብቃት ስራቸውን መስራት ይችሉ ነበር።

የሽግግር መንግስቱ ህዝባዊ በመሆኑ የሚያወጣቸውን አብዮታዊ አዋጆች፣ ደንቦችና መመሪያዎች በቀላሉ ማስፈጸም የሚያስችል ሰፊ ህዝባዊና ወታደራዊ ጉልበት ያገኛል። የጊዜያዊ ህዝባዊ መንግስቱን ውሳኔዎች ተቃውመው የሚያምጹ ማናቸውንም ጸረ አብዮት ሃይሎች በቀላሉ ለመቆጣጠር ይችል ነበር። በኢትዮጵያ ውስጥ የተፈጠረውን አለመረጋጋት በመጠቀም ፀረ የኢትዮጵያ ሴራዎችን የሚጠነስሱ እንደ ሱማሌና ሌሎችንም ሃይሎች በከፍተኛ ህብረት

በቀላሉ ማክሸፍ ይቻላል። ተማሪው ሳይከፋፈል በከፍተኛ ፍላጎት በገጠር የእድገት በህብረት ዘመቻ፣ አስፈላጊ ከሆነ ረዘም ላለ ጊዜ፣ ይሳተፍ ነበር።

ስልጣን በጊዜያዊ ህዝባዊ መንግስት እጅ ገብቶ ቢሆን ኖሮ ያለፍትህ ሂደት ደርግ የወሰዳቸውን የህዳር 1967ና ሌሎችንም የግድያ እርምጃዎች መውሰድ አስቸጋሪ ያደርገዋል። አብዮታዊ ካምፑ በመከፋፈሉ የተከተለውን የደም መፋሰስ ማስቀረት ባይቻል በከፍተኛ ደረጃ መቀነስ ይቻላል። የሃገሪቱ የምሁርና የማህበራዊ ካፒታል በእልቂትና በስደት አይራቆትም።

የሚፈጠረው ዴሞክራሲያዊ ሁኔታ ከዴሞክራሲ ጥያቄ ጋር ቀጥተኛ ተያያዥነት የነበራቸውን የኤርትራንና የብሄሮችን የእኩልነት ጥያቄ ሰላማዊና ዴሞክራሲያዊ በሆነ መንገድ የመፍታት እድላችን ትልቅ ይሆን ነበር። ያ ማለት ለአስራ ሰባት ተጨማሪ አመታት በከንቱ የፈሰሰውን የህዝብ ደምና የወደመውን የህዝብ ሃብት በጊዜ ለማቀብ የሚያስችል እድል ይኖር ነበር።

ደርግ በብቸኛነት ስልጣን መያዙን የሚቃወመውንና ይህን ስልጣን ሰፋ ካለ የአብዮቱ ማህበረሰብ ጋር እንዲካፈል፣ የነቃው የህብረተሰብ ክፍል የሚያደርገውን ትግል በተልካሻ ምክንያቶች መኢሶንና የመሳሰሉት ድርጅቶች ተቃወሙት። ትግሉን ከፋፈሉት። የ1966ቱ የተወሰኑቱ የኢትዮጵያ አብዮታዊ ምሁራን ትልቁ ስህተት፣ ከዛም ጠንከር ያለ ቃል እንጠቀም ከተባለ፣ ወንጀል ለጊዜያዊ ህዝባዊ መንግስት የሚደረገውን ትግል ከደርግ ጋር ሆነው ማፈናቸው ነው። ኢትዮጵያና ህዝቧ በጭንቅ በታያዙበት በዛን ወቅት፣ ከጭንቀት መውጫቸው ብቸኛ "የእምዬ ማሪያም መንገድ" ሰፋት ያለውን የማህበረሰብ ክፍል ያካተተ ለሽግግር ወቅት የሚሰራ ጊዜያዊ ህዝባዊ መንግስት ማቋቋም ብቻ ነበር። መኢሶን እንዳደረገው እንደ ደብተራ ሌኒንን በመጥቀስ መቃወም አልነበረም።

ባለንበት ዘመን ደግሞ፣ ትክክለኛው አቋም፣ ኮሎኔል መንግስቱና ሻምበል ፍቅረ ስላሴ እያደረጉት እንዳለው፣ የመኢሶንን የተሳሳተ አቋም እንደ ደብተራ እየጠቀሱ፣ ራስን ከተጠያቂነት ማሸሽ መሆን አልነበረበትም። ታሪክ ስንጽፍ ይህን ሃቅ አለመቀበል ቀድሞ ካጠፋነው ጥፋት የከፋ ጥፋት መስራት ነው።

ምእራፍ 8.ደርግ በንጉሱ ዙፋን ላይ

ለብ ባለ ውሃ ገላውን ለመታጠብ ገንዳ የሚሞላ ሰው ገንዳው ውስጥ ዘሎ ከመግባቱ በፊት የውሃውን ሙቀት እጁን ወይም ክንዱን እያስገባ ይለካል። ደርግም ንጉሱን አውርዶ ስልጣን በጁ እስካስገባበት እስከ መስከረም 2 1967 ያደረገው ነገር የገላ ታጣቢውን ምሳሌ የሚመስል ነው። ከነገሌው የወታደሮች አመጽ ጀምሮ፣ ከታህሳስ 1966 ዓ.ም እስከ መስከረም 2 1967 ዓ.ም ድረስ የነበረው ጊዜ ለወታደሮቹ የውሃውን ሙቀት የመሞከሪያ ጊዜ ነበር። ወታደሮቹ "ዘሎ ስልጣን መያዝ የሚፋጅ ነገር ሊሆን ይችላል" የሚል ትልቅ ስጋት ነበራቸው። ያለ ምክንያት አልነበረም።

የደርግ ሰዎች መጀመሪያ ሲነሱ፣ "ስልጣን እንይዛለን" ብለው የተነሱ አልነበሩም። እርስ በርስ የሚተዋወቁና ደፍረው የልባቸውን መነጋገር የሚችሉ ሰዎች አይደሉም። የዝቅተኛ መኮንኖችና የተራ ወታደሮች ስብስብ በመሆኑ በራስ መተማመኑም፣ እውቀቱም፣ ድፍረቱም አልነበራቸውም። ከእነሱ በፊት ንጉሱን ለመጋፋት የሞከሩ በሙሉ መጨረሻቸው ስቅላት ወይ ጥይት እንደሆነ ያውቁታል።

ብዙዎቹ እንደማንኛውም የህብረተሰቡ አባል "ንጉሱ በእግዚአብሄር የተሰየሙና የሚያወርዳቸውም እሱ ነው" ብለው ያምናሉ። የጸሃዩ ንጉስ ከስልጣን ከተነሱ "ፀሃይ ትጠልቃለች፣ መተላለቅ ይከተላል፣ አይን በቁና ይለቀማል" በሚሉ የንጉሱ "ካድሬዎች" ፕሮፓጋንዳ የተሰለቡ ነበሩ። ንጉሳዊ ስርአቱን ከጠላቶቹ ለመከላከል እንጂ ለንጉሳዊው ሥርዓት ጠላት ለመሆን አልሰለጠኑም። በተግባርም ሲፈጽሙት የኖሩት የንጉሱን ተቀናቃኞች እያሳደዱ ማጥፋት ነው። እነዚህ ሁሉ ነገሮችና ሌሎችም ምክንያቶች በአንድ ላይ ተደምረው ስልጣን እያያዛቸውን ጎታታና ፈራና ተባ የበዛበት አድርጎታል።

ወታደሮቹ የፈሩት የንጉሱን ወገን ብቻ አልነበረም። የእነሱን ድርጊት ህዝቡም እንዴት ሊመለከተው እንደሚችል እርግጠኞች አልነበሩም። "ንጉሱን ብንነካ ሰፊ ተቃውሞ ይገጥመናል። ያለ ንጉሱ ሃገር ይናጋል" የሚል ዕምነት ስለነበራቸው የፖለቲካ እንቅስቃሴያቸውን የጀመሩት ለንጉሱ ታማኝነታቸውን በመግለጽ ነው። በሌላ በኩልም የህዝብ ድጋፍ ለማግኘት ህዝብ ያስደስታል ብለው ያሰቧቸውን አንዳንድ እርምጃዎች ይወስዳሉ። ከነዚህ እርምጃዎች አንዱ፣ "ህዝብ ያለአግባብ በልጽገዋል፣ የአስተዳደርና የፍትህ በደል ፈጽመዋል" ብሎ የሚጠረጥራቸውን ባለስልጣናት በሙሉ ማሰር ነበር።

ውሎ ባደረ ቁጥር ወታደሮቹ በሁሉም ጉዳዮች ወሳኝነት ያለው ብቸኛ ሃገራዊ ኃይል ወታደሩ እንደሆነ መረዳት ጀመሩ። ንጉሱና መሳፍንቶቻቸው "ግርማ ሞገስ ያላቸው፣ የሚያስፈሩና የተከበሩ" መስለው ይታዩ የነበረው በወታደሩ ጠመንጃ እንጂ በተረፈ እንደ ማንኛውም ባተሌ ተራ ሰው፣ ወደዚች ምድር እርቃናቸውን እንደመጡ አወቁ።[246]

መስከረም 2 ቀን ካልጠፋ መኪና በቮክስ ዋገን ውስጥ ንጉሱን ጨምረው ከቤተመንግስታቸው አሰናበቷቸው። ደርጎች ለንጉሱ መጓጓዣ ቮክስ ቫገን መኪናን ሲመርጡ፣ "የመኪናው የጀርመንኛ ስም ትርጉም "የህዝብ መኪና" ማለት እንደሆነ የሚያውቅ ሰው በመሃከላቸው በወቅቱ መኖሩን አላውቅም።

ወታደሮቹ ንጉሱን ከስልጣን ባወረዱበት እለት ሳይቀር ከስጋት ነፃ አልነበሩም። እርምጃውን የወሰዱት ህዝብ ስሜቱን መግለጽ የሚችልበትን እድል በሙሉ በአዋጅ ዘግተው ነበር። በዚህ የተነሳ እርምጃቸው ምን ያህል በህዝቡ የተደገፈ እንደነበር የታሪክ ማስረጃ የሌለው ቀን ሆኖ አልፋል። እድል ሰጥተው ቢሆን ኖሮ "ከፍተኛ ቁጥር የሚኖረው ህዝብ ድጋፉን በሰላማዊ ሰልፍ ይገልጽ ነበር" የሚል ዕምነት አለኝ። [247]

246በዛን ዘመን ንጉሱን በተመለከተ በማህበረሰቡ ውስጥ የነበረውን እይታ የሚገልጽ አንድ የልጅነት እድሜዬ ገጠመኝ አለ። ንጉሱን እንደማናችንም ሰው አድርገን የማናያቸው እንደነበር የሚገልጽ ነው። አንድ ጠዋት ልጆች በሙሉ ተሰባስበን ግቢያችን ውስጥ እንጫወት ነበር። አብሮ አደጎቼ እነዘውዱና ጃፒም ሌሎቹም የወላጆቼ ጓደኞች ልጆች አሉ። በእድሜው ጎረምሳ የነበረ የአቶ ወርቄ ደምሴ ወንድም፣ ከበደ፣ በግቢያቸው በኩል በአጥሩ ተንጠልጥሎ "ልጆች ልጆች" ብሎ ጠራን። ሁላችም ግር ብለን ሄድን። ምን እንዳሳሰበው አናውቅም " ጃንሆይ .... ታውቃላችሁ?" የሚል ጥያቄ ጠየቀን። ከሽንት ቤት ጋር የተያያዘ ጥያቄ ነበር። ጆሯችንን ማመን ነበር ያቃተን። "ይሄን እኛ አንሰማም" በሚል ስሜት ልጁ በሙሉ እየሮጠ ከበደ ከነበረበት ስፍራ ጠፋ። በንግግሩ ከልባችን ነበር የደነገጥነው። በዛ ደረጃ ነበር ከህጻናት አንስቶ እስከ ትልልቁ ሰው ንጉሱ ይታዩ የነበረው። "እንደኛ ሽንት ቤት የሚሄዱ ሰው ናቸው" ብሎ የሚያስብ አልነበረም። ይህ አመለካከት በወታደሩ ላይ የከፋ እንደሚሆን እርግጠኛ ነኝ። እንደ ንጉሱም ባይሆን አሁንም ህዝብ ገዥዎቹን እንደሱ "ሰዎች ናቸው። ሽንት ቤት ይሄዳሉ" ብሎ በብዙ መልኩ እንደማያምን የታወቀ ነው። ገዥዎቹም ይህን ስለሚፈልጉት "እንዳንተው ሰው ነን" የሚል ማስተካከያ ለማድረግ አይፈቅዱም።

[247]ሻምበል ፍቅረስላሴ ወግ ደረስ "እኛና አብዮቱ" ገጽ 110 -111 ንጉሱ ከስልጣን ሲወርዱ የሰአት እላፊ መታወጁን፣ "ንጉሱ ከስልጣን እንደወረዱ ያለመረጋጋት ሊከሰት ይችል ይሆናል በሚል ግምት የህዝቡን ደህንነት ለመጠበቅ ሲባል ከምሽቱ አንድ ሰአት ተኩል የሰአት እላፊ ታውጆ" እንደነበር ይገልጻል። በዚሁ እለት የታወጀው ሰአት እላፊ ብቻ አልነበረም። ሰልፍ የማድረግ መብትም ታግዷል። ይህን አይገልጽም። በሻምበል ፍቅረስላሴ አገላለጽ የተፈራው አፍቃሬ-ዘውድ የሆኑ ጥቂቶች ሊያስነሱት የሚችሉትን ሁካታ በመፍራት እንደሆነ እርምጃው የተወሰደው ይናገራል። ሃቁ ግን ደርግ ጥቂቶችን ብቻ አይደለም የፈራው። ብዙሃኑ ህዝብም እንዴት ውሳኔውን እንደሚያየው እርግጠኛ አልነበረም። ከአንድ ቀን በፊት በነበረው ምሽት የደርግ አባላት በከተማው እየተዟዟሩን የህዝቡን ስሜት አጥንተን "ውሳኔው ሙሉ ድጋፍ እንደሚኖረው እርግጠኞች ሆነን ነበር" የሚል ገለጻ አሳማኝ የማይሆነው ለእዚህ ነው። ከ90 በመቶ በላይ የከተማው ህዝብ የሚደግፈው ውሳኔ ሻምበል ፍቅረስስላሴ እንደሚለው ለጥቂት ተቃዋሚዎች ተብሎ ደርግ በወሰደው እርምጃ የህዝብ ድጋፍ እንዳለው ለአለምና ለሌውም ማሳየት የሚችልበትን እድል እንደዋዛ ያልፈዋል የሚል ዕምነት የለኝም። የተፈራው ህዝቡ ራሱ ነው። ህዝቡን የፈሩት

ንጉሱ ከስልጣን በወረዱበት ቀን ህዝቡ በስፋትና በነጻነት ድጋፉን መግለጽ ባይችልም፣ ንጉሱ ከስልጣን ከወረዱ ከወራት በኋላ በተደረጉ የተለያዩ ሰልፎች ለወጣት መኮንኖቹ የነበረውን አድናቆት ስማቸውን እየጠራና እያወደሰ ገልጾታል። እድል ባገኘባቸው አጋጣሚዎች ከሰልፍ እየወጣ እያቀፈ ስሟቸዋል። ይህን የሚያደርገው ከምሁሩ አንስቶ እስከ ተራው ህዝብ ድረስ ነው። በኋላ የደርግ ተቃዋሚ የሆኑ የዩኒቨርስቲ ተማሪዎች ሳይቀሩ የሰላሳ ሁለት አመቱን ሻለቃ መንግስቱን እያቀፉ የጋለ ስሜታቸውን ከገለጹት መሃል ነበሩ። የከተማው ህዝብ ያለምንም ማስገደጃና ቅስቀሳ ግብታዊ በሆነ መንገድ ለፖለቲካ ሰዎች እንደዛ አይነት ፍቅርና አድናቆት ከዛ በፊት አሳይቶ አያውቅም። ለወታደሮቹ በስልጣን ኮርቻ ላይ ያለምንም ስጋት ተደላድለው እንዲቀመጡ ካደረጉ ነገሮች አንዱ በህዝቡ ውስጥ የነበራቸውን ተቀባይነት መረዳታቸው ነው።

"ወታደሮቹ አደገኛ ሊሆኑ ይችላሉ" ብለው ያሰቡ ምሁራን አልታጡም። የእነዚህ ምሁራን ትግል ግን ህዝብ ለወታደሮቹ ከሚያሳየው የፍቅር ማእበል ጋር ነበር። ወታደሮቹ ግን የህዝብ ድጋፍ እንዳላቸው ሲያውቁ የበለጠ ስር ነቀል እርምጃዎች መውሰዱንና የበለጠ የስልጣንን ልጓም አጥብቀው መያዙን ቀጠሉበት።

እንደ ተማሪ እኔንና የኔን ትውልድ በቀጥታ የሚነካ የደርጎቹ የመጀመሪያ ውሳኔ ዩኒቨርስቲውን ዘግተው "እድገት በህብረት" በሚል ዘመቻ ሊያሰማሩን የወሰኑት ውሳኔ ነው። ከዩንቨርስቲ ተማሪዎችና መምህራን ጋር የአስረኛ ክፍል ትምህርታቸውን ያጠናቀቁ ተማሪዎችና መምህሮቻቸው የዚሁ ዘመቻ አካል እንዲሆኑ ተወስኗል። የካቲት 1966 ከአብዮታዊ ሁኔታው መፈጠር ጋር ተያይዞ የተዘጋው ዩኒቨርስቲ በ1967 ሲከፈት ተማሪውን የጠበቀው ትምህርት ሳይሆን፣ በገጠር ህዝብን የማስተማር፣ የማንቃትና የማደራጀት ተግባር ነው።

ይህ የዘመቻ ሃሳብ የወታደሮቹ ይሁን ወይም እነሱን ተጠግተው ማማከር የጀመሩ አብዮታዊ ምሁራን ይሁን የማውቀው ነገር የለም። ነገሩ ግን ከመኢሶን የማንቃት፣የማደራጀትና የማስታጠቅ እቅድ ጋር የሚመሳሰል ነገር ነበረው። "ተመሳሳይነት ከነበረው የሶማሊያ ተመክሮ የተቀዳ ነው የሚሉ" አሉ። "ሃሳቡ ከድርቅና ከረሃብ ጋር ተያይዞ ፕሮፌሰር መስፍን ወልደማሪያም ቀደም ብለው ያቀነቀኑት ሃሳብ ነው" የሚሉም አልጠፉም። ያም ሆነ ይህ የዘመቻው እቅድ ተማሪውንና የፖለቲካ ድርጅቶቹን ሁለት ቦታ ከፈላቸው።

ደግሞ እራሳቸውን ከንጉስ አስፈላጊነት ነጻ ማድረግ ያልቻሉ ብዙ ሰዎች በደርጉ ውስጥ ስለነበሩ ነው። በውስጣቸውም ሲደረግ የነበረው ክርክር የሚያሳየው ይህንኑ ነው።

ትውልድ አይደናገር እኛም እንናገር

ደርጉን በጥርጣሬ የሚያየውና ጥቂት ቆይቶ ራሱን ኢህአፓ በሚል ስያሜ ካስተዋወቀው ድርጅት ጋር ቅርበት ያላቸው ተማሪዎች ዘመቻውን ተቃወሙት። "ተማሪውን ሆን ብሎ ለመበተን የተደረገ ደባ ነው ።"ተማሪው በከተማ ውስጥ ተሰባስቦ ስልጣናችንን ስናጠናክር ዝም ብሎ አያየንም" ከሚል ስጋት የመጣ ዘመቻ ነው። "ፋታ ለማግኘት እንበትነው" ብለው ያቀዱት ነው። በደንብ የታሰበበትና የታቀደ ዘመቻ አይደለም" ብለው ኮነኑት።

የዩኒቨርስቲው ተማሪ በስድስት ኪሎ ግቢ በልደታ አዳራሽ ባደረገው ስብሰባ ይህን የዘመቻ ሃሳብ አጥብቆ የተቃወመው መለስ ተክሌ ነበር። መለስ ከመጀመሪያው ጀምሮ በወታደሮቹ ላይ ከፍተኛ ጥርጣሬ የነበረው ተማሪ ነው። ከዛ በፊትም መለስ ተክሌ፣ ተማሪው ለምን ወታደሩን እንደማያምነው ለራሳቸው ለደርግ አባላቱ በዝርዝርና በድፍረት መግለጫ ሰጥቷል።

በ1966 ዓ.ም በመጋቢት ወር በአራት ኪሎ ዩኒቨርስቲ ግቢ የእግር ኳስ ሜዳ ላይ ጥቂት የጊዚያዊ ወታደራዊ አስተባባሪ ኮሚቴ አባላት "ተማሪውን እናናግር" ብለው ስብሰባ አድርገዋል። ወታደሮቹ ኡዚ የሚባለውን የእስራኤል አጭር አውቶማቲክ ጠመንጃቸውን ታጥቀዋል። ለተማሪው ንግግር አደረጉ። ንግግራቸው ያተኮረው ወቅቱ ፈታኝ መሆኑና በጥንቃቄና በትእግስት መያዝ ያለባቸው ጉዳዮች እንደነበሩ ነው። ተማሪውን በዛን ወቅት "ለምን አመጹን እንዳላቆመ" ጠየቁ።

በዛን እለት ከተማሪው መሃል ደፍሮ የሚናገር ሰው ጠፍቶ ነበር። ያለምንም ፍራቻ ደርጎቹ ተማሪውን ለጠየቁት ጥያቄዎች መልስ የሰጠው መለስ ተክሌ ነው። ተማሪው "ወታደሮቹ አምባገነናዊ የወታደር መንግስት ወደ መመስረቱ እየተጓዙ ነው" የሚል ስጋት እንዳለው ለወታደሮቹ በግልጽ ነገራቸው። ለዚህ ድፍረቱ ከጥቂት ጊዜ በኋላ በህይወቱ አስከፈሉት። በሃሰት ወንጅለው ገደሉት። [248]

---

[248] ህዳር 1967 ዓ.ም መለስ ተክሌን፣ ግደይ ገብረዋህድንና ረዘነ ኪዳኔን በመዘጋጃ ቤቱ ውስጥ ፈንጂ አፈንድተዋል በሚል የሃሰት ውንጀላ ታሰሩ። ያለምንም የፍትህ ሂደት በመጋቢት ወር ከፊውዳሎች ጋር ተቀላቅለው ተረሸኑ። ፈንጂው በሰው ላይ ያደረሰው ጉዳት አልነበረም። በመዘጋጃ ቤቱ ህንጻም ላይ ጉዳቱ ይህን ያህል አልነበረም። ፈንጂው በፈነዳ በሰአታት ውስጥ አፈንጂዎቹ ተያዙ መባሉ፣ ፈንጂ የማፈንዳት ምንም ፍላጎት ሊኖረውና "ጠቀሜታ አለው" ብሎ ሊያምን የማይችለውን፣ ፈንጂ የማግኘት እድሉና የማፈንዳት ችሎታ ያልነበረውን መለስ ተክሌን ደርጎች የገደሉት ከቀን አንድ ጀምሮ እንደ መለስ ተክሌ የጀርባ ቅማል የሆነባቸው ሰው ባለመኖሩ ብቻ ነው። የመለስን አገዳደል በተመለከተ እስካሁን እውነቱን የነገረን የለም። እውነተኛ ምክንያቱ ባይነገረንም የተገደለው ከምሩ የደርግን አደገኛነት በማመላከት ወታደሮቹ ስልጣን ለብቻቸው ለመያዝ የሚያደርጉትን ሩጫ በከፍተኛ ወኔ የሚቃወም ታጋይ በመሆኑ ብቻ ነው። ከዚህ የተለየ አንዳች ምክንያት አይኖርም። መለስ ተክሌ ከትግራይ ከመጡ ተማሪዎች ጋር ቅርበት ቢኖረውም ከሱ ሞት በኋላ ከመጣው ህወሃት ጋር የሚቀራረብ አመለካከት

የነመለስም ሆነ በህቡዕ መደራጀት ጀምሮ የነበረው የኢህአፓ ስውር መዋቅር ተቃውሞ ተማሪውን ዘመቻ ከመሄድ ሊያስቆመው አልቻለም። አብዛኛው ተማሪ የፖለቲካ ቡድኖቹን ተቃውሞ ሳይሆን ጀግኖቹ አድርጎ የሚያያቸውን የደርግ መኮንኖች የሚያምንበት ሰአት ነበር። በዛን ወቅት ራሱ ኢህአፓ ተማሪው ላይ ጫና ማድረግና መቆጣጠር የሚችል ድርጅታዊ አቅም አልነበረውም። ራሱን ይፋ ያደረገው ዘመቻው ከታወጀ አንድ አመት ሊሞላው ጥቂት ሳምንታት ሲቀረው ነው።

ፓርቲውን ቀድመው ከተቀላቀሉ ጓደኞቼ ካገኘሁት መረጃ ኢህአፓ እንደ ድርጅት በታወጀበት ወቅት የፓርቲው አባላት ቁጥር በጣም ጥቂት ነው። ኢህአፓ እንደ ድርጅት ማደግና መስፋት የጀመረው ራሱን ይፋ ካደረገ በኋላ ነበር። በዚህ የተነሳ ይመስለኛል ተማሪውን አሳድሞ ከዘመቻ ማስቀረት ያልቻለው። እንደ ድርጅት ጠንካራ ቢሆን ኖሮ ዘመቻው ፣ኢህአፓ ራሱን በገጠር ለመትከል የሚያስችል ጥሩ እድል ይዞለት መጥቶ ነበር።

በዘመቻው ላይ ኢህአፓ የነበረው አንዱ ተቃውሞ "መሬትን ለአራሹ የሚያደርገው እርምጃ ሳይወሰድና የዴሞክራሲ መብቶች ሳይከበሩ ተማሪዎችን ወደ ገበሬው መላክ ትርጉም የለውም" የሚል ነው። በጥቂት ወራት ውስጥ ደርግ የሃገሪቱን መሬት በሙሉ የመንግስት ሃብት የሚያደርገውን የመሬት አዋጅ አውጥቶ ለኢህአፓ ነቀፌታ ምላሹን ሰጠ። የዴሞክራሲ ጉዳይ ግን እንደተገደበ ቀረ።

(በወቅቱ በዴሞክራሲ ጉዳይ በአዲስ ዘመን ጋዜጣ ላይ በሁለት ቡድኖች የተከፈለ ነፃ ውይይት ተደርጓል። ደርግና የደርግ ደጋፊዎች፣ የመኢሶን ሰዎችና ሌሎችም ዴሞክራሲ በገደብ የሚል ክርክር አቅርበዋል። "ገደቡ በከበርቴው፣ በመሳፍንቱና በአጠቃላይ አድሃሪ በሚሉት መደብ ላይ የሚደረግ ይሆናል" የሚል ነበር።

የነበረው ሰው መሆኑ አጠራጣሪ ነው። ኢህአፓም በአንድ መዝሙሩ የሞቱ ሰማእታትን ስም ሲጠቅስ በመዝሙሩ መለስን ለይቶ ጓድ መለስ ተነሳ ማለቱ ያለምክያት አይመስለኝም። በወቅቱ የዩኒቨርስቲ ተማሪ የነበረ በሙሉ በመለስ ተክሌ ግፈኛ ግድያ ያላዘነና ያልተቆጨ ተማሪ አልነበረም። የቀድሞ ጠቅላይ ሚኒስትር መለስ ዜናዊ ስሙን ከለገሰ ዜናዊ ወደ ትግል ስሙ መለስ ዜናዊ የቀየረው ይህን ደርጎች በግፍ የገደሉትን የህዝብ ልጅ ለማስታወስ ይመስላል። ይሁንና የዜናዊ ልጅ መልስ ተክሌን የሚጠላ ሰው እንደነበርና የዚህን ምክንያት ለምናውቅ ሰዎች ስሙን ወደ መለስ ማዞሩ እንደገረመን ይኖራል። ለገሰ ዜናዊ ለሑዙዋ ኮንግረስ ለመመረጥ የነበረውን ትልቅ ፍላጎት በአጭሩ ያስቀረው መለስ ተክሌ ነበር። ለገሰ ዜናዊ ለኮንግረስ አምባዬ ኪዳኔ ከሚባል ልጅ ጋር ሲወዳደር ለተናገረው ብልግና የተሞላው ንግግር መልስ ተክሌ ይቅርታ እንዲጠይቅ ብቻ ሳይሆን በተማሪ ፊት እንዲያፍር በማድረግ የመለስን የመመረጥ እድል ዘግቶታል። በዚህ የተነሳ የዜናዊ ልጅ በመልስ ላይ ቂም እንደያዘ ነበር። ለምን የመለስ ተክሌን ስም ካልጠፋ ስም በሚጠላው ሰው ስም እንዳደረገ አይገባኝም። የሚገርመው ነገር የመለስ ተክሌ ግፈኛ ገዳዮች ተሸንፈው፣ ስርአታቸው ተንኮታክቶ በግፍ የገደሉትን የመለስን ስም ለምን እንደወረሰ የማናውቀው ሰው የተቃዋሚ መሪ ሆኖ ስልጣን የያያዘበት ሁኔታ መፈጠሩ የህይወትን ወለፈንዲነት ያሳየናል።

ኢህአፓ "ያለገደብ መሆን አለበት። ገደብ የምትሉት በአድሃሪዎች ላይ ሳይሆን የህዝቡንና የአብዮታውያን መብት ለመገደብ በማሰብ ነው። አድሃሪዎች የራሳቸው ድርጅት ስላላቸው የመደራጀት መብት በአዋጅ ሊከለከሉ አይችሉም። አድሃሪዎች ከህዝቡ የበለጠ ንቃት ስላላቸው የማንቃት መብት አያስፈልጋቸውም። በተለይ አድሃሪዎች የራሳቸው ትጥቅ ስላላቸው የመታጠቅ መብት አያስፈልጋቸውም። እነዚህ መብቶች የሚያስፈልጉት ላልነቃው፣ ላልተደራጀውና ላልታጠቀው ጭቁን ህዝብ ነው። ገደብ የምትሉት በአዋጅ ልትገድቡት በማትችሉት አድሃሪ ላይ ሳይሆን በህዝቡ ላይ ነው" የሚል ነው።

በሂደት እንደታየውም ገደቡ በህዝብ ላይ ነው የሆነው። በነፃ መደራጀት፣ ሰላማዊ ሰልፍ የማድረግ፣ የስራ የማቆም፣ ሃሳብን በነፃ የመግለጽ መብቶቹን ተገፎ፣ የደርግና ከደርግ ጋር የተባበሩ ድርጅቶች ተገዥ መሆን የጀመረው ሰፊው ህዝብ ነው። አድሃሪዎቹ በተናጠልም ይሁን በኋላ በኢድዩ ስር ተሰባስበው በጃቸው በነበረው መሳሪያ ለመንፈራገጥ የከለከላቸው ምንም ነገር አልነበረም። እነሱ ሲንፈራገጡ ለማስቆም ዴሞክራሲን መገደብ አያስፈልግም። በዴሞክራሲ መገደብ የፖለቲካ ምንታዌነት (pluralism) እንዳይኖር በማድረግ ህዝብ የግራ ድርጅት ነን ከሚሉት ድርጅቶች መሃል ያሻውን እንዳይመርጥ በግራ ድርጅቶች መሃል የሚደረገው ትግል ሰላማዊ ትግል እንዳይሆን ትግሉን ወደ አመጽና ጉልበት የገፋው ሂደት የተጀመረው ዴሞክራሲ በገደብ የሚል ርእዮተ አለማዊ ሽፋን ለደርግ አፈና እነመኢሶን በሰጡበት ወቅት ነበር።

በጣም የሚገርመው ከአብዮቱ ትንሽ ቀደም ብሎ የዴሞክራሲ ጥያቄን በተመለከተ በውጭ ተማሪው መሃል በጽሁፍ ሰፊ ክርክር ተደርጓል። በዛን ጊዜ ዴሞክራሲ ያለገደብ የሚለውን አቋም አጠንክሮ ይገፋ የነበረው በመኢሶን ይመራ የነበረው የተማሪ ቡድን ነበር። በዚህ ክርክር የተነሳ እኔም በስሜት የዚህ ቡድን ደጋፊ ነበርኩ። ዘሪሁን ከፈረንሳይ የሚልካቸው የተማሪ መጽሄቶች በዚህ ክርክር የተሞሉ ናቸው። በአብዮቱ ወቅት ክርክሮቹ ኢህአፓ በአዲስ ዘመን ላይ ያቀረባቸው ነበሩ።

መኢሶን ከደርግ ጋር መስራት በመጀመሩ ዴሞክራሲ በገደብ ማለቱ ኢህአፓን ለማፈን ሆን ብሎ የቀረበ እንደሆነ መካድ አይቻልም። በሻምበል ፍቅረስላሴ ወግደረስ "እኛ እና አብዮቱ" በሚለው መጽሃፉ ኢህአፓን ወደ አመጽ ተንደርድሮ የገባ ድርጅት የሚል ሃተታ ሲያቀርብ፣ ዴሞክራሲ በገደብ በሚል ርእዮተአለማዊ ሽፋን ደርግ ኢህአፓን የመሳሰሉ ከደርግ ጋር ያልተባበሩ ድርጅቶችን ለማፈን መዘጋጀቱን አይነግረንም።

ሰላማዊ ትግል፣ የሰራተኛውን የስራ ማቆም አድማ መብት ያከብራል። ደርግ ስልጣን በያዘ ማግስት በ1967 የሰራተኛው ማህበር ጊዚያዊ ህዝባዊ መንግስት እንጂ ጊዚያዊ ወታደራዊ መንግስት አያስፈልግም በማለት ያወጣውን መግለጫ ከዛም አልፎ የጠራውን ሰላማዊ የስራ ማቆም ጥሪ በአድሃሪያን ጥያቄ መልኩ በማቅረብ የሰራተኛውን መብት ለማፈን የተወሰደው እርምጃ ዴሞክራሲ በገደብ ሲሉ የነበሩ ወገኖች የማንን መብት ለመገደብ እንደፈለጉ ገና ከማለዳው የሚያሳይ መረጃ ነው።

ልክ እንደ ጊዜያዊ ህዝባዊ መንግስት የመኢሶንና በሻለቃ መንግስቱ ሃይለማሪያም ይመራ የነበረው የደርግ አንጃ ዴሞክራሲ በገደብ ያሉበት ምክንያት ያለገደብ ቢሉ ዋናው ተጠቃሚ ኢህአፓ ይሆናል ከሚል ስጋት እንጂ የመሳፍንቱና የጉልተኛው ወገን በዴሞክራሲያዊ መንገድ መልሶ ነፍስ ይዘራል ከሚል ስጋት እንዳልሆነ ግልጽ ነበር።

ከዚህ ሁሉ ዘመን በኋላ ህዝብ በነጻነት መብቱ ተከብሮ ሊንቀሳቀስበት የሚችልበትን መብት በአዋጅ ዘግቶ ሃገሪቱን ወደ አመጽ የገፋው የደርግ ቡድንና የተባበሩት ድርጅቶች እንደሆነ በቂ ማስረጃ እያለ ኢህአፓ ሰላማዊ መንገድ ክፍት ሆኖለት እያለ እንደ እብድ ብድግ ብሎ ወደ አመጽ ገባ ወይም የሌሎች የውጭ ሃይሎች መሳሪያ ስለሆነ ሰላማዊ መንገዱን አልፈለገውም የሚል ከእውነታው ጋር ፈጽሞ የማይገናኝ ነገር በታሪክ ስም ለማስተላለፍ ሻምበል ፍቅረስላሴ የሚያደርገው ጥረት በጣም አሳዛኝ ነው።

መኢሶኖችም ቢሆኑ "አልነቃም አልተደራጀም አልታጠቀም" የሚሉትን ህዝብ እንደልባቸው ማንቃት፣ ማደራጀትና ማስታጠቅ የሚችሉት ባልተገደበ ዴሞክራሲ እንጂ ደርግ

ጉያ ውስጥ ተገብቶ ወታደሩ እየቆነጠረ በሚሰጣቸው መብት እንዳልሆነ እያወቁ ዴሞክራሲ በገደብ ያሉት ገደቡ በኢህአፓ ላይ እንዲሆን ከመፈለግ ብቻ እንጂ ከሃገርና ከህዝብ ጥቅም አኳያ አይተውት እንዳልሆነ ግልጽ ነው።

የኢህአፓ እርግማን ከደርጉም ከመኢሶንም ከሌሎች ድርጅቶች ይበልጥ በሁሉም አብዮቱን ሊደግፉ በሚችሉ ማህበራዊ ክፍሎች ውስጥ የተሻለ የተደራጀ አቅም የነበረው መሆኑና በዙሪያው ባሰባሰባቸው ምሁራንና ተማሪዎች አቅም በጣም በቀላሉ ሁሉንም የማህበረሰብ ክፍሎች በድርጅታዊ መዋቅሩ ስር ማሰለፍ የሚችል ተወዳዳሪ ያልነበረው እምቅ አቅም የነበረው ድርጅት መሆኑ ነው።

ሻምበል ፍቅረስላሴ ራሱ በመጽሃፉ ኢህአፓ በክብር ዘበኛ፣ በአርሚ አቪየሽን፣ በመሃንዲስ በፖሊስ በአየርወለዱና ከዛም አልፎ በራሱ በደርግ ውስጥ አቅሙና ብቃቱ የነበራቸውን የደርግ አባላት ድጋፍ የነበረው ድርጅት እንደነበር፣ ከዛም አልፎ የሰራተኛውን ማህበር የመምህራኑን ማህበር ሙሉ በሙሉ ተቆጣጥሮት እንደነበር በተማሪው አካባቢ እንደ ጽላት የሚመለክ ድርጅት እንደነበር ጽፎታል። እንዲህ አይነቱን ድጋፍ ምንም አይነት ህጋዊ የመንቀሳቀሻ መድረክ ሳያገኝ ኢህአፓ ማግኘት ከቻለ ህጋዊና ሰላማዊ በሆነ መንገድ እንቅስቃሴ የማድረግ እድል ቢያገኝ የነሻምበል ፍቅረስላሴ የደርግ ቡድን ሆነ እነመኢሶን የስልጣን እጣ ምን ሊሆን እንደሚችል መተንበይ አስቸጋሪ አልነበረም።

ስልጣንን በሞኖፖል ለመያዝ ወይም ከስልጣን እንርቃለን በሚል ስሌት የተወሰዱ የማፈን የመግደል የደርግን እርምጃዎች አብዮቱን ከአድሃሪዎች በመከላከል ወይም በሃገር ደህንነትና በብሄራዊ ደህንነት ማስጠበቅ ስም እንደተወሰዱ አድርጎ ልብወለድ ድርሰት በታሪክ ስም ማቅረብ ተገቢ አይመስለኝም። ለኢትዮጵያ በወቅቱ ይበጅ የነበረው የሁሉም አብዮታውያን ህብረት እንደምንም ብሎ ማምጣት የሚቻልበት መንገድ መፍጠር እንጂ ለስልጣን መሽቀዳደም አልነበረም። በህብረት መስራት ካልተቻለ ከአብዮቱ ሃይሎች መሃል ህዝብ የፈለገውን እንዲደግፍ ሁኔታውን ማመቻቸት ሁለተኛው ምርጫ ነበር። የነ ሻምበል ፍቅረስላሴ ቡድን ሁለቱንም ማድረግ ባለመቻሉ ራሱን ሊወቅስ ሲገባው በግልባጩ ራሱን የሚያወድስ ጽሁፍ ሳይ መከፋቴን መደበቅ አልቻልም። በለዘብተኛ ቋንቋ ስሜቴን ስገልጽ።)

ደርግ ስልጣን ሲይዝም ሆነ ከያዘ በኋላ ምንም አይነት የፖለቲካ ርእዮተ አለም ያልነበረው ቡድን ነበር። መጀመሪያ ገደማ ከልባቸው ይሁን ለማስመሰል ሃሳባቸው እንደ እንግሊዝ አይነት ህገመንግስታዊ የዘውድ ሥርዓት ማቆም እንደሆነ ለቤተመንግስቱ ቅርበት ላላቸው ሰዎች ተናግረዋል።[249]

ከዚህ ውጭ "ኢትዮጵያ ትቅደም" ከሚል፣ የተወሰኑ ጥቅል መፈክሮች ያካተተ ስንኝ ከመወርወር በስተቀር፣ ወታደሮቹ በፖለቲካው መስክ ወዴት እንደሚሄዱ የሚያውቁ ሰዎች አልነበሩም። ውለው አድረው "ከኛ በላይ ሶሻሊስት" የለም ብለው ያለ ሃፍረት የሚናገሩ የደርግ አባላት መሬትንና ቤቶችን፣ ፋብሪካዎችንና ኢንዱስትሪዎችን ፣ የመንግስት የሚያደርግ አዋጅ አስነግረው ጭምር፣ ከዛም አልፈው "መመሪያችን ህብረተሰባዊነት ነው" በማለት ግልጽ

---

[249] ራስ እምሩ ካየሁት ከማስታውሰው ገጽ 319 ራስእምሩ ከደርግ ተወካዮችጋር በቤተ መንግስቱ ውስጥ ንጉሱ ስልጣን ላይ እያሉ ካደረጉት ውይይት ደርጎቹ ምን አይነት መንግስት ማቆም እንደሚፈልጉ ካደረጉት ውይይት ምርጫቸው "..... ሞናርኪውን ህገ መንግስት ነው የምንፈቅደው ስለአሉኝ ...."

ካደረጉ በኋላ በሬድዮና በቴሌቪዥን የሚያስተላልፉት መግለጫ ምን ያህል የሚሰሩትንና የሚናገሩትን የማያውቁ እንደነበር ብዙ የሚጠቁመው ነገር ነበረው።

እየተደናበሩ ስልጣን ይዘው፣ እየተደናበሩ በህዝብ ተቀባይነት የሚያስገኝላቸውን እርምጃዎች እየወሰዱ፣ ስለፖለቲካና አስተዳደር እዛው ስልጣን ላይ ሆነው እየተማሩ፣ ስልጣናቸውን ማጠናከር ጀመሩ። አካሄዳቸው ስልጣን የህዝብ የሚሆንበትን ሁኔታ መፍጠር ሳይሆን እራሳቸው በህዝብ ስም መግዛት እንደሆነ ሲታወቅ ድጋፉን ሰጥቷቸው የነበረው አብዛኛው ምሁርና ተማሪ አምርሮ ይቃወማቸው ጀመር።

በደርግ ላይ የተጀመረውን ተቃውሞ በግንባር ቀደምትነት የመራው ኢህአፓ ነው። ደርጉም በሃገሪቱ የፖለቲካ ታሪክ እጅግ አሰቃቂ የሆነ ጭፍጨፋ ያካሄደው በኢህአፓ አባላት ላይ ሆነ።ከየትኛውም የሃገሪቱ ክፍሎች ጠንካራው የተቃውሞው ማእከል አዲስ አበባ ነበር። ስቃዩም እልቂቱም የበረታው በአዲስ አበባ ምሁራንና ተማሪ ላብአደርና ሌላውም የማህበረሰብ አባል ላይ ሆነ። እንደ አንድ የአዲስ አበባው የኢህአፓ አባል ቀጥሎ የምተርከው የራሴን የግልና የከተማውን ከኢህአፓ ጋር የተያያዘ ታሪክ ይሆናል።

ክፍል 8. ኢህአፓ

ምእራፍ 1. ዴሞክራሲያ

አንድ ጠዋት በ1967ዓ.ም ዩኒቨርስቲው እንደተከፈተ፣ የቅርጫት ኳስ የሚጫወቱትን ልጆች እየተመለከትኩ ነበር ። አምስት ኪሎ ኢንጂነሪንግ ኮሌጅ ውስጥ ነው። አጠገቤ ልመነው ቆሟል። ቀላ ያለ የዋህ የሚያስመስለው ፊት ያለው የሰፈሬ ልጅ ሪሾው ልመነው።

"እስቲ ይችን እያት" ብሎ የተጣጠፈች ወረቀት ሰጠኝ።

ልመነው የሰጠኝን ወረቀት እዛው እቆምኩበት ልመለከታት ነበር።

"እዚህ አይደለም ለብቻህ ስትሆን፣እኔ እንደሰጠሁህ ለማንም እንዳትናገር" አለኝ።

እንዳለኝም ለምሳ ወላጆቼ ቤት በሄድኩበት ሰአት ብቻዬን መኝታ ክፍሌን ዘግቼ ወረቀቷን ተመለከትኳት። በስቴፕለር የተያያዙ ሁለት ገጾች ነበሩ። በፊትና በጀርባቸው በታይፕ ተጽፎባቸዋል። ጽሁፉ አናቱ ላይ በትልቁ "ዲሞክራሲያ" የሚል ጽሁፍ ነበረው። ስለጊዜያዊ ህዝባዊ መንግስት አስፈላጊነት የሚተነትን ጽሁፍ ነው። ወደ ኋላ ይወጡ እንደነበሩት የዲሞክራሲያ ቅጾች "የኢትዮጵያ ህዝብ አብዮታዊ ፓርቲ ልሳን" የሚል ጽሁፍ አልነበረውም። ኢህአፓም ገና ራሱን ይፋ አላደረገም።

እንዲህ አይነት በፖለቲካ ቡድኖች የሚታተም ጋዜጣ ሳገኝ ለሁለተኛ ጊዜ ነበር። የመጀመሪያው ጋዜጣ "የሰፊው ህዝብ ድምጽ" የተባለው የመኢሶን ልሳን የነበረው ጋዜጣ ነው። የሰጠኝ የመኢሶን አባል የነበረውና ከፈረንሳይ የተመለሰው፣ የነሃይሌ ፊዳ ጓደኛ የነበረው የአክስቴ ልጅ፣ ዘሪሁን ተክሌ ነው። ይህን ጋዜጣ ብዙ ጊዜ ከዘሪሁን እየወሰድኩ አንብቤያለሁ።

የዘሪሁን ታናናሾች ጥሩነህና ታምራት በወቅቱ የዩኒቨርስቲ ተማሪዎች የነበሩትና የኔ ታላላቆች የሰፊው ህዝብ ድምጽን የማንበብ ምንም አይነት ፍላጎት አልነበራቸውም። ከዛም አልፈው ለምን እኔ ከወንድማቸው እየወሰድኩ እንደማነበውም አይገባቸውም። ገና ከማለዳው እነዚህ ሁለት ወንድማማቾች ለመኢሶን ድርጅት የነበራቸው አሉታዊ አመለካከት የሚያስገርም ነው።

የስሜታቸውን ጥንካሬ የሚገልጽ አንድ ምሳ ሰአት ላይ የሆነውን ነገር እስካሁን አስታውሰዋለሁ።

ታምራት ከታላቅ ወንድሙ ከዘሪሁን እጅ የሰፊውን ህዝብ ድምጽ "አነባለሁ" ብሎ ተቀብሎ ወደ ጓሮ ደርሶ ባዶ እጁን ተመለሰ።

"ጋዜጣውን ምን አደረግኸው ?" ጠየቅሁት።

በእንግሊዝኛ ነበር የመለሰልኝ "ተገቢው ቦታ አስቀምጬው መጣሁ። ሽንት ቤት (I put it where it deserved to be put. The toilet.)" አለኝ።

በፈረንሳይ ቋንቋ ከልጅነቱ ጀምሮ ትምህርቱን የተከታተለው ፓሪስ ውስጥም ለብዙ አመታት የኖረው ዘሪሁን እንደ ፈረንሳይኛውም ባይሆን እንግሊዝኛ በደንብ የሚችል ምሁር ነው። ወንድሙ የተናገረውን ሲሰማ ምሳውንም ሳይበላ፣ሁሌም ሲናደድ የሚላትን፣ "ሜርድ" የምትለውን አንዲት የፈረንሳይኛ ቃል ወርውሮ ከቤት ወጥቶ ሄደ። (በእንግሊዝኛ ትርጉሙ shit ማለት ነው። በአማርኛ ቃል በቃል ሲተረጎም ስሜት አይሰጥም፣ የሚቀርበው "ግም" የሚለው ቃል ነው) በእንዲህ አይነት ሰአት ሃዘኔታ የሚሰማኝ ለዘሪሁን ነበር። ለማጽናናት ተከትዬው ወጣሁ።

በወቅቱ ባይታየንም እዛ ቤት ውስጥ ገና ከማለዳው ይታይ የነበረ ክፍፍል መጭውን የሃገራችንን እጅግ አስደንጋጭና አሳዛኝ ዘመን ጠቋሚ ነበር። በዛ ቤት ውስጥ፣ ይህ ክፍፍል ከወንዶቹ አልፎ የሁለተኛ ደረጃ ተማሪዎች የሆኑትን እህቶቻቸውንም የጨመረ ለመሆን በቅቷል። በደርግ ጊዜ እጅግ አሰቃቂ ግርፋት የደረሰባት ታናሽ እህታቸው ይደነቁ የተከሰሰችው "ወንድሟን ዘሪሁንን በኢህአፓ ታጣቂ ለማስገደል የመግቢያና የመውጫ ሰአቱን መረጃ የሰጠሽው አንቺ ነሽ" ተብላ ነው።

ኢህአፓዎች ተኩሰው   ዘሪሁንን   ሳቱት። በእነዚህ ወጣቶች መሃል ልጆቿን ከአባታቸው ህልፈት በኋላ ለብቻዋ የምታሳድገው ደጓና የሁሉም እናት፣ አክስቴ እታባ ማሚቴ ደንገጡ ነበረች። አብዮቱ በሃገር ላይ ብቻ ሳይሆን በየቤቱ እንዲህ አይነቱን አሳዛኝ ትርምስ ፈጥሯል። በዛ ቤት ውስጥ ከሰፊው ህዝብ ድምጽ ይልቅ ተወዳጇ ጋዜጣ ዲሞክራሲያ ነበረች።

ልመነው የሰጠኝን "ዲሞክራሲያ" ሳነብ በመጀመሪያ ያስደነቀኝ የስነጽሁፉ ውበት ነው። ጸሃፊዎቹ ከፍተኛ የአማርኛ ቋንቋ ችሎታ የነበራቸው ነበሩ። በድብቅ እንዲህ አይነት ጋዜጣ ማተም የሚችል ቡድን መኖሩ በጣም አስደሰተኝ። መኢሶን ከመንግስት ጋር ቅርበት

እንደነበረው ስለማውቅ የሰፊው ህዝብ ድምጽን ብዙም የድብቅ ጋዜጣ አድርጌ አላየኋትም። “በየመንግስት መስሪያ ቤቱ መቀጠር ጀምረው በነበሩ የመኢሶን አባላት በመንግስት ወረቀትና ቀለም የሚያባዟት ጋዜጣ ናት” የሚል ጥርጣሬ ነበረኝ።

በዛን ወቅት የየትኛውም የፖለቲካ ቡድን አባል ባልሆንም ዘሪሁን ተክሌ ከውጭ ሆኖ ይልካቸው የነበሩ በርካታ አብዮታዊ ንድፈ ሃሳብ ላይ የተጻፉ መፅሃፍትና መጽሄቶችን አንብቤያለሁ። አብዮታዊያን ህዝቡን የሚቀሰቅሱበትና የሚያደራጁበት የራሳቸው ጋዜጣ ለምን እንደሚያስፈልጋቸው በሚገባ አውቃለሁ። “እንዲህ አይነቶቹ ጋዜጦች ህዝብ በማንቃትና በማደራጀት ትልቅ ሚና ሊጫወቱ ይችላሉ” ብዬ አስብ ነበር።

የሚነበብ ነገር ተማሪውን እንደሚያቀራርብ እርስ በርሱ በሚያደርገው የመፅሃፍ መዋዋስ የሚታይ ነው። አብረው እየኖሩ አንድም ቀን ተነጋግረው የማያውቁ ተማሪዎች በመፅሃፍ የተነሳ “ምንድነው የምታነበው? ጥሩ መፅሃፍ ነወይ? ወይም ይህን መፅሃፍ አንብቤዋለሁ” እየተባባሉ የሞቀ ውይይት ውስጥ እንደሚገቡ የታዘብኩት ጉዳይ ነበር። እኔም ራሴ ሰው የማልደፍረው ሰው፣ በመፅሃፍ የተነሳ ሰዎችን ደፍሬ አናግራለሁ።

ከአብዮቱ በፊት የነበረኝ ከሰው ጋር የመግባባት ክህሎት አነስተኛነት አንቆ ባይዘኝ፣ ለፖለቲካውና ለስነጽሁፍ በነበረኝ ስሜት በድብቅ የሚዘጋጅ ጋዜጣ፣ ከተወሰኑ ችሎታው ካላቸው ሰዎች ጋር በመሆን የማተም ሃሳብ ከ1965 ጀምሮ ነበረኝ። በሚስጥር የሚበተን የሆነ ጽሁፍ ተማሪውን ምን ያህል እንደሚስበውም የራሴ ተመክሮ አለኝ።

ከ1965 የገና ወር ጀምሮ አንድ እንግሊዝ ሃገር ከሚገኝ “አብዮታዊ የሰራተኞች ፓርቲ” (Revolutionary Worker's Party) ድርጅት ጋር በመነጋገር ተጻጽፌ፥ ድርጅቱ የሚያሳትመውን ቀይ ሰንደቅ (Red Flag) የሚል የኮምኒስቶች መጽሄት እያስመጣሁ በተማሪው ውስጥ በጥንቃቄ እበትን ነበር። መጽሄቷ አብዮታዊ ዜናዎችንና ሁነኛ የሆኑ አብዮታዊ አጫጭር የትንተና ጽሁፎች የሚወጣባት ነበረች። መጽሄቷን የማገኘው በነፃ ነው። በመጀመሪያዎቹ ጥቂት ሙከራዎች ከድርጅቱ ተቀብለው ከሌሎች መጽሄቶች ጋር እየቀላቀሉ በፖስታ ቤት በኩል የሚልኩልኝ እዛው እንግሊዝ ሃገር የነበሩ እህቶቼ ናቸው።

የመጀመሪያ ቀን ከአዲሱ ፖስታ ቤት ሄጄ የተላከውን ፓኮ ስቀበል በጣም ፈርቼ ነበር። የፖስታ ቤት ሰራተኛው ከላይ ያሉትን የተነበቡ የሚመስሉ የፋሽን መጋዚኖችና ሌሎች መጽሄቶች አየት አድርጎ አስፈርሞ ሰጠኝ። አትኩሮቱ እኔ ላይ ቢሆን ኖሮ ሲያስፈርመኝ

የእጁን መንቀጥቀጥ በታዘበ ነበር። በውስጡ ሃያ አምስት የቀይ ሰንደቅ የኮምኒስት መጽሄት ነበረው ።

ይህ አሰራር አደገኛ መሆኑን ስለተረዳሁ በሰው በኩል አፈላልጌ እዛው ፖስታ ቤት የሚሰራ ሰው አገኘሁ። መጽሄቱ በመጣ ቁጥር ሃያ ብር እየተከፈለው ያወጣልኛል። የፖስታ ቤት ተባባሪዬን እንዳገኘሁ በአንድ ጊዜ ሃምሳ ቅጾች ማስመጣት ጀምሬ ነበር። አብዮቱ እስኪፈነዳ ድረስ በዚሁ የፖስታ ቤት ሰራተኛ አማካይነት በመቶዎች የሚቆጠሩ መጽሄቶች ያለችግር ከፖስታ ቤት እያወጣሁ አከፋፍያለሁ።

1966 ሁሉም ነገር መላላት ሲጀምርና አብዮታዊ ሁኔታ በሃገራችን እንደመጣ ዜናው የደረሰው የእንግሊዝ የግራ ድርጅት ሁሉን ወጪ እራሱ ችሎ በቀጥታ አንድ መቶ የመጽሄቶቹን ቅጾች በፖስታ ቤት ይልክልኛል። እስከ 1967 መጀመሪያ ድረስ ማስመጣቱን ቀጥያለሁ። በሃገራችን የግራ ፖለቲካ መፅሃፍትና ጋዜጦች መበራከት ሲጀምሩ መጽሄቷን ማምጣቱን አቋረጥኩት።

የቀይ ባንዲራ መጽሄቶች የምበትነው በቅርበት በማውቃቸው ዘመዶቼና ጓደኞቼ አማካይነት ነው። ዩኒቨርስቲ ውስጥ ይችን መጽሄት ተማሪ እጅ በጅ እየተቀባበለ ሲያነባት ማየት ያስገርመኛል። ተመልሳ እኔ እንዳነባትም ተሰጥታኝ ታውቃለች። የሚቀባበሏትም በሚስጥር ነው። ሚስጥራዊ የሆነ ነገር በዛን ጊዜ ሁላችንንም ያቁነጠንጠን(excite) ነበር።

የዲሞክራሲያ ጋዜጣ ስህበት ውብ ስነ-ጽሁፏ ብቻ አልበረም።

“እሱ ሰጠኝ ብለህ ለማንም አትናገር።” ብሎ ልመነው ዴሞክራሲያን ሲሰጠኝ አንድ አይነት አመኔታ የጣለብኝና መተማመን ያስተሳሰራቸው ስውር የወንድማማቾች ክበብ አባል እንዳደረገኝ ነበር የተሰማኝ።

እንደ ድርጅትም ኢህአፓ የሃገሪቱን ወጣት በሙሉ በስሩ ማሰባሰብ የቻለው ከፖለቲካው ዓላማ በተጨማሪ፣ ድርጅቱ አንድ አይነት ምትሃታዊና ሚስጥራዊ ድርጅት ሆኖ መታየቱ ነበር።[250]

---

[250] *ብዙ የታሪክ ጸሃፊዎችና ኢህአፓን መተቸት የሚወዱ ቡድኖች በወጣቱ ዘንድ ኢህአፓ ያገኘው ድጋፍ “በምክንያት ላይ ያልተመሰረተ ጭፍን ድጋፍ ነው” በማለት ደጋግመው ጽፈዋል። በእነዚህ አካላት አእምሮ የሚመላለሰው “ወጣቱ ምን ያህል የግራውን ርእዮተ አለም ገብቶት ነው አብዮተኛ የሆነው?” የሚል ነው። ከዚህ አቅጣጫ ካዩት እውነት ነው። እንኳን ወጣቱ ትልልቁ የሃገሪቱ ምሁር ሳይቀር የግራ ርእዮተአለም እውቀቱ አጠያያቂ ነበር። እነዚህ ሃያሲያን ግን አንድ ነገር የሳቱት አለ። የኢህአፓ “የጊዜያዊ*

ከልመነው ያገኘሁት የተወሰኑ የዲሞክራሲያ ቅጾች ነበር። በቋሚነት ዴሞክራሲያን ማግኘትና ማንበብ የጀመርኩት እኔ፣ ማህተመወርቅ ድልነሳሁ፣ ዘውዱ ወልደአማኑኤልና አንድ ዘውዱ ያመጣው ለአጭር ጊዜ አብሮን ተሰብስቦ የጠፋ ወጣት ጋር የራሳችንን የጥናት ህዋስ በዘውዱ አስተባባሪነት ካቆምን በኋላ ነው። ዘውዱ በወራትም ቢሆን ከሁላችንም በዕድሜና በትምህርት ደረጃ ያንሳል። ያም ሆኖ የዲሞክራሲያ ምንጫችንና ህዋሱን ወደ ላይ ካለው የኢህአፓ አካል ጋር የሚያገናኘው እሱ ነው።

የዘውዱ ከኢህአፓ ጋር የነበረው ግንኙነት የተመሰረተው የትምህርት ቤቱ ልጅና ጓደኛው በነበረ ናደው በሚባል ወጣት በኩል ነው። ናደው ከእውቁ የተፈሪ መኮንንና የዩኒቨርስቲ ተማሪ ከኤልያስ ወልደማሪያም ጋር በኢንተር ዞን[251] ደረጃ ተመድበው ለኢህአፓ ሲሰሩ መርካቶ ውስጥ ተይዘው ከዋናው ቀይ ሽብር ቀደም ብሎ በመስከረም ወር በ1969 ዓ.ም በደርግ ከተገደሉት ወጣቶች አንዱ ነው። የመጀመሪያዋን ዴሞክራሲያ የሰጠኝ ልመነው በአንድ የተቃውሞ ሰልፍ ላይ ከነሱ በፊት በወታደሮች ተገድሏል።

ናደውና ዘውዱ 1966 ዓ.ም ላይ የ12ኛ ክፍል ተማሪዎች ነበሩ። በዕድሜም ይሁን በተመክሮና ዕውቀት ደረጃ ብስለት ያልነበራቸው ልጆች ናቸው። በተለይ የአብዮታዊ ንድፈ ሃሳብ እውቀታቸው በጣም ዝቅተኛ ነው። ለአንድ በከፍተኛ ጥንቃቄና በሚስጥር ስራ መስራት ለነበረበት ድርጅት የሚመጥን ዲሲፕሊን ይጎድላቸዋል።

ናደው በአዲስ አበባ የፓርቲው የዞኖች አስተባባሪነት በኢንተር ዞን ኮሚቴ ደረጃ ተመድቦ ይሰራ እንደነበር ክፍሉ ታደሰ ያ ትውልድ በሚባለው መጽሃፉ ገልጾታል። ዘውዱም በዞን መሪነት ደረጃ ተመድቦ ይሰራ እንደነበር ለማወቅ ችያለሁ። በዚህ ደረጃ ከላይ የጠቀስኳቸው ድክመቶች የነበሩባቸውን የሁለተኛ ደረጃ ትምህርት ቤት ተማሪዎች መመደብ የቻሉት በ1964 ቦተር ከሚባለው ስፍራ የተወሰኑ የሁለተኛ ደረጃ ትምህርት ቤት ተማሪዎች

ህዝባዊ መንግስት መፈክር" ከተራው ተማሪ እስከተራው ላብአደር በቀላሉ ሰው ሊረዳውና ድጋፍ ሊያሰባስብ የቻለ መፈክር መሆኑን ነው። ኢህአፓ እንደ ድርጅት ባልታወጀበት ወቅት ዴሞክራሲያ ደግማ ደጋግማ "የጊዜያዊ ህዝባዊ መንግስት መቋቋምን ወሳኝነትና የወታደር መንግስት መቋቋምን አደገኛነት" በተመለከተ ያደረገችው ቅስቀሳ፣ በተለይ የደርጉና የለውጥ ፈላጊው የጫጉላ ሽርሽር በደርግ አፋኝና የግድያ እርምጃዎች ካበቃ በኋላ ኢህአፓ በወጣቱ ላገኘው ድጋፍ ትልቁ ምክንያት ነበር።።

[251] ክፍሉ ታደሰ "ያ ትውልድ" በሚለው መጽሃፉ በኢንተር ዞን ደረጃ ሲሰሩ እንደነበር ገልጿል። የኢህአፓ የአዲስ አበባ አደረጃጀት እኔ ከድርጅት ስራ ከመውጣቴ በፊት እንደሚከተለው ነበር። ከ1968 መጨረሻ በኋላ ተቀይሮ እንደሆን አላውቅም። ከታች ከህዋሶች ተነስቶ ሰብ ሪጅን (ከፊል ከባቢያዊ ማለት ነው) የሚባል ህዋሶችን በአንድ የወሰነ አካባቢ የሚያሰባስብ ኮሚቴ ነበረው። ከሰብ ሪጅን ቀጥሎ ሁሉን ሰብ ሪጅኖች የሚያስተባብር የሪጅን ኮሚቴ (የአካባቢ ኮሚቴ) ነበረው። ሪጅን ኮሚቴዎችን የሚያስተባብር የዞን ኮሚቴ ነበረው። የዞኖቹን ስራ የሚያስተባብርና የሚመራ ኢንተር ዞን ኮሚቴ ነበረው። ከዛ በኋላ ነው ወደ ማእከላዊ ኮሚቴውና ፖሊት ቢሮው የሚገናኘው።

ከነገርማቸው ለማና ሌሎች የዩኒቨርስቲ ተማሪዎች ጋር በታሰሩበት ወቅት በመሰረቱት ግንኙነት ነው።

እንደ ኢህአፓ በመሰለ የህቡእ ድርጅት ውስጥ አንዴ ሰዎችን የሆነ የስራ ሃላፊነት ከሰጡ በኋላ ማንሳት ወይም መቀየር ከባድ ነው። ኢህአፓ እጅግ ከፍተኛና ብቃት የነበራቸው ግለሰቦች በተራ የፓርቲ አባልነት በየህዋሱ አደራጅቶ የነበረ ድርጅት ነው። አንዳንዶች ከፍተኛ ብቃት የነበራቸውን አባላት በዕድሜያቸውም ሆነ በተመክሯቸው በማይመጥኗቸው የዲፌንስ አባላት መሪዎች ስር በተራ የዲፌንስ አባልነት እንዲሰሩ ተደርጓል።[252]

ብቃት ያላቸውን ግለሰቦችን ከታች ወደላይ በመሳብ በየግዜው የድርጅቱን መዋቅር ብቃት ባላቸው ሰዎች መሙላት የሚችልበት ሜካኒዝም አልነበረውም። በአንድ አጋጣሚ በጓደኛነት በዝምድና በመተዋወቅ ድርጅቱ ሰው ባልነበረው ሰአት የድርጅቱን የሃላፊነት ቦታዎች የያዙ ሰዎች ደካሞችም ቢሆኑም በያዙት ሃላፊነት የሚቀጥሉበት አሰራር ነበረው። ለማንሳትም የሚያውቁት የሚስጥር ብዛት በራሱ ችግር ነው።

አንዴ የሃላፊነት ቦታ የወሰደ ሰው የማይነሳበት አሰራር ከላይ ያለውን አመራር በብቃትና በዕውቀት ሊያግዙና አስፈላጊም ከሆነ አመራሩን ሊሞግቱ የሚችሉ ወደ አመራሩ የተጠጉ አባላት እንዳይኖሩት አድርጓል። ለአመራሩ የሚቀርቡ አቅም የሌላቸው አባላት አመራሩን በጭፍን ያመልካሉ። አመራሩ የሚሰጣቸውን መመሪያና ትእዛዝ ያለምንም ጥያቄ ይፈጽማሉ። የበላይ አካል ውሳኔ እንደ ቱቦ ወደ ታችኛው አካል ያስተላልፋሉ። የታችኛውን አካል አቅም መጠቀም የማይችሉ ይሆናሉ። ለታችኛው አካል በቂ መግለጫና ማብራሪያ መስጠት አይችሉም። ከላይ ያለውን አመራር የሚያስደስትና የእነሱን ተፈላጊነት የሚያጎላ የተጋነነና የተቀመመ ሪፖርት ያቀርባሉ።

ኢህአፓ ከአመሰራረቱ የጥድፊያና የህቡእ ድርጅት በመሆኑ የተነሳ በዚህ የአደረጃጀት ችግር የተተበተበ ነው። ይህ ችግር ትልቅ ጉዳት አድርሶበታል። በተለይ ከላይ ያለው ብቃት ያለው ከፍተኛው አመራሩ እያለቀ በአፈናው መጠናከር ምክንያት የተቀረው አመራር በቀላሉ እየተገናኘ ስራ መስራት ባልቻለበት ወቅት ሁለተኛና ሶስተኛ ደረጃ ላይ ያለው አመራር

---

[252] ኖላዊ አበበ ከኢንጂነሪንግ ኮሌጅ በኤሌክትሮኒክስ በመጨረሻው ከፍተኝ ማእረግ፣ በወርቅ መዳሊያ የተመረቀ ተማሪ ነበር። ለኢትዮጵያ አየር መንገድ ተቀጥሮ ሰርቷል ። እድሜያቸው ሃያ ባልሞሉ የሁለተኛ ደረጃ ተማሪዎች በነበሩ ወጣቶች በሚመራ ዝቅተኛ የዲፌንስ ስኳድ ውስጥ እንዲሰራ ተደርጎ ነበር። ሕይወቱም ያለፈው እዚሁ መዋቅር ውስጥ እየሰራ እያለ ነው።

ብቃት ያለው ሆኖ አለመገኘቱ የከተማውን ኢህአፓ በአጭር ጊዜ ውስጥ እንዲከስም ካደረጉት ምክንያቶች አንዱ ነው።

ከመከሰሙ በፊት ግን ኢህአፓ አስደናቂ በሆነ መንገድ ዴሞክራሲያ ጋዜጣውን በመቀስቀሻና በማደራጃ መሳሪያነት ተጠቅሞባታል። በመሆኑ በጣም አጭር በሆነ ጊዜ ውስጥ፣ ድርጅቱ ሲታወጅ የነበሩትን በመቶዎች የማይቆጠሩ አባላት ወደብዙ ሺዎች የሚቆጠሩና ከፍተኛ መስዋእትነት ለመክፈል የቆረጡ አባላትን መልምሎበታል።[253] ከዘውዱ ዲሞክራሲያን በመውሰድ የተጀመረ የኢህአፓ ግንኙነት ወደ ጋራ ህዋስ ማደራጀት ወሰደን። ከህዋስ አባልነት ወደ ፓርቲ አባልነት ተሸጋገርን። እኔም በተራዬ ዴሞክራሲያን ለማውቃቸው ሰዎች በመስጠት ህዋስ መሰረትኩ። የህዋስ አባሎቹ የፓርቲ አባል ሆኑ። እነሱም ዴሞክራሲያን ለሚያውቋቸው ሰዎች እየሰጡ የራሳቸው ህዋስ መሰረቱ። ዲሞክራሲያ አሰባሳቢያችን ሆነች። እንዲህ እያልን እንደ አሜባ፣ እንደ ጥንቸል መራባቱን ተያያዝነው።

[253]ክፍሉ ታደሰ፣ "ያትውልድ" ቅጽ 1፣ ደርቶጋዳ ማተሚያ ድርጅት፣ አዲስ አበባ፣ 2007? ገጽ 172 ክፍሉ "አብዮታዊ ትግል በፈነዳበት ወቅት የግራ ተቃዋሚው ስብስቡ፣ ከስምንት መቶ የማይበልጡ አባላት ያሉት ቢያንስ አስራ ሁለት ትንንሽ ቡድኖች ያቀፈ ሃይል ነበር" ይለናል። ከዚህም መሃል ትልቁ ኢህአድ እንደሆነ ይነግረናል። የራሱን የኢህአድንና የመኢሶንን ቅድመ 66 እና የ66 ዓ.ም የማደራጀት ስራ እንቅስቃሴ በደንብ ላጤነው ይህ ቁጥር በጣም የተጋነነ እንደሆነ መረዳት የሚያዳግት አይደለም። እንዲያም ሆኖ 800 በ12 ቡድኖች ትንሽ ቁጥር ነበር። በ1967 መጨረሻ ኢህአፓ ሲታወጅ ከአንድና ከሁለት መቶ የሚበልጡ አባላት ያልነበሩት ድርጅት ነው።ገጽ 220 ክፍሉ "በ1966 ዓ.ም መጨረሻ ላይ፣ (ከ400 እስከ 600 የሚሆኑ የዴሞክራሲያ ቅጾች በየሳምንቱ" ይታተሙ ነበር ብሎናል። እነዚህን ቅጾች በመዋቅር ከተያዘው ሰው ተርፈው መርካቶ በሚገኘው የሰላም ሻይ ቤት መስኮትና በሌሎችም መንገዶች ለአጠቃላይ ማህበረሰቡ እንዲደርሱ መደረጉ እስከዛ ድረስ ኢህአፓ ያደራጀውን የአባላትና የምልምሎች ቁጥር አነስተኛነት ጠቋሚ ነው። 1967 ነሃሴ ወር ላይ ኢህአፓ ከታወጀ በኋላ የታየው ድርጅታዊ እድገት፣ 600 ጋዜጦች ለአንድ ንኡስ ሪጅን የማይበቁበት ሁኔታ ተፈጥሯል። የድርጅቱ እድገት አስገራሚ ነበር። አንዱ ደካማ ጎኑም ከዚህ ፈጣን እድገት ጋር ተያይዘው የመጡ ችግሮች ሆነዋል።

ምእራፍ 2.ነጭ ኑግ፣ ጥቁር ወተት

በ1967 የመጀመሪያዎቹ ወራት ደርግ እንዳቀደው የእድገት በህብረት ዘመቻ ተጀመረ። የዩኒቨርስቲው ተማሪዎች ቁጥር እየተመናመነ ሄዷል። የኢንጂነሪንግ ኮሌጅ ተማሪዎች ዘመቻ በእርዳታ ማስተባበሪያ ኮሚሽን ስር ይሆናል ተብሎ ተነግሮናል። ኮሚሽኑ እኛን ለማዝመት ዝግጅቱን አላጠናቀቀም ነበር። እኛም ማደሪያችን በነበረው የስድስት ኪሎ ዩኒቨርስቲ ግቢ ውስጥ እየተቀለብን መቆየት ግድ ሆነብን።

ጥቂት ቆይቶ ዩኒቨርስቲው ራሱ አዲስ አበባ ላይ የተመደቡ የሁለተኛ ደረጃ ትምህርት ቤቶች ዘማቾች ማደሪያ ሆነ። የተማሪው ቁጥር መልሶ ተበራከተ። በዚህ ወቅት የአብዛኛው ተማሪና የወታደሮቹ ፍቅር ማብቃት የጀመረበት ጊዜ ነበር። ደርግ ለዴሞክራሲ መብቶች አለርጂ (allergy - ለሰውነት የማያስማማ ከሽታ፣ ከቅምሻ፣ ከንክኪ ጋር የተያያዘ የጤና መቃወስ) ያለበት እንደሆነ በሚያወጣቸው አፋኝ ህጎችና በሚወስዳቸው አፋኝ እርምጃዎች እየተረጋገጠ መጥቷል።

ደርግ፣ ንጉሱን ከስልጣን ካወረደበት እለት አንስቶ የመሰብሰብ፣ ሰላማዊ ሰልፍ የማድረግ፣ ስራ የማቆምና ወዘተ መብቶች በአዋጅ ታግደዋል። 1966 ዓ.ም ተጀምሮ የነበረው ሃሳብን በነፃ በጋዜጦች ላይ የመግለጽ ነጻነት ከደርግ ስልጣን መያዝ ጋር አክትሟል። ደርግ የተማሪውን ጀግኖች እንደመለስ ተክሌ አይነቶቹን መግደሉን ተያይዞታል።

ገጠር ከላካቸው ዘማቾችም የሚመጣው ዜና ዘመቻውም በደንብ ያልታሰበበትና በቂ ዝግጅት ያልተደረገበት እንደነበር የሚያረጋግጥ ነው። የዘመቻ መጠለያ ካምፕ ሳይዘጋጅላቸው የሄዱ ዘማቾች ነበሩ። የምግብና የውሃ ችግር ያለባቸው ዘመቻ ጣቢያዎች አሉ። የሚሰሩት ምንም ነገር የታቀደ ነገር ባላመኖሩ ካምፕ ውስጥ ታጉረው ምግባቸውን እያበሰሉ እየበሉ ዝም ብለው የሚቀመጡ ዘማቾች ነበሩ።

"የመጣነው ገበሬውን ለማስተማርና ለማደራጀት ነው። ዝም ብለን አንቀመጥም። " በማለት በራሳቸው ተነሳሽነት ስራ የጀመሩ ተማሪዎች፣ "መመሪያ አልደረሰንም። መንቀሳቀስ አትችሉም ከሚሉ ደርግ ከሾማቸው አስተዳዳሪዎች፣ ቢሮክራቶችና አዝማቾች ጋር መጋጨት ጀምረዋል። በአንዳንድ ቦታዎች ከተማሪዎቹ መሃል የሞቱና የታሰሩም ነበሩ።

በየአካባቢው የነበረ የመሬት ከበርቴ ጥንትም ተማሪውን በ"መሬት ለአራሹ" አቋሙ አይወደውም ነበር። በተለይ ከደርግ የመሬት አዋጅ በኋላ ለተማሪው ያለው የጠላትነት ስሜት

ከፉኛ ጨመረ። ይህ ባለመሬት የታጠቀ በመሆኑ ተማሪው ገበሬውን እንዳያደራጅ ከመከልከል አልፎ እስከመግደል ደረሰ። ደሃው ገበሬና ተማሪው እራሳቸውን የሚከላከሉበት ትጥቅ ደርግ ለመስጠት ባለመፍቀዱ ለአደጋ ተጋለጡ።

ዘመቻው እንደተፈራው ሲሮጡ የታጠቁት አይነት ነበር። አንዳንዶቻችን ገና ከአዲስ አበባ ሳንነቃነቅ ዘመቻው መፈታት ጀምሯል። ጠቅላላው የዘመቻው ሁኔታና እየተጠናከረ የመጣው የደርግ አምባገነናዊ ባህርይ፣ ዩኒቨርስቲ ውስጥ ተቀምጠን ተራችንን የምንጠብቀውን ተማሪዎች አስቆጣን። ዘመቻውን አጥብቀን እንድንቃወም አደረገን። በዩኒቨርስቲ ውስጥ የተመደበውን የሁለተኛ ደረጃ ት/ቤቶች ዘማች በመጠቀም በዘመቻውና በደርግ ላይ ያለንን ተቃውሞ ለመግለጽ ወሰንን።

አንድ ምሽት፣ በ1967 የግንቦት ወር ውስጥ፣ አስተባባሪው ማን እንደሆነ አላስታውስም፣ ከአንድ ደርዘን የማንበልጥ የዩኒቨርስቲ ተማሪዎች የአንዳችን በነበረ መኝታ ክፍል ስብሰባ አደረግን። ሁላችንም እርስ በርስ ባንተዋወቅም እያንዳንዱ ሰው በጋበዘው ሰው ስለሚታወቅ የደህንነት ስጋት አልነበረብንም። እኔን የጋበዘኝ ማርቆስ ተድላ ነበር። በስብሰባው ላይ ሌሎች በአይን ብቻ የማውቃቸው ወጣቶች ነበሩ። ከማርቆስ ውጭ ሌላ በደንብ የማውቀው ወጣት የተፈሪ መኮንን ት/ቤት ጓደኛዬን ያሬድ ጥበቡን ነው።

ለእኔ እንዲህ ቁጥሩ በዛ ካለው ሰው ጋር ስብሰባ ስቀመጥ የመጀመሪያ ጊዜዬ ነው። በብዙ የፖለቲካ ጉዳዮች ላይ ውይይት ካደረግን በኋላ ዘመቻውን የሚቃወምና መሰረታዊ የፖለቲካ ጥያቄዎችን የሚያነሳ እንቅስቃሴ ለማስጀመር ተስማማን። ለመጀመሪያ ጊዜ ድርጅታዊ አሰራር የሚባለውን ነገር ምን እንደሆነ የተረዳሁበትን ተመክሮ ያገኘሁት በዚህ ወቅት ነው። 12 የማይሞሉ በደንብ የተደራጁና ያቀዱ ሰዎች እንዴት በሺዎች የሚቆጠሩ የማይጠረጥሩ ሰዎችን እንደፈለጉ ማሽከርከር እንደሚችሉ በተግባር ተመለከትኩ።

በዩኒቨርስቲው ተማሪዎች እንቅስቃሴ ውስጥ በድርጅታዊ አሰራር መካሰስ የተለመደ ነገር ነው። "ድርጅታዊ አሰራር" ሲባል ትርጉሙም ይገባኝ ነበር። አንድ ቡድን ተደራጅቶና አቅዶ በመንቀሳቀስ በብዙሃኑ ውስጥ የሚፈልገው ነገር ተቀባይነት እንዲያገኝ የማድረጊያ ስልት ነው ። የድርጅታዊ አሰራር በጎም መጥፎም ገጽታዎች አሉት። በተደራጀ መንገድ አንድን ሃሳብ ተቀባይነት እንዲያገኝ መስራት ችግር የለውም። ተቀባይነት ለማግኘት የሚኬድበት መንገድ ሴራ የታከለበት ከሆነ ግን አደገኛ ሊሆን ይችላል። የዚህ አደገኛ የሆነ አሰራር ሚስጥር ያለው ከተደራጀው ቡድን የተለየ ሃሳብ ያላቸውን ግለሰቦች በተለያዩ ዘዴዎች ሃሳባቸውን እንዳይገልጹ ማፈን ነው። ማፈን ካልተቻለም ተደማጭነት እንዳያገኙ በተደራጀ መንገድ

ሃሳባቸውን መቀጥቀጥ ነው። ድርጅታዊ አሰራር በተግባር ሲገለጽ ምን ያህል ሃይለኛና አደገኛ መሳሪያ መሆን እንደሚችል ግን አላውቅም ነበር።

ዘማቾቹን ለማሳመጽ ሁሉም የሚገኙበት ስብሰባ ማድረግ ያስፈልጋል። ስብሰባ መጥራት የሚችል አካል አልነበረም። በትንንሽ ቁርጥራጭ ወረቀቶች ላይ በእጅ ጽፈን "ጠዋት ቢዝነስ ኮሌጁ ህንጻ ፊት ለፊት ስብሰባ እንደሚኖር" በየመኝታ ክፍሉ፣ በየመተላለፊያው፣ በየሽንት ቤቱ እንድንበትን ተስማማን። እኛ እንዳዘጋጀነው በማይታወቅ መልኩ "ስብሰባ አለ ይባላል። ሰምተሃል?" እያልን ስለስብሰባው ወሬ የማሰራጨት ዘዴ እንጠቀም ተባባልን። ከዛ በተጨማሪ በቁርስ ሰአት ተማሪውን ከቁርስ በኋላ በቀጥታ ወደ ወደ ስብሰባው ቦታ እንዲሄድ በካፊቴሪያው ተበታትነን ተቀምጠን "ወደ ስብሰባ" እያልን ተማሪውን ለማደፋፈር እቅድ አወጣን። ከሁሉ የሚገርመው ስብሰባው ባለቤት የሌለው ስለሆነ ስብሰባውን እንዴት እንደምንጀምረው የታቀደው እቅድ ነበር።

ተማሪው ተሰብስቦ እርስ በርሱ በሚተያይበት ወቅት አንዱ ከመሃላችን፣

"ማነው ይህን ስብሰባ የጠራው ?" ሲል፣

ሌላው " ማንም ይጥራው ማን አንዴ ተሰብሰበናል። አንድ ሰብሳቢ መርጠን ይጀመር ይላል"።

የዚህን ጊዜ ሌላው የቡድኑ አባል፣ "ማንም ይጥራው" ያለውን ሰው እንደሚያውቀው ሆኖ "አንተ ስብሰባ መምራት ትችላለህ። ለምን አትመራውም?" ይለዋል።

ስብሰባ እንዲመራ የተጠየቀው ሰው "ሌላ ሰው ፈልጉ" ብሎ ይግደረደራል።

ሌሎች የተደራጁት የቡድኑ አባላት ከየአቅጣጫው "ምን ችግር አለው፣ አንተ ሰብሳቢ ሁን" በማለት ያዋክቡታል። ሁሌም ሰብሳቢ የሚሆን ሰው ችግር በየስብሰባው ስለሚከሰት፣ ተማሪው በሙሉ ድጋፉን እንደሚሰጥ ይጠበቃል። በስብሰባው ቀን ጠዋት የሆነው ልክ እንደተጠበቀው ነው። ተማሪው በሙሉ በተባለው ቦታ ተሰበሰበ። ከዛም ከዚህም እኛ አስቀድመን ያዘጋጀነውን ሰው አዋከቦ ሰብሳቢ አደረገው።

አንዴ ስብሰባውን ከተቆጣጠርን በኋላ ሌላው ስራ ቀላል ነው። ሰብሳቢው አስቀድሞ ለሚያውቃቸውና በተለያዩ ጉዳዮች ላይ ምን እንደሚናገሩ ቡድኑ በደንብ ላዘጋጃቸውና ሃላፊነት ለሰጣቸው የቡድኑ አባላት ብቻ ተራ በተራ የመናገር እድል መስጠት ብቻ ነበር። ሁላችንም ተበታትነን እንድንቆም ተወስኗል።

የተማሪው ስብሰባዎች ሁሌም ሲጠቃለሉ ከተሰብሳቢው የውሳኔ ሃሳብ ይቀርባል። የውሳኔ ሃሳቡን እንደ ሃሳብ አንድ ሰው የሚደግፈው ከተገኘ፣ የሚቀጥለው እርምጃ የውሳኔ ሃሳቡን ለሚቃወሙና ለሚደግፉ ሰዎች እድል ይሰጣል። ከዛ በኋላ ወደ ድምጽ መስጠት ማለፍ ነበር። እኛ የውሳኔ ሃሳብ አቅራቢውን ሰው፣ የውሳኔውን ሃሳብ ተቃዋሚውንና የውሳኔ ሃሳብ ደጋፊውን ከራሳችን መሃል አዘጋጅተናል።

ሰብሳቢው በእቅዱ መሰረት ተራ በተራ ለቡድኑ አባላት እድል እየሰጠ ተማሪውን ስሜታዊ የሚያደርጉ ቅስቀሳዎች ተደረጉ። ብዙዎቹ የቡድኑ አባላት ሃሳባቸውን በደንብ መግለጽ የሚችሉ ተናጋሪዎች ነበሩ። ያሬድ ጥሩ የመናገር ችሎታ ስለነበረው ተማሪውን በደንብ ያነሳሳ ንግግር አደረገ። ንግግር የማይችል የቡድኑ አባል ቢኖርም ችግር አልነበረም። እያንዳንዳችን እየተነሳን እንደልባችን በፈለግነው ነገር ላይ አንናገርም። ሁሉም የየራሱ የሚናገርበት ርእስና ማንሳት የሚገባውን ነጥቦች ከቡድኑ አባላት ጋር ተነጋግሮ ተዘጋጅቶበታል።

ማርቆስ ተድላ ፈርዶበት፣ የተሰጠው የስራ ድርሻ በሚቀርበው የውሳኔ ሃሳብ ላይ የወታደሮቹ ደጋፊ በመምሰል የማይረባ ተቃውሞ አቅርቦ ተማሪውን የበለጠ እንዲያናድድ ነበር። ለእኔ የተሰጠኝ የስራ ድርሻ የውሳኔ ሃሳቡን ደግፌ የመጨረሻውን ንግግር እንዳደርግ ነው። የመጨረሻው ተናጋሪ እንድሆን ሃሳቡን ያቀረበው ማርቆስ ነበር።

ማርቆስ ከልጅነት ጀምሮ ጓደኛዬ ነው። በወላጆቻችንም በኩል ስለምንገናኝ ከማንም በላይ ያውቀኛል። በኔ ላይ ዕምነት ነበረው። ከያሬድ ጋር ዩኒቨርስቲ ከገባን በኋላ ስለተለያየን ስለ እኔ የሚያውቀው ተፈሪ መኮንን ተማሪዎች ሆነን የነበረኝን የቤት ልጅነቴንና ሰው የማልደፍር መሆኔን ነበር። በፖለቲካውም መስክ ምን ያህል ስሜትና ብቃት እንዳለኝ አያውቅም። በዚህ የተነሳ የውሳኔ ሃሳቡ ደጋፊና የመጨረሻ ተናጋሪ ተደርጌ ስመደብ ስጋት ገብቶታል። እንዴት እንደሚያደርግ ብልሃቱ ጠፍቶት እንጂ የመጨረሻውን ተናጋሪ ሌላው ሰው ቢሆን ምርጫው ነበር።

በእቅዳችን መሰረት ከቡድኑ አባላት ውጭ ማንም ሌላ ሰው ሳይናገር የውሳኔ ሃሳብ ደረጃ ላይ ስብሰባው ደረሰ። የውሳኔው ሃሳብ "የጊዜያዊ ህዝባዊ መንግስት ባስቸኳይ እንዲቋቋም፤ የዲሞክራሲ መብቶች እንዲከበሩ፤ የታሰሩ ተማሪዎች እንዲፈቱና በየዘመቻው ጣቢያ ተማሪ የገደሉ ለፍርድ እንዲቀርቡ፤ ይህ እስከ ሚሆን ድረስ በዘመቻው አንሳተፍም" የሚል ነው።

ሰብሳቢው የውሳኔ ሃሳቡን የሚደግፍ አንድ ሰው እንዳለ ከጠየቀና መልስ ካገኘ በኋላ በውሳኔ ሃሳቡ ላይ ውይይት አስጀመረ። በውይይቱ ወቅት የተወሰነ የማሻሻያ ሃሳብ እያቀረቡ የውሳኔ ሃሳቡን እየደገፉ አስተያየት ይሰጡ የነበሩት እኛ ያዘጋጀናቸው ተማሪዎች ነበሩ። እነሱ ተናግረው እንደጨረሱ ሰብሳቢው "በቂ ውይይት አድርገናል፣ ወደ ድምጽ መስጠቱ ብንሄድስ አለ?" ተማሪው በሙሉ በድምጹ ድጋፉን ገለጸ ። ሰብሳቢው ቀጥሎ የስብሰባ ደንብን ጠቅሶ ከድምጽ በፊት የውሳኔውን ሃሳብ በመቃወምና በመደገፍ የመጨረሻ አስተያየት ለሚሰጡ ሁለት ተማሪዎች አንድ እድል እንደሚሰጥ ተናገረ።

"ቅድሚያ የውሳኔ ሃሳቡን ለሚቃወሙ ተማሪዎች እሰጣለሁ" አለ።

ማርቆስ ተድላ በተሰጠው የስራ ድርሻ መሰረት የውሳኔውን ሃሳብ ለመቃወም እጁን አወጣ። እዛ ሁሉ ተማሪ መሃል የወጣች ብቸኛ እጅ የማርቆስ ብቻ ነበረች። ሰብሳቢው ለማርቆስ እድሉን ሲሰጠው የተቀረው ተማሪ "ይሄ ደፋር ማነው?" በሚል አመለካከት ማርቆስ ላይ አፈጠጠበት። የማርቆስ አነጋገርና አቀራረብ ተማሪውን ስላስቆጣው ተማሪው በፉጨትና በስድብ ንግግሩን አስቆመው። ሰብሳቢው፣

"ተቃዋሚም ቢሆን የሚናገረው ሃሳብ ባይጥመንም ማንም ሰው ሃሳቡን የመግለጽ መብቱን ልንገድብ አይገባም" የሚል ነቀፌታ አዘል ንግግር ለተሰብሳቢው አደረገ። ለማስመሰል ያህል ነበር።

በመጨረሻም ሰብሳቢው "ውሳኔ ሃሳቡን ለሚደግፍ አንድ ተናጋሪ እድል እሰጣለሁ" አለ ።

በርካታ እጆች ወጡ። የኔም እጅ ወጣ። በእቅዳችን መሰረት ለእኔ እድሉን ሰጠኝ። በተማሪ ፊት ንግግር ሳደርግ የመጀመሪያ ነበር። ለኔ በጣም የሚያስፈራ ቀን ነው። ያሬድም ፈርቶልኝ ነበር። ይህንኑ አውቄ በደንብ ተዘጋጅቻለሁ። "እንዳመጣልኝ በቃሌ ብናገር እደናበራለሁ" ብዬ ስለሰጋሁ የምናገረውን ጽፌ በቃሌ አጥንቼው ነበር። ጽሁፎችን እንደ ደብተራ በቃል የማጥናት ችሎታ ስለነበረኝ አልተቸገርኩም።

ተማሪው መስማት በሚፈልጋቸው ሃይለ ቃላቶች የታጨቀውንና ደርግን የአድሃሪ ሃይሎች መሳሪያ የሆነ ጸረ አብዮት አካል መሆኑን የሚገልጽ በቃል የተጠና የጽሁፍ ንግግሬን አደረግሁ። "ወታደሩ አመሰራረቱና ስልጠናው የገኘውን መደብ ስልጣንና ጥቅም ለማስከበር ስለሆነ አብዮት የመምራት ባህርይም ይሁን ክህሎት የሌለው የማህበረሰብ ክፍል ነው" አልኩ። ወታደሩን የአደራጀውና ያሰለጠነው የአሜሪካ መንግስት እንደሆነ በማመላከት ደርጉን "ይህ

የኢምፔሪያሊስቶች አከታ መትፊያ ፖፖ” በማለት ገለጽኩት። ስለፖለቲካና አብዮት ምንም የማያውቁ የአስርና የሃምሳ አለቆች ስብስብ መሆኑን ለማሳየት “እነዚህ አስተሳሰባቸው ውሃ ከሚይዙበት የኮዳ ክዳን የጠበበ ደናቁርት” በማለት በደርጉ ላይ ትንፋሼ ሳይቋረጥ ስድብና ውግዘቴን አወረድኩት። ተማሪው መስማት የፈለገው እንዲህ አይነት ንግግር ነበር። ያሬድም “ወይ ጉድ” አለ። የውሳኔ ሃሳቡ ያለምንም የተቃውሞ ድምጽ አለፈ ።

በውሳኔው መሰረት ከግቢው ሳንወጣ መፈክር በማውረድ፣ በመዝሙርና በስብሰባ ተቃውሟችንን ማሰማት ጀመርን። አዲስ አበባ ላይ የተመደቡ ዘማቾች ወደተመደቡበት መስሪያ ቤት “አንሄድም” አሉ። ከጠዋት እስከ ማታ ግቢውን በመዝሙርና በመፈክር ማውረድ ቀውጢ አደረግነው።

በዚህ ወቅት ከአፄ ሃይለስላሴ ጊዜ ጀምሮ በደርግም ጭምር የተገደሉ የተማሪ ሰማእታት ቁጥር እያደገ መጥቷል። 1962 ዓ.ም ላይ የዩኒቨርስቲው ተማሪዎች ማህበር ፕሬዚደንት በተገደለበት ወቅት የጥላሁንን ስም እያነሳ ተማሪው የሚዘምረው መዝሙር ነበር። ያንኑ መዝሙር ከጥላሁን በኋላ የተሰው ተማሪዎችን ስም እየጨመረ ተማሪው ይዘምረዋል። በመጋቢት 1967 ዓ.ም አይን ባወጣ የበቀል ውንጀላ በግፍ የተገደለው መለስ ተክሌም ለመጀመሪያ ጊዜ ስሙ ከሰማእታት መሃል የገባው በዛን እለት ነው።

“ጥላሁን ለምን ለምን ሞተ ?

ዋለልኝ ለምን ለምን ሞተ ?

ማርታ[254] ለምን ለምን ሞተች ?

መለስ ለምን ለምን ሞተ ?

---

[254] ማርታ መብራቱ የህክምና ትምህርቷን አጠናቅቃ ለመመረቅ አንድ አመት የቀራት ብሩህ አይምሮ የነበራት ተማሪ ነበረች። አባቷ ጀኔራል መብራቱ ፍስሃ የአጼ ሃይለስላሴ ከፍተኛ የጦር መኮንንና ዲፕሎማት ነበሩ። ህዳር 29 1965 ከነዋለልኝ መኮንን ጋር አውሮፕላን በመጥለፍ በነብርሃነመስቀል ረዳ ተቋቁሞ የነበረውን የኢትዮጵያ ህዝቦች አርነት ድርጅት ለአለምና ለኢትዮጵያ ህዝብ ለማስተዋወቅ፣ የኢትዮጵያን ንጉሰነገስት መንግስት ግፈኛ አገዛዝ ለአለም ለማጋለጥና እግረመንገዳቸውንም የኢትዮጵያ ህዝቦች አርነት ድርጅትን ለመቀላቀል ባደረጉት ሙከራ፣ ጉዳዩን አስቀድሞ ባወቀው የኢትዮጵያ የጸረ ጠለፋ ቡድን አውሮፕላኑ ውስጥ ከነዋለልኝ ጋር ከተገደሉት ስድስት ሰዎች መሃል አንዷ ነበረች። ብርቅዬ የሴት አብዮተኛ፣ ውብና ብሩህ አእምሮ የነበራት የህዝብ ልጅ ነች። የነዋለልኝ የአይሮፕላን ጠለፋ ሙከራ በወቅቱ የነበረው መንግስት በመገናኛ ብዙሃን ለማቅረብ እንደሞከረው በኤርትራ ግንባሮች የተጠነሰሰ እቅድ አልነበረም።

**** ለምን ለምን ሞተች ?”

በማለት በዘመቻ ጣቢያ ፊውዳሎች በእሳት አቃጥለው አሰቃቂ በሆነ መንገድ የገደሏትን የዩኒቨርስቲ ተማሪና የሌሎችም ስም እየደረደረ

በከፍተኛ ስሜት

“በኃይል በትግል ነው

ነጻነት የሚገኘው ! “

የሚለውን መዝሙሩን ዘማቹ እየዘመረ ለሁለት ቀናት ደርግን ተቃወመ። ደርግ ወኪሎቹን ልኮ ተማሪውን ለማናገር ያደረገው ሙከራ ሳይሳካ ቀረ። በሶስተኛው ቀን በምሳ ሰአት የሬድዮ ፕሮግራም ደርግ የተለመደውን በወታደራዊ ማርሽ የታጀበ መግለጫውን በታወቀው መግለጫ አንባቢው በአሰፋ ይርጉ ድምጽ ሰጠ። የመግለጫው ርእስ “በጨኸት ጋጋታ ሃገር አይገነባም” የሚል ነበር። መግለጫው የአዲስ አበባን ዘማቾች ድርጊት በጨኸት ሃገር ለማፍረስ የሚፈልግ ጥያቄያቸውንም ሊፈጸም የማይችል ቅዠት አድርጎ ገለጸው ።

“በጨኸት የፈረሰች ሃገር ብትኖር የመፅሃፍ ቅዱሷ እያሪኮ ብቻ ነች ። እኛ ደግሞ እያሪኮ የለንም” አለ። በማታው የቴሌቪዥን ክፍለ ጊዜ ደርግ ለፕሮፓጋንዳ ባዘጋጀው ፊልም አስደግፎ መግለጫውን ደገመው። “ዘማቹ ንብረት አወደመ፤ ምግብ ደፋ” የሚል ክሱን በምስል አስደግፎ አቀረበ። ሁሉም ማስረጃ ግን የፈጠራ ስራ ውጤት ነበር።

የተማሪውን ጥያቄዎች በዝርዝር ሳያቀርብ፣ በድፍኑ ቅጥ ያጣ ነው ለማለት “ጥቁር ወተት፣ ነጭ ኑግ፣ የዶሮ ጥርስ” ውለዱ እያሉን ነው አለ።

መግለጫው ደርግ ማምረሩን የገለጸበት የሚያስፈራ መግለጫ ነው። ከዚህም በተጨማሪ ደርግ ተማሪውን በኮምኒስትነት የከሰሰበት መግለጫ ነበር። ከጥቂት ወራት በኋላ “ከኔ በላይ ኮምኒስት” የለም ለማለት የደፈረው ደርግ እኛን “ህብረተሰቡን እንደ ዶሮ ብልት እየገነጣጠሉ፣ አንዱን ከበርቴ፣ ሌላውን ንኡስ ከበርቴ፣ አንዱን ላብአደር፣ ሌላውን አርሶ አደር ...... እያሉ”[255] የመደብ ትንተና የሚያደርጉ በማለት የግራ ፖለቲካ አመለካከታችንን አወገዘው።

[255] *ቢቃሌ ከማስታውሰው*

ከመግለጫው ይዘት ይበልጥ እኔን በወቅቱ ያስደመመኝ የቋንቋው ለዛ ነው። ከአመታት በኋላ "ዳግማዊ ምኒሊክ" የሚለውን የአፈወርቅ ገብረየሱስስ መፅሃፍ አግኝቼ እስካነብ ድረስ፣ "የጥቁር ወተትና የነጭ ኑግ" አገላለጾች የደርግ ጸሃፊዎች ፈጠራዎች አድርጌ አያቸው ነበር። "የደርግ መግለጫ ጸሃፊዎች ከፍተኛ የስነ ጽሁፍ ሰዎች ናቸው" የሚል ዕምነትም ይገዤ ነበር።

በጣም የሚገርመው ይህንኑ "የጥቁር ወተት" አገላላጽ በ1902 አፈወርቅ ገብረየሱስ የተጠቀመው ከምኒሊክ ዘመን በፊት፣ ወታደሩ ገባሩን ምን ያህል አበሳውን ያሳየው እንደነበር ለመግለጽ ነበር። ወታደሩ ገበሬውን "ነጭ ኑግ፣ ጥቁር ወተት ውለድ ይለው ነበር" በማለት። ከስልሳ አምስት አመታት በኋላ፣ እንደ ታሪካዊ ምጸት፣ የሌላ ዘመን የወታደር ቡድን ይህን "የወታደሩን እብሪት ለማሳያ" ስራ ላይ ውሎ የነበረን አገላላጽ ከአፈወርቅ ሰርቆ የወታደሩን አምባገነናዊ አገዛዝ በተቃወመው ተማሪ ላይ ተጠቀመበት። ስለዴሞክራሲ መጠየቅ፣ "ጥቁር ወተት፣ ነጭ ኑግ ውለዱ ማለት" ነው ብሎ ደርግ ተሳለቀብን።

ደርግ በመግለጫው እንደዛተው ተማሪው ለሊት እንቅልፉን እንደተኛ ግቢውን በወታደር ወረረው። የመኝታ ክፍሎቹን በሮች እየሰበረ ተማሪውን በሙሉ በካንቴራና በውስጥ ሱሪ በወታደር ማጓጓዣ ጭኖ ኮልፌ ፈጥኖ ደራሽ ካምፕ ወሰደው። ሴቱንና ወንዱን ጸጉሩን ላጭቶ ከአንድ ወር በላይ እየቀጠቀጠ ስፖርት አሰርቶ ፈታው። ስብሰባውን ካዘጋጀነው ሰዎች መሃል አንድም ሰው ሳይያዝ ቀረ።

አንድ ጠዋት ለጉዳይ ፒያሳ ወጥቼ አንድ የማላውቀው ወጣት አስቁሞ አነጋገረኝ። የተላጨ ጸጉሩ ገና በደንብ አላደገም። ኮልፌ ታስረው ከነበሩት መሃል አንዱ ነው።

"ወታደሮቹ ብዙ የቀጠቀጡን የአድማ መሪዎቹን አውጡ ብለው ነበር። የስብሰባው እለት ስብሰባውን የመራውና የተለያየዩ አስተያየቶች ከሰጣችሁት ተማሪዎች መሃል አንዳችሁንም ከመሃከላችን ፈልገን ማግኘት አልቻልንም። "ስብሰባውን የመራውም ሆነ ንግግር ያደረጉት እኛ መሃል አንዳቸውም የሉም" ብንላቸውም ወታደሮቹ ሊያምኑን አልቻሉም። "እኛን አስይዛችሁ እናንተ ጠፋችሁ ። የምታውቁት ነገር ከነበረ ለምን ለተማሪው በሙሉ አታስጠነቅቁም ነበር ?" አለኝ።

ትንሽ ቅር ያለው ቢመስልም በወዳጅነት ስሜት ነበር ያናገረኝ። ተጨባጭ መረጃ እንዳልነበረን ነገርኩት። የደርግን መግለጫ ምሳ ሰአት ላይ ስንሰማ ስጋት ስለገባን ዝም ብለን በጥርጣሬ እዛ ግቢ እንዳላደርን ገለጽኩለት። ከመለያየታችን በፊት ማስጠንቀቂያ ሰጠኝ።

“ደርጎቹ በጣም ተናደዋል። ቢያገኟችሁ ሊገሏችሁም ይችላሉ። አሁንም ዝም ብለህ ከተማ አትዞር። መጠንቀቅ ያስፈልጋል። አይታወቅም። ቻዎ” ብሎኝ ሄደ ።

“እኔም ለትንሽም ጊዜ ቢሆን ከከተማው ወጣ ማለት አይከፋም” የሚል ሃሳብ ነበረኝ። ወጣቱ ሃሳቤን የበለጠ አጠናከረልኝ።

ምእራፍ 3.ምድርን በችፍርግ፣ሰማይን በጭራሮ

የአዲስ አበባን ዘማቾች እንዳሳመጽን ዘውዱ ዘመቻውን አቋርጦ ተመልሶ አዲስ አበባ ገብቶ ነበር። መጀመሪያውንም ሲሄድ ብዙ እንደማይቆይ ነግሮኛል። በዘውዱ ዘመቻ መሄድ የተነሳ ከማህተመወርቅ ጋር መገናኘት አቋመናል። ህዋሳችንም ለወራት ስብሰባ ሳታደርግ ቆይታ ነበር። እንደገና ህዋሷን አደራጅተን ሰፋ ያለ ስራ ለመስራት ከዘውዱ ጋር ተነጋግረናል።

በዛው ሰሞን የኢንጂነሪንግ ተማሪዎችን የእርዳታ ማስተባባሪያ ኮምሽን አዘመታቸው። እኔ የተመደብኩት መቀሌ ነው። መቀሌ የተመደብነውን ለማዝመት በተጠራንበት እለት "አልዘምትም" ብዬ ቀርቼ ነበር። ያን ወጣት ፒያሳ ላይ ካናገርኩ በኋላ "ለአጭር ጊዜም ቢሆን ደርሶ መምጣቱ አይጎዳም" ብዬ ወሰንኩ። ቤተሰቦቼም ዘመቻ ካልሄድሁ የዩኒቨርስቲ ትምህርቴን መቀጠል እንደማልችል ስላወቁ "ለምን ቀረህ ?" እያሉ ይጨቀጭቁኛል። በሁለት ሳምንት ውስጥ ደርሼ እንደምመለስ ለዘውዱ ነግሬ፣ ባልደረቦቼ በዘመቱ በሳምንቱ የመጓጓዣ ወጪዬን እራሴው ሸፍኜ ወደ መቀሌ ተጓዝኩ።

እርዳታ ማስተባባሪያ ኮሚሽን በስሩ መቀሌ ላዘመታቸው ዘማቾች የሚሆን ምንም ስራ አልነበረውም። የተማሪው ስራ መብላት፣ መጠጣት፣ መተኛትና መነሳት ብቻ ሆነ። ከአስር ቀን በኋላ እንደገና ወደ አዲስ አበባ ለመመለስ አውቶቡስ ላይ ወጥቼ ጉዞ ጀመርኩ። ከመቀሌ ከተማ ወጣ ብሎ ካለ አንድ ኬላ ላይ ወታደሮች አውቶቡሱን ሲፈትሹ አገኙኝ።

ከዘመቻ ጣቢያ መጥፋት ክልክል ነው። ከመኪናው አውርደው ከአጃቢ ጋር ወደ መቀሌ የክፍለ ሃገሩ አስተዳደር ጽ/ቤት ላኩኝ። አስተዳደሩ ጽ/ቤት ጥቂት ለሰአታት በጥበቃ ስር ቆየሁ።በመጨረሻም አሰተዳዳሪው ቢሯቸው አስጠርተው አነጋገሩኝ። ከአለባበሳቸው ከፍ ያለ የወታደር ማእረግ እንዳላቸው ያስታውቃል። ስለማእረግ ልብስ ያኔም ሆነ አሁን ምንም አላውቅም። አነጋገራቸውም እንደ ወታደር ነው።[256] ማስጠንቀቂያና መመሪያ የበዛበት።

---

[256] እኚህ ወታደር የትግራይ ክፍለ ሃገር አስተዳዳሪ ኮሎኔል ቃለክርስቶስ አባይ ናቸው። ኮለኔል ቃለክርስቶስ አባይ በመንግስቱ ነዋይ መፈንቅለ መንግስት ወቅት የተሳተፉ የክብር ዘበኛ መኮንን ነበሩ። መፈንቅለ መንግስቱን በተመለከተ ድንቅ መፅሃፍ ጽፈዋል። ሌላም የጣሊያን ወረራ የተመለከተ በጥናት ላይ የተመሰረተ በጣም ጥሩ የታሪክ መፅሃፍ ጽፈዋል። ኮሎኔል ቃለ ክርስቶስ አባይ የእውቁ የትግራይ አርበኛና የአድዋ አውራጃ የረጅም ጊዜ ገዥ የደጃዝማች አባይ ወልዱ ልጅ ናቸው። በኢህአዴግ ዘመን ለስዬ አብረሃ ቤተሰቦች መገደል ተጠያቂነት አለብህ ተብለው ለሰባት አመት ታስረዋል። በሚገርም የታሪክ መተጣጠፍ እኒያ በወጣትነት እድሜዬ ማስጠንቀቂያ ሰጥተው ወደ ዘመቻ ጣቢያ በመኪና

"ጊዜያዊ ወታደራዊ መንግስት ይመክራል፤ ይመክራል እምቢ ያለውን" ጣታቸውን እንደ መሳሪያ ተጠቅመው የሚረሽን መሆኑን በተኩስ መልኩ አሳዩኝ።

"ሁለተኛ ጊዜ እንዲህ አይነት ነገር ስታደርግ እንዳላገኝህ። አሁን ወደ ጣቢያህ ትወሰዳለህ" ብለው አሰናበቱኝ። ወታደሮች በጅፕ ጭነው ዘመቻ ጣቢያ ወስደው አራገፉኝ።

ወደ አዲስ አበባ መመለሱ እንዳሰብኩት ቀላል አልሆነም። ሌላ ዘዴ መፍጠር ነበረብኝ። ከሁለት ከተቀራረብኳቸው ልጆች ጋር ተመካከርኩ። ዘማቹ ለሊት ሲተኙ እኔ ራሴን የመስቀል ሙከራ ላደርግ እነሱ "ኡ ኡ" ብለው ከመሰቀል ሊያድኑኝ እቅድ አወጣን። ዓላማው "ጭንቅላቱን ነካ ያደርገዋል" የሚል ዕምነት አዝማቾቹ በኔ ላይ እንዲያድርባቸው ለማድረግ ነው። እንደተነጋገርነው አደረግን።

አሳፍረው የላኩኝ ወታደራዊ መኮንን በህይወት ባይኖሩም በስተርጅና የወለድኳቸው ልጆቼ ታላቅ አጎት ሆነዋል። ከቤተሰቦቻቸው እንደሰማሁትም አባታቸው ደጃዝማች አባይ ከፍተኛ ሃገራዊ ፍቅር የነበራቸው፣ በግዛታቸው ውስጥ ይኖሩ የነበሩትን የቀድሞ የጣሊያን አገልጋዮች የሚጠሉና የሚያሰቃዩ ሰው ነበሩ። ደጃዝማች አባይ በአርበኛነታቸው የተነሳ ከአፄ ሃይለስላሴ ቅርብ ግንኙነት ነበራቸው። ንጉሱ የደጃዝማቹን ልጆች አስተምረውላቸዋል። አንዱ ልጃቸው ዶ/ር በላይ አባይ በአፄ ኃይለስላሴ የመጨረሻው የአክሊሉ ካቢኔ ውስጥ የመሬት ይዞታ ሚኒስቴር ነበሩ። ለረጅም ጊዜ ኢትዮጵያ የባህር በር የሌላት ሃገር ሆና መቅረቷን በመቃወም አሰብ ህጋዊ የሆነ የኢትዮጵያ የባህር በር መሆኑን ለማሳየት በተለያዩ መንገዶች እስከ ህይወታቸው ፍጻሜ ታግለዋል። ሌላው የደጃች አባይ ልጅ እንደ ኮሎኔል ቃለክርስቶስ የሃረር ጦር አካዳሚው ምሩቅ ሻለቃ ሃይለማሪያም አባይ ናቸው። ሻለቃ ሃይለማሪያም በአፄ ኃይለስላሴ ዘመን የአውራጃ አስተዳዳሪ፣ በደርግ ጊዜ ለአጭር ጊዜ በቡናና ሻይ ልማት ሚኒስቴር የለውጥ ሃዋሪያ ሆነው ሰርተዋል። ሻምበል ፍቅረስላሴ ወግደረስ "እኛና አብዮቱ" በሚለው መጽሃፉ በገጽ 141 ላይ ጀነራል አማን አንዶም ሻለቃ መንግስቱን ቢሯቸው ጠርተው "የደርግ አባላትን በትነን ሰባት የተማሩ መኮንኖችን ከደርግ ውጭ፣ ሰባት የተሻለ ዕውቀትና ልምድ ያላቸው የደርግ አባል መኮንኖችን መርጠን በእኔ ሰብሳቢነት አንድ ወታደራዊ ካዎንስል በማቋቋም አገሪቱን ማስተዳደር አለብን"ብለዋል ብሎ ሲነግረን፣ ከደርግ ውጭ ጀነራል አማን የካወንስሉ አባል እንዲሆኑ በትምህርት ደረጃቸው ከመረጧቸው 7 መኮንኖች መሃል አንዱ ሻለቃ ሃይለማሪያም አባይ እንደነበሩ ይገልጻል። ሻለቃ ሃይለማሪያም የደርግ ነገር ስላላማራቸው ቤተሰባቸውን ሰብስበው ገና በረፋዳው የደርግ ዘመን ሃገር ጥለው ተሰደዋል። በ2014 እአአ ጡረታ እስከወጡበት ወቅት ድረስ ለረጅም ዘመን በአሜሪካን ሃገር በዋሽንግተን ዲሲ በፓብሊክ አስተዳደር ሙያቸው እየሰሩ በስደት ኖረዋል። ሻለቃ ሃይለማሪያም የኔ ልጆች አያት ናቸው።፣ ከልጆቼ እናት ከልጃቸው ከምስራች ሃይለማሪያም አባይ ጋር ፍቅር ሲጀምረኝ ዘሯን ማንነቷን አጣርቼ አይደለም። ኩነቶች የሚፈሱበትን መንገድ ሰዎች እንዳሻን መቆጣጠር የማንችለው ነገር ነው። ይህ ሁሉ የሆነው ከምርጫ 97 ቀውስ በኋላ ነው። በዚህ ፈታኝና ዘረኛነት በተስፋፋበት ዘመን፣ ሃረር ላይ ከመቶ አመታት በፊት የአያቶቼ እህቶች ከትግራይ ነፍጠኞች ጋር እንደተጋቡትና እንደተዋለዱት፣ የመራቤቴው ቅድመ አያቴ የራስ መኮንን ጭፍራ ሆነው ከሰላሌ ኦሮሞ አማቾቻቸው ጋር በአድዋ ጦርነት ምክንያት ጣሊያንን ከመቀሌ ምሽጉ ለማስለቀቅ በተደረገ ውጊያ መቀሌ ላይ ወድቀው እንደቀሩት፣ የአክስታችን ባል የሸሬው ደግ ሰው ካሳ በርሄ በእኔ፣ በወንድሞቼና በእህቶቼ የህጻንነት ዘመን ህይወታችን ትልቁ የፍቅር ትውስታችን ሆኖ እንደዘለቀው ሁሉ፣ እኔም በ1970 ከደርግ ጭፍጨፋ ራሴን ለማዳን አድዋ ገጠር "አዲ ፍታዎ" ከምትባል መንደር ገብቼ ከአንድ ደሃ የትግራይ ገበሬ ቤት መጠለያ፣ ደግነትና ፍቅር እንዳገኘሁት፣ ይህን የሚገርም ከትግራይ ጋር የቆየ የቤተሰብ ትስስር በመቀጠል ልጆቼን ከአድዋ አቆላልፌአለሁ። እንዲህ አይነቱ ድንቅ ታሪክ ነው ዘረኞችንና ዘረኝነትን አምርሬ እንድጠላ የሚያደርገኝ።

አንድ ለሊት፣ ገመድ ከምናድርበት ቤት ጣራ ወራጅ ግንድ ላይ አሰርኩ።ከገመዱ ስር በውሃ በርሜል ላይ ቆምኩ። በዛን ጊዜ በተነጋገርነው መሰረት ሁለቱ ልጆች ጩኸታቸውን ለቀቁት። ተማሪዎቹና አዝማቹ "ምን ተፈጠረ?" ብለው ከእንቅልፋቸው ተነስተው ደጅ ወጡ። ያዩት ነገር አስደነገጣቸው። ከሴቶች ተማሪዎች መሃል ያለቀሱም ነበሩ።

ከአለቀሱት መሃል ዘላላም የማልረሳት አንዲት ከሁለተኛ ደረጃ ት/ቤት የመጣች የአዲስ አበባ ዘማች ነበረች። ይች ልጅ በስብሰባ ላይ የምናገረውና ተማሪው እንዲያደርግ የማቀርበው ሃሳብ ሁሌ ግራ ያጋባታል። አንድ ቀን በስብሰባ ላይ እንደተለመደው ግራ ሲገባት "የአንዳርጋቸው ነገር ምኑም ሊገባኝ አልቻለም። ምድርን በችፍርግ መጥረግ ሲያቅተው ለምን ሰማይን በጭራሮ አንሞክረውም የሚል ሰው ነው" ብላኛለች።[257] አባባሉን ከዛ በፊትም ከዛ በኋላም ከማንም ሰምቼው አላውቅም። ይህ አባባሏ ስለጤንነቴ የሰነዘረችው እስኪመስለኝ ድረስ ያለቀሰችው ይች ልጅ ነበረች። የእህቶቼን እንባ ሳይ በጸጸት ተሞላሁ። ሁሉም በርሜሉ ላይ ቆሜ ከነመሰቀያ ገመዴ ስላዩኝ ዘገነናቸው። ሊነጋ ብዙ አልቀረውም ነበር። በድንጋጤ የተነሳ ተመልሶ የተኛ አልነበረም።

ከበርሜሉ ላይ አውርደው ሊያናግሩኝ ሞከሩ። አንደበቱ እንደተዘጋ ሰው ምንም አይነት ቃል የሚወጣኝ አልሆነም። ስራዬ አንድ ነገር ላይ አይኔን ተክዬ መመልከት ብቻ ሆነ። ተማሪው በሙሉ "ከምር" ቀውሷል ብሎ ስላሰበ የራሱን ማስረጃዎች አሰባሰበ። በአንድ ወር ቆይታዬ ያደረግሁት ማንኛውም ነገር ከእብደት እይታ ተዘረዘረ። በንክነት እንዳደረግሁት ተተረጎመ። ሲነጋ የኔ ጣቢያ አዝማች ጉዳዬን ዘርዝሮ ለዋናው የክፍለ ሃገሩ አዝማች ተናገረ ። የክፍለ ሃገሩ አዝማች ንክነቴን የሚገልጽ የራሱን ሁለት መረጃዎች ጨመረ።

አንድ ምሽት፣ እኩለ ለሊት ገደማ፣ የዘመቻ ጣቢያውን ለመቃኘት አዝማቹ ሲመጣ ማደሪያችን ከነበረው ትምህርት ቤት ቅጥር ግቢ ውጭ፣ ከመቀሌ ወደ አስመራ በሚወስደው ዋናው መንገድ ዳር ሳር ላይ ተጋድሜ ነበር። የአዛገቡ መኪና ዋናውን መንገድ ለቆ ወደ ተኛሁበት ሲመጣ እንዳይጨፈልቀኝ ስለሰጋሁ ተነስቼ ቆምኩ። መኪናውን አቁሞ፣"በዚህ ሰአት እዚህ ምን

---

[257]እድሜ በገፋ ቁጥርና በተለይ በፖለቲካ ህይወቴ "ለምን አይሆኑም" በሚል እልህ የገፋኋቸውን ጥያቄዎችና በተከታታይ የገባሁበትን ችግር ስመለከት ያች ልጅ የዛን የወጣትነት ዘመኔ ባህርዬን አስመልክታ የተናገረችው ነገር "እውነትነት ሳይኖረው አይቀርም" የሚል ጥርጣሬ ላይ ደርሻለሁ። "ምድሩን በችፍርግ" መጥረግ አስቸጋሪ በነበሩባቸው ወቅቶች "ለምን ሰማይን በጭራሮ አንሞክርም" እያልኩ ከሁኔታዎች ጋር ሊሄዱ የማይችሉ ሃሳቦች በማቅረብ "ችግር ስፈጥር ኖሬ ይሆን" የሚል ጥያቄ እንዳነሳ ያደረገኝ የግል ታሪኬ ምእራፍ ውስጥ ገብቻለሁ። አባባሏ ውበት ያለው ነው። ይህን አባባል በድጋሚ በቃል አልሰማሁትም። በጽሁፍም አላየሁትም። የልጅቷ ፈጠራ ሊሆን ይችላል። ለብዙ ወቅቶችና ሁኔታዎች የሚያገለግል አባባል ነው።

ታደርጋለህ?" በማለት ሲጠይቀኝ፤ የኔ መልስም "ኮከብ እየቆጠረኩ ነው" የሚል ነበር። የአዝማቹ የመጀመሪያ መረጃ ይሄ ነው።

ሁለተኛው መረጃ ለኔ ያልነገረኝና ያስገረመኝ መረጃ ነበር። "ይህን የሚያክል ጎረምሳ እናቱ በየሳምንቱ ስልክ እየደወሉ ስለደህንነቱ አጥብቀው የሚጠይቁኝ ችግር ቢኖርበት ነው" ብሎ አረፈው። እናቴ የአዝማቹን የቢሮ ስልክ አፈላልጋ መቀሌ እየደወለች የኮሎኔሉን አዝማቻችንን ልብ ስታደርቅ እንደከረመች አላውቅም። የእናቴ ነገር ሃዘኔታ እንዲሰማኝ አደረገኝ።

"የስቅላት ሙከራ በህግ የሚያስጠይቅ ወንጀል ነው ስለተባለ" ፖሊስ የገባበት ጉዳይ ሆነ። "ራሱንም ቢሆን ድርጊቱ የነፍስ ማጥፋት ሙከራ ወንጀል ነው" የሚል ማብራሪያ ተሰጠ። የመሰቀያ ገመዷም በኤግዚቢትነት በፖሊስ እጅ ገባች። ፖሊስ ጣቢያ ተወሰድኩ።

ለምጠየቀው ጥያቄ ሁሉ መልስ መስጠት የማልችል ሰው ሆኜ ቁጭ አልኩ። አንድ ጊዜ ብቻ ከፖሊሱ ጀርባ ያለውን ባዶ ግርግዳ እየተመለከትኩ "እናንተ ልጆች ከዚህ አትሄዱም እንዴ" ብዬ ተናገርኩ። ፖሊሱ ዞር ብሎ ግርግዳውን ተመልክቶ ራሱን ነቀነቀ። ከኔ ቃል ለመቀበል ፖሊስ ያደረገው ሙከራ በዚሁ አበቃ።

እኔ ፖሊስ ጣቢያ እያለሁ "እዚህ ሰበብ ከሚሆንብን እዛው ወደ መጣበት እንላከው" የሚል አጣዳፊ ውሳኔ አዝማቾቹ ወሰኑ። ለፖሊሶች ነገሯቸው። "ሌላ አስተማማኝ ማሳደሪያ ቦታ ስለሌለን እስከ ነገ ድረስ እናንተ ጋር ይደርልን" ብለው ለፖሊስ በአደራ አስረከቡኝ። ፖሊሶችም እንደ እስረኛ አላዩኝም። "ብላ፣ ጠጣ፣ ተኛ" ቢሉኝም እንደማልሰማቸው ሰው ሆንኩ። ግራ ገባቸው። አንድ ክፍል ሰጥተው በየግዜው የሚቀያየሩ ፖሊሶች መድበው ሲጠብቁኝ አደሩ።

በማግስቱ ወደ አዲስ አበባ የሚሄድ የወታደሮች መኪና ነበር። ለሚጓዙት ወታደሮቹ ለደቂቃ ለብቻዬ እንዳይተውኝ መመሪያ ተሰጣቸው። ለእርዳታ ማስተባበሪያ ኮሚሽንም የሚሰጡት ደብዳቤ እንዲይዙ ተደረጉ። ደብዳቤው ምን እንደሚል ባላየውም "እንዴት የለየለት እብድ ትልኩብናላችሁ?" የሚል እንደሆነ ጥርጣሬ አልነበረኝም።

ከመቀሌ ተነስቶ በአንድ ቀን አዲስ አበባ መግባት አይቻልም። ደሴ ከተማ ማደር ነበረብን። ወታደሮቹ በተሰጣቸው መመሪያ መሰረት "ለብቻህ አንድ ክፍል ውስጥ ማደር አትችልም" አሉ። ሁለት አልጋዎች ያሉት ክፍል ተከራይተው ጠባቂ መደቡልኝ። በማግስቱ ከሰአት በኋላ ወደ መምሸት ሲል በኔ መሪነት የወታደሮቹ መኪና አዲስ አበባ ቤታችን

ትውልድ አይደናገር እኛም እንናገር

በራፍ ላይ ደረሰ። ከመኪናው ላይ አብሮኝ አንድ ወታደር ወረደ ። የደጁን በር ሳንኳኳ የከፈቱት አያቴ ነበሩ።

ወታደሩ "እንዴት ዋሉ" ካላቸው በኋላ "ይሄ የእናንተ ልጅ ነው?" ብሎ ጠየቃቸው። አያቴ "አዎን" ሲሉት "መልካም ይሄው ተረከቡኝ" ብሎ ያለምንም ማብራሪያ ተመልሶ ወደ መኪናው ሄደ።

ከቤቴ ከወጣሁ ከአንድ ወር ከአስራ አንድ ቀን በኋላ የዘመቻ ግዳጄን አጠናቅቄ ወደ ቤቴ ተመለስኩ። የእርዳታ ማስተባበሪያ ኮሚሽን በተላከለት ደብዳቤ መሰረት "የአእምሮ መታወክ ችግር ስላለበት ከዘመቻ ግዳጅ ነፃ አድርገነዋል" የሚል ደብዳቤ ሰጠኝ። ደብዳቤው በከተማው ውስጥ እንደ ልቤ የመንቀሳቀስ ነጻነት ሰጠኝ። ሁነኛ የሆነውን የኢህአፓ የአባልነት እንቅስቃሴ የጀመርኩት ከዛ በኋላ ነው።

448

ምእራፍ 4.ጉለሌን አቀላናት

ከመቀሌ እንደተመለስኩ የርዳታ ማስተባበሪያ ኮሚሽን የስንብት ደብዳቤ እንዲጽፍልኝ ለማድረግ ጥቂት ቀናት መመላለስ ነበረብኝ። የእርዳታ ማስተባበሪያ ኮምሽነሩ ሻለቃ ዳዊት ወልደጊዮርጊስ ነበር። “ደብዳቤ ለመጻፍ ጊዜ ወሰዱብኝ” ብዬ በማሰቤ ለሻለቃ ዳዊት አቤት ለማለት ወሰንኩ። አንድ ጠዋት በእብድነቴ ተማምኜ፣ ጸሃፊዋ ተው እያለችኝ፣ እሷን አልፌ የቢሮውን በር ሳላንኳኳ በርግጄ ገባሁ።

የሻለቃ ዳዊት እርጋታ የሚያስገርም ነበር። “ምነው ምን ሆነሃል ወንድሜ ?” አለኝ በተረጋጋ መንፈስ።

“እዛ ያለ አንድ ሻለቃ ጠዋት ሚስቱ አበሳጭታው ከቤቱ የወጣ ይመስላል። ብስጭቱን በእኔ ላይ ነው እንዴ የሚወጣው?” በንዴት መንፈስ ነገርኩት።

ሻለቃ ዳዊት ማስታወሻ ደብተሩን አውጥቶ “ዘማች አንዳርጋቸው ፅጌ በሻለቃ .... ላይ ቅሬታ አቅርቧል” የሚል ነገር ጻፈ።

“ይህን ማጣራት የኔ ስራ ነው። የሁሉም ነገር መልስ ነገ ጠዋት ይጠብቅሃል። አሁን ወደ ቤትህ ተመለስ” ብሎ ሸኘኝ።

በማግስቱ ያ የተማረርኩበትና ከአንድ ቀን በፊት ከቢሮ ወጥቶ ሊሄድ ሲል ኮሌታውን ይዤ “አልለቅም” በማለቴ “ወይ ጉድ ደብድበኛ” ያለኝ ሻለቃ “እብድ” መሆኔን ተረድቶ ይሁን ወይም ሻለቃ ዳዊት አናግሮት ይሁን አላውቅም፣ ሻይ ጋበዘኝ። ሻለቃ ዳዊት የፈረመበትን ከዘመቻ ነፃ የሚያደርግ ደብዳቤ ሰጠኝ። የደብዳቤው ግልባጭም ለሚመለከታቸው መስሪያ ቤቶች በሙሉ እንደሚላክ ነገረኝ።

ደብዳቤው ቤት ውስጥ ከነበረብኝ ጭቅጭቅ ነፃ አደረገኝ። ደብዳቤው ትምህርት ሲጀመር ወደ የኒቨርስቲ ያለምንም ችግር የመመለስ መብት እንደሚያሰጠኝ ወላጆቼ በማወቃቸው ተረጋጉ። ደብዳቤውን መያዜ በከተማው ውስጥ እንደ ልቤ ያለምንም ስጋት የመንቀሳቀስ እድል ፈጥሮልኛል። ለተወሰነ ጊዜ ዘመቻ አቋርጠው የመጡ ተማሪዎች የሚያዙበት ሁኔታ ተፈጥሮ ነበር። ዘመቻውን ጥሎ የመጣው ተማሪ እየበዛ ሲሄድ ደርግ ተስፋ ቆርጦ መያዙን ተወው። እስከዛ ጊዜ ድረስ የኔ ደብዳቤ ትልቅ ጠቀሜታ ነበራት።

ከዘውዱ ጋር ተነጋግረን ማህተመን ጨምረን እንደገና መሰብሰብ ጀመርን። እያንዳንዳችን ራሳችን የምንመራቸው ሌሎች ህዋሶች ለማቋቋም ተስማማን። እንደ አጋጣሚ ሆኖ መቀሌ ላይ በእብደቱ ሴራ የተባበረኝ ወጣት እኔ ዘመቻ ጣቢያውን እንደለቀቅኩ ብዙም ሳይቆይ ተመልሶ አዲስ አበባ መጥቷል። ስልክ ደውሎልኝ ተነጋግረናል።

ይህ ወጣት አለማየሁ አስራት የሚባል የአንደኛ አመት የዩኒቨርስቲው የሳይንስ ፋከልቲ ተማሪ ነበር። የቀድሞ የመድሃኔአለም ት/ቤት ተማሪና የጉለሌ ሰፈር ልጅ ነው። መቀሌ ላይ ከልጁ ጋር ያቀራረበን ፖለቲካ ነው። አዲስ የራሴን ህዋስ ለለመስረት ሳስብ በቅድሚያ የመጣልኝ ሰው እሱ ነበር። "ለደህንነት ጥሩ አይደለም" በሚል ስጋት ቀበሌያችን ውስጥ ይኖሩ ከነበሩ ማናቸውም የማውቃቸው ወጣቶች ጋር ህዋስ ለመመስረት አልፈለግኩም።

አለማየሁን ስልክ ደውዬ ቀጠርኩት። ትንሽ የዲሞክራሲያ ቅጾች ወሰድኩለት። በጥንቃቄ ለሰዎች እንዲያድል ነገርኩት። ጋዜጣዋን በመጠቀም ለአንድ ህዋስ የሚሆኑ ተጨማሪ ሶስት ሁነኛ ልጆች እንዲመለምልና እሱንና እኔን የጨመረ የአምስት ሰዎች ህዋስ ለማቆም ተግባብተን ተለያየን። አዲስ የዲሞክራሲያ እትም በወጣ ቁጥር እየተገናኘን እሰጠዋለሁ። እሱም ሊመለምላቸው ስላሰባቸው ሰዎች መረጃ ይዞ እየመጣ እንወያያለን። ከጥቂት ግዜ በኋላ አንድ አምስት ሰዎች ያሉበትን ህዋስ አቆምን። ልጆቹ የተመረጡት በምክንያት ነው።

አንደኛ፣ አብዱል ቃድር ሁሴን የሶስተኛ አመት የዩኒቨርስቲ የስታትስቲክስ ተማሪ፤ በሰፈሩ የተከበረና ጨዋ፤ ከወጣቱ አልፎ ትልልቅ ሰዎችን ለማደራጀት ተደማጭነት የሚኖረው፤ በሙስሊም ማህበረሰብ ውስጥ ለመስፋፋት ወሳኝ ሚና መጫወት የሚችል፤ የቡና ላኪው የሃብታም አባቱ የቀኛዝማች ሁሴን ቤት ለህዋሷ መሰብሰቢያ የሚያመች ነው።

ሁለተኛ፣ ሰለሞን በቀለ፣ ሰለሞን ጂሚ በመባል የሚታወቀው ነበር። ሰለሞን ጂሚ የተባለው መልኩ የ1960ዎቹን እውቁን ጥቁር አሜሪካው የጊታር ተጫዋች ጂሚ ሄንድሪክስን ስለሚመስል ነው። እሱም ይህን ሃቅ ተቀብሎ ጸጉሩን አሳድጎ እንደ ሙዚቀኛው ወደ ላይ አቁሞ ያስረዋል። የዩኒቨርስቲው የኢኮኖሚክስ የሁለተኛ አመት ተማሪ ነበር። ከአብዱል በብዙ ነገር ይለያል። ያጨሳል፣ ጫት ይቅማል፣ ሥርዓት የለውም። በወቅቱ የእሱ አይነት በርካታ ወጣቶች ነበሩ። ሰለሞን ለእነዚህ ወጣቶች የነበረውን ቅርበት በመጠቀም እነሱ መሃል "የፖለቲካ ስራ ለመስራት ይችላል " በሚል ዕምነት የተመለመለ ነው።

ሶስተኛው፣ ላቀው ፅጌ፣ ረጅም ቀይ መልከ መልካም፣ የዘመኑን የመሳፍንት ልጆች የሚመስል፤ የተግባረ እድ ት/ቤት የአስራ አንደኛ ክፍል ተማሪ ነበር። በሰፈሩ የታወቀ ስፖርተኛ፣ በተለይ በካባድ ብረት በማንሳት ዝነኛ ነው። በሰፈሩ ወጣቶች የሚከበርና የሚፈራ፣ ወጣቶች የማሰባሰብና የማደራጀት ችሎታ የነበረው፤ በራስ መስፍን ስለሺ ግቢ ውስጥ ተደራጅቶ የነበረውን የወጣት ማህበር የሚያንቀሳቅስ፣ በወጣቱ ዙሪያ ለሚሰራ ስራ ቁልፍ ወጣት ነው።

እነዚህን ሶስት ወጣቶች የጨመረ የመጀመሪያ ስብሰባችንን ወደ ጃፓን ኤምባሲ መገንጠያ ላይ በነበረው የአለማየሁ ቤት ውስጥ አደረግን። ቤቱ ችግር የሞላው ህይወት የሚገፋበት የአለማየሁ ወላጆች ትንሽ ቤት ነው። ፈጽሞ ለስብሰባ የማይመች ነበር።

የኛ ህዋስ አመሰራረት በየቦታው የኢህአፓ ህዋሶችን አመሰራረት ሂደትና ደንብ የተከተለ ነው። ሲጀምር ዴሞክራሲያን በመስጠትና በጋዜጣዋ አማካይነት መቀራረብ በመፍጠር ነበር። ብዙ ሰው ጋዜጣዋን የማግኘትና የማንበብ ፍላጎት አለው። አንድ ሰው የጋዜጣዋ ምንጭ መሆኑ ከታወቀ ከዚህ ሰውዬ ጋር በየጊዜው ለመገናኘት ሌሎች ሰዎች ፈቃደኞች ይሆናሉ። “ለአንድ ድርጅት ጋዜጣ ህዝብን መቀስቀሻ ብቻ ሳይሆን ማደራጃም መሳሪያ ነው” የሚባለው ለዚህ ነው። አለማየሁ የጋዜጣዋ ምንጭ ሆኖ አገለገለ።

በጋዜጣ የተጀመረ መቀራረብ ወደ ህዋስ ምስረታ ይወስዳል። የአንድ ህዋስ አባላት ቁጥር ከአምስት መብለጥ የለበትም። አምስት የተመረጠበት ምክንያት “ለደህንነት፣ ለጥናትና ለውይይት የተሻለው ቁጥር አምስት ነው” በማለት ነው። ሌላም ምክንያት ነበር። “የህዋስ ቁጥር ከአምስት ከበለጠ የድርጅቱ መዋቅር ወደ ጎን ያለቅጥ ይሰፋል። ከአምስት ካነሰም ያለቅጥ ወደ ላይ ይሾላል” የሚል ምክንያት ነበር።

ህዋሶች ሲመሰረቱ የመጀመሪያ ስብሰባ ስለ ስነሥርዓት፣ ሚስጥር አጠባበቅ፣ ስለ ደንቦችና ህጎች የስብሰባ ቀናት፣ ሰአት፣ ቦታ፣ ውይይት የሚደረግበት ነው። የድርጅት የሚስጥር ስም የሚወጣውም በዛን እለት ነው።

የህዋሶች ዋና ስራዎች ሁለት ነበሩ። የመጀመሪያው ስራ የህዋስ አባላቱን የፓለቲካ ብቃት ማሳደግ ነበር። ለዚህ ተብሎ የተዘጋጀ የትምህርት ሥርዓት አለ። የህዋስ አባላት በቅድሚያ ውይይት የሚያደርጉት በፖለቲካ ድርጅቱ ፕሮግራም ዙሪያ ነው። ኢህአፓ እንደ ድርጅት ባልታወጀበትና ፕሮግራሙን ይፋ ባላደረገበት ወቅት የፖለቲካ ንቃት ውይይቱ

ዲሞክራሲያ "በአጭር ጊዜ የመታገያ ፕሮግራምነት ሊያገለግል ይገባል" ባለችው የጊዜያዊ ህዝባዊ መንግስት ምስረታ ጥያቄና የጊዚያዊ ህዝባዊ መንግስቱ ተግባራት ዙሪያ ነበር።

ኢህአፓ ይፋ ከሆነ በኋላ ውይይቱ የሚጀምረው በኢህአፓ ድርጅታዊ ፕሮግራም ዙሪያ ነው። ከፖለቲካ ፕሮግራም ቀጥሎ ጥናትና ውይይት የሚደረግባቸው ሶስት መሰረታዊ የሚባሉ የአብዮታዊ ፖለቲካ ንድፈ ሃሳቦች ነበሩ። ሁለቱ ማህበረሰብንና ፍጥረትን በሙሉ የተመለከቱ የፍልስፍና ጽሁፎች ነበሩ። ሶስተኛው ፖለቲካውንና ኢኮኖሚውን ያዋሃደ አብዮታዊ የፖለቲካ ኢኮኖሚ ጽሁፍ ነው።

ከነዚህ መሰረታዊ የጥናት ርእሶች ውጭ ጽሁፍ የሚነበብባቸውና ውይይት የሚደረግባቸው በርካታ ርእሶች አሉ። አንዱና ዋናው ከኛ ሃገር ተጨባጭ ሁኔታ ጋር ተያይዞ ውይይት የሚደረግበት ርእስ "የብሄር ብሄረሰቦች ጥያቄ በኢትዮጵያ" ነበር።

ኢህአፓ የብሄረሰቦችን ጭቆና አጥብቆ የሚያወግዝ፣ ብሄረሰቦች መብታቸውን ለማስከበር እስከ መገንጠል የሚደርስ መብት እንዳላቸው የሚያምን ትምክህተኛነትንና ጠባብነትን አምርሮ የሚታገል ድርጅት እንደሆነ ነው እራሱን የሚያሳየው። እንደ ህዋሶቹ ጥንካሬና ፍላጎት የሚነበቡና ውይይት የሚደረግባቸው ሌሎችም በርካታ አጀንዳዎች ነበሩ። አንዱ አጀንዳ የአለምን የኮምኒስት ንቅናቄ መቃኘት ነበር።

ሁለተኛው የህዋሶች ስራ አባላት እየመለመሉ ህዋሶችን ማብዛት ነው። የህዋስ አባላት የውይይት ብቻ ሳይሆን የተግባር ሰዎች መሆናቸውን የሚያረጋግጡት በሚያቆሙት የህዋስ ብዛት ነው። ከነዚህ ሁለት መሰረታዊ ስራዎች ውጭ አባላት ሌሎች ተግባራትን ይፈጽማሉ። አባላት በየወሩ ለድርጅቱ ከሚያዋጡት ወርሃዊ መዋጮ ሌላ ለድርጅቱ ገንዘብና ቁሳቁስ ያሰባስባሉ። አስፈላጊ ሆኖ ከተገኘ አባላቱ ሌሎች ድርጅቱ የሚሰጣቸውን ተግባራት ያከናውናሉ። [258]

---

[258] ክፍሉ ታደሰ "ያ ትውልድ" ቅጽ 1 ገጽ 250 -251 "በደንቡ መሰረት በአባላት ላይ የተጣለው የመዋጮ ጣራ ከጠቅላላ የወር ገቢ በመቶ አስራ አምስት" ነበር ብሏል። እኔ የማውቀው ስራ የሌለው የኔ ቢጤ በትንሹ ሁለት ብር በወር ማዋጣት ነበረበት። የገንዘብ መዋጮው ለድርጅቱ የስራ እንቅስቃሴ አስፈላጊ እንደሆነ ግልጽ ነው። ከዛም በላይ ትርጉም ነበረው። "ለሰው ልጅ ለደም የቀረበው ነገር ላቡ ነው። ገንዘብ ላብን ጨምቆ የሚገኝ ስለሆነ፣ በላቡ ያገኘውን ገንዘብ ለድርጅቱ የሚያዋጣ አባል ደሙንም ለማዋጣት ወደኋላ እንደማይል ማስረጃ ነው" ተብሎ በመታመኑ፣ ገንዘብ ማዋጣት ትልቅ የጽናትና የፍላጎት መመዘኛ ነበር። በዚህ የተነሳ፣ ማንም አባል፣ "መንገድ ላይ ስለምንተማሪያም" ብሎ ለምኖም ቢሆን፣ በወር ሁለት ብር በትንሹ ያዋጣል። ድርጅቱ በፈለገው የትኛውም የስራ ዘርፍ፣ በዲፌንስም/መከላከል ይሁን ወይም እንደ እኔ መኪና በመንዳትም፣ ከሃገር አገር እየዞሩ መላላክም ቢሆን ማንም አባል የተሰጠውን ስራ ያለምንም ማቅማማት ይፈጽም ነበር።

የጉለሌዋ ህዋስ አባላት የምንገናኘው ጠዋት ከሶስት ሰአት ጀምሮ ነው። እኔ ከአዋሬ እየተነሳሁ በየቀኑ ለአንድ አመት ገደማ መድሃኒአለም ትምህርት ቤትን አልፎ ከሚገኘው የአብዱል መኖሪያ ቤት አንድ ደቂቃ ሳላሳልፍ ጠዋት በሶስት ሰአት ተገኝቻለሁ። ቁርስ ሳልበላ ነበር ከቤት የምወጣው።

ከሰለሞን በስተቀር ሌሎቹ የህዋስ አባላትም ሰአት የማክበር ዲሲፕሊናቸው የሚያስደንቅ ነው። እነሱ የአካባቢው ልጆች በመሆናቸው ቤታቸውም የተቀራረበ ስለነበር እንደኔ ርቀት ያለው ጉዞ አልነበረባቸውም። እንደዛም ሆኖ እኔ ከአዋሬ ተነስቼ ጉለሌ ስደርስ ሰለሞን ከእንቅልፉ ያልነቃባቸው በርካታ ቀኖች ነበሩ።ጓደኞቹ እቤቱ ሄደው ከእንቅልፉ ቀስቅሰው ለስብሰባ ያመጡት ነበር።

ሰለሞን፣ በተደጋጋሚ ጓደኞቹ የኔን የርቀት ጉዞ በምሳሌነት እየጠቀሱ ሰአት አለማክበሩን ቢተቹትም እኔ ከነሱ እስክለይ ድረስ መሻሻል አልታየበትም። አንዴ ከእንቅልፉ ከነቃ በኋላ ሰለሞን በውይይቱ ውስጥ የሚያደርገው ተሳትፎና ብቃት ሁላችንንም የሚያረካ ነው። ለምን ለስብሰባ እንደሚያረፍድ ሲጠየቅም “አንብቡ የተባልነው መፅሃፍ በደንብ እንዲገባኝ አድርጌ ለማንበብ ለሊቱን ቁጭ ብዬ ማደር ነበረብኝ” ይላል።

ሰለሞን እንደሚለውም እነዛ በእንግሊዝኛ ቋንቋ የተጻፉ የፍልስፍናና የፖለቲካ ኢኮኖሚ መጽሃፎች እንደ ቀልድ የሚነበቡ አልነበሩም። በዛን ወቅት የዩኒቨርስቲ ተማሪዎች ለነበርነው ሰዎች ሳይቀር ይከብዱናል። እንደ እውነቱ ከሆነ የብዙዎቻችን የግራ ፖለቲካ ንድፈ ሃሳብ ዕውቀት ግልብ ነበር። ስፋት ያለውን የምዕራብ አለሙን ታሪክ፣ ፍልስፍና ፣ ኢኮኖሚና ፖለቲካ የማያውቅ ሰው የነማርክስን ጽሁፎች ጥራዝ ነጠቅ ከሆነ ደረጃ ባለፈ ሊገባው አይችልም።[259]

---

[259]አንዱ ትልቁ የሃገራችን የግራ ፖለቲካ ችግር ይህ ነበር። የማርክስን ፍልስፍና ለመረዳት ማርክስ ጥልቅ በሆነ መንገድ ያጠናውንና የተቸውን የምዕራብ አለም ፍልስፍና፣ ታሪክ፣ ፖለቲካ፣ ባህል፣ ኢኮኖሚ፣ ማወቅ ይጠይቃል። እንግሊዝ ሃገር ኮሌጅ በገባሁበት ወቅት ማርክዚዝም ላይ የሚሰጥ አንድ ትምህርት ወሰኛለሁ። በኔ ግምት ቀድሞ ከግራ ፖለቲካ ስነጽሁፍ ጋር በነበረኝ መተዋወቅ “በማርክሲዝም ላይ በቂ ዕውቀት አለኝ” ብዬ አስብ ነበር። ያን ትምህርት በወሰደኩበት ወቅት ምን ያህል ደንቆሮ እንደነበርኩ ነው የተረዳሁት። በሃገራች አንድ ገጽ ስለምዕራብ ሃገራት ፍልስፍና ታሪክና ኢኮኖሚ አንብቦ የማያውቅ አስር አለቃ፣ ሃምሳ አለቃ፣ ከሁለተኛ ደረጃና ከኮሌጅ ትምህርታችንን ያቋረጥን ጮርቃ ወጣቶች “ከእኛ በላይ ማርክሲስት የለም” የምንልበትን ዘመን አስቤ ድንቁርና የድፍረት ምንጭ እንደሆነ ተጨማሪ ግንዛቤ ያገኘሁበት ወቅት ነው። በዚህ ጉዳይ ላይ ሰፋ ያለ ትንተና ለማንበብ የሚፈልግ “ነጻነትን የማያውቅ ነፃአውጭ” ምእራፍ አምስት “የፖለቲካ መሰሪነትና እና የግራ ርእዮተ አለም በኢትዮጵያ” በሚል ርእስ የጻፍኩትን መመልከት ይችላል።

ትውልድ አይደናገር እኛም እንናገር

አንዱም የህዋሳችን ችግር የተግባረ እድ ትምህርት ቤት የ፲ኛ ክፍል ተማሪ የነበረውን ላቀውን በውይይት እያሳተፍን አብሮን እንዲጓዝ ማድረጉ ነበር። የቻልነውን ሁሉ አድርገናል። ሰለሞን በደንብ አንብቦና ተዘጋጅቶ እንደሚመጣ ግልጽ ስለነበር፣ “ሌሊት ሳነብ አድሬ ነው” የሚለውን ምክንያቱን ለማመን አይቸግረኝም። የጉለሌ ህዋስ በሳምንት ብዙ ቀናት በመገናኘት በአጭር ጊዜ ውስጥ ብዙ ጥናቶችንና ውይይቶችን አድርገናል።

ከተወሰነ ጊዜ በኋላ ህዋስ የማባዛት እቅድ አውጥተን መንቀሳቀስ ጀመርን። ስራውን በከፍተኛ ዲሲፕሊንና ግምገማ በዘመቻ መልኩ ሰራነው። በአጭር ጊዜ ውስጥ ከጉለሌ አልፎ መርካቶ የደረሰ ለኢህአፓ ሪፖርት ለማድረግ ያስቸገረ የህዋሳት ብዛት ፈለፈልን። እንደ አብዱል አይነቶቹ ሰዎች በሳምንት አንድ ቀን የሚያገኛቸው 7 ህዋሳት በስሩ ነበሩት። በመኳተን ብዛት አዲስ የገዛው ጫማ በአጭር ጊዜ ውስጥ ብጥስጥሱ ይወጣል።

እነዚህ ህዋሶች ራሳቸውን አባዝተው የፍየሎቹን ብዛት እንደማያውቅ አርብቶ አደር ሆነን ነበር። እንደ ቀድሞው በየቀኑ እየተገናኘን ቀን ሙሉ መወያየት ቀረ። የምንገናኘው የስራ ሪፖርት ላይ ለመወያየት ሆነ ። እኔ ሪፖርት የማደርገው ለዘውዱ ነው። የህዋሶቹን ቁጥር የሚመጥን የጋዜጣ ብዛት ለማግኘት ተቸግሮ ነበር። እኔ ከነአብዱል ከተለየሁ በኋላ ጋዜጦች ራሳቸው እንዲያባዙ ተወስኖ እንደነበር ሰምቻለሁ።

የዘረጋነው መዋቅር ከወጣቱ አልፎ በአካባቢው በሚገኙ ፋብሪካዎች በሙሉ ነው። በአስኮና በጀት ጫማ፣ በሳሙና፣ በእምነበረድና በሌሎችም ፋብሪካዎች የላብ አደሮች ህዋሶች አቁመናል። ላብ አደር የሚለውን ጋዜጣ እናሰራጫለን። በአካባቢው ያሉትን ፋብሪካዎች አደራጅተን ጨርሰን በቡና ማበጠር ስራ ተሰማርተው የነበሩ የ”እፍ እፍ ኮሌጅ” እህቶቻችንንም ጭምር አደራጅተናል።

እህቶቻችን ቡና በሰፌድ ሲያበጥሩ ገለባውን ከሰፌዱ ለማባረር “እፍ እፍ” ይሉ ስለነበረ “የእፍ እፍ ኮሌጅ ተማሪዎች” የሚል ስም ማህበረሰቡ ሰጥቷቸዋል። በአካባቢው እንደ አብዱል አባት ብዙ ቡና ወደ ውጭ ላኪዎች ነበሩ። አብዱል በአባቱ ቡና አበጣሪዎች በኩል አድርጎ ሁሉንም ቡና አበጣሪዎች ያስተሳሰረ የህቡእ ድርጅታዊ መዋቅር ዘርግቷል። በዚህ መዋቅር አማካይነት በጋራ አድማ መተው የክፍያ ማሻሻያ እስከማግኘት ደርሰዋል።

በዚህ ላይ በላቀው በኩል ራስ መስፍን ስለሺ ግቢ የነበረውን የወጣት ማህበር ሙሉ በሙሉ በቁጥጥራችን ስር አስገብተናል። “ጉለሌ ውስጥ ኢህአፓ ያልገባበት ቤትና ድርጅት የለም” እስከ ማለት ደርሰን ነበር። ጉለሌን በአንድ ለሊት በወረቀትና በየግርግዳው

ላይ በሚጻፉ መፈክሮች ሸፍነው፣ በየስልክና የኤሌትሪክ ገመዱ ላይ የኢህአፓን አርማ ሰቅለው የሚያድሩ ደፋር ወጣቶች ተፈጠሩ።

ይህ ሁሉ ስራ የተሰራው አንድ አመት ባልሞላ ጊዜ ውስጥ ነው። ከተወሰነ ጊዜ በኋላ፣ የኔ የስራ ሃላፊነት ለዚህ ሁሉ ህዋስ የሚሆን ዴሞክራሲያና ላብአደር ጋዜጦች ማግኘትና እነ አብዱል በጊዜ እጥረት የተነሳ ማስጠናት ያልቻሏቸውን ህዋሶች ማስጠናት ነበር። እረፍት የሚባል ነገር አናውቅም። ዘውዱ ከላይ የሚያገኛቸው ሰዎች በምንሰራው ስራ በጣም ይደነቁ እንደነበር በተደጋጋሚ ነግሮኛል።

ከአንድ አመት በኋላ የተሰራውን ስራ በተግባር የመፈተኛ እድል አገኘን። ቀኑ የ1968ቱ የግንቦት ወር የሰራተኛ ቀን ነበር። ሜይ ዴይ (May Day)። ደርግ በአሉን በአብዮት አደባባይ በኦፊሴል እንደሚያከብር አስታወቀ። ኢህአፓም እለቱን ድርጅታዊ ጥንካሬውን ለህዝብና ለደርግ የሚያሳይበት ቀን እንዲሆን ወሰነ። የጉለሌውም ህዋስ የኢህአፓን ውሳኔ ተከትሎ የራሱን መዋቅር ጥንካሬ ለመፈተን ተንቀሳቀሰ።

እነዛ የፋብሪካ ህዋሶች “ኢህአፓ የላብአደሩ መሪ ድርጅት ነው። ላብአደር የሰራተኛው ልሳን ነው። ዴሞክራሲያ”፣ ሌላም መፈክሮች በቀይ ቀለም በረጃጅም አቡጀዲ ጨርቅ በትልልቁ ጽፈው ተዘጋጁ። የወጣት ማህበሩም እንዲሁ ተዘጋጀ። “እፍ እፍ” ኮሊጆችም በወጣቶች እርዳታ የሚይዟቸው መፈክሮች ተዘጋጁላቸው። ህዋሳትና አባላት በሙሉ ራሳቸውንና ማህበረሰባቸውን እንዲያንቀሳቅሱ ተነገራቸው ።

ከዛም አልፈን የኢህአፓ አርማ ያለበት 11 ህጻናት ልጆች የሚለብሱት ካኔተራ አዘጋጀን። ካኔተራውን ልጆቹን አነጋግሮ ለመስጠት እነ ላቀው ተቸገሩ። የጉለሌ ልጆችን መጠቀም ስለፈሩ “ምን ይሻላል” አሉ። ፍራቻው የመጣው ህጻናቱ በፖሊስ ተይዘው ወደ ሰጣቸው ሰው እንዳይመሩ በመስጋት ነበር። ወጣት የነበረውን ታናሽ ወንድሜን ብዙነህን ችግሩን ነገርኩት ። ልጆቹን እስካሳዩት ድረስ እሱ አናግሮ አልብሷቸው ሰልፍ እንደሚያመጣቸው ገለጸልኝ።

ለወንድሜ ከላቀው ጋር ቀጠሮ ይዤለት ጉለሌ ሄዶ ተነጋገሩ። ላቀውም ከሩቁ ኳስ የሚጫወቱትን ህጻናት ለወንድሜ አሳየው። ወንድሜ ልጆቹን አነጋግሮ ለቡድናቸው ማሊያ ከፈለጉ በማግስቱ ጠዋት ይዞላቸው እንደሚመጣ ነገራቸው ። እነሱም ተስማሙ። ማሊያውን ከላቀው ተቀብሎ እቤት መጣ ።

ብዙነህ ልጆቹን የቀጠራቸው በጠዋት ነው። እንደነገረኝ ምንም አይነት ትራንስፖርት ስላልነበረ ልጆቹ ጋር ለመድረስ በሌሊት ተነስቶ ከአዋሬ እስከ ጉለሌ በእግሩ መሄድ አለበት። በእግር መሄዱ ችግር አልነበረውም። ችግሩ የመጣው የኢህአፓ አርማ ያለባቸውን አስራ አንድ ካናቴራዎች በወረቀት ጠቅልሎ ወይም በቦርሳ ይዞ በዛ ውድቅት መንቀሳቀስ ለአደጋ የሚያጋልጥ መሆኑ ነበር። አብዮት ጠባቂዎች ወይም ወታደሮች ምንድ ነው የያዝከው በማለት እንየው ማለታቸው አይቀርም። ወንድሜ የነበረው ምርጫ አስራ አንዱንም ካናቴራዎች መልበስ ነው። ያደረገውም ይህንኑ ነው።

“ጉለሌ ስደርስ በሙቀት ብዛት ነፍሴ ልትወጣ ትንሽ ነበር የቀረኝ” ብሎኛል።

በዚህ ላይ የራሱን ሰፊ ጃኬት ደርቦ ነበር የተጓዘው።

በሰልፉ ዕለት እኔ ጉለሌ አልሄድኩም። ሰልፉን ከመነሻው አላየሁትም። ህጻናቱ የኢህአፓን አርማ የያዘ ማሊያቸውን ለብሰው ከፊት ተሰልፈዋል። ከየፋብሪካው የወጣው ላብአደር ሲያዘጋጃቸው የከረሙትን ረጃጅም የአቡጀዲ ላይ መፈክሮች በረጃጅም እንጨቶች ላይ በሚስማር መትቶ ለሁለትና ለሶስት እየያዘ ከህጻናቶች ጀርባ ተሰለፈ። በሰልፉ መጀመሪያ መሰባሰቢያ ቦታ ላይ የነበረው የህዝብ ብዛትና በቀይ ቀለም የተጻፉ ከኢህአፓ ጋር በቀጥታ የተያያዙ መፈክሮች ብዛት በቦታው የነበረውን ሰው ሁሉ ያስገረመ ነበር።

ለወንድሜ ያ ቀን የማይረሳ ቀን ሆኗል። “በፊልም እናየው የነበረውን የሩሲያ ቦልሸቪኮች ሰልፍ ይመስል ነበር” ይላል። አብዱልም “ያ ሁሉ ሰው ተሰብሰቦ፣ እኛ ያዘጋጀነውን ደርግን የሚያወግዝ ኢህአፓን የሚያወድስ መፈክር እያወረደ፣ መፈክር አንግቦ ሳየው እንባዬ መጥቷል” ብሎኛል።

እኔ ሰልፉን የተቀላቀልኩት ቸርችል ጎዳና ላይ ነው። እኔ ራሴ ባየሁት ነገር በጣም ነበር የተገረምኩት። አብዱል እንደነገረኝ፣ እኔ ያየሁት ሰልፈኛ ሁለት ጊዜ የደርግ ወታደሮች በትነውት መልሶ የተገጣጠመውን ሰልፈኛ እንጂ ዋናው ከጉለሌ የተነሳውን በአስር ሺዎች የሚቆጠር ሰልፈኛ እንዳልነበር ነው። የተረፈውም ቢሆን ግዙፍ ሰልፍ ነው።

ሰልፈኛው አብዮት አደባባይ ሲደርስ መፈክሮቹን ከእንጨቱ ላይ እየገነጠለና እያጣጠፈ በኮቱ ስር ደበቃቸው። አብዮት አደባባባይ መግቢያ ላይ የማይፈልጉትን መፈክር የሚቀሙ የደርግ ካድሬዎችንና ታጣቂዎችን በዚህ ዘዴ አልፎ ወደ ውስጥ ገባ። በሻለቃ መንግስቱ ሃይለማሪያም ፊት የላብ አደሩ ሰልፈኛ ሲያልፍ ሰልፈኞቹ በሆዳቸው ውስጥ የደበቁትን መፈክሮች እያወጡ ዘርግተው አሳዩት። “ኢህአፓ መሪ ድርጅታችን ነው” የሚለው

መፈክር አንዱ አብዮት አደባባይ ውስጥ በአሉን ለማክበር ተሰብስቦ የነበረው ህዝብ የተመለከተውና በጭብጨባና በፉጨት ድጋፉን የገለጸለት መፈክር ሆነ።

እንደ አጋጣሚ ሆኖ ማን እንዳነሳው ባላውቅም በክፍሉ ታደሰ "ያ ትውልድ" በሚለው አንደኛው መፅሃፍ ውስጥ የጉለሌው ሰልፍ ከመነሻው ምን እንደሚመስል የሚያሳይ ፎቶግራፍ አለ። ከፎቶግራፉ ስር "የ1968 የሰራተኛ ቀን በአል" የሚል ጽሁፍ ተጽፎበታል። የጉለሌው ሰልፍ ፎቶ መሆኑን ማረጋገጥ ችያለሁ። ያ ፎቶ ያንን ሰልፍ ለማዘጋጀት አብዱል፣ ላቀው፣ ሰለሞንና አለማየሁ በስራቸው ያደራጇቸው ላብአደሮችና ወጣቶች፣ ቡና አበጣሪዎችና ሌሎችም የማህበረሰቡ አካላት ምን ያህል እንደደከሙ የሚናገረው ነገር የለውም።

ከሰልፉ በኋላ ጉለሌ የነበረው ህዋስ በአብዱል በኩል የራሱ ድርጅታዊ ግንኙነት መስመር ተበጅቶለት ከኔ ጋር የነበረው ግንኙነት እንዲቋረጥ ተደረገ ። እንደምገምተው፣ ያንን ያህል ሰፊ የድርጅት መዋቅር ከዞኑ ውጭ፣ እንደ እኔ አይነት ከሌላ ዞን የሚሄድ የአንድ ህዋስ አባል ጋር እየተገናኘ ለረጅም ጊዜ እንዲቀጥል የተደረገው፣ የምንሰራውን ስራ ላለማደናቀፍ ታስቦ ይመስለኛል። እኔ ከነአብዱል ስለይ፣ ሁሉም የህዋሷ አባላት የኢህአፓ ሙሉ የፓርቲው አባላት ተደርገዋል። በስራቸውም ከተደራጁት ህዋሶች መሃል የተወሰኑት አባሎቻቸው የፓርቲው ሙሉ አባላት ተደርገው ነበር።

እኔ ከማህተመ ጋር ዘውዱን ጨምሮ የአካባቢያችን የሪጅን ኮሚቴ አባላት ሆነን እንደምንሰራና ሌሎችም ሁለት ተጨማሪ ሰዎች እንደሚቀላቀሉን ዘውዱ ነገረን ። በሪጅን ኮሚቴ አባልነት የተሰበሰብኩት ግን ሁለት ጊዜ ብቻ ሆነ። ዘውዱ የኢህአፓን አመራር ወይም ከበላዩ ያሉትን የድርጅት ሰዎች "የበላይ አካል" እያለ ነበር የሚጠራቸው።

ዘውዱ "የበላይ አካል ለሌላ ስራ ስለፈለገህ ከዚህ በኋላ የሪጅን ኮሚቴ አባል አይደለህም" አለኝ።

"ለምን ስራ?" ስለው

"እነሱ ይነግሩሃል" አለኝ ።

በማግስቱ ዘውዱ በሰጠኝ የሚስጥር መገናኛ ኮድ መሰረት አራት ኪሎ አካባቢ ከአንድ ሰው ጋር ተገናኘሁ። ያገኘሁት ሰው እንግሊዝ ትምህርት ቤት አካባቢ ይዞኝ ሄደ። አንድ ትልቅ ግቢ ውስጥ ገባን ። ግቢው ውስጥ አንድ ትልቅ ቪላ ቤት አለ። ከቪላ ቤቱ

ጀርባ የሰራተኛ ማደሪያ እየተባለ የሚሰራው አይነት የዛኒጋባ ቤት ነበር። የዚህን ቤት አንዱን ክፍል አንኳኩቶ ውስጥ ካለው ሰው ጋር ተነጋግሮ አስገባኝ።

ክፍሉ ሰፊ በዘመናዊ እቃዎች የተሞላ ነው። ቤቱ ውስጥ አንድ ሰው ብቻ ነበር። ሰውየውን እንዳየሁት ወዲያውኑ አወቅኩት። ግርማቸው ለማ ነው። "ከበደ" የሚል አዲስ የድርጅት ስም እንደወጣልኝ ዘውዱ ነግሮኛል።

በእንግሊዝኛ "እንኳን ደህና መጣህ ከቤ" ብሎ ግርማቸው ጨበጠኝ። እግረ መንገዱንም አሁን በረሳሁት የድርጅት ስሙ ተዋወቀኝ። ስሙን ሲነግረኝ ባሳየሁት ፈገግታ ማን እንደሆነ ማወቄን ሳያውቅ አልቀረም። ያመጣኝ ሰው ጥሎን ሄደ።

ግርማቸው ስራዬ ምን እንደሆነ፣ ለምን ከድርጅት ስራ ወደ አዲሱ ስራ እንደዞርኩ፣ በጉለሌ አካባቢ የሰራነውን ስራ በዝርዝር እንደሚያውቅ፣ ሌሎችም ስለኔ የሚያውቃቸውን ነገሮች ነገረኝ። ዋናው የተመረጥኩበት ምክንያት ታማኝነት፣ ሁለተኛው ምክንያት መንጃ ፈቃድ ያለኝና መኪና በደንብ መንዳት የምችል በመሆኑ እንደሆነ ከግርማቸው ገለጻ ተረዳሁ። ስራዬ እሱንና ሌሎችንም በይፋ መንቀሳቀስ የማይችሉ የኢህአፓን አመራር አባላትን መሾፈር እንደሆነ ተገነዘብኩ። በዚህ ስራ የተነሳ መደበኛ የህዋስ ተሳትፎዬ አበቃ። ብዙ ጉድ ውስጥ የጨመረኝ የኢህአፓ የመኪና ነጅነት ስራዬ ተጀመረ።

ከጉለሌ ልጆች መሃል ላቀው በ1969 ደርግ ሊይዘው እቤቱ ሄዶ ስላጣው በንዴት ቤቱንና ላቀው የሚያረባቸውን ዶሮዎች በጥይት ደበደባቸው። በዚህ የተነሳ አዲስ አበባ ውስጥ መቆየት የማይችል ሆነ። የኢትዮጵያ ህዝብ አብዮታዊ ሰራዊትን (ኢህአሰን) እንዲቀላቀል ወደ ትግራይ አሲምባ ተላከ። አሰግድ በሚለው የትግል ስሙ ይታወቃል። እስከ ቅርብ ጊዜ አሜሪካን ሃገር አትላንታ ጆርጂያ ውስጥ እንደሚኖር አውቃለሁ።

አብዱል ፍጻሜው እጅግ አሳዛኝ ሆነ። ኢህአፓ ምን ሲያደርግ እንደሱ አይነቱን አደራጅ ታጣቂ ኃይል ውስጥ እንዳስገባው አላውቅም። በ1970 ዓ.ም ደርግ ገድሎት በጋዜጣና በሬድዮ ዋናው የሽብር ፈጻሚዎች መሪ የሚል መግለጫ አወጣበት። እንደ ደርግ ገለጻ አብዱል ከፍተኛ የኢህአፓ የዲፌንስ ስኳድ (የመከለከል ቡድን) መሪ ነበር። አባቱን ደርግ ከወደቀ በኋላ በምን አይነት አሳዛኝ ሁኔታ እንዳገኘኋቸው "ነጻነትን የማያውቅ ነፃአውጭ" የሚለው መጽሃፌ ውስጥ በመጀመሪያዎቹ ገጾች ጽፌዋለሁ።

ሰለሞን የደርግን የሽብር ዘመን አልፎ ዩኒቨርስቲ ተመልሶ በመግባት ትምህርቱን ጨርሶ እንደነበርና ነገር ግን በህመም ምክንያት እንደ ሞተ ሰማሁ።

አለማየሁ እንደ ሰለሞን፣ የደርግን የሽብር ዘመን አልፎ፣ ከኢንጂነሪንግ ኮሌጅ ተመርቆ አዲስ አበባ ውስጥ ይኖራል ተብያለሁ።

ምእራፍ 5.የመጀመሪያው የፖለቲካ ሃጢያቴ

ኢህአፓ እንደ ድርጅት የተጠናከረውና የተስፋፋው በ1968 ዓ.ም ነው። በ1969 እነ ጄነራል ተፈሪ በንቲ እስከ ተገደሉበት የጥር ወር ድረስ መስፋፋቱ ቀጥሏል። ኢህአፓ በሁሉም ቦታዎች የሚገኝ፣ ሁሉንም ነገር የሚያውቅ፣ የፈለገውን መፈጸም የሚችል መለኮታዊ ኃይል መስሎ ነበር። በደርግ ውስጥ በነበሩ አባላቱ የደርግን ሚስጥር እያወጣ ለህዝብ ይበትነዋል። በድርጅቱ አባላት ላይ ጥቃት፣ ስለላ፣ ግርፋትና ግድያ ፈጽመዋል ባላቸው ግለሰቦች ላይ እንዳሻው እርምጃ የሚወስድ ድርጅት ሆኗል።

ፓርቲው የሰራተኛና የመምህራን ማህበራትን በአባላቱ አማካይነት ተቆጣጥሯቸዋል። “ኢህአወሊ” (የኢትዮጵያ ህዝብ አብዮታዊ ወጣቶች ሊግ) በሚባል ስም የሚታወቀው የፓርቲው የወጣት ክንፍ የአዲስ አበባን ት/ቤቶችና ቀበሌዎች ከኢህአፓ በስተቀር ሌላ ማንም የትኛውም የፖለቲካ ድርጅት ድርሽ የማይሉባቸው ቀጠናዎች ተደርገዋል። ዩኒቨርስቲው ከመምህራኑ አንስቶ በኢህአፓ ቁጥጥር ስር ውሏል። በደርግ ውሳኔ የተቋቋመው የኢትዮጵያ ሴቶች ማህበር ሳይቀር በኢህአፓ አባላት እጅ ስር ነበር።

ኢህአፓ በድብቅ ከሚያትመው ዲሞክራሲያ ጋዜጣ በተጨማሪ ለላብአደሩ፣ ለወታደሩና ለወጣቱ የሚያዘጋጃቸው የህቡእ ጋዜጦች ነበሩት። ከአማርኛም አልፎ በኦሮምኛ የሚዘጋጅ ጋዜጣ አለው። ወደ መጨረሻ ገደማ በጉራጊኛ የሚጻፍ ጋዜጣም ማውጣት ጀምሮ ነበር። ከነዚህ የህቡእ ጋዜጦች ሌላ ህጋዊ የሆነውን መንገድ በመጠቀም በግለሰቦች ስም በተቋቋሙ የግል ድርጅቶች አማካይነት እያሳተመ የሚሸጣቸው መጽሄቶች ነበሩት። “ጎህ” የሚል ስም የነበራት በከተማው ተወዳጅ የነበረችው መጽሄት የኢህአፓ ነበረች። ጎህ መጽሄት በአንባቢ በጣም ተፈላጊ ስለነበረች ታትማ በወጣች በሰአታት ውስጥ ከገበያ ትጠፋለች።

በካሴት እየተባዙ በሚሰራጩ መዝሙሮችና ግጥሞች፣ በአጫጭር አብዮታዊ ልብ ወለድ ድርሰቶች አማካይነት ኢህአፓ የህዝቡን በተለይ የወጣቱን አመለካከት ሙሉ በሙሉ ተቆጣጥሮታል። ነገሩን በጥሞና ለተመለከተው ኢህአፓ ከፖለቲካ ድርጅትነት ይልቅ ራሱን የቻለ የዕምነት ተቋም የሚያስመስለው ነገር ነበረው። ኢህአፓ “አድርግ” ያለውን የማያደርግ አባል አልነበረም። ለህዝብና ለሃገር ለአብዮታዊ ዓላማ መሰዋትን ከየትኛውም ነገር በላይ የወጣቱ ምርጫ እንዲሆን ማድረግ ችሏል። ራሳቸውን አጥፍተው ለማጥፋት ዝግጁ የሆኑ ወጣቶች ፣በየህዋሱ ራሳቸውን ማስመዝገብ ጀምረው ነበር።

በካሴት ከሚዞሩት መዝሙሮች አንዱ

“በትግል መሞት ህይወት

በአመጻ መሞት ህይወት

ዳግም ትንሳኤ ልደት፤

የደሜ የትግል ጎዳና

የነቼ የነሆ ፋና፤

የፋኖነት ምስራቹ የታጋይነት ብስራቱ

ድል ተጎናጽፎ መሞቱ፣ በሞት ህይወት ማግኘቱ፤

እናንት የአብዮት ሰማእታት በትግል የወደቃችሁ

በአመጽ አርነት መንገድ ላይ ተረስቶ አይቀር ሰንደቃችሁ፤

የማጭድ መዶሻው ግምጃ፣ የትግል መሪ ኮከባችሁ”

የሚሉ ስንኞች ነበሩት። ከዕምነት መዝሙሮች ጋር ያለውን ተመሳሳይነት ማየት ይቻላል።

ሌላው መዝሙር

“ጭቆና ባላበት ሞገድ እያስነሳ የታጋይ ደም ድምጹ

ይጮሃል፣ ይጣራል፣ ይላል አሁኑኑ እናምጽ አምጹ” ።

ሞተው የሚያሞቱት ነውና ስርአቱ

ታግለው የሚጥሉት ነውና ስርአቱ

ላብአደር ያሉቱ አርሶ አደር ያሉቱ

በፋሽቶች ካራ ታርደው ያለቁቱ

መቅደሳቸው ወኔ የዘመሩበቱ

ሞት እንደማይፈራ ያሳወቁበቱ” የሚሉ ስንኞች ነበሩት።

የራሱ የኢህአፓ ድርጅታዊ መዝሙር ርእሱ “የትግሉ ነው ህይወቴ” የሚል ነበር። ይህ መዝሙር

ለዘመናት በጭቆና ማጥ በግፍ ሰንሰለት ታስሬ

መብቴን ላስከብር ጨቋኝን ልሽር ተነስቻለሁ ዛሬ፤

በአንድ እንደሚነሳ ሁሉ

ለማያጠራጥር ድሉ፣

ፍጹም ነው እምነቴ

የትግሉ ነው ህይወቴ

ልጓዝ በድል ጎዳና

በወደቁት ጓዶች ፋና፤

የመደብ የብሄር የኢምፔሪያሊዝምን ብዝበዛ

እስከማጠፋ ትግሌን ልቀጥል ለፋሽስቶች ላልገዛ

ለጨቋኞች ላልገዛ!

ችግር አያግደኝም፤ የህዝብ አገልጋይ ነኝ፣ የሰርቶ አደሩ፣ የወታደር

ብረት አነሳሁ ለትግል ተነሳሁ ጠላት ይፍራ ይሸበር

የአድርባይ ቅስሙ ይሰበር” የሚሉ ስንኞች ነበሩት።

ሌላው መዝሙር

“የካቲት ያስነሳው ሃያል ድምጹን

ሰፊው ህዝብ ነው ያነሳው ጠሩን፤

ለአዲስ ስርአት ለአዲሱ በአል

መላው ጭቁን ህዝብ ይዘመራል።

ተማሪ ሰራተኛ አርሶ አደር

ሴት ወንዱ ከተሜው ባላገር፣

እያንዳንዱ ድርሻውን ይከፍላል

ለሃቀኛ አብዮት ይዋጋል

በተሰውት ጀግኖች ጓዶች ፋና

ላንፈራ ጭንቅ ወይ ፈተና

እንደፍራለን ሞትና ፍዳ

እንምላለን ህዝቡን ላንከዳ

የኛ ነው ድል! የኛ ነው ድል!

ምን ቢገጥመን ብዙ አይነት እክል

ስቃይን እናጥፋ በአብዮት ኃይል" የሚሉ ስንኞች አሉት።

የቺሊ ኮምኒስት ፓርቲ መዝሙር ነበር። ዜማው ውብና በቀስቃሽ ስንኞች የተሞላ ሃይለኛ መዝሙር ነው። እነዚህ መዝሙሮች ብቃት ባላቸው ሙዚቀኞችና ድምጻውያን በከፍተኛ ጥራት የተዘጋጁ ናቸው። አድማጭን ይማርካሉ።

ከነዚህ በተጨማሪ የባህል ዘፈኖችንና ጨዋታዎችን ሳይቀር አብዮታዊነትንና ኢህአፓን በሚያገኑ ስንኞች እየሞሉ መዝፈንና መጫወት ተጀምሯል። የወጣት ሊጉ ከአስራ አራት አመት ዕድሜ ወጣቶች በታች ወርዶ፣ ዕድሜያቸው ከአስር በላይ የሆኑ ታዳጊ ወጣቶችን አደራጅቷል።

በ1968 ክረምት የቡሄ እለት እነዚህ ታዳጊ ወጣቶች ሆያ ሆዬ እያሉ እቤታችን መጡ።

"ክፈት በለው በሩን፤ የጌታዬን" ብለው በሩን አስከፍተው ግቢ ውስጥ ገቡ። ወላጆቼም፣ እኔም ቁጥሩ የማይታወቀው የቤታችን ሰው ጉድ እስከሚል !

“ነይ እርግብ ሸው፣ ሸው

ነይ እርግብ ሸው፣ ሸው

አሲምባ ያለሸው

ነይ እርግብ አሞራ

ነይ እርግብ አሞራ

ከአሲምባ ተራራ

የወንዜው ነብር፣ የወንዜው

የወንዜው ነብር ፣ የወንዜው

ባንዳና ፋሽስቱ፣ የወንዜው

ይበላኝ ነበር፣ የወንዜው

የአሲምባው ሰራዊት፣ የወንዜው

ኢህአሰ ባይኖር” ብለው ጨፍረዋል።

ገንዝብ ሲሰጣቸውም ፣

“አመት አውዳመት፣ ድገምና አመት

አመት አውዳመት፣ ድገምና አመት

በባንዳዎች ቤት፣ አመት

ቦንብ ይውረድበት

በፋሽቶች ቤት፣ አመት

ሞት ይዝነብበት

በጭቁኖች ቤት፣ አመት

ይስፈን ነጻነት" ብለው አሳረጉ።

ኢህአፓ እንዲህ በሁሉም መልኩ በገነነበትና ምትሃታዊ ድርጅት መስሎ በሚታይበት ወቅት ነበር እኔ አመራሩን በመኪና የማንቀሳቀሱን ስራ ስሰራ የነበረው። አንዳንድ ጊዜ ስብሰባ ሲኖራቸው ሁሉንም ተደብቀው ከሚኖሩባቸው ቤቶች በድብቅ ስብሰባው ወደሚደረግበት ቤት እወስዳለሁ። ስብሰባ ሲያበቃም ወደሚኖሩበት ቤት እመልሳለሁ። ሰው ከማመላለስ በተጨማሪ በአመራሩ መካካል የሚተላለፉ የቃልና የሰነድ መልእክቶችን አመላልሳለሁ። ገንዘብ፣ መሳሪያ ከአንዱ የድርጅቱ አካል ወደሌላው የማመላለስ ተግባራትን እፈጽማለሁ። ለአንዳንዶቹ ፈጽሞ መንቀሳቀስ ለማይችሉት መሪዎች በልካቸው የውስጥ ልብሶችና ሸሚዞች ገበያ ሄጄ እገዛለሁ።

እየዋለ ሲያድር፣ ግርማቸው በመጀመሪያው ቀን እንደነገረኝ፣ ስራው ትልቅ ታማኝነት የሚጠይቅ መሆኑ ገባኝ። የኢህአፓን የፖሊት ቢሮና የማእከላዊ ኮሚቴ አባላት የሚኖሩበትንና ስብሰባ የሚያደርጉበትን አድራሻ በሙሉ አወቅኩ። ሰዎቹን ራሳቸውን በስማቸው ባይሆንም በመልካቸው መለየት ቻልኩ። የድርጅቱ ንብረትና ሃብት የሚቀመጥባቸውን ብዙዎቹን ቦታዎችንና አስቀማጮቹን ማወቅ ችያለሁ።

ኢህአፓ አንድ ጓድ በድርጅታዊ ሰንሰለት ከሚገናኘው አንድ ሌላ ጓድ ውጭ ፣ወደ ላይም ሆነ ወደታች ማንንም ሌላ አባል እንዳያውቅ አድርጎ የሚያደራጅ ድርጅት ነው። ለኔ የተሰጠኝ የስራ ሃላፊነት ራሳቸው የፖሊት ቢሮው አባላት የማያውቁትን ስፋት ያለው የድርጅት መረጃ እንዳውቅ የሚያደርግ ነበር። ከዚህም ተነስቼ አመራሩ ምን ያህል ዕምነት እንደጣለብኝ ይሰማኝ ጀመር። ለምን ያንን ማድረግ እንደተገደዱ ገብቶኛል።

ይህን ስራ የምንሰራ ሰዎች ቢያበዙ የደህንነት አደጋውን ሊቀንሰው የሚችለውን ያህል የበለጠ ሊጨምረው የሚችል እድል ነበረው። ብዙ የሚተማመኑባቸው መኪና ነጂዎች ማግኘት ነበረባቸው። ይህም ቀላል አልነበረም። የሚተማመኑባቸው ጓዶች ቢያገኙም የሎጂስቲክ ችግር ነበረብን። ለእያንዳንዱ አመራርና የተለያዩ ስራዎች የሚሆኑ በቂ መኪናዎች አልነበሩንም።

የመኪናውን እጥረት ችግር ራሴው እያቃለልኩ ነበር የምሰራው። አልፎ አልፎ የወላጆቼን መኪናዎች እንድጠቀም የሚያስገድድ ሁኔታ ውስጥ እገባለሁ። አንድ እለት፣ በዛን ወቅት፣ ዜና በሚባለው የድርጅት ስሙ ብቻ የማውቀውን ከፍሉ ታደሰን በአፍንጮ በር

በኩል ወደ ጊዮርጊስ አካባቢ እየወሰድኩት "ይች ደግሞ የማን መኪና ናት ?" ብሎ ጠየቀኝ። መኪናዋ የእናቴ ነበረች። "የድርጅት ናት" ብዬ መለስኩለት። ክፍሉ ያለ ምክንያት አልነበረም ጥያቄውን የጠየቀው። የምይዛቸው መኪናዎች ይቀያየሩበትና ይገረም ስለነበር ነው።

ትልቁ የመኪና ምንጭ የቸርነት ገብረየሱሱ አማች የአቶ አርአያ ጋራዥ ነው።[260] ጋራዡ ትልቅ ነበር። ቸርነት እዛ ጋራዥ ውስጥ ተቀጥሮ ይሰራል። አቶ አርአያ ሳይኖር ሃላፊነቱ የሚሰጠው ለቸርነት ነው። እዛ ጋራዥ ለጥገና የመጣን ማንኛውም ደህና መኪና በሙሉ "ለኢህአፓ አገልግሎት ሳይሰጥ ለባለቤቶቹ ተጠግኖ የተመለሰ መኪና ነበር" ማለት አይቻልም።

ለአንድ ሾፌር እንኳን የሚሆን መኪና ኢህአፓ በቋሚነት መመደብ አልቻለም። ብዙ ታማኝ ሾፌሮችም ቢያገኝም የመኪናውን ችግር ማቃለል ከባድ ስለነበር ለበርካታ እንቅስቃሴዎች እኔን ብቻ መጠቀም የግድ ሆኖበታል። በወቅቱ ይህ የኢህአፓ ሁሉን እንቁላል አንድ ቅርጫት ውስጥ ያስቀመጠ አሰራር በጣም አደገኛ አሰራር ነበር። እኔ በደርግ ብያዝና የሚፈጸምብኝን ሰቆቃ መቋቋም ቢያቅተኝና የድርጅቱን ሚስጥር ባወጣ የማደርሰው ጉዳት ወደር አልነበረውም። አንድ የድርጅቱ የፖሊት ቢሮ አባል ቢከዳ ሊያመጣው ከሚችለው ጉዳት የከፋ ጉዳት በድርጅቱ ላይ ያስከትል ነበር።

የሚገርመው ነገር ወደ ኋላ ከተሰጠኝ አንድ ራሴን ማጥፊያ የእጅ ቦንብ በስተቀር ቀደም ብለው በነበሩት በርካታ ወራቶች ራሴን ስለማጥፊያ ነገር አልታሰበበትም። ስለሳይናይድ ራስን ማጥፊያ ኪኒኖች በታችኛው አካል አካባቢ ብዙ ይወራል። አመራሩ አካባቢ ግን ተነስቶ ሰምቼ አላውቅም። ቢኖራቸው የእጅ ቦምብ ከሚሰጡኝ የሳይናይድ ኪኒን ይሰጡኝ ነበር።

ኢህአፓ የሰጠኝ ተራ የሚመስል የሾፌርነት ስራ ምን ያህል ከባድና ትልቅ ስራ እንደሆነ መገንዘብ በጀመርኩ በጥቂት ወራት ውስጥ የፖለቲካ ያልኩትን የመጀመሪያ ሃጥያት ፈጸምኩ። ሃጥያት ያልኩት ሰው ያላየውና ያልሰማው፣ በድርጊት ሳይሆን በሃሳብ ብቻ የተፈጸመ ስለሆነ ነው።

[260] ፕሮፌሰር ጌታቸው ሃይሌ "እንዳፍታ ላውጋችሁ" ኮሌጅቪል (ሚኒሶታ)፣ 2000 መጽሃፋቸው ላይ ስለ አርአያ ማንነት የጻፉትን ይመልከቱ። ከአቶ አርአያ ጋር ያገናኘን የነቸርነት ትልቋ እህታቸውን ሉላን አቶ አርአያን በማግባቷ ነበር።

አንድ እለት የፓርቲው አመራሮች ስብሰባቸውን ጨርሰው ወደሚሄዱበት ለመውሰድ ስብሰባ የተደረገበት ቤት ሄጃለሁ። ቤቱ ግርማቸው ለማ ተደብቆ የሚኖርበት ቤት ነው። የቤቱ ጌቶች ከአመታት በኋላ ለማወቅ እንደቻልኩት የጃርሶ ኪሩቤል ወላጆች ቤት ነበር። ተሰብሳቢዎቹ ክፍሉ ታደሰ፣ ዶክተር ተስፋዬ ደበሳይ፣ ግርማቸው ለማና ሌላም አንድ ተጨማሪ ሰው እንደነበሩ አስታውሳለሁ። ዘርኡ ክሼን ሊሆን ይችላል። መምጣቴን ነግሬያቸው እዛው ግቢ ውስጥ ሆኜ እጠብቃለሁ።

እነሱ ስብሰባቸው እንዳለቀ ሻይ አስፈልተው ለመጠጣት ይጠብቃሉ። ሻዩ ሲመጣ ውጭ መኖሬን አስታውሰው ሻይ እንድጠጣ የጃርሶ ታናሽ እህት መሆኗን ከብዙ አመታት በኋላ ያወቅኋትንና ሻይ የወሰደችላቸውን ልጅ ላኩብኝ።

እነሱ ሰብሰብ ብለው ክብ ሰርተው ከተቀመጡበት ቦታ ፈንጠር ብላ በነበረች ወንበር ላይ ተቀምጬ በሚያምር ፍንጃል ስኒ የተቀዳልኝን በቁጢ የፈላ ወተት መጠጣት ጀመርኩ። ቁጢ በወተት ማፍላት የሃረር ሰዎች ስለሚወዱ ግብዣው የግርማቸው ለማ መሆኑን ጠረጠርኩ። "ቤተሰቦቹ የሃረር ሰዎች ናቸው" የሚል ወሬ ሰምቼያለሁ። እነሱ ወተታቸውን እየጠጡ የተለያዩ ነገሮች እያነሱ ያወራሉ።

እኔም እነሱን እያየሁ እነዚህ ሰዎች የሚመሩት በወቅቱ ገንኖ የነበረው ድርጅት ስልጣን ሊይዝ የሚችልበት እድል እንዳለ አሰብኩ። "እነዚህ እኔን በነፍሳቸው አምነው ያስጠጉኝ ሰዎች ስልጣን ሲይዙ እኔ ምን እሆናለሁ?" አልኩ። የፖለቲካ ሃጥያት ያልኩት ይህን ማሰቤን ነው።

የሚገርመው ነገር ትልቅና የግሌ ነገር አልተመኘሁም። አብዮት አደባባይ ላይ በሚደረግ ሰልፍ እነሱ እነመንግስቱ ኃይለማሪያም በሚቀመጡበት ቦታ ተቀምጠው በአይነ ህሊናዬ አሰብኩት። እነሱ ተቀምጠው የሰልፍ ትርኢት ሲመለከቱ እኔ ከጀርባቸው እንደ ልቤ የምመላለስና በጆሯቸው አንዳንድ ነገሮች ሹክ የምላቸው ቤተኛ አድርጌ እራሴን አየሁ።

እዛው ቁጭ ብዬ ወተት በቁጢዬን እየጠጣሁ ከፈጸምኩት ሃጥያት ጋር መታገል ጀመርኩ። እንዲህ በማሰቤ "አታድርግ" የተባለውን ህግ እንደጣሰ አማኝ ሃጥያት የፈጸምኩ መሰለኝ። "እኔ እኮ አብዮተኛ ነኝ ። እንዴት ይህን አስባለሁ? የማልረባ ፍጥረት ነኝ።" በማለት ራሴን ኮነንኩ። ሰው ያልሰማው ግለ ሂስ አካሄድኩ።

የፈጸምኩት ሃጥያት ሌሎች ጥያቄዎችን እንዳነሳ አድርጎኛል። ወጣትነቴንና ብዙም የሕይወት ተመክሮ እንደሌለኝ ግምት ውስጥ አስገብቼ ስለ አመራሩ የራሴን ጥያቄ አነሳሁ።

እኔ ምንም ህይወትን በደንብ ያላጣጣምኩ ምንም ልምድና ምንም ነገር የሌለኝ ሰው እንዲህ ካሰብኩ እነዚህ ፊቴ የተቀመጡ ሰዎች ምን ሊያስቡ ይችላሉ? እኔ ካነሳሁት አይነት ከንቱ አስተሳሰብ ነፃ ሊሆኑ ይችላሉ ወይ ? ወይንስ በስልጣን የተነሳ ሊጋደሉ ይችላሉ? አብዮታውያን ከግል ፍላጎትና ስሜት ከብኩንነትና ግብዝነት ምን ያህል ነፃ መሆን ይችላሉ? በእነዚህ ጥያቄዎች ብቻ አላቆምኩም።

እዛው ተቀምጬ በረሃውን ውቅያኖሱንና ተራራውን አልፌ፣ ሩስያ ገብቼ፣ ዘመንን ወደ ኋላ ጠምዝዤ፣ የሩስያ አብዮት በተሳካበት እለት የቦልሼቪኮቹ መሪ ቪላዲሚር ኢሊች ሌኒን ምን ተሰማው? መቼም የግል ስሜቱንና ፍላጎቱን እንዳለ በሰው ፊት ዘርግፎ አይገልጸውም። ከሰው ተደብቆ፤ በር ዘግቶ እንደ ደረባ ደረብራባ እየዘለለ "አደረግሁት! አደረግሁት!" አለ ወይ? *(አደረግሁት አደረሁት የሚለውን እኔ ለሌኒን የሰጠሁት ሃሳቤን ያሰብኩት በእንግሊዝኛ ነበር። I did it. I did it እያለ ጨፈረ ወይ)* የፈጸምኩት ሃጥያት እኔ ብቻ ሳልሆን የኔ መሪዎችንና ሌሎችንም፣ እንዲሁም ሁላችንም እንደ ጽላት የምናየውን ሌኒን ሳይቀር እርቃናችንን መሆናችን ለመጀመሪያ ጊዜ አሳየኝ። እውነተኛ የኢትዮጵያ ጭቁኖች ቤዛ ለመሆን ማለፍ የሚገባውን የግል ፈተናዎች ብዙ መሆናቸውን ትልቅ ትምህርት ያገኘሁበት እለት ነው። ለዘላለም ያልረሳሁት ትምህርት !

"ከቤ ወተትከን ከጨረስክ? እኔ ዝግጁ ነኝ" አለ ተስፋዬ ደበሳይ። እኔ ከሄድኩበት የሃሳብ አለም አልተመለስኩም። ከእንቅልፉ እንደነቃ ሰው ብንን ብዬ፣ ኮት ኪሴ ውስጥ እጄን ሰድጄ የመኪና ቁልፌን በእጄ ይዤ ብድግ አልኩ።

ምእራፍ 6. ትልቁ ሰው ኃይሌ ፊዳ እና አባቡ ቁንጬ

አቶ አመርጊያ ካዛንችስ፣ መናኸሪያ አካባቢ ልኳንዳ ቤት ነበራቸው። እናቴ ደንበኛቸው ናት። ያው የእናቴ ነገር የታወቀ ነው። ከጥቂት የደንበኛነት ጊዜ በኋላ ከአቶ አመርጊያ ጋር ወዳጆች ሆኑ። አቶ አመርጊያ የመጀመሪያ ወንድ ልጃቸውን ሲወልዱ እኔ ክርስትና እንዳነሳው ጠየቁ። እናቴም ተስማማች።

አንድ ማለዳ ገና ጨለማው ሳይገፈፍ አያቴ ከእንቅልፌ ቀሰቀሱኝ። ስለክርስትናው ማታ ነግረውኝ ስለነበር እንደምንም ብዬ ነቃሁ። አያቴ ባይሆኑ ኖሮ በዛ ውድቅት ለማንም እሺ ብዬ አልነሳም። እናቴም ይህን አውቃ ይመስለኛል ሃላፊነቱን ወደ እናቷ ያዞረችው። ልብሴን አለባብሰው፣ ፊቴን አጥበው፣ ቅባት ቀብተው አንዲት አንገት ልብስ አንገቴ ላይ ቋጥረው ይዘውኝ ወጡ።

አንድ ቤተክርስቲያን ሄድን። አቶ አመርጊያን አገኘናቸው። ከቅዳሴና ከጸሎት በኋላ ተራ ደረሰንና የህጻኑን ልጅ አውራ ጣት ያዝ ተባልኩ። ብዙም ሳይቆይ ሁሉ ነገር አለቀ። "ህጻኑ የክርስትና ልጅህ ነው አሉኝ።" ብዙም ትርጉም አልሰጠኝም። ትርጉም የሰጠኝ አቶ አመርጊያ ቤት ስንደርስ ለክርስትናው ተዘጋጅቶ የነበረው ምግብ ነበር። ከምግቡ በላይ ትኩረቴ ለስላሳ መጠጡ ላይ ነው።

ልጁ ለስላሳ ዞማ ጸጉር ያለው ዱባ ህጻን ሆነ። በውፍረቱ የተነሳ ጃምቦ ተባለ። ጃምቦ በፍጥነት አደገና እኔኑ ለማከል ብዙም ያልቀረው ልጅ ሆነ። "አባቡ የክርስትና አባትህ ነው" የሚለው ነገር አልዋጥ አለው። የልኳንዳውን ቤት ትልልቅ ቢላዎችና ብልቶች እንዳሻቸው ከሚያገላብጡት አባቱና የአባቱ ወንድም፣ ከአጎቱ ጋር አስተያይቶ "ይች ቁንጬ ነች የኔክርስትና አባት" የሚል ጥያቄ ጠየቀ። "አዎን" ብለው መለሱለት። ከዛ ቀን በኋላ ባገኘሁት ቁጥር "አመርጊያ ዲጅኖ፣ አዳከረው ዱቼ፣ አባቡ ቁንጬ" እያለ ያዜማል።

አሁን ሳስበው፣ "ለአባቱ ዲጅኖ፣ ለአጎቱ ዱቼ" የሚሉትን ቅጽል ስሞች በዛ ዕድሜው ከየት አምጥቶ እንደሰጣቸው አላውቅም። እኔን ግን "አባቡ" በሚለው ታላቅ እህቴ ብዙአየሁ በህጻንነቷ ባወጣችልኝ የቤት ስሜ ላይ ቁንጬ ጨምሮ ሲጠራኝ "ወይ" እለዋለሁ። ዞማ ጸጉሩንና ድንቡሽ ቡሽ ያለች ለስላሳ ጉንጬን ደባብሼ አልጠግበውም።

እኔ አድጌ ባገር አልነበርኩም። ጃምቦም አደገ። ደርግ ጃምቦን ኤርትራ አዝምቶ እዛ ምድር ላይ ከረገፉት በመቶ ሽዎች ከሚቆጠሩ የኢትዮጵያ ወጣቶች አንዱ አደረገው።

አጥንቱ ኤርትራ ምድር ረግፏል። "አባቡ ቁንጪ" እያለ ይጣራበት የነበረው የህጻንነት ድምጹ እኔ አዕምሮ ውስጥ ህያው ነው። ታዲያ አልፎ አልፎ ከአቅሜ በላይ የሆነ ግፍጫ ውስጥ ስገባ ራሴን "ተይ አባቡ ቁንጪ" እላለሁ።

ከመኢሶኑ ዘመዴ ከዘሪሁን ተክሌ ጋር በማስመሰል ላይ የተመሰረተ መልካም የፖለቲካ ግንኙነት ነበረኝ። የሰፊውን ህዝብ ድምጽ አነባለሁ። እንደ ወንድሞቹ "ለምን የመኢሶን ስም እዚህ ቤት ውስጥ ይነሳል" አልልም። ብዙ ጊዜ በጥያቄ ብዛትና በክርክር ልቡን አደርቀዋለሁ። ዘሪሁን ጭንቅ አይወድም። አንድ ቀን ጭቅጭቁ ሲበዛበት፣

"ለምን ኃይሌን አታናግረውም? ብዙውን ነገር እሱ ይገልጽልሃል" አለኝ።

"እሳቸው ብዙ ስላነበቡ፣ ከሳቸው ጋር ለመከራከር አልችልም። ባይሆን ትንሽ ካነበብኩ በኋላ አደርገዋለሁ። ለምን የሚነበብ መፅሃፍት እንዲሰጡኝ አትነግርልኝም ?" አልኩት።

"ጥሩ። ቢሮዬ ና እና ከዛው ደውዬ እልክሃለሁ" አለኝ

በዛን ጊዜ ዘሪሁን ትምህርት ሚኒስቴር ውስጥ ስራ ተቀጥሮ ይሰራል። የትምህርት ሚኒስትሩ ከመኢሶን አመራሮች አንዱ የነበረው ዶ/ር ኃይለገብርኤል ዳኜ ነበር። የዘሪሁን የትምህርት ሚኒስቴር ሰራተኛ መሆን የአጋጣሚ ጉዳይ ላይሆን ይችላል። ሃይሌ ፊዳ ብዙን ጊዜውን የሚያጠፋው መኢሶኖች ከፍተውት በነበረው አምስት ኪሎ አካባቢ በሚገኘው "ተራማጅ" መፅሃፍት መሸጫ መደብራቸው ውስጥ ነው።

ዘሪሁን እንዳለኝም ቢሮው ሄድኩ። እዛው ቁጭ ብዬ ለሃይሌ ፊዳ ስልክ ደውሎ አነጋገረው። የተነጋገረው በፈረንሳይኛ ነበር። ምን እንዳለው አላውቅም።

ስልኩን ሲዘጋ "ይምጣና የፈለገውን መፅሃፍ ይውሰድ" ብሏል፤ አለኝ

ጊዜም አላጠፋሁ። "አሁኑኑ እሄዳለሁ" ብዬ ብድግ አልኩ።

መጽሃፍ መደብሩ ለትምህርት ሚኒስቴር ቅርብ ስለነበር ወዲያው ደረስኩ። መደብሩ አምስት ኪሎ አካባቢ አንድ ትልቅ የዱሮ ቤት ውስጥ ነው። መጽሃፍ መሸጫው ከቤቶቹ ክፍሎች ትልቁን ክፍል የወሰደ ይመስላል። ሳሎን የነበረው ክፍል ሳይሆን አይቀርም። ሶስት ግድግዳዎቹ ከወለሉ እስከጣራቸው በተገጠሙላቸው መደርደሪያዎች ላይ በመጽሃፍት ግጥም ብለው ተሞልተዋል።

ሃይሌን ከዛ በፊት አይቼው አላውቅም። መደብሩ ውስጥ ሌሎች ሰዎች ነበሩ። ብዙዎቹ ሃይሌን ለመሆን በጣም ወጣት ስለመሰሉኝና የንባብ መነጽር ስላልነበራቸው በዕድሜ ጠና ያለ የሚመስለውንና መነጽር የነበረውን ሰው ለይቼ ፣

“ ሃይሌን ፈልጌ ነበር” አልኩት

“እኔ ነኝ” አለኝ።

“ዘሪሁን ነው የላከኝ” አልኩት

ትንሽ ስለትምህርቴ፣ ምን ማንበብ እንደምወድ፣ ምን እንዳነበብኩ ጠያየቀኝ። መለስኩለት። “የፈለግኸውን መፅሃፍ መውሰድ ትችላለህ” አለኝ። አብሮኝ እየዞረ በመጽሃፍ መረጣው አገዘኝ። ስለ መጽሃፎቹ ገለጻ እያደረገ ነበር የሚያግዘኝ። የኢንዶኔዥያን ኮምኒስት ፓርቲና የጀነራል ሱካርቶ ወታደራዊ መንግስት ግንኙነትና የፓርቲውን አሳዛኝ መጨረሻ የሚተርከውን መፅሃፍ፣ እራሱ ሃይሌ ነበር፣ ስለመጽሃፉ ገልጾ ከምወስዳቸው መጽሃፍ ክምር ላይ የደመረው።

የመረጥኩት መፅሃፍት ከሙብዛቱ የተነሳ ሶስት መካከለኛ ካርቶኖች ሞላ። ካርቶኖቹንም ከሌላ ክፍል ፈልጎ ያመጣልኝ ሃይሌ ነው። ከመጽሃፎቹ መረጣ በኋላ እኔም አንዳንድ ነገሮች ጠየቅኩት። አንዳንዱ ጥያቄዬ ስለመኢሶን በውስጤ አምቄ ከያዝኩት አሉታዊ እይታ ጋር የተያያዘ ነበር።

“ለምን መሰረታዊ የሆኑ፣ ሰው በቅድሚያ ሊያነባቸው የሚገቡ መጽሃፍት እያሉ ተሽቀዳድማችሁ ሳይንሳዊ ሶሺያሊዝም የሚለውን የኤንግልስን ጽሁፍ ወደ አማርኛ ተርጉማችሁ አሳተማችሁ? ቅድሚያ ለመሰረታዊ የፍልስፍና መጽሃፎቹ ለምን አልሰጣችሁም ?” አልኩት።

አጠያያቄ “የህዝቡን የንባብ ሥርዓት ለማዛባት ሆን ብላችሁ ያደረጋችሁት ነው” የሚል ውንጀላ አይነት ነው። ከማውቀውም በላይ አዋቂ መስዬ ለመቅረብም የሞከርኩበት ጥያቄ ነበር። ሃይሌ “ይች ደግሞ የማናት ቁንጫ ሳይል፣ መልስ ይሰጠኝ የነበረው በታላቅ አክብሮትና ትእግስት ነው። የጠየቅሁትን ጥያቄ በተመለከተ፣

“በአማርኛ የሚነበብ ምንም ነገር ስለሌለ ከምንም ይሻላል ብለን ነው ያሳተምነው። በቅድሚያ መነበብ ያለባቸው መፅሃፍት እንዳሉ አጥተነው አይደለም። እነሱን ለመተርጎም

እየጣርን ነው። በቅርቡ ይደርሳሉ ብዬ አስባለሁ። ሳይንቲፊክ ሶሻሊዝምን በአጋጣሚ ከአመታት በፊት ስለተረጎምነው እንጂ ያተምነው ሌላ ምክንያት የለውም" የሚል መልስ ሰጠኝ።

ያን እለት ሃይሌ በጣም ነጭ፣ እጀታውን እስከ ክንዱ የጠቀለለውንና ጥቁር ሱሪው ውስጥ የጨመረውን ሸሚዝ ለብሷል። በጥቁር ቀበቶው ያሰረው ሆዱ የቦርጭ ምልክት አይታይበትም ነበር። ያኔ ትልቅ ሰው አድርጌ ያየሁት ሰው አሁን ሳስበው ወጣት ነው። ሁሉም ወጣቶች ነበሩ። መኢሶኖቹ ኢህአፓዎቹ ደርጎቹ ሁሉም በጣም ወጣቶች ናቸው። ሻለቃ መንግስቱ ሃይለማሪያም ራሱ ሰላሳ ሁለት አመት ጎልማሳ ነው።

ሃይሌን ትንሽ ልቡን አድርቄ፣ የሰጠኝን መፅሃፍ በመጽሃፍት ቤቱ ሰራተኞች እርዳታ መንገድ ዳር አውጥቼ፣ በታክሲ ጭኜ እቤቴ ወሰድኩ። ሃይሌ ፊዳን ያገኘሁት ያን ቀን ብቻ ነው። አንድ ሰአት ላልሞላ ጊዜ ነው። በዛች አጭር ጊዜ ውስጥ እኔ ጋር የተወው ትውስታ አማሟቱን ባሰብኩ ቁጥር በሃዘን እንድሞላ አድርጎኝ ቀርቷል።

የኔና የመኢሶኖች ጉዳይ ግን ከሃይሌ ጋር ለአንድ ሰአት ያህል ካደረግሁት ቆይታ ያለፈ ነው። በዘሪሁን የተነሳ ብዙ የድርጅቱን ሰዎች ማወቅ ችያለሁ። ጠዋት የኢህአፓን ከፍተኛ አመራራ ለስብሰባ አጓጉዤ፣ እነሱ ስብሰባቸውን እስኪጨርሱ ከመኢሶን ሰዎች ጋር ካርታ እጫወታለሁ። መኢሶኖች ካርታ ሲጫወቱ እንደ ማፊያ (mafia) ሰራዊት ሁሉም ሽጉጦቻቸውን ጠረጴዛው ላይ ፊት ለፊታቸው አስቀምጠው ነው። ሽጉጦቹን ስመለከት አልፎ አልፎ ሰይጣናዊ ሃሳብ ይመጣብኛል። ሚስቶቻቸውና ሴት ጓደኞቻቸው እዛው አካባቢ አይጠፉም። አንዳንዴ ወጣ ገባ እያሉ የሚጠጣና የሚበላ ነገር የሚገዙልን እነሱ ነበሩ።

ካርታ የምንጫወተው ቦሌ አየር ማረፊያ አካባቢ የመኢሶን ሰዎች በጋራ በተከራዩት አንድ ቪላ ቤት ውስጥ ነው። አንዳንዴም ሰአቴን አይቼ የኢህአፓን አመራር ለማንቀሳቀስ ቁማሩን አቁሜ እሄዳለሁ። ሁሌም ከወላጆቼ ጋር የተያያዘ ምክንያት እሰጣቸው ነበር። እንኳን እነዚህ የመኢሶን ሰዎች ቀርቶ የዘሪሁን ጸረ መኢሶን ወንድሞች ሳይቀሩ በዛ ደረጃ በኢህአፓ ውስጥ እስከ አንገቴ መነከሬን አያውቁም።

የአውሮፓዎቹ የመኢሶን ሰዎች "መጠርጠር" የሚባል ነገር አያውቁም። በጣም የዋህና ገራገር ያደረጋቸው የምሁርነትና የባህል የእድገት ደረጃ ላይ የደረሱ ሰዎች ነበሩ። እንዴት እነዚህ አይነት ሰዎች ደርሰው ከነበረበት ከፍተኛ የባህል እድገት ደረጃ በቀላሉ ወረዱ? እንዴትስ እዚህ ኋላቀር ጉልተኛ ማህበረሰብ ውስጥ መጥተው አሳዛኝ የርስ በርስ መተላለቅ ውስጥ ገቡ? እንዴትስ የብዙ ሺህ ብርቅዬ የሃገሪቱ ልጆች እልቂት ምክንያት ለመሆንና

በመጨረሻም ራሳቸውንም ለእልቂት ዳረጉ? ለእኔ መልስ ያላገኘሁለት አሳዛኝ እንቆቅልሽ ነው።

ከእነሱ አንጻር እራሴን ስመለከት በዕድሜ ቢበልጡኝም፣ ከነቤት ልጅነቴ የጀርባ ታሪኬ ጭምር፣ በተንኮልና በሴራ እበልጣቸው ነበር። ኢህአፓ እንዴት ከነዚህ ሰዎች ጋር መቀራረብና በጋራ መስራት አቃተው? ከድርጅታዊ ወገንተኛነት የጸዳ ሃቀኛ መልስ የሚያስፈልገው ጥያቄ ነው።

ኢህአፓ ቁጥሩ እጅግ ብዙ የነበረውን የሃገሪቱን ምሁር አሰባስቧል። በተለይ ገና ተማሪ የነበረውን ትወልድ ከተመለከትን "ሃገሪቱ የነበራት ብሩህ አእምሮ በሙሉ ተሰብስቦ ኢህአፓ እጅ ነበር" ማለት እንችላለን።

የመኢሶን ትልቁ ስብራት በእዚህ ብሩህ አእምሮ በነበረው ትውልድ ተቀባይነት ማጣቱ ነበር። በዚህም ምክንያት ከላይ የነበረው ከፍተኛ የምሁር አመራር እታች ካለው ማህበረሰብ ጋር የሚያገናኘው ድልድይ አልነበረውም። መኢሶን በአዲስ አበባ ከተማ ውስጥ ይህን ችግር ለማቃለል የሞከረው ከላይኛው አመራር ጋር በምንም ነገር የማይመሳሰሉ፣ ምንም አይነት ትምህርት የሌላቸውን ስራ አጦችና ቦዘኔዎች በቀበሌ ደረጃ በማደራጀት ነበር።

በሂደት እንደታየውም እነዚህ "አብዮት ጥበቃ" የሚል ስም የተሰጣቸው በየቀበሌው መኢሶን ያደራጃቸው ሰዎች ማህበረሰቡን የሚጠሉ፣ በማህበረሰቡ አባላት ላይ እጅግ አሰቃቂ የሆኑ ግፎች ለመፈጸም ወደኋላ የማይሉ መሆናቸው ነው ።

መኢሶን በቀበሌ ደረጃ በአብዛኛው ማደራጀት የቻለው ህብረተሰቡ ያገለላቸውና ክብር የማይሰጣቸውን፣ ከህብረተሰቡ ወጣት ተማሪ ትውልድ ጋር ምንም አይነት የሚያገናኛቸው ክር የሌላቸውን የጠላ፣ የጠጅና የካቲካላ ቤት ሰካራሞችን ማጅራት መችዎችንና ሌቦችን ነበር። በየቀበሌው እንደ እነዚህ አይነት ሰዎችን ማደራጀትና ማስታጠቅ ምን መዘዝ ይዞ ሊመጣ እንደሚችል ግልጽ ነው። እነዚህ ሰዎች በስነምግባራቸው በሚንቃቸውና በሚያገላቸው ማህበረሰብና በተለይ የተማረ ወጣት ትውልድ ላይ ዘመቱበት።

በየቀበሌው የነበረው ትግል የሃብታምና የደሃ የመደብ ትግል ሳይሆን በተማረና እየተማረ በነበረ ትውልድና የትምህርት እድል ባላገኙ ወይም አግኝተው ባልተሳካላቸው መሃይሞች መሃል ነበር። የሃገራችን ትራጀዲ የሃገሪቱን ወጣት ምሁራን እልቂት ገቢራዊ ያደረገውን አካል የፈጠሩት የሃገሪቱ ከፍተኛ ምሁራን መሆናቸው ነው።

አብዮት ጠባቂዎቹ አዲስ አበባ ከተማ መሃል በጥይት ደብድበውት ነፍሱ አልወጣ ያላቸውን የዩኒቨርስቲ ጓደኛዬን ሽሪፎን በመጥረቢያ አንገቱን ቆረጡት። ይህን ያደረጉት ሰዎች የመኢሶን የእጅ ስራ ውጤቶች ናቸው። እነዚሁ አብዮት ጠባቂዎች መኢሶን ከደርግ ሲጣላ ዋንኛዎቹ የመኢሶን አሳዳጆች ሆኑ።

ይህ ሁሉ ተብሎም በከፍተኛ ደረጃ ሊመደቡ በሚችሉ ከባድ ሚዛን አብዮታዊ ምሁራን ብዛት ደረጃ ግን ኢህአፓ ከመኢሶን ጋር መወዳደር አይችልም። ኢህአፓ አንድ ዶ/ር ተስፋዬ ደበሳይን ጠርቶ ሌላ ተስፋዬን የመሰለ ከባድ ሚዛን አብዮታዊ ምሁር መጥራት አይችልም። ጥቂት ቢሆኑም ሃይሌ ፊዳን የመሰሉ መኢሶን በአመራሩ ውስጥ የሰበሰባቸው ከባድ ሚዛን አብዮታዊ ምሁራን ነበሩት። እልቂታቸው በሃገርና በወገን ላይ መጠገን የማይቻል ጉዳት ትቶ አልፏል። ይህንንም ሃቅ በድርጅታዊ ወገንተኛነት ልንክደው አይገባም።

ለኔ ከመኢሶኖች ጋር የነበረኝ ግንኙነት እስከ መጨረሻው ጠቅሞኛል። ከዘሪሁን ጋር አዘውትሬ በሰንጋተራው አውሮራ ቡና ቤት ቡና ስለምጠጣና መንገድ ላይ አብሬ ስለምታይ በብዙ ነገሮች እንደሸፋን ተጠቅሜበታለሁ። መኖሪያዬንም ከወላጆቼ ቤት ከአዋሬ ወደ ዘሪሁን እናት ቤት ሰንጋተራ ቀበሌ ሃምሳ ሶስት አዙሬው ነበር። ምንም አይነት የቀበሌዎች ሆነ የመንግስት ትኩረት በእኔ ላይ እንዳይኖር ማድረግ አስችሎኛል።

ከኢህአፓ ጋር ያለኝን ግንኙነት የማያውቀው የኢህአፓ ሰው በሙሉ እንደ "ባንዳ"[261] ያየኝ ነበር። መገዳደሉ በበዛባቸው የ1969 ዓ.ም ወራቶች የኢህአፓ አመራር እራሱ ከዘሪሁን ጋር መንገድ ላይ መሄድ እንዳቆም ነግሮኛል። እንዳጋጣሚ ሆኖ የሚያውቀኝ ሰው ከኢህአፓ ታጣቂዎች መሃል በመገኘቱ እንጂ "እኔም ከዘሪሁን ጋር አንድ ላይ ልመታ እችል እንደነበር ነው፣" የተነገረኝ። እኔ ዘሪሁንን ሆን ብዬ ስጠቀምበት ነበር። እሱ ግን ሳያውቀው

---

[261] *ከጣሊያን ፋሽስት ወራሪዎች ጋር ይተባበሩ የነበሩት ከሃዲ ኢትዮጵያውያን ባንዳ ተብለው ይጠሩ ነበር።ቃሉ ከጣሊያንኛ "ባንዴ" ከሚለው ትርጉሙ "ቡድን" የሚል ቃል የተወሰደ ነው። ጣሊያኖች በቡድን ያደራጁቸውን ሰዎች ባንዴ ኤርትራ፣ ባንዴ ትግሬ፣ ባንዴ አማራ፣ ባንዴ ሶማሌ ወዘተ እያሉ ይጠራሉ። ቃሉ ከዚህ ተወስዶ ከመጀመሪያው የጣሊያንኛ ትርጉም የማይገናኝ ከሃዲ የሚል የአማርኛ ቃል ሆኗል። ኢህአፓ ደርግን ፋሽስት ነው ብሎ ስላመነ ተባባሪዎቹን በሙሉ ባንዳ እያለ ይጠራቸዋል። የመኢሶን ሰዎች ከደርግ ጋር ስለተባበሩ ኢህአፓ ባንዳ አላቸው። ባንዳነት ከሃዲነት ነፍጠኛነት ጨካኝነት አድሃሪነት ተራማጅነት አዋቂነትና ደንቆሮነት ሌሎችም ባህሪያት ከዘር ጋር የሚያገናኛቸው ነገር የለም፣ እንደ ውርዴም በዘር አይተላለፉም፣ ግለሰቦችና ማህበራዊና ፖለቲካዊ ሁኔታዎች የሚፈጥሩት ነው። በታሪክ ሊኖር የሚችለው ልዩነት የመጠን ብቻ ነው። እሱም ቢሆን እንደ ታሪካዊ ወቅቱ የሚቀያየር ነው።*

በእኔ የተጠቀመበት ሁኔታ ተፈጠረ። የኢህአፓ ታጣቂዎች እርምጃ ሊወስዱበት በነበረበት ቀን አጠገቡ እኔ ባልኖር ህይወቱ አትተርፍም ነበር።

ዘሪሁን እነ ሃይሌንና ሌሎቹንም የቅርብ ጓደኞቹን ደርግ በልቶበት እሱም በጅቡቲ በኩል አምልጦ ከአብዮቱ በፊት ወደሚኖርባት ፓሪስ ከተማ በስደተኛነት ተመለሰ። እዛው ፓሪስ ከተማ ውስጥ ሚስት አግብቶ ልጆች ወልዶና አሳድጎ ለብዙ አመታት በተባበሩት መንግስታትት ድርጅት አገልግሎ፣ ለጡረታ በቅቶ እዛው ፈረንሳይ ውስጥ ይኖራል። አባቡ ቁንጫ በሱ የተነሳ የተዋወቀቻቸውን የመኢሶን ሰዎች ትውስታ ከቂም፣ ከእልህና ከፖለቲካ ወገንተኛነት ነፃ በሆነ ስሜት በህሊናዋ ቀርጻ ለማስቀረት ትግል ላይ ነች።

ምእራፍ 7.ኤርትራና ዱላ

ወቅቱ የ1967 ዓ.ም የክረምት ወራት ነው። ማታ ማታ ሁሌም በክረምት ወራት ወላጆቼና ሁላችንም የቤቱ ልጆች ተሰባስበን ቴሌቪዥን እያየን የበቆሎ እሸት በከሰል ምድጃ እየጠበስን የመብላት ልምድ አለን። የከሰሉ እሳት ከበቆሎ መጥበሻነት አልፎ የምሽቱን የክረምት ብርድ መከላከያችን ነው።

አንድ ምሽት፣ ከአባቴ ጎን በከሰሉ ዙሪያ ተቀምጬ፣ በቆሎ እየጠበስን ለልጆች እያደልን፣ እራሳችንም እየበላን ነበር። ከበቆሎ መጥበሱ ጋር በበርካታ የአብዮቱ ጉዳዮች ላይ ከአባቴ ጋር የሞቀ ጨዋታ ይዤያለሁ። ውይይታችን ቀስ ብሎ ወደ ኤርትራ ጉዳይ አመራ። እናቴ በርቀት ፎቴው ላይ ጋደም ብላ ታዳምጠናለች።

በኤርትራ ጉዳይ የአባቴ አቋም ግልጽ ነበር። አማጽያኑ "ለምን አመጹ?" የሚል ተቃውሞ አልነበረውም። አባቴ የማይወደው የድርጅቶቹን ስም ብቻ ነው። "የኤርትራ ህዝብ/ የነጻነት ግንባር የሚለው" ስም ለምን "የኢትዮጵያ ህዝብ /የነጻነት ግንባር" ብለው አልጠሩትም? ኢትዮጵያን ከአስከፊው መሳፍንታዊ አገዛዝ ነፃ ለማውጣትና በኤርትራም ያለውን ችግር እግረ መንገዳቸውን ለመፍታት ለምን አይታገሉም? ለምን የመገንጠል ጥያቄ ያደርጉታል?" የሚል ነው።

የአባቴ ክርክር "እንደዛ ቢያደርጉ በቀላሉ የአፄ ሃይለስላሴን ፈላጭ ቆራጭ ዘውዳዊ አገዛዝ መገርሰስ ይቻላል። ከውጭ መንግስታት ሴራና ተንኮል ያተርፈናል። ሃገሪቱ ፈቷን በፍጥነት ወደ ልማት እንድታዞር ያስችላል። የሃገሪቱንና የህዝቡንም አንድነት መጠበቅ ይቻላል። አላስፈላጊ ከሆነ የእርስበርስ ጦርነት ሁላችንንም ያድናል" የሚል ነበር።

እኔም በግሌ የአባቴ ሃሳብ የሚስማማኝ ሃሳብ ነው። ችግሩ፣ እኔና አባቴ በኤርትራ ጉዳይ በምንወያይበት በዛ ምሽት፣ የኤርትራ ግንባሮች "ራሳቸውን የኤርትራ ነፃ አውጭ" የሚል ስም ሰጥተው ትግል ከጀመሩ አስራ ሶስት አመት ያለፉቸው መሆኑ ነበር። እኔና አባቴ ስለተመኘነው ብቻ ስማቸውን "ከኤርትራ ወደ ኢትዮጵያ" እንደማያዞሩ ግልጽ ነው። ድርጅቶቹ ገና ትግል ለመጀመር፣ "ምን አይነት ስም ብንጠቀም ይሻላል?" የሚል የሰዎችን አስተያየት የሚያሰባስቡበት ሁኔታ ውስጥ አልነበሩም። የኢትዮጵያን ወታደር በ1966 ዓ.ም በንጉሱ ላይ እንዲነሳ ካደረገው ጉዳይ አንዱ ራሱ በኤርትራ ውስጥ ጦርነቱ ደርሶ የነበረበት አስከፊ ደረጃ ነው።

በ1966 ዓ.ም የነገሌ ወታደሮችን አመጽ ኤርትራ የሚገኘው ሁለተኛ ክፍለ ጦር ከሁሉም ክፍለ ጦሮች በበለጠ አምርሮ ደግፎታል። በነገሌ ወታደሮች ጥያቄዎች ላይ፣ ሁለተኛ ክፍለ ጦር በርካታ ጥያቄዎችን በማከል ከሁሉም ክፍለ ጦሮች የገፋና የፈጠነ እርምጃ እንዲወስድ የገፋፋው ዋናው ምክንያት በኤርትራ ውስጥ የነበረው የርስ በርስ ጦርነት ነበር።

የአስመራው ጦር ከፍተኛዎቹን ወታደራዊ አዛዦቹን አግልሎ፣ አስመራ ከተማ የሚገኙ መንግስታዊ ተቋማትንና በተለይ የሬዲዮ ጣቢያውን በቁጥጥሩ ስር አድርጎታል። በሬዲዮ ጣቢያው የኢትዮጵያን ህዝብ በቀጥታ በመድረስ ጥያቄዎቹን ህዝብ እንዲሰማቸው ማድረግ ችሏል።[262] ትዝ ይለኛል፣ ከሁሉም ክፍለ ጦሮች በተለየ፣ የሁለተኛው ክፍለ ጦር ውሳኔን ህዝብ በጉጉት የሚጠብቀው እንደነበር። ፖለቲካውን ከምር ይከታተል የነበረው የህብረተሰብ ክፍል የ1966ቱ የወታደሮቹ እንቅስቃሴ በአስመራው ሁለተኛው ክፍለ ጦር ካልተደገፈ የትም እንደማይደርስ ያውቃል።[263]

የአፄ ኃይለስላሴ መንግስት ፍጻሜው መምጣቱን ሁላችንም ማመን የጀመርነው ሁለተኛ ክፍለ ጦር መሳፍንታዊ ስርአቱን ተቃውሞ በግልጽ የቆመ እለት ነው። የሁለተኛ ክፍለ ጦር ሰራዊት ካነሳቸው መሰረታዊ ጥያቄዎች አንዱ “ለኤርትራው ጦርነት ሰላማዊ መፍትሄ እንዲፈለግለት” የሚል ነበር።

በዛ የክረምት ምሽት፣ እኔና አባቴ የምንወያየው በዚህ ደረጃ እድገት አሳይቶ በነበረው የኤርትራ ጦርነት ላይ ነው። ከብዙ ውይይት በኋላ ለአባቴ ጥያቄ አቀረብኩለት።

“አንተ እንደምትፈልገው፣ እኔም እንደምደግፈው፣ በኤርትራ ውስጥ የሚካሄደው ትግል በኤርትራ ህዝብ ስም ብቻ ከሚሆን በመላው ኢትዮጵያ ህዝብ ስም ቢሆን ጥሩ ነበር። ግን አልሆነም። ጦርነቱ እንደቀጠለ ነው። “ድርጅቶቹ ስማቸውን ኢትዮጵያዊ አላደረጉም” ብለን ጦርነቱን እንደሌለ አድርገን ልንቆጥረው አንችልም። ጦርነቱ የሃገሪቱ ተጨባጭ ችግር ሆኗል። ተጨባጭ መፍትሄ ይጠይቃል። መፍትሄ ነው ብለህ የምታስበው ምንድነው?” አልኩት።

---

[262]ፍቅረ ስላሴ ወግደረስ“እኛና አብዮቱ” ገጽ 40 ስለሰሜኑ የሁለተኛ ክፍለ ጦር እንቅስቃሴ የጻፈውን ይመልከቱ።

[263]ለዚህ ዋናው ምክንያት፣ ከሁሉም ክፍለ ጦሮች እሳት ውስጥ የነበረው ሁለተኛ ክፍለ ጦር በመሆኑ ነው። እሳት ውስጥ ያለው ክፍለጦር የወታደሩን አመጽ ቢቃወመው ሌሎች ወታደሮች ወደፊት ለመግፋት የሞራል ድፍረቱ አይኖራቸውም። እሳት ውስጥ ያሉትን ወታደራዊ ጓዶቻቸውን እንደከዱ አድርገው ራሳቸውን ይቆጥሩ ነበር። የሁለተኛ ክፍለ ጦር አባላትም በሃገር አንድነት ስም ህዝቡ ለወታደሮቹ ድጋፍ እንዳይሰጥ ለመቀስቀስ ይችላሉ።

አባቴ የኔን የመፍትሄ ሃሳብ ያውቀዋል። “የኤርትራ ህዝብ ሰላማዊና ዲሞክራሲያዊ በሆነ መንገድ የራሱን እድል በራሱ ይወስን፣ ነጻነትም ካለ ነፃ ሀገር ይሁን፣ “የተባበሩት መንግስታት ድርጅት ወስኖት በነበረው ውሳኔ መሰረት ፌደራላዊ ትስስሩ ይመለስ” የሚል ከሆነም “እሱም ተግባራዊ ይሁን” የሚል ነበር። ይህ የኔ አቋም ብቻ ሳይሆን የኢህአፓም አቋም ነው።

አባቴ ጥያቄዬን በቀጥታ እንደመመለስ ፋንታ ወደሌላ ጉዳይ ሄደ።

“ለማንኛውም እነዚህ ኤርትራውያን አሁን እያደረጉት እንዳለው በገፍ መሃል ሃገሩን እየተው ወደ ኤርትራ ግንባሮች መሄዳቸው ትክክል አይመስለኝም” አለ።

ይህን የእሱን አስተያየት ተከትዬ ሌላ ጥያቄ ጠየቅሁት።

“አንተ ኤርትራዊ ብትሆን ምን ታደርግ ነበር?” አልኩት። የተጠበሰ በቆሎ በሞላው አፌ።

አባቴ ለትንሽ ሰከንዶች አትኩሮ ተመለከተኝ። ጥያቄዬ አጣብቂኝ ውስጥ ስለጨመረው፣ መልስ ከመመለሱ በፊት እያሰበ መሰሎኛል። የሚቀጥለውን እርምጃውን ፈጽሞ አልጠበቅኩትም። በቆሎ የሞላውን ጉንጬን አንድ ጠንካራ ቡጢ አቀመሰው ። ግራ በመጋባቴና በመደናገጤ የተነሳ እዛው በርጩማዬ ላይ ድርቅ ብዬ ቀረሁ። ሁለተኛ ጊዜ ደገመኝ። በዚህ ወቅት ከርቀት ሆና ውይይታችንን ስታዳምጣና ቡጢውንም የተመለከተች እናቴ፣

“አንተ ከስሩ ምን ትሰራለህ፣ ከአጠገቡ አትርቅም እንዴ?” ስትል ሰማኋት።

ያኔ ነው መንቀሳቀስ እንደምችል የገባኝ። ከበርጩማዬ ላይ ብድግ ብዬ ወደ በሩ ሄድኩ። የቤት ጫማውን ወርውሮ ሳተኝ።

የኤርትራ ጉዳይ በየቤቱ በዚህ ደረጃ የሚያጨቃጭ ስሱና አወዛጋቢ ጉዳይ ነበር። በመንግስት ደረጃም እንደዚሁ ስሱ ጉዳይ ነው። በፖለቲካ ድርጅቶችም መሃል የፖለቲካ ቁማር መጫወቻ ሆኗል። በውጭ የኢትዮጵያ ጠላቶች መንግስታት እጅም እንዲሁ ኢትዮጵያን ማጥቂያ መሳሪያ አድርገውታል።

“አባቡ ቁንጫ” እያለ ይጠራኝ ለነበረው ብቸኛው የክርስትና ልጄ ለጃምቦ የወጣትነት ዕድሜ መቀጨት ምክንያቱ የኤርትራ ጦርነት ነው። ጃምቦ ብቻ ሳይሆን በሙቶ ሽዎች የሚቆጠሩ

የኢትዮጵያ አርሶአደሮች፣ ላብአደሮች፣ ወታደሮች በኤርትራ ምድር አጥንታቸው ረግፏል። "ከሃገር ህልውና ጋር የተያያዘ የሞት የሽረት ጉዳይ ነው ስለተባሉ" እጅግ አስቸጋሪ በሆነ ሁኔታ በከፍተኛ ቆራጥነትና ጀግንነት ተዋግተዋል።

በሌሎች የአፍሪካ ሃገሮች ቢሆን ስድስት ወር ለመራዘም የማይችል ከባድ ጦርነት ሰላሳ አመት የፈጀበት ምክንያት የሁለቱም ወገኖች የተዋጊዎቹ እልህና ቁርጠኛነት ነው። በኢትዮጵያ ወገን ከጥቂቶች የጦር መሪዎቻቸው በስተቀር በኤርትራ ምድር ያለቁት የኢትዮጵያ ሰራዊት አባላት በሙሉ ያጡና የነጡ ድሆችና የድሃ ልጆች ነበሩ። ጦርነት ሁሌም እንደዚህ ነው። የደላው፣ የተመቸው፣ ሃብታሙና ደልቃቃው የጦርነት ማገዶ የሆነበት ጦርነት ተደርጎ አይታወቅም።

በጦርነት የሚረግፈው ተራው ህዝብ ሲሆን ጦርነት ቀስቃሾቹ ግን የተመቻቸው፣ የደላቸው የሃብትና የስልጣን ጌቶች ናቸው። በኤርትራ ውስጥ ለሰላሳ አመታት የተካሄደው ጦርነት በአጀማመሩ ከሌሎች ጦርነቶች ልዩነት አልነበረውም። የጦርነቱ ዋናው ምክንያት የስልጣንና የሃብት ጌቶች የተሳሳተ ውሳኔ ነበር። የአፄ ኃይለስላሴ የተሳሳተ ውሳኔ ነው።[264]

ጦርነቱ አንዴ ከተጀመረ በኋላ የጦርነቱ መንስኤ የሆነው ጉዳይ ወደጎን እየተገፋ ሄዷል። መጀመሪያውኑ "የኤርትራ አማጺያን ለምን አመጹ?" የሚለው ጥያቄ አፈር ለበሰ። "ትልቁን ቦታ የያዘው ጉዳይ የትኞቹ ሃገሮች አማጽያኑን ይደግፋሉ? የኤርትራ ግንባሮች የየትኞቹ ጸረ ኢትዮጵያ ሃይሎች መሳሪያ ናቸው?" የሚለው ሆኗል።

---

[264] ዘውዴረታ "የኤርትራ ጉዳይ" (አዲስ አበባ፣ ሻማ ቡክስ፣ 2006) – ስለኤርትራ ችግር ብቻ ሳይሆንስለ 1940፣ 50ና 60ዎቹ አጠቃላይ የኢትዮጵያና የኤርትራ ፈርጀ ብዙ ስለሆኑ ታሪካዊ እውነታዎች ማወቅ የሚፈልግ ሰው ሊያነበው የሚገባ ብዙ የተደከመበት ድንቅ መፅሃፍ ነው። ጸሃፊው ዘውዴ ረታ በገጽ 373 -374፣ በገጽ 454፣ በገጽ 475 በገጽ 509 – 511 ገጽ 528 ከኤርትራ ፌደረሽን አፈራረስ፣ መፍረስና ከፈረሰም በኋላ የነበሩ የዘመኑ ባለስልጣናት አስተያየቶች ክርክሮችን እንዲሁም የተወሰኑ ውሳኔዎችን በዘመኑ በነበረው ባህላዊ፣ፖለቲካዊ፣ ማህበራዊና ኢኮኖሚያዊ ምሁራዊ እውነታዎች ማእቀፍ ውስጥ በዝርዝር ማየት በምንችልበት መልኩ አቅርበውልናል። ደራሲው የኤርትራ ችግር መንስኤዎች ብዙ እንደሆኑ ጠቁመዋል። ከነዚህ መሃል በመኳንንቱና በመሳፍንቱና በንጉሱ በኩል የውሳኔ ስህተት እንደነበር በጠቀስኳቸው ገጾች ጠቅሰዋል። እንዲያም ሆኖ ዘውዴ ረታ በንጉሱና በመሳፍንቱ ላይ ጠንከር ያለ የጥፋተኛነት ፍርድ ሊፈርዱባቸው አይፈልጉም። ለዚህ ብዙ ምክንያቶች እንደሚኖሩ ይገባኛል። ከራሳቸው ከዘውዴ ረታ መረጃዎች ብቻ ተነስተን በኤርትራ ለተፈጠረው ችግር ዋንኛዎች ተጠያቂዎች ንጉሱና በዙሪያቸው የተሰባሰቡ ኋላቀር መሳፍንቶች እንደሆኑ መደምደም ይቻላል። በዛን ዘመን የነበረውን የዕውቀትና የተመክሮ ክምችት አነስተኛነት ግምት ውስጥ አስገብትንም እንኳን ንጉሱ ስህተቱን የሰሩት ከዕውቀትና ተመክሮ ማነስ ወይም ከመካሪዎች መጥፋት እንዳልሆነ ማየት እንችላለን። ጭፍን የሆነ ስልጣን በአንድ ማእከል፣ በፈላጭ ቆራጭነት ለመያዝ የመጣ በደንብ የታሰበበት ውሳኔ ነበር ማለት እንችላለን።

"ለምንድነው ከአመት አመት የኤርትራ ህዝብ ለኤርትራ ግንባሮች የሚሰጠው ድጋፍ እየጨመረ የሚሄደው? ምን ቢያስከፋው ነው እንዲህ አምርሮ የሚዋጋው?" የሚል ጥያቄ የሚያነሳ ጠፋ። የትኞቹ የሃገር ውስጥ ድርጅቶች ለአማጽያኑ ይቀርባሉ? የአማጽያኑ ተባባሪዎችና ደጋፊዎች እነማን ናቸው? የትኞቹ ባለስልጣናት ለአማጽያኑ ሃዘኔታ ያሳያሉ? እነዚህ ሆኑ የተከታታይ መንግስታትን ትኩረት የሳቡ ጥያቄዎች።

የፖለቲካ ድርጅቶችም የኤርትራን ጥያቄ በተመለከተ የሚወስዱት አቋም በፖለቲካ መስኩ ከሚያስገኝላቸው ትርፍና ኪሳራ ላይ የተሰላ ሆነ። ትርፍ የሚያስገኝ ከሆነ እንደ አስፈላጊነቱ መደገፍ ወይም መቃወም የተለመደ ነው። በፖለቲካ ሃይሎች መሃከል በከሃዲነትና በአርበኛነት መካሰሻና መወነጃጀያ ጥያቄ ሆኖ ቀርቧል።

በዚህ የተነሳ፣ ያ ሚሊዮኖች የመከራ ህይወት እንዲገፉ ያደረገ፣ ከፍተኛ የኢኮኖሚና ሰብዐዊ ድቀት ያስከተለ፣ ለተከታታይ መንግስታት መውደቅ፣ ለፖለቲካ ድርጅቶች መዳከምና መጠናከር፣ በተለያዩ የፖለቲካ ቡድኖች መሃል የፖለቲካ መጠላለፍና መካሰስ በመሳሪያነት ያገለገለ ጦርነት "ለምንና እንዴት ተጀመረ? ለምንስ በዛ ደረጃ መካረር ቻለ?" የሚለው ጉዳይ እየተረሳ መጣ።

ጦርነቱ ያስነሳው ግዙፍ አቧራ፣ ለጦርነቱ መቀስቀስና መስፋፋት ምክንያት የሆነውን ነገር ሸፈነው። እውነተኛው ምክንያት የተለያዩ ፖለቲከኞችና የፖለቲካ ድርጅቶች እርስ በርስ ለመካሰሻ ከሚያቀርቡት ፕሮፓጋንዳ ስር ተቀበረ።

የኔ ትውልድ የኤርትራ ጥያቄ ሰላማዊና ዴሞክራሲያዊ በሆነ መንገድ እንዲፈታ ታግሏል። ለምን ያን እንዳደረግን ለመረዳት ግን ከኤርትራ ጦርነት መቀስቀስ ጋር ቀጥተኛ ተያያዥነት የሌላቸውን ውዥንብር ፈጣሪ ጉዳዮችን ከፊታችን ገሸሽ ማድረግ አለብን።

"የትኛው የውጭ መንግስት፣ የትኛው የሃገር ውስጥ ድርጅት፣ የኤርትራ ግንባሮችን ደገፈ? አብሮ ሰራ? ማን? ምን ሰጠ? ምን አደረገ?" የሚለውን ጉዳይ ለጊዜው ወደጎን እናድርገው። የተለያዩ ድርጅቶች የኤርትራን ግንባሮች ለመደገፍ ወይም ለመቃወም ያሰራጩዋቸውን ፕሮፓጋንዳዎች ለጊዜው ከአእምሯችን እናጥፋቸው።

የኤርትራ አማጽያን እራሳቸው፣ ትግላቸውን የነፃ የኤርትራ ሀገር ምስረታ ጥያቄ ለማድረግ ያቀረቧቸውን አወዛጋቢ የሆኑ የተለያዩ የጽሁፍ ስራዎች እንዳልተጻፉ እንቁጠራቸው።

[265] ይህን ስናደርግ የሰላሳ አመቱን አስከፊ ጦርነት መሰረታዊ ምክንያት ያለምንም ብዥታ ማየት እንችላለን።

ኤርትራ በ1952 እአአ በፌድሬሽን ከኢትዮጵያ ጋር እንድትዋሃድ የተባበሩ መንግስታት ውሳኔ አሳለፈ። ውሳኔው የአብዛኛውን የኤርትራ ህዝብ ፍላጎት በማጤን የተወሰነ እንደሆነ በወቅቱ የመንግስታቱ ምክር ቤት ግልጽ አድርጓል።[266]በፌደራል መንግስቱና በፌድሬሽኑ ግዛት መሃከልም የሚኖረውን የስልጣን ክፍፍል ላይ ውሳኔ አሳልፏል።

“የፌድራሉ መንግስት የሆነችው ኢትዮጵያ በመከላከያ እና በውጭ ጉዳይ ፖሊሲ ፣ በአገር ውስጥ እና በውጭ ንግድ ጉዳይ፣ በአገር ውስጥ እና በውጭ መገናኛዎች፣ በፋይናንስና ወደቦች አስተዳደር ሙሉ ስልጣን ይኖራታል።..... የፌደሬሽኑን የግዛት ክልል ደህንነት የመጠበቅ

---

[265]ኤርትራ የሚል ስም ጣሊያኖች የሰጡት አካባቢ ላይ የሚኖረው ህዝብ ምንም አይነት አስተዳደራዊ፣ ባህላዊ ታሪካዊና የዘር ትስስር የለውም፣ ለዝንተአለም ሲገዛ የኖረው በአባዲሶች ዘመን ከባግዳድ በካሊፋዎች፣ ከዛም በቱርኮች በግብጾች በመጨረሻም በጣሊያኖች እስከሚለው የፈጠራ ታሪክና ሌሎችም ኤርትራ ከኢትዮጵያ ጋር በፌደሬሽን የተዋኻደችበትን ሂደት የአሜሪካን ኢምፔሪያሊዝም ሴራና ከአብዛኛው ህዝብ ፍላጎት ውጭ እንደነበር አድርጎ የሚያቀርበውን አቀራረብ ማለቴ ነው። ይህ የታሪክ ልብወለድ ድርሰት የፈደሬሽኑ ሃሳብ በቀረበበት ወቅት ከኢትዮጵያ ጋር አንድነትን በማይፈልጉት ድርጅቶች ብቻ ሳይሆኑ፣ ራሳቸውም የኤርትራ ነፃ አውጭ ድርጅቶችና ከኤርትራ ድርጅቶች ድጋፍ ለማግኘት የተሰለፉ የተለያዩ የኢትዮጵያ ተቃዋሚዎች ሲያሰራጩት የነበረ ነው። ለፖለቲካ ጥቅም ሲባል የፖለቲካ ድርጅቶች ታሪክን እንዳሻቸው የመተርጎም ባህል በሁሉም ቦታ የተስፋፋ በመሆኑና በርካታ ምሳሌዎችም ማቅረብ ስለሚቻል ትልቅ ጉዳይ አይደለም። ኤርትራና ኢትዮጵያ ምንም አይነት ታሪካዊ ትስስር አልነበራቸው ይሉ የነበሩ ብዙዎቹ የፖለቲካ ድርጅቶች ተመልሰው እንደገና የግልባጩን እየተናገሩ እንደሆነ እናውቃለን። ዘውዴ ረታ “የኤርትራ ጉዳይ” በገጽ 531፣ “በ1993 ዓ.ም ኤርትራ ነፃ መንግስት ስትሆን “የአረብ አገር” አልተባለችም። ወይም “የእስላም ሪፐብሊክ” አልሆነችም። እነ ኢራቅና ሶሪያ ..... በሚያዩት ምን ተሰምቷቸው ይሆን?” በማለት ይጠይቃሉ። በሌላ ቦታ እንደጠቀስኩት የተቃውሞ ፖለቲካ እንቆቅልሽ ይህ ነው። ኤርትራ የእስላም ሪፐብሊክ ያልሆነችው ማንነቷ ስለማይፈቅድ ነው። ያ ማንነት ከአረቦች ይልቅ እጅግ የሚቀርበው ለኢትዮጵያ ነው። አረቦች ጥቅማቸውን ለማሳደድ ሻዕቢያ ዓላማውን ለማሳካት ቁማር ተጫወቱና አረቦቹ ተበሉ። አረቦቹ ኤርትራን የእስላም ሪፐብሊክ ማድረግ ባይችሉም ያገኙት ነገር እንዳለ በሌላ ቦታ ጠቅሻለሁ። ተቃዋሚዎች ለድጋፍ ሲሉ የማይሉት ነገር የለም። የማይጠቅማቸውና የማያስኬድ እስከሆነ ድረስ ድጋፍ አግኝተው ሲጠናከሩ ያሉትን ሆነው ወይም አድርገው አይገኙም። እድል ከተገኘ ይህን ጉዳይ በሌላ ጊዜ በዝርር አቀርበዋለሁ።

[266]የተባበሩት መንግስታት የእዛን ዘመን ዘገባዎች እንደሚያሳዩትና የራሳቸው በህይወት የሚገኙ በድምጽ ውሳኔው ላይ የተሳተፉ ዛሬም በህይወት ያሉ ኤርትራውያን ቃል እንደሚያረጋግጠው፣ የኤርትራን በፌደረሽን ከኢትዮጵያ ጋር መዋሃድ ክርስቲያንና ደገኛው ህዝብ በከፍተኛ ድምጽ ደግፎታል። የኤርትራ ግንባሮች ለፖለቲካ ፕሮፓጋንዳ ሲሉ የሚክዱት ጉዳይ ቢሆንም። የዘውዴ ረታ “የኤርትራ ጉዳይ” በዚህ ጉዳይ ላይ ሰፊ ትረካ የያዘ መፅሃፍ ነው። ትሪንጋሃም J. Spencer Trimingham “ Islam in Ethiopia” Oxford University Press 1952 London በገጽ 281 ላይ “በዛን ወቅት የኤርትራ ችግር ኤርትራ ከሚባል አካባቢ ጋር የተሳሰረ ሃገረተኝነት ወይም ብሄረተኛነት (Nationhood) ስሜት በህዝቡ ውስጥ አልነበረም። በዚህ ስሜት አለመኖር የተነሳ ህዝቡ በአንድነት የኤርትራን ነፃ ሃገር የመሆን ጥያቄ ማንሳት የሚችል አልሆነም። የመሰባሰቢያ ምክንያቶቹ የየራሱ ባህል፣ ዕምነት፣ታሪክ፣ ቋንቋ የመሳሰሉት ነበሩ። ሙስሊሞቹ በእምነታቸው ዙሪያ ልቅ የሆነ መሰባሰብ አድርገው ነጻነት ቢጠይቁም ክርስቲያኖቹ ደገኞች ምርጫቸው በዕምነት፣ በታሪክና በባህል የተነሳ ከኢትዮጵያ ጋር መዋሃድ ነበር” ይለናል።

ሃላፊነት የፌደራል መንግስት ድርሻ" እንዲሆን አድርጓል። "የኤርትራ የውስጥ አስተዳደር ደግሞ፣ የፌድራሉ መንግስት ለሆነው ለኢትዮጵያ ከተዘረዘሩት የሃላፊነት ድርሻዎች ውጭ ጠቅላላ ጉዳዮች፣ በሙሉ" የማከናወን ስልጣን"[267]ተሰጥቶታል።

የኤርትራ ህዝብ በዴሞክራሲያዊ ምርጫ በሚያቆመው ፓርላማ አማካይነት የራሱን የውስጥ አስተዳደር እንዲመራ በህገ መንግስት የተደነገገ መብት ነበረው። "ትግርኛና አረብኛ"[268] በህገ መንግስቱ የተደነገጉ የራስ ገዙ መንግስት አፊሴሊያዊ ቋንቋዎች ናቸው። የኤርትራ ፈድሬሽን የራሱ ህገ መንግስታዊ የግዛት "ሰንደቅ ዓላማ"[269]አለው። በኤርትራ ምድር በነጻነት የተደራጁ የተለያዩ የፖለቲካ ፓርቲዎች፣ "የሰራተኞች ማህበርና"[270] በነጻነት የሚታተሙ "የተለያዩ ጋዜጦች"[271] ነበሩ።ከእነዚህና ሌሎችም የኤርትራ ህዝብ ከተጎናጸፋቸው የሲቪልና የፖለቲካ መብቶች መሃል አንዳቸውም ለኢትዮጵያ ህዝብ የተፈቀዱ አልነበሩም።

ለረጅም ጊዜ በውስጥ ተባባሪዎቹና በመሳፍንቱና በንጉሰ ነገስቱ ማበረታት ተገዝግዞ የተዳከመውን የኤርትራ ፌደራላዊ መንግስት ፌድራላዊ ትስስር፣ አንድ ማለዳ የኢትዮጵያ ንጉሰ ነገስት መንግስት፣ "የኤርትራ ፓርላማ ተወካዮች ወስነውታል" በሚል ሰበብ ህዳር 15 1962 ዓ.ም እአአ አፈረሰው።[272]

---

[267] *ዘውዴ ረታ የኤርትራ ጉዳይ ገጽ 318*
[268] *ዝኒ ከማሁ ገጽ 348*
[269] *ዝኒ ከማሁ ገጽ 348*
[270] *ዝኒ ከማሁ ገጽ 386*
[271] *ዝኒ ከማሁ ገጽ 392*
[272] *ዝኒ ከማሁ ገጽ 509 ላይ በኢትዮጵያ ወገን የኤርትራ ፈደሬሽን መፍረስ በዋንኛነት በመኳንንቱና በንጉሱ ሴራ መሆኑን እንዲህ ሲሉ ገልጸውታል "የቀዳማዊ ሃይለ ስላሴ ጠቅላይ ሚኒስቴር አክሊሉ ሃብተወልድና አብዛኛዎቹ ሚኒስትሮች፣ የኤርትራ ፓርላማ፣ ፌዴረሽኑን ለማፍረስ መወሰኑንን የሰሙት ንጉሰ ነገስቱ ካጸደቁት በኋል ነበር" ብለናል። በዚሁ መፅሃፍ ውስጥበገጽ 373፣ 374፣ 454፣475፣500 እንዲሁም በተለያዩ ገጾች ጠቅላይ ሚኒስትሩና ሌሎችም በከፍተኛ ደረጃ የተማሩ ባላስልጣናት የመንግስት ሰራተኞች ፌድረሽኑ እንዳይፈርስ የተለያዩ ምክንያቶች በማቅረብ ያቀረቡትን ሙግት አንብበናል። የእዚህ የተማረ ቡድን ክርክር ከአለም አቀፍ ህግ ከማክበር አንስቶ፣ ንጉሱ በአደባባይ የሰጡን ቃል የማክበር የሞራል ግዴታ አለባቸው የሚለውን ጨምሮ፣ ፈድረሽኑን ማፍረስ ለውጭ ሃይሎች ጣልቃ ገብነት ይዳርገናል የሚል ፍራቻን አንግቦ፣(በገጽ 373) "ይህ ለኤርትራ የተሰጠው የውስጥ አስተዳደር መብት፣ ለሌሎችም የኢትዮጵያ አውራጃዎች እድሉ እንዲሰጥ ቀዳማዊ ሃይለስላሴን ስለሚያስገድዳቸው፣ በአገራችን ላይ የሚያንሰራራውን የፊውዳል ደመና ለመጥረግና የልማት እድገትን ለማፋጠን ይረዳል" የሚል ተስፋ ሰንቆ የሚቀርብ ክርክር ነበር። እንደተለመደው ንጉሰ ነገስቱ ወሳኝ በሆኑ ጉዳዮች ላይ ከተማሩ ሚኒስትሮቻቸው ይልቅ የራሳቸውን ስሜትና የመኳንንቱን ምክር ይበልጥ ስለሚያዳምጡ ፈድሬሽኑ እንዲፈርስ አረንጓዴ መብራት አበሩ።*

በዚህ ውሳኔ መሰረት ኤርትራ በቀጥታ በንጉስ የምትገዛ "አስራ አራተኛዋ ጠቅላይ ግዛት" ሆነች።[273]የኤርትራ ህዝብ በመረጠው መሪ መተዳደሩ ቀርቶ ከመሃከል ሃገር በንጉሱ በተሾመ መስፍናዊ እንደራሴ የሚገዛ ህዝብ ሆነ።[274] የኤርትራ ፓርላማ ፈረሰ። ሲገዘገዝ የነበረው የኤርትራ ራስገዝ መንግስት ጠቅልሎ ከመፍረሱ በፊት አፊሴሊያዊ የስራ ቋንቋዎች የነበሩትን ትግርኛና አረብኛ በአማርኛ ተክቶት ነበር። በህገመንግስቱ ጸድቆ የነበረውንና ከኢትዮጵያ ሰንደቅ አላማ ጎን ይውለበለብ የነበረውን የኤርትራ ሰንደቅ አላማ አውርዶታል።

የፌድራል ትስስሩ ሲፈርስ፣ የኤርትራ ህዝብ ተቀዳጅቷቸው የነበሩት የሲቪል፣ የፖለቲካና የሰብዐዊ መብቶች በሙሉ ተገፈፉ። የንጉስ ነገስቱ ውሳኔ የኤርትራን ህዝብ እንደተቀረው የኢትዮጵያ ህዝብ መብት አልባና በንጉሳዊ ፈላጭ ቆራጭ ገዥ የሚገዛ ህዝብ አደረገው። የኤርትራ ጦርነት መነሻ ይህና ይህ ብቻ ነበር። ሌላው በሙሉ ፈረንጆቹ እንደሚሉት የጎን ትርኢት (side show) ነው።[275]

እርግጥ ነው፣ ሁሉም የአረብ ሃገሮች ከግብጽ በስተቀር፣ ኤርትራ ከኢትዮጵያ ጋር በፈደሬሽንም ቢሆን መዋሃዷን በተባበሩት መንግስታት ስብሰባ ላይ አጥብቀው የተቃወሙት ጉዳይ ነው።[276] ለሁሉም አረቦች ኢትዮጵያ የባህር በር ማግኘቷ፣ ኢትዮጵያን ለማዳከም ለሺ አመታት የደከሙበትን ስራ የሚያበላሽባቸው ነበር። አረቦቹ የቀይ ባህርን ከፍተኛ አለም አቀፍ

---

[273] *ዝነ ከማሁ 510*

[274] *ዝነ ከማሁ "ጥር 20 ቀን 1963 ኢ.ም (እአአ) ጄነራል አቢይ አበበ የመጀመሪያው የኤርትራ ጠቅላይ ግዛት እንደራሴ እንዲሆኑ በጃንሆይ" ተነገራቸው። በፌድሬሽኑ ጊዜ የነበሩት የንጉሰነገስቱ እንደራሴ ራስ አንዳርጋቸው መሳይ የንጉሱ ልጅ የልእልት ተናኘ ባል ሲሆኑ፣ ጄነራል አቢይ አበበም እንዲሁ የንጉሱ የቀድሞ አማች እንደነበሩ ልብ ይሏል። ሁለቱም እንደራሴዎች ፈዴሬሽኑን ለማፍረስ በንጉሱ አበረታችነት ብዙ የጣሩ ሰዎች ናቸው።*

[275] *ዝነ ከማሁ ገጽ 509 ላይ ፈደረሽኑ ሲፈርስ ምንም አይነት ተለዋጭ አስተዳደራዊ ዝግጅት ሳይደረግ በመሆኑ የተፈጠረው የአስተዳደር ችግር ለኤርትራ ህዝብ ማመጽ እንደ አንድ ምክንያት ቀርቧል። ገጽ 511 ላይ ኢትዮጵያወይም ሞት ብለው የታገሉ ፌዴረሽኑ እንዲፈርስ ከንጉስ ጋር እጅና ጓንት ሆነው የሰሩ የአንድነት ፓርቲ አባላት ወደጎን ተገፍተው ፌዴሬሽኑ በፈረሰ ማግስት ስልጣን የአንድነት ፓርቲ ተቃዋሚ ለነበሩ የሌሎች ተቃዋሚ ፓርቲዎች አባላት በመሰጠቱ የመጣ ቅያሜ ሌላው ህዝብ እንዲሸፍት ያደረገው ጉዳይ እንደሆነ ተገልጿል።ገጽ 513 ላይም የራሳቸውን ጥቅም ለማስከበር የአረብ ሃገራት ጣልቃገብነትና ገንዘብ አመጽ እንዳበረታታና እንደደገፈ ተነግሯል። እነዚህን አይነት ምክንያቶችን ነው "የጎን ትርኢት ያልኳቸው" ዘውዴ ረታ እጅግ ቀና ሰውና "የድሮው ትምህርት ቤት ልጅ" (old school boy) በመሆናቸው በቅርበት የሚያቋቸውን አፄሃይለስላሴን ሆነ ሌሎችንም ባላስልጣናት በከረር መልኩ ለመተቸት፣ ጨዋነት ያስራቸዋል። ከዚህ ነፃ ለሆንነው ግለሰቦች መጽሃፋቸው ዋናው የፌደረሽኑ መፍረስ ምክንያትና ዋናው ተጠያቂ ማን እንደሆነ የራሳችን ድምዳሜ ላይ እንድንደርስ በቂ መረጃ ሰጥቶናል። እንደነ አከሊሉ ሃብተወልድ አይነት ሰዎችም ላይ የኔ ትውልድ ከሚገባው በላይ ያሳየው ጥላቻ ሚዛኑን የሳተና በዕውቀት ላይ ያልተመሰረተ እንደነበር ዘውዴ ማሳየት ችለዋል።*

[276] *Hagai Erlikh, "The cross and the river", Lynne Rienner publishers, 2002 ገጽ 128 ላይ አረቦች በሙሉ የኤርትራን ከኢትዮጵያ በፌደሬሽን መዋሃድ ሲቃወሙ ግብጽ ብቻዋን የአረቦቹን ፍላጎት ተጻርራ ውህደቱን እንደደገፈች ይነግረናል።*

ስትራቴጂ ትርጉም የተረዱ ነበሩ። "ኢትዮጵያ የባህር በር ካገኘች በአካባቢው ትልቅ ተፅዕኖ የማድረግ አቅም ያላት ሃገር ትሆናለች" የሚል ስጋት ነበራቸው። በባህር ላይ በተመሰረተ ስልጣኔውና ወታደራዊ ጉልበቱ የአረቢያን ምድር ያንቀጠቅጥ የነበረውን ገናናውን የአክሱምን ስልጣኔ አረቦች የረሱት አልነበረም። ለተቃውሟቸው ሌሎችም ተጨማሪ ምክንያት ነበራቸው።[277]

ግብጽም ከአረቦቹ በተለየ የኢትዮጵያን መጠናከር የምትፈልግ ሃገር እንዳልሆነች ግልጽ ነው። ኢትዮጵያ ሰላም አግኝታ ፊቷን ወደ ኢኮኖሚ ግንባታ ብታዞር የአባይን ወንዝ ውሃ ወደ መጠቀም እንደምታመራ ጠንቅቃ ታውቃለች። የኢትዮጵያ መጠናከር፣ ሰላም ማግኘትና መበልጸግ ከሌሎች አረብ ሃገሮች የበለጠ የሚያሳስበው ግብጽን ነው።

ግብጽ እንዲህ አይነት እኩይ ፍላጎት ያላት ሃገር ሆና ኢትዮጵያን በተባበሩት መንግስታት ድርጅት ፊት ደገፈች። ግብጽ ከአረቦች ተገንጥላ ለኢትዮጵያ ድጋፍ በመስጠቷ

---

[277] የአረቦች ስጋትና ጥላቻ በሺዎች የሚቆጠሩ አመታት ታሪክ ያለው ነው። የተወሳሰበውን የአረቦችና የኢትዮጵያ ግንኙነት አጠር ባለ መልኩ ለማየት J. Spencer Trimingham " Islam in Ethiopia" Oxford University Press 1952 London ከገጽ 38 - 48 የተጻፈውን ማንበብ ይቻላል። የHaggaai Erlich "The cross and the river" ይህን ውስብስብ ግንኙነት ግብጽን ማእከል በማድረግ የተጻፈ ድንቅና መነበብ ያለበት መፅሃፍ ነው። ትሪንጋም እንደሚነግረን ፣ ከአንዴም ሁለቴ የአክሱም ነገስታት ባህር እያቋረጡ ደቡብ አረብያን በጦር ሃይላቸው ወግተው ገዝተዋል። የመጀመሪያው ከ277 – 290 እአአ የነበረው ሲሆን ሁለተኛው ክርስትና ኢትዮጵያ ውስጥ ከገባ በኋላና የየመንን ክርስቲያኖች ከጥቃት ለመከላከል በ524 እአአ የተደረገው ዘመቻ ነው። ይህ ዘመቻ ግን የይሁዳ ዕምነትተከታይ የነበረውን የየመን ንጉስ ከስልጣን አባሮ አላበቃም። የጦር አዝማቹ የንጉስ ካሌብ ልጅ የገብረመስቀል እንደራሴ አብረሃ፣ ሰናአ ላይ ከትሞና ቤተክርስቲያኑን ገንብቶ ራሱን የቻለ ገዥ ከመሆን አልፎ የአካባቢው ህዝብ መካን የአምልኮቱ ማእከል ማድረጉን ለማስቆም ዘመቻ እስከማካሄድ ደርሶ ነበር። (አረቦች ይህን ታሪክ አልረሱትም። ሜካ የሚያጠፉት ሃበሾች ናቸው የሚለውን የአረቦች የቃል ንግርት እዚሁ ላይ መደመር ነው) ከዚህ በተጨማሪ ኢትዮጵያ በቀይ ባህርም ይሁን በግብጽና በሱዳን በረሃዎች በቀላሉ እየተስፋፋ የነበረውን የእስልምና ዕምነት ወደተቀረው አፍሪካ እንዳይስፋፋ የገደበችና አፍሪቃ በእስልምና ዕምነት ዙሪያ አንድ እንዳይሆን ያደረገች ደንቃራ ተደርጋ በአረቦች ትታያለች። በደቡባዊ አፍሪቃ ይኖር የነበረውን ህዝብ እስልምና እንዳይደርሰው በማድረግ ከቅኝ ግዛት መስፋፋት ጋር ለመጣው የምዕራብ የክርስትና ዕምነት ሰለባ ያደረገች ሃገር አድርገው አረቦች ያዩታል። ከዚህም ጋር የኢትዮጵያ ገዥዎችና ቀሳውስት ስልጣን፣ እስልምና ከተቀበለውና ነብዩ መሃመድ ቤተሰቡንና ተከታዮቹን እንዲጠብቅለት አደራ ከሰጠው የኢትዮጵያ ንጉስ እጅ ያለአግባብ ወስደዋል፣ የሚለውን ክስ የሚያምኑ ብዙ አረቦች አሉ። በአንድ ገጹ የነብዩ መሃመድን ቤተሰቦችና ተከታዮች በክፉ ቀን መጠጊያ የሰጠች ሃገር መሆኗን ብዙ አረቦች የሚቀበሉት ቢሆንም መጠየጊያ የሰጠው ንጉስ እስልምናን የተቀበለ ነበር የሚለውን የሚሰብኩና እስላሞች ለኢትዮጵያ ባለውለታነታቸው ከንጉሱ ማለፍ ጋር ተቀብሯል የሚሉ ብዙዎች ናቸው። ለትልቋ የአፍሪካ አረብና እስላም ሃገር ለግብጽ ከአባይ ጋር የተያያዘ ችግር መፍጠር የምትችል ሃገር ናት የሚል የዘመናት ስጋት በአረቦች ዘንድ አለ። የኢትዮጵያ ነገስታትም አባይን እንገድባለን አቅጣጫውን እናስቀይራለን በማለት ቀደም ባሉት ዘመናት በዚህ ስጋት ላይ ቤንዚን እያርከፈከፉ ሲያጋግሉት ቆይተዋል። የኢትዮጵያ መንግስት የእስራኤልና የአሜሪካ ወዳጅ መሆኑን፣ መንግስቱ ራሱን የክርስቲያን መንግስት ብሎ የሚጠራ መሆኑ፣ እነዚህና ሌሎችም ነገሮች ሁሉ በአንድ ላይ ተደምረው አረቦች ለኢትዮጵያ በጎ እይታ እንዳይኖራቸው ሆነዋል። ዛሬም ይህ ተቀይሯል ብሎ የሚያስብ ካለ ሞኝ ብቻ ነው።

በአረቦች በሙሉ ውግዘት ደረሰባት። የግብጽ ውሳኔ ግን በቀናነት ላይ ያልተመሰረተ ነበር። የዚህ ማስረጃ መታየት የጀመረው ወዲያውኑ ነው።

ግብጽ የኤርትራን ከኢትዮጵያ ጋር በፌደሬሽን መዋሃዷን የሚቃወሙ ሃይሎችን አሰባስባ ማደራጀትና ወታደራዊ ስልጠና መስጠት የጀመረችው የተባበሩት መንግስታትን ውሳኔ በአደባባይ በደገፈች ማግስት ነው።[278] በአረብኛ "ጀብሃ" በመባል የሚታወቀው የኤርትራ ነጻነት ግንባር የተቋቋመው ግብጽ ውስጥ፣ በግብጽ መንግስት ድጋፍ ነበር።

ጀብሃ በግብጽ የዲፕሎማሲ ድጋፍ ሰፊ የአረቦችን ዕርዳታ ማግኘት የቻለ ድርጅት ሆነ። በኤርትራ ውስጥም ማህበራዊ መሰረቱ የእስልምና ዕምነትተከታይ የሆነው የኤርትራ ቆላዎች ማህበረሰብ ነው። ከመጀመሪያውም የኤርትራን በፌደሬሽን ከኢትዮጵያ ጋር መዋሃድ የሚቃወም ብዙ ህዝብ የነበረው ከሙስሊሙ ቆለኛ ማህበረሰብ ውስጥ ነው። የደገኛውና የክርስቲያኑ ተቃዋሚዎች የነበሩት ጥቂቶች ናቸው።

ግብጽ ለተባበሩት መንግስታት ድርጅት "ኤርትራ ለኔ ትገባኛለች" የሚል ጥያቄ አቅርባ እንደነበር ይታወሳል። ይህ ጥያቄዋ ውድቅ ሆኖባታል። ከዛ በኋላ ለምን ግብጽ ኢትዮጵያን ደገፈች? ለምንስ ወዲያው የኤርትራ ተቃዋሚዎችን ማደራጀት ያዘች?

የግብጽ መንግስት አቋም በ1915ዓ.ም በሙሶሎኒ ይመራ የነበረው የጣሊያን መንግስት ኢትዮጵያን በተመለከተ በመንግስታቱ ማህበር (league of nations) ከወሰደው አቋም ጋር ተመሳሳይነት አለው። ሁለቱም መንግስታት የኢትዮጵያ ደመኛ ጠላቶች እንደሆኑ ይታወቃል። ሆኖም ግን ሁለቱም መንግስታት በተለያዩ ወቅቶች፣ በአለም አቀፍ መድረኮች ኢትዮጵያን ሲደግፉ ታይተዋል። የሙሶሎኒ መንግስት ኢትዮጵያ የመንግስታቱ ማህበር (League of Nations) አባል እንድትሆን ዋናው ደጋፊ ነበር። የኢትዮጵያ ወዳጅ የሆኑ ሃገሮች ሳይቀሩ፣ የተቃወሙትን የኢትዮጵያን የአባልነት ጥያቄ ሙሶሎኒ ደግፎ ተገኘ። በወቅቱ የዱቼ መንግስት ድርጊት ግራ መጋባትን ፈጥሯል።

የጣሊያን መንግስት ግን ድጋፉን የሰጠው በተንኮል በተሞላ ስሌት ነበር። ስሌቱ፣ "ኢትዮጵያ የመንግስታቱ ድርጅት አባል ከሆነች "ማንም በኃይል አይወረኝም" የሚል የተሳሳተ

[278] *Haggaai Erlich "The cross and the river" ገጽ 130 ላይ ግብጽ ከኤርትራ ሙስሊሞችን ወደ ሃገሯ አስገብታ የደፈጣ ውጊያ ስልጠና ሰጥታ የኤርትራ ነፃ አውጭ ድርጅትን እንዳቋቋመች ይነግረናል።*

ዕምነት ያድርባታል። በዚህ ዕምነት የተነሳም ራሷን ከጥቃት ለመከላከል አቅሟን የማትገነባ ሃገር ትሆናለች” የሚል ነው። የጣሊያን ስሌት ትክክል እንደነበር ታሪክ አረጋግጦታል።

በመንግስታቱ ማህበር ስብሰባ ላይ ጣሊያን ለኢትዮጵያ ድጋፉን ከሰጠ በኋላ ኢትዮጵያን ለመውረር ማንኛውንም ዝግጅት በአደባባይ ማድረግ ጀምሯል። ከዝግጅት ወደ ግልጽ ወረራ ተሸጋገረ። የአፄ ሃይለስላሴ መንግስት ግን በመንግስታቱ ማህበር ላይ ከሚገባው በላይ ተማምኖ እጁን አጣጥፎ ተቀመጠ። ምንም አይነት ወረራውን ለመመከት ዝግጅት ባለማድረግ በጣሊያኖች ወጥመድ ውስጥ ወደቀ። [279] ጣሊያን የመንግስታቱን ህገደንብ ጥሶ ኢትዮጵያን ቢወር ምንም እንደማይሆን በማወቁ ኢትዮጵያን ወረረ። ኢትዮጵያ “ለነጻነቴ ዋስትና ነው” ብላ ያሰበችው የመንግስታቱ ማህበር፣ በማህበሩ ህገ ደንብ መሰረት ወረራውን ሳይቃወም ቀርቷል።

ግብጽም፣ ኤርትራ ከኢትዮጵያ ጋር እንድትዋሃድ ድጋፏን የሰጠችው “ኤርትራን ከኢትዮጵያ ጋር በማዋሃድ ለኢትዮጵያ የማያልቅ የራስ ምታት መስጠት ይቻላል” በሚል ስሌት ይመስላል። የኤርትራ ማህበረሰብ ውህደቱን በተመለከተ በዕምነት ላይ የተመሰረተ ልዩነት እንደነበረው ግብጽ ታውቃለች። ኤርትራ ነፃ ሃገር እንድትሆን የሚፈልጉ የማይናቅ ቁጥር ያላቸው የማህበረሰብ አባላት እንዳሉ መረጃ ነበራት። የተባበሩት መንግስታት ድርጅት ለኤርትራ ህዝብ ያጎናጸፋቸው የፖለቲካና የሲቪል መብቶች፣ ኋላቀርና መሳፍንታዊ በሆነው አፋኝ

---

*[279]አዶልፍ ፓርለሳክ፣ትርጉም ተጫነ ጆብሬ መኮንን“የሃበሻ ጀብዱ”፣አዲስ አበባ፣አዲስ በባ ዩኒቨርስቲ ፕሬስ 2007፣ ገጽ 175 ላይ ፓርላክስ በጦርነቱ ሜዳ ላይ ስለታዘበው የጻፈው የሙሶሎኒ ስሌት ምን ያህል ትክክል እንደነበር ያረጋግጥልናል። ትዝብቱ እንደሚቀጥለው ይነበባል። “__**ንጉሰ ነገስት ሃይለ ስላሴ አሁንም የመንግስታት ህብረቱ “ የጣሊያን ወራሪ ሰራዊት ያቆምልናል ብለው ያምናሉ። ንጉሰ ነገስቱ ... በዚህ ስህተት በተሞላበት እምነታቸው ከባድ ጥፋት ሰርተዋል። የኢትዮጵያ ሰራዊት ልክ እንደገናናው ምኒሊክ ጊዜ የጣልያንን ሰራዊት ልክ ሊያስገባው የሚችልበትን ብዙ እድል አሳጥተውታል።” ይለናል።**__ ፓርላክስ የፋሽስቱ ጦር ሽንፈት የሚል ርእስ የሰጠው ምእራፍ 24ን በሙሉ በማንበብ ለአምስት አመታትም ቢሆን የኢትዮጵያን አኩሪ የነጻነት ታሪክ ያጎደፈው የጣሊያንን አሸናፊነት ሙሉ በሙሉ ማስቀረት እንችል እንደነበር ለመረዳት ይቻላል። የሽንፈት ታሪካችን ከአጼ ሃይለስላሴ የተሳሳተ አመራር መሆኑን መረዳት ይችላል። እንዲያም ሆኖ በልጅነቴ በንጉሱ ፊት ቀርቤ ነጻነታችንን ላስቀሙን ንጉስ*
“በትረ መንግስትህን በቀኝህ ይዘህ
አስመልሰህ መጣህ አረሙን ነቅለህ”
ብዬ ዘምሬአለሁ። መዝሙሩ “አፄ ኃይለስላሴ በስደት ባደረጉት ትግል ነጻነታችንን አስመለሱ” የሚል መልእክት ያዘለ ነበር። ለንጉሱ በሚያደገድጉ ምሁራን የተደረሰ መዝሙር እንደነበር እርግጠኛ ነኝ። ዘማሪዎቹ ህጻናት ስለንጉሱ የአመራር እንከኖች የምናውቀው ነገር አልነበረም። በዚህ መዝሙር ላይም፣
“አባባ ጃንሆይ የእኛ እናት አባት
አሳድገውናል በማር በወተት”
የሚል ሌላ የውዳሴ መዝሙር ጨምረን
ንጉሱ ለዘመርነው ህጻናት ለከረሜላ መግዣ አንዳንድ ብር እንዲሰጠን አዘዙ።

የአፄ ኃይለስላሴ መንግስት ለረጅም ጊዜ ተከብረው ሊቆዩ እንደማይችሉ ግብጽ አስቀድማ ማየት ትችል ነበር።

ግብጽ የተባበሩት መንግስታት የኤርትራን ጉዳይ ለመወሰን ከቀረቡለት አማራጮች መሃል ድጋፍ የሰጠችው "ለኢትዮጵያ ችግር ሊፈጥር ይችላል" ብላ ያሰበችውን አማራጭ ነው። "የኤርትራ ቆላማው ክፍል ከሱዳን፣ ደጋው ደግሞ ከኢትዮጵያ ጋር ይቀላቀል" የሚለውን አማራጭ ሃሳብ አልደገፈችም። "ኢትዮጵያ የአሰብ ወደብ ባለቤትነቷ ተረጋግጦ የተቀረው ኤርትራ ነፃ ሃገር ይሁን" የሚለውም አማራጭ ለግብጽ አልተዋጠላትም። ግብጽ ይጠቅመኛል ብላ ያመነችው አማራጭ "ብዙ ችግርና ቁስል ያለባትን ኤርትራን እንዳለች የኢትዮጵያ አካል ማድረግ ሲቻል ነበር" የሚል ነው። የማይመስል ቢሆንም ግብጽ ኤርትራን በተመለከተ ለኢትዮጵያ የሰጠችው ድጋፍ ምክንያቱ ይህ ብቻ ነው። ይህ ባይሆን ኖሮ ድጋፍ በሰጠች ማግስት ጀብሃን ማሰልጠን ባልተገባት ነበር። ዲፕሎማሲ እንደ ጣሊያንና እና ግብጽ መንግስታት አርቆ ማስላትን የሚጠይቅ ተንኮልና ሴራ የተቀላቀለበት ጥንታዊ ሙያ መሆኑን ልብ ይሏል።[280]

ግብጽ ጀብሃን በማቋቋምና በመርዳት በኢኮኖሚዋ ላይ ምንም ችግር አልፈጠረባትም። ኢትዮጵያን ግን በሁሉም ነገር የአለም ጭራ እንድትሆን ያደረገ፣ የህዝቧን እልቂት፣ የሃገሪቱን ኢኮኖሚ ያደቀቀ ጦርነት ውስጥ ጨምሯታል። የኤርትራው ጦርነት ከኤርትራ ምድር አልፎ በሌሎች የሃገሪቱ ክፍሎች ለተካሄደው አሰቃቂ ጦርነት ምክንያት ሆኗል። የኤርትራ ጦርነት ለተከታታይ መንግስታት የኢትዮጵያን ህዝብ ሙብት ማፈኛ ምክንያት፣ የፖለቲካ ለውጥ እንዳይኖርና በስልጣን ለመሰንበቻ ጥሩ ሰበብ ሆኖ አገልግሏል።

ግብጽ ለኤርትራ አማጽያን ድጋፍ በማድረግ ጀብሃን ብታቆምም የኤርትራ ጦርነት መሰረታዊ የሆነ እድገት ያሳየው ከኤርትራ ህዝብ ብዙሃኑ የሆኑት የኤርትራ ደገኞችና ክርስቲያኖች ትግሉን በገፍ መቀላቀል ከጀመሩበት ወቅት ጀምሮ ነበር። የደገኞቹ በትግሉ በስፋት መቀላቀል የትግሉን የተማረ ሰው አመራር እጥረትና የኤርትራ ማህበረሰብ በከባቢና በዕምነት በመከፋፈል ፈጥሮት የነበረውን ድክመት አስወገደው።

የሻዕብያ መመስረት የኤርትራን ትግል ወደ አዲስ ምእራፍ ያሸጋገረው ሆነ። የቆለኛውና የሙስሊሙን ማህበረሰብ ወደ አመጽ የገፋት ግብጾች ናቸው ቢባልም፣ በፌድሬሽን

---

[280] የሃገራችን መሪዎች የዘመናት ታሪክ እንደሚያሳየን ይህን ሃቅ በደንብ የተገነዘቡት እንዳልሆነ ነው። አሁንም በስልጣን ላይ ያሉ መሪዎችም ሆኑ ተቃዋሚዎቻቸው ከቀድሞዎቹ የተለየና የተሻለ ግንዛቤ አለን የሚል ዕምነት የለኝም። እዚህ ቦታ ላይ መጻፉ ተገቢ ስላልሆነ ነው እንጂ ወቅታዊ ምሳሌዎች መስጠት አስቸጋሪ አይደለም።

ለመዋሃድ ከፍተኛ ድጋፍ የሰጡትን ደገኞችና ክርስቲያኖች፣ እንዲሁም በመሃል ሃገር ተወልደው ያደጉ የስመጥር ኤርትራውያን አርበኞችን ልጆች ሳይቀር፣ ወደ ኤርትራ በረሃ በገፍ ሲሰብ የነበረው ጉዳይን በውጭ መንግስታት ሴራ ማመካኘት የሚቻል አልነበረም።

1967 ላይ የኤርትራ ትግል ከጀብሃ እጅ እየወጣ ወደ ሻዕብያ እጅ እየገባ እንደሆነ ግልጽ ነበር። የደገኛው ክርስቲያን ተቃውሞ መሰረቱ በኢትዮጵያ ውስጥ የነበረው አፋኝ ሥርዓት መሻሻል የማይታይበት፣ ይህ ሥርዓት ፌድራላዊ ትስስሩን አፍርሶ የኤርትራን ህዝብ መብት ገፍፎ ምድሪቱን የጦርነት ቀጠና ያደረገበት ሁኔታ መፈጠሩ ነው።

የ1966ቱ አብዮት የኤርትራን ችግር በሰላማዊ መንገድ ለመፍታት ምቹ ሁኔታ ፈጥሮ ነበር። ችግሩን በሰላማዊ መንገድ ለመፍታት ጥረት በማድረግ ላይ የነበሩት የወቅቱ የሃገሪቱ ርእሰ ብሄርና ትውልደ ኤርትራ የነበሩት ጀነራል አማን አንዶም ነበሩ። የሻለቃ መንግስቱ ቡድን ከጀነራሉ ጋር በገባበት "የስልጣን ሽኩቻ" ምክንያት ጀነራሉ ተገደሉ።[281] ደርግ ጀነራል አማን አንዶምን በመግደል ተፈጥሮ የነበረውን ምቹ ሁኔታ አብሮ ገደለው።

የአፄ ሃይለስላሴ መንግስት ከመውደቁ በፊት ከጦርነቱ ጋር በተያያዘ በኤርትራ ውስጥ ሲፈጸም የነበረውን አሰቃቂ ግፍ፣ ሂዩማን ራይትስ ወች (human rights watch) የተባለው የሰብዐዊ መብት ተሟጋች ድርጅት እ.አ.አ በ1990ዎቹ መጀመሪያ ገደማ "30 የጦርነትና የረሃብ አመታት" (30 years of war and famine) በሚል ርእስ ባዘጋጀው ትልቅ መፅሃፍ በዝርዝር አስቀምጦታል። በዛ ዝርዝር ውስጥ ከኤርትራ ርቀን የነበርነው የመሃል ሃገር ሰዎች የማናየውና የማንሰማው በርካታ መረጃ ተካትቷል። የአፄ ኃይለስላሴ መንግስት እጅግ አሰቃቂ የጅምላ ጭፍጨፋ ያካሂድ እንደነበርና ጦርነቱም "መንደሮችን ከነሰዎቻቸውና ንብረታቸው እያወደሙና እያቃጠሉ ማጽዳት(scorch the earth) የሚባል የውጊያ ስልት በስፋት ይጠቀም እንደነበር ከነማስረጃው ሂዩማን ራይትስ ወች ዘግቦታል።[282]

ኤርትራውያን በገፍ ወደ ሻዕብያ የሚወስዳቸው በየጊዜው ስለጦርነቱ አስከፊነት ከዘመዶቻቸውና ከእውቆቻቸው የሚደርሳቸው መረጃ ነበር። በ1967 ዓ.ም ከመቼውም በላይ

---

[281] የስልጣን ሽኩቻ የሚለውን በትምህርተ ጥቅስ ያስገባሁት ይህን የነገሩን እራሳቸው ጀነራል አማንን በስልጣን ፈላጊነት ከሰው የገደሉት ሻለቃ መንግስቱና ተባባሪዎቹ ስለሆኑ ነው። ችግሩ የስልጣን ይሁን ወይም የሌላ እስካሁን ከሌሎች ነፃ ምንጮች የተገኘ መረጃ የለም። ደርግ በጀነራሉ ላይ ያቀረበውን የወንጀል ዝርዝር ለማንበብ የፈለገ የሻምበል ፍቅረስላሴን መፅሃፍ "እኛና አብዮቱን" ከገጽ 139 – 153 የተጻፈውን ማንበብ ይችላል። በተለይ በገጽ 141 ላይ ሻምበል ፍቅረስላሴ "ጀነራል አማን አንዶም ደርግን አፍርሰው "በራሳቸው መሪነት የ14 የምርጥ መኮንኖች ወታደራዊ ጁንታ መንግስት የማቆም ፍላጎት እንደነበራቸው" ያትታል።

[282] Human Rights Watch, 30 years of war and famine in Ethiopia, New York 1991.

ኤርትራውያን ወደ ግንባሮቹ መሄድ የጀመሩት ደርግ አማን አንዶምን በመግደል ፍላጎቱ ሰላም ሳይሆን ጦርነት መሆኑን ግልጽ ካደረገ በኋላ ነው። እንዴ የጦርነት አዙሪት ውስጥ ከተገባ በኋላ የኤርትራን ወጣት ወደ በረሃ ሊስቡት የሚችሉ ሌሎች ብዙ ምክንያቶች ማከል ይቻላል።

ለአባቴ "አንተ ኤርትራዊ ብትሆን ምን ታደርግ ነበር የሚል ጥያቄ ሳቀርብለት" መልስ በመስጠት ፋንታ ወደ ቡጢ የወሰደው መልሱ ምን እንደሚሆን ስላወቀው ነው።

መልሱ ማምለጫ ያልነበረው "እኔም እንደነሱ በረሃ ገብቼ እታገል ነበር" ብቻ የሚል ነው።

አባቴ እንደኔ ልጅ አልነበረም። ብዙ ነገር ከተለያዩ አቅጣጫዎች የሚመለከት በመሆኑ የኔ ትውልድ ከፍትሃዊነት መርህ ብቻ ተነስቶ ለኤርትራ ህዝብ ትግል የሚያሳየውን ያልተቆጠበ ድጋፍ መስጠት የሚችል አልነበረም። ጭንቀቱ የገባኝ በዕድሜ ከገፋሁ በኋላ ነው።

ለአባቴ ትልቁ ጭንቀት የኤርትራ ትግል በአንድ በኩል ፍትሃዊ ቢሆንም "በሌላ በኩል ኢትዮጵያን የባህር በር አሳጥቶ ሊጠናቀቅ ይችላል" የሚል ስጋት ስለነበረው ነው። የአባቴ ጭንቅላት በፍትህና በሃገር ብሄራዊ ጥቅም መሃከል በተነሳ ውዝግብ እየተተራመሰ እንደነበረ በወቅቱ አልገባኝም። ቡጢው የጭንቀቱ ብቸኛ መተንፈሻ ነበር። "የኢትዮጵያ ህዝብ በዛን ወቅት አባቴ አሳይቶት ከነበረው ጭንቀት አሁንም ቢሆን ተገላግሏል " የሚል ዕምነት የለኝም።[283]

የኔ ትውልድ ግን እንደ አባቶቻችን አርቆ የማየት የዕድሜ፣ የተመከሮ ክምችት ስላልነበረው በከፍተኛ ንጽህናና የዋህነት በኤርትራ ህዝብ ላይ የሚወርደው ቦንብ እንዲቆም ታግሏል። "ለጦርነቱ ምክንያት ነው" ብለን ያሰብነውን የአፄ ኃይለስላሴ መንግስት ተቃውመናል።

---

[283] የባህር በር ጉዳይ አንድ አልባት ካላገኘ የጊዜ ጉዳይ ብቻ እንጂ አካባቢውን ለሌላ ቀውስ እንደሚዳርገው ከመቶ ፐርሰንት በላይ እርግጠኛ ሆኖ መናገር ይቻላል። ኢትዮጵያን የሚያህል ታሪካዊ ሃገር ማንም ቅኝ ገዥ ጠፍጠፎ በሰራቸው ሃገሮች ከባህር በቅርብ ርቀት እንዳትደርስ ተደርጋ የታሰረችበትን ገመድ ለመበጠስ የተለያዩ እርምጃዎች የሚወስድ ትውልድ መምጣቱ አይቀርም። ተስፋችን እነዚህ እርምጃዎች የሁለቱን ሃገር ደሃ ህዝቦች ለሌላ ዙር እልቂት የማይዳርጉ ይሆናሉ የሚል ነው።

ደርግ ወደ ስልጣን መጥቶ ችግሩን በሰላማዊ መንገድ የመፍታት ዝንባሌ እንደሌለው ባወቅንበት ወቅት ደርግንም አውግዘናል። በጦርነቱ መቀጠል በኢትዮጵያ የፖለቲካና የኢኮኖሚ እድገት ዙሪያ ሊያስከትል የሚችለውን መዘዝ ጠቁመናል።[284]

የኢትዮጵያ ህዝብም ማለቂያ በሌለው የወንድማማቾች ጦርነት ውስጥ እንዳይሳተፍ ጥሪ አድርገናል። 1969 ዓ.ም ላይ ከሰፈራችን አዋሬ ወደ ሺ ሰማንያ የሚወስደውና ከአራት ኪሎ ወደ ሺ ሰማንያ የሚያመጣው መንገድ በሚገናኙበት አስፋልት መንገድ ላይ ቀጥ ባሉ ትልልቅ ቀይ ፊደሎች የተጻፈ መፈክር ነበር።

"የኢትዮጵያ ጭቁን ህዝብ በኤርትራ ጭቁን ህዝብ ላይ አይዘምትም" የሚል።

ይህ መፈክር ለረጅም ጊዜ አልጠፋ ያለ መፈክር ነበር። ያንን መፈክር የጻፈው በደርግ የተገደለው ትንሹ ወንድሜ አምሃ ነው።

አፄ ኃይለስላሴ የነጠቅላይ ሚኒስቴር አክሊሉ ሃብተወልድን "ምክር አልሰማ" ብለው የኤርትራን ፈድሬሽን አፍርሰው ሃገሪቱን ጦርነት ውስጥ ጨመሯት። ጦርነቱ እንደማያዋጣ መታየት ሲጀምር ውጊያውን አቁመው የፈረሰውን ፈደሬሽን መገንባት ከኤርትራ ህዝብ የወሰዱትን መብት መመለስ ይችሉ ነበር። "በኤርትራ ከፍተኛ ነጻነት ያለበት ሁኔታ የኢትዮጵያን ህዝብ ለተመሳሳይ ነጻነት ያነሳሳል" የሚል ስጋት ፈደሬሽኑን እንዲያፈርሱ ምክንያት እንደሆነ ሁሉ፣ ፈደሬሽኑን ላለመመለስም ምክንያታቸው ሆነ። ቅድሚያ የሰጡት የኢትዮጵያን ህዝብ መብቶች አፍነው በስልጣን ለመቆየቱ ጉዳይ ስለሆነ።

በኤርትራ ጉዳይ የንጉሱ አማካሪዎች የተማሩት ሚኒስትሮቻቸው ሳይሆኑ ኋላቀሩ መሳፍንቶች ነበሩ። ኤርትራን እንደነበረች መተው የተቀረው የኢትዮጵያ ህዝብ እንዲኮርጀው የሚያነሳሳ አስተዳደራዊ ምሳሌ መፍጠር ስለመሰላቸው በማያዋጣው ጦርነት ቀጠሉበት።

---

[284]እንዳርጋቸው ጽጌ "ነጻነትን የማያውቅ ነፃ አውጭ" አዲስ አበባ 1997 ገጽ 130 "ሁላችንም እንደምናስታውሰው ከ1960ዎቹ ጀምሮ አሳሳቢነቱ እየጨመረ የመጣውን የኤርትራ አማጽያን የመገንጠል ጥያቄ ሰላማዊ መፍትሄ እንዲገኝለት የኢትዮጵያ ምሁራን እና ተማሪዎች ከፍተኛ ትግል አድርገዋል። የኤርትራን ችግር ሰላማዊ በሆነ መንገድ መፍታት እና የኢትዮጵያ ህዝቦች የዴሞክራሲ እና የሰብዐዊ መብቶች መከበር፣ የሰላም መስፈን እና የኢኮኖሚ ልማት ግንባታ ተነጣጥለው የማይሄዱ መሆናቸውን በማስገንዘብ ብዙ ወትውተዋል። የሰላም መጥፋት፣ የአምባገነኖች እጅ በሃገራችን የፖለቲካ መድረክ እንዴት እንደሚያጠናክር፣ የህዝቦችን የመናገር፣ የመጻፍ፣ የመሰብሰብ እና በነፃ የመደራጀት መብታቸውን እንዴት እንደሚያስረግጥ፣ በሃብታቸው እና በንብረታቸው፣ በመጨረሻም በህይዎታቸው ላይ አዛዥ እና ናዛዥ እንደሚያደርግ አበክረው ገልጸዋል። የእዚህ ገለጻ ትክክለኛነት በደርግ ዘመን በሆነው ሁሉ ተረጋግጧል።"

የንጉሱ መንግስት "ችግሩ በሰላም ይፈታ። ለምን የኤርትራ ህዝብ ይጨፈጨፋል?" ያለውን ተማሪና ምሁር በአረብ ቅጥረኛነት መክሰስ የተለመደ ተግባሩ አደረገው።

በ1966 የኤርትራ ህዝብ ድምጽ የመስጠት እድል ቢሰጠው፣ "ንጉሱ በወሰዱት የክህደት እርምጃ በኢትዮጵያ መንግስት ላይ ያለኝ አመኔታ ተቦርቡሯል፤ ፌደራላዊ የሆነውን ትስስር አልፈልግም።" ብሎ ምርጫውን ነጻነት ሊያደርግ ይችል ነበር። ምርጫው እስከ ነጻነት የሚደርስ ቢሆንም ሁለቱ ወንድማማች ህዝቦች ደማቸው በከንቱ ሳይፈስ፣ ሁለቱም መሰረታዊ ጥቅማቸው ሳይነካ፣ ለከፍተኛ የኢኮኖሚ ድቀት ሳይዳረጉ መገላገል ይቻላል።

ኢትዮጵያ፣ የተባበሩት መንግስታት ድርጅት ኤርትራን ከኢትዮጵያ ጋር እንድትዋሃድ ከመወሰኑ በፊት "ኢትዮጵያ በአካባቢው ቅኝ ገዥዎች ተከልክላ የኖረችውን የባህር መውጫ በር አሰብን ወደቧ አድርጋ እንድትገለገልበት" በወሰነው ውሳኔ መሰረት የአሰብ ወደብ ባለቤትነቷን የሚነካባት አይኖርም። አሰብ የኢትዮጵያ መሆኑን የኤርትራ ህዝብም አምርሮና አቂሞ የሚቃወመው ጉዳይ ሊሆን አይችልም ነበር። የኢትዮጵያ ህዝብና የአለም ማህበረሰብ ሙሉ በሙሉ፣ ችግሩን በሰላማዊ መንገድ ለመፍታት ቆርጦ ከተነሳው የኢትዮጵያ መንግስት ጀርባ ይቆማሉ። የአባቴ ስጋትም በዚህ መልክ ይቃለላል ተብሎ ይጠበቃል። ፍትህ ለኤርትራ ህዝብ፣ የባህር መውጫ ለኢትዮጵያ ህዝብ፤ ሁሉም አሸናፊ የሚሆንበት ጥሩ የችግር መፍቻ መንገድ ነበር።

ቀደም ብዬ እንደጠቀስኩት ደርግ ስልጣን ላይ ሲወጣ በአዲስ መንግስትነቱ የኤርትራን ጉዳይ በሰላማዊ መንገድ ለመፍታት ከንጉሱ የተሻለ እድል ነበረው። የችግሩ አፈታት ኤርትራን ወደ ነጻነት የሚወስዳት ቢሆንም ኢትዮጵያ የባህር በሯን አታጣም። በመቶ ሚሊዮኖች የሚቆጠር ህዝብና እጅግ ሰፊ የቆዳ ስፋት ያላት፣ ለአለም ቅኝ ተገዥዎች የነጻነት ተምሳሌት ሆና የኖረች ሃገር፣ ቅኝ ገዥዎች ሆን ብለው የባህር መውጫ እንዳይኖራት አድርገው በፈጠሯቸው ጅቡቲን፣ ሶማሌያንና ኤርትራን በመሳሰሉ ሃገሮች ባህር ለመድረስ ሃምሳ ኪሎ ሜትሮች ሲቀሯት በሁሉም አቅጣጫ ተዘግታ እንድትቀር አትደረግም።[285]

ደርግ በ1966 ዓ.ም ካገኘው ምቹ የፖለቲካ ሁኔታ በተጨማሪ ችግሩን ለመፍታት በርካታ እድሎች አግኝቶ ነበር። እነዚህ እድሎች የተገኙት ደርግ በጦርነቱ የበላይነት ባገኘባቸው የተለያዩ አጋጣሚዎች ነበር። ሁሉንም አጋጣሚዎች የኤርትራን ችግር በሰላማዊ መንገድ

[285] በኤርትራ በጅቡቲና በሶማሊያ በኩል የኢትዮጵያ ድንበር ከባህር ምን ያህል ይርቃል? በአለማችን በዚህ ርቀት የባህር በር እንዳይኖረው የተደረገ ኢትዮጵያን የሚያክል ሃገር አለ ወይ?

ለመፍታት፣ በእብሪትና በድንቁርና የተነሳ፣ ሳይጠቀምበት ቀርቷል። መጀመሪያውኑ ችግሩ የፖለቲካ መሆኑ የታወቀ ነው። መፍትሄውም የፖለቲካ ሊሆን ይገባው ነበር።

ደርግ "ችግሩን በጦርነት እፈታለሁ" በማለት በተከተለው የተሳሳተ ፖሊሲ ከኢትዮጵያና ከኤርትራ ወገን ወደ ሚሊዮን የሚጠጋ ህዝብ አለቀ። እጅግ ከፍተኛ የሆነ የኢኮኖሚ ድቀት ደረሰ። ደርግ በተሳሳተ ፖሊሲው ለፈጸመው ትልቅ ህዝባዊና ሃገራዊ በደል ንስሃ ሊገባና በወንጀል ሊጠየቅ ይገባው ነበር። በግልባጩ ጦርነቱን በሃገር ጥቅም መከላከልና በአርበኛነት ስም እንደተደረገ አድርጎ የሚኩራራበት ሁኔታ ፈጥሮ ቁጭ ብሏል። ለጥፋቱና ለውድቀቱ ተጠያቂዎች አሁንም ሌሎች ናቸው እየተባልን ነው።[286]

ትውልደ ኤርትራዊ የሆኑ በኢትዮጵያዊነታቸው የሚያምኑና የሚኮሩ የኢህአፓ አባላትን በሻዕብያ ሰርጎ ገብነት በከፍተኛ ጭካኔ ደርግ ይገድል እንደነበር እናውቃለን።

(ኢህአፓ በመመታቱ የተፈጠረው ሃገራዊ ቀውስ ብዙ ነው። በኢህአፓ ውስጥ የኤርትራን የመገንጠል ጥያቄ የማይደግፉ "የኤርትራን ችግር በሙሉ የኢትዮጵያ አብዮት ይፈታዋል" ብለው የሚያምኑ በርካታ ኤርትራውያን ነበሩ። ብዙዎቹ አዲስ አበባ ከተማ ውስጥ ከሌሎች ኢህአፓ ጓዶቻቸው ጋር በደርግ ተጨፍጭፈው በየጅምላ መቃብር ተቀብረዋል። በህይወት የተረፉት ህይወታቸውን ለማትረፍና በኢትዮጵያ የመለወጥ እድል ተስፋ በመቁረጥ የኤርትራን ግንባሮች ተቀላቅለዋል። ወይም እንደ ሌላው ኢትዮጵያዊ ተሰደዋል። ዕውቀትና ብቃት የነበራቸው ኤርትራውያን የቀደሞ የኢህአፓ አባላት በብዙ መልኩ ሻእብያን እስካሁን እያገለገሉ ነው። አንዳንዶቹ እስካሁን የሚጠሩት በኢህአፓ የድርጅት ስማቸው ነው።

ኢህአሰ፣ ከህወሃት ጋር ተዋግቶ ከትግራይ አሲምባ ሲወጣ ከተበተኑት መሃል "ስደት አንሄድም" ብለው ሻዕብያን የተቀላቀሉ በርካታዎች ናቸው። አንድ እኔ የማውቀው አዛውንት እስካሁን የሚጠራው አሲምባ በሚል ስያሜ ነው። የኢትዮጵያ ላብአደሮች አብዮታዊ ማህበር የስራ አስፈጻሚ አባል የነበሩት እነ ሚካኤል ተፈሪ በትግሉ ወቅት በህዝብ ግንኙነት ክፍል በሻዕብያ ውስጥ ትልቅ አገልግሎት ሰጥተዋል። ዛሬም ከአዲስ አበባው የኢህአፓ የትግልና የጉለሌ የልጅነትና የጎልማሳነት ህይወታቸው ትውስታ ጋር በከፍተኛ ጽናት ሻዕብያ ድርጅት ውስጥ እየሰሩ ነው።

የደርግ ግፍ ብዙ ኤርትራውያን ሳይፈልጉ ወደ ሻዕብያ የገፋቸው ለመሆኑ የቻርነት እህት የአማረች ገብረየሱስ ታሪክ ጥሩ ምሳሌ ነው። አማረች እንግሊዝ ሃገር የሄደችው ከ1966ቱ አብዮት በፊት ነበር። የኔ ሁለት እህቶችም ወደ እንግሊዝ የሄዱት በሷ የተነሳ ነው። ሁለቱ ትንንሽ ወንድሞቿ ሲሞቱ አማረች እንግሊዝ ሃገር ነርሲንግ ትምህርት እያጠናች ነበር። ወደ

[286] ደርግና ሻለቃ መንግስቱ ጦርነቱን ማሸነፍ ይቻል ነበር እያሉ ደጋግመው የተናገሩትን ጉዳይ ነው። ደርግ "ኢህአፓና ወያኔ የሚባሉ አምስተኛ ረድፈኞች ባይኖሩ፣ መሳሪያ አቅራቢዎች አድሃሪ የአረብ መንግስታትት ባይኖሩ፣ የማይረቡ ቂጣቸውን በሳንጃ የወጋናቸው፣ ማእረጋቸውን በመቀስ ቆርጠን የጣልንባቸው ውዳቂ ጀነራሎች ባይኖሩ ፣ ገና ጦር ሜዳ ሳይደርስ ሲሸሽ ከመኪና ላይ እየወደቀና ወታደራዊ ምልመላ ለማምለጥ በየቁም ሳጥኑ እየተደበቀ፣ አየር እያጣ የሚሞት፣ ወኔ ቢስ ወጣት ትውልድ ባይመጣ ወዘተ" ጦርነቱን እናሸንፍ ነበር የሚሉ ምክንያቶች በመደርደር ከጦርነት ሌላ መፍትሄ የሚባል ነገር ማሰብ ያልቻለ አካል ሆኗል።

ኤርትራ ግንባሮች የመሄድ ፍላጎት አልነበራትም። እንደነገረችኝ ወደ ኤርትራና ወደ ሻዕብያ የወሰዳት ወንድሞቿን የገደለ መንግስት ለመዋጋት ብቻ እንደነበር ነው። ሌላ ምንም ዓላማ አልነበራትም። "ሃዘኔ ጥልቅ ነበር። የወንድሞቼን ሞት ሃዘን መወጣት የምትችልበት ሌላ መንገድ አልነበረም።" ብላኛለች።

ታላቅ ወንድሟ አማኑኤል ገብረየሱስ በኤርትራ ግንባሮች ላይ ያለው ተቃውሞ ትልቅ በመሆኑ የተነሳ አይሮፕላን ቢጋራ የጠለፉት ጓደኞቹ እነ ብርሃነመስቀል ረዳና ታናናሽ ወንድሞቹ በደርግ ከተገደሉ በኋላ ከሚኖርበት ከስዊድን ተመልሶ የኤርትራ የፖለቲካ ጉዳይ ሃላፊ ሆኖ በደርግ ዘመን አስመራ ተመድቦ እስከ መስራት ደርሷል። አማረች ወደ ሻዕቢያ ለመሄድ ስትነሳ እሱም ራሱ በውጭ የነበረበት ወቅት ስለነበር እህቱ ከእንግሊዝ ወደ ኤርትራ በረሃ እንዳትሄድ የቻለውን ያህል መከሯል።

አማኑኤል በኤርትራ ነፃ አውጭ ግንባር በጀበሃ ውስጥ ራሱ ገብቶ፣ ለአጭር ጊዜም ቢሆን በመሳተፍ ያየውንና የታዘበው ነገር ግንባሩን ለቆ እንዲወጣ ያደረገው መሆኑን ለእህቱ ለማስረዳት ሞክሯል። ዛሬም የሚኖረው ኢትዮጵያ ውስጥ ነው። ኤርትራ ከኢትዮጵያ ጋር በፌደሬሽን እንድትዋሃድ አባታቸው በወጣትነት እድሜያቸው የኤርትራው የአንድነት ፓርቲ አባል ወኪል ሆነው ከነጀነራል ጃጋማ ኬሎ ጋር በመገናኘት ብዙ የደከሙትን የአቶ ገብረየሱስን ልጆች ምስቅልቅል ያለ አሳዛኝ ህይወትና እንደ አማረች አይነቷን ምንም ፖለቲካ ውስጥ ገብታ የማታውቅ ልጅ ከእንግሊዝ የነርሲንግ ትምህርቷን በጨረሰች ማግስት በሱዳን አድርጋ ሻዕብያን እንድትቀላቀል ምክንያት የሆነው ደርግ ነው።

ለሌሎችም ሃገራችን በጣሊያን የቅኝ አገዛዝ ቀንበር ወድቃ በነበረበት አሳዛኝ ወቅት በሃገራችን ዱሮችና ገደሎች ከኢትዮጵያ አርበኞች ወንድሞቻቸው ጋር የአርበኛነት ትግል ያደረጉ የስመጥር ኤርትራውያን አርበኞች ልጆችም ኢህአፓ ውስጥ በብዛት ነበሩ። የአባቶቻቸውን ከኢትዮጵያ ጋር የተሳሰረ የመስዋእትነት ታሪክ ረግጠው ወደ ሻዕብያ ሄደዋል። ለምን? አባቶቻቸው "ልጆቻቸውን የሻዕብያ ወኪሎች እንዲሆኑ አድርገው አሳደጓቸው" የሚል እንደማይኖር እርግጠኛ ነኝ። የዚህ አይነት በሺ የሚቆጠሩ ምሳሌዎች ማቅረብ የሚያዳግት አይመስለኝም። የራሳቸውን ከፍተኞቹን የሻዕብያ መሪዎች የጀርባ ታሪክና ትውልድ በመመርመር ከሻለቃ መንግስቱና ከሻምበል ፍቅረስላሴ የማይተናነስ ከኢትዮጵያ ጋር የሚያስተሳስራቸው ሃቅ ማግኘት ይቻላል። ከራሱ ከኢሳያስ አፈወርቂ ጀምሮ።

የኤርትራን ትግል በኢትዮጵያ የጎደለና የጠፋ የፍትህ ችግር ሳይሆን የኢትዮጵያ ጠላትነት ትግል እያደረጉ በማቅረብ የአፄ ኃይለስላሴ መንግስት የፈጸመውን ወንጀል ደርግም ሲፈጽመው ነበር። ሻምበል ፍቅረስላሴ እንደሚነግረን ከደርግ ጎን ያልቆመ ኤርትራዊ ሁሉ የአረብ ቅጥረኛ የሻእብያ ተላላኪ እንደሆነ ነው። የኢትዮጵያ ተማሪዎች እንቅስቃሴና መሪዎቹ በሙሉ በአንድ ወይም በሌላ መልኩ በሻእብያ ይዘወሩ እንደነበር በቀጥታም በተዘዋዋሪ ይነግረናል። በእኛ እና አብዮቱ በሚለው መፅሃፍ ላይ ከገጽ 23 – 27 የተማሪው ማህበረሰብ የትግል ታሪክ በሚል ርእስ በጻፈው ሀተታ ላይ ተማሪው ከፍተኛ መስዋእትነት የከፈለበትን የረጅም ዘመን ትግል በ4 ገጾች ለማቅረብ መሞከሩ ብቻ ሳይሆን ከነዚህ አራት ገጾች ውስጥ አብዛኛውን ስፍራ የሰጠው የተማሪው እንቅስቃሴ ለሻእብያ በሚሰሩ ኤርትራውያን ቁጥጥር ስር ወይም እነዚህ የሻእብያ ደጋፊ ተማሪዎች እንዳሻቸው በሚዘውሯቸው ተማሪዎች እጅ እንደነበር በመግለጽ ነው።

የቀዳማዊ ሃይለስላሴ መንግስት በተማሪው ላይ የነበረው ክስ ተማሪውን የአገር አፍራሾችና የአረብ ምንደኛ አድርጎ መክሰስ ነበር። ሻምበል ፍቅረስላሴ "የአፄ ሃይለስላሴን መንግስት በከፍተኛ ቆራጥነት ታግሏል" እያለ በአንድ በኩል የሚያወድሰውን ተማሪና የሚያደንቀውን የተማሪ እንቅስቃሴ፣ መልሶ ራሱን የንጉሱ አፈቀላጤ አድርጎ እንድናየው በሚያደርግ መልኩ ተማሪውን የሻእብያ ብሎም የአረብ ተላላኪ አድርጎ ሲያቀርበው አያፍርም። በሃገራችን ስልጣን የያዙ መንግስታት መቼ ይሆን የሚቃወማቸውን ሃይል በሙሉ የሻእብያ ተላላኪ ማለት የሚያበቁት? የተማሪውንና የምሁሩን ተቃውሞ በራሱ ክብደት ሰጥተው ለምን ሊመዝኑት አይሞክሩም? "ከሁሉም ነገር በላይ የኢትዮጵያ ምሁርና ተማሪ በሻእብያ ይዘወራል"

ብሎ መናገር ለራሱ እንገዛዋለን ለሚሉት ህዝብና ሃገር ውርደት አይደለም ወይ? የኢትዮጵያዊው የማሰብ፣ የማሰላሰልና ግራና ቀኙን የማገላበጥ አቅም ከኤርትራውያን ያንሳል" የሚል ባለስልጣናቱን እራሳቸውን የጨመረ ስድብ እየተሳደቡ እንደሆነ አይረዱትም ወይ?

በትክክለኛ ትንተና ከታየ፣ ሻእብያ፣ ከሻለቃ መንግስቱና ከነሻምበል ፍቅረስላሴ የተሻለ ስራውን የሚሰራለት ወኪል አልነበረውም። የኤርትራን ችግር በሰላማዊ መንገድ እንዳይፈታ እንቅፋት በመሆን፣ አስከፊ ጭፍጨፋ በምሁሩና በወጣቱ ላይ በማካሄድ፣ የመሃል ሃገርና የአስመራ ከተማ ወጣት ኤርትራውያን፣ ግንባሮቹን የህይወት ማትረፊያና ደርግን መበቀያ መሳሪያዎች አድርገው እንዲያዩዋቸው በማድረግ ደርግ ሻብያን ጠቅሞታል።

ሰላሙ ቀርቶ ደርግ በሚያኪያሂደው ጦርነት፣ ብቃት ያላቸውን የጦር መኮንኖች በመግደል፣ የጦር ሃላፊዎቹን በፖለቲካ ታማኝ ካድሬዎችና በደህንነት ሰዎች አፍኖ በመያዝ፣ ስራቸውን እንዳይሰሩ በማድረግ፣ ያለብቃትና ያለዕውቀት በወታደራዊ አዛዦቹ ስራ ጣልቃ እየገቡ ወታደራዊ መመሪያዎችን የሚሰጡ አስርና ሃምሳ አለቆችን ከሙያተኛ ወታደራዊ መኮንኖች በላይ አዛዥ በማድረግ፣ ታማኝነት ስላላቸው ብቻ ችሎታ የሌላቸውን ወታደራዊ መኮንኖች በሰራዊት አዛዥነት በመመደብ፣ የህዝቡን ልጆች በመጨፍጨፍ፣ በኢትዮጵያዊነታቸው ተሰባስበው የነበሩትን ከሁሉም ብሄርና ብሄረሰቦች የተውጣጡ ከፍተኛዎቹን አብዮታዊ ምሁራን ኤርትራውያንን ጨምሮ በመጨፍጨፍና ከሃገሪቱ የፖለቲካ መድረክ በማጥፋት በሃገር ውስጥ ብሄረተኛነት በዘረኛነት ደረጃ እንዲያድግ ያደረገ ሁኔታ በማመቻቸት፣ የሁሉንም ህዝብ ህይወት፣ የብዙሃኑን ገበሬ ህይወት ሳይቀር ሲኦል በማድረግ፣ ህብረተሰቡን የደርግን እድሜ የሚያሳጥር ነገር እንዲመጣ እንዲጸልይ የሚያደርስ ምሬት ውስጥ በመጨመር ለሻዕብያ ትልቅ ባለውለታ የሆነው ራሱ የሻለቃ መንግስቱ ቡድን እንደሆነ እነ ሻምበል ፍቅረስላሴ ዛሬም ማየት አልቻሉም።

በተለይ ሻምበል ፍቅረስላሴ "በሁለተኛ ደረጃ ሊታይ የሚገባ በብሄረሰቦች መካከል ያለውን ቅራኔ በከፍተኛ ደረጃ በማጋነንና በማቀጣጠል" የሻእብያ ወኪሎች በተማሪው ጨቅላ አእምሮ ተቀባይነት እንዲያገኝ አደረጉ በማለት ሃሰት የሞላው ታሪክ ይጽፋል። የኢትዮጵያ ምሁርና ተማሪ በአብዮታዊ የትግል ታሪኩ "መቼም ቢሆን የሃገሪቱ የብሄረሰቦች ጥያቄ ከሌሎች ጥያቄዎች ቀድሞ መፈታት አለበት" ብሎ አያውቅም። የኢትዮጵያ ህዝብ የጋራ ጠላቶቹ በሆኑት የሁሉም ብሄሮች ጨቋኞች ላይ በጋራ እንዲነሳ ጥሪ ሲያደርግ ነበር። የታገለውም የሁሉንም ብሄር ምሁራንና ተማሪ በአንድ ላይ በማስተባበር ነው። ከዋናው የሃገሪቱ አብዮታዊ ምሁራን አመለካከት ውጭ የብሄሮችን ጥያቄ ለብቻው ሊያነሱ የሞከሩ ሃይሎች ቢኖሩም በህብረተሰባቸው ተሰሚነት ያልነበራቸው ንኡሳን አካላት ነበሩ።

የብሄረሰብ ድርጅቶች እንደ አሸን እንዲፈሉ፣ የብሄረሰቦች ቅራኔ ዋንኛው ቅራኔ ሆኖ እንዲወጣ፣ ደርግ በአንድ በኩል ህብረብሄራዊ የሆኑ እንደ ኢህአፓና መኢሶንን የመሳሰሉ ድርጅቶችና በውስጣቸው ተሰባስበው የነበሩ የሃገሪቱን ከፍተኛ ምሁራን በመፍጀት፣ በሌላ በኩልም ከዲሞክራሲ ጋር የሚጻረር ፍጹም አፋኝ የሆነ ሁኔታ በሃገሪቱ ላይ በማስፈን ትልቁን አስተዋጽኦ አድርጓል።

ትልልቆቹ ህብረብሄራዊ ድርጅቶች በደርግ ባይመቱ፣ እነሱ መንቀሳቀስ የሚችሉበት ዴሞክራሲያዊ ሁኔታ በሃገር ቢኖር ደርግ ስልጣን ይዞ ወደ አፈና ሲንደረደር ወደ በረሃ መግባት የጀመሩት የህወሃት መሪዎች ወደ በረሃ ባልገቡም ነበር። በትግራይ ውስጥም አድማጭ ባላገኙም ነበር። የብሄረሰቦች መብት እስከመገንጠል የሚለውን መርህ የኢትዮጵያ ምሁራን ተማሪዎች በተቀበሉበት ወቅት የብሄረሰቦች ቅራኔ ዋናው የማህበረሰባችን ቅራኔ ነው በማለት አልነበረም። የሃገሪቱ ጭቁን ህዝቦች በጋራ ታግለው በሚፈጥሩት ሃገር ውስጥ ይህ መርህ ይከበራል አሉ እንጂ። ተስፋቸው የሚፈጠረው አብዮታዊ መንግስት የብሄሮች መብት ስለሚያከብር የመገንጠል ጥያቄ አይነሳም ነበር። ምሁራኑን በተስፈኛነት ወይም በየዋህነት ወይም በሌላ መንገድ መክሰስ ይቻል ይሆናል። ይህን "የራስን እድል በራስ የመወሰን"ን መርህ ከቅራኔ አፈራረጅ ጋር ቀላቅሎ ተማሪዎች "የብሄረሰብ ቅራኔ ዋናው ቅራኔ ነው" ብለዋል በሚል

እንደ ሻምበል ፍቅረስላሴ ማቅረብ ግን ነውር ነው። ነውር ነው ያልኩት ሻምበሉ "ሆን ብሎ አድርጎታል" ብዬ ስለማስብ ነው።

የሻምበል ፍቅረስላሴን ጽሁፍ ሳነብ የተሰማኝ ስሜት፣ በተለይ ሻእብያን ሁሉን ተቆጠጥሮት ነበር የሚለውን መሰረተቢስ ትረካ ሳነብ፣ ለምን "በሃገራችን የሚገኙትን ከ80 በላይ የሚቆጠሩ ብሄር ብሄረሰቦችን ሻእብያ ፈጠራቸው" ብሎ አለመጻፉ ብቻ ነው። የብሄረሰቦች ቅራኔ ዋናው ቅራኔ ሆኗል የሚል የፖለቲካ ዕምነት የሚያራምድ ዋንኛው ድርጅት ህወሃት የመጣው በደርግ ጊዜ ነው። ህወሃትም ይህን ለማለት የሰጠው ምክንያት "ደርግ የመሬትን ጥያቄ በአንድ በኩል በመሬት አዋጅ አውገርግሮ ቢፈታውም የመሬቱንም ሆነ የብሄረሰቦችን ጥያቄ በአግባቡ መልስ ሊሰጥ የሚችለውን ዋንኛውንና ቁልፍ የሆነውን የዲሞክራሲ ጥያቄ ግን አፍኖ ይዞታል። የዴሞክራሲ መብት እስካልተከበረ ድረስ ገበሬው የመሬቱ ተጠቃሚ መሆን አይችልም። ከመሬት እኩል ሌላው መሰረታዊ የሆነው የሃገሪቱ የብሄረሰቦች የእኩልነት ጥያቄ ያለዴሞክራሲ መፍትሄ ማግኘት አይችልም። የመሬትን ጥያቄ ደርግ በመሬት አዋጁ ጊዚያዊ የማደናገሪያ ምላሽ ስለሰጠው ከደርግ ጋር የምናደርገው ትግል በዲሞክራሲ ዙሪያ ብቻ ሆኗል። የዲሞክራሲ ትግሉ በተጨባጭ ህዝብ በሚገባው መልኩ መገለጫው ለብሄር ብሄረሰቦች ሁለንተናዊ መብት መከበር መደረግ በሚገባው ትግል ዙሪያ ነው። በመሆኑም፣ ደርግ ራሱ፣ ለዴሞክራሲ የምናደርገውን ትግል በብሄረሰቦች መብት መከበር ዙሪያ እንድናደርገው አስገድዶናል" የሚል ነበር።

በዚህ በኩል ነገሩን ካየነው "ደርግ የሻዕብያ አገልጋይ ብቻ ሳይሆን ወያኔንና ሌሎችንም በብሄር የተደራጁ ድርጅቶችን የፈጠረ መንግስት ነበር" ማለት እንችላለን። ይህ ጽሁፍ በሻምበል ፍቅረስላሴ መፅሃፍ ላይ ሙሉ ግምገማ ለማድረግ የታቀደ ስላልሆነ ነው እንጂ ሌላም መጨመር ይቻላል። "ደርጎቹ ሆን ብለው አደረጉት" አላልኩም። "የሃገር ፍቅር ስሜታቸውን" አልተጠራጠርኩም። በማያውቁት ፖለቲካና አብዮት ውስጥ ገብተው ሲያቦኩ በሃገርና በህዝብ ላይ ይህ ነው የማይባል ጉዳት አድርሰዋል። አወቁ አላወቁ ድርጊታቸው በሙሉ ግን ውጤቱ ሃገርን የጎዳ ነበር። "ይሰቀሉ፣ ይጠበሱ" የሚል የለም። የበቀል ዘመን ያለፈ ይመስለኛል። "ሳናውቅ ጥሩ የሰራን መስሎን ብዙ አጥፍተናል" ቢሉ ምን አለበት? ታሪካዊ መረጃው ያንን ነው የሚያሳየውና። ባልሻረ ቁስላችን ጭራሮ እየጨመሩ ለምን ያመግሉናል? በሌላውም አብዮታዊ ምሁርና ተማሪ ላይ ደርግ ለወሰደው ሰፊ የእመቃ እርምጃዎች አንዱ የሚሰጠው ምክንያት የኤርትራን ጦርነት እንደነበር ይታወቃል።)

ኢህአፓ በተደጋጋሚ በዲሞክራሲያ ጋዜጣው፣ "የኤርትራን ችግር ሰላማዊ በሆነ መንገድ መፍታትና የኢትዮጵያ ህዝቦች የዲሞክራሲና የሰብአዊ መብቶች መከበር ተነጣጥለው የማይሄዱ መሆናቸውን" በሚመለከት ብዙ ጽፏል።

ኢህአፓ "የሰላም መጥፋት የአምባገነኖችን እጅ በሃገራችን የፖለቲካ መድረክ እንዴት እንደሚያጠናክር፣ የዜጎችን የመናገር፣ የመጻፍ፣ የመሰብሰብ እና በነፃየመደራጀት መብታቸውን እንዴት እንደሚያስረግጥ፣ በሃብታቸውና እና በንብረታቸው፣ በመጨረሻም በህይወታቸው ላይ አዛዥና ናዛዥ ሊያደርግ እንደሚችል" በተደጋጋሚ ገልጿል። የዚህ ገለጻ ትክክለኛነት በደርግ ዘመን በሆነው ነገር በሙሉ ተረጋግጦአል።

አባቴም በህይወት እያለ "ኢትዮጵያ የባህር በር የሌላት ሃገር ትሆናለች" የሚል ስጋቱ እውን ሆኖ አይቷል። በነጻይቱ ኤርትራ፣ ተከታታይ የኢትዮጵያ መንግስታት በኤርትራ ህዝብ

ላይ ያወረዱት ቦንብ እንጂ የኢትዮጵያ ወጣትና ምሁር የኤርትራን ህዝብ በደል በደሉ አድርጎ ጦርነቱ እንዲቆም ስለከፈለው መስዋእትነት የሚተረክ ታሪክ አይደመጥም።

"የኢትዮጵያ ጭቁን ህዝብ በኤርትራ ጭቁን ህዝብ ላይ አይዘምትም" የሚለውን መፈክር ለመጻፍ፣ የደርግ ሽብር ሰለባ የሆነው ታናሽ ወንድሜ አምሃ የደርግን ሰአት እላፊ መጣስ ነበረበት። ያንን መፈክር ሲጽፍ ቢያዝ እዛው መፈክሩን የጻፈበት አስፋልት ላይ የሱም ቀይ ደም ይፈስ እንደነበር የሚያስታውሰው የለም።

የኤርትራ ጉዳይ በአፌ የያዝኩትን የተጠበሰ በቆሎ እንድተፋ ያደረገኝን የአባቴን ቡጢ እንድቀምስ አድርጎኛል። ይህ ትልቅ ነገር አይደለም። ብዙ የአዲስ አበባ ወጣት ምሁርና ተማሪ ከቡጢ በላይ ያለፈ መስዋእትነት በኤርትራ ጉዳይ ከፍሏል።[287]

---

[287] በኢትዮጵያ ውስጥ መሰረታዊ የፖለቲካና የማህበራዊ ለውጥ እንዲመጣ፣ ከመሬት ላራሹ ጥያቄ አንስቶ፣ የብሄርብሄረሰቦች የእኩልነት መብት እንዲከበር፣ በኤርትራ ውስጥ ይካሄድ የነበረው ፍትሃዊ ያልሆነ ጦርነት እንዲቆም፣ የህዝብ ሰብአዊና ፖለቲካዊ መብቶች እንዲከበሩ በሃገሪቱ ውስጥ በአፄ ኃይለስላሴ ዘመንና በኋላም በደርግ ዘመን የተካሄደውን ትግል ምንም አይነት የግል ተጠቃሚነት በሌለው መንፈስ አምረው የታገሉት የአዲስ አበባ ምሁራንና ወጣት ተማሪዎች ነበሩ። ይህ የምሁርና የተማሪ ክፍል በአብዛኛው የሸዋ አማራና ኦሮሞ ወይም አማራ/ኦሮሞ ነበር።አዲስ አበባ ከአማራውና ከኦሮሞው ሌላ የሁሉም የሃገሪቱ ብሄርና ብሄረሰቦች መቀላቀያና መቅለጫ ቦታ ናት። በመሆኑም ከሸዋ አማራና ኦሮሞ ሌላም ከተለያዩ ብሄረሰብ ወላጆች የተወለዱ በርካታ ምሁራንና ተማሪዎች ነበሩ። ትግራዋይ፣ ጉራጌዎች፣ ኤርትራውያን፣ ሃረሪዎች፣ ስልጤዎች፣ ከምባታዎች፣ ሃድያዎች ከሌሎችም የደቡብ ብሄርብሄረሰብ ወላጆች የተወለዱ በአዲስ አበባ ከተማ ያደጉ ምሁራንና ተማሪዎች ነበሩ። ከተማ በተፈጥሮው የጠባብ እምነትና አመለካከት የሚስተናገድበት ቦታ ስላልነበር ሁሉም የከተማው ልጆች ሰፋት ያለው አድማሳዊ አመለካከት የነበራቸው፣ በዘር በቋንቋ በዕምነት ጭምር የማይከፋፈሉና የማይለያዩ፣ ትግላቸው ወገን ያልለየ፣ ለመላው የሃገሪቱ ግፉአን ህዝቦች ነጻነትና ጥቅም ነበር። ብዙዎች በተለይ በትግሉ መሪነት የተሰለፉት፣ ከመሬት ባለቤትነት ከነፍጠኛነት ከከፍተኛ የመንግስት ባለስልጣንነት ከንግድ ከመጣ ንብረትና ከሃብት ጋር የሚገናኝ የቀደምቶቻቸውና የወላጆቻቸው የጀርባ ታሪክ የነበራቸው ነበሩ። ከየትኛውም አካባቢ ምሁርና ተማሪ ለስልጣንና ለጥቅም የቀረበው ምሁርና ተማሪ የአዲስ አበባ ከተማው ነበር። ይህ የምሁር ክፍል ደርሶበት የነበረው የባህል የእድገት ደረጃ በወላጆቹ በዘመዶቹ በራሱ በዘሮቹ ስልጣን ሃብትና ጥቅም ላይ ለፍትህ ለነጻነት ለእኩልነት ሲል እንዲያምጽ አድርጎታል። ይህ ትውልድ ግንዱን ከሰለሞን ቤት የሚቆጥረውን የሸዋ ስርወ መንግስት መሳፍንታዊ ስርአት እንዲያከትም፣ በቦታው የደርግ አይነት አምባገነናዊ ወታደራዊ መንግስት ሳይሆን እውነተኛ የህዝብ መንግስት እንዲቋቋም የከፈለው ከፍተኛ መስዋእትነት በሚገባ አልተተረከም። በተከታታይ የነበሩ ስርአተ መንግስቶች በዚህ ወጣት ትውልድ ባይተፉ የሃገሪቱ ታሪክ ዛሬከምናየው በጣም የተለየ ይሆን ነበር።ይህ የተማረና ግንባር ቀደም ትውልድ በከፍተኛ ደረጃ ማለቁ በሃገራችን ላይ ያደረሰው ጉዳት ቀላል አይደለም። የእልቂቱ መዘዝ ገና ተመንዝሮ አላለቀም።

ምእራፍ 8.የኢህአፓ ጭፍሮች

በዚህ መፅሃፍ የመግቢያ ክፍል በሃገራችን ስለተለመደው የታሪክ አጻጻፍ ትችት አቅርቤያለሁ። ትልቁ ትችቴ ታሪክ ጸሃፊዎች ሁሌም የሚጽፉት ስለ ጥቂቱ የታሪክ አርክቴክቶች /መሃንዲሶች እንጂ ስለ ብዙሃኑ የታሪክ ኩሊዎች አይደለም የሚል ነው። የጦር ሜዳ የድል ወይም የሽንፈት ታሪክ የጀነራሎቹና የተራ ወታደሮቹ የጋራ ጥረት ውጤት ነው ። ጀነራሉ ያለ ተራ ተዋጊዎቹ ምንም ታሪካዊ ትርጉም አይኖረውም። ወታደሮቹ ከመሃከላቸው የጎበዝ አለቃ መርጠውም ቢሆን ጠላታቸውን መግጠማቸው አይቀርም። በሚዛን እናስቀምጠው ካልን ለታሪክ መሰራት ከጀነራሉ በላይ ተራው ወታደር አስፈላጊ ነው።

በሃገራችን የፖለቲካ ድርጅቶችም ታሪክ ሲጻፍ የመሪዎች እንጅ የተራውን አባል ታሪክ የሚተርከው የለም። ለምን የመሪዎቹ ታሪክ ይጻፋል እያልኩ አይደለም። በደንብ መጻፍ አለበት። መሪዎች ጥቂት ናቸው። ተራው አባል ግን ቁጥሩ ብዙ ነው። ይህ ግንዛቤ ስላለኝ ለምን የእያንዳንዱ አባል ታሪክ በዝርዝር አይጻፍም እያልኩ አይደለም። ሁሉንም ተራ አባላት ሊወክሉ የሚችሉ የተወሰኑ ተራ አባላትን ታሪክ መተረክ ግን ሊያስቸግር አይገባም። ጀነራሎች ያለ ወታደሮቻቸው ምንም የታሪክ ትርጉም እንደማይኖራቸው ሁሉ የፖለቲካ ድርጅት መሪዎች ያለ ተራ አባላቶቻቸው ምንም ትርጉም አይኖራቸውም።

በተለይ የእንደ ኢህአፓ አይነት የድርጅት ታሪክ ትረካ ወደ ተራ አባላቱ ታሪክ ትረካ ካልወረደ ከልብ ወለድ ድርሰት ልዩነት የሌለው ትረካ ነው። ኢህአፓ የብዙ ሺዎች አቅምና ብቃት የነበራቸው የፈቃደኞች ድርጅት ነው። የአንዳንዱ ተራ አባል ብቃት በተለያዩ ደረጃዎች ከተቀመጡት የአመራር አባላት ብቃት በላይ ነበር። የአንዳንዱ ተራ አባል ጽናትም አመራር ውስጥ ከነበሩ አንዳንድ አባላት የላቀ ነው። አመራሩ ኢህአፓን መሰረተው እንጂ ድርጅት አላደረገውም።

የኢህአፓ አመራር አቅዶ ከሰራው ስራ ይበልጥ እነዚህ ብቃቱ የነበራቸው ተራ አባላቱ በፈጠራ ችሎታቸውና በግል ተነሳሽነታቸው የሰሩት ስራ ይበልጣል። አመራሩ የማያውቃቸውን ያላሰበባቸውን ድርጅቱን ያስተዋወቁት የፕሮፓጋንዳ ስራዎች በራስ ተነሳሽነት የሰሩት ወጣት አባላቶቹ ናቸው።

አመራሩ ራሱ "እንዴት አሰቡት? እንዴትስ አደረጉት?" በማለት የሚደመምባቸውን የፕሮፓጋንዳ ስልቶቹን የሚፈጥሩት ተራ አባላት ነበሩ። ለስራ የሚያስፈልጋቸውን ገንዘብ በራሳቸው ዘዴ ያሰባስባሉ። "ድርጅቱ ለስራ ገንዘብ ወይም መሳሪያ ይስጠን" የሚባል ነገር

አያውቁም። ገንዘብ ለማግኘት መዝረፍ ከነበረባቸው ካለው ይዘርፋሉ። መሳሪያም ለማግኘት የማያደርጉት ነገር አልነበረም። ከራሳቸው አልፈው ለዋናው ድርጅት ይተርፋሉ። ራሳቸውን በራሳቸው ጥረት እያባዙ ወደላይ ሪፖርት አደረጉ እንጂ ከላይ ወደታች አመራሩ ድርጅቱን ለማስፋት ያደረገው ጥረት አልነበረም።

ኢህአፓ፣ ሃላፊነቱ የተወሰነ የህዝብ ድርጅት (EPRP PLC) "ፍራንቻይዝ" ነበር ማለት እንችላለን። "ኢህአፓ የሚለውን ስም መደራጀትና ማደራጀት ለሚፈልጉ የሚያውስ" ማለት ነው። ወይም "ማእከሉ መንፈሳዊ አመራር የሚሰጥ፣ አካላዊ እንቅስቃሴው ባልተማከለ መንገድ የሚሄድ ድርጅት ነበር" ማለት ይቻላል። ይህ ሲባል "ኢህአፓ ከማዕከል ማስፈጸም የሚፈልገውን ውሳኔ ማስፈጸም የሚችል ድርጅት አልነበረም" ለማለት አይደለም።

ኢህአፓ በጣም ታማኝና ማእከሉ "አድርግና አታድርግ" የሚለውን ለማዳመጥ ዝግጁ የሆኑ አባላት የነበረው ድርጅት ነው። እነዚህ አባላት ግን ጠባቂዎች አልነበሩም። "መመሪያ አልመጣም" ብለው እጃቸውን አጣጥፈው የሚቀመጡ አይደሉም።[288] በቂ አቅምና ብቃት

[288] ከብዙ አመታት በኋላ ከኢህአዴግ ጋር በሰራኋቸው ዘመናት የኢህአዴግ ካድሬዎችና አባላት ምንም ነገር አመራሩ መመሪያና ማብራሪያ (እነሱ ኦረንቴሽን ነው የሚሉት) ሳይሰጣቸው መስራት የማይችሉ ከመሆናቸው ጋር በማነጻጸር የኢህአፓና የኢህአዴግ አባላትን ልዩነት ታዝቤያለሁ። ኢህአፓ ውስጥ የተማረው ሲበዛ ኢህአዴግ ውስጥ ያልተማረው ሰው ይበዛ ነበር። አንዱ ትልቁ የኢህአዴግ ክንውን ይህን ያልተማረ የሰው ሃይል በጥቂትና ጥቂት ትምህርት በነበራቸው ሰዎች አመራራ መርቶ ለድል መብቃቱ ነው። አመራሩ በስሩ የነበረውን የሰው ሃይል ምሁራዊ አቅም ግምት ውስጥ በማስገባት በትግሉ ወቅት ያዳበረው፣ አባላትን ማእከሉ በሚያዘጋጀው እቅድ ወለም ዘለም ሳይሉ እንዲሰሩ የማድረግ ክህሎት የሚደነቅ ነው። አባላት ምን እንደሚሰሩ በጣም በተዘረዘረ መንገድ ማእከሉ እቅድ አዘጋጅቶ፣ በዛ እቅድ ላይ እያንዳንዱ አባል ሁሉን ነገር መገንዘቡን በሚያረጋግጥ መልኩ ገለጻ (አባላት ኦረንቴሽን የሚሉት ይህ ነው) ሰጥቶ በገለጻው መሰረት ስራቸውን መስራታቸውን በየምእራፉ የመገምገሚያ ነጥብ አዘጋጅቶ ስራ ያሰራቸው ነበር። አባላት ይህን ከመልመዳቸው የተነሳ አንድ ስራ ስሩ ሲባሉ በጣም አነስተኛ ስራን ጭምር "የኦረንቴሽን ወረቀቱ የት አለ" ብለው ይጠይቃሉ። ከደርግ ጋር ትግል በሚደረግበት ወቅት ይህ አሰራራ ኢህአዴግ ለነበረው የሰው ሃይል ትክክለኛና ተገቢ አሰራር ነው። ሃገር ለማስተዳደር ግን እንዲህ አይነቱ ጥቃቅኗን ነገር ሳይቀር ከማእከል እያቀዱ ለመፈጸም መሞከር ግን ለአንድ የተለየ ሁኔታ የሰራን አንድ አይነት አሰራር ለሌላ ሁኔታ በጭፍኑ በስራ ላይ ለማዋል መሞከር ይሆናል። ኢህአዴግ ስልጣን ከያዘ በኋላም በዚሁ መንገድ ለመቀጠል ያደረገው ሙከራ ችግር እየፈጠረ እንደነበር አይቼዋለሁ። ለአንድ ፖለቲኮ ወታደራዊ ዓላማ ለቆመና ይህን ዓላማ የሚደግፉ የተወሰኑ አባላት ላሉት ድርጅት የሰራ ዘዴ መቶ ሚሊዮን የተለያዩ ዜጎች ላሉት በጣም ሰፋት ያሉት የስራ እንቅስቃሴዎች ለሚያደርግ መንግስት፣ ሃገርና ህዝብ የማይሰራ ነው። ሃገር ድርጅት አይደለም። በርካታ በራሳቸው የፈጠራና የተነሳሽነት አቅም ስራን መስራት የሚችሉ ዜጎችን ማፍራትና ማግኘት ይጠይቃል። እንዲህ አይነት ዜጎች የፈጠሩ ሃገሮች ብቻ ናቸው የለሙት የበለጸጉት። በማፈንና በመቆጣጠር ሃገር ለመወለወጥ ሙከራ ያደረጉ ጊዚያዊ ስኬትን እንጂ ቋሚ ስኬትን ማስመዝገብ አልቻሉም። በዚህ ላይ የተደረገ ጥልቅና ድንቅ ጥናት "why nations fail" በሚል ርእስ በተጻፈ መፅሃፍ ተካቷል። በሁለት ኢኮኖሚስቶች የተጻፈውን ይህን መፅሃፍ ማንበብ ማእከሉን ይዘን እየተቆጣጠርን እድገት እናመጣለን የሚል ቅዠት ያላቸውን ሰዎች ብዙ ጉዳት በሃገር ላይ ሳያደርሱ ከድርጊታቸው እንዲታቀቡ የሚያደርግ ጠቀሜታ አለው ብዬ አምናለሁ። በኢህአዴግ ውስጥ በነበርኩበት ወቅት በድርጅቱና በምሰራበት

የነበራቸው፣ በራሳቸው የሚተማመኑ አባላት ነበሩ። በዚህም ምክንያት ራሳቸው አቅደው ለመስራት ችግር አልነበራቸውም።

በየቀበሌው፣ በየፋብሪካው፣ በየመስሪያ ቤቱ በኢህአፓ ስም የተደራጀውና የሚንቀሳቀሰው አካል ማእከሉ እየተቆጣጠረ ከሚያንቀሳቅሰው ይገዝፋል። በአንድ ጽንፉ ማእከሉ በማያውቀውና ባልወሰነበት ግለሰብ ላይ “ጸረ ህዝብ ነው” በሚል ፍረጃ የታችኛዎቹ አካላት እርምጃ እስከመውሰድ ደርሰው ነበር። የኢህአፓ አመራር በሌሎች ድርጅቶች ውስጥ አሰርጎ ያገባቸውን ሰዎች ባለማወቅ “ባንዳዎች ናቸው” በሚል ዕምነት ጥቃት ያደረሱ ቡድኖች ነበሩ።

የኢህአፓን አመራር በምሸፍርበት ወቅት መሪዎቹ ስለድርጅቱ መረጃ የሚጠይቁት እኔኑ ነው። “ሰሞኑን የወጣ አዲስ መዝሙር የለህም ወይ ይሉኛል?”። እነ ዘውዱና ትናንሽ ወንድሞቼ ለኔም በካሴት የቀዱልኝ መዝሙር በመኪናው ቴፕ ማጫዎቻ አጫውትላቸዋለሁ። ቴፕ ከሌለኝም በዛው ቀፋፊ ድምጼ እንድዘምርላቸው ይጠይቁኛል። “ምን ዜና አለ ይሉኛል?”። “የወጣት ሊጉ ከካዛንችሱ ሱፐር ማርኬት መቶ ሺህ” ብር ዘረፈ ይባላል” እላቸዋለሁ። “መቼ? እንዴት?” ከሚሉ ጥያቄዎቻቸው እነሱ ጋር ያልደረሰ እቅድ እንደነበር እረዳለሁ።

አንድ ጠዋት ተስፋዬ ደበሳይ ስልክ ደውሎ “መርካቶ ሲኒማ ራስ ፊት ለፊት እጠብቅሃለሁ” አለኝ። “እሺ” ብዬ ስልኩን ዘጋሁ። የገረመኝ ከእዛ ጠዋት በፊት በነበረው ምሽት ለሰአት እላፊ ጥቂት ደቂቃዎች ሲቀሩት፣ አልፎ አልፎ ከሚያድርበት ግሪክ ት/ቤት አጠገብ ከነበረው ቤት ያደረስኩት እኔ ነበርኩ። ጠዋት ሲደውል “ከዛው ቤት ውሰደኝ” የሚለኝ መስሎኝ ነበር።

መርካቶ ተስፋዬን ሳገኘው “እንዴት እዚህ መጣህ?” አልኩት።

“በእግሬ” አለኝ።

“አደጋውስ ?” አልኩት።

“ምን ላድርግ? ከግቢው ወጣ ያልኩት፣ እነዚህ ወጣቶች በየኤሌትሪክና ስልክ ገመዱ ላይ ሰቅለው ያደሩትን የኢህአፓን አርማ ለማየት ነው። መመለስ አልቻልኩም ። ስራቸውን

መስሪያ ቤት ውስጥ ዜጎች በራስ ተነሳሽነት ስራ የሚሰሩበት ባህልና አቅም እንዲዳብሩ የትም ያልደረሰ ትንሽ ሙከራ አድርጌ ነበር።

እያደነቅኩ መርካቶ ገባሁ። ሽማግሌውን ልቤን በወጣት ደማቸው እንዲመታ አደረጉት" አለኝ።

ተስፋዬን የገረመው ደርግ ያወጀውን የሰአት እላፊ ጥሰው ያንን ሁሉ አርማ መስቀላቸው ብቻ አይደለም። ዘዴያቸው ጭምር ነበር። በጨርቅ ላይ የኢህአፓን አርማ ቀርጸው ጨርቁን ከቁራጭ እንጨት ላይ አንጠልጥለውታል። እንጨቱን በሲባጎ አስረው፣ የሲባጎውን ጫፍ ድንጋይ ላይ አስረውታል። ድንጋዩን ኤሌትሪክ ገመዱ ላይ ሲወረውሩ በክብደቱ የተነሳ በታሰረበት ሲባጎ እየተሽከረከረ ገመዱን ኤሌትሪክ ሽቦው ላይ ያጥመለምለዋል። እንጨቱ ላይ የተቋጠረው ጨርቅ ከኤሌትሪክ ገመዱ ስር በሥርዓት ይሰቀላል። ለማውረድ የማይቻልበት ቦታ በብዛት ስለሰቀሉት ደርግ ምንም ማድረግ አልቻለም ነበር። ለተስፋዬ የገረመው ይህ ዘዴያቸው ነው።

"እንዴት አሰቡት?" አለኝ።

"እኔ እንጃ" አልኩት።

እንዲህ የራሱን የድርጅቱን አመራር የሚያፈዙ ስራዎች የሚሰሩ አባላት ናቸው ኢህአፓን ኢህአፓ ያደረጉት። የእነዚህ ታሪክ በዝርዝር አልተጻፈም። በአንድ ቀበሌ ውስጥ የነበረች የአንዲት ጠንካራ ህዋስ አባላት ታሪክ የብዙውን ተራ አባል ታሪክ ልትወክለው ትችላለች። የኢህአፓ ጭፍሮች ያልኩት እንዲህ አይነቶቹን ነው። ጭፍሮች የሚለውን ቃል በእንግሊዝኛ ፉት ሶልጀርስ (Foot soldiers) ለሚለው መተኪያ አድርጌ ነው ያሰብኩት። እግረኛ ወታደሮች ከማለት ጭፍራ ማለቱ ይሻላል ብዬ ነው።

እንዲህ አይነቶቹን ጭፍሮች ብዙዎቻችን በየቤታችን በየቀበሌያችን እናውቃቸዋለን። ያለቁት አልቀዋል። የተረፈቱም ታሪካቸው የሽንፈት ታሪክ አካል ስለሆነ መጻፉ ትርጉም ያለው አይመስላቸውም ። ብዙ ነገር የታመቀበትን ታሪካቸውን አምቀው ይዘው በወጣትነት ዕድሜያቸው የረገፉትን ወንድሞቻቸውንና ጓዶቻቸውን ለመቀላቀል የተፈጥሮን ትእዛዝ እየተጠባበቁ ነው።

እኔ የማውቀውን ያህል ጉለሌን ስላቀላችው ህዋስ አባላት ታሪክ ጽፌያለሁ። እኔ የጻፍኩት በጣም ውሱን በሆኑ ጉዳዮች ዙሪያ ነው። አብሬያቸው በሰራሁበት ወቅት በጋራ ስላደረግነው እንቅስቃሴ ብቻ ነው። የህዋስ አባላቱ ታሪክ ከዛ በላይ ነው። ሁላችንም የኢህአፓ ጭፍሮች ነበርን። መኪናም እየሾፈርኩ የነበረው በጭፍራነት ነው።

አብሬያቸው ባልሰራም የኢህአፓ ጭፍሮች በተለይ ወጣቶቹ እንዴት ይሰሩ እንደነበር ለመታዘብ ችያለሁ። በሰፈሬ ውስጥ ከዘውዱና ከቸርነት በስተቀር በኢህአፓ ውስጥ ምን ተሳትፎ እንደነበረኝ ማንም የሚያውቅ ሰው አልነበረም። ቸርነትም በአመኔታ መኪና ይሰጠኝ ነበር እንጂ ለምን አይነት ድርጅታዊ ስራ አውለው እንደነበር አያውቅም። የብዙዎቹ የሰፈሬ ልጆች እንቅስቃሴ ግን ከኔ የተደበቀ አልነበረም። የሚጀምረው እዛው እቤታችን ውስጥ ከትንንሽ ወንድሞቼ ነበር። ሰፈራችንን ከፍተኛ አስራ አምስት ቀበሌ አስራ ዘጠኝን "ትንሿ አሲምባ" የሚል ስም በደርግ ሰዎች ያሰጣት እንቅስቃሴ ስለሌሎች ቀበሌዎች የኢህአፓ ጭፍሮች እንቅስቃሴ የሚሰጠው ፍንጭ ይኖረዋል።

ለእድገት በህብረት ዘመቻ ያልደረሱ የአስረኛ ክፍል ተማሪዎች እየዘረጉት ለነበረው የወጣት ሊግ ድርጅታዊ መዋቅር የጥናት ጽሁፍ የሚያዘጋጁት እራሳቸው ናቸው። እነሱ ሳያውቁት ሶስቱ ሞስኪቶዎች፣ (ዘ ስሪ መስኪትየርስ "the three musketeers" ከሚባለው በእውቁ ፈረንሳዊ ጸሃፊ በአሌክዛንደር ዱማስ በተጻፈው መፅሃፍ ውስጥ ባሉት ገጸ ባህርያት የተሰጠውን ስያሜ አጣምሜ ሞስኪቶዎች ያልኳቸው) እያልኩ የምጠራቸው የታናሾቼ ታናሽ ብዙነህ፣ ሁለቱ ጓደኞቹ የዘውዱ ወንድም ጌድዮን ወልደአማኑኤልና ሌላው በረከት ከበደ ነበሩ። ሶስቱም የተፈሪ መኮንን ት/ቤት ተማሪዎች ናቸው። ቁመታቸው፣ የመልካቸው ቅላት፣ የጸጉራቸው ልስላሴ አንድ አይነት ነው። "ከአንድ ወላጆች ነው የተወለድነው" ቢሉ ማንንም ማሳመን የሚችሉ ነበሩ። የማይለያዩ ጓደኛሞች ነበሩ።

የብዙነህና የኔ መኝታ አንድ ክፍል ውስጥ ነው። ብዙ ጊዜ እኔ ስለማልኖር እነዚህ ጓደኛሞች ክፍሉን እንደ ቢሯቸው ይጠቀሙበታል። መጀመሪያ እለት ትኩረቴን የሳቡት የቻይናውን ኮምኒስት ፓርቲ ሊቀመንበር የማኦ ዜ ዱንግን መጽሃፍ ለመተርጎም ሲታገሉ ያየኋቸው እለት ነው። ብዙነህን ብቻውን ሲሆን ጠየቅሁት።

"መጽሃፉን በሙሉ መተርጎም እየሞከራችሁ ነው እንዴ?" ብዬ

"አይ አንድ ምእራፍ ብቻ ነው። የመደብ ትንተና በቻይና ማህበረሰብ ውስጥ (Class analysis in Chinese society) የሚለውን ምእራፍ ብቻ ነው" አለኝ።

"ምን ያደርግላችኋል?" አልኩት።

"በህዋሶች ውስጥ የሚነበብ ነገር የለንም" አለኝ።

እንደገባኝ በእነሱ ዕድሜና የትምህርት ደረጃ የሚመጥን የአብዮታዊ ንድፈ ሃሳብ ጽሁፍ ማግኘት አልቻሉም። የካርል ማርክስ ጽሁፎች በንድፈ ሃሳብ ደረጃ ከባድ ናቸው። የተጻፉበትም እንግሊዝኛ ቋንቋ እንደዚሁ በጣም ከባድ ነው። የነበራቸው ምርጫ ማኦ ለቻይና ገበሬዎች እንዲገባቸው አድርጎ አቅልሎ የጻፋቸውንና ከቻይንኛ በቀላል እንግሊዝኛ የተተረጎሙትን ጽሁፎች ወደ አማርኛ እየተረጎሙ መጠቀም ነበር።

እነዚህ ወጣቶች የተረጎሙትን የተወሰነ ክፍል ተመልክቼ በስራቸው ጥራት በጣም ነበር የተገረምኩት። ኢህአፓ ለእነሱ የሚሆን የጥናት ጽሁፍ ካልሰጣቸው የራሳቸውን ጽሁፍ ለማዘጋጀት ወደኋላ የማይሉ ነበሩ። በሌላውም ጉዳይ ተመሳሳይ አመለካከት ነበራቸው። ኢህአፓ በጣት የሚቆጠሩ የወጣት ሊግ ህዋሶች በነበሩት ሰአት ከአዋሬ እስከ ፒያሳ ሰአት እላፊውን እየጣሱ የኢህአፓን አርማ እየሳሉ፣ መፈክሮችን እየጻፉ ድርጅቱን ምትሃታዊ ድርጅት ያስመሰሉት እነዚህ ወጣቶች ናቸው።

ሰውን ሁሉ እኔንም ጨምሮ የሚያስገርመን በቤተ መንግስቱና በፓርላማው መሃል በነበረው ትልቅ ክፍት ቦታ ላይ በነበረው ሸንት ቤት ግርግዳ ላይ በየጊዜው ይጽፏቸው የነበሩት መፈክሮች ናቸው። ደርግ በየጊዜው መፈክሮቹን ለማጥፋት ግርግዳውን ቀለም ይቀባል። መፈክሮቹ በየጊዜው እንደገና ይጻፋሉ። ብዙ ሰው "ወታደሮቹ ራሳቸው ካልሆኑ ሌላ ማንም ሰው እዛ ቦታ ላይ ሰአት እላፊውን ጥሶ መጻፍ አይችልም" የሚል ዕምነት ነበረው።

እኔ ግን፣ ሰአት እላፊው ከተጀመረ ከሰአታት በኋላ፣ እራሱ በደንብ ሳይዘጋው በተወው መስኮት ዘሎ የሚገባውን ወንድሜን እጅና ልብስ በመመልከት እነዛን ጽሁፎች ማን ይጽፋቸው እንደነበር እጠረጥራለሁ። ብዙውን ጊዜ ብዙነህ በመስኮት ዘሎ ሲገባ እጅና ልብሱ በቀይ ቀለም ተለውሶ ነበር የማየው።

ከተወሰነ ጊዜ በኋላ፣ ወንድሜ አንድ ምሽት እንደልማዱ በመስኮት ሲገባ ከለበሰው ሰፊ ጃኬት ስር ታጥቆት የነበረውን ሺሜዘር የተባለውን የጀርመን አውቶማቲክ መሳሪያ አየሁ። እሱ መግባቱን እንጂ ጃኬቱ ወደላይ ተገፎ መሳሪያውን እኔ እንደማይ አላወቀም። ለመጀመሪያ ጊዜ መሳሪያውን ማየቴን የሚያውቀው ይህን ጽሁፍ ካነበበ ነው። እንዳላየ ሆኜ ዝም አልኩ።

ከጥቂት ጊዜ በኋላ፣ ምኒሊክ ሆስፒታል ለህክምና የተወሰደ ደርግ ያሰረውን የኢህአፓ አባል ለማስመለጥ በተደረገ ኦፐሬሽን ላይ እጁን በጥይት ተመቶ ቆስሏል። እነዚህ ወጣቶች ዕድሜያቸው ገና አስራ ስባት አመት ሳይሞላ ምን ውስጥ ገብተው እንደወጡ፣

ጓዶቻቸው ምን ውስጥ ገብተው እንደቀሩ ዝርዝሩን የሚያውቁት እነሱ ብቻ ናቸው። ለኢህአፓ ሲሉ የማይፈጽሙት ነገር አልነበረም።

ዳዊትና ሽሪፎ የሰፈራችን ልጆች ናቸው። ከዛም በላይ የኢንጂነሪንግ ኮሌጅ ጓደኞቼ ናቸው። የሰፈራችን ልጆች የሆኑት ቀበሌ አስራ ዘጠኝ ውስጥ ቤት ተከራይተው መኖር በመጀመራቸው ነው። ተወልደው ያደጉት ጂማ ነው። የጂማው የሚያዚያ 27 ሁለተኛ ደረጃ ትምህርት ቤት ተማሪዎች ነበሩ። በዛን ዘመን ከጂማ የሁለተኛ ት/ቤቶችን መልቀቂያ ፈተና አልፎ ዩኒቨርስቲ መግባት ተአምር ከመስራት ልዩነት አልነበረውም ። እነሱ ግን አድርገውታል።

ሁለቱም ጎበዝ ተማሪዎች ነበሩ። የማይለያዩ ጓደኛሞች ናቸው። ዳዊት ጎተራ አካባቢ የነበረውን የነዳጅ ማጠራቀሚያ ዴፖ ለማቃጠል ኢህአፓ ባደረገው ያልተሳካ ሙከራ ተሳትፎ ተገደለ። አንዱን ነዳጅ ማጠራቀሚያ በላውንቸር ቢመቱትም ባዶ ስለነበር ሳይቃጠል ቀረ። ማጠራቀሚያው ላይ ላውንቸሩ የተወው ቀዳዳ ለረጅም ጊዜ ለማንም የአካባቢው መንገደኛ ይታይ ነበር። ዳዊትን ደርግ ከገደለው በኋላ እሬሳውን በጂፕ መኪና ኮፈን ላይ አስሮ የቀበሌው ኗሪ እንዲያየው አዞረው። ሽሪፎን አብዮት ጠባቂዎች እንዴት አንገቱን በመጥረቢያ ቆርጠው እንደገደሉት ቀደም ብዬ ገልጫለሁ።

ለእናቱ አንድ ልጅ የነበረው፣ ብሩህ አእምሮ ከመልከ መልካምነት ጋር ተፈጥሮ ያደለችውን የቸርነትና የአበበ ባልቻ ጓደኛ የኤፍሬም አበበን ታሪክ የተረከው የለም። ከስንቱ የደርግ ነፍሰ ገዳይ ጋር ተፋልሞ እንደወደቀ የሚያውቅ የለም። ቸርነትና ኤፍሬም ምን አይነት ጎበዝ የተፈሪ መኮንን ትምህርት ቤት ተማሪዎች እንደነበሩ በሰላምና በድሎት የደርግን ዘመን ያሳለፈውና የኢህአዴግ ዘመኑ ታዋቂው የፊልም ኮከብ አበበ ባልቻ ቢጠየቅ ይናገራል። የአብሮ አደጎቼን የዘውዱንና የጃፒን ታሪክ እኔም አልተረኩም።

ከሁሉም በዕድሜ ወጣቱ ማሙሽ ነው። ቅጽል ስሙ ሙጃ ይባላል። እንደ ሙጃ በአንድ ክረምት ነበር ያደገው። የአንድ ልጅ ቁመት ማሙሽ ባደገበት ፍጥነት ሲያድግ አይቼ አላውቅም። ከኋላችን ተነስቶ ሁላችንም በቁመት በልጦን ቁጭ አለ። በልጅነቱ የተነሳ በእውነተኛ ስሙ "በእንዳለ" ጠርቼው አላውቅም። ሰፈር ውስጥ ሙጃ እያሉ ጓደኞቹ ሲጠሩት "አቤት" የሚለው ማሙሽ የቁጭራውን ባንክ ኢህአፓ ሲዘርፈው አንዱ ታጣቂ ነበር። ይህን ማወቅ የቻልኩት በአጋጣሚ ነው። እቤታችን አልፎ አልፎ ወንድሞቼ ጋር ይመጣል። ነግሬው አላውቅም።

1970 ዓ.ም ሁሉ ነገር እያበቃለት በነበረ ሰአት ማሙሽ ደጋግሞ እቤታችን ይመጣል። አንዳንዴም ያድር ነበር። ቤቱ ማደር ካቆመ ብዙ ጊዜ ሆኖታል። ኢህአፓም ድርጅታዊ መዋቅሩ እየተበጣጠሰ ችግር ላይ ለወደቁ አባላቱ ምንም አይነት የመጠለያ ይሁን ከከተማ መውጫ ድጋፍ መስጠት ተስኖት ነበር። የእንዳለ እጣ ከተማው ውስጥ መንከራተት ሆኖኗል።

በእንቅርት ላይ ጆሮ ደግፍ እንዲሉ፣ እንዳለ ከአልማዝ ጋር ፍቅር ነገር ይዞታል። አልማዝ የእሱ የዕድሜ እኩያ የሆነች ቆንጅዬ እቤታችን ትኖር የነበረች የአባቴ የዘመድ ልጅ ናት። መጠለያ ፍለጋ ብቻ ሳይሆን እሷንም ለማየት ጭምር ይመጣል። አንድ ምሳ ሰአት ላይ ቤታችን ውስጥ ብቻውን አገኘሁትና ማውራት ጀመርን። ተስፋ ቆርጧል። የጊዜ ጉዳይ እንደሆነ እንጂ መያዙ የማይቀር እንደሆነ ገብቶታል። ብዙ ነገሮች ውስጥ ገብቶ እንደነበር በጥቅሉ ነገረኝ።

“አውቃለሁ” አልኩት ።

“እንዴት አወቅክ ?” ብሎ ጠየቀኝ ።

ከቁጭራ ባንክ ዘራፊዎች አንዱ እንደነበር እንደማውቅ ነገርኩት።

“እሱንስ እንዴት አወቅህ ?” አለኝ።

ነገርኩት። “በባንክ ዘረፋው ላይ ድንገት ተኩስ ተነስቶ ከኢህአፓ ታጣቂዎች መሃል ሰዎች ቢሞቱ” በሚል እሳቤ የሁሉም ተሳታፊዎች መታወቂያ ወረቀት ተሰብስቦ እንደነበርና እንዴት እነዛ መታወቂያዎች በአጋጣሚ እኔ እጅ እንደወደቁ አጫወትኩት። ከአስራ ስድስት መታወቂያዎች መሃል ከላይ ቁጭ ብሎ የነበረው የእንዳለ መታወቂያ ነው። የነበረን ዲሲፕሊን የሚገርም ነው። የተቀሩትን መታወቂያዎች ለመመልከት አልሞከርኩም። እንዳለ ስለእርሱ መታወቂያ ስነግረው በጣም ገረመው።

“ይህንን ያህል ካወቀ ሌላውንስ ብነግረው” ከሚል ስሜት ይመስለኛል ተመስጌን ማዴቦ የሚባለውን የታወቀ የደርግ ጨፍጫፊ እንዴት እንደገደለው ነገረኝ። ተመስጌን ማዴቦ ደርግ በሰጠው ላንድሮቨር እየዞረ ሰው የሚገድልበት የራሱ ጉዳይ ቡድን ነበረው። የጉዳይ ቡድኑ ስም “የማዴቦ ስኳድ” እየተባለ ይጠራል። በጣም ብዙ ወጣቶች ፈጅቷል። ማሙሽ የተመስገንን አሟሟት እንደሚቀጥለው ነበር የተረከው።

“አንድ ምሽት ተመስገን ጋንዲ ሆስፒታል ልጅ ወልዳ የተኛችውን ሚስቱን ለመጠየቅ እንደሚሄድ መረጃ ደረሰን። በዛን ምሽት ማዴቦ ከነፍስ ገዳይ ባልደረቦቹ ተለይቶ ብቻውን

እንደሚሆን አውቀናል። ከምሽቱ ወደ ሁለት ሰአት ገደማ ተመስገን ከሆስፒታሉ ወጥቶ ሆስፒታሉ አጠገብ መንገድ ዳር ወዳቆመው መኪና እየሄደ ነበር። ትልቅ ካቦርታ ለብሼ ክላሼን በካቦርታዬ ሸፍኜ እጠብቀዋለሁ። ድንገት ያልተጠበቀ ነገር ከመጣ በሚል ሽፋን የሚሰጡ ሌሎች ጓዶች ቦታ ቦታቸውን ይዘዋል። ሲመጣ ሳየው ከቆምኩበት ጥግ ተንቀሳቅሼ በደንብ ላየው ከምችለው ቦታ ቆምኩ። መኪናው ጋር ለመድረስ ትንሽ ነበር የቀረው። ቀልቡ ሁሉ መኪናው ላይ ነው። "አደጋ ይደርስብኛል" ብሎ የሚያስብ ሰው ፈጽሞ አይመስልም። "ተመስገን" ብዬ በስሙ ጠራሁት። "ቀና" ብሎ ተመለከተኝ ። "ምናባክ ይዋጥህ አሁን?" እንዳልኩት ተኩሴን ከፈትኩ። ክላሹን አውቶማቲክ እንዲተኩስ አድርጌዋለሁ። በካርታው ውስጥ የነበረውን ሃያ ጥይት በሙሉ ለቀቅኩበት። የጥይቱ ጉልበት ወደላይ አንስቶ ወደኋላው ገለበጠው። ከታች ወደ ላይ ከላይ ወደታች ወደጎን ነበር የተኮስኩበት። በጥይት ኤክስ ሰራሁበት። መሞቱን እርግጠኛ ነበርኩ" ብሎኛል። [289]

---

[289] ሻምበል ፍቅረስላሴ ወግደረስ "እኛና አብዮቱ" በሚለው መጽሃፉ ላይ ተመስገን ማዴቦ አንዴ በ1969 በገጽ 273 ሌላ ጊዜ በገጽ 284 በ1970 ተገደለ ይላል። ማሙሽን ያናገርኩት 1970 መስከረም ወር ውስጥ ይመስለኛል።እየነገረኝ የነበረው የተመስገን ጉዳይ ከመስከረም ወር በፊት የተፈጸመ ይመስለኛል። ስለሆነም ተመስገን ማዴቦ የተገደለው በ1969 ዓ.ም ነው ማለት ነው። እራሱ ሰውየውን የገደለው ወጣት ወደ መኪናው እየሄደነበር ስላለ "መኪና ውስጥ ተቀምጦ" የሚለውን የሻምበል ፍቅረስላሴ ትረካ በዚህ ማስተካከሉ ይሻላል። የወለደች ሚስቱን ሊጠይቅ ጋንዲ መሄዱንም ሻምበል ፍቅረስላሴ የሚያውቅ አይመስልም። ቢያውቅ ኖሮ የኢህአፓን ጨካኝነት ለማሳየት በየቦታው እንደጻፈው አዲስ ስለተወለደው የተመስገን ልጅና አራስ ሚስቱ መጻፉ አይቀርም ነበር። ተመስገን ማዴቦ የከተማውን ወጣቶች ብቻ ሳይሆን በየፋብሪካው "የኢህአፓ አባላት" እያለ የፈጃቸው ላብአደሮች ብዛት ሻምበል ፍቅረስላሴ ኢህአፓ ገደላቸው ብሎ በመጽሃፉ ካስቀመጣቸው ሰዎች ቁጥር እጅጉን ይበልጣል። ብዙዎቹ የደርግ ጉዳዮች ጨካኝ ብቻ ናቸው ብዬ አላምንም። የአእምሮም በሽተኞች ነበሩ ብዬ ነው የማምነው። አረመኔው ግርማ ደርግ ራሱ የገደለው፣ ተመስገን ማዴቦን የመሳሰሉት የጅምላ ጨፍጫፊዎች በስነ አእምሮ ዶክተሮች ቢመረመሩ፣ ሰው ይገድሉ የነበረው "በጭካኔ ብቻ እንዳልነበር ማረጋገጥ ይቻል ነበር" የሚል ዕምነት አለኝ። ተመስጌን ማዴቦ የሰው ደም በብርጭቆ ቀድቶ ለመጠጣት ምንም የማይሰቀጥጠውን ነፍሰገዳይ ሻምበል ፍቅረስላሴ "በከፍተኛ ጭካኔ ተገደለ፤ የሰራተኛ ማህበር መሪ ስለነበር። ሰራተኛው በሞቱ አዘነ" ይለናል። ተመስገን በሰራተኛው ላይ እነ ሻምበል ፍቅረስላሴ የጫናኑበት መሪ እንጂ በነጻ ምርጫ ሰራተኛው ያልመረጠው ሰው ነው። ሰራተኛው በዴሞክራሲያዊ ምርጫ የመረጣቸውን መሪዎቹን ደርግ ገድሎና አስሮ በሰራተኛው ላይ የጫነበትን ነፍሰ ገዳይ ሞት ሲሰማ ሰራተኛው ይደሰታል እንጂ አያዝንም። ሰላማዊ ሰልፍ የማድረግ ነጻነት ሰራተኛው ቢኖረው ኖሮ በተመስጌን ሞት የተሰማውን ደስታ በሰልፍ በገለጸው ነበር። እግረ መንገዴን ሻምበል ፍቅረስላሴ ወግደረስ እነተፈሪ በንቲ በተገደሉበት ወቅት ትልቅ የድጋፍ ሰልፍ ተደረገ በሚል የሚያቀርበውን አይነት ዘገባ እንዴት ሰልፎች ይዘጋጁ እንደነበር የሚያውቅ እንደ ፍቅረስላሴ አይነት ሰው ህዝብ በ1969 ሻለቃ መንግስቱ ሃይለማሪያምን ከጀነራል ተፈሪ በንቲ በላይ አምኖ በከተማና በገጠር ሳይቀር ተሰብስቦ ለድጋፍ መጣ ብሎ ሲጽፉ በጣም የሚያሳዝን ነው። እነዛው ሻምበል ፍቅረስላሴ ከአዲስአበባ አካባቢ በፈረሳቸው መጡ የሚላቸው ኦሮሞዎች ተፈሪ በንቲ የእርቅ ንግግር ያደርጋል በተባለበት ቀን ተፈሪ በንቲን ስሙ እየጠሩና እያወደሱ አዲስ አበባን አጥለቅልቀዋት እንደነበር እንዴት ይረሳል? ወይንስ በሃገር አልነበረም? የተቃውሞ ሰልፍ የማድረግ ነጻነት ቢኖር ግድያውን ተቃውሞ የሚወጣው የሰው ብዛት ግድያውን ደግፎ ከወጣው መቶ እጥፍ ይሆን ነበር። ደግፎ የወጣውም ህዝብ ነጻነት ቢኖረው በመቶ እጥፍ ይቀንሳል። በቀበሌ ለሰልፍ የሚወጣው ህዝብ እንኳን ያኔ አሁንም ጭምር እንዴት እንደሚወጣ እናውቃለን። ህዝብ በገዛ ፈቃዱ ያለማንም አስገዳጅነት በታሪኩ ሰልፍ የወጣባቸው ቀናት በአንድ እጅ

በሌላ ጊዜና ሁኔታ እኔና ማሙሽ እንዲህ ቁጭ ብለን የምንጫወትበት እድል አይኖርም። በ1970 ዓ.ም ላይ እኔም እንደማሙሽ የምሄድበት የምጠለልበት ያልነበረኝ ከኢህአፓ ጋር የነበረኝ ግንኙነት በሰዎች መገደልና መታሰር ብጥስጥሱ የወጣበት ወቅት ነበር። የሁለታችንም እጣ ተመሳሳይ ይመስል ነበር። እኔ ተረፍኩ እሱ ግን አልቻለም።

ማሙሽ በተያዘበት ወቅት የደረሰበትን ሰቆቃ ሳስበው ይዘገንነኛል። የደርግ ደህንነቶች የሚችሉትን ያህል ቀጠቀጡት። በቀበሌው ህዝብ ፊት ራሱን እንዲያጋልጥ ህዝቡን ሰብስበው እጁን አስረው አመጡት። የደርግ ሰዎች ራስህን አጋልጥ ሲሉት በዛ ሁሉ ህዝብ ፊት ያልታሰረውን ረጅሙን እግሩን አንስቶ አንዱን አሳሪውን በጫማ ጥፊ በህዝብ ፊት አቀመሰው። የእዛኑ እለት ከቀበሌው ስብሰባ ላይ ወስደው ረሸኑት።

እንዳለ ይመኑ እንደ ምንጃሩ ሽፍታ እንደ አደፍርስ አዲስ አበባ መሃል፣ ዋናውን አረመኔ ተመስገን ማዴቦን በስሙ ጠርቶ፣ አይን ለአይን ገጥሞ የብዙ መቶዎችን ወጣቶች ገዳይ የገደለው ወጣት መጨረሻው ይህ ሆነ። የዚህ ጭፍራ ታሪክ ግን ይህ ብቻ አይደለም።

የኢህአፓ ዲሲፕሊን አስሮኝ አልተመለከትኩም እንጂ እነዛ አስራ ስድስት መታወቂያዎች መሃል ሌሎችም በቅርበት የማውቃቸው ወጣቶች እንደሚገኙበት እርግጠኛ ነበርኩ።

ከፍተኛ አስራ አምስት ቀበሌ አስራ ዘጠኝ፣ ደርግ ከቤተመንግስት ታንክ አውጥቶ የሰው ቤት እስከመምታት ያስደረሰው፣ የደርግና የኢህአፓ አባላት ፍልሚያ የተካሄደበት ቀበሌ ነበር። እንሳሮ ሆቴል አካባቢ ከሚገኝ ቤት ውስጥ በደርግ ወታደሮች ተከበው እጃችንን አንሰጥም ያሉና ተኩስ የገጠሙ የኢህአፓ አባላትን በሌላ መሳሪያ ማሸነፍ ሲያቅተው ደርግ ቤቱን በታንክ እስከ መምታት ደርሷል።

ኢህአፓ ማነው? ምንድን ነው? ማን ስለ ኢህአፓ መናገር ይችላል? ኢህአፓንና ታሪኩን የጥቂት ሰዎች የግል ንብረት ያደረጉ ሰዎች አጋጥመውኛል። ፍራንቻይዝ መሆኑን አላወቁም። "ለምን ኢህአፓን ትተቻላችሁ?" ይሉናል። ይህን የሚሉን ሰዎች አንዳንዶቹ በሃገር

ጣት የሚቆጠሩ ናቸው። ሌላው በሙሉ፣ የሃገሩ ገዥዎች ራሳቸው እንደፈለጉ የሚደልሉበት አደገኛ ጨዋታ እንጂ፣ ህዝብ በሙሉ ነጻነትና ፈቃዱ የወጣባቸው የድጋፍ ትእይንቶች አይደሉም። አስፈላጊ ስላልሆነ ነው እንጂ ህዝብ በፍላጎቱ ሰልፍ የወጣባቸውን ቀኖች አንድ ሁለት ብሎ እስከ አምስት ሳይደርሱ መቁጠርና መዘርዘር ይቻል ነበር። በሻምበል ፍቅረስላሴ አጻጻፍ አንድ ያልገባኝ ነገር አለ። ለፕሮፓጋንዳ ሲባል በዛን ዘመን ደርግ ሲያሰራጨው የነበረውን ነገር ከግዜ ብዛት እውነት አድርጎ በመውሰድ እየተሳሳተ ነው ወይንስ ሆን ብሎ ህዝብን ለማሳሳት እየጻፈ ነው? ከልቤ ነው ጥያቄውን የምጠይቀው።

ያልነበሩ ናቸው። አንዳንዶቹ እሳቱ መሃል ሳይሆን ከሳቱ ዳርቻ የነበሩ ናቸው። እሳቱ እንዲሞቃቸው ትረካውን እቀጥላለሁ።

ምእራፍ ፱.የተግባር ፈተና እና ፈሪው ላብአደር

ኢህአፓ የሚገርም ድርጅት ነበር። አልፎ አልፎ ለሁሉም የፓርቲው አባላት ከአመራሩ እስከ ተራው አባል በተግባር የሚገለጽ ፈተና ይሰጣል። የኢህአፓን አመራር መሾፈር ከጀመርኩ ከጥቂት ጊዜ በኋላ አንድ እለት ዘውዱ ፈልጎኝ እቤታችን መጣ። እንደ ድሮው በየቀኑ መገናኘት ካቆምን ብዙ ጊዜ ሆኗል።

"ዛሬ ከየት ተከሰትክ ?" አልኩት ።

"አይ ሁላችንንም የሚመለከት መመሪያ ከበላይ አካል ስለደረሰኝ ነው" አለኝ።

"እንስማው" አልኩት ።

"ሁላችንም ፕራክቲካል (ተግባራዊ) የሆነ ነገር መስራት አለብን ተብሏል። አንተ ከኛ ብትለይም በህዋስ አባልነት ምድብህ አሁንም ከኛ ጋር ነው። ስለዚህ በፕራክቲካሉ ከእኔና ከማህተመወርቅ ጋር ትሳተፋለህ አለኝ" ።

እግረ መንገዱን "ፕራክቲካሉ" ለምን ያስፈልጋል እንደተባለ ገለጸለኝ። መወያየት፣ መጻፍ፣ መሰብሰብ፣ ንድፈ ሃሳባዊ ዕውቀት መገብየትን ብቻ አብዮተኛ የሚያደርግ የሚመስላቸውን ጓዶች የተሳሳተ አመለካከት ለማስተካከል ተብሎ የታሰበ ነገር መሆኑን ነገረኝ።

"አብዮት ንድፈሃሳብ ማነብነብ ብቻ ሳይሆን በተግባር የሚፈጸም አደጋ ያለው ነገር እንደሆነ የፓርቲው አባላት እንዲረዱ ለማድረግ ነው" አለኝ።

እኔ ስራዬ ሁሉ በአደጋ የተሞላ ነበር። ከስብሰባና ከውይይት ከራቅሁ ሰንብቼያለሁ። ዘውዱ የሚለው ነገር እኔን የማይመለከት እንደሆነ ቢሰማኝም፣

"ምን እንድንሰራ ተወሰነ ?" ብዬ ጠየቅኩት።

"ከነገ ወዲያ (በ1969 ዓ.ም አጋማሽ ገደማ ይመስለኛል) የኢትዮጵያ ላብአደሮች አብዮታዊ ማህበር (ኢላአማ) እውን መሆኑ በኢህአፓ ይታወጃል። የተሰጠን ስራ ኢላአማን በተመለከተ የተዘጋጁትን መፈክሮች በየሰፈራችን ነገ ማታ ጽፈን እንድናድር ነው" አለኝ። እግረ መንገዱንም ቀዩን ቀለምና ብሩሾቹን እሱ እንደሚያዘጋጅ ገለጸልኝ።

በማግስቱ ማታ ተገናኝተን በሰፈራችን ውስጥ በነበሩ የቆርቆሮና የግንብ አጥሮች ላይ "ኢላአማ ብቸኛው የሰራተኛው ማህበር ነው"። "ኢላአማ ያቸንፋል" ወዘተ የሚሉ

መፈክሮችን በቀይ ቀለም በትልልቁ ጻፍን። የወጣት ሊጉ አባላት፣ ከተማውን በሙሉ እንደ ቀላል ነገር ሞልተው የሚያድሩት ስራ፣ ምን ያህል ከባድና አስፈሪ መሆኑን የተረዳሁት የዛን ምሽት ነው።

"የፓርቲው አባላት እንደ ወጣት ሊጉ ስራ አይሰሩም፣ አደገኛ ሁኔታ ውስጥ አይገቡም" የሚል ሃሜታ በወጣቶቹ መሃል እንደነበር እሰማ ነበር። በዛን ሌሊት መፈክሩን ከጻፍን በኋላ "የወጣት ሊጉ ፓርቲውን ቢያማ አይፈረድበትም" አልኩ። በፍራቻ እየተንቀጠቀጥን የጻፍናቸው መፈክሮች ዶሮ የሞነጫጨረችው ይመስላሉ። የወጣት ሊጉ አባላት ጽሁፍ ትልልቅ ማስመሪያ ይዘው ይዞሩ ይመስል ቀጥ ባሉ ትልልቅ ፊደሎች የሚጻፉ ነበሩ።

ዘውዱ "የተግባር ፈተናው የድርጅቱን አመራር ጭምር ያካተተ ነው" ብሎኛል። በሕይወት ያሉ አመራሮች ተሳትፈውበት እንደሆነ የሚያውቁት እነሱ ብቻ ናቸው። "እንደነ ዶ/ር ተስፋዬ ደበሳይ አይነት ሰዎች አያደርጉትም" ብዬ ግን አላስብም። "ቀለምና ብሩሼን ይዤ እወጣለሁ" የሚል ሰው ነው።

ኢላአማ በተባለው ቀን በኢህአፓ ታወጀ። ከኢላአማ መታወጅ ጋር የኢህአፓ አመራር አንድ የላብአደሩ ተወካይ በቋሚነት በአመራሩ ውስጥ እንዲካተት ውሳኔ ሰጠ። በዚህ ውሳኔ የተነሳ "ዘገየ" (እውነተኛ ስሙ ይመስለኛል) የተባለ የኢላአማ ተወካይ ከአመራሩ ጋር መሰብሰብ ጀመረ። ዘገየንም እንደሌላው አመራር በመኪና የማንቀሳቅሰው እኔው ሆንኩ።

ዘገዬ ቁመቱ ረጅም፣ መልኩ ጥቁር፣ ጸጉሩ እንደ ህንድ ጸጉር ለስላሳ ነው። ረጋ ያለ፣ ጨዋ ሰው ነበር ። 1969 ዓ.ም ውስጥ አንድ እለት ከሰአት በኋላ፣ ወደ ስምንት ሰአት ገደማ፣ ዘገዬን ወደሚፈልገው ቦታ በመኪና ለማድረስ እንጓዛለን። መኪናዋ ፊያት 600፣ ቤቢ ፊያት የምትባለው ትንሿ መኪና ነበረች። ብዙም ያላገለገለች አዲስ መኪና ናት። ማንና መቼ እንደነገረኝ ባላስታውስም "ፀሃይ የምትባል የተስፋዬ ደበሳይ ባለቤት መኪና ናት" ተብያለሁ። በዚች መኪና በሺ ሰማንያ በኩል ወደ አዋሬ የሚወስደውን አስፋልት መንገድ ይዘን ወደ ካዛንችስ እየተጓዝን ነው።

የዛን እለት ከማለዳ ጀምሮ ደርግ የቤት ለቤት አሰሳ አካሂዷል። እንደ ልማዱም አሰሳው ከምሳ ሰአት በፊት በአራትና በአምስት ሰአት ላይ አብቅቶ ነበር። ብዙ ቦታም

ተንቀሳቅሼ አሰሳው እንዳበቃ አረጋግጬያለሁ። የዛን እለት፣ የአዋሬ አካባቢ አሰሳ ለምን እስከስምንት ሰአት እንደተራዘመ የማውቀው ነገር የለኝም። ያልጠበቅነው አሰሳ ውስጥ ገባን።

ዘገዬ በጣም ተደናገጠ። ያስደነገጠው ሽጉጥ ይዞ ስለነበር ነው። ሽጉጡን አውጥቶ የመኪናዋ ወንበር ስር አስቀምጦ "መኪናውን አቁምልኝ" ብሎ ከመኪናው ወርዶ ብን አለ። ለማሰቢያ እንኳን የሚሆን ጊዜ አልነበረኝም። ፈታሽ ወታደሮቹ ጋር ለመድረስ የቀረኝ ጥቂት ሜትር ነበር። ከፊታችን ያስቆሟቸው ጥቂት መኪናዎች ባይኖሩ ዘገዬ ሽጉጡንም ለማስቀመጥ እድል አያገኝም ነበር። ምንም መሄጃና ማምለጫ አልነበረኝም።

መሳሪያውን በትከሻው የያዘ፣ የምሳ ሰአቱ አልፎበት የደከመ ወታደር ወደ እኔ መጣ። ከጠዋት ጀምረው ሲያስሱ በመዋላቸው መድከም ብቻ ሳይሆን የሰለቸው ይመስላል። በግብር ይውጣ መልኩ፣

"ወንድም መሳሪያ አለህ። መሳሪያ ይዘህ ከሆነ አስረክብ" አለኝ።

"ከጠዋት ጀምሮ ስትፈትሹ እያየ መሳሪያ ይዞ የሚዞር ሰው ይኖራል ብላችሁ እንዴት ታስባላችሁ ?" አልኩት።

እንዳልኩትም ድካሙም፣ መሰላቸቱም፣ የሰጠሁት መልስ ምክንያታዊ መሆኑ፣ ለስላሳ ገጽታ የነበረውን የወጣትነት ፊቴን አይቶ "መሳሪያ አይኖረውም" ብሎ አስቦ ይሁን፣ ወይም የእናቴ የቁልቢ ስለቶች አፍዘውት፣ ለእኔ ባልገባኝ ምክንያት፣

"ከያዝክ እዚህ ብታስረክብ ይሻላል። ወደታች ያሉ ፈታሾች ያስቆሙሃል። ሂድ" አለኝ።

እኔ የምፈልገው አንድ እድል ብቻ ነበር። እስከሚቀጥለው መገንጠያ መድረስ የሚያስችል እድል ብቻ። መገንጠያው ደግሞ ቅርብ ነው። እዛ መገንጠያ ከደረስኩ ምርጫዎች ነበሩኝ። በውስጥ ውስጥ የኮረኮንች መንገዶች ነድቼ እዛው አካባቢ ወደነበረው ቤቴ መሄድ እችላለሁ። ካልሆነም መኪናዋን ከነሽጉጡ አቁሜና ቆልፌ መሄድም ሌላኛው አማራጭ ነው።

ወታደሩ "ሂድ" ሲለኝ አንድም ቀን አስታውሼው የማላውቀውን ፈጣሪዬን አመሰገንኩ። በሚቀጥለው መታጠፊያ ታጠፍኩ። እንዳሰብኩትም ከዋናው መንገድ ውጭ ችግር አልነበረም። መኪናዋን ይዤ እቤት ገባሁ። ሽጉጡን አውጥቼ እቤታችን የጣራ ኮርኒስ ውስጥ ደበቅሁ።

ያ "ሂድ" ያለኝ ወታደር ያንን ሽጉጥ እዛች መኪና ውስጥ ለማግኘት ብዙም መድከም አያስፈልገውም ነበር። የቤቢ ፊያት መኪና ወንበሮች ወደፊት ገፋ ሲያደርጓቸው በቀላሉ የሚታጠፉና ከስራቸው ያለውን ነገር የሚያሳዩ ነበሩ። ወታደሩ የግብር ይውጣ ፍተሻ እንኳን አድርጎ ቢሆን ኖሮ ብዙ ችግር ውስጥ እወድቅ ነበር።

ዘገዬ የኢላአማ አመራር አባል ነው። እኛ በጨለማ እሱ የሚመራው ድርጅት "ይለምልም" "ኢላአማ ብቸኛው የሰራተኛ ተወካይ ነው" እያልን በየግርግዳው ላይ መፈክር እንጽፋለን። ዘገዬ በጠራራ ፀሃይ ችግር ላይ እንደምወድቅ እያወቀ ይዞ መሄድ የሚችለውን ሽጉጥ መኪና ውስጥ ትቶ ሄዷል።

ከአንድ ቀን በኋላ በአደራ አስቀምጥ ያለኝ ይመስል "ሽጉጤ የት አለ ?" ብሎ ያለ ሃፍረት ጠየቀኝ። ዘገዬ ከአዲስ አበባ ወደ አሲምባ፣ ከአሲምባ አሜሪካ ገብቶ እየኖረ እንደሆነ ሰምቻለሁ። የወጣቱ የማሙሽንና የጎልማሳዎቹን የነተስፋዬ ደበሳይ የድፍረትና የጽናት ታሪክ የኢህአፓ ታሪክ ብለን እንደምንተርከው ሁሉ የፈሪው ላብአደር የዘገዬ ታሪክም የታሪካችን አካል ነው። ዘገዬ እድለኛ ነው። ይህን የገዛ ታሪኩን ለማንበብ በሕይወት ተርፏል።

ምእራፍ 10. አብዱል እና አድማሱ የልደታ አዳራሽ ሁካታ

ሰዎችም፣ ቡድኖችም፣ መንግስታትም ሰበብ እየፈለጉ ምንም ነገር በሌለበት ሁኔታ ትልቅ አምባጓሮ፣ ግጭትና ጦርነት ውስጥ እንደሚገቡ ይታወቃል። አንደኛውን የአለም ጦርነት፣ ሳራዬቮ ውስጥ የተገደለን አንድ ባረን (Baron/ልኡል) ፈርድናንድ የተባለ የአውስትሮ-ሃንጋሪ መስፍን ሰበብ (pretext) አድርገው እነ ጀርመን እንደ ጀመሩት አንድ የሁለተኛ ደረጃ የታሪክ መምህራችን አስተምሮናል። 1969 ዓ.ም ላይ በዩኒቨርስቲው ግቢ የተቀሰቀሰውና ብዙ መዘዝ ያስከተለው አድማና ሁካታ እንዲሁ ሰበብ ተፈልጎ የተቀሰቀሰ ነው። የሰበቡ መነሻ እኔ መሆኔን ሳስበው ይገርመኛል።

በ1966 የተዘጋው ዩኒቨርስቲ በእድገት በህብረት ስም ከባከኑ ከሁለት አመታት በኋላ በ1969 ተከፈተ። ባጠቃላይ የተዘጋው ለሁለት አመት ተኩል ነበር። እንደተከፈተ ዩኒቨርስቲው ሲዘጋ ትምህርታችንን ካቆምንበት የሁለተኛ ተርም ትምህርት እንድንጀምር ተደርጓል።

የትምህርት አሰጣጡ ግን በአጭር ጊዜ እንዲያልቅ ተደርጎ የተዘጋጀ ነው። የትምህርት አሰጣጡ ዩኒቨርስቲው በእንግሊዝኛ "ክራሽ ኮርስ (crash course)" ብሎ ነበር የሰየመው። እንደነገሩ ተማርንና እንደነገሩ ፈተና ተሰጠንና አለፍን። የኢንጂነሪንግ ሁለተኛ አመት ተማሪዎች ሶስተኛ አመት ገባን።

እኔ ዩኒቨርስቲ ተመልሼ የገባሁት የዩኒቨርስቲውን መታወቂያ ለማግኘትና "ተመዝግቧል" ለመባል እንጂ የሙሉ ጊዜ አብዮተኛ ከሆንኩ ሰንብቻለሁ። ለሳይንስ ትምህርቱ ያለኝ ጥላቻ የበለጠ ጨምሯል። ክፍል መግባትና ማጥናት የሚባለውን ነገር እርግፍ አድርጌ ትቼ የኢህአፓ የትራንስፖርት ዲፓርትመንት ብቸኛ ሃላፊና ብቸኛ ሰራተኛ ሆኛለሁ። የማላንቀሳቅሰው ነገር የለም።

ጓደኞቼ በሙሉ በኔ ጉዳይ ተስፋ ቆርጠው "ለምን ትምህርት ቤት አትመጣም ?" የሚለውን ጭቅጭቃቸውን ትተውታል። ፈተናውን አልፌ ሶስተኛ አመት ስገባ በጣም ነው የገረማቸው። ጓደኞቼ ብቻ ሳይሆኑ አስተማሪዎቼም ጭምር ነበሩ የተገረሙት። አንደኛው አስተማሪዬ፣ ቤዚክ ኤሌክትሪክሲቲ የሚባለውን ትምህርት የሚያስተምረው አስተማሪ፣ ደረጃ ላይ ተገናኘትን

"አንተ አሁንም እዚህ አለህ እንዴ ?" አለኝ።

“አዎን አለሁ” አልኩት ።

“ለመሆኑ በኔ ትምህርት ምን ውጤት አገኘህ ?” ሲል ጠየቀኝ ።

“ያገኘሁትን” ነገርኩት።

ካለማመኑ የተነሳ፣ ከሚሄድበት ተመልሶ አብሬው ቢሮው ሄደን የፈተና ወረቀቴን ማየት እንደሚፈልግ ነገረኝ። እሺ አልኩትና ተያይዘን ቢሮው ሄድን። ከፊት ለፊቱ አስቀምጦኝ የፈተና ወረቀቴን መመልከት ጀመረ። ሲጨርስ “ይገርማል” ብሎ ጨብጦኝ ራሱን እየነቀነቀ ከቢሮው ተያይዘን ወጣን።

አስተማሪው ይህን ያህል ነገሩ የከነከነው ያለምክንያት አልነበረም። አንድ እለት እሱ የድጋፍ ትምህርት (ቱቶሪያል tutorial) በሚሰጥበት ክፍለ ጊዜ እንደ አጋጣሚ ለኢህአፓ ስራ ሰው ፍለጋ ገብቼ ጥቁር ሰሌዳው ላይ የጻፈውን ጥያቄ “ተነስና ስራ” አለኝ።

“ይህን መስራት ብችል እዚህ የድጋፍ ትምህርት የሚሰጥበት ክፍል ውስጥ ምን ለማድረግ የምመጣ ይመስልሃል?” የሚል መልስ ሰጠሁት። የቤት ልጅነቴ አብቅቶ ከአስተማሪ ጋር እንዲህ መመላለስ ጀምሬ ነበር። የኢህአፓ የፖለቲካ ተሳትፎ ውጤት ሰውንና በሰው ፊት መናገርን መፍራት እንዳቆም ያደረገኝ መሆኑ ነው። አስተማሪው ተናዶ “ከክፍሌ ውጣ፣ ሁለተኛ በኔ ክፍለ ጊዜ እንዳላይህ” አለኝ።

“በደስታ” የሚል መልስ ሰጥቼው ወደ ዋናው ስራዬ ተመልሼ ሄድኩ።

አስተማሪው ያልረሳኝ በዛ ምክንያት ነው። አንዳንድ የክብር ተማሪዎች ሳይቀሩ ማለፍ ያልቻሉትን ፈተና አልፌ በማየቱ በጣም ገረመው።

ከጓደኞቼ መሃል በጣም ተጨንቆ የነበረው አብሮ አደጌ ማርቆስ ተድላ ነው። ማርቆስ በዛን አመት ከፍተኛውን ውጤት ያመጣው ተማሪ እሱ ነበር። የሶስተኛ አመት ፎርም ስሞላ አገኘኝና

“ምን እያደረግህ ነው?” አለኝ።

“ምን እያደረግሁ ይመስልሃል፣ ፎርም እየሞላሁ ነው” አልኩት። ትንሽ ግር እንዳለው ከፊቱ ያስታውቃል።

“የተለጠፈውን የስም ዝርዝር አይተሃል ወይ ?” አለኝ

"አዎን" አልኩት።

ያለፍነው ተማሪዎች የስም ዝርዝር እዛው አካባቢ ግርግዳ ላይ ተለጥፎ ስለነበር፣ እየፈራ

"ና እንየው፣ ስምህን ማየት አልቻልኩም" አለኝ።

ተነሳሁና " በጣቴ ስሜን እያሳየሁ፣ ይሄውልህ" አልኩት።

ማርቆስ ፈተናውን "ይወድቃል" ብሎ ሙሉ በሙሉ አምኗል። በዚህም የተነሳ ከኔ ስም ቀጥሎ የተሰረዘው መስመር የኔን መውደቅ የሚያሳይ አድርጎ ወስዶት ነበር።"ስርዙ እኔን አይመለከተም።የተሰረዘው የሌላ ተማሪ ስም ነው። የኔ አይደለም። ወደታችም ወደ ላይም ተመልከት።" ብዬ መግለጫ መስጠት ነበረብኝ። ከደስታው ብዛት አቀፈኝ። "ዛሬ ምሳ የምጋብዝህ እኔ ነኝ" ብሎ ከተማ ወጥተን አንድ ጣሊያን ምግብ ቤት ምሳችንን በላን። ማርቆስ ተድላ ለጓደኞቹ ያንን ያህል የሚጨነቅ ቀና ወጣት ነው።

እኔ ማለፍ የቻልኩት ትምህርቱን አውቄው ሳይሆን አስተማሪው በፈተና ሊጠይቃቸው ይችላል ብዬ ያሰብኳቸውን ጥያቄዎች እንዳሉ መገመት በመቻሌና ጥያቄዎቹን ደጋግሜ ሰርቼ በመግባቴ ብቻ ነው። ንጹህ ሎተሪ ነበር። ይህ የአስተማሪዎችን ጥያቄዎች የመተንበይ ስልት ከብዙ ችግሮች ያወጣኝ አስተማማኝ ዘዴ ነው። የዩኒቨርስቲ ፈተናዎቼን በሙሉ የማልፋቸው በዚህ ዘዴ ነበር። ጥሩ ውጤት እንደማላመጣ ባውቅም ፈተና ማለፊያ ውጤት እንደማገኝ ተማምኜ ነበር ፈተና የምገባው።

ይገርመኝ የነበረው አንድ ተማሪ ምንም ዕውቀት ሳይኖረው፣ እኔ ሳደርግ የነበረውን እያደረገ ትምህርቱን አጠናቆ ዲግሪ ማግኘት የሚችልበት ሁኔታ መኖሩ ነው። ዲግሪ ይዘንም ሰልጥነናል በምንባልበት ሙያ ምንም ዕውቀት የሌለን ሰዎች ልንኖር እንደምንችል ፍንጭ ያገኘሁት በዛ ዘመን ነው። የሶስተኛ አመት የሜካኒካል ኢንጂነሪንግ ተማሪነቴ ግን የመጨረሻው እንደሚሆን አውቄው አርት ፋከልቲ አስፈላጊ ከሆነ ከመጀመሪያ አመት ለመግባት ተዘጋጅቼ ነበር። ፋከልቲውን አናግሬ "ሁለተኛ አመት መግባት ትችላለህ፤ አንደኛ አመት መግባት የለብህም" የሚል መልስ አግኝቼያለሁ። ስነጽሁፍ ለመማር ቆርጬ ነበር።

በእንዲህ አይነት መንገድና ስሜት የሶስተኛ አመት የሜካኒካል ኢንጂነሪንግ ተማሪ ሆንኩ። ወደ ዩኒቨርስቲው የምሄደው ለኢህአፓ ስራ እንጂ ለትምህርት አልነበረም። በወቅቱ የኢህአፓ የኢንጂነሪንግ ኮሌጅ የመሰረታዊ ድርጅት ሃላፊ ተደርጌ ተመድቤያለሁ። አንደኛው

የ3ኛ አመት አስተማሪዬ አብርሃም እንግዳ እኔ በምመራው የመሰረታዊ ድርጅት ኮሚቴ ስር ለድርጅቱ ይሰራል።

የመሰረታዊ ኮሚቴውን ለማቆም ከኢህአፓ ኮድ ተሰጥቶኝ እዛው መካነ እየሱስ ፊት ለፊት ለመገናኘት ቀጠሮ ይዤ በምጠብቅበት ሰአት አንድ በጣም የምቀርበው የክፍሌ ልጅ መጣ። እኔ "በኮድ እንድገናኝ የተሰጠኝ ሰው እሱ ይሆናል" ብዬ አልጠበቅሁም። እሱም አልጠበቀም ነበር። ምርጫ ስላልነበረን ሰላም ተባባልን። እሱም "ይሄድልኛል" ብሎ ቢጠብቀኝ እኔም "ይሄድልኛል" ብዬ ብጠብቀው ከአካባቢው ሁለታችንም የማንርቅ ሆነን። የምጠብቀውም ሰው አይመጣም። ኢሳያስ ሃጎስ ነበር በድፍረት መጥቶ በተሰጠው ኮድ መሰረት የመጀመሪያውን ጥያቄ የጠየቀኝ። ተሳስቀን ተዋወቅን።

ዳዊት፣ ሸሪፎና ኢሳያስ ግንኙነት ሳይኖራቸው የሚቀር አይመስለኝም። ክፍል በገባሁ ቁጥር አንድ ላይ መደዳውን ተቀምጠው ነው የማያቸው። እኔም ስገባ እነሱ ጋር ነበር የምቀመጠው።

አንድ እለት ከኢህአፓ ስራ ጋር ጉዳይ ስለነበረኝ ኢሳያስን ፍለጋ ክፍል ገባሁ። እንዳጋጣሚ አስተማሪው፣ "የመኢሶን ሰው ነው" እየተባለ የሚታማ ብዙአየሁ የሚባል ማስተማር የማይችል መምህር ነበር። እሱ እያስተማረ ከነኢሳያስ ጋር አወራለሁ። አብዮት የሚባል ነገር ሥርዓት አልበኞች አድርጎናል። ለአስተማሪ በተለይ "መኢሶን ነው" ለተባለ አስተማሪማ ክብር አልነበረንም። አስተማሪው ድምጻችንን ስለሰማ ከጥቁር ሰሌዳው ወደ እኛ ፊቱን አዞሮ፣

"እኔን ነው የምታናግሩት ?" አይነት ጥያቄ ጠየቀ።

"እባክህ ልጄ፣ ዝም ብለህ አስተምር" አልኩት

አስተማሪው አበደ። ማበድ ሲያንሰው ነው። ተማሪው አስተማሪውን "ልጄ፣ ዝም ብለህ አስተምር" ሊለው አይችልም።"ተማሪው ሁሉ ኢህአፓ ነው" የሚል ጥርጣሬ ነበረው። በተናገርኩት በእኔ ብቻ ላይ ሳይሆን በሁሉም የክፍሉ ተማሪዎች ላይ ደነፋ።

"እያንዳንድሽን ኤፍ (F) እየሰጠሁ ነው የማባርርሽ" እያለ ሌላም ነገር እየጨማመረ ተናገረ። በዚህን ጊዜ በቋፍ የነበረው ተማሪ። እየተነሳ "አንተ ማነህና ነው እንዲህ የምትናገረን? እንዳውም ውጣ አታስተምረንም" ብሎ አባረረው። ብዙአየሁ መጽሃፉን ይዞ ሄደ።

ትውልድ አይደናገር እኛም እንናገር

እዛው የክፍላችን ተማሪዎች አጭር ስብሰባ አድርገው ውሳኔ አሳለፉ። "እንዲህ የዛተብን አስተማሪ ካልተቀየረ ትምህርት አንቀጥልም" የሚል ውሳኔ ነው። ውሳኔያቸውን በወረቀት ላይ ጽፈው ለአስተዳደሩ ሰጡ። የሶስተኛ አመት የሜካኒካል ኢንጂነሪንግ ተማሪዎች በመኢሶኑ መምህር በብዙአየሁ የተነሳ ትምህርት ማቆማቸውን የሰሙ አራተኛ እና የአምስተኛ አመት የሜካኒካል ኢንጂነሪንግ ተማሪዎች እነሱም ሰውየውን ስለማይወዱት "ለሶስተኛ አመት ተማሪዎች ድጋፍ" በሚል ትምህርታቸውን አቆሙ።

አስተዳደሩ መልስ ሳይሰጥ ጥቂት ቀናት አለፉ። በጠቅላላ ኢንጂነሪንግ ኮሌጅ "ለሜካኒካል ዲፓርትመንት ተማሪዎች ድጋፍ" በሚል ሰበብ ትምህርት አቆመ። ከአስተማሪው መነሳት በተጨማሪ ሌሎች አስተዳደራዊ ጉዳዮችንና ካምፓሱን ዲሞክራሲያዊ የሆነ የአሰራር ሥርዓት እንዲኖረው የሚያደርጉ ጥያቄዎችን አከሉበት።

የኢንጂነሪንግ ኮሌጅን የትምህርት ማቆም አድማ የሰሙ የሌሎች ፋከልቲዎች ተማሪ አንቀሳቃሾች "እንዴት አምስት ኪሎዎች ብቻቸውን ትምህርት ሲያቆሙ ዝም ብለን እናያለን? ያነሱት አስተዳደራዊ ጥያቄ ሁላችንንም የሚመለከት ነው" በማለት ተማሪውን አንቀሳቀሱ። በሁሉም ፋከልቲዎች፣ የሜዲካልና የሕንጻ ኮሌጆቹ ተማሪዎች ሳይቀሩ ትምህርት አቆሙ። የ1969 ዓ.ም ጥር ወር ውስጥ የልደታ አዳራሽ ስብሰባ የተጠራው እዛ እኛ ክፍል ውስጥ ከአንድ አስተማሪ ጋር የተነሳ አታካራን ሰበብ አድርጎ እያደገ በሄደና ብዙ የተማሪ ጥያቄዎች በያዘ አጀንዳ ላይ ለመነጋገር ነበር።

በእለቱ ልደታ አዳራሽ በተማሪ ተጨናንቋል። ከደርግ ጋር በትብብር የሚሰሩ ድርጅቶች የነመኢሶን፣ የወዝ ሊግ፣ የማሌሪድ፣ ደጋፊዎች ይህ ጠቅላላ ስብሰባ፣ ኢህአፓ በሚፈልገው መንገድ ውሳኔ ወስኖ እንዳይበተን ለማጨናገፍ ስብሰባ ውስጥ ገብተው ነበር።

በኋላ እንደተረዳነው ለእነዚህ የደርግ ደጋፊዎች ደህንነት የሰጉ የታጠቁ ሰዎችም መሳሪያ ታጥቀው በድብቅ ግቢ ውስጥ ገብተዋል። ከነዚህ መሃልም አውቶማቲክ መሳሪያ ይዞ ግቢው ውስጥ ከነበሩት መሃል አንዱ ዶክተር ሰናይ ልኬ የሚባለው ከሰሜን አሜሪካ የመጣ ባዮ ኬሚስት ባለጥቁር ቀበቶ ካራቲስት የወዝ ሊግ ድርጅት ሊቀመንበር ነው።[290] ሌሎችም

[290] *ዶ/ር ሰናይ ልኬ የወዝ ሊግ የሚባለው ድርጅት ሊቀመንበር ነው። የሻለቃ መንግስቱ ሃይለማሪያም የቅርብ ወዳጅና አማካሪ ነበር።ሰናይ ልኬ እንደመኢሶን መሪዎች ከደርግ ጋር በመተባበር በኢትዮጵያ አብዮትና በአብዮታዊ ምሁራን ላይ ብዙ እልቂት ያስከተለ ሰው ነው። ሆኖም ግን በአንድ በኩል ከብዙዎች የዘመኑ ምሁራን "የሃይል ፖለቲካ (power politics)ምን እንደሆነ በደንብ የገባው ሰናይ ልኬ ነበር" ማለት ይቻላል። ሰናይ ልኬ "የአፄ ሃይለስላሴን መንግስት ለመጣል ስራ መሰራት ያለበት በወታደሩ*

ከመኢሶንም ከሌሎች ድርጅቶች ታጣቂዎች ስድስት ኪሎ ካምፓስ ውስጥ ገብተው ታድመዋል።

እኔ ወደ ስብሰባ የሄድኩት "ስብሰባ አለ" የሚል ወሬ በአጋጣሚ ስለሰማሁ እንጂ ያንን አሰተማሪ ተናግሬ ሰበብ ከሆንኩ በኋላ ምኑም ውስጥ የለሁበትም። ወደ ዩኒቨርስቲው ደርሼም አላውቅም። የኮሌጁን የመሰረታዊ ድርጅት ሃላፊነት ስራዬን ለመስራት ጊዜ አልነበረኝም። መረጃ ባይኖረኝም የተማሪው የትምህርት ማቆም አድማ በኢህአፓ ቁጥጥር ስር ሊሆን እንደሚችል እርግጠኛ ነበርኩ።

የተማሪ ማህበር ስላልነበረ እንዲህ አይነቱን አድማና ስብሰባ በስውር የሚያስተባብሩት እጆች ሳይኖሩ ሊካሄድ የሚችል አልነበረም። በዛን ዘመን ከኢህአፓ ውጭ ሌላ እጅ በዩኒቨርስቲው ሊኖር አይችልም። ስብሰባውንም መምራት የጀመሩት የኢህአፓ ሰዎች እንደነበሩ ከስብሰባው አካሄድ መረዳት ይቻላል።

ስብሰባው ተጀምሮ ጥቂት እንደተካሄደ የደርግ ደጋፊዎች ስብሰባውን ለማወክ በተደራጀ መንገድ ከዛም ከዚህም ሰብሳቢውን ማዋከብ ጀመሩ። ተማሪው በቋፍ የነበረችው ትእግስቱ ወዲያው ተሟጠጠች። አንዱ ተማሪ "እነዚህን ባንዶች አፍ የሚያዘጋ ጠፋ" የሚል ቃል ተናገረ። ይህ ያስደነገጠው አንድ የደርግ ደጋፊ ሽጉጡን መዘዘ። እዛ ሁሉ ተማሪ ውስጥ እንኳን ሽጉጥ ሌላም ነገር የሚያስጥል አልነበረም። ከመቅጽበት ከነሽጉጡ መሬት ላይ ተደፍቶ እጅግ አሰቃቂ በሆነ መንገድ ጭንቅላቱን ከሲሚንቶ ወለሉ ጋር እያጋጨ ተማሪው በእግሩ እንደ እባብ ቀጠቀጠው።

ይህ ሁካታ በተፈጠረበት ሰአት ስብሰባው ውስጥ መኖሩን የማላውቀው አብዱል በሰው መሃል አልፎ ወደፊት ሲሄድ አየሁት። አንድ ቦታ ሲደርስ የሁለት ተማሪዎችን ትከሻ እንደ ምርኩዝ ተጠቅሞ አንድ ፊቱን የማይታየኝ ሰው በሁለት እግሩ ማጅራቱን መታው። የተመታው ሰው ልደታ አዳራሽ ወለሉ ላይ ተዘረረ። በዙሪያው የነበረ ተማሪ የወደቀውን ወጣት ልክ እንደሌላው ልጅ "ባንዳ ባንዳ" እያለ እንደባብ ጭንቅላቱን ከሲሚንቶ ወለሉ ጋር

ላይ ነው" በሚል ዕምነት ከአብዮቱ በፊት ወደ ሃገሩ ተመልሶ ከወታደሮች ጋር እየተቀራረበ ድርጅታዊ ስራ ለመስራት ብዙ ግንኙነቶችን የመሰረተ በአብዮቱም ወቅት ምክሩን በመስጠትና በማደፋፈር የዘውድ ስርአቱ እንዲከስም ጠንክሮ የሰራሰው ነው። ሰናይ ልኬ ከደርግ ጋር የነበረው ቅርበት ከቆየ እምነቱ ጋር የተያያዘ ስለነበር ከወታደሮቹ አካባቢ አለመጥፋቱና በወታደሮቹ አካባቢ በተነሳ ግጭት ህይወቱ ቤተመንግስት ውስጥ ማለፉ አያስገርምም። ሰናይ ልኬ እነተፈሪ በንቲ በሻለቃ መንግስቱ የተገደሉ እለት በመንግስቱ ተቃዋሚዎች እዛው ቤተመንግስቱ ውስጥ ከተገደሉት አራት ሰዎች አንዱ ሆኗል። ቤተ መንግስቱ ውስጥ ግጭቱ አካባቢ የተገኘው ሻለቃ መንግስቱ በነጀነራል ተፈሪ በንቲ ላይ አስቸኳይ እርምጃ እንዲወስድ ለመወትወት እንደሆነ የማያጠራጥር ነው።

እያጋጨ ቀጠቀጠው። ብዙም ሳልቆይ እንደእዛ የሚቀጠቀጠው ሰው አድማሱ መሆኑን አወቅሁ።

በዚህ ሰአት አዳራሹ ውስጥ ችግር መፈጠሩን የሰሙት እነሰናይ ልኬ የደጋፊዎቻቸውን ሕይወት ከተማሪው ቁጣ ለማትረፍ መሳሪያቸውን እየተኮሱ ወደ ልደታ አዳራሽ መሮጥ ጀመሩ። የአውቶማቲክ መሳሪያ ተኩስ የሰማው ተማሪ በልደታ አዳራሽ በርካታ በሮች እየወጣ በየአቅጣጫው በረረ። አዳራሹ መሃል ነበርኩ። አዳራሹ ባዶ እየሆነ በሄደ ቁጥር ተማሪው የደበደባቸውን የተወሰኑትን ልጆች በርቀት ቢሆን በግልጽ ለማየት ችያለሁ።

አድማሱና ሌላው ልጅ እዛው እወደቁበት ቦታ እንደወደቁ ነበር። ምንም አይነት እንቅስቃሴ አይታይባቸውም። ከአዳራሹ ስወጣ "ሞተዋል" ብዬ ደምድሜያለሁ። እኔም ከአዳራሹ ወጥቼ በቀናኝ አቅጣጫ በርሬ፣ አጥር ዘልዬ ከዩኒቨርስቲው ወጥቼ ሄድኩ። ወታደሮችና እነ ሰናይ ልኬ ተጋግዘው በመቶዎች የሚቆጠሩ ተማሪዎችን ይዘው ማሰራቸውን በኋላ ሰማሁ።[291]

አብዱልና አድማሱ የልጅነት ጓደኞች ነበሩ። ሁለቱም የጉለሌ ልጆች ናቸው። አንደኛንና ሁለተኛ ደረጃ ትምህርታቸውን የጨረሱት አንድ ላይ በመድሃኔአለም ትምህርት ቤት ነው። ዩኒቨርስቲ የገቡትም እኛን ቀድመው አንድ ላይ ነበር። ጓደኝነታቸው ከመጥበቁ የተነሳ ከሁለተኛ ደረጃ ተማሪ ዘመናቸው ጀምሮ አንዳቸው በሌላው ቤት አንድ አልጋ እየተጋሩ የሚያድሩ እንደነበሩ አብዱል ነግሮኛል። አብዱል ይህን ያጫወተኝ የጉለሌዋን ህዋስ ባቆምንበት ወቅት ነው። ስለዩኒቨርስቲው "ባንዳዎች" አንስተን ስናወራ ነበር የአድማሱ ጉዳይ የተነሳው።

አብዱል በጓደኛው መኢሶን መሆን ትልቅ ብስጭት እንዳደረበት ከርሱ ጋር ባደረግሁት ውይይት መረዳት ችያለሁ። አድማሱ እራሱም ከባንዳዎቹ ሁሉ አይን ያወጣ

---

[291]ከፍሉ ታደሰ "ያ ትውልድ" ቅጽ 2 በሱ ፈቃድ ታደሰና እና ኤሚ እንግዳ አዲስ አበባ 2007 ገጽ 319-320 በዛን እለት "አንድ የመኢሶን ታጣቂ ቡድን ከሌሎች የወዝሊግ አባላት ጋር በመሆን በዩኒቨርስቲ ተማሪዎች ስብሰባ ተኩስ በመክፈት ጥቂት ተማሪዎችን ገደለ" ይላል። ለዚሁ ማስረጃ እንዲሆነው ባቀረበው የግርጌ ማስታወሻ 5 ላይ ዶ/ር ነገደ ጎበዜ በ1986 ከጦቢያ ጋዜጣ/መጽሄት ጋር ባደረጉት ቃለ ምልልስ "ድርጅቱ ወደ አየር እንዲተኩስ ማዘዛቸውን አምነዋል" ይለናል። በዛን እለት ከታሰሩት ተማሪዎች ውጭ እንኳን የሞተ የቆሰለ ተማሪ ለመኖሩ ለዩኒቨርስቲው ቅርበት የነበረን ሰዎች አልሰማንም። እነሰናይ ልኬ ተኩሱን የከፈቱት ልደታ አዳራሽ ከመድረሳቸው በፊት ዶ/ር ነገደ እንዳለው ወደ ሰማይ ነበር። ከፍሉ ጥቂት ተማሪዎች ተገደሉ የሚለውን መረጃ ከየት እንዳገኘው ስለማይገልጽና እውነት ስላልሆነ መታረም ይኖርበታል። ታሪክ ሲጻፍ ትልቅ ጥንቃቄ ማድረግ ይጠይቃል። መኢሶን ብዙ ሺዎችን የሃገሪቱ ብርቅዬ ልጆች በታጣቂዎቹና ከደርግ ጋር በመተባበር ጨፍጭፏል። አስጨፍጭፏል። በዛን እለት ግን በቀጥታ ወደ ተማሪዎች የተተኮሰ ጥይት አልነበረም።

ስራ የሚሰራ ሰው ነው። ካምፓስ ውስጥ ኢህአፓ የሚለጥፋቸውን ወረቀቶች ተማሪው እያየው ይቀዳል። የነመኢሶንን ወረቀቶች በግልጽ ይበትናል። ይህ የአድማሱ ድርጊት አብዱልንና ሁላችንንም ያበግነን ነበር። ልደታ አዳራሽ ውስጥ አብዱል እንደዛ ጨክኖ አድማሱን ከኋላው በሁለት እግሮቹ ማጅራቱን ብሎ የደፋው በዚህ ምክንያት ነው። ለኢህአፓ አባል አንድ ሰው "በኢህአፓ ላይ መጣ" ማለት "በአይኑ ላይ መጣ" ማለት ነው። ዘመድና ጓደኛ ከኢህአፓ በኋላ እንጂ ከኢህአፓ መቅደም አይችሉም።

ከልደታ አዳራሽ ወጥቼ ወደ ተለመደው ስራዬ ተመለስኩ። ከጥቂት ሰአታት በኋላ ግርማቸው ለማን አገኘሁት። ዩኒቨርስቲው ውስጥ ግጭት መከሰቱን ሰምቷል። ዝርዝር መረጃ ግን አልነበረውም። የሰማሁት ነገር እንዳለ ጠየቀኝ። እዛው እንደነበርኩና የተወሰኑ ባንዳዎች መደብደባቸውንና አንዳንዶቹ ሳይሞቱ እንዳልቀሩ ነገርኩት። እነማን እንደተደበደቡ አውቅ እንደሆነ ጠየቀኝ። እኔ በስሙ የማውቀው አድማሱን ብቻ እንደሆነና የሚተርፍ እንደማይመስለኝ ነገርኩት። የዚህን ጊዜ ግርማቸው ጭንቅላቱን ይዞ፣

"አድማሱ !?" ብሎ እንደ ጥያቄም እንደ ድንጋጤም ጮኸ።

"አዎን አድማሱ" አልኩት።

"ሞቷል ነው የምትለኝ ?" አለኝ ።

"እርግጠኛ አይደለሁም። ከሲሚንቶ ወለሉ ላይ ያ ሁሉ ተማሪ ጭንቅላቱን እንደዛ አጋጭቶት የሚተርፍ አይመስለኝም። በመጨረሻ ሳየው ምንም ሲንቀሳቀስ አላየሁትም።" አልኩት

ግርማቸው ስሜት ውስጥ ገብቶ እኔ ሳልጠይቀው "የእኛ ሰው ነበር ?" አለኝ።

የግርማቸው ስለ አድማሱ የተናገረው ብዙ አላስደነቀኝም። ያስደነቀኝ ስሜት ውስጥ ገብቶ ለኔ መነገር የማይገባውን መናገሩ ነበር። የአድማሱ ማንነት ያላስደነቀኝ ያለምክንያት አልነበረም።

ከልደታው አዳራሽ ሁካታ አንድ ወር በፊት ጀነራል ተፈሪ በንቲ ንግግር ያደረጉበት የህዝብ ስብሰባ አብዮት አደባባይ ተደርጓል። እለቱን ለፕሮፓጋንዳ ስራ ለመጠቀም ኢህአፓ መወሰኑን ስለሰማሁ እኔም የድርሻዬን ለማበርከት ከቸርነት ጋር ወደ ስልፉ የሄድንበት እለት ነው። ቸርነት ቀይ ጨርቅ ላይ ኢህአፓ የሚለውን ጽሁፍ ጽፎ ጽሁፉን በመቀስ ቆርጦ እያንዳንዱን ፊደል ነጭ አቡጀዲ ጨርቅ ላይ በመርፌ ሲሰፋ ነበር፣ ያደረው። እኔም

በመቶዎች የሚቆጠሩ ቁርጥራጭ ወረቀቶች ላይ አጫጭር መልእክቶች እየጻፍኩ ቸርነት የሰጠኝን እራሱ የሰራውን ከጎማ የተሰራ የኢህአፓ ማህተም ወረቀቶቹ ላይ ሳትም እነ ቸርነት ቤት ከቸሬ ጋር ነበር ያደርኩት።

ማለዳ ተነስተን ከነቸሬ ቤት ስንወጣ ደጓ እናቱ አደይ አበባ በር ላይ ነበሩ።

“በጠዋት የት እየሄዳችሁ ነው ?” አሉን።

“እዚህ ቅርብ ቦታ ደርሰን እንመለሳለን” ብለናቸው እንደቀልድ ወጣን።

ቸሬ ሲሰፋ ያደረውን ኢህአፓ የሚል ጨርቅ ከጃኬቱ ስር ወገቡ ላይ ጠምጥሟል። እቅዳችን ስብሰባው ሲጀመር አብዮት አደባባይ ውስጥ ልንዘረጋው ነው። እኔም ስጽፍ ያደርኳቸውን የቁርጥራጭ ወረቀቶች መልእክቶች ለእንዲህ አይነቱ ስራ እንዲመች አድርጌ፣ ትልልቅ የውስጥ ኪሶች ባሰፋሁለት ራንግለር ጃኬቴ ውስጥ አጭቄአለሁ። በዛን እለት ጀነራል ተፈሪ በንቲ “ሁሉም አብዮታዊ ሃይሎች ኢህአፓንም ጨምሮ በአንድ ላይ ሊሰሩ ይገባል” የሚል የእርቅ ሃሳብ ንግግር የሚያደርጉበት ነው ስለተባለ ብዙም ስጋት አልነበረም።

አብዮት አደባባይ ስንደርስ እስጢፋኖስ ቤተክርስቲያኑን አጥርና ዋናውን መንገድ ይዞ በግልጽ ኢህአፓን የሚደግፍ የሚመስል ብዙ ህዝብ ስላየን እሱን መቀላቀል ወሰንን። ቤተክርስቲያኑ ጋር ስንደርስ ያልጠበቅነው ነገር ተከሰተ ። እንዲህ አይነት ዝግጅት እንዳለ የጠረጠሩት የነኮሎኔል መግስቱ ሃይለማሪያም ደጋፊዎች ወታደሩን በመጠቀም እስጢፋኖስ አካባቢ የተሰባሰበውን ሰው መበተን ጀመሩ። እኔ፣ ቸሬና ሌላ ቸሬ የሚያውቀው ልጅ ከእስጢፋኖስ መንገዱን አቋርጠን በዩኒቲ (አንድነት) ህንጻ በኩል ወደ ቆመውና ወታደሮች የማይነኩትን ህዝብ ለመቀላቀል መንገዱን በማቋረጥ ላይ ነበርን። ከጂፕ ላይ የወረደ፣ ክላሽ ያነገበ ወታደር ቸሬን በቀኝ እጁ የቸሬን ጓደኛ በግራ እጁ ኮሌታቸውን ጨምድዶ ያዛቸው። ወዲያው ሌሎች ወታደሮች ደርሰው አገዙት።

ወታደሩ ሶስተኛ እጅ ስላልነበረው እኔ በዩኒቲ ህንጻ በኩል የነበረውን ህዝብ ተቀላቅዬ ተሰወርኩ። የዛን እለት በዩኒቲ ህንጻ በኩል የመኢሶንና የሌሎች የደርግ ተባባሪዎች በብዛት ቆመዋል። ከስጢፋኖስ በኩል ከወታደሮቹ እያመለጡ መንገዱን የሚያቋርጡትን ወጣቶች እየጠቆሙ የሚያስይዙት እነሱ ነበሩ። ከነዚህ ሰዎች መሃከል አድማሱ ቆሟል። መንገዱን ሳቋርጥ አይቶኛል። በስም ባያውቀኝም በመልክ ያውቀኛል። ከአሁን አሁን አንድ ነገር ይላል ስል ዝም ብሎ አሳለፈኝ። በጣም በአጠገቡ ነበር ያለፍኩት። እንደ ሌሎቹም “ያዘው ያዘው” እያለ አይጮህም፣ አይወራጭም።

ግርማቸው፣ “አድማሱ የኛ ሰው ነበር” ሲለኝ ብዙም ያልደነቀኝ ከቸሬ ጋር ለዘላላሙ በተለያየንብት ቀን አድማሱ እንደምስክር መንገድ ላይ ቆሞ ሲታዘብ አይቼው ስለነበር ነው። ደርግ ቸሬን ውስጥ እግሩ ሽቶ እስከሚገማና ስጋው ከሲምንቶ ወለሉ ጋር እየተጣበቀ እስኪፈርስ ድረስ ገርፎ ገደለው። ቸሬ በአንዳችን ላይ ሳይጠቁም፣ እቤቱ በተቀመጡት የኢህአፓ መሳሪያዎች ላይ ሳይመራ፣ የተፈጸመበትን አሰቃቂ ሰቆቃ ችሎ አለፈ።

አደይ አበባ ልጃቸውን እንደኔ ለመጨረሻ ጊዜ ያዩት ማለዳ ተያይዘን ከቤተቻው የወጣን እለት ጠዋት ሆነ። አብረን አድረን አብረን ወጥተን ለብቻዬ ተመለስኩ። የቸሬን ታናሽ ምህረቱን በቀበሩ በአመቱ፣ ባለቤታቸውን ባጡ በሶስተኛው አመት፣ እኚህ የአውሮፕላን ጠላፊው የአመጸኛው የአማኑኤል ገብረየሱስ እናት ሌላውን ልጃቸውን፣ ረጅሙን፣ ደጉን፣ ብሩህ አእምሮ የነበረውን ተላላኪ ልጃቸውን አጡ።

የልደታ አዳራሽ ሁካታ ካለፈ ጥቂት ሳምንታት ሆኖታል። አንድ እለት አብዱል ከየካቲት 12 ሆስፒታል ጀርባ ወደ ቅድስት ማሪያም አቅጣጫ እየተጣደፈ ይራመዳል። ያየሁት ከጀርባው ነበር። እሱ መሆኑን አረጋግጬ ክላስክ አደረግሁለት። መጀመሪያ ግራ አጋብቼው ነበር። እኔ መሆኔን ሲያውቅ መንገዱን አቋርጦ መጣ። ግርማቸው የነገረኝን ነገር ለሱ መንገር እንደማይገባኝ አውቃለሁ። እንዲህ አይነቱን ጉዳይ በድርጅት ሚስጥር ስም ለአብዱል አለመንገሩ ወንጀል መስሎ ተሰማኝ።

“ታዲያስ ስራ እንዴት ነው ?” ተባባልን። ልደታ አዳራሽ ውስጥ ያደረገውን ነገር በአይኔ እንዳየሁና ያየሁትንም ዘርዝሬ ነገርኩት። የአጋጣሚው ነገር ገረመው።

“ከዚህ በላይ የሚገርምና የበለጠ የሚያሳዝን ዜና ይዤልሃለሁ” አልኩት። እሱ የጠበቀው ሌላ ነገር ነበር።

“የሚያሳዝነው አድማሱ የኛ ሰው መሆኑ ነው” አልኩት።

“ፈጽሞ አላምንም” አለኝ ።

እሱን ለማሳመን እንዴት እንዳወቅሁ መናገር ነበረብኝ። አድማሱ በተደበደበበት እለት የአብዮት አደባባዩን የአድማሱን ሁኔታ እያሰብኩ እንደዛ መቀጥቀጡ ዘግንኖኝ እንደነበር ሁሉንም ነገር ነገርኩት። ትንሽ እንደ መፍዘዝ ትንሽም እንደ መተከዝ አለና “ ወይ ጉድ! በል ቀጠሮ አለብኝ” ብሎኝ መራመድ ጀመረ።

“ሩቅ ከሆነ ላድርስህ” አልኩት።

“አያስፈልግም፤ ዝም ብለህ ሂድ” አለኝ።

አብዱልንም ለመጨረሻ ጊዜ ያየሁት ያን እለት ሆነ።

አድማሱ ግን እንደፈራሁት ህይወቱ አላላፈችም። ብዙ ወራት ሆስፒታል ተኝቶ ከሞት ተረፈ። ከጥቂት ጊዜ በፊት ከዛ ሁሉ መአትና አደገኛ የሰርጎ ገብነት ተልእኮ ያመለጠው አድማሱ፣ ኒውዮርክ አሜሪካ፣ ለተባበሩት መንግስታት ድርጅት እየሰራ እንደሚኖር ሰምቻለሁ።

አብዱልና አድማሱ ሳይገናኙ አብዱል በደርግ እንደ ተገደለ እርግጠኛ ነኝ። አብዱል የአድማሱ የቅርብ ጓደኛ ስለሆነ አድማሱ ከኔ በላይ አብዱልን ያውቀዋል። ተገናኝተው ቢሆን ኖሮ ልደታ አዳራሽ ውስጥ አብዱል በፈጸመው ድርጊት አድማሱን “ይቅር በለኝ” ብሎ ከልቡ ይማጸነው እንደነበር አውቃለሁ። አድማሱም ጓደኛውን ይቅር ይለው እንደነበር እርግጠኛ ነኝ። ስለ አድማሱ ከነገርኩት በኋላ በአብዱል ፊት ላይ ያየሁት የሃዘን ጥላ ያ መጥፎ ዘመን እንጂ እነዚህ ሁለት ጓደኛሞች በቀላሉ የማይለያዩ እንደነበር የሚያሳይ ነው።

ምእራፍ 11. “ቁጭራን ዘረፉት !”

መብረቁ ማነው? እሱ ራሱ “መብረቁ እባላለሁ” ብሎ እንዳልተዋወቀኝ እርግጠኛ ነበርኩ። መብረቁ ሲሉ ሰምቼ ሳይሆን አይቀርም እኔም መብረቁ እያልኩ ስጠራው የነበረው። የባንክ ሰራተኛ ነው ሲባል ሰምቻለሁ። ለኔ ግን አልመሰል ብሎኛል። የኔ ግምት “ወታደራዊ ሙያ ያለው ሰው ነው” የሚል ነበር።[292]

መብረቁ ከጥቁር ነገር ሌላ ቀለም ያለው ልብስ ለብሶ አይቼው አላውቅም። ጥቁር ሱሪ፣ ጥቁር ቢትልስ ሹራብና ጥቁር ጃኬት ነው ልብሱ።በዚህ ላይ አይኑን በጥቁር የፀሃይ መነጽር ሁሌ ይሸፍናል። መቼም አይኑን አንድ ቀን ሳላይ እንዳልቀረሁ እርግጠኛ ነኝ። አብረንም አምሽተን፣ አንድ ቤትም ውስጥ አድረን እናውቃለን። መነጽሩን፣ ማታ ሲተኛም የሚያደርግ ሰው ቢሆን ኖሮ በዛም አስታውሰው ነበር። ፈጽሞ ግን አይኖቹ ምን እንደሚመስሉ ማስታወስ አልቻልኩም። የሚታወሰኝ ጥቁር መነጽሩ ብቻ ሆኗል።

መብረቁ መልኩ የቀይ ዳማ፣ ቆዳው ጥርት ያለ፣ ጺም የሚያበቅል የማይመስል፣ መልከ መልካም ወጣት ነው። ቁመቱ ከመሃከለኛ ትንሽ ከፍ ያለ፣ ትርፍ ስጋ የሚባል ነገር በየትኛውም የሰውነቱ አካል ላይ የማይታይበት ስፖርተኛ የሚያስመስለው ቁመና ነበረው። የሙስሊም ኮፍያ ስለሚያዘወትር የሃረሪ ተወላጅ ይመስለኛል።

በ1969 ዕድሜው ሲበዛ ሃያ ስምንት ዓመት ቢሆነው ነው። ፈጣን ነበር። ሲራመድ ፈጣን ነው። መኪና ውስጥ ገብቶ በር ሲዘጋ በፍጥነት ነው። ከመኪና ሲወጣም እንዲሁ በፍጥነት ነው። መግለጫና መመሪያ ሲሰጥ ፈጣን ነበር። ሽጉጡን ሲያወጣም እንደዛው ፈጣን ነው። ከቢትልስ ሹራቡ ስር ቀበቶውና ወገቡ መሃል ቀርቅሮት የሚሄደው ሽጉጥ ነበረው። መብረቁ የሚታጠቀው ከልጅነቴ ጀምሮ የማውቀውንና ደርግ ከአባቴ የገፈፈውን ኮልት 45

---

[292] የሻምበል ፍቅረስላሴ ወግደረስን “እኛ እና አብዮቱ” የሚለውን መፅሃፍ ካነበብኩ በኋላ መብረቁ “የመቶ አለቃ መርእድ ጣሰው” ሊሆን ይችላል የሚል ግምት አሳድሮብኛል። ግምት ነው። ገጽ 260፣ 261፣ 263፣ 268 ሻምበሉ መቶ አለቃ መርእድን ደጋግሞ ያነሳዋል። ይህን ዕምነት የያዝኩት መብረቁ አንድ አይነት ወታደራዊ ስልጠና የተሰጠው ሰው መሆን አለበት የሚል ዕምነት ስለያዝኩ ነው። መቶ አለቃ መርእድ የአየር ወለድ አባል ነው መባሉ ይበልጥ አሳመነኝ። ክፍሉ ታደሰ ግን በያ ትውልድ ቅጽ 2 ገጽ 298 ላይ “መቶ አለቃ መርእድ በዚሁ በመስከረም ወር 1969 ... መርካቶ ... የአየር ወለዱ ጀግና መቶ አለቃ መርእድም እዚያ ወደቀ” ይለናል። ከዚህ ከተነሳን መብረቁ መቶ አለቃ መርእድ አይደለም የሚያሰኝ ነው። ችግሩ ክፍሉ ታደሰ በያ ትውልድ ቅጾቹ በርካታ ቦታዎች ላይ የቀንና የአመተ ምህረት ስህተት ስለሚሰራ መቶ አለቃ መርእድ የሞተበትን ቀን ተሳስቶ ሊሆን ይችላል። እኔ መብረቁ የምለው ሰው በትንሹ እስከ ግንቦት 1969 ድረስ በህይወት ነበር። መጨረሻውን አላውቅም። ወይም መብረቁ ሌላ የአየር ወለድ አባል ሊሆን ይችላል።

የሚባለውን ግድንግድ ሽጉጥ ነው። ካንዴም ሁለቴ ይህን ሽጉጥ ስቦ አይቼዋለሁ። በአንደኛው ወቅት ሁለት መሳሪያቸውን ትከሻቸው ላይ ያደረጉ ፈዛዛ ወታደሮችን የገደለ ጊዜ ነው።

አንድ ምሽት "ስራ" አለ ተብዬ ከሱ ጋር አደርኩ። ዮሃንስ አካባቢ የነበረ ቤት ውስጥ ነው። ቤቱ ዲሞክራሲያ ከሚታተምባቸው ቤቶች አንዱ የነበረ ይመስለኛል። ጠዋት ተነስተን ከእዛ በፊት ብዙ ስራ በሰራሁባት አንድ ነጭ ዳትሰን መኪና በሰነዶች የተሞሉ ቦርሳዎች መኪናዋ ዕቃ ማስቀመጫ ውስጥ ሞልተን ጉዞ ጀመርን።

በጠባብ የኮረኮንች መንገድ ጥቂት እንደሄድን የአሁኑ በላይ ዘለቀ የቀድሞው መስፈን-ሃረር መንገድ ላይ ብቅ አልን። የኮረኮንቹ መንገድ ከአስፋልቱ ጋር በሚጋጠምበት ቦታ በግራና በቀኝ ሁለት መሳሪያ የያዙ ወታደሮች ቆመዋል። በጃቸው "ቁም" የሚል ምልክት እያሳዩ ወደኛ መጡ። ዝም ብዬ በፍጥነት ልነዳ አስቤ ነበር። ዋናውን መንገድ ስመለከት በግራም በቀኝም በወታደር ተሞልቷል። ወደኋላ ለመንዳት የመንገዱ ኮረኮንችነትና ጠባብነት የትም የሚያስደርስ አልነበረም። እኔ እንደዚህ ግራ በተጋባሁበት ሰአት ውሳኔ የወሰነልኝ ፈጣኑ መብረቁ ነበር። እሱ የተቀባበለ ሽጉጡን ከሆዱ ውስጥ አውጥቶ በጁ ይዟል።

"በሩን ከፍቼ ስወጣ አብረህ ውጣ። እኔ ወደ ወታደሮቹ ስራመድ አንተ በመጣንበት መንገድ ነፍስህን ለማዳን ሩጥ። ስለመኪናውና ስለእቃው አታስብ። እሱ አብቅቶለታል" አለ

ወታደሮቹ አጠገባችን ሊደርሱ የሶስት ሜትር ርቀት አልቀራቸውም።

"ሩጥ !" ብሎ በሩን ከፍቶ ወጣ።

እኔ በሬን ከፍቼ ሩጫ ከመጀመሬ በፊት የእሱ እጅ ተዘርግቶ ሽጉጡ የአንደኛው ወታደር ግንባር ሊነካው ምንም አልቀረውም። የመጀመሪያውን ተኩስ ስሰማ 5 ሜትር አልሮጥኩም። ሁለተኛው ተኩስ በሰከንዶች ልዩነት ተደገመ።

በዚህን ወቅት መንገዱ ላይ የነበሩ ወታደሮች ይመስሉኛል በአንድ ጊዜ ተኩሳቸውን አቀለጡት። ዞር ብዬ አላየሁም። እግሬ በሚችለው ፍጥነት በረርኩ። በማላውቃቸው ጉራንጉሮችና የሰው ቤቶች ጭምር አልፌ አንድ ትንሽ ወንዝ አቋርጬ እንዴት እንደሆነ ሳላውቀው ከአቡነ ጴጥሮስ ሃውልት ጀርባ ብቅ አልኩ። ታክሲ ይዤ ወደ መርካቶ ሄድኩ። ሻይ ጠጥቼ ሰው በብዛት መንቀሳቀስ ሲጀምር ወደ አዋሬ ቤቴ አቀናሁ።

እንደጠረጠርኩትም የመጀመሪያዎቹ ሁለት ጥይቶች በሁለቱ ወታደሮች ላይ መብረቁ የተኮሳቸው ነበሩ። በተለይ መብረቁ ሁሌም ከጭንቅላቱ ላይ ከማትለየው የሙስሊም ኮፍያው ጋር ከመኪናው ሲወጣ ከአንድ ወጣት ነጋዴ ጋር እንጂ ከአንድ ደመ - ቀዝቃዛ ነፍሰ-በላ "አየር ወለድ" ጋር እየተገናኙ እንደነበር ወታደሮቹ አልጠረጠሩም። "እጃቸውን ወደ መሳሪያቸው ሳይወስዱ እንደወደቁ ነው" መብረቁ የነገረኝ። የሱን ተኩስ ተከትሎ ስለተተኮሰው ብዙ ጥይት እሱም እንደኔ ግራ ተጋብቷል።

"ወታደሮቹ ይመስሉኛል ዝም ብለው የለቀቁት። እኔ ላይ አነጣጥረው መተኮስ የሚችሉበት ሁኔታ ቀርቶ እኔን ያዩበትም እድል አልነበረም። ተመልሼ ሄጄ ከአካባቢው ሰው ጋር ሁሉን ነገር አይቼ "ወይ ጉድ" ስል ነበር ያረፈድኩት" አለኝ።

"መኪናውስ ?" አልኩት።

"የሚነዳ ሰው አምጥተው ይዘውት ሄዱ" አለኝ።

የመኪናችን ነገር በጣም ቆጨኝ። ለኛ ትልቅ ጉዳት ነበር። አዲስ መኪና ነበረች። ኢህአፓ በቋሚነት ከሚገለገልባቸው ጥቂት መኪናዎች አንዷ ናት። የድርጅቱ ንብረት ትመስለኛለች።

መብረቁ በሌላ ቀን ሽጉጡን የመዘዘው በኔ ላይ ነው። የሚፈለግ ሰው በመኪና ይዤ ነበር። መብረቁ አሮጌው ፖስታ ቤት ጋር እንደሚጠብቀኝና አብሮን እንደሚሄድ ተነግሮኝ ሄድኩ። የተነገረኝ "መኪናዋን ያውቃታልና እሱ መጥቶ ያገኝሃል" የሚል ነው። እንደተባለው መብረቁ መጣ። በደንብ ያየኝ መስሎኛል። አጠገቤ ደርሶ አልፎኝ ሄደ። ተመልሶ መጣ። እንደገና "ይቆማል" ብዬ ስጠብቀው እንደገና አልፎኝ ሄደ።

የያዝኩት መኪና የዕቃ መጫኛ፣ ድፍን ትንሽ ቫን ነበር። የጫንኩት ሰው መሬት ላይ ከኋላ ዕቃ ማስቀመጫው ውስጥ ተቀምጧል። ከሩቅ ቦታ ነበረ ያመጣሁት። እንደማይመቸው ስላወቅሁ የምነዳው እየተሳቀቅሁ ነው። የድሮ ፖስታ ቤት ጋር ለረጅም ጊዜ መቆም አደገኛ ነበር።

መብረቁን በኋላ መስተዋት ሳየው የፖስታ ቤቱን ግርግዳ መጨረሻ ተደግፎ ቆሟል። "መኪናዋን ያውቃታል" ያሉኝ "በስተት ይሆናል" ብዬ ጠረጠርኩ። "ስለማያውቃት ግር ብሎት ይሆናል" ብዬ ላናግረው ከመኪና ወርጄ ወደሱ ተራመድኩ። አጠገቡ ልደርስ ትንሽ ሲቀረኝ፣ ታጠፈና ከፖስታ ቤቱ ጀርባ ገባ። እኔም ተከትየው ከፖስታ ቤቱ ጀርባ ታጠፍኩ። ይህን

ትውልድ አይደናገር እኛም እንናገር

ሲያይ እንደገና ፈጠን ብሎ የፖስታ ቤቱን ሌላ ግርግዳ ሲታጠፍ ተመለከትኩ። የዚህን ጊዜ ሆዱን ሲነካካ ስላየሁት "ያችን ሽጉጡን ሊያወጣ ነው" ብዬ ጠረጠርኩ። "ይህ ሰውዬ በጫት መርቅኗል ወይንስ ሰክሯል ?" ብዬ ወደ መኪናው ተመልሼ አንድ እድል ልስጠው ብዬ ተቀመጥኩ። ተመልሶ መጣና እንደሚያልፍ ሰው ትክ ብሎ አይቶኝ፣

"ሺት! አንተ ነህ እንዴ !? እኔ ሽጉጤን አውጥቼ እየጠበቅኩ ነበር" አለኝ።

"ለምን ?" ስለው ፣

"ሌላ ሰው መሰልከኝ። ያ ኮትህ የት አለ? ጸጉርህንስ ምን አደረግከው? ያችስ ብን ያለች ጢም ነገርህስ የት ደረሰች ?" አለኝ።

ችግሩን የተረዳሁት ያን ጊዜ ነው። ከጥቂት ቀናት በፊት በደርግ እጅ ወድቄ በእድል ተለቅቄያለሁ። "ለጥንቃቄ ስራ ላቁም" ብዬ ለኢህአፓ አመራር ተናግሬ ነበር።

"ኮትህን ቀይርና፣ ጸጉርህን በጣም አሳጥርና፣ ይች ጢምህን ላጭና ስራ ቀጥል" ስላሉኝ ትንሽ ለውጥ አድርጌ ነበር። "መብረቁን ችግር ውስጥ የሚጥል ለውጥ ይሆናል" ብዬ ፈጽሞ አላሰብኩም ነበር።

መብረቁ፣ "ዳዊት በተገደለበት እለት የጎተራውን ነዳጅ ማጠራቀሚያ በላውንቸር የመታው እሱ ነው" ሲሉ ሰምቻለሁ። በከተማው ውስጥ ለሞሎቶቭ ኮክቴል ቦንብ መስሪያ የሚሆነውን ቆሻሻ ዘይት በጀሪካን እየገዛና እያጠራቀመ በተለያዩ ቦታዎች እንዳደርስለት ይጠራኛል። መትረየስ፣ ላውንቸርና ሌሎች መሳሪያዎች ከአንድ ቦታ ወደ ሌላ ቦታ እንዳደርስ የሚሰጠኝ እሱ ነው። መብረቁ ብዙ ቦታዎች ያየሁት ሰው ነው።

አንድ ሌላ ቀን ለስራ ስለሚፈልግህ "በዚህ ቁጥር ደውልለት" ብሎ ግርማቸው የስልክ ቁጥር ሰጠኝ። ደወልኩለት። መርካቶ አንዋር መስጊድ አጠገብ ቀጠረኝ። ተገናኘን።

"ወደ ቁጭራ ንዳ" አለኝና ቁጭራ ሰፈር ሄድን። መሃሙድ አህመድ የሙዚቃ ቤት በራፍ ላይ ስንደርስ፣

"እዚህ አቁም" አለኝ። አቆምኩ። "ከነገ ወዲያ ጠዋት በአራት ሰአት እዚች ቦታ መጥተህ ቆመህ ትጠብቀኛለህ። በምንም አይነት መንገድ መዘግየት አትችልም። የምትይዘው መኪና ችግር እንዳይኖረው በደንብ አረጋግጥ።" አለኝ ።

አያይዞም "ይችን ነው ወይንስ ሌላ መኪና ይዘህ የምትመጣው ?" ብሎ ጠየቀኝ።

"ሰሞኑን ከኔ ጋር ያለችው ይቺው ነች። በቀደም ተሰብራ ጋራዥ አስገብቼ አሰርቻታለሁ። ሰርቪስም ተደርጋለች። በደንብ ትሰራለች፤ አስተማማኝ ነች" አልኩት።

"እንደዛ ከሆነ እስከ ከነገ ወዲያ አምጣ ቢሉህም አትስጣቸው። በል በተባባልነው ሰአት በአራት ሰአት ጠዋት፣ እዚሁ የቆምንበት ቦታ እንዳገኝህ። ቻው!" ብሎ ውልቅ ብሎ ሄደ።

የያዝኳት መኪና ሌላዋ የኢህአፓ ቋሚ መኪና ነበረች። መኪናዋ ጣራዋ ጥቁር ሰውነቷ ቢጫ ቀለም የነበራት "ኦፔል ካዴት" ትባል የነበረችው መኪና ናት። ከጥቂት ቀናት በፊት የሞተር ማስነሻዋ (ሞተሪኖዋ) አልሽከረከር እያለ ስላስቸገረችኝ ጋራዥ አስገብቻታለሁ። ከመቶ ብር በላይ አውጥቼ ያሰራኋት በገዛ ገንዘቤ ነው። እግረ መንገዴንም ሰርቪስ አስደረግኋት።

አባቴ" የእንጀራ አባትህ ነኝ እንዴ ?" ብሎ በምሬት ከተናገረኝ በኋላ ገንዘብ እንደማልጠይቀው ስለገባው አራት ኪሎ ንግድ ባንክ በስሜ ሂሳብ ከፍቶ ገንዘብ ጨምሮልኝ ነበር።

"በየጊዜው እኔ እጨምራለሁ። አሁን ትልቅ ሰው ነህ። የራስህን ገንዘብ በጥንቃቄ መጠቀም እንደምትችል እተማመናለሁ" ብሎ ነበር የባንክ ደብተሩን የሰጠኝ።

"የቆየ ልማድ መቀየር አስቸጋሪ ነው" ይባላል። አባቴ ተጨንቆ ያንን ቢያደርግም እኔ እንደ ልማዴ እናቴን እያስቸገርኩ ገንዘብ ከሷ መውሰዱን አላቆምኩም። ባንክ ውስጥ አባቴ ገንዘብ ካስቀመጠልኝ ከሁለት አመት በላይ ሆኖታል። አንድ ሳንቲም አልነካሁለትም። መኪናዋ እየቆመች ስታስቸግር ያ ገንዘብ ባንክ ውስጥ እንዳለኝ አስታወስኩ። አውጥቼ መኪናዋናን አሰራሁበት።

ያን ሁሉ መኪና ሳንቀሳቅስ ነዳጃቸው የጎደለ ወይም እያለቀ ለነበሩ መኪናዎች ከኢህአፓ ገንዘብ ጠይቄ አላውቅም። ቸርነት በህይወት እያለ ብዙ ጊዜ ነዳጅ ከጋራዡ እየሰረቅን እየሞላን እንጠቀማለን። ቸርነት ከተለየኝ በኋላም ከዚህና ከዚያ በምለቃቅመው ገንዘብ ነበር ነዳጅ የምሞላው።

በስተመጨረሻ ገደማ የተወሰነ የኪስ ገንዘብ ተቆርጦልኛል። ገንዘቡ የተቆረጠልኝ በሁለት ምክንያቶች ነው። አንደኛው ለማደሪያ ወጪ ነው። ስራ ስሰራ ሰአት እላፊ እየደረሰብኝ ብዙ ጊዜ ቤቴ ወይም ሰንጋተራ አክስቴ ቤት መድረስ ያቅተኝ ነበር።

በዛን ጊዜ ሰው ሁሉ በጣም በጊዜ ነበር የሚተኛው። አልፎ አልፎ ካልሆነ በየጊዜው በጣም እያመሸሁ "በር ክፈቱልኝ" ማለት አልችልም። ሌላው ችግር ከመሸ መኪና መንደር ውስጥ ይዞ ደጋግሞ መግባት የመንግስት የደህንነት ሰዎችንና የአብዮት ጥበቃዎችን አላስፈላጊ ትኩረት ይስባል። በነዚህ ምክንያቶች የተነሳ የትም ባገኘሁበት እንደማድር ስለታወቀ የማደሪያ የኪስ ገንዘብ ተቆረጠልኝ።

ሌላው ምክንያት ከመጠጥ ወጪ ጋራ የተያያዘ ነበር። ከቀን ስራ ይበልጥ በማታ ስራ ቤት እየገቡ መውጣት አስቸጋሪ ነው። አንዱን የአመራር አባል አድርሼ ሌላውን ለማንቀሳቀስ ዝግጁ እስኪሆን ወይም አንድ ስራ ሰርቼ የሌላው ስራ ሰአት እስከሚደርስ በመሃከሉ ያለውን ጊዜ ማሳለፊያ ቦታ ያስፈልገኛል። ማታ ማታ ከመጠጥና ከቡና ቤቶች ውጭ ጊዜ ማሳለፊያ ቦታ አልነበረም። ቡና ቤቶችና መጠጥ ቤቶች አልኮል ለመሸጥ ስለሚፈልጉ የሻይና የቡና ማፍያ ማሽኖቻቸውን ማታ ማታ ያጠፋሉ። የአልኮል ዋጋ እንደ ሻይና ቡና ርካሽ ስላልሆነ የተቆረጠልኝ የኪስ ገንዘብ ይህንንም ግምት ውስጥ ያስገባ ነበር።

ገንዘቡን የምጠቀመው በቁጠባ ነው። ብዙውን ጊዜ አንድ ጠርሙስ ቢራዬን ይዤ ነበር የምቀመጠው። በጣት ከሚቆጠሩ ወቅቶች በስተቀር በአንድ ምሽት ሁለት ጠርሙስ ቢራ በገንዘቡ ጠጥቼበት አላውቅም። ሁለት ጠርሙስ ቢራ በጠጣሁባቸው ጥቂት ምሽቶች የኢህአፓ ውቃቢ እየተቆጣኝ ይመስለኛል ታምሜ እንዳደርኩ አስታውሳለሁ። ከምሬም ባይሆን በእናቴም አብሾ መማረር የጀመርኩት በዛ ወቅት ነው።

አብዛኛው ወጪዬ ከመኝታ ጋር የተያያዘ ነው። ተለቅ ካሉ ሆቴሎች አንስቼ እስከ ተራ ሴተኛ አዳሪ ቤት ለማደር የምገደድበት ሁኔታ ነበር። ሰአት እላፊው ከደረሰ የምነዳውን መኪና የትም አቁሜ ባገኘሁበት ማደር ነው። በማደሪያ ወጭ ብዛት ለወር የተቆረጠልኝ መቶ ሰማኒያ ብር የኪስ ገንዘብ ብዙ ቢመስልም በቂ አልነበረም።

መብረቁ ያቀደው ነገር ምን እንደሆነ ምንም ፍንጭ አልነበረኝም። የሚሰጠኝን ነገር ስለምወስድበት ቦታ በግርማቸው ለማ ተነግሮኛል። ለማንኛውም ምንም ችግር እንዳይፈጠር በማለት የመኪናዋን ጎማዎች ነፋስ ሳይቀር ትክክል መሞላቱን፣ ተለዋጭ ጎማው የሚሰራ መሆኑን አረጋገጥኩ።

ቀኑ 1969 የካቲት 1 ወይም 2 ይመስለኛል። ከተወለድኩበት እለት ጋር የተያያዘ ነገር ነበረው።[293] በቀጠሯችን እለት ከአራት ሰአት በፊት አስር ደቂቃዎች ቀድሜ መሃሙድ አህመድ ሙዚቃ መሸጫ መደብር በራፍ ላይ መኪናዋን አቆምኩ። ለአራት ሰአት አምስት ጉዳይ ሲሆን መብረቁን ከመንገድ ማዶ አየሁት። ያንኑ ጥቁር መነጽሩን አድርጎ ስለነበር ወዴት እንደሚያይ እርግጠኛ አልነበርኩም። በሰአቱ በቦታዬ መገኘቴን እንደተመለከተ ጥርጣሬ አልነበረኝም። እንደነገረኝ ቁጭ ብዬ መጠበቄን ቀጠልኩ።

አራት ሰአት አለፈ። አራት ከሩብ ላይም መብረቁ አልመጣም። ለምን ያንን ያህል ጊዜ እንደሚያስጠብቀኝ አልገባኝም። አራት ከሩብ እንዳለፈ መጣ። በተለመደው ጥድፊያው

"የመኪናው ቡት ክፍት ነው?" አለኝ።

"አዎን" አልኩት። ለማገኛውም ብዬ የመኪናውን ቁልፍ ይዤ ልወርድ ስል

"አትውረድ! አትውረድ! መኪናዋን አስነሳ !" ። አለኝ

መኪናዋን አስነሳሁ። እሱ በሶስት ወጣት ኩሊዎች አሸክሞ ያመጣቸውን ሶስት የልብስ ሻንጣዎች ቡት/ዕቃ ማስቀመጫ ውስጥ ጨምሮ ቡቱን ዘጋ። ተመልሶ ወደኔ መጣ። ኩሊዎች ያልኳቸው የድርጅት ሰዎች ሊሆኑ ይችላሉ። የኢህአፓ ነገር አይታወቅም።

"የት እንደምትሄድ ታውቃለህ ?" አለኝ

"አዎን" አልኩት ።

"ሂድ" አለኝ።

መኪናዋን ማነቃነቅ ስጀምር፣ ቀስ ብሎ

"ተጠንቀቅ፤ ገንዘብ ነው" አለኝ።

"የተሰጠህን ውሰድ" የተባልኩት ሳር ቤቶችን አለፍ ብሎ ወደ ነበረ ቀድሞ በስራ ምክንያት ወደማውቀው አንድ ቤት ነው። ከተክለሃይማኖት አደባባይ ብዙም ዝቅ ሳልል ሶስት መትረየስ ቢ ኤም የጠመዱ የደርግ ጂፕ መኪናዎች በከፍተኛ ፍጥነት እየነዱ ወደ

[293] ክፍሉ ታደሰ "ያ ትውልድ ቅጽ 2 በሱ ፈቃድ ታደሰና እና ኤሚ እንግዳ አዲስ አበባ 2007 ገጽ 302 ላይ ይህን ቀን በስህተት " በመስከረም ወር 1969 ዓ.ም በማለት ይጠቅሰዋል። ሻምበል ፍቅረስላሴ "በእኛና አብዮቱ" መጽሃፉ በገጽ 253 ቀኑን በትክክል "በየካቲት ወር 1969 ዓ.ም" በማለት ይጠቅሰዋል።

መርካቶ አቅጣጫ አልፈውኝ ሄዱ። "የጂፖቹ ሩጫ እኔ መኪና ውስጥ ካለው ገንዘብ ጋር የተያያዘ ሊሆን ይችላል" ብዬ ጠረጠርኩ።

ገንዘቡን ይገዙ የተነገረኝ ቤት ደረስኩ። ክላክስ ሳደርግ የውጭው በር "ወዲያው ይከፈታል" ብዬ አስቤ ነበር። አልተከፈተም። ከመኪና ወርጄ የበሩን ደወል ደወልኩ። ደወሉ ሲጠራ ይሰማኝ ነበር። ካሁን አሁን "ሰው ይመጣል" በሚል ተስፋ ደወሉን ደጋግሜ እየደወልኩ ጠበቅኩ። ማንም ሳይመጣ ቀረ። "ዝም" ብዬ እዛ መቆም አልችልም ነበር። የገጠመኝን ችግር ለግርማቸው ደውዬ መናገር ነበረብኝ። በአካባቢው የህዝብ ስልክ የሚባል ነገር አልነበረም። "ስልክ በቅርበት የት አገኛለሁ?" ብዬ አሰብኩ። ማስታወስ የቻልኩት ሜክሲኮ አደባባይ በነበረው ካፌ ውስጥ የነበረውን ጥቁር ቀለም የነበረውን የህዝብ ስልክ ነው። ወደ እዛው አመራሁ።

ሜክሲኮ ካፌ እንደተለመደው በደንበኛዎቿ ተሞልታለች። በርካታ መኪናዎችም ከመኪና ማቆሚያው ስፍራ ላይ ቆመዋል። ከመኪናዎች መሃል መኪናዋን አቁሜ ወረድኩ። ግርማቸውን በስልክ አገኘሁት። እነሱም እዛ ቤት ስልክ እየደወሉ የሚመልስ ሰው ስላጡ ችግር እንደገጠመኝ አስቀድመው አውቀዋል። የገጠመኝን ችግር ልነግረው ስል፣ አቋረጠኝና

"አሁን የት ነው ያለኸው?" አለኝ። ነገርኩት

"የምታውቀው ሰው ይመጣል፤ እዛው ጠብቅ" አለኝ።

ቡናዬን አዝዤ ተቀመጥኩ። መኪናዬ ውስጥ የያዝኩት ገንዘብ ከየት እንደመጣ መረጃውን የሰጡኝ ከጎኔ ተቀምጠው ቡና የሚጠጡት ትልልቅ ሰዎች ናቸው። አንድ ጓደኛቸው ሲቀላቀላቸው፣

"ሰማችሁ እንዴ ? ቁጭራን ዘረፉት !" አላቸው

"ሰምተናል። ስንት ብር ወሰዱ የሚል ሰማህ ?" ብለው ጠየቁት ።

"ወደ አምስት ሚሊዮን ገደማ ይደርሳል ይባላል" አላቸው።

"የአንተ ደግሞ የባሰ ነው። ባንኩ ውስጥ የነበረው ጥቂት ገንዘብ ነበር። ያገኙት ሳንቲም ብቻ ነው ከሚለው እስከ አምስት ሚሊዮን ደርሰናል። እውነቱን መቼም የሚነግረን አናገኝም አለ" ሌላው።

የዚህን ጊዜ እኔ “ ምን ችግር አለው? ብሩ ያለው እዛች ቢጫ መኪና ውስጥ ነው። እንዲህ ከምትጨነቁ በአንድ ላይ ለምን አብረን አንቆጥረውም ብላቸው ምን ይሉ ይሆን ?” ብዬ የውስጤን ፈገግታ ፈገግ አልኩ።

ጆሮዬን ተክዬ ሳዳምጥ የቡና ቤቱ ደንበኛ በሙሉ የሚያወራው ስለ ቁጭራ ባንክ መዘረፍ ነው። ለኔ ትልቅ ትርኢት ነበር። ሁለት ትልልቅና አንድ መለስተኛ በብር የተሞሉ ሻንጣዎች፣ ያውም ከባንክ የተዘረፈ ብር መኪናዬ ውስጥ አስቀምጫለሁ። በዙሪያዬ ሰዎች ስለ ብሩ እያወሩ ነው። ይህ ሁሉ ሲሆን እኔ አጠገባቸው ቡና መጠጣቴ የሚያስደስት ስሜት በውስጤ ፈጥሮብኛል።

የደስታ ስሜቴ ሳያልቅ የምጠብቀው ሰው መጣ። የመጣው ሰው የተወሰኑ ጊዜዎች ያገኘሁት ሰው ነበር። “የዲፌንስ ሰው ነው” ብዬ የምጠረጥረው ወጣት ነው። ረጅም፣ ጠይም፣ በጣም ሸንቃጣ ወጣት ነበረ። ከብዙ ዘመን በኋላ ለማወቅ እንደቻልኩት የጓዱ እውነተኛ ስም ሱራፋኤል ካባ ነው። ገንዘቡን ሾላ አካባቢ ከነበረ አንድ ቤት አድርሼ ወደ ቤቴ ተመለስኩ። ያን ቤት ከዛን እለት በፊት አውቀዋለሁ። በመስከረም 1969 ዓ.ም በሻለቃ መንግስቱ ሃይለማሪያም ላይ የግድያ ሙከራ በተደረገበት ወቅት ተሳታፊ የነበሩት የኤርትራ ግንባር ሰዎች ለአጭር ጊዜ እዛ ቤት ውስጥ ተቀምጠዋል።

ከተወሰነ ጊዜ በኋላ የባንክ ዘረፋውን በተመለከተ ማወቅ የቻልኩት መረጃ ይህን ይመስላል።

የቁጭራ ባንክ የተዘረፈው በጥናት ነው። ጥናቱ ውስጥ የተሳተፉ የራሱ የባንኩ ሰራተኞች ነበሩ።[294] ባንኩ በየትኛው ቀን ቢዘረፍ ከፍተኛ የገንዘብ ክምችት እንደሚገኝ መረጃውን የሰጡት እነዚህ ሰራተኞች ነበሩ። ወሩ ባለቀ በአንድና ሁለት ቀናት ውስጥ ባንኩ ከፍተኛ የገንዘብ ክምችት እንደሚኖረው ታውቋል። ከመንግስት ወደ ባንኩ ለተለያዩ መንግስታዊ ድርጅቶች ሰራተኞች፣ ለደሞዝና ለድርጅቶቹ በሰራ ማስኬጃነት ባንኩ ውስጥ የሚገባ ገንዘብ አለ። የመርካቶ ሃብታም ነጋዴዎች ሂሳባቸውን የሚዘጉት፣ ትርፍ ገንዘባቸውን የሚያስገቡት በወሩ መጨረሻ ነው። ዘረፋው የተከናወነው ይህንን መረጃ ግምት ውስጥ አስገብቶ ነበር።[295] ቦታው መርካቶ፣ ግርግርና ሰው የበዛበት መሆኑ ችግር ቢፈጠር በቀላሉ

---

[294] ሻምበል ፍቅረስላሴ “እኛና አብዮቱ” ገጽ 253 “ጌታቸው ንጋቱ” የሚባል የባንኩ ሰራተኛ አቀነባባሪ ነበር ይላል።

[295]ክፍሉ ታደሰ “ያ ትውልድ ቅጽ 2 በሱ ፈቃድ ታደሰና እና ኤሚ እንግዳ አዲስ አበባ 2007 ገጽ 302 ይህንኑ ዝርዝር መረጃ በተወሰነ መልኩ አስፍሮታል።

ለማምለጥ የሚቻልበት ነው። መረጃውን ያገኘሁት ከራሱ ከሻምበል አምሃ አበበና በዘረፋው ከተሳተፈው ከሰፈራችን ወጣት ከእንዳለ ይመኑ ነው።

በዘረፋው ላይ በቀጥታ የተሳተፉ አስራ ስድስት ሰዎች ነበሩ። ከእነዚህ መሃል አራቱ ሙሉ የትራፊክ ፖሊስ የደንብ ልብስ ለብሰው ምንም አይነት መኪና ወደ ባንኩ ከአራቱም አቅጣጫዎች እንዳይመጣ የሚያደርጉ ነበሩ።[296] በባንኩ ውስጥ የነበረ ከአምስትና ከአስር ሳንቲሞች በስተቀር ሌሎች ሳንቲሞች ሳይቀሩ ሁሉም ገንዘብ ነበር፣ የተወሰደው። በወቅቱ የተወራው የተገኘው ገንዘብ ከሁለት ሚሊዮን ሁለት መቶ ሺህ ብር በላይ እንደነበር ነው። ክፍሉ ታደሰ ግን፣ "በአንድ ቅጽበታዊ እርምጃ ኢህአፓ ከአንድ ሚሊዮን ሁለት መቶ ሺህ ብር በላይ የሚሆን አገኘ" ይላል።[297] ሻምበል ፍቅረስላሴ ወግደረስ እንደሚለው ገንዘቡ "አንድ ሚሊዮን አንድ መቶ ሺህ" [298]ብር ብቻ ነው። ሁለት ነጥብ ሁለት ሚሊየን ተብሎ የተወራው ለፕሮፓጋንዳ ሲባል በኢህአፓ በሁለት ተባዝቶ ነበር ማለት ይቻላል።

በዚህ ብር ኢህአፓ የተለያዩ ስራዎች ሰርቶበታል። በከተማ ውስጥ መሳሪያ ተገዝቶበታል። ለሰራዊቱ ለኢህአሰ ተልኳል። "ዘርኡ ክሸን ከአዲስ አበባ ሲመጣ ገንዘብ ይዞ በመምጣቱ አንዳንድ የሰራዊቱ ችግሮች ተቃለሉ" በማለት የኢህአሰ አባላት የሚናገሩት ዘርኡ ከዚህ ገንዘብ ሰማኒያ ሺህ ብር ወደ ትግራይ ይዞ በመሄዱ ነው። ገንዘቡን በካኪ ቀለም ዕቃ መያዣ የወረቀት ኪስ አድርጌ መርካቶ ገበያ አዳራሽ ወስጄ ለዘርኡ ያደረስኩት እኔ ነበርኩ።

---

[296] *ዝኒ ከማሁ ገጽ 302 "በዚህ ወታደራዊ እርምጃ ላይ አስር አባላት ብቻ ተሳትፈዋል" ይላል። የእኔ መረጃ ደግሞ ከዚህ ይለያል። በኦፐሬሽኑ ላይ ድንገት ቢሞቱ ማንነታቸው እንዳይታወቅ በሚል የኦፐሬሽኑ መሪ መታወቂያቸውን ሰብስቦ እኔ የምገለገልበት ፔጆ መኪና የዳንት ኪስ ውስጥ የረሳውና ያገኘሁት የመታወቂያ ብዛት አስራ ስድስት ነበር። በኦፐሬሽኑ በቀጥታ ከታሰተፈው ከእንዳለ ይመኑና ስለ ኦፐሬሽኑ ሰፋያለ ዕውቀት ከነበረው ከሻምበል አምሃ የሰማሁት በእለቱ 4 የአስመሳይ የትራፊክ ፖሊሶችም ኢህአፓ አሰማርቶ የባንኩን አካባቢ ትራፊክ ይቆጣጠር እንደነበር ነው። በገጽ 303 ላይ ስለ ገንዘቡ አወሳሰድ ክፍሉ ታደሰ፣ ግርማ ካሳ ከሚባል ሰው አገኘሁት የሚለው መረጃ ስህተት ነው። ገንዘቡን ከቁጭራ ባንክ እስከ መጨረሻው ቦታ ከዛም በኋላ ለማስቀመጥ ተብሎ ሲከፋፋል ያንቀሳቀስኩት እኔ ነኝ። ዋናው የኦፐሬሽኑ መሪ መብረቁ ነው የሚል ዕምነት አለኝ። ስለኦፐሬሽኑ አስቀድሞ ያውቃል። ገንዘቡንም በሰዎች አሸክሞ አምጥቶ ውሰድ ያለኝ እሱ ነው። ግርማቸው የላከውና ሜክሲኮ አደባባይ መጥቶ ከኔ ጋር ገንዘቡን ሾላ ወደነበረው ቤት አብሮኝ በመኪናዋ የወሰደው ሱራፉኤል ካባ እንደነበር ከብዙ ጊዜ በኋላ ማወቅ ችያለሁ። ይህን ያወቅሁት የወጣቱ ቁመት ረጅምና ቁመናው ወታደራዊ ስለነበር፣ በተደጋጋሚ ግርማቸው ጋር ስላየሁት፣ ከኔም ጋር ስለተንቀሳቀሰ መልኩንና ቁመናውን በመግለጽ የቀድሞ የኢህአፓ የዲፌንስ ሰዎች በእርግጠኛነት "ጓዱ ሱራፌል ነው" በማለት ስለነገሩኝ ነው። ሻምበል ፍቅረስላሴም "በእኛ አብዮቱ" መፅሃፍ ላይ ሱራፌል ካባ በዘረፋው ተሳትፎ እንደነበር በገጽ 253 ላይ ጠቅሶታል።*

[297] *ዝኒ ከማሁ ገጽ 304*

[298] *ፍቅረስላሴ ወግደረስ "እኛና እና አብዮቱ" ገጽ 253- 254*

[299] ዘርኡ ካኪ ሳሪያን ኮትና ሱሪ ለብሶ ባለሱቁን መስሎ ወለሉ ላይ መደገፊያ (ኩሽን) ከስሩ አድርጎ ተቀምጦ ነበር። ካወቅኋቸው የኢህአፓ አመራሮች በሙሉ በዕድሜው ጠና ያለ የሚመስለው ዘርኡ ነው።

ከዚህ ገንዘብ ውስጥ ወደ ሩብ ሚሊየን የሚሆነው ተመልሶ በደርግ ሰዎች እጅ ወድቋል። እኔ የማውቀውን ብቻ ነው። የነዘውዱ ቤት የተበረበረበ እለት የደርግ ታጣቂዎች ያገኙት አንድ መቶ ስልሳ አምስት ሺህ ብር የባንኩን ገንዘብ በትኖ ለማስቀመጥ ሲባል ለዘውዱ ተሰጥቶት ከነበረው ሁለት መቶ ሺህ ብር የተረፈው ነው። ሁለቱ የቀድሞ የኢህአፓ አባላት የነበሩት የደርግ ሰዎች ለመሳሪያ መግዣ ይዘውት የነበረው ሰባ አምስት ሺህ ብር በዳሽን ምግብ ቤት ቅጥር ግቢ በተነሳው ተኩስ በደርግ እጅ ተመልሶ ወድቋል።[300] እኔም ቀጥዬ የማልፈውም በዳሽን ምግብ ቤት አጥር ግቢ ውስጥ የተካሄደውን አስገራሚ ፍልሚያ ወደ መተረኩ ይሆናል።

---

[299] ክፍሉ ታደሰ "ታ ትውልድ ቅጽ 2 ገጽ 304 ላይ"ሁለት መቶ ሺህ ብር በገጠር ለተሰማራው ሰራዊቱ ተላከ" ይላል። ከክፍሉ አጻጻፍ የምንረዳው ገንዘቡ በአንዴ እንደተላከ ነው። እኔ ለዘርኡ የወሰድኩት ብር ሰማንያ ሺህ ብቻ ነው። በቅርቡ አንድ ስለኢህአሰ የተጻፈ መፅሃፍ ሳነብ በዘርኡ በኩል ለሰራዊቱ የደረሰው ሰባ ምናምን ሺህ ብር እንደነበር አይቻለሁ። ጸሃፊው "ዘርኡ ያንን ገንዘብ ካመጣ በኋላ (የገንዘቡን መጠን ጠቅሶ) ትንሽ ኑሯችን ተሻሻለ በማለት ጽፏል። የገንዘቡ መጠን ከሰማንያ ሺህ ብር ጥቂት ጎደል ማለቱ የተቀረውን ዘርኡ ለተለያዩ ስራዎች እንዳዋለው የሚያሳይ ነው።

[300] ዝኒ ከማሁ በገጽ 304 ላይ ክፍሉ እንደጠቀሰው ቦሌ አንድ ቦታ ሁለት መቶ ሺህ ብር በአሰሳ በደርግ እጅ ወድቋል ይላል። ይህ የቦሌ ቤት ግሪክ ትምህርት ቤት አጠገብ የነበረው የቀበሌው ሊቀመንበር ቤት መሆን አለበት። ወደ እዛ ቤት መሳሪያ ብቻ ሳይሆን ገንዘብም እንዲቀመጥ መውሰዴን አስታውሳለሁ። ይህን ሁለት መቶ ሺህ ብርና እኔ በደርግ እጅ በሌሎች አጋጣሚዎች እንደወደቀ እርግጠኛ የሆንኩትን ሩብ ሚሊየን ብር ከደመርንበት ከባንኩ ገንዘብ ከኢህአፓ እጅ ወደ ግማሽ ሚሊየኑ ብር ተመልሶ ወደ ደርግ ወይም ሌላ አካል እጅ ገብቷል ማለት ነው። የገንዘቡ መጠን ምን ያህል እንደሆነ ባላውቅም፣ ቀላል ያልሆነ ገንዘብ፣ ተክለሃይማኖት አካባቢ ወደነበረ (ምናልባትም ክፍሉ በዚሁ መጽሃፉ በገጽ 352 እንደጠቀሰው፣ የኢህአፓ የማእከላዊ ኮሚቴ የየካቲቱ 1969 ስብሰባ ተደርጎበታል ከሚለው ቤት ውስጥ ሊሆን ይችላል) ላገኙሁት ለዮሃንስ ብርሃኔ ወስጄ መስጠቴን አስታውሳለሁ። ከዮሃንስ ጋር ነጋ አየለ ይሁን ወይም መላኩ ማርቆስ ያልለየሁት ጓድ ነበር። በገጽ 371 ላይ ክፍሉ መጋቢት 1969 እነ ዮሃንስ ብርሃኔ ኢቃቂ አጠገብ በተገደሉበት ወቅት " የደቡብ የወታደራዊ ግንባር ለመመስረትና የትጥቅ ትግል የሚጀመርበትን ብልሃት ለመወያየት አዲስ አበባ መጥቶ የነበረው መላኩ ማርቆስ" አብሯቸው እንደነበር ጽፏል። "የአዲስ አበባ ሁኔታ እስኪሻሻል እነ ዮሃንስን ወደ ሲዳማ እንዲሄዱ ሃሳቡን ያቀረበው መላኩ ነው።" ብሏል። እንደዛ ከሆነ እኔ የወሰድኩትና ለዮሃንስ ብርሃኔ በጇ የሰጠሁት ገንዘብ በደቡብ ለታሰበው የትጥቅ ትግል የተመደበ ገንዘብ ሊሆን ይችላል። መላኩ ማርቆስ፣ ዮሃንስ ብርሃኔ፣ ነጋ አየለና እንግሊዛዊው የአዲስ አበባው የኒቨርስቲ ፕሮፌሰር ሄስቲንግ በተገደሉበት እለት ያ ገንዘብ ከኢህአፓ እጅ ወጥቷል ማለት ነው። ይዘውት የሚሄዱት ገንዘብ መሆኑን የተረዳሁት ዮሃንስ ብርሃኔ ገንዘቡን ስሰጠው "ትናንት ጀምረን ነው የጠበቅናችሁ ለምን ይህን ያህል ጊዜ ፈጀባችሁ?" የሚል አንድ ነገር እንዳጓተትንባቸው የሚያመላክት ጥያቄ ጠይቆኛል። "ችግራችን መኪና እንደነበር" የመለስኩለትን አስታውሳለሁ። ተገደሉ የሚል ዜና ሲመጣ ያጓተትነው ጉዟቸውን እንደነበር ተረዳሁ። ገንዘቡን ከአንድ ቀን በፊት እንደፈለጉት አድርሰንላቸው ቢሆን ኖሮ አንድ ቀን ቀደም ብለው ከከተማ ይወጡ እንደነበር ገመትኩ። እንዲያ ቢሆን ኖሮ አይሞቱም ነበር የሚል ጸጸት እንደተሰማኝ አልረሳውም።

ምእራፍ 12. ፍልሚያ በዳሽን ምግብ ቤት ቅጥር ግቢ

የካቲት ወር ውስጥ ቁጭራን ከዘረፍነው ጥቂት ቀናት በኋላ በ1969 ዓ.ም ውስጥ ይመስለኛል። አንድ ወደ ምሽቱ የተጠጋ የከሰአት በኋላ አካባቢ ነበር። ከዚያን እለት በፊት አግኝቻቸው የማላውቃቸውን ሰዎች እንደማንቀሳቅስ ተነገረኝ። ሰዎቹን የማገኝበትን ቤት ከዚያን እለት በፊት የማውቀው ቤት አልነበረም። ሰፈሩንም ደርሼበት አላውቅም። ምን እየተባለ እንደሚጠራ አላውቅም። አሁንም አላውቀውም።

መንገዱ ወደ እንጦጦ የሚወስደው መንገድ ነው። አምሃ ደስታ አንደኛ ደረጃ ትምህርት ቤት አጠገብ ሲደረስ ወይም ትንሽ አለፍ ብሎ ከዋናው መንገድ ወደ ቀኝ የሚታጠፍ ሌላ መንገድ አለ። የኮረኮንች መንገድ ነበር። ያንንን መንገድ ይዘው ሲሄዱ የሚገኝ ችምችም ብለው ቤቶች የተሰሩበት መንደር አለ። አዲስ መንደር አይመስልም። የኔ ግምት፣ “መንደሩ የተመሰረተው አፄ ምኒሊክ እንጦጦ ላይ ለጥቂት ጊዜ ሰፍረው የነበረ ጊዜ ሊሆን ይችላል” የሚል ነው።

የማንቀሳቅሳቸው ሰዎች ያሉበትን ቤት ያሳየኝ አንድ ወጣት ነው። ዋናው መንገድ ላይ ወጥቶ ነው የጠበቀኝ። በያዝኩት መኪና ቀለምና በመኪናው አይነት እንዲሁም በሌሎች ምልክቶች ነበር መገናኘት የቻልነው። የያዝኩት መኪና ፔዦ 404 ይባል የነበረውን ነጭ መኪና ነው።

ይህ መኪና ሌላው ቋሚ የኢህአፓ ንብረት ነው። የልጁ ዕድሜ ወደ ሃያ ገደማ ይሆናል። ቀላ ያለ መሃከለኛ ቁመት ያለው ልጅ ነበር። ከዛን እለት በፊት አይቼው አላውቅም። በኮረኮንቹ መንገድ እየመራኝ ሰዎቹ ያሉበት ቤት ደረስን። የቤቱን ትልቅ የቆርቆሮ በር ከፍቶ አንድ ጠባብ ግቢ ውስጥ አስገባኝ። ከመኪናም አልወረድኩም። ብዙም ሳልቆይ ሁለት ሰዎች ከቤት ውስጥ ወጥተው መጡ።

ሁለቱም ትልልቅ ጋቢዎች ለብሰዋል። ሁለቱም ጸጉራቸውን ተላጭተው ጥቁር፣ ክብና ወፍራም፣ ለሃዘን ይደረግ የነበረውን ከበርኖስ ጨርቅ የተሰራ ባርኔጣ አድርገዋል። አንደኛው ጠይም ትንሽ ጠና ያለ ሰውነቱ ደልዳላ መሃከለኛ ቁመት የነበረው ሰው ነው። በእጁ ጥቁር ሳምሶናይት ቦርሳ (ብሪፍ ኬዝ) የሚባለውን ይዟል። ሌላው የቀይ ዳማ፣ ከእኔ በተወሰኑ አመቶች የሚተልቅ ፣ ቀጠን ያለ ወጣት ነው። የእሱም ቁመት መሃከለኛ ነው። በእጁ የያዘው ነገር አልነበረም። ሁለቱም የኋለኞቹን ሁለት በሮች ከፍተው ከኋላ ተቀመጡ። የውጭውን በር ከፍቶ ካስወጣኝ በኋላ መንገድ የመራኝ ወጣትም መጥቶ፣ ከፊት

ከጎኔ ተቀመጠ። ከኔ ኋላ ከጀርባዬ የተቀመጠው ወጣቱ ሰውዬ ነው። ወዴት እንደምንሄድ የነገረኝ በዕድሜው ጠና ያለው ጓደኛው ነበር።

"አዲሱ ፖስታ ቤት ጀርባ አንድ "ዳሽን" የሚባል ምግብ ቤት አለ። ታውቀዋለህ ?" ሲል ጠየቀኝ።

"አዎን፣ አውቀዋለሁ" በማለት መለስኩለት።

"በጣም ጥሩ። እዛ ነው የምንሄደው" አለ።

ኮረኮንቹን ጨርሰን ቁልቁል ለመውረድ አስፋልቱን ስንጀምር ከፊት ለፊቴ ያለውን ሰማይ ተመለከትኩ። መጥቆር ጀምሯል። ቀኑ እየመሸ ነው። ከእንጦጦ ቁልቁለቱን ወደ አራት ኪሎ የሚወስደው አስፋልት መንገድ ሰፊና ለመኪና መሄጃ ይመቻል። የድሮ ትምህርት ቤቴን ተፈሪ መኮንንን በስተግራዬ አለፍኩት። እኔም እንደ አባቴ ለዛ ድንቅ ት/ቤት፣ የተለየ ፍቅር ይገዬ ስለምዞር የቀድሞው ትምህርት ቤቴ ትዝታ ልቤን በሃዘን ወጋ አድርጎታል። ከጎኔ ተቀምጦ የነበረው ልጅ ምን እንደተሰማው አላውቅም። ከብዙ ጊዜ በኋላ እሱም የዛ ትምህርት ቤት ተማሪ እንደነበር አወቄያለሁ።

መኪናው ውስጥ ጸጥታ ሰፍኗል። ተሳፋሪዎቼ እርስ በርሳቸውም አያወሩም፤ ከኔም ጋር ለማውራት አይሞከሩም። እኔም እንግዳ ሰዎችን የማዋራት ትልቅ የባህርይ ችግር ስለነበረብኝ እንደተለመደው ዝም ብያለሁ። ዝምታው ሰዎቹ ያደረጉትን የሃዘን ባርኔጣ የመሰለ የሃዘን ድባብ መኪናዋን አላብሷታል። "ሰዎቹ እውነተኛ እዝንተኞች ይሆኑ እንዴ ?" እስከማለት ደርሼ ነበር። ምንም ቃል ሳንተነፍስ አዲሱ ፖስታ ቤት ደረስን።

ዳሽን ምግብ ቤት ደጃፍ ስንደርስ ከምሽቱ አንድ ሰአት ሊሆን ጥቂት ደቂቃዎች ብቻ ነበር የቀሩት። ጠና ያለው ሰውዬ ግቢው ውስጥ እንድገባ ነገረኝ። ግቢው ውስጥ ገባሁ። ግቢው ከሶስት እና ከአራት መኪና በላይ የሚያስቆም ቦታ አልነበረውም። ጠበብ ያለ ግቢ ነው። ምግብ ቤቱን በስተቀኝ ትቼ በግራ በኩል ባለው ክፍት ቦታ ላይ የግንብ አጥሩን አስጠግቼ መኪናዋን አቆምኩ።

ከፊታችን አንድ ፈዛዛ ሰማያዊ ቀለም የነበረው ቮክስ ዋገን መኪና ቆሟል። በውስጡም ሰዎች ነበሩ። ከእነሱ ፊት ለፊት የውሃ ማጠራቀሚያውን ታንከር የተሸከመው ትልቅ የብረት ማማ ይገኛል። በቀኛችን ያለው ባለ አንድ ፎቅ ምግብ ቤት የድሮ ቤት መሆኑ ያስታውቃል። ከታች እስከ ላይ የተገነባው በድንጋይ ነው። ከዛ ቀን በፊት አንድ ሰው እዛ ቤት ምሳ

ጋብዞኛል። ምግብ ቤቱ ፎቁ ላይ ነው ያለው። የቤቱን ነገር በደንብ ለተመለከተው አብዮቱ ያደኸያቸው የቀድሞ መኳንንቶች ቤት ይመስላል። ባለቤቶቹ የገጠርና የከተማ ንብረታቸው ተወርሶባቸው እራሳቸውን ለመደገፍ እዛው እየኖሩ ቤቱን ከፍለው ምግብ ቤት ያደረጉት ይመስላል።

ግቢው ውስጥ ገብተን በቆምን በአጭር ጊዜ ውስጥ አስተናጋጇ ትእዛዝ ለመቀበል መጣች። አራት ቢራ ታዛ ሄደች። ብዙም ሳትቆይ ቢራዎቹን አመጣችልን። ሰዎቹ ቢራ ለመጠጣት የድርጅት መኪና ተሰጥቷቸው ከእንጦጦ አምባሳደር ድረስ እንዳልመጡ ግልጽ ነው። ጉዳያቸውን የሚያውቁት ግን እነሱ ብቻ ነበሩ። ቢራ እየጠጣን ሳለ ከምግብ ቤቱ አጥር ውጭ ሁካታ ነገር ሰማን።

ሁሉም “ምንድነው? ምን እየተካሄደ ነው?” አሉ።

“ቆይ አጣርቼ ልምጣ” ብዬ ከመኪናው ወጥቼ ሄድኩ።

አጥር ግቢው በር ላይ ዘበኛውና አንድ ካኪ ቀለም ዩኒፎርም የለበሰ ሰው ቆመው ያወራሉ። ከግቢው ወጣ ብዬ ብመለከት ምንም ነገር አይታይም። መንገዱ ጭር ብሏል።

ዘበኛውን “ምን ነበር ጩኸቱ?” ብዬ ጠየቅኩት ።

“ወታደሮች ተማሪዎችን እያባረሩ ነው። ተማሪዎች ናቸው የጮሁት” አለኝ ።

ሌላ ምንም የሚታይና የሚያሳስብ ነገር አልነበረም። ወደ መኪናው ተመልሼ ያየሁትንና ዘበኛው የነገረኝን ለኔ ሰዎች ነገርኳቸው። እነሱም ያልኩትን ሰምተው ዝም አሉ።

ወደ መኪናው ከተመለስኩ አምስት ደቂቃም ሳይሞላ፣ አንድ ትልቅ በወታደሮች የተሞላ ላንድሮቨር ከግማሽ በላይ ሰውነቱን እግቢው ውስጥ አስገብቶ ዋናውን በር ዘግቶ ቆመ። በከፍተኛ ፍጥነት ሌሎች ወታደሮች ከወጭ በሩን የዘጋውን መኪና በግራና በቀኝ አልፈው ወደ እኛ መጡ። ሁሉንም በኋላ መስተዋት እያየሁ ለተሳፋሪዎቼ ነገርኩ። አራቱም አጫጭር አውቶማቲክና በጣም ዘመናዊ የሚመስሉ መሳሪያዎች ይዘዋል። መሳሪያዎቹ ከኡዚ ከፍ ይላሉ። አራቱም ወታደሮች ሌባ ጣቶቻቸውን የመሳሪያቸው ቃታ ላይ አድርገዋል። መኪናውን ወደ ግንብ አጥሩ አስጠግቼ ስላቆምኩት አራቱም የመጡት ወጣቱ ልጅና ጠና ያለው ሰውዬ በተቀመጡበት በኩል ነበር። በመኪናው መስኮት ወደ ውስጥ ተመለከቱ። ሰውነተ - ግዙፍ ወታደሮች ነበሩ።

አንደኛው ወታደር “እዚህ ማነው ያለው?” አለ ።

ጠና ያለው ሰው “ እኛ ነን” ብሎ መለሰለት። የመኪናውን የኋለኛውን መስኮት ትንሽ ዝቅ አድርጎ ነበር የሚያናግረው።

“ምን እያደረጋችሁ ነው?” አለ፣ ያው ወታደር ።

“ቢራ እየጠጣን ነው” በማለት የኛ አፈ ጉባኤ መለሰለት። የቢራ ጠርሙሱን ከፍ አድርጎ አሳየው። ሌሎቻችንም አፈ ጉባኤውን ተከትለን የቢራ ጠርሙሶቻችንን ከፍ አደረግን።

ወታደሩ ቀጥሎ ትእዛዝ የሰጠው ለኔ ነበር። “መብራቱን አብራው” አለኝ።

“አይሰራም” ብዬ መለስኩለት።

መልሴን እንደሰማ “ውረዱ” አለ።

ጠና ያለው ሰውዬ “አንድ ላይ እንውረድ” አለ።

እኩል በራችንን ከፍተን ወረድን።

እግሬ ከመኪናው ወጥቶ ገና መሬት አልነካም። ምድርና ሰማይ በተኩስ ተናወጠ። መኪና ውስጥ ሲገባ ባዶ እጁን የመሰለኝ ከኋላ ተቀምጦ የነበረው ወጣት እንደ አስማተኛ ከየት እንደመዘዘው የማላውቀውን ታጣፊ ክላሽ መኪናዋ ጣራ ላይ አስደግፎ ይተኩሳል። እሱ የከፈተው በር ግንብ አጥሩን ነክቶ በሱ በኩል ማለፊያውን ዘግቶብኛል። የነበረኝ ምርጫ እንደሱ ግንቡን የነካውንና ማለፊያ የከለከለኝን የኔን በር ዘግቼ ከፊታችን ቆማ ወደነበረችው ቮክስዋገን መኪና አቅጣጫ መሄድ ብቻ ነው። ወደዛ አቅጣጫ አመራሁ።

ተስፋ ያደረግኩት “ከቤቱ ጀርባ የግንቡን አጥር ዘሎ መውጣት ይቻል ይሆናል” ብዬ ነበር። ቤቱ ከኋላው የሰራተኛ ቤቶች እንጂ አጥር የለውም። አጥሩ ያለው ከመኪና በወጣሁበት በግራ በኩል ብቻ ነው ። ያ አጥር ደግሞ አዲሱ ፖስታ ቤትን የሚያዋስነው አጥር ነው። እንኳን በእጅና በእግር በመሰላልም ሰው የማይደርስበት፣ ያለምንም የወጪ ጭንቀት በፖስታ ቤቱ የተገነባ ረጅም ግንብ ነው። በትልቁ ቤት ጀርባና በሰራተኞች ቤት መሃል ባለው ክፍት ቦታ አልፌ ሄጄ በቀኝ በኩል ያለውን አጥር እንዳልሞከረው ተቀድሜአለሁ።

ከየት እንደመጣ ያላወቅሁት ወታደር በትልቁ ቤት ጀርባ ዞሮ መጥቶ የቤቱን ግርግዳ ተገን አድርጎ አውቶማቲክ መሳሪያውን በግምት እኔ ወዳለሁበት አቅጣጫ ያንፈቀፍቀዋል። ማታ ስለሆነ ከአፈሙዙ የሚወጣው እሳት "ብልጭ ብልጭ" ይላል።

ተኩሱ ሲበዛብኝ መቆሜን ትቼ ቁጢጥ አልኩ። ለወታደሩ ምንም የሚታየው ነገር አልነበረም ። የቤቱን ግድግዳ ለቆ በድፍረት ወደ እኔ አቅጣጫ ለመምጣትም አልደፈረም። ሰውነቱን ለአደጋ ሳያጋልጥ እጁን ብቻ ብቅ እያደረገ ዝም ብሎ ይተኩሳል። አንዳንዱ ጥይት ከጭንቅላቴ በላይ ግንቡን እየመታ አቧራና ትንንሽ ፍርስራሽ ጸጉሬ ላይ ሲራገፍ ይሰማኛል። የሚተኩሰው እሱ ብቻ አልነበረም ።

በምግብ ቤቱ ግቢ ውስጥና ከምግብ ቤቱም ውጪ በየአቅጣጫው ይተኮሳል። የፈሪው ወታደር ጥይት "አንዱ ያገኘኛል" ብዬ ሰጋሁ። የትም መንቀሳቀስ አልቻልም። በመጨረሻ መያዜ ካልቀረ "ምግብ በላተኛ ነበርኩ" በማለት እድሌን ለመሞከር ወሰንኩ። የነበርኩትም ውሃ ማጠራቀሚያው ገንዳ የእጅ መታጠቢያ አጠገብ ስለሆነ "እጄን እየታጠብኩ ነበር እላለሁ" አልኩ። ለራሴ። ወታደሩ መተኮሱን ቆም ሲያደርግ ጠብቄ፣

"ወንድም! እረ እዚህ ሰላማዊ ሰው አለ!" ብዬ ጮህኩ።

"እጆችህን እንዳያቸው ወደላይ አድርግና በቀስታ ወደኔ ና" አለኝ።

"እሺ እየመጣሁ ነው" አልኩት።

እጄን ወደ ላይ ሰቅዬ አጠገቡ ደረስኩ። መሳሪያውን በአንድ እጁ እንደያዘ፣ "እጅህን እንዳታወርድ!" እያለ ፣ በሌላው እጁ፣ ድንገት መሳሪያ ይገኝ እንደሆነ ፈተሸኝ።

"እዛ ሌላ ሰው አለ ወይ?" አለኝ ።

"ማንም የለም" አልኩት።

እሱ በነበረበት በኩል ወደ ዋናው በር አቅጣጫ ወሰደኝ። ፊቴን ወደ ግንቡ አጥር አድርጌ መሬት ላይ እንድቀመጥ አዘዘኝ። ከነበርኩበት ቦታ ይዣት የመጣኋት መኪና ትታያለች ። ትልቁን በር ዘግቶ የቆመው ላንድሮቨር የፊት መስተዋቱ መርገፉ ያስታውቃል። ከመኪናችን አጠገብ የወደቁ ሰዎች ይታያሉ። ፊቴን አዙሬ ከመቀመጤ በፊት የቻልኩትን ያህል በፍጥነት ለመቃኘት ሞከርኩ። ግቢው ውስጥ ተኩሱ ቆሟል። ከምግብ ቤቱ ውጭ

ያለው ተኩስ እንደቀጠለ ነው። አላስችል አለኝና አንድ ጊዜ ዞር ብዬ ተመለከትኩ። ወታደሩ አይቶኝ፡፡

"ፊትህን አዙረህ ተቀመጥ። እንዳልጨርስህ !" ብሎ አምባረቀብኝ።

"እንዳልጨርስህ" የምትለውን ቃል እንደሰማሁ ለራሴ "መች ተጀመርኩና" እንድል አስደረገችኝ። የሚጠብቀኝን ሰቆቃ ማሰላሰል ጀምሬአለሁ። መርማሪዎቼ ለሚጠይቁኝ ጥያቄዎች መልሴን አዘጋጅቻለሁ።

"እራት ልበላ ገባሁ። እጅ መታጠቢያው ጋር እጄን እየታጠብኩ ነበር። ተኩስ ሲጀመር ለአንደኛው ወንድሜ እዛ መኖሬን ነገርኩት። እጅህን ወደ ላይ አድርገህ ና አለኝ። ፊትሾ አስቀመጠኝ።" አለቀ። ቢከትፉኝም ቢዘለዝሉኝም "ከዚህ ሌላ ምንም መልስ አልሰጥም" ብዬ ቆርጫለሁ። ጭንቅላቴ እንዲያ ያስብ እንጂ ጉዳዩ ግን እንዲህ ቀላል እንደማይሆን ልቤ አልዘነጋውም።

በኔ የተነሳ በኢህአፓ ላይ ሊደርስ የሚችለውን ጉዳት አስቤ በምንም አይነት መንገድ ቃሌን እንደማልቀይር ራሴን አሳምኜያለሁ። ይህን ጉዳይ ዘግቼ ትኩረቴ ማ? ማንን ገደለ? የኛ ሰዎች ከሆኑ የወደቁት፤ ጋቢ ለብሰው ነበር። ጋቢያቸው የት ደረሰ? እነሱ ከተገደሉ ያ ሁሉ ተኩስ ከግቢው ውጭ ከማን ጋር ነበር? መኪናችን አጠገብ የወደቁት ሰዎች ትልልቅና ረጃጅም ይመስላሉ። እነዛ ጣታቸውን የመሳሪያቸው ቃታ ላይ አድርገው የመጡ ወታደሮች በኛ ሰዎች ተቀደሙ እንዴ? እንዴት ሊሆን ይችላል? ወታደሮቹ ለመተኮስ እንዲያ ተዘጋጅተው እንዴት ሊቀደሙ ይችላሉ?

እነዚህን ጥያቄዎች እያወጣሁና እያወረድኩ ተቀምጫለሁ። የራሴ ጉዳይ ያለቀለለት መሆኑን ተቀብዬ "የአባቡ ቁንጫ ፍጻሜ" የሚል ቃል በመጠቀም የምናብ ድርሰት ጀምሬአለሁ። እናቴ መጨረሻዬን ስትሰማ ምን እንደምትሆን አሰብ አደረግሁትና በጣም ረበሸኝ። በአብዮት ስም "ሂድ ብዬሃለሁ!" ብዬ ረባሹን ሃሳብ አባረርኩት። "አብዮተኛ ስለ እናቱ አያስብም" አልኩ። እንዲያ ነበርና ስነልቦናችን። ተረጋጋሁ።

አንድ ግማሽ ሰአት ያህል ፊቴን አዙሬ እንደተቀመጥኩ የደርግ ሰዎች የድምጽ ማጉያ የእጅ ሜጋ ፎን ይዘው መጡ። ቤት ውስጥ የነበረው ሰው ሁሉ "ሁለት እጁን ወደ ላይ እያደረገ እንዲወጣ" አዋጅ አስነገሩ። ትእዛዙን የሰማው ሰው በሙሉ ወንዱም ሴቱም እጆቹን እየሰቀለ መውጣት ጀመረ።

ወታደሮቹ ከምድር ቤትም ይሁን ከፎቅ ቤት የሚወጣውን፣ ወንድም ሆነ ሴት አንድ ጊዜ ያልመቱት አልነበረም። በርግጫና በጥፊ ሁሉንም መቷቸው። አሮጊቷን የቤቱን ኗሪ ሳይቀር አልማሯቸውም። ሁሉንም እያጋጩ እኔ ተቀምጬ የነበረበት ክፍት ቦታ ላይ ነበር ያከማቿቸው። ከዛ ሁሉ ሰው ጫፌን ያልተነካሁት እኔ ብቻ ነበርኩ። ከምግብ ቤቱ የወጡት በሙሉ ቆመው ስለነበር እኔም ተነስቼ ቆምኩ። ከሁሉም በጣም የተደበደበው ቀደም ብዬ በራፍ ላይ ያየሁት ዩኒፎርም የለበሰው ሰውዬ ነው። ወታደሮቹ ገና ደረጃውን ሲወርድ ሲያዩት፣

"ምንም ነገር የለም ብሎ ያስጨረሰን ይሄ ነው" ብለው ቀጠቀጡት። "ወታደሮቹ ልዩ ኮማንዶዎች ሳይሆኑ አይቀሩም" ብዬ ጠረጠርኩ። አንደኛው ወታደር እግሩን አንስቶ የሰውየውን ጉሮሮ በካራቴ ምት መትቶ ጣለው። ሰውየው አንገቱ ላይ በደቂቃዎች ትልቅ እባጭ የመሰለ ነገር አበጠበት። ራሱን ስቶ በጀርባው እንደወደቀ ቀረ። ትንፋሽ እንዳለው ግን አንገቱ ላይ ባበጠው ነገር የተነሳ ጎልቶ በሚሰማው የጭንቅ አስተነፋፈሱ ያስታውቃል።

በሰውየው መደብደብ አዘንኩ። በሌላ በኩል ደግሞ ተደሰትኩ። እዛ ከነበረው ሰው በሙሉ ያዩኝ እሱና ዘበኛው ብቻ ነበሩ። ለወታደሮቹ ከጠቆሙብኝም እነሱ ብቻ ነበሩ መጠቆም የሚችሉት። ሰውየው የነበልባል ሰራዊት የመቶ አለቃና የምግብ ቤቱ ባለቤት ዘመድ እንደነበር እዛው የተከማቸው ሰው ከሚያወራው ሰማሁ። ወታደሮቹን ያናደዳቸው በራፍ ላይ ቆሞ "የእህቴ ቤት ነው። እዚህ ምንም ችግር የለም" ማለቱ ነው። ዘበኛውን አላየሁትም።

የቀረ ሰው እንዳለ እንዲወጣ ከማስፈራሪያ ጋር ተደጋግሞ በሜጋ ፎን ጥሪ ተላለፈ። የሚወጣ ሲጠፋ የወታደሮቹ አለቃ ወታደሮቹ ወደ ቤቱ ውስጥ እንዲገቡና እንዲፈትሹ ትእዛዝ ሰጠ። ችግር ተፈጠረ። እንዴት ደፍረው ይግቡ። የዚህን ጊዜ እኔ እርግጠኛ ሆንኩ።"የኛ ሰዎች አልሞቱም" አልኩ።

ወታደሮቹ ቤቱ ውስጥ ከመግባታቸው በፊት ያደረጉት ነገር ሲኒማ የሚሰሩ ነበር የሚመስለው። አንድ ለአንዱ ሽፋን እየሰጠ ግርግዳ ተገን ተደርጎ ሲኒማ ውስጥ ፖሊሶች ከክፍል ክፍል ሲፈትሹ የሚያደርጉትን ነገር በሙሉ አደረጉ። በጣም ረጅም ጊዜ ወሰዱ። እንደምንም ብለው ወደ ውስጥ ገቡ። ቤቱንና ግቢውን በሙሉ ፈትሸው ለመጨረስ ከሁለት ሰአት በላይ ፈጀባቸው። በመጨረሻ

"የሉም" አሉ።

ወታደሮቹ መኪናው ውስጥ የነበሩትን ሰዎች በደንብ የሚያውቋቸው እንደሆነ መጠርጠር ጀምሬ ነበር። ከቡና ቤት የሚወጣው ሰው ላይ ብዙ ትኩረት አላደረጉም። እኔንም አይተውኝ ዝም ብለው ነው ያለፉኝ።

“መኪናው ውስጥ አራት ሰዎች ነበሩ። ሶስቱ ከዚህ ግቢ ውጭ የትም ሊሄዱ አይችሉም። ከጀርባ ግቢውን ቤቶቹን በደንብ ፈትሹ አለ” አዛገቸው።

የዚህን ጊዜ ደነገጥኩ ። “አንዱን ገድለዋል ወይም ይዘዋል ማለት ነው። ማንን ይሆን?” አልኩ።

ወታደሮቹ ምንም የቀራቸው ነገር እንደሌለ። ሁሉን ቦታ በደንብ እንደፈተሹ አስረግጠው ለአዛገቸው ተናገሩ።

ከቆምንበት ትንሽ ፈቀቅ ብሎ አንዲት ትንሽ የቆርቆሮ ቤት ነበረች። የዘበኛ ቤት ትመስላለች። አንደኛው ወታደር፣

“እዚህ ውስጥ ሳይሆኑ አይቀሩም” አለ።

እዛ ተሰብስቦ የነበረ ከሃያ የሚበልጥ ወታደር በሙሉ መሳሪያውን አቀባብሎ “ውጣ ! ውጣ !” እያለ ጮኸ ።

ቤቷ ውስጥ ሰው ነበር። “እረ እኔ ዘበኛ ነኝ !” እያለ ኡ ኡታውን” ለቀቀው።

“ውጣ ብለንሃል፤ ውጣ !” አሉት ።

ዘበኛው ቀስ ብሎ በሩን ከፍቶ ሹክክ ብሎ ሲወጣ አጠገቡ የነበረ ወታደር አንድ እርግጫ አቀመሰው። ሌላው ደገመው። ሌላው በጥፊ አጋየው። እንዲህ የዱላ ቅብብሎሽ መጫወቻ አድርገው እኛ ጋ አደረሱት። ብዙም አልተጎዳም። ነገር ግን መሬትና ሰማዩ ዞሮበታል። ሌላው በኔ ላይ መጠቆም የሚችል ሰው እሱ ስለነበር መደናገጡ ለኔ ጥሩ ነው። በሚሆነው ነገር የበለጠ ተገረምኩ።ከእዛ ሁሉ ሰው መሃከል አንዲት ኩርኩም እንኳን ያልቀመስኩት እኔ ብቻ መሆኔ ይበልጥ አስገረመኝ።

የተወሰኑት ወታደሮቹ ሰው ሲደበድቡ ሌሎች ወታደሮችና ሲቪሎች ግቢውን አጽድተው ጨረሱ። የወደቁ ሰዎችና መስተዋቱ የረገፈ ላንድሮቨርም ከአካባቢው ተሰወሩ። በላንድሮቨሩ ውስጥ ተቀምጠው የነበሩት ወታደሮች ምን ሆነው እንደሆን አላወቅሁም። ተኩስ ሲጀመር ላንድሮቨሩ ሙሉን በወታደሮች የተሞላ ነበር።

በመጨረሻ ወታደሮቹ ለኛ መጫኛ ብለው ባስመጧቸውና ከግቢ ውጭ አቁመዋቸው በነበሩ 5 ትልልቅ ላንድሮቨሮች ሁላችንንም አጎሩን። ከፊትና ከኋላ ቢ ኤም መትረየስ በጫኑ ጂፖች አጅበው አራት ኪሎ ቤተመንግስት ግቢ አደረሱን።

ሁላችንም ከመኪና አውርደው አንድ ተሰርቶ ያላለቀና በር የሌለው ትልቅ ክፍት ክፍል ውስጥ አስገብተው ወለሉ ላይ አስቀመጡን። ተራ በተራ እየተጠራን እንጠየቅ ጀመር። ከጥቂት ጊዜ በኋላ ማወቅ እንደቻልኩት መርማሪያችን ሻለቃ፣ በኋላ ኮሎኔል፣ ብርሃኑ ከበደ የተባለው የታወቀው የደርግ የመረጃ ክፍል ሃላፊና ነፍሰ ገዳይ ነው። ከጥቂት አመታት በኋላ ደርግ ራሱ "ኮሎኔል ብርሃኑ ብዙ ሰው ያለ አግባብ ገድሏል" ብሎ ገድሎታል። ተራዬ ደረሰና ተጠራሁ። ከሻለቃ ብርሃኑ ጋር የተነጋገርኩትን ቃል በቃል አንዷ ሳትዛነፍ አስታውሰዋለሁ። ስም፣ አድራሻ ፣ ጠያየቀና ወደ ስራዬ አቀና።

"ምንድነው ስራህ?"

"ተማሪ ነኝ"።

"የት"

"ዩኒቨርስቲ"

"ምንድነው የምትማረው ?"

" መካኒካል ኢንጂነሪንግ ነው"።

"መታወቂያ ይዘሃል ?"

"አዎ"። ከደረት የሸሚዝ ኪሴ አውጥቼ ሰጠሁት። አንዴ ወደኔ አንዴ ደግሞ ወደ መታወቂያው ተመለከተ። መታወቂያው ላይ የነበረው ፎቶና ፊቴ መመሳሰሉን አረጋገጠ። መታወቂያውን ከጀርባው ገልብጦ ተመለከተው። የሚያየው ምን እንደሆነ ገብቶኛል። ዩኒቨርስቲ ገብተው ትምህርታቸውን የጀመሩ ተማሪዎች መታወቂያ ጀርባ ላይ የተመታ ማህተም አለ። ገልብጦ የተመለከተው ማህተሙ መኖሩን ለማረጋገጥ ነበር። እኔ ለዚሁ አይነት ቀን እንደሚጠቅመኝ በማሰብ ትምህርቱን ባልከታተልም በሥርዓት ተመዝግቤያለሁ። ቀጥሎ ሻለቃው የጠየቀኝ ስለ ምሽቱ ነበር።

"ምን ትሰራ ነበር ?"

“እራት ለሙብላት መግባቴ ነበር” ።

“ምን አየህ?”

“ወደ ምግብ ቤቱ ስገባ ወታደሮች ከመንገዱ ላይ ልጆች ሲያባርሩ ነበር። ልጆቹም እየጮሁ ይረብሹ ነበር። ምንም ነገር ስላልመሰለኝ ዝም ብዬ ገባሁ። እጄን እየታጠብኩ ሳለሁ ምድር በተኩስ ተናወጠ። ተኩሱ ከሁሉም አቅጣጫ ስለነበር ተባራሪ ጥይት እንዳይመታኝ መሬት ላይ ቁጭ አልኩ። እዛው እተቀመጥኩበት ቦታ ሆኜ ከምግብ ቤቱ ጀርባ ሆኖ ሲተኩስ ለነበረው ወንድማችን እዛ መኖሬን አሳወቅሁት። እጄን ወደላይ አድርጌ ወደሱ እንድሄድ ነገረኝ። ሄድኩ። በመኪና ጭነው አመጡን ።”

እኔ ስናገር አትኩሮ ይመለከተኛል። ከትንሽ ዝምታ በኋላ፣

“ቤተሰቦችህ ቤት ንብረት ተወርሶባቸዋል?” አለኝ።

“የተወረሰብን ቤትና ንብረት የለም። የምንኖረው ግን በራሳችን ቤት ውስጥ ነው” አልኩት። “የራሳችን ቤት” የምትለዋን የጨመርኩት ሆን ብዬ ነው። የሚጠይቀኝን ጥያቄ ከልቤ እየመለስኩ እንደሆነ እንዲያምነኝ።

እንደ እውነቱ ከሆነ እንኳን ወላጆቼ እኔ ራሴ ሳልቀር አባዬ ጥሩነሽ ያወረሱኝን የምንጃር ማሳዎቼንና ሰንጋተራ የነበረችውን ቤታቸውን ለአብዮቱ አስረክቤአለሁ። ወላጆቼ አብዮቱ እየተቃረበ ሲመጣ የመሬት ከበርቴዎች መሆን ጀምረው ነበር።

አዲስ አበባ ውስጥ ኮተቤ ሁለት ሺህ፣ ሾላም እንዲሁ ሁለት ሺህ ካሬሜትር በገንዘብ የገዙት መሬት ነበራቸው። ቢሾፍቱ ላይ እናቴ ከአባቷ እህት ከአክስቷ የወረሰችው ዘይቱን ፍሬ በዶንያ የሚለቀምበት ትልቅ ግቢ የነበረው የሚከራይ ቤት ነበራት። አዳማ ላይ በልጅነቷ የበርሜል ውሃ በመግፋት ያገለገለችውን የአባዬ ጥሩነሽን የቀድሞ ጠጅ ቤት ከነግቢው ወርሳለች። እዛው አዳማ ከተማ መግቢያ ላይ ወደ ወንጂ ስኳር ፋብሪካ በሚወስደው መንገድ በቀኝ በኩል ሁለት ሺህ ካሬሜትር ቦታ ገዝተዋል። በገጠር ከምንጃሩ እርስታቸው በተጨማሪ ዝዋይ ውስጥ የሁለት ጋሻ መሬት ጌቶች ሆነው ነበር።

ይህ ንብረት በመወረሱ ወላጆቼ ግን ቅሬታ አልተሰማቸውም። አባቴ “መሬቱን የምሰበስበው ወደፊት የስራ እድል ለማይኖራቸው ልጆች መጠቀሚያ ይሆናል ብዬ ነበር። ለውጡ ፈጣን የኢኮኖሚ እድገት ውስጥ ስለሚጨምረን ልጆች ወደፊት ይቸገራሉ የሚል

ስጋት የለኝም። ሌላው ህዝብ እራቁቱን እየሄደ ጥቂት ሰዎች የሰበሰቡት ብዙ ሃብት ወንጀል ነው።" ይላል። በዚህና በሌሎችም ምክንያቶች ጠንካራ የደርግ ደጋፊ ሆኗል።

ለሻለቃ ብርሃኑ ይህን ሁሉ ሀተታ አልነገርኩትም። እኔም "የእሱ አለቆች እነ ሻላቃ መንግስቱ አብዮት የሚባል ቃል ከመስማታቸው በፊት በሃገሪቱ ስር ነቀል ለውጥ እንዲመጣ ምኞቴን በግጥም ለአመታት የገለጽኩ ወጣት እንደነበርኩ" አላጫወትኩትም። የኢትዮጵያ አርሶአደር ከአስከፊ ብዝበዛና ጭቆና እንዲወጣ ትግሉን በፋና ወጊነት የጀመሩት ከደሃው ገበሬ ቤት የወጡ የተማሩ ልጆቹ ሳይሆኑ የመሳፍንቱና የባለመሬቱ በድሎት ያደጉ ወጣቶች እንደሆኑ ለሻለቃ ብርሃኑ አላሳሰብኩትም። "ቤትና ንብረት ተወርሶባችኋል ወይ?" የሚለው ጥያቄው በድንቁርና የተሞላና ወዴት እንደሚያመራ ስለገባኝ፣ እንዲያው በደፈናው፣

"የተወረሰብን ቤትና ንብረት የለም። የምንኖረው ግን በራሳችን ቤት ውስጥ ነው" ነበር ያልኩት።

ከዚህ መልሴ በኋላ ምን እንደሚወስን የጨነቀው መሰለ። ሻለቃው ለጥቂት ደቂቃዎች ትክ ብሎ ተመለከተኝ። እኔም በተቻለ መጠን የደነገጠና የፈራ ሰው ላለምሰል ጥረት አደረግሁ። ጉዳዩን ከሻለቃው ጋር እንደሚደረግ የቼዝ ጨዋታ ግጥሚያ አድርጌ ማየት ጀምሬያለሁ። የራሴን ተራ ሄጄ፤ እሱ ቀጥሎ ምን እንደሚያደርግ እጠብቃለሁ። በመጨረሻ ወሰነ። ውጭ ቆሞ የነበረውን ወታደር ጠራና ፣

"ወደ ነበረበት መልሰውና ሌላውን አምጣልኝ" አለው።

በቼዝ ጨዋታው ግጥሚያው ሻለቃው አደገኛ እርምጃ እንደወሰደ ገባኝ። ወደ ነበርንበት ክፍል የተመለስኩ የመጀመሪያ ሰው ሆንኩ። ከእኔ በፊት የተጠየቁት በሙሉ ሻለቃው ቢሮ ፊት ለፊት ከነበረው ፊቱን ወደ ቤተመንግስቱ አዙሮ በተሰራ አንድ ዛኒጋባ ቤት በረንዳ ላይ ተቀምጠዋል። የሻለቃው ቢሮ ሌላ ዛኒጋባ ቤት ውስጥ ነው ያለው። ፊቱን ወደ ሰራተኛ ሰፈር መልሶ ከፊት ለፊቱ ካለው ዛኒጋባ ቤት ትንሽ ከፍ ያለ ቦታ ላይ ነበር የተሰራው። እኛ ያለንበት ክፍል ከሻለቃው ቢሮ በመደዳ እየተሰራ የነበረ ቤት ውስጥ ነው። ክፍሉ ውስጥ የቀሩት ያልተጠየቁ ጥቂት ሰዎች ነበሩ።

የመጀመሪያው ተመላሽ በመሆኔ ተጨማሪ ስጋት ውስጥ ከተተኝ። "ሻለቃው ጠርጥሮኛል ማለት ነው" አልኩ። ፊቱን ለማንበብ እንደሞከርኩት ጥርጣሬው ጠንካራ አልመሰለኝም። ሌላ መረጃ እስካላገኘ ድረስ ቃሌን የማያምንበት ምንም ምክንያት እንደማይኖረው እርግጠኛ ሆኛለሁ። ስፈተሽም ከጥቂት ብሮች በስተቀር ምንም ሌላ ነገር

አልተገኘብኝም። የሚኪናዋ ቁልፍ ሳይቀር እዛው መኪናዋ ላይ እንደተውኩት ነው። የሚያስፈራኝ የዘበኛው ጉዳይ ነበር። ዘበኛው እንዳያየኝ ቦታ ስይዝ ሆን ብዬ ከሱ ጀርባ ያሉ ሌሎች ሰዎችን ሽፋን አድርጌ ነው የምይዘው። ከኔ በፊት ተጠይቆ እዛው በረንዳ ላይ ከተቀመጡ ሰዎች መሃል አንዱ ሆኗል። ተጠይቄ ስመለስ አይቶኝ ይሆናል በማለት ሰጋሁ።

"ይኸኔ ለሻለቃው ያ ዘበኛ ጉዴን እየለፈለፈ ይሆናል" ስል አሰብኩ። የሼክስፒርን ዝነኛ ስንኝ ተውሼ "የመኖር ወይም ያለመኖር፣ የመሰቃየት ወይም ያለመሰቃየት፣ እጣዬ የሚወሰነው በዘበኛው እጅ ነው" አልኩ። ስራ የማይፈታው ጭንቅላቴ "የአባቡ ቁንጫን ትራጂክ ፍጻሜ የሚመለከት ድራማ የሚጽፈው ሼክስፒር ቢሆን እንዴት አድርጎ ያቀርበው ነበር? የሚል ጥያቄ ጠየቀ።

ይህን እያሰላሰልኩ ተቀምጬያለሁ። ሁለተኛ ሰው ተመርምሮ እንደኔው ተመልሶ መጣ። "ያው እንደኔ ተጠርጥሮ ነው" አልኩ። ተጠርጣሪ አጃቢ በማግኘቴ ደስ አለኝ። ሻለቃው የተሳሳተ እርምጃ በመውሰዱ ተስፋዬ ለመለመ። የቼዝ ግጥሚያው አላለቀም አልኩ። ቀጥሎ ለሚመጣው ሁሉ በጀመርኩት ለመቀጠል የበለጠ ብርታት አገኘሁ። ዘበኛው ምንም እንዳልተናገረ ገባኝ።

ተመልሶ የመጣው ሰው ዕድሜው ወደ አርባ የሚጠጋ በጣም ዘመናዊና ጥራት ያላቸው የሚመስሉ ልብሶች የለበሰ ሰው ነው። መልኩ ቀላ ያለ ጸጉሩ በግራና በቀኝ በኩል ወደ ውስጥ ገባ ያለ ነበር። ከቁመቱ መርዘም በስተቀር የኔውኑን ዘመድ ዘሪሁንን ይመስላል። ሁሉ ነገሩ ከውጭ ሃገር የመጣ እንጂ ኢትዮጵያ ውስጥ የኖረ አይመስልም።

ከጥቂት ጊዜ በኋላ ይህ ሰውዬና እኔ ብቻችንን ቀረን። በኋላ ማወቅ እንደቻልኩት ሰውየው የምግብ ቤቱ ቋሚ ደንበኛ ዶክተር "እገሌ" እያሉ የሚጠሩት ሰው ነው። የሻለቃው የወንጀለኛነት መስፈርት የትምህርት ደረጃ እንደሆነ የተረዳሁት ያኔ ነበር። ከዛ ሁሉ ሰው ለይቶ ያስቀረው አንድ ዶክተርና አንድ የዩኒቨርስቲ ተማሪ ነው። ድርጊቱ፣ የተማረን ሰው በተመለከተ በደርግ ሰዎች አካባቢ የነበረውን ጥላቻና ጥርጣሬ ገላጭ ነበር። የሁሉም ደርጎች ባይሆንም ይህ ስሜት የአብዛኛው የደርግ አባል ስሜት ነው።

እኩለ ለሊት ሊሆን ብዙም ደቂቃዎች አልቀረውም። የሻለቃው ድምጽ ይመስላል። በረንዳው ላይ ቆሞ ነበር የሚናገረው።

"ያንን ተማሪ አምጣው" አለ። የነበርንበት ክፍል በር ስላልነበረው ሻለቃው የተናገረው በደንብ ነበር የተሰማን። አንድ የሰማይ ስባሪ የሚያክል ወታደር፣ አንዲት

ጢኒፕ አውቶማቲክ መሳሪያ እንደ ህጻናት ጡጦ ከአንገቱ ላይ በክር አንጠልጥሎ ወደ ነበርንበት ክፍል መጣ። ጠራኝና ተከትየው ሄድኩ። ሻለቃው ዘንድ ደረስን። ሻለቃው ጥቂት አየት አደረገኝና በረንዳ ላይ የከመራቸውን ሰዎች እንድቀላቀል እያጉተመተመ በእጁ ጭምር አመላከተኝ። የዘበኛውን ነገር አልረሳሁም። እሱ በማያየኝ በኩል ተቀመጥኩ።

በዚህን ሰአት ሻለቃ መንግስቱ ሃይለማሪያም በጥቂት ወታደሮች ታጅቦ መጣ። ለመጀመሪያ ጊዜ ነበር የሲቪል ልብስ ለብሶ ያየሁት። ኮትና ሱሪው አንድ አይነት፣ ግራጫ ቀለም ያለውን ባለመስመር ሙሉ ልብስ ለብሷል።

የተቀመጥንበት በረንዳ ላይ ትንሽ ከኛ ፈቀቅ ብሎ ወለሉ ላይ፣ በዝቅተኛ ሸራ አልጋ ላይ ሸራ ተሸፍኖ የነበረ ነገር ነበር። ይህን ነገር አንድ ወታደር ለሻለቃ መንግስቱ ገልጦ አሳየው። የተሸፈነው ሰው ነበር። ጥቁር የሃዘን ባርኔጣው ባይኖርም ከነመላጣው ፊቱን ለመለየት አልተቸገርኩም። ከላሽኑን ሲተኩስ የነበረው ከኋላ ተቀምጠው ከነበሩ የኔ ሰዎች፣ የወጣቱ ፊት ነበር። መልሰው ሸራውን አለበሱት። "ከመሃከላችን የተያዘው ወይም የሞተው ማን ይሆን?" በማለት ላነሳሁት ጥያቄ መልሱን አገኘሁት።

ሻለቃ መንግስቱ እንደተመለሰ የኛው ሻለቃ በረንዳ ላይ የነበርነውን ሰዎች በሙሉ "ከቤተ መንግስቱ ቅጥር ግቢ ወታደሮች አውጥተው እንዲለቁን" ትእዛዝ ሰጠ። ሁላችንም ከተቀመጥንበት ተነስተን ወታደሮቹን ተከተልናቸው። ተዘግቶ የነበረውን የቤተ መንግስቱን ዋና በር አስከፍተው አሰናበቱን። የፈረደበት ዶክተር በማያውቀው ጉዳይ ብቻውን ከሁላችንም ተለይቶ ቀረ።

በዛ ሰአት መሄድ የምችለው ሰንጋተራ አክስቴ ቤት ነው። ዘበኛው እንዳያየኝ ከሰው ኋላ ሆንኩ። ሁላችንም እየተንጋፈፍን ሰው እርስ በርሱ እያወራ ጉዟችን ወደ ፖሊስ ጋራዥ መንገድ ጀመርን። ቶሎ ቶሎ ካልተራመድን ሰአት እላፊ እንደሚደርስብን ግልጽ ነው። በተለይ እኔ ዳሸን ምግብ ቤትን አልፌ መሄድ ስለነበረብኝ ቶሎ ቶሎ መራመድ ነበረብኝ። ሌሎችም ቢሆኑ የት እንደሚኖሩ አላውቅም። ፈጥኜ ከሄድኩ ደግሞ ጥርጣሬ እንዳልስብ ሰጋሁ። የዘበኛውንም ነገር አልረሳሁም። ከቤተ መንግስቱ ትንሽ እራቅ እስክንል በትእግስት ከሰዎች ኋላ እጓዛለሁ።

ወደ አርባ ገደማ ልንሆን እንችላለን። ልክ የፖሊስ ጋራዥ መገንጠያ ጋ ስንደርስ አንድ ነገሮችን የጠረጠረ የሚመስል ከኔ ጠና ያለ ወጣት "ወንድም ቶሎ ቶሎ ብንሄድ አይሻልም" አለኝ። በሱ ማደፋፈሪያ ከሰዎቹ ፈጠን ብለን መራመድ ጀመርን።

ከወጣቱ ጋር ትንሽ አወራን። እሱ ጦሙን እንደሚያድር ነገረኝ። ተኩሱ የተነሳው ያዘዘውን ምግብ ሁለቴ እንደጎረሰ እንደነበር አጫወተኝ። "አንተ እድለኛ ነህ፤ ሁለቴ ጎርሰሃል። እኔ እንኳን አፌ እጄም እንኳን በደንብ አልረጠበም ነበር ተኩሱ ሲከፈት" አልኩት። ያንኑ "ምግብ ልበላ ስገባ ነበር" ታሪኬን ነበር የነገርኩት። "እድለኛ ነህ" ስለው እንደመሳቅ ብሎ ነበር።

ሌላውን ታሪኬን ያመነኝ አልመሰለኝም። አልነገረኝም እንጂ አንድ የሚያውቀው ነገር ያለው ይመስላል። ባልደረባዬ ወደ ለገሃር ስለሚሄድ ብሄራዊ ቲያትር አጠገብ ስንደርስ ተለያየን። እኔ ከአውሮራ ቡና ቤት ጀርባ ከሚገኘው ጥቅጥቅ ያለ መንደር ውስጥ ወደምትኖረው አክስቴ ቤት አመራሁ።

ማንም ሰው በቅርበትም ይሁን በርቀት እንደማይከተለኝ እያረጋገጥሁ ነበር የምጓዘው። ሰአቱ ሰው ዝር የማይልበት ሰአት ስለነበር እኔን መከተል ለሚፈልግ ሰው አስቸጋሪ ነው። ለእኩለ ለሊት ሰአት እላፊ አንድ ደቂቃ ሲቀረው አክስቴ ደጃፍ ደረስኩ። በሩን ማንኳኳት አላስፈለገኝም። ከዛ ሁሉ ተኩስ በኋላ የት እንደነበርኩ ማወቅ ያልቻለችው አክስቴ በጥፍሯ ቆማ፣ "ከአሁን አሁን ይመጣ ይሆን?" እያለች ትጠብቀኛለች። ሰው ሁሉ ተኝቶ የውጭውን በር የከፈተችው እራሷ ነበረች።

"ኧረ ምን ይሻለኝ ይሆን? ምን ጉድ ውስጥ ነው የገባነው? እስኪ እስከዚህ ሰአት ድረስ የት ነበርክ ይባላል? ምን አለ እንደ ልማድህ እመጣለሁ ወይም እቀራለሁ ብትለኝ። እዛ ሁሉ ተኩስ ውስጥ ገብተህ እንዳይሆን ብቻ ! አይ ፈጣሪዬ ምን አደረግሁህ ?" እያለች ተቀበለችኝ።

"ስልክ የሌለበት ቦታ ሆኜ ነው። እንደምትጨነቂ ይገባኛል። አሁንም ሞቼ እገኛለሁ፤ አክስቴን ጭንቀት ይገድላታል አላድርም ብዬ ነው ስሮጥ የመጣሁት። የምን ተኩስ ነው የምታወሪው? ተኩስ ነበር እንዴ?" አልኳት።

"አሁን ያን ሁሉ ተኩስ አልሰማሁም ልትለኝ ነው ?" አለችኝ።

ከከተማው እርቄ እንደነበር አሳመንኳት። ለነሱ ተኩሱ፣ ከቤተመንግስቱ ከራሱ የመጣ ነበር የመሰላቸው።

"እዛው እርስ በርሳቸው ሳይጨራረሱልህ አልቀሩም። እግዜር ይጨርሳቸውና" አለች።

እራት በልቼ እንደሆን ጠየቀችን። በዛ ውድቅት ማንም ለእኔ እራት ለመስጠት እንዲንደፋደፍ ስለማልፈቅድ ሁሌም እንደማደርገው "በልቻለሁ" ብዬ ዋሸሁ። እንኳን እራት ምሳም አልበላሁም። ለምጄዋለሁ።

"ሰዎች በደህና መድረሴን ደውል ብለውኛልና ልደውልላቸው" አልኳትና እሷንም "ተኚ ብዬ" ወደ መኝታ ክፍሏ ሰደድኳት።

ስልኩ ያለው እኔና ጥሩነህ የምናድርበት ክፍል ውስጥ ነው። "ጥሩነህ እናቴ ያልወለደችልኝ ታላቅ ወንድሜ" ማለት ነው። አልጋ ውስጥ ይግባ እንጂ እንቅልፍ አልወሰደውም።

"እሳቱ መጣህ" አለኝ። እሳቱ የሚለኝ ካርታ መጫወት የማይችሉ ጓደኞቹ የሰጡኝን ስም ወስዶ ነው። ገንዘባቸውን እየበላሁ ሳስቸግራቸው "እሳቱ" የሚል ስም አወጡልኝ።

"እንደነገሩ" ብዬ መለስኩለት።

ስልክ የደወልኩት ግርማቸው ጋ ነበር።

"ከበደ ነኝ ስለው" ጆሮውን ማመን ነበር ያቃተው። ብዙ ጥያቄ ሊያቀርብ ሲል ቶሎ አስቆምኩት። ከሱ የተሻለ ጥንቃቄ ያደረግኩት እኔ ነበርኩ። እኔ ለማሰቢያ ጊዜ ነበረኝ። እሱ "ይደውላል" ብሎ ፈጽሞ አልጠበቀም። ከሁለት ቀን በኋላ ሳገኘው እኔን "ተይዟል" በሚል ገብተውበት የነበረውን ጭንቀት በዝርዝር አጫውቶኛል። "ቤቶቹን በሙሉ ስለምታውቃቸው ሰውንና እቃውን የት እንደምንወስድ ጨንቆን ግራ ተጋብተን ነበር" ብሎኛል። ለነሱ ጊዜ ለመስጠት በደርግ ሊፈጸምብኝ ይችል የነበረውን አሰቃቂ ሰቆቃ ለምን ያህል ጊዜ ተቋቁሜ መቀጠል እንደምችል ሳይቀር ውይይት ያደረጉበት ጉዳይ እንደነበር ነግሮኛል። ስደውልለት ስሜቱን መቆጣጠር ቢያቅተው የሚያስገርም አልነበረም ።

"ሁለት መጽሃፎች ልኬልህ ነበር ደረሱህ?" አልኩት። ምን እንደማወራ ወዲያው ነው የገባው።

"አዎን ደርሶኛል፤ በጣም አመሰግናለሁ። ያልከኝ ግን ሶስት መፅሃፍ ነበር፤ አንዱን ምን አደረግከው?"

"ምን እዚህ ያሉ ሰዎች እናነባለን ብለው ወስደው፣ በህጻናት ልጆቻቸው አስቀዳደዱት። ለዚህ ነው ያልላኩልህ" ።

“የተቀደደውም ቢሆን ይጠቅመኝ ነበር። ጥሩ መፅሃፍ ነበር” ።

“ጠቅላላውን እኮ ነው የተቀዳደደው። ምንም ማንበብ የምትችለው አይደለም። ለእሳት ማቀጣጠያ ብቻ ነው የሚሆነው” ።

“እንደዛ ከሆነ ምን ይደረጋል ? አንተ ጤናህን ደህና ነህ። አሁን ምንም የሚሰማህ ነገር የለም ?”

“ተመስገን ማለት ነው። ምንም የሚሰማኝ ነገር የለም” አልኩት።

“እውነትህን ነው። ተመስገን የሚያሰኝ ነው። አልማዝ መኪናህ ውስጥ ብዙ ቁም ነገር የያዘች ትንሽ ቦርሳዬን ትቼ ነበር። አግኝቶት እንደሆን ጠይቀው እያለችኝ ነው”። አለኝ።

ስለምን እንደሚያወራ ገብቶኛል። አጠገቡ ተሰፋዬ ደበሳይ ተቀምጦ ጠይቀው እያለ እየጠቀኝ እንደነበር እርግጠኛ አልነበርኩም። ለደርግ ያስረከብናት መኪና ውስጥ የተሰፋዬ ደበሳይ ቀይ የማስታወሻ ደብተርና የአስራ ስድስት ሰዎች መታወቂያ ወረቀቶች ነበሩ። መኪናዋ በሌሎች ሰዎች እጅ ስለነበረች ለስራ ከመውጣቴ በፊት ድንገት የተውት ነገር ካለ በሚል ስፈትሽ ነበር ያገኘሁት። እቃው የነበረው ፈረንጆች የጓንት ማስቀመጫ (ግሎቭ ኮምፓርትመንት Glove compartment) በሚሉት የመኪናው ኪስ ውስጥ ነበር። እንደ አጋጣሚ ፍተሻውን ያካሄድኩት ቤት ሆኜ ነው። በሙሉ ሰብስቤ በላስቲክ መያዣ ውስጥ አድርጌ ቤታችን ኮርኒሱ ውስጥ አስቀምጬ ነበር የወጣሁት።

“ቅንድብ መንቀያዋንና ኩሏን ነው ቁም ነገር የምትለው? አንቺ ዝርክርክ ሚስጥርሽን ሁሉ አይቼብሻለሁ።” በላት። “ባላየው ኖሮ መኪና አጣቢዎቹ ከነገንዘቧ ይወስዱላት ነበር” ።

“ታንኪ ዩ እያለችህ ነው። መቼ የምንገናኝ ይመስልሃል ?”

“ትንሽ ቀናት እረፍት ያስፈልገኛል። እኔ ልደውልልህ” ።

“መልካም፤ ቻዎ”

“ቻዎ”

ለነግርማቸው የኔ ደህና መሆን ትልቅ ዜና እንደሆነ እርግጠኛ ነበርኩ። ሁለቱ ጓዶቼ በሰላም መግባታቸውን አረጋገጥኩ። ለግርማቸው የሶስተኛውን ጓድ አሳዛኝ እጣ ግልጽ አደረግሁ። ለመተኛት ልብሴን ሳወላላቅ ተኝቶ የስልክ ወሬዬን ሲያዳምጥ የነበረው ጥሩነህ፣

"ብለህ ብለህ ከእኩለ ለሊት በኋላ ሰው ከእንቅልፍ እየቀሰቀስክ መፅሃፍ ልኬ ነበር። ደረሰህ ወይ ማለት ጀመርክ? ሰዎቹስ ምን አይነት የመጽሃፍ ፍቅር ቢኖርባቸው ነው ከእንቅልፋቸው ተቀስቅሰው ስለመጽሃፍ ለመስማት ፈቃደኛ የሆኑት ?" አለኝ ።

"ያው ታውቃቸው የለ የእኔን ጓደኞች፤ ሴክስ ከምትላቸው መፅሃፍ ብትላቸው የሚደሰቱ ምሁሮች ናቸው" አልኩት።

"አ! እነሱ ጋ ነው እንዴ? ገባኝ" አለና ተጠቀለለ።

ጀርባዬ አልጋውን ሲነካ ከልቤ "ተመስገን" አልኩ። ማንን እንደሆነ እርግጠኛ አልነበርኩም።

በሁለተኛው ቀን ግርማቸው ደወለልኝ።

"ተነጋግረን ስራ ብትጀምር ችግር የለውም ብለን ተስማምተናል። ኮትህን ቀይርና፣ ጸጉርህን በጣም አሳጥርና፣ ይች ጢምህን ላጭና ስራ ቀጥል። ነገ ጠዋት ስራ ስላለን እደውላለሁ" አለኝ።

ይህን ሁሉ ነገር በስልክ መናገሩን አልወደድኩትም። በሚሰሩት ስራ እርግጠኛ መሆናቸውን አንዴ ጠይቄ "አዎን" የሚል መልስ ካገኘሁ በኋላ "እሺ" ብዬ ስልኩን ዘጋሁ። በማግስቱ ስራ ጀመርኩ። ከጥቂት ቀናት በፊት የዳሽኑን ምግብ ቤት ጦርነት ያስነሱትን ሰዎች ማንነት ማወቅ የጀመርኩት ከዛ በኋላ ነው።

ጠና ያለው ሰውዬ ሻምበል አምሃ አበበ ነው። ካልተሳሳትኩ የድርጅት ስሙ፣ የአባቱ ስም ራሱ አበበ ነበር። ወጣቱ ከላሸን ተኳሽ ሻለቃ ባሻ ወልደመድህን አብርሃ ይባላል። ሁለቱም በደርግ በጣም የሚፈለጉ ሰዎች ነበሩ። የመንግስቱ ቡድን "የኢህአፓ ደጋፊዎች ናቸው" ያላቸውን የደርግ አባላት፣ እነ ሻምበል ሞገስን፣ መቶ አለቃ አለማየሁንና ሌሎችንም ከጀነራል ተፈሪ በንቲ ጋር የገደለ እለት በአጋጣሚ ቤተ መንግስቱ ውስጥ ባለመገኘታቸው የተረፉ የደርግ ሰዎች ናቸው። በአዲስ ዘመን ጋዜጣም ላይ ከሁለት ሌሎች የደርግ አባላት ጋር "በመንግስት የሚፈለጉ ወንጀለኞች" በሚል ርእስ ስር ፎቷቸው ተሰራጭቷል።

ሻምበል አምሃ የፖሊስ መኮንን ነው። ግን ፖሊስ ብቻ አልነበረም። "ከኢትዮጵያ ምሁራንና የተማሪዎች የትግል እንቅስቃሴ ጋር የቆየ ትስስር ነበረው። በ1966ቱ አብዮቱ ዋዜማ ሻምበል አምሃ የጅማ አካባቢ የፖሊስ አዛዥ ነበር። በ1966 የአብዮት ወቅት በጅማ ከተማ የተቀሰቀሰውን ህዝባዊ አመጽና እንቅስቃሴ "ከመሩት ተራማጆች አንዱ ነው"። [301]ሻምበል አምሃ ከመጀመሪያዎቹ የደርግ አባላት መሃል አልነበረም። የፖሊስ ሰራዊት "በብቃቱና በችሎታው እንተማመንበታለን" በማለት ደርግን ለማጠናከር ለደርግ የመለመለው ሰው ነው።[302] ችሎታም ስለነበረው ደርግ ከመኢሶኖችና ከሌሎች ድርጅቶች ጋር በመሆን ባቆመው የህዝብ ጉዳይ ድርጅት ጽ/ቤት ውስጥ ደርግን ወክሎ ይሳተፋል። የጽ/ቤቱ ተቀዳሚ ስራ ካድሬ ማምረትና ለካድሬዎች የፖለቲካ ስልጠና መስጠት ነው። ሻምበል አምሃ ሁነኛ የኢህአፓ ሰው ነበር። [303]

ሻለቃ ባሻ ወልደመድህን አብርሃ ዕድሜው 26 ነው። ስመ ጥር አርበኞች እየተባሉ ከሚታወቁት ኢትዮጵያውያን ጋር ሆነው ጣሊያንን በአርበኛነት ከተዋጉ ኤርትራዊያን ወላጆች የተወለደ ወጣት ነበር። መሃንዲስ የሚባለውን የጦር ክፍል ወክሎ የመጣ ከመጀመሪያዎቹ የደርግ አባላት መሃል አንዱ ነው። ደርግ የመሃንዲሶችን ሰዎች ሲገድል ወልደመድህን አብርሃ የመጀመሪያው አልነበረም። ከዛ በፊትም ሌሎችን የመሃንዲስ አባላትን ከሃምሳ አንዶቹ የአፄ ኃይለስላሴ ባለስልጣናትን ጋር ቀላቅሎ ገድሏል። ሻለቃ ባሻ ወልደመድህን በሃገሪቱ የነበረውን ማንኛውንም የጦር መሳሪያ ከመድፍ አንስቶ እስከ ተራ የነፍስ ወከፍ መሳሪያ በታትኖ መልሶ የመግጠም ከፍተኛ ችሎታ እንደነበረው ሻምበል አምሃ አጫውቶኛል። ሻለቃ ባሻ ወልደመድህን አብርሃ የኢህአፓ አባል ነበር።[304]

---

[301]ክፍሉ ታደሰ፣ "ያትውልድ ቅጽ 1"፣ ደርቶጋዳ ማተሚያ ድርጅት አዲስአበባ፣ 2007? ገጽ 163

[302]ኮሎኔል መንግስቱ ሃይለማሪያም፣ ትግላችን አዲስአበባ፣ ፀሃይ አሳታሚ ድርጅት፣ 2004፣ ኮነኔል መንግስቱ ገጽ 462 አምሃ "የአባዲና ፖሊስ ኮሌጅ ምሩቅ፣ ብልህ፣ ፈጣንና አንደበተ ርቱእ የሆነ አስመሳይ መኮንን" ነበር ይላሉ። በመቀጠልም ይህን አስመሳይ "ለመለዮ ለባሹ ካድሬ ለማፍራት ብለን ... ወደ ታላቋ ሶቭየት ህብረትና ... ለትምህርት ስንልክ ...ከከፋ ክፍለ ሃገር ፖሊስ የተላከ መኮንን ነው" ይሉናል። "የአብዮታዊ ሰደድ አባልና በህዝብ ድርጅት ጉዳይ ጽ/ቤት ስር የተደራጀው የካድሬዎች የፖለቲካ ትምህርት ቤት መምህር" ሆኖ ተመድቦ እንደነበር በዛው ገጽ ላይ ተገልጿል።

[303] ክፍሉ ታደሰ "ያ ትውልድ" ቅጽ 2 በሱ ፈቃድ ታደሰና እና ኤሚ እንግዳ አዲስ አበባ 2007፤ ገጽ 222 "ኢህአፓ በደርግ አካባቢ አንድ የፓርቲ ኮሚቴ አቋቁሟል። ጸሃፊውን ሻምበል አምሃ አበበን ጨምሮ ሻለቃ ባሻ ወልደመድህን አብረሃ፣ ሻምበል ሞገስ ወልደሚካኤልንና ሌሎችንም ያጠቃልል ነበር።" በማለት ክፍሉ የአምሃን ቁልፍ ሚና ገልጾታል።

[304]ክፍሉ ታደሰ፣ "ያትውልድ" ቅጽ 1፣ ደርቶጋዳ ማተሚያ ድርጅት፣ አዲስ አበባ፣ 2007? ገጽ 344 "ሻምበል አምሃ አበበና ሃምሳ አለቃ? ወልደመድህን፣ በኢህአድ ስር የተደራጀው "የጭቁን ወታደሮች መስራች አባላት ነበሩ" ሻምበል አምሃ ለደርጉም ሁነኛ ሰው መሆኑን የሚያሳየው፣ ከሌሎች ሃላፊነቶች

ትውልድ አይደናገር እኛም እንናገር

በዛን እለት ሁለቱን ሰዎች ወደ ዳሽን ምግብ ቤት የወሰዳቸው የመሳሪያ ግዥ ቀጠሮ ነው። የቀጠራቸው የሚያውቁት መቶ አለቃ ጓደኛቸው ነበር። መቶ አለቃው ከዳቸው። ከሚገዙት መሳሪያ መሃል አስራ አምስት አውቶማቲክ መሳሪያዎች እንደነበሩበት በአጠቃላይ ወጭው ሰባ አምስት ሺህ ብር ይደርስ እንደነበር ሻምበል አምሃ አጫውቶኛል። በጣም ከፍተኛ የመሳሪያ እጥረት ለነበረበት ኢህአፓ እነዚህ መሳሪያዎች ትልቅ ትርጉም ነበራቸው። በዛን ደረጃ የተደራጁ የዲፌንስ ቡድኖች ሳይቀሩ ስራቸውን የሚሰሩት መሳሪያ እየተበዳደሩ እንደነበር አስታውሳለሁ።[305] እነ አምሃ በጥቁሩ ሳምሶናይት ቦርሳ የመሳሪያ መግዣ ገንዘቡን ይዘዋል። እዛው መኪና ውስጥ ቀረ።

በተጨማሪ በገጽ 364 ሻምበል አምሃ "የፓርቲ ምስረታን አስመልክቶ እንዲወያይ ደርግ የፈጠረው ኮሚሽን ሊቀመንበር" እንደነበር ተጠቅሷል።

305ሻምበል ፍቅረስላሴ ወግደረስ፣ "እኛና አብዮቱ" ገጽ 269 ኢህአፓ ከሰንዳፋው የፖሊስ ማሰልጠኛ የዘረፋቸውን መሳሪያዎች ብዛት፣ አይነትና መዘዛቸውን እንዲህ ሲል ይገልጸዋል፣ "12 ነጥብ 38 ሽጉጦች፣ 100 ማስ ጠመንጃዎች፣ ካርባይኖችና ከባድ ኤ. ቢ. አር መትረየሶች በሳጥን የታሸጉ በመቶ ሺህ የሚቆጠሩ መሰል ጥይቶች ተዘርፈዋል። እነዚህ መሳሪያዎችና ጥይቶች በአንድ የኢህአፓ ቤት ተራግፈው በማግስቱ ለየዞኑ ገዳዮች ተከፋፈሉ። ወታደሮቹ ደግሞ የገዳይ እስኳዶቹ አባላትን አሰልጣኝና ራሳቸውም ገዳዮች ሆኑ። የኢህአፓ መሪዎች በዘረፋ ባገኙት የጦር መሳሪያና በተቀላቀሏቸው ወታደሮች የመጠናከር ስሜት አድሮባቸው የግድያውን ዘመቻ በተስፋፋ አኳኋን ቀጠሉበት።"ይላል። ሻምበል ፍቅረ ስላሴ ስለተዘረፈው መሳሪያ የሰጠን መረጃ እውነት ሊሆን ይችላል። እኔ እስከማውቀው ድረስ ግን ኢህአፓ ለከተማው ስኳዶቹ የሚሆን ትልቅ የመሳሪያ ችግር የነበረበት ድርጅት እንደነበር ነው። ካርባይንና መትረየስ በከተማ ውስጥ ስኳዶች ሊጠቀምባቸው የሚችሉ መሳሪያዎች አልነበሩም። ማስ የሚባለውም ጠመንጃ ምን እንደሆን ባላውቅም እንደካርባይን ረጅም ጠመንጃ ይመስለኛል። እንደዛ ከነበረ በከተማ እስኳዶች ስራ ላይ አልዋለም። ሻምበል ፍቅረስላሴ ከጠቀሳቸው መሳሪያዎች ውስጥ 12ቱ ሽጉጦችና የእነሱ ጥይቶች ብቻ ናቸው ለከተማው የዲፌንስ እስኳድ ጥቅም የነበራቸው። በመቶ ሺህ የሚቆጠር" ያለው ጥይትም ኢህአፓ ሊሸጠው ወይም ከነጠመንጃዎቹ ወደኢህአሰ ሊልከው ካልቻለ ከተማው ውስጥ ጥቅም አልነበረውም። ሻምበል ፍቅረስላሴ በመጽሃፉ ደጋግሞ ሊያስተላልፈው የፈለገውን የፕሮፓጋንዳ መልእክት ከዚህም የመሳሪያ ዘረፋ ጋር አስታኮ ሲያስተላልፍልን ይታያል። "ኢህአፓ ብዙ ትጥቅ የነበረው ድርጅት እንደነበር። ብዙ የስኳድ አባላት እንደነበሩት በዚህ የተነሳም አመጽ የሚመርጥ ብዙ ችግር ፈጣሪ ነውጠኛ ድርጅት ነበር።"እያለን ነው። መሳሪያው ለየዞኑ ተከፋፈለ የሚል የሃሰት መረጃ በማስተላለፍ መሳሪያዎቹ በሙሉ ወደታች ወርደው በስራ ላይ እንደዋሉ ሊነግረን ሞክሯል። ከትልልቆቹ መሳሪያዎች ጋር የተያያዘ ክፍፍል እንደማይኖር፣ የከተማው የዲፌንስ ስኳድ ማስ ካርባይን መትረየስን በማግስቱ ውሰድ ቢባልም ምንም ስለማያደርግለት እሺ ብሎ እንደማይወሰድ በደንብ አውቃለሁ። ከታጣፊ ከላሽን እና ከዛ በታች ያሉ የነፍስ ወከፍ መሳሪያዎች ብቻ ነበር የከተማው እስኳድ መጠቀም የሚችለው። የተለየ ልዩ ኦፕሬሽኖች ካልታቀዱ በስተቀር። በየመንደሩ ለተደረጉ ውጊያዎች አብዛኛው የዲፌንስ አባላት ከሽጉጥ ያለፈ መሳሪያ አልተጠቀሙም። የዚህ አይነት መሳሪያዎች እጥረት ስለነበር፣ እኔ ራሴ ከአንድ ዞን ወደ ሌላ ዞን ለዲፌንስ ሰዎች መሳሪያ በማመላለስ ብዙ ስራ ሰርቻለሁ። እንደልቡ መሳሪያ፣ ጥይትና አሰልጣኝ ቢኖረው ኖሮ የከተማው ወጣት በነበረው ቆራጥነትና ብዛት ደርግ ከተማውን መቆጣጠር የማይችልበትን ሁኔታ መፍጠር ይችል ነበር። ራሱን አጥፍቶ ለመጥፋት የተመዘገበ ወጣት ባዶ እጁን በመሆኑ በአስር ሽዎች እንደ ከብት እየተጎተተ እነ ሻምበል ፍቅረስላሴ ባዘጋጇቸው የሰው አራጆች እየታረደ አያልቅም ነበር። ለምን ሻምበል ፍቅረስላሴ ኢህአፓ ብዙ መሳሪያ የነበረውና ብዙ ሰው የገደለ አድርጎ ሊያቀርበው እንደሚፈልግ አይገባኝም። በተለይ በከፍተኛ ጭካኔና ቁጥር ሰው የመግደል ልክፍት የነበረው መንግስት ባለስልጣን ሆኖ ሳለ ለምን ይህን የግድያ ጉዳይ እንደሚያነሳውም አይገባኝም። ሻምበሉ፣ አዲስአበባ መሃል የሰራተኛውን ቀን በአል የሚያከብሩ ከአንድ ሺህ በላይ ወጣቶችን በአንድ ምሽትና በአንድ የገበያ ቀን በሺ የሚቆጠሩ ደሃ አርሶ አደሮችን ገበያ መሃል ትግራይ

በእለቱ አምሃ ማፕ የሚባል አስራ አምስት ጥይት ጎራሽ ሽጉጥ ይዞ እንደነበር ነግሮኛል።

“የመጀመሪያ እርምጃቸው መኪናው አጠገብ የመጡትን ሶስት ወታደሮች ማስወገድ ነበር። የነበረው ምርጫ መቅደም ወይም መቀደም ብቻ ነው። ከእነሱ በላይ ጭንቅ ውስጥ የነበርነው እኛ ስለነበርን ቀደምናቸው።” ብሎኛል።

ወልደመድህን ከጋቢው ስር ታጥቆት በነበረው ክላሽኑ ላንድሮቨር ውስጥ የነበሩትን ወታደሮች ምንም ነገር እንዳያደርጉ አደረጋቸው። አብርሃ በሰጣቸው የተኩስ ሽፋን አምሃና ወጣቱ ልጅ በወታደሮች ተሞልቶ ዋናውን በር ዘግቶ የቆመውን ላንድሮቨር በግራና በቀኙ አልፈው መውጣት ቻሉ። ወልደመድህን ራሱ ከምግብ ቤቱ ወጥቶ እየተታኮሰ አምባሳደር ቲያትር ጋር ደርሶ ተገደለ። ሁሉንም መረጃ ያገኘሁት ከአምሃ ነው። ከሶስት ቀን በኋላ ስራ ስጀምር የመጀመሪያው መንገደኛዬ አምሃ ሆነ።

በዛን ምሽት ሻለቃ መንግስቱ የተገደለውን ሰው አስከሬን ለማየት እኛ እነበርንበት ቦታ ድረስ የመጣው፣ የእነዚያ ሁለት የኢህአፓ አባላት ጉዳይ ምን ያህል ያሳሰበው እንደነበር ጠቋሚ ነው። በዚህ ምእራፍ በቀረቡት የግርጌ ማስታወሻዎች ላይ እንደሚታየው በተለይ ሻምበል አምሃ የዋዛ ሰው አልነበረም። የአምሃ ነገር ሻለቃ መንግስቱን ምን ያህል ያስጨንቀው እንደነበርና አምሃም ይህን የሻለቃውን ጭንቀት ያውቅ እንደነበር በሌላ ምእራፍ እንደገና አነሳዋለሁ።

ሌላው ከጎኔ ተቀምጦ የነበረውን ወጣት ማንነት ያወቅሁት ከተወሰኑ አመታት በኋላ ነው። እውነተኛ ስሙ ጥበበ በንቲ ነው። የሜዳ/ የአሲምባ ስሙ አልአዛር ይባላል። ከአልአዛርም በላይ ደጋግሞ ሞቶ የተነሳ ነው። አሲምባ ሄዶ የኢህአሰ ሰራዊት አባል ሲሆን ለራሱ የሰጠው “አልአዛር” የሚል ስም የሚገባው ነው። ከተወሰነ ዕውቀት በኋላ፣ ጥበበ/አልአዛር፣ በተፈጥሮው ተንኮለኛና ሴረኛ ወጣት እንደነበር ተረድቻለሁ።

ሃውዜን ውስጥ በቦንብ የጨፈጨፈ መንግስት ባለስልጣን ሆኖ ሳለ “ገዳዮች ሌሎች ነበሩ” የሚል መልእክት ለምን ለማስተላለፍ እንደሚደክም ግራ ገብቶኛል። በተለይ ከዚህ በኋላ በወንጀል እንደማይጠየቅ እያወቀ። በአንድ ቀን ውስጥ በሲቪሎች ላይ የተፈጸሙ ሁለት የደርግ የግድያ ምሳሌዎች ብቻ ነው የጠቀስኩት። እውነት እንነጋገር ከተባለ የደርግ ሰዎች ያፈሰሱት የንጹሃን ደም ከእጅና ከገላቸው መታጠቢያ አልፎ፣ ከቤታቸው ከመኪናቸው ከልብሳቸው ማጠቢያ ተርፎ፣ ይዝናኑበት የነበረውን የቤተ መንግስቱን የመዋኛ ጉድጓድ ሞልቶ፣ ከቤተ መንግስቶቹ ጀርባ የሚፈሱትን የቡልቡላና የግንፍሌን ወዝ አጥግቦ የሚፈስ አይሆንም ወይ? ለምን እንዲህ እንድንናገርና እንድንጽፍ እንደምትገፋፉን አላውቅም። በከንቱ ላፈሰሳችሁት በሚሊዮን የሚቆጠር የንጹህ ዜጋ ደም ህዝብን ይቅርታ እንደመጠየቅ “ህዝብ ደማችን አፈሰሰው” የሚል አጻጻፍ በጣም የሚያሳፍር ነው። ይቅርታው ቢቀር ዝምታ የአባት ነበር።

ጥበበ፣ የወጣት ሊጉ የኢህአወሊ የአመራር አባል ነበር ተብያለሁ። ከነዚህ የደርግ ሰዎች ጋር ምን ስራ እንዳገናኘው አላውቅም።የ ወጣት ሊጉ የዲፌንስ አባል ሊሆን ይችላል። መሳሪያው ከተገዛ የተወሰነውን ሊወስድ የመጣ ሳይሆን አይቀርም። የእኔና የጥበበ/የአላዛር ታሪክ በዛን እለት በሆነው ብቻ አላበቃም። ሌላም ታሪክ አለን። ከጥቂት ጊዜ በፊት አሜሪካ ሚኒሶታ ውስጥ ይኖር እንደነበር ሰምቻለሁ።

ምእራፍ 13. ለካ! መሲሁ ሰው ነበረ

ወሩ ሚያዚያ ወር ይመስለኛል። አመተ ምህረቱ 1968 መሆኑን እርግጠኛ ነኝ። ለኢህአፓ የመኪና መንዳት ስራዬን የጀመርኩት በምሽት ነው። የመጀመሪያውን መንገደኛዬን ከየት አካባቢ እንዳሳፈርኩ አላስታውስም። ከመንገድ ላይ ግን አልነበረም። ከአንድ ቤት ውስጥ እንደነበር አስታውሳለሁ። የት እንዳወረድኩት ግን እስከዛሬ ድረስ ኩልል እንዳለ የኩሬ ውሃ ጥርት ብሎ ይታየኛል። በንፋስ ስልክ መንገድ አማልጋሜትድ ኩባንያን እንዳለፍን ወደ ግራ ታጠፍን። የመጀመሪያውን ወደግራ የሚታጠፍ መንገድ እንዳገኘን እንደገና ታጠፍን ። አንድ መቶ ሜትር ያህል እንደነዳሁ መንገደኛው ፣

"ከቤ እዚህ ጋር ይበቃኛል" አለኝ። ጓዶቹ ስሜን እንደነገሩት ገባኝ። የእሱን ስም ግን አልጠየቅሁትም። መኪናዋን አቁሜ አወረድኩት። መኪናዋ ያች ከጥቂት ጊዜ በኋላ የቁጭራ ባንክን ብር ይዛ የበረረችው ቢጫና ጥቁር ቀለሟ ኦፔል ካዴት መኪና ናት።

መንገዱ መብራት አልነበረውም። አካባቢውን ብርሃን የሰጠው ከኔ መኪና መብራት የሚፈነጠቀው ብርሃን ብቻ ነው። እንዳወረድኩት መኪናዋን አዙሬ ብመለስ ጓዱን ድቅድቅ ጨለማ ውስጥ እጥለዋለሁ ብዬ ሰጋሁ። እሱ "እዚህ ጋር ይበቃኛል" ብሎኝ ከመኪናው ከወረደ በኋላ በግራ ወይም በቀኝ ወደነበሩት ቤቶች አልሄደም። መሃል መንገዱን ይዞ ብዙም ጥድፊያ በማይታይባቸው እርምጃዎች ይጓዛል። የሚገባበትን ቤት እንዳይ እንዳልፈገ ገብቶኛል። የሚፈልግበት ቤት እስኪገባ ባልቆይም መኪናዋን ሳላዞር ለትንሽ ጊዜ ብርሃን ልሰጠው ወሰንኩ። መኪናዋን ሳላንቀሳቅስ ከጀርባው መብራት አብርቼ እያየሁትና እያገዝኩት ቆየሁ።

ጓዱ አንዲት ትንሽ የልብስ ሻንጣ በጁ ይዟል። በእዛን ዘመን ተወዳጅነት የነበራቸው ከጠንካራ ካርቶን የሚሰሩ ሻንጣዎች ነበሩ። እንደ ሳምሶናይት ቦርሳ ሁለት ባልና ሚስት ቁልፎች ነበሯቸው። ወገባቸው ላይ ከማይካ የተሰራ አንድ ማንጠልጠያ አለው። የያዘው ሻንጣ ያንን አይነት ነው። ከቁጭራ ባንክ የተዘረፈው ገንዘብም የተንቀሳቀሰው ተለቅ ይበሉ እንጂ በእንዲህ አይነቶቹ ቦርሳ ነው።

ጓዱን ከእዛ በፊት የትም አይቼው አላውቅም። ፊቱ ላይ በሁለቱም በኩል የሳሆ ጎሳ ወንዶች ፊት ላይ የሚታዩት ሶስት ጠባሳ መስመሮች ነበረው። ራሱን ለመቀየሪያ የሚጠቀምበት ስልት ይሁን ወይም እውነተኛ ጠባሳዎች እርግጠኛ አይደለሁም።ኮቱና ሱሪው አንድ አይነት የሆነ ጠቆር ያለ ሱፍ ልብስ ለብሷል። የኮቱ ኮሌታ በጣም ቀጭን ነው። ከተገዛ ብዙ ጊዜ

የሆነው ልብስ እንደነበር መጠርጠሬን አስታውሳለሁ። የዘመኑ ኮቶች ኮሌታ የአህያ ጆሮ የሚያክል ነው።

ድፍኑን ጨለማ ለሁለት ሰንጥቆ ከእኔ መኪና ብቻ ከሚመነጨው ቀጭን መብራት በርቀት የማየውን ሰው ከፖለቲካ ሰው ይልቅ፣ የዕምነት ተልእኮ ያለው መሲህ አድርጌ ነበር ያየሁት። በሌላ በኩልም የመንገዱ፣ የቦርሳው፣ የጨለማውና የመኪናው መብራት አንድ ላይ ተደምሮ "ተሳዳጁ (The fugitive)" የሚለውን በአፄ ኃይለስላሴ ዘመን በቴሌቪዥን ይሰራጭ የነበረውን ተወዳጅና ተከታታይ የአሜሪካ ፊልም እንዳስታውስ አድርጎኛል።

ፊልሙ ብዙ ጊዜ የሚያልቀው ተሳዳጁ ሪቻርድ ኪምብል[306] ልክ እንደ ጓዱ ቦርሳውን ይዞ ወዴት እንደሚሄድ በማይታወቅበት መዝጊያ ነበር። የጉዟችን አጨራረስ ጓዱን እንደተሳዳጁ ሪቻርድ ኪምብል እንዳየውም አድርጎኛል። ትንሽ አገዝኩትና የሚገባበትን ቤት ለማየት የቆምኩ እንዳይመስለው መኪናዬን አዙሬ በመጣሁበት መንገድ ተመለስኩ። መኪናዋን ማዞር ስጀምር የመኪናዋ መብራት ሰንጥቆት የነበረው ጨለማ ከኋላዬ ሲገጥም ይታየኛል። ድቅድቅ፣ ድፍንና አይን ቢጓጉጡ እንኳን ማየት የማይቻልበት ጨለማ ነው።

ከዛን ምሽት በኋላ ከማንም ሰው በላይ ያጓጓዝኩት ይህን ጓድ ነው። በማግስቱ ከዛው ከነፋስ ስልክ አካባቢ ካወረድኩት ቦታ እንደሚጠብቀኝ ተነግሮኝ ሄጄ አገኘሁት። ማን ብዬ እንደምጠራው የጠየቅኩት ያን እለት ነበር።

"ስሜን አልነገርኩህም። ሙሳ ነኝ።" አለኝ።

ሙሳ ማን እንደሆነ ባላውቅም የድርጅቱ ከፍተኛ አመራር እንደሆነ ማወቅ ችያለሁ። ብዙ ጊዜ የሚሰበሰበው ከነክፍሉና ከነግርማቸው ለማ ጋር ስለነበረ ከፍተኛ አመራር መሆኑን መገመት አልተቸገርኩም። በጣም ጭምትና ብዙ የማይናገር፣ ቁጥብ ሰው ነው። ከተወሰነ ጊዜ በኋላ አውሮፓ ይኖር እንደነበር ተረዳሁ።

306ሃሙስ ሃሙስ የሚታይ የታወቀው የፊልም ተዋንያን David Jason እንደ Richard Kimbell ሆኖየሚተውንበት ፊልም ነው። ሪቻርድ ኪምብል በሙያው ሃኪም ነበር። ሚስቱን ሳይገድል ገድለሃል ተብሎ በህግ የሚፈለግ ሰው ነው። እሱ ግን ሚስቱን የገደለውን ሰውዬ ሰላየው ሰውየውን ይዞ ንጽህናውን ለማረጋገጥ ከአሳዳጆቹ እያመለጠ የሚስቱን ገዳይ መፈለግ ነበር ስራው። የፊልሙ ዝና ከመግነኑ የተነሳ ቴሌቪዥን የሌላቸው ጎረቤቶች ሳይቀሩ ሃሙስ ሃሙስ ቴሌቪዥን ያለበት ጎረቤት ሄደው የሚያዩት ፊልም ሆኗል። በአንዳንድ ቤቶች፣ የቤቱ ጌቶች ለቤት ሰራተኞቻቸው ቴሌቪዝን የማየት ፈቃድ የሚሰጡት ሀብረ ትርኢት ፕሮግራምና ተሳዳጁ የሚለው ፊልም በሚታዩባቸው ዕለቶች ብቻ ነበር።

አንድ እለት ከኢትዮጵያ ሆቴል ጀርባ፣ ከመከላከያ ሚኒስቴር ህንጻ ፊት ለፊት ባለው መንገድ ወደ ስቴዲዮም አቅጣጫ እንጓዛለን። ከመንገዱ ወደ ስቴዲዮም መገንጠያው ላይ አንድ ባለ አራት ፎቅ ህንጻ አለ።እዛ ህንጻ ስር አንድ ሬስቶራንት ነበር። ልክ ሬስቶራንቱ አጠገብ ስንደርስ፣

"ይች ሬስቶራንት የመኢሶኖች ናት" አልኩት።

"በምን አወቅህ ?" አለኝ

"የሆቴሏ ሃላፊና ሼፍ ፈረንሳይ ሃገር የነበረ "ጌጡ" የሚባል ሰው ነው። እሱ ራሱ ነው የነገረኝ" አልኩት።

"ጌጡን አውቀዋለሁ። አንተ እንዴት አወቅከው?" ።

"ዘሪሁን ተክሌ የሚባል ፈረንሳይ ሃገር የነበረ የመኢሶን ሰው አንድ ዘመድ አለኝ። የሱ ጓደኛ ነው። ጌጡ ከፈረንሳይ እንደመጣ ቤት እስኪያገኝ አክስቴ ቤት ትንሽ ጊዜ ኖሯል" አልኩት።

ሙሳ ዘሪሁንን እንደሚያውቀው፣ ፈረንሳይ የሄደ ጊዜ ዘሪሁንና ጳውሎስ የሚባለው ጓደኛው አብረው ይኖሩ እንደነበርና ለአስራ አምስት ቀናት አብሯቸው እንደቆየ አጫወተኝ። ፓሪስ የሄደውም ለስብሰባ እንደነበር ነገረኝ። እኔም የአውሮፓ ሰው መሆኑን ያወቅሁት የነገረኝን ተከትዬ ነው።

ሙሳ ከተማ ውስጥ እንደልቡ የሚንቀሳቀስ ሰው ነው። ምግብ ቤት ገብተን ምግብ አዝዘን አንድ ላይ እንበላለን። አንዳንድ ቀን በጣም ሰው ከሚበዛባቸው ሚኒ ከሚባሉ የበርገር ቤቶች በራፍ ላይ ሙሳ መኪና ውስጥ ተቀምጦ እኔ በርገር ገዝቼ እዛው መኪና ውስጥ ተቀምጠን የምንበላበት ጊዜም አለ። አንዱ የበርገር ቤት ላሊበላ ህንጻ ውስጥ ነው። ጥንቃቄ ቢያደርግም ከሚገባው በላይ አይጨነቅም። አንዳንድ ምሽት አብዮት ጠባቂዎች አስቁመው መታወቂያ ሲጠይቁን እሱ የኤፒድ የእርሻ ድርጅት ሰራተኛ መሆኑን የሚያሳይ መታወቂያውን እያሳየ እናልፋለን።[307]

---

[307]ከፍሉ ታደሰ፣ "ያ ትውልድ" ቅጽ ፲፣ ደርቶጋዳ ማተሚያ ድርጅት፣ አዲስ አበባ፣ 2007? በገጽ 346 ሙሳ ጥብቅ የህቡእ ህይወት ይመራ እንደነበር ይገልጻል። እንዲሁም በ ያ ትውልድ ቅጽ 2 ገጽ 279-280 ላይና እንዲሁም በሌሎች ገጾች የሙሳን ከደህንነት ጋር የተያያዙ የመንቀሳቀስ ችግሮችና አደጋዎች ይገልጻል። ይህ የከፍሉ ገለጻ እኔ ከማውቀው የሙሳ ህይወት ጋር ሳነጻጽረው የተጋነነ ይመስለኛል።

ሙሳ መካከለኛ ቁመት የነበረው፣ ጠይም፣ ቀጠን ያለ ጓድ ነው። በጠባዩ ትሁት፣ ጨዋ፣ ሰው አክባሪ ነበር። በጣም እርጋታ የተሞላው በራሱ የሚተማመን ነው። ምግብ ቤቶች ውስጥ ገብተን ምግብ የምንበላ ከሆነ፣ የሙሳ ምርጫ ዝቅተኛ ደረጃ ምግብ ቤቶች ነበሩ። እጅ መታጠቢያ ውሃ ከበርሜል በመቅጃ አውጥተን የምንታጠብባቸው አጋጣሚዎች አሉ። በዕድሜ ትልቁ ስለሆነ በቅድሚያ እሱን ለማስታጠብ ያደረግሁት ሙከራ ተሳክቶ አያውቅም። በምንም አይነት እኔ መጀመሪያ ሳልታጠብ እሱ ቀድሞ አይታጠብም። ማሸነፍ ያቃተኝ ሙግት ስለሆነ ዝም ብዬ እሱ ውሃ እያፈሰሰለኝ ከሱ ቀድሜ መታጠቡን ለምጄዋለሁ። መታጠቢያው አንድ ቧንቧ የሆነ ቤት ከሆነም እኔን ቅደም ሳይል ቀድሞ ቢሞት አይታጠብም።

ይህ ባህርይው መጀመሪያ ቀን ሳገኘው ሰውየው "የዕምነት ተልእኮ ያለው መሲህ ሳይሆን አይቀርም" የሚል ስሜቴን የበለጠ አጠናከሮልኛል። አለባበሱም እንደዛው ቀለል ያለ ነው።[308] መጀመሪያ ቀን ሳገኘው ለብሶት የነበረውን፣ጥቁሩን የቀየ ፋሽን ሙሉ የሱፍ ልብሱን ከዛን እለት በኋላ ለብሶት አያውቅም። ዘወትር የሚለብሰው አንድ አይነት ጃኬት አለ። ጃኬቱ ወደ ግራጫነት የሚወስደው ቀለም ነበረው። የጃኬቱ እጀታ ጫፎች የሚሳብ ላስቲክ ነበራቸው።ብዙ በመለበስ ብዛት የእጀታዎቹ ጫፎች መበላት ጀምረዋል።

ብዙ ጊዜ ከእጁ የሞሪስ ኮርን ፎርዝ መፅሃፍት አይለዩትም። ሃቲታዊ ቁስ አካላዊነትና ታሪካዊ ቁስ አካላዊነት (Dialectical Materialism, Historical Materialism) ላይ የተጻፉትን መፅሃፍት ነበር የሚይዘው። የኢህአፓ አመራር ስለነበረ "እነዚህን የማርክሲዝም ፍልስፍናን ለጀማሪዎች ለማስተዋወቅ ቀለል ብለው" የተጻፉ መፅሃፍት ለምን እንደሚይዛቸው አይገባኝም።

በጣም ከመቀራረባችን የተነሳ ብዙ የፖለቲካና የፍልስፍና ጥያቄዎች እጠይቀዋለሁ። ጓዱ እኔ በቅርበት ለማወቅ ከቻልኳቸው ከሌሎቹ የኢህአፓ አመራሮች "የተሻለ ዕውቀትና ብቃት ያለው ሰው ነው" ብዬ አምን ነበር።[309]በዚህ የተነሳ እነዛን ከጁ የማይጠፉትን መፅሃፍት

እውነት ነው ሙሳ በህቡእ ነበር የሚኖረው። ነገር ግን ከቦሌ እስከ መርካቶ በእግሩ ደፍሮ የሚሄድ፣ ራጉኤል በወሰድኩት እለት መመለሻውን ስጠይቀው በራሴ መንገድ እመለሳለሁ ያለኝ ጓድ ነው። ሙሳ አደጋውን አሳንሶ ስለሚያየው ይመስለኛል በአሰሳ ቀን ሳይቀር ደፍሮ ከቤት ይወጣ የነበረው።

[308] *ክፍሉ ታደሰ፣ "ያትውልድ" ቅጽ 2፣ ፣ አዲስ አበባ፣ 2007 ገጽ 377 ላይ ስለ ሙሳ ባህርይ ያሰፈርኩትን ትዝብት ይደግመዋል" ብዙ የማይናገር፣ በአኗኗር እውነተኛና ግልጽ፣ ታይታነትን የናቀና የማይደገግ ትሁት ሰው ነበር። ጥልቅ የዴሞክራሲና የፍትህ ስሜት የተዋሃደው ሰውም ነበር" ይለዋል። ሃቅ ነው። በሹፌርነት እንዳገለግለው ለተመደብኩት በእድሜ፣ በተመክሮና በዕውቀት የበታቹ ለነበርኩት ጓዱ፣ ሙሳ የሚያሳየው ፍቅር፣ ከብርና ለደህንነቴ የነበረው ጭንቀት የማንነቱ መገለጫ ነበር።*

[309] *ዝኒ ከማሁ ገጽ 377 የሙሳን ብቃት ከሞቱ ጋር አያይዞ ለኢህአፓ ጉዳቱን በተመለከተ ሙሳን ከማጣት ለኢህአፓ "ግማሽ የማእከላዊ ኮሚቴ አባላቱን ቢያጣ ይቀለው ነበር። ... የፓርቲው የርእዮተአለም ግንባር*

"ለማስተማሪያነት ሳይገለገልባቸው አይቀርም" የሚል ጥርጣሬ ነበረኝ። እንደማገኛውም የኢህአፓ አባል የራሱ ህዋስ ሳይኖረው አይቀርም እያልኩ አስባለሁ።

አንድ ቀን ጥርጣሬዬን እውን የሚያደርግ ጥያቄ ጠየቀኝ። ጥያቄው፣ አንድ እሱ ሊያስጠናቸው የሚችላቸው የጠንካራ ላብአደሮች ህዋስ ማቆም እችል እንደሆነ ነበር። ሌሎችን አመራሮች አማክሮ ይሁን ወይም በግሉ ወስኖ የጠየቀኝ የማውቀው ነገር አልነበረም። ስለጉለሌው ስራችንና የላብአደሮች መዋቅር ብዙ ነግሬዋለሁ። ከዛም ተነስቶ ሊሆን ይችላል። በኔ በኩል ከጓዶች ጋር ተነጋግሬ በቀላሉ ህዋሱን ማደራጀት እንደምንችል ነገርኩት።

"ከተቻለ ቶሎ አድርገው" አለኝ።

አብዱልን ፈልጌ የነገሩን ሁነኛነት (seriousness) ነገርኩት። አብዱል በአንድ ሳምንት ውስጥ አንድ ጠንካራ የላብአደሮች ህዋስ አደራጀ። ህዋሱን ይመራ የነበረው ላብአደር እውነተኛ ስሙ ወርቁ ነበር። የጁት ጨማ ፋብሪካ ላብአደር ነው። ከጉለሌ ከመነሳቴ በፊት ለአጭር ጊዜ ከኔ ጋር አንድ ህዋስ ውስጥ ጥናት ጀምሯል። ሙሳና ላብአደሮቹ የመጀመሪያ ስብሰባቸውን ያደረጉት ራጉኤል የሚባል የድሆች መንደር ውስጥ ነው።

ሙሳን ራጉኤል ወስጄ በአካል ከወርቁ ጋር አስተዋወቅኩት። እግረ መንገዴንም እነወርቁ ለህዋሷ መሰብሰቢያነት ያዘጋጁትን ቤት አየኋት። ወደ ቤቷ ለመድረስ ከአንድ ሰው በላይ በማያሳልፍ ቀጭን የእግር መንገድ ላይ መሄድ ነበረብን። በአካባቢው የነበሩ ቤቶች

ቀደም አቀንቃኝ፣ አደራጅ፣ የፖለቲካ ጠቢብና መስራች አባል ነበር። .... በፖለቲካ አስተሳሰቡ ግን ውስብስብና የረቀቀ ከመሆኑም ሌላ፣ ከማንም በላይ ሩቅ ተመልካች...።" ከሙሳ "ሞት በኋላ ኢህአፓ የወትሮው ኢህአፓ እንደማይሆን ታውቋል። ኢህአፓ .. ህይወትና ግርማ ሞገስ የሚያጎናጽፈውን መንፈሱን አጣ።" ኢህአፓ "ከየትኛውም ጊዜ ይልቅ ጥብቅ መሪውን በሚፈልግበት፣ አርቆ አስተዋይና መንገድ አመላካች በሚሻበት እጅግ አስቸጋሪ ወቅት ኢህአፓ መሪውን አጣ" ይለናል። ክፍሉ "የሙሳን ማእከላዊነትና ብቃት አጋንኖታል" የሚል ዕምነት የለኝም። ሙሳ እንደ ቡዙዎቹ የሃገራችን ማርክሲስት ምሁሮች ወፍ ዘራሽ ማርክሲስት አልነበረም። ከማርክስ ፍልስፍና በፊት ማርክስ የተቻቸውንና የነቀፋቸውን የምዕራብ ፈላስፎችና ፍልስፍናቸውን በምእራቡ አለም ዩኒቨርሲቲዎች እስከ ዶክተሬት ደረጃ ልቅም አድርጎ የተማረና የሚያውቅ ምሁር ነው። የግራውን ርእዮተ አለም ከአናቱ ወይም ከወገቡ ጀምሮ ሳይሆን ከእግር ጥፍሩ ጀምሮ ያውቀዋል። የግራውን ርእዮተ አለም ከአናቱ ወይም ከወገቡ ጀምሮ ሳይሆን ከእግር ጥፍሩ ጀምሮ ያውቀዋል። የእውነተኛዎቹ ፈላስፎች የእነፕሌቶና የነማርክስ ልጅ ነበር። "ዕውቀት ድርጊትን የመግዛት አቅም አለው" ብለው የሚያምኑ። የሰው ልጆች በሙሉ "በዕውቀት ላይ የተመሰረተ ፍትሃዊና ሰብዐዊ አለም መገንባት ይችላሉ" የሚል ህልም የነበራቸው ፈላስፎች። ሙሳ፣ አኗኗሩም አማሟቱም በነበረው ዕውቀት የተገዛ ለመሆኑ እኔም ጥርጥር የለኝም። የተስፋዬ ደበሳይን ሰብዐዊ ሃያልነት ይህ እውቀትና ሌሎቹም የኋላ ታሪኮቹ ማለትም የልጅነት፣ የቤተሰብና የአካባቢ የግል ታሪኩ በአንድ ላይ ተደምረው ያመነጩት ይመስለኛል። እውቀት ብቻውን የዚህ አይነት ሰው እንደማይፈጥር አይቻለሁና!

ሁኔታ “ከዛ አካባቢ የከፋ ድህነት በከተማው ይኖር ይሆን?” የሚል ጥያቄ ያስነሳል። የገባንበትም ቤት እንዲሁ በተመሳሳይ አሰቃቂ ሁኔታ ላይ የነበረ ቤት ነው።

ቤቱ አንድ ክፍል ቤት ነበር። ወለሉም ግድግዳውም የደረቀ አፈር ነው። አንድ ሰው የሚያስተኛና እራሱም ለመተኛት ትንሽ የቀረው አሮጌ አልጋ አንዱን የክፍሉን ጥግ ይዟል። ጠረጴዛ የሚባል ነገር በቤቱ አልነበረም። አንድ አሮጌ ወንበር ክፍሉ ውስጥ ነበር። እንደ ባላገር ቤት አንድ ትልቅ ከጭቃ የተሰራ መደብ አለው። የቤቱ ቅራቅንቦዎች አንድ ጥግ አፈር ወለሉ ላይ በተነጠፈ ቁራጭ ፕላስቲክ ምንጣፍ ላይ ተከምረዋል።

ወርቁ እንደነገረኝ ቤቱ ለብቻው የሚኖረው የአንደኛው የህዋሱ አባል ቤት ነበር። ብዙ ነገሮችን መዝነው ነበር ቤቱ የተመረጠው። የደህንነት ችግር የሌለበት አካባቢ መሆኑ ዋናው መመዘኛ ነው። ላብ አደሮቹ ስለ ሙሳ ማንነት ምንም የሚያውቁት ነገር አልነበረም።

አንድ ከአውሮፓ የመጣ ከፍተኛ የኢህአፓ አመራርና አራት የጉለሌ አካባቢ የፋብሪካ ላብአደሮች የመጀመሪያውን የህዋስ ስብሰባቸውን ያደረጉት ያችን ትመስል በነበረች ቤት ውስጥ ነው። እዛ ክፍል ውስጥ የነበረችው ወንበር ለእንግዳው ታስባ የመጣች ከነበረ፣ እርግጠኛ ነኝ ሙሳ መደቡ ላይ እንጂ እሺ ብሎ ወንበሩ ላይ እንዳልተቀመጠ። እንዴት እንደሚመለስ ጠይቄው “ችግር የለውም ስላለኝ” ራጉኤል አደረስኩት እንጂ አልመለስኩትም። ከዛ በኋላም አድርሼው አላውቅም። ህዋሷ ግን ትሰበሰብ እንደነበር አብዱል ነግሮኛል።

አዲስ አበባ ከተማ ውስጥ በድብቅ ከፍልስጤም ነፃ አውጭ ድርጅት (PLO) ሰዎች ጋር የተደረገውን ውይይት ኢህአፓን ወክሎ የመራው ሙሳ ነው። ሶስቱን የፍልስጤም ነፃ አውጭ ድርጅት ተወካዮች ከመርካቶ “አደሬ” ሰፈር ይባል ከነበረው ቦታ ወደ ስብሰባው ቦታ እንዳመጣቸው መመሪያውን የሰጠኝ ሙሳ ነው። ስብሰባው የተደረገው በምሽት ነበር። የስብሰባው ቦታም ግሪክ ትምህርት ቤት አካባቢ በቀበሌው ሊቀመንበር ቤት ነው። የክርስትና አባቴም ቤት ከዚሁ ቤት አጠገብ ነበር።

የፍልስጤም ሰዎች ሁሉም ጥርት ያለ እንግሊዝኛ ተናጋሪዎች ነበሩ። ስለአብዮቱ ብዙ ጥያቄ ጠየቁኝ። እነሱ ከየት እንደመጡ አልነገሩኝም። እኔ ግን ቀደም ብዬ ከማውቀው የኢህአፓ ታሪክ በመነሳት አረቦችና ፍልስጤሞች መሆናቸውን አውቄአለሁ። ስለኢህአፓ ብዙ እንደሚያውቁና እንደሚያደንቁት ነግረውኛል። ሰዎቹ “አደሬ” ሰፈር የሄዱበት ምክንያት እዛ ካለው የሙስሊም ማህበረሰብ ጋር በቀላሉ መቀላቀል መቻላቸውን ታሳቢ ተደርጎ ሊሆን

ይችላል። በሌላ በኩልም በአዲስ አበባ ከተማ ውስጥ እንደ "አደሬ" ሰፈር የኢህአፓ ጥንካሬ የሚታይበት ቦታ ስላልነበር እሱን እንዲያዩ ተፈልጎ ተወስደው ሊሆን ይችላል።

ኢህአፓ እነዛ ትልልቅ የቆዳና የሌጦ መጋዘኖች ውስጥ ምን እንደነበረው አላውቅም። ለአይን ያዝ ሲያደርግ አውቶማቲክ መሳሪያቸውን በገሃድ የያዙ የኢህአፓ ታጣቂዎች በመጋዘኖቹ መሃል ያለውን የእግር መንገድ ጭምር ወደታችና ወደ ላይ እያሉ ሲጠብቁት አይቻለሁ። የህቡእ ማተሚያና የመሳሪያ ማከማቻ ስፍራ ከነበረ እሱን እንዲጎበኙ ተወስደው ሊሆን ይችላል።[310]"ኢህአፓ ከሰዎቹ ጋር በድብቅ የሚያደርገው ውይይት ትልቅ ትርጉም ያለው፣ ሰዎቹም ትልልቅ ሰዎች ናቸው" ብዬ ስለገመትኩ እኔም ትልቅ የመቁነጥነጥ ስሜት ውስጥ ገብቼ ነበር።

ከስብሰባው ቦታ እንዳደረስኳቸው አንድ ጠርሙስ ዋይት ሆርስ ዊስኪ እንድገዛ ሙሳ አዘዘኝ። በአካባቢው መጠጥ የሚሸጥ ሱቅ ስላልነበር ውስኪውን ማግኘት የቻልኩት ሰንጋተራ ደሳለኝ ሆቴል አጠገብ ከነበሩ ግሮሰሪዎች ከአንዱ ውስጥ ነው። ፍልስጤማውያን ሁሉም ሙስሊሞች ስላልሆኑ በመጠጡ አልተገረምኩም። ሙስሊሞችም ቢሆኑ የግራ ፖለቲካ አራማጆች ሊሆኑ ስለሚችሉ ሃይማኖት እንደማያጠብቁ ገምቼያለሁ።

ስብሰባው ለሊት ተካሄደ ። ዜና (ክፍሉ ታደሰ) በስብሰባው ቦታ እንደነበር አስታውሳለሁ።[311] ሌሎች አመራሮችን አላስታውስም። "አትፈለግም" ስለተባልኩ ወደ ቤቴ ሄድኩ። ከብዙ ጊዜ በኋላ የዛን ስብሰባ ውጤት ለማወቅ ቻልኩ። የፍልስጤምም ነፃ አውጭ ድርጅት ለኢህአሰ በርካታ ዘመናዊ ቀላልና ከባድ መሳሪያዎች በርዳታ እንደሰጠ ሰማሁ።

መሳሪያው የተላላፈው "ጀብሃ" በሚባለው የኤርትራው ነፃአውጭ ግንባር በኩል ነው። መሳሪያውን ጾረና ከሚባል በጀብሃ እጅ ከነበረ የኤርትራ ግዛት ወደ ትግራይ አሲምባ ለማጓጓዝ ብዙ ታጋይና አጋሰስ በመጠቀም ለኢህአሰ ብዙ ቀናት የፈጀ ስራ እንደነበር በስራው

---

[310] የሻምበል ፍቅረስላሴን መፅሃፍ ካነበብኩ በኋላ የመሳሪያ ማስቀመጫ ሊሆን ይችላል የሚለውን የራሴን ጥርጣሬ እንዳምን አድርጎኛል። ሻምበል ፍቅረስላሴ ከሰንዳፋ የፖሊስ ማሰልጠኛ ተወሰዱ ያላቸው ማስና ካርባይን ጠመንጃዎችና መትረየሶች እሱ እንደሚለው በዞን ሳይሆን የተከፋፈሉት እነዛ የሌጦ መጋዘኖች ውስጥ ሳይሆን አይቀርም ተከማችተው የነበሩት።

[311] እንዲያም ሆኖ ክፍሉ ታደሰ "ያ ትውልድ" በሚል ርዕስ የኢህአፓን ታሪክ በጻፈባቸው ሶስት ቅጽ መፅሃፍት ውስጥ ይህ ታሪክ አልተተረከም።

የተሳተፉ ጓደኞቹ ነግረውኛል።[312]ኢህአሰ ለመጀመሪያ ጊዜ ትጥቁ ያማረና የተደራጀ ሰራዊት መሆን የቻለው ይህ የፍልስጤም ሰዎች እርዳታ ከተገኘ በኋላ እንደሆነ እነዚሁ ጓደኞቹ አጫውተውኛል።

ሙሳ ኢህአፓ በከተማው ውስጥ በሚያደርገው እንቅስቃሴ ላይ ምንም አይነት የታቀበ ስሜት (ሪዘርቬሽን - reservation) አልነበረውም። የብራዚልን ኮምኒስት ፓርቲ የከተማ ትጥቅ ትግልና ኪሳራውን የሚተርከውን መፅሃፍ አንብቦት እንደሆነ ጠይቄው "አዎን አንብቤዋለሁ" ብሎኛል። "ታዲያ እኛ የምናደርገው ከእነሱ ምን ልዩነት አለው ?" የሚል ጥያቄ አቅርቤለት ነበር። የእሱም መልስ ግርማቸው ከሰጠኝ መልስ ጋር ተመሳሳይ ነው።

"ሙሳ ከልቡ ኢህአሰ እየተጠናከረ ውጊያም እያደረገ ነው" የሚል ዕምነት ነበረው።

"ሁሉንም እንቁላሎቻችን እዚህ የከተማ ትግል ላይ እያደረግነው ነው የሚል ስጋት አለኝ" ብዬ ስናገር፣

"ተሳስተሃል" ያለኝ በእርግጠኝነት ነበር።

"ለገጠሩ ትግልም ከከተማው ያልተናነሰ ትኩረት እየሰጠነው ነው" ብሎኛል።

ከአመታት በኋላ እንደ ታዘብኩት በተለይ ወደኋላ ገደማ "የገጠሩን እንቅስቃሴ በተመለከተ በጣም የተጋነነ ዘገባ ከአሲምባ ይደርሰው ነበር" የሚል መደምደሚያ ላይ ደርሻለሁ። በ1968 የቡሄ በአል፣ ሆያ ሆየ ሲሉ "ባንዳና ፋሽስቱ ይበላኝ ነበር፣ የአሲምባው ሰራዊት ኢህአሰ ባይኖር" ብለው በሰራዊቱ ላይ እምነታቸውን እንደገለጹት ህጻናት ሙሳ ከልቡ በኢህአሰ ይተማመናል።

ውሎ አድሮ እንደ ተረዳሁት አሲምባ ከነትርጓሜው ቀይ አምባ፣ ለኢህአፓ የቀይ ሰራዊት መቋቋሚያ ቦታነት የተመረጠው በሙሳ እንደነበር ነው። ትግራይ ውስጥ የሚገኘው፣ አዲ ኢሮብ የሙሳ የአያት የቅድመ አያቶቹ መንደር ነው። አሲምባ ኢሮብ ውስጥ የሚገኝ አምባ ነው። ሙሳ በልጅነቱ የቧጠጠው ተራራ ነበር። ብዙዎቹ የኢህአሰ የመጀመሪያ የገበሬ ታጣቂዎች የሙሳ ዘመዶች ነበሩ። ኢህአሰ በአሲምባ አካባቢ ያለምንም ችግር ተቀባይነት ያገኘው በሙሳ ቤተሰቦችና ዘመዶች የተነሳ ነው። ሰራዊቱ አሲምባ ሲደርስ ሙሳ ሄዶ

---

[312]አብረሃ ሃብተማሪያም (ዶ/ር) እንግሊዝ ሃገር የሚገኝ ጓደኛዬ የኢህአሰ ታጋይ ነበር። እሱ ራሱ ኢቃውን ካመላለሱት ታጋዮች መሃል አንዱ ነበር።ኢቃውን እንዴት እንዳመላለሱትና ኢቃውም ምን ምን እንደሚያካትት በዝርዝር አጫውቶኛል።

አግኝቶት ነበር። ከማንም በላይ ለአሲምባው ሰራዊት ፍቅርና አመኔታ ቢኖረው አይፈረድበትም።

በሂደት እንዳጣራሁት ግን በዛን ጊዜ አዲስ አበባ ውስጥ በአባላት መሃከል ኢህአሰን በተመለከተ ይሰራጭ የነበረው ወሬ የተጋነነና በሃሰት የተሞላ እንደነበር ነው። ብዙ የአዲስ አበባ ከተማ አባላት በኢህአሰ የተነሳ ስቃያቸውና ሞታቸው ከንቱ ሆኖ እንደማይቀር ተማምነው ድል አድራጊነታቸውን የሚተነብዩ መዝሙሮች እየዘመሩ አልፈዋል። ይህን አይነት የሃሰት መረጃ ሲያስተላልፉ የነበሩ ሰዎች "በታሪክ ፊት ወንጀለኞች ናቸው" የሚል ዕምነት አለኝ። እነማን እንደሆኑ አላውቅም። ሙሳም እንደ እኛ "የዚህ የሃሰት መረጃ ሰለባ ነበር" ብዬ አምናለሁ። ሃሰት መሆኑን እያወቀ ለአባላት የሃሰት መረጃ የሚያሰራጭ ባህርይ ከቶውኑ ያልነበረው ሰው ነበርና።

ሚያዚያ 1969 ዓ.ም ውስጥ ይመስለኛል ደርግ እንደልማዱ የቤት ለቤት አሰሳ እንደሚያደርግ መረጃ ደረሰን። አሰሳው እንደነገ ሊደረግ በነበረው ቀዳሚ ምሽት ግርማቸውንና ሙሳን እንጦጦ የሚገኝ አንድ ጓድ ቤት ወሰድኳቸው። እነ ተፈሪ በንቲ ከተገደሉ በኋላ የሚደረጉ አሰሳዎች በጣም ጠንካራዎች ሆነዋል። አሰሳውን የሚያካሂዱት እንደ ድሮው የዋህ ወታደሮች ብቻ ወይም ወታደሮችና የቀበሌ አብዮት ጠባቂዎች ብቻ አልነበሩም።

"አስታጥቁን አታስጨርሱን" "ነፃ እርምጃ ይፋፋም" በማለት ሲወተውቱ የነበሩ በኢማሌድህ (የኢትዮጵያ ማርክሲስት ሌኒኒስት ድርጅቶች ህብረት) ጥላ ስር ተሰባስበው የነበሩ ድርጅቶችና (መኢሶን ማሌሪድ ወዝ ሊግ ኢጭህአት ሰደድ) አባላትና ካድሬዎች ዋናዎቹ የአሰሳ ተዋንያን ሆነዋል። ከ1969 ዓ.ም የአመቱ አጋማሽ በኋላ ከኢህአፓ የከዱ አባላት የነዚህ ድርጅቶች አገልጋዮች በመሆን አጠናከረዋቸዋል። የእነዚህ ድርጅቶች አባላትና ካድሬዎች ብዙ የኢህአፓ አባላትን በአካል መለየት የሚችሉ ነበሩ። በአካል የማይለዩዋቸውንም ከወታደሮቹ በተሻለ መጠርጠር ይችላሉ ።

የህቡእ ድርጅት እንዴት እንደሚሰራ ስለሚያውቁ ቁሳቁሶች የተደበቁባቸውን ቦታዎች ለማግኘት ብዙም አይቸገሩም። ወታደሮቹ በመሰላቸት በግብር ይውጣ፣ ፈተሽ ፈተሽ አድርገው ጥለው ይሄዱ ነበር። እነዚህ ካድሬዎች ግን አሰሳውን የነፍስ ጉዳይ አድርገው ነበረ የያዙት። ለነሱ በእውነትም የነፍስ ጉዳይ ነበር።

በኢህአፓና በነዚህ ድርጅቶች መሃከል ግጭቱ ሰማይ በነካበት አንድ ሰሞን ኢህአፓ በአንድ ቀን ውስጥ አስራ አምስት የነዚህን ድርጅቶች ቀንደኛ አባላት በተናጠል ኦፕሬሽኖች

ገድሎ ያውቃል። ምርጫው ኢህአፓን ማጥፋት ወይም መጥፋት ነበር። ከደርግ ጋር ሆነው ኢህአፓን ለማጥፋት ቀንና ለሌት ይሰራሉ።

በዚህ የተነሳ አሰሳዎችን እንደ ቀድሞው ጊዜ አቃልለን አናያቸውም። በዚህ ምክንያት ነበር ለግርማቸውና ለሙሳ እንጦጦ የተመረጠው። አሰሳው አደገኛ ሆኖ ከተገኘ እንጦጦ ጫካን ራሱን እንደመደበቂያ ለማድረግ ታስቦ ነበር።

እንደተፈራውም የዛን እለት አሰሳ በጣም የተጠናከረ ነው። እስከ ምሳ ሰአት ድረስ አሰሳው ሙሳና ግርማቸው የተደበቁበት ቤት አልደረሰም።እነሱም ስለአሰሳው መረጃ እየሰበሰቡ ተቀምጠዋል።[313]

እኔም ብዙ መንቀሳቀስ አልችልም። እነሱም "አሰሳው ሲያልቅ እንደውላለን፤ ከስልክ አጠገብ አትራቅ" ብለውኛል።

የአሰሳው እለት ቀኑን ሙሉ ከቤት አልወጣሁም። በሰፈሬ የቀበሌ የአብዮት ጠባቂዎች በምንም መንገድ የምጠረጠር ሰው አልነበርኩም። በሰፈሩ ውስጥ እንደሌሎች ወጣቶች በድርጅታዊ መዋቅር አልተሳሰርኩም። ከዘውዱ ጋር የነበረኝ ግንኙነት አንድ ለአንድ እንጂ ከቀበሌው ወይም ከከፍተኛው የኢህአፓ ድርጅታዊ መዋቅር ጋር ምንም ንክኪ አልነበረውም። ጉለሌ ከነበረው መዋቅር ውስጥም ቤቴን የሚያውቅ ወደኔ መምራት የሚችል ማንም አባል አልነበረም።

በአንድ ወቅት ጉለሌ አካባቢ ደርግ ለነ አብዱል ቅርበት የነበራቸውን ወንድና ሴት ወጣቶች በጅምላ አፍሶ ስለ ድርጅቱ እንዲናገሩ ብዙ አሰቃይቷቸዋል። ልጆቹን ከተወሰነ ጊዜ በኋላ ፈታቸው። ልጆቹ ስቃይ ሲበዛባቸው በማን ላይ ምን እንደተናገሩ ለእነ አብዱል አጫውተዋቸው ነበር። ለገራፊዎቻቸው ስለ እኔ መናገር ፈልገው "አንድ ከየት እንደሚመጣና ማንነቱን የማናውቀው ሰው" ከማለት ባለፈ ሌላ ምንም ነገር ማለት እንዳልቻሉ ለአብዱል ነግረውታል። ከመጀመሪያው፣ "ከሰፈሬ ውጭ የድርጅት ስራ መስራት የደህንነት አደጋውን ይቀንሰዋል" ብዬ ማሰቤ በጣም ጠቅሞኛል።

---

[313] ከፍሉ ታደሰ፣ "ያትውልድ" ቅጽ 2፣ ገጽ 374 "የአሰሳው ዘመቻ ከተጀመረ ከአንድ ቀን በኋላ" እነግርማቸው የነበሩበት ቤት እንደሚፈተሽ አወቁ ይላል። ይህ ስህተት ነው። ፍተሻ እንደነገ ሊጀመር ማምሻውን ነበር እነግርማቸውን እንጦጦ የወሰድኳቸው። ሁሉም ነገር ያለቀው በማግስቱ ነው። አሰሳው ከተደበቁበት ቤት ሳይደርስ ያለፈ ቀን አልነበረም። እሁድ ማታ እንጦጦ ሄዱ። ሰኞ እለት ነው ግርማቸው ጫካ የገባው፣ ሙሳም ወደ ከተማ የተንቀሳቀሰው። እነሱን ማንቀሳቀስ ስራዬ ስለነበር ስልካቸውን ቁጭ ብዬ በመጠበቅ ነበር ቀኑን ያሳለፍኩት።

የአሰሳ ቀን እንደ ልቤ ቀበሌው ውስጥ ያለምንም ስጋት መንቀሳቀስ እችላለሁ። የዛን እለትም አሳሾቹን እንደ ወንድሞቼ ከቤት እርቄ ሳይሆን እዛው ቤታችን ውስጥ ተዝናንቼ ነበር የጠበቅኋቸው። ከክፍል ክፍል ሲዞሩ አብሬ እየዞርኩ እንዴት እንደሚፈትሹ እመለከታለሁ። ምንም ነገር ንቀው የሚተውት አልነበረም። የዱሮ ፈታሾች በአንድ ቤት ላይ ከአስራ አምስት እና ከሃያ ደቂቃ በላይ አያጠፉም። ሳይፈትሹ የሚያልፏቸው ቤቶች ነበሩ። ከጠዋቱ አራት እና አምስት ሰአት ላይ ቀበሌዎች ከአሳሾች ነፃይሆናሉ። የኋለኞቹ አሰሳዎች ሙሉ ቀን መፍጀት ጀምረው ነበር። በዚህ የተነሳ ይመስለኛል አሰሳው እስከ ቀኑ ስምንት ሰአት እነ ሙሳ ጋ ያልደረሰው።

በተለይ ከሰአት በኋላ ከአሁን አሁን እነ ሙሳ "ይደውላሉ" ብዬ ስልክ አጠገብ ተቀምጬ እጠብቃለሁ። ሳይደውሉ መሸ። "አገር ሰላም ነው" ብዬ እራቴን በልቼ ከወላጆቼ ጋር ቴሌቪዥን እያየሁ ነው። የሁለት ሰአት ዜና ስርጭት ጀመረ። ዜናው የጀመረው ደርግ ያገኘውን የእለቱን ድል ለህዝብ "በማብሰር" ነበር።

ዜና አንባቢው "የአናርኪስቱ ድርጅት የኢህአፓ መሪ፣ ቀንደኛው አናርኪስት ፣ ዋናው አቀነባባሪ፣ አስተባባሪ ወዘተ" ካለ በኋላ "ዶ/ር ተስፋዬ ደበሳይ በዛሬው እለት በመንግስት ታጣቂዎች ተገደለ" አለ። እኔም እንደ ወላጆቼ "ተስፋዬ ደበሳይ" ለሚለው ስም እንግዳ ነበርኩ ። "ማን ይሆን?" እያልኩ ቴሌቪዥኑ እያቀረበ የነበረውን ምስል በአትኩሮት እከታተላለሁ። ተስፋዬ ደበሳይ ማን እንደሆነ ያወቅሁት ፊቱን አይቼ አልነበረም። ካሜራው የተስፋዬ ደበሳይን ፊት አላነሳም ነበር። እነዛ የተበሉ የጃኬቱ እጀታ ጫፎች በቴሌቪዥኑ ውስጥ በደንብ ይታያሉ። በጃኬቱ የተበሉ ጫፎች ዶ/ር ተስፋዬ ደበሳይ ማለት የኔ መሲህ፣ ሙሳ እንደነበር ተረዳሁ።

ወላጆቼ ፊት ምንም አይነት ስሜት ላለማሳየት ተጠነቀቅኩ። ሆዴ ግን ከደረቴ ውስጥ በሚዘንብ አሲድ እየተቃጠለ ነበር። የዜና ፕሮግራሙ እስከሚጨርስ እንደ በድን ቴሌቪዥኑ ፊት ቁጭ አልኩ። የተስፋዬ ምስሎች በአይኔ ላይ ይንከራተታሉ። ዜናው ሲያበቃ ተነስቼ መኝታ ክፍሌ ገባሁ።

ተስፋዬ የአሰሳው እለት በሪሁን በሚባል የዩኒቨርስቲ አስተማሪ በነበረ አንድ ጓድ ቤት ውስጥ ነበር። ምሳቸውን ከነግርማቸው ጋር ከበሉ በኋላ፣ ግርማቸው አብረውት ከነበሩ ጥቂት የዲፌንስ ሰዎች ጋር አሰሳው እስኪያልፍ እንጦጦ ጫካው ውስጥ ለመደበቅ ይወስናል።

ተስፋዬ ግን እቤት ከሚቀመጥ አምባሳደር ሲኒማ አካባቢ ትሰራ ከነበረችው የበሪሁን ባለቤት ቢሮ በመሄድ የከሰአት በኋላውን ማሳለፍ እንደሚሻል ከበሪሁን ጋር ይስማማል። [314]

ከስምንት ሰአት በኋላ ተስፋዬና በሪሁን፣ በበሪሁን መኪና ተያይዘው ወደ አምባሳደር ቲያትር ጉዞ ይጀምራሉ። የአሰሳ ቀን ስለነበር ከእንጦጦ አንስተው አምባሳደር ቲያትር እስኪደርሱ በደርግ ታጣቂዎች በየቦታው እየተፈተሹ መታወቂያቸውን እያሳዩ እንደተጓዙ ግልጽ ነው። አምባሳደር ቲያትር አካባቢ በሰላም ደረሱ።

የበሪሁን ባለቤት ቢሮ ከቡናና ሻይ ህንጻ ፊት ለፊት ካለው ትልቅ ህንጻ ላይ ነው። በሪሁን መኪናውን ያቆመው ባለቤቱ ከምትሰራበት ህንጻ ሃምሳ ሜትር ርቀት ላይ ነበር። ከመኪና ወርደው ወደ ህንጻው መሄድ ይጀምራሉ። ከነበሩበት ህንጻው ጋር ለመድረስ አንድ ደቂቃም አይፈጅባቸውም። ልክ በዚያች ቅጽበት የእጣ ነገር ሆኖ የከፍተኛ ሶስት የቀበሌ ሃምሳ ሶስት ሊቀመንበር የነበረው የመኢሶኑ ሰው፣ የኔ ዘመድ ዘሪሁን ተክሌ ከታጣቂ አሳሾቹ ጋር ቀኑን ሙሉ ሲያስሱ ውለው እዛ አካባቢ መድረሳቸው ነበር።

ማ፣ ማንን ቀድሞ እንዳየ አላውቅም። ከተስፋዬ ጋር አይን ለአይን ከተያዩ በኋላ ዘሪሁን በእግሩ ለብዙ ሰከንዶች አልቆመም። ራሱን ስቶ ወደቀ። በድንጋጤ ይመስለኛል። ዘሪሁን ራሱን ስቶ ከመውደቁ በፊት ለታጣቂዎቹ "ያ ሰውዬ በጣም የሚፈለግ ሰው ነው" ብሏቸው እንደሆነ እርግጠኛ አይደለሁም። ትልቁ ነገር ተስፋዬን ያወቀው ዘሪሁን ተክሌ ነው። በአፉም ይሁን በጣቱ እየወደቀም ይሁን ቆሞ ዘሪሁን ለታጣቂዎቹ ተስፋዬን ጠቁሟቸዋል።[315]

በሪሁንን እዛው ሲገድሉት ተስፋዬንም ከንዱ ላይ አቆሰሉት። ተስፋዬ እየሮጠ የበሪሁን ባለቤት ከምትሰራበት ህንጻ ውስጥ ገባ። ሰባተኛው ፎቅ ድረስ በደረጃው ደሙን እየዘራና እየሮጠ ወጣ። የሚፈልገው የተቻለውን ያህል ከፍታ ማግኘት ነው። ደርጎችና ተባባሪዎቻቸው በነፍሱ አይደለም አጥንቱን ጭምር እንዲያገኙት አልፈለገም። በተለመደው የሃገሩ ጀግኖች ባህል "መሪ እጁን ለጠላት አይሰጥም" አለ። በጁ መሳሪያ ስላልነበረው ከሰባተኛ ፎቅ የህንጻውን

---

[314] ይህን ዝርዝር መረጃ የሰማሁት ከራሱ ከግርማቸው ለማ ነው።

[315] ዘሪሁን ራሱን ስቶ መውደቁንና በአንቡላንስ ተጭኖ መወሰዱን በአይኑ የተመለከተውና የሆነውን ነገር ያጫወተኝ ወንድሜ ብዙነህ ነው። በአይኑ ያየውን ነው የነገረኝ። አሰሳውን ለማሳለፍ ብዙነህ ከዘሪሁን እናት፣ ከአክስታችን ቤት ሄዶ ነበር። ከምሳ በኋላ ዘሪሁን ወደነበረበት አካባቢ ለምን እንደሄደ አልነገረኝም። የዛን ጊዜ የትንንሾቹ ነገር አይታወቅም።

ጠንካራ መስተዋት በሰውነቱ ሰብሮ ቁልቁል ወረደ። ከህንጻው ጀርባ የተስፋዬን ምኑን እንዳገኙ የሚያውቁት ደርጎችና ደጋፊዎቻቸው ብቻ ናቸው።[316]

ዜናው በቴሌቪዥን የቀረበ እለት የተስፋዬን ፊት አላየንም ነበር። ደርጎች ፊቱን ያላሳዩን ተስፋዬ "ፊት ነስቷቸው" በመሆኑ እንደነበር አልጠረጠርኩም። ከጥቂት ቀናት በኋላ ነበር ነገሩ የገባኝ። ከሰባተኛ ፎቅ ተስፋዬ ሲወርድ ምድር ለመንካት የፈለገው በእግሩ ሳይሆን በጭንቅላቱ እንደሚሆን የታወቀ ነው።

ደርግ የተስፋዬን ግድያ ዜና ባቀረበበት እለት፣ ቴሌቪዥኑ እጁንና እግሩን ብቻ እንጂ ፊቱን ያላሳየን፣ ደርግ የተስፋዬን አስከሬን ያገኘው ያለ ራስና ፊት ስለነበር ነው። ተስፋዬ ጭንቅላቱን ከመሬት አጋጭቶ የራስ ቅሉንና ፊቱን ብትንትኑን አውጥቶ ነበር የጠበቃቸው። ፊቱን ያየነው መታወቂያ ካርዱ ላይ የነበረውን ፎቶውን ሲያሳዩን ነው። አሳሾቹም "ዶ/ር ነገደ ጎበዜን በመጥራት"[317] ከፎቅ ላይ ወርዶ የተፈጠፈጠውን ሰው ማንነት እንዲያረጋግጥላቸው አድርገዋል። ተስፋዬ ፊት ካልነበረው ነገደ ምኑን አይቶ ምስክርነቱን እንደሰጠ የሚያውቀው እሱ ብቻ ነው።

ሁሌም ስደበርና ሳዝን እንደማደርገው ተስፋዬ በሞተ በሰልስቱ አንድ ግጥም ጽፌ ነበር። አጭር ግጥም ነው። ከዛ አንድ ገጽ ግጥም በቃሌ የማስታውሰው የሚቀጥለውን ነው።

በዕብሪት ጌሾ ሰክረው ጠፍቷቸው ስርአቱ
ይዞ ማዋረድ ነው፣ ካሳው ለንቀቱ፣
እሱን መግደልማ፣ ለሱ ነው እረፍቱ
ብለው እንዳልነበር ባንዳና ፋሽስቱ

[316] ክፍሉ ታደሰ፣ "ያ ትውልድ" ቅጽ 2 ገጽ 376 ላይ ክፍሉ- ከተክለሃይማኖት አንስቶ ተስፋዬን መኪና ውስጥ ያዩ የመኢሶን መሪ አባላት እስከ አምባሳደር ድረስ ይከተሉት እንደነበርና እነተስፋዬም ይህን ሳይረዱ እንደተጓዙ የተስፋዬና የበሪሁን ግድያም ከዚች መኪና ጋር የተያያዘ እንደሆነ ጽፏል። ይህን መረጃ ከየት እንዳገኘው አልገለጸም። ከነተስፋዬ ሞት ጋር የተያያዘች መኪናም ሆነች የገዳይ ቡድን በአካባቢው አልነበረም። ተስፋዬንና በሪሁንን የገደሏቸው በቀበሌው ሊቀመንበር በዘሪሁን ተክሌ መሪነት አካባቢውን ለማሰስ የተሰማራው የቀበሌ የወታደርና የኢማሌድህ ድርጅቶች ታጣቂ ካድሬዎች ቡድን ነው። የክፍሉ ትረካ መስተካከል አለበት። ዘሪሁንና ተስፋዬ ደግሞ በደንብ እንደሚተዋወቁ ከላይ ጠቅሻለሁ።

[317] ዝኒ ከማሁ ገጽ 377

እጁን መያዝ ቀርቶ ሳለ በህይወቱ

ፊት ነስቷቸው ሄደ ተስፋዬ በሞቱ።

ተስፋዬ ከፎቅ ላይ ተወርውሮ የገዛ ህይወቱን ባጠፋበት ደቂቃ የጥቁር አንበሳ ሆስፒታል አንቡላንስ ዘሪሁን ተክሌን ወደ ሆስፒታል ለመውሰድ እየጫነው ነበር። ራሱን እንደሳተ ነው። አንቡላንሱ ይዞት ሲሄድ፣ ከጥቂት አመታት በፊት ፓሪስ ላይ በእንግድነት ለአስራ አምስት ቀናት በቤቱ ያስተናገደው የያኔ ወዳጁ የአሁኑ ጠላቱ የተስፋዬ ደበሳይ እጣ ምን እንደሆነ አላወቀም።

ተስፋዬ ደበሳይን በአዲስ አበባ ከተማ ውስጥ በአካል ከሚያውቁት በጣት የሚቆጠሩ ሰዎች መሃከል ዘሪሁን ተክሌ አንዱ ነበር። ተስፋዬ ከነዚህ በጣት ከሚቆጠሩ የሚያውቁት ሰዎች አንዱ ከሆነው ከዘሪሁን ተክሌ ጋር በእዛ ቦታ፣ በእነዛ ሰከንዶች የመገናኘቱ እድል በሂሳብ ሲለካ ከሚሊዮን ለአንድ በላይ ነው። በዛች አስቀያሚ ቀን የማይገጣጠሙ ነገሮች ተገጣጥመው ተስፋዬ ህይወቱን አጣ።

የደርግን ሰላዮችና ወታደሮች ሳይቀር መታወቂያውን እያሳየ በቀላሉ የሚያልፈው ተስፋዬ፣ ደርግን ለማገልገል የወሰኑ የቀድሞ እውቆቹን ማለፍ ተሳነው። መኢሶኖች ኢህአፓን ለማጥፋት ለደርግ ለሰጡት አገልግሎት ከዚህ በላይ ማስረጃ ማቅረብ አይቻልም። የኔ መሲህ ህይወት የጠፋው፣ ምንም አይነት ተንኮል በማያውቀው፣ በባህሉና በመንፈሱ ከብዙ የሃገራችን ጉልተኛ ምሁራን የተለየ በሆነው የገዛ ዘመዱ እጅ መሆኑ የከፋ መሰቀቅ ጥሎብኝ አልፏል።

ኢህአፓ ዘሪሁን እንዲገደል ወስኖ ነበር። ቢቻል በጆንያ አድርጎ እንደ ተስፋዬ ደበሳይ ከአንድ ፎቅ ላይ ለመጣል ሃሳብ ነበረው። ተስፋዬ ከሞተ በኋላ ከዘሪሁን ጋር የነበረኝ ግንኙነት እንደቀጠለ ነበር። ኢህአፓም መንገድ ላይ ከዘሪሁን ጋር መታየቴ አደጋ እንዳለው የነገረኝ ከዛ በኋላ ነው። በዘሪሁን ላይ ታቅዶ የነበረው አንዱ የግድያ ውጥን የከሸፈው ከኔ ጋር በመሆኑ ተነግሮኛል። በዛን ወቅት በኔ የተነሳ እቅዱ በመሰረዙ በጣም ነበር ያዘንኩት።

በበኩሌ ዘሪሁንን በተመለከተ ማንኛውንም መረጃ ለኢህአፓ ለመስጠት ዝግጁ ነበርኩ። ዘመኑ እንደዛ ነው። በአለም ላይ ያሉ ነገሮችን መደርደር ስንጀምር "አንደኛ ኢህአፓ" ብለን ነው የምንጀምረው። "ሁለተኛ" ስንል ደግመን የምንጽፈው "ያንኑ ኢህአፓ" ነው። የህልውናችን ምክንያት አልፋና ኦሜጋው ኢህአፓ ነበር። ሁሉ ነገር ካለፈ በኋላ ግን በዘሪሁን መትረፍ አልተከፋሁም። መሲሁን መልሶ ነፍስ ለማይዘራበት ነገር ወይም የኢህአፓን ዓላማ

ለማያሳካ ነገር ለመበቀል ብቻ አንድ ተጨማሪ ህይወት አለማጥፋታችን ከመሲሁ ሞት ሃዘን ባያነጻኝም ከተጨማሪ ጸጸት አድኖኛል። ሃቁ ይህ ነው።

ምእራፍ 14. የላብአደር ቀን እልቂት እና የድመቷ ልጆች

ደርግ ተራማጅነቱን ለማሳየት በ1968 ዓ.ም የአለም ላብአደሮችን ቀን በይፋ ለማክበር በመወሰኑ የገጠመው ችግር ቀላል አልነበረም። ችግር የፈጠረበት ኢህአፓ ነው። ኢህአፓ ቀኑን ድርጅታዊ ጥንካሬውን ሊያሳይበት በመወሰኑ አብዮት/መስቀል አደባባይ ወደ ጦርነት ቀጠና ተቀይሯል። ኢህአፓን የሚያወድስ መፈክር በያዙ የላብ አደር ሰልፈኞችና እነዚህ መፈክሮች እንዲታዩ በማይፈልጉ የደርግ ሰዎች መሃከል የነበረው ትንቅንቅ ቀላል አልነበረም። በክፍል 8 በምእራፍ 4 "ጉለሌን አቀላናት" በሚለው ርእስ ስር በኢህአፓ በኩል የ1968ቱ የአለም ላብአደሮች ቀን አከባበር ምን ይመስል እንደነበር ዘርዘር አድርጌ አቅርቤአለሁ።

በ1969 ዓ.ም ደርግ የ68ቱ ችግር እንዳይደገም ስለሰጋ የአለም የላብአደሮችን ቀን በአብዮት አደባባይ ላለማክበር ወሰነ። በዚህ የተነሳ ኢህአፓ "የላብአደሩን ቀን በአል በራሴ መንገድ አከብረዋለሁ" ብሎ ወሰነ። በአሉን ለማክበር "የድርጅቱ አባላትና ደጋፊዎች በየቀበሌው የምሽት ሰላማዊ ሰልፍ እንዲያደርጉ" የኢህአፓ አመራር ትእዛዝ አስተላለፈ። ኢህአወሊ በተለይ አባላቱን በስፋት በማንቀሳቀስ ዝግጅት አደረገ። በአንዳንድ ቦታዎች የኢህአፓ የዲፌንስ ስኳድ (የመከላከያ ቡድን) አባላት ታጥቀው ሰልፉን እንዲቀላቀሉ ዝግጅት ተደርጓል።

ኢህአፓ በአሉ እንዲከበር በወሰነበት እለት ከሰአት በኋላ እኔ ግርማቸው ተደብቆ ይኖር ከነበረበት ቤት ነበርኩ። ቤቱ ከመናኸሪያ ወደ ልእልት ዘነበወርቅ ትምህርት ቤት ከሚወስደው መንገድ በስተግራ ተንገጥሎ በሚሄድ አንድ መንገድ ላይ ነው። ከግንፍሌ ወንዝ ድልድይ በፊት የነበረው የመጨረሻው የግራ መገንጠያ ላይ ነው። ቤቱ ከመገንጠያው በግምት ሁለት መቶ ሜትር ርቀት ላይ በግራ በኩል ነበር። እዛው እያለሁ መብረቁ መጣ። ግርማቸውን ለማናገር ፈልጎ ነበር የመጣው።

የኢህአፓን የምሽት ሰልፍ አስመልክቶ በደርግ በኩል እየተደረገ የነበረውን ዝግጅት ለግርማቸው በዝርዝር ነገረው። መብረቁ ቸኩሎ ስለነበር ቆሞ ነበር የተናገረው። "ደርግ የታጠቁ ካድሬዎችን በመኪና እያደረገ በከተማው ያሰማራ መሆኑንና ካድሬዎቹ ሰው ለመፍጀት የተዘጋጁ መሆናቸውን" ለግርማቸው ሲነግረው እዛው ሁለቱ አጠገብ ቆሜያለሁ።

የመብረቁ አነጋገር " ይህን ሰልፍ በተመለከተ አመራሩ አንድ ነገር ያድርግ፤ እኔ አላማረኝም" የሚል ይመስላል። አፍ አውጥቶ በግልጽ "ሰልፉን ሰርዙት" አላለም። ግርማቸው በዝምታ ነበር ያዳመጠው። የመብረቁ አመጣጥ መረጃ ለማድረስ ብቻ ነው። ውሳኔውን

ለነግርማቸው ትቶ፣ ከሹራቡ ስር በቀበቶው ከሆዱ ጋር አጣብቆ የያዘውን ኮልት 45 ሽጉጡን እያስተካከለ ውልቅ ብሎ ሄደ። መብረቁን ለመጨረሻ ጊዜ ያየሁት ያን እለት ነው።

መብረቁ እንደተመኘው ሰልፉ ሳይሰረዝ ቀረ። ሰልፉ በተካሄደበት ምሽት መብረቁ የገለጻቸው የደርግ ነፍሰ ገዳይ ካድሬዎች ከተማዋን በልጆቿ ደም አጨቀዩዋት። በየቀበሌው የወጣውን የኢህአፓ ሰልፈኛ በአውቶማቲክ መሳሪያ ጨፈጨፉት። ወታደሮችና ፖሊሶች አፍሰው እስር ቤት የጨመሯቸውን ሰልፈኞች በሙሉ ከየእስር ቤቱ አውጥተው በጅምላ ፈጇቸው። በዛ ምሽት ከአንድ ቤት አራት ልጆቻቸውን ያጡ የወላድ መሃኖች ተፈጠሩ።

ሰልፉ አርብ ምሽት ሚያዚያ 21 1969 ኢ.ም ተካሄደ። አርብ ምሽት ታናሽ ወንድሜ አምሃ እንደወጣ ሳይመለስ ቀርቷል። በሰፈሩ ውስጥ ከተገደሉትና አስከሬናቸውን ወላጆቻቸው ማግኘት ከቻሉት መሃል አልነበረም። “ወታደሮችና ፖሊሶች አፍሰው ያሰሯቸው ወጣቶች አሉ” ስለተባለ፣ ቅዳሜ እለት የፈረደባት እናቴ በየፖሊስ ጣቢያው ተንከራትታ፣ መርካቶ አራተኛ ፖሊስ ጣቢያ መታሰሩን አረጋገጠች። እሁድ እለት፣ እሷና ሌሎች በርካታ እናቶች ለልጆቻቸው ምግብና ልብስ ይዘው ወደ ጣቢያው ሄዱ። ፖሊሶች ምግብና ልብሱን አንቀበልም አሏቸው። ቅዳሜ ሌሊት፣ የደርግ ታጣቂዎች ሁሉንም እስረኞች ከፖሊስ ጣቢያው ወስደው እንደረሸኗቸው ነገሯቸው።

እናቴ ከፖሊስ ጣቢያው ተመልሳ በመጣችበት ወቅት የነበረችበትን ሁኔታ ቃላት ሊገልጹት አይችሉም። አብዳለች። አዝናለች። ቅስሟ ተሰብሮ ነበር። ሲቃና ሰቆቃዋ ሰማየ ሰማያትን ቀዶ ይሰማል። ዋይታዋ እንኳን ወገንና ዘመድን ቀርቶ፣ ማንንም ያያትን መንገደኛ ያስለቅሳል። እነዚህና ሌሎችም አገላለጾች ተደምረው የነበረችበትን ሁኔታ ሊገልጹት አይችሉም። ለዘላለሙ የማይረሳኝን ምስል ግን በጭንቅላቴ ይዤ እዞራለሁ። ሰአሊ ብሆን “የኢትዮጵያ እናቶች ዋይታ” የሚል ርእስ ሰጥቼ ሸራን ከቀለምና ከብሩሽ አገናኝቼ የምስለው ስእል ይሆን ነበር።

እናቴ ወደሰማይ ሁለት እጆቿን ዘርግታ እንደጎርፍ በሚወርደው እንባዋ እየታጠበ የነበረውን የሃዘን ሲቃ ያጨራመተው ፊቷን ወደላይ አንጋጣ፣

"ለምን? ለምን ዓላማ? ምን ሊጠቅምህ? እንደ ድመት በጥርሴ አንጠልጥዬ ያሳደግኩትን፣ እኔ እያለሁ ልጄን፣ ምንስ ባጠፋ እንዴት ጨከነህ?"[318] እያለች ፈጣሪዋን በእልህና በቁጭት ትጠይቀዋለች።

ተይ የሚላት የሚያጽናናት ዘመድና ጓደኛ ገና አልተሰባሰበም። በቀኝና በግራዋ የእናቴን ቀሚስ እንቅ አድርገው ይዘው፣ ትንንሽ አንገታቸውን አንጋጠው የእናቴን ፊት እየተመለከቱ በልጅነት ፊታቸው ላይ እንደ እናቴ እንባቸው እየወረደ ግቢውን አብረዋት እየዞሩ "ተው እትዬ አልታዩ" የሚሏት የዘውዱ ትንንሽ ወንድሞች ኀልያድና ፈርአን ነበሩ። ከእናቴ ጎን ጨርቋን ይዘው ሲዞሩ፣ ከሚያምረው የልጅነት መልካቸውና ከነፍሳቸው ንጽህና ጋር ፈጣሪ ለወቅቱ አጽናኝነት የላካቸው ትንንሽ መልአኮች ይመስሉ ነበር።

<u>እኛ ትልልቆቹ "ታጋይ ይሞታል እንጂ ትግል አይሞትም እያልን" እንባንና ለቅሶን የሽንፈት ምልክት አድርገን እንደተመለከትን፣ የወንድሞቻችንን ሞትና የእናቶቻችንን ሲቃ ከቁም ነገር ሳንቆጥረው፣ ያን ዘመን እንደዋዛ አሳለፍነው። አይ ስነልቦና ! አይ ዘመን!</u>

የተገደሉት ወጣቶች አስከሬን ምኒሊክ ሆስፒታል እንደሚገኝ ዜናው ሰኞ እለት መጣ። የወንድሜን የአምሃን አስከሬን ፈልጎ የማግኘትና የማምጣት ሃላፊነት ለአባታችን ተሰጠ። አባቴ፣ ከእናቴ የአጎት ልጅ ከአማረ ጌታሁን ጋር ምኒሊክ ሆስፒታል ሄዱ። የወጣት አስከሬን እንደመፅሃፍ በመደርደሪያ ላይ ተደርድሮ ጠበቃቸው። አባቶችና እናቶች የልጆቻቸውን ስም እየሰጡ የልጆቻቸውን አስከሬን ሆስፒታሉ የሚያስረክብበት ሁኔታ አልነበረም። ሆስፒታሉ በተለምዶ እንደሚያደርገው አስከሬንና ስምን ያገናኘ ሬኮርድ አልነበረውም።

ደርግ ልጆቹን በጅምላ ከፈጀ በኋላ ሆስፒታሉን እንደቆሻሻ ማራገፊያ ነበር የተጠቀመበት። የልጆቻቸውን አስከሬን ከሬሳ ክምር መሃከል ፈልጎ ማግኘት የወላጆች ስራ ሆነ። እንደ አየር መንገድ ሻንጣ ሬሳ እያገላበጡ፣ "ይህ የኔን ልጅ ይመስላል፤ ግን አይደለም"

---

[318] "ምንስ ባጠፋ?" የሚለውን የእናቴን ሲቃ የሞላው ለቅሶ ስሰማ እነዚያን ከክርስትና ዕምነት ውጭ የጎበኘቻቸውንና ያማከረቻቸውን ቃልቻዎችና ደብተራዎች እያሰበችና በዚህ ድርጊቷ የክርስትና አምላኳ ተቆጥቶ እንደቀጣት እያሰበች የምታለቅስ መስሎ ተሰምቶኝ ነበር። ለእናቴም ሆነ እጅግ በርካታ ለሆኑ የከተማው እናቶችና አባቶች በአብዮቱ ወቅትና ከዛም በኋላ ፊታቸውን ሙሉ በሙሉ ወደቤተክርስቲያን እንዲያዞሩ ያደረገው ምክንያት የልጆቻቸው እልቂት ሌላውም ደርግ የሚያወርድባቸው መከራ ከእምነታቸው በማፈንገጣቸው የተከሰተ አድርገው ስላዩት ነው የሚል ዕምነት አለኝ። በደርግ ጊዜና ከዛ በኋላ ቁጥሩ በከፍተኛ ደረጃ የጨመረው ወደ ቤተክርስቲያን የሚሄድ ህዝብ የተፈጠረው በደርግ ጭካኔና ጸረ ሃይማኖት መሆንና ለዚህ ምላሹን ለመስጠት ነው የሚባለው የተወሰነ እውነትነት ቢኖረውም ለክርስትና ዕምነት ተጠናክሮ መነሳሳት ዋናው ምክንያት እምነታችንን አጓድለን መከራ በራሳችንና በሃገራችን ላይ አመጣን የሚለው የማህበረሰቡ እይታ ነው።

እያሉ የልጆቻቸውን አስከሬን እስኪያገኙ ሬሳ እንዲያነሱና እንዲያስቀመጡ በወላጆች ላይ ተፈረደባቸው።

ሁሉም ወጣቶች እጃቸው ወደኋላ ታስሮ ነበር። የሁሉም እጆች ከትከሻቸው ተሰብሯል። ደርጎች ይህን ያደረጉት ወጣቶች በመጨረሻው ሰአት ራሳቸውን ለመከላከል እርምጃ እንዳይወስዱ ለማድረግ ነው።በዚህ አይነት ጨካኝ መንገድ የተገደለውን የልጁን አስከሬን ከሬሳ መሃል ፈልጎ አባቴ አገኘው። ለሆስፒታሉ የሚከፈለውን ክፍሎ፣[319] የሬሳ ሳጥን ገዝቶ፣ የልጁን አስከሬን ሳጥን ውስጥ ጨመረ።ግን "መውሰድ አትችልም ተባለ"። ሬሳ እንዳይለቀቅ ደርግ ያስተላለፈው መመሪያ ተፈጻሚ መሆን የጀመረው የወንድሜን አስከሬን አባቴ ከሆስፒታል ለማውጣት በተዘጋጀበት ደቂቃ ሆነ። ከዛን ሰአት በፊት አስከሬን ማውጣት የቻሉ ወላጆች የልጆቻቸውን አስከሬን ወስደዋል።

የአምሃ ጓደኛ፣ የሰለሞን ፋንታ እናት፣ የልጃቸውን አስከሬን ይዘው ሲመጡ እኔ ለኢህአፓ ስራ መኪና ይዤ ስንቀሳቀስ ሰፈራችን ውስጥ ተላልፈናል። እሳቸው ከፊት ፊት በሚገርም ፍጥነት ይራመዳሉ። ከኋላቸው ጥቂት ወንዶች በኬሻ የተጠቀለለውን የልጃቸውን አስከሬን ተሸክመው ኩስ ኩስ ይላሉ። አስከሬኑን ከምኒሊክ ሆስፒታል እስከ አዋሬ ድረስ በዚህ መንገድ ተሸክመው እንዳመጡት አሰብኩና ዘገነነኝ።

የአምሃ ጓደኛ እናት እንጀራ ጋጋሪ ነበሩ። በየሰው ቤት እየዞሩ እሳትና የሰው ፊት እየጠበሳቸው በመከራና በጭንቅ ልጃቸውን አሳደጉ። የሁለተኛ ደረጃ ት/ቤት ተማሪ ነበር። ከአሁን አሁን ደረሰልኝ ሲሉ ደርግ በእንቡጡ ቀጠፈው። ለእኝህ እናት ልጃቸው መተኪያ

[319] በደርግ ጊዜ ደርግ ወጣቶቹን ለገደለበት ጥይት ወላጆችን ገንዘብ አስከፍሏል ሲባል ሰምቼ ነበር። አባቴም ለሆስፒታሉ የከፈለው ገንዘብ እንደነበርና ይህም ክፍያ "ለጥይት ወጪ መሸፈኛ ነው" ተብሎ ተነግሮታል የሚለውን አምኜ እኔም "ነጻነትን የማያውቅ ነፃ አውጭ" በሚለው መጽሃፌ ላይ አባቴ ልጁ የተገደለበትን ጥይት ዋጋ ለደርግ ከፍሎ እንደነበር ጽፌአለሁ። ከብዙ ጊዜ በኋላ በምርጫ 97 ወቅት በኢህአዴግ የተገደሉ ወጣቶች ሬሳ ለመውሰድ እንደ ደርግ ጊዜ "የጥይት ዋጋ ይከፈላል" የሚል ወሬ ስለሰማሁ የተባለውን ለማመን ተቸገርኩ። ነገሩን ሳጣራ፣ ማንኛውም ሆስፒታል አስከሬን ሆስፒታል ገብቶ፣ በሃኪም መሞቱ ተረጋግጦ፣ የሬሳ ማስቀመጫ ክፍል ውስጥ እስከገባ ድረስ ሆስፒታሉ የሚጠይቀው መደበኛ ክፍያ እንዳለው ነው። ለሆስፒታሎች አንድ ሰው በጥይት ተገደለ ወይም በመኪና አደጋ ሞተ ለነሱ አስከሬን አስከሬን ነው። አስከሬኑን ለመውሰድ የመጣ ማንም ሰው መደበኛ ክፍያውን መክፈል አለበት። በደርግ ጊዜ የልጆቻቸውን አስከሬን ለመውሰድ ወላጆች ገንዘብ ከፍለዋል። ክፍያው ግን ለጥይቱ እንዳልነበር መታወቅ ይኖርበታል። ደርግ የገደለበትን ጥይት ከማስከፈል የከፋ ጭካኔ የሚፈጽም መንግስት ነበር። ለጥይት ግን ገንዘብ አላስከፈለም። ለፕሮፓጋንዳ ሲባል የተለቀቀን ነገር በታሪክ ጭብጥነት ማሳለፉ ነውር ነው ብዬ ስለማስብ ነው ማስተካከያውን የጻፍኩት። ታሪክም ሲጻፍ መሆን ያለበት ይህ ነው። በደርግ ወይም በኢህአዴግ ላይ የሚካሄድ ፕሮፓጋንዳ ከሆነ ግን ሌላም ነገር ጨምሮ ማውራት ይቻላል። ይህም ቢሆን በንቀት የሚታለፈው ከፖለቲካ ባህላችን ኋላቀርነት ጋር የተያያዘ በመሆኑ እንጂ ትክክል ስለሆነ አይደለም።

አልነበረውም። አንድና ብቸኛ ልጃቸው ነው። “የሃዘናቸውን ጥልቀት መግለጽ እችላለሁ” የሚል ደፋርና ባለጌ ብቻ ነው።

አባቴ ባዶ እጁን ተመለሰ። አባታችን ከህጻንነቱ ጀምሮ ባየው መከራ የተነሳ ስሜቱን አምቆ የኖረ ሰው ነው። አንድም ቀን ከልቡ ሲስቅ፣ አንድም ቀን ሲያለቅስ አይተነው አናውቅም። እቤታችን ውስጥ የቅርብ ዘመዶቻችን ሞተው ቀብረናል። ሲያለቅስ አይተነው አናውቅም።

አባቴ ባዶ እጁን ከሆስፒታል ሲመለስ ግቢያችን በሰው ተሞልቷል። አስከሬን ትጠብቅ ለነበረችው የልጁ እናትና ለተሰባሰበው ቤተዘመድና ወዳጅ ምንም ሳይዝለት መምጣቱ የተሰማው የግቢውን በር ረግጦ ሰውን ሲይይ ነው። ባዶ እጁን መምጣቱን ለሰው ለማሳየት እጁን ዘርግቶ ባዶ መዳፉን እያሳየ ገባ።

ለመጀመሪያ ጊዜ የአባቴን እንባ አየሁት። እንደሰው ሃዘኑን ጮሆ የሚገልጽ ሰው ነው ብዬ አስቤ አላውቅም ነበር። ድምጽ አውጥቶ ሲቃውን በቃል ገለጸ። “የወንድሞቼን ምትክ አገኘሁ ብዬ ነበር” አለ። ገና በህጻንነታቸው ከእናታቸው እግር ስር እየተጎተቱ ለታረዱት ወንድሞቹ ምትክ አድርጎ እንደሚያየን ነግሮን አያውቅም። የልጅነት ታሪኩን የሚያውቁት በሙሉ አብረውት አለቀሱ። የጉራጌዎቹ አጎቶቻችን የአንደኛው የወልደየስ ልጅ፣ በላይ ወልደየስ የዩኒቨርስቲ ሂሳብ አስተማሪ የነበረው አጠገባችን ነበር። እሱም እንደ እኛ የኢህአፓ ሰው መሆኑን በአብዱል በኩል ማወቅ ችያለሁ። የአጎቱን እሮሮ ሰምቶ ከመሃከላችን እንባ የወጣው እሱ ብቻ ሆነ። መነጽሩን አውልቆ አይኑን በመሃረብ አደረቀ።

<u>የተቀረነው እኔና ወንድሞቼ፣ እነ ጃፒና ዘውዱ “ታጋይ ይሞታል እንጂ ትግል አይሞትም እያልን” እንባንና ለቅሶን የሽንፈት ምልክት አድርገን እንደተመለከትን፣ የወንድሞቻችን ሞትና የአባቶቻችንን ሲቃ ከቁም ነገር ሳንቆጥረው ያን ዘመን እንደዋዛ አሳለፍነው። አይ ስነልቦና ! አይ ዘመን!</u>

በእንዲህ አይነት እለት ሳይቀር የኢህአፓ ስራ አይቋረጥም። ከተቋረጠ ታጋይ ብቻ ሳይሆን ትግልም ሊሞት ስለሆነ ስራ መቀጠል ነበረበት። እንደተለመደው ለምሽት ስራ ወጥቼ መሸብኝ። በእንደዛ አይነት እለት “እቤቴ ማደር አለብኝ” ብዬ ቆርጬአለሁ።

የምነዳው ከመርካቶ ወደ አዋሬ ቤታችን ነው። ከሰአት እላፊው ጋር ትግል ይዣለሁ። የአስራ አምስት ቁጥር አውቶቡስ የምትሄድበትን መስመር ይዤ በፍጥነት እየነዳሁ ቸርችል ጎዳና ላይ የባንኮ ዲሮማ መብራት ያዘኝ። ሰአቴን ስመለከት ለእኩለ ሌሊት የቀረው ሁለት

ደቂቃ ብቻ ነው። እንኳን መኪና ጆትም ቢኖረኝ በሁለት ደቂቃ አዋሬ እንደማልደርስ ግልጽ ነው። አሪስኮፖ ፒዜሪያ ሬስቶራንት ጋር ስደርስ እኩለ ለሊት ሊሆን የቀሩት ሰከንዶች ነበሩ።

ከሬስቶራንቱ በታች የነበሩት ባለ ቀይ መብራት የሴተኛ አዳሪ ቤቶች ሳይቀሩ ያለወትሯቸው በጊዜ ዘግተዋል። በሌሎች ቀኖች ከአብዮት ጠባቂዎችጋር ከፉና በጎ ተነጋግረው በስንት ጭቅጭቅ ነበር የሚዘጉት።

“ምን ያጨቃጭቃቸዋል፣ ሰአት እላፊ ከገባ ደንበኛ ላያገኙ” ብዬ አንዷን አንድ ምሽት ጠይቄያት አውቃለሁ።

“አንተ አታደርገው ይሆናል። ቅንዝር ጭንቅላቱ ላይ የወጣበትን አንዳንዱን ወንድ ሰአት እላፊ አይደለም የእሳት ግንብ አያግደውም” ነበር ያለችኝ ።

“ዛሬ ጉድ ሆንኩ፣ መኪና ውስጥ ማደሬ ነው። አብዮት ጠባቂዎች ወይም ወታደሮች ካገኙኝ ችግር ውስጥ እወድቃለሁ” እያልኩ ስጨነቅ ከአንድ በር የሚወጣ ቀይ መብራት ያለፍኩ መሰለኝ ። የመኪናዬ ጎማዎች እስኪጨሱ ድረስ የድንገተኛ ፍሬን እያያዝ ያዝኩ። የኋላ ማርሽ አስገብቼ ነዳሁ። ለኔ ታስቦ የተከፈተ ይመስል አንድ ክፍት የቀይ መብራት ቤት አየሁ። እኩለ ሌሊት ሆኗል። መኪናዬን ቆልፌ ሴተኛ አዳሪዋ ቤት ገባሁ።

“አስር ብር ይከፍላሉ” አለችኝ፣ አንድ በዕድሜ ሶስት እጥፍ የምትሆነኝ ሴትዮ። አልተከራከርኩም።

“አስቀድመው መክፈል አለብዎ” ሳትለኝ እኔው አስቀድሜ ከሸሚዜ ደረት ኪስ ውስጥ ከነበሩ ሁለት አስር ብሮች አንዱን ሰጠኋት።

አዳር አይበለው! ቀን እናትና አባቴን በዛ አይነት ሁኔታ አይቼ ፣ የወንድሜ ትኩስ አስከሬን አፈር ሳይለብስ፣ እኔ ከሴተኛ አዳሪ ጋር አልጋ ተጋራሁ። ችግሬ ያልገባት ኮማሪት፣

“ለምን ሱሪዎን አያወልቁም ?”

“ለምን ፊትዎን ወደ እኔ አዙረው አይተኙም ?”

“ለምን አያቅፉኝም? ተጠየፉኝ እንዴ ?”

“እንዲህ ከሚያደርጉኝ ገንዘብዎ ቢቀርብኝ ይሻለኝ ነበር” ።

"አንዴ ቢሞክሩኝ እርስዎ ይሆኑ ነበር እንቅልፍ የሚነሱኝ" ሌላም ሌላም እያለች ሰላም ያልነበረኝን ሰው ይበልጥ ሰላም ነስታኝ አደረች። እውነቱን ነግሪያትም ልታምነኝ አልቻለችም። ሌሊቱን ሙሉ

"ሆይ! ሆይ! እንዲህ አይነት ጉድ አጋጥሞኝ አያውቅም እናንተዬ !" እንዳለች እኔም አይኔ ሳይከደን ነጋ።

በሙብት ደረጃ የኢህአፓን በሕይወት ያሉ አመራሮች የፈለግኩትን ጥያቄ የመጠየቅ ሙብት እንዳለኝ ከዚህ በላይ መጻፍ ያለብኝ አይመስለኝም። መጻፍ ግን እችላለሁ። የወደቁትም፣ በሕይወት ያሉትም የኢህአፓ አመራሮችና አባላት የኔ ጀግኖች ናቸው።አቅማቸው፣ ብቃታቸውና እውቀታቸው የፈቀደላቸውን ያህል ለኢትዮጵያ ጭቁን ህዝብ ይበጃል ያሉትን ሰርተዋል። ሃገሪቱ የነበሯት ብሩህ አእምሮና ድፍረቱ የነበራቸው ልጆቿ እነሱው ነበሩ። አገር ባፈራው ምርጥ የሰው ኃይል ለኢትዮጵያ ጭቁን ህዝብ ታግለዋል።

እንኳን እነዚህን ጓዶቼን ቀርቶ የወንድሞቻችንን ገዳዮችም ሳይቀር የምከስበት ንጹህ ህሊና የለኝም። የዛን ዘመን አመለካከቴን፣ እምነቴን እኔው አውቀዋለሁ። ደርጎችና ተባባሪዎቻቸው እኛን እንዳጠፉን እኛም ከነሱ ባልተናነሰ ጭካኔ ልናጠፋቸው እንችል እንደነበር አውቀዋለሁ። አንዴ የመጠፋፋቱ ሂደት ከተጀመረ በኋላ ሁሉም ራሱን ስቶ ነበር። ወደ እዛ ሂደት እንዳንገባ የተሻለውን አማራጭ ይዞ የመጣው ድርጅት ኢህአፓ መሆኑን ግን መዘንጋት የለብንም።

ወታደሩንና ሁሉንም አብዮታዊ ሃይሎች ያካተተ የብሄራዊ አንድነት አብዮታዊ ጊዜያዊ ህዝባዊ መንግስት የማቆሙን የኢህአፓን አማራጭ ወደ ጎን ገፍተው ስልጣን ለብቻቸው በሞኖፖል ለመያዝ የወሰኑት ኮሎኔል መንግስቱና ተባባሪዎቻቸው ማህበረሰቡን አስከፊ ግፍጫ ውስጥ መክተታቸውን ማመን አለባቸው። ከዚህ ውጭ የጭካኔያቸው ሰለባ ብቻ ስለሆንኩ "ከነሱ የተሻለ የሞራል ስብእና ነበረኝ" ብዬ አልመጻደቅም። የሁላችንም የአብዮት ጡጦ የተሞላው "በሰው ልጆች ህይወት ክቡርነት" ወተት አልነበረም። "አብዮት የእራት ግብዣ አይደለም" በሚለው የሬት ጠጅ ነበር።

"ሰዎች ታሪክን ይሰራሉ ግን እንዳሻቸው አይሰሩትም" የሚለውን የማርክስ አባባል የምደጋግመው ያለምክንያት አይደለም። ብዙ ልንረዳቸው የማንችላቸውን የማህበረሰባችን ታሪኮች እንድንረዳ ማድረግ የሚችል ብርሃን ስለሚፈነጥቅልን ነው። አባባሉ በሁላችንም ላይ የደረሰውን ትራጄዲ በተሻለ ያብራራዋል። በጥልቅ ሰብዓዊ ፍልስፍና እና በላቀ ሳይንስ ላይ

የተመሰረተን የሶሺሊዝም የፖለቲካ ርእዮተ አለም በጉልተኞች የባህል እስር ቤት ሆነን ልንፈጽመው በመሞከራችን ሁላችንም ተያይዘን መቀመቅ ወርደናል። ምኞታችን ጥሩ ነበር። ታሪክ ግን በምኞት አይሰራም።

ስለ ማህበረሰባችን፣ ስለ ሃገራችንና ስለራሳችን ብዙ የማናውቀው ነገር ነበር። ፖለቲካ በቲዎሪ እንጂ በተግባር ምን እንደሚመስል ተመክሮ ያለው ሰው በመሃላችን አልነበረም። ያ ትልቁ ስብራታችን ነው። እንዲህ አይነት ተመክሮ ከነበረው ሰው ምክርና ተግሳጽ ተቀብሎ የወቅቱን እድሎች በአግባቡ መጠቀምና ተግዳሮቶቹን በተሻለ መቋቋም በተቻለ ነበር። ልጆች ነበርን፤ ሲበዛ ልጆች ነበርን። ይህ ሃቅ በሁሉም ካምፕ ተሰልፎ የነበረውን ትውልድ በሙሉ ይመለከታል።

የሶሻሊዝም ነገር ሲነሳ ልብ ማለት ያለብን ነገር አለ። ዛሬ በሶሺያሊዝም ስም ህዝባቸውን ተጠልቶ የማያልቅ መስዋእትነት ካስከፈሉትና ስለሶሺያሊዝም ብዙ ጥሩምባ ከነፉት ከሩሲያና ከቻይና ይልቅ የስካንዳኔቪያን ሃገሮች እነ ኖርዌይና ስዊድን ለሶሻሊዝም ህልም ቀርበው መገኘታቸው ሊያስደንቀን አይገባም። የቻይና እና የሩሲያ ጣጣ ገና አልተጀመረም። የኛ ሙከራ የተካሄደው ከሩሲያና ከቻይና የከፋ ጨለማ ውስጥ በነበረ ማህበረሰብ ውስጥ ነው።

መንግስቱ ሃይለማሪያም፣ ሃይሌ ፊዳ፣ መኢሶን፣ ሰደድ፣ የውድቀታችን ሰበቦች እንጂ ምክንያቶች አልነበሩም። ደርጎችና መኢሶኖችም ለውድቀታቸው ምክንያት ውስጣቸውን ሊፈትሹ ይገባል። በሚዛን ይቀመጥ ከተባለ ከነሁሉም ድክመቱ በ1966 ዓ.ምና ከዛም በኋላ ኢህአፓ ካቀረበው የጊዜያዊ ህዝባዊ መንግስት ምስረታ የተሻለ ከችግር መውጫ አማራጭ አልነበረም። አሁን ያለንበት ዘመን እውነትን በሚዛን የምንለካበት ዘመን ሳይሆን እውነትን በድፍረት ማየት የሚገባን ዘመን ነው።

ከማንም በላይ የኢህአፓ አመራር ይህን የማድረግ የታሪክና የሞራል ሃላፊነት አለበት። ከዚህ አኳያ፣

(ለላብአደሩ ቀን እልቂት ዋናው ተጠያቂ ደርግ መሆኑ እንደጠበቀ ሆኖ፣

የ1969 ዓ.ም የላብአደር ቀን እልቂት ልናስቀረው የማንችለው ነገር ነበር ወይ?

የመብረቁን መረጃ ከግርማቸው ሌላ ማን ያውቅ ነበር?

መረጃው በመጣበት ሰአትና ሰልፉ በተካሄደበት ሰአት መሃከል በትንሹ ከአራት እስከ አምስት ሰኣታት የሚሆን ጊዜ አለ። ኢህአፓን ለመሰለ የተማከለ ድርጅት እንኳን በሰኣታት በደቂቃዎችም ውስጥ ሰልፉን ሊሰርዘው ይችላል። ለምን ሳይደረግ ቀረ?

እንደ ኢህአፓ በህቡእ ለሚሰራ ድርጅት አባላቱ ከማህበረሰቡ ተለይተው የሚያደርጉት ሰልፍ፤

አንድ፣ አባላቱ በማህበረሰቡ ተለይተው እንዲታወቁ አያደርግም ነበር ወይ?

ሁለት፣ አባላቱ እርስ በርስ እንዲተዋወቁ አያደርግም ነበር ወይ?

ሶስት፣ አባላቱ ከማህበረሰቡ ተለይተው ለሰልፍ መውጣቸው ለደርግ ጨፍጫፊዎች ሁኔታውን አላቀለለም ወይ? ይህ አይነት ድርጊት የመጀመሪያው አልነበረም። ከዛ ቀደም ብሎ “የመሬት ላራሹን አዋጅ ለመደገፍ” በሚል ምክንያት ጠቅላላ የኢህአድ አመራርና ሁነኛ አባላት ለብቻቸው ተለይተው የአምስት መቶ ሰልፈኞች ሰልፍ እንዳደረጉና ድርጊቱ አደገኛ እንደነበር በ”ያ ትውልድ” መጽሃፉ ክፍሉ ታደሰ ጽፎት አንብቤአለሁ። ለምን ይደረግ ነበር? ለምን ከመጀመሪያው ጥፋት አልተማርንም?

በደርግ ውስጥ ከነበሩት የኢህአፓ ሰዎች፣ የነሻምበል ምገስና የነመቶ አለቃ አለማየሁ እልቂት በኋላ፣ የላብአደሮች ቀን እልቂት የኢህአፓን እጣ ከወሰኑት ኩነቶች ትልቁ አልነበረም ወይ? ለኢህአፓ ታሪካዊ ፋይዳነቱ በምን ደረጃ ይታያል?)

የኢህአፓ ታሪክ ሲጻፍ እነዚህን ለመሰሉ ጣር ለበዛባቸው ጥያቄዎች መልስ መስጠት መቻል አለበት። በግልም ይሁን በቡድን የተፈጸሙ ስህተቶች ከነበሩ ባለታሪኩ ህዝብ የማወቅ መብት አለው። በተለይ ምክንያቶቹን። ትምህርቱ ያለው እዚያ ላይ ነውና። ዓላማው ለመካሰስ፣ ለመወነጃጀል አይደለም። የስነ ልቦና ጠበብቶቹ እንደሚሉት ይህን ቁስል የሞላው የታሪክ ምዕራፋችንን ሥርዓት ባለው መንገድ ለመዝጋት (closure) ነው። ሌላው ሁሉ ቀርቷል ። ሁሉም የከፈለውን መስዋእትነት መጪው ትውልድ ትምህርት የሚማርበት ነገር ከማድረግ የዘለለ ቁም ነገር ሊሰራበት አይችልም። ለተሰውቱም ከዚህ የተሻለ ማስታወሻ ልንተውላቸው አንችልም።

ምእራፍ 15. አምሃ የጀግና ሞት

አበበ የድርጅት ስሙ ነበር። ሻምበል አምሃ እውነተኛ ስሙ። ከዳሽን ምግብ ቤት ፍልሚያ በኋላ በተደጋጋሚ የማገኘው ሰው ሆኗል። ከፍልሚያው በኋላ ቶሎ ስራ መጀመሬ የደህንነት አደጋ እንዳለው ለአመራሩ አሳስቤያለሁ። አመራሩ "ችግር የለውም" በማለት በሶስተኛው ቀን ስራ እንዳስጀመረኝ ቀደም ባለው ምእራፍ ገልጫለሁ። የመጀመሪያ ስራዬ አምሃን ከፍልሚያው በኋላ ከተደበቀበት ማንሳትና ወደሌላ ቤት መውሰድ ነበር።

በዛን ዘመን አዲስ አበባ ሥርዓት ያለው የመንገድ የቤት አድራሻዎች ያልነበሩት ከተማ ነው።የሞባይል ስልክ ገና አልተፈጠረም። በእንደዛ አይነቱ ሁኔታ እንዴት እያደረግን እርስ በርስ እንገናኝ እንደነበር አሁን ሳስበው ስራችን ሁሉ ተአምር ይመስለኛል። ሰው ለማምጣት ሄጄ ከሰዎቹ ጋር መገናኘት አቅቶኝ ባዶዬን የተመለስኩበት ቀን እንደነበር አላስታውስም። በየትኛውም ቦታና ሁኔታ አገኛቸዋለሁ ወይም ያገኙኛል።

እስከማስታውሰው ከአንድ ቀን በስተቀር ለስራ ተልኬ ዕቃ ወይም ሰው ሳላደርስ ወይም ሳላመጣ ቀርቼ አላውቅም። እርግጥ ነው ያ አንድ ቀን ትልቅ ቀን ነው። የቁጭራን ባንክ ገንዘብ የሚቀበለኝ ሰው ከቤቱ ያልተገኘበት እለት ነበር ። ያን እለትም ቢሆን የገጠመኝ ችግር ቤቱን አለማግኘት ችግር አልነበረም። ጓዱ ከቤቱ ያልተገኘው ጫት ለመቃም ወይም ሺሻ ለማጨስ ከቤቱ ወጣ ስላለ አልነበረም። ከአቅሙ በላይ የሆነ ችግር ገጥሞት ነው።

አምሃን አንቀሳቅስ በተባልኩበት እለት የምሄድበትን ቦታ አቅጣጫ እንዴት እንደነገሩኝ አላስታውስም። የሄድኩት ወደ ፈረንሳይ ለጋሲዮን ነበር። አንድ ቦታ ላይ ወደ ቀኝ ታጠፍኩ። "ታጠፍ" የተባልኩበት ቦታ ነበር ማለት ነው። ከዛ "መኪና መሄድ እስከሚችልበት ንዳ" ሳልባል አልቀረሁም። መሄድ እስከምችልበት ሄጄ ቆምኩ።

ከነበርኩበት ቦታ በሩቁ ሰፊ ሜዳ ይታያል። ከሜዳው ባሻገር ቤቶች ነበሩ። ሜዳው የእርሻ መሬት ሊሆን ይችላል። መኪናዋን ካቆምኩበት ቦታ የአካባቢውን የመሬት አቀማመጥ በደንብ ተመልክቼው ነበር። አንድ ሰው ወደ ሜዳው ለመሄድ ከፈለገ ወንዝ ማቋረጥ ያለበት የሚመስል ነገር ነበረው። ወንዝ መኖሩን የጠረጠርኩት ከመንገዱ ማለቂያ ጀምሮ ያለውን ቁልቁለትና ልምላሜ በማጤን ነው። በግራና በቀኝም ብዙ ቁጥቋጦና ዛፍ አለ።

እንዴት እንደእዛ አይነት ቦታ ቀጠሮ እንደተያዘ ሳስበው ይገርመኛል። አምሃን ባላገኘው "አላገኘሁትም፤ ምን ይሻላል?" ብዬ ምክር የምጠይቅበት ወይም ሌላ መመሪያ የምቀበልበት መንገድ አልነበረም። እሱም እንደዛ በመንግስት ይፈለግ የነበረ ሰው "ባያገኘኝ ምን ያደርግ ነበር?" ብዬ ራሴን ስጠይቅ መልሱ ይጨንቀኛል። "መሄድ እስከምትችለው ሄደህ ጠብቀው፣ ይመጣል" ተብያለሁ። እጠብቃለሁ።

በአካባቢው ምንም አይነት የሰው እንቅስቃሴ አልነበረም። ከጥቂት ደቂቃዎች በኋላ ወንዝ ሊኖር ይችላል ብዬ ከጠረጠርኩት ገደላገደል ውስጥ አንድ ሰው አጠና ተሸክሞ ብቅ አለ። ሱሪው እስከ ጉልበቱ ተጠቅልሏል። አሮጌ፣ ክፍት፣ ከፕላስቲክ የተሰራ ያረጀ የቤት ጫማ አድርጓል። "አምሃ ሊሆን ይችላል" ብዬ ፈጽሞ አልጠረጠርኩም። መኪናዋ ጋር ሲደርስ አጠናውን ወደ ቁጥቋጦ ውስጥ ወረወረውና ወደ እኔ መጣ። ያኔ ነው አምሃ መሆኑን ያወቅሁት።

በፍጥነት ወርጄ የዕቃ መጫኛውን በር ከፍቼ አስገባሁት። የያዝኩት አንዲት ነጭ ትንሽ የዕቃ መጫኛ ሬኖ ቫን ነበር። ዕቃ መጫኛው ፊት ካሉ ወንበሮች ጋር አይገናኝም። ድፍንና ምንም መስኮት ያልነበረው ቫን ነው። አምሃ ጨለማ ውስጥ ቫኑ ወለል ላይ ተቀምጦ ጉዞ ጀመርን። የሚጓዘው በድምጽ ብቻ ከኔ ጋር እየተነጋገረ ነው።

"መብረቁ አሮጌው ፖስታ ቤትጋ ይጠብቅሃል። ከሱ ጋር ሆናችሁ ነው ሰውየውን ወደ መጠለያው የምታደርሱት ተብዬ" ነበር።

መብረቁን ፍለጋ ፒያሳ ወደነበረው ወደ አሮጌው ፖስታ ቤት አቀናሁ። እኔና አምሃ ከዳሸኑ ምግብ ቤት ፍልሚያ በኋላ ለመጀመሪያ ጊዜ መገናኘታችን ነበር። ብዙ የምናወራው ነገር አለ። ቤተ መንግስት ገብቼ መውጣቴን ስነግረው ማመን አልቻለም። እንዴት ወልደመድህን መገደሉን እንዳወቅሁና ሻለቃ መንግስቱ እነበርንበት ቦታ ድረስ መጥቶ የወልደመድህንን አስከሬን መመልከቱን ነገርኩት።

አምሃም፤

"እዛ ሸራ ላይ ወድቆ የሚያየው አስከሬን የኔ ቢሆን የበለጠ ይደሰት ነበር። በማምለጤ በጣም እንደተቃጠለ እርግጠኛ ነኝ" አለኝ።[320]

---

[320]ለዚህ አባባሉ የበለጠ መረጃ የሚሆነው፣ ኮሎኔል መንግስቱ"ትግላችን" በሚለው መጽሃፋቸው ስለ አምሃ የጻፉትና ቀደም ብዬ ከጠቀስኩት በላይ፣ በገጽ 461 – 462 " ሃምሌ 27 1969 ዓ.ም ከምስኮ

እንዲህ እያወጋን የድሮ ፖስታ ቤት ጋር ደረስን። እሱ ምንም ነገር ስለማይታየው የት እንደደረስንና ምን እያደረግሁ እንደሆነ የምነግረው እኔ ነበርኩ። ከትንሽ ድራማ በኋላ ሙብረቁን አሳፍሬ ከግሪክ ትምህርት ቤት አጠገብ ወደ ነበረው የቀበሌ አስራ ዘጠኝ ሊቀመንበር የጓድ ዳኛቸው አየለ ቤት አመራን። የአምሃ መኖሪያ የቀበሌው ሊቀመንበር ቤት ሆነ።

ወደ እዛ ቤት ሰው ብቻ ሳይሆን ገንዘብና በርካታ መሳሪዎች ወስጃለሁ። ያ ቤት ከብዙ ቤቶች በተሻለ ለኢህአፓ የደህንነት ዋስትና የነበረው ቤት ነው። አምሃ መንቀሳቀስ ስለማይችል እዛ ቤት ውስጥ እንደ እስረኛ ተዘግቶ ይውላል። ለተለያዩ ስራዎች ወደ እዛ ቤት በሄድኩ ቁጥር አገኘዋለሁ። ብዙ ነገሮችንም አጫውቶኛል።

ከላብአደሮች ቀን እልቂት በኋላ አንድ ጠዋት ወደ እዛ ቤት የሄድኩት ለራሱ ጉዳይ ነበር። የኢህአፓ አመራር "አምሃ ከከተማ መውጣት አለበት" ብሎ ወስኗል።[321] ከከተማ ለመውጣት እንዲችል በሌላ ሰው ስም አዲስ የቀበሌ መታወቂያ ማውጣት ያስፈልገን ነበር። አምሃ ፎቶግራፍ አልነበረውም። ፎቶ ቤትም ሄዶ መነሳት የሚችል ሰው አልነበረም። በዚህ የተነሳ እዛው እቤት ውስጥ ፎቶ አንስተነው ፊልሙን ውጭ ወስደን ማሳጠብ ነበረብን። ግርማቸው ይህን ማድረግ እችል እንደሆነ ሲጠይቀኝ፣

" ችግር የለውም" አልኩት።

እነ ዘውዱ ቤት፣ የአንድ አየር ኃይል ውስጥ የሚሰራ ዘመዳቸው በአደራ የተቀመጠ ዘመናዊ ካሜራ ነበር። "ቶሎ ይመለሳል" ብሎ በማሰብ ዘውዱ ቤተሰቦቹን ሳያሳውቅ ደብቆ አዋሰኝ። የዛን እለት ጠዋት የሄድኩት ፎቶ ላነሳው ነው። እንዳማራጭ እንዲያገለግሉን በርከት ያሉ ፎቶዎች አነሳሁትና ቁጭ ብለን ማውራት ጀመርን።

ጠዋት ተነስተን ወደ አዲስ አበባ የምንበር ስለመሆናችን ደርግ ውስጥ ባሏቸው ወኪሎቻቸው አማካይነት መረጃ ደርሷቸዋል (ኢህአፓዎች)። በእኔ ላይ ብቻ ሳይሆን አብረውኝ ባሉ የልኡካን አባላት ላይና እንዲሁም አውሮፕላን ማረፊያ ሊቀበሉን በሚመጡ የደርግ አባላት፣ በመከላከያ ሰራዊት የአመራር አካላትና በሚኒስትሮቻችንም ላይ የሞት ቅጣት በይነዋል። ለግድያው አፈጻጸም ያዘጋጁት እቅድ ሻምበል አምሃ በተባለ የፖሊስ ሰራዊት መኮንን የሚመራ የነፍሰ ገዳዮች ቡድን በቦሌ መንገድ ግራና ቀኝ ..... ሞት የፈረዱባቸውን ሰዎች በመትረየስ ለመልቀም ነው።" የሚል ታሪክ እናነባለን። የሚገርመው ነገር ሃምሌ 29 1969 ሻምበል አምሃ አፈር ከበላው ከሶስት ወር በላይ አልፎት ነበር። የተገደለውም በኮሎኔሉ የጸጥታ ሃይሎች፣ ሞቱም የተገለጸው የእሳቸው መንግስት በሚቆጣጠረው መገናኛ ብዙሃን ነው። አምሃ ከሞት ተነስቶ ካልሆነ በቀር የሃምሌ 29 1969 የግድያ ሙከራ መሪ መሆን አይችልም። ይህ የሚያሳየው ለኮሎኔል መንግስቱ ሻምበል አምሃ መቃብር ውስጥ እያለም እንቅልፍ ይነሳቸው እንደነበር ነው። አምሃም፣ ሻለቃ መንግስቱ "እዛ ሸራ ላይ ወድቆ የሚያየው አስከሬን የኔ ቢሆን የበለጠ ይደሰት ነበር" ያለው ምን ያህል እውነት እንደነበር ያሳየናል።

[321]ከፍሉ ታደሰ፣ "ያ ትውልድ" ቅጽ 2፣ ገጽ 281- 282 "ሻምበል አምሃ በሲዳሞ ክፍለሃገር በመፈጠር ላይ የነበረውን የኢህአፓን ሰራዊት ለመቀላቀል ዝግጅት በማድረግ ላይ ነበር።"

“ማን ነበር ስሙ ?” አለኝ። አስቀድሞ ሰምቶ ስለነበር የሚጠይቀኝ ስለተገደለው ወንድሜ ነበር።

“አምሃ” አልኩት። ከርሱ ስም ጋር መመሳሰሉን አስቦ ነው መሰለኝ በጣም ተከዘ። በተካሄደው እልቂት በጣም አዝኗል። ከማዘንም አልፎ በጣም ተናዷል።

“ስማ ከቤ” አለኝ። “እዚህ ሁሉ ጣጣና መከራ ውስጥ አንገባም ነበር። መንግስቱን እንግደለው ያልን ጊዜ አመራሩ ተስማምቶ ቢሆን ኖሮ። በቀላሉ ልንገድለው የምንችልበት ሁኔታ ተፈጥሮ ነበር። ስልጣኑን ሁሉ ተቀምቶ ቤተመንግስቱ ውስጥ “እኔ ብቻዬን የሰራሁት ነገር የለም፤ ሁሉንም በአንድ ላይ ነው የሰራነው እያለ ስራ ፈትቶ ላይ ታች ሲል ነበር የሚውለው” አለኝ ።

“ታዲያ አመራሩ በምን ምክንያት አትግደሉት አለ ? ” ብየ ጠየቅሁት

“ድርጊታችን አብዮት ሳይሆን የቤተመንግስት መፈንቅለ- መንግስት ይመስላል። የከተማ አመጽ አደራጅተን ከአመጹ ጋር እርምጃውን መውሰድ ይሻላል ስላሉ ተውነው” አለኝ ።

“እኛ አብዮተኞች እንጅ ፈንቃዮች አይደለንም” የሚለውን በየህዋሱ ይካሄድ የነበረውን የኢህአፓ አመለካከት ስለማውቀው በአመራሩ አቋም ብዙም አልተገረምኩም።[322]

[322] በሌላ በኩልም ክፍሉ በያ ትውልድ ቅጽ 2 መጽሃፉ በገጽ 275 ብርሃነመስቀል...ኻሊቃ መንግስቱን የመሰለ ርእሰ ብሄር ማሰወገድም ሆነ መግደል የፑቲሽስቶች (የቤተመንግስት ፈንቃዮች) እርምጃ ነው ሲል ተቃወመ ።” ይለናል። ቅንፍ ውስጥ ያለው የኔ ነው። የኢህአፓ አመራር ለአምሃ “ፈንቃይ አይደለንም” ማለቱ የሚያሳየው የብረሃነመስቀል አመለካከት ምን ያህል በሌሎችም አመራሮችም ላይ ተጽእኖ እንዳሳደረ ነው። “ክፍሉ እንደሚለው እነብርሃነመስቀልና ጌታቸው ማሩ የሚያቀርቡት ተቃውሞ በአብዛኛው የማእከላዊ ኮሚቴ አባላት ተቀባይነት ባያገኝም በተግባር ማእከላዊ ኮሚቴውን ያሰረው ለመሆኑ አምሃ ይገናኛቸው የነበሩት የድርጅቱ አመራሮች ኻሊቃ መንግስቱን በተናጠል ላለመግደል የሰጡት ምክንያት በቀጥታ የብርሃነመስቀልን ቋንቋ የተዋሰ መሆኑ ነበር። እንደሚመስለኝም የማእከላዊ ኮሚቴው ከነብርሃነማስቀል ክስ ለመዳን የመንግስቱን ግድያ በከተማው ከሚቀሰቀስ አጠቃላይ አመጽ ጋር ለማያያዝ ጥረት በሚያደርጉበት ወቅት በኻሊቃው ተቀድሟል። ክፍሉ እንዲህ አይነት የህዝባዊ አመጽ ዝግጅት ስለመኖሩ ብዙም ለመናገር ፈቃደኛ አይመስልም። በወቅቱ መሬት ላይ ስንሰራ ከነበረው አጠቃላይ ስራና (ስንት በርሜሎች የተቃጠለ የመኪና ዘይት ለሞሎቶቭ ኮክቴል መስሪያ ከየጋራዡ ከመብረቁ ጋር እየተመላለስኩ እንደጫንኩ አስታውሳለሁ። የመሳሪያ እንቅስቃሴው፣ በወጣት ሊጉ ዙሪያ ይደረጉ የነበሩ ዝግጅቶችና ስራዎች) ከራሱ ከሻምበል አምሃ አንደበት ከሰማሁትና እኔም በወቅቱ አይቀሬ እንደሆነ ይሰማኝ ከነበረ ስሜት ተነስቼ የህዝባዊ አመጽ ዝግጅት ነበር እላለሁ። የአመጹ ዋናው ዓላማ ኻሊቃ መንግስቱን እነአምሃ እንደጠየቁት በሚገደልበት ወቅት ድርጊቱ የፈንቃዮች ድርጊት እንዳይመስል ለማድረግ ብቻ ነበር። ይህ የአመራሩ ድርጊት የኢህአፓ አመራር ምን ያህል በነብርሃነመስቀል አስተያየት እጅና እግሩ ታስሮ እንደነበር ያሳያል። ጥረታቸው “ግድያውን አብዮታዊ ነው”በማለት ለራሳቸው ማሳመኛ ይሁን ለነብርሃነ መስቀል ማባበሊያ የሚያውቁት እነክፍሉ ብቻ ናቸው። የተመከሮ እጥረት ያልኩት ይህን ነው። በእንዲህ አይነቱ አጣብቂኝና አስቸጋሪ ሁኔታ ተመክሮ ያለው ሰው እርምጃውን

በተለይ አመራሩ "መንግስቱ ምንም ማድረግ የሚችለው ነገር የለም" ብሎ ባሰበበት ወቅት "መንግስቱንም ገድሎ ግድያውን የህዝብ አመጽ ውጤት አድርጎ ማቅረብ ይቻላል" ብሎ መዘናጋቱ ብዙም ሊደንቀን አይገባም። ነገሮች ካለፉ በኋላ አመለካከታችን ሁሌም ይቀየራል። ወደኋላ እየተመለስን ብዙ ነገር ካወቅን በኋላ ይህን ማድረግ ነበረብን፣ ይህን ማድረግ አልነበረብንም ማለት የተለመደ ነው። ነገሮችን የኋልዮሽ እያዩ መናገር ቀላል ነው" የሚባለው ለእዚህ ነው።

ተመክሮና ዕውቀት ጠቀሜታው ለዚህ ጊዜ ነው። በስልጣን ትግል አካባቢ ግለሰቦች ምን ያህል አደገኛ ሊሆኑ እንደሚችሉ የቤተ መንግስት ሴራና ተንኮል ላይ በቂ ዕውቀትና ተመክሮ የነበረው ሰው፣ መንግስቱን በቅድሚያ አስወግዶ ለፕሮፓጋንዳው የሚጨነቀው በኋላ ነበር። የኢህአፓ የወጣት ምሁራን አመራር ከፖለቲካ እውነታ ይበልጥ ለርእዮተአለማዊ ቀኖና ተገዥዎች በመሆናቸው ለመንግስቱ ፋታ መስጠቱ የሚያመጣውን አደጋ ማየት የሚችሉ አልነበሩም።

ከመንግስቱ የግድያ እቅድ ጋር የተያያዘ መሆኑን ባላውቅም ኢህአፓ የተቀነባበረ የከተማ ህዝባዊ አመጽ ለማድረግ ዝግጁትን እያጠናቀቀ እንደነበር አስታውሳለሁ። ተማሪዎች ትምህርት፣ ላብአደሮች ስራ እንዲያቆሙ፣ በቀበሌ ደረጃ በሞሎቶቭ ኮክቴል ቦንቦችና በመሳሪያ የተደገፈ አመጽ ለማድረግ ታቅዷል።

ሻለቃ መንግስቱ እነ ተፈሪ በንቲን ገድሎ በቴሌቪዥን መስኮት ብቅ አለ። "ምሳ ሊያደርጉን ያሰቡንን ቁርስ አደረግናቸው" የሚል መግለጫ ሲሰጥ የኢህአፓ የአመጽ ዝግጅት ተግባራዊ ለመሆን የቀሩት ጥቂት ቀናት ብቻ ነበር። የሻለቃ መንግስቱ "የምሳና የቁርስ አገላለጽ" ይህ ዝግጅት እንደነበር መረጃ የደረሰው ይመስላል። የመንግስቱ ተቀናቃኞች የዘነጉት፣ በዛን ወቅት ሻለቃ መንግስቱ የቆሰለ አውሬ መሆኑንና ከሱ ጋር አብረው የቆሰሉ አደገኛ አማካሪዎችም እንደነበሩት ነው።[323] "ምንም ማድረግ አይችልም" ብለው ንቀው የተውት አንድ ግለሰብ ከሱ በላይ ብቃትና ችሎታ የነበራቸውን በርካታ ሰዎች ቀደመ። የታሪክን አቅጣጫ አስቀየረ።

ወስዶ ለህዝብ ግንኙነት ስራው የሚጨነቀው በኋላ ነበር። የአምሃም ቁጭት ከዚህ ግንዛቤ የመጣ ነው። ወፏ ከበረረች በኋላ ።

[323] የኢህአፓ ነገር በጣም ያስጨንቃቸው የነበሩት በነተፈሪ በንቲ መጠናከር መግቢያ እናጣለን የሚል ስጋት ውስጥ የነበሩት እንደ የወዝ ሊጉ ሊቀመንበር እንደ ሰናይ ልኬና እንደ መኢሶኖች አመራሮች አይነቶቹን ማለቴ ነው።

የአምሃ ቁጭትና ንዴትም ነገሮችን የኋልዮሽ በመመልከት ነበር። “ዞረን ዞረን መንግስቱን መግደላችን ላይቀር፣ “አመጽ”፣“አብዮት” ስንል ብዙ ህዝብ አስፈጀን” የሚል ስሜት ውስጥ ነበር።

የኢህአፓ አባላት፣ ደጋፊዎችና ተባባሪዎች የነበሩ የደርግ አባላት በመንግስቱ አንጃ መመታት የኢህአፓ መጨረሻው መጀመሪያ ነበር። በደርግ እጅ የተሰባሰበው አመጽን የመጠቀም ሞኖፖሊ በመንግስቱ እጅ ተጠቃሎ ገባ። በ”ነፃ እርምጃ” ስም መንግስት በእጁ የነበረውን የአመጽ መሳሪያ ያለምንም ገደብ በስራ ማዋል ሲጀምር፣ የኢህአፓ የከተማ የትጥቅ ትግል ስትራቴጂ ወደ ብራዚል ኮምኒስት ፓርቲ ትራጀዲ ተቀየረ።

ኢህአፓ ያልተረዳው ነገር ቢኖር የድርጅቱ የከተማ ጥንካሬ ስልጣን ላይ በነበረው መንግስት ውስጥ በተፋጠጡ ሃይሎችና ያ ፍጥጫ ባስከተለው የመንግስት መሸመድመድ እንደነበር ነው። መንግስቱ ጓደኞቹን በመግደል ለመሸመድመዱ እልባት ሰጠው። ኢህአፓ ማለፍ የማይችለው ፈተና ውስጥ ወደቀ።

(ከጸሃፊው ያልታተመ የ2007 ጽሁፍ የተወሰደ። የሃይልን ፖለቲካ (power politics) በተመለከተ የሃገራችን የፖለቲካ ምሁራን የነበራቸውንና ያላቸውን የግንዛቤ ችግር ለመግለጽ ተጽፎ ከነበረ ጽሁፍ የተቀነጨበ ማብራሪያ።

“ለምን ያ “የምንወደውና የሚወደን ህዝባችን” በሚል የፍቅር ቃላቶች ታጅሎ ለዘመናት የኖረው የአፄ ሃይለስላሴ መንግስት አይወድቁ አወዳደቅ ወደቀ? ከሌሎች ነገሮች በተጨማሪ ቁልፉ ምክንያት ንጉሱ በህዝብ ላይ አመጽ የሚሰነዝሩበት ዋናው መሳሪያ፣ የጦር ሰራዊቱ ስለከዳቸው ነው። ሰራዊቱ ባይከዳ ኖሮ ፣ የተነሳውን የተማሪ፣ የሰራተኛ፣ የመምህራን፣ የታክሲ ነጅዎችና ወዘተ የተበጣጠሰ ተቃውሞ ስርአቱ ደፍጥጦ ያለምንም ችግር መቀጠል ይችላል።

ስርአቱ ሰፊ የእመቃ እርምጃ ቢወስድ የአመጸው ማህበረሰብ በተደራጀ መልኩ ይህን የእመቃ እርምጃ የሚቋቋምበት ተመሳሳይና ጠንካራ የመከላከያና የማጥቂያ መሳሪያ እስካልያዘ ድረስ መሪዎቹንና አስተባባሪዎቹን ገብሮ እሱም የሚቀጣውን ቅጣት ተቀብሎ አንገቱን ደፍቶ ለተወሰነ ጊዜ መቀጠሉ አይቀርም። መሪዎቹና አስተባባሪዎቹ እንዲሁም ሌሎች የነቁ የማህበረሰቡ አባላት የሚኖሩት በየራሳቸው ቤቶች ተበታትነው ስለሆነ ቁጥራቸው እንኳን በመቶዎች በሺዎችም ቢሆንም አንድ መንግስት ታንክና መድፍ ሳያወጣ የፖሊስ ሃይሉን መጠቀም ሳያስፈልገው፣በጣት በሚቆጠሩ መሳሪያ መታጠቅ ጭራሽኑ በማያስፈልጋቸው የደህንነት ሰወች ተራ በተራ ከየቤታቸው መልቀምና ማጎር የሚቸግረው ጉዳይ አይደለም። ከቤታቸው ብቻም አይደለም፣ ከየመስሪያ ቤታቸው፣ ከትምህርት ቤታቸው፣ ከየመንገዱና መዝናኛው ቦታ በፈለገው ሰአትና ጊዜ ሁሉንም መልቀም ይችላል።

በደርግ ዘመን እንዲህ አይነቱን መንግስታዊ የእመቃ አቅም በመሳሪያ ሃይል እመክታለሁ ብሎ አዲስ አበባ ከተማ ውስጥ ትጥቅ አንስቶ የተንቀሳቀሰው ኢህአፓ (የኢትዮጵያ ህዝብ አብዮታዊ ፓርቲ) እጣው ትጥቅ ካልነበራቸው ድርጅቶች የተለየ አልሆነም። ምክንያቱም የደርግ መንግስት በዚህ የከተማ ፍልሚያ ሊኖረው የሚችለውን ከፍተኛ የበላይነት (adavantage) ኢህአፓ ግምት ውስጥ ባለማስገባቱ ነው። በኢህአፓ እጅ የተወሰነ መሳሪያ ስለነበር ደርግ የኢህአፓን አባላት ለመልቀም በሚንቀሳቀስበት ወቅት የተወሰነ ጥንቃቄ እንዲያደርግ ከመገደዱ በስተቀር የኢህአፓን አባላት የመልቀሙ ስራ ማንም መሳሪያ ያልታጠቀን ተቃዋሚ አንድ መንግስት ከሚለቅምበት የተለመደ አሰራር ውጭ የጠየቀው ነገር አልነበረም።

ደርግ የአንድን የኢህአፓ አባል መውጫና መግቢያ፣ የት እንደሚኖር ወዘተ ካጠና በኋላ ግለሰቡ ፈረንጆች እንደሚሉት የተቀመጠች ዳክዬ (sitting duck) ነበር። ለመታደን የተመቻቸ ማለት ነው። ደርግ በመረጠውና በተመቸው ሰአት ግለሰቡን መያዝ ወይም መግደል ሌላም የፈለገውን ማድረግ ይችላል። ኢህአፓ ግን በጣት የሚቆጠሩ የታጠቁ አባላት ቀርቶ በሺዎች የታጠቁ አባላት ቢኖሩትም ቁጥር ብቻውን የሚያመጣው ለውጥ አልበረም። እነዚህ አባላት በከተማው ውስጥ በአንድ ማዕከል ወይንም በብዙ ጠንካራ ቡድኖች ተሰባስበው የደርግን የተደራጀ ሃይል ማሸነፍ በሚችል ደረጃ እስካልተደራጁና ለዚህም የሚሆን አቅም ይዘው እስካልተገኙ ድረስ ቁርጠኛነቱና ሌላ ሌላውም ትርጉም አይኖረውም። ይህ እስካልሆነ ድረስ እያንዳንዱን በማህበረሰቡ ውስጥ ተበታትኖ የሚኖርን የኢህአፓን ታጣቂ ወይንም የታጠቀ ቡድን መልቀም ወይም መፍጀት ለደርግ የሚቸግረው አልነበረም። የሆነውም ይህ ነው። ኢህአፓ በህቡእ የሚሰራ ድርጅት ሆኖ ሲያገኘው፣ ደርግ ምንም መከላከያ ያልነበረውን የኢህአፓ አባል ወይም የኢህአፓ አባል ይሆናል ብሎ የጠረጠረውን ሰው በሙሉ በጅምላ በማሰርና በመግደል ችግሩን ተወጥቶታል።

በደርግ ዘመን በታየው አሰቃቂ የጅምላ እመቃና ግድያ ፊት "እንዴት ማህበረሰቡ አንድ ነገር ለማድረግ ሳይንቀሳቀስ ቀረ?" የሚል ወቀሳ ሲዘነዘር ይሰማል። ለደርግ ግፍ፣ በዝምታ ግፉን ያሳለፈውን ማህበረሰብ ተጠያቂ የማድረግ ዝንባሌ ከአንዳንድ አካላት ዘንድ ይታያል። ይህ የተሳሳተ አመለካከት የሚመነጨው በሚገባ በተደራጀ የደርግ የአመጽ መተግበሪያ ማሽነሪ ፊት በተመሳሳይ የተደራጀ መግደርደሪያ ሳይኖረው እያንዳንዱ የማህበረሰብ አባል በተናጠል ወይም በጥቂት ቡድኖች አማካይነት የሚያደርገው መንፈራገጥ፣ ተንፈራጋጩን ከማስመታት በስተቀር ለውጥ የሚያመጣ ነገር እንዳልነበር ካለመረዳት ነው።

የማህበረሰቡ አባላት ቀደም ብዬ እንደጠቀስኳቸው የኢህአፓ አባላት ተበታትነው በየቤታቸው የሚኖሩ ናቸው። የሆነ ተቃውሞ ለማድረግ ቢነሱ ተቃውሞው በሚሊዮን የሚቆጠሩ ዜጎችን ያካተተና በአንድ ጊዜ የሚደረግ እስካልሆነ ድረስ ጥቂት ተቃዋሚዎች እጣቸው የደርግ ሰለባ መሆን ነበር። ዜጎች ደግሞ በሚሊዮኖች ሊነሱ የሚችሉበት ሁኔታ፣ የተራመደ ኢኮኖሚና ማህበራዊ አደረጃጀት ካላቸው የሲቪል ማህበረሰባቸው እድገት መሳሪያ ታጣቂውን ማሽማቀቅ የሚችል ደረጃ የደረሱ ሃገር ህዝቦች እንጂ እንደ ኢትዮጵያ እጅግ ሃላቀርና የሲቪል ማህበረሰባቸው እድገት ዜሮ በሆነበት ሃገር የማይታሰብ ነበር። ማህበረሰቡ ከወጣቱ በላይ አቅሙን የሚያውቅ፣ በቅጥልጥሎሽ በተያያዙ የዘመናት የእመቃ ታሪክ የተላላፈለት የጋራ ዕውቀትና ትውስታ (collective memory) ያለው በመሆኑ ነው ያልተንቀሳቀሰው። ጀግንነት ስላጣ፣ ፈሪ ስለሆነ አልነበረም። ይህ ላለመሆኑ ማረጋገጫው ደርግን የሚቃወሙ እንደ ሻዕብያና ወያኔን የመሰሉ በሚገባ የተደራጁ የአመጽ ቡድኖች ሲመጡ የማህበረሰቡ አባላት ደርግን ያለምንም ፍራቻ በጀግንነት ሲዋጉት አይተናል።

በሌላ በኩልም ኢህአፓ የደርግን የሃይል የበላይነት እመክትባቸዋለሁ ብሎ የተማመነባቸው፣ የተደራጁ የህብረተሰብ ክፍሎች፣ ሰራተኛው፣ መምህሩ፣ ተማሪው፣ በተለይ ሰራተኛው ፣ የእድገት ደረጃው ዝቅተኛነት፣ የቁጥሩ አነስተኛነት፣ በሃገሪቱ ኢኮኖሚ ውስጥ ከሰራተኛው ጋር የተያያዘው የኢኮኖሚ ዘርፍ ደካማነት፣ በዚህ ላይ ደርግ ጠንካራ የሰራተኛ ማህበር መሪዎችንና አባላትን በመግደልና በማሰር በወሰደው ጭካኔ የተሞላበት እርምጃ ታክሎበት ኢህአፓን ከደርግ ጥቃት ለመከላከል የቻለ አልሆነም። ደርግ ኢህአፓን በከተማ ከመታና ከዛም አልፎ በተደራጀ መልኩ ችግር ሊፈጥሩ ይችላሉ ብሎ ያሰባቸውን የብዙሃን ማህበራት በተለይ የሰራተኛውንና የመምህራኑን ማህበራት በራሱ ካድሬዎች ሙሉ በሙሉ ተቆጣጠረ። ቀጥሎም ሌሎቹን ተቀናቃኝ ድርጅቶቹን ተራ በተራ ማጥፋት ጀመረ።

ከኢህአፓም ውጭ በመኢሶንም (መላው ኢትዮጵያ ሶሻሊስት ንቅናቄ) ላይ የደረሰው አሳዛኝ እጣ ስልጣንና የሃይል ፖለቲካን በተመለከተ ድርጅቱ ይዞት ከነበረው ተመሳሳይ የተሳሳተ ግንዛቤ የመነጨ ነው። መኢሶን ለደርግ ሂሳዊ ድጋፍ በመስጠት ራሱን ለማደራጀ ጊዜ ለማግኘት ያደረገው ሙከራ በሚገባ ሂሳብ ውስጥ ያልጨመረው ነገር የድርጅት አቅሙ የመንግስትን የአመጽ ሞኖፖሊ የሚሰብር ሆኖ እስካልተገኘ ድረስ በሚሊዮን የሚቆጠሩ ገበሬዎችንና ዜጎችን በድርጅቱ ውስጥ ማቀፉ የትም ሊያደርሰው እንደማይችል ነው።

መኢሶን ከደርግ ጋር በተፋታበት ወቅት ድርጅቱ ብዙ የደከመባቸው የከተማና የገጠር የብዙሃን ማህበራት ምንም ሳይፈይዱ የመኢሶን መሪዎችና የታወቁ ካድሬዎቹ በደርግ እየታደኑ ያለቁበት ምክንያት፣ በደርግ የተደራጀ አመጽ የመተግበር አቅም ፊት በየቤታቸው ተበታትነው የሚኖሩ የመኢሶን አባላት ምንም ማድረግ የማይችሉ በመሆናቸው ነው። ለአንድ አምባገነን መንግስት ሂሳዊ ድጋፍ በመስጠት ስልጣን እወስዳለሁ ያሉ በርካታ በአለማችን የነበሩ ድርጅቶች እጣቸው እንደ መኢሶን አምባገነን መንግስትን አጠናክሮ መጥፋት የሆነው ለእዚህ ነው። ሂሳዊ ድጋፍ ከግፍጫ ነፃ በሆነ መንገድ

መታሰብ ያለበት እንጂ ወደፊት ለሚደረግ ግፍጫ ራስን ማዘጋጃ ተደርጎ መታየት እንደሌለበት ከመኢሶን ትልቅ ትምህርት መማር ይገባል። አስፈላጊ ከሆነም ወደ ግፍጫ ለመሄድ እቅድ ያለው ለአንድ መንግስት የሚሰጥ ሂሳዊ ድጋፍ፣ ሂስ በሚያደርገው መንግስት ጉያ ውስጥ ተቀምጦ ሳይሆን የመንግስት የአመጽ ሃይል ሊደርስበት ከማይችልበት ቦታ ሆኖ ብቻ መሰራት የሚገባው እንደሆነ የመኢሶን ታሪክ ተገቢ ትምህርት ሰጥቶ አልፏል። "በኢትዮጵያ ውስጥ ከመንግስት ጋር ለመጋፈጥ አቅሙ የለንም። ይህን አቅም እስከናደራጅ የመንግስት ወዳጅ ሆነን ስራ እንሰራለን። ወቅትና ጊዜን ጠብቀን ግፍጫ ውስጥ እንገባለን" በሚል ስሌት የሚንቀሳቀሱ የፖለቲካ ድርጅቶች ሊያውቁት የሚገባው ነገር የኢትዮጵያ የኢኮኖሚና የማህበራዊ እድገት ደረጃ አንድ ትልቅ ቦታ እስኪደርስና ከዚህ እድገት ጋር ተያይዞ ትልቅና ሰፊ የሲቪል ማህበረሰብ ሳይመሰረት ድርጅቶቹ በሚያስቡት ግፍጫ የአመጽ ተቋማቱን የሚቆጣጠረው ወገን ሁሌም በአሸናፊነት እንደሚወጣ ነው።

ደርግ ተቀናቃኞቹን ተራ በተራ ካጠፋ በኋላ በአዲስ አበባም ሆነ በሌሎች ከተሞችና የደርግ ግዛቶች ከአንድ የሃገሪቱ ጥግ ከሚሰማው ድምጽ በስተቀር ኮሽ የሚል ነገር አልነበረም። የደርግ ራስ ምታት የሆኑት፣ በከተሞችና በገጠሮች ተበታትኖ እንደሚኖረውና በተናጠል ለመታታት እንደተመቻቸው ማህበረሰብ በቀላሉ ሊያገኛቸውና ሊያጠቃቸው የማይችላቸው፣ ደርግ ሳይሆን እነሱ በመረጡት ወቅትና ቦታ እሱን መምታት የሚችሉበትን እድል አስፍተው የያዙት፤ በገጠር የሚደረግ የትጥቅ ትግል ጀምረው የነበሩት፣ መጀመሪያ ሻዕቢያ ቀጥሎም ወያኔ ሆኑ። ደርግ በተራው የተቀመጠች ዳክዬ ሆነ። በመጨረሻም የደርግን የተደራጀ አመጽ የመጠቀም ሞኖፖሊ በሌላ በተደራጀ አመጽ የተገዳደሩትና ያወደሙት ሻዕቢያና ወያኔ ለድል በቁ።)

የኢህአፓ አመራር እነ ሻምበል ሞገስና እነ መቶ አለቃ አለማየሁ የተገደሉ ጊዜ የታየበት መደናገጥና ሃዘን ምን ያህል የከተማው ትግል ከነዚህ ሰዎች በደርግ ውስጥ መኖር ጋር የተያያዘ መሆኑን የሚያስረዳ ነው።[324]

---

[324]ክፍሉ ታደሰ በ "ያ ትውልድ" ቅጽ 2 ውስጥ እጅግ በሚደንቅ መልኩ በደርግ ውስጥ በነበሩት ሁለት አንጃዎች መሃከል ይደረግ የነበረውን ትግል ኢህአፓ በርቀት ይመለከተው እንደነበር አካል አድርጎ የጻፈው ይመስለኛል። እርግጥ ነው ከተገደሉት ሰዎች መሃል ብዙዎቹ የኢህአፓ ሰዎች መሆናቸውን ይገልጻል። በሁለቱ ቡድኖች ግፍጫ የሻለቃ መንግስቱን ስልጣን ለማዳከም ኢህአፓ በደርግ ውስጥ ለነበሩ አባላቱ የሃሳብ አስተዋጽኦ እንዳደረገ ይገልጻል። ሆኖም ግን የአባላቱ መገደልና የሻለቃ መንግስቱ የበላይነት ማግኘት ለኢህአፓ በመብረቅ ከመመታት ልዩነት የሌለው ጉዳይ እንደነበር አድርጎ አይጽፈውም። እኔ በወቅቱ ከተስፋዬ ደበሳይም፣ከግርማቸውም፣ ከራሱም ከክፍሉ የዛን ሰሞን ስሜቶች የተረዳሁት ክፍሉ በመጽሃፉ እንደሚያቀርበው የአነስተኛ ጉዳት ስሜት አልነበረም። ሁሉንም እንቁላላችንን አንድ ቅርጫት ውስጥ አስቀምጠን ሻለቃ መንግስቱ ቁጭ ብሎበት እንደደፈጠጠው አድርገው ያዘኑ ነበሩ። የነሻምበል ሞገስን መሸነፍንና የሻምበል አምሃን "መግደላችን ላይቀር" ትችት አንድ ላይ በጥሞና ያካተተ አጻጻፍ፣ ክፍሉ መፅሃፍ ውስጥ አይታይም። ከትረካ ወደ ትንተና ይወስደኛል ከሚል ፍራቻ ከሆነ ስህተት ይመስለኛል። ያነሳሁት ጉዳይ የትረካው አካል ነው። ይህን በተመለከተ "ኢህአፓና የኢትዮጵያ አብዮት" በሚል ርእስ በ1970 በጻፍኩት 14 ገጽ ጽሁፍ ውስጥ በወቅቱ የነበረኝን ግንዛቤ ዘርዘር አድርጌ አስቀምጫለሁ። ሰነዱን ያዘጋጀሁት ትግራይ በረሃ ውስጥ ነበር። ከከተማ እልቂት ተርፌ ትግራይ በደረስኩበት ወቅት ከኢህአሰ አባላት ስለኢህአሰ ባገኘሁት መረጃ የተነሳ በኢህአፓ ላይ ተስፋ ቆርጬ በነበረበት ወቅት ነው። ጽሁፉን የጻፍኩት "ትግሉን አዲስ ድርጅትም ቢሆን አቁመን እንቀጥላለን እንጂ አገር ጥለን አንሰደደም" ከሚል እልህ ነበር። "ኢህአፓ ትግሉን መርቶ ከግብ ማድረስ ከማይችልበት ደረጃ ላይ ደርሷል" የሚል ዕምነት በያዝኩበት ወቅት ነው። ከዚህ ተነስቼ ኢህአሰ ከህወሃት ጋር ባደረገው ጦርነት ተማርከው በህወሃት እጅ ከነበሩትና በሃሳቤ ከተስማሙት ከከበደ ከአሰግድና ከአላዛር (ጥበበ) ጋር ህአን (ህዝባዊ አብዮታዊ ንቅናቄ) በሚል ስም ልናቆማት አስበን ለነበረች ድርጅት የምስረታ ሰነድ ያዘጋጀሁት ነው። ሰነዱ በህወሃት የሰነድ ማስቀመጫ መዝገብ ቤት (archive) እንዳለ ሰምቻለሁ። መቼም አሁን ካለሁበት ሁኔታ ወደኋላ ተመልሼ ሳስበው ያን ጽሁፍ በእንዴት አይነቱ የድንቁርና እስር ቤት ውስጥ ሆኜ እንደጻፍኩት ይሰማኛል። በ14 ገጾች ልሸፍናቸው

አምሃን ፎቶ ካነሳሁት በኋላ እዛው ቤት እያለሁ ግርማቸው ስልክ ደውሎ ሌላ ስራ ሰጠኝ። ካሜራውን ከአምሃ ፎቶ ጋር ይዞ ወደተሰጠኝ ስራ መሄዱ ጥሩ አልመሰለኝም። "ተመልሼ እወስደዋለሁ። የሰው ካሜራ ነው አደራ" ብዬ ለአምሃ ትቼለት ሄድኩ። አምሃንም ካሜራውንም ለመጨረሻ ጊዜ ያየኋቸው ያን እለት ሆነ።

ያን እለት እንዳሰብኩት ስራዬን በጊዜ ጨርሼ ወደ አምሃ መመለስ አልቻልኩም። በማግስቱም እንዲሁ መሄድ ሳልችል ቀረሁ። ቀጥለው የነበሩት ቀናት የእረፍት ቀናት ነበሩ። እሁድ እለት ይመስለኛል ደርግ የተለመደውን የቤት ለቤት አሰሳ ለማድረግ ወሰነ።

አምሃ ይኖርበት የነበረው ቤት፣ የቀበሌውን አሰሳ በሃላፊነት የሚመራው የራሱ የቀበሌው ሊቀመንበር ቤት ነው። በመሆኑም ምንም የሚያሳስብ ነገር አልነበረም። ሳሎን ቤት፣ ፎቴ ላይ ተቀምጦ እግሩን ጠረጴዛ ላይ ሰቅሎ ቀኑን በመዝናናት የማያሳልፍበት ምንም ምክንያት አልነበረም። ግን እንደዛ አልሆነም።

የምከርኳቸውን ትልልቅ እርሶች ሳስበው ይዘገንነኛል። ከተወሰነ ጊዜ በኋላም ድርጅት ለማቆም የተሰበሰብነውን አራት ሰዎች ተመልከቼ የሃገሪቱ አብዮት የገጠመውን ትልቅ ቀውስ የምናመላክት እንደነበርን መረዳት ችዬ ነበር። የሃገሪቱ ከፍተኛ አብዮታዊ ምሁራን ከአብዮቱ ተወግደው አብዮተኞች ነን የምንለው እንደኔ ከዩኒቨርስቲ ትምህርታችንን ያቋረጥን፣ እድሜያችን 25 ያልደረሰ፣ እንደነ አልአዛርና እንደአሰግድ ሁለተኛ ደረጃ ትምህርታቸውን ያልጨረሱ ወጣቶች የነበርንበት ሁኔታ ነው። ህወሃትም እኛን በመሰሉ ሰዎች የሚመራ ድርጅት ነበር። ደርግም ከኛ ብዙ ልዩነት በሌላቸው በቂ ዕውቀትና ተመክሮ በሌላቸው ወታደሮች የሚመራ መንግስት ነው። የኛ ድርጅት የማቆም ሙከራ የትም ሳይደርስ ቀረ። በአጠቃላይ የነበረውን ሁኔታ ላጤነው አብዮቱ ውርጃ እንደገጠመው ከዚህ የተሻለ ማስረጃ ማግኘት አይቻልም።የኢህአፓንና የመኢሶንን የአብዮታዊ ምሁራን ካፒታል የበላች ሃገር ውስጥ አብዮት እየተካሄደባት ነበር ማለት በአህያ መብረር ይቻላል ከማለት ልዩነት ያልነበረው ጉዳይ ነው።እንዲያም ሆኖ ህዝብና ሃገር ከአብዮታዊ ምሁራኖቹ እልቂት ጋር ተያይዘው አልጠፉም። በከፍተኛ የሃገሪቱ ምሁራኖች የማይመሩ ቢሆንም የሃገሪቱንና የህዝቡን የወደፊት እጣ ለመወሰን የሚፋለሙ ሃይሎች መኖራቸው ገሃድ ነበር። ከካርታ ቁማር ምሳሌ ብንዋስ አገሪቱ "የታደላት እጅ" (the cards in hand) ያው በሃገሪቱ ካሉት ድርጅቶች መሃል ነው። በምኞት ከደርግና ከህወሃት ውጭ ሌሎች የላቁ ድርጅቶች መፍጠር አይቻልም። ፖለቲካ የሚሆኑ ነገሮች ጥበብ ነው። የሃገሬ ጉዳይ ያገባኛል የሚል ሰው አንድም የራሱን ድርጅት ያቆማል፣ አሊያም ካሉት መሃከል የተሻለውን ይመርጣል። በፖለቲካ ከዝንጀሮ ቆንጆ ምን ይመራርጡ ብሎ ነገር የለም። ምክንያቱም እኛ አንመርጥም ብንልም አንዷ ዝንጀሮ ስልጣን መያዟ አይቀርም። ስልጣን ይዛ ሌላው ቀርቶ የምንተነፍሰውን አየር ጥራት እስከመቆጣጠር ትደርሳለች። ስለዚህም የሆነ ነገሯንም፣ የመቀመጫዋን ቅላትም ቢሆን፣ አይተን አንዷን የፖለቲካ ዝንጀሮ መምረጥ ይኖርብናል። ከ1983 ቀደም ብዬና ከዛም በ1983 ኢህአዴግን የመረጥኩት ከዚህ ሎጂክ ተነስቼ ነበር። ህወሃትም ይሁን ኢህዴን እነሱ የማይቀበሏቸው እኛ የምናየው ጉድለቶች ቢኖሯቸውም፣ የፈለግነውን አቃቂር ብናወጣላቸውም ከእነሱ በላይ የእኔ ትውልድም ሆነ፣ እልቂታቸው ለሚያሳዝነኝ የሃገሪቱ አብዮታዊ ምሁራን የሚቀርብ ድርጅት የለም። አለን የሚሉ ካሉም ከወረቀት ያለፈ ህልውና እስከሌላቸው እንደሌሉ ይቆጠራሉ። ምርጫው ወይ መገለል ወይ መምረጥ ነበር። ለኔ በየትኛውም ጊዜ መገለል አማራጭ ነው ብዬ ተቀብዬ አላውቅም። በሃገርና በህዝብ ጉዳይ መገለል ራስን ከመካድ ልዩነት የለውምና።በዚህ ጉዳይ ላይ ሰፋ ያለ ትንተና ለማንበብ የፈለገ ፣ "ነጻነትን የማያውቅ ነፃ አውጭ" የሚለውን መጽሃፌን ማንበብ ይችላል።

በዛን እለት የሆነውንና ቀጥዬ የማቀርበውን የሚገርም ታሪክ ያጫወተኝ ከእኛ ጋር በዳሸን ምግብ ቤቱ ፍልሚያ ወቅት አብሮን የነበረው ወጣት ነው። አልአዛርን/ጥበበን ያገኘሁት የአሰሳው እለት ካለፈ ከአንድ አመት በኋላ በ1970 ዓ.ም ነው። አልአዛር በዛን እለት ከአምሃ ጋር በቀበሌው ሊቀመንበር ቤት ውስጥ ነበር። ታሪኩን ሲተርክ እንዲህ ይላል።

"እስከ ምሳ ሰአት ያለምንም ጭንቅ በሰላም ዋልን። ከሰአት በኋላ የውጭው የግቢ በር በኃይል ተንኳኳ። ነገሩ ስላላማረን "ለክፉም ለደጉም" ብለን ለመደበቂያ በተዘጋጀው ኮርኒስ ውስጥ በመሰላላችን ወጣን። መሰላሉንም ስበን ኮርኒስ ውስጥ አስገባን። የገባንበትን ቀዳዳ መልሰን በጥንቃቄ ዘጋን። አንድ አንድ የእጅ ቦንብ ይዘናል። የውጭው በር ሲከፈት ይሰማናል። የሚጮሁ ሰዎች ድምጽም አለ።

ሰዎቹ ወደ ዋናው ቤት መጥተው በሩን አስከፍተው ገቡ። በቀጥታ የመጡት እኛ ያለንበት ክፍል ውስጥ ነበር። ከላይ በትንሽ ቀዳዳ አምሃ ቁልቁል ያያቸዋል። ሰዎቹ አንድ ሰው ይዘው ነበር የመጡት። የሚመራቸው እሱ ነው። ከክፍሉ የሳንቃ ወለል መሃል አንዷ ሳንቃ ስትነሳ ከወለሉ በታች ተቆፍሮ የተዘጋጀው የዕቃ ማስቀመጫ ጉድጓድ አለ። የመጣው ጠቋሚ ሁሉን ነገር ጠንቅቆ የሚያውቅ ነበር። ጣውላዋን አንስቶ ጉድጓዱን ከፈተው።

ሰውየውን ይዘው የመጡት ሰዎች በጉድጓዱ ውስጥ የተከማቸውን የመሳሪያ ብዛት ሲመለከቱ ጭንቅላታቸውን ይዘው "ኢህአፓ ጉድ ሆነች" እያሉ መፈንደቅ ጀመሩ። ሌላ ክፍል ውስጥ የነበሩት ሰዎቻቸው ወሬ ለማየት መጡ። በጠቅላላው ከነጠቋሚው ቁጥራቸው ከስድስት በላይ ነው።

አምሃ የዚህን ጊዜ ቀስ ብሎ በጆሮዬ "የኢህአፓ ቤት እንደማንም ጋለሞታ ቤት ማንም ዘው ብሎ የሚገባባት ቤት እንዳልሆነ እናሳያቸው" አለኝ። ሁለታችንም የእጅ ቦንቦቻችንን መጠበቂያዎች ነቀልን።የኮርኒሷን ቀዳዳ ትንሽ ከፈት አድርገን ሁለቱንም የእጅ ቦንቦች ከስራችን በነበሩት ሰዎች ላይ ለቀቅናቸው። ኮርኒሱ ተደረመሰ። ከኮርኒሱ ጋር አብረን ወደቅን። ክፍሉን አቧራ ጢስ ሞላው። መተያየት አልቻልንም።

እኔ እግሬ ላይ ቆስዬ እየደማሁ ነበር። አምሃ ግን በጣም ነበር የተጎዳው። እኔ እያነከስኩም ቢሆን መንቀሳቀስ እችላለሁ። አምሃ መቆም የሚችል አልነበረም። "እዚህ ከኔ ጋር ብትሞት ማንንም አትጠቅምም፤ ሌሎች መጥተው መግቢያ መውጫውን ሳይዘጉት አምልጥ" አለኝ።

ለራሱ "እዚያ ቤት ውስጥ የተከማቹ መሳሪያዎች ጥይት ወይም ከቆሰለው ሰውነቱ ይፈስ የነበረው ደሙ ፈሶ እስከሚያልቅ እንደሚዋጋና እንደሚሞት" ነገረኝ። በእንዲህ አይነት ሁኔታ ጥየው ወጣሁ። እኔ ከግቢው ወጥቼ እስከምሄድ ሌላ የመንግስት ኃይል አልደረሰም።

ትንሽ እንደተጓዝኩ አንድ ድግስ የነበረበት ቤት ሰዎች ቁስሌን በጨርቅ አስረው የሚፈሰውን ደም አስቆሙልኝ። ሌላ አደጋ የደረሰብኝ እንጂ ፈንጂ ያቆሰለኝ አልመሰላቸውም። ከዛ ወጥቼ ወደምሄድበት ሄድኩ" ብሎኛል። [325]

ያን እለት ከሰአት በኋላ፣ ወደ አስር ሰአት ገደማ፣ በቀበሌ ቁጥር ሞክሸንትና በአመጸኛነት በመታወቁ ይመስለኛል የኛ የአዋሬው ቀበሌ አስራ ዘጠኝ በማክ በመጡ ወታደሮች በድንገት ተወርሯል። ወታደሮቹ ግንፍሌ ወንዝ ውስጥ ሳይቀር ገብተው ምሽግ ይዘዋል። የቦሌው ቀበሌ አስራ ዘጠኝም የሊቀመንበሩ ቤት ለቡልቡላ ወንዝ ቅርብ ነው። የኛ ቀበሌ ሰው በሙሉ "ምን ጉድ መጣ !" ብሏል። ወታደሮቹ ስህተታቸውን ተረዱና ከግማሽ ሰአት በኋላ ተጠራርገው ሄዱ። እኔ እቤት ነበርኩ። የሚሄዱት አምሃ ወደነበረበት ቀበሌ አስራ ዘጠኝ እንደነበር ማወቂያ መንገድ አልነበረኝም። አምሃ ተዘጋጅቶ ጠበቃቸው።

---

[325]ክፍሉ ታደሰ፣ "ያትውልድ" ቅጽ 2 ከገጽ 282 – 283 ክፍሉ ስለ አምሃ አማሟት የሚተርከው እኔ ከተረኩት የሚመሳሰልም የሚለያይም ነገር አለው። የኔ መረጃ በቀጥታ በቦታው ከነበረው ከጥበበ አፍ በ1970 ዓ.ም ትግራይ ውስጥ በህወሃት ተማርኮ በእስረኛነት በተገናኘንበት ወቅት የነገረኝ ነው። ክፍሉ"ሻምበል አምሃና ጥበበ ከቤት ወጥተው ለመሸሽ ሲሞክሩ በቤቱ ዙሪያ በተጠንቀቅ ይጠብቁ የነበሩ በርካታ ወታደሮች ገጠሟቸውና እየተታኮሱ ለማምለጥ ተገደዱ ... በዚህ ተኩስ መሃል ጥበበን ከአደጋ ለመከላከል ሲሞክር ሻምበል አምሃ ትከሻው ላይ ተመታ.." በመቀጠልም፣ ክፍሉ፣ሁለቱ ጓዶች መኪና አግኝተው እንደተሳፈሩ፣ ከመኪና ወርደው ሮጡ። አምሃ ራሱን ሰውቶ እንደወደቀ ይተርካል። ክፍሉ በግርጌ ማስታወሻ 77 መረጃውን ያገኘው ጥበበን በ1989 ዓ.ም ቃለ መጠይቅ ካደረግኩ በኋላ ነው ብሏል። ከጥበበ ከሆነ በጣም የሚያስገርም ነው። ከየትም ያግኘው እርግጠኞች የሆንባቸው ነገሮችና፣ ጥበበ በ1970 ለኔ የነገረኝ ለእውነቱ የቀረበ በመሆኑ በሌሎች መረጃዎች ማረጋገጥ ይቻላል። ከጥበበ መረጃ ውጭ እኔ የማውቃቸው ሃቆች አሉ። አምሃ የሞተው እዛው የቀበሌው ሊቀመንበር ቤት እንጂ መንገድ ላይ አልነበረም። አምሃ መከበቡን ግርማቸው ሰምቶ የዲፌንስ ሰዎችን በመላክ እርዳታ ለማድረግ ሞክሮ እንዳልተሳካለት አጫውቶኛል። ከአምሃ ጋር የነበረው የተኩስ ልውውጥ ከሰአት በኋላ የጀመረ አይን እስከሚይዝ ቀጥሏል። እስከ ሰፈራችን የሚሰማ ተኩስ ነው። የቀበሌው ሊቀመንበር ጎረቤት የሆኑት የክርስትና አባቴ ባለቤት አንድ ሰው ለብቻው ያንን ሁሉ ወታደር ለዛ ሁሉ ሰአት እዛ ግቢ ውስጥ መሽጎ መዋጋቱን እያደነቁ ሲያወሩ ነበር። ማታም ደርግ ዜናውን በቴሌቪዥን ሲያቀርብ አምሃ እዚያው ግቢና ቤት ውስጥ አንድ ክፍል ውስጥ ግርግዳ እንደተደገፈ የሚያሳይ ምስል ጨምሮ ስለነበር ከግቢው ውጭ የተደረገ የተኩስ ልውውጥ አልነበረም። ከራሱ ከደርግ ሰነዶችና ከኢትዮጵያ ቴሌቪዝን ሬኮርዶች በቀላሉ መረጋገጥ የሚችሉ የሚችሉ ጭብጦች ናቸው። ጥበበ እግሩን ቆስሎም ማምለጥ የቻለው ግቢውን የከበበ ወታደር ስላልነበር ነው። አምሃ እንደጥበበ ማምለጥ ያልቻለው የጣሉት ቦንብ ከፉኛ ስለጎዳው ነው። ራሱን ይግደል ወይም ደሙ ፈሶ ይለቅ ወይም የደርግ ሰዎች ይግደሉት ማናችንም ጥበበን ጨምሮ አናውቅም። ጥበበ ሁሉን ነገር በቀላሉ በሚያስታውስበት በ1970 ለኔ የነገረኝ ከእውነታው የሚቀራረብ ስለሆነ ከ19 አመት በኋላ ለክፍሉ የነገረውን ወደ ጎን ማስቀመጥ ተገቢ ነው። በክፍሉ መጽሃፍ ውስጥ አልፎ አልፎ እንዲህ አይነት የትረካ ስህተቶች ስለሚገኙ በየጊዜው መጽሃፎቹን ማረም ይጠይቃል።

እኔው ራሴ በየግዜው ስላጓጓዝኳቸው፣ በርግጠኝነት የማውቀው ላውንቸርና መትረየስን ጨምሮ በርካታ መሳሪያዎች እዛ ቤት ውስጥ ነበሩ። አምሃ በተለያዩ አቅጣጫዎች መሳሪያዎቹን ጠምዶ፣ ብዙ ሰው ቤት ውስጥ ያለ አስመስሎ ጦር ሜዳ እስከሚመስል ድረስ ይዋጋል።ተኩሱ አዋሬ እኛ ቤት ድረስ ይሰማል። እስከሚመሽ ድረስ ቀጥሎ ነበር ።

በማታው የቴሌቪዥን ዜናው ቀረበ። አምሃ ግርግዳ ተደግፎ በአንድ በኩል ዘመም ብሎ ቁጭ እንዳለ ነበር። መሞቱ የሚያስታውቀው ከአንገቱ አስተጣጠፍና ከእጆቹ አወዳደቅ ብቻ ነው። ሌላ ምንም ጉዳት የደረሰበት አይመስልም። ለጥበበ እንደነገረው የደርግ ሰዎች አጠገቡ መድረስ የቻሉት ተታኩሰው ሳይሆን ደሙ ፈሶ አልቆ ሊሆን ይችላል።

ነጭና ጥቁር ቴሌቪዝኑ ውስጥ ተመልካች ቀለሟን መለየት የማይችላትን ግን እኔ የማውቃትን ቡና አይነት ወፍራም ሹራቡን ለብሷል። ዜናው ከተለመደው የደርግ መግለጫ ጋር ቀረበ ። እኔም ልክ የተሰፋዬ ደበሳይን ሞት እንደተረዳሁት የአምሃንም ሞት ከወላጆቼ ጋር ቁጭ ብዬ በቴሌቪዥን መርዶዬን ሰማሁ። አፌን ዘግቼ፣ ስሜቴን አፍኜ፣ ዜናውን ጨርሼ ወደ መኝታ ክፍሌ አመራሁ። አልጋዬ ላይ በጀርባዬ ተንጋልዬ "ሰዎቻችን እያለቁ ነው! ከቶ መጨረሻችን ምን ይሆን" የሚል ጥያቄ ጠየቅኩ።

የቀበሌውን ሊቀመንበር አሰሳ እየመራበት ከነበረበት ቦታ ይዘው ወደ አብዮት አደባባይ ወሰዱት። ረሸኑት። አስከሬኑን ህዝብ እንዲያየው መንገድ ላይ እንዳሳደሩት በማግስቱ ሰማን።

ከጥቂት ቀናት በኋላ የቀበሌው ሊቀመንበር የቅርብ ጎረቤት የነበሩት የክርስትና አባቴ ባለቤት ወይዘሮ ጸዳለ ቤተሰቦቼን ለመጠየቅ እቤታችን መጥተው ነበር። የቀበሌው ሊቀመንበር "አቶ ዳኛቸው በቀበሌው በጣም ተወዳጅ፣ ሰው አክባሪና ጥሩ ሰው እንደነበር፣ የቀበሌው ህዝብ በሙሉ በመገደሉ በጣም የደነገጠና ያዘነ መሆኑን" ለወላጆቼ ሲናገሩ ሰማሁ። የአሰሳው እለት ቤታቸውን ሲያስፈትሽ ካዩት ተነስተው "ሰውየው የኢህአፓ ሰው ነበር ብሎ ለመጠርጠር አስቸጋሪ ነበር" ብለዋል።

ያ ቤቱን ተዘርዝረው ለማያልቁ የኢህአፓ ስራዎች ያዋለው፣ ያ ለስንት የተቸገሩ ጓዶች ቤቱን መጠለያ ያደረገው፣ ያ የፍልስጤምን ሰዎች በቤቱ ያስተናገደው፣ ጓድ ዳኛቸው፣ ቤት እንዳልነበረው ከቤት ውጭ ተጥሎ አደረ።።

ግርማቸው እንደነገረኝ፣ የደህንነት ሰዎችን እየመራ ይዞ የመጣውና እነ አምሃ በጣሉት የእጅ ቦንብ ከደህንነት ሰዎች ጋር ህይወቱ ያለፈችው ሰው የድርጅቱ አባል ነበር። ጓዱ

በመንግስት እጅ ከተያዘ ብዙ ጊዜ ሆኖት ነበር። ብዙ ግርፋትና ስቃይ ተቀብሎ ምርመራው ያለቀለት እስረኛ ከሆነ ቆይቷል። ኢህአፓ ይህ መረጃ ስለነበረው በጓዱ በኩል "አደጋ ሊመጣ ይችላል" ከሚል ስጋት ነፃ እንደነበር ለማወቅ ችያለሁ። ለምን ምርመራውን የጨረሰ ሰው፣ ከብዙ ጊዜ በኋላ በዛን እለት፣ የደህንነቶች መሪ ሆኖ ወደ እዛ ቤት እንደሄደና ያንን ሁሉ አደጋ በጓዶቹና በራሱም ላይ እንዲደርስ ምክንያት እንደሆነ የሚታወቅ ነገር የለም።

ምእራፍ 16. ፍትህ እና አብዮት፣ግርማቸው ለማ

ግርማቸው ለማ ቁመቱ ረጅም ነው። ቮክስ ዋገን መኪና ውስጥ ሲቀመጥ ጭንቅላቱ የመኪናውን ጣራ ስለሚነካ ማጎንበስ አለበት። ግርማቸው ወደ ላይ መርዘም ብቻ ሳይሆን ትከሻውም ሰፊ ነበር። በጣም መልከ መልካም፣ አይነ ትልልቅ ወጣት ነው። ጠቅላላ ነገሩን ለተመለከተ ጥንታዊ ግሪኮች የሰሯቸውን የአማልክት ሃውልቶች የሚመስል ነገር ነበረው።

አንድ ቀን በመኪና ይዤው ስሄድ የትራፊክ መብራት አቆመኝ፡ ከጎኔ እንደኔው መብራት ያቆማት አንዲት ባለመኪና ሴት ነበረች። ከጎኗ ከተቀመጠች ሴት ጓደኛዋ ጋር እየተጠቃቀሱ "እይው ያን ጉብል" በሚል አይን ባወጣ መንፈስ ግርማቸውን ሲያደንቁ ታዝቤያለሁ። ግርማቸውን ምንም አልብሶና አስመስሎ የሰውን ትኩረት እንዳይስብ ማድረግ አይቻልም። የሰው አይን የሚስብ ማግኔት ነበር።

እንደ ክፍሉ ታደሰ አይነቱ ሰው አራዳ ጊዮርጊስ ደጃፍ፣ ስራ ከሚፈልጉ ግንበኞችና አናጢዎች መሃል እነሱኑ መስሎ መቆም ይችላል። ጊዮርጊስ ላይ እንደ ግንበኞቹ የስራ ዕቃ መያዣ ቦርሳውን ይዞ ቆሞ የጠበቀኝ ጊዜ ነበር። ግርማቸውን እንኳን አደባባይ ማውጣት፣ በቀን በመኪና ይዞ ማንቀሳቀስ አደገኛ ነው።

በዚህ ላይ ግርማቸው የዩኒቨርስቲው ተማሪዎች ማህበር ዝነኛ ፕሬዚዳንት ነበር። እሱ ፕሬዚዳንት በነበረበት ወቅት የዩኒቨርስቲው ተማሪ የነበረ እያንዳንዱ ወጣት ያውቀዋል። ከዛም አልፎ ብዙ የሁለተኛ ደረጃ ተማሪዎች ጭምር ያውቁታል። ለኢትዮጵያ ሰራተኞች አንድነት ማህበር (ኢሰአማ) በህግ አማካሪነት ስለሰራ በበርካታ ላብአደሮችም ይታወቅ ነበር። በዚህ የተነሳ ብዙ ጊዜ ከተደበቀበት ቤት አይወጣም። የፓርቲው አመራሮች ስብሰባ ማድረግ ከፈለጉ ብዙ ጊዜ እሱ ወዳለበት ቤት መሄድ ነበረባቸው።

ግርማቸው ቁመና ብቻ ሳይሆን በጣም ብሩህ አይምሮ የነበረው ወጣት ነው። የህግ ተማሪ ነበር። ግርማቸው የሚያስደንቅ የመናገር ችሎታ ነበረው። የባእድ ቋንቋ በሆነው በእንግሊዝኛ ቋንቋ ለተማሪው ንግግር ሲያደርግ አፋቸውን ከፍተው የሚያዳምጡትና አፋቸውን ሞልተው የሚያደንቁት ተማሪዎች ብቻ ሳይሆኑ የእናታቸው ቋንቋ እንግሊዝኛ የነበረ የዩኒቨርስቲው መምህራን ጭምር ነበሩ። ኢትዮጵያውያን ፕሮፌሰሮች ከግርማቸው ጋር መድረክ ተጋርተው ንግግር ካደረጉ ግርማቸው አስተማሪያቸው እነሱ ተማሪ መስለው ይታያሉ።

ግርማቸው በ1969 ዕድሜው ከሀያ ሰባትና ከሀያ ስምንት አመት የሚበልጥ አልነበረም። ኢህአፓን ከመሰረቱት ቡድኖች አንዱን ቡድን ይዞ የመጣው ግርማቸው ነው። ክፍሉ ታደሰ በ "ያ ትውልድ" መጽሃፉ የኢህአፓን ታሪክ ሲተርክ ለግርማቸው ቡድን የሰጠው ቦታ ትንሽ ነው። በዚህ በጣም ተገርሜአለሁ። በአንጻሩ ግን ለጌታቸው ማሩ የ"አብዮት" ቡድን የሰጠው ቦታ ትልቅ ነው። ግርማቸው በኢህአፓ ማእከላዊ ኮሚቴ ውስጥ ቦታ እንዳልነበረው የሚገልጸው የክፍሉ ታደሰ መፅሃፍ እኔን ብቻ ሳይሆን ብዙ የኔን ዘመን ትውልድ አንባቢዎችን አስደምሟል። ጥርጣሬዬ ክፍሉ ትኩረት ያደረገው የግርማቸው ቡድን አመራር በነበሩት አካላት ላይ ብቻ ይሆናል የሚል ነው።

ከጓደኞቼ ከነዘውዱ ባገኘሁት መረጃ በግርማቸው ለማ ስር ተሰባስበው የነበሩ የዩኒቨርስቲና የሁለተኛ ደረጃ ተማሪዎች ቁጥር በየትኛውም ቡድን ስር ተደራጅተው ከነበሩት የላቀ ነው። ቀደም ብዬ በክፍል ስድስት፣ ምእራፍ አራት ላይ እንደገለጽኩት፣ የግርማቸው ቡድን መሰረት የተጣለው ግርማቸው ከነዚህ ወጣቶች ጋር በ1964 ዓ.ም ጊቤ በረሃ ቦተር ላይ በታሰረበት ወቅት ነበር።[326]

በ1969 ዓ.ም ውስጥ እንደታየው እነዚህ በግርማቸው ስር ተሰባስበው የነበሩ ወጣቶች የአዲስ አበባውን የኢህአፓ መዋቅር በኢንተር ዞን ደረጃ ተቆጣጥረውታል። የአዲስ አበባው "በይነ ቀጠና ኮሚቴ የመጀመሪያውን የጽፈት ቤት ተቋሙን (secretariat) በማደራጀት ግርማቸውን ሊቀመንበር አድርጎ የመረጠው"[327] በዚሁ ጊዜ ነው። "ትልቁም የኢህአፓ ድክመት ከዚህ ቡድን ጋር የተሳሰረ ነው" የሚል ዕምነት አለኝ።

ይህ ቡድን በቀጥታ ከዩኒቨርስቲውና ከሁለተኛ ደረጃ ትምህርት ቤቶች የተማሪዎች እንቅስቃሴ ጋር የተሳሰረ ነው። ብዙዎቹ አባላቱ በተለይ የሁለተኛ ደረጃ ተማሪዎች የነበሩት በጣም ወጣቶች፣ የሕይወት ተሞክሯቸው ውስንና በግራው የፖለቲካ ዕውቀት ያልበሰሉ ነበሩ። ከጥልቅ አሳቢነት ይልቅ በግራ ቅንጭብ ጩኸቶች (sound bites) የተሞሉ፣ መፈክር አውራጅችና አድራጊዎች ነበሩ። የተማሪውን እንቅስቃሴ የሞቅ ሞቅ ባህል ወደ ፓርቲው ይዘው

---

[326] ከዚሁ መፅሃፍ ክፍል 6 ምእራፍ 4 የተወሰደ "በነዛ የ1960ዎቹ የመጨረሻዎቹ አመታት ብዙዎቹ ከግርማቸው ጋር ቦተር ታስረው የነበሩ የሁለተኛ ደረጃ ተማሪዎች በከተማው የኢህአፓ ኢንተር ዞን ኮሚቴና የዲፌንስ ከፍተኛ መዋቅር ውስጥ መግባት የቻሉት ከግርማቸው ጋር በቦተር የእስር ዘመን በመተዋወቃቸው ይመስለኛል። ከእነዚህ መሃከል እነናደው፣ ቢኒያም ቦጋለ፣ መስፍን ቀጸላ፣ እነ ጃርሶ ኪሩቤል የአብሮ አደጌ የዘውዱ ጓደኞች የአስፋወሰን ኮምፕርሄንሲቭና የከኮበ ጽበሃ ሁለተኛ ደረጃ ትምህርት ቤቶች ተማሪዎች መጥቀስ ይቻላል።

[327] ክፍሉ ታደሰ "ያ ትውልድ ቅጽ 2 በሱ ፈቃድ ታደሰና እና ኤሚ እንግዳ አዲስ አበባ 2007 ገጽ 280

ሄደዋል። ፓርቲው የነበረበትን አስቸጋሪ ሁኔታ የሚመጥን እንደብረት የጠነከረ ዲሲፕሊን አልነበራቸውም።

አንዳንዶቹ ከደርግ ጥረት ይልቅ ከራሳቸው የግድየለሽነት፣ የእዩኝ እዩኝና የጀብደኛነት ባህርይ የተነሳ ራሳቸውንና ሌሎችንም ለችግር ዳርገዋል። ደፋሮችና ቆራጦች ነበሩ። ብልህነትና አርቆ አሳቢነት ይጎድላቸዋል። ደከመኝ የማይሉ፣ ፈጣንና ታታሪ ሰራተኞች ናቸው። እርጋታና ትእግስት ለሚጠይቁ ነገሮች የተገነባ ባህል አልነበራቸውም። እንቅስቃሴ መደረጉን እንጂ የእንቅስቃሴውን ትርፍና ኪሳራ ማስላት የሚሹና የሚችሉ አልነበሩም። ከነዚህ ጥቂቶቹ ቀላል የማይባሉ ከፍተኛ የፓርቲው የሃላፊነት ቦታዎች ላይ ተመድበው ይሰራሉ።

ኢህአፓ ስፋት ወዳለው ግድያና መዘዛቸውን በደንብ ባላጤናቸው እንደ ሰራተኛው ቀን አይነት የምሽት ሰልፎችና ግፍጫዎች የገባው በዛ ወቅት ነው። ሞቅ ሞቁም፣ ዲሲፕሊን ማጣቱም፣ በአብዮት ስም ማንኛውንም ጨካኝ ድርጊት መፈጸም ይቻላል የሚለውም ዕምነት የተስፋፋው በዚህ ወቅት ነው።

የጌታቸው ማሩ የተቀረጠ ጭንቅላት፣ በአንድ ወቅት እኔ በማውቀው፣ ግርማቸው ለማ ተጠልሎ ይኖር በነበረበት ቤት ውስጥ እንደተገኘ ሰምቻለሁ። ይህ ቤት የአዲስ አበባው በይነ ቀጠና ይሰበሰብበት የነበረበት ዘነበወርቅ ት/ቤት አካባቢ የሚገኝ ቤት ነው። ድርጊቱ የበይነ ቀጠናው ኮሚቴ አባላት እንደሆነ የሚያጠራጥር አይደለም።

በስተመጨረሻው "ፓርቲው አቅሙንና ሁኔታውን ያላገናዘበና ራሱን የሳተ (desperate) የከተማ መንፈራገጥ እንዲያደርግ የግርማቸው ቡድንና ራሱ ግርማቸው ትልቅ ሚና ነበራቸው" የሚል ዕምነት አለኝ።[328] ግርማቸው በ1969 የክረምት ወራት እኔ እስር ቤት ሆኜ ከተገደለ በኋላ ኢህአፓ በጀመረው መንገድ ቀጥሏል። ግርማቸውን ተክቶ ሃላፊነቱን የወሰደው ማን እንደሆነ አላውቅም። በከተማው በህይወት የተረፈውና የድርጅቱ ብቸኛ የፖሊት ቢሮ አመራር ግን ክፍሉ ታደሰ ነበር።

---

[328] ክፍሉ ታደሰ "ያ ትውልድ" ቅጽ 2 ገጽ 280 ላይ ግርማቸው የአዲስ አበባ በይነ ቀጠና ሴክሬታሪያት ሊቀመንበር ብቻ ሳይሆን እሱ የሚመራው የበይነ ቀጠና ኮሚቴ "አዲስ የተዘረጋውን ወታደራዊ መዋቅር እንቅስቃሴም እንዲመራ ተጨማሪ ሃላፊነት ተሰጠው። የዚህ ኮሚቴ አባላት፣ ከቀጠና ሁለት ብርሃኑ እጅጉ፣ ከቀጠና አንድ ብርሃኔ፣ "ጃርሶ " ከቀጠና አራት፣ "አስፋው" በሚል ድርጅታዊ ስም ይጠራ የነበረው ታዬ ከቀጠና ሶስት እነግርማቸው ነበሩ።" ክፍሉ ስለጌታቸው ማሩ አሟሟት የጻፈው ነገር ባይኖርም እነዚህ የበይነ ቀጠናው አባላት ስለ ጌታቸው ማሩ አሟሟት የሚያውቁት ነገር እንዳለ ግልጽ ነው።

ለኢህአፓ የመኪና መንዳት ስራ ስመደብ በመጀመሪያ እለት ያገኘሁት ግርማቸውን ነው። በዕድሜውም በዩኒቨርስቲ ተማሪነቱም የምቀርበው ለሱ ነው። አሁን ሳስበው ከነተስፋዬ ደበሳይና ከነክፍሉ ታደሰ ጋር ያለኝ የዕድሜ ልዩነት ይህን ያህል ትልቅ መስሎ አይታየኝም። በዛን ወቅት ግን በስራ ሃላፊነታቸው ብቻ ሳይሆን በዕድሜያቸው ጭምር እንደ ትልልቅ ሰዎች ነበር የማያቸው። ግርማቸውን ግን እንደዛ አላየውም። በድፍረት ብዙ ነገር የምጠይቀውም የምናገረውም እሱን ብቻ ነው።

አንድ እለት የተደበቀበት ቤት ለስራ ሄጄ ጨዋታ ጀመርን። 1969 የግንቦት ወር ውስጥ ነበር። ብዙ የኢህአፓ አመራርና አባላቱ ያለቁበትና እያለቁ የነበረበት የታሪክ ምእራፍ ውስጥ ገብተናል።

“ሁላችሁም ተራ በተራ እያለቃችሁ ነው። ድርጅቱ ያለ አመራር እየቀረ ነው። ለምን ይህን ከተማ ለቃችሁ ወደ በረሃ አትሄዱም?” አልኩት።

“ከተማውን ለማን ትተን እንሂድ ?” አለኝ። መልሱ ትርጉም የሌለው መስሎ ስለታየኝ እኔም ጠንከር አድርጌ ነበር የመለስኩለት።

“እዚህ ከተማ ውስጥ ምንድነው የምትሰሩት? አሁን እናንተ እየሰራችሁት ያለውን ስራ መስራት የሚችሉ ሰዎች ጠፍተው ነወይ እንዲህ የምትለው? በሺህ የሚቆጠሩ አባላት አሉ። እንደ እናንተ የደህንነት ችግር ስለሌለባቸው በተሻለ ሁኔታ ይሰሩታል” አልኩት።

“ይመስልሃል?” አለኝ።

ፍርጥም ብዬ “አዎን” አልኩት።

የማምነውን ነበር የምናገረው። ስንት አቅምና ብቃት ያላቸው አባላት ያለምንም የሚመጥናቸው ስራ በየህዋሱ ታጉረው እንዳሉ አውቅ ነበር። ግርማቸው ትንሽ አሰብ አደረገና፣

“እውነትህን ነው። ሳናስብበት ቀርተን አይደለም” አለኝ።

እኔም የሁኔታውን አሳሳቢነት የበለጠ እንዲገነዘብልኝ፣

“ጊዜ ባትወስዱና ቶሎ ብታደርጉት ይሻላል” አልኩት። ግርማቸው ቁና ተንፍሶ ጭንቅላቱን እየበላው ወደ ነበር ሌላ ርእስ ጨዋታችንን አዞረው።

“ስማ ከቤ! የቡርዧው (የከበርቴው ወይም የካፒታሊስቱ) የፍትህ መርህ እኮ የሚገርም ነው” አለኝ።

“እንዴት ?” አልኩት። በእንግሊዝኛ ነበር “ያስደንቃል” ያለውን የቡርዧ የፍትህ መርህ መግለጽ የጀመረው።

“አንድ ንጹህ ሰው ከሚጉላላ መቶ ወንጀለኛ ያምልጥ ይላል” አለኝ። እንደ የግራ ፖለቲከኛ ሳይሆን እንደ ህግ ፕሮፌሰር ነበር ህግንና ፍትህን በተመለከተ ቡርዧው ያለውን አመለካከት የገለጸልኝ። የቡርዧውን ህግ እያነጻጸረ የነበረው ደርግ በወቅቱ እያካሄደ ከነበረው የጅምላ ጭፍጨፋ ጋር ነው።

“እዚህ አንድ የኢህአፓ አባል ከሚያመልጥ አንድ ሺህ ኢህአፓ ያልሆኑ ሰዎች ይለቁ” በሚል የፋሽስት የፍትህ መርህ የሚመራ ሥርዓት ውስጥ እንኖራለን።” አለ።

“ቡርዧው ጥፋተኛነትህ በነፃ ችሎት በማስረጃ ሳይረጋገጥ “ወንጀለኛ” የሚል ቅጽል ሊለጠፍብህ አይገባም ይላል። እዚህ ሳትከሰስ ተገድለህ፣ ወንጀልህ አስከሬንህ ላይ በወረቀት ተጽፎ ይለጠፋል” እያለ ሰፋ አድርጎ ተናገረ።

ዝም ብዬ ሳዳምጠው ስለ ደርግ ብቻ ሳይሆን በሌሎች “ሶሻሊስት ነን” ይሉ በነበሩ ሃገሮች የነበረውን የፍትህ ሥርዓት፣ ቡርዧ ከሚላቸው የካፒታሊስት ሃገሮች ጋር እያስተያየ “ካፒታሊስቶቹ የተሻለ የፍትህ መርህ” አላቸው የሚል ይመስላል። በጣም የገረመኝ ነገር እንዲህ አይነት የረቀቀ የፍትህ ስሜት ያለው ሰው ይህን ስሜቱን እራሱ በዛን ወቅት ሲፈጽማቸው ከነበሩ ድርጊቶች ጋር አለማነጻጸሩ ነበር።

ከዛን እለት ቀደም ባሉት ጥቂት ሳምንታት በፊት፣ አንድ ማለዳ እዛው ቤት ለስራ ሄጀ ነበር። ግርማቸውን ያገኘሁት ጋቢውን ለብሶ ግቢው ውስጥ ታችና ላይ እያለ ሲንቆራጠጥ ነው። በጣም ሃሳብ ገብቶታል። ችግሩ ምን እንደሆን ጠይቄው የነገረኝ እራሱ ነው። ሰዎች ለስራ ልኮ ውጤቱን እየጠበቀ ነው። ስራው ምን እንደሆነ አልነገረኝም። ብዙም ሳንቆይ ያች እኔና መብረቁ አንድ ጠዋት በላይ ዘለቀ ጎዳና ላይ ለወታደሮች ያስረከብናትን ነጭ ዳትሰን መኪና የያዙ ወጣቶች መጡ። ግርማቸው የሚጠብቀው እነሱን ነው። መሪያቸው ይመስለኛል ከሁሉም ቀድሞ ከመኪናው ወርዶ፣

“ተሳክቷል። ተሳክቷል” እያለ ወደ ግርማቸው ተራመደ። ከግርማቸው ጋር “የእንኳን ደስ አለን” ትቅቅፍ አደረጉ። የተሳካው ነገር ምን እንደሆነ ያወቅሁት እዛው ነበር። ወጣቶቹ

የዲፌንስ አባላት ነበሩ። ከተወሰነ ጊዜ በኋላ ከመኪናው ቀድሞ ወርዶ ግርማቸውን ያቀፈው ረጅሙ ወጣት ሱራፌል ካባ መሆኑን ለማወቅ ችያለሁ።

የዲፌንሱ ሰዎች ተልእኮ "ቴዎድሮስ" የተባለውን ደርግ የሾመውን የሰራተኛ ማህበር ሊቀመንበር መግደል ነው። ደርግ፣ ሰራተኛው በነጻና በዴሞክራሲያዊ ምርጫ ያቆመውን ማህበር አፍርሶ፣ የማህበሩን መሪዎች ገድሎና አስሮ ማህበሩን በነቴዎድሮስ አማካይነት ተቆጣጥሮታል። የነቴዎድሮስ ስራ ሰራተኛው ሰጥ ለጥ ብሎ ለደርግ እንዲገዛ ማድረግ ነበር። ቴዎድሮስ "የኢህአፓ አባላት ናቸው" ብሎ የጠረጠራቸውን ላብአደሮች ከየፋብሪካው ይመነጥራል። የዲፌንስ ሰዎች "ተሳክቷል" ያሉት ግድያውን ነበር። የገደሉት የወታደር ልብስ ለብሰው ሰራተኛው ማህበር ጽ/ቤት ቢሮው ውስጥ ገብተው ነው። ይህን አይነቱንም ግድያ ቋሚ የትግል ስልት አድርጎ ለመሄድ ኢህአፓ የቆረጠ ይመስል ነበር።[329]

ግርማቸው ስለ ቡርዧው ህግ በስሜት ሲያስረዳኝ የማዳምጠው የደርግን ብቻ ሳይሆን የእኛንም ድርጊቶች እየመረመርኩ ነበር። ኢህአፓ በበርካታ ሰዎች ላይ የሞት ቅጣት ውሳኔ አስተላልፎ ተፈጻሚ አድርጓል። ውሳኔ አሰጣጡ ግርማቸው የሚያደንቀውን የቡርዧ ህግ ደንብና ሥርዓት የተከተለ አልነበረም። እኛው ከሳሾች እኛው ዳኞች ነበርን።

የኛም ችሎት ግርማቸው "የካንጋሩ (የቁጩ) ችሎት" በማለት ከገለጻቸው ችሎቶች ልዩነት አልነበረውም። በስህተት ሰዎች ተገድለዋል።[330] ታች ያሉ አባላት፣ በአመራሩ እጅ

---

[329] "እስቲ ስም አውጡለት ለታጠቀው ጎኔ
ነጻነት አይቀርም ብዬዋለሁ እኔ
አርነት አይቀርም ብዬዋለሁ እኔ!
እሩቅ ነው ምትሉት ምን ያህል ይርቃል
አሲምባ እንደዛሬ መቼ ቀርቦ ያውቃል።
ለጊዜው ነው እንጂ የራቀው አሲምባ
ገብቶ አይተን የለም ወይ መሃል አዲስአባ"
እነዚህ ስንኞች የሚያሳዩት ከተማውንም የጠመንጃ ትግል መፋለሚያ ለማድርግ ኢህአፓ መወሰኑን ነው። ይህ በከተማ የተከፈተ ጦርነት ለኢህአፓ ውድመት ለአባላቱም እልቂት ትልቁን አስተዋጾኦ ያበረከተው ነው።

[330] ክፍሉ ታደሰ "ያ ትውልድ" ቅጽ 2 ገጽ 307 "የተቻለው ጥንቃቄ ቢደረግም የኢህአፓ ታጣቂ ክንፍ አሃዶች አንዳንድ ስህተቶች መፈጸማቸው አልቀረም። ጥር 1969 ዓ.ም ... አቶ ተሰፋዬን ያገኙ መስሏቸው አሃዶቹ በአንድ ሌላ ሰው ላይ እርምጃ ወስደዋል"።ይህ የክፍሉ ምሳሌ የአንድ ጊዜ ብቻ የስህተት ምሳሌ አይደለም። ስህተት የሚለው ቃል ስንሰራ የነበረውን ጥፋት በትክክል አይገልጸውም። ወንጀል ብንለው ይሻላል። ሌሎችም ተመሳሳይ ወንጀሎችም ፈጽመናል። እኛ በስህተት የገደልነው ሰው ለኛ ከአሃዝ በላይ ትርጉም አልነበረውም። ቁጥር ነው። ለልጆቹ ግን አባታቸው፣ ለሚስቱ ባሏ፣ ለእናት አባቱ ልጃቸው፣ ለወንድምና ለእህቶቹ ወንድማቸው ነበር። ደርግ በሺዎች ንጹሃን መግደሉና እኛ አንድ ሁለት ንጹሃን መግደላችን ለአቶ ተስፋዬ ቤተሰቦች ማጽናኛ ለእኛ ወንጀል ማሳነሻ መሆን አይችልም። ክፍሉ በስህተት ሰው መገደሉን ጽፏል። ድርጊቱን መመዝገብ እንጂ የመተንተን ስራ እንደማይሰራ ነግሮናል። በቀጠሮ

የነበረው መረጃ አልነበራቸውም። እንደ አብዱል አይነቶቹ የገዛ ጓደኞቻቸውን በስህተት ደብድበዋል። አብዱል መሳሪያ ቢኖረው ኖሮ፣ ሌላውን የኢህአፓ አባል የቀድሞ የቅርብ ጓደኛውን የአድማሱን ህይወት ሊያጠፋው ይችላል። ከዲፌንስ ሰዎች መሃል አንዱ የኢህአፓ ሰው መሆኔን ባያውቅ ኖሮ፣ዘሪሁንን ለመግደል የተላከው ስኳድ ማንነቴን ሳያውቅ እኔንም አብሮ ሊመታኝ ወስኖ ነበር።

ኢህአፓ፣

"ከባንዳ የወገነ ያው ባንዳ ነው

"ሰይ ብል ባንከረባብት ብሎ መምታት ነው።" የሚል ስንኝ ያለበት በአባላቱ በጣም ተወዳጅ የነበረ የግጥም ቀረርቶ በካሴት ቀርጾ የሚያሰራጭ ድርጅት ነው።[331]

የተወው የመተንተን ስራ የሚመጣ አይመስለኝም። እንደ ክፍሉ አይነት ሰው የመተንተኑን ስራ ካልሰራው ማን ሊሰራው እንደሚችል ማሰብ ይቸግራል። ትውልድስ ከኢህአፓ ታሪክ ምን ሊማር ነው?

[331]ከዚህ ግጥም በቃሌ የማስታውሰን ጽፌያለሁ። በድምጽ የተቀዳው ሬኮርድ ቢጠፋም በዛን ዘመን የነበሩ ብዙ ወጣቶች በቃላቸው የያዙት ግጥም ስለነበር ተረዳድተው የቀረውን ይሞሉታል የሚል ተስፋ አለኝ።

"እናም በዚህ መሪር ትግል
የሚያቅማማ የሚወላውል
ቢደላልዝ ቢቀያይጥ
ኢድሮ ቢወርድ ወደ አዘቅት፣ ጦር ፍርሃቱን ቢጉመጠመጥ
ወገቡ አጉል ቢልመጠመጥ
ወለም ዘለም ዘመም
አዲስ ልክፍት አዲስ ህመም
ነፍስ እንደገደል ላይ ቀጤማ
ከወዲያ ወዲህ ተላትማ
ትርባ አትርባ ትልማ አትልማ
ትኑር አትኑር ትርባ አትርባ በሚባልበት የትግል ወቅት
የደም መረቅ በሚገበርበት
የታጋይ ልብ አባ እምቢየው እጁ ባሩድ ካልዘገነ
ስንቱ ቆሳይ ሟች ካልሆነ
ውጣ ውረድ ካልታዬ
ካልደፈረሰ ካልጠራ
ካልመረረ ካልገምራ
ትግሉስ ምንኑ ትግል ሆነ
አይወግኑ ወገን ካሻ
አረም የበቀል ጢሻ
ቁም ስቅሉን ማሳየት እንጂ በላባደሩ መደሻ
በአርሶ አደሩ ማጭድ እንጂ ደግሞ የምን ማርከሻ
ጥይት ነው እሱን መውቀሻ
አፉ እንደ ሸንቁር በርሜል ሆዱ እንደ ዝንጥል ቀልቀሎ ሚስጥር ካስጎሰበተ ሸርክት ሆዱ ከታየማ
በካፊያው እንዲህ ካንቀጠቀጠው ዶፍ መኖሩን ካጣውማ
በጊዚያዊ የጣር በትር ልቡ እንዲህ ከከዳውማ
እናቱ ሆድ ሊገባ ኖሯል እንዴ የዋናው እለትማ

“መወገን” ማለት “ሰላም ከመባባል አንስቶ መሳሪያ ታጥቆ በአንድ ግንባር እስከ መሰለፍ” የሚደርስ ልቅ ትርጉም ነበረው። ሁሉንም በሞት መቅጣት ነበር የሚታሰበው። ግርማቸው ግን የደርግን እንጂ የኛን የፍትህ ህጸጽና እንከን እየተመለከተ አልነበረም የሚያወራው። እኔም በንግግሩና በድርጊታችን መሃል ያለውን ተቃርኖ ለመጠቆም ወኔው አልነበረኝም። አድርባይ ስለነበርኩ በዝምታ አዳመጥኩት። የዛን እለት ጨዋታችን ትርጉም ግን አብሮኝ ይኖራል።

ከዳሽን ምግብ ቤቱ ፍልሚያ በኋላ ግርማቸው እንደ ነብይ የተናገረው ደረሰ። ቤተመንግስት ገብቼ የወጣሁትበትን ሁኔታ አዳምጦ፣

“ስማ ከቤ! አንተ ከዚህና ከሌሎች አደጋዎች ተርፈህ ታሪክ ለመተረክ ትበቃ ይሆናል። አንዳንዶቻችን ደግሞ በማትረባ ምክንያት የትም ወድቀን ልንቀር እንችላለን። የአብዮት ታሪክ እንደዚህ ነው” ብሎኛል።

በ1969 የክረምት ወራት እኔ ከታናሽ ወንድሜ ከብዙነህ ጋር አንደኛ ፖሊስ ጣቢያ ውስጥ ታስረናል። በዛ ክረምት እዛው ልእልት ዘነበወርቅ ትምህርት ቤት አካባቢ ግርማቸው ይኖር የነበረበት ቤት ተከቦ “እጅህን ስጥ” ቢባል “አሻፈረኝ” አለ። ከሌሎች ታጣቂዎች ጋር ሆኖ ከበባውን ጥሰው ከቤት መውጣት ችሎ ነበር። ግንፍሌ ወንዝ አካባቢ በነበረው ቁጥቋጦ ውስጥ ከደርግ ታጣቂዎች ጋር በተደረገ የተኩስ ልውውጥ ህይወቱ አለፈ።

ግርማቸው ራሱ እንደተነበየው “የትም ወድቆ ቀረ”። የደርግ ነፍሰ ገዳዮች፣ ይገድሉት ከነበረው የሰው ብዛት የተነሳ ማንን እንደገደሉ እንኳን አላወቁም። ያንን የሚያክል ሰው፣ በቁመናውም በታሪኩም፣ ገድለው የግርማቸው ስም በመገናኛ ብዙሃን ሳይጠቀስ ታለፈ። ከዚህ በላይ “የትም ወድቆ መቅረት” የለም።

ግርማቸው፣

“አንተም ተርፈህ ታሪክ ለመተረክ ትበቃ ይሆናል” ብሎኝ ነበር። እስከመቼ እንደሚቀጥል ባላውቀውም መተረኩን ተያይዤዋለሁ።

ከታሪክ እንዳየነው
ከፋሽስት የወገነ ያው ፋሽስት ነው
ከባንዳ የወገነ ያው ባንዳ ነው
ሰይ ብል ባከረባበት ብሎ ከነአባሪው መምታት ነው” የሚል ነበር።

ምእራፍ 17. ድጋሚ ወደቤተመንግስት - ሰው ያልበዛበት ክፍል

ሃገሪቱና ህዝቧ አብዮቱ ባስነሳው ቀውስ መታመሳቻው አልበቃ ያለ ይመስል በሱማሌ መንግስት የተጫረው የጦርነት እሳት መንደድ ጀመረ።

አፍቃሬ አፄ ኃይለስላሴ የነበሩ ሰዎች "ንጉሱ ከሌሉ አይን በቁና ይለቀማል እየተባለ ይነገር የነበረው ነገር እየተጀመረ ነው። ገና ምን አይታችሁ" እያሉ ማህበረሰቡን ለማስፈራራት ተጨማሪ እድል አገኙ።

እኛም "ጦርነቱ ደርግ በኢህአፓ ላይ የከፈተውን ጥቃት እንዲያረግብ ያስገድደዋል" የሚል ቀቢጸ ተስፋ ውስጥ ገባን። ኢህአፓም በታሪክ ሲያስወቅሰው የሚኖረውን በሱማሌ ጦርነት ላይ የወሰደውን አቋም ወሰደ። ያንን አቋሙን ሁላችንም አደነቅን።[332] የግንቦት ወር መጨረሻ ገደማ ነበር። በ1969 ዓ.ም።

(የኢህአፓ በወቅቱ የወሰደው አቋም እንደሚከተለው ነው። "በሱማሌና በኢትዮጵያ መሃል የሚደረገው ጦርነት በሁለት አምባገነንና ህዝባቸውን ረግጠው በሚገዙ መንግስታትና አካላት መሃከል የሚደረግ ጦርነት ነው። ሰፊው የኢትዮጵያና የሶማሌ ህዝብ ከዚህ ጦርነት የሚያገኘው እልቂት፣ መፈናቀል፣ በኢኮኖሚ መድቀቅ ብቻ ነው። ስለዚህ የሁለቱም ሃገር ህዝቦች ጦርነቱን ተቃውመው በሁለቱም ሃገሮች ጨቋኝ ገዥዎች ላይ እንዲያምጹ ጥሪ እናደርጋለን" የሚል ነበር።

የጦርነትን መዘዝና ጭቁኖችን አስመልክቶ ኢህአፓ የሰጠው ትንተና ስህተት አልበረውም። ችግሩ የነበረው 1) ኢህአፓ ይህን ጥሪ ለሱማሌ ህዝብ ማድረስ የሚችልበት መንገድ አልነበረውም። 2) በሱማሊያ ውስጥ እንደ ኢህአፓ ጦርነቱን ተቃውሞ የሚንቀሳቀስ ከራሱ ከኢህአፓ ጋር ግንኙነት የነበረው ድርጅት አልነበረም 3) ኢህአፓ ይህን መግለጫ ሲያወጣ የሲያድ ባሬ ወታደሮች ሰፊ የኢትዮጵያ ግዛት በቁጥጥራቸው ውስጥ አስገብተዋል። ጦርነቱ ከፉከራ በላይ ተሻግሮ፣ ከድንበር አካባቢ አልፎ ኢትዮጵያ ውስጥ እየተካሄደ ነው።

ኢህአፓ ይህን አቋም ሲወስድ ከአመራሩ ጋር ስብሰባ ባልቀመጥም የሩሲያ ኮምኒስት ፓርቲ፣ ቦልሸቪክ፣ በተመሳሳይ የአንደኛው የአለም ጦርነት ሁኔታ የወሰደውን አቋም አንስተው ሳይወያዩ እንዳልቀሩ እርግጠኛ ነኝ። ቦልሸቪኮች አንደኛው የአለም ጦርነትን የየሃገሩ ገዥ መደብ ለራሱ ጥቅም ሲል የከፈተው ከሰራተኛው ከአርሶ አደሩና ከደሃው ወታደር ጥቅምና ደህንነት ጋር ምንም የሚያገናኘው ነገር የሌለው ጦርነት እንደሆነ በመግለጽ የየሃገሩ ወታደሮች ጦርነቱን ተቃውመው በገዥዎቻቸው ላይ እንዲያምጹ ጥሪ አድርገዋል። ቦልሸቪኮች ይህን ጥሪ ባደረጉበት ወቅት የሩሲያ መሬት በጀርመኖች አልተያዘም። የሩሲያ ጠላት በነበረው ጀርመን ሃገር ውስጥ የቦልሸቪኮችን አቋም የሚያስተጋባና ለጀርመን ወታደሮች ተመሳሳይ ጥሪ ማስተላለፍ የሚችል የቦልሸቪኮች አጋር የሆነ ጠንካራ ኮምኒስት ፓርቲ ነበር። ከ1969 ዓ.ምቱ የሶማሌና ኢትዮጵያ ሁኔታ በጣም የተለየ ነበር። ቦልሸቪኮች ባደረጉት ጥሪ የሩሲያ ወታደር

አመጸ። ከየጦር ግንባሩ ፈለሰ። የአንደኛው የአለም ጦርነት በ1918 እንዲያበቃ ምክንያት የሆነው በ1917 በቦልሸቪኮች የሚመራው የሩሲያ አብዮት ተካሄደ።

የኢ.ህአፓ አመራር በሱማሊያ ወረራ ወቅት የወሰደውን አቋም ከዚህ በታሪክ የሩሲያ ቦልሸቪኮች ከወሰዱትና ወደ ተሳካ አብዮት ከወሰዳቸው አቋም ጋር ሳያመሳስለው የቀረ አይመስለኝም። የ1917ቷ ሩሲያና የ1969ኟ ኢትዮጵያ በምንም መንገድ የማይመሳሰሉ ስለነበሩ ኢ.ህአፓ በጭፍን የታሪክ ምሳሌ ኩረጃ የሰራው ስህተት ግዙፍ ሆነ።

የታሪክ ተመሳሳይነት መፈለግ ካስፈለገ የኢትዮጵያ ጉዳይ የሚቀርበው ቻይና በ1930ዎቹ ለነበረችበት ሁኔታ ነው። የቻይና ኮምኒስት ፓርቲ ስልጣን ላይ ከነበረው የኩሚንታንግ ብሄራዊ ፓርቲ ጋር በሚፋለምበት ወቅት ጃፓኖች ቻይናን ወረሩ። የቻይና ኮምኒስት ፓርቲ ስልጣን ላይ ከነበረው የቻይና የኩሚንታንግ መንግስት ጋር ያለን ቅራኔ በጃፓን ወረራ የተነሳ ወደ ሁለተኛ ደረጃ ቅራኔ ወርዷል። ከኩሚንታግ ጋር የምናደርገውን ጦርነት አቁመን ከኩሚንታንግ ጋር ተባብረን በቅድሚያ የጃፓን ወራሪዎችን ከሃገራችን እናባርራለን አለ። በዚህ አቋሙ ሃገሩን የሚወደውን የሰፊውን የቻይና ህዝብ ተጨማሪ ድጋፍ አግኝቶ ጃፓኖችን ብቻ ሳይሆን በሂደት ራሱን ስልጣን ላይ የነበረውን የኩሚንታንግ መንግስት ማሸነፍ ቻለ።

ይህ የቻይና ታሪክ እንደ ሩሲያ ታሪክ የኢ.ህአፓ አመራራ የሚያውቀው ታሪክ ነው። ለምን ኢ.ህአፓ ከሩሲያ ይልቅ፣ በዛን ወቅት ለሃገራችን ሁኔታ የሚቀርበውን የቻይና ታሪክ በምሳሌነት አልተጠቀመም። በህይወት ያሉ የኢ.ህአፓ አመራሮች በወጉ መልስ ሊሰጡበት የሚገባ ጉዳይ ነው። እነሱ ባይሰጡበትም እኔ ግን በግርጌ ማስታወሻ 209 ላይ የጊዜያዊ ህዝባዊ መንግስትን ምስረታ ደርግ ለምን ለመቀበል እንዳልፈለገ ያቀረብኩት ምክንያት ኢ.ህአፓ በሶማሌ ወረራ ወቅት ለወሰደው አቋም መግለጫ ይሆናል ብዬ አምናለሁ። ሌላ ምክንያት የኢ.ህአፓ አመራር መስጠት የሚችል አይመስለኝም። በማስታወሻ 209 ያልኩትን እንደገና እጠቅሰዋለሁ "ለሃገር ለህዝብና ለአብዮቱ የሚበጀው በኢ.ህአፓም የበላይነት ሊመራ የሚችል የጊዜያዊ ህዝባዊ መንግስት ማቋቋም እስከሆነ ድረስ ትክክለኛው እርምጃ ማቋቋም ብቻ ነበር። የግል ጥቅምንና የስልጣን ፍላጎትን የድርጅት ጥቅምንና ፍላጎትን ከሃገርና ከህዝብ ፍላጎት በላይ በማድረግ በታሪክ ፊት ትክክለኛ የነበረውን የጊዜያዊ ህዝባዊ መንግስት ጥያቄ በግድያና በእስራት ደርግ ለማፈን የወሰደው እርምጃ ትልቁ የነሻሊቃ መንግስቱና የሻምበል ፍቅረስላሴ ወንጀል ነው። በሃገራችን የፖለቲካ ድርጅቶች ዘንድ የፖለቲካ መሪዎችና ድርጅቶች ጥቅምና ፍላጎት ከሃገርና ከህዝብ ጥቅምና ፍላጎት በቅድሚያ እንዲታይ በማድረጉ ደርግ የመጀመሪያው ቡድን አልነበረም።የመጨረሻውም እንዳልሆነ እናውቃለን። "የዚህ አሰነዋሪ ባህል ሰለባ ሆነን ነው" ብሎ እውነቱን ተናግሮ የመሸበት ማደር ለሻምበል ፍቅረስላሴ ህሊናም እረፍት፣ ለትውልድ ለሚያስተላልፈው መልእክት ጥራት ይሰጥ ነበር። አልሆነም።" ብያለሁ።

የኢ.ህአፓም አመራር ከላይ የተቀመጠውን ጥቅስ መንፈስ ተከትሎ በሱማሌ ወረራ ወቅት የወሰደው አቋም ስህተተኛነት በግልጽ ማስቀመጥ መቻል አለበት። እኔ በግሌ በዛን ወቅት ኢ.ህአፓ የወሰደውን አቋም የደገፍኩት "ደርግን ያዳክማል ድርጅታችንን ያጠናክራል" ከሚል ጭፍን የድርጅትና የቡድን ስሜት እንደነበር አስታውሳለሁ። "ያ አቋም ስህተት ብቻ ሳይሆን በነውር የተሞላ አቋም ነው" ብዬ አምናለሁ። መሆን የነበረበት ከደርግ ጋር የነበረውን ግፍጫ አቁመን ከህዝቡ ጋር የሱማሌን ወረራ መመከት ብቻ ነው። ይህ ድርጊት የደርግን ጊዜያዊ አመራር መቀበል የግድ የሚያደርግም ከነበረ መቀበል ብቻ ነበር። እርግጥ ነው ነገሮች ካለፉ በኋላ መናገር ቀላል ነው። የቻይና ምሳሌን ለሚያውቀው የኢ.ህአፓ አመራርና ለኔም ጭምር "ነገሮች ካለፉ በኋላ እንዲህ መሆን ነበረበት ማለት ቀላል ነው የሚለው አባባል ግን ብዙ" የሚሰራ አይመስለኝም። የምንሰራውን በደንብ እናውቅ ነበር። ሆን ብለን ያጠፋነው ጥፋት ወይም ወንጀል መሆኑን መካድ አስቸጋሪ ነው።

በሌላ በኩልም ክፍሉ ታደሰ፣ ኢ.ህአድ (ኢ.ህአፓ) ከ1969 ዓ.ም ቀደም ባሉት አመታት ከሶማሊያ መንግስት ጋር ግንኙነት እንደነበረው፣ "ክፍሉ ታደሰ፣ "ያ ትውልድ" ቅጽ 1፣

ዴርቶጋዳ ማተሚያ ድርጅት፣ አዲስአበባ፣ 2007? መጽሃፉ ነግሮናል። በገጽ 186 ላይ፣ በ1966 ሚያዚያ ወር ውስጥ በስዊዘርላንድ በጄኔቭ ከተማ በተደረገው የኢህአድ ሶስተኛው የማእከላዊ ኮሚቴ ስብሰባ ላይ እያሱ አለማየሁ ያልተገኘው "በሶማሌ ውስጥ ለተልእኮ" ሄዶ ስለነበር ነው ብሎናል። ይህ ግንኙነት እስከ መቼ ቀጠለ? በሶማሌ ወረራ ጉዳይ ይህ ግንኙነት ምን ተጽእኖ አሳደረ? በሱማሌ ወረራ ወቅት ኢህአፓ የወሰደው አቋም የተሳሳተ የታሪክ ምሳሌ ከመከተል ያለፈ በቀጥታ ከሲያድ ባሬ መንግስት ከሚያገኘው ድጋፍ ጋር የተያያዘ ነበር ወይ? ግልጽ መልስ የሚሹ ጥያቄዎች ናቸው።)

አንድ ምሽት ከእኩለ ለሊቱ የሰአት እላፊ በኋላ የቤታችን በር ተንኳኳ። የተንኳኳው የውጭው በር አልነበረም። ዋናው የቤቱ በር ነው። አደጋ መምጣቱ ግልጽ ነው። ሁላችንም አልተኛንም። የወንድሜ የአምሃ ሞት ሃዘን ከቤታችን ገና አልወጣም። እናቴ ጥቁር ልብሷን እንደለበሰች ነበር። በልጇ ሃዘን የተነሳ ተላጭታ ጸጉር አልባ ያደረገችውን ጭንቅላቷን በትራስ አስደግፋ ትልቁ ፎቴ ላይ ጋደም ብላለች።

እኔና ወንድሞቼ እነ ቸርነት ቤት አምሽተን የተመለስነው በጣም ከመሸ ነው። ቸሬ መገደሉን ሰምተው ለቅሶ የተቀመጡትን ቤተሰቦቹን ለማጽናናት ስለሄድን ነው ያመሸነው። የምግብ ጠረጴዛውን ከበን ካርታ እንጫወታለን። ከመሃላችን በሁላችንም በጣም የሚወደደው የእናቴን የአጎቷን ልጅ እንዳሉን አግብቶ የነበረው ጋሼ ካሳ በርሄ ነበር።

ጋሼ ካሳን ሁላችንም በጣም የምንወደው ሰው ነው። እንደሱ በልጅነታችን ያሞላቀቀንና የማያልቅ ፍቅሩን ያሳየን ሰው አናውቅም። ከጋሼ ካሳ ጋር ያሳለፍነውን የልጅነት ጣፋጭ ትዝታችንን የሚወዳደረው ነገር የለም። የካሳ የልጆች ፍቅር የሚገርም ነው። የራሱ ልጅ አልነበረውም። ካሳ በ1967 ዓ.ም ከሚወዳት ሚስቱ ተለይቶ፣ ጥሩ ስራውን ትቶ ዕድሜው ከሌሎች ጋር ሲወዳደር ገፋ ባለበት ጊዜ የትግራይ ነፃ አውጭ ግንባር (TLF) የተባለው ከወያኔ በፊት ተቋቁሞ የነበረው ድርጅት አባል ሆኖ ትግራይ በረሃ ገብቷል። ልጅ ቢኖረው ካሳ በረሃ የሚገባ ሰው አልነበረም።

ከተወሰነ ጊዜ በኋላ የካሳ "የትግራይ ነፃ አውጭ ግንባር" ከወያኔ ጋር ተጋጭቶ ፈራረሰ።[333]ይህ በሚሆንበት ወቅት የካሳ ታናሽ ወንድም የቤታቸው የመጨረሻው ልጅ አዲሱ በርሄ የወያኔ ታጋይ ነበር። በዚህን ጊዜ ካሳ "ትግል በቃኝ" ብሎ ወሰነ።

---

[333]የትግራይ ድርጅቶች ምን ያህል ኤርትራ ውስጥ ተደራጅተው የነበሩ ድርጅቶችን ይኮርጁና በነዚህ ድርጅቶች ተጽእኖ ስር እንደነበሩ የስማቸው አወጣጥና ድርጅቶቹ ኤርትራ ውስጥ ከነበሩ ድርጅቶች ጋር ከነበራቸው ቅርበት ማየት ይቻላል። TLF ቅርበቱ ለELF (ጀብሃ) ሲሆን TPLF (ወያኔ) ቅርበቱ

በ1968 የትግራይ ምክትል አስተዳዳሪ የነበሩት የአባቴ የቅርብ ጓደኛ አቶ ሃይለማሪያም ወልደኪዳን ነበሩ። ጋሼ ካሳ ከእኛ ቤተሰብ ጋር ባለው ትስስር አቶ ሃይለማሪያምን በቅርበት ያውቃቸዋል። እሳቸውም ያውቁት ነበር። ከዛም በተጨማሪ የሰራተኛና ማህበራዊ ጉዳይ ሚስቴር መስሪያ ቤት ረዳት ሚኒስቴር የነበሩ ጊዜ አለቃው ነበሩ። እንደምንም ብሎ ከነመሳሪያው መቀሌ ገብቶ እጁን ለአቶ ሃይለማሪያም ሰጠ።እሳቸውም እንደምንም ብለው ከመንግስት ምህረት እንዲያገኝ አደረጉ።

ጋሼ ካሳ ከመቀሌ እንደመጣ ነበር። ያን እለት የአምሃን ለቅሶ ለመድረስ እኛንም ለመጠየቅ መጥቶ ከእናቴ ጋር ሲጫወት አመሸ። እናቴ "በጨለማ አትሄድም" ብላው እዛው እኛጋ ማደሩ ነው። ከሰአት እላፊ በኋላ የቤታችን በር ሲንኳኳ እኛ የፈራነው ለጋሼ ካሳ ነበር።

በሩ ሲከፈት ቀድሞ የገባው ታጣፊ ከላሽኑን ለመተኮስ ዝግጁ በሆነ መልኩ የጨበጠ የደለበ ወታደር ነው። ከወታደሩ ቀጥሎ የገባው አባቴ ነው። ከአባቴ ቀጥሎ መቶ አለቃውና ሌሎች ወታደሮች ገቡ። እናቴ "ኡ ኡ" አለች። መቶ አለቃው በጣም ጨዋ ሰው ነበር። እንደምንም ብሎ እናቴን አረጋጋት። ቀጥሎ ጥያቄውን ያቀረበው ካርታ ስንጫወት ለነበርነው ነው።

"መንጃ ፈቃድ ያላችሁ እነማን ናችሁ ?" አለ።

ለአስተማሪ ጥያቄ መልስ እንደሚመልስ ተማሪ እኔና ብዙነህ እጃችንን አወጣን።

"ተነሱ! ለጥያቄ ትፈለጋላችሁ" አለ። ተነሳን።

እናቴ መሬት ላይ ወድቃ የመቶ አለቃውን እግር ይዛ "አልለቅም" አለች። መቶ አለቃው ወታደሮቹ እኔንና ብዙነህን እንዲወስዱ ትእዛዝ ሰጥቶ እዛው ቀረ። ወታደሮቹ ወስደው ከግቢ ውጭ ቆሞ ከነበረው ላንድ ሮቨር ላይ ጫኑን። ውጭውን የሚጠብቁ ተጨማሪ ወታደሮች ነበሩ። መቶ አለቃው ከሩብ ሰአት በላይ ቆይቶ መጣ። ለምን እንደተያዝን የተረዳነውን እሱ ከተናገረው ነገር ተነስተን ነው።

አባታችንን ከመስሪያ ቤቱ ወስደው ካሰሩት አራተኛ ቀኑ ነው። ለምን እንደታሰረ የነገረን ሰው አልነበረም። የታሰረው አንደኛ ፖሊስ ጣቢያ ነው። እኛም ምግብ ማመላለሱን

ለEPLF (ሻዕቢያ) ነበር ። TLF የጠፋው በTPLF ሲሆን ELF የጠፋው በEPLF ነው። በጦርነት ወቅትም ትብብር የሚያደርጉት የስማቸውን ተመሳሳይነት ተከትለው ነው።

ጀምረናል። ከሙቶ አለቃው ንግግር እንደተረዳነው አባቴ የታሰረው "በመኪናህ ጸረ አብዮት ድርጊት ተፈጽሞበታል" በሚል ክስ ነበር። መርማሪዎቹ ድርጊቱን እሱ ሊፈጽመው እንደማይችል ሲረዱ ጥያቄያቸውን መኪናዋን ሊነዱ ወደሚችሉና መንጃ ፈቃድ ወዳላቸው ሌሎች ሰዎች አዞሩት። መንጃ ፈቃድ የነበረንን ልጆቹን ወደ እስር ወሰዱ። አባታችንን ፈቱት።

ሙቶ አለቃው "ከአባታችሁ መኪና ጋር የተያያዙ ጥያቄዎች ትጠየቃላችሁ። ብዙም የሚያሳስብ ነገር የለም" አለ። እኛን ለማጽናናትና ለማበረታት የሚናገር ይመስላል። ከዚህ የሙቶ አለቃው ንግግር ነበር የአባታችንንና የራሳችንም የእስር ምክንያት ያወቅነው።

የብዙነህን ነገር አላውቅም።እኔ ግን በዛን ዘመን ሩጩ ልቀድማት እችል የነበረችን የአባቴን ከርካሳ ቮክስ ቫገን ለድርጅት ስራ ተጠቅሜ አላውቅም። አባቴም ቢሆን "አስናቁ" በሚል ስም አንቆለፓፕጾ የሚጠራትን መኪናው እንዲህ በዋዛ የሚሰጥ አልነበረም።

ቤተ መንግስት ስንደርስ ከሌሊቱ ሰባት ሰአት ሳያልፍ አይቀርም። የታወቀው የደርግ ነፍሰ ገዳይ ሻለቃ ብርሃኑ የወታደሮቹን መመለስ ግቢው ውስጥ እየተንጎራደደ ይጠብቃል። ከመኪናው እንደወረድን፣

"እነዚህን .... አመጣሃቸው ?" ብሎ ቁጣ በተሞላው ድምጽ ሙቶ አለቃውን ጠየቀው። አጠያየቁ እኛን ለማሸበር ነበር።

የቤተ መንግስቱ መብራት በጣም ደካማ ነው። በመሆኑም ሻለቃውን በደንብ አናየውም። እኔ ከዚህ ቀደም በዳሽን ምግብ ቤቱ ፍልሚያ ጉዳይ ያናገረኝ ሰውዬ እንደሆነ አውቄያለሁ። እሱ ግን ከፊቱ በአስር ሜትር ርቀት ከቆሙት ወጣቶች መሃል አንዱ ከዚህ ቀደም ያየው መሆኑን ያስታወሰ አይመስልም። እኛም ድንግዝግዝ ያለ ብርሃን ውስጥ ቆመን ስለነበር በደንብ የምንታየው አይመስልም። ሙቶ አለቃው ጠጋ ብሎ ምን እንዳለው አናውቅም ሻለቃው ወዲያው ቀዝቅዞ

"ሰው ያልበዛበት ክፍል አስገቧቸው" አለ ።

ወታደሮች ወስደው መብራት የሌለበት አንድ ጨለማ ክፍል ውስጥ ጨምረው ቆልፈውብን ሄዱ። ሻለቃው "ሰው ያልበዛበት ስላለ" ክፍሉ ውስጥ "የተወሰኑ እስረኞች ይኖራሉ" ብለን ነበር። ማታ ስለነበር" እስረኞች ተኝተው ይሆናል" ብለን አሰብን። ግን ምንም አይነት ትንፋሽ ስላልተሰማን ከሁለታችን በስተቀር ሌላ ሰው ለመኖሩ ጥርጣሬ ገባን። የከፍሉን የስሚንቶ ወለል በጃችን እየዳሰስን ክፍሉን አሰስነው። ሰውም፣ እቃም፣ ምንም

ነገር ያልነበረው ባዶ ክፍል ነው። በዛ ብርዳም ክፍል ውስጥ ምንም የሚለበስና የምንተኛበት ነገር አልነበረም። አንድ ጥግ ኩርምት ብለን ተጠጋግተን ሙቀት እየተሰጣጣን ተቀምጠን ሌሊቱ ነጋ።

ከነጋ በኋላ በፀሃይ ብርሃን ክፍሉን ቃኘነው። ሰው አልነበረውም። ከጠዋቱ ሶስት ሰአት በኋላ ሰዎች መምጣት ጀመሩ። የሚመጡት እስረኞች በምርመራ ሂደት ያለፉ ነበሩ። አንዳንዶቹ አሰቃቂ ሰቆቃ ተፈጽሞባቸዋል። ቀኑን ሙሉ ክፍላችን፣ እየተንጠባጠቡ የሚመጡ እስረኞች ማጠራቀሚያ ሆና ዋለች። እኛን የጠራን፣ ምግብና ውሃ የሰጠን ሰው አልነበረም። እንዲሁ እንዳልን መምሸት ጀመረ።

ወደ አስራሁለት ሰአት ገደማ ውጡ ተባልን። ወጥተን በወታደሮቹ መሪነት መጓዝ ጀመርን። ከመሃከላችን አንዲት ሴት ልጅ ነበረች። ከኛ ጋር እየሄደች ከኋላ ሲመለከታት የነበረ ባላጌ መርማሪ በመዳፉ መቀመጫዋን ቸብ አድርጎ “ሂጂ” አላት። ዞር ብላ ምራቋን ፊቱ ላይ ለደፈችበት። የተተፋበት ሰውዬ ልጅቱን እያዳፋ ከኛ ነጥሎ ይዟት ሄደ። በሰው ፊት እንደዛ አይነት ባለጌ ድርጊት ለመፈጸም እፍረት ያልተሰማው ሰው ልጅቱን ለብቻዋ ወስዶ ምን ሊያደርጋት እንደሚችል መገመት አስቸጋሪ አልነበረም። የተቀረነውን በመኪና ጭነው ወስደው አንደኛ ፖሊስ ጣቢያ አራገፉን።

ምእራፍ 18. ንጉስ አባቴነህ እና አንደኛ ፖሊስ ጣቢያ

አቀባበል - በአንደኛ ፖሊስ ጣቢያ

አንደኛ ፖሊስ ጣቢያ ስንደርስ፣ ማንነታችንን የጠየቀ ስማችንን የመዘገበ ሰው አልነበረም። ከቤተ መንግስት የወጣነውም ምንም ሳንጠየቅና ሳንመዘገብ ነው። ፖሊሶቹ ፣ አንድ በወፍራም የብረት ሰንሰለትና በጣም ትልቅ በሆነ ቁልፍ የታሰረ የብረት በር ከፈቱ። ከአንድ ትልቅና እስረኞች የታጨቁበት ክፍል ውስጥ ጠቀጠቁን። በሩን በወፍራሙ ሰንሰለት ከኋላችን አስረው ተመለሱ።

የእስረኛውን ጫጫታ ከሩቁ ሰምተናል። በሩ ተከፍቶ አዲሶቹ እስረኞች ስንገባ ግን ፍጹም ጸጥታ ሰፍኗል። የደረስነው እስረኞች እራት በልተው ክፍሉን በሚያጸዱበት ሰአት ነው። ሁሉም ቆመዋል። ያስደነገጠን ብዛታቸው ነው። ቆመው ክፍሉን ሞልተውታል። መጀመሪያ የመጣብኝ ሃሳብ "ያ ሁሉ ሰው የትነው የሚተኛው?" የሚል ነበር።

የቤቱ ሁካታ ተመልሶ መጣ። መርካቶ መሰለ። ቀደም ብለው እንደዛ በህብረት ጸጥ ማለታቸው፣ ቀጥሎም ሁሉም በአንድ ላይ መንጫጫታቸው፣ ድምጻቸውን እንደ ቧንቧ ውሃ የሚከፍተውና የሚዘጋው አንዳች ነገር ያለ አስመስሎታል። ትንሽ ቆይቶ እንደ ተረዳሁት እስረኛ እስኪገባ ጸጥታ የሚሰፍነው፣ "እስረኞች በግርፋት በጣም ተጎድተው ይመጣሉ" ከሚል ስጋት እንደሆነ ነው። በጣም የተጎዱ እስረኞች ከመጡ በድንጋጤና በሃዘን የተነሳ ጸጥታው ለረጅም ጊዜ ይቆያል።

ከድምጻቸው መመለስ ጋር ብዙሃኑ ጀምረውት ወደ ነበረው የጽዳት ስራ ተመለሱ። ጥቂቶች ወደ አዲሶቹ እስረኞች መጡ። በቅድሚያ በግርፋት ጉዳት የደረሰባቸውን ደህና ከሆንነው ለይተው አንድ ጥግ አስቀመጧቸው። የተቀመጡበት ቦታ የጨርቅ ጉዝጓዝ ነበረው። እኛን ወደ ሌላ አንድ ጥግ ወሰዱን። አንድ በጨርቅ የታሰረ አነስተኛ ሳህን ፈተው፣ "እራት ብሉ" አሉን። ምግቡ የቤት ምግብ እንደሆነ ያስታውቃል። የአተር ክክ ወጥ ነበር። የአንዱ እስረኛ እናት ወይም እህት ወይም ሚስት ለልጇ ወይም ለወንድሟ ወይም ለባሌ ብላ ተጨንቃ የሰራችውን ምግብ እንደሰጡን ያስታውቃል።

ምግቡን የተጋራነው ቁጥራችን ሰባትና ስምንት እንሆናለን። ሁላችንም ቀኑን ሙሉ እህል አላየንም። ሳህኗን በአንድ ሰከንድ ውስጥ ባዶዋን አስቀርተን አይናችንን አቁለጨለጭን። ተጨማሪ ምግብ አልነበረም። ምግቡን የሰጡን ሰዎች "ለኢመርጀንሲ (ለድንገተኛ) ተብሎ

ለመጠባበቂያ የታያዘው ምግብ ያ ብቻ እንደሆነ" እያዘኑ አስረዱን። ስንበላ ያንጠባጠብነውን ምግብ ከስራችን፣ ከስሚንቶ ወለሉ ላይ ልቅምቅም አድርገው አጸዱት። ስንገባ እስረኛው ሲያጸዳ የነበረው እንዲህ አይነቱን የምግብ እንጥብጣቢ እንደነበር ገባን።

የስሚንቶ ወለሉ በቀን ሶስት ጊዜ እንደ ጠረጴዛ ያገለግል ነበር። የመዝናኛ መድረክም ነበር። ማታ ተጠርጎ አልጋና ፍራሽ የሚሆነው ይሄው የሲሚንቶ ወለል ነው። በግርፋት ጉዳት የደረሰባቸውን እስረኞች እንደኛ እራት አበሏቸው። የተጎዳ ሰውነታቸውን በቅባት የሚያሹ ሰዎች መድበውላቸው መታሸት ጀምረዋል።

አንዳንዶቹ ከኛ ጋር የመጡ እስረኞች ጠዋት ለምርመራ ከዚያው ክፍል የተወሰዱ ስለነበሩ ነባሩን እስረኛ ተቀላቀሉ። ለተቀረነው አዲሶቹ እስረኞች አንድ የዩኒቨርስቲ ተማሪ የነበረ ወጣት ገለጻ አደረገልን። ሲጀምር ስሙንና የስራ ሃላፊነቱን ገለጸ ። ስሙን ረስቼዋለሁ። የሳምንቱ ተረኛ ኮሚቴ ሊቀመንበር ነው።

"እኔ የሳምንቱ ተረኛ አብይ ኮሚቴ ሊቀመንበር ነኝ። ኮሚቴው አብይ የተባለው በሁለት ምክንያት ነው። በመጀመሪያ ሁሉም እስረኛ በየሳምንቱ እሁድ ማታ በቀጥታ በሚሳተፍበት አብይ ስብሰባ በምርጫ የሚሰየም ኮሚቴ ስለሆነ ነው። ሁለተኛው ምክንያት ከሌሎች ንኡስ ኮሚቴዎች ለመለየት ነው። የተለያዩ የስራ ሃላፊነት የተሸከሙ በርካታ ኮሚቴዎች አሉን።

እንደምታዩት ክፍሉ በእስረኛ ብዛት የተጨናነቀ ነው።እናንተን ስንጨምር ከሁለት መቶ ሃያ በላይ እንሆናለን። ይህ ሁሉ እስረኛ እንደፈለገው ይሁን ቢባል መተኛና የሚበላ የማያገኝ ብዙ እስረኛ ይኖራል። ትንሽ ቆይታችሁ ወደኋላ የምታዩት ይሆናል። እኛ የኮሚቴ አባላት እስረኛውን አጠጋግተን ካላስተኛነው ለጎኑ ማረፊያ የሚሆን ቦታ የማያገኝ ብዙ እስረኛ ይኖራል።

ምግብም እዚህ መንግስት ለየትኛውም እስረኛ አንዲት ዳቦ አያቀርብም። ከክፍለ ሃገር ተይዘው የመጡ እስረኞች አሉ። ቤተሰቦቻቸው የት እንዳሉ የማያውቋቸው እስረኞች አሉ። ምግብ በየቀኑ ማቅረብ የማይችሉ ቤተሰቦች ያሉዋቸው ችግረኛ እስረኞች አሉ። እነዚህና ሁላችንም ተካፍለን የምናድረው ለተወሰኑ እስረኞች፣ የተወሰኑ ቤተሰቦች የሚልኩትን ምግብ ነው። በቀን በአማካይ ከአስር እስረኛ ምግብ የሚመጣለት ከአምስት እስከ ስድስት እስረኛ ይደርሳል። "ሁሉም የየራሱን ምግብ ይብላ" ቢባል እዚሁ ከመሃከላችን ብዙዎቹ ሰዎች በረሃብ ያልቃሉ። ጉልበት ያላቸው ከደካሞቹ ቀምተው ይበላሉ። እዚሁ እንደ አውሬ እንበላላ ነበር።

እዚህ የታሰረው እስረኛ በሙሉ የፖለቲካ እስረኛ ነው። ከሶስት አራተኛው በላይ የዩኒቨርስቲ ተማሪና ከዛም በላይ የተማረ እስረኛ ነው። ያው እንደምታዩት የሃገሪቱ ትልቁ የስነ ጽሁፍ ሰው ሎሬት ጸጋዬ ገብረመድህንም ከኛው ጋር ታስሯል። ሌላው የስነ ጽሁፍ፣ የራሱ የደርግ ሰው፣ አያልነህ ሙላትም እዚሁ ነው። ምን እየሆነ እንደሆነ አናውቅም። ይሄ ሁሉ የተማረ ሰው ባለበት ክፍል፣ ሰው እንደ አውሬ እንዲሆን ስላልተፈቀደ፣ ሥርዓት፣ ህግና ደንብ አበጅተን እየኖርን ነው። እኔ የምነግራችሁ ዋና ዋናዎቹን ደንቦች ብቻ ነው።

ለማንኛውም እስረኛ የሚመጣ ማናቸውም አይነት ምግብ የጋራ ንብረት ነው። ዳቦ ብስኩት ኬክ ፍራፍሬን ጨምሮ። ዳቦና ብስኩቱ ለቁርስ ይከፋፈላል፤ ፍራፍሬው እዛ ጥግ ለምታዩዋቸው በግርፋት ለተጎዱና ለበሽተኞች ማገገሚያ ይውላል። ምግብን አልፎ አልፎ እንደ ሽልማትም እንጠቀምበታለን። ወደፊት የምታዩት ይሆናል።

ምግብ የሚገባው ጠዋት ነው። ምግብ የመጣለት እስረኛ ስሙ ይጠራል። ምግቡን የሚያመጣው ፖሊስ ነው። ቤተሰቦቻችን እንድናይ እነሱም እንዲያዩን አልተፈቀደም። ምግቡን ከፖሊሱ ተቀብላችሁ ለሳምንቱ የምግብ ሃላፊ ታስረክባላችሁ። ሃላፊው ምን እንደሚያደርገው ነገ ታያላችሁ።

እዚህ ያለው ሁለት መቶ ሃያ እስረኛ ሃያ ሁለት ቦታ ተከፍሏል። ይህ ማለት በአንድ ቡድን አስር እስረኛ አለ ማለት ነው። ለቡድኖቹ ጎጆ የሚል ስም ሰጥተናቸዋል። ሃያ ሁለት ጎጆዎች አሉን ማለት ነው። አልፎ አልፎ የጎጆ አባላት ቁጥር ከአስር ከፍና ዝቅ ሊል ይችላል። ጎጆዎቹ የሚለዩት በተሰጣቸው ቁጥር ነው። ከአንድ እስከ ሃያ ሁለት ያሉትን ቁጥሮች ሰጥተናቸዋል።

እየአንዳንዱ ጎጆ ራሱ በየሳምንቱ የሚሰይመው የየራሱ የጎበዝ አለቃ አለው። የጎበዝ አለቃው የጎጆዋ ተጠሪና ሃላፊ ነው። ከሳምንቱ የእስረኞች አብይ ኮሚቴ ጋር ጎጇዋን ወክሎ ማንኛውንም ነገር የሚሰራውና የሚያስፈጽመው የጎበዝ አለቃው ነው። እስረኞች በየግላቸው እየመጡ የሳምንቱን ኮሚቴ አባላት በማናቸውም የግል ጉዳያቸው ማናገር አይችሉም። ማንኛውም ነገር በጎበዝ አለቃቸው በኩል መምጣት አለበት።

የጎበዝ አለቃው ጎጇውን ወክሎ ምግብ ከሳምንቱ ኮሚቴ ይረከባል። የተረከበውን ምግብ ስነሥርዓት ባለው መንገድ የጎጆው አባላት እንዲመገቡ ያደርጋል። ምግቡ ለጎጆ አባላቱ የሚከፋፈል ከሆነ ፍትሃዊ በሆነ መንገድ አስር ቦታ አከፋፍሎ ያድላል። በጎጆው

ውስጥ የሚነሳን ማናቸውም ችግር እዛው ጎጀው ውስጥ ለመፍታት ይሞከራል። ወደ አብይ ኮሚቴው ችግር ማምጣት የሚችለው ችግሩ ከጎጆዋ አቅም በላይ ሲሆን ብቻ ነው።

ያው የታወቀ ነገር ነው። የገባ ነገር መውጣት አለበት። የሳይንስም፣ የተፈጥሮም ህግ ነው። ይህን ታሳቢ ተደርጎ፣ በቀን ሁለት ጊዜ፣ አንዴ ጠዋት አንዴ ማታ ለመጸዳዳት እንወጣለን። ሁሉም ዝም ብሎ ተጋፍቶና ተሽቀዳድሞ መውጣት አይችልም። ሽንት ቤቱም በአንድ ጊዜ ከአስር እስረኛ በላይ ማስተናገድ አይችልም። ሁሉም ተራውን ጠብቆ ሽንት ቤት እንዲሄድ የማድረግ ሃላፊነቱ የሳምንቱ ተረኛ ኮሚቴ ነው።

ሁሉም በየተራ ሽንት ቤት በቅድሚያ የመሄድ እድል እንዲያገኝ ታስቦ የተዘጋጀ የተራ ማስጠበቂያ ሥርዓት አለን። ስርአቱ በሚያዘው ይፈጸማል። አጣዳፊ ችግር ያለባቸው አስቀድመው በጎበዝ አለቃቸው በኩል ያሳውቁናል ። ቅድሚያ እንሰጣቸዋለን። አንዴ ለሽንት ከወጣን በኋላ የፈለገው ነገር ቢመጣ ፖሊሶች በሩን አይከፍቱም። ስለዚህ እድሉን ስታገኙ የራሳችሁ እንኳን ባይኖር ተበድራችሁም ቢሆን ዲፖዚት ማድረጉ ይበጃችኋል። የምለው ገብቷችኋል፣ አይደል?" እንደመጠየቅም፣ በገዛ ቀልዱ እንደመሳቅም አደረገው።

እኛም ቀልዱ እንደ ገባን በፈገግታችን አረጋገጥንለት። ወደ ገለጻው ተመለሰ።

"እያንዳንዳችሁን በተለያዩ ጎጆዎች እንመድባችኋለን። የቀረውን የጎበዝ አለቃውና የጎጇችሁ አባላት ይገልጹላችኋል። ወደፊት በተግባር የምታዩት ብዙ ነገር ይኖራል። ጥያቄ ካላችሁ ጠይቁኝ" ።

ጥያቄ አልነበረንም።

በተለያዩ ጎጆዎች ተመደብን። የተመደብኩበት ጎጆ የጎበዝ አለቃ የማታውን ፕሮግራም አስመልክቶ ገለጻ አደረገልኝ።

"ሽንት ቤት አስራ ሁለት ሰአት ላይ እንወጣለን። ሁሉም እስረኛ ተጠቃሎ ሲገባና በሩ ሲዘጋ እራት ይበላል። ከእራት በኋላ ያው እንዳየኸው ጽዳት ነው። ከጽዳት በኋላ እስከ ሶስት ሰአት ድረስ እስረኛው የፈለገውን የሚሰራበት ሰአት ነው። እንደምታየው ሁካታ ነው። ሶስት ሰአት ላይ የጋራ ፕሮግራም ይጀምራል።

በጋራ ፕሮግራም ቅድሚያ የሚሰጠው አብይ ኮሚቴው ለሸንጎው ለሚያቀርበው ጉዳይ ነው። ሸንጎው ሁሉም እስረኞች የሚሰበሰቡበት የመጨረሻው የስልጣን አካል ነው።

አብይ ኮሚቴው ለሸንጎው የሚያቀርበው ከአቅሙ በላይ የሆኑ አስተዳደራዊ ችግሮች ወይም የፍትህ ጥያቄ ሊሆን ይቻላል። ጥፋት የሚያየው፣ ቅጣት የሚበይነው ሸንጎው ነው።

በሳምንት አንድ ምሽት የሳምንቱ ተረኛ አብይ ኮሚቴ አባላት ምርጫ አለ። አብይ ስብሰባ ከሌለ የመዝናኛ ፕሮግራም ይኖራል። በዘፈን፣ በግጥም በስነጽሁፍ የሚቀርብ መዝናኛ ነው። በእስረኞች መሃከል የሚደረጉ የተለያዩ ውድድሮች አሉ። የወድድሮቹ የመዝጊያ በአል የሚከናወነው በዚሁ የምሽት ክፍለ ጊዜ ነው። ከምሽቱ አምስት ሰአት ላይ የመኝታ ጊዜ ነው። ዛሬማታ የሸንጎ ስብሰባ የለም። ሶስት ሰአት ላይ የመዝናኛ ፕሮግራም ይጀምራል። ይሄው ነው።" አለ። የጎበዝ አለቃውም የዩኒቨርስቲ ተማሪ ነበር።

የጎበዝ አለቃው እንዳለውም ሶስት ሰአት ሲሆን የሳምንቱ ኮሚቴ ሊቀመንበር አንድ ጊዜ አጨበጨበ። ፍጹም ጸጥታ በቤቱ ውስጥ ሰፈነ።

"በቅድሚያ አዲስ እስረኞች አሉን። የተገናኘነው አሳዛኝ በሆነ ሁኔታ ቢሆንም እንኳን ደህና መጣችሁ ማለት የተለመደ ነው። በመላው እስረኛ ስም "እንኳን ደህና መጣችሁ። ያላችሁት በወንድሞቻችሁ መሃከል ነው። የመጣውን እንደ አመጣጡ በጋራ እንቀበለዋለን። አታስቡ። በርቱ" አለ።

ቀጥሎም "በቅድሚያ ራሳቸውን እንዲያስተዋውቁ መድረኩን ለአዲሶች እስረኞች እለቃለሁ" በማለት እድሉን አጠገቡ ለነበረው አዲስ እስረኛ ሰጠው።

እኛም፣ ሁሉም እስረኞች እንዲያዩን "ቁሙ" ተብለን ቆመናል። በቆምንበት እራሳችንን አስተዋወቅን። እንደገና ሊቀመንበሩ መድረኩን ተረከበ።

"እንደሰማችሁት ከአዲሶቹ እስረኞች መሃል ወንድማማቾች አሉ። የአባታቸውም ስም ፅጌ መሆኑን ሰምታችኋል። "ድንገት ወሬው ያልደረሳችሁ ካላችሁ" በሚል ነው የምደግመው። መቼም እዚህ ቤት ወሬ ከብርሃን ፍጥነት በላይ እንደሚጓዝ እናውቃለን። ወንድማማቾቹ ትናንትና ከእኩለ ሌሊት በኋላ ከመሃከላችን የተወሰዱት የአቶ ፅጌ ልጆች ናቸው። ከዚህ ቤት ሌሊት ሰው ሲወሰድ ምን ሊደረግ እንደሚወሰድ ስለምናውቅ በቤቱ ውስጥ ምን ያህል ሃዘን ገብቶ እንደነበር ታስታውሳላችሁ። የፈራነው ነገር በአቶ ፅጌ ላይ አልደረሰም። ሌሊት የወሰዷቸው ወደ ቤታቸው ነበር። እንደምታዩት እሳቸውን ለቀው ልጆቻቸውን አስረዋል። አቶ ፅጌ አልሞቱም። በህይወት አሉ። ለለውጥ መልካም ዜና ነው።" አለ ።

እስረኛው መደሰቱን ለመግለጽ አጨበጨበ።

ቀጥሎም ሊቀመንበሩ የምሽት ፕሮግራሙ የመዝናኛ ፕሮግራም ብቻ መሆኑን አሳውቆ "መድረኩን ለፕሪዝን የሙዚቃ ባንድ (Prison Music Band የእስርቤት የሙዚቃ ቡድን) እለቃለሁ" አለ።

ተዘጋጅተው ይጠብቁ የነበሩ ወጣቶች ድምጻቸውን እንደ ሙዚቃ መሳሪያዎች በመጠቀም መድረኩን ተቆጣጠሩት። አንዱ የምናብ ሳክስፎኑን፣ ሌላው የምናብ ጊታሩን፣ ሌላው የምናብ ከበሮውን፣ ዋሽንቱን፣ ሌላውም የራሱን የምናብ የሙዚቃ መሳሪያ በጁ ይዞ እየተጫወተ ሙዚቃው ተንቆረቆረ።

የመጀመሪያ የመሳሪያ ብቻ ሙዚቃ እንዳለቀ፣ የባንዱ አስተዳዳሪ የሚቀጥለውን ፕሮግራም አስተዋወቀ። ድምጻውያኑ በፕሪዝን ባንድ ታጅበው የተለያዩ የሃገራችን ዘፋኞችን ዘፈኖች ዘፈኑ። የአንዳንዶቹ የድምጽ ውበት ድንቅ ነው። አንድም ሰው የሚቀልድ ወይም የሚያሾፍ አልነበረም። ሁሉም በደንብ ተዘጋጅተው የመጡ ዘፋኞችና ሙዚቀኞች ነበሩ።

ተመልካቹም የምር ተመልካች ነው። እስረኛው ለዘፋኞቹ የነበረውን አድናቆትና አክብሮት በጭብጨባ ይገልጻል። እስረኛው በተደጋጋሚ ሲያጨበጭብ የፖሊሶቹ ነገር አሳሰበኝና ለጎበዝ አለቃው፣

"ለጭብጨባውና ለዘፈኑ ምንም አይሏችሁም ?" ብዬ ጠየቅሁት።

"እንደ ፖሊሱ ነው። መጥፎው በሩን ደብድቦ ጩኸት ቀንሱ ይላል። ጥሩዎቹ ክፍሉን ተጠግተው ዘፈን ያዳምጣሉ። ለሽንት ሲያወጡን "ድንቅ ዝግጅት ነበር ይሉናል" ብዙም የሚያሳስብ ነገር የለውም" አለኝ።

እንዲህ እየተባለ ምሽቱ ተገባደደና የመኝታ ሰአት ደረሰ። ሊቀመንበሩ ሁሉም እስረኛ ወደ መኝታ ስፍራው እንዲመለስ አዘዘ። ጋቢዎችና ብርድ ልብሶች እየተገጣጠሙ ወለሉን እንደምንጣፍ ሸፈኑት። አጭር በሆነው የክፍሉ ጎን እስረኞች በቁመታቸው እንዲተኙበት እየተደረገ ማስተኛቱ ተጀመረ።

የመጀመሪያው እስረኛ ጭንቅላቱን ወደ ግርግዳው አድርጎ ይተኛል። የሚቀጥለው እስረኛ እግሩን ቀድሞ ወደተኛው እስረኛ አድርጎ ይተኛል። ሶስተኛው እስረኛ ጭንቅላቱን ከሁለተኛው እስረኛ ጭንቅላት ጋር አነካክቶ ይተኛል። አራተኛው እስረኛ እግሩን ከሶስተኛው እስረኛ እግር ጋር አነካክቶ ይተኛል። እንዲህ እንዲህ እየተደረገ ክፍሉ በአንድ ጎኑ ከተሞላ በኋላ የተቀረው ክፍል በተመሳሳይ መንገድ በርዝመቱ ይሞላል።

ቦታ ስለማይበቃ በደረት ወይም በጀርባ መተኛት አይፈቀድም ። ሁሉም ሰው በጎኑ መተኛት አለበት። ፍራሽ በሌለው የሲሚንቶ ወለል ላይ እንኳን በጎን በጀርባም መተኛት አስቸጋሪ ነው። በተለይ ወጣት ላልሆነ ሰው ደግሞ የበለጠ ይከብዳል። ሎሬት ጸጋዬ ገብረመድህንን የመኻታ ሃላፊው ተረኛ ወጣት፣

“ጋሽ ጸጋዬ ለሁለት ደቂቃ ብቻ፤ አንዴ ሁሉንም እስከምናስተኛ በጎንዎ ይሁኑልን። ከዛ በኋላ እንደ ሮማን ኢምፓየር መስፋፋት ይችላሉ።” ሲል መስማቱ ሳቅንም ጥልቅ ሃዘንንም የቀላቀለ ስሜት የሚፈጥር ነበር።

እንዲህ አይነቱን የአተኛኘት ስልት “በስክ መተኛት” ብለው ይጠሩት ነበር። “ሰርዲን ስታይል” ቢሉትም ይችሉ ነበር። የቆርቆሮ ሰርዲን ሲከፈት ሰርዲኖቹ የሚገኙት በዚህ መንገድ ተደርድረው ነው።

ብዙው እስረኛ ከላይ የሚለብሰው ነገር የለውም። ቤቱ በእስረኛው ትንፋሽ በጣም ስለሚሞቅ በካኔቴራ ውለው፣ በካኔቴራ የሚያድሩ እስረኞች ነበሩ። እራስ እግር፣ እግር እራስ እያሳኩ አስተኙን። ለጠጠር መጣያ የሚሆን ቦታ የተረፈ አይመስልም።

በቀደመው ሌሊት እኔና ብዙነህ ሳንተኛ ነበር ያደርነው። ብዙነህ የተመደበው ሌላ ጎጆ ውስጥ ነው። ከመተኛቴ በፊት ቀና ብዬ ላየው ሞክሬ ነበር። ከሰው አሸዋ መሃል አንዲት አሸዋ የመለየት ያህል የማይቻል ነገር ሆነብኝ። “እንደኔ ተመችቶት ይሆናል” በሚል ተስፋ ተመልሼ ተጋደምኩ። እንቅልፋም፣ ድካሙም፣ የእስረኞቹ የሞቀ አቀባበል አንድ ላይ ተደምሮ ባለ አምስት ኮከብ ሆቴል ውስጥ አልጋ የተያዘልኝ ይመስል በአንድ ደቂቃ ውስጥ እንቅልፍ ይዞኝ ጥርግ አለ።

አሳሪና ታሳሪ

የአንደኛ ፖሊስ ጣቢያ እስረኞች ባለቤት ማን እንደሆነ አይታወቅም። ሃገሩን የሚገዛው የደርግ መንግስት ይሁን እንጂ በስሩ ራሳቸውን የቻሉ በርካታ መንግስቶችና ንጉሶች ነበሩ። እነዚህ መንግስቶችና ንጉሶች የተፈጠሩት የሻለቃ መንግስቱ ቡድን እነ ጀነራል ተፈሪ በንቲን ገድሎ “አብዮቱ ከተከላካይነት ወደ አጥቂነት ተሸጋግሯል” ካለበት ወቅት ጀምሮ ነው።

ከግድያው በኋላ የሻለቃው ደጋፊዎችና ተባባሪዎች “የነፃ እርምጃ” የመውሰድ መብት ተፈቀደላቸው። ነፃ እርምጃ ማለት “ማንኛውም ራሱን አብዮተኛ” ብሎ የሚጠራ የሻለቃው ደጋፊና ተባባሪ “ማንኛውንም ጸረ አብዮተኛ ነው” ብሎ የሚጠረጥረውን ግለሰብ ቤት

የመበርበር፣ ንብረቱን የመግፈፍ፣ ግለሰቡን የማሰር፣ የማሰቃየትና የመግደል ሙሉ መብት አለው ማለት ነው።[334] ቀበሌው፣ ከፍተኛው፣ ከነማው[335]፣ፖሊሱ፣ ደህንነቱ፣ ወታደሩ፣ ቤተመንግስቱ፣ የተለያዩ የፖለቲካ ድርጅቶችና የተለያዩ የብዙሃን ድርጅቶች[336]፣ ያስሩ፣ ይገርፉና ይገድሉ ነበር። በሃገሪቱ ውስጥ እንደሰው ልጅ ነፍስ የረከሰ ነገር አልነበረም።

አንደኛ ፖሊስ ጣቢያ ውስጥ የታሰረው እስረኛ ባለቤቶች ከላይ የተጠቀሱት አካላት በሙሉ ነበሩ። እስር ቤቱን የሚጠቀሙበት እንደሰው ማስቀመጫ መጋዘን ነው። በፈለጉት ቀንና ሰአት፣ ቀን ይሁን ሌሊት በውድቅት ተመልሰው መጥተው “እዚህ ያስቀመጥኩት ሰው አለኝ” ብለው መውሰድ ይችላሉ። ወስደው ገርፈው ይመልሳሉ። ወስደው ገድለው የፈለጉበት ቦታ ይጥላሉ።

አንዳንዶቹ ቡድኖች እስረኛ በአደራ መስጠታቸውን ጠቅልለው ይረሳሉ። ሁሉም እስረኛ ማለት ይቻላል በኦፊሴል መንግስት የሚያውቀው አልነበረም። ፖሊስ ጣቢያው ሬኮርድ አልነበረውም። ከጎናችን ሌላ ተመሳሳይ የእኛ አይነት ክፍል አለ። እሱም እንደ እኛ ክፍል በእስረኞች የተሞላ ነው። ለሴቶችም እዛው ግቢ ውስጥ ሌላ ቦታ የራሳቸው ክፍል ነበራቸው።

ይህ ሁኔታ ከማንም በላይ የተመቸው ለፖሊስ ጣቢያው አዛዥ ለመቶ አለቃ አባቴነህ ነው። በፖሊስ ጣቢያው የታሰረውን እስረኛ ብዛት የሚያውቀው እሱ ብቻ ነው። ልጅ የጠፋባቸው ወላጆች በየመጋዘኑ ከታሸጉት እስረኞች መሃል ልጃቻቸው እንዳሉ እንዲታይላቸው ደጅ የሚጠኑት አባቴነህን ነበር።

አባቴነህ የፖሊስ ጣቢያው እስረኛ ምንም አይነት መብት እንደሌለው ስለሚያውቅ ጣቢያውን እንደግል ጉልቱ ነበር የሚገዛው። እሱ “አይሆንም” ካለ ምንም ነገር አይሆንም። ከፈለገ ማንንም እስረኛ መግረፍ፣ ሲፈልግም አውጥቶ መግደል ይችላል። ብዙ እስረኛ ከየክፍሉ

---

[334] *በዋንኛነት ይወሰድ የነበረው ንብረት መሳሪያና መኪና ነበር። በብዙ ቤቶች በቀላሉ ሊወሰዱ የሚችሉ ወርቆችና ብሮች ተወስደዋል። ዘውዱ በተያዘበት ወቅት ቤቱ ሲበረበር የተገኘው መቶ ስልሳ አምስት ሺህ ብር ቤቱን ሊበረብሩ በመጡ የድርጅቶች ካድሬዎች እጅ እንጂ ወደ መንግስት እንዳልገባ በዛኑ ወቅት በስፋት ተወርቷል።*

[335] *ከነማ (የከተማ ነዋሪዎች ማህበር) ከፍተኞችን የሚያስተባብረው የከተማው ከፍተኛው አስተዳደር ነበር።*

[336] *በደርግ ቁጥጥር ስር የወደቀው የኢትዮጵያ ሰራተኞች ማህበር በሊቀመንበሩ በተመስገን ማዴቦ የሚመራ የገዳይና የገራፊ ስኳድ ነበረው።*

ሌሊት ሌሊት በካድሬዎችና በአብዮት ጠባቂዎች እየተወሰደ የተገደለው በሱ ፈቃድ ፖሊሶች እስረኞችን ለነፍሰ ገዳዮቹ እያስረከቡ ነበር።

ሻምበል አባቴነህ ደስ ያለው ቀን ስድብ የሞላውን ንግግሩን ለእስረኛው ያደርጋል። እስረኛው ሲሰቃይና ሲዋረድ ማየት ደስ የሚለው ክፉና ጨካኝ ሰው ነው።

አንድ ጠዋት እንደ ልማዱ እስረኛው ላይ ለመደንፋት መጥቶ ነበር። ድንፋታውን ሲጨርስ አቶ አያልነህ ሙላት እጁን እንደ ተማሪ አባቴነህ እንዲያየው አወጣ።

"ምንድነው?" በሚያንኳስስና በንቀት ድምጽ አባቴነህ አያልነህን ጠየቀው።

አያልነህ ከተቀመጠበት ተነስቶ ሁለት እጆቹን ወደ ኋላ አድርጎ፣

"ጌታዬ እዚህ ቀኑን ሙሉ የምንሰራው ነገር የለንም። የምናነበው ጋዜጣና መፅሃፍ እንዲገ ......"

አባቴነህ አላስጨረሰውም። እጅግ በሚያዋርድ መንገድ እያበሻቀጠ፣

"ቁጭ በል ! አንተ አይደለህም ምን እንደሚያስፈልግህ የምትነግረን። አስፈላጊ ሆኖ ሲያገኘው ጊዜያዊ ወታደራዊ መንግስት ያስተምርሃል" አለው።

በአያልነህ ፊት ላይ ይነበብ የነበረው የሃፍረት ስሜት ሁላችንም ላይ የሚነበብ ነበር። መቶ አለቃው አባቴነህ ማንን እያነጋገረ እንደነበር ለማወቅ ፍላጎቱ ያለው ሰው አልነበረም። "ጊዜያዊ ወታደራዊ መንግስት ያስተምርሃል" ያለው ሰው ሩሲያ ለረጅም አመታት ስነጽሁፍ ያጠና፣ ሃገሪቱ ካሏት ጥቂት የስነጽሁፍ ሰዎች ውስጥ አንዱ መሆኑን አያውቅም። አያልነህ የደርግ ሰው እንደነበር ብናውቅም እንደ እስረኛ ከመሃከላችን አንዱ በመሆኑ፣ አባቴነህ ሲያዋርደው በስሜት የወገንነው ከአያልነህ ጋር ነው።

ከጥቂት ጊዜ በኋላ እንደ አያልነህ በቃላት ሳይሆን በዱላ አባቴነህ እኔንም ሰባብሮኛል። ከእጁ የማትለይ ጫፏ ላይ ብረት የነበራት ከዘራ ነበረችው። ግቢው ውስጥ ከረምቱ ባጠራቀመው ግም ውሃና ጭቃ ላይ እያንደባለለ እንደ እባብ ቀጥቅጦኛል። ወንጀሌ "ከጎናችን ያለው ክፍል ከኛ ክፍል በቁጥር የሚያንስ እስረኛ ስላለው ለምን አዲስ እስረኞች እዛ አታስገቡም" ብዬ ለአንድ ፖሊስ በመናገሬ ነው። ፖሊሱ "እረ ጌታዬ እስረኛ አታስገቡ የሚለን

ጥጋበኛ እስረኛ እዚህ አለ" ብሎ በአካባቢው ለነበረው አባቴነህ አሳበቀብኝ። በወቅቱ የሳምንቱ ኮሚቴ ሊቀመንበር ነበርኩ። ሁላችንም የንጉስ አባቴነህ እስረኞች ነበርን።[337]

አብዛኛው የዩኒቨርስቲ ተማሪ እስረኛ ጥር ወር ውስጥ በልደታ አዳራሹ የሁከት ቀን የታፈሰ ነው። ብዙ ወራት ሆኗቸዋል። ከዩኒቨርስቲው አፍሰው አመጧቸው። እዚህ ክፍል ውስጥ ቆልፈውባቸው ሄዱ። ተረሱ። ሌሎች እስረኞች፣ እንደ እኔና እንደ ወንድሜ፣ በኢህአፓነት ተጠርጥረው የተያዙ ናቸው። ከእስረኞቹ መሃከል ከዩኒቨርስቲ የተመረቁ የህክምና ዶክተሮች፣ ኢንጂነሮች፣ ኢኮኖሚስቶች፣ ጠበቆች፣ የሂሳብ ሰራተኞች፣ መምህራንና ሌሎች ባለሙያዎች ይገኙበታል። አንዳንዶቹ በታወቁ የአሜሪካንና የአውሮፓ የኒቨርስቲዎች ትምህርታቸውን የጨረሱ ወጣት ምሁራን ነበሩ።

ከነዚህ ምሁራን መሃል አንዱ በግርፋት የተነሳ እግሩም እጁም አይሰራም። ሽንት ቤት የሚወስደው ጥንካሬው በነበራቸው ወንድሞቹ ሸክም ነበር። የሚጸዳዳውም በሸክምና በሌሎች እስረኞች እጅ ነው። ሌላው ወጣት ምሁር በእጁ ለረጅም ሰአት በመሰቀሉ እጆቹ ወልቀው የማይሰሩ ነበሩ። ሽንት ቤት በግሩ ቢሄድም የሚያጸዳዱት ሌሎች እስረኞች ናቸው። ሁለቱም የሚመገቡት በሰው እጅ ነው።

እግሩ የሚሰራው የአሜሪካኑ የዊስኮንሰን ዩኒቨርስቲ ተማሪ የነበረው ወጣት በእግሩ ጣቶች የዳማ ጠጠሮች እየገፋ ከሌሎች እስረኞች ጋር ሲጫወት ማየት ልብ የሚሰብር ነገር ነበረው። በሌላ በኩልም የሰውን ልጅ የመንፈስ ጥንካሬ ሃያልነት የሚያሳይ ምሳሌ ነው።

እነዚህን ወጣቶች በቋሚነት የሚንከባከቡት የተወሰኑ እስረኞች ነበሩ። ለጓዶቻቸው የሚያሳዩት ሃዘኔታ እጅግ የሚያስገርም ነው። የሰው ልጅ ለፍቅር ያለው አቅም ለጥላቻና ለጭካኔ ካለው አቅም በላይ መሆኑን የሚያስተምር ነበር። ለእኔ "በሃገሬና በወገኔ ላይ መቼም ቢሆን ተስፋ እንዳልቆርጥ" ጽናቱን ያገኘሁት አንደኛ ፖሊስ ጣቢያ ውስጥ ለተጎዱ እስረኞች እንክብካቤ ሲያደርጉ ካየኋቸው ወንድሞቼ ገደብ ያልነበረው ደግነት ነው። ከነዚህ የምሁራን እስረኞች በተጨማሪ ከየፋብሪካውም የኢላአማ አባላት ተብለው የታሰሩ ጥቂት ላብአደሮችም

---

[337] የሙቶ አለቃ (ሻምበል?)አባቴነህ ኢህአዴግ አዲስ አበባን እንደተቆጣጠረ በቅድሚያ በቁጥጥር ስር ከዋሉት ጥቂት ሰዎች አንዱ ነበር። የአባቴነህና የኔን ታሪክ የሚያውቁ ሰዎች አባቴነህ መታሰሩንና የት እንደታሰረ መጥተው ነገሩኝ። የነገሩኝ ሰዎች ሄጄ እንዳየውና አንድ ነገር እንድለው ፈልገው ነበር። እኔ ግን የትናንቱ አሳሪ የዛሬው ታሳሪ መሆን የጫረብኝ ስሜት የበቀል ሳይሆን የሃዘን ስለነበር እንኳን ሄጄ የእጅህን አገኘህ ልለው በእስረኛው አባቴነህ አእምሮ ሊተራመስ የሚችለውን ሃሳብ በማሰብ ብቻ ይዘገንነኛል። እጣው ምን እንደሆነም አላውቅም። አባቴነህ ጨካኝ ሰው ነበር። ዘመኑም የጨካኞች ነው። በግሌ ቂም ያልያዝኩበት ምክንያት ይህን በማወቄ ነው።

ነበሩ። አንድ አርሶአደር እስረኛም ነበረን። በዕድሜው አስራ አራት አመት የሆነ አንድ መስፍን የሚባል ትንሽ ቀይ ልጅ ነበር።

አንድ እለት "አለም አቀፉ የሰብዐዊ መብት ተሟጋቹ ድርጅት፣ አምነስቲ ኢንተርናሽናል፣ እስር ቤቱን ይጎበኛል" የሚል ወሬ መጣ። "ወሬው እውነት ነው" የሚል ዕምነት ያሳደረብን ክፍላችንንና ግቢውን እንድናጸዳ በመደረጉ ነው። "አምነስቲ እንደነገ ጉብኝቱን ያደርጋል" ተብሎ እየተጠበቀ ሌሊቱን በግርፋት ተጎድተው የነበሩ እስረኞችን በሙሉ፣ የደርግ ሰዎች ከመሃከላችን ወስደው እረሸኗቸው።

ለደርግ፣ እነዚህ እስረኞች አምነስቲ ሊመለከታቸው የማይገባ ቆሻሻዎች ነበሩ። እኛ ግቢውንና ክፍላችንን በመጥረጊያ እንዳጸዳነው ደርግም የራሱን ቆሻሻ በመጥረጊያ ሳይሆን በጥይት ነበር ያጸዳው። በማግስቱ፣ "ቀኑን ሙሉ አምነስቲ ይመጣል ብለን" ጠበቅን። ሳይመጣ ቀረ። በታሪካዊ ምጸት የሰው ልጆች ህይወት ተንከባካቢው ድርጅት ለእነዛ ወጣቶች ህይወት መጥፋት ጦስ ሆነ።[338]

መኢሶን ከደርግ ጋር ከተፋታ በኋላ አባላቱ መታሰር ሲጀምሩ አንድ ግርማ ፔንቶ የሚባል እስረኛ እኛ ጋር መጥቶ ነበር። ይህ እስረኛ "ተራ የመኢሶን አባል ሳይሆን የታወቀ ነፍሰ ገዳይ ጭምር ነው" ስለተባለ ችግር ተፈጠረ። ሁሉም እስረኛ "ከርሱ ጋር አልመገብም። አጠገቤም አይተኛም" አለ። ችግሩ ከወቅቱ የሳምንቱ ኮሚቴ አቅም በላይ ሆነ።

የግርማ ፔንቶ ጉዳይ በአስቸኳይ አብይ ስብሰባ በሸንጎው እንዲታይ ተደረገ። ሸንጎው እንደዛ የመኝታ፣ ቦታና የምግብ ችግር እንዳለ እያወቀ "ግርማ ፔንቶ አንድ ጥግ ጨርቁ ከማንም እስረኛ ጋር ሳይነካካ እንዲተኛ፣ ምግብም የራሱ ምግብ እስከሚመጣለት ድረስ አነስተኛዋ ሳህን ተመርጣ እየተሰጠችው ለብቻው እንዲበላ" ወሰነ። ከዚህ በተጨማሪ ከሚመለከታቸው የኮሚቴ አባላት በስተቀር ማንም እስረኛ እንዳያናግረው ሸንጎው ውሳኔውን አስተላለፈ።

---

[338] ከብዙ አመታት በኋላ ከአምነስቲ አለም አቀፍ ድርጅት ጋር መገናኘት ስጀምር በቅድሚያ የተረኩላቸው ታሪክ የእነሱ ተወካዮች ይመጣሉ ተብሎ ደርግ አንደኛ ፖሊስ ጣቢያ ውስጥ አስሯቸው በነበሩትና አካላቸው በግርፋት በተጎዱ እስረኞች ላይ የወሰደውን እርምጃ ነው። አምነስቲ በመላው አለም በየትኛውም ሃገር የሚፈጸምን የሰብዐዊ መብት ገፈፋ የሚያጋልጥ አስቸጋሪ በሆነ ሁኔታ ውስጥ የሚንቀሳቀስ ድርጅት ነው። በህዝብ ላይ በደል የሚያደርሱ መንግስታት አይወዱትም። የድርጅቱን እንቅስቃሴ ለማጥላላት የማያደርጉት ነገር የለም።ድርጅቱ ሊደገፍ የሚገባው ትልቅ ጥረት የሚያደርግ ድርጅት ነው።

አቴና በአነደኛ ፖሊስ ጣቢያ

ጥንታዊቷ የግሪኳ የአቴና ከተማ "ዲሞክራሲ" የሚለው ቃል የተፈጠረባትና ለመጀመሪያ ጊዜ በተግባርም የዋለባት ታሪካዊ ከተማ ነች። ከተማ ብቻ ሳትሆን የከተማ መንግስትም ነበረች፤ ከ2500 አመታት በፊት። ዲሞክራሲ የሚለው ቃል የሁለት የግሪክ ቃላት ውህድ ቃል ነው። ዲሞ ማለት ህዝብ ማለት ሲሆን፣ ክራሲ ማለት አገዛዝ ማለት ነው። ዲሞክራሲ በአንድ ላይ ህዝባዊ አገዛዝ ማለት ነው። የአቴና ከተማ ኗሪዎች በዛን ዘመን ራሳቸውን የሚያስተዳድሩት የከተማዋ ዜጎች በሙሉ በአንድ ላይ እየተሰበሰቡ በሚያደርጉት ውይይትና ውሳኔ መሰረት ነው። ቁጥራቸው ብዙ ስላልነበር ያለውክልና ሁሉም ዜጋ በቀጥታ የሚሳተፍበት አስተዳደራዊ ሥርዓት ነበራቸው።

የመጸዳዳት ሥርዓት

ጠዋት ለሽንት የሚፈቀደውን ጊዜ በአግባቡ ለመጠቀም ፖሊሶች በሩን ከመክፈታቸው በፊት እስረኛው ዝግጁ ሆኖ መጠበቅ አለበት። እስረኛው ጊዜውን በደንብ ካልተጠቀመ ፖሊሶች "ጊዜያችሁ አልቋል" ብለው እስረኛው በሙሉ ሳይጸዳዳ ክፍሉን መልሰው ሊቆልፉት ይችላሉ። እንደስማነውም አድርገውት ያውቃሉ። በዚህ የተነሳ ጠዋት ተረኛ ኮሚቴው ሁሉንም ከእንቅልፍ ይቀሰቅሳል።

ሁሉም የተኛበትን ቡቱቶ በስነ ሥርዓት አጣጥፎ በየጥጉ ያስቀምጣል። ሌሊት ሽንት መሽኚያ ዕቃ እስር ቤቱ አልነበረውም። ስለዚህም ጠዋት የሚደፋ ነገር አልነበረም። አንዳንዱ የሽንት ችግር ያለበት እስረኛ የራሱ ብልቃጥ ወይም ጠርሙስ ነበረው።

እስረኛው ለሽንት መውጪያ በተቀመጠለት ቅደም ተከተል ሰልፉን አስተካክሎ ይጠብቃል ። በእለቱ መጀመሪያ ሽንት ቤት የመሄድ እድል የተሰጣት ጎጆ አባላትና አጣዳፊ የሽንት ቤት ግዳጅ ያለባቸው እስረኞች በራፉ አጠገብ ይደረደራሉ። ከእነዚህ ቀጥሎ ተረኛ ጎጆዎች ተራቸውን እየጠበቁ ይደረደራሉ። በሩ ሲከፈት ሩጫ የለም። መጋፋት የለም። ተራቸውን እየጠበቁ መጠጥ እንደሚሞላባቸው የፋብሪካ ጠርሙሶች ሁሉም እየተንፏቀቀ ያለምንም እንከን ሽንት ቤት እየደረሰና እጁን እየታጠበ ወደ ክፍሉ ይመለሳል። በሩ ይቆለፋል። የሚከፈተው ከአስራ ሁለት ሰአት በኋላ ለማታው ሽንት ብቻ ነው። ከሽንት መልስ የቁርስ ጊዜ ነው።

የምግብ ሥርዓትና የቀን ውሎ

የቁርስ ስርአቱ ዝግጅት የሚጀምረው ከአንድ ቀን በፊት ነበር። ተረኛው ኮሚቴ አንድ ትልቅ አጣጥፎ የሚያስቀምጠው ላስቲክ ነበረው። ጠዋት ለእስረኞች ምግብ ገብቶ እንዳለቀ ይህን ላስቲክ ከስሚንቶው ወለል ላይ ይዘረጋል። ከሁሉም እስረኞች ሰብስቦ ያጠራቀመውን ዳቦ መሳይ ነገር በሙሉ፣ አምባሻ፣ ቂጣ፣ ብስኩት፣ ደረቅ ኬክና ወዘተ ላስቲኩ ላይ ይዘረግፋል። የተዘረገፈውን ዳቦ እንደ ጉልት ቸርቻሪ፣ መቆራረጥ ያለበትን እየቆራረጠ ሃያ ሁለት ቦታዎች ለሃያ ሁለቱ ጎጆዎች በእኩልነት አከፋፍሎ ይጎልታቸዋል። ከዳቦዎቹ ጋር ከእስረኛው የተሰበሰቡ ሻይ የያዙ ፔርሙዞችም እንዲሁ ሃያ ሁለት ቦታ ይደረደራሉ። ሁለት ዙር መደርደር የሚቻል ከሆነ በሁለት ዙር ይደረደራሉ። የሚተርፍ ካለ የፔርሙዞች መጠን እየታየ ይደላደላል።

ይህ ስራ እንዳለቀ የየጎጆዎቹ የጎበዝ አለቆች በጎጆ ቁጥራቸው ተራ በተራ ይጠራሉ። ሁሉም የጎበዝ አለቃ የጎጆውን አቁማዳ ይዞ በመምጣት የነገ ጠዋቱን የጎጆውን ቁርስ ይረከባል። የድርሻውን የፔርሙዝ ሻይ ይወስዳል። በማግስቱ ጠዋት ከሸንት በኋላ፣ የጎበዝ አለቃው የራሱን ትንሽ ላስቲክ ወለሉ ላይ ዘርግቶ ለጎጆ አባላት ቁርስ እንዲሆን የተረከበውን ዳቦ አስር እኩል ቦታዎች አከፋፍሎ ያድላል። ሻዩንም በፔርሙዞቹ ክዳን፣ አንዱ ጠጥቶ ሲጨርስ ለሌላው እንዲዳረስ አድርጎ ያከፋፍላል።

ከቁርስ በኋላ ሁሉም እንዳሻው የፈለገውን የሚሰራበት ሰአት ነው። የዩኒቨርስቲው ተማሪዎች የታፈሱ እለት በጃቸው የነበሩ መጻህፍት አብረዋቸው ታስረዋል። ከነዚህ መጻሃፍት በተጨማሪ የገባ ጋዜጣም ሆነ ሌላ መፅሃፍ የለም። እነዛውኑ እየተበጣጠሱ የነበሩትን በጣም ጥቂት መጽሃፍት እስረኛው እየተዋዋሰ ያነባል።

ትምህርት ለመማር ፈቃደኛ የሆኑትንም እዛው በታሰሩ ምሁራን አስተማሪነት እንደነገሩ ትምህርታቸውን በግላቸው ይማራሉ። የተለያዩ የውጭ ሃገራትና የሃገር ውስጥ ቋንቋዎች አቀላጥፈው የሚናገሩ እስረኞች ነበሩ። በእነዚህ እስረኞች አማካኝነት ቋንቋ የሚማሩ እስረኞች ነበሩ።

ዳማና ቼዝ መጫወት የሚወደው ይጫወታል። ዳማና ቼዝ የማይጫወተው እስረኛ ከቦ ወሬውን ይሰልቃል። ብቻውን የሚቆዝመውም ይቆዝማል። እንደ ሎሬት ጸጋዬ ገብረመድህን አይነቱ ጸሃፊ ብእሩንና ወረቀቱን አጋጥሞ የሚከትበውን ይከትባል።

በየቦታው የቼዝና የዳማ ጨዋታዎቹን ከቦ የሚመለከተው ብዙ ነው። የዳማው መጫዎቻዎች በደግ ፖሊሶች ትብብር የተገኙ ቆርኪዎች ነበሩ። የቼዝ መጫወቻዎቹ እቃዎች የተሰሩት እዛው ክፍል ውስጥ ነው።

የቼዝ መጫወቻዎቹ የተሰሩት የሽንት ቤት ወረቀትና የፉርኖ ዳቦ እንቡጥ በአንድ ላይ ተቦክቶ ነው። ቅርጻ ቅርጽ የመቅረጽ ከፍተኛ ችሎታ ባላቸው አርቲስቶች የተሰሩ ነበሩ። የሽንት ቤቱ ወረቀት የዳቦው እንቡጥ ተቦክቶ ሲደርቅ ፍርክስክስ እንዳይል እንደ ጭድ ለማያያዣ ያገለግላል። የዳማና የቼዝ መጫወቻው ሰሌዳ ብስኩትና ኬክ ከመጣባቸው ካርቶኖች የተሰራ ነው። ትልልቅ ካርቶኖች በብዛት ማግኘት ስለማይቻል ብዙ ሰሌዳዎች ከስሚንቶ ወለሉ ላይ ተስለዋል።

በእስረኛው የተሰሩት የቼዝ መጫወቻዎች ገበያ ከሚገዙት በውበታቸው የላቁ እንጂ ያነሱ አይደሉም። የተጋጣሚዎች የቼዝ መጫወቻዎቹ በቀለም የተለያዩ መሆን ስላለባቸው የአንደኛውን ወገን መጫወቻ ለማጥቆር አርቲስቶቹና ኬሚስቶቹ ከፍራፍሬዎች ቆዳ፣ከምግብ፣ ከጥቁር ወረቀት፣ ከሳርና ከሌሎችም ነገሮች አዋህደውና ጨምቀው የሚሰሩት እጅ ላይ የማይለቅ ቀለም ነበር። ከዳቦ እንቡጥና ከሽንት ቤት ወረቀት የተሰራውን ነጭ የቼዝ መጫወቻ ይህን ቀለም እየቀቡ ሌላ መልክ ይሰጡታል። አንደኛው ተጋጣሚ በነጩ ሲጫወት ተፎካካሪው በባለቀለሙ የቼዝ መጫወቻዎች ይጫወታል። ቼዝ መጫወት ያልለመደ እስረኛ አልነበረም።

ወደ አምስት ሰአት ገደማ ቤተሰቦች የላኩት ምግብ መምጣት ይጀምራል። ምግብ የመጣለትን እስረኛ ስም፣ ፖሊስ ከእስር ቤቱ ክፍል ትንሽ ራቅ ብሎይጠራል። አንድ የሳምንቱ ኮሚቴ አባል ክፍሉ በራፍ ቆሞ ፖሊስ የጠራውን ስም ይደግማል። ስሙ የተጠራው እስረኛ ወጥቶ ምግቡን ከፖሊሱ እጅ ተቀብሎ ይመጣል። በር ላይ ለቆሙት የኮሚቴ አባላት አስረክቦ ይገባል። የእስረኛው ስራ አለቀ።

የመጣውን የምግብ ዕቃ የሚፈቱ፣ የሚከፍቱና በማንኪያ ወይም በሹካ እያገላበጡ ምን አይነት ምግብ እንደሆነ የሚመለከቱ የኮሚቴው ሰዎች አሉ። ስጋ ነክ ምግብ ከሆነ ደረጃ አንድ ምድብ ነው። አትክልት ነክ ነገሮች ያሉት ከሆነ ደረጃ ሁለት ነው። ክክና ሹሮ ደረጃ ሶስት ነበሩ። ምግቡ ይታይና በደረጃው መደርደር ይጀምራል። አደራደሩ ሁሉም ጎጆዎች በተቻለ መጠን ሁሉም አይነት ምግብ እንዲደርሳቸው ታስቦ ነው።

ትውልድ አይደናገር እኛም እንናገር

ሃያ ሁለት የስጋ ሳህኖች ለሃያ ሁለቶቹ ጎጆዎች ሳይዳረስ ሁለት የስጋ ሳህን ለአንድ ጎጆ እንዲደርሰው አይደረግም። በቂ የስጋ ምግብ ከመጣ ለሃያ ሁለት ጎጆዎች ተከፋፍሎ የተረፈው በሁለተኛ ረድፍ ይገባል። ሁለተኛ ረድፍ ብዙ ጊዜ አትክልት ነው። አልፎ አልፎ በተለይ የበአላት ሰሞንና ቅዳሜና እሁድ አትክልት በስጋ ተገፍቶ ሶስተኛ ረድፍ የሚገባበት ወቅቶች ነበሩ። በቂ የአትክልት ምግብ ከሌለ ሽሮና ክክ ከሶስተኛ ረድፍ ወደ ሁለተኛ ረድፍ ይዛወራሉ። በቂ የስጋ ምግብ ካልተገኘ አትክልትም ከሁለተኛ ረድፍ ወደ አንደኛ ረድፍ ይዛወራል። የኮሚቴው ሰራተኞች ሳህን እየከፈቱ ምግቡን እያዩ፣ "ስጋ፣ አትክልት፣ ስጋ፣ ሽሮ፣ ሽሮ፣ ሽሮ፣ ስጋ " እያሉ የምግቡን ምድብ ሲናገሩ መስማትና ምግቡን በአይነቱ በሶስት ረድፍ ሃያ ሁለት ቦታ ለ ሀያ ሁለት ጎጆዎች ሲደረድሩ ማየት ያስገርማል።

ብዙ ጊዜ ለአንድ ጎጆ ሶስት ሳህን ለምሳ ሁለት ወይም ሶስት ሳህን ለራት ይደርሳል። በበአል ቀናት፣ የአንድ ጎጆ የቀን የምግብ መጠን ሰባት ሳህን ይደርስ ነበር። የሳህኖችን ትልቅነት የምግቡን ብዛት እያዩ ሳህኖችን ማስተካከል የኮሚቴው ሰዎች ስራ ነው። ምግቡ በዚህ መንገድ ተሰብስቦ በስነ ሥርዓት ከተደረደረ በኋላ አድሎ እንዳይኖር ጎጆዎች በሚወጣላቸው እጣ መሰረት ድርሻቸውን በጎበዝ አለቃቸው አማካይነት ይረከባሉ።

ጎጆዎችን ምሳቸውንና እራታቸውን ማብላት የጎበዝ አለቃው ስራ ነው። አገልግል ሙሉ ዶሮ ከቤቱ የመጣለት ሰው አይኑ እያየ አጠገቡ ባለች የሌላ ጎጆ አባላት ይበላል። "የኔ ቤት ምግብ ነውና አንድ እግር ወይም አንድ እንቁላል ስጡኝ" አይልም። አልፎ አልፎ በእድል የቤቱ ምግብ ለእስረኛው ይደርሰዋል።

ምግቡ በአጠቃላይ በቂ አልነበረም። እድል የሰጠን በልተን ረሃባችንን እናስታግሳለን። እንዲህ ባይደረግ ኖሮ ሊቀመንበሩ አዲሶቹን እስረኞች ሲቀበለን እንደነገረን "የሚበላ የማይኖራቸው እስረኞች ይኖሩ ነበር። እርስ በርሳችን እንባላ ነበር። በየቀኑ የበግ ቅልጥም የሚግጡና በየቀኑ የራሳቸውን አንጀት የሚበሉ ሁለት አይነት እስረኞች ይፈጠራሉ። የእስረኛውን አንድነትና መልካም ግንኙነት የሚያበላሽ ይሆናል።" ሁሉም ምግቡን የሚያስረክበው በደስታ ነው። በዚህ ላይ ይህን ሃሳብ ያመጡት እስረኞች የተሻለ ምግብ የሚመጣላቸው እስረኞች መሆናቸውን መስማት ልብን የሚያፈካ ነው።

ጎጆዎች ምሳ ከበሉ በኋላ እንደገና የመዝናናቱ፣ የመጫወቱ፣ የማንበቡ፣ የመጻፉ፣ እንቅስቃሴ ይቀጥላል። ለማታ ፕሮግራም ዝግጅት የሚያደርጉ ያደርጋሉ። የተለያዩ ኮሚቴዎች ስብሰባ ያደርጋሉ። የጤና ባለሙያተኞች ያሉበት የጤናና የተጎዱ እስረኞች ተንከባካቢ ኮሚቴ አለ። የህግ ባለሙያተኞች ያሉበት የፍትህ ኮሚቴ ነበር። የስፖርት ውድድርና በአል የሚያዘጋጅ

ኮሚቴ አለ። የባህልና የመገናኛ ብዙሃን ኮሚቴም አለ። ሁሉም እንደ አስፈላጊነቱ ስብሰባዎች ያደርጋሉ።

ፐሪዝን የሙዚቃ ባንድ ልምምድ ታደርጋለች። የተሰበሩ የቼዝ መጫዎቻ እቃዎች ጥገና ይካሄዳል። አዳዲሶች ይሰራሉ። ቅማል የሚቀምለውም ይቀምላል። ቡና የሚጠጡ እድምተኞች ቡናቸውን ይጠጣሉ። እዛ ሁሉ እስረኛና የታፈነ ቤት ውስጥ ሲጋራችንን የምናጨሰው እናጨሳለን። ትንሽ ምግብ ሆዱ ውስጥ ስለገባች እንቅልፉ የመጣበት ቁጭ ካላበት ያንገላጀጃል። በክፍሉ ውስጥ የሚካሄደው እንቅስቃሴ ብዙ አይነት ነው።

የማታው የሸንትና የእራቱ ሥርዓት እንደጠዋቱና እንደ ምሳው አንድ አይነት ነው።

የሸንጎ ስብሰባ

በተለያዩ ምክንያቶች፣ ሁሉም እስረኛ የሚሳተፍበት የሸንጎ ስብሰባ ይጠራል። በየሳምንቱ እሁድ ማታ የስራ ሃላፊነቶች የሚረከቡ የሳምንቱ ተረኞችን ለመምረጥ ሸንጎው ይሰበሰባል። የሳምንቱ ተረኛ ኮሚቴ እስረኛውን በሙሉ እንዲሰበሰብለት ከፈለገ የሸንጎ ስብሰባ ይጠራ ነበር።

አንድ ግለሰብ ወይም ቡድን የእስረኛውን አንድ ሶስተኛ ድጋፍ እንዳለው ማስረጃ ካቀረበ አስቸኳይ የሸንጎ ስብሰባ እንዲጠራለት ማድረግ ይችላል። በወር አንድ ጊዜ የሸንጎውን ሰብሳቢና ጸሃፊ ለመምረጥ ሸንጎው ይሰበሰባል።

የስብሰባው ሥርዓት ትክክለኛውን የፓርላማ ሥርዓት የተከተለ ነው። ማንኛውም ግለሰብ የጎጆውን ከግማሽ በላይ አባላት የአምስት እስረኛ ድጋፍ ማግኘት ከቻለ ሸንጎው እንዲወያይበት የሚፈልገውን አጀንዳ በጎበዝ አለቃው በኩል ለሸንጎው ጸሃፊ ተናግሮ ማስመዝገብ ይችላል። የሸንጎው ሰብሳቢ ስራውን የሚጀምረው እንደ አጀንዳዎቹ አይነት ነው። ምርጫ ከሆነ የምርጫውን ህግ ተከትሎ ያስፈጽማል።

የሳምንቱ ተረኛ ኮሚቴ ምርጫ ከሆነ በቅድሚያ በሚወርደው ኮሚቴና የኮሚቴው አባላት ጥንካሬና ድክመት ላይ የሸንጎው አባላት አጭር ውይይት ያደርጋሉ። ዓላማው አዲስ የሚመረጡ የኮሚቴ አባላት ትምህርት እንዲቀስሙበት ለማድረግ ነበር። ለምርጫ እስረኞች ይጠቆማሉ። ጠቋሚው ለምን አንድን ግለሰብ እንደጠቆመ አጭር መግለጫ ይሰጣል። አስር ወይም ከአስር ሰዎች በላይ ድጋፍ ካገኘ የተጠቆመው ሰው በእጩ ተወዳዳሪነት ይመዘገባል። የተወሰኑ እጩዎች እንደተገኙና “ሸንጎው ይበቃል” ሲል ወደ ምርጫ ይኬዳል።

በቅድሚያ የሳምንቱ ኮሚቴ ሊቀመንበር ቀጥሎም የኮሚቴው ስድስት አባላት ይመረጣሉ። ከፍተኛውን ድምጽ ያገኙት የሳምንቱ ኮሚቴ አባላት ሆነው ይሰየማሉ። የሸንጎው ሰብሳቢ በማንኛውም ሁኔታ ድምጽ አይሰጥም።

ሰብሳቢው የየትኛውንም ቡድን ደግፎ ወሳኝ የማይሆነው የተከበረና የእስረኛውን አንድነት ጠባቂ ነው ተብሎ ስለታመነ ነው። በቡድኖች መሃል ልዩነቶች ከተካረሩም ሁሉንም ለመቆጣትና ለማረጋጋት የሞራል ነጻነት ለሰብሳቢው ለመስጠት ታስቦ ነው። ሰብሳቢው ከአንድ ወገን ወግኖ ድምጽ ከሰጠ ግን በድምጽ የተሸነፉትንና የተከፉትን ለማረጋጋት ወይም ለመቆጣት እንደሚከብደው ተገምቷል።ጸሃፊው ለተወዳዳሪዎች ወይም በአንድ ጉዳይ ላይ የተሰጠው የሸንጎው ድምጽ እኩል ቦታ ከተከፈለ ድምጽ የመስጠት መብት ነበረው። የጸሃፊውን ድምጽ ያገኘው ወገን በአንድ ድምጽ ብልጫ አሸናፊ ይሆናል።[339]

ምርጫው ለሸንጎው ሰብሳቢና ጸሃፊ ከሆነ፣ ሸንጎው ጊዜያዊ ሰብሳቢና ጸሃፊ መርጦ ምርጫው በምርጫ ህጉ መሰረት እንዲከናወን ይደረጋል። ጊዜያዊ ጸሃፊው እንጂ ጊዜያዊ ሰብሳቢው ድምጽ የመስጠት መብት አልነበረውም። ጊዜያዊ ጸሃፊው ድምጽ የሚሰጠው እንደ ደንቡ ድምጽ እኩል ቦታ ተከፍሎ አሸናፊውን መለየት ሲያዳግት ብቻ ነበር።

የሸንጎ ስብሰባ የተጠራው በአጀንዳዎች ላይ ለመወያየት ከሆነ ስብሰባው የሚጀምረው አጀንዳዎቹን በሸንጎው በማጸደቅ ነው። ለአጀንዳው አቅራቢ ለምን አጀንዳውን ማቅረብ እንደፈለገ እንዲያብራራ አንድ እድል ይሰጠዋል። ሸንጎው ማብራሪያውን ከሰማ በኋላ አጀንዳውን ለማጽደቅ ወይም ለመጣል ድምጽ ይሰጣል። ከግማሽ በላይ ድምጽ ያገኙ አጀንዳዎች ይጸድቃሉ። ያላገኙት ይሰረዛሉ።

በአጀንዳዎች ዙሪያ የድጋፍና የተቃውሞ አስተያየቶች እየተሰነዘሩ ውይይት ይደረጋል። አጀንዳው የሸንጎውን ውሳኔ የሚጠይቅ ከሆነ የውሳኔ ሃሳብ እንዲቀርብ ይደረጋል። የውሳኔ ሃሳቡ የአስር እስረኛ ድምጽ ድጋፍ ካገኘ፣ የማሻሻያ ሃሳቦች ላላቸው የተወሰኑ ሰዎች እድል ይሰጣል። ድጋፍ ካላገኘ ይወድቃል። የማሻሻያ ሃሳቦቹን የመቀበል

---

[339] የሃገራችን የፖለቲካ ድርጅቶችም ሆኑ ማህበራት ሊቀመናብርታቸውን ከድምጽ መስጠት ቢያግዱ ምን ያህል ጠቀሜታ እንደሚኖረው የሚጠቁም አሰራር ነው። በሁሉም ተደማጭነት ያለው ሊቀመንበር በድርጅት ውስጥ ከሚቀሰቀሱ ከፋፋይ ውሳኔዎች በላይ ሆኖ መገኘቱ ምን ያህል ለድርጅቶቹ ጤንነት አስፈላጊ እንደሆነ በቂ ተመክሮ ያለን ይመስለኛል። ድምጽ እኩል ቦታ ከተከፈለ፣ አንድ ሌላ ሰው፣ ጸሃፊው ወይም ወይም ሌላ ዝቅተኛ ሃላፊነት ያለው ሰው፣ በሚሰጠው ድምጽ አሸናፊው የሚለይ መሆኑን በድርጅቶች ህገ ድንብ ውስጥ ጠቅሶ ሊቀመንበሩ ከወሳኝነት ነጻ ማድረግ በተለይ ለእኛ አይነቱ ሁሉም "እኔ ያልኩት ካልሆነ" የሚል ባህል ለተስፋፋበት ሃገር የሚበጅ አሰራር ነው።

ወይም ያለመቀበል መብት የውሳኔ ሃሳብ አቅራቢው ብቻ ነው። ከተስማማው ይቀበለዋል፤ ካልተስማማው አይቀበለውም ።

በመጨረሻም በውሳኔ ሃሳቡ ላይ ሰብሳቢው አንድ የድጋፍ አስተያየትና አንድ የተቃውሞ አስተያየት ይቀበላል። ከአስተያየቶቹ በኋላ የውሳኔው ሃሳብ ለሸንጎው ድምጸ ውሳኔ ይቀርባል። በአብዛኛው ከተደገፈ ይጸድቃል። ካልተተደገፈ ይወድቃል። የወደቀ ሃሳብ ላይ ዳግም የውይይት እድል ስለማይኖር የውሳኔ ሃሳቡን አብዛኛው የሸንጎ አባላት እንዲደግፈው አድርጎ ማቅረብና ማሻሻያዎችን ለማካተት ጥረት ማድረግ የውሳኔ ሃሳቡ አቅራቢ ግዴታ ነው። ሌላው የሸንጎውን መሰብሰብ የሚጠይቅ ጉዳይ ከጥፋትና ከቅጣት ጋር የተያያዘው የፍትህ አጀንዳ ነው።

የፍትህ ሥርዓት፣ ጥፋትና ቅጣት

በእንደዛ አይነት አስቸጋሪና ከፍተኛ የመተሳሰብ ሁኔታ እየተኖረም፣ የእስረኛውን ማህበራዊ ህይወት የሚያውኩ ነገሮች የሚሰሩ ጥቂት እስረኞች ነበሩ። የመጋጨትና የመላተም ባህርይ የነበራቸው ነበሩ። ሰውን የመስድብና የመዝለፍ መጥፎ ባህርይ ያላቸው አሉ። ስግብግቦችና አጭበርባሪዎች ነበሩ። በእንደዛ አይነት ዝግና አንዱ በአንዱ ላይ ተደራርቦ በሚኖርበት ክፍል ውስጥ የአንድ ሰው መጥፎ ባህርይ የሁሉንም እስረኛ ስሜት ይጎዳል። በመሆኑም እስረኛው ጥብቅ የዲሲፕሊን ሥርዓት ነበረው።

አነስተኛ የሆኑ ችግሮችን የጎጆዎች አባላት ራሳቸው ተወያይተው፣ ጥፋተኛውን መክረውና ገስጸው እዛው መፍታት ይጠበቅባቸዋል። ችግሩ ከጎጆው አቅም በላይ ከሆነ ወደ ሳምንቱ ተረኛ ኮሚቴ ሪፖርት ይደረጋል። ለምሳሌ ከመኝታ፣ ከአበላል፣ ተራን ከመጠበቅ፣ የድርሻን ስራ ከመስራት ጋር ተያይዘው የሚነሱ ችግሮች ጎጆዎች አጥፊውን እየመከሩ ማስተካከል የሚገባቸው ችግሮች ነበሩ።

አልመከር ያለ ወደ ኮሚቴው ጉዳዩ ይመራል። አንድ እስረኛ የሳምንቱን ተረኛ ኮሚቴ ምክርና ማስጠንቀቂያ አልሰማ ካለ ጉዳዩ ወደ ሸንጎው ይተላለፋል። ጉልበት ለመጠቀም የፈለገ ወይም የተጠቀመ፣ የሁሉንም እስረኛ ክብርና ስብእና የሚነካ ጥፋት ያጠፋ እስረኛ ጉዳይ በቀጥታ በሸንጎው የሚታይ ነው።

ጥፋት አጥፍቷል በሚባልበት ግለሰብ ላይ ክስ የሚያቀርቡ ህግ አቃብያን አሉ። ለጥፋተኛ የሚከራከሩ ጠበቆች ነበሩ። ሁሉም በዩኒቨርስቲ ደረጃ የህግ ትምህርት የተማሩ

ነበሩ። ሸንጎው የአቃቤ ህጉንና የጠበቃውን ክርክር አዳምጦ በምክርና በማስጠንቀቂያ የሚያልፉቸው ጥፋተኞች ነበሩ። "ለጥፋታቸው ቅጣት ይገባዋል" ብሎ ካሰበ እንደ ሁኔታው የተለያዩ ቅጣቶች ይወስናል።

በዳማና በቼዝ ጨዋታ የተነሳ የተሰራ ጥፋት ከሆነ ጥፋተኛው ለተወሰነ ጊዜ በጨዋታዎች እንዳይሳተፍ ሊደረግ ይችላል። በአመጋገብ ሥርዓት ችግር ከሆነ ለተወሰነ ጊዜ ምግብ እየተቆነጠረ ለብቻው እንዲበላ በማድረግ እፍረት እንዲሰማው በማድረግ ይቀጣል። ለተወሰነ ጊዜ ሽንት ቤት ከሰው ሁሉ መጨረሻ በመሄድ፣ እስር ቤቱን በመጥረግና በሌሎች ተመሳሳይ ቅጣቶች እስረኛን መቅጣት የተለመደ ነው።

ትልቅ ለሆኑ እንደመደባደብ፣ ብልግና ለሞላቸው ስድቦች፣ በጠቅላላው እስረኛ ላይ ለሚታዩ ንቀቶች፣ ለሌብነት፣ ለማጭበርበርና ለመሳሰሉት ጥፋቶች የመጨረሻው ቅጣት ማግለል ነው። ማግለል ማለት "ጥፋተኛው ለተወሰነ ጊዜ ከጎጀው ውጭ አንድ ጥግ እንዲተኛ፣ ለብቻው እንዲበላ፣ በማናቸውም የጋራ እንቅስቃሴዎች እንዳይሳተፍ፣ ከሳምንቱ ተረኛ ኮሚቴ አባላት ውጭ ማንም እስረኛ እንዳያናግረው ማድረግ" ማለት ነው።

ከዚህ በተጨማሪ ጥፋተኞች ማታ ማታ እስረኛው ፊት ለፊት እየተነሱ የሰሩትን ስራ ነውርነት የሚገልጹ አጫጭር አረፍተ ነገሮች (የንስሃ መፈክሮች) ጮኸው እንዲናገሩ ይደረጉ ነበር።

ከምሽቱ ሶስት ሰአት ላይ የተረኛው ኮሚቴ አባል ያጨበጭባል። ሁሉም እስረኛ የሚሰራውን አቁሞ በጸጥታ ይቀመጣል። ጥፋተኛው ተነስቶ በእስረኛው ፊት "በል" የተባለውን ነገር ድምጹን ከፍ አድርጎ ይላል።

ይህ ቅጣት እስረኛው መቀጣት የማይወደው አንድ ከባድ ቅጣት ነበር። ይህ የቅጣት አይነት እኛ እዛ እስር ቤት እስከምንገባ ድረስ አይታወቅም። የቅጣቱን ሃሳብ እኔ በማምጣቴ በዚህ የቅጣት አይነት የተቀጡ ሁሉ በሙሉ ይረግሙኛል። የማልረሳው ረጋሚዬ አቶ ሸሁነኝ በሰማሁ ነበር።

አቶ ሸሁነኝ ምን ወንጀል እንደፈጸመ አላውቅም። የረጅም ጊዜ የአፄሃይለ ስላሴ ዘመን እስረኛ ነበር። እኛን ከመቀላቀሉ በፊትም መኖሪያው ከርቸሌ ነበር። ቅጣቱን ለመጨረሽ የቀረው ጥቂት ጊዜ ነበር። እስር ቤት ባሳየው ስነምግባር የታረመ እስረኛ ነው ተብሎ በተቋሙ የታመነበት እስረኛ በመሆኑ አንዳንዴ ፈቃድ እየተሰጠው ከከርቸሌ ወጥቶ ዘመዶቹን ጠይቆ

ይመለስ ነበር። እናም አንድ ቀን በዚህ የፈቃድ ቀኑ ባልጠበቀው መንገድ የእኛ እስር ቤት ባልደረባ ሆኖ አረፈው።

አቶ ሽሁነኝ ሻምበል አምሃ ተጠልሎበት የነበረው ቤት ባለቤት የነበረው የቀበሌው ሊቀመንበር የአቶ ዳኛቸው ዘመድ ነው። የተያዘውም “ሃገር አማን ነው” ብሎ ሊቀመንበር ዘመዱን ለመጠየቅ ሄዶ ነው።

“በሩን ሳንኳካ መሳሪያ ያነገበ ወታደር ከፈተልኝ።” እነሱ ወደተቆጣጠሩት ቤት በመሄዴ፣ “አይን ያወጣ አናርኪስት መጣ !” አሉኝ።

“ስም ከሰጣችሁኝ ለኢድዩ[340] ነው የምቀርበው፤ የብዙ ጋሻ መሬት ጌታ ነበርኩ” አልኳቸው።

የሲቪል ልብስ የለበሰች አንዲት ወጠጤ ካድሬ፣

“ኢድዩ፣ ኢህአፓና ኢምፔሪያሊዝም እንደ ስላሴዎች፣ አንድም ሶስትም ናቸው ሲባል አልሰማህም

እንዴ ?” አለችኝ።

“አልሰማሁም። ለምንስ የስላሴን ስም በከንቱ ታነሻለሽ?” አልኳት።

“ደፈረኝ ! ካልተማታሁ !” ብላ ተወራጨች።

ወታደር መሃል ገብቶ አዳነኝ። መሳሪያ ባትይዝ አትደፍረኝም ነበር። በአንድ ቡጢ ከቦሌ አንስቼ ስሙን በከንቱ ባነሳችው የአራት ኪሎው የስላሴ ቤተስኪያን ጣራ ላይ እቸነክራት ነበር።

---

[340] *በአማርኛ ኢድህ (የኢትዮጵያ ዴሞክራቲክ ህብረት) በእንግሊዝኛ EDU (Ethiopia Democratic Union) ኢዲዩ በዋንኛነት በመሳፍንቱ፣ በመኳንንቱና በባላባቱ የተቋቋመና የሚመራ ድርጅት ነው። አባላቱ ተራ ገበሬንም ይጨምራል። በ1966 ዓ.ም በተነሳው አብዮት የስልጣንና የጥቅም ጀንበራቸው እየጠለቀች የነበረችባቸው የቀድሞ የሃገሪቱ ገዥዎች የመጨረሻውን ራሳቸውን ከዘላለሙ ውድመት ለማዳን ያደረጉት መፈራገጥ በኢድህ ጥላ ስር ተሰባስበው ነበር። በምዕራብ መንግስታትና በአረቦች የሚደገፍ በትግራዩ ጠቅላይ ግዛት ገዥ በአፄ ዮኃንስ የልጅ ልጅ በልኡል ራስ መንገሻ ስዩም የሚመራ በርካታ ሃገረ ገዥዎችንና ከፍተኛ የንጉሱን የጦር መኮንኖች በአባልነት ሲያሳትፍ የነበረ ድርጅት ነው። በሳኡዲና በአሜሪካን መንግስት ይደገፋል። ከደርግ ጋርም በርካታ ውጊያዎች አድርጓል። ከህውሃት ጋርም እንዲሁ። ከኢህአፓም በተወሰነ ደረጃ። በሁሉም ጸረ መሳፍንት ሃይሎች እንደ እባብ አናቱን ተቀጥቅጦ ከጠመንጃ ትግሉ ሜዳ የጠፋ ድርጅት ነው።*

"አናርኪስት ሁን ኢድዩ እናጣራለን" ብለው ቤተ መንግስት ላኩኝ። ሲመሽ ቤተመንግስቱ እዚህ ጣቢያ ሰደደኝ። ማንም ምንም ነገር የጠየቀኝ የለም።" በማለት አያያዙን ላገኘው እስረኛ ሁሉ ሲተርክ የሚውል ሰው ነው። አቶ ሽሁነኝ።

አንድ እለት አቶ ሽሁነኝ ምን ጥፋት እንዳጠፋ አላስታውስም። ሸንጎው ፊት ተከሶ ቀረበ። የተከሰሰው ከአንድ አያሌው ከሚባል የዩኒቨርስቲ ተማሪ ጋር በአንድነት ነው። ጥፋታቸው ትልቅ ስለነበር ሸንጎው የአስራ አምስት ቀናት የመገለል ቅጣት በየነባቸው። አቶ ሽሁነኝና ሌላው ጥፋተኛ ማንኛውም የተገለለ ሰው እንደሚያደርገው ዘወትር ከሚተኙበት ስፍራ ተነስተው አንድ ጥግ እንዲሄዱ ተነገራቸው።

አቶ ሽሁነኝ "ሞቼ እገኛለሁ! ማን ወንድ ነው ከዚህ የሚያነቃንቀኝ?" እያለ ብዙ ነገር ተናገረ።

በዚህን ጊዜ ለሸንጎው ሃሳብ አቀረብኩ። ያቀረብሁት ሃሳብ "አቶ ሽሁነኝ ምንም ጉልበት እንደሌለው እንዲረዳ ስድስት ጡንቸኞች ከእስረኛው መሃል ተመርጠው አቶ ሽሁነኝን እንደ ኳስ ወደ ላይ እየወረወሩ እንዲቀልቡት" የሚል ነበር። አቶ ሽሁነኝና የጥፋት ተባባሪው ይህን ሲሰሙ መተኛ ቡቱቷቸውን ሰብስበው ወደ ተነገራቸው ጥግ ሄዱ። በእብሪታቸው የተበሳጨው ሸንጎ ለተጨማሪ ጥፋታቸው ተጨማሪ ቅጣት ፈረደባቸው። ማታ ማታ ከምሽቱ ሶስት ሰአት ላይ እስረኛው ፊት እየቆሙ፣

"የፊውዳል ትምክህተኛነትና የንኡስ ከበርቴ ማን አህሎኝነት የትም አያደርስም" እያሉ ሶስት ጊዜ ደጋግመው እንዲሉ ነበር።

አቶ ሺሁነኝ "ይህንን ቅጣት ብትገድሉኝም አልፈጽምም !" አለ።

ሸንጎው ይህን ሲሰማ "ይህንን ተጨማሪ ቅጣት እስኪፈጽሙ ድረስ መገለሉ አስራ አምስት ቀን መሆኑ ቀርቶ ላልተወሰነ ጊዜ የሚቀጥል ይሆናል" አለ።

አቶ ሽሁነኝና ጓደኛው ከጥቂት ቀናት መገለል በኋላ "ተጨማሪውን ቅጣት እንፈጽማለን" አሉ።

ከምሽቱ ሶስት ሰአት ላይ የኮሚቴው ሊቀመንበር በጭብጨባ እስረኛውን ጸጥ ሲያሰኝላቸው ሁለቱ ጥፋተኞች ቆመው።

"የፊውዳል ትምክህተኛነትና የንኡስ ከበርቴ ማንአህሎኝነት የትም አያደርስም" ይላሉ።

ፊውዳሉ "ብዙ ጋሻ መሬት ነበረኝ" ይል የነበረው አቶ ሺሁነኝ ሲሆን፣ ንኡስ ከበርቴው ደግሞ የጥፋት ሸሪኩ የዩኒቨርስቲው ተማሪ አያሌው መሆኑ ነው።

ሌላ ተመሳሳይ ቅጣት የተቀጣ አንድ እስረኛ ማታ ማታ እየተነሳ "የገረድ ልጅ መሆን ነውር አይደለም" እያለ ይቀመጣል። ጥፋቱ "የገረድ ልጅ ብሎ" በመሳደቡ ነው። አንድ ወጣት ላብአደር ለምን እንዳደረገው ሊገባን ያልቻለ ከፍተኛ ጥፋት ሰርቶ ተገኘ። ጥፋቱ በሌላ ሰው ስም ሲመጣ የነበረን ምግብ "የኔ ነው" እያለ ይቀበላል።

አንድ እለት ያ ስም ሲጠራ ወጣቱ ላብአደር እንደልማዱ ምግብ ለመቀበል ተነሳ። ይህን የተመለከተ አንድ አዲስ የገባ እስረኛ "የተጠራው እስረኛ ስም እሱ የሚያውቀው ሶስተኛ ፖሊስ ጣቢያ የታሰረ የጓደኛው ስም እንደሆነ ለኮሚቴው ተናግሮ፣ ጉዳዩ እንዲጣራ አደረገ። ወጣቱ ላብአደር ጥፋቱን ለማመን ብዙም አልተግደረደረም።

የላብአደሩ ጥፋት ለሸንጎው ቀርቦ፣ የማግለልና የንስሃ መፈክር የማውረድ ቅጣት ተበየነበት። ይህ ወጣት ማታ ማታ እየተነሳ፣

"ሌባ ነኝ ። አጭበርባሪ ነኝ። ሌብነትና ማጭበርበር የላብአደሩ ባህል አይደለም" እያለ ድምጹን ከፍ አድርጎ ተናግሮ ይቀመጣል። ልጁ ይህን ቅጣት ሲፈጽም በፊቱ ላይ ይነበብ የነበረው ስቃይ የእስረኛው ሆድ የማይችለው ሆነ። የወጣቱ ጠበቃ ይህ ቅጣት እንዲሰረዝለት ባደረገው የተሳካ የይግባኝ ዘመቻ ከጥቂት ቀናት በኋላ በሸንጎው ውሳኔ መፈክር የማውረዱ ቅጣት ተነሳለት። የንስሃ ማውረዱን ቅጣት አጥፊ ሁሉ የማይወደው ቅጣት ነው። ለእንደ አቶ ሽሁነኝ አይነቱ በዕድሜ ትንሽ ለገፋና "ጌታ ነበርኩ" ለሚል ሰውማ ፈጽሞ የማይዋጥ ቅጣት ነበር።

አቶ ሽሁነኝ ወዳጄ ነው። የተቀራረብነው የተገደለውን የቀበሌ ሊቀመንበር ዘመዱን በክርስትና አባቴ ጎረቤትነቱ የማውቀው እንደነበር ስለነገርኩት ነው። እንዲያም ሆኖ ይህን በቃል የሚባል ቅጣት በማምጣቴ "አንተ ሰው አይደለህም" እያለ ይንገፈገፍብኝኛል።

ቅጣት የተፈረደባቸው እስረኞች የቅጣታቸውን አንድ ሶስተኛ ከፈጸሙ በኋላ በጠበቃቸው በኩል ሸንጎውን ይግባኝ የማለት ወይም ምህረት የመጠየቅ መብት ነበራቸው። ይህ መብት ተግባራዊ የሚሆነውና ጉዳያቸው ወደ ሸንጎው የሚቀርበው የእስረኛው አንድ

ሶስተኛ የደገፈው ሆኖ ሲገኝ ብቻ ነበር። የእነ አቶ ሺሁነኝ ጠበቃ ለደንበኞቹ የይግባኝ መብት ለማግኘት ያደረገው ተከታታይ ሙከራ እንደከሸፈ አስታውሳለሁ። ይህ የሚሳየው እስረኛው የሚያስተላልፈውን ውሳኔ ምን ያህል ከምር ይወስደው እንደነበር ነው።

ማህበራዊ ህይወት

እስረኛው ጭንቅ የሞላውን አስከፊ ህይወቱን ቀለል የሚያደርጉ ብዙ አይነት እንቅስቃሴዎች ነበሩት። የተለያዩ ስሞች የነበራቸው በግጥም፣ በትረካና በቃለ መጠይቅ ዝግጅት እስረኛውን የሚያዝናኑና የሚያስተምሩ በርካታ ቡድኖች ነበሩ።

እኔ የነበርኩበት ቡድን ገሞራው ይባላል። ሌላ የማስታውሰው "ፐራቭዳ" (እውነት) በሚለው የሩሲያዊ ቃል የሚጠራ ቡድን ነበር። ሌሎች ሶስት ተጨማሪ ቡድኖች አሉ። ቡድኖቹ በሚያቀርቧቸው ፕሮግራሞች ይወዳደራሉ። ሌላው ቀርቶ የቡድኑን ስም ለምን እንዳወጡት በሚሰጡት መግለጫ በእስረኛው ድምጽ ብዛት ነጥብ ያገኙ ነበር። ከተወሰኑ ፕሮግራሞች በኋላ በአብዛኛው እስረኛ ተወዳጅ የነበሩ ዝግጅቶች ያቀረበ ቡድን አሸናፊ ይሆናል። እናም የአሸናፊው ቡድን አባላት እሁድ እሁድ ቤተሰብና ዘመድ ለእስረኛው ከሚያስገባቸው ፍራፍሬዎች፣ ብስኩቶችና ኬኮች ሽልማት ይሰጣቸዋል።

ሌላው መዝናኛችን ሬዲዮ ጣቢያዎቻችን ነበሩ። እነዚህ እስረኛው የፈጠራቸው የምናብ ሬዲዮ ጣቢያዎች በተለያዩ ቋንቋዎች የማስመሰል ዝግጅት ነበራቸው። ዋናው ጣቢያ በአማርኛ ቋንቋ ዝግጅቱን የሚያቀርበው ነው። ከምሳ በኋላ ሁሌም የአጭር ጊዜ የዜና ፕሮግራም ነበር።

ብዙም የሚሉት ነገር ባይኖር እንግሊዝኛ፣ ጣሊያንኛ፣ ፈረንሳይኛ፣ አረብኛን፣ ጨምሮ ከሃገር ውስጥ ቋንቋዎች አማርኛ፣ ኦሮምኛ፣ ትግርኛ፣ ጉራጊኛ፣ ወላይትኛና ሌሎች የደቡብ ብሄረሰቦች ቋንቋዎች ተደምረው አስራ ሶስት ጋዜጠኞች በአስራ ሶስት የተለያዩ ቋንቋዎች የሆነ ነገር ይሉናል። አስራ ሶስቱም በአስራ ሶስት አይነት ቋንቋ "እንደምን ውላችኋል አድማጮች። የሰአቱን ዜና ይዤ ቀርቤአለሁ። ዜናውን የማቀርብላችሁ እገሌ ነኝ" ሲሉ መስማት ደስ ይለን ነበር። ከአንዱ ቋንቋ ወደ ሌላው ቋንቋ ተራቸውን ጠብቀው እየተቀባበሉ የሚሏት ትንሽ ነገር እንደ ድራማ የተቀነባበረች ነበረች። የሚያዝናና፣ ለዛና ውበት ነበረው።

የአማርኛ ሬድዮ ጣቢያው በእስር ቤቱ ስለተከናወኑ ማናቸውም ነገሮች በደንብ የተጠናቀሩ ዜናዎች ያቀርባል። ሪፖርተሮች ነበሩት። በየጊዜው በእስረኛው መሃከል የሚደረጉ

ውድድሮች የት እንደደረሱ በስፖርት ዜና መልክ ይቀርብ ነበር። የሸንጎው ውሳኔ፣ የቅጣት ጊዜያቸውን ጨርሰው ወደማህበረሰቡ የተቀላቀሉ እስረኞች፣ ስለተገረፉና በማገገም ላይ ስላሉ እስረኞች ሌሎችም ብዙ ዜና ሆነው የሚቀርቡ ጉዳዮች ነበሩ።

ጋዜጠኞች ከተለያዩ ምሁራንና የጥበብ ሰዎች ጋር ቃለ ምልልስ ያዘጋጃሉ። በቼዝና በዳማ ውድድር ለፍጻሜ ግጥሚያ የደረሱ ተጋጣሚዎችን እንደ ቦክሰኞች ለቃለ ምልልስ በማቅረብ ሲተራረቡ ቲፎዞዎቻቸውም ወገን ለይተው ያጨበጭባሉ፣ ያፏጫሉ። የ"ኪነ ጥበባት ጉዞ" በተሰኘው ከኢትዮጵያ ሬዲዮ ከተኮረጀ ፕሮግራም ዘወትር ሰኞ ምሽት ልብወለድ ታሪኮች ግጥሞች ይነበባሉ።

አንድ ምሽት "ነገማ ብርሃን ነው" በሚል ርእስ ዳቦ በመጣበት ካኪ ወረቀት ላይ እኔ የጻፍኩት የእስር ቤቱ የመጀመሪያ ሬዲዮ ድራማ ተተውኖ ነበር። አርእስቱን የወሰድኩት "ነገማ ብርሃን ነው ለሰው ልጅ በሙሉ" ከሚለው "ላ ኤንተርናሲዮናል" በመባል ከሚታወቀው የአለም አቀፍ ኮምኒስቶች መዝሙር ነበር።

ድራማው የሬዲዮ ድራማ እንዲመስል ተዋናዮቹን እስረኛው እንዳያያቸው በጋቢ ከተሰራ መጋረጃ ጀርባ ሆነው ተወኑት። ሁለቱ የሃገሩ ታላላቅ የቲያትርና የድራማ ጸሃፊዎች በታሰሩበት እስር ቤት እንዲህ አይነት ድራማ ተሰርቶ አስተያየታቸውን ሳይጠየቁ ማለፍ አይቻልም ነበር።

ሎሬት ጸጋዬ እነሱ በፕሮፌሽናል ተዋንያኖች በብዙ ወጪና ድካም ከሚያዘጋጇቸው ቲያትሮች ጋር አወዳድሮ "ዝግጅቱ ውብና ድንቅ ነው" አለ። "አያልነህ የደርግ ሰው ነው" ከሚል የገባሁበት ስሜት አሳውሮኝ ሳይሆን አይቀርም ከጥቂት ነገሮች በስተቀር እሱ በእስር ቤት ውስጥ ስለተናገረውና ስላደረገው ነገር ብዙ ማስታወስ አልቻልኩም።

ስለጻፍኩት ድራማ ያለውን አስተያየት እንዲሰጠኝ በግሌ ጋሽ ጸጋዬን ጠይቄው ግማሽ ቀን ሙሉ ስለ ስነጽሁፍ ምንነት ማብራሪያ ሰጠኝ። በህይወቴ ሙሉ ይገቼው የምዞረው የዕውቀት ሃብቴ ሆኗል። "ድንቁርና የድፍረት ምንጭ" እንደሆነ ትምህርት ያገኘሁት ሎሬት ጸጋዬ የጻፍኩትን ድራማ እንከኖች በዝርዝር ካስረዳኝ በኋላ ነበር። ከዛ በፊት ራሴን ታላቅ ጸሃፊ አድርጌ ለመቁጠር የምትቀጥለዋን ሙሉ ጨረቃ መውጣት እየጠበቅሁ ነበር።

ያው የዝነኛዋ ፕሪዝን ባንድ ሙዚቀኞችና ድምጻውያን ዋንኛዎቹ የእስረኛው አዝናኝዎችና አስቆዛሚዎች ነበሩ። አንድ መልኩ ቀላ፣ ቁመቱ ዘለግ ያለ መረዋ ድምጽ የነበረው ድምጻዊ ደጋግሞ የሚጫወተው ዘፈን ነበረው። እኔ ዘፈኑን ለመጀመሪያ ጊዜ

የሰማሁት እዛው እስር ቤት ነው። ብዙው እስረኛ ግን የፖሊስ ኦርኬስትራ ዘፈን እንደሆነ ያውቃል።

ዘፋኙ በዛ መረዋ ድምጹ

“ምግብ ማጣት ብቻ መቼ ሞረሞረን

ቅን አስተዳደር ነው እጅጉን የራበን፤

ሁሉም የናት ልጅ ነው ማን አለ ባዳ ሰው

ላገሬ ብሎ ነው ሆዱ እሚላወሰው” ባለ ቁጥር፣ ከጋሽ ጸጋዬ አይን የሚፈልቀው እንባ ለጉድ ነው።

የሎሬትን የእንባ ብዛት እያየ ሌላው እስረኛ ሆድ እንዳይብሰው እስከ አይኑ ጥግ ጥቅጥቅ ብሎ ያደገው ጥቁር ጢሙ ከስር ስሩ እንባውን እየተቀበለ ይመጠዋል። ሎሬት አካሉ ቢታሰር የአርቲስት ስስ ነፍሱ ነፃ ነበረች። እንባው የጢሙን ደን አቋርጦ ከአገጩ ጫፍ ላይ እየተንጠባጠበ የሚለብሰውን ያደፈ ጋቢ ቢያጨቀየው፣ ሎሬት ደንታ አልነበረውም። መፍሰስ ከፈለገ እንዳሻው እንዲፈስ ይለቀዋል። ከዘፈኑ ይልቅ የኔን ሆድ የሚያላውሰው፣ እርግጠኛ ነኝ የሌላውንም ብዙ እስረኛ ሆድ የሚያላውሰው የጋሽ ጸጋዬ እንባ ነበር።

አንዲት ጠብታ እንባ በማውጣት “ስቃዩ የጋራችን ነው” ብሎ ያጽናናው አንድም እስረኛ አልተገኘም። “ታጋይ ይሞታል እንጂ ትግል አይሞትም እያልን”፣ እንባንና ለቅሶን የሽንፈት ምልክት አድርገን እንደተመለከትን፣ የታላላቆቻችንን ሲቃ ከቁም ነገር ሳንቆጥረው፣ ያን ዘመን እንደዋዛ አሳለፍነው። አይ ስነልቦና ! አይ ዘመን!

ትልቁ መዝናኛ የዳማና የቼዝ ጨዋታዎች ነበሩ።በተለይ ውድድሮች ሲዘጋጁ እስረኛው የሚያሳየው ተሳትፎና ስሜት የሚገርም ነው። የዳማና የቼዝ ውድድሮች የሚካሄዱት በአምስት ዲቪዚዮን በብቃታቸው በተከፈሉ ምድቦች ውስጥ ነበር። ዲቪዚዮኖቹ A, B, C, D, E የሚሉ ስያሜዎች ነበሯቸው። ከፍተኛ ችሎታ ያላቸው ምድብ ኤ (A) ዝቅተኛ ችሎታ ያላቸው ምድብ ኢ (E) ይመደባሉ።

ሁሉም መጫወት የሚፈልግ እስረኛ በደረጃ መዳቢዎች እየተመደበ በየምድቡ መወዳደር ይችላል። ውድድሩ ብዙ ሳምንታት ይፈጃል። ከየምድቡ ለሻምፒዮናነት የሚወዳደሩ ሁለት እስረኞች እስከሚቀሩ የማጣሪያ ግጥሚያ ይካሄዳል። ውድድሩን የሚያዘጋጀውና

የሚያስፈጽመው የስፖርትና የውድድር ኮሚቴው ነው። ኮሚቴውም ሆነ እስረኛው ውድድሩን ከምር ነበር የሚወስዱት። የመጨረሻዎቹ የየምድቦቹ አሸናፊ መለያ ግጥሚያዎች ብዙ የእስረኛ ተመልካች ስለሚስቡ የቦታ ችግር ይፈጠራል። እስረኛውም በደጋፊነት ተከፋፍሎ የሚሰራው ስራ የሚያስገርም ነበር።

የውድድሮች ማብቂያ የዲቪዚዮን A ተወዳዳሪዎች ለሻምፒዮንነት የሚያደርጉት የእሁድ ምሽት የቼዝ ግጥሚያ ነበር። ያ እለት ትልቅ የበአል እለት ይመስላል። ቅዳሜ ማታ ጀምሮ ተጋጣሚዎች ቃለመጠይቅ ይደረግላቸዋል። ውጤቱን የሚተነብዩ፣ ስለጨዋታው ትንተና የሚሰጡ አዋቂዎች በሬድዮ ይቀርባሉ። ቲፎዞዎች ተቃራኒውን ወገን የማያስቀይም ነገር፣ ግን እስረኛውን የሚያስቁ ነገሮች ይናገራሉ።

ጋዜጠኛው እጁ ላይ ማይክሮፎን የያዘ ይመስል እጁን ወደ አንደኛው ቲፎዞ አፍ አስጠግቶ፣

“የነገውን ውድድር እንዴት ታየዋለህ ? በእናንተ ሰው ችሎታስ ምን ያህል ትተማመናለህ?” ብሎ ይጠይቃል ።

“በነገው እለት ጉድ ነው የሚታየው። ክብረት ከአስፋው መላጣ ላይ መርከብ የሚያንሳፍፍ ላብ ችፍ እስኪል ድረስ አስጨንቆ ያሸንፈዋል። መዋገት የማይችሉ የአስፋው ቲፎዞች ከመላጣው በሚወርድ የላብ ጎርፍ እንዳይሰምጡ ጨዋታውን ራቅ ብለው እንዲመለከቱ ወንድማዊ ምክሬን እመክራለሁ” ይላል።

አስፋው ለመጨረሻ ውድድር የቀረበ በልጅነቱ ጸጉሩ የከዳው ወጣት ነው። እስረኛው የክብረትን ቲፎዞ አስተያየት ሰምቶ ሳቅ በሳቅ ይሆናል ።

ጋዜጠኛው ማይክሮፎኑን ወደ አስፋው ቲፎዞ አዙሮ “አንተስ ምን ትላለህ ?” ይለዋል።

“የኛ ሰው ክብረትን አስጨንቆ እንደ አስፋው መላጣ እስከሚሆን ድረስ ጸጉሩን ያስነጨዋል። በዚህ የተነሳ የራስ ቅሉ ውስጥ እግሩን እንደተገረፈ ሰው ይሆናል። ግጥሚያው ሲያልቅ በቀጥታ የሚወሰደው እስረኞች ወደሚያገግሙበት ጥግ ይሆናል። ደጋፊዎቹ ለሚቆስለው የክብረት የራስ ቅል መታሻ ቅቤ ነገር ካሁኑ ቢያዘጋጁለት እኔም ወንድማዊ ምክሬን እመክራለሁ” ይላል።

እስረኛው በሙሉ ይስቃል። ውድድሩ በእንዲህ አይነት አዝናኝ የሬዲዮ ፕሮግራሞች የታጀበ ነው።

የመጨረሻው ውድድር የሚጀመረው ማታ ከእራት በኋላ ነው። ሁሉ ነገር በሥርዓት ይደራጃል። አጋጣሚ ዳኛ ይሰየማል። የሽልማት አይነቶች ይደረደራሉ። ሸላሚዎች ይመረጣሉ። ተጋባዥ እንግዶች ይለያሉ። የሽልማት መስጫውና የወድድር ቦታው ከእስረኛው በተውሶ በሚወሰዱ ደህና ደህና ጨርቆች በደንብ ይነጠፋሉ።

ቲፎዞዎች የሚደግፉት ተጋጣሚ በግጥሚያ ወቅት የሚያስፈልጉትን ነገሮች በሙሉ አስቀድመው ያዘጋጃሉ። ቡና የሚጠጣ ከሆነ ከቡና ጠጭዎች ቡና ለምነው ያስቀምጣሉ። ለቁርስ ከተሰጣቸው ሻይ ቀንሰው ይይዛሉ። ሲጋራ የሚያጨስ ከሆነም በቂ ሲጋራ ይዘው ይቀመጣሉ። ውድድሩ ሲጀመር በክፍሉ ፍጹም ጸጥታ ይሰፍናል። ውድድሩና በአሉ እስኪያበቃ ይቀጥላል። የዛን ምሽት አምስት ሰአት ቢሆንም መተኛት የሚባል ነገር አይኖርም።

እኛ እስረኛውን ስንቀላቀል ተጀምሮ የነበረ ውድድር ወደ መጠቃለሉ እየደረሰ ነበር። በመጨረሻው የውድድር ምሽት ባየነው ጠቅላላ ዝግጅትና ስነሥርዓት በጣም ተገረምን። የተጀመረው ውድድር እንዳለቀ ሌላ አዲስ ዙር ውድድር ተዘጋጀ። ብዙነህ ገና የቼዝ ጨዋታ ተማሪ ስለነበር የጀማሪዎች ምድብ E ውስጥ ተደለደለ። እኔ በዩኒቨርስቲ ፋክልቲዎች ግጥሚያ ኢንጂነሪንግ ኮሌጅን ወክዬ እጫወት እንደነበር ስለተናገርኩ ከፍተኛው ምድብ A ተመደብኩ።

ውድድሩ በርካታ ሳምንታትን ወሰደ። በመጨረሻም መዝገቡ ቀጸላ የሚባል አንድ የዩኒቨርስቲ ተማሪና እኔ ለምድብ A ሻምፒዮንነት ውድድር በቃን። በጣም ከፍተኛ ፉክክር በተጋጣሚዎች መሃከል እየተደረገ በመጣ ማጣሪያ የታለፈበት ውድድር ስለነበር የመጨረሻው ግጥሚያ የእስረኛውን በሙሉ ትኩረት ስቧል። የበአሉ ዝግጅትም በጣም የደመቀ ነው። በአንዳንድ ደግ ፖሊሶች በኩል መልእክት ወደ ቤተሰቦች ተላልፎ ለሽልማት የሚሆነውን ነገር በሙሉ በሚገባ ተዘጋጅቷል።

ከሁለት መቶ በላይ እስረኛ ለሁለት ተከፍሎ የድጋፍ ስሜቱን በዛ ደረጃ ሲገልጽ ማየት ያስገርማል። አንዳንዶቹ እስረኞች "የሚደግፉት ሰው መሸነፍ" ማለት የራሳቸው ሞት አድርገው የሚያዩ ነበሩ። የሰው ልጅ እንዴት በቀላሉ፣ በትንሽ ነገር በከፍተኛ ስሜት፣ በቡድን እንደሚከፋፈልና ወገንተኛ መሆን እንደሚችል ትልቅ ትምህርት የሚሰጥ ክስተት ነበር።።

የደጋፊዎቹ ስሜት እንዴት በተጨዋቾች ላይ ትልቅ ጫና እንደሚያሳድር ግንዛቤ ያገኘሁት እዛ እስር ቤት ውስጥ ነው። የመሸነፍና የማሸነፍ እጣዬን የማየው ከኔ ስሜት አኳያ

ሳይሆን ከደጋፊዎቼ ደስታና ሃዘን አኳያ ነበር። ሲጋራ በጄ እንዳልነካ ሲጋራ በጁ አፌ ላይ አድርጎ በታላቅ ከበሬታ የሚለኩስልኝ ጭፍን ደጋፊ እንዳያዝን ለማድረግ ከመዝገበ ጋር የተደረገውን ውድድር እኔም የሞትና የሽረት ጦርነት አድርጌ ነበር ያያሁት። እድለኞች ሆነን እኔ አሸናፊ ሆንኩ። በደጋፊዎቼ በኩል የነበረ ፈንጠዚያ ከገመትኩት በላይ ነው።

ግጥሚያው ያለቀው ከእኩለ ሌሊት በኋላ ነበር። የሽልማት ስርአቱ እስኪጠቃለል ሰባት ሰአት ሳይሆን አይቀርም። የዛን ምሽት ሽልማት ሰጪ የክብር እንግዳ የደብረብርሃኑ አርሶ አደር አቶ አለማየሁ ነበሩ። እጅ ነስቼ ሽልማቴን ተቀበልኩ። ሽልማቴ በርካታ ቲፎዞዎቼን መጋበዝ የሚያስችለኝ ኬክና ብስኩት እንዲሁም የፔርሙዞች ሻይ ጭምር ነበር። በሬድዮ ቲፎዞዎቼ ለግብዣ ጠራሁ። በአፄ ኃይለስላሴ ዘመን መሳፍንቶቹ ያደርጉት እንደነበረው ተጋባዞቹ ለግብዣው ለብሰው መምጣት የሚገባቸውን የጭቁኖች ልብስ ጭምር በሬዲዮ አስነገርኩ። የልብሱ ነገር የተሸናፊውን የተከፉ ቲፎዞች ሳይቀር አሳቃቸው። ከታላቅ የኬክና የብስኩት ፓርቲ በኋላ ምሽቱ ተጠናቀቀ።

ከጥቂት ቀናት በኋላ አርሶ አደሩን አቶ አለማየሁንና አብረዋቸው ከደብረብርሃን የተያዙትን ዕድሜያቸው ሃያ አመት ያልሞላ ወደ አስር የሚደርሱ ወጣቶችን ከእኩለ ሌሊት በኋላ ከመሃከላችን ወስደው ረሸኗቸው። ማህበራዊ ህይወታችን እንዲህ በየምሽቱ ለሚያልቁት ወንድሞቻችን ለቅሶና ሃዘን መቀመጥን ያካትት ነበር።

ስቃይ በእስር ቤት

ከምሽቱ አምስት ሰአት ላይ ሁሉም እስረኛ ይተኛል። መኝታ ግን አይባልም። ይህን የምለው አልጋና ፍራሽ ስላልነበረን አይደለም። ሁሉም የሚተኛው የእንቅልፍ ጆሮውንና ልቡን የብረት መዝጊያው በርና በበሩ ማሰሪያ የብረት ሰንሰለት ላይ አንጠልጥሎ ስለሚተኛ ነው።

በየሌሊቱም ባይሆን፣ አንድ ሌሊት አልፎ በሚቀጥለው ሌሊት እስረኛው ከተኛ በኋላ የበሩ የብረት ሰንሰለት ማቃጨሉና መዝጊያው መከፈቱ አይቀርም። ብዙ ጊዜ ይህ የሚሆነው ከሌሊቱ ሰባትና ስምንት ሰአት ላይ ነው። ነፍሰ ገዳዮቹ በአደራ ያስቀመጡትን እስረኛ ወስደው ለመግደል የሚመጡት በዛ ሰአት ነበር።

ገና የሰው ኮቴ ሲሰማ ግማሹ እስረኛ ከእንቅልፉ ይነቃል። አንዳንድ ቀን ኮቴው ግቢውን የሚጠብቁት ፖሊሶች ኮቴ ብቻ ሆኖ ይቀር ነበር። የነቃው እስረኛ ተመልሶ

ይተኛል። የብረት ሰንሰለቱ ከተነካ ግን ከእንቅልፉ የማይነቃ እስረኛ አልነበረም። ሁሉም እስረኛ ተነስቶ ቁጭ ይላል።

"ዛሬ የኔ ተራ ይሆን? ማንን ይሆን የሚወስዱት?" በሚሉ ጥያቄዎች የሁሉም እስረኛ ነፍስ ጭንቅ ውስጥ ትገባለች። ነፍሰ ገዳዮቹ በሩን አስከፍተው በራፉ ላይ ቆመው ለእርድ የሚወስዷቸውን እስረኞች ስም ይጠራሉ። አንዳንድ ቀን አንድና ሁለት እስረኞች ብቻ ይዘው ይሄዳሉ። አንዳንድ ቀናት ደግሞ በርከት ያሉ እስረኞችን ይወስዳሉ።

ለመገደል ስማቸው የሚጠራው እስረኞች፣ ከእስረኛው ከመለየታቸው በፊት የተለያዩ ነገሮች ያደርጉ ነበር። ጓደኞቹን አቅፎ የሚስም አለ። "ሲጋራ አምጡ" ብሎ የመጨረሻውን ሲጋራ የሚያጨስ ነበር። አንገቱን ደፍቶ ማንንም ሳይመለከትና ሳያናገር ወጥቶ የሚሄድ አለ። እግሩ ተሳስሮበት መራመድ አቅቶት የሚወድቅ ነበር። የኢህአፓን "የትግሉ ነው ህይወቴ"ን መዝሙር በቃልና በፉጨት የሚዘምሩና የተቀረው እስረኛ እንዲያጅባቸው የሚያደርጉ ነበሩ። በራፉ ላይ ሲደርስ ፊቱን ወደ እስረኛው አዙሮ "ሞት ለፋሽስቶችና ለባንዳዎች" ብሎ የሚራገም ነበር። ሁሉም ነገር በአስር ደቂቃ ውስጥ ያልቃል።

ወንድሞቻችንን ለነፍሰ ገዳዮች አስረክበን ጉልበታችንን ታቅፈን በዝምታ ቁጭ እንላለን። የስቃያችን፣ የእልህና የምሬት ስሜታችንን ጥልቀት በቃላት ልገልጸው የምችለው አይደለም። ከተወሰኑ ደቂቃዎችና ሰአታት በኋላ እስረኛው ቀስ በቀስ ወደመኝታው ይመለሳል።

ጥቂቶቻችን ለረጅም ጊዜ እንደተቀመጥን እንቆያለን። በእንዲህ አይነቱ ወቅት ቁጭ ካልኩበት ቦታ ሆኜ የእስር ክፍላችንን የመቃኘት ልምድ ነበረኝ። ሊገደሉ የተወሰዱ ልጆች በመሄዳቸው የተነሳ የተፈጠረ ክፍት ቦታ አይታይም። ውሃ ክፍት ቦታ ሲያገኝ እንደሚፈሰው ሁሉ እንደ ሰርዲን ተሳክቶ የሚተኛው እስረኛ ሟቾቹ የተውትን ክፍት ቦታ ሞልቶ እንቅልፍ ወስዶት ይታይ ነበር። ማታ አምስት ሰአት ላይ ኮሚቴው አሳክቶ ካስተኛው እስረኛ መሃል አንድም ሰው የጎደለብን አይመስልም።

ሌላው ስቃይ የሚጀምረው ፀሃይ ከወጣችና ቁርስ ከበላን በኋላ ነበር። እንደ ሌሊቱ የብረት ሰንሰለቱ ይንቃጨላል። በሩም ይከፈታል። ስማቸው የሚጠራው እስረኞች ሰቆቃ እንዲፈጸምባቸው የተመረጡ ነበሩ። የአንደኛ ፖሊስ ጣቢያ እስረኞች ላይ ዋናው ሰቆቃ ፈጻሚ በደርግ ጽህፈት ቤት ስር ቤተመንግስቱ ውስጥ የነበረው የምርመራ ክፍል ነበር። የምርመራው ሃላፊ ሻለቃ ብርሃኑ ነው።ከደርግ ጋር የተባበሩ የፖለቲካ ድርጅቶችም እስረኛ

ትውልድ አይደናገር እኛም እንናገር

ወስደው አሰቃይተው ይመልሳሉ። ብዙ ጊዜ ግን እነሱ የወሰዱት እስረኛ ተሰቃይቶ የሚገደል እንጂ የሚመለስ አልነበረም።

በከተማው ሰው የመግደል ፈቃድ የተሰጣቸው ተቋማትና ግለሰቦች ሰው የማሰቃየትም ፈቃድ አብሮ ተሰጥቷቸዋል። በየቀበሌውና በየከፍተኛው ይፈጸም ከነበረው ሰቆቃ ጋር ሲወዳደር የደርግ ጽህፈት ቤትና የሶስተኛ ፖሊስ ጣቢያ ሰቆቃ በሰለጠኑና በደግ ሰዎች የሚፈጸም ሰቆቃ የሚመስል ነገር ነበረው።

የደርግ ጽህፈት ቤትና የሶስተኛ ፖሊስ ጣቢያ መርማሪዎቹና ገራፊዎቹ የሰለጠኑ ሙያተኞች ነበሩ። እስረኛውን ውስጥ እግሩ እስኪበጣጠስ ይገርፉታል። በጁ አንጠልጥለው ሰቅለውት ይሄዳሉ። በእግሩ አንጠልጥለው ዘቅዝቀው ሰቅለውትም ይሄዳሉ። ጥፍሩን በጉጠት ይነቅሉታል። በግርፋት ወቅት ሰው አይሞትባቸውም። አልፎ አልፎ ካልሆነ በስተቀር!

በየቀበሌውና በየከፍተኛው የሚፈጸመው ሰቆቃ በደርግ ጽህፈት ቤትና በሶስተኛ ፖሊስ ጣቢያ የሚፈጸሙትን የሰቆቃ አይነቶች የጨመረና ከዛም በላይ የሄደ ነበር። የሰው ጀርባ በቢላዋ ሰንጥቆ፣ ጨው ጨምሮ፣ የፈላ ዘይት እያፈሰሱ ጋዜጣ እላዩ ላይ የሚያነዱ ከፍተኞች ነበሩ። በፈላ ዘይት እጅንና እግርን መጥበስ የተለመደ ነው።

ወጣት እህቶቻችን ጡት ላይ ሲጋራቸውን የሚያጠፉ ገራፊዎች ነበሩ። በተናጠልና በቡድን እህቶቻችንን አስገድዶ መድፈር በሰቆቃ ስልትነት በየከፍተኛው በስራ ላይ ውሏል። በቀበሌና በከፍተኛ ሰቆቃ ሲፈጸምባቸው ህይወታቸው ያለፈ ብዙዎች ናቸው። ከዚህ አንጻር ከታየ የአንደኛ ፖሊስ ጣቢያ እስረኞች እድለኞች ነበርን። ገራፊዎቻችን እንደ ቀበሌዎችና እንደ ከፍተኞች ገራፊዎች በ"ነፃ እርምጃ" ስም ነፃ የተለቀቁ የአዕምሮ በሽተኞች አልነበሩም። በሙያው የሰለጠኑ ገራፊዎች ነበሩ።

ሌላው የስቃይ ሰአት እራት ሰአት ላይ የሚመጣው ነው።ጠዋት ለምርመራ የተወሰዱ የሚመለሱት በእራት ሰአት ነው። የዚህ ሰአት ስቃይ ለየት ይላል። በዚህ ሰአት የእስር ቤቱ በር ሲከፈት እስረኛው "ምን እሆናለሁ ?" የሚል ስጋት አልነበረበትም። ስቃዩ ጠዋት ከመሃከሉ የተወሰዱ ወንድሞቹ በግርፋት ሊደርስባቸው የሚችለውን ጉዳት በማሰላሰል የሚመጣ ስቃይ ነው።

ጠዋት በሁለት እግራቸው እየተራመዱ የሄዱ እስረኞች ማታ በሌሎች እስረኞች ወይም በፖሊሶች ሸክም ይመለሳሉ። ጠዋት ቁርሱን በጁ በልቶ የሄደ እስረኛ ማታ እጁን እስከ

ዘላለሙ መጠቀም የማይችል እስረኛ ሆኖ ይመጣል። ብዙ ጊዜ አዳዲስ እስረኞችና እነዚህ ጠዋት የተወሰዱ እስረኞች የሚመጡት እራት ተበልቶ እንዳለቀ ነው።

የአንዳንዶቹን እስረኞች የእግር ቁስል የተመለከተ "ልውጣ" ከሚለው እራቱ ጋር መታገል ይኖርበታል። አሰቃቂ ግርፋት ተፈጽሞባቸው ይመለሳሉ። እነዛን የቆሰሉ እግሮች፣ የደርግ ጽህፈት ቤት፣ የበላነው እንዲመረን "ሆን" ብሎ እኛን እያሰበ አዘጋጅቶ የሚልካቸው የሬት ዲዘርቶች (ከምግብ በኋላ የሚበሉ ጣፋጭ ነገሮች) ይመስላሉ።

ከዚህ ውጭ በርካታ መለስተኛ ስቃዮች ነበሩ። ሌሊት የሚታመሙ ሰዎች ስቃይ አንዱ ነው። ፖሊሶች ሰው ቢሞት እንኳን ሌሊት እስር ቤቱን አይከፍቱም። ቀን ቀን ትንሽ ይሻላል። ሰዎች በጠና ታመው ሲያቃስቱ አብረን የምንሰቃየው ሁላችንም ነበርን። በተለይ ተቅማጥ ያለባቸውን ህመምተኞች እዛ ሁሉ እስረኛ መሃል በፌስታል እንዲቀመጡ ማድረግ በነሱም በእስረኛውም ላይ በጣም አሳዛኝና ቅስም የሚሰብር ስሜት ይፈጥር ነበር።

ሌላው ስቃይ ከውሃ ጋር የተያያዘው ስቃይ ነው። ከእጅ በስተቀር፣ እሱም አልፎ አልፎ ይቀራል፣ ሌላው የሰውነት አካላችን ምንም አይነት የመታጠቢያ ውሃ አያገኝም። ከሚገባው በላይ ሁላችንም ቆሽሸን ሰውነታችን ይሸታል።

በዚህ ላይ የቤቱ ወበቅ ተጨምሮበት ሰውነታችን የቅማሎች ገነት ሆኖ ነበር። ከአንድ ሰው የውስጥ ሱሪና ካናቴራ ላይ ቅማል ለቅሞ በትንሽ የማርማላት ብልቃጥ መሙላት እስከሚቻልበት ደረጃ የደረሰ የቅማል ብዛት በእያንዳንዳችን ላይ ነበር። እስረኞች ተባብረው የሞሉት በቅማል የተሞላ ጠርሙስ ታሽጎ፣ እንደ ቤት ማስጌጫ ከእስር ክፍሉ አንድ ጥግ በቋሚነት ተቀምጦ ነበር።

ከእኛ ተርፎ ስሚንቶ ወለሉ ላይ ቅማሎች ሲሄዱ ማየት እንግዳ ነገር አልነበረም። ቅማል እየገደሉ፣ በቅማል ደም የቆሸሸን ጥፍር በሆነ ነገር ጠራርጎ፣ እጅን ጎርጓዳ ሳህን ውስጥ እየጨመሩ በጋራ መብላት የተለመደ ነው።ከምግብ ማነስና ከቅማሎቹ ደማችንን መምጠጥ የተነሳ ሁላችንም በከፍተኛ ፍጥነት እየከሳን ነበር። ብዙ የቆዩት እስረኞች አጥንታቸው ለብቻ ይታያል።

ሌላው ትልቁ ችግራችን ወበቅ ነው። የዛ ሁሉ እስረኛ ትንፋሽ ቤቱን ከሚገባው በላይ ያሞቀዋል። ሊነጋጋ ሲል የቆርቆሮው ጣራ በጣም ስለሚቀዘቅዝ ከእስረኛው የሚሰበሰበውን ትኩስ ትንፋሽ ወደ ውሃ ይቀይረዋል። በዚህ መንገድ ጣራው ላይ የተቋጠረው ውሃ እስረኛው ላይ መልሶ ይንጠባጠባል።

አንድ ማለዳ ሎሬት ጸጋዬ እንደልማዱ ከሰው ሁሉ ቀድሞ ተነስቶ ጣራውን አንጋጦ ይመለከት ነበር። በእጁ ብእሩንና በዛን ዘመን በአምስት ሳንቲም ትገዛ የነበረችውን ባለ አስራ ስድስት ገጽ ደብተር ይዟል። ይች ደብተር የውጭ ሽፋኗ ላይ የአፄ ሃይለስላሴ፣ የባለቤታቸው የእቴጌ መነን፣ የሁለቱ ወንድ ልጆቻቸው የአልጋ ወራሹ የልኡል አስፋ ወሰንና የልኡል መኮንን ጉርድ ፎቶግራፎች ነበረባት። ጋሽ ጸጋዬ በዚች ዘመኗ ባለፈባት ደብተር ላይ ብዙ ነገር ሲጽፍ አይቼዋለሁ።

እኔም ጠዋት የመነሳት ልምድ ነበረኝ። የምተኛው መሃል ስለነበር ቁጭ ብሎ ለማንበብ አይመቸኝም። ጋሽ ጸጋዬ ከጀርባው ግርግዳ ስለነበረው ይህ ችግር አልነበረበትም። የኔን ችግር በመረዳት አጠገቡ እንደምንም ብሎ ለኔ የምትበቃ ቦታ ፈጥሮ ግርግዳ ተደግፌ እንዳነብ ያግዘኛል። እኔም ምቹ ቦታ ማግኘቴ ብቻ ሳይሆን ከታላቁ ገጣሚ ጉያ መወሸቅ ያስደስተኝ ነበር። አንድ ማለዳ አጠገቡ ሄጄ ቁጭ አልኩ። አንዴ ጣራ ጣራውን አንዴ ደግሞ የተኛውን እስረኛ እየተመለከተ ሎሬት ጸጋዬ የሚጽፈውን አሾልቄ ለማየት ቻልኩ። ግጥም ነበር።

"እዩት የሰው አሹቅ፣ የሰው ንፍሮ

ሰው በሰው ላይ ተደራርቦ፣ ሰው በሰው ላይ ተነባብሮ" ፤

በሚሉ ስንኞች የሚጀምር ግጥም ነበር። ።

ከእስረኛው ትንፋሽ እየተሰራ ከጣራው ጠብ በሚለው የውሃ ግፊት የተገጠመ ግጥም ነው። የት እንደደረሰ የማላውቀው ግጥም።[341]

የረሃብ አድማ

1969፣ ነሃሴ ወር ላይ የፍልሰታ ጾም ለመፈታት ጥቂት ቀናት ሲቀሩት እስረኛው ትልቅ ችግር ላይ ወደቀ። የእስር ቤቱ ሸንት ቤት በእስረኛ ብዛትና በክረምቱ የተነሳ ይመስለኛል እስከ

[341] *ከብዙ ዘመን በኋላ በአጋጣሚ ሎሬት ጸጋዬን አግኝቼው ለሰላምታ ጨበጥኩትና እጁን እንደያዝኩ፣ ሌላምነገር ከማለቴ በፊት "እዩት የሰው አሹቅ፣ የሰው ንፍሮ ፣ ሰው በሰው ላይ ተደራርቦ፣ ሰው በሰው ላይ ተነባብሮ" አልኩት። የራሱን ጣእረ ሞት (ኅሰት) እንደሚያይ ሰው እያየኝ ትልቅ የድራማ ቅላጼ ባለው ድምጽ "አንተ! ማነህ?" አለኝ።"እነዛ ግጥሞች የት ደረሱ ሳልለው" በመለያየቴ እንዳዘንኩ አለሁ። ቤተሰቦቹ እነዛን በደርግ ጊዜ ሊያሳትሟቸው የማይችሏቸውን ግጥሞች አግኝተው ከሆነ የጸጋዬ ታሪክ ብቻ ሳይሆኑ የህዝብ ታሪክም ጭምር ስለሆኑ እንዲያሳትሟቸው እማጸናለሁ። ፍራቻዬ፣"ደርግ ሎሬትንና አያልነህን በፈታበት ወቅት "ደርግ እንዳያገኛቸው" በሚል ስጋት ሎሬት ቀዷቸው ወይም አጥፍቷቸው ሊሆን ይችላል" የሚል ነው። ምክንያቱም ከደርግ ውድቀት በኋላ ለምን አላየናቸውም? ያ ሆኖ ከሆነ ታሪካዊና ስነጽሁፋዊ ኪሳራችን እጅግ ትልቅ ይሆናል።*

አፉ ሞልቶ ወደ ውጭ መፍሰስ ጀመረ። ሽንት ቤት መውጣት ከማንችልበት ደረጃ ላይ ደረስን። ደጋግመን ለፖሊሶች ብንናገርም የሚሰማን አላገኘንም። ምርጫ አልነበረንም። ሸንጎው ስብሰባ አድርጎ ውሳኔ አሳለፈ። ሽንት ቤቱ እስከሚመጠጥ ድረስ እስረኛው “ምግብ አንበላም” የሚል ውሳኔ አሳለፈ።

የምግብ ማቆም አድማው ምክንያት ቀላል ነው። “ከበላን መጸዳዳት አለብን። የምንጸዳዳበት ቦታ ስለሌለን መብላት አንችልም” የሚል ነው።

እንዲህ አይነት በጣም ቀላልና ማንም በአይኑ ማየት የሚችለው ምክንያት ቢኖረንም የምግብ ማቆም አድማችንን ደርግ እንዴት ሊያየው እንደሚችል አስቀድሞ መናገር አይቻልም። “የፖለቲካ ተቃውሞ ነው” በማለት ሁላችንንም ወስዶ ሊረሸነን የሚችልበት እድል እንዳለው በሸንጎው ስብሰባ የተነሳ ነጥብ ነበር። በሸንጎ ስብሰባ የተነሳው ሌላ ነጥብ “በአድማው ወቅት በጥፋት ተገልለው የነበሩ እስረኞች ጉዳይ ምን ይሆናል?” የሚል ነበር። የምግብ አድማችንና የነ አቶ ሽሁነኝ ቅጣት የተገጣጠሙበት ወቅት ነበር። እነ አቶ ሽሁነኝ ቅጣቱ በጊዜያዊነት እንዲነሳላቸውና በስብሰባው እንዲሳተፉ ተደረገ። እስረኛውም የሚወስነው ውሳኔ እንደሚገዛቸው ተነገራቸው። እነሱም ተስማሙ።

ምሳ ሰአት ደረሰ። ፖሊስ ምግብ አምጥቶ ስም ሲጣራ መልስ የሚሰጠው፣ ሳህን የሚቀበለው ጠፋ። ግራ የገባቸው ፖሊሶች ምን እንደሆነ መጥተው ጠየቁን። ነገርናቸው። ለንጉስ አባቴነህ ሄደው ነገሩት። የድንፋታ ፈረሱን አረፋ እያስደፈቀ ሲጋልብ መጣ።

“እንዴት አይነት ጥጋብ፣ እንዴት አይነት እብሪት ነው፣ እንዲህ የሚያደርጋችሁ? አይጥ ለሞቷ የሚባለውን ተረት አልሰማችሁም። የጊዜያዊ ወታደራዊ መንግስትን አፍንጫ እያሸተታችሁ ዝም ብለን አየናችሁ። ጭራሽኑ ከማሽተት አልፋችሁ የጊዜያዊ ወታደራዊ መንግስትን አፍንጫ ማሸት ጀምራችኋል። ትእግስት ገደብ እንዳለው አታውቁም። ባስቸኳይ ይችን አድማ አቁማችሁ መኗችሁን ተቀበሉ !” አለ። እንደከብት ነበር የሚያየን። ለሱ ምግባችን መኖ ነው።

ዝም ብለን አዳመጥነው። ደፍሮ መልስ የሰጠው አልነበረም።

ውጭ ያለውን ፖሊስ፣ ምግብ የመጣለትን እስረኛ ስም እንዲጠራ ነገረው። ፖሊሱ ተጣራ። መልስ የሚሰጥ አልነበረም። አባቴነህ ደንፍቶ ሄደ።

“ምግቡን አልቀበልም” ብለዋል የተባሉ ወላጆቻችን “የምግብ መመለስ ከእስረኛ መገደል ጋር የተያያዘ” መሆኑን ስለሚያውቁ አገር ይያዝልን አሉ። ዋይታቸውና ልቅሷቸው እኛ ድረስ ይሰማ ጀመር።

ወላጆቻችን በህይወት መኖራችንን እንዲያውቁ ድምጽ እንድናሰማ ተወሰነ ።

“ሽንት ቤቱ ይመጠጥ !”

“በልተን ምን እናድርገው?” ።

“አድማችን በመንግስት ላይ አይደለም !” የሚሉ መፈክሮች በከፍተኛ ድምጽ ማሰማት ጀመረን።

ድምጻችንን የሰሙት ወላጆቻችን ተረጋጉ። ችግራችን ምን እንደሆነ በማወቃቸው ብዙ ሰአት ተንገላተው ምግባቸውን ይዘው ወደ ቤታቸው ተመለሱ።

አባቴነህ ትንሽ ቆይቶ ከሆኑ ወታደሮች ጋር በድጋሚ መጣ። ከመሃከላችን በራሱ ምክንያት የመረጣቸውን ሰባት እስረኞች ይዞ አስፈራርቶን ሄደ።ምን እንዳደረጋቸው አላወቅንም።ድምጻችንን የበለጠ አጉልተን መፈክራችንን ማሰማት ቀጠልን። ቀኑን ውለን አደርን። በማግስቱም ለውጥ የለም። እንዲሁ ቀኑን ውለን አደርን።

ድምጻችን መዘጋት ጀመረ። ወላጆቻችን በየቀኑ ምግብ እየያዙ እየመጡ “ኡ ኡ” እያሉ ችግር መፍጠር ቀጥለዋል። የአካባቢው ህዝብም ፖሊስ ጣቢያውን እየከበበ፣ “ተበተን” “አልበተንም” ትንቅንቅ ከፖሊሶች ጋር ተያይዟል። ጉዳዩ የደርጎችን ትኩረት በመሳቡ ይመስለኛል፣ በሶስተኛው ቀን ደርጎች ሊያናግሩን መጡ።

ፖሊሶች እስር ቤቱን ከፍተው “ከደርግ ጽ/ቤት የመጡ ባለስልጣናት ሊያናግሯችሁ ስለሚፈልጉ አምስት ሰዎች መርጣችሁ እንድትልኩ ተብላችኋል” አሉን።

“እዚህ መጥተው ሁላችንንም ያናግሩን። ሰው መርጠን መላክ አንችልም” የሚል መልስ ሰጠናቸው።

ፖሊሶች ተመልሰው መጡ። “ሰዎች መርጣችሁ ባስቸኳይ የማትልኩ ከሆነ ተመልሰን እንሄዳለን። ከዛ በኋላ ችግሩ የሚፈታው በሌላ አካልና በሌላ መንገድ ይሆናል። ችግራችሁን አዳምጠን መፍትሄ ለመስጠት ስለመጣን የሚያሳስብ ነገር የለም። ሰው መርጣችሁ ላኩ” ብለዋል አሉን።

ረሃቡ እየጠናብን ነበር። አንዳንዱ እስረኛ እስከመውደቅ ደርሷል። ምርጫ አልነበረንም። ሰው ለመላክ ተስማማን። የሚሄዱት ሰዎች ምን ጣጣ ሊመጣባቸው እንደሚችል ስለማናውቅ በምርጫ የምናደርገው ነገር አልነበረም።

የሸንጎው አባላት "ችግራችንን በደንብ ማስረዳት የሚችሉ በጎ ፈቃደኞች ከመሃከላችን ወጥተው ይሂዱ" አሉ።

የመጀመሪያው በጎ ፈቃደኛ እስከሚገኝ ጥቂት ደቂቃዎች አለፉ። በነዛ ደቂቃዎች ውስጥ እያሰብኩ ነበር። እኔ በግሌ "ከዛ እስር ቤት ከነህይወቴ እወጣለሁ" የሚል ዕምነት አልነበረኝም። ደርግ "አድማ አስተባባሪ" ብሎ በደም ፍላት ቢገድለኝ ለኔም ሆነ ለኢህአፓ ትርፍ እንጂ ኪሳራው አይታየኝም። እኔ "ሚስጥር አውጣ" ተብዬ ከሚደርስብኝ ሰቆቃ እተርፋለሁ። ኢህአፓም ሰቆቃውን መቋቋም አቅቶኝ የማወጣው ሚስጥር ከሚያስከትልበት ጉዳት ይድናል። እነዚህን ነገሮች አሰላስዬ፣

" እኔ እሄዳለሁ" አልኩ።

ከኔ ቀጥሎ "እሄዳለሁ" ያለው አቶ ሸሁነኝ ሆነ።

ከአቶ ሸሁነኝ በኋላ እሄዳለሁ የሚለው ሰው በዛ። ሸንጎው የቀሩትን ሶስት ሰዎች ከእገሌ እገሌ ይሻላል እያለ በውይይት ለይቶ አምስት ሆንን። ወደ ውጭ ስንወጣ የተረከቡን ወታደሮች ነበሩ። ትንንሽ አውቶማቲክ መሳሪያ የያዙ ወታደሮች አምስታችንን በመሃከላቸው አድርገው በቀኝና በግራችን ተሰልፈው ይዘውን ሄዱ። በጠቅላላው አስር ወታደሮች ነበሩ። የደርጉን ሰዎች አጅበው የመጡ ወታደሮች ይመስላሉ።

የደርግ ሰዎች፣ በፖሊስ ጽ/ቤቱ አንድ ክፍል ውስጥ ተቀምጠው ጠበቁን። እነሱም እንደኛ አምስት ነበሩ። አምስቱም አንድ ትልቅ ጠረጴዛ ከፊታቸው አድርገው መደዳውን ተቀምጠዋል። እኛንም ከፊታቸው እንድንቀመጥ ጋበዙን። እንደሰጋነው በደም ፍላት የመጡ ሰዎች አልነበሩም። ችግራችንን ምን እንደሆን ጠየቁን።

"በልተን የምንጸዳዳበት ቦታ ስለሌለን ሳንወድ በግድ ምግብ አቁመን እየተራብን ነው። ሌላ ምንም ችግር የለብንም።" አልን። ይህን ችግር ቢያቃልሉልን ለኛ ትልቅ ነገር እንደሰሩልን አድርገን እንደምናየው ነገርናቸው።

"እሱ ችግር የለውም። የሚመጡ መኪናዎች አዝዘን እየመጡ ናቸው" አሉን። ሌሎች ችግሮች ካሉ "ንገሩን" ብለው አበረታቱን። የቅማሎቹንና የመታጠቢያ ውሃን ችግር፣

የበሽተኞችን አያያዝ፣ የተረሱ እስረኞችን ጉዳይና የመሳሰሉትን ችግሮች ነገርናቸው። ሁሉንም መዝግበው "የተቻለንን እናደርጋለን" ብለውን ተለያየን። እነማን እንደሆኑ ስማቸውን አልነገሩንም። በአደባባይ የሚታወቅ አንድም ሰው ከመሃከላቸው አልነበረም።

አጅበው ያመጡን ወታደሮች አጅበው ሊወስዱን መጡ። ከቢሮው ስንወጣ ግቢው ምግብ በሚያቀርቡ ወላጆች ተሞልቷል። ከተሰለፉት ወላጆች መሃል እናቴን አየኋት።ወገቧ ላይ አስደግፋ በክንዷ የምግብ ሳህን ይዛለች። የወንዶቹ መጨረሻ፣ ትንሹ ወንድሜ በሪሁን አጠገቧ ቆሞ ነበር። በወታደሮቹ መሃል በዛ ርቀት፣ እንዴት እንዳየኝና እንደለየኝ አላውቅም። ጸጉሬን ተላጭቼ፣ ከስቼና ቁምጣ ሱሪ ለብሼ ነበር። ለእናቴ "ያውልሽ" ብሎ በጣቱ ወዳለሁበት ጠቆማት።

እናቴ ስታየኝ፣ ሁለት እጆቿን ወደሰማይ አንስታ ስትጮህ በክንዷ ይዛው የነበረው ሳህን ቁልቁል በዝግታ ሲወርድ እየሁ። ወዲያው አይኔን ጨለማ ጋረደው። ጆሮዬ ተደፈነ። እንዴት አድርጌ እስር ቤቱ እንደደረስኩ አላውቅም። እስር ቤት ገብቼም፣ ቁጭ ብዬም፣ አይኔ ማየት ቢጀምርም ጆሮዬ አይሰማም ነበር።

እስረኞቹ አፋቸው ይንቀሳቀሳል፤ በእጃቸው ያጨበጭባሉ። ለኔ ግን አይሰማኝም። ድምጽ መስማት የጀመርኩት ከጥቂት ደቂቃዎች በኋላ ነበር። በህይወቴ ያጋጠመኝ የመጨረሻው አሰቃቂ ነገር በዛን እለት ከእናቴ የወጣው የሲቃ ጩኸት ነው። ጆሮዬን የደፈነው ህሊናዬ ነው።ስቃዩን መቀበል ስላልቻለ ራሱን ለመከላከል ሲል ህሊናዬ ጆሮዬን ደፈነው።

እኛ ስንመለስ የሽንት ቤት መጣጭ መኪናዎች ስራቸውን ጀምረዋል። እስረኛውም ምግብ መቀበል ጀምሮ ነበር። የፍልሰታ ጾም መፈሰኪያ ስለነበር የመጣውም ምግብ ብዙ ነው። ምሳ ከመበላቱ በፊት አንድ መቃለል የሚገባው ጉዳይ ነበር። የነሽሁነኝ ጉዳይ። "አድማው አብቅቷል፤ ምን ይሁኑ?" የሚል ውሳኔ የሚጠይቅ ጉዳይ ከምሳችን ቀደመ። ሸንጎው ውሳኔ ለመስጠት ብዙም ጊዜ አላጠፋም።

"በጭንቅ ጊዜ አብረውን ቆመዋል። ሙሉ ምህረት ተደርጎላቸዋል" አለ።

የአቶ ሽሁነኝ ደስታ ሰማይ ነካ።

አቅፎ እየሳመኝ "ተቀጥተህ ካላየኸው አታውቀውም። ይህ ማግለልና እየቆማችሁ ተናገሩ ያላችሁት ቅጣት ሰው ሊያሳብድ የሚችል ቅጣት ነው" አለኝ። እንደ እብድ እየዞረ ሁሉንም ሰው ሲያናግርና ሲያቅፍ አየሁት።

ዕድሜ ለአጥናፉ አባተ

እኛ የአንደኛ ፖሊስ ጣቢያ እስረኞች የኮሎኔል አጥናፉ ዕድሜ እንዲረዝም መርቀነው ነበር። መቶ አለቃ አባቴነህን ዕድሜው እንዲያጥር ረግመነዋል። የተገላቢጦሽ ሆነ። የአጥናፉ አባተን ዕድሜ ደርግ እንዳሳጠረው እናውቃለን። የአባቴነህ ዕድሜ ግን ረዝሟል። “እንዴት እንዲህ ሊሆን ይችላል? ምን አይነት ፍርድ ነው?” እያልኩ በደንብ ከማላውቀው ፈጣሪ ጋር ለመሟገት ሞክሬአለሁ።

“ፈጣሪ የሚሰራው ረቂቅ በሆነ መንገድ ነው” የሚሉትን ነገር ለመረዳት የአባቴነህን መጨረሻ ማየት ነበረብኝ። “አጥናፉን ፈጣሪ በግዜ የወሰደው ለእኛ የዋለውን በጎ ውለታ ግምት ውስጥ አስገብቶ ነው” የሚል ዕምነት አድሮብኛል። አጥናፉን ደርግ ሲገድለው አንዱ ያቀረበበት ክስ “እስረኞች ያለአግባብ እንዲፈቱ አድርጓል” የሚል ነው።

የምግብ አድማው ባለፈ ከጥቂት ሳምንታት በኋላ እነዛ ሊያነጋግሩን የመጡ ወታደሮች ቃል በገቡት መሰረት የተረሳን እስረኞች እንድንፈታ ተወሰነ። የዚህ ውሳኔ ባለቤት “ኮሎኔል አጥናፉ አባተ ነበር” ይባላል። እኛም የመረቅነው ይህን ሰምተን ነው። ደርግ ስልጣን የያዘበትን መስከረም ሁለት ቀን ምክንያት አድርገው እስረኞች ለመልቀቅ ወሰኑ።

አንድ ከሰአት በኋላ የእስር ቤት በራችን ተከፈተ። ተራ በተራ እንድንወጣ ተነገረን። እስር ቤቱ ደጃፍ ላይ ጠረጴዛ ከፊታቸው ያደረጉ ወንበር ላይ የተቀመጡ ጸሃፊዎች ነበሩ። ወደ እነዚህ ጸሃፊዎች ሄደን እንድንመዘገብ ተነገረን። እየተመዘገብን እዛው አጠገባቸው ካለ ክፍት ቦታ ላይ እንድንቆይ ነገሩን።

ከጸሃፊዎቹ በስተጀርባ የቆሙ ወዲህና ወዲያ የሚሉ፣ በጥቁር የፀሃይ መነጽር አይናቸውን የሸፈኑና ሲቪል ልብስ የለበሱ ሰዎች ነበሩ። የደህንነት ሰዎች ይመስላሉ። እኔ ተመዝግቤ መቆሚያው ቦታ ደርሼ ነበር። የብዙነህ ተራ ደርሶ እየተመዘገበ በነበረበት ወቅት ከመዝጋቢው ጀርባ የነበረው ሰውዬ ብዙነህን ሲያነጋግረው አየን። ከዛም በሩጫ ወደ ፖሊስ ጣቢያው ቢሮ ሄደ። ብዙነህ እኛ ጋር ሲደርስ ጠየቅነው።

“ምን ነበር የሚልህ??” አልነው ።

“እዚህ ወንድም አለህ ወይ? ብሎ ጠየቀኝ። አዎን አልኩት። እየሮጠ ሄደ አለን” ።

"ጣጣ ሊመጣ ነው" የሚል ስጋት ሁላችንም ውስጥ ገባ። "ካሁን አሁን ይመለሳል" ብለን ብንጠብቅ ሰውየው ሳይመለስ ቀረ። ሁላችንም ተመዝግበን ስንጨርስ ተመልሰን ወደ እስር ቤቱ እንድንገባ ተነገረን። ገባን። ያ ሮጦ የሄደ ሰውዬ "ተመልሶ መምጣቱ አይቀርም" ብለን ጠብቀነው። መሸቶ ነጋ። ነግቶም መሸ። አልመጣም። በሶስተኛው ቀን ጠዋት ከቁርስ በኋላ በሩ ተከፈተ። የብዙ ሰዎች ስም ተጠራ። ለግርፋት እንዳልሆነ ግልጽ ነበር። የኔ ስም ከብዙነህ ቀድሞ ተጠራ ። ትንሽ ቆይቶ የብዙነህም ስም ተጠራ።

የተጠራነው እደጅ እየወጣን እንድንቆም ተደርጓል። የእስረኛው ግማሽ ያህል እንደተጠራን ጥሪው አበቃ። ትንሹ ልጅ መስፍን፣ አቶ ሽሁነኝና በዩኒቨርስቲው ሁካታ ቀን የታፈሱት ተማሪዎች እዛው ቀሩ።[342] የአቶ ሽሁነኝ እጣ ግን ከሁሉም አሳዛኝ ሆነ። "ረጅም የከርቸሌ እስረኝነት ህይወቴን ጨርሼ ነፃ እወጣለሁ" የሚል ተስፋው ተቀበረ። በማያውቀው ጉዳይ ጸረ አብዮተኛ የሚል ታርጋ ተለጥፎበት ወደ ከርቸሌ ተመልሶ ለሌላ ዙር የመከራ ህይወት ታጨ።[343] ሎሬት ጸጋዬ ገብረመድህንና አያልነህ ሙላት ከዛ እለት ቀደም ብሎ ተፈትተዋል። የእስር ቤቱን የብረት መዝጊያ በወፍራሙ ሰንሰለት አስረው ውጭ የነበርነውን ይዘውን ሄዱ።

በወታደር መጫኛ መኪናዎች ላይ ጭነው አራት ኪሎ ፓርላማ ወሰዱን። *(መሬት ላይ ተቀምጠን ንግግር ስላደረጉልን ፓርላማ መሆኑን መጠራጠር ጀምሬያለሁ።)* እንደኛ ከሌሎች እስር ቤቶች የተሰበሰቡ በርካታ እስረኞች በቦታው ነበሩ። ቀኑን ሙሉ ስለአብዮቱ ትምህርት ሲሰጠን ዋለ። ሆኖም ግን ያንን ብዙነህን ጠይቆ እየሮጠ የሄደውን ሰውዬ ልንረሳው አልቻልንም። ከሰአት በኋላ ወደ ማምሺያው ሊጠጋ ሲል ኮሌኔል አጥናፉ አባተ የመጨረሻው ተናጋሪ ሆኖ ቀረበ። እንደሌሎቹ ብዙም አልተናገረም።

"መልካም አዲስ አመት! ሂዱ፤ ቤተሰቦቻችሁም ደስ ይበላቸው !" ብሎ አሰናበተን።

እለቱ ጷጉሜ 5 1969 ዓ.ም ነው።

---

[342] ትንሿን መስፍኔን ከእዛው እስርቤት አንድ ሌሊት ወስደው እንደገደሏት ሰማሁ። አቶ ሽሁነኝና የተቀሩት እስረኞች ከጥቂት ወራት በኋላ ወደ ከርቸሌ ተዛወሩ።

[343] እንደሰማሁት አቶ ሽሁነኝ ተሰማ እኛ በተፈታን በቀናት ልዩነት አንደኛ ፖሊስ ጣቢያ ትተናቸው ከሄድናቸው እስረኞች ጋር ወደ ከርቸሌ ተወሰደ። አቶ ሽሁነኝም በአጼው ዘመን ተፈርዶበት የነበረውን ቅጣት እዛው ከርቸሌ ጨርሶ ፣ በደርጉ ዘመን ለተለጠፈበት የጸረ አብዮተኛነት ውንጀላ ያለፍርድ ከስድስት አመታት በላይ ከርችሌ ማቀቀ።

ምእራፍ 19. ደህና ሁኚ! አዲስ አበባ

አጭር ጊዜ፣ ብዙ ለውጥ።

በ1969ዓ.ም አራት ወራት መታሰር ረጅም ጊዜ ነው። ስለምናውቃቸው ሰዎች ምንም አይነት የተጨበጠ ዜና ከማንም ከማናገኝበት የአራት ወራት እስራት በኋላ ስንፈታ ብዙ ነገሮች ተቀያይረው ጠበቁን። ወቅቱ የአብዮት ወቅት ስለነበር ነገሮች የሚቀየሩትም በከፍተኛ ፍጥነት ነበር። ዘመኑም እየተቀየረ ነው። የተፈታነው፣ 1969 አብቅቶ 1970 በሚጀምርበት ዋዜማ ነው።

የተቀየሩ ነገሮችን ማየት የጀመርኩት ከወላጆቼ ጀምሮ ነበር። ወንድሜ አምሃ ከተገደለበትና እኛ ከእስር በተፈታንባቸው መሃል በነበሩት አምስት ወራት ውስጥ የአምስት አመት ዕድሜ የጨመሩ ይመስላሉ። በአካልም በመንፈስም አርጅተዋል። ጥርት ያለ የነበረው የፊታቸው ቆዳ ማዲያት እየተፈታተነው እንደሆነ ያስታውቃል። በአመለካከታቸውም ተቀይረዋል።

እስር ቤት እያለሁ ሰሎሜ ሲጋራ ስታስገባልኝ አይተው፣ እኔ ሳላውቅ ወላጆቼም ሲጋራ ሲልኩልኝ ነበር። ሰሎሜ የወላጆቼ ጓደኛ ልጅ ነበረች። የምንተዋወቀው ልጆች ሆነን ነው። አብዮት በአጭር ባይቀጨው የወጣትነት ፍቅራችን በቀላሉ የማይበጠስ ነበር። ሰሎሜ ሲጋራ እንደምትልክልኝ እኔ በፍጹም አላውቅም። ከፖሊስ እየተቀበልኩ ዝም ብዬ እመገምገው ነበር። የምጠረጥረው የአክስቴን ልጅ ጥሩነህን ነበር።

ከእስር እንደተፈታሁ መጀመሪያ ያገኘሁት ዜና አጫሽ መሆኔን ወላጆቼ የሚያውቁ መሆናቸውን ነው። በዛን ዘመን ወላጆቼ ይህን ሚስጥሬን ማወቃቸው ቀላል ነገር አልነበረም። ዜናውን የሰማሁት ከሌላ ሰው አልነበረም። የተፈታሁ እለት ምሽት እናቴ የመኝታ ክፍሌን በር ከፍታ ተስፋ በቆረጠ ስሜት፣

“ያው መሞትህ አይቀርም። እያጨስክ ሙት” ብላ ጥቂት ፓኮዎች የጎደሉትን አንድ እስቴካ ሲጋራ አልጋዬ ላይ ወርውራልኝ ሄደች። ብዙም አልደነገጥኩም። እናቴ የሰጠችኝ ሲጋራ ለኔው እስር ቤት በየጊዜው ለማስገባት በርከት አድርጋ ከገዛችው የተረፈ መሆኑ ገባኝ።

ሌላው ዜና የሃዘን ዜና ብቻ ነው። የአብሮ አደጎቻችን፣ የጓደኞቻችን የእስራትና የሞት ዜና ነበር። ማርቆስ ተድላን ደርግ ከርቸሌ ውስጥ የገደለው እኔ እስር ቤት ሆኜ ነው። ዳዊት የነፋስ ስልክ የነዳጅ ዴፖ ለማቃጠል ባልተሳካው ኦፐሬሽን ላይ የተገደለው በዛው ክረምት ውስጥ ነው። ዘውዱ ከታላቅ እህቱ፣ ከሳባና ከመጨረሻው ትንሽ ወንድሙ ከሳምሶን በስተቀር

እናቱን ጨምሮ ከስድስት እህትና ወንድሞቹ ጋር እስር ቤት ውስጥ ነበር። ትንሽ እህቱ እምዩ ገና አስራ አንድ አመቷ ነው።

የደርግ ሰዎች እነዘውዱ ቤት ብዙ ገንዘብ፣ መሳሪያና ሰነድ አግኝተዋል። የዘውዱ ጉዳይ ያበቃለት ነው። የኢህአፓ አባል የነበረው የዩኒቨርስቲ አስተማሪያችን አብርሃም እንግዳ ከዘውዱ ጋር በተያያዘ ከነሚስቱ እስር ቤት ገብተዋል። ጃፒ ከተሰወረ ብዙ ጊዜ ሆኖታል። ቤታችን ይኖሩ የነበሩ ወጣት ዘመዶቻችን ነጋሽ፣ ሚሊዮንና በላይ ቤታችንን ትተው ከከተማ ውጭ ሌሎች ቦታዎች መኖር ጀምረዋል።

በበጋው ወራት ደርግ ኢህአፓን ለማጥፋት የከፈተው ዘመቻ በኢህአፓ የህቡእ አደረጃጀት የተነሳ አጥጋቢ ውጤት እያመጣ እንዳልሆነ ተረድቶቷል። ይህን የተረዳው ደርግ ማንም ደርግን ከሚደግፉ ድርጅቶች ጋር ያልተቆራኘን ምሁርና ተማሪ በኢህአፓነት እንዲፈረጅ ወሰነ። "ከኛ ጋር ያልሆነ ሁሉ ከነሱ ጋር ነው" የሚል ሎጂክ/አመክኖ ነበር የተጠቀመው። የጅምላ ጭፍጨፋው ከኢህአፓ ጋር ምንም አይነት ግንኙነት ያልነበራቸው በርካታ ምሁራንና ተማሪዎች የሞትና የእስራት ሰለባ አድርጓቸዋል። የደርግ የጅምላ ጭፍጨፋ የኢህአፓን ድርጅታዊ መዋቅር በመበጣጠስ በድርጅቱ ላይ ችግር መፍጠር ጀምሯል።

በደህንነት መስኩም፣ ደርግ፣ የምስራቅ ጀርመንን የደህንነት አማካሪዎች ምክር በስራ ላይ አውሎ ምርቱን መሰብሰብ የጀመረው በክረምቱ ወራት ነው። የምስራቅ ጀርመን አማካሪዎች ከመምጣታቸው በፊት፣ ደርግ አንድን ሰው በኢህአፓነት ከጠረጠረ፣ ወዲያውኑ የማሰር ወይም የመግደል እርምጃ ይወስድ ነበር። ምስራቅ ጀርመኖች ግን፣ ከመግደል ወይም ከማሰር፣ ተጠርጣሪውን በአይነ ቁራኛ እየተከታተሉ፣ ተጠርጣሪው ሰው የሚያገኛቸውን ሰዎች በሙሉ ማወቅ ትልቅ ጠቀሜታ እንዳለው ለደርግ ደህንነቶች አስተማሩ። በበጋው ወራት፣ ይህን ምክር ተከትሎ ሲሰራ የነበረው የደህንነት ቢሮ፣ ስፋት ያለውን በጥናት ላይ የተመሰረተ እርምጃውን የወሰደው እኔ እስር ቤት ሆኜ ነው።

የደርግ የጅምላ ጭፍጨፋ በኢህአፓ ላይ ካደረሰው ጉዳት ይልቅ የምስራቅ ጀርመኖችን ምክር በስራ ላይ በማዋል ያደረሰው ጉዳት የላቀ ነበር። ግርማቸው ለማን ጨምሮ ሌሎችን ቁልፍ የድርጅቱን ሰዎች ለመግደልና ለማሰር ደርግ የቻለው በዚህ የስለላ ስልት የተነሳ ነው። ብዙ የድርጅቱ ንብረት ማስቀመጫና ሰው መደበቂያ ቤቶች ከነንብረታቸውና ከነሰዎቻቸው በደርግ እጅ የወደቁት በዚህ ወቅት ነው። የአንዳንድ የኢህአፓ አባላት ዲሲፕሊን ምስራቅ ጀርመኖቹ ያመጡትን ረቀቅ ያለ የስለላ ስልት መቋቋም የሚችል አልነበረም። ዘውዱም

የተያዘው የቤቱ ስልክ ተጠልፎ በረቀቀ የስለላ ስልት እንጂ በጅምላ አፈሳ ወይም አሰሳ አልነበረም።

ከኢህአፓ የበለጠ በምስራቅ ጀርመኖቹ ምክር ስራውን የሚሰራውን ክፍል ስራ የሚያደናቅፉት ደርግ እንዳሻቸው የማሰርና የመግደል መብት የሰጣቸው የራሱ ደጋፊዎችና ተባባሪዎች ነበሩ። የስለላ ክፍሉ በአይነ ቁራኛ ሲከተለው የነበረውን ሰው፣ሌላው አካል በመግደል ወይም በማሰር ያጠፋዋል። እንዲህ እያደረገ የስለላ ክፍሉን ጥረት ያሰናክለው ነበር። ለዚህ ማስረጃው ዘውዱ በተያዘበት ወቅት አሳሪዎቹ እኔን በተመለከተ ያነሷቸውን ፎቶግራፎች ለዘውዱ፣ ለእህቶቹና ወንድሞቹ እያሳዩ የት እንዳለ ታውቃላችሁ ?" የሚል ጥያቄ ያቀረቡላቸው መሆኑ ነው።

እኔ በደርግ መንግስት እስር ቤት ተቀምጬ አንድ የደርግ አካል ያለሁበትን ቦታ የማያውቅበት ሁኔታ ተፈጥሮ እንደነበር የሚያሳይ መረጃ ነው። ይህ ጭብጥ የሚያመላክተው ምን ያህል ያልተቀናጀ ስራ ሲሰሩ የነበሩ አሳሪዎችና ገዳዮች ደርግ አሰማርቶ እንደነበር ነው። እስር ቤት መሆኔን የምታውቀው ትንሿ እምዬ ሳትቀር ፎቶዬን ሲያሳዩዋት "ካየሁት ብዙ ጊዜ ሆኖኛል። የት እንደሄደ አላውቅም" የሚል መልስ መመለሷን ከወንድሞቿ ሰምቻለሁ። ትረፍ ያለው ይተርፋል።

ደርግ በራሱ ኢህአፓን ለማጥፋት ከሚሰራው ስራ በተጨማሪ፣ በኢህአፓ ውስጥ በነብርሃነመስቀል የተነሳ የተከተለው ድርጅታዊ ክፍፍል በፈጠረለት መልካም አጋጣሚ ተጠቃሚ መሆን የጀመረው በዚሁ በክረምት ወራት ነው። ኢህአፓ "አንጃ" እያለ የሚጠራው ቡድን አባላት ጓዛቸውን ጠቅልለው ወደ ደርግ መግባት የጀመሩት በዚህ ወቅት ነው። እነዚህ የኢህአፓ የቀድሞ አባላት ለደርግ ጠቃሚ መረጃ ከመስጠት አልፈው መርማሪዎች፣ ገራፊዎችና ገዳዮች እስከመሆን ደርሰዋል። በነግርማቸው ለማ ቁጥጥር ስር የነበረውን የብርሃነመስቀል ረዳን ባልደረባ ጌታቸው ማሩን ኢህአፓ ገድሎ ማንነቱ እንዳይታወቅ አንገቱን ከሰውነቱ ቆርጦ አስከሬኑን ግንፍሌ ወንዝ ውስጥ የጣለው በዚህ ጊዜ ነበር።

(ኢህአፓ በአንጃነት ፈርጆ ጓድ "ሀ" እና "ለ" እያለ የሚጠራቸው ብርሃነመስቀል ረዳንና ጌታቸው ማሩን ነበር። የኢህአፓ አመራር "እነዚህ አንጃኞች ከደርግ ጋር እንስራ" ይላሉ በማለት ያቀረበባቸውን ክስ የያዘ ሰነድ ብዙዎቻችን የአዲስ አበባው የፓርቲ አባላት አይተነዋል። እንኳን አሁን ያኔም ቢሆን ያ ሰነድ ብዙ ጥያቄዎች የሚያስነሱ ነገሮች ነበሩት።

ኢህአፓ አባላቱን በአንጃው ላይ ለማሰለፍ በጥቅሉ "ከፋሽስቶች ጎን ወግነዋል" የሚል ቅስቀሳ ነበር ያካሄደባቸው። እኛም ተቀብለን "ከፋሽት የወገነ ያው ፋሽስት ነው። ከባንዳ የወገነ ያው ባንዳ ነው። ሰይ ብል ባንከረባበት ብሎ መምታት ነው።" ብለን አቅራርተናል። ይሁንና እነ ብርሃነመስቀል "ሁሉን ነገር እርግፍ አድርገን የሻለቃ መንግስቱን ወታደራዊ ጫማ እየጠረግን እንኑር" የሚል ሃሳብ እንደማያቀርቡ የታወቀ ነው። ኢህአፓ በከተማው ውስጥ ይዞት በነበረው የትግል አቅጣጫ ዙሪያ ጥያቄ አንስተው ከነበረ፣ የኢህአፓን መሰረታዊ ድክመት በመረዳት "ከደርግ ጋር መጋፈጡ አያዋጣም" ብለው ከነበረ፣ ታሪክ ነፃ ያደረጋቸውና ትክክለኛ መሆናቸውን ያረጋገጠው እነሱን ነው። ብርሃነመስቀል "ከደርግ ጋር እንስራ" ብሏል ከተባለ ከአመት በኋላ ሸዋ ገጠር ውስጥ መሳሪያ ከታጠቁ ወጣቶች ጋር ለምን እንደተያዘ መግለጫ የሚያስፈልገው ጉዳይ ነው። "ብርሃነመስቀል ጥቂት ታጣቂዎችን ይዞ ሸዋ ገጠር ውስጥ ሲንከራተት የነበረው ከደርግ ጋር ለመደራደሪያ እንዲሆነው ነበር" የሚለው ማብራሪያ በንቀት መታለፍ ያለበት ነው።

ክፍሉ ታደሰ በ "ያ ትውልድ" መጽሃፉ ይህን ማብራሪያ መስጠቱን አስታውሳለሁ። ብርሃነመስቀል "አዲስ አበባ ውስጥ ከምናልቅ በሸዋ ገጠሮች የትጥቅ ትግል ማድረጉ ይሻላል" ብሎ ከነበረም "በአጠቃላይ በከተማ ውስጥ የሚደረግን የትጥቅ ትግል አደገኛነት ለማየት ከተሳነው የኢህአፓ አመራር የተሻለ እይታ ነበረው" ማለት ነው።

ከዛም አልፎ ኢህአፓ በመኢሶኖች ላይ የከፈተው የማዋከብና የማጥላላት እርምጃ፣ መኢሶንን ከሚገባው በላይ ደርግን እንዲጠጋ ያደረገው መሆኑን እናውቃለን። በተመሳሳይም ኢህአፓ በአንጃው ደጋፊዎች ላይ የከፈተው የስነልቦናና የአካል ጥቃት የአንጃውን ደጋፊዎች ወደ ደርግ እንዲገቡ በማድረግ የተጫወተው ሚና በዝርዝር መታወቅ አለበት። ይህ ማለት "አንጃኞቹ በኢህአፓ አባላት ላይ ለፈጸሙት እጅግ አሰቃቂ የሆኑ ወንጀሎች ኢህአፓ ተጠያቂ ነው ማለት" አይደለም። ልክ የመኢሶን አባላት ከደርግ ጋር ተባብረው የሃገሪቱን አብዮታዊ ምሁርና ተማሪ እልቂት በማስከተል በታሪክ ፊት ተጠያቂዎች እንደሆኑት ሁሉ ወደ ደርግ የገቡት የአንጃው ሰዎችም ለሰሩት ግፍ በታሪክ ፊት መጠየቅ ይኖርባቸዋል። እኛም ግን የራሳችንን የታሪክ ተጠያቂነት ድርሻ ልንወስድ ይገባናል።

"ኢህአፓ ከሌሎች ድርጅቶች የላቀ ነበር" ብለን ለትውልድ ታሪክ ማስተላለፍ ከፈለገን አመራሩ ከሌሎች ድርጅቶች ልቆ እውነተኛው የአብዮቱን ዘመን ታሪክ ለትውልድ ማስተላለፍ መቻል አለበት። ጥፋትና ስህተቶቻችንን በድፍረት መግለጽ መቻል አለብን። አብዮት ጠባቂዎች የኢህአፓ አባል የነበረውን ጓደኛዬን ሽሪፎን በጥይት አልሞት ሲላቸው በመጥረቢያ አንገቱን ቆረጡት በማለት ጭካኔያቸውን አውግዤ ጽፌያለሁ። የእኛስ ጭካኔ? ማነው የጌታቸው ማሩን አንገት በቢላዎ ገዝግዞ ከሰውነቱ የለየው? ከአብዬት ጥበቃ አባላት መረን የለቀቀ ጭካኔ የኛ ጭካኔ በምኑ ይለያል?

የኢህአፓ ታሪክ ሲጻፍ በዝርዝር ያለምንም ድርጅታዊ ተከላካይነት ለእነዚህ ሁሉ ጥያቄዎች በድፍረት መልስ መስጠት ይገባናል። ብዙ መልስ ያላገኙ ጥያቄዎች አሉ። በህይወት የተረፉ የኢህአፓ አመራሮች ከዚህ በኋላ የሚፈይዱት ነገር አይኖርም። በተወሰነ የታሪክ ማእቀፍ ውስጥ ለተሰሩ ጥፋቶች ማንንም ሊፈሩና በምንም ሊያፍሩ አይገባም። የተመከሮና የዕውቀት እጥረት የነበረበት፣ የወከባና የእብደት ዘመን ነበር። ያ ዘመን ካለፈ በኋላ ግን ከሰራነው መሃል በጎውን ከመጥፎ ጠንካራውን ከደካማው "ድንቁርናን ከዕውቀት፣ ሞትን ከህይወት" መለየት ካልቻልን ልናፍር ይገባል። ያ ሁሉ ምሁር፣ ተማሪ፣ ላብአደር፣ አርሶአደርና ወታደር ኢህአፓን ደግፎ የፈሰሰው ደሙ ከንቱ ሆኖ እንዳይቀር ማድረግ የሚቻለው ትውልድን በሚገባ በተጻፈ የአብዮቱና የኢህአፓ ታሪክ አስታጥቆ በማለፍ ብቻ ነው።

ከነተስፋዬ ደበሳይ፣ ከግርማቸው ለማና ከሌሎችም የኢህአፓ አመራር እልቂት በኋላ የከተማውን አጠቃላይ ስራ በተለይ ደግሞ የትጥቅ ትግሉን በብቸኛነት ሲመራ የነበረውና ከማንም በላይ ብዙ ነገሮች የሚያውቀው ክፍሉ ታደሰ በዚህ ጉዳይ ላይ ከማንም የተሻለ አስተማማኝ ማብራሪያ ሊሰጠን የሚችል ጓድ ነው። ክፍሉ የኢህአፓን ታሪክ "ያ ትውልድ" በሚል ርእስ በሶስት ቅጾች አሰባስቦ በመጻፍ አሳትሟል። ይህ ትልቅና ታሪካዊ ክንዋኔ ነው። እንደ ክፍሉ አይነት የቀድሞ መሪዎቻችን ኝ "ከታሪክ ምዝገባ በላይ መሻገር መቻል አለባቸው" የሚል ዕምነት አለኝ። ራሱ ክፍሉ ታደሰ "ብዙዎቹ ጓደኞቼ ያለፈውን ታሪክ የሚገመግም ጽሁፍ እንዳቀርብ ነበር የገፋፉኝ" ብሎናል። እሱ ግን ምርጫው "ታሪኩን በግርድፉ ማቅረብ" እንደሆነ ነግሮናል። ታሪክን የመገምገሙና የመተርጎሙን ስራ "ያገባኛል የሚል ኢትዮጵያዊ ሃላፊነት ይሆናል" ይለናል።[344] ከአንድ የቀድሞ ማርክሲስት የማይጠበቅ አባባል ነው። ካርል ማርክስ ቁም ነገር አድርጎ ያየው ታሪክን መጻፍ ወይም መተንተን አልነበረም። ታሪክን መቀየርን እንጂ። ታሪክ መቀየሩ ቢያቅተን በመተንተኑ መሸነፍ አልነበረብንም። ከክፍሉና ከመሳሰሉት የኢህአፓ መሪዎች ሌላ ማን በተሻለ የኢህአፓን ታሪክ ሊገመግም እንደሚችል ግን ክፍሉ አልነገረንም። በዚህ በአስራ አንደኛው ሰአት ቢሆንም መሞከር ያለበት ስራ ነው።ታሪክን መመዝገብ ብቻ ሳይሆን በድፍረትና በሃቀኛነት መተንተንና መተርጎም የታሪክ አጻጻፋችን አካል ሊሆን ይገባዋል። ያለበለዚያ ታሪክ ሳይሆን የምንጽፈው ተረት ይሆናል።)

የጭንቀት ወራት

ከእስር መፈታታችንና የአዲሱ አመት የበአል ግርግር ትንሽ የሚያዘናጉ ነገሮች ነበራቸው። በግሌ ግን ወደ ስጋት የተመለስኩት ለበዓሉ የተዘጋጀውን ምግብ ሆዴ ፈጭቶ ከመጨረሱ በፊት ነበር። ለኔ የዘውዱ እስር ቤት መሆን አንድ የሚያስጨንቅ ነገር ነበር። መጨረሻው ምን ይሆን? ሲያሰቃዩት ምን ሊነግራቸው ይችል ይሆን? እነዚህ ጥያቄዎች ያስጨንቁኛል።

ከኢህአፓ ጋር መገናኘት የምችልበት አስተማማኝ መንገዴ ዘውዱ ብቻ ነው። የየትኛውም ህዋስ አባል አልነበርኩም። ከአመራሩ ጋር በቀጥታ እየተገናኘሁ ነበር የምሰራው። ሌላው የቀጥታ መስመሬ ከግርማቸው ጋር ነው። ግርማቸው ተገድሏል። የተቋረጠውን ግንኙነት መመስረቻ መንገድ አልነበረኝም። ብድግ ብዬ ድሮ ወደማውቃቸው ቤቶች መሄድ አልችልም። ብዙዎቹ ቤቶችና ሰዎች በደርግ እጅ ወድቀዋል። ይህም አሳሳቢ ጉዳይ ነበር።

በርቀት የማውቃቸውን ወይም ቀድሞ በቅርበት የማውቃቸውን ሰዎች ፈልጌ እንዳላነጋግር አንጃዎች የፈጠሩት ችግር ትልቅ ደረጃ ላይ ደርሷል። ማን አንጃ እንደሆነና ማን እንዳልሆነ ማወቂያ መንገድ አልነበረኝም። ወላጆቼ ቤት ዝም ብዬ ብቀመጥ የጊዜ ጉዳይ ካልሆነ

[344] ክፍሉ ታደሰ፣ ያ ትውልድ፣ ቅጽ 1፣ አሳታሚ በሱፈቃድ ታደሰ፣ አዲስ አበባ፣ አመተ ምህረት የሌለው፣ ገጽ 10

በስተቀር ከእነዛ ሁሉ በተለያዩ ምክንያቶች ከተዋወቅኳቸው የኢህአፓና የወጣት ሊጉ አባላት እንዲሁም ሌሎች አካላት አንዳቸው አንድ ቀን ወደ እኔ ማምራታቸው የማይቀር ነው።

እንቁጣጣሽ ባለፈ በማግስቱ፣ ሌላው ቢቀር፣ ከወላጆቼ ቤት ራቅ ማለት እንዳለብኝ ወሰንኩ። ለጊዜው "ችግር አይገጥመኝም" ብዬ ወዳሰብኩበት ወደ ሰንጋተራ የአክስቴ ቤት መኖሪያዬን አዞርኩ። ምንም የምሰራው ስራ አልነበረም። ጊዜዬን የማጠፋው በንባብና ብሄራዊ ቲያትር ፊት ለፊት ከነበረው አንበሳ ቡና ቤት ውስጥ ከረምቦላ በመጫወት ነው።

የቀበሌ አምሳ ሶስት ሰዎች ቢጠረጥሩኝ በመኢሶንነት እንጂ በኢህአፓነት ሊሆን አይችልም። ብዙ ጊዜ የሚያዩኝ የቀበሌያቸው ሊቀመንበር ከነበረው ከዘሪሁን ተክሌ ጋር ነበር። መኢሶን ከደርግ ጋር በመጋጨቱ የተነሳ ዘሪሁን ወደዛ ቀበሌ መምጣት አቁሟል። በቀበሌው ውስጥ ማንም በቅርበት የሚያውቀኝ ሰው ስላልነበር ስወጣና ስገባ ስጋት አልነበረብኝም። አልፎ አልፎ ወደ ወላጆቼ ቤት ብቅ እያልኩ የምፈልገውን ነገር እየወሰድኩ፣ ስለነዘውዱ ወሬ እየጠየቅሁ እመለሳለሁ።

አንድ እለት ቤት ሄጄ፣ የዘውዱ እህት "ከዘውዱ የተላከች" ናት ብላ ብጣሽ ወረቀት ሰጠችኝ። ላዩዋ ላይ የተጻፈው "አንተ እንዴት ነህ? እኔ ደህና ነኝ" የሚል ነገር ብቻ ነበር። "በፔርሙሱ ክዳን ውስጥ ደብቆ የላካት ናት" አለችኝ። "ሌላ ነገር ይኖረው ይሆን?" ብዬ ወረቀቷን አገላበጥኳት። ምንም አልነበረም። "ሌላ ትርጉም ይኖረው እንደሁ?" ብዬ አሰላሰልኩ። ምንም ትርጉም አልነበረውም። ከእህቱ ጋር ትንሽ ተጨዋውተን ተለያየን።

ከተወሰነ ጊዜ በኋላ እንደሰማሁት፣ ደርጎች ዘውዱን እንደያዙት ብዙ ሰቆቃ ፈጽመውበት ምንም ነገር አልናገር ስላላቸው መግረፉን አቁመው በማግባባት ሚስጥር ለማግኘት እየሞከሩ ነበር። ብዙ ነገር እንደሚያውቅ ስለገባቸው ዝም ብለው ሊገድሉት አልፈለጉም። እኛ ስንፈታ ከታሰረ ከወር በላይ ሆኖታል። ህይወቱ የረዘመው በዚህ ምክንያት ነው።

ያችን ብጣሽ ወረቀት የላከልኝ ቀን ግን ማሰቃየቱን እንደገና የጀመሩበት ቀን ነበር። ቀኑን ሙሉ ሲያሰቃዩት ውለው ምንም ነገር ማግኘት ስላልቻሉ "ነገ እንቀጥላለን ብለው" ወደ እስር ቤቱ ይመልሱታል። የዛኑ ምሽት ለሽንት ሲያወጡት ጋቢውን ቀዶና ፈትሎ ባዘጋጀው ገመድ ሽንት ቤት ውስጥ ራሱን ሰቅሎ ተገኘ።

ዘውዱም፣ እንደ ቸርነት የሰው ልጅ ሊቋቋመው የማይችል የሚመስለን ሰቆቃ ተቋቁሞ፣ በማንም ላይ ሳይጠቁም የገዛ ህይወቱን በገዛ እጁ አጠፋ።የላከልኝ ትርጉም አልባ

የመሰለኝ መልእክት ትርጉሙ የገባኝ ይህን ከሰማሁ በኋላ ነው። "አንተ ደህና ነህ ወይ? እኔ ደህና ነኝ" ማለት "አታስብ እኔ ምንም አልነግራቸውም" ማለት ነበር። እናቶቻችን ሆድ ሆነን የምንተዋወቀው የአብሮ አደጌና የወንድሜ ፍጻሜ በዚህ መንገድ ሆነ።

በ1970 ዓ.ም የደርግ ግድያና አፈና ከመቼውም በላይ ተጠናክሮ ቀጠለ። መስከረም ከማለቁ በፊት፣ ከእስር ከተፈታን ወር ሳይሞላን፣ ብዙነህ ለገሃር አካባቢ ተይዞ ከርቸሌ ገባ። ትንሽ ቆይቶ እነዛ የማይለዩት "ሞስኪቶ" ጓደኞቹ ጌድዮን ወልደአማኑኤልና በረከት ከበደ ከርቸሌ ድረስ ተከተሉት። ብዙነህ ከተያዘበት ሁኔታ ተነስቼ በቀላሉ ከእስር እንደማይወጣ ገብቶኛል። በህይወት መትረፉም አጠያያቂ ነው።

የዛኑ ሰሞን፣ አንድ ምሳ ሰአት ገደማ፣ ሲጋራ ለመግዛት ከምኖርበት ከአክስቴ ቤት ወጣሁ። ከደሳለኝ ሆቴል ወደ ንግድ ኮሌጅ ት/ቤት በሚወስደው መንገድ ላይ ከነበረ፣ ሁሌም ሲጋራ ከምገዛበት ሱቅ ውስጥ ገባሁ። ለሱቁ በጣም ቅርበት ከነበረው ቦታ፣ ረዘም ያለ የአውቶማቲክ መሳሪያ ተኩስ ተሰማ። ባለሱቁ "ማን ይሆን የፈረደበት?" አለ።

"ማን ያውቃል ?" አልኩት። ተቻኩዬ ከሱቁ መውጣት አልፈለግሁም ነበርና ወሬያችንን ቀጠልን። አንድ ትንፋሹ "ቁርጥ ቁርጥ" የሚል ወጣት እንደኔ ሲጋራ ለመግዛት መጣ። ባለሱቁ ሲጋራውን እየለኮሰለት፣ "ምንድን ነው ተኩሱ ?" ብሎ ልጁን ጠየቀው።

"እረ እባክህ ተወኝ። ሰዎቹ አብደዋል! ያ ሁሉ ጥይት እኮ ለአንድ ሰው ነበር" አለ።

"የት ነው ?" አለው ባለሱቁ።

"እዚህ ሞርጌጅ ባንክ ፊት ለፊት። ዝም ብለው ነው የሚተኩሱት። የገደሉት ሰውዬ አጠገብ መንገደኛ ቢኖር ይሞት ነበር። አጠገቡ ልደርስ ምንም አልቀረኝም። እግዜር ነው ያወጣኝ" አለ።

የገዛትን አንዷት ፍሬ ኒያላ ሲጋራ በአንድ ጊዜ መግምጎ ጨርሷታል። ለራሴም ለማጨስ ስለፈለግኩ ለልጁም ሲጋራ ጋበዝኩት። የኔ ሲጋራ ዊንስተን ስለነበር ልጁ በመገረም አገላብጦ አየውና አፉ ላይ አደረገው። ለኮስኩለትና የተገደለው ሰውዬ ምን እንደሚመስል ጠየቅሁት።

"ረጅም፣ ቀጠን ያለ፣ ቀይ በጣም ትልቅ አፍንጫ ያለው ወጣት ነው" አለኝ።

ቅላቱና ቁመቱ ሳይሆን የአፍንጫው ነገር አሳሰበኝ። ምን ለብሶ እንደነበር ልጁን ጠየቅሁት።

"ቡኒ ቀለም ያለው ኮት ለብሷል" አለኝ ።

ምንም ጥርጣሬ አልነበረኝም። ማህተመወርቅ ድልነሳሁ ቀይ፣ ቀጠን ያለ፣ ረጅም፣ እንደ አይሁዶች ትልቅ አፍንጫ የነበረው ወጣት ነው። ከአመት አመት የማይቀይራት ቡና አይነት ኮት ይለብሳል። "ሞርጌጅ ባንክ ጋ የወደቀው ሰው ማህተመ ነው" ብዬ አሰብኩ።

ልጁ "ገዳዮቹ በነጭ ፔዦ መኪና ውስጥ ነበሩ" የሚል ተጨማሪ መረጃ ሰጠኝ። ከዚህ በፊትም በነጭ ፔዦ መኪና እየዞሩ ከደርግ ጋር ሆነው ሰው የሚገድሉ የአንጃ አባላት እንዳሉ ሰምቻለሁ። ዋናው ገዳይ ኤልያስ የሚባል የኢህአፓ የዲፌንስ ሰው እንደነበር ማሙሽ (እንዳለ) ነግሮኛል። "ማህተመወርቅን እነዚህ ሰዎች ገደሉት" የሚል መደምደሚያ ላይ ደረስኩ። ሬሳው ቀኑን ሙሉ ሞርጌጅ ባንክ ደጃፍ ዋለ። የእኩለ ሌሊቱ ሰአት እላፊ እስከሚደርስ እዛው እንደወደቀ ነበር።

ማህተመወርቅ የአራት ኪሎ ዩኒቨርስቲ የአራተኛ አመት የሂሳብ ተማሪ ነበር። ተራ የሂሳብ ተማሪ ብቻ ሳይሆን ተወዳዳሪ ያልነበረው ጎበዝ የሂሳብ ተማሪ ነው። በዘውዱ በኩል ተዋውቀን የአንድ ህዋስ አባላት ከመሆናችን በፊት ዩኒቨርሲቲው ውስጥ በዝናው አውቀዋለሁ።

ማህተመወርቅ በዘመኑ ለሁለተኛ ደረጃ መልቀቂያ የተሰጠውን የሂሳብ ፈተና "መቶ ከመቶ ያገኘ ነው" ተብሎ ይወራለታል። የዛን ዘመን የሂሳብ ፈተና እንደ ኋለኞቹ ዘመናት ቀልድ አልነበረም። የማህተመ ወንድም ብስራት ድልነሳሁ የሂሳብ ፋከልቲው አስተማሪና በኋላም ዲን ሆኖ ነበር። እንዲህ አይነቱን ጭንቅላት ነው፣ በጠራራ ፀሃይ በየመንገዱ ደርግ ሲገድል የነበረው።

ኤልያስ ወልደማሪያምን፣ ማርቆስ ተድላን፣ ማህተመወርቅን በማሰብ ብቻ ዩኒቨርስቲው እነዚህን መተኪያ የሌላቸው ባለብሩህ አዕምሮ ተማሪዎቹን በማጣት እየደረሰበት የነበረውን መራቆት መገመት ይቻላል። እነዚህ እኔ በቅርበት የማውቃቸው ስለሆኑ እንጂ የተጨፈጨፈው የዩኒቨርስቲና የሁለተኛ ደረጃ ት/ቤት ተማሪ በአብዛኛው ሃገሪቱ የነበራት የብሩህ አዕምሮ እፍታው ነበር።[345]

---

[345] ደርግ ብሩህ አእምሮ የነበረውን ምሁርና ተማሪ በመግደል ብቻ አላበቃም። በየእስር ቤቱ ያጎረውም ተማሪ ጭምር ብሩህ አእምሮ የነበረውን ነበር። እነብዙነህ ከርቸሌ ውስጥ ሆነው የሁለተኛ ደረጃ

እንደጠረጠርኩት ሞርጌጅ ባንክ ደጃፍ የተገደለው ጓዴ ማህተመወርቅ እንደነበር ከአክስቴ ልጆች ወሬ ማረጋገጥ ቻልኩ። ቅርንጫፎቹ ተመልምለው ጥላ እንዳይኖረው እንደተደረገ ዛፍ እኔም በየጊዜው ወንድሞቼን፣ ዘመዶቼን፣ አብሮ አደጎቼንና እውቆቼን እያጣሁ ብቻየን ቀረሁ። የምኖረው "የኔ ተራስ መቼ ይሆን?" እያልኩ ነበር።

ደህና ሁኝ ሰንጋተራ

ጥቅምት 1970 ግድያው እስራቱ እየከፋ ሄደ። በየመንገዱ ጭንቅላታቸው በጥይት የፈረሰ፣ በላያቸው ላይ "አናርኪስት ነኝ። ቀይ ሽብር ይፋፋምብኝ" የሚሉና ሌሎችም መፈክሮች የተጻፉባቸው ወጣቶች ሬሳ ማየት የተለመደ ሆኗል። መግደል አንድ ነገር ነው። ወጣቶቹን ገድሎ ራሳቸው ለምነው "ግደሉን" ያሉ የሚመስል መፈክር በላያቸው መለጠፍ የደርጉን ጠመንጃ አንጋቾች ገደብ ያልነበረው የሞራል ዝቅጠትና የአዕምሮ በሽተኛነት የሚያሳይ ነው። ሞት ጠበል ይመስል በሁሉም ቤት ተርከፈከፈ። አንድ ሰው ወይም ልጅ ያልተገደለበት ቤት ለማግኘት አስቸጋሪ ሆነ። ደርግ ከተማዋን ወደ ሰው በረትነትና ቁራነት ቀይሯታል ።

የአንጃዎች ነገር ትልቅ ራስ ምታት ሆነ። ስራዬ ከኢህአፓ ጋር ግንኙነት አለው ወይም ነበረው ብዬ የምጠረጥረው ሰው ባየሁ ቁጥር መበርገግ፣ መሸሽና መደበቅ ሆነ። አንድ እለት ከብሄራዊ ባንክ ወደ ጤና ጥበቃ ሚኒስቴር የሚወስደውን መንገድ ይዤ አቀበቱን እየወጣሁ ሳለ፣ የጉለሌው ሰለሞን ጂሚ ቁልቁል ሲመጣ አየሁት። በጣም ደነገጥኩ።

ከዋናው መንገድ ወደ ውስጥ በሚያስገባው የመንደር መንገድ በፍጥነት እጥፍ ብዬ ገባሁ። ሰለሞን ይየኝ ወይም አይየኝ እርግጠኛ አልነበርኩም። ሰወር ያለ ቦታ ቆሜ አይቶኝ እንደሆነ ለማጣራት ጠበቅኩት። ወደኔ አቅጣጫ ዞር ብሎ ሳይመለከት ቁልቁል ወደ ብሄራዊ ቲያትር ወረደ። ዋናው መንገድ ላይ ቆሜ ከጀርባው አየሁት። የሚወደውን ጂንስ ጃኬትና

የትምህርት መልቀቂያ ፈተናቸውን ሲወስዱ በሃገሪቱ ካሉት ትምህርት ቤቶች በሙሉ ከርቸሌው ከፍተኛ ውጤት በማስመዝገብ አንደኛ እስከመሆን ደርሶ ነበር። የነብዙነህ የሁለተኛ ደረጃ ትምህርት አስተማሪዎች ከርቸሌ የታሰሩ እንደነ አብርሃም አይነቶቹ የኔ የዩኒቨርስቲ አስተማሪዎች ነበሩ። እንደ በረከት አይነቱ የብዙነህ ጓደኛ ከእስር ተፈትቶ በወርቅ መዳሊያ ከአዲስአበባ ዩኒቨርስቲ ተመርቆ ሁለተኛና ዶክተሬት ዲግሪውን ከኦክስፈርድ ዩኒቨርስቲ አግኝቶ ዛሬ እንግሊዝ ሃገር ኖሪች (Norwich) በሚባል ዩኒቨርስቲ አስተማሪ ነው። ደርግ የገደለው የበረከት ታላቅ ወንድም መዝገበ ከበደ ከዘመኑ የተፈሪ መኮንን ት/ቤት ተማሪዎች በሙሉ ከአመት አመት አንደኛ ይወጣ የነበረ ወጣት ነው። ጥናት ለማጥናት ለሚፈልግ ተመራማሪ ደርግ የገደላቸውን ምሁራንና ተማሪዎች የትምህርት ሪኮርድ በማሰባሰብ በህይወት ከተረፉት ጋር በማወዳደር አስገራሚ የጥናት ወረቀት ማቅረብ እንደሚችል እርግጠኛ ነኝ። በግድያ በእስራትና በስደት ወይም በረሃ በመግባት ዩኒቨርስቲውና ሁለተኛ ደረጃ ት/ቤቶች ብሩህ አእምሮ የነበራቸውን ተማሪዎቻቸውን አጥተው፣ ያስተምሩት የነበረው ተማሪ ዝቅተኛ ብቃት የነበረው እንደነበረ በማስረጃ ደግፎ ማቅረብ ይቻላል።

ሱሪ ለብሷል። አንገቱን ደፍቶ ነጎደ። የምሄደው ጤና ጥበቃ ሚኒስቴር አጠገብ ወደነበረች አንዲት ቡና ቤት ነው። "ቡና መጠጣቱ ይቅርብኝ" ብዬ ከጤና ጥበቃ ጀርባ ወደ ነበረው መኖሪያዬ የአክስቴ ቤት ተመለስኩ።

ቤቱ ባዶ ነው። ይደነቁ ሶስተኛ ፖሊስ ጣቢያ ከታሰረች ብዙ ወራት ሆኗት ነበር። የሷ አልበቃ ብሎ፣ ከጥቂት ቀናት በፊት አንድ ጠዋት፣ አብዮት ጠባቂዎች እቤት ድረስ መጥተው የእሷን ታናናሾች ወለላንና አልማዝን ወስደው ከፍተኛው ውስጥ አስረዋቸዋል። አልማዝ ገና አስራ ስድስት አመት ዕድሜ አልደረሰችም። እኔ እዛው ነበርኩ። ለአብዮት ጠባቂዎቹ እንግዳ ስላልነበርኩ "ይሄ ደግሞ ማነው?" ያለ አልነበረም።

ከፍተኛው እዛው ቀበሌ ሃምሳ ሶስት ውስጥ ነው። ከፍተኛውን ያደራጀው፣ ከብዙ አመታት በኋላ ከፈረንሳይ ሃገር ትምህርቱን ጨርሶ የተመለሰው፣ የነወለላና የነአልማዝ ወንድም ራሱ ዘሪሁን ተክሌ ነው። አብዮት ጠባቂዎቹም የተደራጁት እሱ የቀበሌው ሊቀመንበር የነበረ ጊዜ ነው። ጊዜው ተቀይሮ እነዚህ የአብዮት ጠባቂዎች በወቅቱ ዘሪሁንን ራሱን ቢያገኙት እርምጃ ከመውሰድ አይመለሱም።

ምሳ ሰአት ላይ ጥሩነህ ከስራ ተመልሶ፣ ሰራተኛዋ ቀበሌው ላሰራቸው እህቶቹ ያዘጋጀችውን ምግብ ለመውሰድ ተነሳ። እኔም እንደ ልማዴ አብሬው ሄድኩ። የከፍተኛው ጽ/ቤትና እስር ቤት፣ አንድ ትልቅ ቪላ ቤት በሚገኝበት በድንጋይ ግንብ የታጠረ ሰፊ ግቢ ውስጥ ነው። የታሰረውን ወጣት ብዛት መገመት የሚቻለው ምግብ ለማቅረብ ተሰልፎ በነበረው የሰው ብዛት ነው። በመቶዎች የሚቆጠሩ ምግብ አቅራቢዎች ነበሩ።

ምግብ የያዝነው የምንሰለፈው ከከፍተኛ ጽ/ቤት ራቅ ብሎ ነው። ተራችንን ቆመን እየጠበቅን ሳለ የጽህፈት ቤቱ ቅጥር ግቢ የብረት በር ተከፈተ። ጥቂት መሳሪያ የያዙ ወታደሮችና አንድ በዕድሜው በጣም ወጣት የሆነ ልጅ ተከታትለው ወጡ። ወጣቱ ከጉልበቱ በታች የሚደርስ ረጅም ወደቡኒ ቀለም የሚጠጋ የደላላ ኮት ለብሷል። የቄራ ሰራተኛ ያስመሰለው ረጅም ጥቁር የከረምት የላስቲክ ቦት ጫማ አድርጓል።ከረምቱ ከአበቃ ከወር በላይ ሆኖት ነበር። ወጣቱ ከፊት ወታደሮቹ ከኋላ ሆነው በምግብ አቅራቢው ህዝብ ፊት ያልፋሉ። እኔና ጥሩነህ የቆምንበት ቦታ ወጣቱ ሲደርስ፣ አየኝና ወደኔ መጣ። አጠገቤ ሲደርስ እጁን ዘረጋ። ጨበጥኩት። እጄን እንደያዘ፣

“አንተ አንዳርጋቸው፣ የነብዙነህና የነአለማየሁ ወንድም፣ ዩኒቨርስቲ የምትማረው አይደለህም እንዴ?” አለኝ። አጠያየቁ ለእኔም ለወታደሮቹም ስለ እኔ ብዙ የሚያውቅ መሆኑን ለማሳየት የተጠየቀ ይመስል ነበር። በአንዴ ነው ሁሉን ነገር ያኾጎደጎደው።

“አዎን ነኝ” አልኩት። አሁንም እንደ ጨበጠኝ፣ እጄን ሳይለቅ

“የዚህ ወንድሞች የታወቁ ቅጥር ነፍሰ ገዳዮች ናቸው! እሱም ነው።” ብሎ እጄን ለቆ ወታደሮቹን አስከትሎ ገፊ ገፋ እያለ ቁልቁል ወረደ።

የወጣቱን ፊት አትኩሬ ተመልክቼው ነበር። ከአንድ አመት በፊት ቤታችን ይመጣ እንደነበር አስታወስኩ። ለምን ግን ያን ሁሉ ነገር ተናግሮ፣ ለወታደሮቹ “ያዙት” ሳይላቸው ዝም ብሎ ጥሎኝ እንደሄደና ከወታደሮቹም መሃል “ታዲያ ለምን አንደፋውም ወይም አንይዘውም ?” ያለ አለመኖሩ ገርሞኝ ከድንጋጤ ጋር ደርቄ ቀረሁ። ጥሩነህ ከጎኔ ቆሞ ሁሉን ነገር ሰምቶ እንደኔው ደንግጧል። መጀመሪያ የተናገረው እሱ ነው።

“በል ሰውየው፤ እነዚህ ሰዎች ተመልሰው ሳይመጡ ከዚህ ዞር በል” አለኝ።

“ልጁ በግምት እንጂ ስለኔ የሚያውቀው ምንም ነገር የለም። ቢያውቅ ኖሮ ዝም ብሎ አይሄድም። አሁን ተቻኩዬ ብሄድና ተመልሰው ብቻህን ቢያገኙህ ለልጁ ጥርጣሬ ማስረጃ ይሆናቸዋል። እኔንም ፍለጋ እንዲመጡ፣ አንተንም ውለደው ብለው ጣጣ ውስጥ ይጨምሩሃል። የሚያዋጣው ተራችንም እየደረሰ ስለሆነ ምግቡን ሰጥተን ምንም ስጋት እንደሌለው ሰው ዘና ብለን መመለስ ነው” አልኩት።

እየቀፈፈው “እንዳልክ” አለኝ።

ወጣቱና ወታደሮቹ ለምሳ እየሄዱ ነበር። ከእነሱ በኋላ ጥሩነህ የሚያውቃቸው የቀበሌው ሰዎች ከጽ/ቤቱ ወጥተው ጥሩነህን “ሰላም” ብለውት ለምሳ እየሄዱ እንደሆነ ነግረውት አልፈዋል። ጥሩነህ ያለምንም ማጋነን የሰንጋ ተራ ከንቲባ ነበር። የማያውቀውና ሰላም የማይለው ሰው አልነበረም። የቀበሌው ሰዎች ሰላም ብለውት ጥቂት አናግረውት ሲሄዱ ተመልክቼ በጥሩነህ ከሰው ጋር የመቀራረብና የመግባባት ልዩ ተሰጥኦ መገረሜ አልቀረም። ምግቡን አድርሰን ስንመለስ ጥሩነህ ጥያቄ አነሳ።

“ያ ወጣት ያገኘህ ከምሳ በኋላ ቢሆን ኖሮ ዝም ብሎ ያልፍህ ነበር ወይ? ወታደሮቹ ያንን ንግግሩን ሰምተው ዝም ይሉ ነበር ወይ?” አለ። ለራሱ ጥያቄ መልሱን የሰጠው ራሱ ነበር።

“ያተረፈህ መራባቸው ነው። ሆዳቸውን ለመሙላት እየተጣደፉ ባይሆን ኖሮ ያስገቡህ ነበር። እዚህ ከቆየህ አይቀርልህም ። ሌላ ቤት መፈለግ አለብን” አለ።

ሌሎች ቀበሌዎች ወደሚገኙ ዘመዶቼ መሄድ አልችልም። ቀበሌዎች ማንንም ጸጉረ ልውጥ ሰው ካዩ መከታተላቸው አይቀርም። ቀድሞ ወደ ማልታወቅበት ቀበሌ መሄድ በራስ ላይ አደጋ መጋበዝ ነው። ብዙም አማራጭ አልነበረኝም። “መፍትሄ ይሆናል” ብዬ ያሰብኩት እንደሌሎች ቀበሌዎች ውጥረት የሌለበትና ዘሪሁን ወደሚኖርበት “የሃብታሞች ቀበሌ” ወደሆነው ወደ ቦሌ መሄድ ነበር። መጀመሪያ ግን ዘሪሁንን ማማከር ነበረብኝ። ለራሱም ችግር ላይ ስለነበር “ላይመቸው ይችላል” የሚል ስጋት ነበረኝ።

ከቀበሌ እንደተመለስን ዘሪሁንን ቤቱ ስልክ ደውዬ አገኘሁት። በአስቸኳይ ላናግረው እንደምፈልግ ነገርኩት። ስራ ከመግባቱ በፊት አብዮት አደባባይ ከነበረው ራንዴቩ ካፌ ለመገናኘት ተቃጠርን። ምሳዬን በቁሜ እየበላሁ ዘሪሁን እንዲያዝንልኝ የሚያደርግ ጥሩ ታሪክ አዘጋጀሁ። ራንዴቩ ዘሪሁንን አግኝቼ ነገርኩት።

“ከአንተ እወስዳቸው የነበሩትን የሰፊው ህዝብ ድምጽ ጋዜጦችና ሌሎች መጽሄቶች ለኢህአፓ ጓደኞቼ እሰጣቸው ነበር። አሁን በአንዳንድ ጉዳይ ላይ በኢህአፓ ውስጥ ክፍፍል ሲነሳ “እሱ ድሮም ባንዳ ነው። “የመኢሶንን ጋዜጣ እያመጣ አንብቡ ይለን ነበር”። “የሚውለውም ከባንዳዎች ጋር ነበር” በሚል በአንጃነት ፈርጀው ሊገድሉኝ ነው። በሌላ በኩል ደግሞ ደርግ እንደምታየው “ኢህአፓ ነው” ያለውን ሁሉ እየፈጀ ነው። መድረሻ አጣሁ። አንድ መፍትሄ እስከማገኝ አንተ ጋር እንድጠለል ነው” አልኩት። ለእህቶቹ ምግብ ልንሰጥ ቀበሌ ሄደን የሆነውንም ነገርኩት።

በጣም አዘነ። “ወደ እዛ ቀበሌ ካሁን በኋላ መድረስ የለብህም። እቃህን እነ ጥሩነህ ያመጡልሃል። አሁኑኑ ቤት ሂድ። እዚህም መቆየቱ ጥሩ አይደለም” ብሎ የቤቱን ቁልፍ አውጥቶ ሰጠኝ። ወደ አክስቴ ቤት ወደ ቀበሌ ሃምሳ ሶስት ሳልመለስ እንደወጣሁ ቀረሁ። ለአክስቴ ስልክ ደውዬ፣

“ዛሬ ማታ አልመጣም” አልኳት ።

“አይ! የሽንብራ ቆሎህን ቆልቼልህ ነበር” አለችኝ።

ዘወትር ከሰአት በኋላ አጠገቧ ተቀምጬ በከሰል ምድጃ የቆላችልኝን ቆሎ እየበላሁ የምትሰራውን የሽሮ ወጥ አልፎ አልፎ እያማሰልኩ፣ ስናወራ ከሰአት በኋላውን ማሳለፍ ጀምረን ነበር።

“በጥሩነህ በኩል ላኪልኝ” አልኳት።

በወቅቱ ባላውቀውም የአክስቴን ድምጽ ለመጨረሻ ጊዜ እየሰማሁ ነበር። ጥሩነህን እቃዬን ማታ ይዞልኝ እንዲመጣ መስሪያ ቤቱ ደውዬ ነግሬዋለሁ።

ሃብተጊዮርጊስ ድልድይ

ዘሪሁን ይኖር የነበረው ወደ ቦሌ ኤርፖርት አካባቢ ነው። ከጓደኞቹ ጋር አንድ ብዙ ክፍሎች የነበሩት ትልቅ ቪላ ቤት ተከራይተዋል። እኔን ባስጠጋኝ ወቅት ከርሱ ጋር የሚኖሩ ሁለት ጓደኞቹ ነበሩ። ስለማንነቴ በዝርዝር የነገራቸው አይመስለኝም። ነግሯቸው ቢሆን ኖሮ የኔን እዛ ቤት መኖር ይቃወሙ ነበር።

በተለይ አንደኛው፣ መኮንን የሚባለው ግለሰብ ከመንግስት ተደብቆ ለመኢሶን አመራር የሚሰጠው ቡድን አካል ነው። “የሰፊው ህዝብ ድምጽ” ጋዜጣ የሚዘጋጀው በእሱ እንደነበር፣ ሁሉም ከቤት ሲወጡ መኝታ ክፍላቸውን በርብሬ ደርሼበታለሁ። የሰፊው ህዝብ ድምጽ ታትሞ ከመውጣቱ በፊት፣ እኔ መኮንን መኝታ ቤት የነበረውን መሳቢያ እየከፈትኩ፣ በስቴንስል ላይ ታይፕ የተደረገውን ቅጽ አስቀድሜ አነባለሁ። ከጥቂት ቀናት በኋላ ያንኑ ጽሁፍ አትመው ሲያሰራጩ ለኔም ይሰጡኝ ነበር። ፊታቸው ተቀምጬ የማስመሰል ንባብ አካሂዳለሁ።

ዘሪሁን ስለማንነቴ ምንም አልነገራቸውም እንድል ያደረገኝ ስንገናኝ የሚያዋሩኝ “የመኢሶን ሰው” አድርገው ነው። የጠረጠርኩት ዘሪሁን እኔን “የኛ ሰው ነው” ብሎ ሳይነግራቸው አልቀረም” ብዬ ነበር። በዛ አይነት መንገድ መጠለያ ሰጥተውና አምነውኝም፣ እኔ ግን በእነሱ ላይ ያለኝ አመለካከት አልተቀየረም። ለኔ መመታት የነበረባቸው ባንዳዎች ነበሩ።

እንዳጋጣሚ ሆኖ ከኢህአፓ ጋር ያለኝ ግንኙነት መቋረጡ በጀቻው እንጂ፣ ሁሉንም ለማስመታት ለኢህአፓ መረጃ ከመስጠት ወደ ኋላ አልልም ነበር። ዘመኑ እንደዛ ነው። በከረረ ጥላቻና ጭካኔ የተሞላንበት ዘመን ነበር። “እኛ ከመኢሶኖቹ የበለጠ ተጠራጣሪዎች፣ መሰሪዎች ነበርን” የሚል ዕምነት አለኝ። “እኛ ብንሆን ዘሪሁን ያደረገውን ነገር አናደርግም ነበር” የሚል ዕምነት አለኝ።

ዘሪሁን ጋር ተቀምጬ ከኢህአፓ ጋር ግንኙነት ለማድረግ አስተማማኝ መንገድ መፈለጌን አላቆምኩም። ግን ምንም መንገድ ማግኘት አልቻልኩም። በጣም ሲጨንቀኝ "አስተማማኝ ሰው ነው ብዬ ያሰብኩትን" ማሙሽን አግኝቼ በራሱ መስመር አድርጎ መልእክት ላይ ወዳለው አመራር እንዲያደርስልኝ ነገርኩት። ብዙም ሳይቆይ መልስ አመጣልኝ። ከአንድ ሰው ጋር የምገናኝበትን ኮድና የቀጠሮ ቦታ፣ ቀንና ሰአት ነገረኝ። ከሰአት በኋላ በዘጠኝ ሰአት ከሃብተጊዮርጊስ ድልድይ በላይ በሚገኘው የአብነት ሆቴል ውስጥ ነበር ቀጠሮ የተሰጠኝ። ኮዱን ረስቼዋለሁ።

በተባለው ቀንና ሰአት ወደ ሆቴሉ ሄድኩ። ከተማው በከፍተኛ ሽብር የተቀፈደደበት ወቅት ነው። በየትም ቦታ ሄዶ ደርግ ገድሎ ለመቀጣጫ የተወውን ሬሳ ሳያዩ መንቀሳቀስ አይቻልም። ደርግ ግድያውን በከፋ መልኩ ቀጥሎበታል። ኢህአፓም የመጨረሻ የአልሞት ባይ ተጋዳይነት ትግል ውስጥ የገባ ይመስላል። ያለ የሌለውን ነገር በደርግ ላይ እየወረወረ ነበር። በዚህ ጊዜ ነበር ኢህአፓ በአንድ ቀን አስራ አምስት የደርግ ገዳዮችንና ገራፊዎችን የገደለው።

ተክለሃይማኖት አደባባይ ስደርስ ያየሁት የሚሰቀጥጥ ነገር፣ ከህሊናዬ ሊጠፋ ያልቻለ ሆኗል። የአስከሬን አበባ ይመስል አደባባዩ ዙሪያውን በወጣቶች ሬሳ እንዲከበብ ተደርጓል። ከተማ በልጆቿ ደም እየታጠበች ህይወት እንደዋዛ ቀጥሏል። በአደባባዩ ዙሪያ ከወደቁት አስከሬኖች ርቀት ያልነበራቸው ቡና ቤቶችና ሆቴል ቤቶች ምግብና መጠጥ ይሸጣሉ። ከተሜውም እየገዛ ይበላል። ይጠጣል። ሱቆች ክፍት ናቸው። መርካቶ ምንም አልጎደለበትም። ገበያው እንደደራ ነው። ይህን እየተመለከትኩ አብነት ሆቴል ደረስኩ። ህብረተሰባችን እየዘቀጠበት የነበረው የሰብእና መገፈፍ(dehumanization) የሚያስደነግጥ ደረጃ ላይ ደርሷል።

አብነት ሆቴል ውስጥም እንደሌላው ቦታ ህይወት እንደቀጠለ ነው። ቡናና ሌላም ነገር የሚጠጣው ይጠጣል። ከረንቦላ የሚጫወተው ይጫወታል። ከአሻሻጮቹ ጋር የሚዳሩ ጎረምሶችም ይዳራሉ።

ሰአት ላለማሳለፍ ቀደም ብዬ ነበር አካባቢው የደረስኩት። ሆቴሉ የገባሁት ለዘጠኝ ሰአት ሰኮንዶች ሲቀሩት ነበር። በነበረው ሁኔታ "የሚያገኘኝም ሰው እንደኔ ተጠንቅቆ ሰአት አክብሮ ይመጣል" የሚል ሙሉ ዕምነት ነበረኝ። ሰአት ማክበር አንዱ ጠንካራ የኢህአፓ አባላት ባህርይ ነው።

ቡና አዝዤ ተቀመጥኩ። ሰውየውን የምለይበት ነገሮች ተነግሮኛል። እዛ ክፍል ውስጥ የተነገረኝን ሰው የሚመስል ማንንም ማየት አልቻልኩም። አንድ ደቂቃ አለፈ። አንድ ደቂቃ ረጅም ጊዜ ነው። በኢህአፓ ታሪኬ በኮድ እንድገናኝ በተሰጠኝ ቀጠሮ አንድ ደቂቃ ያሳለፈ ሰው አጋጥሞኝ አያውቅም። ስጋት ቢገባኝም ይህን ቀጠሮ በቀላሉ መሰረዝ የማልችለው በመሆኑ ትንሽ ለመጠበቅ ወሰንኩ። ትንሽ አይደለም፤ አስር ደቂቃ ሙሉ ጠበቅኩ። በጣም እየተረበሽኩ ነበር የቆየሁት። አስር ደቂቃ ሲሆን ተስፋ ቆረጥኩ። የቡና ሂሳቤን ከፍዬ ወጥቼ ሄድኩ።

ከሆቴሉ ወጥቼ መንገዱን ለማቋረጥ ጠርዙ ላይ ቆሜያለሁ። ከመንገድ ማዶ ከነጭ ፔዦ መኪና ውስጥ ሆነው አውቶማቲክ መሳሪያ ወደኔ የሚተኩሱ ሰዎች አየሁ። እጄን ወደ ደረቴና ወደ ሆዴ ሰድጄ መመታቴን ለማረጋገጥ ሞከርኩ። ምንም የሚደማ፣ የተመታ ነገር ማግኘት አልቻልኩም። ከኔ የአምስት ሜትር ርቀት ካልነበረው ስፍራ አንድ ፊቱ ቀላ፣ ጸጉሩ ሳሳ ያለ፣ ከእኔ በጥቂት አመታት በዕድሜ የሚበልጥ፣ ጂንስ ጃኬትና ሱሪ የለበሰ ወጣት በቆመበት እንደ ጨርቅ ታጥፎ በጉልበቱ አስፋልቱ ላይ ተንበረከከ። ዝልፍልፍ ብሏል። ግን አልወደቀም። አፉን ከፊት አድርጎ ነበር።

ከነጭ ፔዦ መኪና ውስጥ አንድ ረዘም፣ ቀላ ያለ ወጣት ሽጉጥ ይዞ ወደ ሰውየው መጣ። የተንበረከከው ሰውዬ ጭንቅላት ላይ አንዴ ተኩሶ ወደ መኪናው ተመለሰ። መኪናዋ ሄደች። መኪናዋን ከጀርባዋ አየኋት። የሚችሊን ጎማ ማስታወቂያ የዕቃ ማስቀመጫ/ቡቷ መከደኛዋ ላይ ተለጥፎባታል።

እየዞሩ የሚገድሉን በራሳችን መኪና ነበር። በዳሽን ምግብ ቤቱ ፍልሚያ ለደርግ ያስረከብናት የኢህአፓዋ ነጭ ፔዦ ናት። ሽጉጥ ይዞ ከመኪናዋ የወጣው ቀላ ያለው ወጣት ኤሊያስ የሚባለው የኢህአፓ አንጃ አባል ነው።[346]ኤሊያስ ጭንቅላቱን በሽጉጥ ጥይት ያፈረሰው ጓድ በፊቱ ተደፋ። ከነበርኩበት አልተንቀሳቀስኩም። ትንሽ ካፊያ ነገር ጀምሮ ነበር። "ብን ብን" የሚል ዝናብ። የወደቀው ሰውዬ ደም ካፊያው ከሚያጥበው ጥቁር ያስፋልት አቧራ እጣቢ ጋር እየተቀላቀለና እየጠቆረ በቀጭኑ ቁልቁል ወደ ሃብተጊዮርጊስ ድልድይ መውረድ ጀመረ። ተነቃነቅኩ።

ሞትና ፍራቻ አየሩ ውስጥ ተጠቅጥቋል። እንደ ዳቦ በቢላዋ የሚቆረስ እስከሚመስል ድረስ አየሩ በሞትና በፍራቻ ወፍሯል። በእንዲህ ያለ ሁኔታ ውስጥ መስጋት፣ መሸበር ተፈጥሯዊ

---

[346] የባለሽጉጡን አለባበስ፣ መልክና ቁመት የገለጥኩላቸው የኢህአፓ ሰዎች በዛች መኪና እየዞረ ሰው ሲገድል የነበረው ኤሊያስ እንደሆነ በርግጠኛነት ነግረውኛል። ምርጌጅ ባንክ ፊት ለፊትም ማህተመን የገደለው ኤልያስ እንደሆነ አጫውተውኛል።

ይመስለኛል። የመጀመሪያው አይምሮዬ ውስጥ የተከሰተው ነገር "ከዚህ ሁሉ ጭንቀትና ጣጣ ለምን እጄን ለደርግ ሰጥቼ እንደፈለገ አያደርገኝም?" የሚል ነበር።

ይህን ሃሳብ ያስቆመው የኢህአፓና የአብዮቱ ዓላማ አልነበረም። "የላብአደሩና የአርሶ አደሩ ትግልስ ምን ይሆናል?" የሚሉ ነገሮች አልነበሩም። የቆየው የማህበረሰባችን ባህል ነበር። ይሉኝታ። ታማኝነት። ከራሴ ጋር ነበር የማወራው፤

"ደርግ ዝም ብሎ አያስረኝም። የማውቀውን ነገር ብቻ በሚስጥር ተናግሬ የሚተወኝ አይሆንም" አልኩ።

በዛን ወቅት ደርግ ማድረግ ጀምሮ እንደነበረው እኔንም በቴሌቪዥንና በሬድዮ አቅርቦ "ተናገር" ማለቱ አይቀርም። እኔን በቴሌቪዥን የሚያዩ ወላጆቼ፣ የቸርነት እናት፣ የዘውዱ እናት፣ ወንድሞች እህቶች፣ ዘመዶች፣ የማርቆስ ተድላ ወላጆችና ወንድሞች ምን ይላሉ?"። ሌሎችስ እኔ ካለሁበት ሁኔታ በከፋ ሁኔታ ያለፉት? ተገርፈው፣ ተሰቃይተው የተገደሉት? ራሳቸውን በራሳቸው ባጠፉት ጓዶቼ አጽም ላይ ተሻግሬ ለደርግ እንዴት እጄን እሰጣለሁ? ይህን ማሰቡ ነበር ለደርግ እጅ ከመስጠት መሞት ይሻላል እንድል ያደረገኝ። የፖለቲካ ዓላማ አልነበረም።

በሌላ በኩል ከራሴ ሽብርና ፍራቻ ተነስቼ ሰዎች ምን ያህል ሊጨነቁና ሊፈሩ እንደሚችሉ መገንዘብ ቻልኩ። እንዴት በቀላሉ አንድ ሰው እጁን ሊሰጥ እንደሚችል ተረዳሁ። "የጊዜ እንጂ የሰው ጀግና የለውም" የሚለው አባባል እውነተኛ ትርጉሙ የገባኝ ያኔ ነው።

ከፖለቲካ ዓላማ ይልቅ የታጋዮች የጽናት መሰረት፣ለግል ስምና ክብር፣ ለቃል ማክበር፣ ለይሉኝታ በባህላችን የምንሰጠው ትልቅ ግምት መሆኑን ተረዳሁ። እልህ፣ የቡድን ስሜት፣ ለጠላት ያለን ንቀትና ጥላቻ እንጂ ለአብዮታዊ ዓላማ መስዋእትነት እንደማንከፍል ፍንጭ አገኘሁ።

"ጀግና አይደለሁም። ደፋርና ቆራጥም አይደለሁም። በአጋጣሚ ራሴን ከሃፍረትና ከውርደት ያዳንኩ፣ ስለሰውና ስለህይወት ብዙ የማላውቅ ጮርቃ ወጣት ነኝ" እያልኩ ወደ ቦሌ አቀናሁ። የቦሌ ኗሪነቴም ሊያከትም ቀናት እንደቀሩት ግን አላውቅም።

የአብነት ሆቴሉ ገጠመኝ ካለፈ ከጥቂት ቀናት በኋላ፣ ዘሪሁን እሱና ጓደኞቹ ቤቱን ሊለቁ ስለሆነ ሌላ ቤት መፈለግ እንዳለብኝ ነገረኝ። አነጋገሩ፣ ለቅቀው ሌላ ቤት ለመከራየት

ያሰቡ እንዳልሆነ የሚያመላክት ነገር ነበረው። በመሆኑም የጠረጠርኩትን ጠርጥሬ "እሺ" አልኩት። እሱ በነገሩ አስቦበት ስለነበር፣

"እነ አዲስ ጋር ብትሄድ ምን ይመስልሃል ?" አለኝ።

አዲስ የሱ የቅርብ፣ የኔ የሩቅ ዘመድ ናት። ባለቤቷ አቶ ስለሺና እሷ አሜሪካን ሃገር የተማሩ በጣም ደግና የሰለጠኑ ሰዎች ናቸው። ልጅ አልነበራቸውም።

"እነሱ እሺ ካሉ እኔማ ምን መሄጂያ አለኝ ?" አልኩት።

"በነሱ በኩል ችግር የለም" አለኝ።

ቀሽ ካባን ፍለጋ

ቦሌን ለቅቄ .... እነ አዲስ ጋር ገባሁ። አደገኛ መስሎ ስለታየኝ፣ የኢህአፓን አመራር ለመገናኘት የማደርገውን ሙከራ አቆምኩ። አመራሩን የምፈልገው መጠለያ ሰጥቶ ከከተማ እንዲያወጣኝ እንጂ "እዛ ከተማ ውስጥ ተመልሼ ስራ እሰራለሁ" የሚል ዕምነት አልነበረኝም። ከማሙሽ እንደሰማሁትም ኢህአፓ ሰው ማውጣትም መጠለያ መስጠትም ከማይችልበት ደረጃ ላይ መድረሱን ነው። አመራሩን ማግኘት ብችልም "ብዙ ይረዱኛል" ብዬ አላሰብኩም።

ከጠዋት እስከ ማታ ተዘግቼ እነ አዲስ ቤት የመጽሃፍት መደርደሪያ ላይ የነበሩትን በርካታ የእንግሊዝኛ የልብ ወለድ መጽሃፍት ተራ በተራ ማንበቡን ተያያዝኩት። ማንበቡ ሲሰለቸኝ እቆዝማለሁ።

ወንድሞቼን አስባቸዋለሁ። ወንድሜ አምሃን አስበዋለሁ። እሱንና አብረውት የተያዙትን "ለምን ከእስር ቤት አውጥተው ትከሻቸውን እየሰበሩ ገደሏቸው?" በማለት እማረራለሁ። ብዙነህም "የቀን ጉዳይ እንጂ አይተርፍም" የሚል ዕምነት ይዣለሁ። አለማየሁ ከቤታችን ከተሰወረ ወራት ሆኖታል። ወላጆቼ ከወለዷቸው አምስት ወንድ ልጆች ቤት የቀረው ትንሹ በሪሁን ብቻ ነው።

ወላጆቼ ምን እንደሚሰማቸው አስበዋለሁ። አልጋችን እንደተነጠፈ፣ ልብሳችን እንደታጠፈ፣ መጽሃፋችን እንደተደረደረ፣ ፎቷችን እንደተሰቀለ ነው። ትናንት ነበርን። ዛሬ የለንም። "እንደ ድመት በጥርሴ አንጠልጥዬ ያሳደግኳቸውን ልጆቼን" የሚለው የእናቴ ድምጽ ይረብሸኛል። አባቴም አምሃ በተገደለበት ወቅት አምርሮ ሲያለቅስ፣ በህጻንነታቸው ለታረዱት ወንድሞቼ ምትክ አድርጎ እንደሚያየን፣ የደበቀውን ስሜቱን አውጥቶ ነግሮን ነበር። የወንዶች

ልጆቹ መጨረሻ ይህ ሲሆን ሊሰማው የሚችለውን ሃዘን አስበውና ጭንቅ ይለኛል። ገንዘብ ሊሰጠኝ ጋንዲ ሆስፒታል አጠገብ ያገኘሁት እለት ፊቱ ላይ ያየሁት ሃዘንና ማድያት የህሊና ውጋት ሆኖብኛል።

አብሮ አደጎቼን እነ ዘውዱን፣ እነ ጃፒን፣ እነ ቸሬን፣ እነ ማርቆስን አስባቸዋለሁ። በሽቦ መኪና እየሰራን፣ በሰርዲን ቆርቆሮ አሸዋ እየሞላን፣ በገመድ አስረን እየጎተትን ተጫውተናል። እጅ ለእጅ ተያይዘን፣ ትከሻ ለትከሻ ተደጋግፈን ብዙ ነገር አድርገናል። "ከመቼው ህጻንነታችን አብቅቶ፣ከመቼው አደግንና ለእስራትና ለሞት በቃን ?" ብዬ አዝናለሁ። ሌሎችንም ቀናነታችውና እርጋታቸውና ወጣትነታቸው ከአእምሮዬ የማይጠፋውን፣ ለእናትና ለአባቶቻቸው ብርቅዬ የነበሩትን እነኤፍሬምን እነ አብዱልን አሰብና ሃዘኔ ይበረታል።

የሰፈሬንና የዩኒቨርስቲ ጓደኞቼን አስባቸዋለሁ። አምስት ኪሎ የኢንጂነሪንግ ተማሪዎች ሆነን እነ ልመነው፣ ዳዊት፣ ሽሪፎና ኢሳያስ ጋር ክፍል ውስጥ መደዳውን ነበር የምንቀመጠው። ኢሳያስ የት እንደደረሰ አይታወቅም። ሌሎቹ በሙሉ ተገድለዋል። ከጥቂት አመታት በፊት ሚች መሆናችንን አናውቅም ነበር። ጭንቀትና ሃሳብ ያልነበረን ነፃ ወጣቶች ነበርን። የወሎው ወጣት፣ የወይዘሮ ስሂን ት/ቤት ተማሪ የነበረው ያዘው የሰፈሬ ልጅ ነበር። አስከፊ በሆነ ችግር አልፎ ዩኒቨርስቲ እንደገባ አጫውቶኛል። ከወንድሞቼ ጋር ኢህአፓ አገናኝቷቸው ቤታችን መምጣት ጀምሮ ነበር። ህልሙ ሁሉ ትምህርቱን ጨርሶ ተቸግረው ያስተማሩትን እናቱን መርዳት ነበር። የትም ወድቆ ቀረ።

የጉራጌው አጎቴ የወልደየስን ልጅ በላይን አስበዋለሁ። እዛው ከሚያስተምርበት ዩኒቨርስቲ በራፍ ላይ ነው በመትረየስ ጥይት የገደሉት። በቦታው የነበሩት ግን "ከጥይቱ በፊት ራስ መግደያ ኪኒን ውጦ ነው የሞተው" ይላሉ። በላይ ወንድሜ አምሃ የሞተ ጊዜ ከመሃከላችን የአባቴን ዋይታ ሰምቶ እንባ የወጣው እሱ ብቻ ነበር። ያንን አስብና "ለሱ ማን አልቅሶለት ይሆን?" እላለሁ።

ኮልታፋዋን አስኩንም አስባታለሁ። ከሶስት አመት በፊት የሁለተኛ ደረጃ ትምህርቷን ስታጠናቅቅ ላገኘችው ከፍተኛ የፈተና ውጤት በንጉሱ ተሸልማ ነበር። የሸለሟትና ጊዜ ወስደው ያናገሯት ንጉስ ነገስትና እሷም በዚች ምድር የሉም። እሷም እዛው አራት ኪሎ ዩኒቨርስቲ አካባቢ በዘንቢል ሽንኩርትና ድንች ይዛ፣ የቤት ሰራተኛ መስላ እየሄደች ነበር የደርግ ታጣቂዎች ሊይዟት የሞከሩት። ያቺ ደቃቃ ፍጥረት "ራስ መግደያ ኪኒኗን ውጣ መሞቷን ነው" የሰማሁት። የበላይንና የአስኩን ከራስ መግደያ ኪኒን ጋር የተያያዘ አሟሟት አስብና "እንዴት ነው እነዚህ

ጉራጌዎች እንዲህ አይነቱን ኪኒን የሚያገኙት? የነሱ ነገር እኮ አይታመንም፤ ይሰሩት ይሆን እንዴ?" በማለት ራሴን እጠይቃለሁ።

እነ ተስፋዬ ደበሳይን፣ እነ ግርማቸው ለማን፣ እነ ሻምበል አምሃን፣ እነ ማህተመወርቅ ድልነሳሁን፣ እነኤልያስ ወልደማሪያምን፣ እነ መለስ ተክሌን፣ ያገኘሁት እለት አረብ የመሰለኝን ዮሃንስ ብርሃኔን፣ ሌሎችንም በርካታዎች አፈር የበላቸውን፣ በአጭር የህይወት ዘመኔ ውስጥ ብቅ ብለው ጥፍት ያሉትን የህዝብ ልጆች እያሰብኩ እቆዝማለሁ። እነዚህ በህይወት የሌሉ ናቸው። ምን እንደሆኑ፣ የት እንደገቡ የማይታወቅ፣ በመቶዎች የሚቆጠሩ ፊቶችና ስሞች ጭንቅላቴን ይወሩታል። ብዙዎቹ በህይወት እንደሌሉ እገምታለሁ። እልቂቱ ማቆሚያ እንደማይኖረው ይሰማኛል። "እንዴት ነው በዚህ አጭር ጊዜ ውስጥ እንዲህ አይነት ትራጀዲ ውስጥ የወደቅነው ?" እያልኩ እራሴን እጠይቃለሁ። መልስ የሌለው ጥያቄ።

እትዬ አዲስና ጋሽ ስለሺ ስራ ሲሄዱ በግቢያቸውና በቤታቸው ውስጥ የሚሰማ ምንም አይነት ድምጽ አልነበረም። በእንደዛ አይነቱ ድውታ በሞላው ሰአት፣ ሰው ሁሉ አልቆ በዚች ምድር ላይ ብቻዬን የቀረሁ ይመስለኛል። "ሌሎቹ ሲያልቁ እኔ እንዴት ተረፍኩ? መትረፍ አይገባኝም!" የሚል ጸጸት ህሊናዬን ይሞላዋል። የጊዜ ጉዳይ እንጂ እኔም የጓዶቼ እጣ እንደማይቀርልኝ ተማምኜ ነበር የህሊና ቁስል የማስታምመው።

እኔ ሳላውቀው፣ ለካስ እናቴ ከሞትና ከእስራት ያመለጥነውን ለማትረፍ ብዙ ድንጋይ ታገላብጥ ነበር። ዘሪሁንም ከሃገር ጠፍቶ በጅቡቲ በኩል የወጣው በሷ መላ ነው። እነዛ ካራቆሬ አስተማሪ ሆና የተዋወቀቻቸው በኋላም ልጆቻቸውን እያመጣች ስታስተምርላቸው የነበሩት የአባቴ የሃረር የአረንፋማ ዘመዶች በጭንቅ ቀን ለእናቴ ደረሱላት። ከመሃከላቸው የታወቁ የኮንትሮባንድ ነጋዴዎች ነበሩባቸው። ዘሪሁንን በቅድሚያ፣ ከዛም በኋላ ሁለት ወንድሞቼን ጅቡቲ ያደረሱት እነሱ ሆኑ።

ለኔ ግን ያሰበችው መፍትሄ በጅቡቲ መውጣት አልነበረም። "በረሃ ገብቼ እታገላለሁ እንጂ ብሞትም ለመሰደድ ከሃገር ወጥቼ አልሄድም" ስል ስለሰማች "በጅቡቲ በኩል ወጥተህ፣ ወደ እህቶችህ ወደ እንግሊዝ ሂድ" ልትለኝ አልደፈረችም።

የገና በአል ካለፈ ከጥቂት ሳምንታት በኋላ እናቴ መፍትሄዋን ይዛ እነ እትዬ አዲስ ቤት መጣች።

"አስመራ ኪዳን ጋር ደውዬ አናግሪያት ነበር። "እኔ ዘንድ ላኪው። ከዚህ መፍትሄ ማግኘት ይቀለናል ብላለች።" ወደ አስመራ ብትሄድ ምን ይመስልሃል?" አለችኝ።

በጣም ተደስትኩ። "ከአስመራ በሻዕብያ በኩል አድርጌ ወደ ትግራይ መሄድ እችላለሁ" ብዬ አመንኩ። አጋሜ ውስጥ የታወቁ "ቀሽ (ቄስ) ካባ" የሚባሉ የኢህአፓ ሚሊሺያ አባል እንዳሉ ከኢህአፓ አመራሮች ሰምቼ ነበር። ስብሰባ ጨርሰው፣ እኔንም እየጋበዙ፣ ወተት በቁጢ እየጠጡ የተለያዩ ነገሮች ያወሩ በነበሩባቸው አጋጣሚዎች የለቀምኳት መረጃ ነበረች። "እንደምንም ብዬ አጋሜ ከደረስኩ ቀሽ ካባ ወደ ኢህአሰ ያደርሱኛል" የሚል ዕምነት ያዝኩ። አቤት የወጣትነት ድፍረትና እምነት!

ለእናቴ በጣም ጥሩ ሃሳብ እንደሆነ ነገርኳት። አየር መንገድ በሚሰራው የአክስቴ ባል አማካይነት ቲኬት ተቆረጠልኝ። የእትዬ ኪዳን ባለቤት አቶ ስዩም ሃጎስ አስመራ ስደርስ እንዴት "ቲራ ቦሎ" የሚባል ሰፈር ወዳለው ቤታቸው መሄድ እንደምችል መመሪያ ሰጡኝ።

አንድ ምሽት ለእትዬ አዲስ "ነገ ጠዋት እሄዳለሁ። አልመለስም" አልኳት። የት እንደምሄድ አልነገርኳትም። ሌሊቱን ሙሉ አለቀሰች። አቶ ስለሺ አዘነ። ሲነጋ አቶ መርእድ መጥቶ ወደ ቦሌ ወሰደኝ።

የከተማው ሁኔታ ብሶበታል። በቦሌ መንገድ ላይና በሌሎችም ስፍራዎች የታጠቁ ወታደሮች በብዛት ይታያሉ። መትረየስ ያጠመዱ ጂፖችም ወደታችና ወደላይ ይላሉ። ጠቅላላ ከተማው ከብዙ አመታት በኋላ ባየሁት ሚሲንግ "Missing" በሚል ፊልም ውስጥ፣ በቺሊ ዋና ከተማ በሳንዲያጎ የበረውን ሁኔታ የሚመስል ነገር ነበረው። አዲስ አበባ በዛን ወቅት ምን ይመስል እንደነበር በምስል ማየት የሚፈልግ ይህን ፊልም ማየት ብቻ ይበቃዋል።[347]

---

[347] Missing የሚለው ፊልም የሚተርከው ቺሊ ዋና ከተማ ሳንዲያጎ ውስጥ ልጁ ጠፍቶበት ፍለጋ የሄደን የአንድ አሜሪካዊ አባት ታሪክ ነው። ዋናው ተዋናይ የታወቀው አሜሪካዊ ጃክ ሌመን ነው። ቺሊ ውስጥ በዴሞክራሲያዊ ምርጫ ተመርጦ የነበረውን የፕሬዚዳንት አየንዴን የሶሺያሊስት መንግስት የአሜሪካኑ የስለላ ድርጅት ሲ አ ኤ (CIA) ከቺሊ ወታደሮች ጋር ተመሳጥሮ በመፈንቅለ መንግስት ገልብጦና ፕሬዚዳንቱንም ቤተመንግስት ውስጥ ገድሎ ስልጣን በታወቀው ነፍሰ ገዳይ በሃምሳ አለቃ፣ በኋላ ጄኔራል ፒኖሼ እጅ ገብቶ ነበር። የቺሊ ህዝብ በተለይ ወጣቱና ምሁሩ መፈንቅለ መንግስቱን ተቃውመው እንቅስቃሴ በማድረጋቸው የሃምሳ አለቃ ፒኖሼ የወታደራዊ ጁንታ መንግስት ዘመተባቸው። ሳንዲያጎ በደም ታጠበች። የልጁቿ ሬሳ የተከመረው ብሄራዊ ስታዲየም ውስጥ ነበር። የቤት ለቤት አሰሳና መንገድ ላይ እየገደሉ ለመቀጣጫ መጣል የተለመደ ሆነ። ፍራቻና ሽብር ነግሷል።አሜሪካዊው አባት የጠፋ ልጁን የሚፈልገው ይህን በመሰለው፣ ሽብር በነገሰባት የሳንዲያጎ ከተማ ውስጥ ነበር። ፊልሙ ይህን ሁሉ ነገር የሚያሳይ ነው። አዲስ አበባም በ1970 ጥር ወር ላይ ምን ትመስል እንደነበር መረዳት የፈለገ ይህን ፊልም ማየት ብቻ ይበቃዋል። አዲስ አበባም፣ ሳንዲያጎ በፒኖሼ ወታደሮች እጅ በነበረችበት ወቅት፣በዛች የላቲን አሜሪካ ሃገር ከተማ ውስጥ በነበረው ሁኔታ ውስጥ ነበረች።

ወላጆቼ አየር ማረፊያ አልመጡም። አቶ መርእድም አንዴ አየር ማረፊያ ካደረሰኝ በኋላ እንቅስቃሴዬን የሚከታተለው ከርቀት ነበር። አየር ማረፊያ ውስጥ ድንገት የሚያውቀኝ ሰው እንዳያየኝ በማሰብ የምቆመው ምሶሶ እየተከለልኩ ነው።

አውሮፕላን መሳፈሪያው ሰአት ደረሰ። አውሮፕላኑ በአስመራ አድርጎ ወደ አውሮፓ የሚበር ቦይንግ ጄት ነበር። አይሮፕላኑ ላይ ተሳፈርኩ። በአውሮፕላን ስሄድ የመጀመሪያ ጊዜዬ ነው። ጄቱ ተንደረደረና አየር ላይ ተንሳፈፈ። አዲስ አበባን፣ የቅድመ አያቶቼን የጥጃ ማሰሪያ፣ የጣይቱን ከተማ፣ የእናቴንና የኔን የትውልድ ስፍራ ቁልቁል ማየት ጀመርኩ። በአውራ ጎዳናዎቿ ላይ እንደጎርፍ የሚፈሰው ደምና የደርግ ሽብር በየቤቱ የዘራው ስቃይና ሃዘን ከሰማይ አይታይም። ከየቤቱ የሚወጣው ጭስ ግን በደንብ ይታይ ነበር። ጢሱን አይቼ ነበር “ይች የኔ ከተማ ትልቅ ማድቤት ትመስላለች” ያልኩት።

በዛን ወቅት በቀን ከአንድ አይሮፕላን በላይ ቦሌ አያስተናግድም ነበር። ጠዋት ሁለት ሰአት ላይ በቤታችን አናት ላይ የሚበረው አይሮፕላን፣ ልጇን ወደ ማይታወቀው እጣው ይዞ እንደሚበር እናቴ እርግጠኛ ነበረች። የአይሮፕላኑን ድምጽ ስትሰማ ወደ ሰማይ ቀና ብላ ተመለከተች። አይኗን ወደ ምድር ሳትመልስ፣

“ልጄን በህይወት አስመራ አድርሰህ፣ በሰላም ከዛ ካወጣህልኝ፣ ያለ ምንም ልብስ፣ እርቃኔን ቤተክርስትያንህን ሶስት ጊዜ እዞራለሁ” ብላ ለፈረደበት የቁልቢው ገብርኤል ተሳለች።